நந்தனின் பிள்ளைகள்

பறையர் வரலாறு 1850 – 1956

நந்தனின் பிள்ளைகள்

பறையர் வரலாறு 1850 – 1956

ராஜ் சேகர் பாசு

தமிழில் : அ.குமரேசன்

கிழக்கு

நந்தனின் பிள்ளைகள்: பறையர் வரலாறு 1850 – 1956
Nandanin Pillaigal: Parayar Varalaru 1850 - 1956
Raj Sekhar Basu ©

 © First published in Tamil by *New Horizon Media Private Limited* in arrangement with *Sage Publications India Pvt. Ltd.*
Originally Published in English as *"Nandanar's Children: The Paraiyans' Tryst with Destiny, Tamil Nadu 1850 - 1956"*

Kizhakku First Edition: May 2016
560 Pages
Printed in India.

ISBN 978-93-84149-81-9
Kizhakku 919

Kizhakku Pathippagam
177/103, First Floor,
Ambal's Building, Lloyds Road,
Royapettah, Chennai 600 014.
Ph: +91-44-4200-9603

Email : support@nhm.in
Website : www.nhm.in

◼ kizhakkupathippagam
◳ kizhakku_nhm

Author's Email: rajsekharbasu2001@gmail.com

Kizhakku Pathippagam is an imprint of New Horizon Media Private Limited

This book is sold subject to the condition that it shall not, by way of trade or otherwise, be lent, resold, hired out, or otherwise circulated without the publisher's prior written consent in any form of binding or cover other than that in which it is published and without a similar condition including this the rights under copyright reserved above, no part of this publication may be reproduced, stored in or introduced into a retrieval system, or transmitted in any form or by any means (electronic, mechanical, photocopying, recording or otherwise), without the prior written permission of both the copyright owner and the above-mentioned publisher of this book.

உள்ளே

    முன்னுரை 09

    அறிமுகம் 13

1. நழுவிய சுதந்தரம்:
   பத்தொன்பதாம் நூற்றாண்டில் தமிழகத்தில்
   பறையர்களும் வேளாண் அடிமைத்தனமும் 65

2. தென் இந்தியாவின் 'பறையர்' பிரச்னையில்
   மிஷனரிகளின் செயல்பாடுகள் 154

3. புதிய புல்வெளிகளைத்தேடி:
   19, 20-ஆம் நூற்றாண்டுகளில் தமிழ்
   பறையர்களின் வெளிநாட்டு முயற்சிகளும்
   உள்நாட்டு இடப்பெயர்ச்சிகளும் 181

4. பறையர்: சமூகப் பொருளாதார
   முன்னேற்றத்திலிருந்து அரசியல்
   நுழைவை நோக்கி 234

5. தமிழ்நாட்டில் 'ஆதி திராவிடர்' அரசியல் 294

6. தமிழ்நாட்டில் அரசியல் அணிகளும்
   பிளவுபட்ட ஆதி திராவிடர் அரசியலும் 402

    நிறைவாக 435

    குறிப்புகள் 449

    ஆதாரங்கள் 542

முன்னுரை

கடந்த இருபது ஆண்டுகளாக நான் மேற்கொண்ட கல்விப்புலச் செயல்பாடுகளும் பிற பணிகளும் தொடர்பாக இரண்டுவிதமான மனநிலையில் இருக்கிறேன். கால அளவில் ஏற்பட்ட மாற்றங்கள் என் கல்விப் புல ஈடுபாடுகளிலும் முக்கியமான மாற்றங்களைக் கொண்டுவந்திருக்கின்றன. 'ஒடுக்கப்பட்ட சாதிகள்' என்று முத்திரை குத்தப்பட்ட சமூகங்களின் வரலாறு பற்றிய ஆய்வுகளில் இருந்தே என் கல்விப் புல ஆராய்ச்சிகளைத் தொடங்கினேன். பேராசிரியர் சேகர் பந்தோபாத்யாயாவின் வழிகாட்டலின் மூலம் இது தொடர்பான ஏராளமான அதிகாரபூர்வ, அதிகாரபூர்வமற்ற ஆதாரங் கள் பலவற்றைப் பார்க்கும் வாய்ப்பு கிடைத்தது. அப்போது அவர் கல்கத்தா பல்கலையின் வரலாற்றுத் துறையில் இருந்தார். '1932-47 வரையிலான இந்திய அட்டவணை சாதியினரின் அரசியல்' என்ற தலைப்பில் ஆய்வைத் தொடங்கினேன். அது மண்டல் கமிஷன் அறிக்கை வெளியாகி இந்தியாவில் பெரும் உற்சாகத்தையும் அரசியல் செயல்பாடுகளையும் உருவாக்கியிருந்த காலகட்டம். தேச உருவாக்கத்துக்கும் சாதிக்கும் இடையிலான தொடர்பை முற்காலங் களில் இருந்ததைவிட அதிக அளவில் விரிவாகப் பார்த்தாக வேண்டிய தேவை இருப்பதை ஒரு குடிமகனாகவும் ஆராய்ச்சி யாளராகவும் உணரமுடிந்தது.

பேராசிரியர் சேகர் பந்தோபாத்யாய அயல் நாட்டுப் பணிக்குச் செல்ல முடிவெடுத்தார். அவருடைய பிரிவு எனக்குள் பெரும் சோர்வையும் இழப்பையும் ஏற்படுத்தின. கிட்டத்தட்ட ஒரு வருட காலகட்டத் துக்கும் மேலாக வழிகாட்டி இல்லாமல் நான் இருக்க நேர்ந்தது. பேராசிரியர் அருண் பந்தோபாத்யாவுடன் பணிபுரியுமாறு பேராசிரியர் பினய் பூஷன் சவுத்ரி ஆலோசனை சொன்னார். அருண்தா நான் முதுகலை படித்தபோது என் ஆசிரியர்களுள் ஒருவராக இருந்தார். என் தலைமுறை மாணவர்களைப் போலவே நானும் அவருடன் இதமான அன்பான நட்புறவில் இருந்தேன். கொல்கத்தா

ரவீந்திரபாரதி பல்கலையில் வரலாற்றுத் துறை விரிவுரையாளராக நியமிக்கப்பட்டேன். மதிப்புக்குரிய சக விரிவுரையாளர்கள் பலர் அங்கு இருந்தனர். மார்ச் 1993-ல் அங்கு பணியில் சேர்ந்தேன். விரைவிலேயே ஆராய்ச்சிப் பணியையும் ஆசிரியப் பணியையும் ஒரே நேரத்தில் செய்வதில் இருக்கும் சிக்கல்களைப் புரிந்து கொண்டேன். இந்தக் குழப்பத்தில் இருந்து நான் விடுபட அருண்தா உதவினார். 1994 துர்கா பூஜை விடுமுறையில் தென்னிந்தியாவுக்கு ஆராய்ச்சிக்காகச் சென்றுவர ஆலோசனை வழங்கினார். அது என் வாழ்க்கையின் மிகப் பெரிய திருப்புனையாக அமைந்தது. வர்க்க அரசியலைவிட மக்களை ஒருங்கிணைப்பதில் முக்கியபங்கு வகிக்கும் தென்னிந்தியாவின் சாதி அரசியல் தொடர்பாக அதிக ஆர்வத்துடன் ஈடுபட அந்தப் பயணம் பெரிதும் உதவியது.

தென் இந்தியா மீதான அருண்தா வின் ஈடுபாடு அந்தப் பகுதியின் உழைப்பாளர் சமூகங்களான பறையர்கள், புலையர்களின் வரலாறு பற்றி ஆய்வு மேற்கொள்ள என்னை வழி நடத்தியது. சுமார் 100 ஆண்டு கால வளர்ச்சிகளை உள்ளடக்கிய ஆய்வு அது. 'இரண்டு ஒடுக்கப்பட்ட சாதிகளின் சமூக கலாசார மாற்றம்: தென் இந்தியாவின் பறையர்கள், புலையர்கள் வரலாறு 1850-1956' என்று 2004-ல் கல்கத்தா பல்கலைக்கழகத்துக்கு சமர்ப்பிக்கப்பட்ட என்னுடைய முனைவர் பட்ட ஆய்வேட்டின் திருத்தப்பட்ட வடிவமே இந்தப் புத்தகம்.

இந்தியாவிலும் வெளிநாடுகளிலும் வாழும் கல்விப்புலத்தினர் பலருக்கு மிகுந்த நன்றிக்கடன்பட்டிருக்கிறேன். தொடர் ஆதரவும் வழிகாட்டுதலும் தந்த பேரா.அருண் பந்தோபாத்யாவுக்கு முதல் நன்றியைத் தெரிவித்துக் கொள்கிறேன். தனது மதிப்பு மிகுந்த நேரத்தைச் செலவிட்டு தலித் வரலாறுகள் தொடர்பாக பல விஷயங்களைப் பகிர்ந்துகொண்டதற்கு வெலிங்டனின் விக்டோரியா பல்கலைக்கழகத்தின் ஆசிய வரலாற்றுத் துறைப் பேராசிரியர் சேகர் பந்தோபாத்யாயவுக்கும் பெரிதும் நன்றிக்கடன்பட்டிருக்கிறேன். என் ஆசிரியர்கள், சக பேராசிரியர்களுக்கு என் நன்றியைத் தெரிவித்துக் கொள்கிறேன். மறைந்த பேரா.வாசுதேவ் சட்டோபாத்யாய, பேரா.சுரஞ்சன் தாஸ் (கல்கத்தா பல்கலையின் துனைவேந்தர்), பேரா.பினய் பூஷன் சவுத்ரி, பேரா.பாஸ்கர் சக்கரவர்த்தி, பேரா.ஹிமத்ரி சங்கர் பானர்ஜி, பேரா.திரிபாதி சவுத்ரி, பேரா.தீபக் குமார், பேரா.டேவிட் லுடென், பேரா.ராபர்ட் எரிக் ஃப்ரைகென்பர்க், பேரா.சுபர்ண குப்தா, மற்றும் டாக்டர் குணல் செடர்லோஃப் - இவர்கள் அனைவருமே எனக்கு மிக முக்கியமான ஆலோசனைகளை உரிய நேரங்களில் வழங்கியிருக்கிறார்கள்.

என் நண்பர்கள் மறைந்த பேரா.ரஞ்சித் குமார் ராய் மற்றும் டாக்டர் சஞ்சுக்தா தாஸ்குப்தா என் கருத்துகளைக் கேட்டு தங்கள் விமர்சனங் களைக் கூறி உதவியிருக்கிறார்கள். தென் இந்தியாவில் பேரா. நிர்மல் சென் குப்தா, மறைந்த பேரா.எம்.எஸ்.எஸ்.பாண்டியன், பேரா ஆ.இரா.வேங்கடாசலபதி, பேரா.தங்கராஜ், டாக்டர் வின்செண்ட் குமாரதாஸ், மறைந்த டாக்டர் சி.எஸ்.கிருஷ்ணா, டாக்டர் அ.அனந்த கிருஷ்ணன், டாக்டர் டேனியல் செட்டி, டாக்டர் ஜார்ஜ் ஓமன், டாக்டர் சுந்தர் ராஜ் ஆகியோர் முக்கிய ஆவணங்கள், படைப்புகளை கண்டடையப் பேருதவி ஆற்றியிருகிறார்கள். சென்னையின் முது பெரும்வாசியான திரு சி.ஏ.ரெட்டி தன்னிடம் இருந்த பல்வேறு ஆவணங்களைப் பகிர்ந்துகொண்டார். அவருடைய பெருந் தன்மைக்கும் நட்புணர்வுக்கும் மிகவும் நன்றிக்கடன் பட்டிருக்கிறேன்.

சென்னையின் மறைமலை அடிகள் நூலகத்தில் இருந்த பழங்கால தமிழ் நூல்கள், ஆவணங்களைப் பார்ப்பதற்கு உதவிய என் நண்பர் கேரி ஹுஸ்மனுக்கு நன்றி. புது தில்லியில், பேரா.ஆதித்ய முகர்ஜி, பேரா.நீலாத்ரி பட்டாச்சார்யா, பேரா.சுசிதா மஹாஜன், பேரா.சலீல் மிஷ்ரா, டாக்டர் விஸ்வமய் பதி ஆகியோர் தேவையான ஆலோசனை கள் வழங்கியுள்ளனர். பேரா ஆதித்ய முகர்ஜி மற்றும் பேரா ம்ருதுளா முகர்ஜி இருவரும் என் ஆய்வில் மிகுந்த அக்கறை எடுத்துக்கொண்டு 2008 முடிவதற்குள் இதன் ஆங்கில நூல் முடிவடைய பெரிதும் துணை புரிந்தனர். நவீன இந்திய வரலாறு என்ற சேஜ் பதிப்பகத்தின் தொடர் வரிசையில் இதை வெளியிட மிகுந்த ஊக்கம் அளித்தனர்.

எம்.எஸ்.எஸ். பாண்டியன், வ.கீதா, எஸ்.வி.ராஜதுரை, இந்து ராஜகோபால் மற்றும் ஜி.அலாய்சியஸ் ஆகியோரின் ஆய்வுகள் தமிழகத்து அடையாள அரசியல் தொடர்பான ஊடுபாவுகளைப் புரிந்துகொள்ளப் பெரிதும் உதவியிருக்கின்றன. அவர்களுடைய பல கருத்துகளை இந்த நூலில் இடம்பெறச் செய்திருக்கிறேன்.

ஆங்கில நூலை தட்டச்சு செய்ய உதவிய துரப்ஜ்யோதி ராய், சுப்ரதா குமார் பஹரி, மலாய் தாஸ், நிர்மலா புனியா, சோமநாத் தாஸ், அனுப் மண்டல் மற்றும் பபியா மண்டல் ஆகியோர் பல்வேறு உதவிகள் செய்திருக்கிறார்கள்.

இந்தியாவிலும் வெளிநாட்டிலும் ஏராளமான நூலகங்கள், ஆவணக் காப்பகங்களுக்குச் சென்று ஆய்வு மேற்கொண்டிருக்கிறேன். ரவீந்திர பாரதி பல்கலை நூலகம், கல்கத்தா பல்கலை நூலகம், தேசிய நூலகம், மேற்கு வங்காள தலைமைச் செயலக நூலகம், மத்திய தலைமைச் செயலக நூலகம், நேரு நினைவு அருங்காட்சியகம்

மற்றும் நூலகம், தமிழ் நாடு ஆவணக்காப்பகம், யுனைட்டட் தியாலஜிக்கல் காலேஜ் (பெங்களூரு), குருகுல லூதரன் கல்லூரி (சென்னை), இந்திய ஆவணக் காப்பகம், கீழைத்தேய இந்திய ஆஃபீஸ் ஆவணத் தொகுப்பகம் (லண்டன்), ஸ்கூல் ஆஃப் ஓரியண்டல் அண்ட் ஆஃப்ரிகன் ஸ்டடீஸ் (லண்டன்), ரோபார்ட்ஸ் லைப்ரரி (டொரண்டோ பல்கலை), ஏல் டிவினிட்டி பள்ளி நூலகம் என பல அவற்றில் அடங்கும். மறைமலை அடிகள் நூலகம் (சென்னை), தமிழ்நாடு தலைமைச் செயலக நூலகம் (சென்னை), தியாசஃபிகல் சொசைட்டி (அடையாறு), திராவிடர் கழக நூலகம், சென்னை நூலகம், மெட்ராஸ் இன்ஸ்டிட்யூட் ஆஃப் டெவலப்மெண்ட் ஸ்டடீஸ் ஆகியவற்றில் இருந்து ஏராளமான தகவல்களைச் சேகரித்திருக்கிறேன்.

அந்த நூலக நிர்வாகிகள், பணியாளர்கள் அனைவரும் எனக்கு நல்கிய ஆதரவுக்கும் ஒத்துழைப்புக்கும் என் நன்றியைத் தெரிவித்துக் கொள்கிறேன். தமிழ்நாடு ஆவணக் காப்பகத்தைச் சேர்ந்த திரு சிவக்குமார், திரு கண்ணன், திரு ஜகந்நாதன், திரு பாபு ஆகியோருக்கு ஆவண ஆதாரங்களைத் தேடிக்கண்டடைய உதவியதற்கு என் இதயம் கனிந்த நன்றியைத் தெரிவித்துக்கொள்கிறேன். தமிழ்நாடு ஆவணக்காப்பகத்தின் திரு பரமசிவம் மற்றும் பிற பணியாளர்களுக்கு என் நன்றியைத் தெரிவித்துக்கொள்கிறேன். இந்திய கம்யூனிஸ்ட் கட்சி, இந்திய கம்யூனிஸ்ட் கட்சி (மார்க்சிஸ்ட்) ஆகியவற்றின் நிர்வாகிகளுக்கு அவர்களுடைய ஆவணக்காப்பகங்களைப் பயன் படுத்திக்கொள்ள அனுமதி தந்ததற்கு நன்றி.

பல்வேறு தமிழ் நூல்களைப் புரிந்துகொள்ள உதவிய திரு எஸ்.கிருஷ்ணமூர்த்திக்கு நன்றி. ஆசிரியராக அவருடைய உதவி இல்லையென்றால் தமிழ் மொழியைப் புரிந்துகொண்டிருக்கவே என்னால் முடிந்திருக்காது. என் பெற்றோரும் மனைவியின் பெற்றோரும் என்னுடைய அனைத்து ஆய்வுப் பணிகளுக்கும் பெரும் ஆதரவு தந்துவந்திருக்கின்றனர். என் சகோதரியும் மனைவியின் தம்பியும் இந்தப் புத்தகத்தை நான் முடிப்பதற்குப் பெரிதும் உதவியாக இருந்திருக்கிறார்கள். குடும்ப விவகாரங்களைக் கவனித்துக் கொண்டதன் மூலம் என் மனைவியும் எனக்குப் பேருதவி புரிந்திருக் கிறார். ஆய்வுப் பணிகளின் இறுக்கமான சுழலில் இருந்து இதமான விடுதலையைத் தேவைப்பட்டபோதெல்லாம் தந்துதவினான் என் அன்பு மகன்.

ராஜ் சேகர் பாசு

அறிமுகம்

1

சாதி குறித்த எழுத்துகள் பெரும்பாலும் அந்த அமைப்புபற்றி விமர்சனப் பார்வையின்றிப் பொதுப்புத்தியில் பதிந்திருக்கும் கருத்தாக்கங்களை ஒதுக்கிவிட்டுச் சிந்திக்கத் தவறிவிடுகின்றன. 'சாதி தொடர்பான மிக எளிய அடிமட்டநிலைப் புரிதலே, அது தொடர்பான உயர் மட்ட அறிவார்ந்த புரிதலாகவும் இருக்கிறது. ஆகவேதான், ஒரே சாதிக் கட்டமைப்பு முறையே சாதி அமைப்பில் உள்ள ஒவ்வொரு வராலும் அங்கீகரிக்கப்பட்டும் ஏற்கப்பட்டும் இருக்கிறது என்ற பொது நம்பிக்கையை மாற்றி அமைப்பது மிகவும் கடினமாக இருக்கிறது'[1] என்கிறார் இந்திய சமூகவியல் ஆய்வாளர் தீபங்கர் குப்தா. ஆனால், இந்தியாவில் சாதிகளைப் போலவே வேறு பல அதிகாரக் கட்டமைப்புகளும் உள்ளன என்பதே உண்மைநிலையோடு பொருந்துவதாக இருக்கிறது. அதேபோல், பிராமணர்கள் முதல் 'தீண்டத்தகாதவர்கள்' வரையில் ஒவ்வொரு சாதியினரானாலும் கோட்பாடாகவே ஒப்புக்கொள்ளப்பட்ட ஒற்றை சாதிக் கட்டமைப்பு இருப்பதாகக் கருதுவதும் தவறே.[2]

உண்மை நிலை என்னவெனில், எந்தவொரு சாதியும், சமுதாயத்தில் அதன் படிநிலை எதுவாக இருந்தபோதிலும், தனது நிலை கீழிறக்கப் பட்டிருப்பதற்குக் கூறப்படும் காரணங்களை ஏற்றுக்கொள்வதில்லை. ஹரிஜன்களில் எந்த உட்சாதியைச் சேர்ந்தவராக இருந்தாலும், தங்களது உடல்கள் அசுத்தமானவை என்ற சாதிய ஆதிக்கவாதிகளின் கருத்தை ஏற்றுக்கொள்வதில்லை என்பதை தீபங்கர் சுட்டிக் காட்டுகிறார். அதேநேரத்தில், தங்களது சாதி கலப்படமானது என முத்திரை குத்தப்படுவதை ஏற்க மறுக்கிற எந்தவொரு சாதியும் வேறு சில தூய்மையற்ற சாதிகள் இருப்பதாகக் கூறப்படுவதை

ஏற்றுக்கொள்ளத் தயாராக இருக்கிறது. மேலாதிக்க சாதிகளில் மட்டு மல்லாமல், சாதிப் படிநிலையில் அடித்தட்டுகளைச் சேர்ந்தவர் களாகக் கருதப்படுகிறவர்களிடையேயும் இந்தப் போக்கு இருக்கிறது.[3]

இந்தியாவில் சாதிய அமைப்பு தனக்கான கோட்பாட்டு உரங்களை இந்து மதத்தின் புனித நூல்களிலிருந்தே எடுத்துக்கொள்கிறது. தூய்மையானது, கலப்படமானது என்ற ஒன்றுக்கொன்று எதிரான இருவகைப் பிரிவுகள் இருக்கின்றன என்ற கருத்தையே அந்தப் புனித நூல்கள் வலியுறுத்துகின்றன. மேல் சாதி, தாழ்ந்த சாதி எனப்படும் எல்லாச் சாதிகளுமே அந்த நூல்களில் வரையறுக்கப்பட்டுள்ள கட்டமைப்பை அப்படியே ஏற்றுக்கொண்டு அதன்படியே இருக்கின்றன என்று பொதுவாகக் கருதப்படுகிறது. ஆனால், அந்த நூல்களில் என்ன கூறப்பட்டிருக்கிறது என்பதற்கும், உண்மை வாழ்க்கையில் ஒவ்வொரு நாளும் என்ன நடக்கிறது என்பதற்கும் இடையே பெரும் வேறுபாடு இருக்கிறது. ஒவ்வொரு சாதியும் இந்தப் படிநிலையோடு ஒத்துப்போவதற்கும், தனது சொந்தக் கருத்தாக் கத்தை நிறுவுவதற்கும், தனக்கென ஒரு சமூக நிலையை ஏற்படுத்திக் கொள்வதற்கும் பல வழிமுறைகளைக் கையாள்கிறது.

'தாழ்ந்த சாதிகள்' எனப்படும் பிரிவுகள், 'கர்ம வினைப்படியே பிறப்பு தீர்மானிக்கப்படுகிறது' என்ற இந்து மதக் கோட்பாட்டின் அடிப்படை யில் தங்கள் மீது சுமத்தப்பட்ட தாழ்நிலையை நீக்க இடையறாது முயல்வது ஏன் என்பதற்கான விளக்கத்தை இதிலேதான் காண முடியும். தாழ்ந்தநிலைக்குத் தள்ளப்பட்ட சாதிகள் தங்களது இழிநிலைக்குத் தாங்களேதான் காரணம் என்ற பிராமணிய போதனையைப் புறந் தள்ளுகின்றன. இவ்வாறு அந்தச் சாதிகள் உறுதியான நிலை எடுப்பது, எல்லோரும் ஏற்றுக்கொண்ட அமைப்புதான் இது என்ற கருத்தாக் கத்தை எதிர்க்கிறது. வாய்ப்புகள் பறிக்கப்படுவதையும் பாகுபடுத்தப் படுவதையும் அடிப்படையாகக் கொண்ட சமத்துவமற்ற சமுதாயக் கட்டமைப்போடு மோதுகிறது.[4]

இந்தியாவில் முன்பு தீண்டத்தகாதவர்கள் என்று தள்ளப்பட்ட, இப்போது தங்களை தலித் என்று அடையாளப்படுத்திக்கொள்கிற சாதியினர் இந்து சமுதாயத்தில் கணிசமான அளவில் இருக்கின்றனர். நெடுங்காலமாக இவர்கள் 'தீண்டத்தகாதவர்கள்' என, அனைத்து வகையான பொது சமுதாயச் செயல்பாடுகளிலிருந்தும் தள்ளி வைக்கப்பட்டுவந்தார்கள். ஒரே ஒரு விதிவிலக்கு, பொருள் உற்பத்திக்காக இவர்களது உழைப்பு மட்டும் பயன்படுத்திக் கொள்ளப்பட்டு வந்தது. இத்தகைய ஒரு சமூக ஒடுக்குமுறையை இந்து மத 'தர்ம சாத்திரங்கள்' அங்கீகரித்திருந்தன. நாட்டின்

அனைத்து வட்டாரங்களிலும் அது ஒரேவிதமான கறார்த்தன்மை யோடு கடைப்பிடிக்கப்பட்டுவந்தது. இந்துயிசத்துக்கான சட்டங் களை வகுத்தவரான மனு வரையறுத்த விதிகளை ஆராய்ந்த டாக்டர் அம்பேத்கர், 'ஓர் இந்து தீண்டாமையைக் கடைப்பிடிக்கிறான் என்றால், அவனுடைய மதம் அப்படிச் செய்யுமாறு அவனுக்கு ஆணையிடுவதுதான் அதற்குக் காரணம்' என்று கூறினார்.

மனு தர்மம் இவ்வாறு கூறுகிறது: '(ஏதேனும் ஒரு தாழ்த்தப்பட்ட சாதியைச் சேர்ந்த) தீண்டத்தகாத ஒருவன், (இரு பிறப்பாளராக உள்ள சாதிகளைச் சேர்ந்தோரால் மட்டுமே தொடப்படக்கூடிய,[5]) இரு பிறப் பாளராக உள்ள இன்னொரு சாதியைச் சேர்ந்தவனைத் தொடுவதன் மூலம் தர்மத்தை மீறுவானானால் அவன் கொல்லப்பட வேண்டும்.'[6] இப்படிப்பட்ட விதிகள் எல்லாம் அந்தக்கால இந்து சமயக் கட்டமைப் பில்தான் இருந்தன. இந்தக்காலத்தில் நிலைமை அப்படியில்லை என்று ஒருவர் சொல்லலாம். ஆனால், சுதந்தரத்துக்குப் பிறகும், அரசியல் சாசனத்திலேயே தீண்டாமை ஒழிக்கப்பட்டு, அதை மீறுகிறவர்களுக்குத் தண்டனை அளிப்பதற்கான சட்ட விதிகள் உருவாக்கப்பட்ட பிறகும், தீண்டாமைப் பழக்கம் இப்போதும் பல வடிவங்களில் தொடர்கிறது. நகர்ப்புற இந்தியா, கிராமப்புற இந்தியா இரண்டிலுமே தொடர்கிறது. ஆக, சாதி என்பது கடந்த காலத்திய சமுதாய அமைப்பை அடையாளப்படுத்துகிற நினைவுச்சின்ன மாகிவிடவில்லை, இன்றும்கூட இந்து சமுதாயத்தின் அடிவாரக் கல்லாக இருக்கிறது.

ஒடுக்குமுறை சாதிப்பாகுபாடுகளும் தீண்டாமைப்பழக்கமும் காலங்காலமாக இந்திய சமுதாயத்தின் தனித்துவமாகத் தொடர்ந்து கொண்டிருக்கின்றன. இன்றும்கூட, அரசாங்கத்தால் சில திட்ட வட்டமான நடவடிக்கைகள் மேற்கொள்ளப்பட்டுள்ளபோதிலும், பட்டியல் சாதி மக்களின் சுதந்தரம் கட்டுப்படுத்தப்பட்டதாகவே இருக்கிறது. அவர்கள் தங்களது விடுதலைக்கான நீண்ட போராட்டத்தைத் தொடங்கியிருக்கிறார்கள். அண்மைக்காலமாகத் தங்களை 'தலித்' என்று அடையாளப்படுத்திக்கொள்கிறார்கள். தேசிய அரசு, நவீன வாழ்க்கை என்றெல்லாம் பேசுகிற ஆதிக்க சாதிகளின் இலக்கியங்களுடன் கூர்மையாக மாறுபடுகிற தலித் இலக்கியங்கள் தேசத்தையும் அரசையும் விமர்சனத்துக்கு உட்படுத்துகின்றன. பிராமணிய மேல் சாதிகளின் பரந்த ஆதிக்கங் களுக்குள் இந்திய தேசம் சிக்கிக்கொண்டது, தலித் மக்களை ஒரு 'ஜனநாயகச் சிறை' க்குள் தள்ளிவிட்டிருக்கிறது என்பது உறுதியாகத் தெரிகிறது.[7]

'தலித்' என்ற சொல் இன்றைய பொதுவான புரிதலில் பல பொருள்களை உள்ளடக்கியிருக்கிறது. ஒவ்வொரு பொருளும்

சுரண்டல்-பாகுபாட்டுக் கதைகளைச் சொல்கின்றன. பத்தொன்பதாம் நூற்றாண்டில், சமூக சீர்திருத்தத்துக்காகப் போராடிய, மராத்தி அடித் தட்டுச் சாதியைச் சேர்ந்த சிந்தனையாளர் ஜோதிராவ் புலேயின் எழுத்துகளிலிருந்து உருவான சொல் இது. 1970ஆம் ஆண்டுகளில் தலித் பேந்தர் (தலித் சிறுத்தைகள்) இயக்கத்தினர் மேற்கொண்ட தீவிரத் திட்டங்களால் இந்தச் சொல்லுக்குப் புதிய பொருள் உருவானது. பரவலாகப் புழக்கத்துக்கு வந்த இந்தச் சொல், 'ஹரிஜன்' என்ற சொல்லின் இடத்தைப் பிடித்தது. ஹரிஜன் என்ற சொல் மகாத்மா காந்தியால், 1932 புனே ஒப்பந்தத்துக்குப் பிறகு உருவாக்கப் பட்டது.[8] தலித் போராளிகளோ, ஹரிஜன் என்ற சொல்லாடலை, என்றென்றும் அடிமைப்பட்டிருப்பதற்கு என்றே விதிக்கப்பட்ட சமூகங்களை அடையாளப்படுத்துகிற மரபு சார்ந்த ஒரு சொல்லாட லாகவே பார்த்தார்கள்.

மொழி அகராதிப்படி தலித் என்ற சொல்லுக்கு 'ஒடுக்கப்பட்டவர்கள்' 'நொறுங்கிப்போனவர்கள்' என்றே பொருள். தொடக்கத்தில் அது எதிர்மறையான பொருளைத் தருவதாகவே இருந்தது. இன்று அது சுய மரியாதை, பெருமிதம், ஆவேசம் ஆகிய உணர்வுகளோடு இணைந்த சுய உறுதிப்பாட்டுச் சொல்லாகியிருக்கிறது. 1990ஆம் ஆண்டுகளின் தொடக்கக்கட்டத்திலிருந்து தலித் இயக்கங்கள் நாடு முழுவதும் பரவியிருக்கின்றன. இந்த இயக்கங்களுக்கு உலகளாவிய பரிமாண மும் கிடைத்திருக்கிறது. வெளிநாடுகளில் இருக்கிற தலித் இயக்கத்தினர், இந்தியர் அல்லாதோர் ஆகியோரின் ஆதரவும் கிடைத்திருக்கிறது.[9]

முன்னொரு காலத்தில் தீண்டத்தகாதவர்களாக ஒதுக்கப்பட்ட சமூகங்கள் சுதந்தர இந்தியாவிலும் பொருளாதாரச் சுரண்டலுக்கு உட்படுத்தப்படுகிறார்கள்; அரசியல் பங்கேற்பில் இன்னும் ஓரங் கட்டப்பட்டவர்களாகவே இருக்கிறார்கள். தலித் இயக்கங்கள் இதற்கு எதிராகக் குரலெழுப்பி வருகின்றன. மண்டல் குழுவின் அறிக்கை வெளியிடப்பட்டு, அதன் பரிந்துரைகளை மத்திய – மாநில அரசுகள்[10] செயல்படுத்தியதைத் தொடர்ந்து உயர் சாதி இந்துக்களின் எதிர்த்தாக்குதல்கள் தொடங்கின. அது மட்டுமல்லாமல் மதச் சார்பற்ற இந்தியாவில் சாதிய உணர்வுகளின் தாக்கங்கள் குறித்த ஆழ்ந்த கேள்விகளும் எழுந்துள்ளன.[11]

2

நவீன வளர்ச்சிகளுக்கும் பொருளாதார முன்னேற்றங்களுக்கும் தொழில்துறை மேம்பாடுகளுக்கும் ஜனநாயக மாண்புகளுக்கும்

சாதிய அமைப்பு ஏற்றதா எதிரானதா? இந்த விவாதம் சுதந்தரத்துக்கு முன்பும் நடந்தது, அதற்குப் பிறகும் நடந்து வருகிறது. சாதிய அமைப்பும் இந்துத்துவமும் முதலாளித்துவ வளர்ச்சிக்கு முட்டுக் கட்டையாக இருக்கின்றன என்று 1920ஆம் ஆண்டு வாக்கிலேயே கூறினார் ஜெர்மன் நாட்டு அரசியல் பொருளாதாரச் சிந்தனையாளர் மேக்ஸ் வெபர்.[12] சுதந்தரம் கிடைத்த பிறகும் சில ஆய்வாளர்கள் இதே கருத்தைக் கூறியுள்ளனர்.[13] அதே நேரத்தில், சில வல்லுநர்கள் இந்தியாவின் சாதிய அமைப்பு வளைந்துகொடுக்கக்கூடியதாக, புதியவற்றை ஏற்றுக்கொள்ளக் கூடியதாக இருக்கிறது என்ற வாதத்தை முன்வைத்திருக்கிறார்கள்.[14] சுதந்தரம் கிடைத்த பத்து ஆண்டுகளுக்குள், அமெரிக்க ஆய்வாளர் செலிக் ஹாரிசன் பொருளாதாரத்திலும் அரசியலிலும் போட்டியை வளர்ப்பதற்கான அடிப்படையாகச் சாதி அமைப்பு இருக்கிறது, அந்த வளர்ச்சிப்போக்கில் அதன் மோசமான தன்மைகளும் பெரிதாகியுள்ளன என்ற கருத்தை வெளியிட்டார். வேறு சொற்களில் கூறுவதானால், சரியாக ஒருங்கிணைக்கப்பட்ட இயக்கங்கள் உருவாகாத நிலையில், சாதி என்பது ஒரு வகையான ஜனநாயகக் கட்டமைப்புதான் என்றொரு கருத்து நிலவி வந்திருக்கிறது.[15]

சுதந்தரம் அடைந்ததும் புதிய நாட்டின் முன்னிருந்த தலையாய பணி, தனது குடிமக்கள் அனைவருக்கும் சம வாய்ப்புகளையும் சம நிலைகளையும் அளிக்கக்கூடிய ஒரு அரசமைப்பு சாசனத்தை எழுதுவதுதான். அரசமைப்பு சாசனத்தில் பொறிக்கப்பட்ட சட்டங்களும் விதிகளும், சாதியே இல்லாத ஒரு ஜனநாயக சமுதாயமாக இந்த தேசம் இருப்பது போன்ற தோற்றத்தைத் தருவதற்கு முயன்றன. மக்களை அடையாளப்படுத்துகிற ஒரு ஊற்றாக, அவர்களை அணிதிரட்டுவதற்கான ஒரு அடிப்படையாக சாதி இருக்கிறது என்று ஒப்புக்கொள்ளத் தாங்கள் தயாராக இல்லை என்பதை இந்திய சமுதாயத்தின் முற்போக்கான பிரிவினர்கூட வெளிப்படுத்தினர். 'தி டைம்ஸ் ஆஃப் இந்தியா' நாளேடு 1957 ஜனவரியில் எழுதிய ஒரு தலையங்கத்தில்,[16] தேர்தல் சார்ந்த அரசியலில் சாதி எவ்வித முக்கியப் பங்கும் வகிக்காது என்று கூறியிருந்தது. ஆனால் அண்மைக்காலத் தேர்தல் பிரசாரங்களைப் பார்த்தால், அரசியல் கணக்குகள் தொடர்ந்து சாதிகளின் எண்ணிக்கையும் சாதிகளைச் சேர்ந்த மக்களது சதவீதத்தையும் சார்ந்தே இருப்பது தெரியவருகிறது. சொல்லப் போனால், பல முற்போக்கான அரசியல் தலைவர்கள் சாதி அம்சத்தைப் பொருட்படுத்தாதற்குப் பெரிய விலை தர வேண்டியிருந்திருக்கிறது. தேர்தல்களிலும், அமைச்சர்கள் பிரதிநிதித்துவத்திலும், உயர் பதவி நியமனங்களிலும் சாதியின் பங்கு குறித்து

நாட்டின் முன்னணிப் பத்திரிகைகள் தலையங்கங்களும் கட்டுரைகளும் வெளியிட்டுள்ளன.

காலனியாதிக்கத்துக்குப் பிந்தைய இந்தியாவின் வரலாற்றில் 1990களின் முற்பகுதி மிகவும் சிக்கலான காலகட்டமாக அமைந்தது. மக்களைத் திரட்டுவதில் சாதி ஒரு முக்கிய அம்சமாக இந்தக் கால கட்டத்தில்தான் ஏற்கப்பட்டது. அதேவேளையில், தற்கால இந்திய சமுதாயத்தில் மதவாதத்துக்கும் சாதிப்படிநிலை ஏற்பாட்டுக்கும் எதிரான தளமாக சாதி அமையக்கூடும் என்றும் நம்பப்பட்டது.[17] ஆயினும், இட ஒதுக்கீடு பிரச்னையில் உயர்சாதியினர் வெளிப் படுத்திய பிடிவாதமான வெறுப்பு, சாதி உணர்வுகள் கிளப்பிவிடப் படுவது எத்தகைய தாக்கங்களை ஏற்படுத்துமோ என்ற ஐயப்பாட்டை ஏற்படுத்தியது. குறிப்பாகத் தாழ்த்தப்பட்ட சமூகங்களுக்கும் உயர் சாதியினருக்கும் இடையே வன்முறைகள் அதிகரித்ததைத் தொடர்ந்து, அறிவார்ந்த மக்களிடையே, சாதி அடையாளம் நாட்டின் அரசியல் சார்ந்த உயர் தன்னாளுமையை (இறையாண்மை) சீர்குலைத்துவிடும் என்ற கவலையை ஏற்படுத்தியது.[18]

இந்த நிகழ்ச்சிப்போக்குகளின் பின்னணியில் சாதி அடையாளம் குறித்தும், தேசக் கட்டுமானத்தில் அதன் பங்கு குறித்தும் ஒரு ஆய்வு தேவைப்படுகிறது. காலனியாட்சிக் காலத்தின் இறுதிக்கட்டத்தில், தேசியவாதிகள் சாதி அடையாளத்தை நாட்டின் பன்முகத்தன்மை சார்ந்த இதர கூறுகளோடு இணைக்கவும், அதனை ஒரு வலுவான ஏகாதிபத்திய எதிர்ப்பு இயக்கத்துக்கான அடித்தளமாக்கவும் முயன்றார்கள். ஆகவே, காலனியாட்சிகாலத்தில் அடையாளங்கள் உருவானதன் வரலாற்றையும், அத்தோடு இணைந்த போராட்ட அரசியலையும் புரிந்துகொள்ள வேண்டியது தேவையாகிறது.

3

'தீண்டத்தகாதவர்கள்' என்று ஒதுக்கப்பட்ட சமூகங்கள் தொடர்பாகக் கடந்த பல ஆண்டுகளாகச் செயல்பட்டுவருகிற பல ஆய்வாளர்கள் பல்வேறு பிரச்னைகளை எடுத்துக்காட்டியிருக்கிறார்கள். முதலாவ தாக, இந்தியாவின் பல பகுதிகளில் நிலம் சார்ந்த அடிமைத்தனம் உருவாகி வளர்ந்ததன் காரணத்தை அறிய முயன்றார்கள். இத்தகைய ஆய்வுகளில் ஈடுபட்டவர்கள், அடிமைத்தனம் உருவாகி, தனது தனித்துவமான தன்மைகளை வளர்த்துக்கொண்டதற்கான வரலாற்று பின்னணியின் குறிப்பான கூறுகளைக் கண்டறிவதில் மிகுந்த ஆர்வம்காட்டினர்.

இரண்டாவதாக, சில நேரங்களில் தேசிய அடையாளத்துடன் மாறு பட்டதாக, தாழ்த்தப்பட்டோர் சாதி அடையாளங்கள் உருவான தற்கான காரணிகளைப் புரிந்துகொள்வதில் பெரும் முனைப்புக் காட்டினர். அவர்களது ஆய்வுகளில், தாழ்த்தப்பட்டோரது விழிப் புணர்வு வளர்ச்சி, சாதி அமைப்புகளின் பங்கு, பிரிட்டிஷ் அரசும் உள்நாட்டு அரசுகளும் அறிவித்த அதிகாரப்பூர்வ சலுகைகளைத் தொடர்ந்து இந்த சமூகங்களைச் சேர்ந்த அரசியல்வாதிகள் மேற் கொண்ட அணுகுமுறைகள் ஆகியவற்றுக்கு முக்கியத்துவம் அளிக்கப்பட்டது.

மூன்றாவதாக, சமகாலத்தில் தலித் உணர்வு கிளைவிட்டுப் பரவியது குறித்த ஆய்வுகள் மேற்கொள்ளப்பட்டுள்ளன. தேசிய சமூகம், தேசியக் கலாசாரம் போன்ற சொல்லாடல்களின் பயன்பாடு, தேசத்துக்குள் பல்வேறு அடித்தட்டு சமூகங்கள் மீதான மேல் சாதிகளின் ஆதிக்கக் கதையைப் பிரதிபலிக்கிறது என்ற வாதங்களும் உள்ளன. இறுதியாக, 'தீண்டத்தகாதோர்' என்று ஒதுக்கப்பட்ட சாதிகளின் சமகால சமூகச் செயல்முறைகளைப் புரிந்துகொள்வதற் கான சில ஆய்வுகள் நடந்துள்ளன. நிலைபெற்றுள்ள சாதியக் கட்டமைப்புகள் தொடர்பாக ஒதுக்கப்பட்ட சமூகங்களது கண்ணோட்டங்களைப் பகுத்துப் பார்ப்பதற்கு இந்த ஆய்வுகள் முயன்றுள்ளன.

விவசாயத்தோடு இணைந்த அடிமைத்தனம் பற்றிய தொகுப்பை, ஆய்வாளர் தர்மா குமார் முன்வைத்த கருத்துகளிலிருந்து தொடங் கலாம். அந்த அம்மையார் தமது உரைகளில், அடிமைப்படுத்தப்பட்ட விவசாயத் தொழிலாளர்கள் இந்து மத சாதியமைப்பில் அடித்தட்டு களைச் சேர்ந்தவர்களாக இருந்தார்கள்; பல இடங்களில் அவர்கள் 'தீண்டத்தகாதவர்கள்' என்று ஒதுக்கப்பட்டவர்களாக, சாதியக் கட்டமைப்பில் இடமே இல்லாதவர்களாக வைக்கப்பட்டிருந்தார்கள் என்று குறிப்பிட்டிருக்கிறார். ஒருபுறம் சமூக நிலைகளிலும் பொருளாதார நிலைகளிலும் வாய்ப்புகள் மறுக்கப்பட்டவர்களாக விவசாயத் தொழிலாளர்கள் வைக்கப்பட்டிருப்பதை சாதிய அமைப்பு உறுதிப்படுத்தியது, இன்னொரு புறம் அவர்களுக்குப் பொருளாதாரம் சார்ந்த, சமூகப் பழக்கவழக்கங்கள் சார்ந்த சில உரிமைகளையும் வழங்கியது என்கிறார் அவர். அந்த உரிமைகளில் மிக முக்கியமானது, குறிப்பிட்ட துண்டு நிலத்தில் ஒரு விவசாயத் தொழிலாளி வேலை செய்கிற உரிமையாகும். அவருக்கு அந்த நிலத்தில் வேலையளிப் பதற்கும், நடப்புக் கூலிகளைத் தருவதற்கும் நிலவுடைமையாளர் கடமைப்பட்டிருக்கிறார். அந்தவகையில் விவசாயத் தொழிலாளி நிலமற்றவராக மாட்டார் என்ற வாதம் முன்வைக்கப்படுகிறது.[19]

ஆனால், இது பலவீனமான உரிமைதான். ஏனென்றால், நிலத்தில் உழுகிறவருக்கு அந்த நிலம் சொந்தமானதல்ல, அடிப்படையில் அவர் ஒரு தொழிலாளிதான்.

'நடப்புக் கூலிகள்' என்பதைப் பொறுத்தவரையில் தர்மா குமார் கூறுவது வருமாறு: 'அடிமைத் தொழிலாளிக்குத் தனது உற்பத்தியில் ஒரு பங்கு பெறுகிற உரிமை இருக்கக்கூடும் என்றாலும்கூட, மிராசு தாரைவிட அல்லது குத்தகைதாரரைவிட இவருக்கு இருந்த பொருளா தார உரிமை மிகக் குறைவுதான். உற்பத்தியில் இவருக்கு மிகச் சிறிய பங்குதான் கிடைத்தது.'[20] கொத்தடிமைத் தொழிலாளர்கள் அனுப வித்த பாகுபாடுகள் பற்றி மிகவும் குறைத்து மதிப்பிடுவதாகவே இந்தக் கருத்துகள் உள்ளன.

மிராசு வகையிலான நில உடைமை முறைக்கும் விவசாயம் சார்ந்த அடிமை முறைக்கும் இருந்த தொடர்பு பற்றி காலனியாட்சி கால ஆவணங்களின் அடிப்படையில் குறிப்பிட்டிருக்கிறார் ஆய்வாளர் பெனடிக்ட் ஜெஜ்லே. நன்செய் நிலப்பகுதிகளில், குறிப்பாக நெல் பயிரிடப்பட்ட பகுதிகளில் அடிமைத்தனம் மிகுதியாக இருந்தது பற்றியும் ஆராய்ந்திருக்கிறார்.[21] நன்செய் விவசாயத்துக்கும் மிராசு முறை வளர்ச்சிக்கும் பெருமளவுக்குத் தொடர்பிருக்கிறது என்றாலும், மிராசு உரிமைக்கும் அடிமைத்தனத்துக்கும் இருந்த உறவுகள் பற்றி அந்த ஆவணங்கள் தெளிவுபடுத்தவில்லை. ஆயினும், அந்த ஆவணங்களிலிருந்து இரண்டு முடிவுகளுக்கு வர முடிகிறது. ஒன்று, அடிமைத்தனத்தை உருவாக்கியது சாதிய அமைப்பு அல்ல. இரண்டு, புதிய விவசாய உடன்பாடுகளை மிராசுதார்கள் ஏற்றுக்கொண்டதைத் தொடர்ந்து, கிராமத்தின் ஒட்டுமொத்த நிலத்துக்கும் அவர்களே உடைமையாளர்களாகிப் போனார்கள்; நிலத்துக்கு மட்டுமல்லாமல், தொழிலாளர்களுக்கும் அவர்களே உடைமையாளர்களானார்கள்.

ஓரளவுக்கு சமூகப் பண்பாட்டு அடிப்படையிலும், ஓரளவுக்குப் பொருளாதாரத்தின் அடிப்படையிலும் தொழிலாளர்களை மிராசுகள் நம்பியிருக்க முடிந்தது. மிராசு என்பதன் நேரடியான பொருள் வாரிசுரிமை என்பதுதான். நிலத்துக்கான சிறப்புச் சலுகைகள் கொண்ட உடைமை முறையாக, மிராசுதார்கள் சாகுபடி செய்த நிலங் களுக்கான உடைமை முறையாக அது உருவெடுத்தது.[22] அத்துடன், விவசாய அமைப்பின் சாதியத் தன்மை, கொத்தடிமைத் தொழிலாளர் கள் மீதான கட்டுப்பாட்டின் சாதியத்தன்மைக்கும் இட்டுச் சென்றது. கொத்தடிமைத் தொழிலாளர்கள் மீது மிராசுகள் ஏற்படுத்திக்கொண்ட இந்தக் கட்டுப்பாட்டின் சமூகத்தன்மையை, 'மிகவும் தனிநபர்தன்மை வாய்ந்த அடிமைத்தனம்' என்று சித்திரிக்கிறார் ஜெஜ்லே. இந்த முறையின் கீழ், தொழிலாளர்கள் தங்களையோ, தங்களது

உறவுகளையோ தனிப்பட்ட விவசாயிகளுக்கு விற்பனை செய்து கொள்கிறார்கள் என்றும் கூறுகிறார்.[23]

1840களின் அடிமை முறை தடைச் சட்டங்களால், தமிழ்நாட்டில் பெரும்பாலும் ‘தீண்டத்தகாத’ சமூகங்களைச் சேர்ந்தவர்களாக இருந்த கொத்தடிமைத் தொழிலாளர் குடும்பங்களின் வாழ்க்கையில் பெரிய மாற்றங்கள் ஏற்பட்டுவிடவில்லை என்று ஜெஜ்லே கூறுகிறார். சொல்லப்போனால், எந்த இந்திய அதிகாரிகளின் கவனத்துக்கு இந்த விஷயம் கொண்டுவரப்பட்டதோ அநேகமாக அவர்கள் அனைவருமே உயர்சாதிகளைச் சேர்ந்தவர்களாகவும் தாங்களே சொந்தமாக அடிமைகளை வைத்திருந்தவர்களாகவுமே இருந்தனர். அதை அவர்கள் உடனே, தங்களுடைய அடிமைகளை அல்லது சேவகர்களைத் தங்களுக்குக் கீழ்ப்படிந்தவர்களாகவே வைத்திருப்பதற்கான வழிமுறைகளை யோசிப்பதற்கான வாய்ப்பாகப் பயன்படுத்திக் கொண்டனர்.[24]

எனினும், வேலைவாய்ப்புக்காக வெளிநாடுகளுக்குச் சென்றவர்கள் திரும்பிவந்தபோது, அவர்களில் ஒரு பகுதியினர் தங்களுக்கென சொந்தமாக நிலம் வாங்கினர். குறிப்பாக திருச்சிராப்பள்ளி, தென் ஆற்காடு மாவட்டங்களில் நியாயமான விலையில் கிடைக்கக்கூடிய தரிசு நிலங்கள் நிறைய இருந்தன. வெளிநாடுகளில் கூலி வேலை செய்துவிட்டுத் திரும்பிவந்த பறையர் சமூகத்தவர்கள், தங்களிடமிருந்த சேமிப்புப் பணத்தைப் பயன்படுத்தி அந்த நிலங்களை வாங்கி, சிறு விவசாயிகளாகத் தங்களை நிலைப்படுத்திக்கொண்டார்கள். இது, அந்த மாவட்டங்களில் மிராசு முறையைப் பலவீனமடையச் செய்தது.[25]

தமிழகத்தில் பொருளாதார அடிப்படையிலும் சடங்குமுறைகளின் அடிப்படையிலும் சமுதாயம் கூர்மையாகப் பிரிந்திருந்ததை பேக்கர் தனது ஆய்வில் வெளிப்படுத்தியிருக்கிறார். ஆனால், இவ்வாறு இரு கூறாகப் பிரிந்திருந்ததற்கான காரணங்களை – குறிப்பாக கிராமங்களின் விவசாயக் கட்டமைப்பின் அடித்தளமாகக் கொத்தடிமைத் தொழிலாளர் முறை உருவானதற்கான அடிப்படைகளை – அவர் போதுமான அளவுக்கு விளக்கவில்லை. பள்ளத்தாக்குப் பகுதிகளில் சமூகப் பாகுபாடுகளோடு இருந்த கிராமங்களைப் பொறுத்தவரையில், நீர்ப்பாசன வசதிகளோடு கூடிய நெல் சாகுபடியைச் சார்ந்த பொருளாதாரம் கட்டமைக்கப்பட்டது என்கிறார் பேக்கர். வெள்ளாளர்கள் – அதாவது நிலத்தின் எஜமானர்கள் – முக்கியமாக மேற்குக் கடலோரப் பகுதிகளிலிருந்து வந்து குடியேறியவர்கள், தொடக்கத்தில் நிலத்தையும் இதர பொருட்களையும் சொத்தாகக் கொண்டிருந்தவர்கள் என்றும் கூறுகிறார். அவர்களது நில

உடைமைக்கும், அதைச் சார்ந்த அதிகாரத்துக்கும் மூலாதாரமாகப் பாசன விவசாயத்தைக் கட்டமைத்தது காரணமாக இருந்திருக்கக் கூடும்.

வெள்ளாளர்கள் தங்களை மற்ற சமூகங்களிலிருந்து பண்பாட்டு அடிப்படையில் வேறுபடுத்திக்காட்டும் முயற்சிகளில் திட்டமிட்டே ஈடுபட்டனர். அதன் விளைவாகவே அவர்களுக்கும் பெரும்பான்மை யினராக இருந்த அடிமைகள் மற்றும் வேலையாட்கள் சமூகங் களுக்கும் இடையேயான சடங்கு, சம்பிரதாய வேறுபாடுகள் பெருமளவுக்கு உருவாகின.[26] அதே வேளையில், வெள்ளாளர்கள், பிராமணர்களின் ஆதிக்கத்தில் இருந்த சாகுபடி நிலங்களில் விவசாயத் தொழிலாளர்களாக இருந்தவர்கள் என்றும் சமவெளிப் பகுதி களிலிருந்து புலம் பெயர்ந்து வந்தவர்களே என்றும் சொல்லப் படுகிறது.

இந்தத் தொழிலாளர் சமூகங்கள் உருவானது பற்றிய சில பயனுள்ள தகவல்களைத் தருகிறார் டேவிட் லுடன். 'பழங்குடிகளின் தலைவர் களோடு பாண்டியர்கள் நடத்திய போர்களில் தோற்கடிக்கப்பட்ட பள்ளர்கள், பறையர்கள் ஆகிய சமூகங்களைச் சேர்ந்த மக்களிடை யேயிருந்து தொழிலாளர்கள் திரட்டப்பட்டிருக்கக்கூடிய வாய்ப்பிருக் கிறது. தங்களுக்கிடையே தூரத்து மண உறவுகள் இருந்ததாகப் பெருமையுடன் கூறிக்கொண்ட சமூகங்கள் இவை' என்கிறார் லுடன்.[27] பள்ளர் சமூகத்தினரைச் சமவெளிப்பகுதிகளில் குடியேறிய 'மலையாளி மக்கள்' என்று குறிப்பிடுகிற வட்டார மரபு இருந்ததையும் சான்றாகக் காட்டுகிறார்.

'இந்த மாறிய வாழ்க்கை முறை அவர்கள் மீது பாண்டியப் படை களுடனான போர்களால் கட்டாயப்படுத்தப்பட்டதாக இருந்திருக்கக் கூடும். அதேநேரம், மலைப்பகுதிகளிருந்து வந்த அல்லது சமவெளிப் பகுதிகளிலேயே இருந்த பூர்வகுடிகளைச் சேர்ந்த விவசாயிகள், தங்களது பாதுகாப்பற்ற சுயேச்சையான நிலையை விட்டுக்கொடுத்து, பாசன வசதிகளோடு இருந்த கிராமங்களில் அதைவிடப் பாதுகாப் பான உணவை உறுதிப்படுத்திய, அடிமைத்தனமான நிலையைத் தாங்களாகவே முன்வந்து ஏற்றுக்கொண்டிருக்கவும்கூடும்,'[28] என்று குறிப்பிடுகிறார். நிலவுடைமையாளர்கள் தங்களுக்குக் கிடைத்த அதிகாரத்தால், புலம்பெயர்ந்து வந்தவர்கள் நிலத்தைத் தங்கள் கட்டுப்பாட்டில் எடுத்துக்கொள்ளவிடாமல் தடுக்க முடிந்தது, உள்ளூர்வாசிகளைத் தங்களிடமிருந்த நிலத்தை விட்டுக்கொடுக்க வைத்தது; அதற்கும் சாதிப் பிரிவினைகளுக்கும் தொடர்பில்லை என ஊகிக்கலாம் என்ற வாதமும் இருக்கிறது.

மிராசுதார்களே ஒட்டுமொத்த நிலத்துக்கும் உடைமையாளர்களாக இருந்த தமிழகப் பகுதிகளில், கொத்தடிமைகளாக இருந்த பள்ளர்கள் மூலமாகவோ, அவர்களது குத்தகைக் குடியானவர்களான பறக்குடிகள் மூலமாகவோ சாகுபடி நடந்தது என்று பந்தோபாத்யாய கூறுகிறார். மூன்று மாறுபட்ட முறைகளில் சாகுபடி நடந்தது. முதலாவது பண்ணை முறை. இது தஞ்சை, திருச்சி பகுதிகளில் நடைமுறையில் இருந்தது. இந்த முறையின் கீழ் மிராசுதார்கள் தங்கள் நிலங்களைப் பண்ணையாட்கள் உதவியோடு சாகுபடி செய்தார்கள், அவர்களுக்கு அன்றாடக் கூலி வழங்கப்பட்டது. இரண்டாவது முறை, வாரம் அல்லது பங்குச் சாகுபடி முறை. இந்த முறையின் கீழ், மிராசுதார்கள், பறக்குடிகள் (பொதுவாக உள்ளூர்வாசிகள் அல்லாதவர்கள்) இரு தரப்பினருமே கூட்டாகச் சாகுபடியில் ஈடுபட்டார்கள்.

பறக்குடிகளுக்குக் கிடைத்த பங்கு பறக்குடி வாரம் என்று குறிப்பிடப்பட்டது. மூன்றாவது முறை குத்தகை முறை. உள்ளூர் வாசி அல்லாத மிராசுகள் இந்த முறையைப் பயன்படுத்தினார்கள். அவர்களுக்கு நிலத்தில் சாகுபடி செய்வது தொடர்பான உறுதியற்ற நிலைமை எதுவும் கிடையாது. ஆனால், நிலத்தில் விளையும் தானியத்திலிருந்து ஒப்புக்கொள்ளப்பட்ட ஒரு பங்கு மட்டும் வந்துவிடும்.[29] இவற்றில் பண்ணையாள் முறைதான் மிராசுகளுக்கு மிகுந்த லாபகரமானது என்றாலும், வார முறைதான் பரவலாக இருந்தது.

தஞ்சாவூர் மாவட்டத்தில் பெரும் மிராசுகளின் ஆதிக்கம் ஒரு தனித்துவமான அம்சமாக இருந்தது. சாகுபடி வேலைகளைப் பெரும்பாலும் மிராசுகளின் அடிமைகளும் வேலையாட்களுமே மேற் கொண்டார்கள். திருநெல்வேலி மாவட்டத்தில் பறக்குடிகளையும் பண்ணையாட்களையும் கட்டுப்படுத்துகிற அதிகாரம் மிராசுகளுக்கு இருந்தது. இது இரண்டு வகைகளில் வெளிப்பட்டது. முதலாவது வகை குடிமராமத்து எனப்பட்டது. அதன் கீழ், ஆறுகளின் கால்வாய் கள், குளங்கள் உள்ளிட்டவற்றின் மராமத்துப் பணிகள் வழக்கமான தொழிலாளர்களைக்கொண்டும், சில இடங்களில் கொத்தடிமை களைக் கொண்டும் மேற்கொள்ளப்பட்டன.

உழைப்பைச் சுரண்டுவதன் இரண்டாவது வகை, கட்டாயமாக சாலைப் பணிகளைச் செய்தாகவேண்டும் என்பதாகும். பெரும் பாலும் பறையர், பள்ளர் இரு பிரிவு மக்களும் இந்த வேலைகளில் வலுக்கட்டாயமாக ஈடுபடுத்தப்பட்டார்கள். திருச்சி மாவட்டத்தின் பாசன வசதி பெற்ற தாலுகாக்களிலும் மிராசுதார்களுக்கு நிலத்திலும் உழைப்பிலும் இதே போன்ற அதிகாரம் இருந்தது.[30]

தமிழகத்தில் இவ்வாறு வெவ்வேறு வகைப்பட்ட விவசாயம் இருந்ததில் ஒரு முக்கிய அம்சம் இருந்தது. அது என்னவெனில், சமூகங்களிடையே ஓரளவுக்கு வெளிநடமாட்டம் சாத்தியமாக இருந்தது என்கிறார் பந்தோபாத்யாய். குறிப்பாகச் சிறு விவசாயிகள், குத்தகை விவசாயிகள், கூலித் தொழிலாளர்களிடையே, ஏன் கொத்தடிமைத் தொழிலாளர்களிடையேயும்கூட, அந்த வெளி நடமாட்டம் இருந்தது. சிறு விவசாயிகள் ஒரு பகுதியிலிருந்து வேறொரு பகுதிக்கு வேகமாக மாறினார்கள், தங்களுடைய உழைப்பு முறையை நிலைமைக்குத் தகுந்தாற்போல மாற்றிக்கொண்டார்கள்.

குத்தகைதாரர்களைப் பொறுத்தவரையில், மிராசுகள் வலுவாக இருந்த, நிலம் தரிசாக மாறிக்கொண்டிருந்த பகுதிகளில் பட்டாக் களின் மூலமாக நில உடைமையைத் தங்கள் பெயருக்கு மாற்றிக் கொள்வதில் கூடுதலாக ஆர்வம் காட்டினார்கள். 1840களில் திருச்சிராப் பள்ளி மாவட்டத்தில் இருந்த கொத்தடிமைத் தொழிலாளர்களில் சிலர் மிராசுகளால் தரிசாகப் போடப்பட்டிருந்த நிலங்களைச் சொந்த மாக்கிக்கொள்ள விரும்பினார்கள்.[31] இறுதியாக, பத்தொன்பதாம் நூற்றாண்டின் பிற்பகுதியில், மிராசு முறையின் வலிமையிலும் உழைப்பு முறைகளிலும் குறிப்பிடத்தக்க மாற்றங்கள் நிகழ்ந்திருந்தன.[32]

பதினெட்டாம் நூற்றாண்டின் பிற்பகுதியில் தென் இந்தியாவில் விவசாயத் தொழிலாளர் சமூகமாக இருந்த பறையர் மக்கள் பற்றி ஆராய்ந்த வாஷ்புரூக், நெடுங்காலக் கொத்தடிமை முறை இல்லை என்பதைக் குறிப்பிடுகிறார். அவர் தனது சுருக்கமான ஆய்வு நூலில் இவ்வாறு குறிப்பிடுகிறார்:

> '... காவிரிப் பாசனத்தோடு இணைந்த சில பகுதிகளில் (மேற்குக் கரையோரத்தின் மலபார் பகுதியிலும்) மட்டுமே நீண்ட கால அடிமை முறை சார்ந்த தொடர்புகள் இருந்தன. பாசன விவசாயம் முனைப்புடன் நடைபெற்ற பகுதிகளுக்கு அப்பால் (தென் இந்தியாவின் பெரும் பகுதிகள் இத்தகைய பாசனப் பகுதிகளாக இருந்தன) இத்தகைய தொடர்புகள் அரிதாகவே இருந்தன. (மேற்குக் கடலோரப் பகுதிகள் தவிர்த்து) எங்கேயும் எந்த ஒரு அடிமைப் பிரிவினரும் தனிப்பட்ட உரிமைகள் இல்லாதவர் களாகவோ வெறும் அடிமைச் சொத்துகளாக நடத்தப்பட்டவர் களாகவோ இல்லை,'[33]

பதினெட்டாம் நூற்றாண்டின் பிற்பகுதியில் பரவலாக உருவாகியிருந்த பொருளாதார அமைப்பில் தொழிலாளர் பற்றாக்குறை நிலவியது. அதோடு திரும்பத் திரும்ப ஏற்பட்ட போர்களின் காரணமாகவும் வெவ்வேறு முறைகளுக்கு மாறுவது ஓரளவுக்கு நிகழ்ந்தது.

தொழிலாளர் பற்றாக்குறை நிலைமை பற்றிப் போதுமான அளவுக்கு விளக்கப்படவில்லை, எந்த அளவுக்கு அது இருந்தது என்பதும் மதிப்பிடப்படவில்லை. பறையர் மக்களின் தனி உரிமைகள் ஏற்கப்பட்டிருந்தன என்ற வாதம் முன்வைக்கப்பட்டுள்ளது. பெரிய அளவில் வளர்ச்சி பெற்றிருந்த கால்நடை வளர்ப்புப் பொருளாதாரம், பறையர் மக்களைக் கால்நடைகள் போன்ற வேறுவகைச் சொத்துடைமையாளர்களாக மாற்றியது.

இத்தகைய நிலைமைகள் தொழிலாளர்களின் வேறு வேறு இடங்களுக்கும் வேலைகளுக்கும் செல்வதற்கு ஏதுவாக இருந்தன. எனினும், அதனால் அவர்களது எசமானர்களுடனான நீண்ட கால ஒப்பந்த முறைகள் இல்லாமல் போய்விடவில்லை. தொழிலாளர் பற்றாக்குறை, நிலையற்ற அரசியல், உறுதியற்ற பொருளாதாரம் ஆகிய காரணங்களால் நிலவுடைமையாளர்கள் தங்கள் தொழிலாளர் களை நீண்ட காலத்துக்குத் தங்களுடைய பிடியில் வைத்திருக்க முயன்றார்கள். ஆயினும், தொழிலாளர்கள் வெளியேறுவதைத் தடுப்பதற்கான வழிகள் நிலவுடைமையாளர்களுக்குக் குறைவாகவே இருந்தன.

ஹருகா யானகிசாவா தனது ஆய்வில், பத்தொன்பதாம் நூற்றாண்டின் இடைக்கட்டத்திலிருந்து நில உடைமைகளில் ஏற்பட்ட மாற்றங்களைப் பதிவு செய்திருக்கிறார். நில உடைமையில் உயர் சாதியினரது ஆதிக்கம் சரியத் தொடங்கியது; செட்டியார் மற்றும் வணிகம் சார்ந்த இதர சமூகங்களைச் சேர்ந்தோர் நிலத்தைச் சொந்தமாக்கிக்கொள்வது அதிகரித்தது.[34] தொழிலாளர்களை நிர்வகிப்பதில் அனுபவமற்ற புதிய நிலச் சொந்தக்காரர்கள், தங்களுடைய நிலையான வருமானத்துக்கான வழிமுறையாகக் குறுகிய காலக் குத்தகை முறையைப் பயன்படுத்தினர்.

நில மேலாண்மையில் நீண்ட கால ஒப்பந்தத்துக்கு மாறாகக் குறுகிய கால ஒப்பந்தம் நடைமுறைக்கு வந்தது. இதன் நேர்விகிதத்தில் கொத் தடிமைத் தொழிலாளர்களைப் பயன்படுத்துவதும் குறைந்தது.[35] பத்தொன்பதாம் நூற்றாண்டின் இறுதிக்கட்டத்தில் விவசாயத் தொழிலாளர்கள் வெளிநாடுகளுக்குச் செல்லத் தொடங்கினர். இதுவும், கொத்தடிமை முறையில் பாதிப்பை ஏற்படுத்தியது என்ற கருத்தும் முன்வைக்கப்படுகிறது.[36]

குனல் செடர்போஃப் தமிழகத்தில் கொங்கு பகுதியில் இருந்த கோயம்புத்தூர் மாவட்டத்தைப் பற்றி ஆய்வு செய்திருந்தார். அதில் 20-ம் நூற்றாண்டு தொடக்கத்தில் தொழிலாளர்கள் வேறு இடங் களுக்கு இடம் பெயர ஆரம்பித்திருந்தனர். தொழில்துறை வளர்ச்சி

மற்றும் பொருளாதார முன்னேற்றங்கள் விவசாய உழைப்பாளர் எண்ணிக்கையை மேலும் குறையச் செய்தது என்று குறிப்பிட்டிருக் கிறார். 'வளர்ச்சி'க்கும் 'அடிமை பிணைப்பு'க்கும் இடையில் நேரடித் தொடர்பு இருப்பதாக அவர் மேலும் தெரிவித்திருக்கிறார்.[37]

19-ம் நூற்றாண்டின் ஆரம்பகட்டங்களில் மேட்டுப்பாங்கான பகுதிகளில் இருந்த விவசாயிகள் சதுப்பு நிலப்பகுதிகளில் இருந்தவர் களைப் போல் உழைப்பாளர்களைப் பெரிதும் சார்ந்திருக்கவேண்டிய அவசியம் இருந்திருக்கவில்லை. எனினும் 1900–1930 காலகட்டத்தில் உழைப்பாளர் பற்றாக்குறை ஏற்பட்டது. அதனால் தொழிலாளர் களின் பிணைப்பு இந்தப் பகுதியில் வலுவாக ஆரம்பித்தது.

கொத்தடிமைத் தொழிலாளர்களுக்கான தேவை, அவர்களது விநியோகம் இவற்றில் சாதியின் பங்களிப்பு குறித்து மிகையாக மதிப்பிடப்பட்டிருக்கிறது, அது சரி செய்யப்படவேண்டும் என்ற கருத்தை அண்மையில் முன்வைத்திருக்கிறார் B.B.சவுத்ரி. சாதி மட்டுமே இந்தத் தேவை, விநியோகம் ஆகிய இரண்டுக்கும் ஓரளவுக்கேனும் விளக்கமாக அமைகிறது என்பது ஐயத்துக்குரியதே என்கிறார். அதேவேளையில், நிலமற்ற ஒரு பிரிவை எப்படி சாதியமைப்பு உருவாக்கியது என்பது தெளிவாக இல்லை. பெருமளவுக்கு எப்படி இது நடந்திருக்கக்கூடும் என்றால், அந்த மக்கள் பிரிவினர் தங்களுடைய நிலத்தை இழந்தார்கள், பின்னர் சாதியக் கட்டமைப்பின் அடித்தட்டில் வைக்கப்பட்டுவிட்டார்கள். வேறு எங்கும் வேலைவாய்ப்புகள் அமையாத நிலையில், அவர்கள் எளிதாக நிலவுடைமையாளர்களின் ஆதிக்கத்தில் இருந்த விவசாய அமைப்புக்குள் இழுக்கப்பட்டார்கள்.

அதைத் தொடர்ந்து அவர்களது கீழிறக்கப்பட்ட சமூக நிலை, விரிந்த சமுதாயத்திலிருந்து அவர்கள் 'தீண்டத்தகாதவர்கள்' என ஒதுக்கி வைக்கப்பட்ட நிலை இரண்டுமாகச் சேர்ந்து, சமூக மதிப்பில் மேலே எழவேண்டும், அடிமைத்தனத்திலிருந்து விடுபட வேண்டும் என்று ஓரளவுக்கேனும் இருந்திருக்கக்கூடிய உணர்வை வற்றிப்போகச் செய்தன. அந்த உணர்வு இருந்த இடங்களில்கூட, பல்வேறு உட்சாதிகளாகப் பிரிந்திருந்ததன் காரணமாக அவர்களால் ஒன்றுபட முடியாமல் போனது என்ற கருத்தும் உள்ளது.[39]

கேரளத்தைப் பொறுத்தவரையில், விவசாயத் தொழிலாளர்களான புலையர்கள் தங்கள் வாழ்க்கைக்காக பிராமண நிலவுடைமையாளர் களைச் சார்ந்திருக்க வேண்டிய நிலைமையில் இருந்தார்கள்; அதனால் அவர்கள் ஒரு அடிமைத்தனமான முறையை ஏற்றுக்கொள்ள வேண்டிய கட்டாயம் ஏற்பட்டது என்கிறார் ஆய்வாளர்

கே.சாரதாமதி. அதேவேளையில், உயர் சாதிகளின் சட்டங்களும் சடங்குகளும் சமுதாயத்தில் 'தீண்டத்தகாத' பிரிவுகளும் அடிமைப் பிரிவுகளும் பெருகுவதற்கு இட்டுச் சென்றன. புலையர்களைப் பொறுத்தமட்டில் தூய்மை – தூய்மையின்மை என்ற அடிப்படையில் அவர்கள் மீது நிலவுடைமையாளர்கள் தங்களது கட்டுப்பாட்டை நிறுவினர்.

பிரிட்டிஷ் அரசாங்கமும் தனது சொந்த நலன்கள் பாதிக்கப்படலாம் என்பதாலும், தனியார் சொத்துடைமையின் ஆளுமை சீர்குலையலாம் என்பதாலும் தொடக்கத்தில் அடிமை முறையை ஒழித்துக்கட்டுவதில் தயக்கம் காட்டியது.[40] மேற்கிந்தியத் தீவுகளில் நடைமுறையில் இருந்த அடிமை முறையோடு ஒப்பிடுகையில் கேரளத்தின் அடிமை முறை மென்மையானதுதான்; எனவே, கடுமையான சட்ட நடவடிக் கைகள் எதுவும் தேவையில்லை என்றும் அரசாங்கம் கருதியது.

தெற்கு பிகார் பகுதிகளைச் சேர்ந்த காமியா சமூகத்தைப் பற்றி ஆராய்ந்துள்ள ஞான பிரகாஷ், ஒரு சட்டப்பூர்வ ஏற்பாடாகவே கொத் தடிமை முறை இருந்தது என்கிறார். பிரிட்டிஷ் சட்டக் கருத்தாக்கங் களால் உருவாக்கப்பட்டதே அது என்றும் கூறுகிறார். புதிய சட்ட விதிகளின்படி, அடிமை முறை என்பது கடன் சார்ந்த கொத்தடிமை முறையாக மாறியது.[41] ஒதுக்கப்பட்ட சாதிகளையும், அடிமைகளாகச் சார்ந்திருந்தவர்களையும் விவசாயத் தொழிலாளர்கள் என்ற வகைப் பாட்டுக்கு வெளியே வைத்துத்தான் பார்க்கவேண்டும் என்ற வாதத்தையும் முன்வைக்கிறார். அவர்களை விவசாயத் தொழிலாளர் கள் என்ற வரையறைக்குள் கொண்டுவருவது பொருளாதார (தொழிலாளர்) அடிப்படையிலிருந்து சமூக, சித்தாந்த அடிப்படை களை (ஒதுக்கப்பட்ட சாதி, அடிமை நிலை) விலக்குவதாகிறது என்கிறார்.[42]

கொத்தடிமை முறையை இந்த வட்டார விவசாயக் கட்டமைப்பின் இரண்டு கூறுகளோடு இணைத்துக்காட்டுகிறார் ஞான பிரகாஷ். ஒன்று பொதுவானது – இயற்கையான, பருவநிலை சார்ந்த விவசாயம்; மற்றொன்று குறிப்பானது – நெற்பயிர் விளைச்சலுக்கு முக்கியத்துவம் அளிக்கப்பட்ட விவசாயம். ஒரு போக நெல் சாகுபடிதான் மாற்றத்துக்கு முக்கியக் காரணமாக அமைந்தது. வட பகுதிகளில் இரு போக சாகுபடி நடைமுறையில் இருந்தது. ஆனால், தெற்கு பிகார் பகுதிகளில் ஒரு போக சாகுபடிதான் இருந்தது என்பதால், அறுவடை முடிந்தபிறகு விவசாயத் தொழிலாளர்களுக்கு எதையும் சார்ந்திருக்க முடியாத நிலை ஏற்பட்டது. இந்த நிலைமையின் காரணமாக அவர்களுக்கும் நிலவுடைமையாளர் களுக்கும் இடையே தனித்துவமான ஒப்பந்தங்கள் ஏற்பட்டன.[43]

தெற்கு குஜராத்தைப் பொறுத்தவரையில், பிராமணர்கள் நேரடியாக விவசாயத்தில் ஈடுபடக்கூடாது என்ற சாதித்தடை இருந்த காரணத்தால், அவர்கள் தொழிலாளர்களைச் சார்ந்திருக்க வேண்டிய தேவை ஏற்பட்டது என்று ஆய்வாளர் ஜன் பிரேமான் கூறுகிறார். தீவிரமான சாகுபடி நடந்த பகுதிகளில், குறிப்பாகத் தொழிலாளர்கள் மிகுதியாகத் தேவைப்பட்ட கரும்பு சாகுபடிப் பகுதிகளில் 'ஹாலிபிரதா' எனப்பட்ட கொத்தடிமை முறை உருவானது. பயிர் வளர்ப்புச் சுழற்சியில் தொழிலாளர்களுக்குக் கடுமையான பற்றாக் குறை ஏற்படக்கூடிய நேரங்களில் தங்களுக்குத் தேவையான எண்ணிக்கையில் தொழிலாளர்கள் கிடைப்பதை உறுதிப்படுத்திக் கொள்கிற நோக்கத்துடன் நிலவுடைமையாளர்கள் கொத்தடிமைத் தொழிலாளர்களை வைத்திருந்தனர்.[44]

இந்த 'ஹாலி' தொழிலாளர் முறை பிற்காலத்தில் சரிவடைந்தது. அதற்கு, ஒப்பந்த முறையிலான உழைப்புக்கான தேவை குறைந்தது ஓரளவுக்குக் காரணம்; கரும்பு சாகுபடி நடந்த நிலப்பரப்பு சுருங்கியதும் ஓரளவுக்குக் காரணம் என்கிறார் பிரேமான். சந்தை ஒரு வரம்புக்கு உட்பட்டதாக இருந்தபோது பழைய முறை தேவைப் பட்டது, சந்தை விரிவடைந்தபோது அதற்கான தேவை பெரு மளவுக்கு இல்லாமல் போனது என்றும் குறிப்பிடுகிறார்.[45]

தோட்ட விவசாயம் உருவானவிதம், அடிமைத் தொழிலாளர்கள் பயன்படுத்தப்பட்டவிதம் இவை தொடர்பாக ஆய்வாளர்களிடையே இரு மாறுபட்ட பார்வைகள் இருந்தன என்கிறார் கே. ரவிராமன். தென் இந்தியாவில் தோட்டத் தொழில் முறை உருவானபோது, இந்திய சாதியக் கட்டமைப்பின் அடித்தட்டுகளில் இருந்த, பொதுவாக இன்று தலித் என்று குறிப்பிடப்படுகிற சமூகங்களிடையே இருந்து, தொழிலாளர்கள் கொண்டுவரப்பட்டார்கள். அதனால் அடிமை முறை முடிவுக்கு வந்து, முதலாளித்துவத் தோட்டத் தொழில் முறை தொடங்கியது,[46] என்று குறிப்பிடுகிறார்.

பத்தொன்பதாம் நூற்றாண்டின் இடைக்கட்டத்தில் இங்கிலாந்தில் அடிமை முறையை ஒழித்துக்கட்டுவதற்கான இயக்கங்கள் பரவலாக நடைபெற்றன. இங்கிலாந்தின் காலனி நாடுகளில் அடிமைத் தொழிலாளர்கள் கிளர்ந்தெழுந்த பின்னணியில் இந்த இயக்கங்கள் உருவெடுத்தன. இந்தியாவிலும் அதன் தாக்கம் பிரதிபலித்தது. அடிமை முறையின் தீங்குகளை ஒழிக்கவும், ஒதுக்கப்பட்ட சமூகங்களை கிறிஸ்துவத்துக்கு மாற்றவும் திருச்சபை ஊழியர்கள் பல்வேறு வழிமுறைகளைக் கையாண்டனர். அதேவேளையில் இந்தத் திருச்சபை ஊழியத்தோடு இணைந்த இயக்கங்களால் கிடைக்கக்கூடிய ஆதாயங்களைப் புத்திசாலித்தனத்தோடு காலனி

அரசும் உலக முதலாளித்துவமும் புரிந்துகொண்டன என்ற கருத்தும் முன்வைக்கப்படுகிறது.[47]

தோட்டத் தொழிலின் வளர்ச்சியால் ஒரு பக்கம், தங்களது பூர்விக இடங்களிலிருந்து வெளியேற்றப்பட்ட ஆதிவாசிகள் உள்ளிட்ட ஒதுக்கப்பட்ட சமூகங்களும், அரசாங்கத்தின் நில வருவாய்க் கொள்கைகளின் கெடுபிடிகளுக்கு உள்ளான பாரம்பரியமான விவசாய சமூகங்களும் வறுமையில் விழுந்தன. இது இயல்பாக இந்தச் சமூகங்களைச் சேர்ந்தோரைத் தோட்டங்களில் வேலை தேட வேண்டிய கட்டாயத்தை ஏற்படுத்தியது. ஒரு நல்ல வாழ்க்கை அமையும் என்ற எதிர்பார்ப்பை அவர்களுக்குத் தோட்ட வேலை ஏற்படுத்தியது. மக்களிடையே, குறிப்பாக மேல் சாதியினருக்கும் ஒடுக்கப்பட்ட சமூகங்களுக்கும் இடையே அதிகமான மோதல்கள் நடந்தநிலையில், ஒடுக்கப்பட்ட சமூகங்களைச் சேர்ந்தோர் மலைப்பகுதிகளில் குடியேற வேண்டிய கட்டாயம் ஏற்பட்டது.

பத்தொன்பதாம் நூற்றாண்டின் இடைக்கட்டத்திலிருந்து ‘தொழிலாளர் பிடிப்புப் பகுதிகள்’ என்றிருந்த வட்டாரங்களிலிருந்து, ஒதுக்கப்பட்ட சமூகங்களைச் சேர்ந்தோர் தமிழகத்தின் பல்வேறு பகுதிகளுக்கு அலையலையாகப் புலம்பெயர்ந்து குடியேறினார்கள் என்கிறார் ராமன். எங்கும் பரவிய பஞ்சம், கடுமையான வறுமை ஆகிய காரணங்கள் பறையர் சமூகத்தினரையும் இதர ஒதுக்கப்பட்ட சமூகங்களையும் அவர்களது கிராமங்களிலிருந்து வெளியேற்றி மலைப்பகுதிகளில் குடியேறச் செய்தன.[48]

ஆனால், கிராமங்களிலிருந்து மலைத்தோட்டப் பகுதிகளுக்கு இடம் மாறியதால் அவர்களுடைய வாழ்க்கை நிலைமைகளில் முன்னேற்றம் ஏற்பட்டுவிடவில்லை. அவர்களது எஜமானர்கள் மாறினார்கள், அவ்வளவுதான். தோட்டங்களில் ஏற்படுத்தப்பட்டிருந்த மூன்றடுக்குப் படிநிலையை அவர்கள் எதிர்கொள்ள வேண்டியதாயிற்று. நேரில் வராத தோட்ட முதலாளியின் முகவரான வெள்ளைக்கார கண்காணிப்பாளர் மேல் தட்டில் இருந்தார். சில கண்காணிப்பு அலுவலர்களும் கங்காணிகளும் இரண்டாவது தட்டில் இருந்தார்கள். உற்பத்தியில் நேரடியாகப் பங்களிக்கிறவர்களான பெருந்திரள் தொழிலாளர்கள் அடித்தட்டில் வைக்கப்பட்டிருந்தார்கள்.

> ‘... தொழிலாளிகளான பெண்கள் (ஆண்களும்கூட) வர்க்கம், சாதி, பாலின அடிப்படையில் அதிகாரம் செலுத்தியவர்களின் ஆளுமையில் இருந்த ஒரு கட்டமைப்பில் இருந்தார்கள்’ என்கிறார் ரவி ராமன்.[49] வேறு வகையாகச் சொல்வதானால் தோட்டத் தொழில் சாதியும் வர்க்கமும் கைகோர்த்திருந்த ஒரு

ஏற்பாட்டைக் கொண்டிருந்தது. தொழிலாளர்களின் சமூகப் பிரிவினையில் இது வெளிப்பட்டது. அவர்களில் மிகப் பெரும் பாலோர் ஒதுக்கப்பட்ட சமூகங்களைச் சேர்ந்தவர்கள்தான். கிராமங்களில் ஒரு கரடுமுரடான அடிமைமுறையிலிருந்து விடு பட்டார்கள் என்று கோட்பாட்டளவில் சொல்லலாம் என்றாலும், அந்த விடுதலையிலும் ஒரு சுதந்தரமற்ற நிலைமைதான் தொடர்ந்தது. பொருள் உற்பத்தி சார்ந்த விரிவானதொரு பொருளா தாரக் கட்டமைப்புக்குள் அவர்கள் கொண்டுவரப்பட்டார்கள்.

சாதி, மொழி, பண்பாடு அடிப்படையிலான வேறுபாடுகள் மறைந்து, தாங்கள் அனைவரும் கிராம சமுதாயத்தின் தாழ்த்தப்பட்ட சமூகங் களைச் சேர்ந்தவர்கள்தான் என்ற ஒற்றுமை உணர்வு மேலோங்கியது. பண்ணையடிமைகளாக வாழ்ந்த வாழ்க்கையின் அனுபவங் களிலிருந்து தோட்டத் தொழிலாளர் வாழ்க்கையின் அனுபவங்கள் மாறிவிடவில்லை. கிராமங்களில் அனுபவித்த அதே அவமதிப்பு களை இங்கேயும் சந்தித்தார்கள். தோட்ட நிர்வாகங்கள் தொழிலாளர் களுக்கு அளித்த தண்டனைகளில் இருந்த ஒடுக்குமுறைக்கு, காலனி அரசாங்கத்தின் பல்வேறு நிர்வாக அமைப்புகளும் ஆதரவாகவே இருந்தன. தனி மனிதர்களாகவும் கூட்டாகவும் எதிர்ப்புக் குரல் எழுப்பியவர்களை ஒடுக்குவதற்கு போலிஸ் படையைப் பயன்படுத்தி அவர்களைக் கைது செய்வது, காவலில் வைப்பது என்ற நடவடிக் கைகளில் காலனி அரசு இறங்கியது.[50]

4

தாழ்த்தப்பட்ட சாதிகளது இயக்கங்களின் வரலாறுகளை ஆராய்வதில் ஈடுபட்ட அறிஞர்கள் பலரும், நாட்டுப்புறம் சார்ந்த அடிமை முறையில் பெரிதாகக் கவனம் செலுத்தவில்லை. தேசிய இயக்கங் களின் பலவீனங்களில்தான் அவர்கள் கூடுதலாகக் கவனம் செலுத்தியிருக்கிறார்கள். தேசிய இயக்கம் என்பது இந்து மேல் சாதிகள் சம்பந்தப்பட்ட விவகாரமாகவே பெருமளவுக்குப் பார்க்கப் பட்டது.[51] காந்தியின் தலையீட்டால் தீவிர மாற்றங்கள் நிகழ்ந்து விடவில்லை என்று கூறப்பட்டுள்ளது. தொடக்க கால தேசியவாத வரலாற்றுப் பதிவுகள், தேசியம் என்பதன் சித்தாந்த ஆளுமை குறித்து முன்கூட்டியே ஒரு கணிப்புக்கு வந்ததன் அடிப்படையில், இந்த அம்சத்தை முற்றிலுமாகப் புறக்கணித்துவிட்டன என்கிறார் ஆய்வாளர் சேகர் பந்தோபாத்யாய்.[52] அண்மைக்கால வரலாற்றாய் வாளர்கள் இதை அடித்தட்டு மக்களைத் திரட்டுவதில் தேசிய இயக்கங்களுக்கு ஏற்பட்ட தோல்வியாக அல்லது அடித்தட்டு

சமூகங்களின் செயலற்றதன்மை என்பதன் வெளிப்பாடாகச் சித்திரிக்க முயன்றிருக்கிறார்கள் என்று குறிப்பிடுகிறார்.[53]

பத்தொன்பதாம் நூற்றாண்டில் தங்களது சொந்த சமூக அடையாளங் களை உருவாக்கிக்கொள்ள முயன்ற தாழ்ந்த சாதிகளைச் சேர்ந்தோர், முஸ்லிம்கள் உள்ளிட்ட ஒதுக்கப்பட்ட சமூகங்களின் மனநிலையை ஆராய்வதன் முக்கியத்துவத்தை அண்மைக்காலமாகச் சில ஆய்வாளர் கள் வலியுறுத்தி வருகிறார்கள். அவர்களுடைய சொந்த அடையாளங் களை உருவாக்கிக்கொள்ளும் முயற்சிகள் சில நேரங்களில் 'தேசம்' என்ற உணர்வுக்கு எதிரானவையாக இருந்ததுண்டு.[54] சொந்த அடையாளம் சார்ந்த ஒரு புதிய கூட்டு உணர்வைக் கட்டமைக்க அவர்கள் மேற்கொண்ட முயற்சிகள், காலனி ஆட்சியின் கீழ் சமுதாயத்தில் உருவாகியிருந்த அதிகார நிலைகள், அதில் தங்களது இடம் ஆகியவை குறித்த அவர்களது சொந்தக் கண்ணோட்டங் களைப் பிரதிபலித்தன.

பெருமளவுக்கு அந்தக் கண்ணோட்டங்கள் அன்றைய தேசியவாதக் கண்ணோட்டங்களிலிருந்து மாறுபட்டன.[55] ஒருவகையில், மேல் சாதி இந்துக்களால் முன்வைக்கப்பட்ட தேசியவாதத்துடன் முரண் பட்டதாகத் தாழ்த்தப்பட்ட மக்களின் சாதி அடையாளங்கள் உருவாகின. ஆயினும், சேகர் பந்தோபாத்யாய் குறிப்பிடுவதுபோல, இந்த அடையாளங்கள் தொடர்பாக அதிக முக்கியத்துவம் அளிப்ப தென்பது, தாழ் நிலையில் இருந்த சாதிகளுக்கு உள்ளேயே நிலவிய மோதல்களையும், இரு பிரிவுகளும் ஒன்றையொன்று மிஞ்சி நிற்க முயன்றதையும் குறைத்து மதிப்பிடுவதாகிவிடும்.[56]

தாழ்நிலைச் சாதிகளின் இயக்கங்கள் பற்றி வேறு பல விளக்கங் களையும் ஆய்வாளர்கள் அளித்திருக்கிறார்கள். முன்னேறிக்கொண் டிருந்த சில பிரிவுகளின் பொருளாதார, சமூக லட்சியங்களிலிருந்தே அந்த இயக்கங்கள் உருவாகின என்ற கருத்து பொதுவாக உள்ளது. இந்த சமூகங்களில் கல்வியறிவு பெற்று அறிஞர்களாக உருவான தலைவர்கள், தங்களது புதிய, முன்னேறிய, சமூகச் சார்புகளைக் கடந்த மதிப்பான நிலைக்குத் தகுந்த, சடங்குமுறை சார்ந்த உயர்வான மதிப்பு நிலைகளைப் பெறுவதற்காக இந்த இயக்கங்களைத் தொடங்கினார்கள் என்று கருதப்படுகிறது. அதற்காக அவர்கள் சமஸ்கிருத முறைகளையும் சடங்குகளையும் பின்பற்றத் தொடங்கி னார்கள். தங்களது சொந்த சாதிகள் குறித்த புராணக்கதைகளையும் உருவாக்கினார்கள்.

தென் இந்தியாவின் நாடார், ஈழவர் இயக்கங்கள் இந்தப் போக்குக்குச் சரியான எடுத்துக்காட்டுகளாகும். தமிழகத்தின் நாடார்கள் பின்தங்கிய

சமூக நிலையிலிருந்து தங்களை விடுவித்துக்கொள்வதற்காகப் பத்தொன்பதாம் நூற்றாண்டின் பிற்பகுதியில் அணிதிரண்டார்கள். அத்தகைய முயற்சிகள் அவர்களது சமூக முன்னேற்றத்துக்கும் அரசியல் உயர்வுக்கும் வழிவகுத்தன என்கிறார் ஆய்வாளர் ராபர்ட் ஹார்ட்கிரேவ் (இளையவர்). வேறு வகையாகச் சொல்வதென்றால் நாடார்கள் அடித்தட்டு நிலையிலிருந்து சமூக அடிப்படையிலும் அதிகார அடிப்படையிலும் உயர்வான இடத்துக்கு முன்னேறினார்கள். நாடார் சமூகத்தின் ஒட்டுமொத்தப் பிரதிநிதியாகத் தன்னை முன் வைத்துக்கொண்ட நாடார் மகாஜன சங்கம்தான் இந்த மாற்றத்தைக் கொண்டுவந்தது என்கிறார் ஹார்ட்கிரேவ்.[57]

ஈழவ சமூகத்தினரும் 1903ல் தங்களது சொந்த சாதிச் சங்கத்தை ஏற்படுத்தினார்கள். அவர்களது சங்க அமைப்பான ஸ்ரீ நாராயண தர்ம பரிபாலன யோகம் (எஸ்.என்.டி.பி. யோகம்) ஈழவச் சடங்குமுறை களை சமஸ்கிருதமயமாக்குவதற்கு முக்கியத்துவம் அளித்தது. 1920களில் ஆலய நுழைவு சத்தியாக்கிரகப் போராட்டங்களில் ஈழவர்கள் கலந்துகொண்டார்கள். கூடுதல் பொருளாதார, அரசியல் முன்னுரிமைகளைப் பெறுவதற்காக அரசாங்கத்துடன் பேச்சு வார்த்தை நடத்தினார்கள்.[58]

மேற்கு இந்தியாவில் புதிய வேலைமுறைகளையும் பொருளாதாரத் தில் ஏற்பட்ட மாற்றங்களையும் தொடர்ந்து மஹர் சமூகத் தலைவர் கள் சுயமரியாதைக்காகவும் சமத்துவத்துவத்துக்காகவும் பெரும் இயக்கங்களைத் தொடங்கினார்கள்.[59] தென் இந்தியாவிலும் மேற்கு இந்தியாவிலும் நடந்த தாழ்த்தப்பட்டோர் இயக்கங்கள் பற்றிய ஆய்வுகள், இந்த சமூகங்களில் படித்து முன்னேறிய தலைவர்கள் உயர்நிலைக்கான அடையாளங்களை நிறுவ முயன்றார்கள் என்று தெரிவிக்கின்றன. உயர்நிலைக்கான பொருளியல் அடிப்படைகளான கல்வி, வேலை, அரசியல் அதிகாரம் ஆகியவற்றில் அந்தத் தலைவர் கள் கவனம் செலுத்தினார்கள் என்று அந்த ஆய்வுகள் கூறுகின்றன.

இந்த விளக்கங்களில் சில சிக்கல்கள் இருக்கின்றன. இத்தகைய இயக்கங்களில் உள்ளார்ந்ததாக இருந்த எதிர்ப்புக் கூறுகள் இந்த ஆய்வுகளில் முற்றிலுமாகக் கண்டுகொள்ளாமல் விடப்பட்டுள்ளன. கிழக்கு வங்காளத்தின் நாமசூத்திரகள் சில அதிகாரநிலைகளைப் பெற்றிருந்தபோதிலும்கூட, அரசியலிலும் பொருளாதாரத்திலும் சம வாய்ப்புகள் மறுக்கப்பட்டதை அந்த சமூகத்தின் தலைவர்கள் வன்மையாக எதிர்த்தார்கள் என்று சேகர் பந்தோபாத்யாய் கூறுகிறார்.[60] ஆய்வாளர் ஸ்வராஜ் பாசு வங்காளத்திலிருந்து மற்றொரு சித்திரிப்பைத் தருகிறார். ராஜபான்சி சமூகத்தினர் பொருளாதார நிலையில் சில மாற்றங்களை அடைந்ததைத் தொடர்ந்து அவர்களில்

ஒரு பகுதியினர் மேல் சாதிகளுக்கு சமமான நிலை தங்களுக்கு இருப்பதாகக் கூறினர். ஆயினும் அதில் வெற்றிபெற இயலாமல் போனதைத் தொடர்ந்து அவர்கள் ஒரு புதிய அடையாளத்தை உருவாக்க முயன்றார்கள்.

பின்னடைந்த சமூக – பொருளாதார நிலை பற்றிய உணர்விலிருந்தும், உயர்வான சமூக நிலையைப் பெறவேண்டும் என்ற முயற்சிகளிலிருந்தும் ராஜ்பான்சி இயக்கம் உருவானது.[61] ஆனால், சில ஆய்வாளர்கள் இந்த இயக்கங்களில் வாய்ப்புகள் மறுக்கப்பட்டதற்கான எதிர்ப்பு மட்டுமே இருந்ததாகக் கூறுகிறார்கள். சமத்துவமற்ற சமூக நிலைக்கான எதிர்ப்புணர்வு கட்டமைக்கப்பட்டதைத் தொடர்ந்தே இந்த இயக்கங்கள் முன்னுக்குவந்தன என்று அவர்கள் வாதிடுகிறார்கள். கேரளத்தின் புலையர் சமூகத்தினர் பற்றி ஆராய்ந்துள்ள கே.சாரதாமதி இத்தகைய கருத்துகளைத் தெரிவித்திருக்கிறார். ஈழவர் தலைவர்களின் சமூக சீர்திருத்த முயற்சிகளைக் கண்டு ஈர்க்கப்பட்ட புலையர் சமூகத் தலைவர் அய்யன்காளி சமூக விடுதலைக்கான இயக்கங்களைக் கட்டி வளர்த்தார் என்று சாரதாமதி கூறுகிறார்.[62] திருவாங்கூரில் இருபதாம் நூற்றாண்டின் முற்பகுதியில் பிரத்யக்ஷ ரக்ஷா தெய்வ சபா தொடங்கிய இயக்கம் மதம் சார்ந்த இயக்கத்தின் எல்லைகளுக்கு அப்பால் சென்றது என்று சனால் போகன் சுட்டிக்காட்டுகிறார். ஒதுக்கப்பட்ட சமூகங்கள் அடிமைப்பட்டிருந்த நிலையை இந்த இயக்கம் நினைவுகூர்ந்தது.

கேரளத்திலும் இதர இடங்களிலும் ஒதுக்கப்பட்ட சமூகங்களிடையே கிறிஸ்துவம் பரவியது என்பது, வழக்கமான வரலாற்றுப் பதிவுகளிலும் குறிப்பிடப்பட்டிருப்பதுபோல அமைதியான முறையில் நடந்துவிடவில்லை என்கிறார் மோகன். கிறிஸ்துவ அமைப்புகளின் செயல்பாடுகள் தொடங்கியதைத் தொடர்ந்து, அவற்றின் தாக்கத்திலும் வழிகாட்டலிலும் இந்த சமூகங்கள் தங்களது நிலையை மாற்றியமைப்பதற்காகப் பல்வேறு நடைமுறைகளில் ஈடுபட்டன. அந்த நடைமுறைகள் அவர்களுக்குத் தங்களுக்கான வெளி, இவ்வுலக வாழ்க்கை, தங்களது உடல் ஆகியவவை குறித்த புதிய சிந்தனைகளை ஏற்படுத்தின. ஒதுக்கப்பட்ட சமூகங்களின் மக்கள் இப்போது மறுவரையறை செய்யப்பட்ட வெளிகளில் வாழத் தொடங்கினார்கள் என்பதற்கான திட்டவட்டமான காட்சிகள் வெளிப்பட்டன.

மாறிய புதிய வெளிகளில் அவர்களது சிறிய வீடுகளும் அடிமைகளுக்கான பள்ளிகளும் இதர இடங்களும் முற்றிலுமாக சாதியப் படிநிலை அடிப்படையில் அமைந்துவிடவில்லை. ஜெபங்கள், தேவாலயக் கூட்டங்களில் பங்கேற்பு, பள்ளி வருகை ஆகிய தினசரிச் செயல்பாடுகளில் காலம் பற்றிய புதிய கண்ணோட்டங்கள்

பிரதிபலித்தன. மிஷனரி பிரிவுகளோடு இணைந்தவர்கள், விவசாயம் சார்ந்த தங்களது கடந்த கால அடிமைத்தனத்திலிருந்து விடுபட்டவர்களாக, அதற்குள்ளேயும் உள்ளூர் சமுதாயத்திலும் தங்களது இடம் என்ன என்பதை உணரலானார்கள். ஆயினும், அவர்களது அன்றாட வாழ்க்கை உள்ளூர் நிலவுடைமைச் சமூகங்களைச் சார்ந்ததாகவே இருந்தது. அதனால் அவர்களில் பலரது சமூகப் பொருளாதார நிலையில் எவ்வித முன்னேற்றமும் ஏற்படவில்லை. கேரள சாதிய அமைப்பின் ஒரு தனித்தன்மையாக, இத்தகையோரின் சமூக நிலையைப் பொறுத்தவரையில் பாதி நவீன விவசாயத் தொழிலாளி, பாதி அடிமைத் தொழிலாளி என்பதாகவே இருந்தது. ஆனால் இப்படிப்பட்ட நிலையிலிருந்து விடுபடவேண்டும் என்ற வேட்கையும் அவர்களுக்கு இருந்தது.

தேவாலயத்திலேயே நிலவிய சாதிப்பாகுபாடுகள் அவர்களை வேதனைப்படுத்த, புனிதமானவையாகக் கருதப்பட்ட அதன் இடங்களுக்கும் பொருள்களுக்கும் சொந்தம் கொண்டாடுவதில் மோதல்கள் ஏற்பட்டன. சமயக் கருத்துகளின் எல்லைக்கு உள்ளேயே நிகழ்ந்த சீர்திருத்த இயக்கங்கள், அவற்றில் மதம் குறித்தும் உலக வாழ்க்கை குறித்தும் முன்வைக்கப்பட்ட கண்ணோட்டங்கள் பற்றிய சிந்தனைகளும் அவர்களுக்கு ஏற்பட்டன. இது ஒரு முடிவற்ற பயணம் போன்றதாக அமைந்தது, இதன் வரலாறு இரட்டை முரண்பாடுகளுக்குள் சிக்கிக்கொண்டதாக இருக்கக்கூடும். காலனியாட்சியோடு வந்த நவீன மாற்றங்களுக்கு முரணாக அமைந்த இந்த நிலைமை தலித் விடுதலைப் போராட்டங்களின் மிக முக்கியமான முதன்மையான கூறுகளில் ஒன்றாக இருந்துவந்துள்ளது.

பிரத்யக்ஷ ரக்ஷா தெய்வ சபா இயக்கத்தினர் மிஷனரிகளின் போதனைகளைத் தாண்டிச் செல்ல முயன்ற நிகழ்வுகளும் உண்டு. கிறிஸ்துவ வேத நூலைக் குறைகூறும் விளக்கங்களும் முன்வைக்கப்பட்டன என்ற நிலையில், ஒதுக்கப்பட்ட சமூகங்களிலிருந்து மதம் மாறியவர்கள் ஒரு குழப்பமான சூழலில் சிக்கிக்கொள்ள நேர்ந்தது. 1950ம் ஆண்டுகள் வரையிலாவது இந்த நிலைமை தொடர்ந்தது எனலாம். தங்களை இந்துக்கள் அல்லது கிறிஸ்தவர்கள் என்று அறிவித்துக் கொள்வதில் அந்த மக்களுக்கு ஏற்பட்ட தயக்கத்தின் பின்னணியில் அந்தக் குழப்பம் இருந்தது. சபா அமைப்பில் அங்கம் வகித்த ஒரு சமூகப்பிரிவினர் தங்களை இந்துக்கள் என்று 1950ல் அறிவித்துக் கொண்டதைத் தொடர்ந்து, அதன் விமர்சனபூர்வமான செயல்பாடுகளுக்கு அடிப்படையாக இருந்த பல்வேறு சமூகங்கள் சார்ந்த கலவையான தன்மை இல்லாமல் போனது.[63]

அடப்பா சத்யநாராயணா தனது ஆய்வில் தலித்துகளும், தாழ்த்தப் பட்ட இதர சூத்திர சாதிகளைச் சேர்ந்தோரும் (பகுஜன்) தங்களுக்கு ஒரு நிலையை உறுதிப்படுத்திக்கொள்ள முயன்றது குறித்து, தேசியம் பற்றிய அவர்களது கண்ணோட்டங்களின் பின்னணியில் விளக்கம் அளிக்க முயன்றிருக்கிறார். முன்னணிக்கு வருகிற பிராமணரல்லாத ஒரு சிந்தனையாளர், 'பண்பாட்டுக்கும் அதிகாரத்துக்கும் இடையே யான உறவின் ஒரு புதிய வடிவமாகவும், ஒரு சமூகம் மற்றொன்றோடு தொடர்பு கொள்வதற்கான ஒரு புதிய வழியாகவும் உள்ள ஒற்றுமையையும் சகோதரத்துவத்தையும் அடிப்படையாகக் கொண்ட ஒரு தேசிய சமுதாயம்' என்ற தொலைநோக்கைக் கொண்டிருந்தார் என்று சத்யநாராயணா கூறுகிறார்.

சமூக நீதி, சம நீதி, சமூகப் பொருளாதார முன்னேற்றம் ஆகியவை தொடர்பான பொதுவான சில கருத்துகள் பிராமணரல்லாத அறிஞர் களிடையே இருந்தன. இவ்வாறாக, தாழ்ந்த சாதிகள் எனப்பட்ட சமூகங் களைச் சேர்ந்த சிந்தனையாளர்களிடையே, ஜனநாயகம், சுதந்தரம், தேசியம், தேசிய அரசு ஆகியவை குறித்து விரிவான முறையில் ஒத்த கருத்துகள் உருவாகியிருந்தன. பிராமணர்களின் மேலாதிக்கம், அதற்கான சித்தாந்த அடிப்படை ஆகியவை இதர மேல் சாதியினருக்கும் மற்றவர்களுக்குமான ஒரு பொதுத்தளமாக அமைந்தன.

வேதம் பயில்வது பிராமணர்களின் ஏகபோக உரிமையாக இருந்ததை ஏற்க மறுத்த அவர்கள், புரோகிதம் செய்வதற்கான தகுதி ஜனநாயகப் படுத்தப்பட்டு மற்றவர்களுக்கும் உரியதாக்கப்பட வேண்டும் என்று கோரினார்கள். பிராமணிய மேலாதிக்கத்துக்கும் ஏகபோக புரோகித உரிமைக்குமான எதிர்ப்பின் அடையாளமாக இதைக் கொள்ளலாம். இந்தக் கருத்தொற்றுமையிலும் தொலைநோக்கிலும் 'ஒன்றுபட்ட செயல்பாடு அல்லது விடுதலை லட்சியம் ஆகியவை குறித்து தலித்துகள், இதர அடித்தட்டு சமூகங்களின் சமூக உணர்வில் இந்தப் பொதுத் தன்மை வெளிப்பட்டதைக் காண முடியும்' என்கிறார் சத்யநாராயணா.[64]

வால்மீகி சமூகத்தைச் சேர்ந்த மக்கள் கண்ணை மூடிக்கொண்டு பிராமணிய விதிகளை ஏற்றுக்கொள்ளவில்லை என்கிறார் விஜய் பிரசாத். அவர்கள் தங்களது விடுதலைக்காக முற்போக்கான தேசிய வாதம், தலித் தேசியவாதம், இந்துத்துவ பாசிசம், தொழிற்சங்கவாதம், சோசலிசவாதம், இறையியல் குறித்தும் நீதி குறித்தும் நிலவிய பொதுவான வாதங்கள் என பன்முகத்தளங்களில் போராடினார்கள். 'அவர்களது போராட்டத்தை அவர்களின் கலாசாரப் பிரச்னையாகச் சித்திரிக்க முயன்ற காந்தியக் கண்ணோட்டத்தையும் அவர்கள் எதிர்த்தார்கள்; அவர்களது மதம் சார்ந்த வரலாற்றை முஸ்லிம்களுக்கு

எதிரான மரபாக மறுகட்டுமானம் செய்ய முயன்ற இந்துத்துவா கண்ணோட்டத்தையும் அவர்கள் எதிர்த்தார்கள்.[65] மதராஸ் மாகாணத்தின் தெலுங்கு மொழிப் பகுதிகளில் தலித் மக்கள் தேசிய வாதத்துக்கு மாறான ஒரு தீவிர விடுதலைக் கோட்பாட்டின் மூலமாகத் தங்களது எதிர்ப்புகளை வெளிப்படுத்தினார்கள் என்று சுட்டிக் காட்டுகிறார் சின்ன ராவ் யகாதி.

தலித்துகளின் இந்தத் தீவிர உணர்வைப் பயன்படுத்திக்கொள்ள காங்கிரஸாரும் கம்யூனிஸ்ட்டுகளும் முயன்றார்கள். இது தலித் அரசியலில் அணிகள் பிரிந்து நிற்பதற்கு இட்டுச் சென்றது. பின்னர் அவர்களால் தங்களது இந்தத் தனித்துவமான தலித் அடையாளத்தைத் தங்களது சொந்த அரசியலோடு ஒருங்கிணைக்க முடிந்தது.[66] சவுரப் துபே தனது ஆய்வில் இந்து சமூகப் படிநிலைக் கட்டமைப்புகளுக்கு எதிராக சத்நாமி மக்கள் நடத்திய போராட்டத்தைப் பதிவு செய்திருக் கிறார். பத்தொன்பதாம், இருபதாம் நூற்றாண்டுகள் நெடுகிலும், இந்து சமூகப் படிநிலை அமைப்புக்கு எதிரான சத்நாமிகள் போராட்டமானது, சாதிப் பிரிவு, சாதி உட்பிரிவு அம்சங்களைக் கூர்மையாக வெளிப்படுத்தியது. இந்த அடையாளம் முன்வைக்கப் பட்டதை, 1920களில் சத்நாமி மஹாசபா அமைப்பு மாகாண அரசுக்கு அனுப்பிய மனுக்களில் காணலாம்.[67]

பஞ்சாப் பகுதியைப் பொறுத்தவரையில் ‘ஆதி தர்ம’ இயக்கத்தைச் சேர்ந்த தாழ்த்தப்பட்ட சமூகங்களின் தலைவர்கள், தங்கள் சமூகம் ஆரியர்களால் அழிக்கப்பட்ட தொன்மை நாகரிகத்தின் வழிவந்தது என்று முன்வைத்தனர். தாங்கள் இந்து சமயத்திலிருந்து மாறுபட்ட ஒரு தனி சமூகத்தைச் சேர்ந்தவர்கள் என்று கருதினார்கள்.[68] சமார் சமூகத் தலைவர் சுவாமி அச்சுதானந்த், ‘ஆதி இந்து’ என்ற கோட்பாட்டை முன்வைத்து, தீண்டத்தகாதோராய் ஒதுக்கப்பட்ட சமூகத்தினர்தான் இந்திய மண்ணின் முதல் குடிமக்கள் என்றும், அவர்களே இதன் நியாயமான உரிமையாளர்கள் என்றும் வாதிட்டார் என்று ஆய்வாளர் கிறிஸ்டோஃப் ஜாஃப்ரிலா கூறுகிறார். அந்த ஆதி உரிமையாளர்களின் பண்பாட்டையும் நாகரிகத்தையும் ஆரியர்கள் அழித்து, அவர்களை தீண்டத்தகாதோராய் மாற்றினார்கள் என்று சுவாமி அச்சுதானந்த் கூறினார். ஹரப்பா, மொஹஞ்சதாரோ பகுதிகளில் நிலைபெற்றிருந்த சிந்து சமவெளி நாகரிகத்தின் வழித்தோன்றல்கள்தான் ஆதி இந்துக்கள் என்ற கருத்தை அவர் பரப்பினார்.[69]

தலித் இயக்கங்களின் இத்தகைய மாறுபட்ட நீரோட்டங்களை 1947ன் இந்திய சுதந்தரத்துக்கு முந்தைய முக்கியமான தேர்தல் சார்ந்த

வளர்ச்சிப்போக்குகளோடு இணைத்துப் பார்க்க வரலாற்றாய் வாளர்கள் முயன்றிருக்கிறார்கள். 1940களில் பல்வேறு மாகாணங் களின் தலித் அரசியலின் செயல் திட்டங்களிலும் அணுகுமுறை களிலும் ஒரு குறிப்பிடத்தக்க மாற்றம் நிகழ்ந்தது என்கிறார் ராம்நாராயண் எஸ். ரவாத். தற்போதுள்ள வரலாற்று ஆய்வுகளில் இந்த மாற்றம் குறித்துக் கவனம் செலுத்தப்படவில்லை என்றும் கூறுகிறார். இந்த ஆண்டுகளில் தலித் அரசியல் முக்கியத்துவம் பெறவில்லை என்ற மையமான கருத்தையே அந்த ஆய்வுகள் கொண்டுள்ளன என்கிறார். காங்கிரஸ் கட்சி முற்போக்கான செயல் திட்டத்தைக் கொண்டிருந்தும்கூட, 'உத்தரப் பிரதேசத்தில் தலித் மக்களால் மீண்டும் மீண்டும் எழுப்பப்பட்ட சாதிய ஏற்றத்தாழ்வு பிரச்னையைக் கணக்கில் எடுத்துக்கொள்ளத் தவறிவிட்டது' என்று ரவாத் கூறுகிறார்.[70]

இந்தியாவில் ஆட்சியதிகாரம் கைமாறியபோது தலித் அரசியலுக்கு ஒரு சிக்கலான நிலைமை ஏற்பட்டதில் ஓரளவுக்கு அம்பேத்கரும் இதர தலித் தலைவர்களும்தான் காரணம் என்ற வாதத்தை முன் வைக்கிறார் சேகர் பந்தோபாத்யாய். அவர்களது அமைப்பு வலுவான கட்டமைப்பைப் பெற்றிருக்கவில்லை. மக்களிடையே பரவலான ஆதரவும் இல்லை. 'அவர்கள் தங்களது பிரதிநிதித்துவத் தன்மையை நிலைநாட்டுவதற்கு அவை பெரிதும் தேவைப்பட்ட' காலகட்டத்தில் இந்தக் குறைபாடுகள் எல்லாம் அம்பலமாகின என்கிறார். ஓர் அறைகூவலின் அடிப்படையில் தலித் மக்களை அணி திரட்டமுடியும் என்று அம்பேத்கர் எதிர்பார்த்தது நடக்கவில்லை.

இந்தியா முழுவதும் தலித் இயக்கங்களில் 'சேர்ந்து செயல்படுதல், இணைத்துக் கொள்ளுதல்' என்ற நடைமுறை பிரதிபலித்துக் கொண்டிருந்தநிலையில், அம்பேத்கரோ அவரது சம்மேளனமோ ஒரு மாற்று அமைப்பை அல்லது செயல் திட்டத்தை முன்வைக்கவில்லை என்ற கருத்தும் முன்வைக்கப்படுகிறது. இந்திய அரசியலின் அனைத்துக் குரல்களுக்கும் ஒரே பிரதிநிதியாக காங்கிரஸ் கட்சி தன்னை அறிவித்துக்கொண்டதை அம்பேத்கர் ஏற்க மறுத்தார். அதே வேளையில் அவரும் 1940களின் தலித் அரசியலின் பன்முகத் தன்மையை அங்கீகரிக்கவில்லை என்று பந்தோபாத்யாய் கூறுகிறார்.[71] இவ்வாறாக காங்கிரஸ் தனது தேசியத் திட்டத்தின் ஒரு பகுதியாக முன்வைத்த பொருளாதார – சமூக சீர்திருத்தங்கள் தலித் மக்களையும் பட்டியல் வகுப்பினர் சம்மேளனத்தையும் கவரவில்லை.

தாழ்த்தப்பட்ட சாதி இயக்கங்கள் பற்றிய வேறு விளக்கங்களும் உள்ளன என்பது குறிப்பிடத்தக்கது. கன்ஷ்யாம் ஷா இவற்றைச்

சீர்திருத்த இயக்கங்கள், மாற்று இயக்கங்கள் என்று இரண்டு வகைகளாகப் பிரிக்கிறார். சீர்திருத்த இயக்கங்கள் தீண்டாமைப் பிரச்னைக்குத் தீர்வு காண்பதற்கு சாதிய அமைப்பில் சீர்திருத்தம் கொண்டுவர முயன்றன.[72] மாற்று இயக்கங்கள் ஒரு மாற்று சமூக – பண்பாட்டு கட்டமைப்பை ஏற்படுத்த முயன்றன; அதற்காக வேறு மதத்துக்கு மாறுவதை ஊக்குவிப்பது, கல்விக்கும் பொருளாதார நிலைக்கும் அரசியல் அதிகாரத்துக்கும் முக்கியத்துவம் அளிப்பது உள்ளிட்ட முயற்சிகளில் ஈடுபட்டன. டாக்டர் அம்பேத்கர் இருபதாம் நூற்றாண்டின் முற்பகுதியில் மகாராஷ்டிராவில் தொடங்கிய தீண்டாமை ஒழிப்பு இயக்கத்தில் இத்தகு மாற்று இயக்கத்துக்கான அனைத்துக் கூறுகளும் இருந்தன.

அந்த இயக்கம் நாட்டின் பல பகுதிகளுக்கும் பரவியது; அதற்கு ஒரு அகில இந்தியத்தன்மை ஏற்பட்டது. நவீன சமுதாயத்தில் உயர் வகுப்பினருக்கு நிகராகத் தீண்டத்தகாதோர் என்று ஒதுக்கப் பட்டோருக்கு சமூக நிலையிலும் பொருளாதாரத்திலும் சமத்துவம் உருவாக வேண்டுமென்றால் அரசியல் அதிகாரம் தேவை என்று வலியுறுத்தினார் அம்பேத்கர்.[73]

காலனியாட்சி கால இந்தியாவின் தாழ்த்தப்பட்டோர் இயக்கங்களை மூன்றாக வகைப்படுத்துகிறார் கிறிஸ்டோஃப் ஜாஃப்ரிலா: சமஸ்கிருதமயமாக்குகிற ஏற்பாட்டை அடிப்படையாகக் கொண்ட சீர்திருத்த இயக்கம், இந்து சமயப் பிரிவுகளின் பக்தி மார்க்கத்தால் ஈர்க்கப்பட்ட இயக்கம், சமத்துவ லட்சியங்களை வலுவாக முன்வைத்த இன அடையாள சிந்தாந்தம் சார்ந்த இயக்கம். தமிழகத்தைப் பொறுத்தவரையில் பிராமண எதிர்ப்பு இயக்கத்தைப் பரப்பியோரிடமிருந்து பெற்ற சிந்தனைகளின் அடிப்படையில் திராவிட இன அடையாளம் சார்ந்த இயக்கம் வளர்ந்தது.[74]

கெய்ல் ஓம்வெத் தாழ்த்தப்பட்ட சமூகங்களின் இயக்கங்களை, ‘அமைப்புக்கு எதிரான இயக்கங்கள்’ என்று வகைப்படுத்துகிறார். அவை இந்திய சமூக அமைப்பை மாற்றியமைக்க முயலும் இயக்கங் கள் என்கிறார். ஒரு சமத்துவ சமுதாயத்தை அமைப்பதன் மூலம் சாதி ஒடுக்குமுறைக்கும் இதர சமூக ஒடுக்குமுறைகளுக்கும் முடிவு கட்டுவதே இந்த இயக்கங்களின் நோக்கம் என்று சொல்கிறார். பழைய நிலப்பிரபுத்துவ சமூக அமைப்பின் கிளைகளை அழிக்க முயன்ற இந்த இயக்கங்களுக்குத் தீவிர மார்க்சியத்தோடு தொடர்பு இருப்பதாகக் கருதப்பட்டது.[75]

மக்களிடையே பரவலாக உள்ள நடைமுறைகளால் ஈர்க்கப்பட்ட தாழ்த்தப்பட்டோர் இயக்கங்கள், ஆதிக்கம் செலுத்திய இந்து

தர்மத்திலிருந்து விலகிச் சென்றன. அதே வேளையில் அவை, மக்களிடையே ஏற்கப்பட்டிருந்த பண்பாட்டு மரபுகளின் சித்தாந்த அடிப்படைகளை உள்வாங்கிக்கொண்டு, அவற்றைத் தங்களது அடிமைப்பட்ட சமூக நிலையோடு இணைத்துப் பயன்படுத்த முயன்றன. ஒரு வகையில் அந்த இயக்கங்கள் இந்திய சமூகக் கட்டமைப்பைத் தலைகீழாகத் திருப்பி வைக்க முயன்றன.[76] மையமாக இருந்த தேசியவாதத்தை அந்த இயக்கங்கள் எதிர்த்தன என்ற போதிலும், அவை தேசிய எதிர்ப்பு இயக்கங்களாகிவிட வில்லை என்று சுட்டிக்காட்டப்படுகிறது. காங்கிரஸ் முன்வைத்த பெயரளவுக்கான குடியுரிமை என்பதற்கு மாறாக, உறுதியான கோட்பாட்டின் அடிப்படையிலான ஒரு தேசம் என்பதே தாழ்த்தப் பட்ட மக்களின் எதிர்பார்ப்பாக இருந்தது என்று ஆய்வாளர் எம்.எஸ்.எஸ். பாண்டியன் சுட்டிக்காட்டியுள்ளார்.[77]

வேத நாகரிகத்தைத் தேசியவாதத்தோடு இணைக்கிற முயற்சி பல்வேறு சமூகங்களைப் படிநிலைப்படுத்துவதற்கு இட்டுச் சென்றது, இறுதியாக அவர்களுக்குத் தேசத்துக்குள் இடமளிக்கப் பட்டது என்றும் சுட்டிக்காட்டப்படுகிறது. ஆயினும், தேசம் என்பதற்குள் அவர்களுக்குத் தாழ்வான இடத்தைத்தான் ஆதிக்க சமூகங்களின் தேசியவாதம் அளித்தது. ஆகவே, நாகரிகம் என்ற வரையறைக்கு வெளியே நிறுத்தப்பட்டவர்களுக்கு ஒரு வெளியை ஏற்படுத்துவதற்காக, தலித் மக்களிடையே கல்வித் தெளிவோடு உருவாகியிருந்தவர்கள், மேல் சாதி இந்துக்களால் 'தாழ்வானது' என்று பார்க்கப்பட்ட சமூக நடைமுறைகளை ஆதரிக்கத் தொடங்கினார்கள். மாட்டுக்கறி உண்பதும், குடிப்பதும், தலித் மக்களின் மொழிநடையில் பேசுவதும் இந்தப் பண்பாட்டு அரசியலின் முக்கியக் கூறுகளாகின.[78]

5

கடந்த இருபது ஆண்டுகளில் சில மானுடவியலாளர்களும் சமூகவியலாளர்களும் தலித்துகளுக்கும் மேல் சாதி இந்துக்களுக்கும் இடையேயான பண்பாட்டுத் தொடர்புகளைக் கண்டறிவதற்காகப் பல்வேறு ஆராய்ச்சிகளை மேற்கொண்டனர். அவற்றில், சமூகப் படிநிலை பற்றி லூயிஸ் டுமோண்ட் முன்வைத்த கருத்துகள் ஆய்வுக்கு உட்படுத்தப்பட்டன. தமிழகத்தின் ஒரு 'தீண்டத்தகாத' சமூகம் பற்றி மைக்கேல் மொஃபாட் மேற்கொண்ட ஆய்வு இந்தப் போக்குக்கு ஒரு சரியான எடுத்துக்காட்டு. எண்டவூர் கிராமத்தை

மையமாகக்கொண்டு ஆராய்ந்த அவர், 'தீண்டத்தகாதவர்கள்' என ஒதுக்கப்பட்ட சமூகங்களுக்கும் மேல் சாதிகளுக்கும் இடையே ஒப்பீட்டளவில் ஒரு சில தொடர்பின்மைகள்தான் இருக்கின்றன என்கிறார். 'தீண்டத்தகாதவர்கள்' ஹரிஜன சமூகக் கட்டமைப்பின் ஒரு அங்கமாக இருக்கிறார்கள். அவர்களது கட்டமைப்பில், மேல் சாதிகளைப் போன்ற அதே படிநிலைகள் உள்ளன. திருமணம், உணவுப் பழக்கம் போன்றவற்றில் புனிதம், தீட்டு என்ற கண்ணோட்டத்துடன் சேர்த்துக்கொள்வது அல்லது வெளியே நிறுத்துவது என்ற அடிப்படையில் அந்தப் படிநிலை பராமரிக்கப்படுகிறது. இவ்வாறாக தலித்துகள் கிராமத்தின் மற்ற சாதியினரோடு முரண்படுவதற்கு மாறாக, மிகப்பல அம்சங்களில் ஒத்துப் போகிறார்கள் என்கிறார் மொஃபாட். [79]

ராமநாதபுரம் மாவட்டத்தின் வல்கிரா மாணிக்கம் கிராமத்தில் கள ஆய்வு மேற்கொண்ட ராபர்ட் டெமிஜ், 'தீண்டத்தகாதோர் தங்களை விடத் தாழ்ந்த சாதிகளிடம் தீண்டாமையைக் கடைப்பிடித்தார்கள் என்றாலும், தங்களுடைய தாழ்த்தப்பட்ட நிலையை ஏற்றுக் கொண்டார்கள் என்ற முடிவுக்கு நாம் வந்துவிடக்கூடாது' என்று கூறுகிறார். பறையர் மக்கள் தங்களுடைய சமய நம்பிக்கைகளில் இந்து மதச் சிந்தனைகளைச் சேர்ப்பதற்குச் சிறிதும் விரும்பவில்லை. இந்து சமுதாயத்தின் விளிம்பில் உள்ள அவர்கள் தீண்டத்தகாதவர்கள் என்று கூறி ஆதிக்க சமூகங்கள் அவர்களை அவமதிக்க முயன்றதை பறையர் மக்கள் வன்மையாக எதிர்த்து வந்திருக்கிறார்கள். [80]

பள்ளர் சமூகத்தினர், பொருளியல் வளங்களிலும் அரசியல் வலிமையிலும் தங்களுக்கான இடத்தை அதிகபட்சமாக உயர்த்திக் கொள்ளவும், தங்களுடைய நலன்களை மேம்படுத்திக்கொள்ளவும், தங்களது சாதி நிலையை முன்னேற்றிக்கொள்ளவும் புதிய அடையாளங்களைப் பயன்படுத்தினார்கள் என்று ஒரு கட்டுரையில் கூறுகிறார் டேவிட் மோஸ். [81] ஹரிஜன மக்களின் தாழ்த்தப்பட்ட நிலை, மற்றவர்களைச் சார்ந்திருக்கும் நிலை என்ற கண்ணோட்டத்தில் அரசியலிலிருந்தும் அதிகாரத்திலிருந்தும் மதவாதம், புனிதவாதம் இரண்டும் பிரிக்க முடியாதவையாக இருந்தன என்கிறார். இந்த நிலைமை, விளிம்புநிலைக்குத் தள்ளப்பட்டவர்களில் ஒரு சுயேச்சை யான பண்பாடுள்ள சமூகமாக உருவாவதற்கான வாய்ப்புகள் அனைத்தையும் பறித்துவிட்டது என்கிறார் மோஸ்.

வட இந்தியாவைப் பொறுத்தவரையில், 'தீண்டத்தகாத' பிரிவுகளின் சமூக நடைமுறைகள் குறித்து மாறுபட்ட கருத்துகளை மானுட வியலாளர்களும் சமூகவியலாளர்களும் வெளிப்படுத்தியுள்ளனர். இமய மலை வட்டாரங்களைச் சேர்ந்த கிராமங்களில் ஆய்வு

மேற்கொண்ட ஜெரால்டு பேர்மான், அந்தப் பகுதிகளின் தாழ்த்தப் பட்ட சாதிகளைச் சேர்ந்த மக்கள் தங்கள் மேல் சுமத்தப்பட்ட தீட்டுப் பட்டத்தை எதிர்த்தார்கள் என்றபோதிலும் அந்த எதிர்ப்பை வெளிப் படுத்துவதற்கான வாய்ப்பு மிக அரிதாகவே இருந்தது, அதற்குக் காரணம் மேல் சாதியினரின் பொருளாதார பலம்தான் என்கிறார்.[82] ஆக்ரா பகுதியில் மற்ற பல சாதிகளைப் போலவே ஜாதவ் சமூகத்தினரும், மேல் சாதியினரின் சமூக நிலையைத் தாங்களும் அடைவதற்காக, அவர்களது சடங்குகளைப் பின்பற்றத் தொடங்கினர், தங்களது சடங்குமுறைகளை சமஸ்கிருதமயமாக்க முயன்றனர் என்று ஓவன் லிஞ்ச் கூறுகிறார்.[83] இத்தகைய முயற்சிகள் பெருமளவுக்கு வெற்றிபெறவில்லை. பிற்காலத்தில் ஜாதவ் மக்களில் பலர், சமூக மரியாதையைப் பெறுவதற்காக, புத்த மதத்துக்கு மாறினார்கள்.

'தீண்டத்தகாத' சமூகங்கள் தங்களை அடையாளப்படுத்துகிறபோது 'இந்து' என்ற சொல்லைப் பயன்படுத்தியதில்லை என்கிறார் மேரி சீர்ல் சாட்டர்யு. இதனை சாதிய அமைப்பை உணர்வுப்பூர்வமாகவும், கொள்கை சார்ந்தும் ஏற்க மறுத்ததன் வெளிப்பாடாகவும் பார்க்கலாம், அல்லது தங்களை இந்துக்கள் என்று சொல்லிக்கொண்ட 'மற்ற' பிரிவினர் இவர்களை அங்கீகரிக்கவில்லை என்பதன் வெளிப் பாடாகவும் பார்க்கலாம்.[84]

6

அண்மைக்காலமாக, உலகத் தளத்தில் தலித் அரசியல் கிளை பரப்பியிருப்பதற்கும், அது முன்னுக்கு வந்திருப்பதற்கும் விளக்கம் அளிக்க முயல்கிற போக்கு கவனத்தை ஈர்க்கத்தக்கதாக உருவாகி யிருக்கிறது. எடுத்துக்காட்டாக, 1960களின் பிற்பகுதியில் தமிழகத்தில் திராவிட முன்னேற்றக் கழகத்துக்குக் கிடைத்த வெற்றி, ஒரு புதிய தமிழ் தேசத்தின் பிறப்பாகப் பார்க்கப்பட்டது. ஆனால், திராவிடர் இயக்கக் கட்சிகள், சாதி வேறுபாடுகளையும் வர்க்க ஏற்றத்தாழ்வு களையும் ஒழிப்பதற்கு மாறாக, தனது அரசியல் களங்களைத் தக்கவைத்துக்கொள்வதற்காக, பிராமணர் – பிராமணர் அல்லாதார் விவகாரங்களோடு தன்னைச் சுருக்கிக்கொண்டது. வர்க்க நிலை பாட்டை விடுத்து மொழியைச் சார்ந்திருக்க முயன்ற அந்தக் கட்சிகள், நிலச்சீர்திருத்தம், வரதட்சணை, சாதிய அநீதிகள் உள்ளிட்டவை தொடர்பான தங்களது தேர்தல் வாக்குறுதிகளை நிறைவேற்றாமல் இருப்பதற்கு எல்லா முயற்சிகளையும் மேற்கொண்டன. இந்தச் சூழலில் உருவான தலித் இயக்கங்களின் அணுகுமுறை பெரு மளவுக்கு எதிர்வினையாற்றுவதாக இருந்தது.

இந்த இயக்கங்கள் 'ஒரு பக்கம் சார்புள்ள வட்டாரங்களைக் கட்டமைப்பது, இன்னொரு பக்கம் பொது ஈடுபாட்டுக்கான வெளிகளை ஏற்படுத்திக்கொள்வது என்ற முரண்பட்ட நடை முறைகளில் ஈடுபட்டன.'[85] சார்புள்ள வட்டாரங்கள் தலித் மக்களுக்கு நம்பிக்கையும், நட்பும் கொண்ட தொடர்புகளை ஏற்படுத்திக்கொள்ள உதவின என்றாலும், அதே வேளையில் வேறு பிரிவுகளைச் சேர்ந்த மக்களிடையே, தாங்கள் புறந்தள்ளப்படுவதாக ஒரு இணக்கமற்ற உணர்வையும் ஏற்படுத்தின. இருந்தபோதிலும், தமிழகத்திலும் இந்தியாவின் இதர பகுதிகளிலும் 'ஜனநாயகத்தை ஜனநாயகப் படுத்துவதற்கான' தலித் செயல்பாட்டில், தலித் குடியிருப்புகள் கணிசமாகத் தாக்கம் செலுத்தின. தலித் குடியிருப்புகள் அரசியல் பங்கேற்புக்கான தளத்தை விரிவுபடுத்துகிற அதே வேளையில், சாதி அடிப்படையிலான வெறுப்புணர்வுகளிலும் முரண்களிலும் எண்ணெய் ஊற்றின.[86]

தலித் இயக்கவாதிகள் தெளிந்த ஞானத்துடன் இருக்கிறார்கள், தலித் அடையாளத்தோடு இணைந்த தோற்றம் மாறிக்கொண்டே வந்திருக்கிறது என்ற கருத்தை முன்வைக்கிறார் ஈவா மரியா ஹார்ட்மான். முன்பு ஒரு எதிர்மறையான பொருள்கொண்டதாக இருந்த தலித் என்ற சொல்லாக்கம் இன்று சுயமரியாதை, பெருமிதம், சினம் ஆகியவற்றோடு இணைந்ததாகியிருக்கிறது.[87] உலகளாவிய தாக மாறிக்கொண்டிருக்கிற தலித் இயக்கத்தின் மானுடவியல் சார்ந்த இனவரையியலை முன்வைக்கிறார் இந்த ஆய்வாளர். பன்னாட்டுத் தளத்தை அடைய, அதாவது இந்திய எல்லைகளைத் தாண்டிச் செல்ல தலித் இயக்கம் முயல்கிறது என்கிறார்.

ஒரு விரிவான பொருளில், தலித் இயக்கம் இன்று 'உலகளாவிய புரிதல்' கொண்டதாக மாறியிருக்கிறது, அதாவது இயக்கப் பின்னலமைப்புக்கு உள்ளேயே ஒரு பின்னலமைப்பாக உருவெடுத் திருக்கிறது. இந்தியப் பொது வெளியையும், தலித் இயக்கத்தின் எதிர் வெளியையும் வேறுபடுத்திப் பார்ப்பது பயனுள்ளதாக இருக்கும் என்கிறார் ஈவா மரியா ஹார்ட்மான். தலித் இயக்கமும் அதன் எதிர் வெளியும் ஒற்றைத்தன்மை வாய்ந்த களத்திலிருந்து உருவானவை அல்ல, மாறாக மிகவும் பன்முகத்தன்மை வாய்ந்த களத்திலிருந்து உருவானவை. அந்த எதிர் வெளியில் ஏராளமான மாறுபாடுகளும் முரண்பாடுகளும் நிரம்பியுள்ளன; அந்த மாறுபாடுகளும் முரண் பாடுகளும் அதன் விரிவான பன்முகத்தன்மையிலிருந்து வெளிப் படுகின்றன என்கிறார்.[88] தலித் இயக்கங்களுக்கு இடையேயான பதற்றங்களுக்கும் கருத்து மோதல்களுக்கும் இந்து என்பதற்கான மதிப்பு நிலைகள் பற்றிய, அதே போல் தலித் அடையாளம் பற்றிய

ஞானத்தை வார்ப்பதில், செறிவுபடுத்துவதில், மேம்படுத்துவதில் பங்காற்றிக்கொண்டிருக்கின்றன.

தலித் இயக்கவாதிகள் பெருமளவுக்கு, இந்திய அரசமைப்பு சாசனத்தில் பட்டியல் சாதிகள் என்று அடையாளப்படுத்தப்பட்டுள்ள சமூகங்களிலிருந்து வந்தவர்கள், சமுதாயத்தை மாற்றியமைக்க வேண்டும், ஒடுக்கப்பட்ட சமூகங்களின் நிலையை மாற்ற வேண்டும் என்ற பொது லட்சியம் கொண்டவர்கள். இவர்கள் தங்களை இந்துக்கள் என்று வரையறுக்கிற இந்து சமயப் பெருமிதங் களிலிருந்தும் கண்ணோட்டங்களிலிருந்தும் ஒதுங்கியிருப்பவர்கள். இவர்களில் பெரும்பாலோர் 1932ம் ஆண்டின் பூனா உடன்பாட்டில் ஒப்புக்கொள்ளப்பட்டுள்ளபடி பட்டியல் சாதிகளைச் சேர்ந்த வாக்காளர்கள் தங்களது சொந்தப் பிரதிநிதிகளைத் தேர்ந்தெடுக்கிற தேர்தல் முறை வேண்டும் என்பதை ஆதரிக்கிறவர்கள். இத்தகைய அரசியல் நிலைபாடுகளுக்கு அப்பால், தலித் இயக்கங்களை உலக அளவில் கொண்டுசெல்கிற முயற்சிகளும் நடக்கின்றன.

இத்தகைய முயற்சிகள் வேறு சில பரிமாணங்களை முன்னுக்குக் கொண்டுவந்துள்ளன. பன்னாட்டு அளவில் நடக்கும் உரையரங்கு களிலும் பயிலரங்குகளிலும் பங்கேற்கும் தலித் பெண்கள், இந்தத் துணைக்கண்டத்தின் தலித் ஆண்களுக்கு நிகரான நிலையை ஏற்படுத்திக்கொண்டுள்ளனர். தலித் பெண்களின் அவலங்கள் குறித்து உலக அரங்குகளில் ஒலிக்கச் செய்கிற முயற்சிகள் இவர்களை உலகளாவிய நீதி இயக்கங்களுக்கு நெருக்கமானவர்களாகக் கொண்டு வந்துள்ளன.[89]

'தேர்தல் சந்தை' குறித்த அக்கறைகள், தேர்தல் அரசியலில் முனைப்புடன் உள்ள பல்வேறு அரசியல் சக்திகளுக்கு சாதகமாக சாதி அடிப்படையில் மக்களை அதிசேர்க்கிற வழிமுறைகளை 'தீவிரமாகச் சந்தைப்படுத்துகிற' செயல்பாடுகளுக்கு இட்டுச்சென்றுள்ளன. மண்டல் குழு அறிக்கை வெளியிடப்பட்டதைத் தொடர்ந்து, இந்தியாவின் பல்வேறு பகுதிகளைச் சேர்ந்த 'தாழ்ந்த' சாதிகளும் தலித் பிரிவுகளும் அரசியலாகத் தங்களை உறுதிப்படுத்திக் கொண்டுள்ளன.

பத்ரி நாராயண் வாதிடுவது போல, வாக்கு வங்கிகளாக உள்ள தங்களது நிலையிலும், ஒன்றுபட்ட தலித் வெகுமக்கள் என்ற அடையாளத்தில் அணிதிரட்டுகிற முயற்சிகளிலும் அரசியல் அதிகாரம் பின்னியிருப்பதை இவர்கள் உணர்ந்திருக்கிறார்கள்.[90] வேறு வகையில் சொல்வதானால், இது பாஸிக்கள் போன்ற 'தாழ்த்தப் பட்ட' சமூகங்கள் 'தங்களுடைய சாதிப் பெருமைக்காக நிற்கிற ஒரு

குறிப்பிட்ட சாதியைச் சேர்ந்தவர்களாகவும், தேசத்துக்காகத் தியாகம் செய்த தலித் மக்கள் சமூகமாகவும்' ஒரு இரட்டை அடையாளத்தை ஏற்படுத்திக்கொள்ள ஊக்குவித்தது.[91] இந்த இரட்டை அடையாளம் ஒரு புதிய வரலாற்றை எழுத ஊக்குவித்தது. அது, சாதிகள் பற்றிய சமஸ்கிருத வழிமுறையிலான வரலாற்று எழுத்துடன் முரண் பட்டதோ இல்லையோ, அதிலிருந்து மாறுபட்டதாக இருந்தது.

'கவுரவக் கதைகள்' என்ற அந்த சாதி வரலாற்று எழுத்துகள் தலித்துகளின் சமூகப் பண்பாட்டு நிலைகளை உயர்த்திக் கூறின. ஒதுக்கப்பட்ட சாதிகளைச் சேர்ந்த மக்களிடையே ஒரு சுயமரியாதை உணர்வை ஊன்றின. ஆயினும், இந்த சாதி வரலாறுகளில் மிஞ்சியிருந்த சில சமஸ்கிருத வழி சித்தரிப்புகளை, இந்துத்துவ சக்திகள் தங்களுடைய சொந்த அரசியல் ஆதாயத்துக்காகப் பயன் படுத்திக்கொண்டன. தலித்துகள் தொடர்பான புராணப் புனைவு களுக்கும் சின்னங்களுக்கும் புதிய விளக்கம் அளிக்கிற இந்துத்துவ சக்திகள், தலித்துகளை இந்து தர்மத்தின் காவலர்கள் என்றும் தேசியவாதத்துக்குக் குரல் கொடுப்பவர்கள் என்றும் முன்வைத்து வருகின்றன.[92]

7

தலித்துகள் பற்றிய சமகால ஆய்வுகளில் பெரும்பாலானவை பல வகையான விசயங்களை எடுத்துக்கொள்கின்றன. அவற்றை, கடந்த காலத்தை மீட்டமைக்கிற முயற்சிகள் என்றும் எதிர்கால தலித் அடையாளத்தையும் அரசியலையும் பற்றியவை என்றும் வகைப் படுத்தலாம். அறிஞர்கள் பலரும், வட இந்தியாவிலும் மேற்கு இந்தியாவிலும் இன்றைய அரசியல் வளர்ச்சிப்போக்குகளின் பின்னணியில் தலித் சமூகங்களின் வரலாறுகளை ஆராய்கின்றனர், தலித்துகளின் சுய வரலாறுகளுக்கு முக்கியத்துவம் அளிக்கின்றனர்.

இந்தி பேசும் பகுதிகளைச் சேர்ந்த தலித்துகள் தங்களுடைய சொந்த வரலாறுகளைப் புதிதாக எழுதுவதில் முனைப்புடன் ஈடுபடுகின்றனர் என்று குறிப்பிடுகிறார் பத்ரி நாராயண். அவர் கூறுவது வருமாறு:

> 'இந்த வரலாறுகளும் புதிய எழுத்தாக்கங்களும் தலித்துகளை ஓரங்கட்டப்பட்ட நிலையிலிருந்து விடுபடவும், தற்கால இந்திய வாழ்க்கையின் மைய நீரோட்டத்தில் ஓர் அங்கமாக இணையவும் உதவுகின்றன; அவர்களது சுய அடையாளங்களை வலுப்படுத்து கின்றன, தன்னம்பிக்கையை ஊன்றுகின்றன, அவர்களது நிகழ்கால நிலையை மேம்படுத்துகின்ற, அவர்களுக்கும்

அவர்களது வாரிககளுக்கும் ஒளிமிக்க எதிர்காலத்தை வடிவமைக்கின்றன. தங்களது வரலாற்றுக் கற்பனைகளின் மூலம், பிறப்பின் அடிப்படையிலும் 'புனிதமற்ற' வேலைகளில் ஈடுபடுத்தப் பட்டதன் அடிப்படையிலும் அவர்களைத் தாழ்ந்த சமூகப் பிறவிகளாக ஒதுக்கி சமூதாயத்தின் விளிம்பு நிலைக்குத் தள்ளிய பிராமணிய சித்திரிப்பிலிருந்து மாறுபட்ட கடந்தகாலத்தைக் கட்டமைக்கிறார்கள்.'[93]

இந்த மாற்று வரலாறுகள் பண்பாட்டுத்தளத்தில் ஆதிக்கம் செலுத்தும் பிராமணிய கோட்பாடுகளுக்கு எதிரானவையாக இருக்கின்றன என்பது மிகவும் முக்கியமாகும். எதிர்காலத்தில் தலித்துகளுக்கு ஒரு சிறப்பான நிலையை உருவாக்குவதற்கான அரசியல் ஏற்பாடாகவும் இந்த மாற்று வரலாறுகள் வினைபுரிகின்றன.

பெரும்பாலான தலித் சுயவரலாறுகள் அவரவர் தனிப்பட்ட வெளிப் பாடாக இல்லாமல், பொதுச் சிந்தனைக்காக எழுதப்பட்டவையாகவே உள்ளன என்கிறார் சாரா பெத். இந்த முயற்சிகள் தலித் அடையாளம் என்ற ஒரு புதிய பண்பாட்டு வடிவத்துக்கு இட்டுச் சென்றது என்பதிலும், அதன் முக்கியத்துவம் 'ஒரு தலித்தாக இருப்பதன் பொருள் என்ன என்ற பொதுக்கண்ணோட்டத்தைத் தெரிவிப்பதில்,' அந்த ஆற்றல் மிக்க அரசியல் கோட்பாடுகளைப் பரப்புவதில் இருக்கிறது என்பதிலும் ஐயமில்லை.[94]

மகாராஷ்டிராவில் தலித் சமூகங்களுடைய வரலாறுகளின் தொடக்க காலப்பதிவுகள், அவர்கள் சமஸ்கிருதமயமாக்கிக்கொள்ளவும், வர்ண இந்து போல மாறிக்கொள்ளவும் முயன்றார்கள் அல்லது அவர்களை ஆண்ட காலனியவாதிகள் போல மேற்கத்தியமயமாக்கிக் கொள்ள முயன்றார்கள் என்ற எண்ணத்தை ஏற்படுத்துகின்றன என்று குறிப்பிடுகிறார் பிலிப் கான்ஸ்டபிள். அத்தகைய பதிவுகள் தலித் சமூகங்கள் அவர்களது சொந்த, தனி தலித் அடையாளத்தை உருவாக்கிக்கொள்கிற உரிமையை மறுப்பதாக இருந்தன. 'வர்ண முறை இந்துத்துவம் ஏற்படுத்திய நெறிகள் அல்லது தர நிலைகளின் ஒரு எதிர்மறையான பிரதிபலிப்பாக அல்லது கண்ணாடிப் பிரதி பலிப்பாகவே' தலித் பண்பாடு பார்க்கப்பட்டது.[95]

மராத்தி மொழியில், தலித் வரலாற்றாசிரியர்களால் எழுதப்பட்ட சமகாலப் பதிவுகளுக்கு நேர்மாறானதாக இத்தகைய வரலாற்று எழுத்துகள் அமைந்திருந்தன. ஆயினும், தலித் பண்பாடு தொடர்பான தொடக்ககால வரலாற்றுப் பதிவுகள் தலித் சமூகங்களின் புதிய தலைமுறையினர் தாங்கள் விளிம்பு நிலைக்குத் தள்ளப்பட்டதையும், வர்ண முறை இந்துத்துவத்தால் தங்களது பண்பாடு ஒதுக்கிவைக்கப்

பட்டதையும் எதிர்த்துக் கிளம்புவதற்கும், தங்களது பண்பாட்டு அடையாளத்தின்படி தங்களுக்குரிய சமூக, பொருளாதார, மதம் சார்ந்த ஏற்பாடுகளைக் கோருவதற்கும் ஊக்குவித்தன.

தலித் அடையாளம் தொடர்பான வாத எதிர்வாதங்களை ஆராய்வதில் சட்டக் களம் முக்கியமானதாக இருக்கிறது என்கிறார் அனுபமா ராவ். சாதி அடிப்படையிலான குற்றங்களைத் தடுப்பதற்காகக் கொண்டு வரப்பட்ட சட்டங்கள், தலித்தாக இருப்பதன் ஒரு புதிய அரசியலைக் கட்டமைக்கின்றன என்கிறார் அவர். இது குறித்து அனுபமா கூறுவது வருமாறு:

> '...வரலாற்றில் பல வடிவங்களில் பாகுபாடுகள் இருந்து வந்திருப் பதைக் கூட்டுப் போராட்டத்தின் மூலமாக ஏற்க வைப்பதே ஒரு அரசியல் சாதனைதான். தலித்துகள் தங்களுடைய அடையாளங் கள் பல வகையான காயங்களைத் தாங்கிக்கொண்டுதான் உருவாகி யுள்ளன என்று வாதிடுவதற்கு இது வாய்ப்பளித்தது (தலித் என்ற சொல்லுக்கு 'நசுக்கப்பட்ட,' 'கீழே தள்ளப்பட்ட,' 'துண்டு துண்டாக உடைபட்ட,' 'துன்பங்களும் போராட்டங்களும் நிறைந்த வரலாற்றைப் போர்க்குணத்தோடு மீட்கிற' என்ற பொருள்கள் உள்ளன).'[96]

அண்மைக்காலமாக, வட்டார அளவிலான தலித் அமைப்புகளின் பலம், பலவீனம் குறித்துச் சில ஆய்வுகள் மேற்கொள்ளப்பட்டுள்ளன. தலித் சங்கர்ஷ் சமிதி இயக்கம் சில ஆக்கப்பூர்வமான தாக்கங்களை ஏற்படுத்தியது, ஆனால் சில பிரச்னைகளும் ஏற்பட்டன என்று ஒரு ஆய்வு தெரிவிக்கிறது. கல்வியறிவு பெற்ற தலித் இளைஞர்களுக்கும் கிராம மக்களுக்கும் இடையே தகவல் தொடர்பு இல்லாமல் போனதால், கிராமச் சமுதாயத்தில் பெருமளவுக்கு ஊடுருவ முடியும் என்ற தொடக்கநிலை எதிர்பார்ப்புக்கான வாய்ப்பு ஏற்படவில்லை என்று சைமன் சார்ஸ்லி, யு.கே. கரந்த் இருவரும் கூறுகின்றனர். பகுஜன் சமாஜ் கட்சி சில வெற்றிகளைப் பெற்றது என்றபோதிலும், அனைத்து சமூகங்களையும் ஒன்றுபடுத்துவது என்ற அக்கட்சியின் கொள்கையில் சில சிக்கல்கள் ஏற்பட்டன. தலித் முகாமிலேயே ஏற்பட்ட பதற்றங்கள்தான் அதற்குக் காரணம். பல்வேறு தலித் சாதிப்பிரிவுகளுக்கிடையே பலன்களைப் பங்கிடுவதில் சமத்துவ மற்ற நிலை இருந்தது தொடர்பாகவே அந்தப் பதற்றங்கள் ஏற்பட்டன.[97]

தற்கால தலித் தலைவர்களின் அணுகுமுறைகள், கடந்த காலத் தலைவர்களின் வழிமுறைகளிலிருந்து வெகுவாக மாறுபட்டிருக் கின்றன என்று விவேக் குமார் உள்ளிட்ட சமூகவியலாளர்கள்

கூறுகின்றனர். 'தற்கால இந்திய அரசியல் களத்தில் படிப்படியான ஜனநாயக வளர்ச்சி, பல கட்சி முறை, பல்வேறு மட்டங்களில் தலித்துகளுக்கு வழங்கப்பட்ட அரசியல் சார்ந்த இட ஒதுக்கீடுகள் ஆகியவற்றின் விளைவாக தலித் தலைமையின் தன்மையிலும் வலிமையிலும் மாற்றங்கள் நிகழ்ந்தன,'[98] என்கிறார் விவேக் குமார். இன்றைய தலித் தலைவர்கள் தங்களுக்கும் தங்களது எளிய ஆதரவாளர்களுக்கும் அரசியல் அதிகாரத்தை ஏற்படுத்திக்கொள்ளும் நடைமுறைகளில் கூடுதல் அக்கறையோடு இருப்பதாகத் தெரிகிறது.

தமிழ்நாட்டில் தலித் செயல்முனைப்பாளர்களும் சிந்தனையாளர்களும் தங்களது கடந்த கால தலித் வாழ்க்கையையும், தற்கால அரசியல் - பண்பாட்டு அனுபவங்களையும் தங்களது எழுத்துகளில் பதிவு செய்கிறார்கள். கோட்பாடு சார்ந்த கருத்துகளை விடவும், தலித் மக்களின் மறைக்கப்பட்ட வரலாறுகளை வெளிப்படுத்துவதில் அவர்கள் மிகுந்த முனைப்புக் காட்டுகிறார்கள். அதில் கடந்த காலத்துக்கும் நிகழ்காலத்துக்கும் இடையே உணர்ந்தே வேறு படுத்திக் காட்டப்படுவதில்லை.[99]

அநேகமாக அதன் நோக்கம் சாதியின் பெயராலும் மதத்தின் பெயராலும் ஒடுக்குமுறைகள் தொடர்வதை வெளிப்படுத்துவதாக இருக்கக்கூடும். இந்தப் பதிவுகளில் பெரும்பாலானவை சாதியம் குறித்தும் வகுப்புவாதம் குறித்தும், திராவிட இயக்கங்களில் தலித்துகளின் பங்களிப்பு குறித்தும் ஆராய்கின்றன. இந்திய கம்யூனிஸ்ட் கட்சி - மார்க்சிஸ்ட் லெனினிஸ்ட் (சிபிஐ-எம்எல்) போன்ற தீவிர அரசியல் அமைப்புகள் சாதியத்துக்கு எதிராகக் குரல் கொடுத்ததில்லை என்று தலித் செயல்முனைப்பாளர்கள் கூறுகிறார்கள்.

வகுப்புவாதத்துக்கு முடிவுகட்ட வேண்டும் என்பதில் அவர்கள் காட்டிய முழு முனைப்பு திராவிடக் கட்சிகள் மக்களுக்கு எதிரான சட்டங்களைக் கொண்டுவருவதற்குத் தோதாக இருந்தது என்ற ஒரு வாதம் முன்வைக்கப்படுகிறது. அதே வேளையில், அரசியல் கொள்கையிலும் சமூக அடிப்படையிலும் தங்களை அம்பேத்கரிய வாதிகள் என்று சொல்லிக்கொண்ட சில அமைப்புகள் முற்போக்கான செயல்திட்டம் எதையும் முன்வைக்கவில்லை என்ற விமர்சனமும் உள்ளது. தமிழகத்தில் யாவரும் அறிந்த தலித் இயக்கவாதியான தொல். திருமாவளவன் இவ்வாறு கூறியுள்ளார்:

'அம்பேத்கர் பெயரைப் பயன்படுத்திக்கொண்டு பிழைத்துக் கொண்டிருக்கிறவர்களில் யாராவது இன்று வரையில் எந்த ஒரு தலைவரையாவது நினைவுகூர்ந்திருக்கிறார்களா, நினைவுச் சின்னம் அமைத்திருக்கிறார்களா? ஏதேனும் ஒரு அம்பேத்கர் அமைப்புக்குத்

தலைவரான பிறகு, விசிட்டிங் கார்டு அச்சிட்ட பிறகு, தங்களுக்கு வீடு கட்டிக்கொள்வதற்காகத்தான் பண வசூல் செய்கிறார்கள். ஆனால் விடுதலைச் சிறுத்தைகள் கட்சியின் தலைவர்கள் தங்களுடைய முன்னோடிகளுக்கு நினைவுச் சின்னம் அமைப்பதில் அக்கறை காட்டியிருக்கிறார்கள், உரிமைக் களத்தையும் விடுதலைக் களத்தையும் கட்டியெழுப்பியிருக்கிறார்கள்.'[100]

8

இந்தியாவின் பல பகுதிகளில் 'தீண்டத்தகாதவர்கள்' என்று ஒதுக்கப்பட்ட சமூகங்கள் பற்றி ஆராய்ந்த பல அறிஞர்கள் கூறிய சில கருத்துகளை இங்கே குறிப்பிட விரும்புகிறேன். விவசாயம் சார்ந்த கொத்தடிமை முறை பற்றிய ஆய்வு சாதி அமைப்புக்கும் விவசாய அடிமை முறைக்கும் இடையேயான தொடர்புகளைப் புரிந்துகொள்ள எனக்கு உதவியாக இருக்கும் எனக் கருதுகிறேன். தமிழகத்திலும் கேரளத்திலும் விவசாய நடவடிக்கைகளின் தன்மைகளோடு இணைந்த சாதி முறை, தாழ்த்தப்பட்ட சாதிகளைச் சேர்ந்த விவசாயத் தொழிலாளர் வர்க்கத்தின் அடிமைத்தனத்துக்குக் காரணமாக இருந்தது என்று கூறலாம். ஆனால், நெடுங்காலமாக அடிமைத் தனத்தைப் பேதி வந்த மிராசு முறை பத்தொன்பதாம் நூற்றாண்டின் இடைக்கட்டத்தில் பலவீனமடையத் தொடங்கியதன் அறிகுறிகள் வெளிப்பட்டன என்று சில ஆய்வாளர்கள் கூறுகிறார்கள்.

மிராசுதார் அமைப்பு பலவீனமடையத் தொடங்கியதன் அறிகுறிகள் தென்பட்ட போதிலும், அது பத்தொன்பதாம் நூற்றாண்டின் இறுதிவரையில், தமிழகத்தின் சில மாவட்டங்களில், 'தீண்டத்தகாத' சமூகங்களின் நிலைமைகளைத் தொடர்ந்து தீர்மானிக்கக்கூடியதாக இருந்தது என்று நான் எடுத்துக்காட்டியிருக்கிறேன். 'பஞ்சமர்' என்ற அடையாளம் முன்வைக்கப்பட்டது நிச்சயமாக, 1890களில் மிராசு முறை குறித்து நடந்த விவாதங்களோடு தொடர்புள்ளதேயாகும்.

பத்தொன்பதாம் நூற்றாண்டில் அரசாங்கப் பதிவுகளிலும் மக்களிடையேயும் 'பஞ்சமர்,' 'பறையர்,' 'தீண்டத்தகாதவர்' என்ற சொல்லாடல்கள் மாறி மாறிப் பயன்படுத்தப்பட்டன. பின்னர் அவற்றுக்கு மாறாக, 'ஒதுக்கப்பட்ட சமூகங்கள்,' 'ஆதி திராவிடர்,' 'பட்டியல் வகுப்பினர்' என்ற சொல்லாடல்கள் புழக்கத்துக்கு வந்தன. பறையர் சமூகத்தினர் இந்தச் சொல்லாடல்களைத் தங்களது அரசியல், சமூக நிலைகளை வரையறுக்கப் பயன்படுத்திக்கொண்டனர். இந்த

நூலில் இந்தச் சொல்லாடல்கள் பொருத்தமான முறையில் கையாளப் பட்டுள்ளன.

தாழ்த்தப்பட்ட சாதி இயக்கங்கள் எப்படித் தொடங்கின என்பது பற்றிய ஆராய்ச்சிகள் வேறு பல விஷயங்களில் எனது நிலை பாட்டைத் தெளிவுபடுத்துவதற்குத் துணையாக இருக்கும் என்று கருதுகிறேன். அந்த விஷயங்களைப் பின்வருமாறு வகைப்படுத் தலாம்:

1. ஒரு கூட்டான சுய அடையாளத்தின் வளர்ச்சியும் முக்கியத்துவமும்,
2. ஒதுக்கப்பட்ட சமூக சங்கங்களின் பங்களிப்பு,
3. காங்கிரஸ் தலைமையுடன் ஒதுக்கப்பட்ட சமூகத் தலைவர்களின் உரையாடல்கள்,
4. 1920களிலும் 1930களிலும் ஒதுக்கப்பட்ட சமூகத் தலைவர்களின் கண்ணோட்டங்கள்,
5. 1930களிலும் 1940களிலும் ஒதுக்கப்பட்ட சமூகத் தலைவர் களிடையே ஏற்பட்ட கருத்து வேறுபாடுகள்,
6. புனா உடன்பாடும் தீண்டாமை பிரச்னையை காங்கிரஸ் சேர்த்துக் கொண்டதும்,
7. தீண்டாமை ஒழிப்புப் பிரசாரம்,
8. காந்தியின் ஹரிஜன இயக்கம்,
9. 1937ம் ஆண்டுத் தேர்தல்களும் அதிகாரப் பகிர்வு மூலம் ஒதுக்கப்பட்டோர் தலைவர்களை காங்கிரஸ் இணைத்துக் கொண்டதும்,
10. தன்னாட்சி வகையிலான அரசியல் குறித்த அம்பேத்கர் தொலை நோக்குக்கு ஏற்பட்ட தோல்வி.

இறுதியாக தலித்துகளின் அடையாளம், பண்பாடு, உணர்வு ஆகியவை தொடர்பான ஆராய்ச்சிகள் இந்திய தேசியத்துடன் தலித்தியம் எப்போதுமே ஒரு பகை நிலையை மேற்கொள்ளவில்லை என்ற வாதத்தை முன்வைக்கத் துணை செய்கின்றன.

இந்தியாவில் சாதி அடையாளம் நிலையற்ற தன்மையோடு இருந்து வந்திருப்பதைக் குறிப்பிட விரும்புகிறேன். முன்பு பல ஆய்வாளர்கள் இந்திய சமுதாயக் கட்டமைப்பில் சாதி ஒரு இயற்கையான சமூக அமைப்பாகவோ முக்கியமான அமைப்பாகவோ இருந்ததில்லை என்று வாதிட்டுள்ளனர். சாதியின் வரலாற்றைப் பின்னோக்கிப் பார்ப்பது என்பது காலனியாதிக்க வரலாற்றைத் திரும்பிப் பார்ப்பதேயாகும் என்கிறார் நிகோலஸ் பி. டிர்க்ஸ். 'இது கடந்த காலத்திலும் காலனியாதிக்கம் இருந்த வரலாறாகும். அதில், பாரம்பரியத்துக்கு

அளிக்கப்பட்ட முக்கியத்துவத்தால் குடிமைச் சமூக வெளி என்பது கைவிடப்பட்டது. இங்கே இதன் ஒட்டுமொத்தத் தன்மையைச் சாதி முறை பிரதிநிதித்துவப்படுத்துகிறது,' என்கிறார் அவர்.[101]

இவ்வாறு சாதி என்பது குடிமைச் சமூகத்தின் காலனிய வடிவமாக மாறியது. 'அது இந்தியாவின் ஆளப்படுவோர் *(குடிமக்கள் அல்ல) உரிமைகள் மறுக்கப்பட்டவர்களாக மாற்றப்பட்டதை நியாயப் படுத்தியது; காலனியாட்சி ஏற்பட்டதற்கான கட்டாயச் சூழலை விளக்குகிறது,' என்றும் அவர் கூறுகிறார்.[102]

சமுதாயத்தின் உண்மையான அதிகார உறவுகளைப் பிரதிபலிப் பதற்காக சாதி குறித்துத் தொடர்ந்து, திரும்பத் திரும்ப விளக்க மளிக்கப்பட்டு வந்துள்ளது. காலனியாதிக்கத்தின் கீழ் இருந்த இந்தியாவில், காலனிய இனவரைவாளர்கள் சாதி பற்றிக் கட்டமைத் தார்கள். காலனி அரசு அதைச் சட்டப்பூர்வமாக அங்கீகரித்தது. உள்நாட்டு மக்கள் தங்களுடைய எதிர்ப்பின் வடிவமாகவோ, அரசாங்கத்திடமிருந்து சிறப்புச் சலுகைகளைப் பெறுவதற்காகவோ சாதியை முன்னிறுத்தியிருக்கிறார்கள். ஆனால் அந்த எதிர்ப்புகள் புரட்சிகளுக்கு இட்டுச் சென்றதில்லை. பல நேரங்களில் இப்படிப் பட்ட போராட்டங்கள் படிப்படியாக ஆதிக்கப் படிநிலைகளோடு கலந்துவிட்டன அல்லது இறுதியாக ஓரங்கட்டப்பட்டுவிட்டன.

இவ்வாறாக சாதி அடிப்படையிலான ஒருமைப்பாடுகள், வர்க்க ஒருமைப்பாடுகளில் உடைப்பை ஏற்படுத்தின. அசையத் தொடங்கிய கீழ் நிலைச் சாதிகள் அதிகாரக் கட்டமைப்பில் இணைத்துக் கொள்ளப்பட்டன.

தமிழகத்தின் பறையர் சமூகத்தினர் குறித்துச் சில ஆய்வுகள் நடந்துள்ளன. அண்மைக்காலமாக, தென் இந்தியாவில் பறையர் சமூகத்தின் தொலைந்துபோன வரலாறுகளை மீள்பதிவு செய்தல், நினைவுகூர்தல் என்ற செயல்பாடுகள் கூடுதலாகியுள்ளன என்கிறார் சத்தியானந்தன் கிளார்க். 'இத்தகைய செயல்பாடுகள் பறையர் என்பதன் பொருளை உணர்த்த முயன்றன. தங்களுடைய குரல்கள் செவிமடுக்கப்பட்டிராத, தீண்டத்தகாதவர்கள் என்றும் நெருங்கக் கூடாதவர்கள் என்றும் கைவிடப்பட்டிருந்த மக்களுக்கான தலித் அடையாளத்தை ஏற்படுத்திக்கொள்ள முனைந்தன,' என்கிறார் கிளார்க்.[103] தலித் அனுபவங்களையும், விடுதலை இறையியல் கோட்பாட்டின் அடிப்படையில் கிறிஸ்துவப் பறையர் பற்றிய உலகக் கண்ணோட்டத்தையும் புரிந்துகொள்ள முயன்றுள்ளார் கிளார்க். கோட்பாட்டிற்கும் செயல்பாட்டிற்கும் இடையே ஒரு இயக்கவியல் உறவை ஏற்படுத்திக்கொள்ள அவர் மேற்கொண்ட சொந்த முயற்சியின் ஒரு பகுதியாகவும் இது இருந்தது.

எனது ஆய்வில், பறையர் இயக்கத்தின் எழுச்சி, வீழ்ச்சி குறித்துக் கால வரிசைப்படிப் பதிவு செய்திருக்கிறேன். தமிழ்நாட்டில் பத்தொன்பதாம் நூற்றாண்டு முழுவதும் பறையன், பறையர் என்ற சொற்கள் பயன்படுத்தப்பட்டன. இந்தக் கதை பல்வேறு காரணங்களால் 1850ல் தொடங்குகிறது. அந்த ஆண்டில்தான் தென் இந்தியாவில் இருந்த மிஷனரி வட்டாரங்களில் சாதிப்பிரச்னைகள் குறித்தும் தீண்டாமை குறித்தும் பெரும் விவாதங்கள் எழுந்தன. அந்த ஆண்டிலிருந்து பறையர் அடையாளம் கட்டமைக்கப்பட்டதன் தடங்களை நான் காண்கிறேன். பல்வேறு போராட்டங்களையும், ஒரு கூட்டு அடையாளத்தைக் கட்டமைப்பதன் அடிப்படையில் சமூக இயக்கங்கள் உருவானதையும் இனங்காண்பதற்கு முயன்றிருக்கிறேன்.

தமிழகத்தின் பறையர் இயக்கங்களைப் பொறுத்தவரையில், பத்தொன்பதாம் நூற்றாண்டின் இறுதிப்பகுதியில் பறையர் முன்னேற்றம் தொடர்பாக எழுந்த விவாதங்களையும், அடுத்த நூற்றாண்டில் தனித்துவமான பறையர் அடையாளம் உருவானதையும் இணைத்துப் பார்க்கிற முயற்சியையும் செய்துள்ளேன். பறையர் அடையாளத்துக்கும், இதர மேல்சாதியினர் ஆதிக்கம் செலுத்திய பிராமணர் அல்லாதார் இயக்கத்துக்கும் இடையேயான முரண்பாடும் விரிவாக விளக்கப்பட்டிருக்கிறது. ஆதி திராவிடர் என்ற விரிந்த அடையாளமாக ஒன்று திரட்டப்பட்ட இந்த பறையர் அடையாளத் துக்கும் பிராமணர் அல்லாதார் இயக்கத்துக்கும் இடையே, இரு இயக்கங்களின் அரசியல், சமூக, பொருளாதார நலன்கள் மாறு பட்டதன் காரணமாக, ஒரு நிலையான கூட்டு உருவாகவில்லை என்பதும் சுட்டிக்காட்டப்பட்டுள்ளது.

மேலும், பிராமணர் அல்லாதார் இயக்கத்திலிருந்து பிரிந்தது, ஆதி திராவிடர் அரசியலில் ஒரு கடுமையான தாக்கத்தை ஏற்படுத்தியது. ஆதி திராவிடர் தலைவர்கள் தங்கள் மக்களின் குறைகளையும் கோரிக்கைகளையும் எடுத்துரைப்பதற்கான ஒரு வலுவான மேடையை இழந்தார்கள். கிராமங்களைச் சேர்ந்த தங்கள் மக்களோடும், நகரங்களில் இழிவான வேலைகளில் ஈடுபடுத்தப்பட்டிருந்தவர்களோடும் இருந்த தொடர்புகளையும் இந்தத் தலைவர்கள் இழந்தார்கள்.

1920களில் ஆதி திராவிடர் தலைவர்கள் நிறுவனமாக்கப்பட்ட அரசியலில் ஈடுபடத் தொடங்கியபோது இந்தப் பிளவு மேலும் பளிச்செனப் புலப்பட்டது. தேர்தல் அரசியலில் வெளிப்படையாக ஈடுபடத் தொடங்கியதைத் தொடர்ந்து அவர்களுக்கும் அவர்களது ஆதரவாளர்களுக்கும் இடையே வேறுபாடுகள் ஏற்பட்டன. இந்த நிகழ்ச்சிப் போக்குகளை ஊக்குவித்த காங்கிரஸ் தலைமை,

தலைவர்களுக்கு அதிகாரத்தில் பங்களித்ததன் மூலம் ஆதி திராவிடர் இயக்கத்தை வளைத்துக்கொள்ள முயன்றது. தேர்தல் வெற்றிக்கான வாய்ப்புகள் ஆதி திராவிடர் தலைவர்கள் பலரிடையே தாக்கத்தை ஏற்படுத்தியது. அவர்கள் காங்கிரஸ் கட்சியின் தேசிய அரசியல் மீது கொண்டிருந்த அசூயையை விலக்கிக்கொண்டனர். ஒரு வகையில் அவர்கள் மைய நீரோட்டத்தோடு இணையவும், தேசிய அரசியலோடு ஒருமைப்பாடு கொள்ளவும் முன்வந்தனர்.

பறையர் இயக்கக் கதை 1940களிலும் 1950களிலும் தொடர்ந்தது. புதிய அடையாளங்கள் உருவெடுத்ததையும் புதிய கூட்டுகள் ஏற்பட்டதை யும் தொடர்ந்து இயக்கம் மேலும் பிளவுபட்டது. உண்மையில், சுதந்தரத்துக்குப் பிறகு, பட்டியல் சாதிகளைச் சேர்ந்தோர் தங்களது அரசியல் சார்புகளில் மாறுபட்டதால், ஆதி திராவிடர் அரசியல் தனது பொறுத்தப்பாட்டை இழந்தது. அதே வேளையில், தொடக்கத்தில் சுயேச்சையான அரசியல் வழிமுறைகளை முன்வைத்த சமூகத் தலைவர்கள் இப்போது அரசியல் மைய நீரோட்டத்தோடு இணைவதற்கு முன்வந்தனர்.

தாழ்த்தப்பட்ட சாதியினர் இயக்கத்தின் கதை 1956ல் முடிவுக்கு வருகிறது. இந்த ஆண்டில்தான் மதராஸ் மாகாணம் அரசியல் அடிப் படையில் பிரிக்கப்பட்டுத் தமிழ்நாடு, ஆந்திர பிரதேசம், கர்நாடகம் ஆகிய மூன்று மாநிலங்கள் உருவாகின. தமிழ்நாடு தனிமாநிலமாக உருவானது புதிய அரசியல் சமன்பாடுகளுக்கு இட்டுச் சென்றது. காங்கிரஸ், திமுக இரு கட்சிகளும்தான் இங்கே பெரிதும் ஆளுமை செலுத்தின. இந்த இரண்டில் ஏதேனும் ஒன்றை ஆதரித்தாக வேண்டிய நிலை ஆதி திராவிடர் அரசியல் அமைப்புகளுக்கு ஏற்பட்டது. மலபார் பகுதிகள் திருவாங்கூர், கொச்சி வட்டாரங் களோடு இணைக்கப்பட்டது கம்யூனிஸ்ட்டுகளுக்கு வலுச் சேர்த்தது. அவர்களது வர்க்கப் போராட்ட முழக்கங்களால் விவசாயத் தொழிலாளர்களில் பெரும்பாலோரது ஆதரவைப் பெற முடிந்தது.

இந்நூலில் நான் முன்வைத்துள்ள வாதங்கள் பற்றி இவ்வாறு வரிசைப்படுத்திக் கூற விரும்புகிறேன். 'நழுவிய சுதந்தரம்: பத்தொன் பதாம் நூற்றாண்டில் தமிழகத்தின் பறையர்களும் வேளாண் அடிமைத்தனமும்' என்ற தலைப்பிலான முதல் அத்தியாயத்தில், இருபதாம் நூற்றாண்டில் பறையர் உணர்வை நேரடியாகவோ மறை முகமாகவோ வடிவமைத்த பல பிரச்னைகள் பற்றி விவாதித் துள்ளேன். பறையன் என்ற வார்த்தையைச் சுற்றி நடந்த வாத எதிர்வாதங்களை விளக்கியிருக்கிறேன். தமிழகத்தின் பல்வேறு பகுதிகளில் பெரிதும் விவசாயத் தொழிலாளர்களாக இருந்த பறையர்

மக்களின் நிலை குறித்தும் குறிப்பிட்டிருக்கிறேன். அந்த விவாதத்தின் முக்கியக் கூறாக மிராசு முறைக்கும், விவசாய அடிமை முறைக்கும் இடையேயான தொடர்புகள் எடுத்துக்கொள்ளப்பட்டுள்ளன.

மிக முக்கியமாக, பத்தொன்பதாம் நூற்றாண்டின் முற்பகுதியில் தமிழகத்தில் மேற்கொள்ளப்பட்ட விவசாயம் சார்ந்த ஒருங்கிணைப்புகள் பறையர் நிலைமைகளில் ஒரு தாக்கத்தை ஏற்படுத்தின. பிராமணர் உள்ளிட்ட உயர்சாதிகளைச் சேர்ந்த நில உடைமையாளர்களின் அதிகாரம், விரிவாக்கம் ஆகியவற்றின் வளர்ச்சி, அதற்கு ஈடாகத் தொழிலாளர்களாகவும் பணியாளர்களாகவும் இருந்த சாதிகளைச் சேர்ந்தோரின் கடுமையான வறுமை இரண்டும் அரசியல் பொருளாதாரம் சார்ந்த பிரச்னைகள் மட்டுமே அல்ல; சித்தாந்த அடிப்படைகளும் உள்ளன. விவசாயக் கட்டமைப்பிலும், வரி வசூலிலும் இருந்த சிக்கலான நிலைமைகளைக் கண்ட பிரிட்டிஷ் ஆட்சியாளர்கள் ஒடுக்கப்பட்ட மக்களின் சமுதாயம், பண்பாடு, வரலாறு ஆகியவை தொடர்பான ஆவணப்பதிவுகளில் ஈடுபட்டனர்.

இந்த ஆய்வுப்பூர்வமான முயற்சிகள் எல்லிஸ் தொகுத்த ‘மிராசு உரிமை உடன்பாடு’ (1816) என்ற ஆவணத்தில் தொடங்கி, டிரெம்னீர் தொகுத்த ‘செங்கல்பட்டு மாவட்ட பறையர் பற்றிய குறிப்பு’ (1891) என்ற அறிக்கை வரையில் தொடர்ந்தன. பிரிட்டிஷ் வருவாய்த்துறை அதிகாரிகளின் இத்தகைய முயற்சிகள் பிராட்டஸ்ட்டன்ட் கிறிஸ்துவ ஊழிய அமைப்புகளிடையேயும் (மிஷனரிகள்) தாக்கத்தை ஏற்படுத்தின. பூர்விக சமுதாயத்தில் நிலவிவரும் மேலாதிக்கம், அடிமைத்தனம் இரண்டையும் பற்றிய ஆராய்ச்சிகளில் அவர்களும் ஈடுபட்டார்கள். ஆனால் மிக முக்கியமாக, டிரெம்னீர் அறிக்கை ‘அசைவற்ற பறையர் மக்கள்’ பற்றிய புதிய விவாதங்களை எழுப்பியது.

கூர்மையாகக் கூறுவதானால், பிரிட்டிஷ் அதிகாரிகளில் ஒரு பகுதியினர், பறையர் மக்களின் நடமாட்டத்தைக் கட்டுப்படுத்த இயலுமானால், அந்த முற்கால விவசாய அடிமைகளால் மிகப் பயனுள்ள முறையில் பங்களிக்க முடியும் என்று கருதினார்கள். இது அநேகமாக 1890களின் முற்பகுதியில், பிரிட்டிஷ் அதிகாரிகளும் மிஷனரிகளும் தென்னிந்திய பத்திரிகைகளும் பங்கேற்ற, பறையர் முன்னேற்றம் குறித்த பெரிய விரிவான விவாதங்களுக்கு இட்டுச் சென்றிருக்கக்கூடும். குறிப்பிடத்தக்க வகையில், இது 1892ம் ஆண்டின் அரசாணைக்கு இட்டுச்சென்றது. அதற்கடுத்த நூற்றாண்டில் தமிழக பறையர் மக்களின் குறைகளை அகற்றுவதற்கான வழிகாட்டலாக அந்த ஆணை அமைந்தது.

குறிப்பாக பறையர் மக்களின் நிலமற்ற நிலைமையை மையமாகக் கொண்டு நடந்த, அவர்களது முன்னேற்றம் தொடர்பான ஒட்டு மொத்த விவாதத்தால் வேறு சில விளைவுகளும் ஏற்பட்டன. டிரெம்னீர் உள்ளிட்ட பிரிட்டிஷ் அதிகாரிகளும் அருள்தந்தை கிளேட்டன், அருள்தந்தை டி.பீ. பாண்டியன் போன்ற மிஷனரியினரும், விவாதத்தின் ஒரு பகுதியாக, பறையர் வரலாற்றை மீள்கட்டமைப்பு செய்வதில் ஈடுபட்டனர். தென்னிந்தியாவின் உண்மையான திராவிடக் குடிகள் பறையர்கள்தான், அவர்கள் உயர்வான சமூக நிலையில் இருந்தவர்கள், அது திருவள்ளுவரின் வாழ்க்கையிலும் சாதனை யிலும் சிறப்பாக வெளிப்படுகிறது என்ற வாதங்களை இவர்கள் முன்வைத்தார்கள்.

பறையர் மக்களின் கடந்தகாலத்தை இவ்வாறு மீள்கட்டுமானம் செய்கிற முயற்சியின் தாக்கத்தில், இச்சமூகத்தின் தலைவர்களில் ஒரு பகுதியினரிடையே ஒரு கூட்டான சுயஅடையாளக் கருத்தை முன்வைத்தனர். ‘ஆதி திராவிடர்’ என்பது போன்ற சொல்லாக்கங் களைப் பயன்படுத்தியதில் இந்தக் கூட்டு முயற்சி வெளிப்பட்டது . மேலும், இந்தக் கூட்டான சுய அடையாளம் அவர்கள் தங்களை மேல் சாதி இந்துக்களிடமிருந்தும் வசதி வாய்ப்புகளைப் பெற்ற இதர பிரிவுகளிடமிருந்தும் வேறுபடுத்திக் காட்டுவதற்கும் பயன்பட்டது.

‘தென் இந்தியாவின் பறையர் பிரச்னையில் மிஷனரிகளின் செயல்பாடுகள்’ என்ற இரண்டாவது அத்தியாயத்தில், தாழ்த்தப்பட்ட சாதிகளைச் சேர்ந்தோர் பிரச்னைகளில் மிஷனரியினர் ஈடுபட்டது அந்த மக்களின் முன்னேற்றத்துக்கு வழியமைத்தது, அத்துடன் அவர் களிடையே ஒரு சமூக உறவு வளர்வதிலும் பங்களித்து என்று நான் வாதிட்டுள்ளேன். சுரண்டல் அமைப்பாக சாதிய அடிமை முறை இருந்து வந்தது குறித்து மிஷனரியினர், பத்தொன்பதாம் நூற்றாண்டின் தொடக்க ஆண்டுகளில் இருந்தே மீண்டும் மீண்டும் அரசின் கவனத்தை ஈர்த்து வந்தனர். திருவாங்கூர் பகுதியில் 1850ம் ஆண்டுகளில் ஒடுக்கப்பட்ட சமூகப் பெண்களின் இரவிக்கை உரிமை விவகாரத்தில் லண்டன் மிஷனரி சொசைட்டி (எல்எம்எஸ்), சர்ச் மிஷனரி சொசைட்டி (சிஎம்எஸ்) ஆகிய அமைப்புகளின் வெற்றிகர மான தலையீடு காரணமாக, சாதி இந்துக்களைச் சேர்ந்த அனைத்துப் பிரிவினரின் எதிர்ப்பையும் மீறி, தாழ்த்தப்பட்ட மக்களின் முன்னேற்றத்துக்கான செயல்திட்டங்கள் நடைமுறைப்படுத்தப்பட வேண்டும் என்று பல்வேறு மிஷனரி அமைப்புகளும் ஏற்றுக் கொண்டன.

1870களில் வெஸ்லியன் மெத்தடிஸ்ட் சொசைட்டி (டபிள்யு.எம்.எஸ்.) அமைப்பினரும் எல்.எம்.எஸ். அமைப்பினரும்

தாழ்த்தப்பட்ட சாதிகளைச் சேர்ந்தோரை மதமாற்றம் செய்வதை நோக்கமாகக் கொண்ட திட்டங்களில் ஈடுபட்டனர். கிராமப் பகுதிகளில் மிஷனரிகள் அமைத்த குடியிருப்புகளும், தொழிற் பயிற்சிப் பள்ளிகளும் மதம் மாறிய தாழ்த்தப்பட்ட சாதிகளைச் சேர்ந்தோரிடையே ஒரு பொருளாதாரத் தற்சார்பு உணர்வையும் சுதந்தர உணர்வையும் ஏற்படுத்தின. பத்தொன்பதாம் நூற்றாண்டின் பிற்பகுதியில், மிஷனரிகளால் மேற்கொள்ளப்பட்ட மருத்துவ சேவைகளும் பெருமளவில் மக்கள் மதம் மாறுவதற்கு வழியமைத்தன. தாழ்த்தப்பட்ட சாதிகளைச் சேர்ந்த மக்களுக்கு உதவுவதற்காக ஏற்படுத்தப்பட்ட பஞ்ச நிவாரண நிதிகளும் மதமாற்ற இயக்கத்தில் ஒரு முக்கியப் பங்காற்றியது.

அன்றைய மதராஸ் மாகாணத்தின் சமூக-அரசியல் வாழ்க்கையின் மையத்துக்கு இந்த சமூகங்களின் சீர்திருத்தப் பிரச்னையை மிஷனரி பிரசாரங்கள் கொண்டுவந்தன என்ற கருத்து முன்வைக்கப்பட்டிருக் கிறது. இந்தப் பிரச்சாரங்களும் பறையர் மக்களின் கூட்டு அடையாளத்தை முன்வைப்பதற்கு வழியமைத்தன எனலாம்.

'புதிய புல்வெளிகளைத்தேடி: 19, 20ஆம் நூற்றாண்டுகளில் தமிழ் பறையர்களின் வெளிநாட்டு முயற்சிகளும் உள்நாட்டு இடப் பெயர்ச்சிகளும்' என்ற மூன்றாவது அத்தியாயத்தில் பறையர் மக்கள் புலம் பெயர்ந்து சென்றதன் காரணமாகவும், புதிய தொழில்களில் ஈடுபட்டதன் காரணமாகவும் அவர்களில் ஒரு பகுதியினரது பொருளாதார நிலைமைகளில் எப்படி ஒரு மாற்றம் நிகழ்ந்தது என்பதை ஆராய்ந்திருக்கிறேன். பறையர் மக்களின் புலப்பெயர்வு ஒரு முக்கிய ஆராய்ச்சிக்களமாகும். ஏனெனில், பத்தொன்பதாம் நூற்றாண்டின் இறுதிக்கட்டத்தில் அவர்களிடையே ஒரு சமூக உணர்வு வளர்ச்சியடைந்ததன் பின்னணியில் இதுவும் இணைந் திருக்கிறது.

தமிழர்கள் புலம் பெயர்ந்த கதையின் பின்னணியில் 1840களின் சில குறிப்பிட்ட நிகழ்ச்சிப் போக்குகள் உள்ளன. இக்காலகட்டத்தில் தமிழர்கள் கடல் கடந்து புலம் பெயர்ந்து சென்றது, ஓரளவுக்குச் சில மாவட்டங்களின் மிராசுதார் ஆதிக்கத்தில் பின்னடைவு ஏற்படக் காரணமாக இருந்தது என்று வரலாற்றாய்வாளர்கள் கூறி வந்துள்ளனர். இந்த நிகழ்ச்சிப்போக்குகள் தமிழ்ச் சமுதாயத்தின் 'தீண்டத்தகாத' சமூகங்களைச் சேர்ந்தோர் வேலை வாய்ப்புகளைத் தேடி வெளிநாடுகளுக்கும் தென் இந்தியாவில் சுரங்கத்தொழில்கள் நடந்த இடங்களுக்கும் தொழிற்சாலைப் பகுதிகளுக்கும் புலம் பெயர்ந்து செல்வதை ஊக்குவித்தன என்ற கருத்து முன்வைக்கப்பட்டு வந்துள்ளது.

வெளிநாடுகளுக்குப் புலம் பெயர்ந்து சென்றது பத்தொன்பதாம் நூற்றாண்டின் பிற்பகுதியில் தமிழகத்தின் சில மாவட்டங்களில் நிலவுடைமை அமைப்பில் முக்கிய மாற்றங்களுக்கு இட்டுச் சென்றது. சில நிலைமைகளில், வெளிநாடுகளிலிருந்து திரும்பி வந்தவர்கள், சாதி இந்துக்களின் எதிர்ப்பை மீறித் தங்களது சேமிப்பை நிலம் வாங்குவதில் முதலீடு செய்ய முடிந்தது என்பது இந்நூலில் சுட்டிக்காட்டப்பட்டுள்ளது. அடுத்து, வெளிநாட்டு வேலை வாய்ப்புகள் இந்த மக்களிடையே ஒரு தற்சார்பு உணர்வையும் சுதந்தர உணர்வையும் வளர்த்தது. அதே வேளையில், இது தாழ்த்தப்பட்ட சாதிகளைச் சேர்ந்த விவசாயத் தொழிலாளர்களுக்கு கொத்தடிமைத் தனத்திலிருந்து தங்களை விடுவித்துக்கொள்வதற்கு உதவியது.

எடுத்துக்காட்டாக, தஞ்சை, வட ஆற்காடு, திருச்சி ஆகிய மாவட்டங்களில் ஆளுமை செலுத்திய நிலவுடைமையாளர்கள், 'தீண்டத்தகாத' விவசாயத் தொழிலாளர்களைக் கையாளுவதில் கடுமை குறைந்த அணுகுமுறைகளை மேற்கொண்டனர். புலப் பெயர்ச்சி காரணமாக ஏற்பட்ட தொழிலாளர் பற்றாக்குறைப் பிரச்னையைச் சமாளிப்பதற்காக, நிலவுடைமையாளர்கள், அது வரையில் பண்ணையாட்களாக இருந்த 'தீண்டத்தகாத' விவசாயத் தொழிலாளர் குடும்பங்களுக்குக் குத்தகை முறையில் நிலத்தை விடுவதற்கு முன்வந்தனர்.

புலப்பெயர்ச்சி, வேலைவாய்ப்புகள் இரண்டுமாகச் சேர்ந்து பறையர் மக்களின் ஒட்டுமொத்த பொருளாதார வளர்ச்சியில் ஓரளவுக்குப் பங்களித்த அதேவேளையில், அவர்களிடையேயிருந்து சமூகத் தலைவர்கள் உருவாதற்கும் இட்டுச் சென்றன. சமூகத்தின் குரலாக வெளிவந்த 'பறையன்' பத்திரிகையைத் தொடங்கியது, இத்தகைய பொருளாதார வாய்ப்புகளால் பலனடைந்து முன்னேற்றம் கண்டவர்களேயாவர்.

'பறையர்: சமூகப் பொருளாதார முன்னேற்றத்திலிருந்து அரசியல் நுழைவை நோக்கி' என்று தலைப்பிடப்பட்டுள்ள நான்காவது அத்தியாயத்தில் பல்வேறு பிரச்னைகளை நான் எடுத்துக் கொண்டிருக்கிறேன். மிஷனரி முயற்சிகளும், அரசு நடவடிக்கை களும், பறையர் முன்னேற்றம் தொடர்பாக 1890களில் நடந்த விவாதங்களும் (பறையர் உள்ளிட்ட நலிவுற்ற சமூகங்களைக் குறிப்பதற்கு 'தீண்டத்தகாதோர்', 'தாழ்த்தப்பட்டோர்', 'ஒதுக்கப் பட்ட சமூகங்கள்', 'பஞ்சமர்' என்ற சொல்லாடல்கள் பயன்படுத்தப் பட்டன) பறையர் சமூகத்தில் படிப்பறிவு பெற்ற ஒரு சிறு பகுதியினரிடையே தங்களுடைய கோரிக்கைகளை அரசாங்கத்திடம்

முன்வைக்க முடியும் என்ற நம்பிக்கையை ஏற்படுத்தின என்று நான் பதிவு செய்திருக்கிறேன். அவர்கள் திராவிட மகாஜன சங்கம் போன்ற அமைப்புகளைப் பயன்படுத்தி பறையர் மக்களின் சமூக முன்னேற்றம், பொருளாதார முன்னேற்றம் ஆகிய கோரிக்கைகளை முன்வைத்தனர்.

பிரிட்டிஷ் ஆட்சியிடம் ஒரு விசுவாசமான அணுகுமுறையை வெளிப் படுத்திய இந்த அமைப்புகள், அரசு உற்சாகமிக்க ஒரு சீர்திருத்த வழிமுறையைக் கையாள வேண்டும் என்றும் அனைத்து சமூகங் களுக்கும் சமத்துவம், சுதந்தரத்தை உறுதிப்படுத்துகிற சட்ட விதி களைக் கொண்டுவர வேண்டும் என்றும் எதிர்பார்த்தன. பிரிட்டிஷ் அரசு கொண்டுவருகிற சீர்திருத்தங்கள், இந்தியாவில் காங்கிரஸ் ஆட்சி ஏற்பட்டால் பெருமளவுக்குக் கைவிடப்பட்டுவிடும் என்று பறையர் சமூகத் தலைவர்கள் எச்சரித்தனர்.

தமிழகத்தில் ஒதுக்கப்பட்ட சமூகங்களின் முன்னேற்றம் குறித்து வேறு பல அமைப்புகளும் குரல் எழுப்பின. அவற்றில் சில அமைப்புகள் இதை அந்தந்த வட்டாரம் சார்ந்த பிரச்னையாக மட்டும் பார்த்தன. வேறு சில அமைப்புகள்அடித்தட்டு மக்களின் முன்னேற்றம் தொடர்பான நாடு தழுவிய அக்கறைகளோடு இணைந்ததாகப் பார்த்தன. தமிழகத்தில் 'தீண்டத்தகாத' சமூகங்களின் முன்னேற்றத்துக்காக முனைப்புடன் ஈடுபட்ட பிரம்ம சமாஜம், ஆர்ய சமாஜம், மகாபோதி சொசைட்டி, பிரம்ம ஞான சபை ஆகிய அமைப்புகளின் செயல்பாடுகளையும் விரிவாகக் குறிப்பிட்டிருக் கிறேன். மேலும், பிராமணர், பிராமணர் அல்லாதார் இருபிரிவு களையும் சேர்ந்த செல்வாக்கு மிக்க ஆளுமைகளால் நடத்தப்பட்ட ஒதுக்கப்பட்ட சமூகங்கள் முன்னேற்ற சங்கமும் தன் பங்கிற்கு ஒதுக்கப்பட்ட சமூகங்களின் குறைகளைத் தீர்ப்பதற்கான திட்டங் களைச் செயல்படுத்துமாறு அரசைக் கட்டாயப்படுத்தியது.

ஆயினும், இருபதாம் நூற்றாண்டின் தொடக்கக்கட்டத்தில் இந்த மக்களின் முன்னேற்றத்துக்கான செயல் திட்டங்களைப் பெரிதும் முன் வைத்தது ஒதுக்கப்பட்ட சமூகங்களின் சங்கங்கள்தான். திராவிட மகாஜன சபா போன்ற சாதிச் சங்கங்கள், சட்டமன்றங்களில் இந்த மக்களின் பிரதிநிதிகளை நியமிக்க வேண்டும் என்பது உள்ளிட்ட அரசியல் கோரிக்கைகளை எழுப்பியது உண்மைதான். அதே வேளையில், ஒதுக்கப்பட்ட சமூகங்களின் தலைவர்களும் தங்களுடைய கோரிக்கைகளுக்கு வலுச்சேர்ப்பதற்காகவும், வேர் மட்டத்தில் தங்கள் மக்களுடனான தொடர்புகளை வலுப்படுத்திக் கொள்வதற்காகவும் தொடர்ச்சியான மாநாடுகளை நடத்தினர்.

அரசாங்கத்திடமிருந்து சிறப்புச் சலுகைககளைப் பெறுவதற்காகத் தங்களது புதிய சமூக அடையாளம், விரிவான ஆதி திராவிடர் அடையாளம் ஆகிய இரண்டையுமே பயன்படுத்தினர்.

இத்தகைய கோரிக்கைகளின் அரசியல் தாக்கங்களை உணர்ந்த காலனியாட்சி அதிகாரிகள், 'தீண்டத்தகாத' மக்களின் முன்னேற்றத்துக்காகப் பல திட்டங்களைக் கொண்டு வந்தனர். 1892ல் பிறப்பிக்கப்பட்ட அரசாணையைத் தொடர்ந்து தொடங்கப்பட்ட சில திட்டங்களின் எல்லைகளை அரசாங்கம் விரிவுப்படுத்தியது. 1920–30களில் தொழிலாளர் துறை ஒதுக்கப்பட்ட சமூகங்களின் முன்னேற்றத்துக்கான நடவடிக்கைகளில் தீவிரமாக ஈடுப்பட்டது. ஆயினும், இந்த நடவடிக்கைகளுக்கு எப்போதுமே நீதிக்கட்சி தலைவர்களின் ஆதரவும், ஒதுக்கப்பட்ட சமூகத் தலைவர்களின் ஆதரவும் கிடைத்ததாகக் கூறமுடியாது. ஆனால், தொழிலாளர் துறையின் செயல்பாடுகள் தாழ்த்தப்பட்ட சமூகத் தலைவர் களிடையே நிறுவன அமைப்பு சார்ந்த அரசியலில் ஒரு ஆர்வத்தை ஏற்படுத்தின.

'தமிழகத்தில் ஆதி திராவிடர் அரசியல் உருவாக்கம்' என்ற ஐந்தாவது அத்தியாயத்தில் நான் இருபதாம் நூற்றாண்டின் முற்பகுதியில் ஒதுக்கப்பட்ட சமூக அரசியலில் ஏற்பட்ட பல்வேறு விதமான போக்குகளையும் கட்டங்களையும் விரிவாகக் குறிப்பிட்டிருக் கிறேன். பறையர் சமூகத்தின் படித்த பிரிவினரது செயல்பாடுகளி லிருந்தே ஆதி திராவிடர் அரசியல் வளர்ச்சியடைந்தது என்ற வாதத்தை முன்வைத்திருக்கிறேன். தொடக்கத்தில் பறையர் சமூகத் தலைவர்கள் ஒரு பொதுவான திராவிடர்/தமிழர் அடையாளத்தின் அடிப்படையிலான விரிவடைந்த பிராமணர் அல்லாதார் முகாமில் ஒரு அங்கம் வகித்தனர். ஆனால், மேல் சாதிகளைச் சேர்ந்த நீதிக் கட்சித் தலைவர்களுக்கும் ஒதுக்கப்பட்ட சமூகத் தலைவர்களுக்கும் இடையே கருத்து வேறுபாடுகள் ஏற்பட்டதைத் தொடர்ந்து இந்த முன் முயற்சிகள் நீண்ட காலத்துக்கு வெற்றியளிக்கவில்லை. மதராஸ் நகரில் பக்கிங்ஹாம் அன் கர்நாடிக் மில் தொழிலாளர்களின் வேலை நிறுத்தப் போராட்டத்தின் போது இந்தக் கருத்து வேறுபாடுகள் வெளிப்படையாகத் தெரிய வந்தன.

ஆதி திராவிடர் – பிராமணர் அல்லாதார் கூட்டு உடைப்பட்டதைத் தொடர்ந்து ஒதுக்கப்பட்ட சமூகங்களின் தலைவர்கள் சட்டம் சார்ந்த விவாதங்களில் முனைப்புக் காட்ட வேண்டிய தேவை ஏற்பட்டது. அந்த விவாதங்கள் பெரும்பாலும் ஒதுக்கப்பட்ட மக்களின் முன்னேற்றங்கள் தொடர்பானவையாகவே இருந்தன. ஆயினும், இத்தகைய நிறுவன அரசியல் ஈடுபாடுகள் அவர்களிடையே

பல்வேறு பிளவுகளுக்கு இட்டுச்சென்றன. யாரைச் சார்ந்திருப்பது என்பதிலும் ஒடுக்கப்பட்டோர் தலைவர்களிடையே வேறுபாடு ஏற்பட்டது. இத்தகைய சூழலில் ஒடுக்கப்பட்டோர் தலைவர்கள் சிலரும் அவர்களது ஆதரவாளர்களும் பெரியார் தொடங்கிய சுயமரியாதை இயக்கத்தின்பால் ஈர்க்கப்பட்டனர்.

ஆயினும், சைமன் கமிஷன் அறிக்கை வெளியானதைத் தொடர்ந்து, ராவ் பகதூர் ஆர். சீனிவாசன், எம்.சி. ராஜா ஆகியோர் தலைமையிலான எதிரெதிர் அணிகளிடையே ஒரு குறுகிய கால ஒற்றுமை ஏற்பட்டது. ஒதுக்கப்பட்ட சமூகங்களுக்கு சட்டமன்றத்தில் இட ஒதுக்கீடு, கூடுதல் இடங்கள் ஆகிய கோரிக்கைகளை இருவருமே தற்காலிகமாக ஆதரித்தனர். ஆனால், 1932ல் கையெழுத்தான வகுப்புவாரி உடன்பாட்டைத் தொடர்ந்து இந்த இரு அணிகளுக்கும் இடையேயான இணக்கம் உடைந்தது. காந்தியின் உண்ணாவிரதம், காங்கிரஸ் கட்சியின் ஹரிஜன முன்னேற்றப் பிரசாரம் இரண்டுமாகச் சேர்ந்து ஒதுக்கப்பட்ட சமூகங்களின் தலைவர்களிடையேயான பிளவை விரிவுபடுத்தின. காங்கிரஸ் கட்சியுடன் நெருக்கமான தொடர்புகளை வளர்த்துக்கொள்ளவேண்டும் என்பதற்கு ராஜா ஆதரவளிக்க, தனித் தொகுதிகள் ஒதுக்கப்படவேண்டும் என்ற அம்பேத்கர் நிலைப்பாட்டுக்கு சீனிவாசன் ஆதரவாக நின்றார்.

இந்தப் பிளவை முழுமையாகப் பயன்படுத்திக்கொண்ட காங்கிரஸ் கட்சி, ஒதுக்கப்பட்ட மக்களிடையே தனது செல்வாக்கை வளர்த்துக் கொள்ள முயன்றது. 1937ம் ஆண்டுத் தேர்தல் முடிவுகள், இரட்டை அடுக்குத் தேர்தல் முறையைத் தனக்கு சாதகமாகப் பயன்படுத்திக் கொள்வதில் காங்கிரஸ் கட்சி வெற்றிபெற்றது என்பதைக் காட்டின. ராஜாஜி அமைச்சரவை ஹரிஜன மேம்பாட்டுக்கென பட்ஜெட்டில் கூடுதல் நிதி ஒதுக்கீடுகளைச் செய்தது, இந்த சமூகங்களிடையே மேலும் மாறுபாடுகளை ஏற்படுத்தியது. ஆதி திராவிடர்களின் போராட்டங்களைத் தன்வசப்படுத்திக்கொள்ளும் முயற்சியாக, அமைச்சரவை ஆலய நுழைவுரிமைப் பிரச்னையை எடுத்துக் கொண்டது. 1940களில் தாழ்த்தப்பட்ட சமூக அமைப்புகளோடு காங்கிரஸ் கட்சியின் தொடர்பு மேலும் விரிவடைந்தது.

1946ம் ஆண்டுத் தேர்தலுக்கு முன், தனித் தொகுதிகளுக்கான காங்கிரஸ் வேட்பாளர்கள் சுமுகமாகவும் விரைவாகவும் முடிவுசெய்யப் பட்டது, மதராஸ் பட்டியல் சாதிகள் சம்மேளனத்தின் (எம்எஸ்சிஎப்) தேர்தல் வாய்ப்புகளுக்குப் பெரிய அடியாக விழுந்தது. தேர்தல் முடிவுகள் அறிவிக்கப்பட்டதைத் தொடர்ந்து, இந்த சம்மேளத்தின் சுயேச்சையான அரசியல் அடையாளங்கள் பற்றிய கனவு தகர்ந்தது.

ஆறாவது அத்தியாயத்துக்கு 'தமிழ்நாட்டில் அரசியல் அணிகளும் பிளவுபட்ட ஆதி திராவிடர் அரசியலும்' என்று தலைப்பிட்டுள்ளேன். 1947ல் இந்தியா சுதந்தரமடைந்ததைத் தொடர்ந்து, மதராஸ் மாகாணத்தில் ஏற்பட்ட அரசியல் மாற்றங்களைக் கொண்டு, ஆதி திராவிடர் அரசியலுக்கு ஏற்பட்ட வீழ்ச்சியை விளக்கியிருக்கிறேன். 1947க்கு முன்பே தனது செயல்வேகத்தை இழந்துவிட்ட ஆதி திராவிடர் அரசியல் பின்னர் தனிமனித ஆளுமைகள், சித்தாந்தங்கள், வழிமுறைகளின் அடிப்படையில் பிளவுபட்டது. தேசிய அளவிலும் மாகாண அளவிலும் முன்னணியில் இருந்த அரசியல் போக்கு களோடு கூட்டுச் சேர்ந்திருக்க ஆதி திராவிடர் அரசியல் தலைவர்கள் பலரும் விரும்பினர்.

காங்கிரஸ் மட்டுமல்லாமல் இந்திய கம்யூனிஸ்ட் கட்சி, திராவிடர் கழகம், திராவிட முன்னேற்றக் கழகம் ஆகியவற்றோடு இணைந்து செயல்படும் விருப்பங்களையும் ஒரு பகுதி ஆதி திராவிடர் தலைவர்கள் வெளிப்படுத்தினர். தஞ்சை போன்ற மாவட்டங்களில் அவர்கள் கம்யூனிஸ்ட்டுகளோடு இணைந்து செயல்படுவதில் மிகுந்த முனைப்புக் காட்டினார்கள். ஒரு வகையில், அவர்களது ஆதரவாளர் களின் சார்பு நிலை, இந்தத் தலைவர்களையும் கம்யூனிஸ்ட்டுகள் தலைமையிலான விவசாயிகள் சங்கத்துக்கு மறைமுகமாக ஆதரவளிக்க வேண்டிய கட்டாயத்தை ஏற்படுத்தியது.

அதே வேளையில் தி.க., தி.மு.க. ஆகிய கட்சிகளும் எதேச்சதி காரத்தனமாகச் செயல்பட்ட காங்கிரஸ் அமைச்சரவையை எதிர்த்து, பட்டியல் சமூக மக்களைத் திரட்ட முயன்றன. ஆயினும் 1950களின் தொடக்கத்தில் கம்யூனிஸ்ட்டுகளுடன் இருந்த தொடர்பு ஆதி திராவிடர்களுக்கு இருந்த தொடர்பு வலுவாகத் தொடர்ந்தது. இக்காலகட்டத்தில் தஞ்சை மாவட்டத்தில் நடைபெற்ற விவசாயிகள் இயக்கங்கள் இந்தத் தொடர்புகளைக் காட்டுகின்றன. சொல்லப் போனால் தஞ்சை மாவட்டத்தின் சில பகுதிகளில் கம்யூனிஸ்ட் கட்சியை 'பறையர் கட்சி', 'பள்ளர் கட்சி' என்றே மக்கள் குறிப்பிட்டார்கள். ஆனால், உ.1952ல் பண்ணையாள் பாதுகாப்பு அவசரச் சட்டம் பிறப்பிக்கப்பட்டதைத் தொடர்ந்து, தஞ்சை மாவட்டத்தின் கிராமப் பகுதிகளில் கம்யூனிஸ்ட்டுகளின் செல்வாக்கில் சரிவு ஏற்பட்டது. மதராஸ் பட்டியல் வகுப்பினர் சம்மேளனத்துடன் அவர்கள் ஏற்படுத்திக்கொண்ட கூட்டும் பலனளிக்கவில்லை.

கிராமப்பகுதிகளில் போராட்டங்களுக்கு அணிதிரட்டுவதில் கம்யூனிஸ்ட்டுகளின் இயலாமையால் விவசாயத் தொழிலாளர்கள் பொறுமையிழந்தார்கள். சமுதாயத்தில் நலிவுற்ற பிரிவினரின்

முன்னேற்றத்துக்காக காமராஜர் தலைமையிலான காங்கிரஸ் கட்சி பல்வேறு திட்டங்களை அறிவித்தது. அதைத் தொடர்ந்து விவசாயத் தொழிலாளர்கள் காங்கிரஸ் கட்சியின்பால் ஈர்க்கப்பட்டார்கள். கம்யூனிஸ்ட்டுகளின் செல்வாக்கைத் தகர்க்கும் நோக்கத்துடன், பிரஜா சோசலிஸ்ட் கட்சியோடு கூட்டுச்சேர்ந்த காங்கிரஸ், பூதான இயக்கத்துக்கு ஆதரவளித்தது. கம்யூனிஸ்ட்டுகளின் வலிமையைத் தகர்க்க காங்கிரஸ் மேற்கொண்ட முயற்சிகளை எம்எஸ்சிஎப் அமைப்பில் ஏற்பட்ட பிளவு பெருமளவுக்கு எளிதாக்கியது.

சம்மேளனத்தின் புத்த சமயத் தலைவர்களும் தொண்டர்களும், கம்யூனிஸ்ட்டுகளோடு கூட்டுச் சேர்வதை விட, திராவிடக் கட்சிகளோடு கூட்டுச் சேர்வதால் ஆதி திராவிடர்களுக்கு அதிக பலன்கள் கிடைக்கும் என்று வாதிட்டனர். ஆனால் அவர்களால் தங்கள் விருப்பத்தை சம்மேளனத்தின் முடிவாக்க முடியாமல் போனதால், ஆதி திராவிடர்களைத் தங்களது அணிகளுக்குள் கொண்டுவர தி.க., தி.மு.க. இரண்டு கட்சிகளும் முயன்றன. தி.மு.க., எம்எஸ்சிஎப் இடையே குறுகிய காலத்துக்கு ஒரு உறவு ஏற்பட்டிருந்தது. அந்தக் கூட்டு உடைந்ததைத் தொடர்ந்து, பல முன்னணி ஆதி திராவிடர் தலைவர்கள் தேசிய அளவில் பட்டியல் சமூகங்களின் குரலாக உருவாக்கப்பட்டிருந்த இந்திய குடியரசுக் கட்சியின் மதராஸ் கிளையை ஏற்படுத்த ஆதரவளித்தார்கள். இவ்வாறாக, ஆதி திராவிடர் அரசியலுக்குள் ஏற்பட்ட முரண்பாடுகள், தேசிய அரசியலில் ஆளுமை செலுத்திய இயக்கங்களோடு இணைவதற்கு இட்டுச்சென்றன என்ற வாதத்தை முன் வைத்திருக்கிறேன்.

9

கிட்டத்தட்ட ஒரு நூற்றாண்டு காலம் இந்தியாவின் சமுதாய, அரசியல் வளர்ச்சிப்போக்குகளின் பின்னணியில் தேசியத் தன்மை தொடர்பான விவாதங்களில் இருந்த சிக்கலான கூறுகளைத் தாழ்த்தப்பட்ட சாதிகளின் இயக்கங்கள், அடையாளப் பிரச்னைகள் பற்றிய ஆய்வுகள் வெளிப்படுத்துகின்றன. இது சமகால இந்திய மக்கள் என்ற ஆய்வுத் திட்டத்தில் வெளிப்பட்ட சிந்தனைகளையும் கருத்தாக்கங்களையும் முன்னுக்குக் கொண்டுவரக்கூடும்.[104] ரைஸ்லி போன்ற காலனிய இனவரைவியலாளர்கள் சாதி, மத வேறுபாடுகள் இந்திய தேசியத்துக்கு முட்டுக்கட்டையாக இருந்தன என்று கூறினர். இதற்கு மறுப்புத் தெரிவித்துள்ள நிகோலஸ் டிர்க்ஸ், ‘சமூக வகைப்பாடுகளை ஆராய முயல்கிறது என்றாலும் கூட இது தேசிய எழுச்சிக்கான சமூக

வாய்ப்புகளையும் வரலாற்று வாய்ப்புகளையும் அங்கீகரிக்கத் தவறுகிறது,' என்கிறார்.[105]

அண்மையில் கே.எஸ். சிங் அறிவார்ந்த வழிகாட்டலில் மேற் கொள்ளப்பட்ட இந்திய மக்கள் ஆய்வுத் திட்டத்தில் 'இந்தியா ஒரு பண்பாட்டுப் பரப்பாக இருந்து வந்துள்ளது, இந்தியா ஒரு நாகரிகப் பரப்பாக இருந்து வந்துள்ளது,' என்று அழுத்தமாகக் கூறப் பட்டுள்ளது. 'இந்தியாவுக்குக் கடந்த காலத்தில் ஒரு நாகரிகமாக அல்லது ஒரு பண்பாட்டுத் தளமாக ஒரு இனவரைவியல் சார்ந்த ஒத்திசைவு உண்டு. அது சமகாலத்தில் ஒரு அரசியல் கட்டமைப் பாகவும் அது திகழ்வதன் நியாயத்தைக் காட்டுகிறது,' என்று தனது நேர்காணலில் கூறினார் கே.எஸ். சிங். காலனிய இனவரைவியல் முயற்சிகளில், இந்திய சமூகங்களைப் பிணைத்த தொடர்புகள் முற்றிலுமாகக் கண்டுகொள்ளாமல் விடப்பட்டன என்றார் அவர். 'இந்த ஒருமைப்பாட்டுத் தொடர்புகளை ஆராய்வதே பெருமளவுக்கு இந்தத் திட்டத்தின் நோக்கம்,' என்றும் அவர் கூறினார்.[106]

குறிப்பிடப்பட வேண்டிய ஒரு நிகழ்ச்சிப்போக்காக, கால ஓட்டத்தில் தேசியக் கண்ணோட்டங்கள் என்பதிலும் பல முக்கியமான மாற்றங்கள் ஏற்பட்டன. கடந்த காலத்திலும் தற்போதும் நிலவி வருகின்ற சமுதாயக் கட்டமைப்புகள் பற்றிய மதிப்பீடுகளில் சாதி என்ற சொல்லுக்கு மாறாக, சமூகம் என்ற சொல் பயன் படுத்தப்படுவதில் கூட இந்த மாற்றம் பிரதிபலிக்கிறது. தேசிய அளவிலான ஆய்வுத்திட்டங்களில் சமூகம், ஒற்றுமை என்பன உள்ளிட்ட சொல்லாடல்களுக்கு முக்கியத்துவம் அளிப்பது பொருத்த மானதுதான். ஆனால், குறிப்பாக தலித் சமூகங்கள் பற்றிய ஆய்வுகளில், மதிப்பீட்டுக்கான ஒரு கூறாக சாதியின் பங்கு குறித்து எடுத்துக்கொள்வதன் முக்கியத்துவத்தை இது குறைத்துவிடுகிறது. அடையாளத்தின் நெகிழ்வுத் தன்மையை ஆய்வாளர்களும் அதிகார வர்க்கத்தினரும் ஏற்றுக்கொள்கிறார்கள் என்ற போதிலும், இந்தியாவின் அன்றாட தேசிய வாழ்க்கையில் சாதிக்கு உள்ள முக்கியத்துவம் தொடர்வது குறித்து அணுகுவதில் ஒரு ஒருங்கிணைந்த வழிமுறைகளை வகுக்க வேண்டிய தேவை இருக்கிறது.

நடைமுறையில், சில சமூக வகைப்பாடுகளுக்கு முன்னுரிமை அளிக்கிற அபாயம் எப்போதுமே இருக்கத்தான் செய்கிறது. இனத்தையும், இனக்குழுவாதத்தையும் அடிப்படையாகக் கொண்டு எழுப்பப்பட்ட, மக்களைக் கூறுபோடும் வரலாற்று ஒடுக்குமுறைச் சுவர்கள் தகர்க்கப்பட்டாக வேண்டும்தான். மேல் சாதிகள், கீழ்ச்சாதிகள் என்ற பாகுபாடுகள் நிராகரிக்கப்பட்டு, பன்முகத்தன்மை வாய்ந்த, ஒன்றையொன்று சார்ந்திருக்கிற அடையாளங்களுக்கு ஆதரவான நிலைக்கு முக்கியத்துவம் அளிக்கப்பட வேண்டும்தான்.

ஆனால், எந்தவொரு தனி அடையாளமும் பாலினம், வயது, சாதி, வர்க்கம், இனம், தேசியம், மதம் ஆகிய கூறுகளும் எண்ணற்ற வேறு பல கூறுகளும் கலந்த கலவைதான், ஒரு குறிப்பிட்ட வகைப்பாட்டை மட்டும் வைத்து மதிப்பிடுவதை அது தள்ளுபடி செய்கிறது என்ற வாதம் முன்வைக்கப்பட்டாக வேண்டும். ஒரு கெடுவாய்ப்பாக, பல மானுடவியலாளர்களும் வரலாற்றாய்வாளர்களும் தங்களது ஆய்வு களில் சமூக அடையாளத்தின் நெகிழ்வுத்தன்மையையும் சமூக அடையாளத்தின் நுட்பமான தன்மையையும் வலிந்து வகைப் படுத்துவதில் உள்ள சிக்கல்களையும் முற்றிலுமாகப் புறக்கணித்து வந்திருக்கிறார்கள்.[107]

காலனியாட்சி காலத்திலும், அதற்குப் பிந்தைய காலகட்டத்தின் தொடக்க ஆண்டுகளிலும் தாழ்த்தப்பட்ட சாதிகளின் இயக்கங்களைப் பற்றிய ஆய்வு கவனத்துக்குரிய பல்வேறு கூறுகளை வெளிப் படுத்துகிறது. 'காலனியாட்சியமைப்பு பல்வேறு வழிகளில் சாதியத்தைக் கெட்டிப்படுத்தியுள்ளது.

அதே வேளையில் அடித்தட்டு சமூக மக்கள் தங்களை உறுதிப்படுத்திக்கொள்வதற்கான வாயிலையும் அது திறந்து விட்டது,' என்று ஆய்வாளர் கெய்ல் ஓம்வெட் உள்ளிட்ட சமூக ஆய்வாளர்கள் கூறுகிறார்கள்.[108] தாழ்த்தப்பட்ட சாதிகளைச் சேர்ந்த சிந்தனையாளர்கள் பலர், கடந்த காலத்தில் தங்களுக்கு அளிக்கப் பட்ட தாழ்வான நிலைக்கு எதிர்ப்புத் தெரிவிக்கிறார்கள், சமூக சமத்துவத்துக்கான கோரிக்கைகள் நிறைவேறச் செய்வதற்காக தலித் வெகுமக்களாகத் தங்களை முன்னிறுத்திக்கொள்ள முயல்கிறார்கள் என்பது உண்மையே. அதே வேளையில் பொருளாதார அடிப் படையிலும் சமூக அடிப்படையிலும் மேல் சாதியினருக்குப் பணிந்திருக்க வேண்டிய நிலையை விளக்குவதற்கும், காங்கிரஸ் கட்சியின் மேல்தட்டுத்தனமான தேசியவாதத்தைச் சாடுவதற்கும் கடந்தகால வரலாற்றையே சார்ந்திருக்கிறார்கள்.

பல நேரங்களில் உண்மை நடப்புகள் கற்பனை உலகங்களிலிருந்து வெகுவாக மாறுபட்டவையாகவே இருக்கின்றன. சாதி அமைப்புக் குள்ளேயே நிலவும் வர்க்க வேறுபாடுகள் ஒன்றுபட்ட அடை யாளத்தை உருவாக்குகிற முயற்சிகளுக்குக் குறுக்கே நிற்கின்றன. பண்பாட்டு அடிப்படையிலும் பொருளாதார அடிப்படையிலும் எவ்வகையிலும் முடிவானவையாக இறுதிப்படுத்தப்பட்டுவிட வில்லை. தேசியவாதத்துக்கு எதிராகத் தாழ்த்தப்பட்ட சமூகங்களின் தலைவர்கள் தெரிவித்துள்ள கருத்துகளில் இது வெளிப்பட்டிருக் கிறது. எதிர்ப்புக் குரல்களுக்கு மாறாக, இணைந்து செயல் படுவதற்கான குரல்கள் ஓங்கி ஒலித்த காலகட்டங்கள் உண்டு.

தேசியத்துக்கு எதிரான வாதங்கள், தேசியவாதக் குரல்களோடு ஒருங்கிணைந்து ஒலித்த காலகட்டங்களும் உண்டு.

சாதிமறுப்புச் சிந்தனையாளர்களும் தலைவர்களும் வெளிப்படுத்திய எதிர்ப்புகள் ஒருபுறமிருக்க, தாழ்த்தப்பட்ட சாதிகளின் அரசியலிலேயேகூடப் பல மாறுபட்ட போக்குகளும் தன்மைகளும் வெளிப்பட்டுள்ளன. சொல்லப்போனால், தேசியவாதத்துக்கு எதிரான விமர்சனங்களை இவ்வகை அரசியல் மற்றும் இயக்கங்களின் ஒற்றை வெளிப்பாடாகப் பார்க்கக்கூடாது. மாறாக தேசியவாதத்தை முன்வைத்தவர்களுக்கும் மாற்று வகை தேசியவாதத்தை முன்வைத்த வர்களுக்கும் இடையேயான உரையாடல்களாகவே இவற்றைப் பார்க்க வேண்டும். இது பற்றிய ஆழமான ஆய்வுகளும் மேற் கொள்ளப்பட்டாக வேண்டும். இறுதியான, ஆனால் எவ்வகையிலும் முக்கியத்துவம் குறையாத ஒரு கருத்து: தேசிய அரசு, தேசியவாதம் ஆகியவை குறித்த 'தாழ்த்தப்பட்ட சாதி' கண்ணோட்டங்கள் கடந்த ஆண்டுகளில் மாறியிருக்கின்றன.[109] இந்திய தேசியம் பற்றி மிகவும் பொருள்பொதிந்த, மிக விரிவான வரையறுப்புகளைச் செய்வதற்கு முயற்சிகள் நடந்துள்ளன. ஜனநாயகமயமாக்கலுக்கான கோரிக்கைகள் அண்மைக்காலமாக எழுப்பப்படுவதில் இது எதிரொலிக்கிறது. அவ்வாறு ஜனநாயகமயமாக்குவதே தலித் நலன்களுக்கும் குரல் களுக்குமான பிரதிநிதித்துவம் விரிவடைவதற்கு இட்டுச்செல்லும் என்ற நம்பிக்கை உருவாகியுள்ளது.[110]

1

நழுவிய சுதந்தரம்: பத்தோன்பதாம் நூற்றாண்டில் தமிழகத்தில் பறையர்களும் வேளாண் அடிமைத்தனமும்

பத்தொன்பதாம் நூற்றாண்டின் தொடக்க ஆண்டுகளில் கிழக்கிந்திய கம்பெனி இந்தியாவை அடக்கியாண்டுகொண்டிருந்தது. அதன் அன்றைய மதராஸ் நிர்வாகம், தமிழ்நாட்டின் தாழ்த்தப்பட்ட சாதிகளைச் சேர்ந்த பெரும் பகுதியினர் நாட்டுப்புற அடிமைத் தனத்தில் வாழ்ந்துகொண்டிருக்கிறார்கள் என்ற முடிவுக்கு வந்தது. எப்போது தொடங்கியது என்று சொல்ல முடியாத அளவுக்கு நெடுங்காலமாக இங்கு பல்வேறு வடிவங்களில் அடிமைத்தனம் இருந்து வந்திருக்கிறது; கிராமங்களைச் சேர்ந்த இந்த உழைக்கும் வர்க்கத்தினரின் வாழ்க்கை நிலைமைகளும் அனுபவங்களும் இங்கிருந்த பல்வேறு நிலக் குத்தகை வடிவங்கள், விவசாய முறைகள் ஆகியவற்றைப் பொறுத்து மாறுபட்டிருந்தன என்று கண்டறியப்பட்டது. தமிழ்நாட்டுக்குள் பரவலாக இருந்த நாட்டுப்புற அடிமைத்தனத்துக்கும் அன்றைய மிராசு நடைமுறைக்கும் இடையே நேரடித் தொடர்பு இருப்பதையும் நிர்வாக அதிகாரிகள் சுட்டிக்காட்டினர்.[1]

நில உடைமையாளர்கள், நிலத்தில் உழைப்பவர்கள் ஆகிய இரு தரப்பாரும் தமக்குள் செய்துகொண்ட ஒப்பந்தத்தின் அடிப்படையில் தமிழகத்தில் நாட்டுப்புற அடிமைத்தனம் நிலவியது என்றும் அந்த அதிகாரிகள் 1810ஆம் ஆண்டுகளின் பிற்பகுதியில் குறிப்பிட்டனர்.[2] நாட்டுப்புற அடிமை வாழ்க்கையில் தள்ளப்பட்ட 'தீண்டத்தகாத வர்கள்' உள்ளிட்ட பெரும் எண்ணிக்கையிலான கீழ்ச்சாதியினர் நிலத்திலிருந்து பிரிக்கமுடியாத பண்ணையடிமைகள் என்ற நிலைக்குத் தள்ளப்பட்டார்கள் என்று சொல்லப்பட்டது.[3] தனிப்பட்ட சேவக முறை, நிலம் சார்ந்த சேவகம் ஆகிய இருவகை நடைமுறை களுமாகச் சேர்ந்து அடிமைத்தனமான வாழ்க்கையை வாழவேண்டிய

கட்டாயத்தைப் பெரும்பாலான 'பஞ்சமர்' மக்களுக்கு ஏற்படுத்தியது என்று அந்த அதிகாரிகள் கூறினர். பல்வேறு வகையான கொத்தடிமை வடிவங்கள் நிலம் சார்ந்த அடிமைமுறையால் உருவாக்கப்பட்டு நிலைநிறுத்தப்பட்டன. அவற்றை அடையாளப்படுத்துகிற 'பறச்சேரி', 'தீதர் பறையன்' போன்ற பதங்கள் பரவலாகப் புழக்கத்துக்கு வந்தன.

தென்னிந்திய மக்களின் சமூகப் பொருளாதார நிலைமைகள் குறித்து ஃபிரான்சிஸ் புக்கானன் ஓர் அறிக்கை அளித்தார். அது நிலம் சார்ந்த கொத்தடிமை தொடர்பாக பிரிட்டிஷ் அதிகாரிகளின் கண்ணோட்டங் களைப் பெருமளவுக்கு வடிவமைத்திருக்கிறது. அவர் தனது அறிக்கையில் அன்றைய மதராஸ் மாகாணத்தின் பல்வேறு பகுதிகளில் நிலவிய நிலம் சார்ந்த கொத்தடிமை முறைகள்பற்றி விரிவாகக் குறிப்பிட்டிருக்கிறார். கர்நாடகத்தின் தாழ்நிலப்பகுதிகள் போன்ற வட்டாரங்களில் பிராமண நில உடைமையாளர்கள் மிக அரிதாகவே தங்களது நிலங்களில் தாங்களே இறங்கிச் சாகுபடி செய்தார்கள்; பெரும்பாலும் அந்த வேலைகள் பறையர், புலையர், சக்கிலியர், தோட்டி ஆகிய 'பஞ்சம பந்தம்' எனப்பட்ட, தாழ்த்தப் பட்ட சாதிகளைச் சேர்ந்த அடிமைகளிடமே விடப்பட்டன என்று சுட்டிக்காட்டினார்.[4]

பறையர் என்போர் இந்து சாதியக் கட்டமைப்புக்கு வெளியே இருந்த தீண்டத்தகாத சமூகத்தினர் என்றுதான் பத்தொன்பதாம் நூற்றாண்டின் பெரும்பகுதிவரையில் ஆங்கிலேய அதிகாரிகள் கருதினார்கள். ஊருக்கு வெளியே தனிக்குடியிருப்புகளில் பறையர்கள் வசித்து வந்தனர். பறச்சேரி என்று குறிப்பிடப்பட்ட அந்தக் குடியிருப்புகளில் பறையர்கள் இலவசமாகவே தங்களது குடிசைகளைக் கட்டிக் கொண்டார்கள். நில உடைமை உரிமை பெற்றிருந்த மிராசுதார்களின் கீழ் பறையர்கள் வேலை செய்தார்கள்.[5] கிராமங்களில் 'பண்ணை யாட்கள்' என்ற பெயரில் நிலையான பண்ணைத் தொழிலாளர்களாக அல்லது 'பணியாட்கள்' என்ற பெயரில் கூலி அடிப்படையில் வேலை செய்தவர்களே பறையர்கள் என்றும் கருதப்பட்டனர்; விவசாயத் தொழிலாளர்களாகப் பணிபுரிந்த பறையர்கள் 'அடிமைகள்' என்றும் குறிப்பிடப்பட்டனர்.[6]

பத்தொன்பதாம் நூற்றாண்டின் முற்பகுதியில், அன்றைய மதராஸ் மாகாணத்தின் பெரிய தீண்டத்தகாத விவசாயத் தொழிலாளர் சமூகமாக இருந்தவர்களே பறையர்கள். இன்றைய தமிழகத்தின் பெரும்பாலான இடங்களில் பரவலாக இருக்கின்றனர். பறையர் என்ற பெயர், அவர்கள் பயன்படுத்திய தோலிசைக் கருவியான பறை என்பதிலிருந்தே உருவானது என்று பொதுவாகக் கருதப்படுகிறது.[7]

ஈமச்சடங்குகளிலும் கிராம விழாக்களிலும் பறையடிக்கிறவர்கள் என்றே அவர்களைப்பற்றிப் பொதுவாக ஆங்கிலேய அதிகாரிகள் குறிப்பிட்டனர். அவர்களது எண்ணிக்கை அதிகரிக்க அதிகரிக்கத் துப்புரவு, இறந்தோர் உடல்களை அடக்கம் செய்தல் போன்ற மதிப்புக் குறைவான வேலைகளில் ஈடுபட வேண்டிய கட்டாயம் அவர்களுக்கு ஏற்பட்டது.

இவ்வாறாக அவர்களது சமூகமே மதிப்புக் குறைவானதாக ஆக்கப்பட்டு, அவர்களைத் தொடுவது தூய்மைக்கேடு என்பதாக இழிந்த முத்திரை குத்தப்பட்டது.[8] பறச்சேரிகளில் இருந்த அவர்களது குடியிருப்புகள்கூட, அவர்கள் எந்த அளவுக்குக் கிராமங்களின் நில உடைமையாளர்களான உயர்சாதி இந்துக்களின் சுரண்டலுக்கும் ஒடுக்குமுறைகளுக்கும் உள்ளானார்கள் என்பதற்குச் சாட்சியமாக அமைந்தன.

எனினும், காலனியாதிக்க காலத்துக்கு முந்தைய தென்னிந்தியாவில் பறையர் என்ற சொல் எப்படிப் பயன்படுத்தப்பட்டது என்பது குறித்து ஆய்வாளர்களிடையே மாறுபட்ட கருத்துகள் உள்ளன. பர்ட்டன் ஸ்டெய்ன் போன்ற ஆய்வாளர்கள் 'அடிமைகள்' என்ற சொல்லையே பயன்படுத்தியிருக்கிறார்கள்.[9] மத்திய காலத் தமிழகத்தில் இருந்த நிலம் சார்ந்த சேவக முறை என்பது பத்தொன்பதாம் நூற்றாண்டில் அடிமைத்தனம் குறித்து பிரிட்டிஷ்காரர்கள் முன்வைத்த சிந்தனை களோடு முழுவதுமாகப் பொருந்திவிடவில்லை என்று அந்த ஆய்வாளர்கள் அழுத்தமாகக் கூறினர்.

பழைய தலைமுறைகளைச் சேர்ந்த தமிழ் ஆய்வாளர்கள் இந்த மக்களைப் பறையர்கள்[10] என்று குறிப்பிடுவதற்கு மாறாக, அடிமை, அடிமைத்திரள், அடிமைகள் போன்ற பொதுவான சொல்லாடல் களையே பயன்படுத்தினார்கள். இது ஒருபுறமிருக்க, கி.பி. மூன்றாவது நூற்றாண்டு, நான்காவது நூற்றாண்டைச் சேர்ந்த அடிமைச் சமூகத்தினர் பறையர்கள் அல்லது தாழ்ந்த சாதியினர் என்றே குறிப்பிடப்பட்டார்கள், ஊருக்கு வெளியே குடியிருக்குமாறு தள்ளப்பட்டார்கள் என்று ஆய்வாளர் கேத்லின் கோவ் சுட்டிக் காட்டியிருக்கிறார். எதுவானாலும், பத்தொன்பதாம் நூற்றாண்டில், ஆய்வாளர்களாகவும் இருந்த பிரிட்டிஷ் அதிகாரிகள், தென்னிந்தி யாவுக்குள் பிரிட்டிஷ்காரர்கள் வருவதற்கு முன்பிருந்தே பறையர் என்ற சொல் புழக்கத்தில் இருந்தது என்ற கருத்தைப் பரப்புவதற்கு முயன்றனர்.[11]

பத்தொன்பதாம் நூற்றாண்டின் இடைக்காலத்தில் காலனியாட்சி சார்ந்த இன ஆராய்ச்சியாளர்கள் தங்களது சொந்தக் கண்ணோட்டங்

களுக்கு ஏற்ப சாதிய அமைப்பை மதிப்பிடுவதற்கு முயன்றனர். அவர்களில் பெரும்பாலோர் இனக்கோட்பாட்டின் செல்வாக்குக்கு உட்பட்டிருந்தனர் என்று தெரிகிறது. இந்திய சமுதாயம் 'தன்னுள் நிறைவடைந்த, இன அடிப்படையில் மற்றவர்களிடமிருந்து தனித்து ஒதுங்கியதல்ல, நிச்சயமாக அது 'வட்டாரப் பேரரசுக்கான நிலப்பரப்பையோ போர் வியூக முக்கியத்துவத்தையோ' பெற்றிருக்க வில்லை என்று கருதினார்கள்.'[12]

இந்தியாவைப்பற்றி முதிர்ச்சியற்ற முறையிலும், சமூகப் படிநிலைகள் அடிப்படையிலும் சித்திரித்ததற்காக அவர்கள் 'கிழக்கத்தியவாதிகள்' என்று ஏளனம் செய்யப்பட்டார்கள். எனினும் அவர்களது கருத்துகளில் நுணுக்கமான வேறுபாடுகள் இருக்கவே செய்தன. ஒருவகையில் அவர்களது ஆய்வுக்கட்டுரைகள் நுட்பமானவை யாகவும் கவர்ச்சிகரமாகவும் இருந்தன. அது மட்டுமல்லாமல், இந்தியாவின் சாதியப் படிநிலை அமைப்பு குறித்தும் அதன் சமுதாயத் தாக்கங்கள் குறித்தும் ஒரேவகையான கோட்பாட்டை உருவாக்கி இட்டுக்கட்ட முயன்ற காலனியாதிக்கவாதிகளிடமிருந்து மாறு பட்டிருந்தன. அறிவுவார்ந்ததாகவும் இருந்தன.

1860ஆம் ஆண்டுகளிலிருந்து, இன ஆய்வியலில் மேற்கத்திய வழிமுறையைப் பின்பற்றிய காலனியாதிக்க ஆய்வாளர்கள், இன ஆய்வுக்கான அறிவியல் அளவுகோல்களாக 'உடலமைப்புத் தன்மை', 'மொழி', 'நாகரிகம்', 'மதம்' ஆகியவற்றைப் பெரிதும் சார்ந்திருக்கத் தொடங்கினார்கள்.[13] டார்வினியத் தருக்கமுறையைப் பின்பற்றவும் அவர்கள் முன்வந்தார்கள். அதன் அடிப்படையில், இந்திய மண் இந்து என்ற ஒற்றை இனத்தின் ஆளுமைக்கு உட்பட்ட தல்ல, மாறாக இரு வேறு இனப்பிரிவுகளைக் கொண்டது என்ற கருத்து முன்வைக்கப்பட்டது. மேலும், இந்த இரு இனப்பிரிவுகளுக் கிடையேயான மோதல்கள், இடப்பெயர்ச்சிகள், கலப்புகள் காரணமாக இந்தியத் துணைக்கண்டம் தனித்தனிப் பண்பாடுகளும் மொழிகளும் இனப்பிரிவுகளும் கொண்ட மண்டலங்களாகப் பிரிந்து அமைந்தது என்றும் கருதப்பட்டது.[14]

தனது சொந்த இன அடிப்படையிலான ஆய்வுகளை மேற்கொள்ளத் தவறிய இந்து மனப்போக்கு குறித்து அந்நாளில் வால்ட்டர் எலியட் போன்ற ஆய்வாளர்களும் சுட்டிக்காட்டினர். இந்து என்பது ஒரே இனம் என்ற கருத்தை அவரும் மறுத்தார். தென்னிந்தியா பல இனங்கள் கலந்து வாழ்கிற நிலப்பகுதி; குறிப்பாக ஆரியர் அல்லாதவர்களான திராவிட இனம் சார்ந்த மக்கள் வாழ்கிற நிலப்பகுதி என்றே அவரும் குறிப்பிட்டார். அவர்கள் குறைந்தது ஆறு துணைப்பிரிவுகளாக இருந்தனர்.

உயர்ந்த இனம் தாழ்ந்த இனம் என்பதை வரையறுக்க உடலமைப்பு, இயற்கையான செயல்முறைகள் ஆகிய அடிப்படைகளை ஆய்வாளர்கள் எடுத்துக்கொள்கிறார்கள். தென்னிந்தியாவில் குறிப்பிட்ட சாதிப் பெயர் தாங்கிய சமூகப் பிரிவினர் மற்ற பிரிவுகளிலிருந்து உடல் அமைப்பிலோ, இயற்கையான செயல்திறனிலோ எவ்வகையிலும் மாறுபட்டிருக்கவில்லை. பறையர் சாதியைச் சேர்ந்தவர்களிலேயே சிலர் சிவந்த தோல் நிறமும் நல்ல உயரமும் கொண்டவர்களாக இருந்தனர். அதே இனப்பிரிவுகளைச் சேர்ந்த மற்றவர்கள் கறுத்த மேனியும் குறைந்த உயரத்துடன் பருமனான உடல்வாகு கொண்டவர்களாகவும், மிகவும் ஒடுங்கிய முகத்தோற்றத்துடன் இருந்தார்கள் என்று எலியட் பதிவு செய்திருக்கிறார்.[15]

தூய சாதி, தூய்மையற்ற சாதி என்பது தொடர்பான பிராமணிய வரைமுறைகளுக்குள் தென்னிந்திய மக்கள் தங்களை உட்படுத்திக் கொள்ளவில்லை என்றும் தமது ஆய்வறிக்கையில் எலியட் கூறியிருக்கிறார். அவர் இப்பகுதி மக்களை இனக்கோட்பாடு அடிப்படையிலேயே, உடல் அமைப்பு, வாழ்க்கை நெறிகள், நாகரிக வளர்ச்சி நிலை ஆகிய கூறுகள் சார்ந்தே வகைப்படுத்தினார். தென்னிந்தியாவின் கீழ்ச்சாதிகளைச் சேர்ந்தவர்கள், இதர பகுதிகளைச் சேர்ந்த கீழ்ச்சாதிகளைப்போலவே ஆரியர் வருகைக்கு முந்தைய இனத்தின் வழிவந்தவர்களே; அவர்கள் சாதிய விதிகளுக்கும் கட்டுப்பாடுகளுக்கும் உட்படாதவர்களாக இருந்தவர்களே என்று கூறினார். மிகவும் உயர்ந்தநிலையில் நாகரிகமடைந்திருந்த மக்கள் கூட்டத்தின் வழிவந்தவர்கள், இன அடிப்படையில், மிகுந்த சுதந்தர வாழ்க்கையில் நாட்டம் கொண்டவர்கள் இவர்கள் என்ற கருத்தையும் எலியட் முன்வைத்தார்.

தென்னிந்தியாவைப் பொறுத்தவரையில் பிராமணிய அடிப்படையிலான சாதிக்கட்டமைப்புகள் அந்நியமானவையே; இங்கு அவை அண்மைக்கால நிகழ்ச்சிப்போக்குகளே என்கிறார் எலியட். இப்பகுதியில் வாழும் பெரும்பாலான மக்கள் விடுதலை மனப் போக்கு கொண்டவர்கள், மேன்மையும் சுதந்தரமும் தேசிய உணர்வும் குடியாட்சி மனப்பாங்கும் கொண்ட ஒரு தீவிர இன மரபின் ஆளுமைக்கு உட்பட்டவர்கள் என்பது அவரது வாதம். திராவிட இனத்தை வகைப்படுத்திய அவர், அரசியல் அடிப்படையில் வரையறுக்கப்பட்ட ஒழுக்கவியல் பண்புகளுக்கு முக்கியத்துவம் அளித்தார் என்பது தெளிவு.[16]

திராவிட இனத்தை எலியட் மூன்று பிரிவுகளாக வகைப்படுத்தினார். முதல் பிரிவைச் சேர்ந்தவர்கள் மற்றவர்களிடமிருந்து பொருட் களைக் கவர்ந்து வாழ்ந்தவர்கள்; பாளையப் பகுதிகளைச் சேர்ந்த

கள்ளர், மறவர் உள்ளிட்ட சமூகங்கள் இப்பிரிவில் அடங்குவர். இரண்டாவது பிரிவினர், முதல் பிரிவைப்போல அல்லாமல் மிகவும் ஒதுக்குப்புறமான பகுதிகளில் வாழ்ந்த கோண்டு மக்கள். காட்டுத் தனமானவர்கள் என்று அவர்களைப்பற்றிக் குறிப்பிட்டார் எலியட். இப்படிப்பட்ட தனித்து ஒதுங்கிய சூழலில் வாழ்ந்ததால் கோண்டு மக்களும் அவர்களைச் சார்ந்த இதர மக்களும் தங்களுடைய 'இன அடையாள'த்தைப் பாதுகாத்துக்கொள்ள முடிந்தது என்கிறார்.

மூன்றாவது பிரிவினராக அவரால் வகைப்படுத்தப்பட்டவர்கள் ஓரளவுக்கு மாறுபட்டவர்கள்; நிலத்தைப் பண்படுத்திப் பயிர்வளர்ப் போராக அடிமை வாழ்க்கை வாழும்படியாகச் சிறுமைப்படுத்தப் பட்டவர்கள். எலியட் தமது இன ஆய்வியல் அறிவைச் சோதித்துப் பார்க்க இரண்டாவது, மூன்றாவது பிரிவுகளை எடுத்துக்கொண்டார். கோண்டு மக்களும் பறையர், ஹோலியர், சாமர் உள்ளிட்ட அடிமைச் சமூகங்களின் மக்களும் இன அடிப்படையில் ஒரே மாதிரியானவர்கள் தான் என்ற முடிவுக்கு வந்தார்.[17]

எலியட் தமது வாதத்துக்கு வலுச்சேர்க்க, கோண்டு சமூகத்தினருக்கு இருந்த நரபலி அளிக்கும் மனப்பாங்கைச் சுட்டிக்காட்டினார். மூன்றாவது பிரிவைச் சேர்ந்தவர்களாக அடிமைச் சமூகங்களின் சமயச் சடங்குகளில், எருமை மாடுகளைப் பலி கொடுக்கும் பழக்கம் மையமானதாக இருந்தது. கோண்டு மக்களின் பலி கொடுக்கும் சடங்குகள், எருமை மாடுகளைப் பலிகொடுத்த பழங்காலப் பழக்கத்தின் அடிப்படையிலேயே உருவாகியிருக்கும் என்ற ஊகத்தின் அடிப்படையிலேயே தமது வாதங்களை முன்வைத்தார். ஆக, சாமர், பறையர் ஆகிய அடிமைச் சமூகங்களும் காடுகளில் வாழ்ந்த கோண்டு சமூகமும் ரத்த பலி வழிபாட்டுமுறைகளைக் கடைப்பிடித்த ஒரே பழங்குடி இனத்தின் வழிவந்தவர்களே, வரலாற்றில் ஒருகட்டத்தில் தனித்தனியாகப் பிரிந்த பின்னரும்கூட அந்தப் பழக்கங்களைத் தொடர்ந்தவர்களே என்ற முடிவுக்கு வந்தார் எலியட்.

காடுகளில் சுதந்தரமாகச் சுற்றித் திரிந்த இரண்டாவது பிரிவினராகிய கோண்டு மக்களுக்கும் தமிழ் பேசும் பறையர், கன்னடம் பேசும் ஹோலியர் உட்பட அடிமைகளாக்கப்பட்டிருந்த மூன்றாவது பிரிவு மக்களுக்கும் இடையே வெளிப்படையாக வேறுபாடுகள் காணப் படுகின்றன; அவை அவர்களுக்கிடையே அடிநாதமாக ஓடும் இனம் சார்ந்த ஒற்றுமையை மறைக்கின்றன என்று கருதினார் எலியட். ஆகவே அவர் இந்த மக்களை பிராமணியக் கண்ணோட்டத்தில் தாழ்ந்த நிலையினராகவோ, சமயத் தூய்மைக்குத் தீட்டு

ஏற்படுத்தியவர்களாகவோ பார்க்கவில்லை. இந்தப் பெரிய இனத்தைச் சேர்ந்தவர்களுக்கு ஒரே மாதிரியான உடல் அமைப்புகள் இருந்ததாக அவர் கருதினார்.

'கோண்டு மக்களும் பறையர்களும் சற்று குள்ளமானவர்கள்... நடுத்தரமான உயரம் கொண்டவர்கள்... மனப்பாங்குகளைப் பொறுத்தவரையில் இவர்கள் சுறுசுறுப்பானவர்கள், துறுதுறுப் பானவர்கள், கோபக்காரர்கள், கூச்சல் போடக்கூடியவர்கள். ஆனால், கலகலப்பானவர்கள்; வேலைகளில் முழுமையாக ஈடுபடுகிறவர்கள். ஆனால் ஓய்வாக இருப்பதையும் கேளிக்கைகளையும் விரும்பு கிறவர்கள்' என்று இவர்களைப் பற்றி எழுதினார் எலியட்.

இப்படிப்பட்ட இன அடிப்படையிலான ஆய்வுகள் முக்கியத்துவம் வாய்ந்தவையாகக் கருதப்படுகின்றன. 1857 கிளர்ச்சிக்குப் பிந்தைய சூழலில் எளிய, கபடமில்லாத, 'சுதந்தரமான', 'சாதியாக அல்லாத' மக்களை ராணுவத்திலும் நிர்வாகத்திலும் நியமிக்கவேண்டும் என்ற கருத்தை எலியட் முன்வைத்தார். ஆரிய வருகைக்கு முந்தைய தென்னிந்திய மக்கள் வெளிப்படையானவர்களாக இருந்தார்கள்; அதாவது அவர்களிடையே ஒரு கிறிஸ்தவத்தன்மை இருந்தது. அதுவே அவர்களை 'நாகரிகப்படுத்துவதற்கான நிச்சயமான வழி' என்ற வாதத்தையும் முன்வைத்தார்.[18] இந்த திராவிடத் தென்னிந்தியர்கள் பிரிட்டிஷ் ஆட்சிக்கு உத்தரவாதமான ஆதரவாளர் களாக இருப்பார்கள் என்ற கணிப்புக்கும் வந்தார்.

பத்தொன்பதாம் நூற்றாண்டின் முற்பகுதியில் தமிழகத்தின் நிலம் சார் அடிமைத்தனமும் பறையர்களும்

மதராஸ் மாகாணத்தின் தமிழ் பேசும் பகுதிகளை பிரிட்டிஷ் ஆட்சியாளர்கள் பத்தொன்பதாம் நூற்றாண்டின் தொடக்ககட்டத்தில் முழுமையாகக் கைப்பற்றி முடித்தார்கள். இப்பகுதி பிரிட்டிஷ் ஆளுகைக்கு வந்ததைத் தொடர்ந்து விவசாயத்தில் புதிய ஒருங்கிணைப்பு ஏற்பட்டது. முந்தைய விஜயநகர அரசு, நாயக்கர் ஆட்சி, பாளையக்காரர் ஆட்சி ஆகிய காலகட்டங்களில் வர்த்தகம், போர், கைவினைத்தொழில், விவசாயம் ஆகியவற்றின் மூலமாகப் பொருளாதாரம் பல தளங்களில் இயங்கியது. பிரிட்டிஷ் ஆட்சியில் விவசாயம் ஒரேவகையான நடைமுறைக்கு வந்தது.

விஜயநகர ஆட்சியின்போது உண்மையில் பிராமணியம் பின்னடைந் திருந்தது. ஆனால், பிரிட்டிஷ் ஆட்சியில் பிராமணியமும் சமூகப் படிநிலைக் கோட்பாடும் மறு மலர்ச்சி அடைந்தன. நாயக்கர்களும்

புலிகேசிகளும் 'தாழ்ந்த சாதிகள்' பயனடையும்வகையில் சமூகப் பொருளாதார வாய்ப்புகளை அதிகரித்திருந்தனர். மதம் சார்ந்த பண்பாட்டுவெளியை விரிவுபடுத்தியிருந்தனர். ஆனால், பிரிட்டிஷ் அரசாங்க வட்டாரத்தினர் இந்த வளர்ச்சிப்போக்கைத் தடுத்து நிறுத்த முயன்றனர்.[19] புதிய வாய்ப்புகளை வெட்டிச் சுருக்கினர். நிலவுடைமை சார்ந்த மேலாதிக்கத்தை வட்டாரமயமாக்கினர்.

பதினெட்டாம் நூற்றாண்டின் இடைக்காலத்திலிருந்து தென்னிந்தியாவில் ஏற்பட்ட பிரிட்டிஷ் மேலாதிக்கத்தால் முக்கியப் பொருளாதாரத் தாக்கங்களும் அரசியல் தாக்கங்களும் ஏற்பட்டன. யாருடைய ஆட்சியில் பொருளாதாரம் பல தளங்களில் வளர்ந்ததோ அந்த வீரமிகு மேல்தட்டினரான நவாபுகளும் ராஜாக்களும் நாயக்கர் களும் புலிகேசிகளும் இப்போது முக்கியத்துவம் இழந்தனர். ஒரு நிறுவனக் கட்டமைப்போடு அதற்கான அக்கறைகளையும் மரபுகளையும் கைவிடாத மேல்தட்டினராக பிராமணர்களும் வெள்ளாளர்களும் இருந்தனர். இவர்கள் தங்களை மக்களுக்கும் புதிய ஆட்சியாளர்களுக்கும் நடுவே தவிர்க்க இயலாத இடைநிலையாளர் களாக முன்னிறுத்திக்கொண்டனர். பிரிட்டிஷ் அரசு மதராஸ் மாகாணத்தின் விரிவான தமிழ்ப்பகுதிகளில் விவசாய வரிவிதிப்புக் கான 'ரயத்துவாரி' முறையைக் கொண்டுவந்தது. எனினும், அதற்கான புதிய கட்டுப்பாடுகள் சமவெளிப்பகுதிகளில் கிராமத் தலைவர்களின் ஆளுமையையும், பள்ளத்தாக்குப் பகுதிகளில் மிராசுகளின் ஆளுமையையும் சட்டப்படியானதாக மாற்றின.[20]

விவசாயப் பொருளாதாரத்தில் ஏற்பட்ட மாறுதல்கள் உழைப்பாளி சாதிகளின் நிலைமைகளில் தாக்கம் செலுத்தின. பறையர்களின்மீது மேல் சாதியினரின் ஆளுமை வலுவடைந்தது. நிலம் சார்ந்த கறாரான அடிமைத்தன விதிகளை ஏற்றுக்கொண்டாகவேண்டும் என்ற கட்டாயத்துக்குப் பறையர்கள் உள்ளாக்கப்பட்டனர். [21] நிலம் சார்ந்த அடிமைத்தனம் பிரிட்டிஷ் ஆட்சிக்காலத்தில் உருவானதல்ல என்றாலும்கூட, காலனியாதிக்கத்தின் தொடக்கக் காலகட்டத்தில் ஏற்பட்ட மாற்றங்களின் காரணமாக, பறையர்கள் பெருமளவுக்கு பிராமண – வெள்ளாள நிலவுடைமையாளர்களின் கட்டளைக்குப் பணிந்து செயல்பட வேண்டியவர்களானார்கள்.[22]

விவசாயம் சார்ந்த அடிமைத்தனத்தின் பல்வேறு வடிவங்கள் மிராசு ஒப்பந்த முறையோடு நெருங்கிய தொடர்புகொண்டவையே என்று பத்தொன்பதாம் நூற்றாண்டின் தொடக்ககட்டத்தில் இருந்த எஃப்.டபிள்யு., எல்லிஸ் போன்ற ஆங்கிலேய அதிகாரிகள் கருதினர்.[23] மிராசு முறை செயல்படுத்தப்பட்ட கிராமங்களில் வாழ்ந்த

பறையர்கள் ஒருவகை ஒப்பந்தத்தின் கீழ் கட்டுப்பட்டு உழைத்தார்கள்; அது பண்ணையாள் முறையை ஒத்திருந்தது என்று எல்லிஸ் கருதினார். தொண்டைமண்டலம் பகுதியில் தாழ்ந்த சாதிகளைச் சேர்ந்த கொத்தடிமைத் தொழிலாளர்களை, அவர்கள் உழைத்துப் பயிரிட்ட நிலங்களிலிருந்து பிரித்துத் தனியாக விற்க முடியாது; அதேபோல அவர்கள் இல்லாமல் அந்த நிலங்களை மட்டும் தனியாக விற்க முடியாது என்ற நிலை இருந்ததாக எல்லிஸ் போன்றோர் பதிவு செய்தனர். இவ்வாறாக அந்த மக்கள் கிராமங்களின் கூட்டுச்சொத்தாக வைக்கப்பட்டிருந்தனர் என்றும், மிராசுகளுக்குக் கிடைத்த ஆதாயங்களில் ஒன்றாக இவர்களது உழைப்பைப் பங்குபோட்டுக்கொண்டனர் என்றும் அந்த அதிகாரிகள் கருதினர்.[24]

எனினும், அன்றைய பிரிட்டிஷ் அதிகாரிகளுக்கு, தென்னிந்தியா முழுவதும் பரவலாக இருந்த விவசாயம் சார்ந்த அடிமைத்தனத்தின் வடிவங்களை வரையறுப்பது கடினமானதாக இருந்தது. ஐரோப்பிய அனுபவங்கள் இந்திய நிலைமைகளோடு கச்சிதமாகப் பொருந்த வில்லை என்பதே இவ்வகையான குழப்பத்துக்குக் காரணம் என்கிறார் ஆய்வாளர் தர்மா குமார். இந்தியாவில் நிலவிய அடிமைத் தனத்தின் தனித்துவமான, முக்கியமான கூறு என்னவெனில் சாதிய அமைப்போடு அதற்கு இருந்த நெருக்கமான தொடர்புகள்தான் என்கிறார் அந்தப் பெண்மணி.[25]

பதினெட்டாம் நூற்றாண்டின் கடைசி ஆண்டுகளில் கிழக்கிந்திய கம்பெனி அதிகாரிகள் தென்னிந்தியாவில் பரவலாக இருந்த நிலம் சார்ந்த அடிமைத்தன நடைமுறைகளை ஆராய்வதில் ஆர்வம் காட்டினர். லயோனல் பிளேஸ் போன்றவர்கள் அன்றைய செங்கல் பட்டு மாவட்டம் தொடர்பான தங்களது அறிக்கைகளில், 'நிலவுடைமையாளர்களிடம் பணியாளர்களாக இருந்த பறையர் களுக்குக் கூலியாக கலவசம் வழங்கப்பட்டது,'[26] என்று கூறுகிறார். அந்த அடிமைத் தொழிலாளர்கள் நிலத்தோடு இணைக்கப்பட்டவர் களாக, அதனுடன் சேர்ந்து விற்கத்தக்கவர்களாக இருந்தார்கள் என்று லயோனல் பிளேஸ் கூறினார். மேற்கொண்டு ஆராய்வதற்கு அவருக்கு நேரமில்லாமல் போய்விட்டது.

ராமநாதபுரம், திருநெல்வேலி ஆகிய மாவட்டங்களின் ஆட்சியராக இருந்த ஸ்டீபன் ரம்போல்ட் லூஸிங்டன் ஊரகப்பகுதிகளில் 'தாழ்ந்த சாதி' பள்ளர்களுக்கும் இதர பிரிவினருக்கும் இடையேயான வேறுபாடுகளைப் பதிவு செய்தார்.[27] 1805ல் தஞ்சாவூர் மாவட்ட ஆட்சியராக இருந்தவர், பொதுவாக நில உடைமையாளர்கள் பள்ளர்

சாதியைச் சேர்ந்த கூலித்தொழிலாளர்களை வைத்துத் தங்களது நிலங்களில் சாகுபடி செய்தனர் என்றும், அந்தத் தொழிலாளர்கள் நிலங்களின் அடிமைகளாகக் கருதப்பட்டார்கள் என்றும் குறிப்பிட்டார்.[28]

இவ்வாறாக, பறையர்கள் விவசாயம் சார்ந்த அடிமைகள் அல்லது பண்ணையடிமைகள் என்ற நிலைக்குக் கீழிறக்கப்பட்டிருந்தார்கள் என்று பத்தொன்பதாம் நூற்றாண்டின் தொடக்ககட்டத்தில் இருந்த பிரிட்டிஷ் அதிகாரிகள் பதிவு செய்தனர். பஞ்சமர் மக்கள் (இந்து சமுதாயத்துக்கு வெளியே உள்ளவர்கள்) தனிப்பட்ட அடிமைகளாகவோ நிலம் சார்ந்த அடிமைகளாகவோ [29] வாழ வேண்டிய நிலைக்குத் தள்ளப்பட்டிருந்தார்கள் என்று எஃப்.டபிள்யு. எல்லிஸ் போன்ற பிரிட்டிஷ் அதிகாரிகளும், அவர்களது உள்ளூர் உதவியாளர்களான ராமசாமி நாயுடு போன்றோரும் தங்களது அறிக்கைகளில் தெரிவித்தனர். அதேநேரத்தில், நிலம் சார்ந்த அடிமைகள், பண்ணையடிமைகள் என்ற சொற்கள் தென்னிந்திய நிலைமையைச் சித்திரிக்கப் போதுமானவைதானா என்ற குழப்பம் ஆங்கிலேய அதிகாரிகளுக்கு இருக்கவே செய்தது.

*1819*ல் மேற்கொள்ளப்பட்ட முதல் ஆய்வில் தமிழ் மாவட்டங்களில் நிலவிய அடிமைத்தன முறைகள் பற்றிய சுவையான தகவல்கள் கிடைத்தன. பல மாவட்ட ஆட்சியர்கள் தங்களது நிர்வாகப் பகுதிகளில் இருந்த அடிமை முறை பற்றிய அறிக்கைகளை அரசுக்கு அனுப்பினார்கள். தஞ்சாவூர் ஆட்சியர் ஜே. ஹெப்பர்ன் இவ்வாறு தெரிவித்தார்:

> ‘இங்குள்ள அடிமைகள் பள்ளர், பறையர் என்ற இரு சாதிகளாகவே இருக்கிறார்கள். ஏற்கெனவே சொன்னதுபோல், அவர்கள் தங்களைவிடவும் வலிமை வாய்ந்தவர்களுக்கு அடிமையாக இருக்கத் தன்னிச்சையாக முன்வருவதன் அடிப்படையிலேயே இந்த அடிமைத்தனம் உருவாகிறது. பிராமணர்கள் தங்களுடைய சாதி கருதித் தங்கள் சொந்தக் கட்டுப்பாட்டில் நேரடியாக வைத்துக்கொள்வதில்லை; ஆனால், தங்களைச் சார்ந்துள்ள சூத்திரர்கள் மூலமாக இவர்களை நிர்வகித்துக் கொள்கிறார்கள்.
>
> ஒருவர் அடிமையாக இருக்க ஒப்புதல் அளிக்கிறார் என்றால் அது அவரது ஆயுளோடு நின்றுவிடுவதில்லை; அவரது வாரிசுகளும் அதற்குக் கட்டுப்பட்டிருக்க வேண்டியவர்களாகிறார்கள். பதிலுக்கு, உரிமையாளர் தனது கொத்தடிமையாக வந்தவரின் குடும்பத்துக்கு எல்லாக் காலங்களிலும் அனைத்துச் சூழல்களிலும்

வாழ்க்கைத் தேவைக்கு வழிசெய்யக் கடமைப்பட்டிருக்கிறார். அடிமையாக வந்தவர் பொதுவாக வயல்களில் ஒரு தொழிலாளி யாகவே ஈடுபடுத்தப்படுகிறார் என்றாலும் உரிமையாளர் அவரைத் தன் விருப்பம்போல வேலைகளில் ஈடுபடுத்தலாம்.[30]

காவிரிப் பாசனம் நடக்கும் சில மாவட்டங்களிலிருந்தும் அடிமை முறை பற்றிய தகவல்கள் வந்திருக்கின்றன. திருச்சிராப்பள்ளி மாவட்ட ஆட்சியராக இருந்த சி.எம். லூஸிங்டன் 1819ல் வருவாய் வாரியத்துக்கு அளித்த அறிக்கையில் 'பள்ளர் அல்லது விவசாய அடிமைமுறை' நிலைமைகள் குறித்தும் அது தோன்றியது பற்றியும் விளக்கம் அளித்தார். திருச்சிராப்பள்ளி மிராசுதார்கள் பிராமணர்கள் என்பதால் விவசாய அடிமைமுறை, கடந்த காலத்தில் இருந்ததில் இருந்து எந்த மாற்றமும் இல்லாமல் இருந்தது என்பதில் சிறிதும் ஐயமில்லை என்று அந்த ஆட்சியர் கூறினார்.

அடிமைமுறையின் பல்வேறு வடிவங்களுக்கு இடையேயான வேறுபாடுகளை அவர் குறிப்பிடவில்லை என்றாலும், பள்ளர்கள் அவர்கள் வேலை செய்த நிலங்களோடு சேர்த்தும், தனியாகவும் விற்கப்பட்டார்கள் என்றார். அதே நேரத்தில், பள்ளர் முறையை ஒழிப்பதற்காக எந்த ஒரு நடவடிக்கை எடுக்கப்பட்டாலும் அது ஊரகப் பொருளாதாரத்தில் நாசகரமான விளைவுகளை ஏற்படுத்தும் என்று கூறினார். பிராமணர்கள் நிலத்தில் இறங்கி உழைக்கக்கூடாது என்று அவர்களது சாதி விதிகளால் தடுக்கப்பட்டிருக்கிறார்கள் என்பதால், பண்ணை உழைப்பிலிருந்து பள்ளர்களை விடுவித்தால் அது வருவாயைக் குறைத்துவிடும் என்று கருத்துத்தெரிவித்தார் லூஸிங்டன்.[31]

அடிமை முறை பற்றிய இப்படிப்பட்ட ஆய்வுகள், ஒரு வகையான கூலி அடிப்படையில் வேலை செய்த பண்ணைத் தொழிலாளர்களைக் குறிக்கிற பண்ணையாள் என்ற சொல்லைப் பரவலாக்கியது.[32] அடிமை என்பது போன்ற தமிழ்ச்சொற்களும் பிரிட்டிஷ் அதிகாரிகளிடையே புழங்கத் தொடங்கின. எனினும் அடிமை என்ற சொல்லைவிட, பண்ணையாள் என்ற சொல்லே மிகுதியாகப் பயன்படுத்தப்பட்டது. எனினும் விவசாயத் தொழிலாளர்களாக இருந்த சாதியினரைக் குறிக்கும் பள்ளி, பள்ளன், பறையன்போன்ற பொதுவான பெயர்களையே பிரிட்டிஷ் அதிகாரிகள் பயன்படுத்தினர்.[33]

விவசாய அடிமை முறையின் தோற்றம் குறித்து விவாதித்த கிழக்கிந்திய கம்பெனி அதிகாரிகள், தமிழ் பேசும் சில பகுதிகளில், பண்ணையாள்கள் அடிமைநிலையில் பாடுபட்டுக்கொண்டிருந்ததைப் புரிந்துகொண்டார்கள். அவர்கள் அடிமைகளாகவே பிறந்தவர்கள்

என்றும், சாவு வருகிற வரையில் அவர்களுக்கு அதிலிருந்து விடுதலை என்பதே கிடையாது என்றும் நம்பப்பட்டது. இழிவானதாகவும் புனிதமற்றதாகவும் பொதுவாகக் கருதப்பட்ட கடினமான வேலைகளை அந்த அடிமைகள் செய்தாக வேண்டியிருந்தது என்று அதிகாரிகள் குறிப்பிட்டனர். புனிதமற்ற வேலை, சுதந்தரமற்ற நிலை இரண்டும் இந்த அடிமைமுறையின் தனித்துவமான தன்மைகளாக இருந்தன.

தமிழ் மாவட்டங்கள் அனைத்திலும் பண்ணையாட்கள் விற்கப் பட்டார்கள் அல்லது அடகுவைக்கப்பட்டார்கள் என்பதற்கு பிரிட்டிஷ் அதிகாரிகள் ஏராளமான ஆதாரங்களை முன்வைத்தார்கள். அந்த ஆதாரங்கள் அடிப்படையிலேயே இங்கு அடிமைகள் விலைக்கு விற்கப்படுவதும் வாங்கப்படுவதும் நடந்துவந்தது என்று அழுத்தமாகக் கூறுகிறார் தர்மா குமார்.[34] 1819ல் திருநெல்வேலியைச் சேர்ந்த ஒரு ஆண் தொழிலாளிக்கு விலையாக ரூ.32 வரையில் கிடைத்தது; தென் ஆற்காட்டைச் சேர்ந்த ஒரு அடிமைக் குடும்பத்துக்கு ரூ.35 முதல் ரூ.175 வரையில் விலை தரப்பட்டிருக்கக் கூடும். கோயம்புத்தூர் பகுதியில் ஒரு நல்ல அடிமைக்குக் கிட்டத் தட்ட ரூ.50 விலை தர வேண்டியிருந்தது. எனினும் எப்போதாவது தான் அந்த அளவுக்கு விலை கிடைக்கும். சில நிகழ்வுகளில், நிலங்கள் அடகு வைக்கப்பட்டபோது அத்துடன் அடிமைகளும் சேர்க்கப்பட்டார்கள் என்று அரசாங்க ஆய்வு அறிக்கைகளின் அடிப்படையில் நிறுவ முயல்கிறார் தர்மா குமார்.

அடிமைகள் உண்மையாகவே விற்பனை செய்யப்பட்ட முறையில் பல மாறுதல்கள் இருந்ததை ஆய்வாளர்கள் சுட்டிக்காட்டுகிறார்கள். கொத்தடிமைத் தொழிலாளர் விற்பனை என்பது கொத்தடிமை முறையின் தனித்தன்மையாக இருக்கவில்லை என்று நிறுவப் பட்டுள்ளது. அரசாங்க அறிக்கைகளிலும் பிற்காலத்திய ஆய்வு களிலும் கொத்தடிமைத் தொழிலாளர்கள் விற்கப்பட்டது பற்றிக் கூறப்பட்டிருக்கிறது என்றாலும், அது அடிக்கடி நடந்ததாகவோ பெரிய அளவுக்கு நடந்ததாகவோ சொல்லப்படவில்லை.

கொத்தடிமை முறைக்கும் அசையும் சொத்தாகக் கொத்தடிமைகள் நடத்தப்பட்ட முறைக்கும் இடையே தொடர்பு இருந்ததாகக் காட்டும் ஆய்வு முயற்சி எதுவும் நடந்ததாகத் தெரியவில்லை. காலனியாதிக்கத்துக்கு முந்தைய காலங்களில் நில விற்பனை என்பதே அரிதாகத்தான் இருந்தது; இதனால் நிலத்துடன் சேர்த்து அடிமைகள் விற்கப்பட்டது என்பதும் மிகக் குறைவாகவே இருந்தது.[35] மிகக் குறைந்த செலவில் உழைப்பைப் பெற விரும்பிய

நில உடைமையாளர்கள் கடுமையான நிதி நெருக்கடி ஏற்பட்டாலன்றி தொழிலாளர்களை விற்பதைத் தவிர்த்தனர்.

கொத்தடிமைத் தொழிலாளர்கள் தங்களைத் தாங்களே உடைமையாளர்களிடம் விற்றுக்கொண்டதும் அரிதாகவே நடந்தது என்கிறார் ஆய்வாளர் நில்மானி முகர்ஜி. மதுரையிலும் திண்டுக்கல்லிலும் மட்டுமே இந்தப் பழக்கம் இருந்துவந்திருக்கிறது. 1819ல் நடந்த அரசாங்க விசாரணை அடிப்படையில் விவசாய அடிமைத்தனம்பற்றி ஆராய்ந்த முகர்ஜி, தமிழ் மாவட்டங்களில் கொத்தடிமைகள் விற்கப்பட்ட நடைமுறை வட்டாரத்துக்கு வட்டாரம் மாறுபட்டிருந்தது என்கிறார். 'ஆய்வு நடத்தப்பட்ட காலகட்டத்தில் (1792-1827) பொதுவாக அடிமை முறை என்பது மெள்ள மெள்ள மறைந்து கொண்டிருந்த அமைப்பாகவே இருந்ததாகத் தெரிகிறது'[36] என்கிறார் அவர்.

ஆக, நிலத்தோடு இணைந்த அடிமை முறை நிலவினாலும்கூட அடிமைகளை விற்பதும் வாங்குவதும் மிக அரிதாகவே நடந்திருக்கிறது. பத்தொன்பதாம் நூற்றாண்டின் தொடக்கப் பத்தாண்டுகளில் மாவட்டத்துக்கு மாவட்டம் இந்தப் பழக்கம் மாறுபட்டிருந்தது என்கிறார் தர்மா குமார். பண்ணையாட்கள் விற்பனை அரிதாக நடந்தது என்று பிரிட்டிஷ் மாவட்ட ஆட்சியர்கள் பலரும் அறிக்கை அளித்திருக்கிறார்கள். தஞ்சாவூர் மாவட்ட ஆட்சியர் 1819ல் அளித்த அறிக்கையில், 'பறையர்களும் இதர தாழ்ந்தசாதிகளும் அடிமை ஒப்பந்தங்களுக்குள் வந்தார்கள் என்றாலும் அவர்கள் விற்கப்படுவது அரிதாகவே இருந்தது' என்று கூறினார்.[37] மதுரை, செங்கல்பட்டு மாவட்டங்களின் ஆட்சியர்களும் கூட அடிமை முறை தனது முந்தைய வீரியத்தைப் பெரிதும் இழக்கத் தொடங்கிவிட்டது என்றே கருத்துத் தெரிவித்தார்கள்.[38]

அதிகாரப்பூர்வ ஆவணங்களில், அடிமை முறைக்கும் சாதிப் பின்னணிக்கும் இடையேயான தொடர்புகளை நுட்பமாகப் பதிவு செய்யும் முயற்சிகள் நடந்திருக்கின்றன.[39] மிராசுதார்கள் தங்களுக்கு ஊரில் இருந்த உடைமைகளோடு உடைமைகளாக அடிமைகளும் சம அளவுக்கு இருந்ததாகக் காட்டிக்கொண்டனர் என்று 1819ல் தென்னாற்காடு மாவட்ட ஆட்சியர் 1819ல் அளித்த அறிக்கையில் கூறியிருக்கிறார். பிராமணர்கள் தங்களது அடிமைகளாகப் பள்ளிகள் அல்லது பண்ணையாள்களை நியமித்துக்கொண்டனர், பிராமணர் அல்லாதவர்கள் பள்ளர்களையும் பறையர்களையும் தங்களது அடிமைகளாக நியமித்துக்கொண்டனர். இந்த விவரங்கள் கற்பிதங்களாகவே இருந்தனவேயன்றி உண்மையானவையாக இல்லை.[40]

இதனிடையே, தொழிலாளியை நியமிப்பது, விற்பது என்ற மொத்த நடைமுறையும் மிராசுதார்களின் அதிகாரத்தாலேயே முடிவு செய்யப் பட்டது. ஊரின் உடைமைகளோடு உடைமையாகக் கருதப்பட்ட தொழிலாளிகளை நிலத்திலிருந்து பிரித்துத் தனியாக விற்க முடியாது. ஒவ்வொரு மிராசுதார் வருகிறபோது, ஊரின் சொத்தில் அவருடைய பங்குக்கான காலகட்டத்தில், அவரது நிலத்தில் தொடர்ந்து உழைப்பதே தொழிலாளர்களின் கடமையாக இருந்தது. ஆனால், ஒரு மிராசுதார் தனது சொந்த உடைமையாக வைத்திருக்கக்கூடிய தொழிலாளிகளை, நிலத்தோடு இணைக்காமலே விற்பனை செய்து கொள்ளலாம்.[41]

கிராமத்தின் உடைமையோ மிராசுதாரின் சொந்த உடைமையோ விவசாயத் தொழிலாளர்களைப் பொறுத்தவரையில் அவர்களுக்கு எவ்வித சுதந்தரமும் கிடையாது. அவர்களது வருமானத்தில் பெரும் பகுதி மற்றவர்களின் நிலங்களில் உழைப்பதாலேயே கிடைத்தது என்று அன்றைய தஞ்சாவூர் மாவட்ட ஆட்சியரால் பதிவு செய்யப் பட்டிருக்கிறது. அவர்களில் பெரும்பாலோர் நாள் முழுக்க வேலை செய்ய வேண்டியிருந்தது. ஆனால் அவர்களுக்குக் கிடைத்த கூலியோ மிகச் சொற்பமாக இருந்தது. நிலம் சார்ந்த அடிமைகள் வேலைவாங்கப்பட்டதைப் பற்றி அந்த ஆட்சியர் தெரிவித்துள்ள விவரங்கள் சுவையானவை:

'விவசாய சாகுபடியின் அனைத்துப் பிரிவுகளிலும் நில அடிமைகள் அவர்களது எசமானர்களால் ஈடுபடுத்தப்படு கிறார்கள். வயலை உழுவது, விதைப்பது, நிலத்துக்கு நீர் பாய்ச்சுவது முதலான அனைத்துக் கடினமான வேலைகளிலும் ஆண்கள் ஈடுபடுத்தப்படுகிறார்கள்; நாற்று நடுவதில் பெண்கள் ஈடுபடுத்தப்படுகிறார்கள்; அறுவடையில் இரு பாலருமே ஈடுபடுத்தப்படுகிறார்கள்... விவசாய அடிமைகள் குழுக்களாக இணைந்து வேலை செய்கிறார்கள். கிராமத்துக் கணக்குப் பிள்ளை அவர்களது வேலைகளைப் பதிவு செய்துகொண்டு, மேற்பார்வை யிடுகிறார். ஆயினும் அவர்கள் தனிப்பட்ட முறையில் யாருடைய கண்காணிப்புக்கும் உட்படுத்தப்படவில்லை, அல்லது யாருடைய பொறுப்பிலும் விடப்படவில்லை.

பொதுவாக சூரிய உதயத்தில் தொடங்கிப் பொழுது சாயும் வரையில் அவர்கள் வேலை செய்கிறார்கள். இடையில் ஓரிரு மணிநேரம் உணவுக்காக இடைவேளை. வாரத்தில் ஒரு குறிப்பிட்ட நாள் வேலையிலிருந்து ஓய்வு என்பதெல்லாம் அவர்களுக்கு இல்லை. ஆனால் நேர்த்திக்கடன், புத்தாண்டு

போன்ற சில முக்கிய விழாக்காலங்களில் விடுமுறை உண்டு. ஒவ்வொரு நாளும் ஒரு குறிப்பிட்ட பணி என்பதும் அவர்களுக்குக் கிடையாது. ஒவ்வொரு எசமானரின் அடிமைகளும் அவரது நிலத்தில் பயிர் சாகுபடிக்கும் பாசனத்துக்கும் தேவைப்படும் அளவுக்கு வேலை செய்தால் போதுமானது. எசமானரின் இல்லத் திருமணம் போன்ற நிகழ்ச்சிகளின்போது பந்தல் போடுவது போன்ற வேலைகளிலும் இவர்கள் ஈடுபடுத்தப்பட்டார்கள்.

அரசாங்கம் அமைக்கும் பெரிய கால்வாய்களில் ஏதேனும் உடைப்பு ஏற்பட்டால், அதைச் சரிப்படுத்தும் வேலைகளில் எசமானர்களுக்கு மாவட்ட ஆட்சியர்கள் தாக்கீது அனுப்புவதன் அடிப்படையில் இவர்கள் அழைக்கப்பட்டார்கள். கோவில் விழாக்களின்போது பெரிய தேர்களின் கனத்த வடம் பிடித்து ஊரைச் சுற்றியோ கிராமத்தைச் சுற்றியோ இழுத்துச் செல்வதற்கும் இவர்கள் பயன்படுத்தப்பட்டார்கள். இப்படித் தேர் வடம் பிடித்து இழுப்பதில் ஆயிரக்கணக்கானோர் ஈடுபடு கிறார்கள். பெரிய கோவில்கள் உள்ள, அடிக்கடி திருவிழாக்கள் நடைபெறுகிற ஊர்களில், குறிப்பாகத் தஞ்சாவூரில் இது ஒரு கடினமான பணியாகும்.'[42]

தமிழகத்தின் பெரும்பாலான மாவட்டங்களில் 'தீண்டத்தகாதவர்கள்' என ஒதுக்கப்பட்ட பணியாட்களும் பண்ணையாட்களும் கடனில் மூழ்கியிருந்தார்கள். எசமானர்களுக்கும் பணியாட்களுக்கும் இடையே தலைமுறை தலைமுறையாக உறவு இருந்ததால், தொழிலாளர்களின் வாரிசுகள் எசமானர்களின் வாரிசுகளிடமிருந்து ஒரு உரிமையாகவே வேலையைக் கேட்டுப் பெற்றனர். இத்தகைய அடிமைத்தனத்தில் சில ஆதாயங்களும் இருந்தன. எடுத்துக்காட்டாக, வேலைவாய்ப்பு என்பது ஒரு உரிமையாகவே கிடைத்தது. ஆயினும், தமிழகத்தில் நிலவிய அடிமை முறை ஒரு மாறுதல் கட்டத்தில் இருந்தநிலையில், தொழில் உறவுக்கும் சாதி அமைப்புக்கும் இடையேயான தொடர்புகள் பிரிட்டிஷ் அதிகார வர்க்கத்தின் மனங்களில் பெரும் தாக்கத்தை ஏற்படுத்தின.

உள்ளூர் மட்டத்திலான அடிமைமுறைக்குச் சில நேரங்களில் அதிகாரப்பூர்வ ஆசிர்வாதங்கள் கிடைத்தன. ஓடிப்போன அடிமை களை மறுபடியும் கொண்டுவருவதற்கு மாவட்ட ஆட்சியர்கள் உதவியதுண்டு.[43] இந்தியாவில் நிலவிய அடிமை முறை மேற்கிந்தியத் தீவுகளிலும் பிரேசிலிலும் நடைமுறையில் இருந்த அடிமை முறைகளிலிருந்து மாறுபட்டது என்று கிழக்கிந்திய கம்பெனி அதிகாரிகள் கருதினார்கள். கொத்தடிமை முறை என்பது

இந்திய சமுதாயத்தின் ஒருங்கிணைந்த அங்கம்; எனவே விவசாய அடிமை முறையை ஒழித்துக்கட்டினால் விவசாயத்துக்கே பாதிப்பு ஏற்பட்டுவிடும் என்று நம்பினார்கள். ஐரோப்பிய நாடுகளில் பத்தொன்பதாம் நூற்றாண்டின் தொடக்ககட்டத்தில் பரவிய அடிமை முறை எதிர்ப்பு இயக்கத்தின் எல்லைக்குள் இந்தியாவையும் உட்படுத்த அவர்கள் விரும்பாதது ஏன் என்பதை இது விளக்குகிறது.[44]

பறையர்களின் சமூக, சமய, பண்பாட்டு வாழ்க்கை

பத்தொன்பதாம் நூற்றாண்டின் தொடக்ககட்டத்தில், இழிந்த மனிதப் பிறவிகளாக ஒதுக்கப்பட்டிருந்த பறையர்கள் அன்றைய மதராஸ் மாகாணத்தின் தமிழ் மாவட்டங்கள் முழுவதும் பரவியிருந்தார்கள். செங்கல்பட்டு, தென் ஆற்காடு, வட ஆற்காடு, தஞ்சாவூர், திருச்சிராப் பள்ளி மாவட்டங்களில் பறையர்கள் மிகுதியாக இருந்தார்கள். இதர சாதிகளைப்போலவே பறையர் சமூகத்திலும் நிறைய உட்பிரிவுகள் உண்டு. பத்தொன்பதாம் நூற்றாண்டின் இறுதிக்கட்டத்தில் மக்கள் தொகை கணக்கெடுப்பை மேற்கொண்ட அதிகாரிகள், பறையர் சமூகத்தில் 13 பிரதான பிரிவுகளின் கீழ் 300–க்கு மேற்பட்ட உட்பிரிவுகள் இருந்ததாகக் குறிப்பிட்டனர். ஒவ்வொரு பிரிவுக்கும் வள்ளுவப் பறை, தத்தா பறை, தங்கலானா பறை, தர்க்கலி பறை, குழி பறை, தியா பறை, முரசு பறை, அம்பு பறை, வாலி பறை, வெட்டியார் பறை, கோலியப் பறை என்று தனித்தனிப் பெயர்கள் இருந்தன.[45]

பறையர்களிடையே மிகுந்த மரியாதைக்கு உரியவர்களாக இருந்தவர்கள் வள்ளுவப் பறையர். அவர்கள் மற்ற பிரிவுகளுக்கு ஆன்மிக குருமார்களாக இருந்தார்கள். தங்களுடைய வாழ்க்கை முறை, சுத்தமான பழக்கவழக்கங்கள் காரணமாக உயர்வான சமூக நிலை அவர்களுக்கு இருந்தது. உயர்வான சமூக நிலை தங்களுக்கு உண்டு என்பதை நியாயப்படுத்துவதற்காக, பிராமணர்களுக்கு முன் பல்லவ மன்னர்களுக்கு பூசாரிகளாக இருந்தவர்கள் தாங்கள்தான் என்ற கருத்தைப் பரப்பவும் வள்ளுவர்கள் முயன்றனர்.[46]

தங்கலானா பறையர்கள் அல்லது தோண்டா பறையர்கள் எனப்படு வோர் எண்ணிக்கையில் மிகுந்தவர்கள்; வள்ளுவர்கள் தவிர இவர்களும் மிகவும் மரியாதைக்கு உரியவர்கள். பெரும்பாலும் இவர்கள் விவசாயத் தொழிலாளர்களாகவும் பண்ணை அடிமை களாகவும் வேலை வாங்கப்பட்டார்கள். இவர்களில் சிலர் சிறு கடை நடத்துவோராகவும் கைவினைஞர்களாகவும் வீட்டு வேலைக்காரர் களாகவும் வீட்டுக் காவலர்களாகவும் இருந்தனர். பறையர் களிடையே ஒரு முக்கியமான பிரிவாக இருந்தவர்கள் வெட்டியான் பறையர்கள். இவர்கள் பறையடிப்பவர்களாக, இறந்தோருக்கான

| 80 |

இறுதிச்சடங்குகளை மேற்கொள்வோராக இருந்தனர். அநேகமாக, தமிழ்நாட்டின் எல்லா கிராமங்களிலும் இவர்கள் இருந்தார்கள். குறிப்பாக சாதி இந்துக்கள் அதிகமாகக் குடியிருந்த பகுதிகளில் இவர்களது பணிகள் தவிர்க்க முடியாதவையாக இருந்தன.[47] கோலியப் பறையர்கள் பொதுவாக நெசவாளர்களாக இருந்தார்கள், பெரும்பாலும் துணிகள் நெய்வதில் ஈடுபட்டார்கள்.

உட்பிரிவுகள் பல இருந்தும் பறையர் சமூகத்தில் மோதல்கள் எதுவும் பத்தொன்பதாம் நூற்றாண்டின் பெரும்பகுதியில் ஏற்பட வில்லை என்றே பிரிட்டிஷ் அதிகாரிகள் குறித்துள்ளனர். இப்படிப்பட்ட உட்பிரிவுகள் தொழில் நிலைகள் காரணமாகவே ஏற்பட்டனவே யன்றி, மதம் சார்ந்த காரணங்களால் அல்ல என்று அவர்கள் கூறினர். பறையர்கள் சாத்தானை வழிபடும் சமூகமாகக் குறிப்பிடப் பட்டனர்.[48] ஆனால், இப்படியான சித்திரிப்புகள் நடைமுறையில் பறையர்களின் சமயம், சமயச் சடங்குகள் பற்றிய முழுமையற்ற சித்திரத்தையே தருகின்றன.

பதினெட்டு, பத்தொன்பதாம் நூற்றாண்டுகளில் பறையர்களுக்கு பிராமணிய சமய நடைமுறைகளோடு எவ்விதத் தொடர்பும் இருந்ததில்லை. ஏனென்றால், அவர்கள் இந்து மதக் கட்டமைப்பி லிருந்தே விலக்கிவைக்கப்பட்டிருந்தார்கள். வேறு சொற்களில் சொல்வதானால், இந்து சமுதாயத்துக்கு வெளியே நிறுத்தப்பட்டவர் களான பறையர்கள் சிவன் கோவில்களுக்கு உள்ளேயோ விஷ்ணு கோவில்களுக்கு உள்ளேயோ நுழைய அனுமதிக்கப்படவில்லை. ஆனால், சில இடங்களில் இந்து தெய்வங்களுக்கு அவர்கள் பணம் காணிக்கையாகச் செலுத்த முன்வந்தால் அது ஏற்கப்பட்டது; எனினும் அந்தக் காணிக்கை ஒரு இணக்கமான சூத்திரனின் கையாலேயே கொடுக்கப்படவேண்டும் என்று இருந்தது. திருவள்ளூர் நகரின் ஸ்ரீ வீர ராகவாச்சாரியார் சுவாமி திருக்கோவில் உள்ளிட்ட இந்து சமய ஆலயங்களில் இந்த நடைமுறை இருந்ததாகக் கூறப்படுகிறது.[49]

பறையர்கள் உண்மையிலேயே எந்த மதத்தைச் சார்ந்தவர்கள் என்பது குறித்து பத்தொன்பதாம் நூற்றாண்டு முழுக்க அதிகாரிகளிடையே குழப்பம் நிலவியது. சிலர் அவர்களை சைவர்கள் என்றும், சிலர் அவர்களை வைஷ்ணவர்கள் என்றும் வகைப்படுத்த முயன்றனர். இந்தக் குழப்பத்துக்குக் காரணம் பறையர்களிடையே நிலவிய மாறுபட்ட வழிபாட்டு முறைகள்தான். தேவதைகள் (அதாவது வேதங்களிலும் காப்பியங்களிலும் புராணங்களிலும் கூறப்படுகிற பல்வேறு தெய்வங்களுக்கு அப்பாற்பட்ட) என்று பொதுவாக அறியப்பட்ட பெண் தெய்வங்களை வழிபடுவதற்கு பறையர்கள் மிகுந்த முக்கியத்துவம் அளித்தனர்.

ஆனால், இப்படிப்பட்ட பல பெண் தெய்வங்களை இந்துக்கள் சிவனின் பெண் வடிவாகிய சக்தியோடு அடையாளப்படுத்தி வந்திருக்கிறார்கள். அந்த அடிப்படையில் பறையர்களை சைவர்களாகக் கண்டனர். எனினும், இப்படிப்பட்ட இன அடையாளங்களில் எவ்வித முக்கியத்துவமும் இல்லை. ஏனெனில் வைஷ்ணவர்கள்போல் நெற்றியில் நாமம் இடுகிற பழக்கத்துக்கோ சைவர்கள்போல் திருநீறு பூசும் பழக்கத்துக்கோ பறையர்களிடையே சிறிதும் முக்கியத்துவம் இல்லை.[50]

பத்தொன்பதாம் நூற்றாண்டில், 'கடவுள்' எனப்பட்ட அனைத்துக்கும் மேலான, எங்கும் பரவிய பரம்பொருள் மீது பறையர்களுக்கு நம்பிக்கை இருந்தது என்றாலும், முனிகளையும் சிறு தெய்வங்களையும் வழிபடுவது அவர்களிடையே பரவலாக இருந்தது.[51] சிறுதெய்வங்கள் அல்லது தேவதைகள் பொதுவாக 'தாய்' அல்லது 'அம்மன்' என்று அழைக்கப்பட்டன. சில இடங்களில் அந்தப் பெண் தெய்வங்கள் கன்னித்தெய்வங்களாகக் கருதப்பட்டன; காரணம் அந்தத் தெய்வங்களுக்குக் கணவர்கள் இல்லை.[52] பறையர்களின் குடியிருப்பாகிய சேரிகளில் சிறு வளாகத்தில் அல்லது சிறியதொரு மேடையில், அல்லது வேப்ப மரத்தின் கீழ், சில இடங்களில் ஓலைக் குடிசைகளில் வைக்கப்பட்ட ஏழு கற்கள் அல்லது ஏழு செங்கல்கள் மூலமாக அந்தத் தெய்வங்கள் அடையாளப்படுத்தப்பட்டன. சில இடங்களில் இந்தத் தெய்வங்களை வைப்பதற்காகச் சிறிய செங்கல் கோயில்கள் கட்டப்பட்டன. அந்தக் கோவில்கள் 'அம்மன் கோயில்' என்று குறிப்பிடப்பட்டன.[53]

ஒவ்வொரு கிராமத்திலும் பறையர்களால் வணங்கப்பட்ட கிராம தேவதை ஒன்று இருந்தது. ஊருக்குள் வாழ்ந்த இந்துக்களின் கிராம தேவதையுடன் அது அடையாளப்படுத்தப்பட்டது. பறையர்களின் கிராம தேவதைக்கு எனத் தங்களது சேரிப்பகுதிக்கு உள்ளேயே, தங்களது சொந்தச் சிலையை வைத்திருந்தார்கள். அந்தச் சிலைகளுக்கு எனத் தனித்தன்மை எதுவும் இருந்ததில்லை. அவற்றின் பெயர்களும் வெவ்வேறாக இருந்தன. தங்களது அம்மனும் அடுத்த கிராமத்தின் அம்மனும் ஒன்றல்ல என்றுதான் பறையர்கள் கூறினார்கள்.

இந்த வேறுபாடுகள் இருந்தாலும், அனைத்து அம்மன்களும் சகோதரிகளாகவும் கருதப்பட்டன. ஒவ்வொரு அம்மனும் அதன் கோயில் இருந்த பறைச் சேரி அல்லது கிராமத்தின் காவல் தெய்வ மாகக் கருதப்பட்டது. தங்களையும் தங்களது கால்நடைகளையும் நோய்களிலிருந்தும் பேரிடர்களிலிருந்தும் பஞ்சத்திலிருந்தும் அம்மன் பாதுகாப்பதாக கிராமத்து மக்கள் நம்பினார்கள்.[54]

அனைத்துப் பிரிவு கிராம தேவதைகளுக்குமான வழிபாட்டு முறைகள் மிக எளிமையானவை. தேவதையாக உருவகிக்கப்பட்ட அடையாளத்தின் முன்பாக நெடுஞ்சாண்கிடையாக விழுந்து எழுந்து அதற்கு எண்ணெய் அபிஷேகம் செய்வார்கள். முக்கியமான நாட்களில் பறையர்கள் தேங்காய் உடைப்பார்கள்; ஆடு, கோழி எனப் பலியிடுவார்கள். பெரும்பாலும் கங்கம்மாள், மாரியத்தாள் ஆகிய இரண்டு பெண் தெய்வங்களுக்குப் பறையர்களிடையே மதிப்பு மிக்க இடம் இருந்தது.[55] காலரா நோயைக் கட்டுப்படுத்தும் தெய்வமாக கங்கம்மாளையும் அம்மை நோயோடு தொடர்புள்ள தெய்வமாக மாரியாத்தாளையும் கருதினார்கள்.

பல தமிழ் மாவட்டங்களில் பறையர்கள் வைகாசி மாதத்தில் (மே-ஜூன்) கங்கம்மாளைக் கொண்டாடும் விழாக்களை நடத்தினார்கள். அப்படிப்பட்ட விழாக்களில் பல சூத்திர சாதிகளைச் சேர்ந்தோரும் கலந்துகொண்டார்கள். இதேபோல் ஆவணி (ஆகஸ்ட்) மாதத்தில் மாரியாத்தாளுக்கு விழா எடுத்தார்கள். அந்த விழா பத்து நாட்கள் வரையில் நடக்கும். அப்போது அம்மனின் உருவத்தை சலவைத் தொழிலாளர்கள் (வண்ணார்கள்) தூக்கிக்கொண்டு சுற்றி வருவார்கள். அம்மனின் கோபத்தைத் தணிப்பதற்காக அவர்கள் அருள் வந்து ஆடுவார்கள்.[56]

பறையர்களின் சமயச் சடங்குகளில் குறிப்பிடத்தக்க மற்றொரு அம்சம் ஆவிகளையும் பேய்களையும் பிசாசுகளையும் வணங்குவதாகும். அசாதாரணமான முறையில் மரணமடைகிறவர்களின் ஆவிகள் தான் பேய்கள் என்ற நம்பிக்கை இருந்தது. அந்தப் பேய்கள் கொடூரமானவை என்றும் ரத்த தாகம் கொண்டவை என்றும் நம்பப்பட்டது.[57]

திருக்குறளை வழங்கிய திருவள்ளுவர் எந்தச் சாதியைச் சேர்ந்தவர் என்ற விவாதம் பத்தொன்பதாம் நூற்றாண்டின் நடுவில் எழுந்தது. அது பறையர்/வள்ளுவன் சாதி அடையாளங்களை முன்னுக்குக் கொண்டுவந்தது. 1856ல் 'எ கம்பேரிட்டிவ் கிராமர் ஆஃப் தி திராவிடியன் ஆர் சவுத் இண்டியன் ஃபேமிலி ஆஃப் லாங்குவேஜஸ்' (திராவிட அல்லது தென் இந்திய மொழிக் குடும்பம் பற்றிய ஓர் ஒப்பீட்டு ஆய்வு) என்ற புகழ்பெற்ற நூலை எழுதியவரான ராபர்ட் கால்டுவெல், திருக்குறள் மிகப் பழமையான தமிழ் நூல் என்றும், அதை எழுதிய திருவள்ளுவர் ஒரு பறையர் என்றும் கருத்துத் தெரிவித்தார்.[58] பின்னர் திருநெல்வேலி மாவட்டம் பற்றி எழுதிய கால்டுவெல், 'தமிழ்ப் புலவர்களிடையே ஒரு மன்னர் போன்ற மரியாதையைப் பெற்றவர் திருவள்ளுவர் (பறையர்களின்

மதிப்புக்குரிய குரு என்பது திருவள்ளுவர் என்ற சொல்லின் பொருள்). ஒரு பறையராக இருந்தும் புலவர் சபையில் அவருக்கு இந்த இடம் கிடைத்தது வியப்புக்குரிய ஒரு அரிய நிகழ்வுதான்,'[59] என்று எழுதினார்.

கால்டுவெல் தமது சமகாலத்தவர்கள் பலரும் செய்ததுபோலவே, வள்ளுவன் மரபை பிராமண எதிர்ப்பு என்ற கண்ணோட்டத்திலேயே அணுகினார். பறையர்கள்தான் உண்மையான தமிழர்கள் என்ற கருத்தை முன்வைக்க முயன்றார். 'தென்னிந்திய பறையர்கள் திராவிடர்கள்தானா?' என்ற தமது கட்டுரை ஒன்றில் அவர்கள் ஆதி திராவிடர்கள் என்று அவர் வாதிட்டார். பிராமணர்களோடு நடந்த இனக்கலப்பால் உருவானவர்களே பறையர்கள் என்ற அடிப்படையில் ஏற்படுத்தப்பட்ட புனைவுகளைப் பொய்யென ஒதுக்கித் தள்ளினார். பிராமணர்கள் தங்களது உயர் பீடத்தைத் தக்க வைத்துக்கொள்வதற்காகக் கிளப்பிய கட்டுக்கதைதான் [60] இது என்றார்.

அவரது காலத்தைச் சேர்ந்த இதர பிரிட்டிஷ் ஆய்வாளர்களது எழுத்துகளிலும் இக்கருத்துகள் பிரதிபலித்தன. 1873ல் எட்வர்ட் ஜூவிட் ராபின்சன் என்ற எழுத்தாளர், 'அவர் (திருவள்ளுவர்) ஒரு பறையர் என்பதில் எவருக்கும் ஐயமில்லை,'[61] என்று எழுதினார். சார்லஸ் கோவர் போன்ற சமயப் பிரசாரகர்களும் திருக்குறள் மீது வலிந்து ஏற்றப்பட்டிருக்கிற பிராமணியக் கருத்தாக்கம் விலக்கப்பட வேண்டும்; திருவள்ளுவர் ஒரு தாழ்த்தப்பட்ட திராவிட சாதியைச் சேர்ந்தவர்தான் என்ற உண்மை ஒப்புக்கொள்ளப்படவேண்டும் [62] என்ற வாதத்தையே முன்வைத்தார்கள்.

1890ம் ஆண்டுகளில் அருள்திரு கிளேடன் போன்ற கிறிஸ்தவ சமயப் பிரசாரகர், எச்.ஏ. ஸ்டூவர்ட், ஜே.எச்.ஏ. ட்ரெமென்ஹிரே உள்ளிட்ட காலனியாட்சி அதிகாரிகளோடு சேர்ந்து தென்னிந்திய பறையர்களின் வரலாற்றை மாற்றி எழுதும் திட்டத்தில் ஈடுபட்டார்கள். பறையர்களின் புதிய வரலாற்றுக்கு ஆதரவாக நின்றவர்கள் 'தீண்டத்தகாத' திருத்தொண்டரான நந்தனார் ஆன்மிகமயமாக்கப்பட்ட கதையை மறு உருவாக்கம் செய்தனர்; தொன்மையான பண்பாடு கொண்டதொரு இனத்தின் வழிவந்தவர்கள்தான் பறையர்கள் என்று நிலைநாட்ட முயன்றார்கள். 1891ம் ஆண்டின் மக்கள்தொகை கணக்கெடுப்பு அறிக்கை அளித்த ஸ்டூவர்ட், இந்த வட்டாரத்துக்குள் பிராமணர்கள் வருவதற்கு முன் பல்லவ மன்னர்களின் சமய குருமார்களாக நியமிக்கப் பட்டவர்கள் வள்ளுவர் சமூகத்தைச் சேர்ந்தவர்கள் என்று குறிப்பிட்டார். அப்போது வெளியிடப்படாமல் இருந்த வட்டெழுத்து

என்ற கல்வெட்டுக் குறிப்புகளைச் சார்ந்தே அவர் இந்தக் கருத்தை முன்வைத்தார். ஒன்பதாம் நூற்றாண்டைச் சேர்ந்ததாகக் கருதப்படும் அந்தக் கல்வெட்டில், 'ஸ்ரீ வள்ளுவன் புவனவன் உவச்சன்' (அதாவது கோயில் பூசாரி) அன்றாட கோயில் பணிகளுக்காக என ஆறு பேரை நியமித்துக்கொள்வார் என்று எழுதப்பட்டிருக்கிறது.[63] வள்ளுவன் என்ற பெயருக்கு முன் 'ஸ்ரீ' என்ற அடைமொழி சேர்க்கப்பட்டிருப்பது அவர்கள் சமய குரு என்றநிலையில் இருந்ததையும், சமுதாயத்தில் உயர்ந்த இடத்தைப் பெற்றிருந்ததையும் காட்டுகிறது என்ற வாதமும் முன்வைக்கப்பட்டது.

அதைத் தொடர்ந்து ட்ரெமன்னீரே உள்ளிட்ட ஆங்கிலேய அதிகாரிகள், பன்னிரெண்டாம் நூற்றாண்டைச் சேர்ந்த அருட் புலவர் திருவள்ளுவர் யார் என்பதைக் கண்டுபிடிக்கும் முயற்சிகளில் ஈடுபட்டனர். அந்தக் கால சமுதாயத்தில் வள்ளுவன் சமூகத்துக்கு மரியாதையான இடம் இருந்திராவிட்டால் திருவள்ளுவருக்குப் புகழும் மதிப்பும் கிடைத்திருக்காது என்று சுட்டிக்காட்டப்பட்டது. ட்ரெமன்னீரே தமது கருத்தை வலியுறுத்துவதற்காக, திருவள்ளுவரை 'தெய்விகப் பறையர்' என்று குறிப்பிட்டார்.[64]

சில பிரிட்டிஷ் அதிகாரிகள் சோழர் காலத்தியப் பதிவுகளை ஆதாரமாக எடுத்துக்கொண்டு, 'பறையன்' என்ற சொல்லே பதினோராம் நூற்றாண்டுவாக்கில்தான் உருவானது என்று வாதிட்டனர். பறையர்களிடையே நெசவு, உழவு என்ற இரண்டு தலையாய பிரிவுகள் இருந்ததாகக் கருதப்பட்டது. அவர்களுக் கென்று சில தனி உரிமைகள் இருந்தன என்றும், வைதிக இந்து சமயத்திலிருந்து அந்த உரிமைகளை அவர்கள் பெற்றிருக்கக்கூடும் என்றும் நம்பப்பட்டது. பத்தொன்பதாம் நூற்றாண்டு நிலைமை யோடு ஒப்பிடுகையில் மிக உயர்வானதொரு இடம் அளிக்கப் பட்டிருந்த கடந்தகாலம் பறையர்களுக்கு இருந்ததாகத் தெரிகிறது. ஆக, தமிழர்கள் என்று குறிப்பிடப்படுகிற திராவிடர் இனத்தைச் சேர்ந்த வேறு எந்த ஒரு பிரிவினரையும்போலவே பறையர்களும் தொன்மையானவர்கள்தான் என்று இந்த ஆய்வாளர்கள் கருதினார்கள்.[65]

பறையர்களில் சில பிரிவினருக்கு இந்து சமய விழாக்களில் சில தனிச்சலுகைகள் இருந்தன என்ற கருத்தையும் சில பிரிட்டிஷ் அதிகாரிகள் முன்வைத்தனர். தஞ்சை மாவட்டத்தின் திருவாரூர் சிவன் கோவில் திருவிழாவின்போது பறையர் சமூகத்தலைவர் யானையின் மீது ஏறியமர்ந்து இறைவனின் சவுரியை ஏந்தி வந்தார் என்று கூறப்படுகிறது. செங்கை மாவட்டம் ஸ்ரீபெரும்புதூரிலும்

பறையர்களுக்கு இது போன்ற ஒரு கவுரவம் இருந்தது. அந்த ஊரார் வழிபட்ட விஷ்ணு சிலையை, முஸ்லிம் மன்னர்களது படையெடுப்பின்போது பறையர்கள் பாதுகாத்தார்கள், அதற்காக அந்த கவுரவம் அளிக்கப்பட்டது.[66] அதே காலகட்டத்தில் ஆண்டுதோறும், ஒரு பறையருக்கும் கறுப்பர் நகரத்தின் காவல் தெய்வமான ஏகாத்தாளுக்கும் திருமணம் நடத்துகிற சடங்கும் இருந்துவந்தது.[67] கடந்த காலத்தில் பறையர்கள் ஒரு உயர்வான சமூகநிலையில் இருந்ததை இவை ஐயத்துக்கு இடமின்றிக் காட்டுகின்றன.

ஆய்வாளர்களாகவும் இருந்த அதிகாரிகள் இப்படிப்பட்ட கருத்துகளைக் கூறிவந்தபோது, பிராட்டஸ்டன்ட் கிறிஸ்தவ சமயப் பணியாளர்களாக வந்தவர்களும் பறையர்களின் கடந்த காலத்தை ஆராய முற்பட்டார்கள். 1890ஆம் ஆண்டுவாக்கில் அருள்திரு ஜி.யு. போப், இந்திய சமூகங்களிலேயே மிகவும் தாழ்த்தப்பட்ட சமூகமாக 'பறையர் இனம்' இருந்தபோதிலும், மிக மூத்த தொல்குடி இனங்களில் ஒன்றாகவும் அது இருந்தது என்ற கருத்தை முன்வைத்தார்.[68] பறையர்கள் மிகுந்த கல்வி ஞானம் பெற்றவர்களாகவும் இருந்தார்கள், தென்னிந்தியாவில் அவர்களது வரலாறு இதைத் தெளிவாகக் காட்டுகிறது. 'தென்னிந்தியாவைச் சேர்ந்த தமிழ் பேசக்கூடிய யாரை வேண்டுமானாலும், உலகிலேயே மிகச் சிறந்த நூல் எது என்று கேட்டால் அவர் 'குறள்' என்றே பதிலளிப்பார்; தெலுங்கர்களிடம் சென்று இதே கேள்வியைக் கேட்டால் அவர்களும், 'குறள்தான் சிறந்த நூல் என்று கேள்விப்பட்டிருக்கிறோம்' என்றே கூறுவார்கள். குறளை எழுதியவர் யார்? ஒரு பறையர்,'[69] என்று எழுதினார் ஜி.யு. போப்.[69]

பறையர்கள் மீது அக்கறை கொண்ட அருள் திரு ஏ.சி. கிளேட்டன் போன்ற சமய குருமார்கள் தமிழின் இடைச்சங்க கால பக்தி இலக்கியமான பெரிய புராணத்தை எடுத்துக்கொண்டு அதில் வருகிற நந்தனார் கதையை மறு உருவாக்கம் செய்தார்கள்.[70] அந்தக் கதையின்படி நந்தனார் ஒரு 'தீண்டத்தகாத' புலையர் சமூகத்தைச் சேர்ந்த பண்ணையடிமைக் குடும்பத்தில் பிறந்தவர். சோழப் பேரரசின் கீழ், கொள்ளிடம் ஆற்றுப் பாசனம் பெற்ற ஆதனூர் அவரது ஊர். தனது சமூகத்தைச் சேர்ந்த மற்றவர்களைப்போலவே அவரும் தமுக்கடித்தல், இறந்துபோன கால்நடைகளின் உடல்களை அப்புறப்படுத்துதல் போன்ற வேலைகளைச் செய்து வந்தார். சிறு வயதிலிருந்தே சிவபெருமான் மீது ஆழ்ந்த பற்றும் பக்தியும் கொண்டிருந்தார்.[71]

கதையை இவ்வாறு தொடர்கிறார் கிளேட்டன்:

சமூக அடிப்படையில் ஒதுக்கப்பட்டிருந்தாலும் உள்ளூர் சிவன் கோவிலில் சில பாரம்பரியப் பணிகளை நந்தனார் செய்து வந்தார். கோயிலில் பயன்படுத்தப்பட்ட இசைக்கருவிகளுக்கான தோல்களை வழங்கினார் என்று கூறப்படுகிறது. சிவன் கோவில் வாயில் முன்பாகப் பாட்டுப்பாடியும் நடமாடியும் பெருமாள் மீது தாம் கொண்ட பற்றை வெளிப்படுத்தினார் என்றும் கூறப்படுகிறது.[72] இதில் மிகவும் முக்கியமானது எதுவெனில் எத்தனையோ அவமதிப்புகளுக்கு உள்ளாக்கப்பட்டாலும் அவர் தமது பக்தியைக் கைவிடவில்லை என்பதுதான். நாட்கள் செல்லச் செல்ல அவருக்கு திருப்புங்கூர் ஆலயத்தில் உள்ள தெய்வத்தை வணங்கவேண்டும் என்ற எண்ணம் வளர்ந்தது.[73]

ஒரு நாள் திருப்புங்கூர் ஆலயத்தின் முன்பாகத் தமது திருப்பணி களைச் செய்துகொண்டிருந்த நந்தனார் தன் மனதுக்குள், 'வாயிலில் நின்று தெய்வத்தைக் கண்ணாரக் கண்டு அவர் முன் பணிவிடை செய்ய வேண்டுமே' என்று நினைத்துக்கொண்டார். உடனே கடவுள், ஆலயத்தில் நுழைய உரிமையற்றவர்களின் தீட்டுப்பார்வை விழுவதைத் தவிர்ப்பதற்காக வாயிற்காவலன் போல் நிறுத்தப்பட்டிருந்த காளையை (ரிஷபதேவன்) ஒரு பக்கமாக நகர்ந்திட ஆணையிட்டார்; தம் பக்தனுக்கு தரிசனம் தந்தார்.[74]

சிவனை தரிசித்த நந்தனார் அந்த ஆலயத்துக்காக ஒரு குளம் வெட்டினார். திருப்புங்கூரில் கிடைத்த வெற்றியைத் தொடர்ந்து அவர் பல தென்னிந்தியத் திருத்தலங்களுக்கும் புனிதப் பயணம் மேற்கொண்டார்.[75] அந்த வட்டாரத்தின் சைவத்தலங்களில் மிகப் புனிதமானதாகக் கருதப்பட்ட சிதம்பரத்துக்குச் செல்வதை மிகவும் முக்கியமாகக் கருதினார் அவர். அங்கே சென்றதும், தமது தாழ்ந்த சமூக நிலை, ஆலயத்துக்குள் நுழையவேண்டும் என்ற நீண்ட கனவுக்குக் குறுக்கே நிற்கும் என்பதை உணர்ந்தார். துயரத்தின் பிடியில் சிக்கிய நந்தனார் ஆழ்ந்த உறக்கத்தில் மூழ்கினார். அவர் முன் தோன்றிய சிவபெருமான் தீக்குளிப்பதன் மூலம் தாழ்ந்த நிலையிலிருந்து விடுபடமுடியும் என்று அறிவுறுத்தியதாக நம்பப்படுகிறது. விரைவிலேயே, ஆலய நுழைவாயில் முன்பாக பிராமணர்கள் வெட்டிய பள்ளத்தில் மூட்டிய தீயில் நந்தனார் தாமே இறங்கி முக்தி அடைந்தார் என்றும் நம்பப்படுகிறது.[76]

தீக்குழியில் இறங்கியதும் நந்தனார் தமது புறத்தோற்றத்தை இழந்து, மதிப்புமிக்க ஒரு பிராமண ஞானியின்

புறத்தோற்றத்தைப் பெற்றார். அதைத் தொடர்ந்து அவரும் முன்னணி சைவப் பெரியோரில் ஒருவராகப் போற்றப்பட்டு பிராமணர்களால் வணங்கப்பட்டார். இறுதியாக நந்தனாரின் பக்தியை மெச்சிய சிவபெருமான் தமது புனிதப் பாதங்களைத் தொடுவதற்கு அவரை அனுமதித்தார்.[77]

அருள்திரு கிளேட்டன் தமது 'தி லெஜண்ட் ஆஃப் தி நந்தன்' நூலின் மூலமாக இடைக்காலத் தமிழகத்தின் பக்தி இயக்கம் சமுதாயத்தின் உயர்வு தாழ்வு வேறுபாட்டை வெற்றிகரமாக ஒழித்தது என்ற கருத்தை முன்வைத்தார். சமயத்தில் பிராமணர்களின் மேலாதிக்கத்தை நிராகரித்த பக்தி மார்க்கம், ஞான மார்க்கம் என்பதன் முக்கியத்து வத்தையும் வெற்றிகரமாகத் தள்ளுபடி செய்தது என்று சுட்டிக்காட்ட முயன்றார்.[78] இத்தகைய கருத்துகள் இருபதாம் நூற்றாண்டின் தொடக்க ஆண்டுகளில் எட்கர் தர்ஸ்டன் போன்ற காலனியாட்சிக்கால இன ஆய்வாளர்களிடையே பெரும் தாக்கத்தை ஏற்படுத்தின.

தொன்மைக் காலத்தில் பறையர்கள், பிராமணர்களிடையே எந்த வேறுபாடும் இருந்ததில்லை என்று தமிழர்களிடையே பரவலாக இருந்த கருத்தை நிலைநாட்ட முயன்றார் தர்ஸ்டன். பறையர் குல மூதாதையரில் ஒருவரான கோல கம்பவான் ஒரு பிராமணப் பூசாரி என்றும், அவர் மாட்டுக்கறி உள்ளிட்ட படையல்களை அளித்து சிவபெருமானைத் தொழுதார் என்றும் தர்ஸ்டன் எழுதினார்.[79]

இவ்வாறாக, பறையர் சாதியின் புதிய வரலாற்றை எழுதுவதில் ஈடுபட்ட சமயத் தூதர்களாக வந்தவர்களும் அறிஞர்களான அதிகாரிகளும் காலனியாட்சிகால இன ஆய்வாளர்களும் ஒருவரது தனிப்பட்ட சமூக நிலை அவரது அறிவாலும் செயலாலுமே தீர்மானிக்கப்பட்டது என்ற கருத்தைப் பரவலாகக் கொண்டுசெல்ல முயன்றனர். சமயத் தூதர்களும் அதிகாரிகளும் தங்களது பல பதிவுகளில் பறையர்கள் கடந்த காலத்தில் ஒரு செல்வாக்கு மிக்க சமூகமாக, உயர் மதிப்புக்கு உரியவர்களாக இருந்தார்கள் என்ற கருத்தை வலியுறுத்தினர். இத்தகைய கருத்துகள் இருபதாம் நூற்றாண்டின் தொடக்கத்தில் திராவிடர்/தமிழர் அடையாளத்தின் தோற்றுவாய் தொடர்பான புதிய விவாதங்களுக்கு வழிவகுத்தன.

காலனியாட்சிக்கு முன் பறையர் நிலை

நவீன காலத்துக்கு முந்தைய இந்தியத் துணைக்கண்டத்தின் சமுதாயம் கொடூரமானதாக இருந்தது என்ற சித்திரத்தையே பிரிட்டிஷ் பேரரசு சார்ந்த வரலாற்றாய்வுகள் தீட்டின. அரசியல்ரீதியாக சிதறுண்டதாக இருந்தது; பண்பாட்டுத்தளத்தில் பின்னடைந்திருந்தது;

பொருளாதாரத்தில் தேங்கிப்போயிருந்தது எனச் சித்திரித்தன. உழைப்பாளி சமூகங்களின் நிலை அவலமானதாக இருந்தது; எங்கும் ஏதேனும் ஒரு வடிவத்தில் அடிமைத்தனம் நிலவியது என்று பதிவு செய்யப்பட்டது. அளவற்ற சாதியப் பாகுபாடும் ஒடுக்குமுறையும் தான் சமுதாய வாழ்வின் அடையாளமாக இருந்தன என்று கூறப்பட்டது.[80]

மறுபுறத்தில் ஒரு நற்பேறாக பிரிட்டிஷ் ஆட்சி அமைந்தது என்றும் அது அனைவருக்கும் அமைதியான, பாதுகாப்பான வாழ்க்கையை உறுதிப்படுத்தியது என்றும் சித்திரிக்கப்பட்டது. சமுதாயத்தின் அடித்தட்டில் உரிமை மறுக்கப்பட்டவர்களாக இருந்த இருந்த சமூகங்களுக்கு பிரிட்டிஷ் ஆட்சி விடுதலையளித்தது என்ற வாதமும் முன்வைக்கப்பட்டது.

தேசியவாத வரலாற்று ஆய்வாளர்கள் இத்தகைய கருத்துகளை வன்மையாக எதிர்த்தனர். அவர்கள் தங்களது பதிவுகளில் காலனி யாட்சிக்கு முந்தைய இந்தியா தன்னிறைவும் நல்லிணக்கமும் கொண்ட கிராமப்புறக் குடியாட்சிகளைக் கொண்டதாக இருந்தது என்று எழுதினர். பல பிரிவுகளாக வரையறுக்கப்பட்ட சமூகங்கள் ஒவ்வொன்றும் தங்களுக்குரிய ஜாதி-தர்மம் என்னவோ அதன்படித் தங்களது கடமைகளை நிறைவேற்றி வந்தன என்று கூறினர். இந்த மாறுபட்ட சமூகங்களிடையேயான உறவுகள் சுமுகமானதாகவும் ஒருவர்க்கொருவர் உதவுவதாகவும் இருந்தன; மோதலுக்கான விதைகளை பிரிட்டிஷார் வந்து ஊன்றுகிற வரையில் இப்படிப்பட்ட நிலைமைதான் இருந்துவந்தன என்றனர். ஆனால், அண்மைக் காலமாக, வரலாற்று ஆய்வாளர்கள் இந்த இரண்டு எதிரேதிர் நிலைப்பாடுகளிலிருந்தும் விலகிச் சிந்திக்கிறார்கள்.

அண்மைக்கால வரலாற்று ஆய்வுகளில் தமிழ்நாடு திட்டவட்டமான, நிலப்பரப்பு சார்ந்த பண்பாடுகள் கொண்ட வட்டாரங்களைக் கொண்டிருந்தது என்று பதிவுசெய்யப்பட்டிருக்கிறது. இரு வேறு நிலப்பகுதிகளைச் சேர்ந்த சமூகங்களிடையே மண் சார்ந்த வாழ்வியலிலும் பண்பாட்டிலும் வேறுபாடுகள் இருந்தன; அதாவது காவிரி, தாமிரபரணி-சித்தாறு, வைகை போன்ற ஆறுகள் பாய்ந்த ஈரமான நிலப்பகுதிகளுக்கும் அவற்றுக்கு இடைப்பட்ட வறட்சியான பரந்த நிலப்பகுதிகளுக்கும் இடையே வாழ்க்கை முறையிலும் பண்பாட்டிலும் மாறுபாடுகள் இருந்தன என்று வெளிப்படுத்தப் பட்டிருக்கிறது.[81]

இரு தன்மைகளும் கலந்த நிலப்பகுதிகளும் இருந்தன என்ற போதிலும், தமிழ்ச் சமுதாயத்தின் வரலாற்றைப் புரிந்துகொள்வதில்

இவ்வாறு ஆற்றுப் பாசனம் பெற்ற பகுதிகளுக்கும் வறண்ட பகுதிகளுக்கும் இடையேயான வேறுபாடுகளுக்கு முக்கியத்துவம் அளிக்கப்பட்டுள்ளது. இந்த இரு வகையான நிலப்பகுதிகளுக்கும் இடையேயான இணைப்புகள் குறைவாகத்தான் இருந்தன. இதனால் இரு பகுதிகளும் ஒன்றுக்கொன்று தொடர்பின்றித் தனித்தனியாகவே இருந்தன. அதோடு, உணவு உற்பத்தி, உழைப்பாளர் கட்டமைப்புகள், சமூக அடுக்குகள், பண்பாட்டு மதிப்புகள் போன்ற வற்றில் வேறுபாடுகளும் நீடித்தன. இந்த விரிவான வேறுபாடுகளின் பின்னணியில் உழைப்பாளி சமூகங்களும் மாறுபட்ட நிலைகளில் இருந்தன. தத்தமது வட்டாரங்களில் வெவ்வேறு முறைகளில் பங்காற்றின என்ற கருத்து உள்ளது.

தமிழ் மண்டலத்தின் சமூகப் பண்பாட்டு வளர்ச்சியின் வரலாறானது விவசாயம் சார்ந்த ஒருங்கிணைப்புகள் எந்த வகையில் உருவாகி யிருந்தன என்ற அடிப்படையில்தான் விளக்கப்பட்டு வந்துள்ளது. அந்த ஒருங்கிணைப்புகள் குறிப்பிட்ட வட்டாரத்தில் நீர்ப்பாசன வசதிகள் எவ்வாறு அமைந்திருந்தன என்பதைச் சார்ந்திருந்தன. விவசாய விரிவாக்கத்திலும் ஒருங்கிணைப்பிலும் ஏற்பட்ட மாறுபட்ட கட்டங்களுக்கு உள்ளேதான், பொதுவான உட்பிரிவுகளாகப் பிரிக்கப் பட்டிருந்த சமூகங்களின் பிரச்னைகளும் வாய்ப்புகளும் காணப் பட்டன.

பல்லவர்–சோழர் ஆட்சிக் காலத்தில் (கி.பி. 9வது, 12வது நூற்றாண்டு களுக்கு இடைப்பட்ட காலம்) முதல் கட்ட விவசாய ஒருங்கிணைப்பு நடந்ததாகத் தெரியவருகிறது. அந்தக் காலகட்டத்தில் தமிழ்ச் சமுதாயம் இரண்டாகப் பிரிந்திருந்தது என்கிறார் பர்ட்டன் ஸ்டெய்ன்.[82] தீவிரமான விவசாயம் நடைபெற்ற 'தொழில்முறையில் ஒருங்கிணைக்கப்பட்ட மையமான வட்டாரங்கள்' ஒரு பக்கத்தில் இருந்தன. பல்வேறு ஆறுகளைச் சார்ந்த அந்த சமவெளிப் பகுதிகளில் மக்கள் அடர்த்தியாக வாழ்ந்தனர். இன்னொரு பக்கத்தில் பரந்த வனப்பகுதிகளிலும் மேட்டு நிலங்களிலும் அங்கும் இங்குமாக விவசாயம் நடந்த வட்டாரங்கள் இருந்தன. அங்கு மக்கள் குறைவாக வாழ்ந்தனர்.

ஒருவகையில் இந்த இரு பிரிவு வட்டாரங்களின் நிலம் சார்ந்த நிலைமைகள் சமூக அமைப்புகளின் தன்மைகளில் தாக்கம் செலுத்தின. வளமான ஆற்றுப் பாசனம் நடந்த பகுதிகள் பிரம்ம தேயங்கள் என்றும் பெரியநாடுகள் என்றும் குறிப்பிடப்பட்டன. இப்பகுதிகளில் பிராமணர், வெள்ளாளர் கட்டுப்பாட்டில் சாதிச் சமுதாயங்கள் தோன்றின. அப்படிப்பட்ட சமுதாயங்களில் உற்பத்தி

ஆதாரங்களுடனான உறவு என்பது ஒவ்வொரு சாதிக்குமான இடம் என்ன என்பதைப் பொறுத்தே தீர்மானிக்கப்பட்டது. தாழ்ந்த நிலையில் வைக்கப்பட்ட சாதிகளின் மக்கள் நிலத்தை உடைமை யாக்கிக்கொள்வதிலிருந்து விலக்கப்பட்டார்கள். விவசாயம் சார்ந்த அடிமைத்தனம் என்பதே உற்பத்தி முறையில் மேலோங்கியிருந்தது.[83]

வனப்பகுதிகளிலும் மேட்டு நிலங்களிலும் வேறுபட்ட முறையில் சமுதாயம் கட்டமைக்கப்பட்டது. எங்கும் திறந்தவெளி, பாசனத்துக்குத் தண்ணீர் என்பதே கிட்டத்தட்ட இல்லாத நிலை என்ற சூழலில் எந்த ஒரு தனி சாதியாலோ, பல சாதிகள் சேர்ந்த கூட்டுச் சமூகத்தாலோ நிலத்தைக் கையகப்படுத்தவோ, அதனுடன் இணைந்த தொழிலாளர் அமைப்புகளைக் கட்டுப்படுத்தவோ இயலவில்லை. மறவர், கள்ளர், பறையர், சாணார், பள்ளர், வெள்ளாளர் எனப் பல்வேறு சாதிகளையும் சேர்ந்தவர்கள் ஆங்காங்கே வேறுபாடின்றி நிலத்தை வசப்படுத்திக்கொண்டு உழைத்து வந்தார்கள்.[84] கூடுதலாகப் பெரிய அளவுக்கு இல்லை என்ற நிலைமையால் நில உடைமை என்பது பல பிரிவினருக்குமாகப் பிரிந்தே இருந்தது. இதனால் கறாரான சமூக அடுக்குகள் இப்பகுதிகளில் உருவாக இயலவில்லை. இப்பகுதிகளில் குறுகிய அளவிலேயே இருந்த பிராமணியம், தனது வர்ணக் கோட்பாட்டைச் சில குடும்பங்களோடு மட்டுமே சுருக்கியிருந்தது. ஆகவே அது ஒட்டுமொத்த சமூக வாழ்வில் முக்கியத்துவம் பெறவில்லை. இப்பகுதிகளில் உயர் சாதி, தாழ்ந்த சாதி என்ற கருத்தாக்கங்கள் மாறவே முடியாத நிலைப்பாடுகளாக வரையறுக்கப் படவில்லை என்பதால் உற்பத்திக் கருவிகளை உடைமையாக்கிக் கொள்வதில் சாதி ஒரு தகுதியாக இருக்கவில்லை.

வறண்ட நிலப்பகுதிகளின் பண்பாடு, மதம் ஆகியவையும்கூட வேதங்கள், தெய்வங்கள், பெண் தெய்வங்கள், ஆரிய பிராமணிய மதிப்புகள் ஆகியவற்றோடு எவ்வகையிலும் தொடர்பு கொண்டிருக்கவில்லை.[85] எனினும், இந்த வட்டாரங்களின் உணவுப் பொருளாதாரம் நிலையற்றதாக இருந்ததாலும், அடிக்கடி உணவுக்குத் தட்டுப்பாடு ஏற்பட்டதாலும் பஞ்சம் ஏற்பட்டதாலும் இங்கிருந்து மக்கள் வெளியேறி, பசுமையும் சாதிப் பாகுபாடுகளும் நிறைந்த ஆற்றுப் பாசன நிலப்பகுதிகளை நோக்கிப் புலம்பெயர வேண்டிய கட்டாயத்துக்கு உள்ளானார்கள்.[86]

தாழ்ந்த சமூக நிலை தொடர்பான கோட்பாடுகளும் தாழ்ந்த சமூகங்கள் எவை என்ற வரையறுப்புகளும் குறிப்பிடத்தக்க அளவுக்கு இந்த இரு வட்டாரங்களிலும் மாறுபட்டன. ஈர நிலப்பகுதிகளில் இந்த வரையறுப்பு அவரவர் சாதியையும் பிறப்பையும் சார்ந்ததாக இருந்தது. பிராமணர் அல்லது வெள்ளாளரோடு உறவு

முறைகொண்ட சமூகங்களில் பிறக்காத பல பிரிவுகள், தீட்டு எனக் கருதப்பட்ட இழிவான தொழில்களை ஏற்கவேண்டிய கட்டாயத்துக்கு உள்ளாக்கப்பட்டன. பொதுவாக இந்த சமூகங்கள் தங்கள் மீது இவ்வாறு கட்டாயமாகத் திணிக்கப்பட்ட அடிமைத் தனத்திலிருந்து தப்பிக்க வழியற்றிருந்தன. பறையர் உள்ளிட்ட இப்படிப்பட்ட 'தீண்டத்தகாத' சமூகங்களின் அடிமைத்தனம் இந்த வட்டாரங்களின் அரசியல் பொருளாதாரத்தில் பிரதிபலித்தது; அதேபோல் பண்பாடு, மதம் ஆகியவற்றிலும் பிரதிபலித்தது.

வறட்சியான பகுதிகளைப் பொறுத்தவரையில் எந்த ஒரு பிரிவுமே நீண்ட காலத்துக்கு ஆதிக்கம் செலுத்த இயலாதிருந்தது. இந்தப் பகுதிகளில் பறையர்கள் இருந்தார்கள், ஆனால், கணிசமான காலத்துக்கு இவர்களை மற்றவர்களிடமிருந்து வேறுபடுத்திய கூறுகள் எதுவும் இல்லை.[87]

விஜயநகர – நாயக்கர் ஆட்சிக் காலத்தில், தமிழகத்தின் வெவ்வேறு நிலப்பகுதிகளும் அவற்றின் சமூகப் பண்பாட்டு முறைகளும் சீரற்ற முறையில் ஒருங்கிணைக்கப்பட்டன. நாயக்கர்கள் தங்களது அரசியல் அதிகாரத்தை நிலைநாட்டிய இருநூறு ஆண்டுகளில் எண்ணற்ற போர்களும் பூசல்களுமாக இருந்தன. அது தாழ்த்தப்பட்ட சாதிகள் தங்களது சமூகப் பொருளாதார நிலைமைகளை மேம் படுத்திக்கொள்வதற்குப் பல வாய்ப்புகளை அளித்தன.

போர் மூளும் என்ற நிலைமை கைவினைத் தொழில்களையும் தயாரிப்புகளையும் வர்த்தகத்தையும் ஊக்குவித்தது. உடல் வலிமை, உள்ளத் துணிவு, தொழில் திறன் ஆகியவை மதிப்புக்கு உரியவையாகின. எப்போது என்ன நடக்கும் என்று ஊகிக்க முடியாத சூழல்களால் தாழ்நிலப்பகுதிகளைச் சேர்ந்த ஆதிக்கப் பிரிவினர் தங்களது பாதுகாப்புக்காக சமவெளிப் பகுதியினரைப் பெரிதும் சார்ந்திருக்க வேண்டிய கட்டாயத்தை ஏற்படுத்தியது. பிரம்மதேயங் களும் பெரியநாடுகளும் தனித்து விளங்கிய நிலைமைகளுக்கு போர்களில் மோதிய பிரிவுகளால் சவால் ஏற்பட்டது.[88]

படை பலத்தை அதிகரிக்க வேண்டிய நிலைமைகள் உருவானதால் வருவாயை அதிகரிக்க வேண்டிய தேவையும் ஏற்பட்டது. சமவெளிப் பகுதிகளைச் சேர்ந்த புதிய இடங்களில் விவசாயம் தொடங்கப் பட்டது. அதற்காக ஏராளமான தொழிலாளர்கள் தேவைப் பட்டார்கள். நலிந்த சமூகங்களைச் சேர்ந்தவர்களும் தற்சார்புள்ள விவசாயிகளானார்கள்.[89] ஆற்றுப் பள்ளத்தாக்குப் பகுதிகளில் அடிமைத்தனமும் தீண்டாமையும் கலந்ததாக இருந்த விவசாய உற்பத்தி முறைகள் மாறி, அந்த இடத்தில் உள்குடி, பறக்குடி

வடிவங்கள் நடைமுறைக்கு வந்தன.[90] சில பகுதிகளில், குடும்ப உறவுகள் அடிப்படையில் உடைமையாக்கப்பட்டிருந்த பெரும் நிலப்பரப்புகள் உடைந்து தனிப்பட்ட பலருக்குச் சொந்தமாகின.[91]

சில இடங்களில் கட்டாயப்படுத்தி வேலை வாங்குவது இருந்தது என்றாலும்கூட, போர்க்காலச் சூழலின் காரணமாக ஒருவரது பிறப்பு என்ன சாதி என்ன என்பதற்குப் பெரிய முக்கியத்துவம் அளிக்கப்பட வில்லை. இது பற்றிக் குறிப்பிட்டுள்ள பர்ட்டன் ஸ்டெய்ன், போரில் குதித்த மன்னர்களும், அவர்களது அரசாங்க நிர்வாக முறையும் நில உடைமையாளர்களாக மேல் தட்டில் இருந்த மேல் சாதியினரைச் சார்ந்திருப்பதற்கு மாறாக, கைவினைத் தொழில் சார்ந்த வணிகர் களையும் உழைப்பாளிகளான 'தாழ்ந்த' சாதியினரையும் சார்ந்திருக்க வேண்டிய நிலை ஏற்பட்டது என்கிறார்.[92] இப்படிப்பட்ட நிர்வாக முறையால் ஒரு புதிய சமூக அரசியல் சூழல் உருவானது. அது தமிழகத்தின் சமவெளிப் பகுதிகளைச் சேர்ந்த தாழ்ந்த சாதிகள் கூட்டாகத் தங்களை நிலைப்படுத்திக்கொள்வதற்கான வாய்ப்புகளை ஏற்படுத்திக்கொடுத்தது.

காலனி ஆட்சிக்கு முந்தைய காலத்தின் இறுதிக்கட்டத்தில் இந்த வட்டாரங்களில் நிலவிய அரசியல் மோதல்கள் வேளாண்மைப் பொருளாதாரத்தின் ஆதிக்கத்துக்கு வழிவகுத்தன என்ற ஒரு பரவலான வாதம் உண்டு. பத்தொன்பதாம் நூற்றாண்டின் பிற்காலப் பொருளாதாரத்தோடு ஒப்பிடுகையில் பதினெட்டாம் நூற்றாண்டின் பொருளாதாரம் பல்வேறு வகைப்பட்டதாக இருந்தது என்கிறார் டேவிட் வாஷ்புரூக்.

கால்நடை பராமரிப்பு, கைவினைப் பொருள்கள் தயாரிப்பு ஆகிய வற்றோடு கோவில்களையும் நீதிமன்றங்களையும் நகரங்களையும் படைகளையும் சார்ந்ததாக சேவைத்துறை என்பதும் வளர்ந்திருந்தது. இது மிகப்பெரும் அளவுக்கு உழைப்பாளிகள் தேவை என்ற நிலையை ஏற்படுத்தியிருந்தது.[93] நிலமற்ற உழைப்பு இருந்தது என்ற கருத்தாக் கத்தை வாஷ்புரூக் மறுக்கிறார். நிலத்துக்கோ இதர வாழ்வாதாரங் களுக்கோ உரிமை இல்லாத உழைப்பு என்பதே இதன் பொருளாகும் என்றால் அது முற்றிலும் குழப்பத்தையே ஏற்படுத்துகிறது என்கிறார்.[94]

காலனி ஆட்சிக்கு முந்தைய காலத்தின் இறுதிக்கட்டத்தில் நிலமற்ற சாதிகளைச் சேர்ந்தவர்கள் என்றால் கண்டிப்பாக அவர்களுக்கு எல்லா வகையான தனி உடைமைகளும் மறுக்கப்பட்டிருந்தன என்று கூறுவதற்கில்லை என்று வாதிடுகிறார் வாஷ்புரூக். பிற்காலத்தில் உழைப்பாற்றலை விற்பனை செய்வது என்பது உருவான அளவுக்கு அப்போது இருந்தாகவும் இது சுட்டிக்காட்டவில்லை என்கிறார்.

பண்ணையடிமைகள் தனி உரிமைகள் ஏதுமற்றவர்களாக இருக்க வில்லை; எசமானர்களின் சங்கமச் சொத்துகளில் ஒன்றாக மட்டுமே அடிமைகள் இருந்தார்கள் என்றும் சொல்வதற்கில்லை என்றும் கூறுகிறார். இந்த மக்களில் பெரும்பாலோர் தங்களது வாழ்வுக்கும் பாதுகாப்புக்கும் எசமானர்களைச் சார்ந்திருந்தார்கள் என்றாலும்கூட, அத்தகைய உறவுகள் உடைந்திருக்கின்றன. குறிப்பாக எசமானர்களின் பொறுப்புகள் நிறைவேற்றப்படாதபோது அல்லது மீறப்படுகிறபோது, அந்த உறவுகள் முறிந்திருக்கின்றன.[95]

பணம், விளைச்சலில் பங்கு, ஆடைகள் ஆகியவை நில உடைமை யாளர்களுக்கும் விவசாயத் தொழிலாளர்களுக்கும் இடையேயான உடன்பாடுகளின் ஒரு பகுதியாக இருந்தன என்று பாராமஹால் ஆவணங்களை அடிப்படையாகக்கொண்டு வாதிடுகிறார் வாஷ்புரூக்.[96] பின்னர் ஒரு தனித்துவமான, கொடுக்கல் வாங்கல் சார்ந்த பொருளாதாரக் கட்டமைப்பில் உழைப்பு என்பது உடல் சார்ந்தும், சமூக அடிப்படையிலும், துறைவாரியாகவும் பரிமாறிக் கொள்வதாக ஆனது.

பதினேழு, பதினெட்டாம் நூற்றாண்டுகளில் பொருளாதாரமுறை பலவகையாகப் பிரிந்ததன் காரணமாகத் தனிச்சிறப்பான பயிற்சிகள் ஓர் உயர்ந்த மட்டத்தை அடைந்தன. பல்வேறு துறைகளிடையே பகிர்வு என்பதும் மிகுந்த அளவுக்கு நடைபெறத் தொடங்கியது என்கிறார் வாஷ்புரூக். ஒருவகையில், இப்படிப்பட்ட பகிர்வுகளின் காரணமாக உழைப்பு என்பது பெருமளவுக்கு மறு உற்பத்தி செய்யப் பட்டது. வரலாற்று மத்திய காலத்தின் பிற்பகுதியில் வெவ்வேறு துறைகளுக்கிடையே பணமாகப் பகிர்ந்துகொள்ளும் நடைமுறை பரவலாகியது என்ற ஒரு கருத்து உண்டு. இத்தகைய நடைமுறைகள் ஒரு வகையான விலை சார்ந்த நியாயமான ஏற்பாடாக அமைந்தன என்கிறார் வாஷ்புரூக்.

ஒரு கிராமத்தில் இருந்து இன்னொரு கிராமத்துக்குப் பணியாளர்கள் சென்றுவரத் தொடங்கியதால் நிலையாக ஒரே நிலத்தோடு பிணைக்கப்பட்டிராத விவசாயிகள் பயனடைந்தார்கள். அது உள்ளூர் அளவில் உழைப்பு சக்தியும் உற்பத்தியும் பெருகுவதற்கு இட்டுச் சென்றது. பறையர்கள் தங்களுக்கென நிலத்தை உடைமையாக்கிக் கொள்வது கடினமாக இருந்தது என்றாலும் சில ஆதாயங்களும் அவர்களுக்கு இருந்தன என்று தெரிகிறது. ஓரளவுக்குப் பொருளா தாரத்தில் பங்களிக்கிற நிலைக்கு அவர்களும் வந்திருக்கக்கூடும். கிட்டத்தட்ட, பொருளாதாரத்தில் முன்னேறிய பிரிவுகளிலேயே பின்தங்கியிருந்தவர்களைப் போன்ற நிலை அது.[97]

‘தாழ்ந்த சாதிகள்’ தங்களது உழைப்பாற்றல் திறன்களுடன் கூடுதலாகக் கால்நடைகளைச் சொந்தமாகப் பெற்றிருந்தனர் என்று வாஷ்புரூக் தெரிவிக்கிறார். உற்பத்திக் கட்டமைப்புகள் பெருமளவுக்கு சமூக உழைப்புச் செயல்பாடுகளைச் சார்ந்திருந்ததால், குறு விவசாயிகள் செய்துவந்ததைப் போன்ற வேலைகளையே பறையர்களும் செய்தார்கள். ஒரே ஒரு வேறுபாடு என்னவெனில் பறையர்களுக்கான பங்கு, விளைச்சலில் அவர்களது உழைப்புக்கான பங்காகவே இருந்ததேயன்றி, நிலத்துக்கு ஓர் உரிமையாளர் என்றவகையில் அல்ல. ஆனால் இந்தக் கருத்தும்கூட முழு உண்மை அல்ல. தீண்டத்தகாதவர்களாக ஒதுக்கப்பட்ட சாதிகளைச் சேர்ந்த விவசாயத் தொழிலாளர்களுக்கு, நிலவுடைமையாளர்களாக இருந்த சமூகங்கள் கொடுத்திருந்த ‘இனாம்’ நிலங்களில் அவர்கள் சொந்தமாக சாகுபடி செய்துகொள்ள அனுமதிக்கப்பட்டிருக்கிறார்கள்.[98]

விவசாயப் பொருளாதாரக் கட்டமைப்புக்குள் பணியை மாற்றிக் கொள்வதற்கான வாய்ப்பைப் பெற்றிருந்த நிலமற்ற தொழிலாளர்கள் அதற்கு வெளியே கூடுதலான பல வாய்ப்புகளைப் பெற்றிருந்தார்கள் என்ற வாதமும் முன்வைக்கப்படுகிறது. நெசவு, கட்டுமானம், படை ஆகியவையும் இதர பல தொழில்களும் தனித்தனி சமூக அமைப்புகளால் பாதுகாக்கப்பட்டவையாக இருந்தன என்ற போதிலும், தேவைகளின் நிர்பந்தங்களால் அடித்தட்டுப் பிரிவுகளுக்கும் வாய்ப்புகள் கிடைத்தன. மிகக் குறைந்த முதலீட்டுடன் வியாபாரத்தில் ஈடுபடமுடிந்தது. ஆயினும், இதில் விரிவாக வியாபாரத்தில் ஈடுபட்டு செட்டி என்ற நிலையை அடைவது உழைப்பாளி பிரிவுகளால் முடியாததாக இருந்தது. ஏனென்றால் அதற்கு அதிகமான முதலீடு, பணமாகவும் சமூக அந்தஸ்து சார்ந்தும், தேவைப்பட்டது. [99]

பத்தொன்பதாம் நூற்றாண்டின் பிற்பகுதியோடு ஒப்பிடுகையில் பல்வேறு துறைகளையும் சார்ந்த தொழிலாளர்களுக்குக் கிடைத்த வருவாய் நிலையற்றதாக இருந்தது. எனினும், குறிப்பிடத்தக்க அளவுக்கு அதிகமாகவே இருந்ததாகத் தெரிகிறது. பத்தொன்பதாம் நூற்றாண்டின் பிற்பாதி காலகட்டத்தில் மாதம் 120 பவுண்டுக்கு சமமான தானியம்தான் கூலியாகக் கிடைத்தது; பதினெட்டாம் நூற்றாண்டிலோ, மகசூல் சிறப்பாக இருந்த காலங்களில் மாதம் 200 பவுண்டுக்கு இணையான கூலி கிடைத்து வந்தது என்று வாஷ்புரூக் சுட்டிக்காட்டுகிறார். அரசாங்கப் படைகளில் கிடைத்த வேலைகளும் பணம் ஈட்டுவதற்கு எல்லையற்ற வாய்ப்புகளை வழங்கின. 1770ஆம் ஆண்டுகளுக்கு முன், பெரும்பாலும் ‘தீண்டத்தகாத’ சாதிகளைச் சேர்ந்த நெசவாளர்களுக்கு அவர்களது உழைப்புக்காக நல்ல வருமானம் கிடைத்துவந்திருக்கிறது.[100]

பதினெட்டாம் நூற்றாண்டு நிலைமைகள் குறித்து வாஷ்புரூக் தெரிவிக்கும் கருத்துகள் பல சுவையான விவரங்களை வெளிப் படுத்துகின்றன. விஜயநகர அரசின் ஆட்சிக்காலத்திலும் அது முடிவுக்கு வந்த காலத்திலும் நிகழ்ந்த அரசியல் மாறுபாடுகளைத் தொடர்ந்து உலக வர்த்தகத்தோடு தமிழகம் ஒட்டுமொத்தமாக இணைந்தது. இதனால் பொருளாதாரத்தின் பன்முக வளர்ச்சி மேலும் வேகம் பிடித்தது. இதற்கு முக்கிய காரணம் இந்தியாவில் இயங்கிய ஐரோப்பிய வர்த்தக நிறுவனங்களின் செயல்பாடுகள்தான். பருத்தி உற்பத்தியும் துணிகள் தயாரிப்பும் ஏற்றுமதியும் இணைந்து ஒரு தனி பொருளாதார நடவடிக்கையாகின. பல்வேறு பகுதிகளின் பூகோள வரம்புகளைச் சமாளிக்கவும், நிலவுடைமை ஆதிக்கத்தை நிலைகுலைய வைக்கவும் கூடிய ஆற்றல் இந்த மாற்றத்துக்கு இருந்தது.

இத்தகைய வளர்ச்சிப்போக்குகள் அதிகாரச் சமநிலையை உழைப்பாளி சமூகங்களுக்கு சாதகமாக மாற்றின; கூடவே பொருளாதாரமும் சமுதாயமும் உலகமயமாக வழிவகுத்தன.[101] சோழமண்டல கடலோர வணிகம் பெருமளவுக்கு சமூகப் பரிமாற்றங்களைத் துரிதப்படுத்துவதாக இருந்தது என்று எஸ். அரசரத்தினம் மேற்கொண்ட ஆய்வுகள் தெளிவாகக் காட்டுகின்றன. பதினெட்டாம் நூற்றாண்டின் இடைக்காலம் வரையில் இவ்வாறு கடல்வழி வணிகத்தில் ஈடுபட்டவர்கள் முன்னேறிவந்த சமூகங்களில் ஒன்றாகக் கருதப்பட்டார்கள். முன்னேறி வந்த இதர சமூகங்களில் செட்டி, மரைக்காயர், முக்குவர் உள்ளிட்டவை இருந்தன.[102] இவ்வாறு பல்வேறு பிரிவினருக்கும் வாய்ப்புகள் கிடைக்கத் தொடங்கியதன் விளைவாக சமத்துவ வாழ்க்கைக் கண்ணோட்டத்துடன் கூடிய ஒரு கட்டமைப்பு உருவானது என்கிறார் வாஷ்புரூக். ‘பண்டைய சமூக அமைப்பின் அடித்தட்டுகளில் இருந்தவர்களுக்கு இக்காலகட்டத்தில் பல அரிய வாய்ப்புகள் ஏற்பட்டன,’ என்று குறிப்பிடுகிறார்.[103]

நாயக்கர் ஆட்சியின்போது ஏற்பட்ட நிகழ்ச்சிப்போக்குகள் அரசியல் பொருளாதாரத்தோடு நிற்கவில்லை. மாறாகப் பண்பாடு, பெரும்பகுதி மக்களின் மதம் ஆகியவற்றிலும் தாக்கம் செலுத்தின என்று பர்ட்டர் ஸ்டெய்ன் போன்ற ஆய்வாளர்கள் வாதிடு கிறார்கள்.[104] ‘தாழ்ந்த’ சாதிகளிடையே, பிராமணர்–வெள்ளாளர் கூட்டால் திணிக்கப்பட்டிருந்த இடங்கை–வலங்கை பிரிவினைகள் குறையத் தொடங்கியதாகத் தெரிகிறது.[105] இவ்வாறாக, வர்ணக் கோட்பாட்டின் கறாரான கட்டுமானம் மறைந்தது, தீண்டாமைப் பழக்கமும் வலுவிழந்தது என்பது இவர்களது கருத்து.

இந்தக் காலகட்டத்தில் வேத–ஆகமம் சாராத இதர பண்பாட்டுப் பிரிவுகளும் சமயப் பிரிவுகளும் மக்களிடையே பரவின என்று சில ஆய்வாளர்கள் கூறுகின்றனர். அம்மன் கோவில்களின் எண்ணிக்கை பெருமளவுக்கு அதிகரித்தது, சிவன் கோவில்களின் எண்ணிக்கை கணிசமாகக் குறைந்தது என்கிறார் பர்ட்டன் ஸ்டெய்ன்.[106] நாயக்கர் ஆட்சிக்காலத்தில் சமவெளிப் பகுதிகளுக்கு வந்த பிராமணர் களுக்கும் வெள்ளாளர்களுக்கும் அவர்களது பண்பாட்டுச் செயல் பாடுகளையும் சமய நடவடிக்கைகளையும் வகுப்பதில் 'தாழ்ந்த' சாதிகளின் நெருக்குதல்களை இணைத்துக்கொள்ள வேண்டிய கட்டாயம் ஏற்பட்டது. அப்போது ஆலயங்களிலும் சடங்குகளிலும் திருவிழாக்களிலும் தீண்டத்தகாதவர்களுக்கு பல்வேறு அடையாளப் பூர்வ முன்னுரிமைகள் வழங்கப்பட்டிருக்கக்கூடும்.

சோழர் ஆட்சிக் காலத்திலிருந்து நாயக்கர் ஆட்சிக்கு மாறியதன் தாக்கங்கள் சமூக-பண்பாட்டுக் கலப்பாக வெளிப்பட்டன. இந்த நடைமுறைகளின் ஒரு பகுதியாக, அரசியல் களத்தில் புதிய ஆட்சியாளர்களாக வந்த பிரிவினர், பாசனம் சார்ந்த விவசாயத்தின் நிலையையும் பங்களிப்பையும், பள்ளத்தாக்குப் பகுதிகள் சார்ந்த சமூகப் படிநிலைவகையையும், பிராமணர்–வெள்ளாளர் பண்பாட்டு மரபுகளையும் கீழிறக்கினர். இவ்வாறாக, போர்க்காலத் தேவைகளி லிருந்து பொருளாதாரம் பல்வேறு பிரிவுகளுக்குமாகப் பகுக்கப் பட்டதைத் தொடர்ந்து வறட்சிப் பகுதிகளுக்கு விவசாயம் விரிவடைந்தது; பொருள் தயாரிப்புத் தொழில்களும் வர்த்தகமும் விரிவடைந்தன. இந்த வளர்ச்சிப்போக்குகள் காரணமாக உடலுழைப்புக்கான தேவை அதிகரித்தது. பெரிய அளவுக்கு நிகழ்ந்த இந்த சமூகப் பொருளாதார மாற்றங்கள் டேவிட் வாஷ்புரூக் போன்ற வரலாற்று ஆய்வாளர்களைக் கவர்ந்திருக்கக்கூடும். அதனால் அவர்கள் பதினெட்டாம் நூற்றாண்டு 'பறையர்களின் பொற்காலம்' என்ற முடிவுக்கு வந்திருக்கக்கூடும்.[107]

பறையர்களின் பொற்காலம்: புனைவும் உண்மையும்

பறையர்கள் தங்களது சமூகப் பொருளாதார நிலைகளை உயர்த்திக் கொள்ள பதினெட்டாம் நூற்றாண்டுப் பொருளாதாரம் போதிய வாய்ப்புகளை ஏற்படுத்தியது குறித்து டேவிட் வாஷ்புரூக் போன்ற வரலாற்று ஆய்வாளர்கள் வலுவாக வாதிட்டுள்ளனர். பத்தொன்பதாம் நூற்றாண்டின் பிற்காலத்தோடு ஒப்பிட்டால் முந்தைய நூற்றாண்டில் பல்வேறு தொழில்களில் ஈடுபட்ட தொழிலாளர்களுக்குக் கிடைத்த வருவாய்களும் அதிகமாகவே இருந்ததை இவர்கள் சுட்டிக்காட்டியுள்ளனர். விவசாயத்தில்

பறையர்களுக்கு அதிகக் கூலி கிடைத்தது. அதோடு, நெசவுத் தொழிலில் ஈடுபட்ட பறையர்களுக்கு கிழக்கிந்திய கம்பெனியின் கொள்கைகள் காரணமாக அதிக வருவாய் கிடைத்தது.[108] அதே நேரத்தில், நிலப்பரப்பின் அளவுக்கும் மனிதர்களின் எண்ணிக்கைக்கு மான விகிதம் குறைவாக இருந்தது. அதாவது, அதிக நிலப்பரப்பு குறைவான மனிதர்கள் என்ற நிலை இருந்தது. இதனால் உழைப்பின் மதிப்பு உயர்வாக இருந்தது.

இங்கு நிலவிய அடிமை முறையில் காலனி ஆட்சியாளர்களின் கவனத்துக்கு உள்ளான ஒன்று எதுவெனில், நிலம் விற்கப்படுகிற போது அதில் வேலை செய்த தொழிலாளர்களும் சேர்ந்தே விற்கப்பட்டார்கள் என்பதுதான் என்கிறார் வாஷ்புரூக். ஆனால், இது ஓர் ஒடுக்குமுறை என்பதற்கு மாறாக அன்றைய விவசாய முறையில் உழைப்புக்குக் கிடைத்த மதிப்பாகவே தெரிகிறது; ஏனெனில் தொழிலாளர்கள் இல்லாமல் நில உடைமைக்கு ஒரு மதிப்பும் இல்லை என்கிறார். ஆற்றுப் பாசனப் பகுதிகள் அல்லாத மற்ற பெரும்பாலான பகுதிகளில் தொழிலாளர்களுக்கு நல்ல மவுசு இருந்தது. அவர்களது வேலைகளுக்காக நில உடைமையாளர்கள் சமூக உற்பத்தியிலிருந்து கணிசமாகப் பங்களித்தார்கள்.[109] மேலும், மாநிலத்தின் கட்டமைப்பு, பல்வேறு வகையான தனியார் முதலீட்டு வடிவங்களுடனான உறவின் நிச்சயமற்ற நிலைமை ஆகிய காரணங்களால், கட்டாய உழைப்பு என்ற ஒரு திட்டமிட்ட அமைப்பை இங்கே ஏற்படுத்துவது கடினமானதாக இருந்தது.

பதினெட்டாம் நூற்றாண்டில் இந்த தென்னிந்திய மாநிலம் பல பிரிவுகளாக இருந்ததுபோன்ற தோற்றத்தைத் தற்போது எஞ்சியுள்ள அடையாளங்கள் ஏற்படுத்துகின்றன. ஆனால், உண்மையில் அது அன்று மையப்படுத்தப்பட்டதாகவே இருந்தது என்ற கருத்து உள்ளது. அவ்வாறு மையப்படுத்தப்பட்டதன் காரணமாக வட்டாரம் சார்ந்த வேலைப் பிரிவுகளும் போட்டிகளும் வளர்ந்தன. அந்த வளர்ச்சி தொழிலாளர்களை வேலைக்கு எடுத்துக்கொள்வது வரையில் விரிவடைந்தது. போட்டியின் காரணமாக ஆட்சியாளர்கள் அண்டை வட்டாரங்களிலிருந்து தொழிலாளர்களை ஈர்க்க வேண்டிய கட்டாயம் ஏற்பட்டது, இதனால் உழைப்புக்கான விலை அதிகரித்தது என்ற வாதமும் முன்வைக்கப்படுகிறது.[110]

அன்றைய பொருளாதார அமைப்பின் அனைத்து மட்டங்களிலும் தொழிலாளர் உழைப்பை ஒரு நிறுவன ஏற்பாடாகத் திரட்ட முடிந்தது, ஒரு தீவிரமான போட்டியை உருவாக்க முடிந்தது என்றும் சுட்டிக்காட்டப்படுகிறது. உள் மாவட்டங்களில் இருந்த விவசாயத்தில் ஈடுபட்ட குடிகளின் அமைப்புகள், படை பலத்தின்

அடிப்படையிலான பொருளாதாரத்தைச் சார்ந்திருந்த அரசுகள் தங்களது வரி வருவாய்க்காக விவசாய உற்பத்தியிலிருந்து பெற்று வந்த பங்கை அதிகரிக்க முயன்றபோது அதை எதிர்த்தன.[111] ஒரு நிறுவன அமைப்பாகச் செயல்பட்ட அவர்களது நடைமுறை விதிகள் கீழ் மட்டம் வரையில் சென்றன, நிலமற்றவர்களாகவும் தீண்டத்த காதவர்களாகவும் இருந்த விவசாயத் தொழிலாளர்களையும் அரவணைத்துக்கொள்வதாக இருந்தன என்கிறார் வாஷ்புரூக். 'தொழிலாளர்களில் எந்த ஒரு பிரிவினருமே சிறப்புத் திறமையோ, வருவாய் ஆதாரமோ, உரிமைகளோ முற்றிலும் இல்லாதவர்கள் என்று கருதப்படவில்லை' என்கிறார்.[112]

உரிமையும் அமைப்பாகத் திரட்டப்பட்ட உழைப்பும் கொண்ட பல்வேறு அடுக்குகளின் கூட்டுச்செயல்பாடாக சமூக உற்பத்தி உறவுகள் இருந்தன. ஒவ்வொரு அடுக்குக்கும் விளைச்சலில் வெவ்வேறு வகையான பங்குகள் இருந்தன. இவ்வாறாக 'தீண்டத்தகாத' தொழிலாளர் பிரிவுகள் விரிவான பகுதிகளில் செயல் பட்ட தொழிற்சங்க அமைப்புகளாக இருந்தன. அவை அவர் களுடைய தொழில் திறமையைப் பாதுகாத்தன. பேரங்கள் மூலம் கூலியை நிர்ணயமும் செய்தன. கிழக்கிந்திய கம்பெனி ஆட்சியாளர்கள் சமூக உற்பத்தியின் மீதான வரியை அதிகரிக்க முயன்றபோது, செல்வாக்குள்ள சாதியக் கட்டமைப்புகள் வட்டார அளவில் விரிவாக விவசாயத் தொழிலாளர்களைத் திரட்டி வேலை நிறுத்தப் போராட்டங்களில் ஈடுபடுத்தின.[113]

பறையர்கள் வன்முறைகளில் ஈடுபடக்கூடும் என்று எண்ணிய கம்பெனி அதிகாரிகள் உணவு தானியச் சந்தையில் பரவலான அளவுக்குத் தலையிட்டனர்; உணவுப் பொருள்களின் விநியோகத்திலும் தங்களை ஈடுபடுத்திக்கொண்டனர் என்கிறார் வாஷ்புரூக். பறையர்கள் முரட்டுத்தனமானவர்கள், உடல் வலிமை மிக்கவர்கள், வன்முறையில் நாட்டம் கொண்டவர்கள் என்று கம்பெனி அதிகாரிகள் கருதினர். அதே நேரத்தில், 'தூய்மையற்றவர் களான' பறையர்கள் நஞ்சு தோய்ந்த ஆயுதங்களை வைத்திருந்த தாகவும் அதிகாரிகள் நினைத்தனர். இவ்வாறாக, தூய்மையின்மை, வலிமை ஆகிய இரண்டுக்கும் இடையேயான உறவால் கவரப்பட்ட வர்களாக ராணுவத்தில் பறையர்களைப் பெரும் எண்ணிக்கையில் சேர்த்தனர்.[114]

பதினெட்டாம் நூற்றாண்டில் நிலவிய இந்தத் தொழில் நிலைமைகளின் பின்னணியில்தான் அதனைப் பறையர்களின் மற்றும் இதர உழைப்பாளி பிரிவுகளின் பொற்காலம் என்ற தமது வாதத்தை

முன்வைக்கிறார் வாஷ்புரூக். ஆனால், மேலோட்டமான முறையில் பொதுமைப்படுத்துகிற கண்ணோட்டத்தின் அடிப்படையிலேயே அவரது வாதம் இருந்ததாகத் தெரிகிறது. நெசவுத் தொழிலில் ஈடுபட்டவர்களைப் பற்றிய அவரது கருத்துகளில் பல முக்கியத் தகவல்கள் நிச்சயமாக விடுபட்டிருக்கின்றன.

1770ஆம் ஆண்டுகளுக்குப் பிந்தைய காலத்தில் பிரிட்டிஷ்காரர்கள் நெசவுத் துறையில் வெளிப்படையான போட்டியை ஆதரிக்க வில்லை. நெசவாளர்களின் உழைப்புக்கு அவர்கள் சட்டவிதிகளை ஏற்படுத்தி உரிமை கோரினார்கள். இடைத்தரகர்களையும் முகவர் களையும் ஏற்பாடு செய்துகொள்ளும் பழக்கத்துக்கு விடை கொடுத்து, நெசவாளர்களுக்கு மிகக் கடுமையான கட்டுப்பாடுகளை விதித்தார்கள். கம்பெனி தருகிற முன்தொகையைப் பெற்றுக் கொள்ளுமாறு நெசவாளர்களைக் கட்டாயப்படுத்தினார்கள். இதனால் நெசவாளர்கள் நிரந்தரக் கடனாளியாகும் நிலைக்குத் தள்ளப்பட்டார்கள். நெசவாளர்கள் தாக்குதலுக்கு உள்ளாவதும் அடிக்கடி நடந்தது. ஆகவேதான் பதினெட்டாம் நூற்றாண்டின் பிற்பகுதியில் துணி விலை 27 சதவீதம் உயர்ந்தாலும் அதிலிருந்து சிறு ஆதாயத்தைக்கூட நெசவாளர்கள் பெற முடியவில்லை. அவர் களுடைய வருமானம் அப்படியேதான் இருந்தது. இது சில நேரங்களில் போராட்டங்களுக்கும் இட்டுச் சென்றது.[115]

விவசாயிகளின் இடம் பெயர்ச்சி தொடர்ச்சியாக நடைபெற்றது என்கிறார் வாஷ்புரூக். ஆயினும் அது எப்போதுமே தாழ்த்தப்பட்ட சாதிகளைச் சேர்ந்த விவசாயத் தொழிலாளர்களுக்குப் பயனளித்து விடவில்லை. இவ்வாறு இடம் பெயர்ச்சி நடந்துவந்தபோதிலும் செங்கல்பட்டு போன்ற மாவட்டங்களின் விவசாயத் தொழிலாளர் களால் மிராசுதார்களின் சுரண்டல் ஏற்பாடுகளை உடைத்துக்கொண்டு விடுபட முடியவில்லை. விவசாயத் தொழிலாளர்கள் தப்பி ஓடுவது ஆங்காங்கே தற்காலிகமாக நடந்ததுண்டு என்றபோதிலும் அதனால் ஊரகப் பொருளாதாரம் சற்றும் பாதிக்கப்பட்டுவிடவில்லை. கர்நாடகப் போர்களும்கூடத் தொழிலாளர்களின் இடப்பெயர்ச்சிக் கான வாய்ப்புகளைப் பெரிதாக ஏற்படுத்திவிடவில்லை. அத்தகைய அரசியல் கொந்தளிப்புகளால் பயனடைந்தவர்கள் மிராசுதார்கள்தான் என்கிறார் எஸ்.எஸ். சிவகுமார்.

இடம் மாறிச் செல்வது என்பது தொழிலாளர்களோடு மட்டும் நின்றுவிடவில்லை. மிராசுதார்களும்கூட இடம் மாறவே செய்தார்கள். இப்படிப்பட்ட போக்குகள் இருந்தநிலையில், பறையர்கள் அவ்வப்போது வெளியேறிய செயலைத் தனிப்பட்ட

நடவடிக்கை என்ற கோணத்திலும் பார்த்துவிட முடியாது, இடப் பெயர்ச்சி என்ற கோணத்திலும் பார்த்துவிட முடியாது. விவசாயத் தொழிலாளர்களுக்கு இருந்த வெளியேறும் உரிமையை அவர்களது எசமானர்கள்தான் தங்களுக்கிடையே நடந்த ஆதிக்க மோதல் களுக்குப் பயன்படுத்திக்கொண்டனர். அந்த மோதல்களில் பறையர்கள் பெருமளவுக்குப் பகடைக்காய்களாகப் பயன்படுத்தப் பட்டார்களேயன்றி, அவர்கள் அதனால் கொஞ்சமும் பயனடைந்து விடவில்லை.[116] அதே நேரத்தில், கிராமப்புற வாழ்க்கையால் தொழிலாளர்களுக்கு நல்ல பொருளாதார வாய்ப்புகள் கிடைத் திருக்குமானால், பறையர்கள் தங்கள் பகுதிகளில் ஆளுமை செலுத்திய சமூகங்களுக்குக் கீழே அடிமையாக இருப்பதற்கான ஒப்பந்தங்களுக்குச் சென்றிருக்கமாட்டார்கள்.

'பயகாரி' விவசாயிகள் (மிராசுதார் என்பதற்கு நேரெதிரான பொருள் தரும் 'பறக்குடி' என்பதைத்தான் பயகாரி என்று பதிவு செய்திருக்கக்கூடும்) சில ஆதாயங்களை அனுபவித்து வந்ததாக வாஷ்புரூக் கூறுவதும் முழு உண்மையல்ல. கோதாவரிப் படுகைப் பகுதியிலும் அதைச் சுற்றியிருந்த பகுதிகளிலும் அப்படிப்பட்ட நிலைமைகள் இருந்திருக்கலாம் என்றாலும், தமிழ்நாட்டு மாவட்டங்களில், பதினெட்டாம் நூற்றாண்டின் பிற்பகுதியில் பரவலாக அதே நிலைமைதான் இருந்தது என்று சொல்வதற்கில்லை. பறக்குடிகள் (அதே ஊரைச் சாராதவர்கள் என்பது இதன் பொதுவான பொருள்) கீழ்ச் சாதியினரின் உழைப்பைப் பயன்படுத்திக்கொண்ட பிராமணர்களின் அக்ரஹாரங்களையொட்டியும் பிராமணர் அல்லாத (பெரும்பாலும் வெள்ளாளர், கம்மவார், பள்ளி சாதிகளைச் சேர்ந்த) மிராசுதார்களுக்குச் சொந்தமான மணவாடு கிராமங்களிலும் இருந்தனர், அவர்களில் சிலருக்கே பட்டா கிடைத்தது என்று அருண் பந்தோபாத்யாய், டேவிட் லூதன் இருவரது ஆய்வு முடிவுகள் காட்டுகின்றன.[117]

பறக்குடிகள் குத்தகையாளர்களாகத் தங்களை நிலைநிறுத்திக் கொள்ள முடிந்திருந்தாலும்கூட அவர்களது நிலைமைகள் மேம் பட்டிருப்பதற்கு வாய்ப்பில்லை. திருநெல்வேலி மாவட்டத்தின் வறண்ட பகுதிகளில் சில 'தீண்டத்தகாத' சாதியினர் தங்களைத் தற்சார்புள்ள விவசாயிகளாக நிலைநிறுத்திக்கொண்டார்கள் என்ற போதிலும் அது முந்தைய நூற்றாண்டு நடைமுறையின் தொடர்ச்சி யாக நடந்தது என்று கூறுவதற்கில்லை.[118]

1805க்குப் பிந்தைய ஆண்டுகளில், அரசியல் மோதல்கள் ஒரு முடிவுக்கு வந்திருந்தன. இந்நிலையில், இந்தியாவைப் பற்றிய

பிரிட்டிஷ் அணுகுமுறையில் ஒரு வெளிப்படையான மாற்றம் ஏற்பட்டது. விவசாயத்தை விரிவுபடுத்த வேண்டிய தேவை இருந்தாலும், நடைமுறைச் சிக்கல்களைப் புறக்கணித்துவிட முடியாது என்பதை பிரிட்டிஷ் அரசு புரிந்துகொண்டது. நிலம் தொடர்பான விவகாரங்களில் மேலாதிக்க சமூகக் கட்டமைப்பு களுக்கு எத்தகைய பங்கிருக்கும் என்பது குறித்த சந்தேகங்கள் கிழக்கிந்திய கம்பெனிக்கு இருந்தது. எனினும், மூலதனம் திரட்டப் படுவது குறித்த தெளிவான புரிதல் ஏற்பட்டிருக்கவில்லை.

முதலீடு செய்வதில் இருந்த நிதி நிலை சார்ந்த சவால்கள் எல்லா வற்றையும் தானே இழுத்துப்போட்டுக்கொள்ள கம்பெனி தயாராக இல்லை. மாறாக, விவசாயத்தில் தனியார் முதலீடுகளை இழுக்கக் கூடிய வழிமுறைகளை கம்பெனி ஆராய்ந்தது. ஒருவகையில், மைசூர் அரசின் தாக்குதலுக்கு முன்பு செல்வாக்குடன் இருந்த சமூகங்களுக்கு அவர்கள் அனுபவித்து வந்த அதிகாரங்களையும் கவுரவ நிலைகளையும் திரும்பவும் ஏற்படுத்திக்கொடுப்பதில் கம்பெனி அதிக ஆர்வம் காட்டியது. குறிப்பாக, அதன் அடித்தளங்கள் வலுவற்றிருந்த வட்டாரங்களில் இந்த வழிமுறையைக் கையாள கம்பெனி விரும்பியது.[119]

பழைய சமூகச் செல்வாக்கு மீட்டுக்கொடுக்கப்பட்டது தொடர்பாக வாஷ்புரூக் எழுதியிருப்பது சில கேள்விகளை எழுப்புகிறது. வடக்குத் தஞ்சை போன்ற வட்டாரங்களின் கிராமப்பகுதிகளில், மைசூர் அரசின் தாக்குதலைத் தொடர்ந்து சுமார் பத்தாண்டுகளுக்குப் பிறகு, மிராசுதார்கள் தாங்கள் இல்லாதபோது மற்ற சமூகப்பிரிவு களால் ஆண்டனுபவிக்கப்பட்ட தங்களுடைய பழைய இடத்தைப் பிடித்தனர் என்பது அவரது வாதத்திலிருந்து தெளிவாகிறது.

அந்த அரசியல் புயலுக்கு முன்பு நிலமும் அத்துடன் இணைந்த இதர உரிமைகளும் உண்மையிலேயே யாருக்குச் சொந்தமாக இருந்தன என்பதைக் கண்டறியும் கறாரான சோதனைகளையும் கம்பெனியார் தொடங்கினர். பத்தொன்பதாம் நூற்றாண்டின் முதல் பத்தாண்டு காலத்தில் ஏற்படுத்தப்பட்ட வருவாய் ஒப்பந்தங்கள் உண்மையில் கிராமங்களில் ஏற்படுத்தப்பட்ட முந்தைய ஒப்பந்தங்களின் வேறு வடிவங்களாகவே இருந்தன என்று நில்மணி முகர்ஜி ஆய்வுகள் தெளிவாகக் காட்டுகின்றன.

தங்களது சொந்த நிலத்தில் தாங்களே உழுது பயிரிட்ட விவசாயிகளிட மிருந்து நேரடியாக வரி வசூல் செய்யும் ரயத்துவாரி முறையால், அரசுக்கும் அந்த விவசாயிகளுக்கும் நடுவில் தாங்களே

இடைநிலையாளர்களாக இருந்து வந்த நிலைமை மாறிவிடுவதைத் தடுக்க, அந்தந்த வட்டாரங்களில் ஆளுமை செலுத்திய சமூகங்கள் முயன்றன.[120] ஆனால், தனிச்சலுகையுடனான நில உடைமை உரிமைகளில் தொடக்ககட்ட ரயத்துவாரி முறையால் ஏற்பட்ட உண்மையான தாக்கங்கள் என்ன என்பதை நிச்சயமாகக் கூறமுடியவில்லை என்றார் முகர்ஜி. எனினும், ராபர்ட் ஃபிரைகென்பெர்க், நில்மணி முகர்ஜி இருவருமாகக் கூட்டாக எழுதிய ஆய்வுக் கட்டுரையில், இந்த ஐயம் பெருமளவுக்குத் தெளிவுபடுத்தப்பட்டுள்ளது. ரயத்துவாரி ஒப்பந்தங்கள் ஏற்படுத்தப்பட்ட தொடக்க காலகட்டத்தில், உறுதியான நில உரிமைகள் பெரிய அளவுக்கு மீறப்படவில்லை என்று அக்கட்டுரை கூறுகிறது.[121]

ஒரு வரிவருவாய் முறையை நிலையான ஒப்பந்தத்தின் அடிப்படையில் கொண்டுவருவதா அல்லது ரயத்துவாரி விதிகளின் அடிப்படையில் கொண்டுவருவதா என்பதில் அதிகார வட்டாரத்தில் பொதுக்கருத்து எதுவும் ஏற்படவில்லை. உண்மையில், இந்தக் காலகட்டத்தில் முந்தைய வரிவசூல் முறையை மாற்றாமல் கம்பெனி அதிகாரிகள் அப்படியே வைத்துக்கொள்ளவே விரும்பினர். இந்நிலையில், தாழ்த்தப்பட்ட சாதிகளைச் சேர்ந்தவர்கள் தங்களது தாழ்நிலை காரணமாகவும், இதர இந்து சமூகங்களிலிருந்து விலக்கப்பட்ட நிலை காரணமாகவும் தங்களை நில உடைமையாளர்களாக நிலைநிறுத்திக்கொள்வது மிகக் கடினமாக இருந்தது என்கிறார் டேவிட் லூதன்.[122]

பழைய முறையை மீண்டும் கொண்டுவந்ததால் கம்பெனிக்குப் புதிய பிரச்னைகள் ஏற்பட்டன. கிராமங்களின் கூடுதல் உற்பத்திகளிலிருந்து மிக அதிகமான பங்கை எடுத்துக்கொள்ள கம்பெனி முயன்றது. அதேநேரம் மிராசுதார்கள், இனாம்தார்கள், கிராமத் தலைவர்கள் போன்ற தனிச்சலுகை பெற்றிருந்தவர்களின் கோரிக்கைகளைத் தள்ளிவிடவும் முடியவில்லை.[123] பத்தொன்பதாம் நூற்றாண்டின் முந்தைய கட்டத்தில் தென்னிந்தியாவில் இருந்த பிரிட்டிஷ் அதிகாரிகள் மிராசுதார்களின் பாதுகாவலர்கள் என்ற நிலைக்கு உயர்த்தப்பட்டனர் என்று வாஷ்புரூக் ஒப்புக்கொண்டிருக்கிறார்.[124] பழைய முறைகளை மீட்க கம்பெனி மேற்கொண்ட முயற்சிகள் அதன் நீதிமன்றங்களின் செயல்பாட்டில் தெளிவாக வெளிப்பட்டது என்று தர்மா குமாரும் கூறுகிறார். உள்நாட்டு அடிமை முறைகளை அங்கீகரிப்பதற்கு அந்த நீதிமன்றங்கள் முன்னுரிமை அளித்தன.[125]

இவ்வாறாக, பதினெட்டாம் நூற்றாண்டின் கடைசி இருபது முப்பது ஆண்டுக்காலம் தொடர்பாக வாஷ்புரூக் முன்வைக்கிற சித்திரிப்பு

பல்வேறு முக்கிய அம்சங்களில் நம்பகத்தன்மையற்றதாக இருக்கிறது. ஆங்கிலேய – மைசூர் ராணுவ மோதல்கள் முடிவுக்கு வந்த கட்டத்தில் வரி வருவாயை அதிகரிக்க வேண்டிய நிலை ஏற்பட்டதும், இடைநிலையாளர்கள் அதிகரித்ததும் ஊரக உரிமைகளுக்கான வாய்ப்பைச் சுருக்கிவிட்டது என்று அவரே ஒப்புக்கொள்கிறார்.

பறையர்கள் தங்களது தனித்துவம் வாய்ந்த வீரதீரத்தைத் தக்க வைத்துக்கொள்வதற்கு ஆதாரமாக இருந்த 'காட்டுப்புறப் போர்த்திறன்கள்' என்பதிலிருந்து மேலும் விலகினார்கள் என்றும் சரியாகவே குறிப்பிடுகிறார். ஆனால், அவருடைய சில கணிப்புகள் ஏற்கத்தக்கவையாக இருக்கின்றன என்றாலும், நுட்பமான முறையில் பொதுமைப்படுத்துவதாகவே அவை அமைந்துள்ளன. அந்தக் குறிப்பிட்ட காலகட்டத்தில் சில முக்கியமான பொருளாதார முன்னேற்றங்கள் இருந்தன என்பதும், அவை விவசாயத் தொழிலாளர்களின்நிலையில் ஒரு தாக்கத்தை ஏற்படுத்தின என்பதெல்லாம் உண்மைதான் என்றாலும்கூட, அந்தக் கால கட்டத்தை 'பொற்காலம்' என்று குறிப்பிடுவது மிகையான சித்திரிப்பாகவே இருக்கிறது.

பிரிட்டிஷ் வரி வருவாய்க் கொள்கையும் பத்தொன்பதாம் நூற்றாண்டின் தொடக்கத்தில் தென்னிந்தியாவில் மிராசுமுறையும்

தென்னிந்தியாவில் பிரிட்டிஷ் ஆட்சி ஏற்படுத்தப்பட்ட தொடக்க ஆண்டுகளில், லியோனல் பிளேஸ் தவிர்த்து இதர கம்பெனி அதிகாரிகளும் செங்கல்பட்டு மாவட்டத்தில் அவரைத் தொடர்ந்து வந்தவர்களும் காணியாட்சிக்காரர்களின் (மிராசுதார்கள் என்பதற்கான அன்றைய தமிழ்ச்சொல்) உரிமைகளை அங்கீகரித்துவிடவில்லை. கம்பெனிக்கும் காணியாட்சிக்காரர்களுக்கும் பல்வேறு பிரச்னைகளில் முரண்பாடுகள் ஏற்பட்டன. அ) ரயத்துவாரி ஒப்பந்தத்தைக் காணியாட்சிக்காரர்கள் மூலமாக மட்டும் செயல்படுத்தினால் போதுமா, அது போதுமான வருவாய்க்கு வழிவகுக்குமா? ஆ) அது பலனளிக்க வில்லை என்றால் குடியானவர்களோடு கம்பெனி தொடர்பு கொள்ளலாமா, தேவைப்பட்டால் பறக்குடிக் குடியானவர்களைக் கிராமத்துக்குள் கொண்டுவரலாமா? இத்தகைய பிரச்னைகளில் முரண்பாடு ஏற்பட்டது.[126]

இந்தச் சர்ச்சைகள் முக்கியமான பின்விளைவுகளை ஏற்படுத்துபவையாக, காலப்போக்கில் காணியாட்சிக்காரர்களின் எதிர்

காலத்தைப் பாதிக்கக்கூடியவையாக இருந்தன. ஒட்டுமொத்த உடைமைக் கட்டமைப்பே விவாதத்துக்கு வந்தது. கிராமத்துக்குள் வெளியாட்களை விடுவது காணியாட்சிக்காரர்களின் தனி உரிமைகளையும் ஆளுமைகளையும் ஒழித்துக்கட்டிவிடுமோ என்ற விவாதங்களும் நடந்தன. எல்லிஸ் போன்ற கம்பெனி அதிகாரிகள் காணியாட்சி முறைக்கும் ரயத்துவாரி முறைக்கும் இடையே பெரிய முரண்பாடு எதுவும் இல்லை என்று கருதினர்.[127] எனினும், எல்லிஸ் நினைத்ததுபோல் பிரச்னை அவ்வளவு எளிதானதாக இருந்துவிடவில்லை. நில உடைமை தொடர்பான நிச்சயமற்ற நிலைமைகள் இருக்கவே செய்தன.

மிராசு உரிமை தொடர்பாக எல்லிஸ் கூறியுள்ள கருத்து அப்படியே அரசாங்கத்தின் அதிகாரபூர்வ நிலைப்பாட்டை எதிரொலித்துவிடவில்லை என்கிறார் அருண் பந்தோபாத்யாய். பத்தொன்பதாம் நூற்றாண்டின் தொடக்கத்தில் அரசாங்கம் இரட்டை அணுகு முறையையே கடைப்பிடித்தது.[128] மிராசு பிரச்னையில் அரசின் வருவாய் வாரியம் கடைப்பிடித்த அணுகுமுறை மூன்று கட்டங்களைக் கொண்டிருந்தது. கிட்டத்தட்ட 1820 வரையில் எல்லிஸின் செல்வாக்கினால் வாரியம் காணியாட்சிக்காரர்களுக்கு சாதகமான நிலைப்பாட்டையே கொண்டிருந்தது.

அதன் பின், 1850களின் நடுப்பகுதி வரையில், இந்தப் பிரச்னையில் முடிவெடுக்க முடியாத நிலையிலேயே வாரியம் இருந்து வந்தது. எனினும், அதற்குப் பிறகு, மன்றோ கோட்பாடு (தாமஸ் மன்றோ: 1820 முதல் 1827 வரையில் அன்றைய மதராஸ் மாகாண ஆளுநராக இருந்தவர். அரசாங்க வருவாய்க்காக ரயத்துவாரி எனப்படும் வரி விதிப்பு முறையை அறிமுகப்படுத்தியவர்) ஒரு முழுமையான தாக்கத்தை ஏற்படுத்தியது. அதன்படி மிராசுதார் முறைக்கான சிறப்புச் சலுகைகளை ஒழிக்க அரசாங்கம் முன்வந்தது.[129]

1820களின் தொடக்கத்தில் வருவாய் வாரியம் மிராசுகளுக்கும் பயகாரிகளுக்கும் ஓர் எச்சரிக்கை விடுத்தது. நல்ல நிலங்களை மட்டும் சாகுபடிக்கு வைத்துக்கொண்டு, மற்ற நிலங்களை சும்மா விட்டு வைத்திருக்கக்கூடாது என்று ஆணையிட்டது. மிராசு தொடர்பான பிரச்னைகளில் ஒரு தனி மனிதரின் கருத்து அடிப்படையில் மட்டுமே முடிவு செய்துவிட முடியாது, கிராம மக்களிடமிருந்து திரட்டப்பட்ட தகவல்களின் அடிப்படையிலேயே முடிவு செய்யவேண்டும் என்று கிழக்கிந்திய கம்பெனி இயக்குநர்கள் குழு கருத்துக் கூறியது.

1823 ஆகஸ்ட் 14 அன்று வருவாய் வாரியம் இவ்வாறு அறிவித்தது: 'மிராசு எனப்படும் நில உரிமையானது முறைப்படி சாகுபடி நடக்கிற

வரையில், தொடர்ச்சியாக வாரம் (வாடகை) வந்துகொண்டிருக்கிற வரையில் நிலத்தை உடைமையாக வைத்திருப்பதற்கான உரிமை மட்டுமேயாகும் என்று வாரியம் கருதுகிறது. அவ்வாறு நடைபெற வில்லை என்றால், பொது வருவாயின் பாதுகாப்பு கருதி, இந்த நிபந்தனைகளை நிறைவேற்றக்கூடிய மற்றவர்களிடம் நிலம் ஒப்படைக்கப்படவேண்டும்.'[130] வருவாய் வாரியத்தின் இந்த முடிவு, மிராசுதார்களுக்கான தனிச்சலுகைகளை எதிர்ப்பதற்கு கம்பெனி தயாராக இருந்ததையே தெளிவாகக் காட்டுகிறது.

மிராசுதார்கள் விசயத்தில் கம்பெனி இத்தகைய கறாரான நிலை மேற்கொண்டதற்கு மன்றோ கோட்பாடு ஓரளவுக்கு அடிப்படையாக அமைந்தது. தனி மனிதர்களது சொத்துரிமைகளுக்கு அந்தக் கோட்பாடு முக்கியத்துவம் அளித்தது. மன்றோவின் அணுகு முறைகளால் கவரப்பட்ட கம்பெனி அதிகாரிகள், நில வரி முறை ஒன்றைக் கொண்டுவருவதற்கான அடிப்படைகளை ஏற்படுத்த முயன்றனர் என்கிறார் டேவிட் லூதன். அந்த அணுகுமுறை தனி மனிதர்களின் சொத்துரிமையை உறுதிப்படுத்தியதோடு, பாதுகாப்பாளர் என்ற முறையில் அரசாங்கத்தின் உரிமைகளையும் உறுதிப்படுத்தியது.

ஒருவகையில், (பட்டா எனப்பட்ட வருடாந்திர நிலவரி வசூல் அடிப்படையிலான) ரயத்துவாரி முறை, சந்தைப் பங்கேற்பு தொடர்பான சட்டக் கெடுபிடிகளிலிருந்து தனி மனிதர்களை விடுவிக்கும் என்றும், வரி வசூல்தாரர்கள், இடைத்தரகர்கள் ஆகியோரின் ஆதிக்கத்துக்கு முடிவுகட்டும் என்றும் எதிர்பார்க்கப் பட்டது.[131] இவ்விதமாக, ரயத்துவாரி முறை அரசாங்கத்தின் சொத்துடைமையையும் வரி வருவாயையும் அதிகரித்தது.[132]

ஆனால், மிக முக்கியமாக, இந்தக் கொள்கை மாற்றம் கிராமப் பொருளாதாரத்தில் விரிவான தாக்கங்களை ஏற்படுத்தியது. குறிப்பாக, மிராசு நடைமுறையே கடுமையான விசாரணைக் குரியதாக மாறியிருந்த நேரத்தில், புறம்போக்கு நிலங்களும் தங்களுக்கே உரிமை என்று மிராசுதார்கள் சொந்தம் கொண்டாடிக் கொண்டிருந்தார்கள். இதற்குத் தமிழக மாவட்டங்களில் குறிப்பாகத் தென் ஆற்காடு, செங்கல்பட்டு மாவட்டங்களில் கடுமையான எதிர்ப்புக் கிளம்பியது. இந்த மாவட்டங்களில் சாகுபடிக்குப் பயன்படுத்த முடிந்த புறம்போக்கு நிலங்கள் விரிவான அளவில் இருந்ததால் இந்த மோதல் தவிர்க்க முடியாததாக ஏற்பட்டது என்கிறார் அருண் பந்தோபாத்யாய்.[133]

1839 ஆகஸ்ட்டில் கூட்டப்பட்ட கூட்டத்தில் புறம்போக்கு நிலங்களில் காணியாட்சிக்காரர்களுக்கு எந்த உரிமையும் கிடையாது என்ற

முடிவுக்கு கம்பெனியின் வருவாய் வாரியம் வந்தது. இருந்தபோதிலும், அதேமாதத்தில், புறம்போக்கு நிலங்களில் சாகுபடி செய்வதைப் பொறுத்தவரையில், பயகாரிகள் அதிக வரி உள்ளிட்ட ஏற்பாடுகளுக்கு முன்வரத் தயாராக இருந்தாலும்கூட, மற்றவர்களைவிட காணியாட்சிக் காரர்களுக்கு ஒரு முன்னுரிமை உண்டு என்று அறிவித்தது.

நிர்வாகம் இப்படி முடிவெடுத்திருந்தாலும்கூட பயகாரிகள் புறம்போக்கு நிலங்களை விளைச்சலுக்குப் பயன்படுத்தவே செய்தார்கள். போதுமான தண்ணீர் இல்லாததால் தங்களால் சாகுபடி செய்ய இயலாது என்று மிராசுதார்கள் கூறியபோது அந்த நிலங்கள் பயகாரிகளுக்குக் கிடைத்தன. ஆனால் மிராசுதார்கள் அந்த நிலங்களில் விவசாயம் செய்ய முன்வந்தபோது நிலைமை மாறியது. மேல் சாதிகளைச் சேர்ந்த நில உடைமையாளர்களின் ஆதிக்கத்துக்கு உட்பட்டிருந்த விவசாயத் தொழிலாளர்கள், அந்தப் புறம்போக்கு நிலங்களில் தங்களது உரிமையை உறுதிப்படுத்திக்கொள்வது என்பதெல்லாம் மிக மிக அரிதாகவே நிகழ்ந்தது.[134]

இவ்வாறாக, பத்தொன்பதாம் நூற்றாண்டின் முதல் இருபது முப்பது ஆண்டுகளில் வேளாண் அடிமைகளுக்கும் குத்தகை அடிப்படையில் சாகுபடி செய்தவர்களுக்கும் வறண்ட பகுதி அல்லாத இடங்களில் சொந்தமாக நிலம் பெறுகிற வாய்ப்பு மிக மிகக் குறைவாகவே இருந்தது.[135] புறம்போக்கு நிலங்கள் விநியோகிக்கப்படுமானால், தங்களது அடிமைகளும் குத்தகை விவசாயிகளும் நில உடைமை யாளர்களாகிவிடுவார்கள் என்பதை உணர்ந்த மிராசுதார்கள் அதை எதிர்த்தார்கள் என்று சுட்டிக்காட்டப்பட்டிருக்கிறது.

ஊரகத் தொழிலாளர்கள் மீது தங்களுக்கு இருந்த கட்டுப்பாட்டை இழக்க நேரிடும் என்ற அச்சம் மிராசுதார்களுக்கு அரசாங்கத்தின் முடிவை எதிர்க்க வேண்டிய கட்டாயத்தை ஏற்படுத்தியது.[136] அதைத் தொடர்ந்து சில மாவட்டங்களின் ஆட்சியர்கள் மிராசுதார்களைக் கேட்காமல் வேறு தனிப்பட்டவர்களுக்குப் புறம்போக்கு நிலங்களைத் தருவதில்லை என்று முடிவு செய்தனர். இதுவும் கீழ்ச்சாதிகள் என்று அடையாளப்படுத்தப்பட்ட சமூகங்களுக்குக் கடினமான நிலைமைகளை ஏற்படுத்தியது.[137]

நில உடைமை வகைகளும் பத்தொன்பதாம் நூற்றாண்டின் முற்பகுதியில் தென்னிந்தியாவில் இருந்த வேளாண் அடிமைத்தனமும்

பதினெட்டாம் நூற்றாண்டின் கடைசி ஆண்டுகளில் காலனியாட்சி நிர்வாகம் தமிழகத்தில் சிதறலாக இருந்த அரசியல் அதிகார

அமைப்பை, மையப்படுத்தப்பட்ட, திறன் வாய்ந்த அரசாங்கக் கட்டமைப்பாக மாற்ற தீவிரமாக முயன்றது. சட்டம், கல்வி, நிதி சார்ந்த நடவடிக்கைகள் ஆகிய முயற்சிகள் விவசாயப் பொருளா தாரத்தை சந்தைவிதிகளுக்கு உட்பட்டுச் செயல்படவைக்கும் என்று கம்பெனி அதிகாரிகள் கருதினர்.[138] எனினும், உண்மை நிலைமைகள் அவர்கள் எதிர்பார்த்ததைவிட மிகச் சிக்கலாக இருந்தது. அந்தச் சிக்கல்கள், கம்பெனி ஆட்சியாளர்கள் பல்வேறு மாறுபட்ட ஆட்சி முறைகளைப் பின்பற்றியதன் விளைவாக ஏற்பட்டவையே.

கம்பெனியின் ஆட்சி எந்திரம் நீண்ட காலத்துக்கு அதிரடி மாற்றங்களைச் செய்யாமலே, புதிய நடவடிக்கைகளில் இறங்காமலே இருந்துவந்தது. பத்தொன்பதாம் நூற்றாண்டின் முற்பகுதியில் கம்பெனி அதிகாரிகள் அந்தந்த வட்டாரத்தின் குறுநில மன்னர்கள்போல இருந்த ஜமீன்தார்கள், பாளையக்காரர்கள் போன்றோருக்கு இணக்கமாக நடந்துகொள்ளமுயன்றனர்.[139] செங்கல்பட்டு, சேலம், திண்டுக்கல் ஆகிய மாவட்டங்களின் பெரும்பாலான பகுதிகள் மிட்டாக்களாக மாற்றப்பட்டன; பின்னர் அந்த நிலங்கள் நிரந்தரக் குடியிருப்பு முறையின் கீழ் மனைகளாக ஏலம் விடப்பட்டன என்கிறார் சி.ஜே. பேக்கர்.[140] ஆனால் அந்தப் பரிசோதனை முயற்சி மதராஸ் (சென்னை) நகரில் இருந்த கம்பெனி உயரதிகாரிகளின் எதிர்பார்ப்புகளை நிறைவேற்றவில்லை.

தங்களது பொருளாதாரக் கணக்குகள் பொய்த்துப்போவதைப் பார்த்த அவர்கள் வருவாய் வசூலுக்கு வேறு வழிகளைச் சிந்திக்கத் தொடங்கினர். அதைத் தொடர்ந்து, பல்வேறு மாவட்டங்களின் ஆட்சியர்கள் தங்களது வட்டாரங்களில் நிலவிய நில உடைமை முறைகள், கட்டுப்பாடு முறைகள் பற்றிய தகவல்களைத் திரட்டி அனுப்பினர். அந்த அறிக்கைகளின் காரணமாக, கம்பெனி நிர்வாகத்துக்குப் பல்வேறு நில உடைமை முறைகளும் வரி வசூல் முறைகளும் நடைமுறைகளும் இருப்பதை அங்கீகரிக்கும் நிலை ஏற்பட்டது. மேலும், அவை அந்தந்த வட்டாரம் சார்ந்த பாரம்பரியங் களாலும் உள்ளூர்ப் பழக்கவழக்கங்களாலும் வழிநடத்தப்படுவதை ஒப்புக்கொண்டாக வேண்டிய கட்டாயம் ஏற்பட்டது.

இந்தப் புரிதல் ஏற்பட்டாலும்கூட, மண்ரோ, ரீட் இருவரும் முன்மொழிந்த வசூல் முறைகள் சற்று மாறுபட்டதாக இருந்தன. மதராஸ் வட்டாரத்தின் ஊரகப் பகுதிகளில் நிலவிய உள்நாட்டு வரி வசூல் முறை போன்றதுதான் ரயத்துவாரி முறை என்று இருவரும் கருதினர். தனித்தன்மைகளும் கூறுகளும் கொண்ட அந்தந்த வட்டாரம் சார்ந்த திட்டவட்டமான ஆதாரங்களின் அடிப்படையி லேயே இந்தக் கருத்து உருவாகியிருந்தது.[141]

ரயத்துவாரி முறையால் தமிழ்நாட்டின் பல்வேறு பகுதிகளில் அன்று நில உடைமையிலும் வரி வசூலிலும் நடைமுறையில் இருந்து வந்த பல்வேறு அடுக்குகளை ஒழித்துவிட முடியவில்லை. ரீட், மண்ரோ இருவரும் சித்திரித்ததுபோன்ற பாராமஹால் மாவட்டங்கள், கம்பெனிக்கு நிஜாமால் விட்டுக்கொடுக்கப்பட்ட மாவட்டங்கள் என்ற வரையறைக்கு ஏற்ப வெகு சொற்ப பகுதிகள் மட்டுமே இருந்தன. அந்த மாவட்டங்களில் நில அளவுக்கு ஏற்ப விளைச்சலைப் பகிர்ந்துகொள்ளும் கிராமங்கள் இருந்தன. நிலத்தில் இறங்கி வேலை செய்ய வேண்டிய அவசியம் இல்லாத செல்வந்த விவசாயிகளும் கிராமத் தலைவர்களும் இருந்தார்கள்.

வரி வசூலுக்கான சில நடைமுறைகளும் வேறு சில தன்மைகளும் இருந்தன. இதுபோன்ற ஏற்பாடுகளுக்கு ரயத்துவாரி ஒப்பந்த முறையில் கொஞ்சமும் இடமில்லாதிருந்தது. இதனால், சமவெளிப் பகுதிகள், பள்ளத்தாக்குப் பகுதிகள் இரண்டிலுமே நடைமுறையில் இருந்த நில உடைமை ஏற்பாடுகளையும் கட்டுப்பாடுகளையும் ரயத்துவாரி முறையால் ஒழித்துவிட முடியவில்லை. இந்த இரு பகுதிகளிலும் ரயத்துவாரி முறைக்கு எதிர்ப்புக் கிளம்பியது. உள்ளூர் மக்களின் கோபத்தைத் தணிக்க ஒப்பந்தத்தில் சில மாற்றங்களைச் செய்ய வேண்டியதாயிற்று.[142]

சமவெளிப்பகுதிகளில் ரயத்துவாரி முறையைக் கொண்டுவந்த பிறகும்கூட, கிராமத் தலைவர்களுடன் கம்பெனி அதிகாரிகள் சில உடன்பாடுகளைச் செய்துகொண்டனர். பிரிட்டிஷ் ஆட்சி வருவதற்கு முன் இடைநிலை நாட்டாமைகளுக்கு எப்படிப்பட்ட அதிகாரங்கள் இருந்தனவோ அதே அதிகாரங்கள் மீண்டும் தரப்பட்டன என்று சி.ஜே. பேக்கர் கூறுகிறார். அரசாங்கத்துடன் முன்போல் ஒத்துழைத்ததற்காக அவர்களுக்குச் சில கூடுதல் சலுகைகளும் அளிக்கப்பட்டன. முந்தைய ஆட்சியாளர்களால் கிராமத் தலைவர் களுக்கு அவர்களது விசுவாசத்துக்காகவும் சேவைகளுக்காகவும் நிலங்கள் இனாமாக வழங்கப்பட்டிருந்தன. பத்தொன்பதாம் நூற்றாண்டின் முற்பாதியில் கம்பெனி அதிகாரிகள் அந்த இனாம் நிலங்களில் கை வைக்கவில்லை.[143]

ஆற்றுப் பள்ளத்தாக்குப் பகுதிகளில் ரயத்துவாரி முறையைச் செயல் படுத்தியது கம்பெனி அதிகாரிகளுக்குப் பெரும் தலைவலியாக இருந்தது. பெரும்பாலான இடங்களில் மிராசுதார்கள் பரவலான எதிர்ப்பை வெளிப்படுத்தினார்கள். கூட்டாகவோ ஒருவகையான சுழற்சி முறையிலோ அவர்கள் மேலாண்மை செலுத்திய கிராம நிலங்கள் அனைத்தும் தங்கள் கட்டுப்பாட்டிலேயே இருக்கவேண்டும்

என்று அவர்கள் கோரினார்கள். நில உடைமையாளர்களாகப் பல உரிமைகளையும் சலுகைகளையும் அனுபவித்துவந்த தனி மனிதர்களான மிராசுதார்கள் கிராமங்களில் பயகாரிகளாலும், மிராசுதார் அல்லாத மற்றவர்களாலும் சாகுபடி செய்யப்பட்ட நிலங்கள் அனைத்திலுமிருந்து (சாகுபடியாளர்கள் செலுத்தும் வரியிலிருந்து ஒரு பகுதியாக) துண்டுவாரம், (நிலங்களுக்கான குத்தகைப் பணமான) ஸ்வாமிபோகம் ஆகியவை தங்களுக்கு வழங்கப்பட்டாகவேண்டும் என்று வற்புறுத்தினார்கள்.

செங்கல்பட்டு மாவட்ட மிராசுதார்கள் ஸ்வாமிபோகம், காணியாட்சி மான்யம் ஆகிய இரண்டு சலுகைகளையுமே அனுபவித்தார்கள் (காணியாட்சிமான்யம் என்பது சில நிலங்களுக்கு அனைத்துவகை வரிவிதிப்பிலிருந்தும் விலக்கு அளிக்கப்பட்ட ஒரு சலுகையாகும். அத்துடன், வரிவிதிப்புக்கு உட்பட்ட நிலங்களுக்காக கப்பட்டம், காணிமேரி, கல்பாடி, கல்பாசம் என பல பெயர்களில் பல்வேறு கட்டணங்களை வசூல் செய்யும் அதிகாரமும் அவர்களுக்கு இருந்தது). ஆனால் தஞ்சாவூர் போன்ற சில பகுதிகளில், அதிகாரப்பூர்வ மானியங்களாக அளிக்கப்பட்டிருந்த நிலங்களைத் தவிர்த்து மற்ற நிலங்கள் அனைத்தும் வரிவிதிப்புக்கு உரிய வாரப் பேட்டை நிலங்களாகவே கருதப்பட்டன. மிராசுகளுக்கான சலுகை என்பது ஸ்வாமிபோகம் வசூலித்துக்கொள்வதோடு சுருக்கப்பட்டது.[144]

மிராசுதார்கள் அனுபவித்து வந்த உரிமைகளிலும் சலுகைகளிலும் கை வைக்கக்கூடிய எந்த நடவடிக்கையையும் கம்பெனி அதிகாரிகள் எடுக்கவில்லை. வரியைப் பணமாகவே செலுத்தவேண்டும் என்று ரயத்துவாரி விதி இருந்தாலும், மிராசுதார்கள் தாங்கள் விரும்பும் வகையில் வரியைச் செலுத்த அனுமதிக்கப்பட்டார்கள். சாகுபடி காலத்தில் ஏற்படக்கூடிய ஏற்ற இறக்கத்தின் சுமையை ஏற்றுக் கொள்ள கம்பெனி நிர்வாகம் முன்வந்தது.[145]

ஊரகப் பகுதிகளில் இடைநிலை நாட்டாமைகளாக இருந்தவர்களை மாற்றுவதற்கான முயற்சிகள் எதுவும் பத்தொன்பதாம் நூற்றாண்டின் தொடக்க ஆண்டுகளில் செய்யப்படவில்லை. நாட்டாமைகளுக்கு இருந்த உரிமைகளுக்கு எப்போதுமே முழுமையான சவால்கள் கிளம்பியதில்லை. ரயத்துவாரி முறை சோதனைசெய்து பார்க்கப் பட்ட காலத்தில், ஏற்கெனவே நிலைபெற்றிருந்த நில உடைமை களுக்கு எவ்வித பெரிய சிக்கல்களும் ஏற்பட்டதில்லை என்று நீல்மணி முகர்ஜி, ஆர்.இ. ஃபிரைகென்பெர்க் இருவரும் தமது ஆய்வுகளில் குறிப்பிட்டிருக்கிறார்கள்.[146]

எல்லா வழிகளிலும் நில உடைமை என்பது கம்பெனி அதிகாரி களுக்கு மிகச் சிக்கலானதொரு பிரச்னையாகவே இருந்து வந்தது.

தனிச் சொத்து என்ற அடிப்படையிலான நில உடைமை என்ற கருத்தாக்கமேகூட உருவாகாமல் இருந்தது. ஏனென்றால் அப்போது நிலத்துக்கான சந்தை மதிப்பு மிகக்குறைவாக இருந்தது. நில உடைமை உரிமைகள் தொடர்பான சமூகக் கட்டுப்பாடுகள் காரணமாக, இதற்கான சட்ட ஏற்பாடுகளை முழுமையாகச் செய்வது சாத்தியமாகவில்லை. பல்வேறு பிரிவினரும் நில உரிமைக்குச் சொந்தம் கொண்டாடினார்கள். ஊரகப் பகுதிகளில் ஆதிக்கம் செலுத்திய சமூகங்களைச் சேர்ந்தவர்கள், மற்ற பிரிவுகளின் தாழ்வான சமூக நிலைகளை, குறிப்பாகத் தீண்டத்தகாதவர்களாக ஒதுக்கப்பட்டவர்களின் நிலைகளைப் பயன்படுத்திக்கொண்டு தங்களது நில உரிமையை உறுதிப்படுத்திக் கொள்ள முயன்றார்கள்.[147]

தமிழ்நாட்டில் பத்தொன்பதாம் நூற்றாண்டின் தொடக்க ஆண்டுகளில் நிலவிய அடிமைத்தனம் தொடர்பான அனைத்து விவாதங்களிலும் நில உரிமை, நிலக்கட்டுப்பாடு என்ற சிக்கல்கள் சிறப்பு முக்கியத்துவம் பெற்றுள்ளன. விவசாயத் தொழிலாளர்களைப் பொறுத்தவரையில் சமூகம், பொருளாதாரம் ஆகியவற்றில் அவர்களுக்கு இருந்த சாதகமற்ற நிலைமைகள் சாதியக் கட்டமைப்பால் உறுதிப்படுத்தப்பட்டன என்றபோதிலும்கூட, அவர்கள் நிலமற்றவர்களாக இருந்துவிடவில்லை என்கிறார் ஆய்வாளர் தர்ம குமார்.

ஆய்வாளர் ஹரூகா யானகிஸாவா தமது அறிக்கையில், கிராமங்களில் மிராசுதார் அல்லாத மற்ற சாதி இந்துக்கள், மிராசுதார்களிடையே மோதல்கள் ஏற்பட்டபோது நிலங்களைப் பெற்றார்கள் என்றாலும் கூட, அதிலிருந்தும் பறையர்கள் கறாராகத் தள்ளிவைக்கப் பட்டார்கள் என்று சுட்டிக்காட்டுகிறார். கிராமங்களில் ஆதிக்கம் செலுத்திய சாதிகளைச் சேர்ந்தவர்கள் தங்களுக்குக் கீழே குத்தகை விவசாயிகளாகவும் அடிமைகளாகவும் இருந்தவர்கள் நில உடைமை யாளர்களாக மாறுவதை விரும்பவில்லை; அப்படி மாறினால் கிராமத்தில் தங்களுடைய அதிகாரமும் பிடிப்பும் தளர்ந்துவிடும் என்று கருதினார்கள்.[148]

எனினும், ஆய்வாளர்களின் இத்தகைய கருத்துகள், பத்தொன்பதாம் நூற்றாண்டின் தொடக்ககட்டத்தில் தமிழ்நாட்டில் நிலவிய உண்மை யான கிராமப்புற நிலவரங்களை வெளிப்படுத்தவில்லை. நில உடைமை, நிலக் கட்டுப்பாடு, 'தீண்டத்தகாதவர்கள்' என்று ஒதுக்கப் பட்ட விவசாயத் தொழிலாளர் சமூகங்களின் நிலைமை ஆகியவை அந்தந்த வட்டாரங்களின் புவியியல் தன்மைகளுக்கேற்ப மாறு பட்டன. ஆற்றுப் பள்ளத்தாக்குப் பகுதிகளில் வெள்ளாள மிராசுகளும்

பிராமண மிராசுகளும் பெருமளவுக்கு நில உடைமையாளர்களாக இருந்தனர் என்பதை பேக்கர் தம் ஆய்வில் சுட்டிக்காட்டுகிறார்.

அந்த வட்டாரங்களில் தொடக்கத்திலேயே குடியேறியவர்கள் தாங்கள்தான் என்று அவர்கள் உரிமை கொண்டாடினார்கள். நிலத்தைக் கையாள்வதற்கான கூட்டுறவு நிர்வாக முறையை முதலில் உருவாக்கியதும், நீர்ப்பாசனத்துக்கான ஏற்பாடுகளைச் செய்ததும் தாங்கள்தான் என்றும் மிராசுதார்கள் வாதிட்டார்கள். இவ்வாறாக, காணியாட்சி (மிராசு) முறைக்கு ஒரு முக்கியத்துவம் உருவானது. காணியாட்சி என்றாலே நிலத்தின் மீதான கட்டுப்பாடு என்பதுதான் பொருள்.[149]

ஆற்றுப் பள்ளத்தாக்குப் பகுதிகளைச் சேர்ந்த கிராமங்களின் தலைவர்கள், அந்தப் பகுதிகளில் தொடக்கத்திலேயே குடியேறியவர் களின் வழித்தோன்றல்கள் தாங்கள்தான் என்ற முறையில் தங்களுக்கும் இந்தக் காணியாட்சி முறையில் தங்களுக்கும் பங்கு உண்டு என்று கோரினார்கள். கிராமத்தின் வருவாய் ஆதாரங்களைச் சமூக அடிப்படையில் காணியாட்சிக்காரர்களது கூட்டமைப்புதான் முற்றிலுமாகக் கட்டுப்படுத்தியது என்றாலும், தனி மனித அலகு அடிப்படையிலேயே பங்குகள் பிரிக்கப்பட்டன.

நிலவுடைமைக்கான நிறுவனத்தன்மை என்பதன் எஞ்சியகூறுகள் சில கிராமங்களில் காணியாட்சிக்காரர் மன்றம் என்ற வடிவில் இருந்தன. இன்னும் குறிப்பாகச் சொல்வதென்றால், காணியாட்சி என்பது ஒரு சாகுபடி நிலத்துக்கான உரிமைக்கு உத்தரவாதமாக மட்டுமல்லாமல், தரிசு நிலங்கள், சாலைகள், குடியிருப்புப் பகுதிகள், மேய்ச்சல் நிலங்கள் ஆகியவற்றை உள்ளடக்கிய ஒட்டுமொத்த வட்டாரத்தைக் கட்டுப்படுத்துவதிலும் பங்களிப்பதாக இருந்தது.[150]

பெரும்பாலான நிலைமைகளில் காணியாட்சிக்காரர்களின் இப்படிப் பட்ட தனி அதிகாரம், சம்பிரதாய நடைமுறைகளால் மேலும் கெட்டிப்படுத்தப்பட்டது. சமவெளிப் பகுதிகளில் நெல் விளைச் சலுக்கேற்றதாக இருந்த நிலவளம் பலரையும் ஈர்த்து வரவழைத்தது. இதனால் காணியாட்சிக்காரர்கள், இதர பகுதி மக்களின் வருகையைப் பயன்படுத்திக்கொண்டு வயலில் இறங்கிச் செய்யும் பணிகளிலிருந்து தங்களை விலக்கிவைத்துக்கொண்டனர் என்கிறார் பேக்கர்.[151] இவ்வாறாகக் காணியாட்சிக்காரர் அல்லாத மற்றவர்கள் நிலங்களில் சாகுபடி செய்யத் தொடங்கினர். அறுவடையில் கிடைக்கும் பங்குக்காகக் கிட்டத்தட்ட ஒரு அடிமைத்தன நிலையை ஏற்றுக் கொண்டனர்.

காணியாட்சிக்காரர்கள் தங்களது பொருளாதாரம், அரசியல், சமூகம் ஆகிய தொடர்புகளைப் பயன்படுத்திக்கொண்டு, நிலத்தில் இறங்கி வேலைசெய்தவர்களை, ஊருக்கு வெளியே தனியாகக் குடிசைகள் அமைத்துக் குடியிருக்குமாறு கட்டாயப்படுத்தி வெளியேற்றினர். அவர்கள் 'தீண்டத்தகாதவர்கள்' எனக் கூறி இந்து சமுதாயத்தி லிருந்தும் வெளியேற்றியே வைத்திருந்தனர்.

ஆற்றுப்பாசனப் பகுதிகள் பள்ளத்தாக்குப்பகுதிகள் ஆகியவை அல்லாத இதர வட்டாரங்களிலும் காணியாட்சிக்காரர்களது மேலாதிக்கம் இருந்தது. தொண்டைமண்டலம் போன்ற பகுதிகளில் அதைக் காண முடிந்தது. இந்த வட்டாரங்களில் அவர்களது முழு ஆதிக்கம் காரணமாக 'தீண்டத்தகாத' விவசாயத் தொழிலாளர்களால் ஒரு கண்ணியமான வாழ்க்கையை வாழமுடியாத நிலை ஏற்பட்டது. அப்படிப்பட்ட நிலைமைகளில், 'தீண்டத்தகாத' விவசாயத் தொழிலாளர்களால் தனியாகப் பட்டா உரிமை பெற்ற விவசாயி களாக நிலைபெற முடியவில்லை; தங்களது 'பறச்சேரி' குடியிருப்பு களிலிருந்து வெளியேற்றப்படலாம் என்ற அச்சத்திலிருந்து விடுபடவும் முடியவில்லை (பொதுவாக மிராசுதார்கள் ஒதுக்கிய இடங்களில்தான் பறச்சேரிகள் இருந்தன).[152]

எனினும், தமிழகத்தின் சமவெளிப்பகுதிகளில் நிலைமை சிறிது மாறுபட்டதாகவே இருந்தது. இந்த வட்டாரங்களில் தெலுங்கர்கள், படையாட்சிகள், கள்ளர்கள், மரவர்கள் ஆகிய சாதிகள் ஆளுமை செலுத்தின. அதே நேரத்தில் வெளியேயிருந்து வந்த மற்ற பல்வேறு சாதிகளைச் சேர்ந்தோரும் இருந்தனர். பல நேரங்களில் ஆளுமைச் சாதிகளைச் சேர்ந்தோர், மற்றவர்களைத் தங்கள் ஊர்களுக்கு ஈர்ப்பதற்காக நிறைய ஊக்கச் சலுகைகள் கொடுத்ததுண்டு. பறக்குடி களாகிய உள்ளூர்வாசி அல்லாதவர்கள், வாடகை செலுத்துவதிலும், உள்குடிகளாகிய உள்ளூர்க்காரர்களிடமிருந்து பெற்றிருக்கக்கூடிய பணத்தைக் கட்டுவதிலும் தள்ளுபடிச் சலுகைகள் அளிக்கப்பட்டன.

இந்த கிராமங்களின் சமூகக்கட்டமைப்பு என்பது நில நிர்வாகத்தை விடவும், மக்கள் திரட்சியைச் சார்ந்ததாகவே இருந்தது. இரண்டு வகையான அமைப்புகள் ஒன்றையொன்று சார்ந்ததாக உருவாகி யிருந்தன. ஒன்று, ரத்த உறவு அடிப்படையிலானது. இன்னொன்று படைவீரர்களாகச் செயல்பட்ட மரபைச் சார்ந்தது. இந்த இரண்டுமே மிக முக்கியமான பங்காற்றின. சமவெளிப் பகுதிகளைச் சேர்ந்த மக்கள் சடங்குகள் அடிப்படையிலும் சமூக அடிப்படையிலும் இடங்கை, வலங்கை என இரண்டு திட்டவட்டமான பிரிவுகளாகப் பிரிந்திருந்தார்கள்.[153]

ஆனால், மிராசு முறை வலுவாக இல்லாதபகுதிகளில் நில உடைமை முறைகளும் கட்டுப்பாடு முறைகளும் மிகவும் மாறுபட்டதாக இருந்தன. இந்தப் பகுதிகளில், பலவகையான இடைநிலையாளர்கள் ஆளுமை செலுத்த முயன்றனர். 'தீண்டத்தகாத' விவசாயத் தொழிலாளர் பிரிவுகளைச் சேர்ந்தோர் தங்களைப் பறக்குடிகள் என எளிதாக அமைத்துக்கொண்டனர். புறம்போக்கு நிலங்களிலும் தரிசு நிலங்களிலும் சாகுபடி செய்யும் வேலை அவர்களுக்குத் தரப்பட்டது. தமிழகத்தின் பல வறண்ட பகுதிகளின் புறம்போக்கு நிலங்களில் சில பகுதிகள் பறக்குடிகளுக்குக் கிடைத்தன. குறிப்பாக, போதுமான நீர்ப்பாசன வசதிகள் இல்லை என்று கூறி விவசாயம் செய்ய மிராசுதார்கள் மறுத்தபோது, அந்த நிலங்கள் பறக்குடிகளுக்குக் கிடைத்தன.

தென் ஆற்காடு பகுதிகளில் புறம்போக்கு நிலங்களுக்கு மிராசுதார்கள் சொந்தம் கொண்டாடியபோது, கிராமங்களைச் சேர்ந்த பல்வேறு சமூகங்களிலிருந்தும் அதற்குக் கடுமையான எதிர்ப்புக் கிளம்பியது. பண்ணையாட்களாக இருந்த 'தீண்டத்தகாத' விவசாயத் தொழிலாளர்கள் பட்டா உரிமை பெற முயன்றதை 1820ஆம் ஆண்டு ஆவணங்கள் காட்டுகின்றன. ஆனால் அவர்களுக்கு நிலம் கிடைப்பதைத் தடுக்க ஆதிக்க சாதிகள் பல்வேறு முட்டுக்கட்டை களைப் போட்டன.[154] பிற்காலத்தில் இப்படிப்பட்ட எதிர்ப்புகள் வலுவிழந்தன. பத்தொன்பதாம் நூற்றாண்டின் பிற்பகுதியில் தென் ஆற்காட்டின் பறையர் சமூகத்தினரில் 12 விழுக்காட்டினர் நில உடைமையாளரானார்கள்.[155]

தாமிரபரணி ஆற்றின் வடக்கிலும் தெற்கிலும் அமைந்திருந்த வறண்ட பகுதிகளில் எந்த ஒரு தனிப்பட்ட சாதிப்பிரிவினராலும் நிலத்தைக் கட்டுப்படுத்துவதில் தங்களது முழு அதிகாரத்தைச் செலுத்த முடியவில்லை என்கிறார் டேவிட் லூதன். அந்தப் பகுதிகளில் மிகுதியாக இருந்த சாதிகளைச் சேர்ந்த மேல்தட்டினர் நில உடைமையாளர்களாக இருந்தனர். நிலத்தில் இறங்கி வேலை செய்யாத நில உடைமையாளர்களில் மிகப் பெரும் பணக்காரர்களின் நெருங்கிய உறவினர்கள் ஏழை விவசாயிகளாகவே இருந்தார்கள். நில உடைமை, வயலில் இறங்கி வேலை செய்தல், சமூக ஆளுமை ஆகியவை ஒன்றுடன் ஒன்று இணைந்திருந்ததால் விவசாயத்தில் பங்கேற்பது இந்த வறண்ட பகுதியின் பண்பாட்டுப் பொருளாதாரத்தில் உயர்வான இடத்தை அளிப்பதாக இருந்தது.

இவ்வாறாக 'ஒரு கிராமத்தின் மிகப்பெரிய நில உடைமையாளரும் நிலமற்ற விவசாயத் தொழிலாளர்களும் ஒரே சாதியைச் சேர்ந்தவர் களாக இருக்க முடிந்தது.'[156] அப்படிப்பட்ட சூழல்களில், 'தீண்டத்த

காதவர்களான' பள்ளர், பறையர் போன்ற தாழ்த்தப்பட்ட சாதிகளைச் சேர்ந்தோர் தங்களை 'ஓரளவுக்குத் தனிப்பட்ட வேளாண் குடும்பங்களாக' அமைத்துக்கொள்ள முடிந்தது.[157]

கோயம்புத்தூர், வட ஆற்காடு, சேலம் போன்ற மாவட்டங்களில் மிராசுகளுக்கான சலுகைகள் நில உடைமையைத் தீர்மானிக்க வில்லை. இந்த மாவட்டங்களின் 'தீண்டத்தகாத' விவசாயத் தொழிலாளர்கள் சில நேரங்களில் பட்டா உரிமை பெற்றவர்களாக இருந்தார்கள். மிராசுக் கட்டுப்பாட்டிலிருந்து தங்களை விடுவித்துக் கொள்வதற்கான முயற்சிகளிலும் ஈடுபட்டார்கள். மிராசு கிராமங்கள், மிராசு முறை இல்லாத கிராமங்கள் இரண்டு பகுதிகளிலுமே பறையர்கள் தங்களைப் பறக்குடிகளாக அமைத்துக்கொண்டார்கள். நில உடைமையாளர்களுடன் குத்தகை ஒப்பந்தங்களும் செய்து கொண்டார்கள்.[158]

மதுரை போன்ற மாவட்டங்களில் மிராசுக் கட்டுப்பாடுகள் தளர்ந்ததைப் பயன்படுத்திக்கொண்ட தொழிலாளி சமூகங்கள் கிராமங்களில் யரவாடிகள் (வெளியூர் உழவர்கள்) என்றும், உள்குடிகள் என்றும் நிலைப்படுத்திக்கொண்டார்கள்.[159]

இத்தகைய போக்குகள் நிலவியபோதிலும், வயலுக்கான குத்தகை உழவராக அல்லது உள்குத்தகை உழவராக இருந்ததால் கிராமங்களின் ஒதுக்கப்பட்ட சமூகங்கள் முழுச் சுதந்தரத்தை அனுபவித்தார்கள் என்று சொல்ல முடியாது. 'தீண்டத்தகாத' சமூகங்களைச் சேர்ந்த பறக்குடிகள் நில உடைமையாளர்களிட மிருந்து பணமாக வாங்கியிருந்த முன்தொகைகளுக்காகவும், விதை களுக்காகவும், வேளாண் கருவிகளுக்காகவும் அவர்களிடம் கடன் பட்டவர்களாகவே இருந்தார்கள். பறக்குடிகளோ, குத்தகை உழவர் களாக இருந்தவர்களோ விளைச்சலில் பங்குபெற்றார்களேயன்றி, விவசாயத் தொழிலாளர்களிடமிருந்து வேறுபடுத்திப் பார்க்கக் கூடியவர்களாக இல்லை என்று சில ஆய்வாளர்கள் சுட்டிக் காட்டுகிறார்கள்.

விவசாயத்துக்குத் தேவைப்பட்ட பணத்தில் பெரும்பகுதியை நில உடைமையாளர்கள்தான் கொடுத்தார்கள் என்பதால், வயலில் எதைப் பயிர் செய்வது, எந்தத் தொழில்நுட்பங்களைப் பயன்படுத்துவது என்பனவற்றை சுயேச்சையாகத் தீர்மானிக்கக்கூடிய இடத்தில் பறக்குடிகள் இல்லை. மேலும் விளைச்சலில் பெரும் பங்கு நில உடைமையாளர்களுக்கே சென்றது என்பதால், அவர்கள் தங்களது தொழிலாளர்களை எப்படிக் கண்காணித்தார்களோ அதேபோல் தங்களிடம் குத்தகையாளர்களாக இருந்தவர்களையும் கண்காணித்

திருக்கக்கூடும். ஏழ்மையான குத்தகையாளர்களுக்கும் விவசாயத் தொழிலாளர்களுக்கும் கிடைத்த வருமானம் கிட்டத்தட்ட சமமானதாகவே இருந்தது என்கிறார் ஆய்வாளர் தர்ம குமார்.[160]

ஆயினும், ரயத்துவாரி முறை செயல்படுத்தப்பட்ட கிராமங்களையும், மிராசு முறை திட்டவட்டமாக இருந்த கிராமங்களையும் ஒப்பிடுகையில், ஜமீன்தாரி முறை இருந்த பகுதிகளில் பறையர்கள் கூடுதல் வாய்ப்புகளைப் பெற்றிருந்ததாகத் தெரிகிறது. பத்தொன்பதாம் நூற்றாண்டின் இறுதிவாக்கில், அரசாங்கக் கட்டுப்பாட்டில் இருந்த ஊர்களில் பறையர்களுக்கு நிலச்சொந்தக்காரர்கள் என்ற உரிமை கிடைக்கவில்லை என்றாலும், ஜமீன்தாரி பகுதிகளில் அவர்களுக்கு இதே நிலைமை இருந்துவிடவில்லை என்று டிரெமெனீர் போன்ற பிரிட்டிஷ் அதிகாரிகள் கருதினர். இந்தப் பகுதிகளில் மிராசுதார்கள் கோரிய சலுகைகள் மிகக் கறாராகக் கையாளப்பட்டன. பறையர்களால் எளிதாகக் குத்தகையாளர்களாக முடிந்தது.[161]

தொண்டைமண்டலத்தின் விரிவான பகுதிகள், தஞ்சையின் தாழ்நிலப்பகுதிகள், நெல்லையின் ஈர நிலப்பகுதிகள் ஆகிய இடங்களில் பிராமண மிராசுதார்களும் வெள்ளாள மிராசுதார்களும் தங்களது காணியாட்சிமானியத்தைப் பயன்படுத்திக்கொண்டு நிலம், நீர் ஆகியவற்றையும் தொழிலாளர்களையும் தங்களது கட்டுப்பாட்டில் கொண்டுவந்தனர். குத்தகை விவசாயிகளாக இருந்தவர்களது நிலைமையோடு ஒப்பிட்டால், இந்தப் பகுதிகளில் 'தீண்டத்தகாத' விவசாயத் தொழிலாளர் சமூகங்கள் உயர்நிலையை எட்டமுடியாமல் போனதற்கு மிராசுதார்களின் ஆளுமை தடையாக இருந்தது. உணவுக்கும் முதலீடு செய்வதற்கான பணத்துக்கும் உத்தரவாதமான சூழல் இல்லாதநிலையில் 'தீண்டத்தகாத' விவசாயத் தொழிலாளர்கள் மிராசுகளின் குடும்பங்களுக்கோ, ஒட்டுமொத்த மிராசுக் கிராமத்துக்கோ நிரந்தரக் கொத்தடிமைகளாக மாறினார்கள்.

இந்த வட்டாரங்களில் நில உடைமையானது நிலத்தில் உழைப்பதிலிருந்து மேலும் மேலும் விலகியிருந்தது, தனிப்பட்ட நில உடைமையாளர்கள் உழைப்பாளி உழவர்களைப் பணியில் அமர்த்தினார்கள் என்கிறார் டேவிட் லூதன். உழைப்பாளி உழவர்கள் சாதிக் கட்டமைப்பின் அடித்தட்டுக்குள் நுழைந்தார்கள். அவர்களில் பெரும்பாலானவர்கள் தாங்கள் 'தீண்டத்தகாதவர்கள்' என்ற நிலையை ஏற்றுக்கொண்டார்கள். ஒருவகையில் அவர்களது தாழ்நிலை அவர்களைப் பற்றிய பொது அணுகுமுறையிலும் பிரதிபலித்தது. இவ்வாறாக, பாசன விவசாயப் பகுதிகளின்

பண்பாட்டுப் பொருளாதாரத்தில் உழைப்பு என்பதே தரக்குறை வானதாக மாறியது.[162]

பத்தொன்பதாம் நூற்றாண்டின் தொடக்க பத்தாண்டு கட்டங்களில் தாழ்த்தப்பட்ட சாதிகளைச் சேர்ந்த மக்களில் பெரும்பகுதியினர், பள்ளத்தாக்குப்பகுதிகளில் பிராமண – வெள்ளாள நிலவுடைமை யாளர்களுக்கும், சமவெளிப்பகுதிகளில் புதிதாக ஆளுமை செலுத்தத் தொடங்கிய சமூகங்களுக்கும் பல்வேறு முறைகளில் பண்ணை அடிமைகளாக மாறினார்கள் என்று கூறப்படுகிறது. பல்வேறு தளங்களில் விரிந்த அளவில் நடைபெற்ற இந்த நிகழ்வு, 'விவசாயத் தொழிலாளர்களாக மாற்றப்பட்ட' நடைமுறையில் வெளிப்பட்டது. இதனை 'பிராமணிய பண்பாட்டு மதிப்புகளோடு இணைந்த, பள்ளத்தாக்குப் பகுதிகளில் பல்வேறு அடுக்குகளாகப் பிரிக்கப்பட்ட வேளாண் சமூகக் கட்டமைப்புச் சூழலில் புரிந்துகொள்ளவேண்டும்,' என்கிறார் யு.அலாய்சியஸ்.[163]

மாறிவந்த விவசாயக் கட்டமைப்போடு இணைந்த இத்தகைய பொருளாதார, சமூக வளர்ச்சிப்போக்குகள் பறையர்களின் வாழ்க்கையில் ஆழ்ந்த தாக்கங்களை ஏற்படுத்தின. பிராமணர்கள், நில உடைமையாளர்களாக இருந்த இதர மேல் சாதியினரின் ஆளுமை அதிகரித்தது; அதேவேளையில் வேலையாட்களாகவே இருக்க வேண்டியிருந்த தாழ்த்தப்பட்ட சாதிகளைச் சேர்ந்தோரின் வறுமையும் தாழ்நிலையும் அதிகரித்தது. இது அன்றைய அரசியல் பொருளாதாரத்தோடு நின்றுவிடாமல், பிரிட்டிஷ் காலனியாதிக்கக் கோட்பாட்டுக்கூறுகளை வடிவமைப்பதாகவும் அமைந்தது.[164] வேறு சொற்களில் சொல்வதானால், விவசாயக் கட்டமைப்பிலும் வரி வசூல் முறைகளிலும் இருந்த சிக்கல்கள் பிரிட்டிஷ் ஆட்சியாளர் களுக்கு அடிமைப்படுத்தப்பட்ட மக்களின் சமூகத் தன்மையை, பண்பாடு, வரலாறு ஆகியவற்றைச் சார்ந்த ஒரு தகவல் அறிவுக் கட்டமைக்கும் முனைப்பை ஏற்படுத்தின. இதன் ஒட்டுமொத்த விளைவாக, சாதிய அமைப்புடனும் வர்ணாசிரமக் கோட் பாட்டுடனும் இணைந்து, உள்ளூர் சமூகத்துக்கு உள்ளேயே மேலாதிக்கம், அடிமைத்தனம் என்ற கற்பிதங்கள் மேலோங்கின.[165]

பத்தொன்பதாம் நூற்றாண்டின் தொடக்ககட்டத்தில் பிராமணர்களும் இதர படித்த சாதிகளைச் சேர்ந்தோரும் பிரிட்டிஷ் ஆட்சியாளர்கள் இந்தியத் துணைக்கண்டத்தின் சமுதாயம் குறித்த தகவல்களைத் திரட்ட உதவினர். இந்தத் தகவல்களின் பெரும் ஆற்றல், இரண்டு அடித்தளங்களின் மீது கட்டப்பட்டதாக இருந்தது: ஒன்று வெளிநாட்டு அறிவு, இன்னொன்று உள்நாட்டு அறிவு. இப்படி

பிராமணர்களையும் இதர மேல்தட்டுச் சாதியினரையும் சார்ந்திருந்த நிலை காரணமாக, வர்ணம்/சாதி குறித்த பிராமணியக் கண்ணோட்டங்களுக்கு சட்டபூர்வ அங்கீகாரம் வழங்க வேண்டிய கட்டாயம் பிரிட்டிஷ் ஆட்சியாளர்களுக்கு ஏற்பட்டது. இந்த காலனியாதிக்க சாதிக் கட்டுமானத்தின் விளைவாக, சதுர்வர்ணக் கோட்பாடு இந்தியத் துணைக்கண்டம் முழுவதும் ஒரேமாதிரியாகச் செயல்படும் நிலை ஏற்பட்டது.[166]

தமிழகத்தில் விவசாயம் ஒருங்கிணைக்கப்பட்ட சூழலில், வட்டார மேலாதிக்க-அடிமைத்தன சிந்தனைகள் எல்லாப்பகுதிகளிலும் பள்ளத்தாக்குப் பகுதியைப்போன்ற சமூகக் கட்டமைப்பு பரவுவதற்கு இட்டுச்சென்றன.[167] பத்தொன்பதாம் நூற்றாண்டின் நடுப்பகுதி வரையில் பண்பாடு, மரபு, மதம் ஆகிய விவகாரங்களில் தலையிடு வதில்லை என்ற கொள்கையை பிரிட்டிஷ் அதிகாரிகள் கடைப் பிடித்தனர். இது, இந்தக் கட்டமைப்புபோலவே மற்ற பகுதிகளுக்குப் பரவவேண்டும் என்று விரும்பியவர்களின் எண்ணத்தை வலுப்படுத்தியது. சுத்தம்-அசுத்தம் என்ற அடிப்படையிலான சமயச் சித்தாந்த மரபைக் கொண்டிருந்த பிராமணியமும் தமிழகத்தின் உள்ளமைந்த வறட்சிப் பகுதிகளில் ஊடுருவியது. அதன் மூலம் மக்களுக்கும் சமூகப்பிரிவுகளுக்குமான படிநிலைகளைக் கெட்டிப் படுத்தியது. பறையர்கள் உள்ளிட்ட ஏழை உழைப்பாளிகள் தங்களுக்குரிய இடத்தைப் பெறுவதற்குப் போராடக்கூடியவர்களாக இல்லை என்று சரியாகச் சுட்டிக்காட்டுகிறார் அலாய்சியஸ்.

சுரண்டலுக்கு உட்படுத்தப்பட்ட இந்த அடிமை நிலை மக்கள், பொருளாதார வலிமைக்கான போராட்டத்தில் வீழ்த்தப்பட்டது மட்டுமல்லாமல், கலாச்சார அடிப்படையில் தங்களது நிலை தாழ்த்தப்பட்டதைத் தாங்கிக்கொள்ள வேண்டியவர்களாகவும் ஆனார்கள். அனைத்து வட்டாரங்களிலும் சமூக ஒதுக்கலுக்கு உள்ளானார்கள்.[168]

'பறையர்' மேம்பாடு குறித்த விவாதம்

இந்தக் காலகட்டத்தில் பிரிட்டிஷ் அறிஞர்களும் இந்திய அறிஞர்களும் நடைமுறைக்கு சாத்தியமில்லாத ஒரு கற்பனாவாத அடிப்படையில் பறையர் மேம்பாட்டுக்காக இயக்கங்களில் ஈடுபட்டனர். அப்போது எழுந்த விவாதங்களை ஆராய்ந்த யூயுன் இர்ஸ்சிக், இந்தக் கற்பனாவாத சிந்தனைகள், படித்த ஆங்கிலேயர் களிடையே இந்தியாவிலும் தங்கள் நாட்டிலும் அடித்தட்டு மக்கள் வறுமையின் பிடியில் சிக்கியதற்கான உண்மைக் காரணங்களைக்

கண்டறியும் முனைப்பை ஏற்படுத்தின என்கிறார். அதேவேளையில் இந்த இயக்கங்கள் காலனியாதிக்கம், தொழில்மயமாக்கல் இரண்டின் விளைவுகளை வெளிக்கொணர்வதற்கான அறிவார்ந்த விவாதங்களோடு எவ்வகையிலும் தொடர்புகொண்டிருக்கவில்லை என்றும் சுட்டிக்காட்டப்பட்டுள்ளது.[169]

எனினும், இந்த நுட்பமான அறிவுத்தளச் செயல்பாடுகள் கிறிஸ்தவ சமயத்தைப் பரப்புவதற்கான ஒரு செயல்திட்டமாக மேற்கொள்ளப் பட்டன. அனைத்துத் தனிப்பட்ட மனிதர்களையும் – குறிப்பாக ஏழைகளை – சமுதாயத்தின் குறிப்பிட்ட நிலைகளில் வைக்கிற நோக்கத்துடன் அவை முன்னெடுக்கப்பட்டன. கிறிஸ்தவ இத்தகைய நிகழ்ச்சிப்போக்குகள் தென்னிந்தியச் சூழலில் விரிந்த தாக்கங்களை ஏற்படுத்தின. சில சமூகங்களின் வறுமை நிலை பற்றிய ஆய்வில் கூடுதல் கவனம் செலுத்திய பிரிட்டிஷ் கருத்தாளர்கள், பறையர் சமூகத்தைச் சேர்ந்த கொத்தடிமைத் தொழிலாளர்கள் (குறிப்பாக செங்கல்பட்டு மாவட்டத்தின் பல்வேறு வட்டங்களைச் சேர்ந்தவர்கள்) இடம் விட்டு இடம் செல்வதைக் கட்டுப்படுத்த முடிந்தால் அவர்களைப் பெருமளவுக்கு ஆக்கப்பூர்வமாக ஈடுபடுத்த இயலும் என்ற கருத்துக்கு வந்தார்கள் என்கிறார் இர்ஷிக். இத்தகைய கருத்துகள் பத்தொன்பதாம் நூற்றாண்டு இறுதியாண்டுகளில் முன்னுக்கு வந்த, ‘ ஓரிடத்தில் தங்கி வாழத் தொடங்கிய பறையர் சமூகம்’ பற்றிய கருத்தாக்கங்களை வடிவமைத்தன என்று கருதப்படுகிறது.[170]

1860ஆம் ஆண்டுகளிலிருந்து இவ்வாறு ஓரிடத்தில் தங்கி வாழத் தொடங்கிய சமூகமாக ஒரே இடத்தில் இருப்பதற்கு ஆதரவான சிந்தனை அதிகரித்துவந்தது குறிப்பிடத்தக்கது. இந்தக் கருத்தின் ஆதரவாளர்கள், ஓரிடத்தில் தங்கி வாழத் தொடங்குவதே வளமான சமூகத்துக்கு அடிப்படையாகிறது, அது அரசாங்கத்தின் நலன் களுக்கும் பாதுகாப்பாக அமைகிறது என்று வாதிட்டார்கள். ஒருவகையில், இடப்பெயர்ச்சியற்ற வாழ்க்கை ‘குடியுரிமைக்கான வரையறையில் அடிப்படையான கூறு’ என்று வாதமும் முன்வைக் கப்பட்டது.[171]

நிலையான சமூகமாக மாற்றுவது தொடர்பான இதே போன்ற சிந்தனைகள் அன்றைய மதராஸ் மாகாணத்தின் பிரிட்டிஷ் அதிகாரி களுக்கு, அடித்தட்டு சமூகங்களின் மக்களிடையே குடிப்பழக் கத்தைப் பரப்புகிற கட்டாயத்தை ஏற்படுத்தியிருக்கக்கூடும் என்று குறிப்பிடுகிறார் இர்ஸ்சிக். இப்படிப்பட்ட கொள்கைகள் ஒரு நிலையான, பொருளாதாரரீதியில் கட்டுப்படியாகக்கூடிய கிராமப்புற

உழைக்கும் படையை உருவாக்குவதற்கு இட்டுச் செல்லும் என்ற பிரிட்டிஷ் ஆட்சியாளர்கள் கருதினார்கள்.[172]

மிராசு முறை செயல்பட்டவிதம் குறித்த விசாரணையை மேற்கொண்டதன் மூலம் பறையர் சமூகம் ஓரிடத்தில் தங்கி வாழத் தொடங்கியது பற்றிய உயிரோட்டமுள்ள விவாதத்தை முன்வைக்கிறார் இர்ஸ்சிக். 1870களில், சி.எஸ். குரோல் உள்ளிட்ட காலனியாட்சி அதிகாரிகள், மதராஸ் மாகாணத்தில் பத்தொன்பதாம் நூற்றாண்டின் இடையிலிருந்தே மிராசு முறை பலனிமடையத் தொடங்கிவிட்டது என்ற கருத்தை வெளிப்படுத்தினர். வேறுவகையில் சொல்வதானால், நிலம் ஓர் இலவசச் சரக்கு, பயிர் செய்வதற்கான உழைப்பில் ஈடுபடக்கூடிய எந்தவொரு தனி மனிதரும் அதை எளிதில் கைக்கொள்ள முடியும் என்ற கருத்து ஏற்பட்டிருந்தது.

குரோல் போன்ற அதிகாரிகள் மிராசு முறைக்கு எதிராக மாகாண அரசாங்கம் ஒரு கறாரான நிலையை மேற்கொள்ளவேண்டும் என்று மீண்டும் மீண்டும் வேண்டுகோள் விடுத்தனர். வளமான அரசை உருவாக்க வேண்டுமானால், தனிப்பட்ட அமைப்புகளைத் தீர்மானித்து அவற்றிடம் நிலத்தை ஒப்படைக்கவேண்டும் என்ற கருத்தை நிலைநாட்ட அவர்கள் முயன்றனர். ஆனால், சமுதாயத்தின் அடித்தட்டில் இருந்த பிரிவுகளுக்கு சமூக அடிப்படையிலும் பொருளாதார அடிப்படையிலும் வாய்ப்புகள் மறுக்கப்பட்டதற்கான உண்மைக் காரணங்களைக் கண்டறிவதற்கான முனைப்பு அவர்களிடம் இல்லை.[173]

பத்தொன்பதாம் நூற்றாண்டின் கடைசி இருபது ஆண்டுகளுக்கு முன்பிருந்த பிரிட்டிஷ் அதிகாரிகள் பறையர்களின் சமூக விடுதலையில் அப்படியொன்றும் அக்கறை காட்டவில்லை என்றும் சுட்டிக்காட்டப்படுகிறது. மேலும், குரோல் போன்ற அதிகாரிகள் ஒதுக்கப்பட்ட சாதிகளின் வரலாற்றுப் பின்னணிகளைத் தெரிந்து கொள்ளும் பெரியதொரு திட்டத்தையொட்டியே பறையர்களது பிரச்னையில் அக்கறை காட்டினர் என்ற கருத்தும் உள்ளது.[174] அரசாங்கம் அடிமைத்தனத்துக்கு எதிரான நடவடிக்கைகளை மேற்கொண்டது என்றபோதிலும், மதராஸ் மாகாணத்தின் சில பகுதிகளில் அடிமைத்தனம் இன்னும் ஒழிக்கப்படாமல் நீடிக்கிறது என்ற கருத்தை அரசு ஊழியர்கள், கிறிஸ்தவ சபையினர், பத்திரிகை யாளர்கள் என அணி சேர்ந்த புதிய சிந்தனையாளர்கள், முன்வைத்தனர்.[175]

பறையர் விடுதலை பற்றிய விவாதங்கள் ஒருபுறம் தொடர்ந்து நடந்துகொண்டிருக்க, இன்னொருபுறத்தில் அதிகார வட்டாரத்தில்

வரி வருவாய், நிலக்குத்தகை தொடர்பான விவகாரங்கள் முக்கியத்துவம் பெற்றன. பிரிட்டிஷ் அதிகாரிகள் தங்களது பல அதிகாரபூர்வ கடிதத்தொடர்புகளில், மிராசுதார்களின் செல்வாக்கு, புறம்போக்கு நிலங்களுக்கு அவர்கள் உரிமை கொண்டாடியதற்கான வரலாற்றுப் பின்னணி குறித்து விவாதித்திருக்கிறார்கள்.

ஆர்.டபிள்யூ. பார்லோ என்ற செங்கல்பட்டு மாவட்ட ஆட்சியருக்கு சி.எஸ். குரோல் எழுதிய ஒரு கடிதத்தில், சமுதாய நிலங்கள் பெரும்பாலும் மிராசுதார்களின் கட்டுப்பாட்டில் இருந்தன என்றும், அவர்களில் பெரும்பாலோர் வெள்ளாளர் சாதியைச் சேர்ந்தவர்கள் என்றும் தெரிவித்தார். ஒரு வரலாற்றுத் தொடர்ச்சியின் பகுதியாகவே ஊரக சமுதாயத்தில் இத்தகைய சாதிகளின் ஆளுமையைக் காணவேண்டும் என்றார்.

அதேவேளையில், மதராஸ் மாகாணத்தில் மிராசுதார்களின் செல்வாக்கு சரிவடைந்து வந்ததன் பின்னணியை ஆராய்வதில் சி.எஸ். குரோல் மிகுந்த ஆர்வம் காட்டினார். 1858–59ல் அரசாங்கம் மிராசுதார்களைக் கட்டாயப்படுத்தி, எவ்வளவு நிலம் வைத்திருக் கிறார்கள் என்பதைத் தெரிவிக்கச் செய்தது. அந்த நிலங்களை சாகுபடிக்கு உட்படுத்த அரசாங்கம் திட்டமிட்டது. இதுதான் மிராசு அமைப்பின் மீது உண்மையிலேயே தொடுக்கப்பட்ட முதல் தாக்குதல் என்று குரோல் கருதினார். இதைத் தொடர்ந்து நிலங்களுக்குப் பட்டா வழங்கும் கொள்கையை அரசாங்கம் கொண்டுவந்தது. விவசாயிக்கோ குத்தகை விவசாயிக்கோ குறிப்பிட்ட நிலம் ஒதுக்கப் படுவதற்கான விதிகள், உற்பத்தியில் இருந்து அரசாங்கத்துக்கோ, நில உடைமையாளருக்கோ தரவேண்டிய பங்கு ஆகியவற்றை வரையறுக்கும் அந்த ஆவணத்துக்கு மிராசுப் பட்டா என்ற பெயர் ஏற்பட்டது.

அதைத் தொடர்ந்து மிராசு, பயகாரி பட்டா என வகைப்படுத்தும் நடைமுறையை ஒழித்துக்கட்டவும், நிலத்தின் எண், உரிமையாளரின் பெயர் அடிப்படையில் மட்டுமே வகைப்படுத்தவும் வருவாய் வாரியம் ஆணையிட்டதாகத் தெரிகிறது. 1870 ஜூன் 1 அன்று அரசாங்கம் வெளியிட்ட ஆணையில், தரிசு நிலங்களில் மிராசுதார் களுக்கு எந்த உரிமையும் கிடையாது என்றும், அந்த நிலங்கள் பொது நோக்கத்துக்காகக் கையகப்படுத்தப்பட்டுவிட்டன என்றும் அறிவிக்கப்பட்டது. இப்படிப்பட்ட கொள்கைகளால், மிராசு முறையை அரசாங்கம் ஒழித்துக்கட்டத் தொடங்கிவிட்டது என்று ஒரு பகுதி அதிகாரிகள் நினைத்தார்கள்.[176] எதிர்காலத்தில், செங்கல் பட்டு போன்ற வறண்ட மாவட்டங்களில் உழவர்களின் நலன்களைப்

பாதிக்கக்கூடிய பிரச்னைகளில் அரசாங்கம் தன்னைக் கூடுதலாக ஈடுபடுத்திக்கொள்ள வேண்டியிருக்கும் என்றும் எதிர்பார்த்தார்கள்.[177]

1870 பிப்ரவரியில், வருவாய் வாரியம் மாவட்ட ஆட்சியர்களிடமிருந்து கிராமநத்தம் நிலங்களை விநியோகிப்பது தொடர்பான தகவல்களைப் பெற முடிவு செய்தது. பட்டாதாரர் அல்லாத, கிராமத்தைச் சேர்ந்தவர்களும் அல்லாத உழவர்களுக்கு அந்த நிலங்களை விநியோகிக்க முடியுமா என்பதை உறுதிப்படுத்திக் கொள்ள வாரியம் முயன்றது.[178] கிராமங்களில் வேலை செய்வதற்கான சாதிகளைச் சேர்ந்தோரும் தீண்டத்தகாதவர்கள் என ஒதுக்கப்பட்ட விவசாயத் தொழிலாளர்களும் குடியிருக்கச் செய்வதற்கான இடமாகப் பயன்படும் என்பதால் அந்த நிலங்களைத் தங்கள் கட்டுப்பாட்டில் வைத்திருக்க மிராசுதார்கள் விரும்பினர்.[179]

கிராமநத்தம் நிலங்களை விநியோகிப்பது தொடர்பாக மாவட்ட ஆட்சியர்களிடமிருந்து கிடைத்த தகவல்கள் சுவையானவை. செங்கல்பட்டு மாவட்டத்தில் விண்ணப்பித்தவர்களுக்கு அந்த நிலங்கள் வழங்கப்பட்டன என்றபோதிலும் எவ்விதமான அதிகாரப் பூர்வ நடைமுறைகளும் பின்பற்றப்படவில்லை. நிலம் எப்போது விநியோகிக்கப்பட்டதோ அந்த நேரத்தில்தான் பொதுவாக பட்டாதாரர்களுக்கு ஒரு முன்னுரிமை அளிக்கப்பட்டது என்று வட ஆற்காடு மாவட்ட ஆட்சியர் தெரிவித்தார். தஞ்சை மாவட்ட ஆட்சியர் தமது அறிக்கையில், நீண்ட காலம் இழுத்தடிக்கப்பட்ட வழக்குகள் காரணமாக நில விநியோகம் மிகச் சிக்கலான பணியாக இருந்ததாகத் தெரிவித்தார். திருநெல்வேலி போன்ற தென் மாவட்டங்களில் நிலைமை இன்னும் மோசமாக இருந்தது. அரசாங்கத்தின் தலையீடு இல்லாமல் அங்கெல்லாம் சிக்கல்களைத் தீர்க்க முடியவில்லை.[180]

ஆனால், அரசாங்கம் அந்தந்த கிராமங்களைச் சேர்ந்தோரின் நலன்களையும் பட்டாதாரர்களது நலன்களையும் பாதுகாக்க முயன்றதன் மூலம், ஒரு பாதுகாப்பான அணுகுமுறையைக் கையாள முடிவு செய்தது. உண்மையில், கிராமநத்தம் நிலங்களைக் கிராமங்களின் பொதுச்சொத்தாகக் கருதவேண்டும் என்ற வாரியத்தின் கருத்தை ஆதரிக்க அரசாங்கம் தயங்கியது. முற்றிலும் மிராசு கிராமங்களாகவே இருந்த பகுதிகளில், கிராமநத்தம் நிலங்களிலும் தரிசு நிலங்களிலும் மிராசுதார்களுக்கு தனிப்பட்ட உரிமைகள் இருப்பதாக அரசாங்கம் கருதியது. அந்த நிலங்களை விநியோகிக்கிற நேரம் வருகிறபோது உரிய உழவர்கள் யார் என முடிவு செய்தால் போதும் என 1860 செப்டம்பர் 7 அன்று பிறப்பிக்கப்பட்ட ஆணையில் கறாராக இருக்க

அரசாங்கம் முயன்றது. நடைமுறையில் இருந்த மரபுகளுக்கும் வழக்கங்களுக்கும் ஏற்பவே கிராமநத்தம் நிலங்களை விநியோகிக்க வேண்டும் என்று அரசாங்கம் கருதியது.[181]

வீட்டு மனைகளிலிருந்து பறையர்கள் வலுக்கட்டாயமாக வெளியேற்றப்பட்ட நிகழ்வுகளைத் தொடர்ந்து, கிராமநத்தம் நிலங்களை விநியோகிப்பது தொடர்பான பிரச்னைகளை மறு ஆய்வுக்கு உட்படுத்தவேண்டிய நிலை காலனியாட்சி அதிகாரிகளுக்கு ஏற்பட்டது. மிராசுதார்கள் சேரிநத்தம் குடியிருப்புகளுக்குள் வம்படியாக நுழைந்து, அங்கு குடியிருந்த பறையர்களை விரட்டப் போவதாக மிரட்டினர் என்று செங்கல்பட்டு ஆட்சியர் சுட்டிக் காட்டினார். தொன்மைக்காலத்திலிருந்தே பறையர்கள் தங்களது கொத்தடிமைகளாக இருந்துவந்திருக்கிறார்கள், சேரிநத்தங்களில் அவர்களைக் குடியேற்றியதே தாங்கள்தான், அந்த நிலங்கள் தங்களுக்கே பாத்தியப்பட்டவை என்று மிராசுதார்கள் கூறினார்கள்.[182]

எனினும், மிராசுதார்கள் தொடர்பாகக் கடுமையான நிலை எடுக்க ஆட்சியரும் தயங்கினார், அரசாங்கமும் தயங்கியது. அப்படிச் செய்தால், கிராமப்புற சமுதாயத்தில் வசதிகளை அனுபவித்து வந்திருக்கிற சமூகங்களுடன் தொடர்ச்சியாக மோதவேண்டி யிருக்கும் என்ற அச்சமே அந்தத் தயக்கத்துக்குக் காரணம். புறம் போக்கு நிலங்கள் தங்களுக்கே உரியவை என்று கோரும் உரிமை மிராசுதார்களுக்கு உண்டா என்று சில முன்னணி வருவாய் அதிகாரிகள் முன்வைத்த கருத்தில் அரசாங்கம் உடன்படவில்லை. சமுதாய நிலங்கள் கிராமத்தின் அனைத்து சமூகங்களுக்கும் உரியவையா அல்லது மிராசுதாரர்களுக்கு மட்டுமே உரியவையா என்று உறுதிப்படுத்திக்கொள்ளவும் அரசு முயன்றது.[183]

வருவாய் மேலாண்மையின் நுட்பங்களை நன்கு அறிந்தவரான பக்கிள் என்ற ஆங்கிலேய அதிகாரி, பல வகையினருக்கும் சொந்தமாக இருந்து, கூட்டுப்பங்கு இருந்தவர்களிடையே விநியோகிக்கப் பட்ட பங்குவேலி கிராமங்களில் சில இடங்களை பிராமணர்களின் குடியிருப்பாகிய அக்ரஹாரத்திலிருந்தும், பிராமணர் அல்லாதாரின் குடிநத்தத்திலிருந்தும், விவசாயத் தொழிலாளர்களின் பள்ளநத்தத்தி லிருந்தும் விற்பனை செய்யலாம் என்று அறிக்கை அனுப்பினார். தரிசு நிலங்களுக்குப் பங்காளிகள் பலரும் சொந்தம் கொண்டாடிய நிலையில், எப்போது தொடங்கியது என்று சொல்லமுடியாத நாட்களிலிருந்து நீண்டநெடும் காலமாக, வெளியாட்கள் அந்த நிலங்களில் குடியிருக்கவும் சாகுபடி செய்யவும் அவர்களது அனுமதி கோரி வந்தார்கள் என்றும் தெரிவிக்கப்பட்டது.

கிராமநத்தம் நிலங்களுக்கான விண்ணப்பங்களை மிராசுதார் களுக்குத்தான் அனுப்பிவைக்கவேண்டும், அவர்களுக்குத்தான் இதில் முன்னுரிமை உண்டு என்று தஞ்சை, நெல்லை ஆட்சியர்கள் கருத்துத் தெரிவித்தனர். கிராமநத்தம் நிலங்களை சமுதாயச் சொத்தாகவே கருதவேண்டும், அதேநேரத்தில் ஊரகப் பகுதிகளில் பெருமளவுக்கு ஒழுங்குக் குலைவுகள் ஏற்படுவதைத் தடுக்க அதிகாரிகள் நிதானமாகச் செயல்படவேண்டும் என்று வருவாய் வாரியம் கூறியது.[184]

பறையர்களின் வீட்டுமனை உரிமையை எப்போதுமே அங்கீகரித்து விட முடியாது, ஏனென்றால், பிரிட்டிஷ் சட்டத்தின் கீழ் அவர்கள் இனியும் விவசாயத் தொழிலாளர்கள் அல்ல என்ற வாதத்தை வாரியம் முன்வைத்தது. அதிகார அமைப்பின் இப்படிப்பட்ட விளக்கங்கள் இரண்டு முக்கியக் கேள்விகளுக்கு நம்மை இட்டுச் செல்கிறது: அ) மிராசுதார்களின் செல்வாக்கு உண்மையிலேயே சரியத் தொடங்கி விட்டதா? ஆ) அடிமைத்தனத்தை ஒழிப்பதற்காக மேற்கொள்ளப் பட்ட நடவடிக்கைகள் விவசாயத் தொழிலாளர்களைக் குழப்பத்துக்கு உள்ளாக்கியதா? பறையர்களைப் பொறுத்தவரையில் விவசாயிகள், குத்தகையாளர்கள், விவசாயத் தொழிலாளர்கள் என மூவகை நிலைகளில் இருந்தனர். ஒரு சிலரைத் தவிர பெரும்பாலான பறையர்கள் விவசாயத் தொழிலாளர்கள்தான். இத்தகைய பின்னணியில் கிராமநத்தம் பிரச்னை முக்கியத்துவம் பெற்றது என்பது கவனிக்கத்தக்கது.

என்னதான் பிரிட்டிஷ் ஆட்சி நிர்வாகம் 'தாழ்ந்த' சாதி மக்கள் மற்றவர்களைப்போலவே தரிசு நிலங்களைப் பெறுவதில் எவ்வித சட்டவரம்புகளும் இல்லை என்று அறிவித்திருந்தாலும், உண்மை நிலவரம் என்னவோ வேறுவிதமாகவே இருந்தது. 1870–80ஆம் ஆண்டுகளில் பறையர்கள் தங்களது குடியிருப்புக்காகவும் விவசாயத்துக்காகவும் தரிசு நிலங்களை வழங்குமாறு வேண்டுகோள் விடுத்தபோது, மிராசுதார்களும் மிராசுதார் அல்லாத இதர பட்டாதாரர்களும் அதற்கு உடன்பட மறுத்தனர். ஆகவே, 'தீண்டத்தகாத' விவசாயத் தொழிலாளர்கள் நில உரிமை பெறுவதற் கான வாய்ப்புகள் கிட்டத்தட்ட அறவே இல்லை என்ற நிலைமை தான் இருந்தது. செங்கல்பட்டு மாவட்டத்தில், மிராசுகளும் இதர ஆதிக்க சாதியினரும் நியாயமற்ற ஒப்பந்தங்களைத் தாழ்த்தப்பட்ட விவசாயத் தொழிலாளர்கள் மீது திணித்தனர். தரிசு நிலங்களைத் தங்களுக்கு ஒதுக்குமாறு அவர்கள் கோருவதைத் தடுக்கும்வகையில், அவர்கள் வெளியேற்றப்படலாம் என்ற மிரட்டலும் அந்த ஒப்பந்தங்களில் உள்ளடங்கியிருந்தது.[185]

மிராசுகளின் பிடியிலிருந்து 'தாழ்ந்த சாதியினரை' விடுவிப்பதற்கு காலனியாட்சி நிர்வாகம் பல முயற்சிகளை மேற்கொண்ட போதிலும், கிராமங்களில் எவ்வித முன்னேற்றமும் நிகழவில்லை என்று முல்லாலி போன்ற பிரிட்டிஷ் அதிகாரிகள் கருத்துத் தெரிவித்துள்ளனர்.[186] விவசாயத் தொழிலாளர்களுக்குக் கிடைத்த கூலி வருமானம், அவர்களது பிழைப்புக்குப் போதுமானதாக இல்லை என்று முல்லாலி கூறியதை வருவாய் வாரியம் ஏற்றுக்கொண்டது. நெருக்கடியான குடிசைப் பகுதிகளிலேயே குடியிருக்கவேண்டும் என்று பறையர்கள் கட்டாயப்படுத்தப்பட்டார்கள், குத்தகை ஒப்பந்தங் களின்படிச் செயல்பட வேண்டிய கட்டாயம் ஏற்படுமானால் நிலைமை இன்னும் மோசமாகலாம் என்று வருவாய் வாரியம் கருதியது. தரிசு நிலங்களும் மிராசுதார்களின் பிடியிலேயே இருந்ததால், பறையர்கள் தங்களது பிழைப்புக்காக அவர்களையே தொடர்ந்து சார்ந்திருக்க வேண்டியதாயிற்று என்று வாரியத்தின் சில உறுப்பினர்கள் கூறினர்.[187]

1880ஆம் ஆண்டுகளில், அடித்தட்டு சமூகங்களின் நிலைமைகள் குறித்தும், நெருக்கடியான குடியிருப்புப் பகுதிகளில் மேற்கொள்ளப் பட்ட உதவி நடவடிக்கைகள் தொடர்பாகவும் அரசாங்கம் ஓர் ஆய்வை மேற்கொண்டது. மீண்டும் மீண்டும் ஏற்பட்ட பஞ்சங்களின் மோசமான விளைவுகளைக் கட்டுக்குள் கொண்டுவருகிற நோக்கத்துடன் இணைந்ததாக அந்த ஆய்வு இருந்தது. செங்கல்பட்டு மாவட்டத்தில் இருந்த நிலவரம் இயல்பாகவே மதராஸ் மாகாண அதிகாரிகளின் பார்வையில் முக்கியத்துவம் பெற்றது. இந்த நிலைமையில், வாரியத்துக்கும் செங்கல்பட்டு ஆட்சியர் லீ வார்னருக்கும் இடையே ஒரு வாக்குவாதம் ஏற்பட்டது. 'தொழிலாளர்கள் தாராளமாக நடமாடக்கூடப் போதுமான இடமில்லாத மோசமான குடிசைகளிலேயே குடியமர்த்தப்பட்டிருக் கிறார்கள். அவர்கள் தங்களது எசமானர்களின் மனம் கோணுமாறு நடந்துகொள்வார்களானால் அங்கிருந்தும் உடனடியாக வெளியேற்றப்படுகிறார்கள்' என்று 1888ல் எழுதினார் லீ வார்னர்.[188]

ஆனால் அவர் கூறியதை அரசாங்கம் ஏற்கவில்லை. செங்கல்பட்டு மாவட்ட மக்களின் நிலைமையில் முன்னேற்றம் ஏற்பட்டிருப்பதாக அரசாங்கம் கூறியது. 1889–90ம் ஆண்டின் வரி வசூல் ஆவணங்களை ஆதாரம் காட்டிய அரசாங்கம், செங்கல்பட்டு மாவட்டத்தின் பல கிராமங்களில் பறையர்கள் மனைப்பட்டா பெற்றிருந்தார்கள் என்று நிறுவுவதற்கு முயன்றது. ரயத்துவாரி வரி வசூலிக்கப்பட்ட கிராமங்களில் இத்தகைய 6,800 பட்டாக்கள் வழங்கப்பட்டிருந்தன, சராசரியாக ஒரு பட்டாவுக்கு 2.15 ஏக்கர் நிலம் ஒதுக்கப்பட்டிருந்தது என்றும் அரசாங்கம் சுட்டிக்காட்டியது. இந்தப் புள்ளிவிவரத்தில்

இனாம் நிலங்கள் இடம்பெறவில்லை. குறிப்பாக பொன்னேரி, திருவள்ளூர், செங்கல்பட்டு ஆகிய வட்டங்களைச் சேர்ந்த இனாம் நிலங்கள் பற்றிய தகவல்கள் கிடைக்கவில்லை. சைதாப்பேட்டை, மதுராந்தகம், காஞ்சிபுரம் ஆகிய வட்டங்களில் சுமார் 3,700 ஏக்கர் இனாம் நிலங்கள் 1,378 பறையர்களுக்கு வழங்கப்பட்டிருந்தன.[189]

1891ல் மாவட்ட ஆட்சியர் அளித்த வருவாய் ஆவணங்களில் காட்டப் பட்டிருந்ததைவிடவும் அதிகமான பறையர்கள் பட்டா பெற்றிருந்ததாக விவசாயத் துணை உதவி இயக்குநர் அளித்த ஆவணங்களில் இருந்தது என்று அரசாங்கம் கூறியது. ஆனால், செங்கல்பட்டு மாவட்டத்தின் திருவள்ளூர், சைதாப்பேட்டை வட்டங்கள் தொடர்பான ஆவணப் பதிவுகளில் இப்படி மாறுபட்ட தகவல்கள் இடம்பெற்றதற்கான காரணங்களை அரசாங்கம் ஆராயவில்லை. இருந்தபோதிலும், மிராசுதார்கள் மீதான குற்றச்சாட்டுகள் ஒருபுறமிருக்க, ‘தீண்டத்தகாத’ விவசாயத் தொழிலாளர்கள் பட்டா பெறுவதற்கு எவ்விதத் தடையும் ஏற்படவில்லை என்றும், அவர்களுக்கு இருந்த பிரச்னைகள் நிச்சயமாகச் சமாளிக்க முடியாதவை அல்ல என்றும் அரசாங்க ஆவணங்கள் தெரிவிக்க முயன்றன.

பிரிட்டிஷ் அதிகாரிகள் மேற்கொண்ட மக்கள்தொகை கணக் கெடுப்பிலும் செங்கல்பட்டு, தென் ஆற்காடு, தஞ்சாவூர் மாவட்டங்களில் பறையர்கள் வைத்திருந்த சொந்த நிலம் பற்றிய தகவல்கள் புறக்கணிக்கத்தக்கவை அல்ல என்று நிறுவுகிற முயற்சி நடந்தது. இந்த மாவட்டங்களில் பறையர்கள் எண்ணிக்கை அதிகமாக இருந்தது. மதராஸ் மாகாணத்தின் ஒட்டுமொத்த பறையர் களில் 28.3 விழுக்காட்டினர் இந்த மாவட்டங்களில்தான் இருந்தனர்.

பறையர் பிரச்னையில் அரசாங்கத்தின் நிலைப்பாடு தெளிவற்ற தாகவே இருந்தது. பறையர் என்ற சொல்லையே அரசாங்கம் ஒரு விரிவான பொருளில்தான் பயன்படுத்தியது. அதில் சக்கிலியர், பள்ளர், இதர ஒதுக்கப்பட்ட சமூகங்களைத் தனித்தனியாகக் காட்ட அரசாங்கம் முயலவில்லை. கூலித் தொழிலாளர்களைக் கணக்கிடு வதற்கான முயற்சியும் நடைபெறவில்லை. எனவே, கிராமங்களின் நில உடைமையாளர்கள், குடியிருந்தவர்கள், குத்தகைதாரர்கள் என்று மட்டுமே அரசாங்கம் வகைப்படுத்தியது. தஞ்சாவூரோடு ஒப்பிடுகையில் செங்கல்பட்டு மாவட்டத்தில் நிலைமை மேம்பட்டு இருந்தது; அங்கு நிலங்களில் குடியேறியிருந்த பறையர்களின் எண்ணிக்கை அதிகம் என்பது மட்டுமல்லாமல், விவசாய நிலங்களில் உடைமை உரிமை பெற்றிருந்த பறையர்களது எண்ணிக்கையும் அதிகம் என்று அரசாங்கம் கூறியது.

வறண்ட நிலங்கள் அதிகமாக இருந்த தென் ஆற்காடு மாவட்டத்திலும் அந்த நிலங்களில் பறையர்கள் அதிகமாகக் குடியேறியிருந்தனர் என்றும் அரசாங்கம் சுட்டிக்காட்டியது. அந்த நிலங்களின் விலை மதிப்பு குறைவு என்பதால், ஏழ்மையில் இருந்த சமூகங்களைச் சேர்ந்தவர்கள் அவற்றை உடைமையாக்கிக்கொள்ளும் வாய்ப்பு அதிகமாக இருந்தது என்றும் கூறப்பட்டது. செங்கல்பட்டு மாவட்டத்தின் அனைத்து வட்டங்களையும் சேர்த்துக் கணக்கிட்டால், ஒட்டுமொத்த பறையர்கள் எண்ணிக்கையில் 35.34 முதல் 44.74 விழுக்காடு வரையில் நிலம் பெற்றிருந்தனர் என்று அரசாங்கம் கூறியது.[190]

சைதாப்பேட்டை வட்டத்தைப் பொறுத்தவரையில் அதன் பொருளாதார நிலைமை காரணமாகவும் புவியியல் அமைப்பு காரணமாகவும் பறையர் பட்டாதாரர் எண்ணிக்கை குறைவாகவே இருந்தது என்று அரசு ஒப்புக்கொண்டது. சைதாப்பேட்டை வட்டத்தில் பட்டா உரிமை பெற்ற பறையர்கள் எண்ணிக்கை மிகவும் குறைவாக இருந்ததற்குக் காரணம், மண்வளம் குன்றியிருந்ததும், மாகாணத்தின் தலைநகருக்கு மிக அருகில் இருந்ததும்தான் என்று அரசு கருதியது.[191]

ஆனால், பத்தொன்பதாம் நூற்றாண்டு முழுவதுமே காலனியாதிக்க அரசு உள் குத்தகை உழவர்களின் நலன்களைப் பாதுகாக்கத் தவறி விட்டது என்பதைக் கவனத்தில் கொள்ளவேண்டும். ரயத்துவாரி முறையிலான குத்தகை வடிவம் மட்டுமல்லாமல், ஜமீன்தாரி, மிட்டா (நிலையான குடியேற்ற அடிப்படையில் ஏற்படுத்தப்பட்டவை), ஷோத்ரியம் (பிராமணர்களுக்கு ஒதுக்கப்பட்ட நிலம் அல்லது வருவாய் ஏற்பாடு, சலுகை விலையில் பெறப்பட்ட நிலம் அல்லது கிராமம்), மான்யம் (வரி விலக்குப் பெற்ற நிலங்கள்), இஜாரா (ஏலம் விடுவதன் அடிப்படையில் விவசாயிகளுக்கு நிலம் வழங்கப் பட்டவை) ஆகிய இதர நில உரிமை முறைகளும் நில வாரம் என்ற கடுமையான நடைமுறையால் நெருக்கடிக்கு உள்ளாகின.

இதன் காரணமாக, தாழ்த்தப்பட்ட சாதிப்பிரிவுகளைச் சேர்ந்தவர்கள் நிலச் சொந்தக்காரர்களாவது கடினமானது. அத்துடன், உள் குத்தகை யாளர்களுக்கும் விவசாயத் தொழிலாளர்களுக்கும் இடையேயான வேறுபாடு தெளிவாக வரையறுக்கப்படாமல் இருந்தது. உள் குத்தகையாளர்களுக்குப் பொதுவாக நிலத்தில் குடியேறும் உரிமை மறுக்கப்பட்டது. ரயத்துவாரி, ஜமீன்தாரி ஆகிய இருவகை வட்டாரங் களிலும் அவர்கள் சுரண்டப்பட்டார்கள்.[192]

1880ஆம் ஆண்டுகளின் பிற்பகுதிகளில், பறையர் சமூக அடிமை நிலையை ஒழித்துக்கட்டும் நடவடிக்கைகள் தொடர்பான

நெருக்கடிகள் உச்சத்தை அடைந்தன. 1889ல் செங்கல்பட்டு ஆட்சியர் லீ வார்னர், தமது மாவட்டத்தில் தீண்டத்தகாதவர்களாக ஒதுக்கப் பட்டிருந்த விவசாயத் தொழிலாளர்களுக்கு வீட்டு மனைகள் வழங்குவது தொடர்பாக, சீர்திருத்த எண்ணம் கொண்ட அதிகாரிகள் கடைப்பிடித்த கொள்கைகள் குறித்த ஒரு விரிவான அறிக்கையை அளித்தார். அந்த இடங்களுக்கு மிராசுதார்கள் சொந்தம் கொண்டாடி யதைத் துணை ஆட்சியர் முல்லாலி தள்ளுபடி செய்தார்.

ஆனால், துணை ஆட்சியரின் அந்த முடிவை மாவட்ட ஆட்சியர் ஏற்கவில்லை. காலனியாட்சி உயரதிகாரிகள் செயல்படுத்திய கொள்கையையே கடைப்பிடித்த ஆட்சியர், இத்தகைய பிரச்னைகளில் வட்டார மக்கள்தான் முடிவெடுக்கவேண்டும் என்று கருதினார். வேறு சொற்களில் சொல்வதானால், ஊரகப் பகுதிகளின் சிக்கலான பிரச்னைகளில் அரசாங்கம் அத்துமீறித் தலையிடுகிறது என்ற அச்சம் இத்தகைய கொள்கையால் போக்கப்படும் என்று நினைத்தார்.[193]

இவ்வாறாக, பறையர்கள் குடியேறியிருந்த வீட்டுமனைகளுக்கு மிராசுதார்களையே உரிமையாளர்களாக்குதற்கு லீ வார்னர் ஆதரவாக இருந்தார். அதிகாரப்பூர்வ நடவடிக்கைகளில் மிகுந்த கவனத்துடன் இருக்குமாறு அவர் முல்லாலிக்கு அறிவுறுத்தினார். இதில் முன்யோசனையின்றி எடுக்கப்படுகிற முடிவுகள் மிராசுதார் களுக்கும், பறக்குடிகளுக்கும், பறையர் சமூகப் படியாட்களுக்கும் இடையேயான உறவைச் சீர்குலைத்துவிடும் என்று எச்சரித்தார். துணை ஆட்சியரை அடக்கிவைக்க ஆட்சியர் இப்படியெல்லாம் முயன்றபோதிலும், முல்லாலியின் இப்படிப்பட்ட நடவடிக்கைகள் காரணமாகப் பறையர் சமூகத்தினரின் மனநிலையில் பெரும் மாற்றங்கள் ஏற்பட்டன. மிராசு கட்டுப்பாடுகளுக்கு எதிரான முல்லாலியின் அணுகுமுறைகள், தென்னிந்தியாவில் பிரிட்டிஷ் ஆட்சியால் ஏற்பட்ட சுரண்டல்களிலிருந்தும் வறுமையிலிருந்தும் விடுபடும் முயற்சிகளில் ஈடுபடுமாறு பறையர்களைத் தூண்டின.

குறுகிய காலத்திலேயே செங்கல்பட்டு ஆட்சியர் அலுவலகத்தில், காலியாக இருந்த வீட்டு மனைகளில் குடியேறுவதற்கு அரசாங் கத்தின் ஆதரவைக் கோரி உள் குத்தகைதாரர்களிடமிருந்தும் பறக்குடி மக்களிடமிருந்தும் விண்ணப்பங்கள் வந்து குவிந்தன. இந்நிலையில், பறையர் குடியிருப்பு மனைகள் தங்களுக்கே உரியவை என்று மிராசுதார்கள் கூறியதை வலுவாக எதிர்க்க வேண்டியிருக்கிறது என்று முல்லாலி கருதினார். மிராசு ஆளுமையை ஒழித்துக்கட்டுவதற்கான நடவடிக்கைகள் எல்லாம் உரிமைகள் மறுக்கப்பட்ட சமூகங்களுக்கு

நீதி கிடைக்கவும், அவர்களது பொருளாதார நிலைமைகளை மேம்படுத்திக்கொள்ளவும் உதவும் என்று எதிர்பார்க்கப்பட்டது. வறுமையில் இருந்த பறையர்களின் நிலையை மாற்றுவதற்கான முயற்சிகளுக்கு முக்கிய எதிரிகளாக இருப்பவர்கள் மிராசுதார்கள் தான் என்ற முடிவுக்கு முல்லாலியும் வேறு சிலரும் வந்தார்கள்.

ஒரு புதிய சமூக அமைப்பை உருவாக்கவேண்டும் என்ற தமது எண்ணம் நிறைவேறுவதற்கு அனைத்து வகையான சட்ட வாய்ப்புகளையும் நிர்வாக வாய்ப்புகளையும் பயன்படுத்திக்கொள்ளத் துணை ஆட்சியர் முல்லாலி விரும்பினார். பறையர் சமூகத்தின் பிரச்னைகள் குறித்த தமது அக்கறைகள் மனிதநேயக் கண்ணோட்டத்திலிருந்து மட்டும் வந்தவையல்ல; தமிழகப் பறையர்களின் வரலாற்றைத் திருத்தி எழுதவேண்டும் என்ற தமது மகத்தான விருப்பத்திலிருந்தும் உருவானவையே என்று மெய்ப்பிக்கவும் முயன்றார்.[194] இவ்வாறாக, சமுதாயத்தில் தங்களுக்கான மரியாதையை நிலைநாட்ட வேண்டுமானால் காலனியாதிக்க அரசுடன் பேச்சுவார்த்தை நடத்த வேண்டிய தேவை இருக்கிறது என்று பறையர்கள் நினைக்கிற ஒரு சூழல் முல்லாலி நடவடிக்கைகளால் உருவானது.

1880ஆம் ஆண்டுகளின் பிற்பகுதியில் பஞ்சமர் நில விவகாரங்கள் ஒரு சுவையான கட்டத்தை அடைந்தன. பழைய வருவாய் ஆவணங்களில் பதிவாகியிருந்த 'புறமனை இன்னாரல்'[195] (நிலத்தில் வேலை செய்யும் அடிமைகள் நில உரிமையாளரின் உடைமைகளே) என்ற சொல்லாடல் பெரும் சர்ச்சைகளுக்கு இட்டுச் சென்றது. பறையர்கள் பண்ணையாட்களாகவே நடத்தப்படவேண்டும், மிராசுகளின் கட்டுப்பாட்டில் இருக்கவேண்டும், மிராசுகள் தங்கள் நிலங்களை விற்கிறபோது பண்ணையாட்களும் சேர்த்தே விற்கப்படுவார்கள் என்று இருந்தநிலையில் இப்படிப்பட்ட சொல்லாடல்கள் பழங்காலத்து எச்சங்கள் என்று தள்ளுபடி செய்தார் முல்லாலி. அனைத்துப் பறையர்களுக்கும் அவர்கள் குடியிருந்த மனைகளின் பட்டா உரிமை வழங்கினால் அவர்களது வாழ்க்கைநிலையில் ஒரு முன்னேற்றம் ஏற்படும் என்று நம்பினார்.[196]

முல்லாலியின் கருத்துகளை வருவாய் வாரியத்தின் பெரும்பாலான உறுப்பினர்கள் ஏற்கவில்லை. தென்னிந்தியாவின் பறையர் சமூகம் பற்றி மிகைப்படச் சித்திரித்து, கற்பனாவாத நடவடிக்கைகளில் ஈடுபடுகிறார் என்று உயரதிகாரிகள் அவரை விமர்சித்தனர். பணியாட்களுக்குக் கிடைத்த கூலி உயிரோடு இருப்பதற்கு மட்டுமே போதுமானது என்ற அவருடைய கருத்துடன் சில அதிகாரிகள் வெளிப்படையாகவே முரண்பட்டனர். கிராமங்களில் மிராசுதார்

அல்லாத மற்றவர்களின் நிலை பற்றிய முல்லாலியின் கருத்து களையும் அவர்கள் ஏற்கவில்லை. டபிள்யு.எஸ். ஒயிட் என்ற வாரிய உறுப்பினர் முல்லாலியின் கருத்துகள் ஆதாரமற்றவை, கிராமப் பகுதிகளின் நிலைமைகள் குறித்து மிகைப்படுத்தப்பட்ட தகவல்களின் அடிப்படையில் உருவானவை என்று அறிவித்தார்.[197]

1890-91ம் ஆண்டின் பருவமழைக் காலத்தில் பஞ்சமர் நிலம் தொடர்பான வாக்குவாதங்கள் ஒரு புதிய கட்டத்தை அடைந்தன. அப்போது செங்கல்பட்டு மாவட்டத்தில் கடும் பற்றாக்குறை ஏற்பட்டது; கிராமங்கள் வறுமையில் சிக்கின.[198] அந்த நிலைமை பிரிட்டிஷ் நாடாளுமன்றத்தின் மக்கள் சபையில் நீண்ட விவாதங் களுக்கு இட்டுச்சென்றது. செங்கல்பட்டு மாவட்டத்தின் பொன்னேரி வட்டத்தில் கிட்டத்தட்ட பஞ்சம் என்பது போன்ற நிலைமை ஏற்பட்டது குறித்தும் விவாதிக்கப்பட்டது.[199] ஆனால் இங்கே ஒரு தகவலைக் குறிப்பிட்டாகவேண்டும். மதராஸ் மாகாண ஆளுநருக்கு நினைவுப் பரிசு வழங்குவதற்காக மதராஸ் கிறிஸ்தவப் பிரசாரகர்கள் மாநாடு ஒன்று நடைபெற்றது. அந்த மாநாடு நடைபெற்றிருக்கா விட்டால் அரசாங்கம் தலையிட்டிருக்காது. அந்த மாநாட்டில் செங்கல்பட்டு ஆட்சியர் டிரெமெனீர், குறுகிய நேரத்தில் அந்த மாவட்டத்தின் அடித்தட்டு மக்கள் நிலைமை பற்றிய ஒரு தெளிவான அறிக்கையை முன்வைத்தார்.[200] '

செங்கல்பட்டு மாவட்ட பறையர் பற்றிய குறிப்பு' என்ற அந்த அறிக்கை 1890ஆம் ஆண்டுகளில் அரசாங்கத்தின் அணுகுமுறையில் கணிசமான மாற்றத்தை ஏற்படுத்தியது. செங்கல்பட்டு மாவட்டத்தில் கிட்டத்தட்ட பஞ்சம் என்று சொல்லக்கூடிய நிலைமை ஏற்பட்டிருக்கிறது, கிராமங்களின் அடித்தட்டு மக்களுடைய நிலைமை மிக மோசமாக இருக்கிறது என்று அந்த அறிக்கையில் கூறப்பட்டிருந்தது. அரசாங்கமோ மதராஸிலிருந்து சில நிவாரண நடவடிக்கைகளை ரயில்வே நிர்வாகத்தின் உதவியுடன் மேற்கொள்வதன் மூலம் ஊரகப் பகுதிகளின் துயரநிலையை மாற்ற முடியும் என்று கருதியது.[201]

இதனிடையே செங்கல்பட்டு, திருநெல்வேலி மாவட்டங்களைச் சேர்ந்த, ஏழ்மை நிலையிலிருந்த பறையர்கள் சமூகநிலையையும் பொருளாதாரநிலையையும் உயர்த்திக்கொள்வதற்கான இயக்கங் களில் ஈடுபடத் தொடங்கினர். பறையர் சமூகத்தினரின் இந்த ஈடுபாடுகள் கிறிஸ்தவ சேவை அமைப்புகள் மேற்கொண்ட முயற்சிகளின் விளைவு என்றே சொல்லவேண்டும். தென்னிந்தியாவின் 'பஞ்சமர்' நிலப் பிரச்னையில் அந்த அமைப்புகள் ஆழ்ந்த அக்கறை காட்டின. அடிமை முறை சட்டவிரோதம் என்றும், அதைக்

கடைப்பிடிப்பது இந்திய குற்றவியல் சட்டத்தின் சிறப்புப் பிரிவுகளின் கீழ் தண்டனைக்குரிய குற்றம் என்றும் அறிவிக்க அரசாங்கம் முடிவு செய்தது.

எனினும், பறையர் சமூகத்தினர் தொடர்பான அதிகாரிகளின் அணுகுமுறையில் எந்த மாற்றமும் ஏற்படவில்லை என்று கிறிஸ்தவ அமைப்புகள் வலுவாக வாதிட்டன. ஆகவே, கொத்தடிமைகளாக வாழ்ந்துகொண்டிருக்கும் பறையர்களின் சார்பாக அரசாங்கம் தலையிடவேண்டும் என்று அந்த அமைப்புகள் கோரின. மிராசு முறையின் ஒடுக்குமுறைத்தன்மையை எடுத்துக்காட்டிய அந்த அமைப்புகள், பறக்குடிகளைச் சேர்ந்தோர் நிலச் சொந்தக்காரர்களாகத் தங்களை நிலைநிறுத்திக்கொள்கிற வாய்ப்பைத் தட்டிப் பறிப்பது மிராசு முறைதான் என்று காட்டின.

நீதித்துறையையும் விமர்சித்த கிறிஸ்தவ சேவை அமைப்புகள், உள்குடிகளாக இருந்து கிஸ்தி, ஸ்வதந்திரம் போன்ற பொருளாதார நடவடிக்கைகளுக்குத் தொடர்ந்து உள்ளாகி வந்த பறையர்களுக்கு வீட்டு மனைகள் கிடைப்பதை உறுதிப்படுத்த நீதித்துறை தவறி விட்டது என்று கூறின. காலியான இடங்களையும் கிராமநத்தம் நிலங்களையும் மிராசுதார்கள் வளைத்துப்போட்டதில் கர்ணம் போன்ற கிராம அதிகாரிகள் உடந்தையாகச் செயல்பட்டனர் என்றும் சேவை அமைப்புகள் குற்றம் சாட்டின.[202]

சேவை அமைப்புகளின் கருத்துகளுக்கு காலனியாட்சி அதிகாரிகளில் ஒரு பகுதியினர் முழு ஆதரவு தெரிவித்தனர். செங்கல்பட்டு ஆட்சியர் டிரெமெனீர், அரசாங்கத்தின் மீட்புக் கொள்கைகள் பறையர்களின் சமூக மேம்பாட்டுக்கோ பொருளாதார முன்னேற்றத்துக்கோ இட்டுச் செல்லவில்லை என்று கூறினார். 1891 ஆகஸ்ட் 7 அன்று தி இந்து நாளேட்டில் வெளியான ஒரு செய்தி அவருக்கு மிகுந்த தாக்கத்தை ஏற்படுத்தியது. பறையர் சமூகத்தினர் தங்களது பாதுகாவலர்கள் என்று நினைத்த மேல் சாதிக்காரர்கள், அவர்களுக்குக் கிராமங்களிலும் நகரங்களிலும் தாழ்வான வேலைகளைச் செய்கிற அடித்தட்டு உழைப்பாளிகள் என்பதற்கு மேல் எந்த ஒரு சமூக நிலையையும் வழங்கிவிடவில்லை என்று அந்தச் செய்தி கூறியது.[203]

செங்கல்பட்டு ஆட்சியர் தனக்கு முன்பு ஆட்சியராக இருந்த லீ வார்னர் அளித்திருந்த அறிக்கையிலிருந்து (1889) பல தகவல்களை எடுத்துக்கூறினார். '... மக்களில் பெரும்பகுதியினர் கைக்கும் வாய்க்கும் எட்டாத வாழ்க்கையே வாழ்ந்துகொண்டிருக்கிறார்கள். மிக மோசமான வீடுகளில், நல்ல ஆடைகளின்றி, உயிர் வாழ்க்கைக்கு அவசியமானது என்று மருத்துவர்களால் ஒப்புக்கொள்ளப்படுகிற

அளவுக்கு மிக மிகக் குறைவான ஊட்டச்சத்து கிடைத்தாலே போதும் என்று ஏற்க வேண்டிய கட்டாயத்துக்கு உள்ளானவர்களாக வாழ்ந்து கொண்டிருக்கிறார்கள்' என்று வார்னர் எழுதியிருந்தார்.[204] கிராமங்களில் மனைகள் விநியோகிக்கப்படுகிறபோது பறக்குடி மக்களின் கோரிக்கைகளை மிராசுதார்கள் எப்போதுமே புறக்கணித்து வந்தார்கள் என அரசாங்கத்தின் ஆணை ஒன்றில் குறிப்பிடப் பட்டிருந்ததையும் ஆட்சியர் சுட்டிக்காட்டினார்.[205]

செங்கல்பட்டு மாவட்டத்தில் வறுமைக்குக் காரணம் என்ன என்று வருவாய் வாரிய உறுப்பினர் பான்பரி அளித்த ஒரு விளக்கத்துக்குப் பதிலளிக்கும் வகையிலேயே தனது அறிக்கையைத் தொடங்கினார் டிரெமெனீர்.[206] அவர் தனது அறிக்கையில் இவ்வாறு கூறினார்: 'சரியான விகிதத்தில் மழை பொழிகிற, கிணறுகள் தோண்டுவதற்கு ஏற்ற அருமையான நிலவாகு அமைந்த, ஒரு கால்வாய் பாய்கிற, இரண்டு இருப்புப்பாதை வண்டிகள் ஓடுகிற, ஒரு துறைமுகத்தோடு இணைந்த, மையத்தில் ஒரு பெரிய சந்தை இருக்கிற, மாகாணத்தின் சராசரி நில வரி பாசன ஏக்கருக்கு 4.6 ரூபாயாக இருக்கும்நிலையில் மிதமான அளவில் 3.5 ரூபாய் வரி வசூலிக்கப்படுகிற மாவட்டம் இது.

இத்தகையநிலையில் இந்த மாவட்டம் இந்தியாவின் சொர்க்கமாக இருக்கவேண்டும்.'[207] ஆனால், அப்படி இல்லை என்றார் அவர். 1871 ஜூலை 7 அன்று லண்டனில் நாடாளுமன்ற மக்கள் சபைக்கூட்டத்தில் உரையாற்றிய இந்தியாவுக்கான அரசுச் செயலர், செங்கல்பட்டு மாவட்ட ஏழைச் சமூகங்களின் நிலைமையில் அரசு உடனடியாகக் கவனம் செலுத்தியாகவேண்டும் என்றும், மதராஸ் மாகாணத்தி லேயே மிகவும் பின்னடைந்த மாவட்டங்களில் ஒன்றுதான் செங்கல் பட்டு என்றும் கூறினார்.[208] அவருடைய கருத்துகளால் ஈர்க்கப் பட்டார் மாவட்ட ஆட்சியர்.

சுருக்கமாகச் சொல்வதென்றால், செங்கல்பட்டு மாவட்டத்தின் அடித்தட்டு சமூகங்களின் வறுமைக்குக் காரணமே மிராசு முறைதான் என்று டிரெமெனீர் வாதிட்டார். மிராசு என்பது நிலத்துக்கான வரியை அரசாங்கத்துக்கு வசூலித்துக் கொடுப்பதற்குக் கூட்டாக அல்லது பங்கு அடிப்படையில் விவசாயிகளிடம் கூட்டுப் பொறுப்பு ஒப்படைக்கப்பட்ட ஒரு நடைமுறைதான் மிராசு முறை என்றார் அவர். நிலத்துக்கு சமூக அடிப்படையில் பொறுப்பு அளிக்கப்பட்ட இந்த நடைமுறையை மாற்றி, அரசாங்கத்துக்கும் விவசாயிகளுக்கும் இடையே ஓர் ஒப்பந்தம் கொண்டுவரப்பட்டது,

அதன் அடிப்படையில் மதராஸ் மாகாணத்தில் ரயத்துவாரி முறை ஏற்பட்டது.[209] ஆயினும் இதனால், கிராமங்களில் மிகவும் இழிந்த

நிலைக்குத் தள்ளப்பட்டிருந்த விவசாயத் தொழிலாளர்களின் நிலைமையில் முன்னேற்றம் ஏற்பட்டுவிடவில்லை. தரிசு நிலங்களில் குடியேறுவதற்கு அரசாங்கத்தின் அனுமதி தேவை என்றாலும், அதில் அந்த மாவட்டத்தில் ஏற்கெனவே குடியேறியிருந்த பட்டாதாரர்கள் அல்லது உள்குடிகளுக்கு அரசாங்கம் முன்னுரிமை அளித்தது.[210]

கிராம சமுதாயத்தில் இப்படி ஒரு குறிப்பிட்ட சமூகத்தினர் ஆளுமை செலுத்துவது மதராஸ் மாகாணம் முழுக்கப் பரவியிருந்தது. எனினும் செங்கல்பட்டு, தஞ்சை மாவட்டங்களில்தான் இந்த ஆளுமை மிகவும் திட்டவட்டமானதாக இருந்தது என்றார் டிரெமெனீர். செங்கல்பட்டு மாவட்டத்தில் சில பகுதிகளில் மிராசு கட்டமைப்பு ஒரே ஒருவருடைய கட்டுப்பாட்டில் இருந்தது, சில இடங்களில் இரண்டு பங்குகளாகப் பிரிக்கப்பட்டிருந்தது, இப்படி 60 பங்குகள் வரையிலும்கூட பிரிக்கப்பட்டிருந்தது என்று அவர் சுட்டிக்காட்டினார்.[211]

ஒரு மிராசுதார் தனியாகவோ பங்காளியாகவோ மிராசு பொறுப்பு வகிக்கிறார். காலப்போக்கில் சிறு சிறு பங்குகளாகப் பிரிக்கப் பட்டிருக்கின்றன. சிறு பங்குக்கு உரியவர்கூடத் தன்னை ஒரு மிராசுதாராகக் கருதிக்கொள்கிறார். இவ்வாறு மிராசுதார் வர்க்கம் பெருகுவது, தாழ்த்தப்பட்ட சமூகங்கள் தரிசு நிலங்களைப் பெறுவதற்குப் பெரும் தடைக்கல்லாக இருந்தது என்று ஆட்சியர் கருதினார்.

மிராசு நடைமுறை, கவனத்துக்கு வராத வேறு சில நிலைமை களுக்கும் இட்டுச்சென்றது. நிலத்துக்கான நெருக்கடி அதிகரித்த தாலும், சாகுபடி செய்யக்கூடிய தரிசு நிலங்களையும் தங்களது கட்டுப்பாட்டில் கொண்டுவர மிராசுதார்கள் முயன்றதாலும் உள்குடிகளின் எண்ணிக்கையும் அதிகரித்தது. இதனால் ஆதாயம் பல பங்குகளாகப் பிரிக்கப்பட்டது. இது மோசமான சாகுபடிக்கும் வேறு இடத்தில் இருந்துகொண்டு நிலத்தை நிர்வகிக்கும் நடைமுறைக்கும் வழிவகுத்தது. உள்ளூர் நிலவுடைமையாளர்கள் மிகக் குறைவாக இருந்ததற்கும், உள்குடிகள், விவசாயத் தொழிலாளர்கள் எண்ணிக்கை அதிகரித்தற்கும் இந்த நிலைமையும் ஒரு காரணமாகும்.[212] மிராசு நடைமுறை பறையர்கள் நிலம் பெறுவதற்குத் தடையாக இருந்தது என்றும் ஆட்சியர் சுட்டிக்காட்டினார். பறையர் சமூகத்தினர் 'தர்காஸ்த்' என்ற விண்ணப்ப மனுக்கள் அடிப்படையில் தரிசு நிலங்களில் ஒரு பகுதியைப் பெற முயன்றதை பிராமண, வெள்ளாள மிராசுதார்கள் எதிர்த்தார்கள்.[213]

மாவட்டத்தில் 6,17,000 ஏக்கர் பட்டா நிலம் வழங்கப்பட்டதில் பறையர்களுக்குக் கிடைத்தது 14,500 ஏக்கர் மட்டுமே என்று குறிப்பிட்டார். அதாவது, மாவட்ட மக்கள்தொகையில் பறையர்

சமூகத்தினர் 25 விழுக்காடு, அவர்களுக்குச் சொந்தமாக இருந்த நிலமோ 2 விழுக்காடு மட்டுமே.[214] பறையர்கள் ஏன் மிராசுதார்களை நாடிக் கடன் பெற்றுக்கொண்டு தங்கள் ஆயுள் முழுவதும் அல்லது பல தலைமுறைகள் வரையில் கொத்தடிமைகளாக வேலை செய்ய ஒப்புக்கொண்டார்கள் என்பதற்கான காரணத்தை இது விளக்குகிறது.[215]

கொத்தடிமை நிலையிலிருந்து விடுவிக்கப்பட்ட பிறகும்கூட, பல ஆண்கள் தங்களது சகோதரர்களையும் தங்களையும் தங்களது மகன்களையும் வெறும் 10 ரூபாய், 15 ரூபாய் கடன்களுக்கு அடமானமாக ஒப்படைத்துக்கொண்டார்கள். இப்படிப் பல நிகழ்வுகளை ஆட்சியர் பதிவு செய்திருக்கிறார். இந்த ஒப்பந்தங்கள் சட்டப்படிச் செல்லாதவை என்றாலும்கூட, கொத்தடிமைகளாக ஒப்படைத்துக்கொண்டவர்களுக்கு அந்த உண்மை தெரியவில்லை. அவர்களுடைய இந்த அறியாமையைப் பயன்படுத்திக்கொண்டு, மிராசுதார்கள் அவர்கள் மீது சட்டப்படி நடவடிக்கை எடுக்கப்படும் என்று அச்சுறுத்தினார்கள்.

மிராசு முறைக்கான மூல காரணத்தை ஆட்சியர் கண்டறிந்தார். வரலாறு தொடர்பான தனது சொந்த ஆய்வைச் சார்ந்து அவர் மிராசு முறைக்கும் அடிமைத்தனத்துக்குமான தொடர்புகளை விவரித்தார். பிரிட்டிஷ் அரசு தென்னிந்தியாவில் தனது ஆட்சியைத் தொடங்கிய போது பல பகுதிகளில் மிராசு முறை ஒருங்கிணைப்பற்றதாகவே இருந்தது. அடுத்தடுத்த ஆண்டுகளில் ‘தஞ்சை, செங்கை மாவட்டங்கள் தவிர்த்து’ மற்ற பகுதிகளில் மிராசு முறை மறைந்தே போய்விட்டது.[216] மதராஸ் மாகாணத்தின் சில பகுதிகளில் மிராசு முறை மீண்டும் தலைதூக்கியதற்கு மூன்று காரணங்களை ஆட்சியர் குறிப்பிடுகிறார்.

பதினெட்டாம் நூற்றாண்டின் பிற்பாதியில் மதராஸ் மேயர் கோர்ட் (அன்றைய நீதி மன்ற அமைப்பு) மேற்கொண்ட முடிவுகள் பிற்போக்குத்தனமான விளைவுகளை ஏற்படுத்தின. அத்துடன், ஆட்சியர் லியோனெல் பிளேஸ் முன்வைத்த ஆய்வுகளும், ஆட்சியரும் தமிழறிஞருமான எப்.டபிள்யு. எல்லிஸ் எழுதிய கருத்துகளும் மிராசு அமைப்புக்கு ஊக்கம் அளித்தன.[217]

மிராசு அமைப்புக்கு ஆதரவாக வலுவாக வாதாடினார் எல்லிஸ். ஆயினும் இயக்குநர்கள் மன்றமும் வருவாய் வாரியமும் அவரது வாதங்களை எதிர்க்க முன்வந்தன. கிராமங்களின் தரிசு நிலங்களில் மிராசுதார்களுக்குக் கூட்டு உரிமை உண்டு என்ற அவரது கருத்தை சர் தாமஸ் மன்றோ எதிர்த்தார் என்று கூறப்படுகிறது. ‘நாட்டில்

பயன்படுத்தப்படுவதன் அடிப்படையில், கிராமங்களில் மிராசு கிராமங்களின் தரிசு நிலங்களும் மிராசு அல்லாத கிராமங்களில் உள்ள தரிசு நிலங்களும் அரசாங்கத்தின் கட்டுப்பாட்டுக்கு உரியவையே என்றே கருதுகிறேன்,' என்று மன்றோ கூறியதாகத் தெரிகிறது.[218]

1820ஆம் ஆண்டுகளில் வருவாய் வாரியத்தின் கடும் எதிர்ப்பை மிராசுதார்கள் சந்தித்தார்கள் என்றபோதிலும், அந்த நூற்றாண்டின் பிற்பகுதியில் அதில் பெரும் மாற்றம் ஏற்பட்டதாகக் கருதினார் ஆட்சியர். 1880ஆம் ஆண்டுகளில் மதராஸ் அரசாங்கம், இந்து பொதுச் சட்டத்தின் அடிப்படையில் தரிசு நில விநியோகம் தொடர்பாகச் சில கொள்கைகளைச் செயல்படுத்தியது. அந்தக் கொள்கைகளைத் தங்களுக்கு சாதகமாகப் பயன்படுத்திக்கொண்ட மிராசுதார்கள் தரிசு நிலங்களுக்கு உரிமை கோரினார்கள் என்று குறிப்பிட்டார்

ஆட்சியர். மதராஸ் மாகாணத்தின் சில நீதிமன்றங்களில் அளிக்கப் பட்ட தீர்ப்புகள், மிராசுதார்களுக்கு ஆதரவான அரசாங்க நிலை பாட்டை வெளிப்படுத்துவதாக இருந்தன. தரிசு நிலங்களை எடுத்துக் கொள்வதற்கான முதல் உரிமை மிராசுதார்களுக்கு உண்டு, பயிர் செய்யத் தக்க தரிசு நிலங்களில் அவர்கள் சாகுபடி செய்யத் தவறுகிற போது மட்டுமே அந்த நிலங்களுக்கான பட்டாக்களை மற்றவர்களுக்கு அரசாங்கம் வழங்கவேண்டும் என்று அந்தத் தீர்ப்புகள் கூறின.[219]

மிராசு முறை தானாகவே உலர்ந்து காலாவதியாகிவிடும் என்று முந்தைய ஆட்சியர்கள் முன்வைத்த கருத்துகளையும் டிரெமென்ஹீர் தள்ளுபடி செய்தார். இரண்டு அடிப்படையான காரணங்களை அவர் முன்வைத்தார். ஒன்று – மிராசுதார்கள் இதுவரை தாங்கள் அனுபவித்து வந்துள்ள சலுகைகளைப் பாதிக்கக்கூடிய சீர்திருத் தங்கள் வருகிறபோதெல்லாம் அவற்றை எதிர்த்து வந்திருக்கிறார்கள். இரண்டு – மிராசுதார் அல்லாதவர்களின் எண்ணிக்கை மிராசுதார்களின் எண்ணிக்கையைவிடப் பல மடங்கு அதிகம் என்ற நிலையில், அவர்களில் வாய்ப்புள்ள ஒரு பகுதியினருக்காவது நில உரிமை கிடைப்பதைத் தடுத்தாகவேண்டும் என்ற மிராசுகளின் தீர்மானம் தீவிரமடைந்தது.[220]

பறையர் சமூகத்தினர் பற்றி ஆட்சியர் கூறியது வருமாறு:

> 'தாழ்ந்த சாதியினருக்காக அரசு ஏன் ஏதாவது செய்யவேண்டும்; தங்களுக்கான சொந்த வளர்ச்சியை அவர்களே கண்டுபிடித்துக் கொள்ளுமாறு அவர்களை ஏன் விடக்கூடாது என்று சில நேரங்களில் கேட்கப்படுகிறது. கடந்த காலங்களில் அரசின் கொள்கை அவர்களது நிலையைத் தாழ்த்திவிட்டது, அரசு தனது

> தவறுகளைத் திருத்திக்கொண்டாகவேண்டும் என்பதுதான் பதில். பழங்காலத்திலிருந்து அனுபவிக்கப்பட்டு வந்த சலுகைகள் தொடர்வதற்கும் அவை சட்டத்துக்குக் கட்டுப்படாத ஒழுங்கின்மைகளாக மாறுவதற்கும் அனுமதித்துவிட்டோம். இன்று நாம் புதிய சலுகைகளை ஏற்படுத்தியிருக்கிறோம். இந்தச் சலுகைகளால் குறைந்தபட்ச அளவிலான தீங்குகள் மட்டுமே விளையும் வகையில் கட்டுப்படுத்த இயலும்; வாழ்க்கைப் போட்டியில் பின்னுக்குத் தள்ளப்பட்ட சமூகங்களுக்கு ஒரு புதிய தொடக்கத்தை வழங்கிட இயலும்.[221]

வேறு சொற்களில் சொல்வதானால், சிக்கலில்லாத ஒரு வரி வருவாய் ஏற்பாட்டை அப்படியே வைத்துக்கொள்வதில் காலனி அரசு காட்டிய அக்கறை விவசாயத் தொழிலாளர் வர்க்கத்தினரது நிலையை மேலும் மோசமாக்கியது.[222]

பறையர் வரலாற்றின் மறக்கப்பட்ட காலகட்டத்தை மறு உருவாக்கம் செய்யவும் ஆட்சியர் விரும்பினார். பறையர்கள் காலங்காலமாக எப்போதுமே ‘தற்போதைய தாழ்த்தப்பட்டநிலையில்’ இருந்தவர்கள் அல்ல என்றார். தமிழின் திருக்குறளை வழங்கிய ‘தெய்விகப் பறையர்’ திருவள்ளுவரின் சாதனைகளை எடுத்துக்காட்டினார். மேலும் அவர் எழுதியது வருமாறு:

> ‘...இக்காலப் பறையர்கள் எவ்வகையிலும் புத்திக்கூர்மையோ நல்ல தகுதிகளோ இல்லாதவர்கள் அல்ல. தனது தாழ்த்தப்பட்ட நிலையோடு இணைந்த அறியாமையை அவர் உதறித்தள்ளி ஒரு ஐரோப்பியக் குடும்பத்திலும் காலனிகளிலும் சிறந்த அறிவுக் கூர்மையை வெளிப்படுத்துகிறார். தனது எசமானனை ஆபத்துகள் சூழும்போது அல்லது நோய் தாக்குகிறபோது அது எவ்வளவு பயங்கரமான ஆபத்தானாலும் அல்லது உயிரைப் பறிக்கும் நோயானாலும், பறையர்களுக்கு இணையான விசுவாசிகளை நமது ஆளுமையில் உள்ள கீழை ராச்சியங்கள் எதிலுமே காண இயலாது; அதே நேரத்தில் அவனது துணிவின் காரணமாக நமது மிகச்சிறந்த படைப்பிரிவு உருவாகியிருக்கிறது. சுருக்கமாகச் சொல்வதானால் பறையர்களை நன்கு வளர்த்தெடுக்கமுடியும். இந்த இனம் தற்போது தள்ளிவிடப்பட்டுள்ள ஆதரவற்ற நிலையிலிருந்து ஓரடி அல்லது ஈரடி முன்னேறச் செய்ய முடியும் என்பது வீண் நம்பிக்கை அல்ல.’[223]

பறையர் குறித்த டிரெமெனீர் முன்வைத்த கருத்துக்கு கிறிஸ்தவ வெஸ்லிய சபையைச் சேர்ந்த அருள்தந்தை வில்லியம் கூடீ ஆதரவளித்தார். 1894ல் வில்லியம் கூடீ இவ்வாறு கூறினார்:

'(பறையர்கள்) இந்த மண்ணின் மரபுரிமை மறுக்கப்பட்ட பிள்ளைகள். இங்கே அவர்களுக்கு ஒரு சிறிய உடைமையை அளிப்பது என்பது, நெடுங்காலத்துக்கு முன் இந்த இனம் சிறப்பாக வாழ்ந்த காலத்தில் இவர்களது முன்னோர்கள் கவுரவத் தோடு இருந்த நிலையை மீட்டுக் கொடுப்பதேயாகும்... அழிந்து போன தங்களுடைய மேட்டுக்குடித்தன்மைகள் குறித்த கரிசனமான உணர்வுகள் கொண்டவர்கள் இவர்கள். இந்த நாட்டின் மிகத் தொன்மையான சமூகங்களில் ஒன்று பறையர் சமூகம்; அந்தக் காரணத்துக்காகவே சமூகத்தில் முக்கியமானதொரு இடத்தை இவர்கள் பெற்றாகவேண்டும் என்று கருதுகிறேன்.'[224]

தமிழகத்தில் பறையர்களின் சமூக – பொருளாதார நிலை குறித்து டிரெமெனீர் முன் வைத்த கருத்துகளுக்கு ஆதரவாக 'தி இந்து' நாளேட்டின் 1891 ஜூன் 3 இதழில் ஒரு செய்தியை வெளியிட்டது. அதில் இவ்வாறு கூறப்பட்டிருந்தது:

'...உதாரணமாக, செங்கல்பட்டு மாவட்டத்தில் எழுத்துப்பூர்வ ஆவணங்களின் அடிப்படையிலேயே ஒரு விவசாய அடிமை முறை நடப்பில் இருப்பதாகக் கேள்விப்படுகிறோம். முன்னாட்களில் பறையர்கள் விவசாயத் தொழிலாளர்களாகச் சார்ந்திருந்த வயல்களோடு ஒரு உரிமையாளரிடமிருந்து இன்னொரு உரிமையாளருக்கு மாற்றப்பட்டு வந்தார்கள். அந்த நடைமுறை இப்போதும் இந்த மாவட்டத்தில் தொடர்ந்து கொண்டிருக்கக்கூடும். ஆனால், சட்டப்படி அதற்குத் தடை விதிக்கப்பட்டிருக்கிறது, அப்படிப்பட்ட ஒப்பந்தங்களைத் தள்ளுபடி செய்யக்கூடிய முழுச் சுதந்தரம் பறையர்களுக்கு இருக்கிறது என்று நம்புகிறோம். இத்தகைய கட்டுப்பாடு களையும், உறுதிப்படுத்தப்படக்கூடிய இதர கட்டுப்பாடுகளையும் நீக்கமுடியும். ஆனால், பறையர் சமூகத்துக்குச் சாதகமாக ஏதேனும் செய்யக்கூடிய எந்த ஒரு பொதுக்கொள்கையும், அது சுயநல சக்திகளுக்கு எதிரானது என்பதால், எதிர்ப்புக்கு உள்ளாகும் என்பது வெளிப்படை.

பறையர்கள் தமது இந்து எசமானர்களின் ஆதிக்கத்துக்குக் காலங் காலமாக உள்ளாகி வந்திருக்கிறார்கள். இதுவே தனக்கு இயற்கையாக வாய்த்தது என்று நம்புகிற நிலைக்கு அவர்கள் வந்திருக்கிறார்கள். அவர்களுக்கு மதமும் இல்லை மூட நம்பிக்கையும் இல்லை. தமக்குக் கிடைக்கிற மிகச் சொற்பமான, மிக மிக அற்பமான உணவில் அவர்கள் மன நிறைவு கொள்கிறார்கள். பற்றாக்குறையை ஈடுகட்ட அவ்வப்போது திருட்டிலும் வழிப்பறியிலும் ஈடுபடுகிறார்கள். ஆனால் அவர்கள்

> கடும் உழைப்பாளி, பொறுமைசாலி, உண்மை விசுவாசி... அரசாங்கம் செய்யக்கூடியது கொஞ்சம்தான், அதனால் நாம் கூறுகிற விளைவு ஏற்படுவது கடினம்தான்.
>
> ஆங்கிலேய – இந்திய அரசாங்கம் எவ்வித சாதிப் பாகுபாட்டையும் அங்கீகரிக்கவில்லை. அது பிராமணர்களை எப்படி நடத்துகிறதோ அப்படித்தான் பறையர்களையும் நடத்துகிறது. ஆனால் தாழ்ந்த சாதியினரின் சமூக நிலை காரணமாக, அனைத்துப் பிரிவினருக்கும் சமமாக வழங்கப்பட்டுள்ள முன்னேற்றத்துக்கான வாய்ப்புகளைப் பயன்படுத்திக்கொள்ள இயலாதவர்களாகவே அவர்கள் இருக்கிறார்கள். ஆகவே, இன்றைய நிலைமையிலிருந்து அவர்களை மீட்க வேண்டுமானால் அதற்குச் செய்தாக வேண்டிய ஒன்று அவர்களுக்குக் கல்வி வழங்குவது.[225]

அதைத் தொடர்ந்து 'பறையர் இயலாமைகள்' என்ற தலைப்பில் 1891 அக்டோபர் 1 அன்று 'தி இந்து' நாளேடு பின்வரும் செய்தியை வெளியிட்டது:

> 'சட்டத்தின் தற்போதைய நிலையானது, நில உரிமை வழங்குவதிலிருந்து பறையரை விலக்கிவைக்கும் மிராசுதாரின் செயலை அனுமதிப்பதாக இருக்கிறது. அல்லது அதற்காகப் பயன்படுத்தப்படுகிற சட்டவிரோத செல்வாக்கைக் கணக்கில் எடுத்துக் கொள்ளாததாக இருக்கிறது. பறையருக்கு நீதி கிடைப்பதற்கான வாய்ப்பு இப்போது மிகக் குறைவாகவே இருக்கிறது அல்லது அந்த வாய்ப்பே இல்லை. நமது நீதிமன்றங்களை நாடமுடியாத அளவுக்கு அவன் மிக ஏழையாக இருக்கிறான்; ஒருவேளை தன்னிடம் ஏதாவது தனிப்பட்ட சொத்து இருந்து அதை அவன் அடகு வைத்தோ தனது தனிப்பட்ட சுதந்தரத்தை அடகு வைத்தோ வழக்குத் தொடுத்தாலும்கூட, உயர்சாதி மிராசுதார் தனது பெரும் பண பலத்தால் பறையரின் சாட்சிகளையும் வழக்கறிஞரையும் விலைகொடுத்து வாங்கிவிடுகிறார்.
>
> திரு. கூடீ சொல்வதுபோல, பறையரின் அறியாமையும் பாமரத்தனமும் காரணமாக, முன்னுக்குப் பின் முரணாக வாக்குமூலம் அளித்துவிடக்கூடிய நிலையில், வழக்குத் தொடுக்கிற பறையர்களை எளிதில் பணிய வைத்துவிட முடிகிறது என்பதும், அது அவரது வழக்கை எடுபடாமல் செய்துவிடுகிறது என்பதும் உண்மைதான்...'[226]

அந்தச் செய்தி மேலும் கூறுவது வருமாறு:

‘நம்மிடம் வனங்களையும் வன விலங்குகளையும் பாதுகாப்பதற்கெனத் துறைகள் உள்ளன... நாட்டுப்புறக் கால்நடைகள் வளர்ப்பை மேம்படுத்துவதற்கான துறைகூட இருக்கிறது. ஆகவே, பறையர்களையும் இதர ஒதுக்கப்பட்ட சாதிகளைச் சேர்ந்தோரையும் பாதுகாப்பதற்கென ஒரு புதிய துறைவேண்டும் என்ற கோரிக்கை எழுமானால் அதை நியாயமற்ற கோரிக்கையாகக் கருதுவதற்கில்லை. கிராமத்தின் சேரி நத்தம் அல்லது பறையர் குடியிருப்புப் பகுதியை பறையர்களுக்கே சொந்தமான தனிச் சொத்தாக அறிவிக்கவேண்டும்.

மிராசுதாருக்கும் குடியிருக்கும் பறையர் சமூகத்தினருக்கும் இடையேயான கொடுக்கல் வாங்கல்களை முறைப்படுத்துகிற சட்டம் ஒன்று கொண்டுவரப்படவேண்டும். பணம் பெற்றுக் கொண்டதற்காக ஆட்களை அடகு வைக்கும் நடைமுறையை ஒழிக்க முடியாவிட்டால், அதை முறைப்படுத்துவதற்கான நடவடிக்கையாவது தேவை. பறையர் கல்விக்காக இப்போது செய்யப்படுவதை விடவும் கூடுதலாகச் செய்யப்பட்டாக வேண்டும்.’[227]

இப்படிப்பட்ட விமர்சனங்கள் இருந்தபோதிலும் மிராசு முறை தொடரவே செய்தது. சீர்திருத்தவாதிகளாக இருந்த ஆங்கிலேய அதிகாரிகள், ஒரு சம நிலைக்கு வழிவகுக்கக்கூடிய தீவிரமான மாற்றங்களுக்குத் தயாராக இல்லை. காகிதத்தில்தான் இருந்தது என்றாலும், டிரெமெனீர் முன்வைத்த ஆலோசனைகள் ஒரு புதிய வரலாற்றுக் கட்டத்தை உருவாக்கக்கூடியதாக இருந்தன. ஆனால், விவசாயத் தொழிலாளர்களின் சமூகப் பொருளாதார நிலைமைகளை உயர்த்துவதில் சில மாற்றங்களுக்கு மட்டுமே அதிகாரிகள் தயாராக இருந்தனர் என்பதும் அதிலிருந்து தெளிவாகத் தெரிகிறது.[228] தனது ஆலோசனைகள் செயல்படுத்தப்பட்டால் ஏற்படக்கூடிய விளைவுகள் குறித்து அவரே புரிந்துவைத்திருந்தார். அவர் எவ்வாறு எச்சரிக்கையுடன் இதை அணுகினார் என்பதை அவரது கருத்துகளில் ஒன்று பிரதிபலிக்கிறது:

‘எனது கருத்துகள் புரட்சிகரமானவை என்றோ மிராசு உரிமைகளை ஒழித்துக்கட்டக்கூடியவை என்றோ விமர்சிக்கப்படும். இதை எதிர்கொள்வதற்குத் தயாராகவே இருக்கிறேன். மதராஸ் தலைமை நீதிபதி அவர்களே புரட்சிக்குப் பரிந்துரைத்திருந்தாலன்றி, எனது ஆலோசனைகள் ஏதேனும் ஒரு வடிவத்திலாவது புரட்சிகரமானவையாக இருப்பதற்கான வாய்ப்பு இல்லை. மிராசு உரிமையை ஒழித்துவிடவேண்டும் என்று நான் சொல்லவில்லையே...’[229]

ஆக, அவர் தரிசு நிலங்களில் மிராசுதார்களுக்கு உள்ள உரிமையை ஏற்றுக்கொண்டார், ஆனால் முட்டுக்கட்டை போடுவதற்கு அந்த உரிமையைப் பயன்படுத்தப்படுவதைத்தான் எதிர்த்தார். விவசாயத் தொழிலாளர் சமூகங்களை மிராசுதார்கள் தங்களது கட்டுப்பாட்டில் வைத்திருந்ததற்கான பொருளாதாரப் பின்புலமாக இருந்ததே நில உடைமையில் அவர்களுக்கு இருந்த ஆதிக்கம்தான். அதை எதிர்ப்பதில் அவர் ஆர்வம் காட்டவில்லை. எனவே, நிலமற்ற விவசாயத் தொழிலாளர்களை நிலம் உள்ள விவசாயிகளாக மாற்றக் கூடிய தீவிரமான நிலக் கொள்கைகளை அவர் ஒருபோதும் ஆதரிக்கவில்லை.

செங்கல்பட்டு மாவட்ட ஆட்சியர் முன்வைத்த ஆலோசனைகளில் அநேகமாக எல்லாவற்றையுமே வருவாய் வாரியம் ஏற்க மறுத்தது. மாவட்டத்தின் கிராமப் பகுதிகளில், ஆட்சியர் தனது அறிக்கையில் தெரிவித்திருக்கிற அளவுக்கு மோசமான ஒடுக்குமுறைகள் இல்லை என்று வாரியம் கருதியது. தென்னிந்தியாவில் பிரிட்டிஷ் ஆட்சியின் நூற்றாண்டு ஆளுமை காரணமாக, விவசாயத் தொழிலாளர்களின் வாழ்க்கையில் கணிசமான மாற்றங்கள் ஏற்பட்டுள்ளன என்று வாரியம் வாதிட்டது. பிரிட்டிஷ் ஆட்சிக்கு முன் பறையர்களின் நிலைமை மிக மோசமாக இருந்தது என்று வாரியம் கூறியது.

பதினெட்டாம் நூற்றாண்டின் இறுதி ஆண்டுகளில் பறையர் தொழிலாளர்கள் ஓரளவு மரியாதையான வாழ்க்கையை வாழத் தொடங்கிவிட்டார்கள் என்ற உண்மையை லியோனல் பிளேஸ் உள்ளிட்ட ஆங்கிலேய அதிகாரிகளின் ஆய்வுகள் நிலைநாட்டி விட்டன என்றும் வாரியம் கூறியது. 1795 அக்டோபர் 6 அன்று லியோனல் பிளேஸ் அளித்த அறிக்கையை வாரியம் எடுத்துக் காட்டியது. அந்த அறிக்கையில் பின்வருமாறு கூறியிருந்தார்:

> ‘சாகுபடியாளர்கள் (மிராசுதார்கள்), அவர்களது வேலையாட்கள் (பணியாட்கள்) இவர்களது செயல்முறையில் ஒரு தனித்தன்மை இருக்கிறது. வேலையாட்களது அடிமைத்தனம், விடுதலை ஆகிய இரண்டுடனும் தொடர்புடைய தனித்தன்மை அது. ஆண்டின் தொடக்கத்தில் வேலையாள் ஒரு சாகுபடியாளரின் சேவையில், கிராமத்தின் வழக்கமான நடைமுறை விதிகளுக்கு உட்பட்டு, வெற்றிலையை ஏற்றுக்கொண்டு தன்னை ஒப்படைத்துக் கொள்கிறார்... வரம்புக்கு மீறிய நிபந்தனைகளை ஒரு தரப்பு விதித்தால் பொதுவாக அவரது அடிமைத்தனம் அந்த ஆண்டிலேயே முடிவுக்கு வருகிறது. அப்போது ஒப்பந்தப்படி அவருக்கு எல்லாம் முறையாகத் தரப்பட்டு முறித்துக்கொண்டு

சென்றதற்கான குற்ற உணர்வு அவருக்கு ஏற்படும்வகையில் எதுவும் நடப்பதில்லை. .'²³⁰

ஆகவே, 'தீண்டத்தகாத' விவசாயத் தொழிலாளர்கள் சுரண்டப் படுவது பற்றிய கதை கொஞ்சம் மிகைப்படுத்தப்பட்டதாக இருக்கிறது என்று வாரியம் கருதியது. மிராசு முறை முழுமையான சுரண்டலுக்கு இட்டுச் சென்றுவிடவில்லை, மாறாக அது முன்பு அடிமைகளாக இருந்த சாதிகளுக்கு ஒரு வகையான சுதந்தரத்தையும் சலுகையையும் வழங்குகிறது என்று வாரியம் கூறியது.²³¹

1818–19ல் செங்கல்பட்டு மாவட்ட ஆட்சியராக இருந்தவர் எல்லிஸ். அவரது அறிக்கை ஒன்றை வாரியம் எடுத்துக்காட்டியது. அதில் இவ்வாறு கூறப்பட்டிருந்தது:

'தொண்டைமண்டலம் பகுதியில், குறிப்பாக மதராஸ் அருகமைப் பகுதியில் அடிமைச் சாதிகளிடையே ஒரு வழக்கம் இருந்து வருகிறது. அவர்கள் தங்களது சுதந்தரத்தை அவ்வப்போது உறுதிப்படுத்திக்கொள்கிற நடைமுறையாக இதைக் கருதலாம். நிதியாண்டு முடிவுக்கு வந்து, அடுத்த ஆண்டுக்கான சாகுபடி தொடங்க இருக்கிற தமிழ் ஆனி மாத இறுதியில், அடிமை விவசாயத் தொழிலாளர்கள் அனைவரும் வேலைநிறுத்தம் செய்கின்றனர். கிராமத்துக்கு வெளியே ஒன்றாகத் திரள்கிறார்கள். அவர்களுடைய எசமானர்கள் வந்து அவர்களுக்குரிய சலுகைகள் தொடரும் என்று வெற்றிலை பாக்கு வைத்தும் இதர நாசூக்கான வழிகளிலும் உறுதியளித்து வேலைக்குத் திரும்புமாறு கேட்டுக் கொள்கிறார்கள். அதுவரையில் அவர்கள் அங்கேயே இருக்கிறார்கள்.'²³²

குரோல் தொகுத்த செங்கல்பட்டு கையேடு என்ற ஆவணத்தி லிருந்தும் சில பகுதிகளை வாரியம் எடுத்துக்காட்டியது. அந்தக் கையேடு இவ்வாறு கூறுகிறது:

'...மேற்கண்ட விவரங்கள் அடிமைத்தனம் இங்கு மென்மை யாகவும் மிகுந்த பெருந்தன்மை அம்சத்தோடும் இருந்து வந்திருக்கிறது என்பதையே சித்திரிக்கின்றன. மற்ற நாகரிக நாடுகளின் அடிமைமுறைகளில் நிலவிய பயங்கரங்கள், அவமானங்கள் காரணமாக ஒரு எதிர்ப்பு மனநிலை உருவாகிறது. அதற்கு மாறாக இங்கே வெற்றிகொள்ளப்பட்ட மக்களுக்கு சாதகமான நிலை, ஓரளவு சுதந்தரமான நிலை இருந்து வந்திருக்கிறது. ஆகவேதான், அடிமைகளை விடுவிப்பதற்கான எந்தவொரு முறைப்படியான நடவடிக்கைகளும் இல்லாமலே

> பிரிட்டிஷ் நிர்வாகத்தால் அமைதியான புரட்சியை நிகழ்த்த முடிந்திருக்கிறது என்பதில் ஒன்றும் வியப்பில்லை. அந்தப் புரட்சி சாகுபடியாளர்களுக்கும் அவர்களது பண்ணைப் பணியாளர்களுக்கும் இடையேயான உறவைத் தொந்தரவு செய்யாமல் விட்டுவைத்தது. அதோடு, மேதகு அரசியாரின் மற்ற குடிமக்களைப்போலவே அந்தப் பணியாளர்களைச் சுதந்தர மானவர்களாக்கியிருக்கிறது.'[233]

ஒருவகையில், செங்கல்பட்டு பகுதியில் மரபுவழி வந்த மிராசுதார் – பண்ணையாள் உறவு நடைமுறையில் இருந்தது. எனினும், அது பிரிட்டிஷ் அரசு மேற்கொண்ட அமைதியான இணக்கமான மாற்றத்துக்கான அடித்தளமாக அமைந்தது என்றொரு வாதம் முன்வைக்கப்பட்டது.

பறையர் சமூகத்தின் பொருளாதார நிலையை மேம்படுத்த வருவாய் வாரியம் ஒரு மாறுபட்ட அணுகுமுறையை முன்வைத்தது. பறையர்கள் தங்களது வருமானத்தில் பெரும்பகுதியை மது அருந்துவதில் வீணாக்கிவிடுகிறார்கள் என்று டிரெமெனீர் முன்வைத்த கருத்தை வாரியம் ஏற்கவில்லை. வரி வருவாய் கணக்கை ஆதாரமாகக் காட்டிய வாரியம், பறையர் சமூகத்தைச் சேர்ந்த ஒரு ஆண் ஓராண்டில் சராசரியாக 5 ரூபாய் அளவுக்கே மது அருந்துவதாக வாரியம் கூறியது. மதுவின் மீதான வரியை அதிகரிப்பது, பல இடங்களில் மதுக்கடைகளை மூடுவது போன்ற நடவடிக்கைகள் மூலமாக, மது நுகர்வைக் குறைப்பதற்கான தொடர்ச்சியான முயற்சிகள் மேற்கொள்ளப்பட்டிருப்பதாகவும் வாரியம் தெளிவுபடுத்தியது.[234]

பிரிட்டனில் இருந்ததுபோல செங்கல்பட்டு மாவட்டத்தில் மது நுகர்வுக்கும் குற்றச்செயல்கள் அதிகரிப்புக்கும் நேரடித் தொடர்பு இருப்பதாக நிறுவ முடியாது என்று வாரியம் கூறியது. செங்கல்பட்டு பற்றிய லீ வார்னர் அறிக்கையில் இந்த உண்மை நிலை சரியாகப் பதிவாகவில்லை என்று வாரியம் சொன்னது. திருவள்ளூர் துணை ஆட்சியர் அளித்திருந்த அறிக்கையை வாரியம் சுட்டிக்காட்டியது. விவசாயத் தொழிலாளர்களின் நிலை ஊக்கமளிப்பதாகவே இருக்கிறது. அவர்களது உடல் தோற்றம் ஓரளவுக்கு நன்றாகவே இருக்கிறது என்று அந்த அறிக்கையில் கூறப்பட்டிருந்தது.

ஸ்காட்லாந்து =தேவாலயத்தைச் சேர்ந்த பாதிரியார் ஆடம் ஆண்ட்ரூ தமது அறிக்கையில், பறையர்கள் மிக மோசமான நிலைமையில் இருந்தபோதிலும் அவர்கள் 'கடுமையாக உழைக்கக்கூடியவர்களாக, கட்டுடல் கொண்டவர்களாக இருந்தார்கள்' என்று கூறியிருக்கிறார் என்ற விளக்கத்தையும் வாரியம் அளித்தது.[235] ஆகவே, பறையர்களின்

மதுப்பழக்கத்தாலும் பொருளாதார நிலைமையாலும் அவர்களது உடல் நலம் பாதிக்கப்பட்டிருப்பதாக டிரெமெனீர் கூறுவதில் சிறிதும் உண்மை இல்லை என்ற முடிவுக்கு வாரியம் வந்தது.[236]

நிலத்துக்கான விண்ணப்பங்கள் தொடர்பான விதிகளில் மாற்றம் செய்ய டிரெமெனீர் முன்வைத்த ஆலோசனைகளையும் வாரியம் எதிர்த்தது. தரிசு நிலங்களில் பட்டாதாரர்களுக்கு உள்ள உரிமை ஐம்பது ஆண்டுகளுக்கு மேலாக நடைமுறையில் இருந்து வருகிறது, அதனால் குறிப்பான தீங்கு எதுவும் இருப்பதாக இதுவரையில் புகார் எதுவும் வந்ததில்லை, நிரூபிக்கப்பட்டதுமில்லை, ஆகவே அரசாங்கத்தின் அறிவிக்கப்பட்ட கொள்கைகளிலிருந்து விலக வேண்டிய தேவை எதுவும் ஏற்பட்டுவிடவில்லை என்று வாரியம் வாதிட்டது.[237] மிராசு கிராமங்களைப் பொறுத்தவரையில் மிராசுதார்களுக்கு மற்றவர்களைக் காட்டிலும் சில சலுகைகள் இருந்தன.

மிராசு கிராமம் அல்லாத மற்ற கிராமங்களில் நிலம் யாருக்குச் சொந்தமோ அந்தப் பட்டாதாரர்களுக்குக் கூடுதல் சலுகைகள் இருந்தன. பெரும்பாலும் சாகுபடிக்குப் பயன்படக்கூடிய தரிசு நிலங்கள், உரிமை அளிக்கப்பட்ட நிலங்களைச் சார்ந்த வட்டாரங்களிலேயேதான் இருந்தன. பட்டாதாரர் என்ற சொல் நிலத்துக்கு உரிமை பெற்றவரைத்தான் குறித்ததேயன்றி கிராமத்திலேயே குடியிருப்பவர் என்ற பொருளில் பயன்படுத்தப்படவில்லை.[238] ஆகவே, இருவகை விதிகளின் நடைமுறை விளைவுகள் ஒரே மாதிரியானதாகவே இருந்தன என்று கருதப்பட்டது. இரண்டு நடைமுறைகளிலுமே வெளியூர்க்காரர்களும் பட்டாதாரர் அல்லாதவர்களும் தரிசு நிலங்களுக்கு உரிமை கோர இயலாது. இவ்வாறாக, செங்கல்பட்டு மாவட்டத்தில் உள்குடிகளாகவும் விவசாயத் தொழிலாளர்களாகவும் இருந்த பறையர்கள், நிலச் சொந்தக்காரர்களாகவும் மாற முயல்வார்களானால் மதராஸ் மாகாணத்தின் மற்ற மாவட்டங்களில் இருந்தவர்களை விடவும் கடுமையான நிலைமைகளையே சந்திக்க வேண்டியிருக்கும் என்ற முடிவுக்கு வாரியம் வந்தது.[239]

தரிசு நிலங்களில் மிராசுதாரர்களுக்கு உள்ள உரிமையை எதிர்த்து நீதிமன்றத்தில் ஒருபோதும் வழக்குத் தொடரவும் முடியாது என்ற ஒரு கருத்தையும் வாரியம் முன்வைத்தது. 1883ம் ஆண்டிலேயே இதில் அவர்களுடைய உரிமை நீதிமன்றத்தால் உறுதிப்படுத்தப்பட்டு விட்டது என்று வாரியம் கூறியது. பெரம்பூர் அருகில் உள்ள வியாசர்பாடி பகுதியில் தரிசுநிலங்களை அரசாங்கம் சில பொது நோக்கங்களுக்காக எடுத்துக்கொண்டபோது, அதற்காக மிராசுதார்களுக்கு இழப்பீடு தொகை வழங்க உயர்நீதிமன்றம் ஆணையிட்டதை

வாரியம் சுட்டிக்காட்டியது. அந்த வழக்கில் தீர்ப்பளித்த நீதிபதி சர் சார்லஸ் டெய்லர் பின்வருமாறு கூறியிருந்தார்:

> 'தரிசு நிலங்களில் மிராசுதாருக்கு உள்ள உரிமை பற்றிய கேள்வி தொடர்ச்சியாக எழுகிறது. இதில் சரியான கருத்து என்பது, தரிசு நிலத்துக்கு அவர் வரி எதுவும் செலுத்துவதில்லை என்ற போதிலும், சாகுபடி செய்யக்கூடிய தரிசு நிலத்தை அவர் சாகுபடி செய்யாமல் விட்டிருந்தாலோ அல்லது அதில் சாகுபடி செய்து கொள்ளுமாறு குடியானவர்களிடம் விடவில்லை என்றாலோ, அரசாங்கம் மற்றவர்களுக்கு சாகுபடிக்காக பட்டா அளிக்கலாம் என்பதாகத்தான் இருக்கமுடியும் என்று தோன்றுகிறது.[240]

மிராசு அமைப்பு தொடர்பாக மதராஸ் மேயர் நீதிமன்றம் அளித்த தீர்ப்புகளையும், லியோனல் பிளேஸ் போன்ற அதிகாரிகளின் ஆய்வு முடிவுகளையும் டிரெமெனீர் கேள்விக்கு உட்படுத்துவது முறையல்ல என்று வாரியம் கருதியது. எச். எல்லிஸ், அவரது பிராமண உதவியாளர் சங்கரய்யா இருவரும் அளித்த விளக்கங்களின் அடிப்படையில் மட்டுமே மிராசு முறை உன்னதமானதாகத் தொடர்கிறது என்று கருதுவது தவறு என்று டிரெமெனீரிடம் வாரியம் கூறியது. 1875 மே மாதத்தில் தன்னால் வெளியிடப்பட்ட ஆணை ஒன்றை வாரியம் சுட்டிக்காட்டியது:

> '...இந்த (மிராசு) அமைப்புச் சட்டத்திலும் நெடுங்கால மரபிலும் வலுவாக வேரூன்றியிருக்கிறது. இது இருக்கிறது. பல்வேறு அம்சங்களில் இது ஒரு பெரிய ஆனால் தேவையான தீங்காக இருந்து வருகிறது. அதற்கு மேல் அல்லது அதற்குக் குறைவாகக் கருதப்பட வேண்டியதில்லை.[241]

1870ம் ஆண்டுகளின் நடுப்பகுதியிலிருந்து ஸ்வதந்திரம் அல்லது கட்டணம் தொடர்பான மிராசுதார்களின் கோரிக்கை ஏற்கப் படலாயிற்று. அதன் பிறகு, வெளியூர்க்காரர்களுக்கு நிலம் வாங்குவதில் இருந்து வந்த முட்டுக்கட்டைகள் நீங்கின என்று வாரியம் கூறியது. 1876 முதல் 1878 வரையில் ஏற்பட்டிருந்த கடுமை யான பஞ்சம் மக்களில் பெரும்பகுதியினரை அழித்துவிட்டது. அப்போது நீதிமன்றங்களின் தலையீடு இல்லாமல் மிராசுதார்களிட மிருந்து வரி வசூல் செய்வதில் சிக்கல்கள் ஏற்பட்டன என்று வாரியம் கூறியது. 1887ல் வந்த அறிக்கையையும் வாரியம் சுட்டிக்காட்டியது. அதற்கு முந்தைய மூன்று ஆண்டுகளில், மிராசுதார்களுக்கு என்று ஒதுக்கப்பட்ட ஒவ்வொரு ஏக்கர் நிலத்திலும் கிட்டத்தட்ட பாதி ஏக்கரை மிராசுதார் அல்லாதவர்கள் கைப்பற்றினார்கள் என்று அந்த அறிக்கை கூறியது.[242]

1880ம் ஆண்டுகளின் நடுப்பகுதியில் மிராசுதார் அல்லாதவர்கள் 11,200 ஏக்கர் நிலம் பெற்றிருந்தார்கள் என்றால், 1890–91ல் அவர்களுக்கு 21,300 ஏக்கர் வரையில் கிடைத்திருக்க வாய்ப்பு இருந்திருக்கக்கூடும் என்று வாரியம் ஊகித்தது.[243] தாசில்தார்களிடமிருந்து வந்த உண்மை யான கணக்குகளின்படிப் பல கிராமங்களில் பறையர்கள் பட்டா அடிப்படையில் நிலம் பெற்றிருந்தார்கள், ஒட்டுமொத்தமாக ரயத்துவாரி கிராமங்களில் அவர்களிடம் மொத்தம் 6,800 பட்டாக்கள் இருந்தன, சராசரியாக ஒரு பட்டாவுக்கு 2.15 ஏக்கர் நிலம் வழங்கப் பட்டிருந்தது என்று வாரியம் குறிப்பிட்டது.

செங்கல்பட்டு மாவட்டத்தில் நிலச்சொந்தக்காரர்களாக இருந்த பறையர்கள் 35.3 சதவீதம் முதல், 44.74 சதவீதம் வரை இருந்தனர், சைதாப்பேட்டை 22.25 சதவீதத்தினர் மட்டுமே நில உடைமை யாளர்களாக இருந்தனர் என்று வாரியம் கூறியது.[244] இத்தகைய புள்ளி விவரங்களின் உதவியோடு, 'தீண்டத்தகாத' விவசாயத் தொழிலாளர் களின் நிலைமை ஒரு நூற்றாண்டுக்கும் குறைவான காலத்தில் பெரும் மாற்றத்தை அடைந்திருக்கிறது என்று நிறுவ முயன்றது வாரியம்.[245]

கிராமங்களில் தரிசுநிலங்களை விநியோகிக்கிற பிரச்னையிலும் வாரியம் தனது நிலைபாட்டைத் தெளிவாக அறிவித்தது. பறையர்கள் பிரச்னையில் கிறிஸ்தவ சேவை அமைப்புகள் பெரும் அக்கறை செலுத்தி வந்துள்ளன. எனினும், தரிசு நிலங்களுக்கான விண்ணப்பங்கள் தொடர்பாக நடைமுறையில் இருந்துவந்த விதிகளில் மாற்றம் செய்தாகவேண்டும் என்கிற அளவுக்குக் கடுமை யான பிரச்னை எதுவும் ஏற்பட்டுவிடவில்லை என்று வாரியம் வாதிட்டது.[246] எனினும், ஏரிக்கரைகளை ஒட்டிய நிலங்களை பறையர்களுக்கு வழங்குவதற்கு மிராசுதார்கள் எதிர்ப்புத் தெரிவித்தனர்; பொது நோக்கங்களுக்காக என அந்த நிலங்களை அரசு ஒதுக்கி வைத்தது. இதுபோன்ற காரணங்களால் பறையர்கள் அந்த நிலங்களில் சாகுபடி செய்ய முடியாமல் போனது உண்மைதான் என்று வாரியம் ஒப்புக்கொண்டது.

பறையர்களுக்குக் கடலோர உப்பளங்களிலிருந்து கிடைத்த வருவாயில் சேமித்த பணத்தில் நிலம் வாங்குவது கடினமாக இருந்தது என்று டிரெமெனீர் கூறியிருந்தார். அது மிகைப்படுத்தப் பட்ட கருத்து என்று வாரியம் கூறியது. காலனி ஆட்சி நிர்வாகம் சுமுகமாக நடந்துகொண்டிருந்ததால் அப்படிப்பட்ட மோசடிகளை யாரும் செய்ய முடியாது என்று வாரியம் கூறியது.[247]

இது ஒருபுறமிருக்க, பறையர்களை நிலச் சொந்தக்காரர்களாக ஆக்குவதில் எதிர்கொண்ட சிக்கல்களையும் வாரியம் சுட்டிக்

காட்டியது. செங்கல்பட்டு போன்ற மாவட்டங்களில் கிடைக்கிற தரிசு நிலங்களின் மொத்தப் பரப்பு சிறியதுதான், அந்த நிலங்களின் மண்வாகு சாகுபடிக்கு ஏற்றதாக இல்லை, ஆகவே அந்த நிலங்களைப் பயன்படுத்துவது குறித்துப் பெரிதாக எதுவும் எதிர்பார்ப்பதற்கில்லை என்று வாரியம் கூறியது. விளைச்சலுக்குப் பயன்படாத மண் என்பதால் அதில் அதிகமாகப் பணத்தையும் உழைப்பையும் செலவிடுவது ஆதாயம் தராது என்று வாரியம் கூறியது.[248]

ஒருவகையில் வாரியம், பறையர்கள் மிகக் கடுமையான ஏழ்மையின் பிடியில் சிக்கியிருப்பவர்கள், அவர்களுக்கு எவ்விதமான நிதியாதாரமும் இல்லை என்ற தனது முந்தைய நிலைபாட்டிலிருந்து முரண்பட்டது. பறையர் சமூகத்தை மேம்படுத்துவதற்காக டிரெமெனீர் முன்வைத்த ஆலோசனைகளைச் செயல்படுத்துவது அவர்களது வறுமையை அதிகரிக்கவே செய்யும் என்றும் வாரியம் கூறியது.[249]

ஒரே ஒரு முறை பருவநிலை மோசம் அடைந்தாலும் அது பறையர் நில உடைமையாளர்களை வட்டிக்காரர்களின் பிடியில் சிக்கவைத்து விடும் என்றது வருவாய் வாரியம்.[250] உறுதிப்பத்திரம் இல்லாமல் அவர்களுக்கு முன்தொகை தருவதை அது ஆதரிக்கவில்லை. மாவட்டத்தில் இருந்த இதர விவசாயத்தொழிலாளர் சமூகங்களை விடவும் பறையர் சமூகத்தினரின் பொருளாதார நிலைமைகள் மோசமாக இருந்ததால் அவர்களுக்கு எனத் தனி குடியிருப்புகள் ஏற்படுத்துவதற்குப் பெரும் நிதி ஒதுக்கீடுகள் செய்கிற யோசனையை அது எதிர்த்தது. இருந்தபோதிலும், சொந்தமாக சாகுபடி செய்ய விரும்பக்கூடிய பறையர்களின் நில விண்ணப்பங்களைக் கருத்தில் கொள்ளலாம் என்றும் வாரியம் கூறியது.

மிராசுதார்களால் பறையர் விவசாயத் தொழிலாளர்களும் உள்குடிகளும் வெளியேற்றப்பட்ட பிரச்னைக்கும் வாரியம் பெரிய முக்கியத்துவம் அளிக்கவில்லை. மிராசுதார்களுக்கும் பறையர் விவசாயத் தொழிலாளர்களுக்கும் இடையே சிக்கல்கள் ஏற்பட்ட போதுதான் இப்படிப்பட்ட நிகழ்வுகள் ஏற்பட்டன என்று வாரியம் கருதியது.[251] அத்தகைய நிகழ்வுகளின்போதுகூட, பறையர்களின் குடியிருப்புகளுக்குள் மிராசுதார்கள் சட்டத்துக்குப் புறம்பாக நுழைந்த விவகாரங்களை அரசு நிர்வாகமும் நீதிமன்றங்களும் கடுமையாகவே பார்த்தன என்று வாரியம் கூறியது. இப்படிப்பட்ட நிகழ்வுகளைத் தவிர்க்க 1880ஆம் ஆண்டுகளில் செங்கல்பட்டு ஆட்சியர் கால்ட்டன், மிராசு கிராமங்களிலும் மிராசு முறை இல்லாத கிராமங்களிலும் காலிமனைகளை அரசாங்கமே கையகப்படுத்திக்கொள்ளவேண்டும்

என்ற ஆலோசனையை முன்வைத்ததை வாரியம் சுட்டிக் காட்டியது.²⁵²

கிராமத்து நிலங்களை அடங்கல் கணக்குகளில் தங்களது சொந்தப் பெயர்களிலும், அவற்றில் இருந்த குத்தகைதாரர்களின் பெயர் களிலும் வேலையாட்கள் பெயர்களிலும் பதிவு செய்ய மிராசுதார்கள் சதிசெய்தார்கள் என்று முல்லாலி கூறிய கருத்தையும் வாரியம் ஏற்கவில்லை. சில இடங்களில் மிராசுதார்களின் நில உரிமை பைமாஷ் (உண்மை நில அளவைப் பதிவு), தரபாடி (உண்மைக் குடியிருப்புப் பதிவு) ஆகிய இரண்டு கணக்குகளிலுமே பதிவாகி யிருந்தன என்றாலும்கூட, அப்படிப்பட்ட இரட்டைப் பதிவுகளைக் கிராமத்தின் கர்ணம் அங்கீகரித்திருக்கவேண்டும் என்று வாரியம் கூறியது. இப்படிப்பட்ட இரட்டைப் பதிவு நடைமுறைகள் விலக்கப் படவேண்டும், தற்போது நிலத்தில் இருப்பவர்களின் பெயர்களை மட்டும் கணக்கில் காட்டினால் போதும் என்றும் வாரியம் பரிந்துரைத்தது. மிராசுதார்களுக்கும் பறையர்களுக்கும் இடையே மோதல் ஏற்படுவதை உள்ளூர் அலுவலர்களால் தவிர்க்க முடியும் என்று அது கருதியது.²⁵³

கிராமங்களின் நில விவகாரங்களில் அரசாங்கத்தின் தலையீடு கூடியவரையில் மிகக்குறைவாகவே இருக்கவேண்டும், சட்ட நடவடிக்கைகள் தேவையில்லை என்று வாரியம் கூறியது. பொது நோக்கங்களுக்காக ஒதுக்கப்பட்ட நிலங்களிலிருந்தும் அரசாங்கம் விலைகொடுத்து வாங்கியிருந்த நிலங்களிலிருந்தும் பறையர்களுக்கு நிலம் வழங்குவதை வாரியம் ஆதரித்தது.²⁵⁴ பறையர்களது கல்வி நிலைகளை மேம்படுத்துவதற்கான சிறப்பு நடவடிக்கைகளை அரசாங்கம் மேற்கொள்ளவேண்டும் என்று வாரியம் பரிந்துரைத்தது.²⁵⁵

பறையர் மேம்பாடு குறித்த இந்த ஒட்டுமொத்த விவாதத்தில், நூறு ஆண்டுகளாக, ஆயிரமாயிரம் ஆண்டுகளாக அரசுக்கும் சமுதாயத்துக்கும் இடையேயான உறவு மாறவே மாறாத நிலையான அமைப்பாகவே இருந்துவந்திருக்கிறது என்ற கருத்தை உருவாக்க வாரியம் முயன்றது. 1890ஆம் ஆண்டுகளில் பறையர்களின் நிலைமை பற்றிய விவரங்கள் எப்படி இருந்தனவோ அப்படியேதான் 1790ஆம் ஆண்டுகளிலும் இருந்தன என்று வாரியம் நிறுவுவதற்கு அது முயன்றது. வாரியம் தனது கருத்தாக முன்வைக்க விரும்பிய வாதங்களுடன் ஒத்துப்போவதாக லியோனல் பிளேஸ் கருத்துகள் அமைந்திருந்தன என்பதால் அவரது ஆய்வு முடிவுகளை வாரியம் அடிக்கடி பயன்படுத்திக்கொண்டது.

இத்தகைய ஒரு அணுகுமுறையைப் பின்பற்றுவதன் மூலம், நிகழ்காலம் எதிர்காலம் இரண்டுக்குமே ஏற்றதொரு பணியைச் செய்ய வாரியம் முயல்வதாக யூஜின் எப். ஐசர்சிக் வாதிட்டார். எனினும் அந்தப் பணியின் அர்த்தமும் தேவையும் அடியோடு மாறிவிட்டன என்றார்.[256] எனவே, முற்றிலும் மாறுபட்ட வரலாற்றுக் கட்டாயங்களுக்கு ஏற்ப புதிய வரலாற்றைக் கட்டமைக்க வேண்டியநிலையில் லியோனல் பிளேஸின் ஆய்வு முடிவுகளை ஒரு சோதனைக்கு உட்படுத்த வேண்டியதாயிற்று. பிளேஸ், எல்லிஸ் இருவரும் முன்வைத்த தர்க்கப்பூர்வமான கருத்துகளைப் பயன்படுத்தி, பறையர்களை ஒரு பெரிய உற்பத்திச் சமூகமாக மேம்படுத்த வாரியம் முயன்றது என்றார் ஐசர்சிக். ‘முழுமையான திறன் பெற்றவர்களாக அவர்கள் உருவாக வேண்டியிருக்கிறது, அதில் எவர் ஒருவரையும் விலக்கிவைப்பதற்கில்லை,’ என்றார்.[257]

டிரெமெனீர், பாதிரியார் வில்லியம் கூடீ இருவரும் பறையர்களின் மோசமான நிலைமைகள் தொடர்பான உள்ளூர்ச் சிந்தனைகளை முன்வைத்தார்கள் என்றாலும், இந்தப் பொதுவான திட்டத்தின் அங்கமாக இருக்கவே அவர்களும் முயன்றார்கள். வேறு சொற்களில் சொல்வதானால், சமுதாயத்தின் அனைத்துப் பிரிவுகளும் உடல்நிலை சார்ந்த பக்குவத்தையும் உற்பத்தித் திறனையும் பெற்றிருக்கவேண்டும் என்றே அவர்களும் கருதினார்கள்.[258]

சமூகத் திட்டம் என்பது அரசின் பொறுப்பாக இருக்கக்கூடாது, அது தனிப்பட்ட கருணை உணர்வு சார்ந்ததாகவே இருக்கவேண்டும் என்று வாரியம் வாதிட்டது. டிரெமெனீர் முன்வைத்த ஆலோசனைக்கு வாரியத்தின் எதிர்ப்பு, அதன் பின் வரும் அறிக்கையில் வெளிப்படு வதைக் காணலாம்:

> ‘சிலர் (டிரெமெனீர், கூடீ ஆகியோர்தான் இப்படிச் சிலர் என்று குறிப்பிடப்பட்டார்கள்) முன்வைக்கிற கருத்தின்படி, இந்துக்களின் சாதி அமைப்பு இழிவானது, அல்லது காலங் காலமாக நாட்டில் தொடரும் நடைமுறையின் கீழ் மக்களின் சில பிரிவுகளுக்குச் சில தொழில்கள் அல்லது வேலைகள் ஒதுக்கப் பட்டு வந்துள்ளன, அதன் விளைவாக சமூகத் தாழ்வு நிலை ஏற்படுத்தப்பட்டுள்ளது என்ற நிலைமையானது அரசின் நடவடிக்கைக்கு அப்பாற்பட்டதாகும். தனியார் நில உடைமை உரிமைகளை மதிக்க பிரிட்டிஷ் அரசு கடமைப்பட்டிருப்பது போலவே, சாதி அமைப்பிலும் நடைமுறையிலும் நேரடியாகத் தலையிடுவதிலிருந்து ஒதுங்கியிருக்க அரசு உறுதி பூணுகிறது.

வறுமை நிலை குறித்துப் பரிவு கொள்வது, வீழ்ச்சியடைந்துள்ள அல்லது தாழ்த்தப்பட்டுள்ளவர்களை மரியாதைக்குரிய நிலைகளுக்கு உயர்த்துவது என்ற கேள்வியே இங்கு எழவில்லை. இந்தியாவில், மற்ற எல்லா நாடுகளையும்போலவே, இத்தகைய தவிர்க்க முடியாத தீங்குகளை அகற்றுகிற முயற்சிகள் தனிப்பட்ட கருணை சார்ந்த முறையான களத்தை உருவாக்குகின்றன. ஒரு சமூகப் புரட்சியை ஏற்படுத்துவது, தனியார் உடைமைகளைக் கையகப்படுத்துவது என்ற வழியில் நிச்சயமாக அரசு தலையிட முடியாது.'[259]

இவ்வாறாக வாரியம், 1857 கிளர்ச்சிக்குப் பிறகு, உள்நாட்டு விஷயங்களில் தலையிடாமை என்ற வழிமுறையை வாரியம் முன்னெடுத்தது. ஆனால், இந்தப் பழமைவாதத்தனம் ஆட்சியை நிலையாகத் தக்கவைத்துக்கொள்வது என்ற விருப்பத்தின் விளைவுகளாக மட்டும் உருவானதல்ல, ஒருவரது புற நிலைமைகள் இனி அரசாங்கத்தின் பொறுப்பாக இருக்கமுடியாது. மாறாக சமயத் தொண்டு அல்லது இதர சேவை அமைப்புகளின் பொறுப்பாகவே இருக்கவேண்டும் என்ற எண்ணத்திலிருந்தும் உருவானதாகும் என்று சுட்டிக்காட்டப்பட்டிருக்கிறது.[260]

டிரெமெனீர் அறிக்கை தொடர்பாக வாரியம் வெளிப்படுத்திய கருத்துகள் வருவாய்த் துறையின் முடிவுகளில் தாக்கம் செலுத்தின. 1892ல் வருவாய்த்துறை ஓர் அரசாணையை வெளியிட்டது. அதில் வாரியத்தின் சில கருத்துகளோடு ஒத்துப்போனது, சில கருத்துகளோடு உடன்படவில்லை. மிராசு கிராமங்களில் உள்ள அனைத்து நிலங்களிலும் மிராசுதார்களுக்கு முழு உரிமை உண்டு என்பதை அரசாங்கம் ஏற்கவில்லை. இந்த உரிமை உயர்நீதிமன்றத் தீர்ப்பின் மூலம் அங்கீகரிக்கப்பட்டிருக்கிறது என்ற வாரியத்தின் கருத்தையும் அரசாங்கம் ஒப்புக்கொள்ளவில்லை. அரசாங்கத்தின் சொந்த நோக்கங்களுக்காக, மிராசுதார்களுக்கு எவ்வித சலுகையும் வழங்காமல் மிராசு கிராமங்களின் ஏராளமான தரிசு நிலங்களைக் கையகப்படுத்துகிற உரிமை உண்டு என்று அறிவித்தது.

தங்களது குடியிருப்புகளிலிருந்து மிராசுதார்களால் வெளியேற்றப்பட்டு வீடற்றவர்களாக்கப்பட்ட பறையர்களுக்குக் கிராமத்து நிலங்களை வழங்குவதைப் பொறுத்தவரையில், மாவட்ட ஆட்சியர்கள் அவர்களுக்குப் புறம்போக்கு நிலங்களை அளிப்பதன் மூலமோ, விலைக்கு வாங்கிய நிலங்களை விநியோகிப்பதன் மூலமோ வீட்டு மனைகளை வழங்க ஆணையிடப்படும் என்று அரசாங்கம் அறிவித்தது. நிலத்திலிருந்து மக்கள் வெளியேற்றப்படுவது

தொடர்பான தகவல்கள், நீதிமன்ற நடவடிக்கைக்காக அரசாங் கத்துக்குத் தெரிவிக்கப்படவேண்டும் என்று வருவாய்த்துறை அறிவித்தது. பறையர்களும் மிராசுதார் அல்லாதவர்களும் விவசாயத்துக்காக நிலம் பெறுகிற வாய்ப்புகளை வழங்க அதிகாரிகள் தயாராக இருக்கவேண்டும், அதற்காக வரி நிலுவைகளுக்காக விற்பனை செய்யப்பட்டு, தனிப்பட்ட உரிமைகளிலிருந்து விடுவிக்கப்பட்ட பகுதிகளிலிருந்து அல்லது அரசாங்கத்தின் முழுக் கட்டுப்பாட்டில் உள்ள நிலங்களிலிருந்து சிறிதளவு ஒதுக்கீடு செய்ய வேண்டும் என்று வருவாய்த்துறை கூறியது.[261]

டிரெமெனீர் முன்வைத்த ஆலோசனைகளுக்கு மதராஸ் அரசாங் கத்தின் எதிர்வினைகள், விவசாயத் தொழிலாளர்களையும், குத்தகை யாளர்களையும் கட்டுப்படுத்திய பொருளாதாரம் சாராத இதர கூறுகளை அரசாங்கம் ஆராய்ந்து பார்க்கவில்லை என்பதை வெளிப் படுத்தின. இது டிரெமெனீரும் அவரது சமகாலத்தவர்களும் கூறிய கருத்துகளுக்கு நேர்மாறானதாகும். அவர்கள் தங்கள் அறிக்கைகளில், விவசாயத் தொழிலாளர்களும் குத்தகையாளர்களும் சுதந்தரமாகச் செயல்படவில்லை என்றும், பொருளாதாரம் சாராத வரம்புகளாலும் கூடவே பொருளாதாரம் சார்ந்த வரம்புகளாலும் கறாராகக் கட்டுப் படுத்தப்பட்டிருக்கிறார்கள் என்றும் கூறியிருந்தனர். அரசாங்கமும் கூட, வேலையளிப்பவருக்கும் வேலை செய்கிறவருக்கும் இடை யேயான உறவில் அல்லது நிலச் சொந்தக்காரருக்கும் குத்தகை யாளருக்கும் இடையேயான உறவில் தலையிடுவதாலும், நில உடைமையாளர்கள், வேலை தருகிறவர்கள் ஆகியோரது உரிமை களைக் கட்டுப்படுத்துவதாலும் பெரும் பிரச்னைகள் ஏற்படக்கூடும் என்றே கருதியது.

பண்ணையாட்களாக இருக்கிறவர்களை நிலச் சொந்தக்காரர்களாக மாற்றவும், அதற்காக அவர்களது எசமானர்களுக்கு சந்தேகத்துக்கு இடமின்றிச் சட்டப்பூர்வமாக உரிமையுள்ள நிலங்களிலிருந்து ஒரு பகுதியை எடுத்துப் பறையர்களுக்கு வழங்கவும் டிரெமெனீரின் அறிக்கை முயல்கிறது என்று அரசாங்கம் எண்ணியது. மேலும், ஒரு பறையர் 12 ஆண்டுகள் குத்தகை கொடுத்து வந்திருந்தால் அந்த நிலத்தில் மிராசுதார்களுக்கு உள்ள உரிமையைப் பறிப்பதாக டிரெமெனீர் அறிக்கை இருக்கிறது என்றும் அரசாங்கம் கருதியது.[262] மொத்தத்தில், சொத்துரிமையைப் பாதுகாப்பது என்ற பெயரில் மதராஸ் அரசாங்கம் எதிலே அக்கறை காட்டியது என்றால், சொத்துரிமை என்பதற்கான நவீன கால அர்த்தத்தில் அல்ல, மிராசுதார்கள் ஆளுமை செலுத்தி வந்திருக்கிற 'பாரம்பரிய' விவசாய உறவைத் தக்கவைத்துக்கொள்வதில்தான்.

எனினும், அரசாங்கத்தின் கொள்கைகளில் எந்த அடிப்படையான மாற்றமும் ஏற்படவில்லை. 1892ல் அரசாங்கம் பிறப்பித்த ஆணையில் ஒரு மாற்றம் இருந்தது. நலிந்த சமூகங்களின் நிலைமைகளை முன்னேற்றுவதற்காகச் சில நடவடிக்கைகளை மேற்கொள்ளுமாறு ஆட்சியர்கள் பணிக்கப்பட்டார்கள். 1892க்கு முன் இல்லாத அந்த ஆணை, பின்னர் இருபதாம் நூற்றாண்டில் நலிந்த சமூகங்களின் மேம்பாட்டுக்கான திட்டங்கள் உருவாவதற்கு ஓர் அடிப்படையாக அமைந்தது. நலிந்த சமூகங்களுக்கு நிலம் ஒதுக்கீடு செய்ய அந்த அரசாணை வழி வகுத்தது. எனினும், நலிந்த சமூகங்களைத் தற்சார்பு கொண்ட சிறிய விவசாயிகளாக மாற்றுவதே அரசாங்கத்தின் நோக்கமாக இருந்தது என்று நினைப்பது தவறாகிவிடும்.

பறையர்களுக்கு நிலம் வழங்குவது தொடர்பாக டிரெமெனீர் முன்வைத்த கருத்துகள் ஏழை விவசாயிகளின் எண்ணிக்கையைத்தான் அதிகரிக்கும் என்று அரசின் வருவாய்த்துறையும், வருவாய் வாரியமும் கூறின. அதைத் தொடர்ந்து, மிராசு முறையிலும் அன்றிருந்த இதர வருவாய் அமைப்புகளிலும் நேரடியாகத் தலையிடுகிற கொள்கைக்கு மாறாக, மிராசுதார்களின் ஆளுமைக்கு உட்பட்டிருந்த பாரம்பரிய விவசாய உறவுகளின் இறுக்கமான தன்மையை மேலும் கெட்டிப்படுத்தவே அரசு விரும்பியது.[263]

நிறைவாக

1892க்கு முன், அடிமை முறை ஒழிக்கப்பட்டது என்றாலும்கூட, 'தாழ்ந்த சமூகங்களின்' நிலையை உயர்த்துவதற்கு அரசாங்கம் வேறு எந்த ஆக்கப்பூர்வமான நடவடிக்கையும் எடுக்கவில்லை. விவசாயிகள் அல்லது பட்டாதாரர்களின் கீழ் குத்தகை விவசாயம் செய்துகொண்டிருந்தவர்களின் உரிமைகள் பிரச்னையை அரசு கண்டுகொள்ளவில்லை. அதேவேளையில், அரசின் கொள்கைகள் மிராசுதார்களுக்கு சாதகமாக அமைந்தன. தரிசு நிலங்களிலும் தங்களுக்கே உரிமை உண்டு என்று அவர்கள் கோரியதை அரசு ஏற்றுக் கொண்டது. மேலும், வரி விதிப்பு முறையில் கொண்டுவரப்பட்ட சில மாற்றங்களும் தாழ்நிலையில் இருந்த சமூகங்களைக் கைவிட்டு, நில உடைமையாளர்களாக இருந்த சமூகங்களுக்கே ஆதரவாக இருந்தது.

நிலக் கோரிக்கை விண்ணப்பங்களுக்கான விதிகள் ஏற்கெனவே கிராம நிலங்களை வைத்திருந்த பட்டாதாரர்களுக்கே சாதகமாக இருந்தன. இது நிலமற்ற சமூகங்கள் நிலம் தரிசு நிலம் பெறும் முயற்சிகளுக்கு முட்டுக்கட்டையாக இருந்தது. முதல் முறையாக, 'தாழ்ந்த சமூகங்களின்' சமூகப் பொருளாதார நிலையை

முன்னேற்றுவதற்கு விரிவான ஆக்கப்பூர்வமான ஆலோசனைகளை முன்வைத்த டிரெமெனீர் அறிக்கை முக்கியத்துவம் பெற்றது. இந்த சமூகங்களின் நிலையை முன்னேற்ற நில உடைமை சார்ந்த சொத்து களைப் பெறுவது முக்கிய வழிமுறையாக இருக்கும் என்றும் அந்த அறிக்கை வலியுறுத்தியது. டிரெமெனீர் முன்வைத்த ஆலோசனை களில் பெரும்பாலானவற்றை அரசு முதலில் தள்ளுபடி செய்தது என்றாலும், குறிப்பிட்ட வரம்புக்குள் நிலம் வழங்குதல், வீட்டு மனைகளுக்கு உறுதியளித்தல் உள்ளிட்ட, அந்த சமூகங்களின் குறைந்தபட்சத் தேவைகளை நிறைவு செய்யவேண்டும் என்பதை ஏற்றுக்கொண்டது.

நில ஒதுக்கீடு கொள்கையின் நோக்கம் நிலமற்ற நலிந்த சமூகங்களைத் தற்சார்புள்ள நிலச்சொந்தக்காரர்களாக மாற்றுவது அல்ல. ஒரு புதிய குடியிருப்புப் பகுதியை ஏற்படுத்துவதன்றி, மற்றபடி நிலமற்ற நலிந்த சமூகங்களைச் சேர்ந்தோருக்கு வீட்டுமனை கிடைக்கும், சிறு பகுதி நிலம் கிடைக்கும் என்றாலும்கூட, அவர்கள் தொடர்ந்து விவசாயத் தொழிலாளர்களாகவே இருப்பார்கள், அதன் மூலம் தொழிலாளர்கள் கிடைப்பது குறைந்துவிடாது என்பதை உறுதிப்படுத்துவதாகவே நில ஒதுக்கீடு கொள்கை இருந்தது. ஒருவகையில், சில ஆய்வாளர்கள் கூறுவதுபோல, விவசாயத் தொழிலாளர்களுக்கு சிறு சிறு துண்டு நிலங்களை ஒதுக்குவது என்பதற்கு, புதிய சமூகப் பொருளாதாரச் சூழலில் தொழிலாளர்கள் தொடர்ந்து கிடைப்பதை உறுதிப் படுத்துகிற ஒரு ஏற்பாடுதான் என்றே விளக்கம் அளிக்கலாம்.[264]

பத்தொன்பதாம் நூற்றாண்டின் இறுதியில் பஞ்சமர் நிலம் தொடர்பான ஒட்டுமொத்த விவாதமும் பல சுவையான கூறுகளைக் கொண்டிருக்கின்றன. தமிழ் நாட்டின் ‘தீண்டத்தகாத’ சமூகங்களின் வரலாற்று அனுபவம், வறுமையும் தீண்டாமையும் மட்டுமே மிக முக்கியமான பிரச்னைகள் அல்ல என்பதை ஐயத்துக்கு இடமின்றி நிறுவுகிறது. பிரிட்டிஷ் அதிகாரிகள் சிலரும், இந்தியர்களில் படித்தவர்கள் சிலரும் பறையர்களின் அடிமைத்தனத்தை ஒழித்துக் கட்டுவதற்கும் ஒரு புதிய அடையாளத்தை உருவாக்குவதற்குமான ஒரு பெரும் திட்டத்தில் தங்களை ஈடுபடுத்திக்கொண்டார்கள் என்கிறார் யூஜின் எஃப். இர்ஷிக்.

இந்தத் திட்டம் பறையர்கள்தான் தென்னிந்தியாவின் ஆதி திராவிடர்கள் என நிறுவிட முயன்றது.[265] ஒட்டுமொத்த சமுதாயத்தில் நெடுங்காலமாக நிலையாக வசித்து வந்திருப்பது பறையர் சமூகம்தான் என்று நிலைநாட்டுகிற அறிவுத்தள நடவடிக்கைகளின் ஒரு பகுதியாகவே, ஒரு புதிய அடையாளத்தை உருவாக்கும்

முயற்சிகள் மேற்கொள்ளப்பட்டன. பறையர் சமூகத்தின் கடந்தகாலம் பற்றிய இந்தப் புனைவு உருவாக்கப்பட்டுக் கொண்டிருக்க, காலனியாதிக்க அரசிடமிருந்து சிறப்புச் சலுகைகளைப் பெற, இவ்வாறு புதிதாக உருவாக்கப்பட்ட 'ஆதி திராவிடர்' என்ற அடையாளத்தைப் பயன்படுத்துவதற்கு அந்த சமூகத்தின் தலைவர்கள் திறம்பட முயன்றார்கள்.[266]

2

தேன் இந்தியாவின் 'பறையர்' பிரச்னையில் மிஷனரிகளின் செயல்பாடுகள்

தென்னிந்திய பறையர் பிரச்னையில் கிறிஸ்தவ மிஷனரிகளின் பங்கு தென்னிந்திய அடிமை முறை தொடர்பாக பிரிட்டிஷ் ஆட்சியாளர்கள் கொண்டிருந்த கண்ணோட்டத்துடன் ஒப்பிட்டால் கிறிஸ்தவ சேவையமைப்புகள் (மிஷனரிகள்) நேர்மையான, ஆக்கப்பூர்வமான கண்ணோட்டம் கொண்டிருந்தன. சொல்லப்போனால், பத்தொன்பதாம் நூற்றாண்டின் தொடங்கிய பத்து இருபது ஆண்டுகளில், இங்கு நிலவிய நிறுவனமயச் சுரண்டல் குறித்து ஆட்சி நிர்வாகத்தின் கவனத்துக்கு மிஷனரிகள் கொண்டு சென்றன. அத்தகைய முறை நிலவியது இந்தத் துணைக்கண்டத்தில் ஒரு சிறந்த, சமத்துவமான நிர்வாகத்தை வழங்குவதாக கம்பெனி தலைவர்கள் அளித்த வாக்குறுதிக்கு நேரெதிரானதாக இருந்ததை மிஷனரிகள் தங்களது மனுக்களில் தெளிவாகக் குறிப்பிட்டிருந்தனர்.

இங்கே இந்து சமயத்தின் சாதிய அமைப்போடு பின்னிப்பிணைந்திருந்த அடிமை முறை ஏராளமான மக்கள், அவர்களெல்லாம் தாழ்ந்தநிலையில் பிறந்தவர்கள் என்ற போலியான கற்பிதத்தின் பெயரில் சுரண்டப்படுவதற்கு இட்டுச்சென்றது என்று அழுத்தமாகக் கூறினர். மேலும் கூர்மையாகச் சொல்வதானால், அடிமைகளாக மக்கள் ஒடுக்கப்பட்டதை நியாயப்படுத்திய இந்து மத சாதிய அமைப்புதான், பறையர்கள் போன்ற தாழ்த்தப்பட்ட சாதிகளின் இழி நிலைக்குக் காரணம் என்று மிஷனரிகள் வாதிட்டன. பறையர்களின் அவல நிலை பற்றிக் குறிப்பிட்ட ஒரு மிஷனரி அமைப்பு இவ்வாறு கூறியிருந்தது:

> 'இவர்கள் (பறையர்கள்) மற்ற இந்தியர்களால் அவப்பெயர் பெற்றவர்கள் என்றும், தூய்மையற்றவர்கள் என்றும்,

அருவருக்கத்தக்கவர்கள் என்றும், வெறுக்கத்தக்கவர்கள் என்றும் கருதப்படுகிறார்கள். பொதுவிலும் சரி, சமுதாயத்திலும் சரி இவர்களை அவர்கள் மற்ற சாதிகளில் ஒன்றாக வைக்கவில்லை. இப்படி இழிவுபடுத்தப்படுவதன் காரணமாக இவர்கள் மற்றவர்களின் வாழ்விடங்களிலிருந்து மாறுபட்ட குடியிருப்பு களில் வசிக்கின்றனர். மற்றவர்கள் தொடர்புகொள்ள முடியாத வாறு ஊரிலிருந்து இவர்கள் ஒதுக்கிவைக்கப்படுவது மட்டு மல்லாமல், இவர்களது தூய்மையற்ற ரத்தம் காரணமாக இவர்கள் மீது படும் காற்றின் மூலமாக அந்தத் தூய்மையின்மை தொற்று நோயாகப் பரவிடக்கூடாது என்பதை உறுதிப்படுத்தவேண்டும் என்பதாக இவர்கள் வெகுதொலைவில் அப்புறப்படுத்தப் பட்டிருக்கிறார்கள்.

இவர்களின் வீடுகள் உள்ளே நுழையவும் முடியாத சின்னஞ்சிறு குடிசைகளாக இருக்கின்றன. அந்த வீடுகள் சேர்ந்து சிறு கிராமங்களாக உருவாகியுள்ளன, அந்த கிராமங்கள் பறச்சேரி என்று அழைக்கப்படுகின்றன... பொதுவாக பறையர்களுக்குத் தரப்படுகிற வேலைகள் இழிவானதாக, அருவருக்கத்தக்கதாகவே உள்ளன. வேறு சாதியைச் சேர்ந்த இந்தியர் ஒருவர் தன்னிடம் ஒரு பறையர் பேசுவதற்கு அனுமதிப்பாரானால் அந்தத் தாழ்ந்தவர் தனது வாயை ஒரு கையால் மறைத்துக்கொண்டுதான் பேச வேண்டும், தனது மூச்சுக்காற்று அவர் மேல் பட்டுவிடக்கூடாது என்பதற்காக. பொதுவான வழியில் அவரை இவர் எதிர்கொள்ள நேரிட்டால் திரும்பி நிற்கவேண்டும்... இவர்களுக்கென்று குலம் கோத்திரம் கிடையாது, வழிபாட்டுக்காகவோ படையல்களுக் காகவோ கோவில்களுக்குள் நுழைய அனுமதி கிடையாது.[1]

அடிமை முறை ஒரு நிறுவனமாக இருந்து மக்களை உரிய வாய்ப்பு களிலிருந்து பிரித்துவைக்கிறது என்பதால், அறவழிக் கண்ணோட்டத்தில் அது ஒரு நியாயமற்ற அமைப்பாக இருக்கிறது என்று மிஷனரிகள் வாதிட்டன. ஆகவே, ஒரு பெரும் பகுதி மக்களை நியாயமற்ற முறையில் முழு அடிமைத்தனத்தில் வைத்திருக்கும் அமைப்பை பிரிட்டிஷ் அதிகாரிகள் அப்படியே பராமரிப்பது சரியல்ல என்று மிஷனரிகள் கூறின.[2]

1816ல் ஏபே ஜே.ஏ. டூபே எழுதிய 'இந்து மேனர்ஸ், கஸ்டம்ஸ் அண்ட் செர்மனீஸ்' (இந்து பழக்க வழக்கங்களும் மரபுகளும் விழாக்களும்) என்ற புத்தகம் வெளியானதைத் தொடர்ந்து, அடிமைத்தனம் குறித்த மிஷனரி கருத்து மேலும் வலுவாக ஒலிக்கத் தொடங்கியது. பாரிஸ் மிஷனரி சொசைட்டி என்ற நிறுவனத்தைச் சேர்ந்த சேவகரான டூபே,

அந்தப் புத்தகத்தில் ஒரு நீளமான அத்தியாயத்தையே ஒதுக்கி தென்னிந்தியாவில் 'தாழ்ந்த சாதிகள்' எப்படிப்பட்ட நிலைமைகளில் இருந்தன என்று விவரித்திருக்கிறார். 'தாழ்ந்த பிறப்பு' மனிதர்கள் மற்ற சாதிகளைச் சேர்ந்தோரிடம் குறைந்த கூலிக்கு அற்பமான வேலைகளைச் செய்வதற்காகத் தங்களை ஒப்படைத்துக்கொள்ளுமாறு கட்டாயப்படுத்தப்பட்டார்கள் என்று டூபே எழுதியிருக்கிறார். 'எங்குமே அவர்கள் தங்களது சொந்த ஆதாயத்துக்காக நிலத்தில் சாகுபடி செய்ய அனுமதிக்கப்பட்டதில்லை. ஆனால் மற்ற சாதியினருக்குத் தங்களது உழைப்பைத் தரவேண்டிய நிலைக்குக் கட்டாயப்படுத்தப்பட்டார்கள்.

அந்த மற்ற சாதிகளைச் சேர்ந்தோர் குறைந்த கூலிக்கு மிகக் கடுமையான வேலைகளைச் செய்ய வைத்தனர்' என்கிறார் டூபே. மேலும், எசமானர்கள் நினைத்தால் அவர்களை அடிக்கலாம்; ஆனால் அவர்கள் அது பற்றிப் புகார் செய்ய முடியாது; அதற்காகவோ, எசமானர்களின் மற்ற கொடுமைகளுக்காகவோ நிவாரணம் கோர முடியாது.³ 'சூத்திரர்களிடையே ஓர் அடிப்படையான பிரிவினை இருக்கிறது. அதனால் சில சமூகங்கள் சமுதாய வேலிக்கு வெளியே நிறுத்தப்பட்ட வேறொரு இனமாக' பார்க்கப்படுகின்றன என்றார் டூபே.⁴ அந்த சமூகங்களில் பெரும்பாலானவை பறையர் உட்பட 'தீண்டத்தகாத சாதிகளாக' இருக்கின்றன என்ற கருத்தை முன்வைத்தார்.

புராணங்களில் கூறியுள்ளபடி பறையர்கள் அநேகமாக உயர் சாதிகளிலிருந்து விலக்கிவைக்கப்பட்ட தனி மனிதர்களின் வழிவந்தவர்களாக இருக்கக்கூடும் என்றும் கூறினார். வெளியேற்றப்பட்ட தனி மனிதர்கள் தங்களது தனிப்பட்ட வாழ்க்கை முறைகள் காரணமாகத் தனியொரு சமூகமாக உருவானார்கள். அவர்களையும் இதர சூத்திரர்களையும் பிரித்துக்காட்டுகிற கோடு மதராஸ் மாகாணத்தை விடவும் வட மாகாணங்களில் தெளிவான முறையில் வரையப்படாததாகவே இருந்தது. மதராஸ் மாகாணத்தில் அவர்கள் ஐந்தாவது வர்ணத்தவர்கள் அல்லது பஞ்சமர்கள் எனப் பிரிக்கப் பட்டிருந்தார்கள்.

பறையர்கள் விவசாயத் தொழிலாளர்களாக, அவர்களில் பெரும் பாலோர் மற்ற சாதிகளைச் சேர்ந்த நில உடைமையாளர்களிடம் அடிமைகளாக இருந்தார்கள் என்றார் டூபே. மிகச் சொற்பமான தொகைதான் அவர்களுக்குக் கூலியாகக் கிடைத்தது. அது அவர்களது வாழ்க்கைச் செலவுகளை ஈடுகட்டப் போதுமானதாக இல்லை என்றார்.⁵ பெரும்பாலும் அவர்களது நிலைமை மோசமானதாகவே இருந்தது. நில உடைமையாளர்களிடமிருந்து வாங்கிய கடன்களைத்

திருப்பிச் செலுத்த இயலாதநிலையில் ஆயுள் முழுக்கக் கொத்தடிமை களாக இருக்க ஒப்புக்கொள்வதன்றி வேறு வழியற்றவர்களாக இருந்தார்கள்.

சமூக அடிப்படையில் அவர்கள் தனியாகப் பிரித்துவைக்கப் பட்டதற்கு, அவர்களது 'அசுத்தமான பழக்கங்கள்' காரணமாக இருக்கக்கூடும் என்றும் டூபே கூறினார். தங்களது சமூகக் கவுரவத்துக்கோ சமூக நிலைக்கோ ஏதேனும் இழப்பு ஏற்படக்கூடும் என்ற அச்சம் இல்லாதவர்களாக பறையர்கள் தயக்கமோ கூச்சமோ இல்லாமல் அனைத்து சமூக மரபுகளையும் நெறிகளையும் புறந்தள்ளினார்கள் என்றார் அவர்.[6] பறையர்களின் சமூகநிலையை மேம்படுத்த சாதிய அமைப்பு எவ்வித வாய்ப்பையும் ஏற்படுத்திக் கொடுக்கவில்லை என்று டூபே கருதினார்; அதனால்தான் அவர் களைப்பற்றிய இந்த இருண்ட சித்திரத்தைத் தீட்டினார் என்பதை மனத்தில் கொள்ளவேண்டும்.

தாங்கள் இழிவானவர்களாக வாழச் சபிக்கப்பட்டவர்கள்தான், உயர்சாதியினருக்குத் தொண்டு செய்வதன் மூலமே தங்களுக்கு மீட்சி கிடைக்கும் என்ற எண்ணத்தைப் பறையர்கள் மனத்தில் சாதிய அமைப்பு ஏற்படுத்தியிருந்தது. பல நூற்றாண்டுகளாக உயர் சாதி இந்து சமூகங்களால் ஒதுக்கிவைக்கப்பட்டிருந்ததன் காரணமாக பறையர்களின் நெறிமுறைகளிலும் சமூக நடத்தைகளிலும் ஒரு கட்டுப்பாடின்மை ஏற்பட்டிருந்தது என்றும் கருதினார். இவ்வாறாக, ஒழுக்க நெறிகளை வலியுறுத்துகிற கிறிஸ்தவத்தால் பறையர்களின் மனப்போக்கில் மாற்றத்தை ஏற்படுத்த முடியும் என்ற கருத்து மறைமுகமாக இருந்தது.[7]

பத்தொன்பதாம் நூற்றாண்டின் மூன்றாவது பத்தாண்டு காலத்தில் அடிமை முறை பற்றிய மிஷனரி கருத்தில் பெரியதொரு மாற்றம் ஏற்பட்டது. அடிமை முறையை ஒழிப்பதற்கான அரசாங்க நடவடிக்கைகள் ஒருபுறமிருக்க, 'தாழ்ந்த சாதி' மக்களின் நிலைமை களை உயர்த்த வேண்டுமானால் அவர்களை கிறிஸ்தவர்களாக்க வேண்டிய அவசியம் உள்ளது என்ற கண்ணோட்டத்தை வலுவாக முன்வைக்க மிஷனரி அமைப்புகள் தங்களது ஏடுகளைப் பயன் படுத்திக்கொண்டன. தமிழ்நாட்டின் சில பகுதிகளில் பறையர் சமூகத்தினர் கிறிஸ்தவ சமயத்தை ஏற்றுக்கொண்ட பிறகு, அவர்களது வாழ்க்கை முறைகளில் ஒரு மாற்றம் ஏற்பட்டிருக்கிறது என்று மிஷனரிகள் சுட்டிக்காட்டின. பறையர்களுக்கு நெடுங்காலமாக மறுக்கப்பட்டு வந்த சமூக மரியாதை கிறிஸ்தவத்தின் மூலமாக ஏற்பட்டிருக்கிறது என்ற கருத்தும் அழுத்தமாக முன்வைக்கப் பட்டது.[8]

1830ஆம் ஆண்டுகளின் இறுதிக்கட்டத்தில் 'தி ஃபிரண்ட் ஆஃப் இண்டியா' போன்ற செய்தி ஏடுகள், 'கல்கத்தா கிறிஸ்டியன் அப்சர்வர்' போன்ற மிஷனரி ஏடுகளோடு சேர்ந்து, அடிமை முறையை ஒழிக்க அரசாங்கம் நடவடிக்கை எடுக்கவேண்டும் என்ற கோரிக்கையை வலுவாக முன்வைக்கத் தொடங்கின. இந்து சமய சாதிய முறையின் கீழ் அல்லல்படும் பறையர்கள் தங்களது சமூக நிலையை உயர்த்திக்கொள்ள அரசாங்கத்தின் உதவியும் ஆதரவும் தேவை என்று 'தி ஃபிரண்ட் ஆஃப் இந்தியா' எழுதியது.[9] அதே நாட்களில் 'கல்கத்தா கிறிஸ்டியன் அப்சர்வர்' ஏடு, தென்னிந்தியாவின் அடிமை முறை பற்றிய விரிவான தகவல்களை வெளியிட்டு, அந்தப் பிரச்னையில் அரசுக்கு ஒரு புதிய கண்ணோட்டம் தேவைப்படுகிறது என்று எழுதியது.[10]

இதைத் தொடர்ந்து, லண்டனில் செல்வாக்குடன் இருந்த ஒரு பிரிவினர் கிழக்கிந்திய கம்பெனியின் அதிகாரத்துக்கு உட்பட்டிருந்த பகுதிகளில் கொத்தடிமைத் தொழிலாளர்களது விடுதலைக்கு ஆதரவளித்தனர். பிரிட்டனின் எவாஞ்சலிக்கல் கிறிஸ்தவ சபையினரும் சாதி முறையையும் அடிமைத்தனத்தையும் வலுவாக எதிர்த்தனர். சாதிய முறைக்கு எழுந்த எதிர்ப்பின் உச்சமாக 1833ல் சாசனச் சட்டம் நிறைவேற்றப்பட்டது. அந்தச் சட்டம் பிரிட்டிஷ் ஆட்சிக்கு உட்பட்டிருந்த அடிமைகளைத் தொழில் பழகுநர்கள் என அறிவித்தது.[11]

தொடக்கத்தில் இந்தியாவில் இருந்த பிரிட்டிஷ் அதிகாரிகள் இந்தச் சட்டத்தை வரவேற்கவில்லை, இதன் செயலாக்கத்தைத் தடுக்கவும் முயன்றனர். ஆயினும் இங்கிலாந்து எவாஞ்சலிக்கல் திருச்சபையினரது உறுதியாக எதிர்ப்பின் காரணமாக இந்திய அதிகாரிகளுக்கு சில சட்டப்பூர்வ நடவடிக்கைகளை எடுக்க வேண்டிய கட்டாயம் ஏற்பட்டது.[12] அதைத் தொடர்ந்து 1843ம் ஆண்டின் அடிமை முறை ஒழிப்புச் சட்டம் நிறைவேற்றப்பட்டது. இது, தென்னிந்தியாவின் கிறிஸ்தவ சேவை அமைப்புகளுக்கு ஒரு வெற்றியாக அமைந்தது.[13]

சாதிய அமைப்பு தொடர்பான இந்த விவாதங்கள் தென்னிந்திய கிறிஸ்தவ அமைப்புகளிடையே அறிவார்ந்த கருத்துப் பரிமாற்றங்களுக்கு இட்டுச் சென்றது. பிராமணர்கள் வருகைக்கு முன் இங்கு சாதி என்பது ஒரு குடிமை அமைப்பாக மட்டுமே இருந்து வந்தது, பிராமணர்கள் அதைப் புனிதப்படுத்தினார்கள், மாற்றவே முடியாததாக ஆக்கினார்கள் என்ற கருத்தை தஞ்சாவூர் திருச்சபையினர் முன்வைத்தனர். சாதியம் குறித்த பிராமணியக் கண்ணோட்டத்தை எதிர்க்கவேண்டும், அதேவேளையில் கிறிஸ்தவத்துக்குப் புதிதாக

மதம் மாறி வந்தவர்களிடையே இருந்த சாதிய நடைமுறைகள் நிதானத்துடன் கையாளவேண்டும் என்று தெளிவுபடுத்தப்பட்டது.

ஆயினும், கிறிஸ்தவ பிரிவுகளால் சாதிப் பிரச்னையில் ஒரு உடன் பாட்டுக்கு வர இயலவில்லை. தேவாலயங்களில், குறிப்பாக பிராட்ட ஸ்டன்ட் பிரிவைச் சேர்ந்த தேவாலயங்களில் பிளவு ஏற்படும் அறிகுறிகள் தென்பட்டன. வேப்பேரி, திருச்சிராப்பள்ளி, தஞ்சாவூர் உள்ளிட்ட இடங்களில் பிளவுகள் ஏற்படவும் செய்தன.[14]

தேவாலயங்களில் சாதியின் தாக்கத்தைக் களையெடுக்க 1830ம் ஆண்டுகளில் சில முயற்சிகள் எடுக்கப்பட்டன. அந்த முயற்சிகள் ஓரளவுக்கே வெற்றியளித்தன. கல்கத்தா பேராயரின் அதிகார வரம்புக்கு உட்படாத திருச்சபைப் பகுதிகளில் சாதியின் கொடிய தாக்கம் நீடித்தது.[15] கிறிஸ்தவ சபைகளுக்குள் எதிர்க்கருத்து கொண்டி ருந்தவர்களின் கடுமையான விமர்சனத்துக்கு உள்ளானார் கல்கத்தா பேராயர் அருட்திரு டேனியல் வில்சன். மக்கள் சமூகங்களின் படிநிலை, மரியாதை தொடர்பான ஐரோப்பியக் கண்ணோட்டத்துக்கும் பரம்பரை அடிப்படையிலான இந்திய சாதி அமைப்புக்கும் இடையே வேறுபாடு உண்டு என்று அவர்கள் கூறினர்.

பல்வேறு வடிவங்களில் வெளிப்படுகிற சாதியம் ஒரு குடிமைச் சமூகக் கூறுதானேயன்றி அது ஒரு மதப் பிரச்னையல்ல என்பதை அவரால் ஒப்புக்கொள்ள முடியவில்லை என்று அவர்கள் விமர்சித்தனர்.[16] இந்தியாவின் சமூக, சமய மரபுகளில் அரசு தலையிட வேண்டும் என்று தஞ்சாவூர் சமயத் தொண்டர்கள் வலுவாக வலியுறுத்தினார்கள். இந்தியாவில் இருந்த கம்பெனி அதிகாரிகள் அவர்களது மனுக்களை லண்டனில் இருந்த கிழக்கிந்திய நிறுவனத்தின் இயக்குநர்கள் குழுவுக்கு அனுப்பி வைத்தனர். நிறுவனத்தின் முடிவுகளைத் தீர்மானிக்கும் இடத்தில் இருந்தவர்கள் என்னவோ சமயத்தொண்டர்கள் பொறுமையையும் எச்சரிக் கையையும் கடைப்பிடிக்கும்படிக் கேட்டுக்கொண்டனர்.[17]

1840ஆம் ஆண்டுகளின் தொடக்ககட்டத்தில் மதராஸ் திருச்சபை நிர்வாகிகளுக்கு சாதி ஒரு சிக்கலான பிரச்னையாக உருவானது. திருச்சபையில் இருந்தோர் தொடர்ந்து சாதி அடிப்படையில் பிளவுபட்டனர். பிராட்டஸ்டன்ட் பிரிவுகளுக்கு உள்ளேயே ஒன்றிலிருந்து இன்னொன்றுக்கு மக்கள் மாறுவது அடிக்கடி நடந்தது.[18] இத்தகைய சிக்கல்கள் இருந்தாலும்கூட, பிராட்டஸ்டன்ட் சமயத் தொண்டர்களில் செல்வாக்குடன் இருந்தவர்கள் தென்னிந்தி யாவின் சாதிய, சமூகப் பாகுபாடுகள் குறித்து ஒருமித்த கருத்தை

உருவாக்கத் திட்டவட்டமான முயற்சிகளில் ஈடுபட்டார்கள்.[19] சாதியின் தீங்குகளைக் கூர்மையாகச் சாடுகிற அறிக்கையைத் தயாரித்து அதில் மதராஸ் பேராயரும் அவரது துணைவர்களும் கையெழுத்திட்டு அனுப்பினர். கிறிஸ்தவத்தின் லட்சியங்களோடு சாதியும் அதன் நடைமுறைகளும் ஒத்துப்போகமுடியாது என்ற பரப்புரைகளில் பிரிட்டிஷ், அமெரிக்க பிராட்டஸ்டன்ட் ஊழியர்கள் ஈடுபட்டனர்.

1850ஆம் ஆண்டின் தொடக்ககட்டத்தில் நடந்த மதராஸ் மிஷனரி மாநாடு, இந்தியாவில் ஏசுவின் போதனைகளைப் பரப்புவதற்குப் பெரும் தடையாக இருப்பது சாதிதான் என்ற கருத்தை வெளிப் படுத்தியது. தென்னிந்தியாவைப்போல அல்லாமல் வங்காள மாகாணத்திலும் பம்பாய் மாகாணத்திலும் கிறிஸ்தவத்துக்கு மாறியவர்களிடையே சாதியம் வேரூன்ற முடியவில்லை, அதற்குக் காரணம் தொடக்கத்திலேயே சாதியை விட்டுவிடவேண்டும் என்பதை மிஷனரிகள் வலியுறுத்தி வந்திருப்பதுதான் என்ற வாதமும் முன்வைக்கப்பட்டது.[20]

தென்னிந்தியாவில் விஜென்பால்க், ஷுவார்ட்ஸ் போன்ற மிஷனரி முன்னோடிகளும் அவர்களைத் தொடர்ந்துவந்தவர்களும் கிறிஸ்தவ மத வட்டாரத்துக்குள் சமயத்துக்குப் புறம்பான நடைமுறைகள் நுழைய அனுமதித்தார்கள், இதனால் தேவாலயங்களால் பெரிய எதிர்ப்பு ஏதுமின்றி 'இந்துயிசத்தின் தீங்குகள்' ஏற்றுக்கொள்ளப்பட்டன என்று இங்கே சாதி அமைப்பை எதிர்த்த கிறிஸ்தவத் தொண்டர்கள் கூறினார்கள்.[21] சாதி குறித்த ஒரே மாதிரியான கொள்கைகளையும் அணுகுமுறைகளையுமே அனைத்து பிராட்டஸ்டன்ட் பிரிவுகளும் கடைப்பிடிக்கவேண்டும் என்று மதராஸ் மிஷனரி மாநாடு கோரியது.[22]

மாநாட்டையொட்டி வெளியிடப்பட்ட ஒரு அறிக்கையில், திருச்சபை களுக்குள் சாதிப் பாகுபாடுகளும் பழக்கவழக்கங்களும் தொடர்வது குறித்துக் கடுமையாக விமர்சிக்கப்பட்டிருந்தது. பிரஸ்பைட்டீரியன், மெத்தடிஸ்ட், காங்கிரிகேஷனலிஸ்ட் ஆகிய மூன்று திருச்சபை களையும் சேர்ந்த கிட்டத்தட்ட 100 இறைப்பணியாளர்கள் கையெழுத்திட்டிருந்த அந்த அறிக்கைக்கு பம்பாய், கல்கத்தா பகுதிகளிலிருந்த இறைப்பணியாளர்கள் ஆதரவளித்தார்கள். மதம் மாறி வந்த உள்ளூர் மக்களிடையே நிலவிய சாதியம் தொடர்பாக ஒரு பொதுவான கொள்கையை உருவாக்குவதற்காகப் பெரிய அளவில் மேற்கொள்ளப்பட்ட முயற்சியாக அது அமைந்தது. அதைத் தொடர்ந்து வந்த ஆண்டுகளில் பல்வேறு கிறிஸ்தவத் தொண்டு

அமைப்புகள் சாதிப் பிரச்னையை எப்படிக் கையாள்வது என்று அந்த அறிக்கையில் கூறப்பட்டிருந்த வழிமுறைகளில் மாறுபட்டன என்ற போதிலும், கிறிஸ்தவ தேவாலயத்துக்குள் சாதி என்பது ஒரு தீர்க்கமுடியாத தீங்கு என்ற கருத்தை ஏற்றுக்கொண்டன.[23]

பத்தொன்பதாம் நூற்றாண்டு தென்னிந்தியாவில் மிஷனரி செயல்திட்டம்

பதினேழாம் நூற்றாண்டிலேயே தென்னிந்தியாவில் மிஷனரி அமைப்புகள் செயல்படத் தொடங்கிவிட்டன. பதினெட்டாம் நூற்றாண்டின் இறுதிவாக்கில் அவை பெரும் தாக்கங்களை ஏற்படுத்தியிருந்தன. டென்மார்க்கிலிருந்தும் ஜெர்மனியிலிருந்தும் வந்த பிராட்டஸ்டன்ட் தொண்டர்களின் முயற்சிகளே அதற்குப் பெரிதும் காரணம். விஜென்பால்க், ஹெய்ன்ரிச் பிளட்ஸ்சாவ் போன்றோரால் வழிநடத்தப்பட்டவர்கள் தமிழ்ச்சமுதாயத்தின் ஒதுக்கப்பட்ட சமூகங்களுக்கு மனிதநேய உதவிகளை வழங்குவதில் அயர்வின்றி ஈடுபட்டார்கள்.

இந்தக் காலகட்டத்தில், ஆன்மிக உள்ளடக்கத்தைப் பொறுத்த வரையில் இந்துத்துவத்தை விடவும் கிறிஸ்தவத்தில் உயர்வான மனிதநேயக் கூறுகள் உள்ளன என்று நிறுவுவதற்கு மிஷனரிகள் முயன்றன. அதேநேரத்தில், ஒரு அயல்நாட்டில் தங்களது மதமாற்ற முனைப்புகளுக்கு ஒரு திரையாகவே சமூக சேவைகளை அவர்கள் பெரும்பாலும் பயன்படுத்தினார்கள்.[24]

மதராஸ் மாகாணத்தில் நிலவிய தீண்டாமை, சமூகப் பாகுபாடு தொடர்பான பிரச்னைகளில் மிஷனரிகளின் தலையீடு, பதினெட்டாம் நூற்றாண்டின் பிற்பகுதியில் பலனளிக்கத் தொடங்கியது. ஷுல்ட்ஸ் போன்ற ஐரோப்பிய மிஷனரியினரால், திருநெல்வேலி, தெற்கு திருவாங்கூர் போன்ற பகுதிகளில் வாழ்ந்த நாடார் உள்ளிட்ட, ஒதுக்கப்பட்ட சமூகங்களைச் சேர்ந்தவர்களைப் பெருமளவுக்கு ஈர்க்கவும் கிறிஸ்தவ சமயத்தைத் தழுவச் செய்யவும் முடிந்தது.

அடுத்தடுத்த இருபது முப்பது ஆண்டுகளில் ரேனியஸ், ஷுமிட் போன்றோர், ஒதுக்கப்பட்ட சமூகங்களைச் சேர்ந்த ஏராள மானோரைத் திருச்சபைக்குள் கொண்டுவந்தனர். இத்தகைய முயற்சிகள் கிறிஸ்தவ சமயத்தின் நிலையான வளர்ச்சிக்கு மட்டு மல்லாமல், சுவிசேஷபுரம், கடாட்சபுரம், நல்லூர் ஆகிய இடங்களில் கிறிஸ்தவர்களுக்கான குடியிருப்புகள் உருவாகவும் வழிவகுத்தது.[25] அதேவேளையில் கிறிஸ்தவ ஞான பிரசார சபை (எஸ்பிசிகே), தேவ

செய்தி பிரசார சபை (எஸ்பியு), தமிழ் எவாஞ்சலிகல் லூத்தரன் திருச்சபை (டிஇஎல்சி) ஆகிய அமைப்புகளின் தாக்கத்தில் பறையர்கள் பெரும் எண்ணிக்கையில் கிறிஸ்தவத்துக்கு மாறினார்கள். மிஷனரிகளின் இத்தகைய மதமாற்ற முயற்சிகள் தமிழ்ச் சமுதாயத்தில் இழிந்தநிலைக்குத் தள்ளப்பட்டிருந்த சமூகங் களிடையே நம்பிக்கையை ஏற்படுத்தியது. உண்மையிலேயே கிறிஸ்தவம் அவர்களுக்கு சுதந்தரம் பெறுவதற்கான வாய்ப்பை ஏற்படுத்திக் கொடுத்தது.

சாதி அடிப்படையில் புறக்கணிக்கப்பட்ட பறையர்கள், நாடார்கள் போன்ற சமூகங்களிடம் மிஷனரிகள் காட்டிய ஈடுபாடு தமிழ்ச் சமுதாயத்தில் நிலவிவந்த படிநிலை, மதிப்பு இவற்றில் கடுமையான முரண்பாடுகளை ஏற்படுத்தியது. கிறிஸ்தவத்துக்கு மாறியதாலும், ஐரோப்பிய கிறிஸ்தவ சேவை அமைப்புகளோடு ஏற்பட்ட நெருக்கத்தாலும் தென்னிந்தியாவின் அடித்தட்டு சமூகங்களிடையே உருவான சமுதாய விழிப்புணர்வு, 1830ஆம் ஆண்டுகளில் வெடித்த தோள்சீலைப் போராட்டத்தில் முழுமையாக வெளிப்பட்டது. ஒதுக்கப்பட்ட சாதிகளைச் சேர்ந்த பெண்கள் தங்களது உடலின் இடுப்புக்கு மேலே ஆடை அணியக்கூடாது என்ற சமூகக் கட்டுப்பாடு கேரளாவில் இருந்துவந்தது.

1820ஆம் ஆண்டுகளில், மிஷனரிகளின் தாக்கத்தால், பெண்கள் இந்த விதியை மீறத் தொடங்கினார்கள்.[26] காலப்போக்கில், கிறிஸ்தவ மதத்துக்கு மாறிய கேரள தாழ்த்தப்பட்ட சாதிகளைச் சேர்ந்த மக்கள், இப்படிப்பட்ட சமூகக் கட்டுப்பாடுகளை எதிர்த்தது மட்டுமல்லாமல், ஒவ்வொரு ஞாயிற்றுக்கிழமையிலும் சமூக மரபாக மேல்சாதியினருக்குச் செய்துவந்த பணிவிடைகளைச் செய்ய மறுத்தார்கள்.[27]

அனைத்து வகையான சமூகப் பாகுபாடுகளுக்கும் எதிராக அடித்தட்டு சாதி மக்கள் நடத்திய போராட்டங்களில் மிஷனரிகள் தங்களை ஈடுபடுத்திக்கொண்டது முக்கியத்துவம் வாய்ந்ததாகும். திருவாங்கூர் போன்ற வட்டாரங்களில் ஆளுமை செலுத்தியவர்கள் ஐரோப்பிய மிஷனரிகளையும், தமது பகுதிகளில் மதம் மாறியவர்களையும் அனுசரித்துக்கொள்ளும்வகையில் சில கொள்கைகளைப் பின்பற்றத் தொடங்கினார்கள். எனினும், 'மேல்' சாதிகளுக்கும், 'கீழ்' சாதிகளுக்கும் இடையே கசப்புணர்வுகள் 1850ஆம் ஆண்டுகளின் இறுதிக்கட்டம் வரையில் தொடரவே செய்தன. கடுமையான எதிர்ப்புகளை மீறி, விளிம்புக்கு வெளியே தள்ளப்பட்ட மக்களின் சமூக மரியாதை, மேம்பாடு ஆகிய பிரச்னைகளில் மிஷனரிகள் தங்களை ஈடுபடுத்திக்கொண்டது, நாடார் போன்ற 'கீழ்' சாதி

மக்களை ஈர்த்து, ஒரு உயர்வான சமூக நிலையை அடைவதற்கான புதிய வழிகளைப் பற்றி யோசிக்க வைத்தது.

அந்த முயற்சிகள் எல்லாவற்றிலும் அவர்களுக்கு வெளிநாட்டு மிஷனரிகளின் முனைப்புமிக்க ஆதரவு கிடைத்தது.[28] ஒருவகையில் சமூக ஏற்றத்தாழ்வுகளுக்கு எதிரான தங்களது கூட்டுப் போராட்டத்திலிருந்து மிஷனரிகள், 'தாழ்ந்த சாதி' பிரிவினர் ஆகிய இரு தரப்பினருமே பெருமளவுக்குப் பலனடைந்தனர். மிஷனரிகள் 'தாழ்ந்த சாதி' பிரிவுகளிடையே வலுவாகக் காலூன்ற அது உதவியது; நாடார்கள் போன்ற சமூக அடிப்படையில் இழிவுபடுத்தப்பட்ட சமூகங்கள் இந்து சாதி அமைப்பில் மரியாதையான இடத்தை அடைவதற்கு மிஷனரிகளின் ஆதரவையும் ஈடுபாட்டையும் பயன்படுத்திக்கொண்டன.[29]

இவ்வாறாக, பத்தொன்பதாம் நூற்றாண்டின் இடைப்பட்ட கால கட்டத்தில் தென் இந்தியா மிஷனரி செயல்பாடுகளில் ஒரு சீரான வளர்ச்சியைக் கண்டது. மிஷனரி அமைப்புகள் இந்த இயக்கத்துக்கும் தங்களது களப் பணியாளர்களின் செயல்பாடுகளுக்கும் உதவிடும் வகையில் தங்களுக்கிடையே ஒரு உடன்பாட்டை ஏற்படுத்திக்கொள்ள முன்வந்தன. சமத்துவம், கிறிஸ்தவ அறம் என்ற கோட்பாடு சார்ந்த இந்தப் பெருந்தன்மையான உடன்பாடு 'கமிட்டி ஆஃப் மிஷன்ஸ்' (இறை ஊழிய நல்லிணக்கம்) என்று பரவலாக அறியப்பட்டது.

தேவையின்றி ஒருவர் பணியில் இன்னொருவர் தலையிடுவதையும், ஒரே நடவடிக்கையை வீணாக நகலெடுப்பதையும் ஆரோக்கியமற்ற போட்டியையும் இணக்கமற்ற உறவுகளையும் தவிர்ப்பதுதான் அந்த நல்லிணக்க உடன்பாட்டின் நோக்கம். ஆனால், பத்தொன்பதாம் நூற்றாண்டு நெடுகிலும் அந்த உடன்பாடு அடிக்கடி மீறப்பட்டது. ஒரு மிஷனரி அமைப்பின் செயல்பாட்டுக் களத்தில் இன்னொரு அமைப்பு தலையிடுவது திரும்பத் திரும்ப நிகழ்ந்தது. புதிதாக மதம் மாறியவர்கள் அடிக்கடி தங்களது எல்லைகளைத் தாண்டினார்கள். திரும்பி வந்தார்கள், இவ்வாறாகப் புதிய புதிய தளங்களில் தங்களது செல்வாக்கைப் பரப்பினார்கள்.[30]

18ஆம் நூற்றாண்டின் கடைசி ஆண்டுகளில் சர்ச் மிஷனரி சொசைட்டி (சி.எம்.எஸ்.) போன்ற ஆங்கிலிக்கன் மிஷனரி அமைப்புகளின் செயல்பாட்டில் வேகமான வளர்ச்சி ஏற்பட்டது. அடுத்த நூற்றாண்டின் தொடக்க ஆண்டுகளில், 'தீண்டத்தகாத' சமூகங்களிலிருந்து மதம் மாறியவர்களைத் தன்வசம் இழுப்பதில் சிஎம்எஸ் வெற்றிபெற்றது. பூந்தமல்லி, திருப்பாச்சூர், வேப்பேரி ஆகிய

இடங்களில் இருந்த சிஎம்எஸ் குழுக்கள் தங்களது செயல்பாடுகளை விரிவுபடுத்தின. அதன் விளைவாக இந்த சமூகங்களிலிருந்து மதம் மாறியவர்கள் பெருமளவுக்கு இவர்கள் பக்கம் வந்து சேர்ந்தனர்.[31] '

தீண்டத்தகாத' சமூகங்களிலிருந்து அதிகமானவர்களைத் தங்கள் பக்கம் இழுப்பதற்காக எஸ்.பி.யு. போன்ற ஆங்கிலிக்கன் மிஷனரி அமைப்புகளிடம் சி.எம்.எஸ். தனது பழைய மைய அலுவலகங்களை ஒப்படைத்தது. எஸ்.பி.யு. குழுக்கள் தங்களது முயற்சிகளில் உடனடியாக வெற்றிபெற்றுவிடவில்லை. எனினும் அவர்கள் நாடார், பள்ளர், பறையர் ஆகிய சமூகங்களிடையே மதமாற்றப் பிரசாரத்தை வலுவான முறையில் கொண்டு சென்றனர். 1860ஆம் ஆண்டுகளில் அவர்களது முயற்சிகள் ஓரளவு வெற்றிபெற்றன. திருநெல்வேலி வட்டாரத்தைச் சேர்ந்த ஒதுக்கப்பட்ட சமூகங்களைச் சேர்ந்த சிலர் தங்களது சமூக நிலையையும் பொருளாதார நிலையையும் மேம்படுத்திக்கொள்வதற்காக கிறிஸ்தவத்தை ஏற்றுக்கொண்டனர்.[32]

19ஆம் நூற்றாண்டின் தொடக்க ஆண்டுகளில், ஆங்கிலிக்கன் மிஷனரிகள் மட்டுமல்லாமல், லண்டன் மிஷனரி சொசைட்டி (எல்எம்எஸ்), சர்ச் ஆப் ஸ்காட்லாந்து, வெஸ்லியன் மெத்தடிஸ்ட் மிஷன் (டபிள்யு எம்எம்) ஆகிய அமைப்புகள், 'தாழ்ந்த' சாதிகளிலிருந்து மதம் மாறியவர்களின் பிரச்னைகளில் கூடுதல் அக்கறை காட்டினர். சேலம் பகுதியில் தனது முதல் அலுவலகத்தை ஏற்படுத்திக்கொண்ட எல்எம்எஸ், அந்த வட்டாரத்தைச் சார்ந்த 'தீண்டத்தகாத' சமூகங்களிலிருந்து பலரை ஈர்ப்பதில் வெற்றி பெற்றது.[33] 1818ஆம் ஆண்டில் திருச்சிராப்பள்ளியில் வெஸ்லியன் அமைப்பு தனது அலுவலகத்தை நிறுவியது. அங்கே இத்தகைய சமூகங்களிடையே இந்த அமைப்பு செயல்படத் துவங்கியது.

1820ஆம் ஆண்டுகளில் சர்ச் ஆப் ஸ்காட்லாந்து குழுவினர் சென்னையில் புறநகர்ப் பகுதிகளிலும், செங்கல்பட்டு சார்ந்த கிராமப்புறங்களிலும் தங்களது கிளைகளை ஏற்படுத்தினர். இப்பகுதிகளிலிருந்து ஒதுக்கப்பட்ட சமூகங்களிடையே இவர்கள் மதம் மாற்றப் பிரசாரத்தை மிகத் தீவிரமாக மேற்கொண்டனர்.[34]

1833ஆம் ஆண்டுக்குப் பிறகு பிரிட்டிஷ் அல்லாத மிஷனரி அமைப்புகள் வரத்தொடங்கின. இது தென்னிந்தியாவில் மிஷனரி பிரசாரத்துக்கு மிகப் பெரிய அளவில் வலுவைச் சேர்த்தது. காண்டினன்டல் மற்றும் அமெரிக்கன் பிராட்டஸ்டன்ட் மிஷனரி பிரிவுகள் அன்றைய மதராஸ் மாகாணத்தின் தமிழ் மாவட்டங்களில் தங்களது மையங்களை நிறுவின. டிஇஎல்சி அமைப்புக்கு முன் தொடங்கப்பட்ட லெய்ப்ஜிக் இவாஞ்சலிக்கல் லூத்தரன் மிஷன்

(எல்இஎல்எம்) அமைப்பு இந்த வட்டாரங்களைச் சேர்ந்த ஒதுக்கப் பட்ட சமூகங்களிடையே செல்வாக்குடன் வளர்ந்தது. 1837ல் தமிழ்நாட்டில் செயல்படத் தொடங்கிய அமெரிக்கன் போர்டு ஆப் ஃபாரின் மிஷன்ஸ் (ஏபிஎப்எம்) குழுவினரும்கூடப் பல்வேறு 'தாழ்ந்த' சாதிக்குடும்பங்களை கிறிஸ்தவத்தின்பால் ஈர்க்க முடிந்தது.[35] ஆயினும் பத்தொன்பதாம் நூற்றாண்டின் நடுவில் எல்எம்எஸ், டபிள்யுஎம்எம் குழுக்கள் இதில் மற்ற குழுக்களைப் பின்னுக்குத் தள்ளிவிட்டு முந்தி நின்றன.

கைவினைக் கலைஞர்கள், வர்த்தகர்கள் ஆகியோரிடையே இருந்து வந்தவர்களான எல்எம்எஸ், டபிள்யுஎம்எம் மிஷனரி ஊழியர்கள் இறுக்கமான சமூகப் பாகுபாடுகள் குறித்த அவநம்பிக்கைகளைப் பகிர்ந்துகொண்டவர்களாக, 'தாழ்ந்த சாதி' மக்களின் நிலைமைகளை முன்னேற்றுவதற்கு ஆதரவாக நின்றனர். சமுதாயத்தின் இத்தகைய பிரிவினர்களது சமூக விடுதலைக்கு மிஷனரிகள் கூடுதல் அழுத்தம் கொடுக்கவேண்டும் என்று விரும்பினர்.[36] பத்தொன்பதாம் நூற்றாண்டின் தொடக்கத்தில் ஐரோப்பாவில் பொதுமக்களிடையேயும் அதிகாரப்பூர்வமாக நிலைபெற்றிருந்த மதம் தொடர்பான விவாதங் களின் நேரடித் தாக்கத்தில் இவர்கள் கிராம மக்களிடையே இறங்கிச் செயல்பட்டனர்.

ஐரோப்பாவில் எழுந்த மதச் சீர்திருத்தவாதத்தின் விளைவாக மெத்தடிஸ்ட் இறைப்பணியாளர்கள், இந்திய சமுதாயத்தின் ஏழை களுடைய மேம்பாட்டுக்காக வலுவான கோரிக்கைகளை முன்வைத்தனர்.[37] ஆங்கிலிக்கன் குழுக்களோடு ஒப்பிடுகையில், டபிள்யுஎம்எம், எல்எம்எஸ் குழுக்கள் தமிழ்நாட்டின் 'தீண்டத்தகாத' சமூகங்களைச் சேர்ந்த மக்களை மதம் மாற்றுவதில் கூடுதலாக வெற்றிபெற்றனர். ('தீண்டத்தகாதோர்', 'தாழ்ந்த சாதிகள்' என்ற சொல்லாடல்களை மிஷனரி அமைப்புகள் பறையர்களையும், இதர ஒதுக்கப்பட்ட சமூகங்களையும் குறிப்பிடுவதற்காகப் பயன்படுத்தினர்).

கல்வி, மதமாற்றம் – மிஷனரி செயல் திட்டம்

பத்தொன்பதாம் நூற்றாண்டின் தொடக்கத்திலிருந்தே மிஷனரி அமைப்புகள் கல்விக்குக் கூடுதல் முக்கியத்துவம் அளித்து வந்தனர். அருள்திரு ஜே. ஆண்டர்சன் போன்ற திருப்பணியாளர்கள், 'தாழ்ந்த சாதி' குழந்தைகளுக்கு கல்வி அளிப்பதில் முனைப்புடன் ஈடுபட்டனர். சர்ச் ஆஃப் ஸ்காட்லாந்து குழுவைச் சேர்ந்த அருள்திரு ஆண்டர்சன், 1830ஆம் ஆண்டுகளில் மதராஸ் நகரில் பொதுசபை பள்ளிகளை நிறுவினார். அதைத் தொடர்ந்து காஞ்சிபுரம், செங்கல்

பட்டு, திருவல்லிக்கேணி ஆகிய பகுதிகளில் அவர் பள்ளிகளைத் தொடங்கினார். பிராமணர் அல்லாத சமூகங்களைச் சார்ந்த பெண் குழந்தைகளுக்காகவும் ஒரு பள்ளியைத் தொடங்கினார்.[38]

எல்எம்எஸ் குழுவினர் இதேபோன்ற கல்வி நிலையங்களையும் தனித்தனி பள்ளிகளையும் 'தாழ்ந்த சாதி' மக்களுக்காக என மதராஸ், கும்பகோணம், சேலம், கோயம்புத்தூர், நாகர்கோவில், நாகூர் ஆகிய பகுதிகளில் தொடங்கினர்.[39] இந்த மக்களுக்காக என சிஎம்எஸ் குழுவினரும் திருநெல்வேலிப் பகுதிகளில் பள்ளிகளை ஏற்படுத்தினர்.[40]

எல்எம்எஸ் சபையினர் தொடங்கிய பள்ளிகள், மதராஸ் மாகாணத்தின் தென் தமிழ் மாவட்டங்களில் பெருமளவுக்குப் புகழ்பெற்றன. அந்தப் பள்ளிகளில் 300க்கும் மேற்பட்ட 'தாழ்ந்த சாதி' குழந்தைகள் சேர்ந்தனர். எல்எம்எஸ் ஆதரவோடு எஸ்பியு குழுவினரும் மதுரை, தஞ்சாவூர், ஆற்காடு ஆகிய பகுதிகளில் இதேபோன்ற கல்வி நிறுவனங்களை ஏற்படுத்தின. இத்தகைய கல்வி நிறுவன முயற்சிகள் பல்வேறு வகைகளில் தனித்துவம் பெற்றதாக அமைந்தன. அந்தப் பள்ளிகள் பெரும்பாலும் கிராமப்பகுதிகளில் அமைக்கப்பட்டன. இதனால் 'தாழ்ந்த சாதி' பிரிவுகளைச் சார்ந்த மாணவர்களால் எளிதில் பள்ளிகளுக்கு வந்து தரமான கல்வியையும் அறிவையும் பெறமுடிந்தது.

இந்த அமைப்புகள் வட்டாரப் பள்ளிகளை ஏற்படுத்துவதில் உறுதியாக இருந்தன. அந்தப் பள்ளிகள் வட்டார மக்களை ஈர்ப்பதற்கான பயிற்சி மையங்களாக உருவாகின. அவற்றில் பயிற்சி பெற்றோர்கள், 'தாழ்ந்த சாதி' மக்களை கிறிஸ்தவத்துக்கு மாற்றுவதில் முக்கிய பங்கு வகித்தன. இறுதியாக இந்தக் கல்வி நிறுவனங்கள் கல்வியையும் தொழில்நுட்பப் பயிற்சியையும் இணைத்து வழங்கியதன் மூலம் தமிழகத்தின் ஒதுக்கப்பட்ட சமூகங்களின் ஒரு பகுதியினர் முன்னேறுவதற்கான வழிகளைத் திறந்துவிட்டன.[41]

சேலம், ஆத்தூர், கோயம்புத்தூர், ஈரோடு வட்டாரங்களில் எல்எம்எஸ் மிஷனரிகளின் வருகை பறையர்கள் பெரும் எண்ணிக்கையில் கிறிஸ்தவதத்துக்கு மாற ஊக்கமளித்தது. 1850களில் எல்எம்எஸ் அளித்த அறிக்கைகள், இந்த மக்களில் கணிசமானோர் தங்களது பழைய மத நம்பிக்கைகளைக் கைவிட்டு, கிறிஸ்தவத்துக்கு மாறியதுபற்றி, மீண்டும் மீண்டும் தெரிவிக்கின்றன. [42] சேலத்தில் பொன்னேரிப்பேட்டைப் பகுதியைச் சேர்ந்த பறையர்களின் பெருந்திரள் மதமாற்றத்துக்கு எல்எம்எஸ் அமைப்பைச் சேர்ந்த

லெஷ்லர் முன்முயற்சி மேற்கொண்டார்.[43] 1860களிலும் 1870களிலும் கோயம்புத்தூர் வட்டாரத்தைச் சேர்ந்த சில பகுதிகளில் இதேபோன்ற பெருந்திரள் மதமாற்றங்கள் நிகழ்ந்தன. இது எல்எம்எஸ் ஊழியர்களின் மதமாற்றப் பிரசாரத்துக்கு வலுச்சேர்ப்பதாக அமைந்தது.[44]

இவ்வாறு பறையர்கள் பெரும் எண்ணிக்கையில் கிறிஸ்தவத்தைத் தழுவியது, வன்முறைகளுக்கும் கலவரங்களுக்கும் இட்டுச்சென்றது. பல இடங்களில் பணக்கார விவசாயிகள் தங்களது முன்னாள் அடிமைகள் மீது கடும் தாக்குதல்களைத் தொடுத்தனர். அப்படிப்பட்ட நிலைமைகளில் எல்எம்எஸ் திருப்பணியாளர்கள் ஆக்கப்பூர்வமான அணுகுமுறையைக் கையாண்டார்கள். 'தீண்டத்தகாத' சமூகங்களைச் சேர்ந்தவர்கள் புதிய நம்பிக்கைக்கு மாறுவதற்கு அடிப்படையான காரணங்களை எடுத்துரைத்தனர்.[45] இந்த சமூகங்களைப் பணக்கார விவசாயிகளின் பிடியிலிருந்தும் மிராசுதார்களின் ஆதிக்கத்தி லிருந்தும் விடுவித்தது மட்டுமல்லாமல், அவர்களது சமூக மேம் பாட்டுக்காக எனப் பல்வேறு திட்டங்களையும் எல்எம்எஸ் மிஷனரிகள் மேற்கொண்டன.

1840களின் தொடக்கத்தில், மதம் மாறியவர்களைத் தச்சுத் தொழில், செங்கல் சூளை போன்ற தொழில்களைக் கற்றுக்கொள்ள மிஷனரிகள் தூண்டிவிட்டன. இத்தகைய நடவடிக்கைகள் அந்த மக்களிடையே தன்னம்பிக்கையையும் விழிப்புணர்வையும் ஏற்படுத்தும் என்று நம்பினர். இந்து மதத்தின் சாதிய கட்டுமானத்தை அடிப்படையாகக் கொண்ட அடிமை முறைக்கு இத்தகைய செயல்பாடுகள் கடும் சவாலாக இருக்கும் என்றும் கருதினர்.[46]

'தீண்டத்தகாத' சமூகங்களை மதமாற்றம் செய்வதில் எல்எம்எஸ் ஊழியர்களின் ஈடுபாடு, தமிழகத்தின் பல்வேறு பகுதிகளில் தொழில் மற்றும் தொழில்நுட்பப் பயிற்சிகளை நிறுவியதிலும் வெளிப் பட்டது. ஈரோடு, கோயம்புத்தூர், சேலம் ஆகிய பகுதிகளில் உயர் நிலைப்பள்ளிகளை மிஷனரிகள் ஏற்படுத்தின. எல்எம்எஸ் திருப்பணி யாளரான அருள்திரு மாரிஸ் பிலிப்ஸ் சேலம் உயர்நிலைப்பள்ளியை 1876ல் ஒரு முழுமையான உண்டு உறைவிடப் பள்ளியாக மாற்றினார்.[47] காலப்போக்கில் தமிழகத்தின் பல்வேறு பகுதிகளில் ஏற்படுத்தப்பட்டிருந்த இத்தகைய பள்ளிகள் கிராமப்பகுதிகளில் எழுத்தறிவின்மையை ஒழிப்பதற்கான மிஷனரி மையங்களாகச் செயல்பட்டன.

எல்எம்எஸ் ஊழியர்களின் இத்தகைய முயற்சிகளுக்கு ஈடாகத் தமிழ் மாவட்டங்களில் எஸ்பியு மிஷனரிகளும் இதேபோன்ற முயற்சிகளை

மேற்கொண்டன. பத்தொன்பதாம் நூற்றாண்டின் கடைசி ஆண்டுகளில் எஸ்பியு அமைப்பினர் பல்வேறு மாவட்டங்களில் பள்ளிகளையும் கல்லூரிகளையும் ஏற்படுத்தினர். இத்தகைய பள்ளிகள் பறையர்களது சமூக நிலையையும், பூந்தமல்லி, திருப்பாசூர், வேப்பேரி போன்ற பகுதிகளில் வாழ்ந்த நலிந்த பிரிவினரின் சமூக நிலையையும் உயர்த்துவதில் ஓரளவு வெற்றிபெற்றன.[48] சிஎம்எஸ் ஊழியர்களைப்போலவே எஸ்பியு ஊழியர்கள் மேற்கொண்ட முயற்சிகளும் தமிழ்நாட்டில் பெண்களின் கல்வியை வளர்ப்பதில் முன்னோடியாக அமைந்தன.

தூத்துக்குடி, நாசரேத், பாளையங்கோட்டை ஆகிய இடங்களில் எஸ்பியு குழுவினர் பெண்களுக்கான பள்ளிகளை ஏற்படுத்தினர்.[49] திருப்பணியாளர்களின் மனைவிமார்களும் களத்தில் இறங்கி, அந்தந்த வட்டாரங்களைச் சேர்ந்த பெண்களை 'ஜெனானா' பணியாளர்களாக நியமித்தனர். அந்தப் பணியாளர்கள் கிராமப் பகுதிகளைச் சேர்ந்த ஒதுக்கப்பட்ட சமூகங்களின் பெண்களிடையே விவிலியச் செய்திகளைப் பரப்பினர்.[50]

அதே நேரத்தில், 1876 – 77 ஆண்டுகளில் ஏற்பட்ட பஞ்சம், கல்வித் துறையில் மிஷனரிகளின் ஈடுபாட்டை ஊக்குவிப்பதாக அமைந்தது. பெண் கல்வியைப் போர்க்கால அவசரத்துடன் எல்எம்எஸ் திருப்பணியாளர்கள் மேற்கொண்டனர். பெண் கல்வியில் அவர்களது ஈடுபாடு 1880ம் ஆண்டுகளிலும், 1890ம் ஆண்டுகளிலும் உச்சநிலையை அடைந்தது. 1893ல் சேலம் நகரில் விடுதியுடன் கூடிய ஒரு மகளிர் பள்ளியை எல்எம்எஸ் அமைப்பு நிறுவியது. மாணவர்களின் அன்றாட வாழ்க்கையில் பயன்படக்கூடிய அம்சங்களுடன் கூடிய கல்வித் திட்டத்தை அந்தப் பள்ளி வழங்கியது. [51] ஈரோடு, ஆத்தூர், கோயம்புத்தூர் பகுதிகளில் இருந்த 'தாழ்ந்த சாதி' மக்களுக்குப் பயன்படக்கூடிய சிறப்புக் கல்வி நிறுவனங்களையும் எல்எம்எஸ் ஏற்படுத்தியது.

அமெரிக்கன் ஆற்காடு மிஷன்போல, தொலைதூர மிஷனரி மையங்களில் திருமணமாகாத பெண் ஊழியர்களை எல்எம்எஸ் நியமித்தது.[52] லோயிஸ் ஏய்ன்ஸ்லே கோக்ஸ், ஆனி கிரேயர்சன் போன்ற பெண் திருப்பணியாளர்கள் சேலம், கோயம்புத்தூர் வட்டாரங்களில் மக்களிடையே புகழ்பெற்றனர்.[53] சேலம் வட்டாரத்தின் பொன்னம்முபேட்டை, கோகாய், கிச்சிப்பாளையம் பகுதிகளில் மகளிர் பள்ளிகளை எல்எம்எஸ் பெண் திருப்பணியாளர்கள் ஏற்படுத்தினர். சில இடங்களில் இந்தப் பள்ளிகள் விவிலியப் பெண்களுக்கான பயிற்சி மையங்களாகவும் பயன்பட்டன. பெண்

திருப்பணியாளர்கள் நெடுந்தொலைவு கிராமங்களுக்கும் சென்று அங்கிருந்த ‘தாழ்ந்த சாதி’ பெண்களை மூடநம்பிக்கைகளின் பிடியிலிருந்து உடைத்துக்கொண்டு வருவதற்கு ஊக்குவித்தனர்.[54]

பஞ்சம், தொற்றுநோய் போன்ற நெருக்கடி நிலைமைகளுக்கும் மத மாற்றத்துக்கும் இடையே தொடர்பு இருக்கக்கூடுமா என்பது குறித்து வரலாற்று ஆய்வாளர்களிடையே மாறுபட்ட கருத்துக்கள் உள்ளன. மதம் மாறியவர்களில் பெரும்பாலோர் தொடக்கத்தில் ‘தீண்டத்தகாத’ சமூகங்களைச் சேர்ந்த, பஞ்சத்தால் உயிரிழந்தவர்களின் குடும்பங்களில் இருந்துதான் வந்தார்கள் என்று டங்கன் ஃபாரஸ்டர் கூறுகிறார். சமூக ரீதியாகவும், பொருளாதார ரீதியாகவும் ஒதுக்கப்பட்டு வாழும்நிலையில் இந்த சமூகங்களிடையே உளவியல் சார்ந்த, ஆன்மா சார்ந்த, பொருளியல் சார்ந்த எதிர்பார்ப்புகள் வெளிப்பட்டன என்று நிறுவுவதற்கு அவர் முயன்றார்.[55]

ஆனால், இப்படிப்பட்ட நெருக்கடி நிலைமைகளுக்கும் தனித்தனி குடும்பமாகவோ ஒட்டுமொத்தமாகவோ மதம் மாறியதற்கும் தொடர்பு இருக்க வாய்ப்பில்லை என்று இந்தியாவைச் சேர்ந்த கிறிஸ்தவ அறிஞர்கள் பலரும் வாதிடுகிறார்கள். உயிர் பிழைத்தாக வேண்டும் என்ற நிலையில் கணிசமான மக்கள் கிறிஸ்தவத்தை ஏற்றுக்கொண்டார்கள் என்று சொல்வதற்கில்லை என்ற வாதத்தையும் இவர்கள் முன்வைக்கிறார்கள்.[56] ஆயினும், பஞ்சமும் அதுபோன்ற இதர நிலைமைகளும் ஒரு மதத்திலிருந்து இன்னொரு மதத்துக்கு மக்கள் திடும் என மொத்தமாக மாறுவதற்கு இட்டுச் சென்றுள்ளன என்ற வாதத்தை டிக் கூய்மான் முன்வைக்கிறார்.[57]

1876–77ல் ஏற்பட்ட பஞ்சம், தென்னிந்தியாவின் கிராமப்புற ஏழைகளிடையே தொடர்பு கொள்வதற்கான பெரும் வாய்ப்பினை மிஷனரிகளுக்கு உருவாக்கிக்கொடுத்தது. பஞ்சத்தின் காரணமாகக் கிராமப்பொருளாதாரம் பாதிக்கப்பட்டது. வளமான விவசாயப் பகுதிகளாக இருந்த காவேரி படுகை பகுதிகள்கூட வறுமைக்கும் பட்டினிக்கும் உள்ளாகின.[58] அரசாங்கம் மேற்கொண்ட நிவாரண நடவடிக்கைகள் போதுமானதாக இல்லை. அந்தச் சூழல் மிஷனரிகள் நிவாரண நடவடிக்கைகளை மேற்கொள்வதற்கும் அநாதைகளுக்கும் கைவிடப்பட்டவர்களுக்குமான மறுவாழ்வுப் பணிகள் தொடர்பான பிரச்னைகளில் முனைப்புடன் ஈடுபடுவதற்கும் வாய்ப்பாக அமைந்தது.

பஞ்சத்தால் விரிவான அளவுக்கு ஏற்பட்ட அழிவுகள் பிராட்டஸ்டன்ட் மிஷனரி அமைப்புரீதியான செயல்பாடுகளில் தாக்கத்தை ஏற்படுத்தியது. டபிள்யுஎம்எம், எல்எம்எஸ் ஆகிய அமைப்புகள்

தங்களது அமைப்புகளை வட்டாரத்தன்மையுடன் மாற்ற வேண்டியதன் அவசியத்தை உணர்ந்தன. நிவாரண நடவடிக்கைகளைப் பயனுள்ளமுறையில் மேற்கொள்வதன்மூலம், 'தீண்டத்தகாத' சமூகங்களுடன் ஒரு நெருங்கிய உறவை ஏற்படுத்திக்கொள்ள முடியும் என்றும் அந்த அமைப்புகள் கருதின. பட்டினியால் மிக மோசமாகப் பாதிக்கப்பட்ட சமூகரீதியாக ஒதுக்கப்பட்ட சமூகங்களின் தேவைகளை ஈடுசெய்ய வேண்டியதும் அவசியம் என உணரப்பட்டது. இவ்வாறாகக் குறவர்கள், பறையர்கள், தோட்டியர்கள், சாணார்கள் ஆகிய சமூகப் பிரிவுகளின் நியாயமான தேவைகளை ஈடுசெய்வதற்கான நிவாரண நடவடிக்கைகள் மேற்கொள்ளப்பட்டன.

'தீண்டத்தகாத' சமூகங்களைச் சார்ந்த அநாதைகளுக்கு உணவு வழங்குவதற்காக என அநாதை இல்லங்களையும், அணையா அடுப்புகளையும் ஏற்படுத்தின. இந்த சமூகங்களைச் சேர்ந்தவர்களுக்கு வேலைப் பயிற்சி அளிப்பதற்கான திட்டங்களை வெஸ்லியன் மிஷனரிகள் உருவாக்கின. இரும்புப்பட்டறை, கயிறு திரித்தல், ஓவியப் பின்னல், உடைகளுக்கான 'லேஸ்' தயாரிப்பு போன்ற தொழில்களுக்கான பயிற்சிகள் அநாதைகளுக்கும் கைவிடப்பட்டவர்களுக்கும் அளிக்கப்பட்டன. பரவலான முறையில் அழிவுகள் ஏற்படுவதைத் தடுப்பதற்காக, கிறிஸ்தவ குடியிருப்புகளை ஏற்படுத்தும் திட்டத்தையும் மிஷனரிகள் ஆதரித்தன. [59]

19ம் நூற்றாண்டின் பிற்பகுதியில், 'தீண்டத்தகாத' சமூகங்களுக்கு மருத்துவ உதவிகளை வழங்கும் திட்டங்களிலும் மிஷனரிகள் ஈடுபட்டன. கிராமங்களைப் பொறுத்தவரையில் பஞ்சம் போன்ற நிலைமைகளோடு சேர்ந்து காலரா, பெரியம்மை போன்ற தொற்று நோய்களும் பரவின. இத்தகைய தொற்றுநோய்களால் மோசமாகப் பாதிக்கப்பட்டவர்கள் விவசாயத் தொழிலாளர்கள்தான். அவர்களுடைய வறுமையின் காரணமாக நோய்களுக்கு எதிரான பாதுகாப்புகள் போதுமான அளவுக்கு அவர்களுக்குக் கிடைக்கவில்லை.

1840ம் ஆண்டுகளில், தென்னிந்தியாவின் ஒதுக்கப்பட்ட சமூகங்களைச் சேர்ந்த மக்களுக்கு மருத்துவ உதவிகளை வழங்க வேண்டியதன் அவசியத்தை மிஷனரிகள் உணர்ந்தன என்று சில ஆய்வாளர்கள் குறிப்பிடுகிறார்கள்.[60] டாக்டர் ஷெல்டன் தலைமையில் முன்முயற்சியில் அமெரிக்கன் மதுரா மிஷன் 1849 ஜூலையில் முதன்முறையாக ஒரு மருத்துவ சேவை மையத்தை ஏற்படுத்தியது. [61] எஸ்பியு மிஷனரிகளும் இதேபோன்ற மருத்துவ சேவை மையத்தை, அருள் திரு எச்.சி. ஹெக்ஸ்டாபிள் தலைமையில்

சாயர்புரம் பகுதியில் ஏற்படுத்தியது.[62] 1876 – 77ல் ஏற்பட்ட பஞ்ச நிலைமையை ஒட்டித்தான், மிஷனரிகளின் மருத்துவ சேவைகள் தீவிரமடைந்தன. இதில் எல்எம்எஸ், டபிள்யுஎம்எம் மற்றும் வேறுபல அமைப்புகள் ஒன்றுக்கொன்று போட்டிபோட்டன. டாக்டர் ஸ்கட்டர் தலைமையிலான அமெரிக்கன் மதுரா மிஷன், ஆற்காடு மாவட்டத்தின் வேலூர், வாலாஜாபேட்டை, ராணிப்பேட்டை ஆகிய இடங்களில் ஊரக மருத்துவ மையங்களை ஏற்படுத்தியது.[63]

எல்எம்எஸ் அமைப்பு ஈரோடு பகுதிகளில் மருத்துவ சேவைகளைக் கொண்டுசெல்வதற்கென மருத்துவ சேவைத் திருப்பணியாளர்களின் ஈடுபாட்டைப் பயன்படுத்திக்கொண்டது. பல்வேறு நோய்களால் பாதிக்கப்பட்டவர்களுக்கு சிகிச்சை அளிப்பதற்காகத் தற்காலிக சிகிச்சைக்கூடங்களையும், மருத்துவமனைகளையும் உள்ளூர் தொழிலாளிகளின் உதவியோடு எல்எம்எஸ் மிஷனரி கட்டியது.[64] காலப்போக்கில் எல்எம்எஸ் மிஷனரி தனது மருத்துவ சேவைகளை விரிவுபடுத்தியது, அதன் மையமாக கோயம்புத்தூர் மாறியது.[65]

1870ஆம் ஆண்டுகளில் மிஷனரிகள் மேற்கொண்ட இத்தகைய சேவைத் திட்டங்கள் அவற்றைத் தமிழகத்தின் கிராமப்புற ஏழைகளுக்கு நெருக்கமானவையாக மாற்றின. இத்தகைய திட்டங்கள் பொருளாதாரரீதியாகப் பின்தங்கிய, சமூகரீதியாக ஒதுக்கப்பட்ட சமூகங்களை கிறிஸ்தவத்துடன் நெருக்கமாகக் கொண்டுவந்தன. பஞ்ச நிவாரணப் பணிகளில் மிஷனரிகள் காட்டிய இந்த அக்கறையும் அணுகுமுறையும், மதமாற்றங்களில் முக்கியப் பங்காற்றின. வேகமான நிவாரணப்பணிகளுடன் இணைந்து கிறிஸ்தவத்தின் மனித நேய அம்சங்கள் குறித்த பிரசாரமும் மேற்கொள்ளப்பட்டது. அதைத் தொடர்ந்து இந்து மதத்தின் சாதியக் கட்டமைப்பில் உள்ள இழிவான அம்சங்களுக்கு எதிரான பலமுனைப் போராட்டங்களை மிஷனரிகள் தொடங்கின.

பஞ்சத்தின் விளைவாகப் பலர் வெவ்வேறு இடங்களுக்குப் புலம் பெயர்ந்தனர். இது, கிறிஸ்தவத்தின் சமத்துவ நோக்கம் பற்றிய செய்தியைப் பரப்புவதற்கு வலுச்சேர்ப்பதாக அமைந்தது.[66] கிராமப் பகுதிகளை மேம்படுத்த மிஷனரிகள் மேற்கொண்ட முயற்சிகளுக்குக் கிடைத்த வெற்றி, தமிழகத்தின் பல்வேறு பகுதிகளில் பதற்ற நிலைமைகளையும் ஏற்படுத்தியது. 'தீண்டத்தகாத' சமூகங்களைச் சேர்ந்தவர்கள் தொடர்ச்சியாக மதம் மாறியது இந்து மதத்தின் உயர்சாதிகளைச் சேர்ந்த நில உடைமையாளர்களின் எதிர்த்தாக்கு தலுக்கு இட்டுச் சென்றது. 'பஞ்சமர்' குடியிருப்புகளின் மீது உயர் சாதி நில உடைமையாளர்கள் தாக்குதல் தொடுப்பது அதிகரித்தது.

‘தீண்டத்தகாத’ சமூகங்களைச் சேர்ந்தோர் ஒரு மரியாதை பெறுவதைத் தடுக்கும் முயற்சிகளிலும் அவர்கள் இறங்கினர். இந்த நிலைமைகள் மிஷனரிகளை இந்து சமுதாய அமைப்பின் ஒடுக்குமுறைகளுக்கு எதிரான ஒரு பெரிய போராட்டத்தைத் தொடங்குகிற முனைப்பை மிஷனரிகளுக்கு ஏற்படுத்தியது.[67]

பத்தொன்பதாம் நூற்றாண்டின் நடுக்கட்டத்திலிருந்தே பிராட்டஸ்டன்ட் மிஷனரிகள் சாதிப் பிரச்னை குறித்து சூடான விவாதங்களில் ஈடுபட்டன. டபிள்யுஎம்எம், எல்எம்எஸ், ஏபிஎப்எம் ஆகிய மிஷனரிகள் சாதியத்தின் மனித நேயமற்ற அம்சங்களைக் கடுமையாக விமர்சித்தன. தீட்டு என்றும் தீண்டத்தகாதவர் என்றும் கூறப்பட்ட நடவடிக்கைகளில் அந்த மனிதநேயமற்ற தன்மை வெளிப்பட்டது. சாதி என்பது தட்டிக்கேட்கப்படாத ஒரு சமுதாயக் கேடாக இருந்து வந்திருக்கிறது, அதை மேலும் காலதாமதமின்றி உடனடியாக ஒழித்துக்கட்டவேண்டியது அவசியம் என்று மிஷனரிகள் கூறின.[68]

அடுத்தடுத்த ஆண்டுகளில் சாதியத்துக்கு எதிரான மிஷனரி நடவடிக்கைகள் வேகம் பிடித்தன என்று யுயோஃபெரி ஓடீ சரியாகக் குறிப்பிடுகிறார்.[69] பறையர்களும் பிற ‘தீண்டத்தகாத’ சமூகங்களும் கிறிஸ்தவத்துக்குப் பெரும் எண்ணிக்கையில் மாறியது, சாதிய அமைப்பு தொடர்பான மேலும் முற்போக்கான அணுகுமுறைகளைக் கடைப்பிடிக்க வேண்டிய கட்டாயத்தை கிறிஸ்தவ மிஷனரிகளுக்கு ஏற்படுத்தியது.சாதிய அமைப்பால் மிகப் பரந்த அளவிலான மக்களுக்குப் பெரும் துயரங்கள் ஏற்பட்டுள்ளன என்றும், சமூக இணக்கத்தையும் ஒருமைப்பாட்டையும் சாதிய அமைப்பு சீர்குலைத்துள்ளது என்றும் எல்எம்எஸ், டபிள்யுஎம்எம் மிஷனரிகள் வலியுறுத்திக் கூறின.[70] இந்து சாதிய அமைப்பின் நிறுவனக் கட்டமைப்புகளுக்கு மாறாகத் தனி மனிதர்கள் தங்களது மதத்தைத் தேர்வு செய்வதற்குள்ள உரிமையை வெஸ்லியன் மிஷனரி உயர்த்திப் பிடித்தது. தனி மனித உரிமைக்கு எதிரானதாக இருப்பதுடன் சமூக மாற்றத்துக்கான முயற்சிகளுக்குத் தடையாக இருப்பதாலும் சாதிய அமைப்பு ஒழிக்கப்படவேண்டும் என்று வெஸ்லியன் மிஷனரியினர் கருதினர்.[71]

1870ஆம் ஆண்டுகளின் பிற்பகுதிகளிலிருந்தே பறையர்களுடன் மிஷனரிகளின் ஈடுபாடு அதிகரிக்கத் தொடங்கியது. செங்கல்பட்டு வட்டாரத்தில் பறையர்களிடையே பிரசார இயக்கங்களை மேற்கொள்ளுமாறு ஸ்காட்லாந்து சுதந்தர திருச்சபை அமைப்பால் அருள்திரு ஆடம் ஆண்ட்ரூஸ் அனுப்பிவைக்கப்பட்டார்.[72] அதைத் தொடர்ந்து, பறையர்கள் அதிகமாக வசித்த செங்கல்பட்டு

மாவட்டத்தில் டபிள்யுஎம்எம் மிஷனரி கூடுதல் கவனம் செலுத்தத் தொடங்கியது. இந்த மாவட்டத்தில் 1876–77ல் ஏற்பட்ட பஞ்சத்தைத் தொடர்ந்து பறையர்கள் ஆழ்ந்த துயரத்துக்கு உள்ளாகியிருந்தனர். அவர்களுக்கான நிவாரண நடவடிக்கைகளை டபிள்யுஎம்எம் உடனடியாக மேற்கொண்டது. அந்தத் திட்டங்களின் பலனாகக் கிராமப்புற மக்களில் கணிசமானோர் மதம் மாறினர்.⁷³

டபிள்யுஎம்எம் மிஷனரியால் ஏற்படுத்தப்பட்ட திருவள்ளூர் வட்டார அமைப்பு மிஷனரி வட்டாரத்திலும் அரசு அதிகார வட்டாரத்திலும் 19ஆம் நூற்றாண்டின் பிற்பகுதியில் 'பறையர் மேம்பாடு' என்ற பிரச்னையை முன்னுக்குக் கொண்டுவந்தது. கிறிஸ்தவத்தின் செய்திகளையும் தொடக்கக் கல்வியின் மேன்மைகளையும் குறித்து 'தீண்டத்தகாத' சமூகங்களுக்குள் கொண்டு செல்வதற்கு அந்தந்தப் பகுதிகளைச் சேர்ந்தவர்களை வெஸ்லியன் மிஷனரி ஈடுபடுத்தியது. செங்கல்பட்டுக்கு அப்பால் தஞ்சாவூரிலும் வெஸ்லியன் கிளைகள் அமைக்கப்பட்டன. நாகப்பட்டினம், மன்னார்குடி பகுதிகளில் உயர்நிலைப்பள்ளிகளும் கல்லூரிகளும் ஏற்படுத்தப்பட்டன.⁷⁴

பறையர்களின் கல்வித்தேவைகளை ஈடுகட்டும் முயற்சியில் இந்தப் பள்ளிகளும் கல்லூரிகளும் ஈடுபட்டன. இந்தக் கல்வி நிறுவனங்கள் உயர் சாதி இந்துக் குடும்பங்களைச் சேர்ந்தவர்களையும் ஈர்த்தன. எனினும் மிஷனரிகளின் இந்தக் கல்வி முயற்சி, உயர்சாதிகளின் எதிர்ப்புக்கும் உள்ளானது. 1890ம் ஆண்டுகளின் தொடக்கத்தில் தி இந்து டிராக்ட் சொசைட்டி உயர் சாதிகளின் இந்த எண்ணங்களை வெளிப்படுத்தியது.⁷⁵ துணைநிலை அதிகாரிகளின் பாரபட்சமான அணுகுமுறையும்கூட, 'தீண்டத்தகாத' மக்களிடையே மிஷனரிகள் இறங்கிச் செயல்படுவதில் சிக்கல்களை ஏற்படுத்தியது.

இவ்வாறாக, 1880ம் ஆண்டுகளின் பிற்பகுதியிலும், 1890ம் ஆண்டுகளின் தொடக்கத்திலும் கிறிஸ்தவ மிஷனரிகளுக்கும் இந்து பண்ணையார்களுக்கும் இடையே கசப்பான மோதல்கள் நிலவின. கிராமப்பகுதிகளில் மிஷனரிகளால் தொடங்கப்பட்ட நலத்திட்டங்களின் பலன்கள் பறையர் சமூகத்தைச் சேர்ந்த தொழிலாளர்களுக்குக் கிடைக்கவிடாமல் தடுக்க நிலவுடைமையாளர்கள் மேலும் மேலும் முயன்றனர். இதற்காகக் கிராம மக்களிடையே மிஷனரிகள் குறித்த அவதூறான தகவல்களைப் பரப்பினர்.⁷⁶ கிராமங்களில் தங்களது ஆதிக்கத்துக்கு மிஷனரிகளின் இத்தகைய முயற்சிகள் சவாலாகி விடக்கூடும் என்று நிலவுடைமையாளர்கள் அஞ்சினர். விவசாயத் தொழிலாளர்கள் பெரும் எண்ணிக்கையில் வேறு தொழில்களுக்கு மாறுவார்களானால் தொழிலாளர் பற்றாக்குறை ஏற்படும் என்றும் அஞ்சினர்.

இந்த மோதலின் காரணமாக ஜுனியர் பள்ளிகளிலும் ஞாயிற்றுக் கிழமை பள்ளிகளிலும் பறையர் சமூக மாணவர்கள் வருவது வெகுவாகக் குறைந்தது. பறையர் சமூகங்களைச் சேர்ந்த தொழிலாளர்கள், குத்தகைதாரர்கள் ஆகியோரின் கடுமையான வறுமை காரணமாகவும், இந்து உயர் சாதிகளைச் சேர்ந்த பண்ணையார்களை அவர்கள் தங்களது வாழ்வாதாரத்துக்காக மிகவும் சார்ந்திருக்க வேண்டிய நிலைமை இருந்ததாலும் இந்தப் பள்ளிகளில் அவர்களது எண்ணிக்கை சரிவடைந்தது.[77] நிலவுடைமையாளர்களின் ஆதிக்கத்தை உடைத்துக்கொண்டு வருவதில் பறையர்களுக்கு இருந்த தயக்கம், மக்கள் இயக்கங்களைப் பெரிய அளவில் தொடங்க விரும்பிய மிஷனரி முயற்சிகளுக்குத் தடையாக இருந்தது.

இந்தச் சூழலில் விவசாயப் பொருளாதாரத்தில் மாற்றங்கள் நிகழ்ந்திருந்த நிலைமையிலும்கூடப் பத்தொன்பதாம் நூற்றாண்டின் பிற்பகுதியில் கிராமப்பகுதிகளில் மிராசுதாரர்களின் ஆளுமை சரிவடைந்துவிடவில்லை என்று கூறலாம். ‘உயர்’ சாதிகளைச் சேர்ந்த நிலவுடைமையாளர்கள் பறையர் சமூகத் தொழிலாளர்களுக்கு எதிராகக் கட்டவிழ்த்துவிட்ட வன்முறைகளும் அவமதிப்புகளும், மிராசுமுறை அழிந்துவிடவில்லை மாறாகத் தமிழகத்தின் பல்வேறு பகுதிகளில் உயிரோடு இயங்கிக்கொண்டிருந்தது என்பதைக் காட்டுகின்றன. மிராசுதார்களின் இந்த ஒடுக்குமுறை காரணமாக அவர்கள் தங்களது வீடுகளை இழந்தார்கள். பிச்சையெடுப்பதைத் தவிர வேறு வழியற்றவர்கள் ஆனார்கள்.[78]

பறையர்கள் தங்களது சொந்தப் பெயர்களில் பட்டா உரிமை பெறுவதற்கு மேற்கொண்ட அனைத்து முயற்சிகளையும் நிலவுடைமைச் சமூகங்கள் எதிர்த்தன. தமிழகத்தின் கிராமப்பகுதிகளில் ஆளுமைச் சமூகங்களுக்கும் அடக்கப்பட்ட சமூகங்களுக்கும் இடையேயான பாரம்பரிய உறவுகளை மீட்டமைப்பதற்கான முயற்சியின் பகுதியாகவே உயர்சாதிகளின் இந்த எதிர்ப்பு நடவடிக்கைகள் அமைந்தன.[79]

1890ஆம் ஆண்டுகளின் தொடக்ககட்டத்தில் அன்றைய மதராஸ் மாகாணத்தின் தமிழ் மாவட்டங்களில் பறையர் விவசாயத் தொழிலாளர்கள் துயரத்துக்கும் ஏமாற்றத்துக்கும் உள்ளானார்கள்.[80] பருவமழை பொய்த்ததால், பேரழிவை ஏற்படுத்தக்கூடிய பஞ்சம் உருவாகக்கூடும் என்று அரசு அதிகாரிகளும் மிஷனரியினரும் கவலைகொண்டனர். செங்கல்பட்டு வட்டாரத்தில் உணவுப் பொருள்களின் விலை எகிறியது. பறையர்கள் உணவுப் பொருள் வாங்குவதற்காகத் தங்களிடமிருந்து அனைத்துப் பொருள்களையும் அடகுவைக்க வேண்டியதாயிற்று.[81] கடன் ஒப்பந்தங்களில் அவர்கள்

கையெழுத்திட்டாக வேண்டிய கட்டாயம் ஏற்பட்டது. வாங்கிய கடனைத் திருப்பிச் செலுத்தும்வரை நீண்டகாலத்துக்கு அல்லது ஆயுள் முழுக்க அசாதாரணமான முறையில் வேலை செய்தாக வேண்டும் என அந்த ஒப்பந்தங்கள் வற்புறுத்தின.[82]

செங்கல்பட்டில் மேற்கொண்ட விசாரணைகளைத் தொடர்ந்து, அருள்திரு ஆடம் ஆண்ட்ரூஸ் அரசுக்கு 'தீண்டத்தகாத' சமூகங்களின் நிலைமை குறித்த விரிவான அறிக்கைகளை அனுப்பினார். லண்டனுக்குச் சென்ற அவர், இந்த மக்களுக்காகச் சில நிவாரண நடவடிக்கைகளை மேற்கொண்டாகவேண்டும் என வலியுறுத்தினார். இத்தகைய மிஷனரி முயற்சிகள் ஒருபக்கம் நடந்துகொண்டிருந் தாலும், தமிழகத்தின் பல்வேறு பகுதிகளில் பறையர்களைக் கட்டாயப்படுத்திய மிராசுதார்கள், ஒருபோதும் கிறிஸ்தவ மதத்துக்கு மாறுவதில்லை என்று எழுதி வாங்கினர். இவ்வாறு எழுதி வாங்கிக்கொள்வது, கிராமச் சமுதாயத்தின் ஒடுக்கப்பட்ட சமூகங்கள் மீது தங்களது பொருளாதார ஆதிக்கத்தைத் தக்கவைத்துக்கொள்ள உதவும் என்று மிராசுதார்கள் கருதினார்கள்.[83]

1890ஆம் ஆண்டுகளின் தொடக்கத்தில் 'தீண்டத்தகாத' சமூகங்களைச் சேர்ந்தோர் பெரும் எண்ணிக்கையில் கிறிஸ்தவத்துக்கு மாறினர். செங்கல்பட்டு மாவட்டத்தில், இத்தகைய மதமாற்றத்தின் விளைவாக கிறிஸ்தவ மதத்தில் இணைந்த 'தீண்டத்தகாத' சமூகங்கள், உயர் சாதிகளைச் சேர்ந்த நிலவுடைமைக் குடும்பங்களின் வன்முறை களுக்கும் ஒடுக்குமுறைகளுக்கும் உள்ளாகின. [84] பல பகுதிகளில் மிஷனரிகளுக்குச் சொந்தமான நிலங்களில் குடியேறிய பறையர்கள் மிராசுதார்களின் அவமதிப்புகளுக்கு உள்ளாகினர். பறையர் சமூக விவசாயிகளின் வயல்களில் தண்ணீர் பாய்வதை மேல் சாதி மிராசுதார்கள் தடுத்தார்கள். இதர வேலைவாய்ப்புகள் பறையர் களுக்குக் கிடைப்பதையும் மேல் சாதி மிராசுதார்கள் தடுத்தார்கள். [85] இது தொடர்பாக வெஸ்லியன் மிஷனரியைச் சேர்ந்த அருள்திரு வில்லியம் கூடீ இவ்வாறு சொல்கிறார்:

> '...கிறிஸ்தவர்களாக மாறிய பறையர்களிடமிருந்து நிலவுடைமை யாளர்கள் நிலத்தைக் கைப்பற்றுவது, அவர்களுக்கு வேலை அளிக்க மறுப்பது என்பதெல்லாம் கிராமங்களில் சாதாரண நிகழ்வாக இருக்கிறது. அன்றாட உணவுக்கே தினமும் கூலிக்கு வேலை செய்தாகவேண்டும் என்ற நிலையில் இருந்த ஏழை மக்களுக்கு இது ஒரு கொடூரமான அனுபவமாகும். ஆனால் நிலவுடைமையாளர்களின் நிர்ப்பந்தங்கள் அத்தோடு நிற்க வில்லை. கிறிஸ்தவப் பறையர்களை அவர்களது வீடுகளிலிருந்து

வெளியேற்றவும், எசமானர்களின் விருப்பத்துக்கேற்ப தங்களது உடலையும் மனதையும் ஒப்படைக்கும்வகையில் அவர்களைப் பட்டினிபோடவும் எல்லாவிதமான வழிகளும் கடைப்பிடிக்கப் பட்டன. பறைச்சேரிகளில் கிறிஸ்தவக் குடும்பங்களுக்கும் கிறிஸ்தவர் அல்லாத குடும்பங்களுக்கும் இடையே பகையைக் கிளப்புவதற்கான எல்லா வாய்ப்புகளும் பயன்படுத்திக்கொள்ளப் படுகின்றன...'[86]

உயர் சாதி இந்துக்களின் இத்தகைய எதிர்ப்பு நடவடிக்கைகள் அருள்திரு ஜே.ஏ. ஷாரோக் போன்ற மிஷனரி தொண்டர்களை, விவசாயக் குடியிருப்புகளை ஏற்படுத்தும் திட்டங்களை வகுக்கச் செய்தது. குறிப்பாக புதிதாக மதம்மாறி வந்தவர்களின் நலன்களுக் காக அந்தக் குடியிருப்புகளை ஏற்படுத்தத் திட்டமிட்டனர். திருச்சிராப்பள்ளியின் சில பகுதிகளில் அரசாங்கத்தால் வழங்கப்பட்ட நில ஒதுக்கீட்டின் அடிப்படையில் விவசாயக் குடியிருப்புகள் ஏற்படுத்தப்பட்டன.[87] 1891ல், செங்கல்பட்டு வட்டாரத்தில் அந்திரேயபுரம் பகுதியில் ஒரு கிறிஸ்தவக் குடியிருப்புக்காக அடிக்கல் நாட்டினார் அருள்திரு ஆடம் ஆண்ட்ரூஸ்.[88]

1890ம் ஆண்டுகளின் தொடக்கத்தில், மிராசுதார்களின் ஆதிக்கத்துக்கு முடிவுகட்டாமல், 'தீண்டத்தகாத' சமூகங்களை கிறிஸ்தவத்துக்கு மாற்றும் முயற்சிகள் பெரிய அளவில் வெற்றிபெற முடியாது என்று மிஷனரிகள் உணர்ந்தன. தமிழ்நாட்டில் பறையர்கள் தாழ்ந்த நிலைக்குத் தள்ளப்பட்டதற்குக் காரணமான அம்சங்களில் கவனம் செலுத்துவதும் அவசியம் என அவர்கள் உணர்ந்தனர். பறையர்களின் நலன்களில் மிஷனரிகளுக்கு இருந்த அக்கறையின் காரணமாக, அந்த மக்களின் வீட்டுமனைக் கோரிக்கைகளையும், தங்களது பொருளாதாரத் தற்சார்புக்கான நடவடிக்கைகளை விரைவுபடுத்த வேண்டும் என்ற கோரிக்கைகளையும் மிஷனரிகள் ஆதரித்தனர்.

1891ல் நடந்த மதராஸ் மாநாட்டில், தமிழகத்தில் ஒதுக்கப்பட்ட சமூகங்களின் மேம்பாட்டுக்காகப் பல்வேறு மறுவாழ்வுத் திட்டங்கள் செயல்படுத்தப்படுவதின் அவசியங்கள் வலியுறுத்தப்பட்டன. மாநாட்டில் வில்லியம் கூடீ முன்வைத்த 'பறையர்களின் இயலாமைகள்' என்ற தலைப்பிலான அறிக்கை குறிப்பிடத்தக்க தாகும். பறையர்களின் மேம்பாட்டில் அரசு தயக்கம் காட்டும்நிலையில், மிஷனரிகள் தங்களது பிரச்சார இயக்கத்தை மேலும் தீவிரமாக மேற்கொள்ளவேண்டும் என்று கூறினார்.[89]

1892 செப்டம்பரில் மதராஸ் கவர்னர் லார்டு வென்லாக்-கை சந்தித்த மிஷனரி பிரதிநிதிகள் ஒரு மனுவை அளித்தனர். அதில், வில்லியம்

கூட எழுப்பிய பல்வேறு பிரச்னைகள் மீண்டும் எடுத்துக்கூறப் பட்டிருந்தன. பறையர்கள் நடைமுறையில் அடிமைகளாகவே வைக்கப்பட்டுள்ளனர், தரிசு நிலங்களைச் சொந்தமாக்கிக்கொள் வதற்குக்கூட முடியாதவர்களாகத் தடுக்கப்பட்டுள்ளனர் என்று கவர்னரிடம் மிஷனரி தூதர்கள் எடுத்துச் சொன்னார்கள். சட்டவிரோத பண்ணை அடிமை முறையைக் கையாள்வதில் அரசு கறாரான அணுகுமுறைகளை மேற்கொள்ளவேண்டும்; பறையர்கள் சொந்த நிலமுள்ள விவசாயிகளாகத் தங்களை நிலைநாட்டிக்கொள்வதற் கான வாய்ப்புகளை அரசு உருவாக்கித்தரவேண்டும் என்ற ஆலோசனைகளையும் முன்வைத்தனர். பறையர்களின் வீட்டு மனைகள் அரசாங்கத்தால் பாதுகாக்கப்படவேண்டும், 'தீண்டத்த காத' சமூகங்களைச் சேர்ந்த குழந்தைகள் கல்வி வாய்ப்புப் பெறுவதைத் தடுக்கும் மிராசுதார்கள் மீது கடும் நடவடிக்கைகளை மேற்கொள்ளவேண்டும் என்றும் அவர்கள் கூறினர்.[90]

'தி மெட்ராஸ் மெயில்', 'தி இந்து' போன்ற அன்றைய முன்னணிப் பத்திரிகைகள், பறையர் மேம்பாட்டுக்கான கிறிஸ்தவ மிஷனரி முயற்சிகளுக்கு முழு ஆதரவு அளித்தன. அருள்திரு ஆடம் ஆண்ட்ரூஸ் போன்ற திருப்பணியாளர்களின் முயற்சிகள், லண்டன் டைம்ஸ் உள்ளிட்ட பிரிட்டிஷ் பத்திரிகைகளின் கவனத்தையும் ஈர்த்தன. செங்கல்பட்டு மாவட்டத்தின் பொன்னேரி வட்டத்தில் பஞ்சத்தின் காரணமாக ஏற்பட்டிருந்த பேரழிவு பற்றிய செய்திகள் பறையர் மேம்பாட்டுக்கான பிரசார இயக்கங்கள் குறித்து பிரிட்டிஷ் மக்களிடையே விரிவான தகவல்களைக் கொண்டு சென்றன.

தமிழகத்தின் பறையர்களது கடும் வறுமைக்கு என்ன காரணம் என்பதை அறிவதில் பிரிட்டனின் உயர் அதிகாரிகளும் பிரிட்டிஷ் பத்திரிகைகளும் அக்கறை காட்டின. அநேகமாக இத்தகைய ஒரு பின்னணியில்தான் பறையர்களின் நிலை குறித்த அதிகாரபூர்வ கருத்து உருவானது எனலாம்.[91]

செங்கல்பட்டு ஆட்சியராக இருந்த ஜே.எச்.ஏ. டிரெமெனீர், 'செங்கல் பட்டு மாவட்டப் பறையர்கள் பற்றிய குறிப்பு' என்ற தனது அறிக்கையில், பறையர்களுக்குச் சொந்தமாக நிலம் இல்லை என்கிற பிரச்னை ஆழமாக ஆய்வுசெய்யப்படவேண்டும் என்று வலியுறுத்தினார். பறையர்கள் தரிசு நிலங்களைப் பெறும் முயற்சிகளுக்கு மிராசு முறை முட்டுக்கட்டை போடுகிறது என்று குறிப்பிட்டிருந்தார். எனினும் அவர் முன்வைத்த பல கருத்துகளை வருவாய் வாரியம் ஏற்றுக் கொள்ளவில்லை. கிராமப்பகுதிகளில் 'தீண்டத்தகாத' சமூகங்களின் நிலைமை குறித்து அவர் மிகைப்படுத்தப்பட்ட, பாரபட்சமான தகவல்களைக் கூறுவதாக வருவாய் வாரியத்தினர் விமர்சித்தனர்.

செங்கல்பட்டு போன்ற மாவட்டங்களில் நிலவிய நிலைமைகளை, ஐரோப்பிய நகரங்களின் நிலைமைகளோடு ஒப்பிடமுடியாது என்று மதராஸ் மாகாண அரசாங்கம் கூறியது. ஐரோப்பிய நகரங்களில் ஏழைகளுக்கு வேலைவாய்ப்பே கிடைப்பதில்லை என அரசாங்கம் சுட்டிக்காட்டியது. 'தீண்டத்தகாத' சமூகங்களின் நிலைமை கொத்தடிமை முறைக்குச் சமமானது என்று மிஷனரிகள் முன்வைத்த கருத்தையும் அரசாங்கம் ஏற்கவில்லை.[92]

இருந்தபோதிலும் மதராஸ் மாகாணத்தின் 'தீண்டத்தகாத' சமூகங்களது மேம்பாட்டுக்காக எனச் சில கொள்கை நடவடிக்கைகளை மேற் கொள்ளத் தயாராக இருப்பதாக மதராஸ் மாகாண அரசாங்கம் கூறியது. 1892ல், பறையர்கள் தங்களுக்கான வீட்டுமனைகளை ஏற்படுத்திக் கொள்வதற்காக நிலங்கள் ஒதுக்கப்படும் என்று அரசாங்கம் அறிவித்தது. பறையர்களின் வீட்டுமனை இடங்கள் தங்களுக்குத்தான் உரியவை என மிராசுதார்கள் சொந்தம் கொண்டாடுவது சட்ட விரோதமானது என்றும் அரசாங்கம் அறிவித்தது.

வீட்டுமனைகளிலிருந்து பறையர்கள் வெளியேற்றப்படுவதைத் தடுக்க அனைத்துவிதமான நிர்வாக அதிகாரங்களும் பயன்படுத்தப்படும் என்றும் அரசாங்கம் கூறியது. எனினும், அரசாங்கத்துக்கும் மிஷனரி களுக்குமிடையே பறையர்களின் நிலவுடைமை தொடர்பாக அடிப்படையான கருத்து வேறுபாடு நீடிக்கவே செய்தது. நிலவுடைமை தொடர்பாக மிஷனரிகள் முன்வைக்கும் யோசனைகளைச் செயல் படுத்தினால் நிதிச் சிக்கல்கள் ஏற்படக்கூடும் என்று அரசாங்கம் அறிவித்தது.

கல்வியைப் பரப்புவதன் மூலமாக பறையர்கள் பெரும் அளவுக்குப் பயன்பெறுவார்கள் என்ற கருத்தை அரசாங்கம் ஆதரித்தது.[93] 1893 பிப்ரவரியில் 'தீண்டத்தகாத' சமூகங்களுக்கு கல்வி வாய்ப்புகளை அளிப்பது தொடர்பாக ஒரு அரசாணை பிறப்பிக்கப்பட்டது. பறையர் மேம்பாடு தொடர்பான இத்தகையே முடிவுகளை மிஷனரிகள் பரவலாக வரவேற்றன. 'தீண்டத்தகாத' மக்களின் சமூக - பொருளாதார மேம்பாட்டுக்கான ஒரு 'மாக்னா கார்ட்டா' நடவடிக்கை என அரசாங்கத்தின் முடிவை மிஷனரிகள் வரவேற்றன.[94]

சாராம்சம்

மொத்தத்தில் பறையர்களுக்கு ஆதரவாக கிறிஸ்தவ மிஷனரிகள் மேற்கொண்ட பிரசாரம் மதராஸ் மாகாணத்தின் படித்த உயர் சாதி இந்துக்களிடையே ஒரு பரவலான அக்கறையைக் கிளறிவிட்டது. சொல்லப்போனால், உயர் சாதி இந்துக்களில் ஒரு பகுதியினர் சாதி

அடிப்படையிலான பாகுபாட்டை ஒழித்துக்கட்டுவதற்கான சமூக சீர்திருத்தங்கள் தேவை என்ற கருத்தை வலியுறுத்தத் தொடங்கினர். மதராஸ் மாகாணத்தில், மிஷனரிகள் முன்வைத்த வாதங்களை 'தி இந்து' நாளேடு ஆதரித்தது. மதராஸ் மாகாணத்தில் 'தீண்டத்தகாத' சமூகங்கள் இழிந்தநிலையில் இருப்பது ஏன் என்பதற்கான காரணங்கள் ஆராயப்படவேண்டும் என்று 'தி இந்து' கோரியது. இது தொடர்பாக அந்த நாளேடு வெளியிட்ட கருத்து வருமாறு:

'தாழ்ந்த சாதிகளின் நிலைமையை மேம்படுத்த கிறிஸ்தவ மிஷனரிகள் மேற்கொண்டுள்ள பரிவுமிக்க முயற்சிகள் இந்திய பொதுமக்களின் அன்பான அங்கீகாரத்துக்கு உரியவையாகும். இந்த சாதிகளின் நிலைமை உண்மையிலேயே அவலம் நிறைந்ததாக இருக்கிறது. இந்துக்கள் அவர்களைச் சமுதாயத்தின் ஒரு பகுதியாகக் கருதுவதில்லை. உயர் சாதி இந்துக்கள் பறையர்களையும் இதர தாழ்ந்த சாதி மக்களையும் எவ்வாறு நடத்து கிறார்கள் என்பதைவிட அவமானகரமான, சகித்துக்கொள்ள முடியாத செயல்கள் வேறு எதுவும் இருக்க முடியாது.

அந்த மக்களை கிறிஸ்தவ மிஷனரிகள் முற்றிலும் மாறுபட்ட முறையில் நடத்துகின்றன. சாதிப்பாகுபாடுகள் மீதான வெறுப் புடனும், தாழ்த்தப்பட்ட, ஒதுக்கப்பட்ட பிரிவுகள் மீதான பரிவுடனும் மிஷனரிகள் தாழ்ந்த சாதி மக்களைத் தங்களது சிறப்புக் கவனிப்புக்கு உரியவர்களாக எடுத்துக்கொண்டுள்ளன. உயர்ந்த சமூக நிலைக்கு அவர்களை உயர்த்துவதில் ஏற்கெனவே குறிப் பிடத்தக்க அளவில் பணியாற்றியுள்ளன.' [95]

மதராஸ் மகாஜன சபா போன்ற அரசியல் அமைப்புகளும் இது குறித்து விவாதித்தன. அந்த அமைப்புகளைச் சேர்ந்த சிலர், சமூக சீர்திருத்தங்களுக்கு அவசியமில்லை என்று கூறினர். வேறு சிலர் இதில் உயர் சாதிகள் ஒரு சிறப்பான பங்காற்ற முடியும் என்று கூறினர். இறுதியாக வாக்கெடுப்பு அடிப்படையில் கருத்து வேறுபாடுகளுக்கு தீர்வுகாணப்பட்டது. குறைந்த வாக்கு வித்தியாசத்தில், சமூக சீர்திருத்தங்களுக்கு சாதகமாகத் தீர்மானம் நிறைவேற்றப்பட்டது.[96]

குறிப்பிடத்தக்கவகையில், பறையர் மேம்பாடு தொடர்பான மிஷனரி முயற்சிகள், 'தீண்டத்தகாத' சமூகங்களைச் சேர்ந்த கல்வி அறிவு பெற்றவர்களிடையே புதிய அடையாள உணர்வை ஏற்படுத்தின. 1893ல் சமூகரீதியாக ஒடுக்கப்பட்ட சமூகங்களின் குரலாக 'பறையன்' என்ற பெயரிலேயே ஒரு தமிழ் மாதாந்திர பத்திரிகை தொடங்கப்பட்டது. மதராஸ் மாகாணத்தில் 'தீண்டத்தகாத' சமூகங்கள் அனுபவித்த கொடுமைகளை அந்தப் பத்திரிகை வெளிப்படுத்தியது. பறையர்

மேம்பாட்டில் மிஷனரி மேற்கொண்ட நிலைபாட்டை ஆதரித்த அந்த ஏடு, தென்னிந்தியாவில் பிராமணிய ஆதிக்கத்தின் அடித்தளங்கள் வலுப்படுவதற்கு இந்திய தேசிய காங்கிரஸ் முயல்வதாகக் கடும் விமர்சனத்தையும் முன்வைத்தது.[97] '

கல்வி அறிவுபெற்ற தீண்டத்தகாத' சமூகங்கத்தினர் இவ்வாறு காங்கிரஸ் கட்சியின் செயல்முறைகள் குறித்த விமர்சனங்களை முன்வைத்தது, சமூக அக்கறையுள்ள இந்துக்களிடையே புதிய விவாதத்தைக் கிளப்பிவிட்டது. 'தீண்டத்தகாத' சமூகங்களின் மேம்பாடு என்பதை மிஷனரிகளிடமே விட்டுவிட வேண்டுமா என்ற கேள்வியை அவர்கள் எழுப்பினர். பறையர்கள் கிறிஸ்தவ மதத்துக்கோ இஸ்லாம் மதத்துக்கோ மாறுவதன் மூலமாகவே அவர்கள் முன்னேற முடியும் என்ற கருத்தை, அரசாங்கத்தில் உயர் பதவியில் இருந்த ஸ்ரீனிவாச ராகவ அய்யங்கார் முன்வைத்தார்.[98] ஆயினும் கிறிஸ்தவ மிஷனரிகளையே முழுக்க முழுக்கச் சார்ந்திராமல், 'தீண்டத்தகாத' சமூகங்களுக்கு எதிரான அநீதிகள் அகற்றப்படவும், அவர்கள் பொருளாதார ரீதியாகச் சுரண்டப்படுவதற்கு முற்றுப்புள்ளி வைக்கவும் ஏதுவாக இந்துக்களுக்கென்றே தனி சமூக அமைப்புகளை ஏற்படுத்த வேண்டும் என்ற கருத்தை உயர் சாதி இந்துக்களில் இன்னொரு பகுதியினர் முன்வைத்தனர்.

3

புதிய புல்வெளிகளைத் தேடி: 19, 20-ஆம் நூற்றாண்டுகளில் தமிழ் பறையர்களின் வெளிநாட்டு முயற்சிகளும் உள்நாட்டு இடப்பெயர்ச்சிகளும்

பறையர்கள் சமூகத்தில் இருந்து வெளிநாடுகளுக்குச் சென்றிருக் கிறார்கள். உள்நாட்டிலும் வேறு பகுதிகளுக்கு இடம் பெயர்ந்திருக் கிறார்கள். இந்தச் செயல்பாடுகள் தமிழ்நாட்டில் பத்தொன்பதாம் நூற்றாண்டின் பிற்பகுதியில் 'தீண்டத்தகாத' மக்களின் சமூக – பொருளாதார நிலைமைகளை மேம்படுத்துவதில் என்ன தாக்கத்தை ஏற்படுத்தியது என்பது குறித்த ஆய்வு முயற்சிகள் அண்மைக்காலமாக மேற்கொள்ளப்பட்டுள்ளன. இந்தக் காலகட்டத்தில் பறையர் சமூகத்தில் ஏற்பட்ட விழிப்புணர்வுக்கும் வெளிநாடுகளுக்கு அவர் சென்றதற்கும் இடையே நேரடித் தொடர்பு இருக்கிறது. தமிழ் மக்கள் மற்ற நாடுகளுக்கு இடம்பெயர்ந்த கதைக்கு, 1940ஆம் ஆண்டுகளில் தமிழகத்தில் ஏற்பட்ட சில குறிப்பிட்ட நிகழ்ச்சிப்போக்குகள் உண்டு.

தமிழகத்தின் சில பகுதிகளில் மிராசுதார் முறை பலவீனமடைந்தது. இதுவே தமிழ் மக்கள் மற்ற நாடுகளுக்குச் சென்று குடியேறுவதற்கு வாய்ப்பாக அமைந்தது என்ற ஒரு வாதம் உண்டு. இத்தகைய நிகழ்ச்சிப் போக்குகள் தமிழகத்தின் 'தீண்டத்தகாத' சமூகங்களைச் சேர்ந்தவர்கள் தென்னிந்தியாவின் சுரங்கப் பகுதிகளுக்கும் தொழில்வளர்ச்சி பெற்ற பகுதிகளுக்கும் சென்று குடியேறுவதற்கு ஊக்கமளித்தன.

தமிழ் மக்கள் வெளிநாடுகளுக்கு சென்று குடியேறிய விஷயத்தில் கூலித் தொழிலாளர்களை நியமித்துக் கட்டுப்படுத்துகிற கங்காணி நடைமுறைக்கு முக்கிய பங்கு உண்டு. வேலைக்குச் சென்ற இடங்களில் கடுமையான உழைப்புச் சுரண்டலுக்கு உள்ளான போதிலும், அதை 'தீண்டத்தகாத' சமூகங்களைச் சேர்ந்த மக்கள் விரும்பவே செய்தனர். அதற்குக் காரணம் தென்னிந்தியாவில்

விவசாயத் தொழிலாளர்களாக வேலைபார்த்து கிடைத்த ஊதியத்தை விட அதிகமான ஊதியம் புதிய இடங்களில் கிடைத்ததுதான்.

இந்தக் காலகட்டத்தில் தமிழகத்தின் சில மாவட்டங்களில், தமிழர்களின் வெளிநாட்டு இடப்பெயர்ச்சியையொட்டிச் சில முக்கிய மாற்றங்கள் நிகழ்ந்தன. உயர் சாதி இந்துக்களின் எதிர்ப்பை மீறி, வெளிநாடுகளிலிருந்து திரும்பி வந்தவர்கள் தங்களது சேமிப்புப் பணத்தைக்கொண்டு நிலங்களை வாங்கினர். வெளிநாடுகளில் வேலைக்குச் சென்றது அவர்களிடையே சுதந்தர உணர்வையும் தற்சார்பு உணர்வையும் உருவாக்கியது. இதை இக்கட்டுரையில் விரிவாகக் காணலாம்.

தமிழகத்தின் ‘தீண்டத்தகாத’ சமூகங்கள் இவ்வாறு வெளிநாடு களுக்குச் சென்ற விவரங்கள் மட்டுமல்லாமல், தென்னிந்தியாவின் இதர தொழில் வளர்ச்சி பெற்ற பகுதிகளுக்கு அவர்கள் சென்றது குறித்தும் இக்கட்டுரையில் விவாதிக்கப்படுகிறது. மதராஸ் ராணுவத்தின் உயர்நிலை அதிகாரிகள் பறையர் சமூகத்தைச் சேர்ந்தவர்களை நியமித்தது குறித்தும் இக்கட்டுரையில் காணலாம். அதே நேரத்தில், மைசூரின் கோலார் தங்கவயல் (கேயுஎப்) போன்ற சுரங்க நிறுவனங்களில் பறையர்கள் பயிற்சி பெறாத தொழிலாளர் களாக வேலைக்குச் சேர்ந்தது குறித்த விவரங்களும் ஆய்வுக்கு உட்படுத்தப்படுகின்றன. மைசூர், சென்னை ஆகிய பகுதிகளில் இருந்த தொழில்வளர்ச்சிபெற்ற வட்டாரங்களில் பறையர்கள் பயிற்சிபெறாத தொழிலாளர்களாக வேலைக்கு எடுத்துக்கொள்ளப் பட்டார்கள். அது குறித்த விவரங்களையும் காணலாம்.

இவ்வாறு வெளிநாடுகளுக்கும், உள்நாட்டிலேயே மற்ற இடங் களுக்கும் இடம்பெயர்ந்து சென்றதன் காரணமாக பறையர்கள் தங்களது சமூகப் பொருளாதார நிலையை மேம்படுத்திக்கொள்ள முடிந்தது. சொல்லப்போனால், மதராஸ் ராணுவத்தில் நியமிக்கப் பட்டது அவர்களுக்கு ஒருவகையான அறநெறி மாண்புகள், கட்டுப் பாடுகள் சார்ந்த சில தன்மைகளை ஏற்படுத்தின. இறுதியாக, பறையர் சமூகத்தில் ஏற்பட்ட திட்டவட்டமான விழிப்புணர்வுக்கும், காலனி ஆதிக்கத்தின் கீழ் இருந்த தென்னிந்தியாவில் ஏற்பட்ட பொருளாதார வளர்ச்சிக்கும் இடையேயான தொடர்பு குறித்தும் இக்கட்டுரையில் அலசப்படுகிறது.

குடியேற்றத்தின் சமூகப் பின்னணி

பத்தொன்பதாம் நூற்றாண்டின் இறுதிக் கட்டத்தில், பெருமளவுக் கான தொழிலாளர் சந்தை உருவாகியிருந்தது. அதற்கும்,

முதலாளித்துவ வளர்ச்சிக்கும் இடையிலான தொடர்புகள் குறித்து சி.ஜே. பேக்கர் விவரித்திருக்கிறார். மிராசு முறையின் வாய்ப்புகள் சரிவடைந்து, வெளிநாடுகளில் தொழிலாளர்களுக்கான தேவை அதிகரித்தது. இது அடிமைத்தனக் கயிறுகளை அறுத்துக்கொண்டு தப்பிப்பதற்கான வாய்ப்புகளை 'தீண்டத்தகாத' தொழிலாளர்களுக்கு வழங்கியது.[1]

1841ஆம் ஆண்டில் தாக்கல் செய்யப்பட்ட அடிமைமுறை தொடர்பான சட்ட ஆணையத்தின் அறிக்கை, 1843ஆம் ஆண்டின் 5வது சட்டம் ஆகிய சட்டப்பூர்வ நடவடிக்கைகள் இந்தியாவின் பல்வேறு பகுதிகளிலிருந்து தொழிலாளர்கள் தாராளமாக வெளிநாடுகளுக்குச் சென்று குடியேறுவதற்கு வழிவகுத்தன. தென்னிந்தியாவில் விவசாய அடிமைகளாக இருந்தவர்களிலிருந்து ஏராளமானவர்களை இலங்கை, மலேசியா, மொரீஷியஸ், தென்னாப்பிரிக்கா போன்ற நாடுகளில் இருந்த தோட்டங்களுக்குத் தொழிலாளர்களாகக் கொண்டு செல்ல இந்தச் சட்டங்கள் உதவியாக அமைந்தன என்று கூறப்படுகிறது. 1857ஆம் ஆண்டு வாக்கில் கேப்டன் கிறிஸ்டோபர் பிடோன் என்ற ஒரு பிரிட்டிஷ் அதிகாரி பின்வருமாறு கூறுகிறார்:

> '...நிலமற்ற, தங்களது பிழைப்புக்காகப் போராடிக்கொண்டிருந்த, மக்கள் தொகை மிகுந்த தமிழ் மாவட்டங்களிலிருந்துதான் பெருமளவுக்கான தொழிலாளர்கள் வந்தார்கள். அவர்களில் தீண்டத்தகாத மக்கள் குறிப்பிடத்தக்கவர்கள். ஏனெனில் மேல் சாதியினரின் பிடியில் அவர்கள் கிட்டத்தட்ட அடிமைகளைப்போலவே இருந்தார்கள். தமிழ்நாட்டின் மொத்த மக்கள் தொகையில் ஐந்தில் ஒரு பகுதியினர் தீண்டத்தகாத சமூகங்களைச் சேர்ந்தவர்கள். சில மாவட்டங்களில் அவர்களது எண்ணிக்கை மேலும் அதிகமாக இருக்கும். தொழிலாளர்களில் பெரும்பாலோர் தஞ்சாவூர், திருச்சிராப்பள்ளி, தென்னாற்காடு ஆகிய பகுதிகளிலிருந்து வந்தவர்களாவர்.'[2]

பத்தொன்பதாம் நூற்றாண்டின் நடுக்கட்டத்தில் பல்வேறு பிரிட்டிஷ் அதிகாரிகள், 'தீண்டத்தகாத' விவசாயத் தொழிலாளர்கள் பல்வேறு பகுதிகளுக்கும், பல்வேறு வேலைகளுக்கும் சென்றதுபற்றி விரிவாகப் பதிவு செய்திருக்கிறார்கள். செங்கல்பட்டு மாவட்டத்தின் பறையர் சமூக விவசாயத் தொழிலாளர்கள் மிராசுதார்களின் ஆதிக்கத்திலிருந்தும், இதர நிலவுடைமைச் சமூகங்களின் பிடியிலிருந்தும் விடுபட விரும்பியவர்களாக மற்ற இடங்களுக்குச் சென்று குடியேறுவதை ஆதரித்தார்கள். 1845ல் 'தீண்டத்தகாத' விவசாயத் தொழிலாளர்கள் புதிய வேலைவாய்ப்புகளைத் தேடி

புதிய வட்டாரங்களுக்குச் செல்வது என்பது ஒவ்வொரு ஆண்டும் சீராக அதிகரித்து வந்தது என்று பிரிட்டிஷ் அதிகாரி ஒருவர் பதிவு செய்திருக்கிறார்.[3]

பத்தொன்பதாம் நூற்றாண்டின் பிற்பகுதியில், தமிழ் மாவட்டங்களில் சமூக அமைப்புகளில் நிகழ்ந்த மாற்றங்களின் கண்ணோட்டத்தில் பலர் இவ்வாறு வேறுபகுதிகளுக்கு குடியேறியதை விளக்க பிரிட்டிஷ் அதிகாரிகள் முயன்றனர். இத்தகைய விளக்கங்கள் மிக எளிமையானதாக இருக்கக்கூடும். சொல்லப்போனால் அன்றைய நிலவரம் அப்படியொன்றும் சீரானதாக இல்லை. தஞ்சாவூர் போன்ற சில மாவட்டங்களில் மட்டுமே ஒரு சதுர மைல் பரப்புக்கு, மக்கள் தொகை விகிதாச்சாரம் என்பது 600க்கு மேல் போனது. ஆனால் தென்னாற்காடு, செங்கல்பட்டு போன்ற மாவட்டங்களில் மக்கள் தொகை ஒரு சதுர கிலோ மீட்டருக்கு 400 என்ற அளவில்தான் இருந்தது.[4]

'தீண்டத்தகாத' தொழிலாளர் சமூகங்கள் வெளிநாடுகளுக்குச் சென்று குடியேறியதில் மிராசுதார் கட்டுப்பாடுகள் தளர்ந்ததற்கு முக்கிய பங்கிருக்கிறது என்று வரலாற்று ஆய்வாளர்கள் கிட்டத்தட்ட ஒரே குரலில் கூறுகிறார்கள்.[5] மிராசுதாரர்களுக்கும் 'தீண்டத்தகாத' விவசாயத் தொழிலாளர்களுக்கும் இடையேயான உறவு இடத்துக்கு இடம் மாறுபட்டது. பயிர் வளர்ப்புத் தொழிலில் இருதரப்பாருக்கும் இருந்த பங்களிப்பையொட்டி அந்த மாறுபாடுகள் இருந்தன என்று கூறுகிறார் சி.ஜே. பேக்கர். மதராஸ் மாகாணத்தின் தமிழ் மாவட்டங்களில் பல ஆண்டு காலமாக வாரம், பண்ணை ஆகிய நடைமுறைகள் இருந்துவந்தன என்று குறிப்பிடுகிறார். வாரம் என்பது, விவசாய விளைச்சலில் குறிப்பிட்ட பங்கு என்ற வடிவத்தில் செயல்பட்டது.

பண்ணை முறை என்பது தொழிலாளர்களைக் கட்டுப்படுத்துகிற ஒரு அமைப்பாகும். அதில் பண்ணையாளாகிய தொழிலாளிக்குத் தினமும் அல்லது ஆண்டுக்கு ஒருமுறை தானியமாக ஊதியம் வழங்கப்பட்டது. இந்த இரண்டு நடைமுறைகளையும் வேறுபடுத்திப் பார்ப்பது கடினம். பண்ணையாள், வாரம்தார் (குத்தகை விவசாயி) ஆகிய இருவரது வருமானமும் கிட்டத்தட்ட ஒரே அளவில்தான் இருந்தது. பண்ணை முறை என்பது கிட்டத்தட்ட ஒரு ஒப்பந்தத் தொழிலாளர் முறையாகும். நிலவுடைமையாளர்களின் வயல்களில் பண்ணையாட்கள் குறைந்த ஆனால் உத்தரவாதமான கூலிகளுக்கு வேலை செய்தனர். மிராசுதார் களின் பிடியில் அடிமைபோன்ற நிலையில் இருந்ததால், பொருளாதார வளர்ச்சியின் பலன்கள் பண்ணையாட்களுக்கு கிடைக்கவில்லை.[6]

பத்தொன்பதாம் நூற்றாண்டின் தொடக்ககட்டத்தில், 'தீண்டத்தகாத' தொழிலாளர் சமூகங்கள் மிராசுதார்கள் விரித்த கடன் வலைகளில் சிக்கியிருந்தனர். அத்தகைய நிலையில் 'தீண்டத்தகாத' விவசாயத்

தொழிலாளர்கள் நிலவுடைமையாளர்களின் பிடியிலிருந்து தப்பிப்பது அவ்வளவு எளிதானதாக இல்லை.

அதே நேரத்தில் பத்தொன்பதாம் நூற்றாண்டின் பிற்பகுதியில் மிராசுதார்களுக்கும் விவசாயத் தொழிலாளர்களுக்கும் இடையே யான உறவில் சில மாற்றங்கள் நிகழ்ந்தன. மிராசுதார்களின் ஆதிக்கம் சற்று தளர்ந்தது. இதற்கு, அரசாங்கத்தின் கண்காணிப்பு ஒரு காரணம். இன்னொரு காரணம் ஆற்றுப் பள்ளத்தாக்குப் பகுதிகளிலும் வெளிநாடுகளிலும் தொழிலாளர்களுக்கு ஏற்பட்ட கிராக்கி. மிராசுதார் களால் 'தீண்டத்தகாத' விவசாயத் தொழிலாளர்களைத் தங்களுடைய நிலங்களிலேயே கட்டிப்போட்டு வைத்திருக்க முடியவில்லை.

நிலமற்ற 'தீண்டத்தகாத' தொழிலாளர் சமூகங்களைச் சேர்ந்தவர்கள் பெருமளவில் மதராஸ் மாகாணத்தின் நகர்ப்புறங்களுக்கும் வெளிநாடு களிலிருந்த தோட்டங்களுக்கும் இடம்பெயர்ந்து சென்றனர். உள்நாட்டில் நிகழ்ந்த புலம் பெயர்தலோடு ஒப்பிடும்போது வெளி நாடுகளுக்கு அவர்கள் குடியேறிச் சென்றது மிகுந்த முக்கியத்துவம் வாய்ந்ததாக அமைந்தது. வெளிநாட்டுத் தோட்டங்களில் கிடைத்த கூலி தங்களது சொந்த கிராமங்களில் கிடைத்ததைவிட அதிகமாக இருந்ததால், 'தீண்டத்தகாத' சமூகங்களைச் சேர்ந்த தொழிலாளர்கள் புலம் பெயர்ந்து செல்ல விரும்பினர்.

நாடு திரும்பும்போது கையில் கணிசமான அளவு பணத்தோடு வரமுடியும் என்ற நம்பிக்கை இருந்தது அது இவ்வாறு வெளிநாடு களுக்கு செல்லும் மனப்போக்கை ஊக்குவிப்பதாக அமைந்தது. இவ்வாறு இடம்பெயர்ந்து செல்வது என்பது கிராமப்புற மக்களின் வறுமைப் பிரச்னையையும், கடன் பிரச்னையையும் சமாளிக்க உதவும் என்ற கருத்தை பிரிட்டிஷ் அதிகாரிகள் சிலர் முன்வைத்தனர்.[7]

பத்தொன்பதாம் நூற்றாண்டின் தொடக்கத்தில் சிலோனுக்குக் குடிபெயர்ந்த மக்கள்

பத்தொன்பதாம் நூற்றாண்டின் நடுக்கட்டத்திலிருந்து இருபதாம் நூற்றாண்டின் முதல் முப்பதாண்டு காலம் வரையில் ஏராளமான தமிழ் மக்கள் தென்னிந்தியாவிலிருந்து சிலோன் நாட்டுக்கு (இலங்கைக்கு) குடிபெயர்ந்து சென்றனர். அங்கிருந்த காபி, தேயிலை, ரப்பர் தோட்டங்களில் தொழிலாளர்களாகப் பணியாற்றச் சென்றனர். அவர்களில் பெரும்பாலோர் பிராமணர் அல்லாத சமூகங்களையும் தமிழகத்தின் 'ஆதிதிராவிட' சமூகங்களையும் சேர்ந்தவர்களாவர். அவர்கள் தங்களோடு தங்களது பாரம்பரியப் பழக்கவழக்கங்களையும் கொண்டு சென்றனர்.[8]

1830ஆம் ஆண்டுகளில் இலங்கையில் காபித் தோட்டத் தொழில் விரிவுபடுத்தப்பட்டது. இது தமிழ் மக்கள் அங்கே பெருமளவில் குடிபெயர்ந்து செல்ல ஊக்கமளித்தது. 1837ல் தென்னிந்தியாவைச் சேர்ந்த பத்தாயிரத்துக்கும் மேற்பட்ட தொழிலாளர்கள் சுமார் 5,000 ஏக்கர் பரப்பில் விரிந்திருந்த காபித் தோட்டங்களில் வேலை செய்தனர்; அவர்களில் பெரும்பாலோர் தமிழர்கள்.[9] 1939 முதல் காபித் தோட்டங்களில் பணிபுரிய தமிழர்கள்தான் மிக அதிக அளவில் சென்றனர்.

அவர்களில் பெரும்பாலோர் மதுரை, திருச்சிராப்பள்ளி, தஞ்சாவூர், சேலம், கோயம்புத்தூர், திருநெல்வேலி, ராமநாதபுரம் ஆகிய மாவட்டங்களிலிருந்து சென்றவர்கள் ஆவர்.[10] பிரிட்டிஷ் தோட்ட முதலாளிகளும் இவ்வாறு தமிழர்கள் இடம்பெயர்ந்து வந்ததை முழுமையாக ஆதரித்தனர். ஏனெனில், உள்நாட்டு சிங்களத் தொழிலாளர்கள் கடுமையான தோட்டத் தொழிலுக்கு ஏற்றவர்கள் அல்ல என்று அவர்கள் கருதினர்.[11] கண்டித் தொழிலாளர்களைத் தோட்ட முதலாளிகள் நடத்தியவிதம் அவர்களுக்குத் தோட்ட வேலை மீதே ஒரு வெறுப்பை ஏற்படுத்திவிட்டது என்கிறார் ஆய்வாளர் எம்.டபிள்யு. ராபர்ட்ஸ்.[12]

1840ஆம் ஆண்டுகளின் தொடக்கத்தில், தமிழர்கள் குடியேற்றத்தின் முக்கியத்துவத்தை இலங்கை அரசாங்க அதிகாரிகள் உணர்ந்தனர். தமிழர்கள் குடியேறுவது பொருளாதாரத்துக்கும் தோட்ட முதலாளி களுக்கும் ஆதாயமாக அமையும் என்று ஒருபகுதி இலங்கை அதிகாரிகள் கருதினர்.[13] எனினும் தென்னிந்தியாவிலிருந்து தொழிலாளர்கள் இடம்பெயர்ந்து வருவதை ஊக்குவிக்கவேண்டும் என்ற இலங்கை அரசின் திட்டத்தை இந்திய அரசு எதிர்த்தது. இந்தியத் தொழிலாளர்கள் இலங்கைக்குச் செல்வதைத் தடுக்க 1839ஆம் ஆண்டில் இந்திய அரசாங்கத்தால் சட்டம் – 14 செயல் படுத்தப்பட்டது. இந்தச் சட்டம் எதிர்காலத்தில் காபித் தோட்டங் களுக்கு தொழிலாளர்கள் வருவதை நிறுத்திவிடும் என்று அஞ்சிய இலங்கை அரசு அதை ரத்து செய்யும்படி இந்திய அரசிடம் பேச்சு வார்த்தை மேற்கொண்டது.

இலங்கையில் இருக்கும் இந்தியர்கள் வேறு நாடுகளுக்கு ஒப்பந்த முறையில் செல்லக்கூடாது எனத் தடைவிதிக்கும் ஆணையை 1847ல் பிறப்பித்தது. பின்னர் இந்திய அரசு 1847ல் ஒரு சட்டம் நிறைவேற்றி, இலங்கைக்கு இந்தியத் தொழிலாளர்கள் செல்வதற்கான தடையை நீக்கியது. 'புவியியல் அடிப்படையையும் சமூக அடிப்படையையும் பார்க்கையில், இலங்கைத் தீவானது கிழக்கிந்திய நிறுவனத்துக்கு

உட்பட்ட தன் நாடுகளோடு இணைந்ததே ஆகும்,' என்று இந்திய அரசு அப்போது அறிவித்தது.[14]

1840களில் இலங்கைக்கு அதிகத் தொழிலாளர்களை வழங்கக்கூடிய ஒரு முக்கியமான தளமாக தென்னிந்தியா உருவானது. அதற்குப் பல்வேறு காரணங்கள் இருந்தன. தென்னிந்தியா இலங்கைக்கு அருகில் இருந்தது; மக்கள் தொகை அதிகமாக இருந்தது போன்ற காரணங்கள் ஒருபக்கம் இருக்க, அக்காலகட்டத்தில் ஏற்பட்ட பஞ்சமும் அதனால் கிராமங்களில் ஏற்பட்ட மிதமிஞ்சிய வறுமையும் மக்களைப் பெருமளவில் வெளியேற்றின. அத்தகைய சூழலில் வருகிறவர்களை எடுத்துக்கொள்கிற வேலையை மட்டுமே தோட்ட முதலாளிகள் செய்தால் போதுமானதாக இருந்தது.

புலம்பெயர்ந்து வருபவர்களைக் கவருவதற்காக அவர்கள் தென்னிந்தியாவில் கொடுக்கப்பட்டதைவிட அதிகக் கூலி வழங்கினர். தொடக்கத்தில் ஒரு நாளைக்கு 4 டைம் கூலி கொடுத்த தோட்ட முதலாளிகள், பின்னர் அதை 6 டைம் முதல் 9 டைம் வரை கொடுத்தனர். 1940களின் நடுக்கட்டத்தில் தோட்டத் தொழிலாளர்கள் ஒரு மாதத்துக்கு 15 ஷில்லிங் முதல் 18 ஷில்லிங் வரை கூலி பெற்றனர். அதே நேரத்தில் காபிப் பயிர் வளர்ப்புக்குக் குறிப்பிட்ட பருவ காலங்களில் அதிகபட்சத் தொழிலாளர்கள் தேவைப்பட்டதால், கைநிறையப் பணத்துடன் வீட்டுக்குத் திரும்பி வருவதற்கான வாய்ப்புகள் அதிகம் இருந்தன. அது தென்னிந்தியாவிலிருந்து தொழிலாளர்கள் புலம்பெயர்ந்து செல்வதை ஊக்குவித்தது.

இவ்வாறாக இந்தியாவிலும் இலங்கையிலும் நிலவிய நிலைமைகள் 1840களில் தொழிலாளர்களின் இடப்பெயர்ச்சிக்குக் காரணமாக அமைந்தன.[15] பொதுவாக இத்தகைய இடப்பெயர்ச்சிகள் ஒவ்வொரு ஆண்டும் ஜூலை முதல் டிசம்பர் வரையிலான காலகட்டத்தில் நிகழ்ந்தன. ஏனெனில், அந்த மாநிலங்களில்தான் தொழிலாளர் களுக்கான தேவை மிக அதிகமாக இருக்கும். இலங்கையும் தென்னிந்தியாவும் அருகருகில் இருந்ததால் தொழிலாளர்கள் ஆறு மாத காலத்துக்குப் பிறகு கையில் கணிசமான பணத்துடன் தங்களது வீடுகளுக்கு திரும்புவது எளிதாக இருந்தது.

எனினும் இவ்வாறு தொழிலாளர்களை வெளியேற்றுகிற அம்சங்களும் காபி நிறுவனங்கள் உள்ளே எடுத்துக்கொள்கிற அம்சங்களும் இருந்தன என்றபோதிலும், தொழிலாளர்கள் வருகை என்பது ஏற்ற இறக்கத்துடனேயே இருந்தது. இதற்குப் பல்வேறு காரணங்கள் இருந்திருக்கக்கூடும். குடியிருப்புப் பகுதிகளிலிருந்து காபித் தோட்டங்களுக்கு நீண்டதூரம் சென்றுவர வேண்டியிருந்தது.

சோர்வுமிக்க அந்த நடைபயணத்தால் அடிக்கடி தொழிலாளர்கள் உயிரிழக்க நேரிட்டது. வாகனங்களில் தொழிலாளர்கள் அடைத்துக் கொண்டுசெல்லப்பட்டார்கள். அது அவர்களது உடல் நலத்தைப் பாதித்தது. தோட்டப் பகுதிகளில் மலையேறிச் செல்ல வேண்டி யிருந்தது. அது அபாயகரமாக இருந்தது. ஏனெனில் காலரா, மலேரியா போன்ற தொற்றுநோய்கள் அடிக்கடி ஏற்படக்கூடிய பகுதிகளின் வழியாக மலைப்பாதைகள் சென்றன.[16]

அதேநேரத்தில் தொழிலாளர்களைத் தோட்ட முதலாளிகள் நடத்திய விதம், மேலும் இடம்பெயர்ந்து செல்லக்கூடியவர்களின் மனங்களில் அச்சத்தை ஏற்படுத்தியது. இறுதியாக,1847 – 48ல் காபித் தொழிலில் ஏற்பட்ட நெருக்கடி தொழிலாளர்கள் வருகையைத் தற்காலிகமாகக் குறைத்தது.[17]

இத்தகைய பிரச்னைகள் இருந்தபோதும், பத்தொன்பதாம் நூற்றாண்டின் நடுக்கட்டத்தில் இலங்கையில் தமிழகத்திலிருந்து இடம்பெயர்ந்து வருவது பெரும் முக்கியத்துவம் பெற்றது. 1847ல் பிரிட்டிஷ் அரசின் காலனிகள் பிரிவு செயலருக்குக் கடிதம் அனுப்பிய ஆளுநர் சர் எமர்சன் டென்னட் இந்தப் பிரச்னையை எழுப்பினார். அவர் தமது கடிதத்தில் இவ்வாறு கூறியிருந்தார்:

> ‘கடந்த 8, 9 ஆண்டுகளாகத்தான் இந்தியத் தொழிலாளர்கள் வேலை தேடிச்செல்வது என்பது இந்த அளவுக்கு அதிகரித் திருக்கிறது. உள் வட்டாரங்களில் காபித் தோட்டங்கள் ஏற்படுத்தப்பட்டதில் இருந்து இது தொடங்குகிறது. அவை எந்த அளவுக்கு விரிவுபடுத்தப்படுகின்றனவோ அந்த அளவுக்குத் தொழிலாளர் இடப்பெயர்ச்சி அதிகரித்தது. தென்னிந்தியாவி லிருந்துதான் மிகப்பெரும் எண்ணிக்கையில் குடியேற்றம் நிகழ்ந்திருக்கிறது.[18]

அதே கடிதத்தில், தென்னிந்தியாவிலிருந்து தொழிலாளர்கள் இடம் பெயர்ந்து வருவதில் கங்காணி முறை முக்கியப் பங்காற்றிவருகிறது என்றும் குறிப்பிட்டிருந்த அவரது குறிப்புகள் வருமாறு:

> ‘குடிபெயர்ந்து வந்தவர்கள் தங்களுக்குள் 25 பேர் முதல் 100 பேர் வரை கொண்ட குழுக்களாகப் பிரிந்துகொள்கின்றனர். தங்களது கங்காணி அல்லது தலைவராக ஒருவரை அவர்கள் தேர்ந் தெடுத்துக்கொள்கின்றனர். இந்தக் கங்காணிகள் அல்லது தலைவர்களின் செல்வாக்கு பெரியது. தொழிலாளர்களின் பயணங்கள், அவர்களது வேலை நியமனங்கள் ஆகியவற்றை மேற்கொள்வதும் அவர்களது வேலையைக் கண்காணிப்பதும்,

அவர்களுக்குரிய கூலியிலிருந்து குறிப்பிடத்தக்க அளவுக்குத் தொகையைப் பெற்றுக்கொள்வதும் அந்தக் கங்காணிகள்தான்.' [19]

இலங்கையின் அனைத்துத் தோட்டங்களிலுமே இந்தியத் தொழிலாளர்களை நியமிப்பதற்காக கங்காணிகள் நியமிக்கப் பட்டனர்.[20] சிறு தோட்டங்களில் ஒரு கங்காணி இருந்தார். பெரிய தோட்டங்களில் பல கங்காணிகள் இருந்தனர். ஒரு கங்காணிக்குக் கீழ் செயல்பட்ட பல கங்காணிகளும் இருந்தனர். கங்காணியும் அல்லது சில்லரைக் கங்காணி எனப்பட்ட துணைக் கங்காணியும் தங்களுக்குக் கீழ் உள்ள வேலையாட்கள் தோட்டத்தில் வேலை செய்வதைக் கண்காணித்தனர்.

சிறு தொழிலாளர் குழுக்களில் கங்காணியும் சேர்ந்தே வேலை செய்வதுண்டு. பெரிய தோட்டங்களின் தலைமைக் கங்காணிகள் தங்களது குழுவைச் சேர்ந்த தொழிலாளர்களின் குடும்ப விவகாரங் களையும் கட்டுப்படுத்தினர். அவர்களது பிரச்னைகளுக்கும் புகார்களுக்கும் தீர்வுகாண்பது தலைமைக் கங்காணிதான். பல நேரங்களில் தோட்ட நிர்வாகத்துக்கும் தொழிலாளர்களுக்குமிடையே பணம் சம்பந்தமான விவகாரங்களில் தலைமைக் கங்காணிகள் தரகர்களாகச் செயல்பட்டனர். மேற்பார்வை அதிகாரிகளுக்கு உரிய ஊதியம் அவர்களுக்கு வழங்கப்பட்டது. அத்துடன் வேலைக்கு வருகிற ஒவ்வொரு தொழிலாளிக்கும் இரண்டு சென்ட் வீதம் கணக்கிட்டுக் கங்காணிகளுக்கு கொடுக்கப்பட்டது.

துணைக் கங்காணிகளுக்கு அவர்களும் தொழிலாளர்களாக வேலை செய்வதற்கான கூலியுடன், அவரது குழுவில் வேலைக்கு வருகிற ஒவ்வொரு தொழிலாளிக்கும் நான்கு சென்ட் வீதம் கூடுதலாகக் கொடுக்கப்பட்டது.[21]

இந்தியாவிலிருந்து கூடுதல் தொழிலாளர்களை வரவழைப்பதற்காகத் தோட்டங்களின் மேற்பார்வையாளர்கள் தங்களது கங்காணி களையோ அல்லது தொழிலாளர்களிடையே இருந்து தேர்ந்தெடுக் கப்பட்டவர்களையோ இந்தியாவுக்கு அனுப்பி வைத்தனர். அவர்களிடம் பணமாகவோ திருச்சியில் செயல்பட்டுக் கொண்டிருந்த சிலோன் தொழிலாளர் ஆணையத்தின் ஆணையையோ கொடுத்து அனுப்பினர்.[22] இவ்வாறு தொழிலாளர் களைத் தேர்ந்தெடுப்பதற்காக வருகிற கங்காணியோ எதிர்காலத்தில் கங்காணி ஆகக்கூடிய ஒரு தொழிலாளியோ, இந்தியாவிலிருந்து இலங்கைக்கு இடம் பெயர்ந்து வருவதற்கு முன்வரும் தொழிலாளர் களுக்கு முன்பணம் கொடுக்க வேண்டியிருந்தது.

இந்த முன்பணமும், இந்தியாவிலிருந்து புறப்பட்டு இலங்கையின் தோட்டத்தில் காலடி வைக்கிறவரையிலான போக்குவரத்துச் செலவு, உணவுச் செலவு ஆகிய எல்லாமாகச் சேர்ந்து தொழிலாளிக்கு வழங்கப் பட்ட கடனாகக் கணக்கிடப்பட்டன. இந்தக் கடனோடுதான் ஒவ்வொரு தொழிலாளியும் இலங்கைத் தோட்டங்களில் தனது வாழ்க்கையைத் தொடங்க வேண்டியிருந்தது. சில கங்காணிகள் தொழிலாளர்களைக் கொண்டுவருவதற்காக நேரடியாக இந்தியாவுக்கு வராமல், நிர்வாகத்திடமிருந்து பணத்தைப் பெற்றுக்கொண்டு அந்தப் பணத்தை இந்தியாவிலிருந்து தங்களது உறவினர்களுக்கு அனுப்பி அவர்கள் மூலமாகத் தொழிலாளர்களை வரவழைத்தனர்.

கங்காணி முறை என்பது, கோட்பாட்டுரீதியாகப் பார்த்தால் குழுத் தலைமை என்பதை அடிப்படையாகக் கொண்டிருந்தது. குறிப்பிட்ட குடும்ப வட்டாரத்தைச் சேர்ந்தவர்கள் ஒரு குழுவாக இருக்க அவர்களில் மூத்த உறுப்பினர் கங்காணியாகச் செயல்பட்டார் எனக் கருதப்படுகிறது. இந்தியாவில் அந்தக் கங்காணியின் கிராமத்தில் வாழ்ந்த இதர உறவினர்களும் பின்னர் அந்தக் குழுவுக்குள் கொண்டு வரப்பட்டனர். இந்தக் கோட்பாட்டின் கீழ்தான் கங்காணி முறை இலங்கைத் தோட்டங்களில் செயல்படுத்தப்பட்டது.

இந்த நடைமுறையில் இருந்த நல்ல அம்சம் என்னவெனில் தொழிலாளர்கள் ஏமாற்றப்படுவதற்கான வாய்ப்பும், மோசடியான வாக்குறுதிகளின் அடிப்படையில் நாடு கடத்தப்படுவதற்கான வாய்ப்பும் மிகக் குறைவாகவே இருந்தன. தோட்ட நிர்வாகங் களுக்கும் இது பெரும் ஆதாயமாக இருந்தது. ஏனெனில், தொழிலாளர்களை நியமித்தல், கண்காணித்தல் போன்ற பிரச்னைகளில் நிர்வாகங்களுக்கு ஏகப்பட்ட நேரம் மிச்சமானது. அவர்கள் தொழிலாளர் பிரச்னைகளில் கங்காணிகள் மூலம் செயல் பட்டாலே போதுமானதாக இருந்தது.[23]

1847 முதல் 1861 வரை இலங்கையில் காபித் தோட்டங்களின் எண்ணிக்கை அதிகரித்தது. தமிழ்நாட்டிலிருந்து தொழிலாளர்களைத் தேர்ந்தெடுக்கிற நடைமுறையை மதராஸ் மாகாணத்தின் மற்ற பகுதிகளுக்கும் சிலோன் அரசாங்கம் விரிவுபடுத்தியது. 1859ல் கஞ்சாம் மாவட்டத்திலிருந்து தொழிலாளர்களைத் தேர்ந்தெடுக்க என ஷந்த் அன் கோ. என்ற நிறுவனத்தை சிலோன் அரசு நியமித்தது. இவ்வாறு கஞ்சாம் மாவட்டத்திலிருந்து தொழிலாளர்கள் கொண்டு செல்லப்படுவதற்கு அனுமதி அளிக்க மாவட்ட ஆட்சியர் மறுத்தார்.

அவ்வாறு தொழிலாளர்கள் கொண்டு செல்வதை அனுமதிக்கிற 1847ம் ஆண்டின் 13வது சட்டம் நடைமுறையில் இருந்தது. அதைத்

தெரிந்துகொள்ளாமலே மதராஸ் மாகாண அரசாங்கம் கஞ்சாம் மாவட்ட ஆட்சியரை ஆதரித்தது. இந்தப் பிரச்னை பின்னர் ஆங்கிலேய அதிகாரிகள் வட்டாரத்தில் ஒரு விவாதத்துக்கு இட்டுச் சென்றது.

1859ல் இந்தப் பிரச்னைக்கு தீர்வுகாணப்பட்டது. பிரிட்டிஷ் அரசின் ஆட்சிப் பிரதிநிதியாக (கவர்னர் ஜெனரல்) இருந்த எல்யுன் பிரபு மதராஸ் ஆளுநருக்கு அனுப்பிய கடிதங்களில், இலங்கைக்குக் கொண்டு செல்லப்படும் தொழிலாளர்களைப் பாதிக்கக்கூடிய சட்டங்களில் செய்யப்பட்ட மாற்றங்கள் குறித்து இந்திய அரசாங் கத்துக்குத் தெரிவிக்கப்படுமானால், தொழிலாளர்களைக் கொண்டு செல்வதை அனுமதிக்கலாம் என்று கூறினார். படகுகளில் குறிப்பிட்ட அளவுக்கு மேல் தொழிலாளர்கள் ஏற்றிச் செல்லப்படுவதைத் தவிர்க்க 1959ஆம் ஆண்டின் 25வது சட்ட விதிகள் கறாராகக் கடைப்பிடிக்கப்பட வேண்டும் என்றும் கவர்னர் ஜெனரல் கூறினார். தொழிலாளர்கள் அவர்களுடைய விருப்பத்துக்கு மாறாகக் கட்டாயப்படுத்தப்பட்டோ ஆசை காட்டப்பட்டோ கொண்டு செல்லப்படுவார்களானால், அந்தக் குற்றத்துக்கு இந்தியக் குற்றவியல் சட்டத்தின் கீழ் உரிய தண்டனைகள் வழங்கப்படவேண்டும் என்றும் வலியுறுத்தினார்.[24]

1860ஆம் ஆண்டுகளிலும் 70ஆம் ஆண்டுகளிலும் மீண்டும் மீண்டும் ஏற்பட்ட பஞ்சத்தின் காரணமாகவும், மக்கள் தொகை அதிகரிப்பின் காரணமாகவும், தமிழ்நாட்டிலிருந்து இலங்கைக்கு இடம் பெயர்ந்து செல்லக்கூடிய தொழிலாளர்களின் எண்ணிக்கை பெருமளவுக்கு அதிகரித்தது.

இந்தச் சூழ்நிலையானது, பிரிட்டிஷாருக்குக் குறைந்த கூலியில் தொடர்ச்சியாகத் தொழிலாளர்கள் வருவதை உறுதிப்படுத்த ஏதுவாக அமைந்தது. 1855 முதல் 1880வரையிலான காலகட்டமானது ‘காபி காலகட்டம்’ என்றே குறிப்பிடப்பட்டது. காபித் தோட்டங்களுக்காக மட்டுமல்லாமல் இலங்கையின் பல முக்கிய கட்டுமானப் பணிகளிலும் தமிழ்நாட்டுத் தொழிலாளர்கள் ஈடுபடுத்தப்பட்டனர். ரயில் தடங்கள் அமைப்பதும் சாலை வசதிகளை ஏற்படுத்துவதும் தென்னிந்தியாவிலிருந்து புலம் பெயர்ந்து வந்த தொழிலாளர்களைப் பயன்படுத்தியே மேற்கொள்ளப்பட்டன.[25]

பத்தொன்பதாம் நூற்றாண்டில் இலங்கைக்குத் தமிழர்கள் புலம்பெயர்ந்து சென்றதன் சிக்கல்கள்

இலங்கைக்குத் தொழிலாளர்கள் புலம்பெயர்ந்து சென்ற ஆரம்ப காலகட்டத்தில் கடுமையாக உழைக்கக்கூடிய தனி மனிதர்களும், நல்ல உடற்கட்டு கொண்டிருந்தவர்களுமே பெரிதும் சென்றனர்.

1830ம் ஆண்டுகளிலும் 40ஆம் ஆண்டுகளிலும் இத்தகைய இடப் பெயர்ச்சி என்பது குறிப்பிட்ட பருவகாலத்தைச் சார்ந்ததாகவே இருந்தது. ஏனெனில் ஓராண்டுக்குள் அவர்கள் பெரும்பாலும் நாடு திரும்பினர். குடும்பமாகச் செல்வது அல்லது நிரந்தரமாகக் குடியேறுவது என்பதைவிடத் தனி மனிதர்களாக, குறிப்பிட்ட பருவ காலங்களில் மட்டும் சென்று வந்தனர்.[26] அதே நேரத்தில் இந்தியாவிலும் இலங்கையிலும் நிலவிய நிலவரங்களுக்கு ஏற்ப, ஒவ்வொரு ஆண்டும் இவ்வாறு இடம் பெயர்ந்து செல்கிற தன்மைகளில் மாற்றங்களும் ஏற்பட்டுக்கொண்டிருந்தன.

1839 முதல் 59 வரையிலான காலகட்டத்தில் 9,17,171 தொழிலாளர்கள் இலங்கை சென்று அடைந்தனர். அதே காலகட்டத்தில் அங்கேயிருந்த திரும்பி வந்த தொழிலாளர்கள் 4,72,870 பேர். 1839ல் இலங்கைக்குச் சென்ற தொழிலாளர்களின் எண்ணிக்கை 2,719 மட்டுமே. 1859ல் இலங்கைக்குச் சென்ற தொழிலாளர்களின் எண்ணிக்கை 40,085.[27] எனினும் 1860ம் ஆண்டுகளில் இந்த எண்ணிக்கை கணிசமாக அதிகரித்தது. 60ம் ஆண்டுகளில் இலங்கைத் தோட்டங்களுக்கு சுமார் 1,05,000 தொழிலாளர்கள் சென்றனர். தோட்டங்களில் அதிகபட்சமாக இரண்டாண்டுகாலம் வேலை செய்துவிட்டு அந்தக் கூலித் தொழிலாளர்கள் தங்களது தென்னிந்திய கிராமங்களுக்குத் திரும்பி வந்தனர்.

1860களில் இலங்கையில் இருந்த பொருளாதார நிலைமைகள் தென்னிந்தியாவில் இருந்த நிலைமைகளைவிடக் கவர்ச்சிகரமாக இருந்தன. பெரும்பாலான தொழிலாளர்கள் ஒரு நாளைக்கு 7 டைம் முதல் 8 டைம் வரை சம்பாதித்தனர். பெண்களும் சிறுவர்களும் 4.5 டைம் முதல் 7 டைம் வரை சம்பாதித்தனர். அதே நேரத்தில் தொழிலாளர்களின் வாழ்க்கை நிலைமைகளிலும் சில முன்னேற்றங்கள் இருந்தன. ஓப்பிட்ட அளவில் தொழிலாளர்கள் குடியிருப்பதற்கு நிர்வாகங்கள் ஓரளவு வசதியான வீடுகளைக் கட்டிக்கொடுத்தன. மிகக் குறைந்த விலையில் அரிசி வழங்கப் பட்டது.[28] அரசாங்க மருத்துவமனைகளில் அந்தத் தொழிலாளர் களுக்கு மருத்துவச் சிகிச்சைகளும் அளிக்கப்பட்டன.

1870ஆம் ஆண்டுகளின் தொடக்கத்தில் இலங்கைத் தோட்டங் களுக்குச் சென்ற தமிழ்த் தொழிலாளர்களின் எண்ணிக்கை மேலும் அதிகரித்தது. பொதுவாகத் தமிழகத் தொழிலாளர்கள் இலங்கையின் மையமான பகுதிகளில் இருந்த தோட்டங்களில் வேலைக்குச் சேர விரும்பினர். கண்டி, படூலா, மதாலே, நுவாரா எலியா ஆகிய மாவட்டங்கள் இந்த வட்டாரங்களில் அமைந்திருந்தன. இந்த வட்டாரங்களில் மட்டுமே 769 தோட்டங்கள் இருந்தன. அந்தத்

தோட்டங்களில் 1873ஆம் ஆண்டில் 91,181 புதிய தொழிலாளர்கள் குடிபெயர்ந்து வந்திருந்தனர். பெரும்பாலும் அவர்கள் தஞ்சாவூர், திருச்சிராப்பள்ளி, மதுரை, திருநெல்வேலி ஆகிய மாவட்டங்களிலிருந்து வந்திருந்தனர்.

அப்போது தென்னிந்தியாவில் ஒரு மந்தமான பொருளாதார நிலைமை இருந்தது. தோட்டங்களின் பிரதிநிதிகளாகச் செயல்பட்டவர்கள் அந்த நிலைமையைப் பயன்படுத்திக்கொண்டு முன்பணம் கொடுப்பதன் மூலமாகவும், கவர்ச்சிகரமான வாக்குறுதிகளை அளிப்பதன் மூலமாகவும் தொழிலாளர்களை ஈர்க்க முயன்றனர். அந்த நடைமுறை வெற்றிகரமாகவே அமைந்தது. மிகக் குறுகிய கால கட்டத்தில் ஏராளமான தொழிலாளர்கள் இலங்கைக்கு குடிபெயர்ந்து சென்றனர். அவர்களுக்கு அதிகக் கூலியும் ஆதாயங்களும் கிடைத்தன.[29] அவ்வாறு புலம்பெயர்ந்து சென்ற தொழிலாளர்களில் மிகப் பெரும்பாலானவர்கள் மதராஸ் மாகாணத்தில் 'தீண்டத் தகாத' சமூகம் எனக் கருதப்பட்ட பறையர் சமூகத்தைச் சேர்ந்தவர்கள் என்று ஆங்கிலேய அதிகாரிகள் தெரிவித்துள்ளனர்.[30]

1870ஆம் ஆண்டுகளில் தமிழ்நாட்டின் 'தீண்டத்தகாத' சமூகத்தைச் சேர்ந்த நிலமற்ற விவசாயத் தொழிலாளர்கள் பெரும் எண்ணிக்கையில் இலங்கைக்குப் புலம்பெயர்ந்தனர். தமிழ்நாட்டில் விவசாயப் பொருளாதாரம் மந்தமான நிலையில் இருந்தது அதற்கு முக்கிய காரணம். 1877ல் தென்னிந்தியாவின் பல பகுதிகளைப் பஞ்சம் தாக்கியபோது, 3,80,000 தமிழ்த் தொழிலாளர்கள் காபித் தோட்டங்களில் வேலை தேடி இலங்கைக்குப் புலம்பெயர்ந்தனர்.[31]

1870களில் இலங்கையின் காபித் தொழில் வளர்ச்சி உச்சநிலையைத் தொட்டது. சுமார் 2,75,000 ஏக்கர் நிலப்பரப்பில் காபி பயிரிடப்பட்டது. 4,700 ஏக்கர் நிலப்பரப்பில் தேயிலை பயிரிடப்பட்டது. ஆனாலும் காபித் தொழில் வளர்ச்சி குறுகிய காலத்துக்கே நீடித்தது. இலங்கையின் காபித் தொழிலில் ஏற்பட்ட மந்தப்போக்கும், அதே நேரத்தில் 1879ல் மதராஸ் மாகாணத்தில் விவசாயம் செழிப்பாக அமைந்ததும் தொழிலாளர்கள் இங்கிருந்து புலம்பெயர்ந்து செல்வதற்குத் தற்காலிகமாக முற்றுப்புள்ளி வைத்தது. அதைத் தொடர்ந்து இலங்கையில் தேயிலைத் தோட்டங்கள் விரிவடையத் தொடங்கின. இதனால் மீண்டும் தென்னிந்தியத் தொழிலாளர்கள் புலம்பெயர்வது முக்கியத்துவம் பெற்றது. 1980ம் ஆண்டுகளில் தேயிலை உற்பத்தி சீராக வளர்ச்சி அடைந்தது. 1885ல் சுமார் 1,02,000 ஏக்கர் நிலப்பரப்பில் தேயிலை பயிரிடப்பட்டது. 1895ல் அது 3,05,000 ஏக்கர் நிலப்பரப்பாக விரிவடைந்தது.[32]

1900வது ஆண்டில் சுமார் 3,84,000 ஏக்கர் நிலப்பரப்பில் தேயிலை பயிரிடப்பட்டது. 1910ம் ஆண்டு வரையில் இந்த நிலப்பரப்பு அப்படியே நீடித்தது. அதன் பின் மீண்டும் இது விரிவடையத் தொடங்கியது. 1920ம் ஆண்டுகளில் சுமார் 4,26,000 ஏக்கர் நிலப்பரப்பைத் தேயிலைத் தொழில் தொட்டது. கிட்டத்தட்ட காபித் தொழில் மறைந்துபோனது. அந்த இடத்தை ரப்பர் தோட்டங்கள் பிடித்துக்கொண்டன. 1898ம் ஆண்டில் 760 ஏக்கர் நிலப்பரப்பில் வளர்க்கப்பட்ட ரப்பர் மரங்கள், 1905 முதல் 1909 வரை 40,000 ஏக்கரிலிருந்து 1,84,000 ஏக்கர் நிலப்பரப்புக்கு விரிவடைந்தன. இந்தக் காலகட்டத்தில் கோகோ, தென்னை, ஏலம் ஆகியவையும் இலங்கைத் தோட்டங்களில் பயிரிடப்பட்டன. ஆயினும், பெரும் பாலும் தேயிலைத் தோட்டங்களிலும் ரப்பர் தோட்டங்களிலுமே தமிழ்த் தொழிலாளர்கள் மிகுதியாக இருந்தனர். ஏனெனில், இதர பயிர்களுக்கான தோட்டங்களில் பெரும்பாலும் சிங்களத் தொழிலாளர்கள் இருந்தனர்.[33]

இருபதாம் நூற்றாண்டின் தொடக்கத்தில் இலங்கைக்குப் புலம்பெயர்ந்த தமிழ்த் தொழிலாளர்கள்

காபித் தோட்டங்களுக்குப் பதிலாகத் தேயிலைத் தோட்டங்களும், ரப்பர் தோட்டங்களும் அதிகரித்ததின் காரணமாகத் தொழிலாளர் களுக்கான தேவையும் அதிகரித்தது. அதே நேரத்தில் பொதுப்பணித் திட்டங்களுக்காகவும் தொழிலாளர்கள் தேவைப்பட்டனர். இந்தப் பின்னணிகளில் இலங்கைக்குத் தமிழ்த் தொழிலாளர்கள் புலம் பெயர்வது பெருமளவுக்கு நடைபெற்றது.[34]

தொழிலாளர்களின் தேவை அதிகரிப்பதை உணர்ந்துகொண்ட கங்காணிகள், தங்களது தொழிலாளர் தேர்வுக்கான முன்பணத்தை அதிகரித்தனர். கங்காணிகளின் இந்த நடவடிக்கையைத் தோட்ட நிர்வாகங்கள் சந்தேகத்துடன்தான் கவனித்துக்கொண்டிருந்தன. நிர்வாகங்களின் அந்தக் கவலைக்குக் காரணமிருந்தது. ஏனெனில் சில கங்காணிகள், தங்களிடம் கொடுக்கப்படும் பணத்தைத் தாங்களே வைத்துக்கொண்டு, தொழிலாளர்களுக்கு ஒரு சிறு தொகையையே முன்பணமாகக் கொடுத்தனர். ஆனால் முழுத் தொகைக்கான கடன் சுமையைத் தொழிலாளர்கள்தான் ஏற்கவேண்டியிருந்தது.[35]

பத்தொன்பதாம் நூற்றாண்டின் பிற்பகுதியிலிருந்து, தொழிலாளர் நியமனத்தை முறைப்படுத்தத் தோட்ட நிர்வாகங்கள் பல்வேறு முயற்சிகளை மேற்கொண்டன. 1898ல், முன் தொகைகள் அதிகரித்துக் கொண்டே போவதைத் தடுப்பதற்காக சிலோன் லேபர் பெடரேஷன் (சிலோன் தொழிலாளர் சம்மேளனம்) என்ற அமைப்பை

நிர்வாகங்கள் ஏற்படுத்தின. 1902ல் ‘டின் டிக்கெட் சிஸ்டம்’ என்ற நடைமுறையை நிர்வாகங்கள் அறிமுகப்படுத்தின. பணத்தை அஞ்சல் மூலமாக அனுப்புகிற நடைமுறையிலிருந்து உருவாக்கப் பட்ட பணப்பட்டுவாடா முறைதான் அது. சிறிய தகர வில்லைகள் தான் அந்த டிக்கெட்டுகள். அந்த வில்லைகளில் ஒரு ஆங்கில எழுத்தும் இரண்டு எண்களும் பொறிக்கப்பட்டிருக்கும்.

அந்த எழுத்து குறிப்பிட்ட மாவட்டத்தைக் குறிப்பதாக இருந்தது. முதல் எண், அரசாங்க ஆவணத்தில் குறிப்பிட்ட தோட்டத்தின் வரிசை எண்ணைக் குறிப்பிடுவதாக இருந்தது. இரண்டாவது எண் குறிப்பிட்ட தொழிலாளியைக் குறிப்பிடுவதாக இருந்தது. அந்த வில்லைகளை இலங்கையின் அரசாங்கக் கருவூல அலுவலகங்களி லிருந்து தோட்ட மேற்பார்வையாளர்கள் விலைக்கு வாங்கினார்கள். நூறு வில்லைகளுக்கு ரூ.2.50 விலையாகத் தரப்பட்டது. மேற்பார்வையாளர்கள் அந்த வில்லைகளைக் கங்காணிகளிடம் கொடுத்தனர் அல்லது திருச்சியிலிருந்த சிலோன் தொழிலாளர் ஆணையத்துக்கு அனுப்பினர். கங்காணி அல்லது ஆணையர், குறிப்பிட்ட தோட்டத்துக்குப் புறப்பட்டுச் செல்கிற ஒவ்வொரு தொழிலாளியிடமும் ஒரு வில்லையைக் கொடுப்பார். மண்டபம் அல்லது தத்தாபரை நகரில் அமைக்கப்பட்டிருந்த இலங்கை அரசின் முகாம்களில் அந்த வில்லைகளைத் தொழிலாளர்கள் ஒப்படைப் பார்கள். அதன் பின் பதிவேட்டில் குறிப்பிட்ட தொழிலாளியின் பெயர்ப் பதிவு செய்யப்படும்.

அதன் பின் உணவுக்காகவோ போக்குவரத்துக்காகவோ தொழிலாளி மேற்கொண்டு பணம் எதுவும் செலுத்தவேண்டியதில்லை. தொடக் கத்தில் இந்தச் செலவுகளை இலங்கை அரசாங்கம் ஏற்றுக் கொண்டது. இந்தப் போக்குவரத்துச் செலவுகளை அரசாங்கம் தோட்ட நிர்வாகங்களிடமிருந்து வசூலித்துக்கொண்டது. முகாம்களில் தங்கவைக்கப்பட்டிருந்த தொழிலாளர்களுக்கு ஏற்படும் உணவுச் செலவில் பாதியை நிர்வாகங்களே ஏற்றுக்கொண்டன. போக்குவரத்துச் செலவிலும் பாதியை ஏற்றுக்கொண்டன. மீதிப்பாதியை இலங்கை அரசாங்கம் ஏற்றுக்கொண்டது.[36]

1904ல் கங்காணிகளின் செயல்பாடுகளைக் கண்காணிப்பதற்கு என சிலோன் தோட்ட உரிமையாளர்கள் சங்கம் தமிழகத்தின் திருச்சியில் சிலோன் தொழிலாளர் ஆணையத்தை ஏற்படுத்தியது. தோட்ட உரிமையாளர் சங்கத்தின் கடலோர முகமைக்குழு நேரடிக் கட்டுப் பாட்டில் இந்த ஆணையம் செயல்படுத்தப்பட்டது. இந்தியாவில் அதற்கு இலங்கையைச் சேர்ந்த ஒரு தோட்ட முதலாளி ஆணையராக நியமிக்கப்பட்டார். அவருக்கு உதவியாக ஐரோப்பிய, இந்தியப்

பணியாளர்கள் நியமிக்கப்பட்டனர். இந்த ஆணையத்தின் பரிந்துரை காரணமாக அதன் செலவுகளில் ஒரு பகுதியை இலங்கைக்கான பிரிட்டிஷ் அரசு ஏற்றுக்கொண்டது. எனினும் பிறகு இந்த அமைப்பு பயனுள்ள முறையில் இயங்கத் தொடங்கியதை அடுத்து, அதற்கான செலவைத் தோட்ட நிர்வாகங்கள் ஏற்றுக்கொண்டு அதற்காக குறிப்பிட்ட தொகையை வரியாகச் செலுத்த முன்வந்ததைத் தொடர்ந்து அரசின் நிதிப்பொறுப்பு விலக்கிக்கொள்ளப்பட்டது.

இந்த ஆணையத்தின் கீழ் நான்கு வட்டாரங்களில் 29 முகமைகள் இயங்கின. கிட்டத்தட்ட தமிழகத்தின் அனைத்துப் பகுதிகளும் இதற்குள் வந்தன.[37] இலங்கையிலிருந்து திரும்பி வருகிற தொழிலாளர்களுக்கு உணவு வழங்கும் இடங்கள் கொழும்பிலும் தனுஷ்கோடியிலும் அமைக்கப்பட்டன. இலங்கை அரசின் முகாம்களுக்கு உட்பட்டதாக மண்டபம் முகமையும் தட்டப்பாறை முகமையும் இருந்தன. ஒவ்வொரு வட்டாரத்துக்கும் ஒரு ஐரோப்பிய அதிகாரி பொறுப்பாளராக இருந்தார். ஆணையத்தின் விதிகள் கறாராகப் பின்பற்றப்படுகின்றனவா என்பதை அவ்வப்போது அவர் சோதனைகள் நடத்தி உறுதிப்படுத்தி வந்தார். சில நேரங்களில் இந்த முகமைகளை ஆணையரும் திருச்சியைச் சேர்ந்த அவரது உதவியாளரும் நேரடியாக ஆய்வு செய்தனர். சிலோன் தோட்டங்களில் வேலைக்குச் செல்வதன் பலன்களை விளம்பரப் படுத்தும் பொறுப்பையும் ஆணையம் ஏற்றுக்கொண்டது.[38]

தகர வில்லை முறையும், தொழிலாளர் ஆணையமும் தொழிலாளர்களின் உணவுச் செலவையும் போக்குவரத்துச் செலவையும் கணிசமாகக் குறைத்தன, முன்தொகைகளில் கங்காணிகள் கையாடல் செய்ய முடியாமல் இந்த ஆணையம் தடுத்தது. எனினும், தொழிலாளர் தலைகளில் பெரும் கடன் சுமை ஏற்றப்படுவதைத் தடுக்க முடியவில்லை. முன்தொகை அளவைக் கட்டுப்படுத்தித் தொழிலாளர்களின் கடன் சுமையைக் குறைப்பதற்கு நிர்வாகங்கள் முடிவு செய்தன. கங்காணிகள் முன்தொகை கொடுப்பதற்கான 'துண்டு' என்ற நடைமுறையைக் கையாண்டு அதன்மூலம் தொழிலாளர் களிடையே தங்களது பிடியை இறுக்கமாக்கிக்கொண்டிருந்தார்கள் என்பதைத் தோட்ட முதலாளிகள் உணர்ந்தனர்.

துண்டு முறை என்பது தொழிலாளர்களை ஒரு தோட்டத்திலிருந்து மற்றொரு தோட்டத்துக்கு அவர்களது முன்தொகைக் கடன்களைச் செலுத்துவதன் மூலம் மாற்றிக்கொள்வது என எழுத்துப்பூர்வமாக ஒரு துண்டுச் சீட்டில் உறுதிமொழி அளிக்கிற நடைமுறையாகும். ஒரு கங்காணி தனது குழுவைச் சேர்ந்த தொழிலாளர்களை குறிப்பிட்ட ஒரு தோட்டத்துக்கு அதிகமான முன்தொகை பெற்றுக்கொண்டு

அனுப்பிவைப்பார். அந்தத் தொகையிலிருந்து ஒரு பகுதியை ஏற்கெனவே அந்தத் தொழிலாளர்கள் வேலை செய்த தோட்டத்தின் நிர்வாகத்துக்கு அளிக்கவேண்டிய கடனைத் திருப்பிச் செலுத்தப் பயன்படுத்திக்கொள்வார். இந்த ஏற்பாட்டின் மூலம் கங்காணிகள் அதிக முன்தொகை பெற்றுக்கொண்டாலும் அதிலிருந்து தோட்ட நிர்வாகங்களுக்கு குறைந்த தொகையையே கொடுத்து வந்தார்கள்.

ஆனால் இவ்வாறு ஒரு தோட்டத்திலிருந்து இன்னொரு தோட்டத்துக்கு மாறும்போதெல்லாம் அதனால் ஏற்படும் முன்தொகை சுமைகளைத் தொழிலாளர்கள்தான் சுமக்க வேண்டிய தாயிற்று. 1911ல் இந்தத் துண்டு முறைக்கு முற்றுப்புள்ளி வைப்பதற்காகத் தோட்ட நிர்வாகங்களின் தொழிலாளர் சம்மேளனம் உருவாக்கப்பட்டது.[39]

ஒவ்வொரு கங்காணியும் ஒவ்வொரு தொழிலாளியும் எவ்வளவு கடன் செலுத்தவேண்டியிருக்கிறது என்பதைத் தனிக்கணக்காக வைத்துப் பராமரிக்கும் பொறுப்பு ஒரு கண்காணிப்பாளருக்கு சம்மேளனத்தால் அளிக்கப்பட்டது. தொழிலாளிக்குத் தொடக்கத்திலேயே ஏற்படும் கடனைக் குறைப்பதற்காக, அவருக்குத் தரப்படும் முன்தொகை 15 ரூபாய்க்கு மேல் போகக்கூடாது என விதி நிர்ணயிக்கப்பட்டது. தொழிலாளர்களின் கைகளில் தரப்படும் பணத்தைத் தவிர்த்து, தோட்டங்களில் அவர்களைக் கட்டணம் எதுவும் வசூலிக்காமலேயே நியமித்துக்கொள்ளவேண்டும் என்றும் விதி நிர்ணயிக்கப்பட்டது. ஒவ்வொரு ஆண்டு இறுதியிலும் முன்தொகை கணக்கு தள்ளுபடி செய்யப்படவேண்டும். அதற்கு ஏற்ப குறிப்பிட்ட தோட்டத்தில் நியமிக்கப்படும் தொழிலாளி ஒரு ஆண்டு காலத்துக்கு வேலை செய்யவேண்டும் என்றும் ஒரு விதி சேர்க்கப்பட்டது.

அதேபோல் ஒரு தோட்டத்திலிருந்து தொழிலாளர்களை இன்னொரு தோட்டம் எடுத்துக்கொள்கிறபோது முந்தைய தோட்டத்துக்குப் புதிய தோட்டம் ஒவ்வொரு தொழிலாளிக்கும் ரூ. 25 வீதம் செலுத்த வேண்டும், அந்தச் செலவு தொழிலாளியின் மீது ஏற்றப்படக்கூடாது என்றும் திட்டவட்டமாகக் கூறப்பட்டது. ஆயினும் இந்த விதிகள் வெற்றிகரமாகச் செயல்படவில்லை. காரணம் பல தோட்ட முதலாளிகள் இவற்றைப் பின்பற்றத் தயாராக இல்லை.[40]

20ஆம் நூற்றாண்டின் தொடக்க கட்டத்தில் துண்டு முறைக்கு எதிராக வலுவான நடவடிக்கை எடுப்பதற்கு அரசு ஆதரவாக இருந்தது. சிலோன் அரசு 1921ல் துண்டு முறை ஒழிப்பு சட்டத்தைக் கொண்டு வந்தது. அங்கீகரிக்கப்பட்ட முகவர்கள் மூலமாகவே தொழிலாளர் களைக் கொண்டுவருவது என்ற கொள்கையை இலங்கையின் வேலை

நியமன முகமை அமைப்பும் ஆதரித்தது. தொழிலாளர்கள் கொண்டு வரப்படும் நடைமுறைகளைக் கண்காணிப்பதற்கு என ஒரு திறன்வாய்ந்த, அரசாங்கத்தின் கட்டுப்பாட்டில் உள்ள நிர்வாக அமைப்பை ஏற்படுத்துவதற்கு இந்த அவசரச் சட்டம் வழிவகுத்தது. அதைத் தொடர்ந்து இந்தியாவிலிருந்த பிரிட்டிஷ் அரசும், 1922ஆம் ஆண்டின் இந்திய குடியேற்றச் சட்டத்தையும் 1923ஆம் ஆண்டின் தொழிலாளர் அவசரச் சட்டத்தையும் பிறப்பித்தது.

இந்தியாவில் ஏற்படுத்தப்பட்டிருந்த மத்திய சட்டமன்ற அமைப்பின் மூலம் கொண்டுவரப்பட்ட இந்தச் சட்டங்கள் இந்தியாவுக்கு வெளியே தொழிலாளர்கள் கொண்டு செல்லப்படுவதைக் கண்காணிக்கவும் கட்டுப்படுத்தவும் இந்திய அரசாங்கத்துக்கு அதிகாரத்தை அளித்தது. இந்தியாவிலிருந்து இலங்கைக்குச் செல்கிற தொழிலாளர்கள் குடியேற்றத் தொழிலாளர்கள் எனக் கருதப்படுவார்கள் என்றும், அவர்கள் கூலி அடிப்படையில் வேலை செய்வது என்ற ஒரு உடன் பாட்டின் கீழ் செல்பவர்களாக இருக்கவேண்டும் என்றும் அல்லது (உறவினர்கள் மூலமாக அல்லாமல்) விவசாயத் தொழில்களில் தங்களைக் கூலி அடிப்படையில் ஈடுபடுத்திக்கொள்ள உதவிபெற்றுச் செல்பவர்களாக இருக்கவேண்டும் என்றும் 1922ம் ஆண்டின் இந்திய குடியேற்றச் சட்டம் வரையறுத்தது.[41] தொழிலாளர்கள் குடும்பம் குடும்பமாகச் செல்வதற்கான வாய்ப்பை இந்தச் சட்டம் அதிகரித்தது.[42]

தமிழ்நாட்டிலிருந்து இலங்கை சென்ற தோட்டத் தொழிலாளர்களும் மற்ற தொழிலாளர்களும்

1920ஆம் ஆண்டுகளின் இடைக்கட்டத்தில் அதற்கு முன்பு இருந்ததை விட அதிகமான அளவுக்குத் தோட்டத் தொழிலாளர்களின் எண்ணிக்கை பெருகியது. 1931ல் அங்கிருந்த இந்திய தோட்டத் தொழிலாளர்களின் எண்ணிக்கை 7,90,376. 1921ல் இருந்த தொழிலாளர்களின் எண்ணிக்கையைவிட 2,21,562 கூடுதல். அதாவது 38.9 சதவீதம் அதிகரிப்பு.[43] அதே நேரத்தில் தோட்டத் தொழிலாளர்கள் அல்லாத இதரப் பிரிவு மக்களும் அதிக அளவிற்கு குடிபெயர்ந்து சென்றனர். மதராஸ் மாகாணத்தின் தமிழ்ப் பகுதிகளில் வணிகத் துறையில் ஈடுபட்டிருந்த செட்டியார்கள் இலங்கைக்குச் சென்றனர்.[44] தச்சர்கள், குயவர்கள், கொல்லர்கள், சலவைத் தொழிலாளர்கள், முடிதிருத்துவோர் ஆகிய தொழில்களில் பயிற்சி பெற்றவர்களும் குடிபெயர்ந்து சென்றனர். இவர்கள் பள்ளர், பறையர், சக்கிலியர், வெள்ளாளர், கள்ளர் மற்றும் தமிழகத்தின் இதர விவசாய சமூகங்களிலிருந்து மாறுபட்டவர்கள் ஆவர்.

இலங்கையில் குடியேறிய இந்தியத் தோட்டத் தொழிலாளர் களுக்கும் இதர பிரிவு தொழிலாளர்களுக்கும் இடையே பெரிய வேறு பாடுகள் இருந்தன. தோட்டத் தொழிலாளர்களைப் பொறுத்த வரையில் அங்குள்ள தோட்டங்களில் வேலை செய்வதற்காக வென்றே கொண்டு செல்லப்பட்டார்கள். இதற்கென்றே ஏற்படுத்தப் பட்டிருந்த அமைப்பின் மூலம் அவர்கள் அங்கு சென்றார்கள். இந்தியா, இலங்கை ஆகிய இரு நாடுகளின் சட்டங்களால் அவர்கள் கண்காணிக்கப்பட்டனர்.

தோட்டம் சாராத தொழிலாளர்கள தங்களது சொந்த முயற்சியி லேயே இலங்கைக்குச் சென்றார்கள். அங்கே பல்வேறு தொழில்களில் ஈடுபட்டார்கள். குறிப்பாக அவர்கள் திருநெல்வேலி பகுதிகளிலிருந்து அதிகமாகச் சென்றார்கள். தமிழ்நாட்டிலிருந்து இலங்கைக்குச் சென்ற தோட்டத் தொழிலாளர்களில் திருநெல்வேலி பகுதியைச் சேர்ந்தவர்கள் 2 சதவிகிதம் பேர். தோட்டம் சாராத இதர தொழில்களைச் சேர்ந்தவர்கள் 43 சதவிகிதம். தமிழ்நாட்டிலிருந்து இலங்கைக்குச் சென்ற தோட்டத் தொழிலாளர்களில் திருச்சியைச் சேர்ந்தவர்கள் 75 சதவிகிதம் பேர். மற்ற பிரிவுகளைச் சேர்ந்தவர்கள் 17 சதவிகிதம்தான்.

தோட்டத் தொழிலாளர்களிடையேயும் இதர பிரிவு தொழிலாளர் களிடையேயும் இருந்த சாதி பிரிவுகளும் மாறுபட்டன. இந்தியாவி லிருந்து குடிபெயர்ந்து சென்றவர்களின் சாதிகள் குறித்த விவரத்தை 1911ஆம் ஆண்டின் மக்கள் தொகை கணக்கெடுப்பு அறிக்கையில் காணமுடிகிறது. 1905 முதல் 1909 வரையிலான காலகட்டத்தில் 42,493 பறையர்களும், 28,596 பள்ளர்களும், 15,759 கள்ளர்களும், 13,738 வெள்ளாளர்களும் இலங்கைக்குச் சென்றதாக அதில் பதிவு செய்யப்பட்டுள்ளது. 1911க்கும் 1921க்கும் இடைப்பட்ட காலகட்டத்தில் தமிழ்நாட்டிலிருந்து சென்ற தொழிலாளர்களில் பெரும்பகுதியினர் பறையர், பள்ளர், கள்ளர், வெள்ளாளர் சமூகங்களைச் சேர்ந்தவர்கள் தான் என்று அந்த அறிக்கை கூறுகிறது. இந்தக் காலகட்டங்களில் தமிழ்நாட்டிலிருந்து சென்ற மக்கள் 7,44,500 பேர். அவர்களில் இந்தப் பிரிவினரின் எண்ணிக்கை மட்டும் 6,19,000.[45]

1931ஆம் ஆண்டின் மக்கள் தொகை கணக்கெடுப்பு அறிக்கையில் இந்தியாவிலிருந்து குடிபெயர்ந்து சென்றவர்கள் தமிழர்கள் என்றும் ஆதி திராவிடர்கள் என்றும் வகைப்படுத்தப்பட்டனர். 1921 முதல் 1930 வரையிலான காலகட்டத்தில் குடிபெயர்ந்து சென்ற தோட்டத் தொழிலாளர்களில் சுமார் 41 சதவிகிதத்தினர் இத்தகைய ஒதுக்கப் பட்ட சமூகங்களைச் சேர்ந்தவர்கள்தான் என்று அந்த அறிக்கை சுட்டிக்காட்டுகிறது.[46] ஆனால் 1920ஆம் ஆண்டுகளின் இறுதியில்,

இலங்கைக்குச் செல்லும் இந்தியர்களின் எண்ணிக்கை தலைகீழாக மாறியது. இலங்கையில் ஏற்பட்ட பொருளாதார நெருக்கடி காரண மாகவும், அதனால் கூலிகள் குறைக்கப்பட்டதாலும் தொழிலாளர்கள் பலரும் தமிழ்நாட்டுக்குத் திரும்பிவர முடிவு செய்தார்கள்.

உலக அளவில் வர்த்தகத்தில் ஏற்பட்ட சரிவின் காரணமாக உருவான பொருளாதார வீழ்ச்சி இலங்கைத் தீவிலும் முழுவீச்சுடன் பிரதிபலித்தது. 60 ஆண்டுகளில் முதன்முறையாக இப்போதுதான் இரு நாடுகளுக்குமிடையிலான தொழிலாளர் குடியேற்றம் தொடர்பான கணக்கெடுப்பில் இப்படிப்பட்ட தலைகீழ் பதிவு ஏற்பட்டது. அதே நேரத்தில் இவ்வாறு தொழிலாளர்கள் பெரும் அளவில் இடம்பெயர்ந்து வரும்போது, ஏற்கெனவே பொருளாதாரச் சரிவின் காரணமாகப் பாதிக்கப்பட்டுள்ள பகுதிகளில் அவர்கள் குடியேறிவிடாமல் தடுப்பதற்காகக் குடியேற்ற விதிகளில் சில திருத்தங்கள் செய்யப்பட்டன. 1940ஆம் ஆண்டுகள் வரையில் இந்தப் போக்கு நீடித்தது. அதன் பிறகு சற்று வேகம் பிடித்தது என்றாலும் கூட, இலங்கையின் புதிய சுதந்தர அரசு உருவாக்கிய கொள்கைகள் தொழிலாளர்கள் இவ்வாறு தமிழ்நாட்டிலிருந்து குடிபெயர்ந்து செல்வதற்கு முற்றுப்புள்ளி வைத்தன. [47]

மலேயாவுக்குக் குடிபெயர்ந்து சென்ற தொழிலாளர்கள்

இதே காலகட்டத்தில் தமிழ்நாட்டிலிருந்து மலேயாவுக்கும் தொழிலாளர்கள் குடிபெயர்ந்து சென்றனர். பெரும்பாலும் அவர்கள் தஞ்சாவூர், திருநெல்வேலி ஆகிய மாவட்டங்களைச் சேர்ந்தவர்கள். சமூகரீதியாக ஒதுக்கப்பட்ட சாதிகள் மட்டுமல்லாமல் பள்ளிகள், வன்னியர்கள் போன்ற இதர பிராமணர் அல்லாத சாதிகளைச் சேர்ந்தோரும் மலேசியாவுக்குச் சென்று ஐரோப்பியர்களுக்குச் சொந்தமான தோட்டங்களில் வேலைக்குச் சேர்ந்தனர்.[48] ‘கூலிகள்’ என்று குறிப்பிடப்பட்ட அவர்களை ஐரோப்பிய நிர்வாகங்கள் மலேசியாவுக்கு கங்காணிகள் மூலமாக வரவழைத்தன. பிராமணர் அல்லாத இதர சாதிகளைச் சேர்ந்த கங்காணிகளைப்போலவே பறையர், பள்ளர் சமூகங்களைச் சேர்ந்த கங்காணிகளும் தமிழ்நாட்டி லிருந்து அவரவர் சாதியைச் சேர்ந்த தொழிலாளர்களை மலேசியாவுக்குக் கொண்டு செல்வதற்கான ஏற்பாடுகளைச் செய்தனர்.

சமூகரீதியாக ஒதுக்கப்பட்ட சாதிகளைச் சேர்ந்த குழுத் தலைவர்கள் எப்படி மலேசியா தோட்டங்களுக்காக தொழிலாளர்களை நியமிக்கக் கூடியவர்களாக மாறினார்கள் என்று பல ஆய்வாளர்கள் வியப்பு தெரிவித்துள்ளனர். எனினும், காலனி ஆதிக்கத்துக்கு முந்தைய தமிழ்

இலக்கியங்களில், இதுபோன்ற ஒடுக்கப்பட்ட சமூகங்களைச் சேர்ந்த சிலர் கிராம சமுதாயத்தில் தலைவர்களாகத் திகழ்ந்திருக்கிறார்கள் என்பதற்குச் சான்று அளிக்கின்றன. 17ஆம் நூற்றாண்டில் உருவாக்கப் பட்ட 'முக்கூடல் பள்ளு' என்ற நாட்டுப்புற நாடகத்தைப் பற்றிக் குறிப்பிடுகிறார் ஆய்வாளர் டேவிட் லூதன். அந்த நாடகத்தில் வரும் நாயகன் ஒரு மிராசுதாருக்கு இணையான சமூக மதிப்புடன் ஆளுமை செலுத்தினான்.[49]

மலேசிய தோட்டங்களில் பிராமணர் அல்லாத சமூகங்களைச் சேர்ந்த கங்காணிகளுக்கு நல்ல மரியாதை இருந்தது. கள்ளர் சமூகத்தைச் சேர்ந்த கங்காணிகள் மிகுந்த ஆளுமை செலுத்தினர். ஆண்டுதோறும் நடந்த விழாக்களின் போது 'துரைமார்கள்' என்று அழைக்கப்பட்ட ஐரோப்பிய தோட்ட மேலாளர்கள் கள்ளர் சமூகக் கங்காணிகளுக்கு முன்பாகச் செல்வதற்கு மாறாக அவர்களின் பின்னால் அணிவகுத்துச் சென்றார்கள். ஆனால் 20ஆம் நூற்றாண்டின் துவக்கக் கட்டத்தில், ஆசியாவைச் சேர்ந்த கண்காணிப்பு அலுவலர்கள் ஆளுமை செலுத்தத் தொடங்கினர். அதைத் தொடர்ந்து கங்காணிகள் அவர் களுக்குக் கீழ்ப்பட்டு செயல்பட வேண்டியதாயிற்று. ஐரோப்பிய மேலாளர்கள் 'கருணை மனம் கொண்ட பெரிய மனிதர்களாக' கருதப் பட்டனர். அவர்களுக்கு நேர் எதிராக 'கொடூரமானவர்கள்' எனக் கங்காணிகளைத் தோட்ட நிர்வாகங்கள் சித்திரித்தன.[50]

18ஆம் நூற்றாண்டின் பிற்பகுதியில் இந்தியாவிலிருந்து தொழிலாளர்கள் மலேயாவுக்கு செல்லத் தொடங்கினர். அங்கிருந்த காலனி அரசாங்கத்துக்கு, மலிவான கூலியில் தொழிலாளர்கள் தேவைப்பட்டனர் என்பதே இதற்குக் காரணமாக இருக்கக்கூடும். இலங்கையில் எப்படி சிங்களர்கள் தோட்ட வேலையில் ஈடுபட விரும்பவில்லையோ அதேபோல் மலேயர்களும் அதை விரும்ப வில்லை என்று ஆங்கிலேயர்கள் கண்டறிந்தனர். அங்கிருந்த சீனர்களைத் தோட்ட வேலைகளில் ஈடுபடுத்த ஆங்கிலேய முதலாளிகள் விரும்பவில்லை. தென்னிந்தியாவிலிருந்து வந்தவர் களைப்போல சீனர்களைக் கட்டுப்படுத்த முடியாது என்று அந்த முதலாளிகள் கருதினர்.[51]

1786ல் பினாங் நகரில் பிரிட்டிஷ் துறைமுகம் ஒன்று கட்டப்பட்டது. இது இந்தியர்களின் குடியேற்றப் பகுதி ஒன்று உருவாக இட்டுச் சென்றது. அதற்கு அடுத்த ஆண்டில், இந்தியாவின் கவர்னர் ஜெனரலுக்கு, நூறு கூலித் தொழிலாளர்களை மலேசிய தோட்டங் களுக்காக அனுப்பிவைக்குமாறு பிரிட்டிஷ் அதிகாரிகளிடமிருந்து வேண்டுகோள் வந்தது.[52] இந்தக் கோரிக்கை நிராகரிக்கப்பட்டது. ஆனால் கைவினைத்தொழிலாளர்களை அனுப்பிவைக்குமாறு வந்த

கோரிக்கை ஏற்கப்பட்டது. அதைத் தொடர்ந்து 1887ல் 25 பேர் கொண்ட கைவினைஞர்கள் குழு பினாங் நகரைச் சென்றடைந்தது.

1790ஆம் ஆண்டுகளின் பிற்பகுதியில் தமிழ்நாட்டிலிருந்து ஒரு சிறுபகுதி தொழிலாளர்கள் மலேயாவுக்குச் சென்றனர். தமிழ்நாட்டி லிருந்து இவ்வாறு வந்தவர்கள் 'சுழியர்' அல்லது 'கிளிங்குகள்' என்று குறிப்பிடப்பட்டனர். பினாங் நகரில் சுமார் ஆயிரம் தமிழர்கள் கூலித் தொழிலாளர்களாகவும், கடைக்காரர்களாகவும் இருந்தனர். அவர்கள் தற்காலிகமாகவே அங்கே தங்கியிருந்தனர். ஓரளவுக்குப் பணம் ஈட்டிய பிறகு அவர்கள் தங்கள் வீடுகளுக்குத் திரும்பினர்.[53]

பத்தொன்பதாம் நூற்றாண்டின் நடுக்கட்டத்தில் மலேசியாவுக்குச் சென்றவர்களில் பெரும்பாலோர் நாட்டுப்புறப் பகுதிகளைச் சேர்ந்த தொழிலாளர்கள் ஆவர். அநேகமாக அவர்களில் சிலர் மலேசிய நகர்ப்பகுதிகளில் தங்கி பல்வேறு தொழில்களில் ஈடுபட்டனர். தொழில்களையும் சமூக நிலையையும் பொறுத்தவரையில் இந்தக் கிராம – நகர வேறுபாடுகள் பெரிய அளவுக்கு, கறாரான பிரிவுகளாக ஏற்படுத்திவிடவில்லை. கூலித் தொழிலாளர்கள் பொதுவாகத் துறை முகங்களையும், நகரங்களையும் சார்ந்த பகுதிகளிலிருந்து கொண்டு செல்லப்பட்டனர் என்று காலனி ஆட்சியின் சில ஆவணங்கள் தெரிவிக்கின்றன.

அதாவது, கிராமங்களுக்கும் நகரங்களுக்கும் இடையே இடம் பெயர்வது ஏற்கெனவே நிகழ்ந்து வந்தது. அதேபோல் கிராமங் களுக்கிடையேயும் இத்தகைய இடப்பெயர்ச்சி நிகழ்ந்து வந்தது. இவ்வாறாகப் பத்தொன்பதாம் நூற்றாண்டில் ஒப்பந்தக் கூலிமுறை தொடங்கியபோது, தமிழ்நாட்டிலிருந்து சென்றவர்கள் அடிப்படையில் கூலித் தொழிலாளர்களாகவே இருந்தனர். நிச்சய மாக அவர்கள் விவசாயிகள் அல்ல.

மலேயா தோட்டங்களில் தமிழ்த் தொழிலாளர்கள்

இலங்கையைப்போலவே மலேயாவுக்குச் சென்ற தமிழ்த் தொழிலாளர்கள் கதையும் தோட்டத் தொழில் சம்பந்தப் பட்டதாகவே இருந்தது. நவீன காலகட்டத்தில் இந்தியர்கள் மலேசியாவுக்குச் சென்றது என்பது 1786ல் பினாங் நகரம் அமைக்கப்பட்டதிலிருந்து தொடங்கியதாக எடுத்துக்கொள்ளலாம். இந்தியாவில் பிரிட்டிஷ் அரசு தனது ஆட்சியை நிலைநிறுத்திக் கொண்டதும், மலேயாவில் தனது பிடியை வலுப்படுத்திக் கொண்டதும் இந்தியத் தொழிலாளர்கள் அங்கு செல்வதற்குப் பெரிதும் வழிவகுத்தது.[54] இந்தியர்கள் மலேயாவுக்கு செல்வது

என்பது, டேனாசெரின் நகரம் கைப்பற்றப்பட்டதைத் தொடர்ந்து 1830ஆம் ஆண்டுகளில் தொடங்கியது என்கிறார் ஆய்வாளர் எஸ். அரசரத்தினம். [55] ஆயினும் இது குறிப்பிட்ட பருவ காலங்களில் மட்டுமே நடந்தது. இதற்கான ஏற்பாடுகள் சீரற்றதன்மையிலேயே இருந்தன. 1830ஆம் ஆண்டுகளில் மலேயாவில் கரும்புத் தோட்டங்களும் காபித் தோட்டங்களும் உருவாக்கப்பட்டன.

வீட்டு வேலைகளுக்கான ஆட்களும் நிறையத் தேவைப்பட்டனர். இந்தப் பின்னணியிலேயே ஒரு தொடர்ச்சியற்ற முறையில் இந்தியத் தொழிலாளர்கள் பிரிட்டிஷ் ஆளுமையிலிருந்த மலேசியப் பகுதிகளுக்கு செல்லத் தொடங்கினர்.[56] 1840ஆம் ஆண்டு முதல் 1910ஆம் ஆண்டு வரையிலான காலகட்டத்தில் ஒப்பந்தத் தொழிலாளர்கள் பலரும் மலேசியத் தோட்டங்களுக்குச் சென்று குடியேறினர். 1944 முதல் 1910ஆம் ஆண்டு வரையிலான காலகட்டத்தில் சுமார் 2,50,000 ஒப்பந்தத் தொழிலாளர்கள் மலேயாவுக்குச் சென்றனர் என்று ரவீந்திர கே ஜெயின் உள்ளிட்ட ஆய்வாளர்கள் கருத்துத் தெரிவித்துள்ளனர்.

ஒப்பந்தத் தொழிலாளர்களை நியமிப்பது என்பதைப் பெரும்பாலும் ஏஜெண்ட்களும் முதலாளிகளுமே மேற்கொண்டனர். சில நேரங்களில் இந்தியாவிலிருந்த தங்களது தனிப்பட்ட முகவர்களின் மூலமாக மேற்கொண்டனர்.[57] நாகபட்டிணம், மதராஸ் ஆகிய பகுதிகளிலிருந்த வர்த்தக நிறுவனங்கள் இவ்வாறு தொழிலாளர் களை அனுப்பிவைப்பதற்கான ஒப்பந்த ஆணைகளை ஏற்றுக் கொண்டன. அதே நேரத்தில் தென்னிந்தியாவின் மற்ற துறைமுக நகரங்களில் சில ஏஜெண்ட்களும் இருந்தனர். அவர்களும் இத்தகைய வேலைகளில் ஈடுபட்டுக் கணிசமான ஆதாயம் அடைந்தனர்.[58]

பத்தொன்பதாம் நூற்றாண்டின் நடுக்கட்டத்தில், இவ்வாறு ஒப்பந்தத் தொழிலாளர்கள் மலேயாவுக்குச் சென்றது அரசாங்கத்தின் கவனத்துக்கு உள்ளானது. வேலை நியமனங்களிலும் போக்குவரத்திலும் முறை கேடுகள் நடந்ததாகக் குற்றச்சாட்டுகள் எழுந்தன. அதைத் தொடர்ந்து 1864ல் மலேயாவுக்கு இந்தியத் தொழிலாளர்கள் கொண்டு செல்லப் படுவதற்குத் தடை விதிக்கப்பட்டது. அதற்கான சட்டம் பிரிட்டிஷ் நாடாளுமன்றத்தில் நிறைவேற்றப்பட்டது. எனினும், தொழிலாளர் குடியேற்றம் தொடர்பான முந்தைய பல சட்டங்களைப்போலவே இந்தச் சட்டத்தையும் நடைமுறைப்படுத்த இயலவில்லை.[59]

1867ல் கடற்சந்தி பகுதிகளில் இருந்த குடியேற்றப் பகுதிகள் இந்திய அரசாங்கத்தின் கட்டுப்பாட்டிலிருந்து விடுவிக்கப்பட்டன. அப்போது கரும்புத் தோட்டங்களுக்குத் தொடர்ச்சியாகத் தொழிலாளர்கள் தேவைப்பட்டனர். ஒப்பந்ததாரர்களின் உதவியோடு ஒப்பந்தத்

தொழிலாளர்களை நியமிப்பதில் அந்தத் தோட்ட நிர்வாகங்கள் பெரிதும் ஆர்வம் காட்டின.⁶⁰ தோட்டத் தொழிலாளர்களுக்கான தேவை அதிகரித்தது. ஏஜெண்ட்களுக்கு பெரும் ஆதாயமாய் அமைந்தது. பினாங், வெல்ஸ்மி, பெராக் பகுதிகளில் இருந்த கரும்புத் தோட்டங்களுக்கு தொழிலாளர்களை அனுப்பி வைத்ததன் மூலம் அவர்கள் பெருத்த லாபம் அடைந்தனர்.⁶¹ எனினும் 1872 வரையில் இவ்வாறு வெளிநாடுகளுக்கு தொழிலாளர்களைக் கொண்டு செல்வது என்பது சட்டத்துக்குப் புறம்பானதாகவே இருந்துவந்தது. அதே ஆண்டில் ஒரு சட்டத்திருத்தம் கொண்டுவரப்பட்டது. அதன் மூலம் கடற்சந்திப் பகுதிகளுக்கு தொழிலாளர்களைக் கொண்டு செல்வது சட்டப்பூர்வமாக அங்கீகரிக்கப்பட்டது. மேலும் 1876ல் ஒப்பந்தத் தொழிலாளர்களுக்கான பணிக்காலம் மூன்று ஆண்டுகள் என நிர்ணயிக்கப்பட்டது.⁶²

பத்தொன்பதாம் நூற்றாண்டின் இந்த ஒப்பந்தமுறையானது, கிட்டத் தட்ட சட்டபூர்வமாகச் செயல்படுத்தப்பட்ட ஒரு கடன் கொத்தடிமை முறையைப் போன்றதாகவே இருந்தது. மேற்கு இந்தியத் தீவுகளில் அடிமை முறை அடிப்படையில் தொழிலாளர்கள் கொண்டு செல்லப்பட்டு வந்தனர். அதற்கு மாற்றாக இந்த ஒப்பந்தத் தொழிலாளர் முறை வந்தது. பின்னர் இது இலங்கை, மலேயா நாடுகளுக்கும் விரிவுபடுத்தப்பட்டது. வெல்ஸ்மி மாகாணத்தின் கிராமப் பகுதிகளில் ஏற்படுத்தப்பட்ட தோட்டத் தொழில்களின் மையமாகக் கிட்டத்தட்ட 1887ஆம் ஆண்டு வாக்கில் கரும்புத் தோட்டம்தான் இருந்தது. 1885 வரையில் இந்தியாவிலிருந்து ஒப்பந்தத் தொழிலாளர்கள் 1877ஆம் ஆண்டின் ஐந்தாவது இந்தியச் சட்டவிதிகளின் கீழ் நியமிக்கப்பட்டனர். பினாங், வெல்ஸ்மி பகுதிகளைச் சேர்ந்த கரும்புத்தோட்ட உரிமையாளர்கள் தங்களது தோட்டங்களில் தென்னிந்தியத் தொழிலாளர்களை எவ்வாறு கையாள்வது என்பதில் சிறந்த பயிற்சிபெற்றவர்களாக மாறினர்.⁶³

தென்னிந்தியாவின் கிராமப் பகுதிகளில் பஞ்சத்தின் காரணமாக ஏற்பட்ட கடுமையான வறுமை நிலைமை பல தொழிலாளர்கள் மலேயா தோட்டங்களுக்கு அதிகமாகச் செல்வதற்கு அடிப்படையாக அமைந்தது. தென்னிந்தியாவின் 'ஆதிதிராவிட' தொழிலாளர்கள் இவ்வாறு அங்கு இடம் பெயர்ந்து சென்றனர். கட்டுப்பட்டு இருக்க வேண்டிய நிலைமைதான் என்றாலும் அது அவர்களது பாதுகாப்புக்கும் வாழ்க்கைக்கும் ஒரு மாற்று ஏற்பாடாக அமைந்தது என்பதால் அவர்கள் குடிபெயர்ந்து சென்றார்கள் எனக் கருதலாம்.⁶⁴ தென்னிந்தியாவில் வாழ்ந்த, சமூகரீதியாக ஒதுக்கப்பட்ட சாதிகளைச் சேர்ந்த மக்கள் இவ்வாறு வெளியேறுவது என்பது பத்தொன்பதாம் நூற்றாண்டின் இறுதிப் பகுதியில் அதிகமாக நிகழ்ந்தது.

மீண்டும் மீண்டும் தாக்கிய பஞ்சம், தொற்றுநோய்கள் போன்றவை பெரும் பொருட் சேதங்களுக்கும் உயிரிழப்புகளுக்கும் இட்டுச் சென்றன. கிராமப்புற மக்களுக்குப் பெரும் துயரங்களை ஏற்படுத்தின. அத்தகைய சூழலில் 'தீண்டத்தகாதவர்கள்' என்று முத்திரை குத்தப்பட்ட சமூகங்களைச் சேர்ந்தவர்கள் தங்களுக்கு நெடுந்தொலைவில் உள்ள வெளிநாடுகளில் வேலைக்குச் செல்வதைத் தவிர வேறு வழியில்லை எனக் கருதினார்கள்.[65]

ஒப்பந்தமுறை மட்டுமல்லாமல், தென்னிந்தியாவைச் சேர்ந்த விவசாயத் தொழிலாளர்கள் பலரும் மலேயாவுக்கு போலியான வாக்குறுதிகளின் அடிப்படையில் இடைத்தரகர்களால் கடத்திச் செல்லப்பட்டனர். தரகர்களின் இந்த ஆள் கடத்தல் தொடர்பாக 1880ஆம் ஆண்டுகளில் பிரிட்டிஷ் வருவாய்த்துறை அதிகாரிகள் பலமுறை சென்னையின் புனித ஜார்ஜ் கோட்டைக்கு அறிக்கைகள் அனுப்பினார்கள் என்கிறார் ஆய்வாளர் அரசரத்தினம்.[66] அதே நேரத்தில், வேறுபல பிரச்னைகளும் நீடித்தன. அந்தப் பிரச்னைகளின் காரணமாக மலேயா தோட்டங்களுக்குத் தொழிலாளர்கள் தொடர்ச்சியாக வருவதில் சிக்கல் ஏற்பட்டது. அத்துடன் குடிபெயர்ந்து வந்த இந்திய தொழிலாளர்களிடையே மரண விகிதம் அதிகமாக இருந்தது. பல தொழிலாளர்கள் அடிக்கடி வேறு தோட்டங்களுக்கு மாறிச் சென்றனர்.[67] இவையெல்லாம் அன்றிருந்த ஒப்பந்த முறைக்குப் பெரிய சவாலாக இருந்தன.

குறிப்பாகப் பத்தொன்பதாம் நூற்றாண்டின் கடைசி 20 ஆண்டுகளில் ரப்பர் தோட்டத் தொழிலில் பெரும் வளர்ச்சி ஏற்பட்டது. இதனால் தொழிலாளர்களைத் தொடர்ச்சியாக வரவைப்பதற்கான திட்டங்களை உருவாக்க வேண்டிய அவசியம் அரசாங்கத்துக்கும் தோட்ட நிர்வாகங்களுக்கும் ஏற்பட்டது. அதற்காக மானியங்கள் வழங்கப்பட்டன. கடற்சந்தி குடியிருப்புகளுக்கான அரசாங்கமும் மலேயாவின் பல்வேறு மாநில அரசுகளும் கப்பல்களுக்கு மானியம் வழங்கின. இந்தியாவிலும் மலேயாவிலும், இந்திய நிறுவனங்களின் ஆதிக்கத்தை உடைப்பதற்காக எனச் சட்ட விதிகளில் மாற்றங்கள் செய்யப்பட்டன. அதைத் தொடர்ந்து தொழிலாளர் நியமனப் பிரச்னைக்கு தீர்வு காண்பதற்காக தென்கிழக்கு ஆசியாவில் இந்திய தொழிலாளர்களைக் கொண்டுவருவதற்காகவும் ஒப்புதல் அளிப்பதற்காகவும் தொழிலாளர் மையங்கள் ஏற்படுத்தப்பட்டன.[68]

1890ஆம் ஆண்டுகளின் தொடக்கத்தில் தொழிலாளர்களுக்கான தேவை அதிகரித்தது. அதனால் ஒப்பந்த முறையில் இருந்த பலவீனங்கள் வெளிப்பட்டன.[69] அதன் விளைவாக மலேயா குடியிருப்புப்

பகுதிகளிலும் கங்காணி முறை பரவலாகியது. மலேயாவின் கங்காணி முறையானது ஏற்கெனவே அங்கு இருந்துவந்த சீன தொழிலாளர்களுக்கான நியமன முறையுடன் பெருமளவுக்கு ஒத்துப்போவதாக இருந்தது. ஆனால் ரப்பர் தோட்ட முதலாளிகளைப் பொறுத்தவரையில் கங்காணி முறையைப் பயன்படுத்திப் பார்க்க முன்வந்தபோது, காபித்தோட்ட முதலாளிகள் தொழிலாளர்கள் நியமனத்துக்கான நீண்டகால ஒப்பந்தங்களை முறித்துக்கொள்ளவும், ஒப்பந்தம் இல்லாத தொழிலாளர்களை நியமிக்கவும் விரும்பினர். இத்தகைய சூழலில் இந்தியாவிலிருந்து சென்ற ஒப்பந்தம் இல்லாத தொழிலாளர்களின் எண்ணிக்கை அதிகரித்தது. அரசு விதிமுறைகள் மீண்டும் மீண்டும் மீறப்பட்டன.

1900ம் ஆண்டுக்குப் பிறகு காபித்தோட்டங்கள், தேயிலைத் தோட்டங்களுக்குப் பதிலாக ரப்பர் தோட்டங்கள் பரவலாகத் தொடங்கின. அப்போது தொழிலாளர்களைக் கொண்டுவருவதில் கங்காணி முறை முக்கிய இடம் பிடித்தது.[70] ரப்பர் தோட்டங்களில் கங்காணிகள் மூலம் கொண்டுவரப்பட்ட தொழிலாளர்களே மிகுந்திருந்தனர். அந்தத் தொழிலாளர்கள் கங்காணிகளால் அல்லது தோட்ட மேலாளர்கள் நியமித்த குழுத் தலைவர்களால் வேலைக்கு எடுக்கப்பட்டனர். குடியேற்றக் கண்காணிப்பாளர் வழங்கிய உரிமங்களின் அடிப்படையில் இந்தியாவிலிருந்து தொழிலாளர் களைக் கங்காணிகள் கொண்டுவந்தனர்.[71] கங்காணிகள் மூலம் நியமிக்கப்பட்ட தொழிலாளர்கள் செலவில்லாமல் வரமுடிந்தது. எனினும் எவ்வித ஒப்பந்தங்களுக்குள்ளும் அவர்கள் உட்பட வில்லை. முன்தொகையாக வாங்கிய பணத்தைத் திருப்பிச் செலுத்தியாகவேண்டும் என்ற நெருக்கடி இருந்தது. ஆனால் அவ்வாறு முழுத் தொகையையும் திருப்பிச் செலுத்துவதற்கு முன்பாகவே மற்ற தோட்டங்களின் நிர்வாகங்கள் அவர்களை இழுத்துக்கொண்டன என்ற புகார்களும் எழுந்தன.

கங்காணி அல்லது குழுத் தலைவர் என்பவர் கிட்டத்தட்ட இடைத்தரகராகவே செயல்பட்டார். தென்னிந்தியாவில் இருந்த அவரது சொந்த ஊரிலும் சரி, வெளிநாட்டிலிருந்த தோட்டங்களிலும் சரி கங்காணிகளுக்கு தனி மதிப்புக் கிடைத்தது. அப்பகுதி மக்களின் இயல்பான தலைவராகக் கங்காணி உருவெடுத்தார் எனலாம்.[72] கங்காணியாக இருப்பவர் அவரது சொந்த கிராமத்தில் தலைவர் என்ற நிலையில் இல்லைதான். எனினும் அவரது முனைப்புமிக்க அணுகுமுறைகள் வெற்றியைப் பெற்றுத் தந்தன. மலேயாவின் ரப்பர் தோட்டங்களுக்கு ஏற்ற நல்ல உடற்கட்டுள்ள இளைஞர்களைக் கொண்டுவரக்கூடியவர் என்ற மரியாதை அவருக்குக் கிடைத்தது.

கங்காணிகளுக்கு அவர்களது சமூகங்களுக்குள் இத்தகைய மதிப்பும் ஆளுமையும் கிடைத்ததற்கு வேறுபல காரணங்களும் இருந்திருக்கக் கூடும். எடுத்துக்காட்டாகத் தங்களது உறவினர்களிடையே இருந்து பெரும் எண்ணிக்கையில் தொழிலாளர்களைக் கொண்டு சென்றதால் அந்த உறவினர்கள் வட்டாரத்தில் கங்காணி முக்கியமானவராக அடையாளம் பெற்றார். அதே நேரத்தில் தொழிலாளர்களின் வறுமையும், வாங்கிய கடனும் (முன்பணம்) அவர்கள் கங்காணிகளின் ஆதிக்கத்துக்கு உட்பட வேண்டிய கட்டாயத்தை ஏற்படுத்தியது.[73]

மலேயாவிலிருந்த பிரிட்டிஷ் தோட்ட முதலாளிகளைப் பொறுத்த வரையில் கங்காணி முறை அவர்களுக்கு அதிகச் செலவு பிடிக்காததாக இருந்தது. அதோடு, இந்தியாவிலிருந்து வேலை நியமன நிறுவனங்களின் ஆதிக்கத்தை உடைப்பதற்கான வழியாகவும் இருந்தது. கங்காணி முறையின் கீழ் வரக்கூடிய தொழிலாளர்களில் வேலையை விட்டு ஓடிப்போகிறவர்களின் எண்ணிக்கை குறைவாக இருந்தது. ஆகவே இது ஒரு உத்தரவாதமான முறையாக உருவானது.

தங்களுடைய கவனத்துக்கு வராமலோ அனுமதி பெறாமலோ தொழிலாளர்கள் தோட்டத்தைவிட்டு வெளியேறிவிடக்கூடாது என்பதைக் கங்காணிகள் உறுதிப்படுத்திக்கொண்டனர். அதிலே அவர்களுக்கு ஒரு சுயநலமும் இருந்தது.[74] ஒப்பந்த முறைக்கும் கங்காணி முறைக்கும் இடையே பெரிய வேறுபாடு எதுவும் இல்லை. ஏனெனில், கடன் அடிப்படையிலான கட்டாய உழைப்பு என்பது ஏதாவது ஒரு வடிவத்தில் இரண்டு முறைகளிலுமே நீடித்தது.[75]

கங்காணி முறையைப் பொறுத்தவரையில் பெரும்பாலும் உறவின் அடிப்படையிலேயே தொழிலாளர்கள் எடுக்கப்பட்டார்கள். பெரும்பாலும் அவர்கள் பிராமணர் அல்லாத சாதிகளைச் சேர்ந்தவர்களாக இருந்தார்கள். சிலர் பறையர், பள்ளர் சமூகங்களைச் சேர்ந்தவர்களாகவும் இருந்தார்கள். வன்னியர், கவுண்டர், கள்ளர் ஆகிய சாதிகளைச் சேர்ந்த கங்காணிகள் அந்தத் தொழிலுக்கு வருவதற்கு முன்பாகத் தங்களது கிராமங்களில் விவசாயம் செய்துவந்தவர்கள் தான்.[76] ஆகவே அவர்கள் மூலம் மலேயாவுக்கு வந்த தொழிலாளர்களில் பெரும்பாலோர் அதேபோல் விவசாயத்தில் ஈடுபட்டவர்களாகவே இருந்தனர். ஒப்பந்தமுறையைப் பொறுத்தவரையில் தொழிலாளர்கள் கூலி அடிப்படையில் மட்டுமே கொண்டுவரப் பட்டார்கள்.

கங்காணி முறையில், விவசாயிகளிடையேயிருந்து கொண்டுவரப் பட்ட தொழிலாளர்கள் குடும்ப உறவின் அடிப்படையில் அமைந்தனர். கங்காணிகளும், வேலைத் தரகர்களும் தங்களது உடைமைகளையும்

பொறுப்பையும் மலேயாவின் தோட்டங்கள், இந்தியாவில் தங்களது சொந்த கிராமங்கள் என இரண்டு பகுதிகளிலும் பிரித்துவைத்துக் கொண்டனர். அதனால் ஒரு சமூக அடிப்படையிலான வேலை முறை என்பது முன்னுக்கு வந்தது. ஒப்பந்தமுறை தொழிலாளர்களும், கங்காணிமுறை தொழிலாளர்களும் அனுபவித்த சுதந்தரத்தில்கூட இதனால் வேறுபாடு இருந்தது என்று ரவீந்திர ஜெயின் போன்ற ஆய்வாளர்கள் கூறுகிறார்கள்.[77]

ஆனால் ரப்பர் தோட்டங்கள் மிகப்பெரும் வளர்ச்சியை எட்டிய போதிலும் தேவையான தொழிலாளர்களைக் கொண்டுவரக் கங்காணி முறையால் இயலவில்லை. நியமிக்கப்பட்ட தொழிலாளர்கள் அடிக்கடி வெளியேறியதால் கடுமையான பிரச்னை ஏற்பட்டது.[78] தொழிலாளர்கள் தொடர்ச்சியாகக் கிடைப்பார்கள் என்பதைக் கங்காணிகளால் உறுதிப் படுத்த முடியவில்லை. இத்தகைய நிலைமையில் முதலாளிகள் வேலை நியமன நிறுவனங்களுடனான தங்களது தொடர்புகளை அதிகரித்துக்கொண்டனர்.[79]

தோட்டத் தொழில் சார்ந்தவர்கள் தொழிலாளர் வருகை குறித்த பிரச்னையை விவாதித்துக்கொண்டிருந்தபோது, மலேயாவிலிருந்த அரசு சில புதிய கொள்கைகளை உருவாக்கியது. 1907ல் குடியேற்றத் தொழிலாளர்களைக் கையாளும் பொறுப்பு, குடியேற்றக் குழு என்ற பெயரில் புதிதாக ஏற்படுத்தப்பட்ட அமைப்புடன் விடப்பட்டது. குடியேற்றக் கண்காணிப்பாளர் (பின்னர் இவர் தொழிலாளர் கட்டுப்பாட்டு அலுவலர் என்று குறிப்பிடப்பட்டார்) தலைமையில் தலைமை மருத்துவ அலுவலர், பொதுப்பணிகள் துறை இயக்குநர் ஆகியோரும், அரசு சாராத நான்கு அல்லது ஐந்து பிரமுகர்களும், தோட்ட முகவர்களும், மேலாளர்களும் அந்தக் குழுவில் உறுப்பினர் களாக நியமிக்கப்பட்டனர்.

இந்தியாவிலிருந்து மலேயத் தோட்டங்களில் பணிபுரிய முன்வந்த தனிப்பட்ட தொழிலாளர்களுக்கு இந்தக் குழு உதவி செய்தது.[80] இந்தியாவிலிருந்து பெரும் எண்ணிக்கையில் தொழிலாளர்கள் கொண்டுவரப்படுவதை நிர்வகிக்கிற மைய அமைப்பாக இந்தக் குழு செயல்பட்டது. தொழிலாளர்கள் சிறு சிறு குழுக்களாகப் பிரிந்து செல்வதைத் தவிர்ப்பதற்காகத் தொழிலாளர்களைப் பதிவு செய்யும் முறையையும் இந்தக் குழு கொண்டுவந்தது.[81] மலேயா தோட்ட உரிமையாளர்கள் சங்கத்துடன் கலந்தாலோசித்த இந்தக் குழு, தொழிலாளர்களைக் கொண்டுவருவதற்கான செலவை அவர்களை வேலைக்கு எடுத்துக்கொள்ளும் தோட்ட நிர்வாகங்கள் தங்களுக்குள் பிரித்துக்கொள்ளவேண்டும் எனப் பரிந்துரைத்தது.

1908ல் தமிழர் குடியேற்ற நிதி என்பது ஏற்படுத்தப்பட்டது. அதற்கான பணத்தைத் தோட்ட நிர்வாகங்கள் தாங்கள் எடுத்துக்கொண்ட தொழிலாளர்களின் எண்ணிக்கைக்கு ஏற்ப வழங்கின. இந்தியத் தொழிலாளர்களை வேலைக்கு எடுத்துக்கொள்ளும் தோட்ட நிர்வாகங்கள் அனைத்துமே இந்த நிதிக்குப் பணம் வழங்கவேண்டும் எனக் கேட்டுக்கொள்ளப்பட்டது. தொழிலாளர்களை மலேயாவுக்கு கொண்டுவரும் செலவை ஈடுகட்ட அந்த நிதி பயன்படுத்தப்பட்டது. இடைத்தரகருக்குப் பணம் தரவேண்டிய அவசியம் இல்லாமல் போனதால், தமிழர் குடியேற்ற நிதி மூலம் குறைந்த செலவில் தொழிலாளர்களைக் கொண்டுவர முடிந்தது.[82]

அதைத் தொடர்ந்து இந்திய குடியேற்ற நிதி அமலாக்கச் சட்டம் (1912ன் மலேயா அரசு தொழிலாளர் சட்டத்துடன் இணைக்கப் பட்டதாக) கொண்டுவரப்பட்டது. மலேய அரசுடன் இணையாமல் இருந்த பகுதிகளிலும் இதேபோன்ற விதிகள் கொண்டுவரப்பட்டன. அந்தச் சட்டவிதிகளின் கீழ், தொழிலாளர்கள் செய்த வேலையின் அளவு குறித்து மதிப்பீடு செய்யப்பட்டு அதனடிப்படையில் நிர்வாகங்களுக்கு வரி விதிக்கப்பட்டது. அந்த வரிப்பணம் குடியேற்ற நிதியில் சேர்க்கப்பட்டது.

தோட்ட நிர்வாகங்கள் ஒவ்வொரு காலாண்டு இறுதியிலும் இந்திய தொழிலாளர் குறித்த படிவங்களை பினாங் நகரில் இருந்த தொழிலாளர் அலுவலகத்துக்கு அனுப்பவேண்டும் எனப் பணிக்கப் பட்டனர். ஒவ்வொரு காலாண்டிலும் அரசிதழில் வரி விகிதம் குறித்து அறிவிக்கப்பட்டு வந்தது. நிர்வாகங்கள் அனுப்புகிற படிவங்களில் இருந்த விவரங்கள் அந்த வரி விகிதத்துடன் ஒப்பிடப் பட்டுக் குறிப்பிட்ட நிர்வாகம் எவ்வளவு வரி செலுத்தவேண்டும் என்று தெரிவிக்கப்பட்டது.[83] குடியேற்ற நிதிக்கு வந்து சேரும் தொகைகள் அனைத்தும் அரசாங்கத்தின் பொது வருவாயில் ஒரு பகுதியாக இணைக்கப்படவில்லை.

அந்த நிதியைக் குடியேற்றக் குழுவின் பொறுப்பிலிருந்த தொழிலாளர் கட்டுப்பாட்டு அலுவலர்தான் நிர்வகித்தார். இந்திய தொழிலாளர்களைக் கொண்டுவருவோரின் நலன் கருதியே அந்த நிதி பயன்படுத்தப்பட்டது. சொல்லப்போனால் அந்த நிதிக்குப் பெருமளவுக்குப் பணம் வழங்கியது அரசாங்கம்தான். ஏனென்றால் மலேயாவின் ரயில்வே, பொதுப்பணிகள், உள்ளாட்சிப் பணிகள், துப்புரவுப் பணிகள் மற்றும் இதர துறைகளில் இந்தியத் தொழிலாளர் களை அதிக அளவுக்கு ஈடுபடுத்தியது அரசாங்கம்தான்.

1912ல் மலேயா மாநிலங்கள் கூட்டமைப்பு தொழிலாளர் விதிகள் கொண்டுவரப்பட்டன. அதன் மூலம் சட்டத்தில் பல்வேறு புதிய கூறுகள் சேர்க்கப்பட்டன. விவசாயம், போக்குவரத்து, சுரங்கம் உள்ளிட்ட பல்வேறு துறைகளையும் சார்ந்த முதலாளிகள், தொழிலாளர்கள் ஆகிய இருதரப்புக்குமான விதிகள் அதில் வரையறுக்கப்பட்டன. தொழிலாளர்கள் தொடர்பாக உயர் ஆணையர் (ஆளுநர்) அதிகாரபூர்வ அறிக்கைகளைக் கட்டாயமாக வெளியிட வேண்டும் என அந்த விதி கூறியது. தனியார் தோட்டங்களில் நிர்வாகம் சார்ந்த பணிகளில் ஈடுபட்டிருப்போர், வீடுகளில் உள்ள தோட்டங்களில் பணிபுரிவோர் ஆகியோருக்கு மட்டும் விதிவிலக்கு அளிக்கப்பட்டது.

அடுத்து வந்த ஆண்டுகளில் தோட்ட முதலாளிகளும் மேலாளர்களும் இந்தியத் தொழிலாளர்களை வேலைக்கு எடுக்க விரும்பியபோ தெல்லாம் தங்களுடைய தொழிலாளர்களிடையே, புதிதாக ஆட்களைக் கொண்டுவரக்கூடியவர்களைத் தேர்வு செய்தனர். பினாங் நகரிலிருந்த இந்திய குடியேற்றக் குழுவிடம் உரிமம் கோரி விண்ணப் பித்தனர். மதராஸ் மாகாணத்திலிருந்து தொழிலாளர்களைக் கொண்டு வருவதற்கான உரிமம் இலவசமாகவே கங்காணிகளுக்குக் குடியேற்றக் குழுத் தலைவரால் வழங்கப்பட்டது.

இந்த உரிமத்தைப் பெறுகிற கங்காணி மதராஸ் அல்லது நாகப் பட்டினம் சென்று அங்குள்ள குடியேற்ற முகவர் அலுவலகத்தில் பதிவு செய்துகொள்வார். அந்த உரிமம் 6 மாத காலத்துக்கே உரியதாகும். அதற்குமேல் கால அவகாசம் தேவையென்றால், அவ்வாறு கூடுதலாக அனுமதி அளிப்பதன் மூலம்தான் கங்காணியால் உரிமத்தில் குறிப்பிடப்பட்டுள்ள எண்ணிக்கையில் தொழிலாளர் களைத் திரட்ட முடியும் என்று குடியேற்ற முகவர் உறுதிப்படுத்திக் கொள்ளும் நிலையில் 3 மாத காலத்துக்கு உரிமத்தை நீட்டித்துக் கொடுப்பார்.[84] ஒரு உரிமத்தில் 50 தொழிலாளர்கள் வரை கொண்டு செல்ல அனுமதிக்கப்பட்டது. பதிவு நடைமுறைகள் முடிந்தவுடன் கங்காணிகள் அன்றைய மதராஸ் நகரிலிருந்த பின்னி அன் கோ நிறுவனத்துக்கோ, நாகப்பட்டினம் நகரிலிருந்த மதுரா கம்பெனி அலுவலகத்துக்கோ சென்றார்கள்.

இந்த இரண்டு நிறுவனங்களும் பிரிட்டிஷ் இந்தியா நேவிகேஷன் கம்பெனி என்ற நிறுவனத்தின் முகவர்களாகச் செயல்பட்டன. பொதுவாக இந்தியாவில் மற்ற நாடுகளைச் சேர்ந்த முதலாளி களுக்கான நிதி முகவர்களாகச் செயல்பட்டன. மேலும் மதராஸ், நாகப்பட்டினம் இரு நகரங்களிலும் மலேயா தீபகற்ப விவசாய சங்க

முகமை என்ற அமைப்பு இருந்தது. அதுவும் மலேயாவைச் சேர்ந்த தோட்ட முதலாளிகளுக்கான நிதி முகமையாகவே செயல்பட்டது. கங்காணிகளுக்கு பணம் கொடுக்கிற விஷயங்களில் இந்த முகவர் களுடன் சில ஏற்பாடுகளை முதலாளிகள் செய்துகொண்டனர். அதன்படிக் கங்காணிகளுக்கு முகவர்களிடமிருந்து முன்தொகைகள் கிடைத்தன. கொண்டு செல்லப்படும் ஒவ்வொரு தொழிலாளிக்கும் இவ்வளவு தொகை என்ற அடிப்படையில் கங்காணிகளுக்கு கமிஷன் தரப்பட்டது.

இத்தகைய நிர்வாக ஏற்பாடுகளால் தொழிலாளர்களைக் கொண்டு செல்வதற்கான செலவுகள் மிகவும் குறைவாகவே இருந்தன என்கிறார் ஆய்வாளர் ஜோமோ க்வாமே சுந்தரம்.[85] இதில் இந்திய குடியேற்றக்குழு முக்கிய பங்காற்றியதாகக் கூறப்படுகிறது. ஒப்பந்த முறையில் இந்தியத் தொழிலாளர்களைக் கொண்டுவருவதற்கு 1910ஆம் ஆண்டில் விதிக்கப்பட்ட தடையின் காரணமாகவும் குறைந்த செலவில் தொழிலாளர்களைக் கொண்டுவருவதற்கான புதிய வாய்ப்புகள் முதலாளிகளுக்குக் கிடைத்தன. இந்தியாவி லிருந்து 'உதவிபெறாத' தொழிலாளர்களையும் 'நியமனம் பெறாத – உதவிபெற்ற' தொழிலாளர்களையும் கொண்டுவருமாறு கங்காணி களுக்கு முதலாளிகள் ஆணையிட்டனர்.[86]

உதவிபெறாத தொழிலாளர்கள் என்பவர்கள் மலேயாவுக்கு வருவதற் கான பயணச் செலவைத் தாங்களே செய்துகொண்டவர்கள். நியமனம் பெறாத – உதவிபெற்ற தொழிலாளர்கள் என்பவர்கள் பயணத்துக் கான இலவசப் பயணச் சீட்டுகளும், கூடுதல் ஊக்கத் தொகையும் பெற்றவர்களாவர். ஆவடி, நாகப்பட்டனம் ஆகிய இடங்களில் இருந்த மலேயா அரசுத்துறை அலுவலகங்களில் விண்ணப்பிப்பதன் மூலம் அவர்கள் இந்தச் சலுகைகளைப் பெற்றார்கள். இப்படிப்பட்ட தொழிலாளர்களில் பலர் மலேயாவில் ஏற்கெனவே இருந்த மக்களிடையே இருந்தே கங்காணிகளால் தேர்ந்தெடுக்கப்பட்டனர். கங்காணிகள் இப்படிப்பட்ட தொழிலாளர்களை வேலைக்கு எடுத்துக்கொண்டதற்கும், தங்களது சொந்தப் பகுதிகளிலிருந்து தொழிலாளர்களைக் கொண்டுவந்ததற்கும் இடையே சிறு வேறுபாடு இருக்கவே செய்தது. தங்களது சொந்த ஊரிலிருந்து கொண்டுவந்த தொழிலாளர்களைப் பொறுத்தவரையில் கங்காணி ஒரு புரவலர் போலச் செயல்பட்டார்.

தனது சாதி, உறவு ஆகிய தொடர்புகளைப் பயன்படுத்தித் தமிழ்நாட்டுக்கும் மலேயா தோட்டங்களுக்கும் இடையே இணைப்பை ஏற்படுத்தினார்.[87] மலேயாவிலேயே தொழிலாளர் களைத் தேர்வு செய்தபோது, அதில் கங்காணிக்கு இருந்த கட்டுப்பாடு குறைவுதான். முந்தைய நடைமுறையில் தலைமைக் கங்காணி,

கங்காணி, தொழிலாளர்கள் என்ற ஒரு வரிசை முறை ஒருவகையான தன்னாட்சி அதிகாரத்துடன் இருந்து வந்தது. உள்ளூர்த் தொழிலாளி களை வேலைக்கு எடுத்துக்கொண்டதைப் பொறுத்தவரையில் வட்டார வேலை நியமனதாரராகவும் தலைமைத் தொழிலாளியாகவும் கண்காணிப்பாளராகவும் இருந்துவந்த கங்காணிகள் விரிந்த அதிகாரக் கட்டமைப்பின் ஒரு பகுதியாக இருந்தனர். ஆசிய தோட்ட அலுவலகப் பணியாளர்களுக்கு அடுத்த பதவியில் கங்காணிகள் இருந்தார்கள் எனலாம்.[88]

முதல் உலகப்போருக்குப் பிறகு மலேயாவின் வளம் அதிகரித்தது. அது பெருமளவுக்குக் குடியேற்றத் தொழிலாளர்களை ஈர்த்தது. 1926 – 27ல் மூன்றரை லட்சத்துக்கும் அதிகமான தொழிலாளர்கள் மலேயாவுக்கு வந்தனர். அதைத் தொடர்ந்து 1932ல் மலேயாவின் தொழிலாளர் எண்ணிக்கையில் 15 சதவீதத்தினர் வரையில் இந்தியர்களாகவே இருந்தனர். அவர்களில் 83 சதவீதத்தினர் தமிழர்கள். இவர்களில் பெரும்பகுதியினர் பினாங் நகரையொட்டிய ஊரகப் பகுதிகளாகிய செலாங்கோர், பெராக் போன்ற ஊர்களில் குவிந்திருந்தனர்.[89] ஆனால் 1930ஆம் ஆண்டில் இதில் ஒரு கொடூரமான மாற்றம் நிகழ்ந்தது. உலகப் பொருளாதார நெருக்கடியால் பாதிக்கப்பட்ட தோட்ட முதலாளிகள் தங்களது உற்பத்தியைப் பெருமளவுக்குக் குறைத்தனர்.

தொழிலாளர்களின் கூலியை வெட்டினர். கூலித் தொழிலாளர்களைத் தங்களது தோட்டங்களில் இருந்து திருப்பி அனுப்பினர். 1930 முதல் 1932 வரையில் ஒன்றரை லட்சத்துக்கும் அதிகமான இந்தியர்கள் நாடு திரும்பினர். உதவிபெற்ற தொழிலாளர்கள், கங்காணி நியமனங்கள் ஆகிய முறைகள் முற்றிலுமாக நிறுத்தப்பட்டன.[90] 1934க்குப் பிறகு குடியேற்றத் தொழிலாளர்கள் மீண்டும் சிறு எண்ணிக்கையில் வரத் தொடங்கினர். ஆயினும் ரப்பர் விலையில் ஏற்பட்ட வீழ்ச்சியின் காரணமாக, பயிற்சி பெறாத தொழிலாளர்களைக் கொண்டு செல்வதை இந்தியாவிலிருந்து பிரிட்டிஷ் அரசு தடை செய்தது. 1941ல் மலேயாவில் ஜப்பான் ராணுவம் ஊடுருவியது. அது, இந்தியாவி லிருந்து தொழிலாளர்கள் மலேயாவுக்குக் குடியேறுவதற்கு முற்றுப்புள்ளி வைத்தது. இரண்டாம் உலகப்போர் முடியும் காலம் வரையில் இந்த நிலைமை நீடித்தது. போர் முடிந்த பின் மீண்டும் தொழிலாளர்கள் மலேயாவுக்குச் செல்லத் தொடங்கினர். அவர்களில் பெரும்பாலோர் பயிற்சிபெற்றவர்களே ஆவர்.[91]

1860 முதல் 1957 வரையிலான காலகட்டத்தில் சுமார் 40லட்சம் இந்தியர்கள் மலேயாவுக்குச் சென்றனர். அதே காலகட்டத்தில் இந்த எண்ணிக்கையில் சுமார் 70 சதவீதத்தினர் வரையில் மலேயாவி லிருந்து திரும்பி வந்தனர்.[92] இந்தியாவிலிருந்து குடியேறியவர்களில்

12,34,283 பேர் நோய்களின் காரணமாகவும், பாம்புக்கடியாலும், கடும் உழைப்பின் சோர்வாலும், ஊட்டச்சத்தின்மையாலும் மரணத்தைத் தழுவினார்கள் என்று ஆய்வாளர் கெர்னியல் சிங் சந்து சுட்டிக்காட்டுகிறார். அதே நேரத்தில் சுமார் 60ஆயிரம் பேர், ஜப்பானிய ஆக்கிரமிப்பின்போது தொடங்கப்பட்ட, ‘மரண ரயில்வே’ என்ற அவப்பெயர் பெற்ற சயாமிய ரயில் தண்டவாள வேலைகளில் உயிரிழந்தார்கள்.[93]

குறைந்த கூலி, தோட்டத் தொழிலாளர்களுக்கு உணவும் இதர அடிப்படையான பொருள்களையும் கொண்டு செல்வதற்காகச் செயல்படுத்தப்பட்ட ‘வண்டி முறை’ (டிரக் சிஸ்டம்) ஆகியவை காரணமாகச் சுரண்டலும் வறுமையும் இணைந்த ஒரு நச்சுச் சூழல் ஏற்பட்டது என ஆய்வாளர்கள் குறிப்பிடுகிறார்கள்.[94] இருபதாம் நூற்றாண்டின் தொடக்க ஆண்டுகளில் தினசரி கூலி என்பதற்கு மாறாக அன்றைய வேலை என்னவோ அதன் அடிப்படையில் கூலி என்ற நடைமுறை ஏற்படுத்தப்பட்டது. அது தொழிலாளர்களுக்குப் பெரும் பிரச்னையாக அமைந்தது.[95]

ஒப்பந்த முறை ஒழிக்கப்பட்டதால் இந்தியத் தொழிலாளர்களின் நிலையில் எந்த முன்னேற்றமும் ஏற்படவில்லை. தொழிலாளர் நியமனம், வேலை தருதல் ஆகியவற்றை அரசாங்கமே கட்டுப் படுத்துகிற நடைமுறை அரசியல் உத்தியாகவே இருந்தது. ஒப்பந்தத் தொழிலாளர் முறையை 1910ஆம் ஆண்டில் சட்டபூர்வமாக ஒழித்ததன் மூலமாகவும், நாட்டிற்குள் தொழிலாளர்கள் சுதந்தரமாக வரச்செய்ததன் மூலமாகவும், பிரிட்டிஷ் ஆட்சிக்கு உட்பட்டிருந்த நாடுகளிலேயே ஒரு முற்போக்கான தொழிலாளர் முறையைத் தான் ஆதரிப்பதாகக் காட்டிக்கொள்ள மலேயா அரசு முயன்றது. ஒருபக்கத்தில் முதலாளிகள் – தொழிலாளிகள் இருதரப்பாருமே முற்போக்கானது என மதிப்பிடக்கூடிய ஒரு சட்டப்பூர்வ அங்கீகாரத்தை வழங்குவதற்கான முயற்சிகள் நடந்தன. இன்னொரு பக்கத்தில் மலேயாவிலிருந்த தென்னிந்தியத் தொழிலாளர்கள் மீது திணிக்கப்பட்ட கூடுதல் பொருளாதாரச் சுமைகளை மறைக்கிற முயற்சிகளும் நடந்தன. மலேயாவில் புதிய வனப்பகுதிகள் உருவாக்கப் பட்ட பின்னணியில் அந்த தென்னிந்தியத் தொழிலாளர்கள் ஒரு தயார் நிலை ராணுவம்போல வைக்கப்பட்டிருந்தார்கள்.[96]

தமிழக விவசாயத் தொழிலாளர்கள் மலேயாவில் குடியேறியதன் சமூகத் தாக்கங்கள்

மலேயாவுக்கு குடிபெயர்ந்து சென்ற தொழிலாளர்களில் மிகப் பெரும்பாலோர் பறையர், பள்ளர் ஆகிய ஒதுக்கப்பட்ட சமூகங்களைச்

சேர்ந்தவர்களேயாவர்.⁹⁷ காலனியாதிக்கக் காலத்தில் மலேயாவுக்குக் குடிபெயர்ந்த மொத்த இந்தியர்களில் சுமார் 65 சதவீதம் பேர் பெரும் பாலும் 'ஒதுக்கப்பட்ட சாதிகள்', 'தீண்டத்தகாதவர்கள்', 'ஆதி திராவிடர்கள்' என்று குறிப்பிடப்பட்ட சமூகப் பிரிவுகளைச் சேர்ந்தவர் களாகவே இருந்தனர் என்று ஆய்வாளர் டேவிட் ஜேம்ஸ் கூறுகிறார்.⁹⁸

மதராஸ் மாகாணத்திலிருந்து வரக்கூடிய 'தீண்டத்தகாத', 'தாழ்ந்த சாதி' மக்களைத் தோட்ட நிர்வாகங்களும் விரும்பின. ஏனெனில் ஒரேமாதிரியான, சாதாரணமான வேலைகளை அவர்களிடம் ஒப்படைக்கலாம் என நிர்வாகங்கள் கருதின.⁹⁹ மதராஸ் மாகாண தொழிலாளர்களை எளிதில் கையாளமுடியும், குறிப்பிட்ட பணிகளுக்கு என அவர்களை எளிதாக தயார்படுத்திவிட முடியும் என்று தோட்ட நிர்வாகங்கள் கருதின. வட இந்தியாவிலிருந்து வரக்கூடிய தொழிலாளர்களைப்போலவோ, சீனாவிலிருந்து வரக்கூடிய தொழிலாளர்களைப்போலவோ அல்லாமல் மதராஸ் மாகாணத்திலிருந்து வரக்கூடியவர்கள் பெரிய எதிர்பார்ப்பு எதுவும் இல்லாதவர்களாக இருந்தார்கள் என்று நிர்வாகங்கள் மதிப்பிட்டன. மிகக் குறைந்த கூலியையும் தோட்ட நிர்வாகங்களும் அரசாங்கமும் விதித்த கட்டுப்பாடான வாழ்க்கை முறையையும் மதராஸ் தொழிலாளர்கள் ஏற்றுக்கொள்ளத் தயாராக இருந்தார்கள் என்பதால் அவர்களை நிர்வாகங்கள் விரும்பின.¹⁰⁰

பத்தொன்பதாம் நூற்றாண்டில் மலேயாவுக்குக் குடிபெயர்ந்து சென்ற ஒதுக்கப்பட்ட சமூகங்களைச் சேர்ந்த தென்னிந்திய விவசாயத் தொழிலாளர்களுக்கு மத ஈடுபாடு என்பது குறைவாகவே இருந்தது. 'கறுப்பு நீர்' என்று குறிப்பிடப்பட்ட கடலைக் கடந்து வெளிநாடு செல்ல அவர்கள் தயங்கவில்லை. குறிப்பிட்ட உணவைத்தான் சாப்பிட முடியும் என்கிற கட்டுப்பாடுகளும் அவர்களுக்கு இல்லை என்பதைச் சில ஆய்வாளர்கள் சுட்டிக்காட்டியுள்ளனர்.¹⁰¹ தென்னிந்தியாவைச் சேர்ந்த விவசாயத் தொழிலாளர்களுக்கு மலேயாவின் பருவநிலைச் சூழல்களும் பொருந்தின. இந்து மதத்தின் வர்ணாஸ்ரம முறையின் கீழ் மோசமான வாழ்க்கை நிலைமைகளையும் அடிமைத்தனத்தையும் அனுபவித்து வந்தவர்களான தென்னிந்திய 'தீண்டத்தகாத' தொழிலாளர்கள் பணிவோடும், விசுவாசத்துடனும் இருந்தனர்.¹⁰²

சமூக ரீதியாக ஒதுக்கப்பட்டிருந்த நிலைமையானது 'தீண்டத்தகாத' பறையர்களை எவ்வித முன்முயற்சியும் இல்லாதவர்களாக, சுயமரியாதை குறித்த அக்கறையற்றவர்களாக, அடிமைத்தனத்தை ஏற்றுக்கொண்டவர்களாக மாற்றியிருந்தது. உடல் உழைப்புத் தொழிலாளர்கள் என்பதைத் தாண்டி, தங்களை ஒரு உயர்நிலையில் வைத்துக்கொள்வதற்கான திறமையோ பயிற்சியோ அவர்களிடம்

இருந்ததில்லை. கல்வி அறிவற்றவர்களாக ஒருங்கிணைக்கப் படாதவர்களாக இருந்த அவர்கள் கூட்டுப்பேரத்தில் ஈடுபட முடியாதவர்களாகவும் இருந்தனர்.[103] குறைந்த கூலிக்கு வேலை செய்ய அவர்கள் தயாராக இருந்ததன் காரணமாக மிக மட்டமான அளவில் கூலியை நிர்ணயிக்க முதலாளிகளால் முடிந்தது.[104] இவ்வாறாக தென்னிந்திய ஆதி திராவிடர்கள், மலேயாவின் முதலாளித்துவ முயற்சி களுக்கு ஏற்ற தொழிலாளர்களாக அமைந்தனர்.[105]

மலேயாவில் சரியானதொரு தொழிலாளர் படையாக 'மதராஸிகள்' இருப்பார்கள் என்று தோட்ட முதலாளிகளும் அரசு அதிகாரிகளும் கருதினர். சிலோனிலிருந்து மலேயாவுக்கு வந்த ஐரோப்பிய தோட்ட முதலாளிகள் பெரும்பாலோர், தேயிலை பறிப்பு உள்ளிட்ட குறிப்பான வேலைகளுக்கு மதராஸிகள்தான் பொருத்தமானவர்கள் என்று கருதினார்கள். அதே நேரத்தில் அரசாங்க உயர் அதிகாரிகளும் ஒப்பந்ததாரர்களும் சாலை, தண்டவாளம் உள்ளிட்ட கட்டுமானப் பணிகளுக்குத்தான் மதராஸிகள் பொருத்தமானவர்கள் என்று கூறினர்.[106]

இந்தியத் தொழிலாளர்கள் குடியேற்றமானது பொருளாதார, நிர்வாகக் காரணங்களுக்காக மட்டுமல்லாமல், சீனர்களின் எண்ணிக்கை அதிகரிப்பதைக் கட்டுப்படுத்துவதற்கான நடவடிக்கையாகவும் வரவேற்கப்பட்டது என்கிறார் கே.எஸ். சாந்து.[107] சீனர்கள் தொல்லை கொடுக்கக்கூடியவர்களாகவும், தங்களுக்கிடையே அடிக்கடி கும்பல் கும்பலாக மோதிக்கொள்பவர்களாகவும் கருதப்பட்டார்கள். ஆயினும் தொழிலுக்குத் தேவையான திறமைகள் அவர்களிடம் இருந்தன. எனவே சீனர்களின் ஆதிக்கம் அதிகரிப்பது எதிர்காலத்தில் கடுமையான சவாலாக உருவாகக்கூடும் என்று பிரிட்டிஷ் வட்டாரங் களைச் சேர்ந்தோர் அஞ்சினார்கள். இத்தகைய சூழலில்தான் மதராஸ் மாகாணத்தின் தமிழ் பேசும் பகுதிகளிலிருந்து ஆதிதிராவிட சாதிகளைச் சார்ந்த மக்கள் வந்து குடியேறுவதை இயல்பாகவே தோட்ட முதலாளிகள் ஆதரித்தனர்.

மதராஸ் மாகாணத்தில் வாழ்ந்த ஒதுக்கப்பட்ட மக்களின் பொருளாதார, சமூக அவல நிலைகளை மலேயாவின் காலனி ஆட்சி அதிகாரிகளும் தோட்ட நிர்வாகங்களும் நன்கு அறிந்திருந்தனர்.[108] ஆகவே தென்னிந்தியாவிலிருந்து தொழிலாளர்கள் தாங்களாகவே எவ்வித தடங்கலுமின்றி வந்து குவிவார்கள் எனத் தோட்ட முதலாளிகள் நம்பினார்கள். 20ஆம் நூற்றாண்டின் தொடக்க கட்டத்தில் இந்த எதிர்பார்ப்பு ஓரளவுக்கு நிறைவேறியது.

அந்தக் காலகட்டத்தில்தான் தென்னிந்தியாவில் ஒதுக்கப்பட்ட சமூகங்களைச் சேர்ந்தோர் பெரும் எண்ணிக்கையில் மலேயாவுக்குக் குடியேறினர்.[109] ஆயினும் குடும்ப உறவுகளும், மரபுகளும் சமூகப் பழக்கவழக்கங்களும் சமூகக் கட்டமைப்புகளும் தொழிலாளர்கள் இவ்வாறு குடியேறுவதற்குக் குறுக்கே நின்றன என்றும் சுட்டிக் காட்டப்படுகிறது. தென்னிந்தியாவில் இத்தகைய சமூகங்களைச் சேர்ந்த விவசாயத் தொழிலாளர்கள் தங்களுடைய நில உடைமை யாளர்களிடமிருந்து பிரிந்து வருவதற்குத் தயங்கினர்.[110]

ஒரு அந்நிய மண்ணில் வாழும் நிலைமை குறித்த இனம்புரியாத அச்சங்கள் ஒருபுறமிருக்க, தமிழகத்தின் 'தீண்டத்தகாத' சாதிகளைச் சேர்ந்தோர் மலேயாவுக்குக் குடியேறியது என்பது எவ்வகையிலும் சாதாரணமானது அல்ல. குறிப்பாகப் பத்தொன்பதாம் நூற்றாண்டில் இத்தகைய சமூகங்கள் மலேயாவுக்குச் சென்றது பெரும்பாலும் உள்நாட்டுக் கூலிச் சந்தையில் ஏற்பட்ட சரிவுடன் சம்பந்தப் பட்டதாகும். அவர்களுக்கு மிகக் குறைந்த கூலிதான் கிடைத்து வந்தது, அதிகரித்துவந்த வாழ்க்கைச் செலவுகளை ஈடுகட்டப் போதுமானதாக இல்லை. பத்தொன்பதாம் நூற்றாண்டின் இறுதிக் கட்டத்தில் ஒரு ஆண் தொழிலாளிக்குக் கிடைத்த தினசரிக் கூலி 2டைம் முதல் 4டைம் வரைதான் இருந்தது. 1920ஆம் ஆண்டுகளில்கூட 4டைம் முதல் 6டைம் வரைதான் தினசரி கூலி கிடைத்தது. மலேயாவின் ரப்பர் தோட்டங்களில் இந்திய தொழிலாளர்களுக்கு தினமும் 25 முதல் 35 சென்ட் வரை கூலி கிடைத்தது. சில தொழிற் சாலைகளில் 50 முதல் 60 சென்ட் வரை கூலி கிடைத்தது.

சில தோட்டங்களில் வாராந்திர கூலி தரப்பட்டது. வாராந்திரக் கூலி காரணமாக தொழிலாளர்கள் கடைகளில் கடன் வைக்காமல் சாராயக் கடைகளில் பணத்தை இழக்காமல் கட்டுப்பாட்டுடன் செலவு செய்ய முடிந்தது என நிர்வாகங்கள் கருதின. இந்தியத் தொழிலாளர்களுக்கு மது விற்பது தொடர்பாக மதுக்கடைகளின் உரிமையாளர்களுக்கு அரசாங்கம் பல்வேறு கடும் நிபந்தனைகளை விதித்தது.[111] இவ்வாறாக, தென்னிந்தியாவிலிருந்த விவசாயத் தொழிலாளர்கள் அன்றாட வருமானத்தில் பெரும்பகுதியை சாராயத்தில் தொலைத்துக் கொண்டிருந்தபோது, மலேயாவுக்கு வந்தவர்கள் அதிலிருந்து பெருமளவுக்கு விடுபட்டவர்களாக இருந்தனர்.

தோட்ட நிர்வாகங்களிடமிருந்து தொடர்ச்சியாக அரிசியும் இதர மளிகைப் பொருட்களும் கிடைத்ததாலும், தொழிலாளர்கள் ஒரு கட்டுப்பாடான வாழ்க்கையை மேற்கொண்டதாலும் தனி நபர் சேமிப்பு அதிகரித்தது. இதை மலேயாவின் அஞ்சல் துறைக்கு வந்த வருவாயிலிருந்து கணிக்கலாம். 1915 டிசம்பரில் மலேயாவின்

| 216 |

அஞ்சல்துறைக்குக் கிடைத்த வருவாய் 84,410 அமெரிக்க டாலர் ஆகும். கிட்டத்தட்ட 1500 இந்தியத் தொழிலாளர்களின் சேமிப்பி லிருந்து கிடைத்த வருவாய் இது.[112] இருபதாம் நூற்றாண்டின் தொடக்கக் கட்டத்தில் மலேயாவிலிருந்து இந்தியாவுக்கு 35 லட்சம் ரூபாய் அனுப்பப்பட்டதாக அஞ்சல்துறை கணக்குகள் காட்டுகின்றன. இந்தியத் தொழிலாளர்களின் வாழ்க்கை நிலை குறித்து ஆராய்ந்த என்.இ.மேஜரிபாங்க்ஸ் ஒவ்வொரு தொழிலாளியும் ஓராண்டுக்கு 30 முதல் 200 டாலர் வரை சேமிக்க முடிந்தது என்கிறார்.[113]

எனினும் மலேயாவுக்கு சென்றதாலேயே தென்னிந்திய கூலித்தொழிலாளர்களால் வறுமையின் பிடியிலிருந்தும் அடிமைத் தனத்திலிருந்தும் விடுதலைபெறுவதற்கான வாய்ப்புகள் முழுமை யாகக் கிடைத்துவிட்டதாகக் கூறமுடியாது. மலேயாவின் விவசாயப் பொருளாதாரம் அதற்கான வ்ாய்ப்பை ஏற்படுத்திக் கொடுக்கவில்லை. ஏனென்றால், ஒற்றை விவசாய வளர்ச்சியின் அடிப்படையிலேயே அது அமைந்திருந்தது. பயிற்சிபெறாத விவசாயத் தொழிலாளர்களிடம் வேறு பணிகளுக்கு செல்வதற்கான திறமைகளும் இல்லை. இத்தகைய நிலைமைகளின் காரணமாகக் கூலித் தொழிலாளி வாழ்க்கையிலிருந்து விடுபடுவதற்கான வாய்ப்பு அமையவில்லை. அதே நேரத்தில், விவசாயத் தொழிலாளர்களுக்கு தென்னிந்தியாவில் கிடைத்த கூலியை விட மலேயத் தோட்டங்களில் கூடுதலாக கூலி கிடைத்தது என்றாலும் கூட, அது வாழ்க்கையின் அடிப்படைத் தேவைகளை நிறைவு செய்யப் போதுமானதாக இல்லை என்பதை மனத்தில் கொள்ளவேண்டும்.

ஆகவே, அவர்கள் செலவுகளைச் சுருக்கிக்கொண்டுதான் நீண்ட காலத்துக்கு வாழவேண்டியிருந்தது. இது அவர்களின் உடல் நலத்துக்கும் கேடு விளைவித்தது. முதியோர் ஓய்வு நிதி இல்லாததன் காரணமாகவும், குடும்ப நிர்பந்தங்கள் காரணமாகவும் சாதிய பிணைப்புகள் காரணமாகவும் எளிய தொழிலாளர்களின் வாழ்க்கை அங்கு பாதுகாப்பற்றதாகவே இருந்தது.[114]

வேறு வெளிநாடுகளில் குடியேறிய தமிழர்கள்

1870ஆம் ஆண்டுகளில் ஏற்பட்ட பஞ்சங்களின் காரணமாக தென்னிந்தியத் தொழிலாளர்கள் உலகின் மற்ற பகுதிகளுக்குச் செல்வது அதிகரித்தது. தென்னிந்தியாவில் ‘தீண்டத்தகாதவர்கள்’ என்று முத்திரை குத்தப்பட்டவர்களான பறையர்களும் இதர சமூகத்தினரும் பர்மா, பிஜி, மொரீஷியஸ், தென் ஆப்பிரிக்கா ஆகிய நாடுகளுக்கும், வேறு சில பிரெஞ்சு காலனி நாடுகளுக்கும் புலம் பெயர்ந்தனர்.[115]

மொரீஷியஸ் தீவுக்குத் தமிழர்கள் 1840ஆம் ஆண்டு வாக்கில் செல்லத் தொடங்கினர். அடுத்தடுத்த ஆண்டுகளில் அங்கே தமிழர்களின் குடியேற்றம் மிகுந்த முக்கியத்துவம் பெற்றது.[116] 1850ஆம் ஆண்டுகளில் மொரீஷியஸ் பொதுப்பணித் திட்டங்களிலும் கரும்புத் தோட்டங்களிலும் மதராஸி தொழிலாளர்கள் ஈடுபடுத்தப்பட்டனர்.[117] பின்னர் அங்கு தொழிலாளர்களுக்கான தேவை அதிகரித்தது. அதே நேரத்தில் மதராஸ் பகுதியிலிருந்து தொழிலாளர்கள் மொரீஷியஸ் சென்றது பெரும்பாலும் குறிப்பிட்ட பருவகாலம் சார்ந்ததாகவே இருந்தது, குறிப்பாகத் தென்மேற்குப் பருவமழை சார்ந்ததாக இருந்தது. 1870ஆம் ஆண்டுகளின் தொடக்கத்தில் மொரீஷியஸில் குடியேறிய இந்திய தொழிலாளர்களின் எண்ணிக்கை 3,16,042. இவர்களில் 1,03,487 பேர் தென்னிந்தியர்கள்.[118]

தமிழகத் தொழிலாளர்கள் மனசாட்சியற்ற தரகர்களின் போலியான வாக்குறுதிகளின் அடிப்படையில்தான் மொரீஷியஸுக்குக் கொண்டு செல்லப்பட்டனர். தோட்ட முதலாளிகளுக்கும் இது தெரிந்தே இருந்தது. ஆகவே அவர்கள் ‘சர்தார்’ எனப்பட்ட, மொரீஷியஸில் நெடுங்காலத்துக்கு முன்பே குடியேறியவர்களின் மூலமாகவே இந்தியத் தொழிலாளர்களை வரவழைத்தனர். இது ஓரளவுக்கு இந்தியத் தொழிலாளர்களது பொருளாதார நிலையை உயர்த்திக் கொள்ள உதவியது. மொரீஷியஸ் நிலங்களில் கால்நடை வளர்ப்பின் மூலமாகவும், காய்–கறிகள் பயிரிடுவதன் மூலமாகவும் தங்களது வருமானத்தைப் பெருக்கிக்கொள்ள ஏற்ற சூழல் மொரீஷியஸில் இருந்ததைத் தொழிலாளர்கள் கண்டனர். குடும்ப உறவின் அடிப்படையில் அங்கு சென்றது கூடுதல் வாய்ப்பாகவும் அமைந்தது. வட்டிக்குக் கடன் கொடுப்பது என்பதும் ஒரு லாபகரமான தொழிலாக அமைந்தது. 300 சதவீதம் வரை வட்டி வசூலிக்கப்பட்டது. இவ்வாறாக 1880 முதல் 1904 வரையிலான காலகட்டத்தில் எளிய தொழிலாளர்களால் அரசாங்க வங்கிகளில் ஆண்டுக்கு 28 பவுண்டு வரையில் சேமிக்க முடிந்தது.[119]

இந்தியத் தொழிலாளர்கள் தென் ஆப்பிரிக்காவுக்குச் செல்வது 1860ல் தொடங்கியது. நாடால் பகுதிக்குப் புலம் பெயர்ந்து சென்ற தென் இந்திய கூலித் தொழிலாளர்கள் கரும்புத் தோட்டங்களிலும் காஃபி தோட்டங்களிலும் அடிமைத்தனமான வேலைகளில் நிரந்தர அடிப்படையில் ஈடுபடுத்தப்பட்டார்கள். 1877ல் நாடால் பகுதியில் 12,668 தென் இந்திய கூலித் தொழிலாளர்கள் இருந்ததாகத் தெரிவிக்கப் பட்டுள்ளது. தென் ஆப்பிரிக்காவின் காலனியாட்சி நிர்வாகத்தால் கொண்டுவரப்பட்ட நலக் கொள்கைகள் காரணமாக தொழிலாளர் களின் வாழ்க்கை நிலைமைகளில் முன்னேற்றம் ஏற்பட்டது என்றும் தெரிவிக்கப்பட்டுள்ளது.[120]

1870களின் பிற்பகுதியில் தமிழ் விவசாயத் தொழிலாளர்கள் பர்மாவுக்குக் குடிபெயர்ந்தார்கள்.[121] பர்மாவுக்குப் புலம் பெயர்ந்ததற்கு, குறிப்பாக 1877ம் ஆண்டின் பஞ்சத்தைத் தொடர்ந்து, குறிப்பிட்ட வட்டாரங்களில் மக்கள்தொகை சுமையைக் குறைப்பது என்ற காலனியரசின் கொள்கையும் ஓரளவுக்குக் காரணமாகும். செங்கல்பட்டு, தென் ஆற்காடு உள்ளிட்ட மாவட்டங்களில் தீண்டத்தகாதவர்கள் என்பதாகச் சொல்லப்பட்ட சமூகங்களைச் சேர்ந்தோர் குவிந்திருப்பதன் சுமையைக் குறைப்பதற்கு உதவக்கூடும் என்பதால் இவ்வாறு புலம்பெயர்வதைக் காலனியாட்சி அதிகார வர்க்கத்தின் ஒரு பிரிவினர் ஆதரித்தனர்.[122]

மதராஸிகளான 'தீண்டத்தகாத' விவசாயத் தொழிலாளர்களைக் கொண்டு சேர்ப்பதற்கு, தட்பவெப்ப நிலை நிலை அடிப்படையில் பர்மா ஏற்ற இடமாக இருக்கும் என்ற கருத்தை அவர்கள் தெரிவித்தனர்.

1870களில் பர்மா தலைமை ஆணையரிடமிருந்து மதராஸ் தலைமைச் செயலருக்கு, பஞ்சம் பீடித்த மாவட்டங்களிலிருந்து தமிழ் தொழிலாளர்கள் ரங்கூனுக்குச் செல்வதை ஊக்குவிக்குமாறு அடிக்கடி வேண்டுகோள்கள் வந்தன.[123] பிரிட்டிஷ் பர்மாவுக்குக் கூலித் தொழிலாளர்களை அனுப்பிவைக்குமாறு பெல்லாரி, கர்னூல், கடப்பா, வட ஆற்காடு, சேலம், செங்கல்பட்டு மாவட்டங் களின் கலெக்டர்களுக்கு பர்மாவிலிருந்த ஆங்கிலேய அதிகாரிகள் தந்திகள் அனுப்பினர். பர்மாவுக்குப் புலம் பெயர்ந்து சென்ற தமிழர்கள் பெரும்பாலும் ரங்கூன், புரோம் நகரங்களுக்கிடையே அமைக்கப்பட்டிருந்த ரயில் தடங்களுக்கு இருபுறமும் குடியமர்ந் தார்கள். அந்த இடங்களில் பொதுவாக அவர்களுக்கு நல்ல வேலை வாய்ப்புகள் கிடைத்தன. சில நேரங்களில் அவர்கள் ரயில் தடங்களை ஒட்டியிருந்த தரிசு நிலங்களைப் பண்படுத்தி விவசாயமும் செய்தார்கள்.[124]

நல்ல பொருளாதார வாய்ப்புகளைப் பயன்படுத்திக்கொள்வதற்காக பறையர் சமூகத்தைச் சேர்ந்த விவசாயத் தொழிலாளர்கள் கணிசமான எண்ணிக்கையில் பர்மாவுக்குச் சென்றார்கள். பொதுவாக அவர்கள் பர்மாவின் தாழ்நிலப் பகுதிகளில் குடியேறினார்கள். பல நேரங்களில், இப்படிக் குடிபெயர்வதற்கான பயணச் செலவுகள் அவர்களுக்கு முன்தொகையாகத் தரப்பட்டன. இரண்டு மூன்று ஆண்டுகளுக்குப் பிறகு பெரும்பாலும் பறையர்கள் தங்கள் சொந்த ஊர்களுக்குக் கையில் ரூ.200 முதல் ரூ.300 வரையில் சேமிப்புத் தொகைகளுடன் திரும்பினார்கள்.[125]

பத்தொன்பதாம் நூற்றாண்டின் இறுதிக்கட்டத்தில் தென் இந்தியாவிலிருந்து ஒரு புதிய அலைபோலத் தொழிலாளர்கள் ஃபிஜி தீவுகளுக்கும் சென்றார்கள். அவர்கள் அப்படிச் சென்றதன் பின்னணியில் பொருளாதாரக் காரணிகள் மட்டுமே இருந்ததாகச் சொல்வதற்கில்லை. தனித்திறன் பயிற்சியற்ற கூலித்தொழிலாளர்களுக்கு அவர்களது சொந்த ஊர்களில் கிடைத்ததைவிட நான்கு மடங்கு ஐந்து மடங்கு கூலி தரப்பட்டது.[126] ஆயினும் பெரும்பாலும் அவர்கள் தங்களது குடும்பச் சண்டைகள், புதிதாக ஏதேனும் செய்யவேண்டும் என்ற விருப்பம், சமூகக் கட்டுப்பாடுகளின் தளைகளிலிருந்து விடுபடும் நோக்கம் ஆகியவற்றுக்காகத்தான் ஃபிஜி தீவுக்குச் சென்றார்கள் என்று ஆய்வாளர் கே. கில்லான் சுட்டிக்காட்டியிருக்கிறார். அதேவேளையில், பஞ்ச நிலைமையும் கடுமையான வறுமையும்கூடத் தென் இந்தியாவிலிருந்து தொழிலாளர்கள் ஃபிஜி தீவுக்குச் செல்லத் தூண்டின.[127]

இந்திய கூலித் தொழிலாளர்கள் ஃபிஜி தீவுகளுக்குக் குடிபெயர்வது பத்தொன்பதாம் நூற்றாண்டின் தொடக்ககட்டத்தில் மிக அதிகமாக இருந்தது. வட இந்தியாவிலிருந்து குடிபெயர்வோரின் எண்ணிக்கை திடீரெனக் குறைந்ததால், பணிவு மிக்க தென் இந்தியர்களை ஏற்க வேண்டிய கட்டாயம் அதிகாரிகளுக்கு ஏற்பட்டது. தென் இந்தியாவிலிருந்து சென்றவர்களில் பெரும்பாலோர் தமிழர்கள். அவர்கள் பெருமளவுக்கு வட ஆற்காடு, தஞ்சாவூர், கோயம்புத்தூர் மாவட்டங்களிலிருந்து சென்றவர்களேயாவர். அவர்களிலும் பெரும்பாலோர் பறையர் சமூகத்தைச் சேர்ந்தவர்கள். பெருமளவுக்குப் பொருளாதாரக் காரணங்களுக்காகவே அவர்கள் குடிபெயர்ந்தார்கள்.[128] கரும்புத் தோட்டங்களில் தனித்திறன் இல்லாத தொழிலாளர்களாக அவர்கள் வேலை செய்தார்கள். ஓய்வுக்கான வாய்ப்புகள் மிக அரிதாகவே கிடைத்தன.[129] தோட்ட உரிமையாளர்களின் கடும் கண்காணிப்பு, மிக அதிகமான சுரண்டல்கள் ஆகியவை பல புலம்பெயர் தொழிலாளர்களை, அவர்களது ஐந்தாண்டு கால ஒப்பந்தத்தை முடிக்காமலே தங்களது கிராமங்களுக்குத் திரும்ப வேண்டிய கட்டாயத்தை ஏற்படுத்தின.[130]

புலப் பெயர்ச்சியும் தாழ்த்தப்பட்டோர் பிரச்னையும் பத்தொன்பதாம் நூற்றாண்டின் பிற்பகுதி, இருபதாம் நூற்றாண்டின் முற்பகுதியில் தென் இந்தியாவில் கிடைத்த விடுதலை

தென்னிந்தியாவில் 'தீண்டத்தகாதவர்களாக' இருந்த விவசாயத் தொழிலாளர்களின் சமூகப் பொருளாதார நிலைமைகளில், அவர்கள்

புலம் பெயர்ந்ததன் காரணமாக ஒரு திட்டவட்டமான தாக்கம் ஏற்பட்டது என்ற வாதத்தை ஆய்வாளர்கள் அவ்வப்போது முன்வைத்து வந்திருக்கிறார்கள். புலம் பெயர்ந்து சென்றதால் அவர்கள் சேமிப்புக்கான வாய்ப்புகளைப் பெற்றார்கள். அந்தச் சேமிப்பைக் கொண்டு அவர்களால் பிற்காலத்தில் தங்களது சொந்தக் கிராமங்களில் மனைகள் வாங்கிப்போட முடிந்தது. இரண்டாவதாக, வெளிநாட்டு வேலைவாய்ப்புகள் தென்னிந்திய விவசாயத் தொழிலாளர்களிடையே ஒரு சுதந்தர உணர்வையும் தற்சார்பு உணர்வையும் ஏற்படுத்தின என்று கருதப்படுகிறது.[131]

பத்தொன்பதாம் நூற்றாண்டின் கடைசிப் பத்தாண்டுகளில் காலனியாட்சியின் அதிகார வர்க்கத்தினரில் ஒரு பகுதியினரால், இந்தப் புலப்பெயர்ச்சியின் பொருளாதாரத் தாக்கத்தைப் புரிந்து கொள்ள முடிந்தது. அந்த நூற்றாண்டின் நடுக்கட்டத்திலிருந்தே விவசாயம் சாராத தொழிலாளர்களின் நிலைமைகளில் முன்னேற்றம் நிகழ்ந்து வந்திருக்கிறது என்று 1890களில் ஆய்வாளர் எஸ். சீனிவாச ராகவய்யங்கார் குறிப்பிட்டார். ரயில்வே பணிகளிலும், பொதுப்பணித் திட்டங்களிலும் தொழிலாளர்கள் பெருமளவுக்குத் தேவைப்பட்டதன் பலனாகவே இந்த முன்னேற்றம் ஏற்பட்டது என்று கருதப்பட்டது.[132]

ஆனால், மிக முக்கியமாக, விவசாயத் தொழிலாளர்களில் ஒரு பகுதியினர் தங்களை ஒரு அடிமைத்தனமான நிலையிலிருந்து விடுவித்துக்கொள்வதற்குப் புலப்பெயர்ச்சி உதவியது. அவர்கள் இடம் பெயர்வதைத் தடுக்க நிலவுடைமையாளர்கள் பல்வேறு உத்திகளைக் கையாண்டார்கள். சட்டம், சமூகம் ஆகிய இரண்டு கண்ணோட்டங்களிலுமே புலப்பெயர்ச்சி தேவையற்றது என்று அவர்கள் வாதிட்டார்கள். தங்களோடு தொழிலாளர்கள் புதிய ஒப்பந்தங்கள் செய்துகொள்ளக் கட்டாயப்படுத்தினார்கள். சில நிலைமைகளில் பண்ணையார்களின் சுரண்டல்களிலிருந்து தங்களைக் காப்பாற்றிக்கொள்வதற்காகக் குடியேற்ற அலுவலகங் களுக்குத் தப்பித்து ஓடினார்கள்.[133]

சில நேரங்களில் தொழிலாளர்கள் நிலவுடைமையாளர்களிடமிருந்து பெற்ற முன்தொகையைத் திருப்பிக்கொடுக்காமலே சிலோனுக்கும் வளைகுடா நாடுகளுக்கும் இடம் பெயர்ந்து சென்றார்கள்.[134] 1880களின் தொடக்கத்தில் 'மேனுவல் ஆஃப் தி தஞ்சாவூர் டிஸ்ட்ரிக்ட்' (தஞ்சை மாவட்டக் கையேடு) என்ற நூலை எழுதியவர் அதில் இவ்வாறு குறிப்பிட்டிருக்கிறார்: 'ஆயினும் தொழிலாளர்கள் சிலோனுக்கு அல்லது வளைகுடா நாடுகளுக்குக் குடிபெயர்ந்ததால் அந்த முன்தொகைகள் திரும்பிவராமல் போனது என்று சொல்வதற் கில்லை.'[135] தஞ்சாவூர் மாவட்டத்தில் மிராசுதார் முறை ஆளுமை

செலுத்தத் தொடங்கியதால் தொழிலாளர்கள் புலம் பெயர்வதைத் தடுக்க முடியவில்லை என்பதை இந்தக் கருத்துகள் தெளிவாக நிறுவுகின்றன.

புலம் பெயர்ந்ததன் காரணமாக நிலவுடைமையாளர்களுக்கும் விவசாயத் தீண்டத்தகாதவர்களாக ஒதுக்கப்பட்டிருந்த விவசாயத் தொழிலாளர்களுக்கும் இடையேயான உறவிலும் தாக்கம் ஏற்பட்டது.[136] புதிய வேலைவாய்ப்புகளும் தொழிலாளர்களின் கண்ணோட்டங்களில் ஏற்பட்ட மாற்றங்களும் சேர்ந்து, அடிமைத் தனத்தையும் ஆதிக்கத்தையும் அடிப்படையாகக் கொண்டிருந்த உறவை மாற்றியமைத்தன. பாசனப் பகுதிகளில் புலப்பெயர்ச்சி காரணமாகத் தொழிலாளர்கள் கிடைப்பது பாதிக்கப்பட்டது. இது தஞ்சை, தென் ஆற்காடு, திருச்சி மாவட்டங்களின் நிலவுடைமை யாளர்களுக்குச் சிக்கலை ஏற்படுத்தியது.

1880களின் இறுதியில் தென் ஆற்காடு மாவட்டத்தைச் சேர்ந்த 'தீண்டத்தகாத' குடும்பங்களில் 33 சதவீதத்தினருக்கும் மேற்பட்டோர் நிலம் வாங்கியிருந்தனர் என்று எஸ். சீனிவாச ராகவய்யங்கார் தெரிவித்திருக்கிறார்.[137] திருச்சிராப்பள்ளி மாவட்டத்தில் பல ஊரகப் பகுதிகளில் சொந்தமாக நிலம் வைத்திருப்பதைப் பொறுத்தவரையில் 'தீண்டத்தகாதவர்கள்' கவனிக்கத்தக்க அளவுக்குப் பலனடைந்தனர் என்றும் தகவல்கள் உள்ளன. 1860களில் 'தீண்டத்தகாதவர்கள்' ஒரு சதவீதத்துக்கும் குறைவாகவே நிலம் வைத்திருந்த சில கிராமங்களில் முப்பது ஆண்டுகளில் அது பத்து சதவீதமாக அதிகரித்தது.[138]

திருச்சிராப்பள்ளி மாவட்டத்தில், விவசாயத் தொழிலாளர்களுக்கும் ரெட்டியார் சமூகத்தைச் சேர்ந்த நிலவுடைமையாளர்களுக்கும் 'பண்ணையாள்' முறை அடிப்படையில் பாரம்பரியமாக இருந்துவந்த உறவு, பத்தொன்பதாம் நூற்றாண்டின் கடைசி ஆண்டுகளில் மாற்றத்துக்கு உள்ளானது. வெளிநாடுகளிலிருந்து திரும்பிவந்த கூலித்தொழிலாளர்கள் தங்களிடமிருந்த பணத்தை நிலத்தில் முதலீடு செய்யவே விரும்பினார்கள். நிலத்தையும் நிலம் சார்ந்த வளங்களையும் சொந்தமாக்கிக்கொள்ள முடியும் என்பது அவர்களுக்கு ஒரு சுயமரியாதை உணர்வை, அனைத்துவிதமான அடிமைத்தளை களையும் உடைத்தெறிகிற முனைப்பை ஏற்படுத்தியது. ஒதுக்கப்பட்ட சமூகங்களைச் சேர்ந்த விவசாயத் தொழிலாளர்கள் ரெட்டியார் சமூக நிலவுடைமையாளர்களுடன் வேலை ஒப்பந்தம் செய்துகொள்ள விரும்பவில்லை. கூலித் தொழிலாளர்களுக்கு ரயில்வே கம்பெனி அளித்த அதிகமான கூலியும் விவசாயத் தொழிலாளர்கள் கிடைப்பதைச் சுருக்கியது.[139]

மற்ற மாவட்டங்களின் நிலைமையும் சிறிதும் மாறுபட்டதாக இல்லை. தஞ்சாவூர் மாவட்ட நிலவுடைமையாளர்கள் தங்களுடைய தொழிலாளர்கள் வெளிநாட்டுத் தோட்டங்களில் வேலை செய்யச் சென்றதால் தங்களுக்குக் கிடைத்து வந்த தொழிலாளர்கள் குறைந்து வந்தது பற்றியும், அந்தத் தொழிலாளர்களின் வசதிகள் அதிகரித்து வந்தது பற்றியும் அடிக்கடி புலம்பினார்கள். தொழிலாளர்கள் நிலவுடைமையாளர்களிடமிருந்து அதிகமான பொருளாதாரப் பலன்களைக் கோரியதாகவும் தெரியவருகிறது.[140] தானியக்கூலி அதிகரிக்கப்பட்டது என்றபோதிலும் முன்போல வழக்கமான கூலிவிகிதங்களில் வேலை செய்யத் தொழிலாளர்கள் தயாராக இல்லை என்ற பொருமல்களும் எழுந்தன.[141] தொழிலாளர் எண்ணிக்கை குறைந்தது வேலை நேரம் குறைக்கப்படுவதற்கு இட்டுச் சென்றது என்றும் தெரிவிக்கப்பட்டுள்ளது.[142] விவசாயத் தொழிலாளர்கள் கிடைப்பதை உறுதிப்படுத்துவதற்காக நிலவுடைமையாளர்கள் வழக்கமான முக்கால் மரக்கால் நெல் கூலியோடு, வேறு சில பொருளாதாரப் பலன்களையும் அளிக்க முன்வந்தனர் என்று தஞ்சாவூர் ஆட்சியர் பதிவு செய்தார்.[143] இப்படிப்பட்ட முயற்சிகள் மேற்கொள்ளப்பட்டபோதிலும் தொழிலாளர் பற்றாக்குறை தொடர்பான பிரச்னைகளைத் தீர்க்க முடியவில்லை. தொழிலாளர்களை வேலைக்கு எடுக்கிற விவகாரங்களில் போட்டி நிலவியது.

தமிழகத்தின் பல மாவட்டங்களில் ஏற்பட்ட தொழிலாளர் பற்றாக் குறைக்கு விவசாயத் தொழிலாளர் சமூகங்கள் பிற நாடுகளுக்குக் குடிபெயர்ந்ததோடு நெருங்கிய தொடர்பு உண்டு. கிராமப் பகுதிகளில் மிராசுதார்கள், நிலவுடைமையாளர்கள் ஆகியோரின் சுரண்டல்களிலிருந்து தங்களைப் பாதுகாக்கக்கூடிய ஏற்பாடாகப் புலப்பெயர்ச்சியை அந்த சமூகங்கள் பார்த்தன. வெளிநாடுகளில் ஒப்பந்தக் காலம் முடிந்து திரும்பிவந்த பலர் தாங்களே சுயேச்சையான நிலவுடைமையாளர்களாகக் காலூன்ற விரும்பினர்.[144] சொந்தக் காலில் நிற்கவேண்டும், சுதந்தரமாக இருக்கவேண்டும் என்ற அவர்களது உணர்வு தென் ஆற்காடு போன்ற மாவட்டங்களின் நிலவுடைமைக் கட்டமைப்பில் மாற்றங்களை ஏற்படுத்தியது.

இந்த மாவட்டங்களில், வெளிநாடுகளிலிருந்து திரும்பி வந்த விவசாயத் தொழிலாளர்கள் நிலக்கடலை சாகுபடிக்கு ஏற்ற நிலங்களில் தங்களது சேமிப்புகளை முதலீடு செய்தார்கள். 1890களில், நிலக்கடலை சாகுபடியில் ஒரு தற்காலிகச் சரிவு ஏற்பட்ட நிலையிலும், மொரீஷியஸ் தீவிலிருந்து இறக்குமதி செய்யப்பட்ட புதிய வகை நிலக்கடலை விதைகளால் பறையர் சமூக விவசாயிகள்

வளம் பெற்றனர்.[145] அடுத்தடுத்த ஆண்டுகளில், குத்தகைக்கு எடுத்த நிலங்களில் நிலக்கடலை பயிரிடும் முயற்சி அதிகரித்ததைத் தொடர்ந்து, அறுவடைக் காலத்தில் தொழிலாளர்களுக்குப் பெரும் பற்றாக்குறை ஏற்பட்டது.[146]

விவசாயத் தொழிலாளர்களிடையே பொருளாதாரத் தற்சார்பு உணர்வு அதிகரித்ததால் தமிழகத்தின் ஊரகப் பகுதி உறவுக் கட்டமைப்பில் தாக்கம் ஏற்பட்டது. முதலாவதாக, நிலவுடைமை யாளர்களால் பழைய ஒப்பந்த முறையின் அடிப்படையில் பண்ணை யாட்களைத் தங்களது வயல் பரப்புக்குள் கட்டுப்படுத்தி வைக்க முடியவில்லை. இரண்டாவதாக, விவசாயத் தொழிலாளர்கள் வீட்டு மனைகள் வாங்கிப்போடுவதற்கு மேற்கொண்ட முயற்சிகள் நிலவுடைமையாளர்களின் ஆதிக்கத்துக்கு ஒரு சவாலாக அமைந்தது. தஞ்சை மாவட்டத்தில் நிலவுடைமையாளர்கள் தங்களது பிடியிலிருந்தும் அதிகாரத்திலிருந்தும் விவசாயத் தொழிலாளர்கள் விடுபட்டுச் சொந்தக்காலில் நிற்பதைத் தடுக்கும் நோக்கத்துடன் பல்வேறு ஒடுக்குமுறைகளைக் கட்டவிழ்த்துவிட்டனர். தொழிலாளர்கள் வெளிநாடுகளுக்குச் சென்று குடியேறுவதைத் தடுப்பதற்காக, மிராசுதார்கள் அதிகமான கடன் ஒப்பந்த முறைகள் மூலமாகப் பண்ணைத் தொழிலாளர்களைத் தங்களது சொந்தக் கட்டுப்பாட்டுக்குள் கொண்டுவர முயன்றனர் என்று ஆய்வாளர் சி.ஜே. பேக்கர் குறிப்பிடுகிறார்.[147]

விவசாயத் தொழிலாளர்கள் வீட்டு மனை பெறுவதைத் தடுப்பதற்காக, அவர்கள் வாங்க விரும்பிய மனைகள் உட்படக் கிராமத்தின் மொத்த நிலப்பரப்பும் தங்களது கட்டுப்பாட்டுக்கு உரியது என்ற வாதத்தை மிராசுதார்கள் முன்வைத்தனர். வெளிநாடு களுக்குச் செல்வதன் பொருளாதாரப் பலன்களில் தொழிலாளர் களுக்கு ஈர்ப்பு ஏற்படுவதைத் தடுப்பதற்காக, குடியிருப்புகளிலிருந்து அவர்கள் வெளியேற்றப்படுவார்கள் என்று அச்சுறுத்தினர்.

இருபதாம் நூற்றாண்டின் தொடக்க ஆண்டுகளில், நிலவுடைமை யாளர்களின் எதிர்ப்பையும் மீறி, வெளிநாடுகளுக்குச் செல்வதன் பொருளாதாரத் தாக்கம் மிகப் பளிச்செனப் புலப்பட்டது. தமிழகத்தின் வேறு சில மாவட்டங்களில், முன்பு பண்ணையாட்களாக வேலை செய்து வந்தவர்களும் சமூக அடிப்படையில் இழிவுபடுத்தப் பட்டவர்களுமான தொழிலாளர்களுக்குத் தங்களது நிலத்தின் ஒரு பகுதியைக் குத்தகை முறையின் கீழ் ஒதுக்குவதன் மூலம் தொழிலாளர் பற்றாக்குறை பிரச்னையை சமாளிக்க நிலவுடைமை யாளர்கள் முயன்றனர்.

செங்கல்பட்டு, திருநெல்வேலி மாவட்டங்களில் இந்தப் பிரிவினருக்கு நிலத்தைக் குத்தகைக்கு விடுவது ஒரு நிலையான நடைமுறையாகியது.[148] தமிழகத்தின் வேறு சில பகுதிகளிலும் வெளிநாடுகளிலிருந்து திரும்பிவந்த தொழிலாளர்கள் நிலங்களை வாங்கிப்போட்டார்கள். இப்படி விவசாயத் தொழிலாளர்கள் தங்களையும் சொந்தமாக நிலம் வைத்திருக்கும் விவசாயிகளாக நிலைநாட்டிக்கொள்ள மேற்கொண்ட முயற்சி தொண்டி, தாமிரபரணி வட்டாரங்களில் ஓரளவுக்கு வெற்றி பெற்றது. மற்ற பகுதிகளோடு ஒப்பிடுகையில் மிராசு முறை வலுவற்றதாக இருந்த தொண்டி வட்டாரத்தில் பறையர்களுக்குச் சொந்த நிலம் வாங்கிடப் போதுமான வாய்ப்புகள் கிடைத்தன.[149]

பத்தொன்பதாம் நூற்றாண்டுத் தமிழகத்தில் நகரங்களின் வளர்ச்சியும் பறையர்களுக்கான புதிய வேலைவாய்ப்புகளும்

பத்தொன்பதாம் நூற்றாண்டின் நடுக்கட்டத்திலிருந்து தென் இந்தியாவின் பல்வேறு பகுதிகளில் நகரம் சார்ந்த, தொழிற்சாலைகள் சார்ந்த குடியிருப்புகள் தொடர்ச்சியாக விரிவடைந்ததன் காரணமாகத் தமிழகத்தின் தொழிலாளர் வர்க்கத்தினருக்குக் கூடுதலான பொருளாதார வாய்ப்புகள் கிடைத்தன. கல்வி பெறாத, தனிப் பயிற்சிகள் பெறாத பறையர் சமூகக் கூலித் தொழிலாளர்கள் வேலை வாய்ப்புகளுக்காக இந்தக் குடியிருப்புகளுக்கு இடம் பெயர்ந்தனர். மிராசு முறை தகர்ந்துபோவதன் அறிகுறிகள் தென்பட்ட வட்டாரங்களில்தான் பெரும்பாலும் பறையர் சமூகத்தினர் குடியேறுவது அதிகமாக நடைபெற்றது.

மதராஸ் வட்டாரத்தில், நகரத்தையொட்டிய பகுதிகளில் இருந்த உப்புத் தொழிற்சாலைகளில் அவர்களில் கணிசமானோருக்கு வேலைகள் கிடைத்தன. அதே நேரத்தில், சந்தைகளிலும் தோல் பதனத் தொழில்களிலும் தோல் தொழிற்சாலைகளிலும் அவர்களுக்கு அடிமட்ட வேலைகளே கிடைத்தன.[150] ஐரோப்பியர் குடும்பங்கள் பறையர்களை வீட்டுப் பணியாளர்களாகவும் காவல் பணியாளர் களாகவும் வேலைக்கு எடுத்துக்கொண்டன.[151]

பத்தொன்பதாம் நூற்றாண்டின் கடைசிப் பத்து இருபது ஆண்டுகளில் நிலமற்ற பறையர் சமூக விவசாயத் தொழிலாளர்கள் கிராமப் பகுதிகளிலிருந்து நகரப் பகுதிகளுக்குப் புலம் பெயர்வது மிக அதிகமாக நடந்தது. கிராமப் பகுதிகளில் பரவியிருந்த துன்பங்களும் கடுமையான விலைவாசியும் இதற்குக் காரணமாக இருந்திருக்கக் கூடும். 'தீண்டத்தகாதவர்கள்' என வைக்கப்பட்டிருந்த விவசாயத்

தொழிலாளர் சமூகங்களின் நிலைமை குறிப்பாக வட ஆற்காடு, செங்கல்பட்டு மாவட்டங்களில் மிக மோசமாக இருந்தது.

பட்டினியின் பிடியில் தவித்துக்கொண்டிருந்த பறையர்கள் பலர் மதராஸ் நகரத்துக்கும் அதைச் சார்ந்த பகுதிகளுக்கும் மைசூரு, பெங்களூரு போன்ற நகரங்களுக்கும் குடிபெயர்ந்தார்கள். கோலார் தங்க வயல் (கேஜிஎஃப்) இப்படிப் புலம் பெயர்ந்துவந்த பறையர் களைப் பயிற்சி பெறாத தொழிலாளர்களாக ஏற்றுக்கொண்டது.[152]

சமூக அடிப்படையிலும் பொருளாதார அடிப்படையிலும் சுதந்தரத்துக்கு உறுதியளிக்கும் இடமாக இருந்ததால் பறையர்களை கேஜிஎஃப் ஈர்த்தது. தங்கச் சுரங்கங்களில் கிடைத்த கூலி உத்தரவாத மானதாக மட்டுமல்லாமல், முன்பு அவர்களுக்குக் கிடைத்த விவசாயக் கூலியை விடவும் பல மடங்கு அதிகமாகவும் இருந்தது. விவசாயக் கூலியாவது குறிப்பிட்ட பருவ காலங்களில் மட்டும்தான் கிடைத்தது, சுரங்கக் கூலியோ எல்லாக் காலத்திலும் கிடைக்கக் கூடியதாக இருந்தது என்பது இங்கு குறிப்பிடத்தக்கது. கேஜிஎஃப் வட்டாரத்துக்குக் குடிபெயர்வது உச்சத்தில் இருந்த பத்தொன்பதாம் நூற்றாண்டின் கடைசி ஆண்டுகளில், அப்படிக் குடிபெயர்ந்து வந்த தமிழ்த் தொழிலாளர்களின் கூலி, வட ஆற்காடு, செங்கல்பட்டு மாவட்டங்களில் கிடைத்த விவசாயக் கூலியைவிட மூன்று நான்கு மடங்கு அதிகமாக இருந்தது.[153]

மைசூரு, மதராஸ் நகரங்களில் உருவான தொழில் பகுதிகளும் பறையர்களுக்கு வேலைவாய்ப்புகளை அளித்தன. ஐரோப்பியர் களுக்குச் சொந்தமான தொழில் நிறுவனங்களும் தொழிற்சாலை களும் பறையர்களுக்கு வேலையளித்தன. அது ஒருபுறமிருக்க, ஐரோப்பிய நிறுவனங்கள் நல்ல கூலி கொடுத்தன என்ற போதிலும், குடிபெயர்ந்து வந்த 'தீண்டத்தகாத' தொழிலாளர்களை அடிக்கடி அவமதித்தன, அவர்களது உழைப்பைக் கடுமையாகச் சுரண்டின. பறையர் சமூகத் தொழிலாளர்கள் மோசமாக நடத்தப்பட்டதோடு, நீண்ட நேரம் உழைக்குமாறு கட்டாயப்படுத்தப்பட்டார்கள். கல்வி இல்லாதது, தனித்திறன் பயிற்சி இல்லாதது ஆகிய காரணங்களாலும் அவர்கள் அவமதிக்கப்பட்டார்கள்.

இந்தச் சூழலில்தான் அந்த நூற்றாண்டு முடிவடையும் தறுவாயில் 'பறையன்' என்ற பத்திரிகை தொடங்கப்பட்டது.[154] சாதி அடிப்படையில் ஒதுக்கப்பட்ட சமூகத்திலிருந்து வந்த படித்தவர்கள் அந்தப் பத்திரிகையின் பக்கங்களைப் பயன்படுத்தி, பறையர் தொழிலாளர் களுக்குத் தரமான வேலை நிலைமைகளை உருவாக்கவேண்டும் என்ற கோரிக்கைகளை வலியுறுத்தினார்கள். பெண் தொழிலாளர்களின்

நிலைமையிலும் குழந்தைத் தொழிலாளர்களின் நிலைமையிலும் முன்னேற்றம் தேவை என்று அந்தப் பத்திரிகை எழுதியது. தீண்டத்த காதவர்களாக நடத்தப்படும் தொழிலாளர் குடும்பங்களைச் சேர்ந்த குழந்தைகளுக்கெனக் கல்வித் திட்டங்களை அரசு செயல்படுத்த வேண்டும் என்றும் 'பறையன்' ஏடு வலியுறுத்தியது.[155]

ஆயினும், குடிபெயர்ந்த மக்களின் எண்ணிக்கையோடு ஒப்பிடுகையில், தொழிற்சாலைகளுக்குத் தேவைப்பட்ட தொழிலாளர்களின் எண்ணிக்கை வரம்புக்கு உட்பட்டதாகவே இருந்தது. அது தமிழகத்தின் 'தீண்டத்தகாத' சமூகங்களைச் சேர்ந்த தொழிலாளர்களின் நிலைமைகளில் ஏற்படுத்திய தாக்கமும் வரம்புக்கு உட்பட்டதாகவே இருந்தது. 1930களில்கூட இந்தியாவில் ஆலைத் தொழிலாளர்களின் எண்ணிக்கை இரண்டு லட்சத்துக்கும் குறைவாகவே இருந்தது என்கிறார் ஆய்வாளர் ஹருகா யனவிஸ்வா.[156] அதே ஆண்டுகளில் வெளியிடப்பட்ட அரசாங்க அறிக்கைகளும், பதிவு செய்யப்பட்ட தொழிற்சாலைகளில் மூன்றில் ஒரு பங்கு வரையில் குறிப்பிட்ட பருவ காலங்களில் மட்டுமே இயங்கின என்ற தகவல் தெரிவிக்கப் பட்டுள்ளது. குடிபெயர்ந்து வந்த தொழிலாளர்களைச் சார்ந்திருந்த பருத்தியாலைகளும் நிலக்கடலைத் தோல்பிரிப்புத் தொழிற் சாலைகளும் ஆண்டுக்கு நான்கு மாதங்கள் மட்டுமே செயல்பட்டன.[157]

முக்கியமாக, தொழிற்சாலைகளை நோக்கி கிராமத் தொழிலாளர்கள் சென்றது கிராமச் சமுதாயத்தில் தாக்கத்தை ஏற்படுத்துகிற அளவுக்குப் பெரும் எண்ணிக்கையில் நிகழவில்லை. ஆலைத் தொழிலாளர் களுக்குக் கிராமங்களுடன் இருந்த தொடர்புகள், அந்த ஆலைகள் மதராஸ் நகரத்துக்கு உள்ளே இருந்தனவா வெளியே இருந்தனவா என்பதைப் பொறுத்துப் பெரிதும் மாறுபட்டன. மதராஸ் தொழிற் சாலைகளின் பெரும்பாலான தொழிலாளர்கள் புதிதாகக் குடிபெயர்ந்து வந்தவர்கள் அல்ல. மதுரை, தூத்துக்குடி நிலைமை பெரிய அளவுக்கு மாறுபட்டதாக இருந்தது. மதராஸ் நகரின் தொழிலாளர்களது வாழ்க்கை அனுபவங்களுக்கு மாறாக, தமிழகத்தின் பிற தொழில் நகரங்களில் இருந்த தொழிலாளர்கள் கிராம உலகத்துடன் வலுவான உறவைத் தக்கவைத்துக் கொண்டவர் களாக இருந்தார்கள்.[158]

மேல் சாதிகளைச் சேர்ந்தவர்கள் பெரும் எண்ணிக்கையில் தொழிற் சாலைகளில் வேலைக்குச் சேராமல் இருந்திருப்பார்களானால், 'தீண்டத்தகாத' சாதிகளைச் சேர்ந்த ஆலைத் தொழிலாளர்கள் தொழில் வளர்ச்சியால் பலனடைந்திருப்பார்கள். ஒரு சில விதிவிலக்குகள் தவிர்த்து, ஆலைத் தொழிலாளர்களாக வேலைக்கு எடுப்பது மேல் சாதிகளுக்கும் இடை நிலைச் சாதிகளுக்குள்ளும்தான்

நிகழ்ந்தது. விவசாயத் தொழிலாளர்களாக இருந்த சமூகங்களி லிருந்து மிகக் குறைவானவர்களே எடுத்துக்கொள்ளப்பட்டார்கள். ஒதுக்கப்பட்ட சமூகங்களைச் சேர்ந்தோர் கணிசமான எண்ணிக்கையில் இருந்தாலும் – சமூக அடிப்படையில் தாழ்நிலையில் வைக்கப்பட்டவர் களையும் அந்தச் சொல்லாடல் உள்ளடக்குகிறது என்ற போதிலும் – 'தீண்டத்தகாதவர்கள்' என்ற பிரிவுகளுக்குள் வராத, ஆனால் சமூக அடுக்கில் பின்னுக்குத் தள்ளப்பட்டவர்களும் அதற்குள் இருந்தார்கள் என்று 1921ம் ஆண்டின் மக்கள்தொகை கணக்கெடுப்பு அறிக்கை தெளிவாகத் தெரிவிக்கிறது.

பயிற்சி பெறாத தொழில்களில் மேல் சாதியினரும் இடை நிலைச் சாதியினரும் பெருமளவுக்கு ஈடுபட்டதன் காரணமாக, உற்பத்தித் தொழில் துறையில் 'தாழ்த்தப்பட்டோர்' விளிம்புக்குத் தள்ளப் பட்டார்கள்.[159] இவ்வாறாக, வெளிநாடுகளுக்குப் புலம் பெயர்ந்து சென்றதால் இந்த சமூகங்களின் வாழ்க்கை நிலைமைகளில் ஏற்பட்ட தாக்கத்தைப்போலத் தொழில் வளர்ச்சியால் ஏற்படுத்த முடியவில்லை. சில இடை நிலைச் சாதிகளைச் சேர்ந்தோருக்கு வேலை வாய்ப்பளித்த சிறு தொழில்களிலும் குடிசைத் தொழில் களிலும்கூட, பறையர் சமூகத்துக்கும் ஒதுக்கப்பட்ட பிற சமூகங் களுக்கும் அவர்களது சமூக நிலையை மேம்படுத்திக்கொள்வதற்கான வாய்ப்புகள் மறுக்கப்பட்டன.[160]

பத்தொன்பதாம் நூற்றாண்டில் பறையர்களும் மதராஸ் ராணுவமும்

தென் இந்தியாவில் பிரிட்டிஷ் ஆட்சியின் வருகையால் பறையர் களுக்கும் அவர்களைப் போன்ற இதர சமூகங்களைச் சேர்ந் தோருக்கும் ராணுவத்தில் வேலை வாய்ப்புகள் கிடைத்தன. 1760களிலும் 1770களிலும் கம்பெனி ராணுவத்தின் சிப்பாய்களாகச் சேர்ந்தவர்களில் பறையர்கள் மிகுதியாக இருந்தனர்.[161] அடுத்த சில ஆண்டுகளிலும் அவர்களுக்கு ராணுவத் துறைகளில் வேலை கிடைத்தது. மதராஸ், திருச்சிராப்பள்ளி ராணுவத் தலைமை அலுவலகங்கள் பறையர்களை வேலைக்கு எடுக்கும் மையங்களாகச் செயல்பட்டன. பறையர் சமூகத்திலிருந்து வந்தவர்களின் பணிவான குணத்தையும் கடமையுணர்வையும் பிரிட்டிஷ் அதிகாரிகள் வெகுவாகப் பாராட்டினர். ராணுவத்தில் இணைகிற வாய்ப்பு 'தீண்டத்தகாதவர்கள்' மனங்களில் சுயமரியாதை உணர்வையும் சுதந்தர உணர்வையும் பதிய வைத்தது என்ற கருத்தை அந்த அதிகாரிகள் தெரிவித்தனர்.

ராணுவத்தில் வேலை செய்வது குறித்து பறையர்களும் மனநிறைவு கொண்டார்கள். இதர பிரிட்டிஷ் குடிமக்களைப்போலத் தங்களுக்கும்

குடிமைச் சமூகத்தில் சம மரியாதை கிடைப்பதாகக் கருதினார்கள்.[162] பறையர் சமூகத்திலிருந்து வந்தவர்கள் தங்களது பிரிட்டிஷ் உயரதிகாரிகளிடம் பணிவோடும் விசுவாசத்தோடும் இருந்தனர். அது அவர்களுக்குப் பதவி உயர்வுகளைப் பெற்றுத் தந்தது.

பத்தொன்பதாம் நூற்றாண்டின் தொடக்கக்கட்டத்தில் பிரிட்டிஷ் ராணுவத்தில் வேலைக்குச் சேர்ந்தது பறையர் சமூகச் சிப்பாய்களின் சுய மதிப்பீட்டிலும் குறிப்பிடத்தக்க மாற்றங்களை ஏற்படுத்தியது. விசுவாசமும் அர்ப்பணிப்பும் ராணுவப் படைப்பிரிவுகளில் தலைமையதிகாரிகள் அல்லாத இதர நிலைகளுக்கான பதவி உயர்வுகளை உறுதிப்படுத்தும் என்பதை அவர்கள் உணர்ந்திருக்கக் கூடும். எனவே அவர்களில் பலர் பதவி உயர்வுகளுக்காக மிகுந்த விசுவாசத்தோடு நடந்துகொண்டார்கள். ராணுவ அணிவகுப்பு நடைமுறைகளும் உடற்பயிற்சிகளும் அவர்களது மனங்களில் ஒரு போர்க்குணமுள்ள பரம்பரைக்கான பெருமித உணர்வை ஏற்படுத்தின. பிரிட்டிஷ் பேரரசர் சார்பில் வழங்கப்பட்ட சீருடைகள், இனிமேலும் சாதிப் பாகுபாடு சார்ந்த அடிமைத்தனத்துக்கும் சுரண்டலுக்கும் உட்பட்டிருக்க வேண்டிய தேவையில்லை என்ற சிந்தனையை ஏற்படுத்தின.[163]

பத்தொன்பதாம் நூற்றாண்டின் இடைக்கட்டம் வரையில் பிரிட்டிஷ் ஆட்சியின் இந்திய ராணுவப் பிரிவுகளில் ஒன்றாகிய 'குயின்ஸ் ஓன் சேப்பர்ஸ் அன்ட் மைனர்ஸ்' படையில் பறையர்கள் பெருமளவுக்குச் சேர்க்கப்பட்டார்கள்.[164] ஆனால், 1857ல் நடந்த அந்த மகத்தான கிளர்ச்சிக்குப் பிறகு பிரிட்டிஷ் அரசின் ராணுவ ஆளெடுப்புக் கொள்கையில் மாற்றம் ஏற்பட்டது. உள்ளூர் சமூகங்களிலிருந்து ஆளெடுக்கிறபோது அவர்களது படைப்பாரம்பரியம், சமூகம், சுற்றுப்புறம் போன்ற பின்னணிகளைக் கணக்கில் எடுத்துக்கொள்ள வேண்டும் என்ற வாதம் முன்வைக்கப்பட்டது. வீர மரபு தொடர்பான பல மாறுபட்ட கண்ணோட்டங்கள் ராணுவத்துக்கு ஆள் சேர்ப்பதற்குப் பயன்படுத்தப்பட்டன. பெங்கால், பம்பாய், மதராஸ் படைகளில் ஜாட், கூர்க்கா, சீக்கியர், பதான் சமூகங்களைச் சேர்ந்தோர் பெரும் எண்ணிக்கையில் சேர்க்கப்பட்டனர்.[165] மற்ற சமூகங்களை விட இந்த சமூகங்களைச் சேர்ந்தவர்கள் மிகுந்த நம்பிக்கைக்குரியவர் களாகவும் முரட்டுத்தனமானவர்களாகவும் கடுமையாக உழைக்கக் கூடியவர்களாகவும் கருதப்பட்டனர்.

ஆளெடுப்புக் கொள்கையில் ஏற்பட்ட இந்த மாற்றத்தின் காரணமாக பறையர் சிப்பாய்களின் எண்ணிக்கை கணிசமாகக் குறையத் தொடங்கியது. 1870களில் பிரிட்டிஷ் அதிகாரிகள் மேல் சாதி இந்துக் களையும் கிறிஸ்தவர்களையும் முசல்மான்களையும் ராணுவத்தில்

சேர்ப்பதற்கு ஆதரவாக இருந்தனர்.[166] ஆயினும் ராணுவத் துறையின் சில கிளைகளில் பறையர் சமூகத்தினர் குறிப்பிடத்தக்க அளவுக்கு இடம்பெற்றனர். சொல்லப்போனால், 1890களில் அகழி வீரர்களாகவும் சுரங்க வீரர்களாகவும் இருந்தவர்கள் பறையர்கள்தான். தாழ்வான வேலைகளில் சேர்வதற்கு மேல் சாதியினர் முன்வர வில்லை என்பதும் ராணுவத்தின் சில கிளைகளில் பறையர் சமூகத்தினர் மிகுதியாக இருந்ததற்கு ஓரளவு காணமாகும்.[167]

1890களின் தொடக்க ஆண்டுகளில் பழைய மாகாணப் படைகள் கலைக்கப்பட்டதையும், வட இந்தியாவைச் சேர்ந்த போர்க்குணமுள்ள சமூகத்தினர் அதிக அளவில் ராணுவத்தில் சேர்க்கப்பட்டதும் பறையர் களுக்கான எதிர்கால ராணுவ வேலை வாய்ப்புகளைத் தடுப்பதாக அமைந்தன. இந்த மாற்றங்களால் பறையர் சமூகத் தலைவர்கள் பெரிதும் கவலையடைந்தனர். அவர்களில் பெரும்பாலோர், ராணுவ வேலை வாய்ப்பு தங்கள் மக்களின் பொருளாதார நிலைமையிலும், சமூக நிலைமையிலும் மாற்றத்துக்கான வழியாக இருக்கும் என்று நம்பினர். பிரிட்டிஷ் அரசுக்கு பண்டித அயோத்தி தாசர் போன்ற தலைவர்கள் அனுப்பிய மனுக்கள் ராணுவ வேலைக்கு அவர்கள் அளித்த முக்கியத்துவத்தைத் தெளிவாக எடுத்துக்காட்டுகின்றன.

1894ல் ஒரு அரசு அதிகாரிக்கு அயோத்தி தாசர் அனுப்பிய கடிதத்தில் 'தீண்டத்தகாதவர்கள்' ராணுவ வீரர்களாக மகத்தான துணிவையும் தியாகத்தையும் வெளிப்படுத்தி வந்திருப்பதால் அவர்களது நிலைமைகளில் முன்னேற்றம் ஏற்பட அரசாங்கத்தின் தலையீடு தேவை என்று வலியுறுத்தினார்.[168] சமூக அடிப்படையில் ஒதுக்கப் பட்ட சாதிகளைச் சேர்ந்தோரின் நீண்ட கால ராணுவ சேவையைக் கருத்தில் கொண்டு அவர்களுக்குத் தனி முக்கியத்துவம் அளிக்க வேண்டும் என்று கோரியவர் அயோத்தி தாசர் மட்டுமல்ல. சில முன்னாள் ராணுவத்தினரும் ஓய்வூதியர்களும் தங்களைப் பறையர் சமூகத்தின் உண்மைப் பிரதிநிதிகளாக முன்னிறுத்த இந்தப் பிரச்னையை எழுப்பினர். இவ்வாறாக, பிரிட்டிஷ் அரசின் இந்திய ராணுவத்தில் நீண்ட காலமாகப் பணியாற்றியது மதராஸ் மாகாணத்தில் பறையர் சமூக மக்களிடையே விழிப்புணர்வு வளர்வதற்குக் காரணமாக இருந்தது என்று கூறலாம்.

நிறைவாக

வெளிநாடுகளுக்குக் குடிபெயர்ந்து சென்றதாலும் உள்நாட்டிலேயே வேறு பகுதிகளுக்குக் குடிபெயர்ந்ததாலும் மதராஸ் மாகாணத்தின் சில தமிழ் மாவட்டங்களில் பறையர்களின் பொருளாதார நிலைமைகளில் சில மாற்றங்கள் ஏற்பட்டன. தமிழகத்தின் தொண்டி,

தாமிரபரணி வட்டாரங்களில் பறையர்களும் இதர ஒதுக்கப்பட்ட சமூகங்களைச் சேர்ந்தோரும் மிராசு முறையில் இருந்த பலவீனங் களைப் பயன்படுத்திக்கொண்டு நில உடைமைகளில் முதலீடு செய்தார்கள்.[169] இருபதாம் நூற்றாண்டின் தொடக்கக் கட்டத்தில் பிரிட்டிஷ் அதிகாரிகளும்கூட, வெளிநாட்டுக் குடியேற்றம் காரணமாக பறையர்களின் சமூக–பொருளாதார நிலைமைகளில் முன்னேற்றம் ஏற்பட்டது என்று குறிப்பிட்டுள்ளனர்.

வெளிநாட்டு வேலைவாய்ப்புகள் பறையர் சமூகத்தினருக்கு அறநெறி மாண்புகள், கட்டுப்பாடு ஆகியவற்றின் முக்கியத்துவத்தை உணரச்செய்தன என்று அவர்கள் கூறினர். ஜார்ஜ் மேடிசன் என்ற ஆங்கிலேய உயரதிகாரி இவ்வாறு கருத்துத் தெரிவித்திருந்தார்:

> ‘இந்த சமூகத்தில் சுயமரியாதை, சிக்கனம், நம்பிக்கை ஆகிய உணர்வுகள் வளர்ந்ததற்கான வெளிப்படையான அறிகுறிகள் தென்பட்டன. சுமார் இருபது கிராமங்களில் (தஞ்சாவூர் மாவட்டம்) பெரும்பாலான பஞ்சமர்கள் குடிப்பழக்கத்தை விட்டு விட்டார்கள். பஞ்சமர்களில் சிலர் வீட்டு மனைகள் கோரி விண்ணப்பித்தார்கள் என்பது மட்டுமல்ல; மற்ற பஞ்சமர்கள் தங்களது கிராமங்களில் கூட்டுறவு சங்கங்களில் உறுப்பினராக இணைவதற்கும் முன்வந்தார்கள்.’[170] பறையர்கள் இப்படி வெளிநாடுகளுக்கும் நாட்டுக்கு உள்ளேயும் இடம்பெயர்ந்து சென்றதன் தாக்கம் தமிழகத்தின் சில பகுதிகளில் விவசாய உறவுகள் சார்ந்த கண்கூடான மாற்றங்களுக்கு இட்டுச்சென்றது.

புலம்பெயர்ந்து செல்வது அதிகரித்ததால் நிலவுடைமையாளர் களுக்குத் தொழிலாளர் பற்றாக்குறை ஏற்பட்டது என்பது மட்டு மல்லாமல், ‘தீண்டத்தகாத’ சமூகத்தைச் சேர்ந்த விவசாயத் தொழிலாளர்களிடம் வேலை வாங்குவதும் கடினமானதாக மாறியது என்ற கருத்தும் முன்வைக்கப்பட்டிருக்கிறது. அவர்கள் விவசாயக் கூலித் தொழிலாளர்கள் மூலமாகச் சாகுபடி செய்வதற்கு மாறாக, தங்களது நிலங்களின் ஒரு பகுதியை அல்லது முழு நிலத்தைக் குத்தகைக்கு விடுவதன் மூலம் இந்த நிலைமையிலிருந்து மீள்வதற்கு முயன்றார்கள். தென் ஆற்காடு, செங்கல்பட்டு மாவட்டங்களின் நிலவுடைமையாளர்கள் தங்களுக்கு வேண்டிய தொழிலாளர்களைத் திரட்டுவதில் ஏற்பட்ட சிக்கல்களைக் குறைப்பதற்காகத் தங்களது நிலங்களை உள்குத்தகைக்கு விடுகிற நடைமுறையை ஆதரித்தார்கள்.[171]

தஞ்சாவூர் போன்ற மாவட்டங்களில் மிராசுதார்களும் இதர நிலவுடைமைச் சமூகங்களைச் சேர்ந்தோரும் பறையர்களின்

பொருளாதாரத் தற்சார்பு நிலை வளர்வதன் அறிகுறிகள் கண்டு கலக்கமடைந்தவர்களாக, ஒதுக்கப்பட்ட சமூகங்களின் முன்னேற்ற வாய்ப்புகளை முடக்குவதற்குப் பல வழிகளைக் கடைப்பிடித்தனர். முதலில், கடன் ஒப்பந்தங்களுக்கான புதிய நடைமுறைகளைக் கொண்டுவந்து பண்ணைத் தொழிலாளர்கள் மீதான தங்களது மேலாதிக்கத்தை மீண்டும் நிலைநாட்ட முயன்றார்கள். தஞ்சை மாவட்டத்தின் பல பகுதிகளில் தொழிலாளர்களுக்கும் நிலவுடைமை யாளர்களுக்கும் இடையேயான உறவு மேலும் மேலும் பணம் சார்ந்ததாக மாற்றப்பட்டது. ஏற்கெனவே நடைமுறையில் இருந்த வேலை அடிப்படையிலான ஒப்பந்தங்களை விட்டுவிட்டு, கடன் அடிப்படையிலான ஒப்பந்தங்கள் செய்துகொள்ளப்பட்டன என்று மாவட்ட ஆட்சியர் குறிப்பிட்டிருக்கிறார்.

இரண்டாவதாக, தொழிலாளர்கள் தங்களுக்கெனச் சிறு வீடுகளைக் கட்டிக்கொண்ட இடங்கள் தங்களுக்குத்தான் சொந்தம் என்று உரிமை கொண்டாடுவதன் மூலம் அவர்களது முன்னேற்றத்தைக் கட்டுக்குள் வைத்திருக்க நிலவுடைமையாளர்கள் முயன்றனர். வெளிநாடு களுக்கோ நாட்டின் இதர பகுதிகளுக்கோ தொழிலாளர்கள் செல்வதைத் தடுப்பதற்காக, அவர்களது குடியிருப்புகளிலிருந்து குடும்பங்கள் வெளியேற்றப்படும் என்று அச்சுறுத்தினர். 1910ம் ஆண்டுகளில் மிராசுதார்–பண்ணையாள் மோதல் ஒரு உச்சகட்டத்தை அடைந்தது. நிலைமை மோசமாகிக்கொண்டிருந்த சூழலில், கிராமத் தொழிலாளர் குடும்பங்களுக்கான குடியிருப்புகளுக்காக நிலம் கையகப்படுத்துகிற திட்டங்களை அதிகமாக மேற்கொள்ள அரசு முடிவு செய்தது.[172]

1920களின் தொடக்க ஆண்டுகளில் அரசு வட்டாரங்களில் குடியேற்றப் பிரச்னை மிகுந்த முக்கியத்துவம் பெற்றது. ஒதுக்கப்பட்ட சமூகங்களைச் சேர்ந்தோர் நாட்டுக்கு உள்ளேயும் வெளியேயும் புலம் பெயர்வதை முறைப்படுத்தத் தொழிலாளர் துறையைப் பயன்படுத்த முயன்றது அரசு. பிரிட்டிஷ் ஆட்சியின் கீழிருந்த பல்வேறு பகுதி களுக்கு 20 லட்சத்துக்கும் மேற்பட்ட தொழிலாளர்கள் செல்வதற்குத் தொழிலாளர் துறை ஏற்பாடு செய்தது. அப்படிப் புலம்பெயர்ந்து சென்றவர்களில் பாதிப்பேர் ஒதுக்கப்பட்ட சமூகங்களைச் சேர்ந்தவர்கள்தான், அவர்களில் பெரும்பாலோர் பறையர் சமூகத்தினர் தான்.[173] தொழிலாளர் துறை ஏற்பாடுகள் விவசாயத் தொழிலாளர் சமூகங்களில், குறிப்பாகத் தென் ஆற்காடு, செங்கல்பட்டு மாவட்டங் களைச் சேர்ந்தோரிடையே, பயனுள்ள தாக்கத்தை ஏற்படுத்தியது.

நிலவுடைமையாளர்கள் அளித்து வந்த சொற்பக்கூலிக்குத் தங்களது எதிர்ப்பை வெளிப்படுத்த இதனைப் பண்ணைத் தொழிலாளர்கள்

பயன்படுத்திக்கொண்டார்கள். சில நேரங்களில் அவர்கள் தங்களது கோரிக்கைகளுக்கான போராட்டங்களில் வெற்றி பெற்றார்கள். அவர்களது வேலைநிறுத்தப் போராட்டங்களைத் தொடர்ந்து கூலியை உயர்த்தித் தர வேண்டிய கட்டாயம் நிலவுடைமை யாளர்களுக்கு ஏற்பட்டது.[174]

இருந்தாலும், சமூக அடிப்படையில் ஒதுக்கப்பட்ட ஏழை மக்களின் நிலைமைகளில் புதிய வேலை வாய்ப்புகளால் பெரிய அளவுக்கு முன்னேற்றம் ஏற்பட்டுவிடவில்லை. தோட்டங்களிலும் தொழிற் சாலைகளிலும் நீண்ட நேரம் வேலை செய்ய வேண்டியிருந்தது. அது அவர்களது உடல் நலம் சீர்குலைந்தது. உடல் நலச் சீர்குலைவுகளைத் தாங்கிக்கொள்ள முடியாதவர்களாக அவர்களில் பலர் இறந்து போனார்கள், பலர் செயல்பட முடியாதவர்களாக முடங்கிப் போனார்கள். 'தீண்டத்தகாத' சமூகங்களைச் சேர்ந்த தொழிலாளர் களுக்குப் பாதுகாப்பான வாழ்க்கை நிலைமைகளை உறுதிப்படுத்தக் கூடிய அளவுக்கு அவர்கள் தங்களது வருவாயிலிருந்து சேமித்த தொகைகள் பெரிதாக இல்லை.

தமிழகத்தின் சில பகுதிகளில் பறையர்கள் தங்களை விவசாயி களாகவும் குத்தகை விவசாயிகளாகவும் நிலைநாட்டிக்கொள்ள முடிந்தது என்றாலும்கூட, மற்ற பகுதிகளில் அவர்களது ஒட்டு மொத்த சமூகப் பொருளாதார நிலைமைகளில் எந்த முன்னேற்றமும் ஏற்படவில்லை. மிராசுதார்களின் தொடர்ச்சியான எதிர்ப்பு காரண மாகவும், அதிகமான வழக்குகள் போடப்பட்டதாலும் அரசாங்கத்துக்கு வீட்டு மனைகளைக் கையகப்படுத்துவதும் ஒதுக்கப்பட்ட சமூகங் களைச் சேர்ந்தோருக்கு விநியோகிப்பதும் கடினமானது.

4

பறையர்: சமூகப் பொருளாதார முன்னேற்றத்திலிருந்து அரசியல் நுழைவை நோக்கி

பறையர்கள் முன்னேற்றம் தொடர்பாக 1890களில் மிஷனரிகள் மேற்கொண்ட முயற்சிகளும் அரசாங்கம் காட்டிய ஈடுபாடுகளும், ஒரு சிறு பகுதியினரிடையே, பிரிட்டிஷ் அரசின் அதிகாரிகளிடம் கோரிக்கைகள் வைக்கலாம் என்ற நம்பிக்கையை ஏற்படுத்தின. இவர்கள் திராவிட மகாஜன சங்கம் போன்ற அமைப்புகளைப் பயன் படுத்தி, தங்கள் சமூகத்தினரின் சமூக, பொருளாதார நிலைமைகள் குறித்து வெளியிட்டார்கள். பிரிட்டிஷ் அரசு மீதான தங்களது விசுவாசத்தை வெளிப்படுத்திய இந்த அமைப்புகள் ஆட்சியாளர்கள் சீர்திருத்தக் கொள்கைகளைக் கடைப்பிடிக்கவேண்டும் என்று கோரினர். அனைத்து சமூகத்தினருக்கும் சமத்துவத்தையும் சுதந்தரத்தையும் உறுதியளிக்கிற சட்டங்களை அரசு கொண்டு வரவேண்டும் என்றும் விரும்பினர்.

சில தலைவர்கள் இந்தியாவில் காங்கிரஸ் ஆட்சி அமையுமானால், பிரிட்டிஷ் ஆட்சியால் கிடைத்த நன்மைகள் ஒழித்துக்கட்டப் பட்டுவிடும் என்று எச்சரித்தார்கள். காலனியாதிக்க அரசுக்குத் தங்கள் வலிமையைத் தெரிவிக்கும் நோக்கத்துடன் தங்களது சமூகத்துக்கான அடையாளத்தையும் வரலாற்றையும் கட்டமைக்கிற முயற்சிகளில் ஈடுபட்டார்கள். அத்தகைய முயற்சிகளின் பலனாக, கடந்த நூற்றாண்டு களில் தங்கள் சமூகம் பின்னுக்குத் தள்ளப்பட்டதற்கான காரணங் களையும் அவர்களால் ஆட்சியாளர்களுக்குத் தெரிவிக்க முடிந்தது.

பெரும்பாலும் மதராஸ் நகரத்தில் செயல்பட்டுக்கொண்டிருந்த அந்தத் தலைவர்கள் தங்களுக்கும், கிராமம், நகரம் ஆகிய இரு வட்டாரங்களிலும் இருந்த தங்களது ஏழை ஆதரவாளர்களுக்குமான இடைவெளியை நிரப்ப முயன்றார்கள். வேறு சொற்களில்

சொல்வதானால், தங்களது 'பின்னுக்குத் தள்ளப்பட்ட நிலை', 'தாழ்த்தப்பட்ட நிலை' இரண்டையும் பயன்படுத்தித் தங்களது சமூக அடையாளத்துக்கு ஒரு கலவையான வடிவத்தை உருவாக்க முயன்றார்கள். இருபதாம் நூற்றாண்டின் தொடக்க ஆண்டுகளில், கிராமப்பகுதிகளில் ஆதரவு திரட்டுவதற்காக, பிராமணர்களும் நிலவுடைமையாளர்களாக இருந்த இதர சாதி இந்துக்களும் பறையர்களைச் சிறுமைப்படுத்துவதற்குக் கையாண்ட உத்திகள் பற்றி மீண்டும் மீண்டும் எடுத்துரைத்தார்கள்.

பறையர் சமூகத் தலைவர்கள் மட்டுமல்லாமல், மதராஸ் மாகாணத்தின் தமிழ் மாவட்டங்களில் ஒதுக்கப்பட்ட சமூகங்களின் மேம்பாடு பற்றி வேறு பல அமைப்புகளும் வலியுறுத்தின. அவர்களில் சிலர் இதனை உள்ளூர் விவகாரமாகப் பார்த்திருக்க, சிலர் இதனை எளியோர் முன்னேற்றத்துக்கான தேசிய அக்கறைகளோடு இணைத்துப் பார்த்தார்கள். பிரம்ம சமாஜம், ஆர்ய சமாஜம், மகாபோதி சங்கம், ஞான சபை (தியாசபிகல் சொசைட்டி) ஆகிய அமைப்புகள் தமிழகத்தில் ஒதுக்கப்பட்ட சமூகங்களின் மேம் பாட்டில் தங்களை முனைப்புடன் ஈடுபடுத்திக்கொண்டன. செல்வாக்குள்ள சில பிராமணர்களாலும் பிராமணர் அல்லாதவர் களாலும் தொடங்கப்பட்ட ஒடுக்கப்பட்ட சமூகங்களின் மேம்பாட்டுக் கழகம் (தி டிப்ரஸ்ட் கிளாஸ் எலிவேஷன் சொசைட்டி) என்ற அமைப்பும், தாழ்த்தப்பட்டோர் என்று வகைப்படுத்தப்பட்ட சமூகங்களை முன்னேற்றுவதற்கான திட்டங்களைச் செயல்படுத்து மாறு அரசாங்கத்தை வலியுறுத்தியது.

மாகாண சட்டசபைகளில் ஒதுக்கப்பட்ட சமூகங்களின் பிரதிநிதிகளை நியமிக்கவேண்டும் என்பது போன்ற அரசியல் கோரிக்கைளையும் திராவிட மகாஜன சங்கம் உள்ளிட்ட சாதிய அமைப்புகள் எழுப்பின. ஒதுக்கப்பட்ட சமூகங்களைச் சேர்ந்த சிந்தனையாளர்கள் இத்தகைய கோரிக்கைகளுக்கு வலுச் சேர்ப்பதற்காகவும் தங்களது அடிமட்டத் தொடர்புகளை வலுப்படுத்திக்கொள்வதற்காகவும் அடுத்தடுத்த மாநாடுகளை நடத்தினார்கள். தங்களது சமூக அடையாளத்தையும், விரிவான ஆதி திராவிடர் அடையாளத்தையும் பயன்படுத்தி அரசுத்துறைகளில் தனிச் சலுகைகளைக் கோரினர்.

பத்தொன்பதாம் நூற்றாண்டின் இறுதியாண்டுகளில் அரசு வட்டாரங் களிலும் பறையர் சமூக முன்னேற்றம் தொடர்பாகச் சிறப்பு கவனம் செலுத்தப்பட்டது. குறிப்பாக கிறிஸ்தவ மிஷனரிகள் மேற்கொண்ட இடையறாத பிரசாரம் காரணமாக இது அரசாங்கத்தின் செயல் திட்டத்தில் மிகுந்த முக்கியத்துவம் பெற்றது. 'தாழ்ந்த சாதிகள்'

என்பதாகச் சொல்லப்பட்ட சமூகங்களின் கல்வியின்மையையும், வறுமையையும் கண்ட அரசாங்கம் இந்தச் சிக்கலான பிரச்னையின் சமூகத் தாக்கங்கள் குறித்து கவனத்தில் கொள்ள வேண்டியதாயிற்று. பிரச்னைகளைச் சமாளிக்க 'ஒதுக்கப்பட்ட சமூகங்கள்' என்பது போன்ற பிரிவுகளை வகைப்படுத்துவது உதவிகரமாக இருக்குமா என்று காலனியாட்சி அதிகாரிகள் விவாதித்தனர்.

அவர்களில் செல்வாக்கான சிலர், அத்தகைய நடவடிக்கைகள், ஒதுக்கப் பட்ட சமூகங்கள் என வகைப்படுத்தப்பட்ட பிரிவுகளைச் சேர்ந்தோரின் சமூக முன்னேற்றத்துக்கும் பொருளாதார முன்னேற்றத்துக்கும் உதவக் கூடிய சீராக்கக் கொள்கைகளை விரிவுபடுத்திட உதவிகரமாக இருக்கும் என்று கருதினர். (அரசு அமைப்புகளும் சில அரசு சாரா அமைப்பு களும் 'தீண்டத்தகாதோர்', 'பஞ்சமர்', 'தாழ்ந்த சாதிகள்' என்பன போன்ற இழிவுபடுத்தும் சொல்லாடல்களைத் தவிர்த்து 'ஒதுக்கப் பட்ட சமூகங்கள்' என்ற பதத்தைப் பயன்படுத்தத் தொடங்கின.)[1]

இத்தகைய விவாதங்கள் ஒருபுறம் நடந்துகொண்டிருக்க, வேறு சில நிகழ்ச்சிப்போக்குகளும் முன்னுக்கு வந்தன. ஒதுக்கப்பட்ட மக்களின் கல்விக்காக மிஷனரிகள் மேற்கொண்ட முயற்சிகள் காரணமாகவும், வெளிநாடுகளில் குடியேறுவதால் கிடைத்த வாய்ப்புகள் காரண மாகவும் பறையர் சமூகத்தைச் சேர்ந்த அறிஞர்களும் சேவை மனம் கொண்டவர்களும் முன்னரங்குக்கு வந்தார்கள். சமூகத்துக்காகக் குரல் கொடுக்கிற புதிய பொறுப்பை ஏற்றவர்களாக அவர்களில் பெரும் பாலானோர் தங்களது சமூகத்தின் அடித்தட்டு மக்கள் அனுபவித்து வந்த துயரங்களையும் சுரண்டல்களையும் சுட்டிக்காட்டி, சீர் திருத்தங்களுக் கான வலுவான இயக்கங்களைத் தொடங்கினார்கள்.

1890களின் தொடக்கத்தில், 'தீண்டத்தகாதோர்' என்று முத்திரையிடப் பட்ட சமூகங்களின் அமைப்பாக உருவாகிய திராவிட மகாஜன சங்கம், அவர்களது உரிமைகளையும் பெருமைகளையும் மீண்டும் நிலைநாட்டுமாறு அரசாங்கத்துக்குக் கோரிக்கை விடுத்தது.[2] பிரிட்டிஷ் அரசின் கீழ் அமைதி நிலவுவதாலும், சட்டத்தின் ஆட்சி நடைபெறுவதாலும் சமத்துவம், சுதந்தரம் பற்றிய நம்பிக்கைகள் ஏற்பட்டிருப்பதால் சீர்திருத்த நடவடிக்கைகளை நிர்வாகம் மேற்கொள்ளவேண்டும் என்றும் அந்தச் சங்கம் கோரியது.

பறையர் சமூக அறிஞர்கள் 'தி பறையன்' பத்திரிகை மூலமாக இந்தியாவில் பிரிட்டிஷ் ஆட்சி நிர்வாகம் பற்றிய தங்களது பாராட்டு களை வெளிப்படுத்தினர். 'வெள்ளையர்' வருகையால் 'தீண்டத்தகாத' சமூகங்கள் வளமும் விடுதலையும் பெறுகிற வாய்ப்புகள் உருவாகின என்று பல முறை எடுத்துரைக்கப்பட்டது. சொல்லப்போனால்

பிரிட்டிஷ்காரர்கள் வருகையால் பல நூற்றாண்டு கால மோசமான ஆட்சிக்கும் கொடுமைகளுக்கும் முடிவு ஏற்பட்டது என்ற அழுத்தமான வாதம் முன்வைக்கப்பட்டது. இந்தியாவில் காங்கிரஸ் ஆட்சி ஏற்படுமானால், பிரிட்டிஷ் ஆட்சியால் கிடைத்த ஆக்கப்பூர்வமான தாக்கங்கள் காணாமல் போய்விடும் என்ற கருத்தை நிலைநாட்டவும் பறையர் சமூக அறிஞர்கள் முயன்றார்கள்.³

மிக முக்கியமாக, பிரிட்டிஷ் அரசு பற்றிய இந்த நற்கருத்து காலனியாட்சி அதிகாரிகளின் மனங்களிலும் தாக்கம் செலுத்தியது. சமூக சீர்திருத்தக் கொள்கையை நிதானமானமுறையில் மேற்கொள்வதன் மூலம், பிராமணர்களது நெடுங்கால மேலாதிக்கத்தை எதிர்க்க முடியும் என்று காலனியாட்சி அதிகாரிகள் ஓரளவுக்கு நம்பினார்கள். சீர்திருத்த நடவடிக்கைகளால், மதராஸ் மாகாணத்தில் பிராமணர்கள் ஆளுமை செலுத்திய காங்கிரஸ் கட்சிக்கு எதிரான ஒதுக்கப்பட்ட சாதிகளின் உணர்வுகளை மேலும் கிளறிவிட முடியும் என்ற எண்ணமும் அவர்களுக்கு இருந்ததாகத் தெரிகிறது. வேறு வகையாகச் சொல்வதானால், சீர்திருத்தங்களின் மூலமாக பிரிட்டிஷ் ஆட்சிக்குப் புதிய ஆதரவாளர்களைப் பெற முடியும், குறிப்பாக சமுதாயத்தில் ஒதுக்கப்பட்ட சமூகங்களின் ஆதரவைத் திரட்ட முடியும் என்று ஒரு பிரிவு காலனியாட்சி அதிகாரிகள் கருதினார்கள்.⁴

1890களின் தொடக்கத்தில் மதராஸ் காலனியாட்சி அதிகாரிகள் இத்தகைய நடப்பு நிலவரங்களைப் புரிந்துகொண்டவர்களாக, ஒதுக்கப்பட்ட சமூகங்களின் முன்னேற்றத்துக்காக எனச் சில சீர்திருத்த நடவடிக்கைகளைக் கொண்டுவந்தார்கள். பழைய சமூகக் கட்டமைப்பையோ பொருளாதாரக் கட்டமைப்பையோ தகர்க்கக் கூடிய நடவடிக்கைகளை அரசாங்கம் ஊக்குவிக்கவில்லை. எடுத்துக் காட்டாக, மிராசுதார்களும் நிலவுடைமையாளர்களும் ஆதிக்கம் செலுத்திக்கொண்டிருந்த விவசாய உறவுகளில் கை வைக்கக்கூடிய கொள்கை மாற்றங்களை அரசாங்கம் ஆதரிக்கவில்லை. பறையர்கள் நிலம் பெறுவது அவர்களது சமூகப் பொருளாதாரநிலையில் ஒரு கணிசமான மாற்றத்தைக் கொண்டுவரும் என்ற, மிதமிஞ்சிய உற்சாகத்தோடிருந்த சில அதிகாரிகளின் கருத்தை மதராஸ் அரசாங்கம் தள்ளுபடி செய்தது. மாறாக, கல்வியின் மூலமாக மட்டுமே பறையர் வாழ்வில் ஒட்டுமொத்தமான முன்னேற்றத்தை ஏற்படுத்த முடியும் என்று அரசாங்கம் நினைத்தது.⁵

பறையர் கல்வி: அரசாங்கம், மிஷனரி, சமூகம்

1854ல் இயக்குநர்கள் குழு (கோர்ட் ஆப் டைரக்டர்ஸ்) அரசாங்கத்துக்கு அனுப்பிய கடிதத்தில், அறியாமையில் இருக்கும் பெருவாரியான

மக்களிடையே கல்வியைக் கொண்டுசெல்வதற்கான சிறப்பு நடவடிக்கைகளை அரசாங்கம் மேற்கொண்டாக வேண்டும் என்று தெளிவுபடுத்தியிருந்தது.

சிப்பாய்கள் எழுச்சியைத் தொடர்ந்து கல்விப் பிரச்னைக்கு அதிகாரிகள் முக்கியத்துவம் அளித்தனர். முஸ்லிம் மக்களுக்குக் கல்வி, வேலைவாய்ப்பு குறித்த வாக்குறுதிகளை வழங்கியதன் மூலம் அவர்களது ஆதரவைத் திரட்டுகிற முயற்சி நடந்தது. 1870களில், மதராஸ் மாகாணத்தில் பிற்படுத்தப்பட்ட சமூகமாக முதலில் அறிவிக்கப்பட்டவர்கள் முஸ்லிம்கள்தான். கறாராகச் சொல்வதானால், 'பிற்படுத்தப்பட்ட சமூகம்' என்று முத்திரை குத்தப் படுவதை அவர்கள் விரும்பவில்லை. ஆயினும், காலனி நிர்வாகம் அப்படி அறிவிக்கவே விரும்பியது. கல்வியை வளர்க்கவும் தகுதி வாய்ந்த முஸ்லிம்களுக்கு அரசுப் பணிகளில் வேலை வாய்ப் பளிக்கவும் அரசு விரும்புகிறது என்ற எண்ணத்தை வெளிப்படுத்தும் ஒரு தீர்மானத்தை நிர்வாகம் நிறைவேற்றியது.[6]

பத்தாண்டு காலத்துக்குப் பிறகு, பிற்படுத்தப்பட்ட சமூகப் பிரிவுகள் தொடர்பான உண்மை நிலவரங்கள் முக்கியத்துவம் பெற்றன. அதற்கான உடனடிக்காரணம், சமுதாயத்தில் தாழ்நிலையில் இருந்தோரின் கல்வி குறித்து எழுந்த விவாதங்களாக இருக்கக்கூடும். தொடக்கப்பள்ளிகளில் அத்தகைய சமூகங்களைச் சேர்ந்த குழந்தைகளின் வருகை தொடர்ந்து குறைந்து வந்தது கண்டு அரசாங்க வட்டாரத்தினர் கவலையடைந்தனர். ஐரோப்பிய கல்வி முறையால் இந்திய சமுதாயத்தின் ஒரு பெரும் பிரிவினரது எதிர்பார்ப்புகளை நிறைவேற்ற முடியவில்லை என்ற கருத்து மேலோங்கத் தொடங்கியது.[7]

1880களின் தொடக்கத்தில், மதராஸ் மாகாண பொதுக் கல்வித் துறை, ஒதுக்கப்பட்ட சமூகங்களுக்குக் கல்வி வாய்ப்புகளைக் கொண்டு செல்வது என்ற அரசாங்கக் கொள்கை தோல்வியடைந்துவிட்டதை உணர்ந்தது. 1860களுக்கும் 1880களுக்கும் இடைப்பட்ட காலத்தில் பள்ளி இறுதி வகுப்பில் தேர்ச்சி பெற்றவர்கள், இளங்கலை பட்டதாரிகள் ஆகியோர் பற்றிய ஒரு ஆவணங்களை ஆராய்ந்த அதிகாரிகள், பள்ளிக் கல்வி, உயர்நிலைக் கல்வி இரண்டிலுமே பிராமணர்களும் கிறிஸ்தவர்களும் ஐரோப்பிய ஆசியர்களும்தான் முன்னிலை வகித்துக்கொண்டிருந்தார்கள் என்பதைக் கண்டறிந்தனர்.

மதராஸ் மாகாண மக்கள்தொகையில் மிகச் சிறிய பிரிவினராக இருந்த இந்தச் சமூகங்கள், இதர இந்துக்களோடும் முஸ்லிம்களோடும் ஒப்பிடுகையில், ஏராளமான பட்டதாரிகளைப் பெற்றிருந்தன.[8]

அதேநேரத்தில், சமுதாயத்தின் தாழ்நிலையில் இருந்த சமூகங்களைச் சேர்ந்தவர்கள், பொதுத் தேர்வுகளில் பெரிதாக வெற்றிபெற முடியவில்லை, அதற்குக் காரணம் அவர்களுக்குத் தொடக்கக் கல்வி வாய்ப்புகள் கிடைக்காததுதான் என்பதும் தெரியவந்தது.[9]

'பஞ்சமர்கள்' கல்வி மேம்பாட்டில் ஈடுபட்ட கிறிஸ்தவ மிஷனரிகளின் முயற்சிகளுக்கு அரசாங்கத்தின் புள்ளிவிவரங்கள் ஊக்கமாக அமைந்தன (பத்தொன்பதாம் நூற்றாண்டின் கடைசிக் கட்டத்தில் பறையர் உள்ளிட்ட 'தீண்டத்தகாதவர்கள்' என்று ஒதுக்கப் பட்ட சமூகங்களைக் குறிப்பிட பஞ்சமர்கள், தாழ்த்தப்பட்டவர்கள் என்ற சொற்களைப் பயன்படுத்துவது அதிகரித்தது). ஒதுக்கப்பட்ட சமூகங்களிடம் அரசு பாராமுகம் காட்டுவது பற்றி அடிக்கடி சுட்டிக்காட்டி வந்த மிஷனரியினர் இந்த சமூகங்களுக்கு சிறப்புச் சலுகைகள் அளிக்கப்படுவதை வலுவாக ஆதரித்தனர்.

இவர்களது சமூக விடுதலைக்கு ஒரே வழி கல்வி மட்டுமே என்று மிஷனரியினர் வாதிட்டனர். மிஷனரிகளின் இப்படிப்பட்ட பிரசாரங்கள் தொடர்ந்து நடந்துகொண்டிருக்க 1882ல் அரசாங்கம் 'கல்வி ஆணையம்' (எஜுகேசன் கமிசன்) என அமைத்தது. அந்த ஆணையம் 'இந்துவாக்கப்படாத, காடுகளிலும் மலைகளிலும் சுதந்தரமாக வாழ்வதைத் தேர்ந்தெடுத்த, ஒற்றைப்படைத் தன்மை கொண்ட பள்ளிக்குப் பதிலாக விளையாட்டைத் தேர்ந்தெடுக்கக்கூடிய' சமூகங்களைத் தனித்து அடையாளப்படுத்துவதற்காக 'தொன்மைக் குடியினர்' (அபாரிஜின்ஸ்) என்ற சொல்லாக்கத்தை உருவாக்கியது.[10]

சில இடங்களில் தொன்மைக்குடியினருக்கும் ஓரளவு இந்துவாக்கப் பட்டவர்களுக்கும் இந்துக்களுக்கும் இடையேயான அடையாளங் களில் ஒரு பொதுவான குழப்பம் நிலவியது என ஆணையம் ஒப்புக் கொண்டது. ஒவ்வொரு இந்து கிராமத்திலும் ஊருக்கு வெளியே குடியிருந்த 'தீண்டத்தகாத' பிரிவுகளைக் குறிப்பிடுவதற்காக 'தாழ்ந்த சாதிகள்' என்ற சொல்லாக்கத்தையும் ஆணையம் பயன்படுத்தியது.

இந்து சமுதாயத்தின் மேல் தட்டுகளில் இருந்த சாதிகளோடு ஒப்பிடுகையில் 'தாழ்ந்த சாதிகள்' எனப்பட்டோரிடையே மிகுந்த வறுமை நிலவியது என்று ஆணையம் கூறியது. அதேவேளையில், மேல்தட்டுச் சமூகங்களில் இருந்த ஏழைகளின் வறுமை நிலைக்குப் பொருளாதாரம் மட்டுமே காரணமாக இருக்க, அடித்தட்டுச் சமூகங் களைச் சேர்ந்த ஏழைகளின் வறுமை நிலைக்குப் பொருளாதாரம் மட்டு மல்லாமல், சமூகம், பண்பாடு சார்ந்த காரணங்களும் இருந்தன என்று ஆணையம் கருதியது.[11]

'பஞ்சமர்' மக்களின் சமூகப் பொருளாதார நிலைமைகள் குறித்த முழு ஆய்வை மேற்கொண்ட ஆணையம், அவர்களது பின்தங்கிய நிலைமைக்குப் பெரிதும் காரணமான பொருளாதாரக் கூறுகளையும் சமூகக் கூறுகளையும் கண்டறிந்தது. 'நாகரிகமின்மை, தாழ்வான சாதி நிலை, அரசியலில் செல்வாக்கற்ற நிலை' ஆகியவை இந்தச் சமூகங்களின் ஒட்டுமொத்தமான பின்தங்கிய நிலைமைக்குக் காரணங்களாகும் என்று ஆணையம் அறிவித்தது. தொன்மைக் குடியினர், 'தீண்டத்தகாதவர்கள்', சமுதாயத்தின் அடித்தட்டுகளில் இருந்த இதர தாழ்ந்த சாதிகளைச் சேர்ந்தோர் ஆகியோரால் பாரம் பரியமான கல்வி முறையின் வாய்ப்புகளைப் பெற முடியவில்லை; அதற்குக் காரணம் சமூக அடிப்படையில் திட்டமிட்டே ஒதுக்கி வைக்கப்பட்ட நிலையும் மிகுந்த வறுமையும்தான் என்றும் ஆணையம் கூறியது. பிரிட்டிஷ் கல்வி முறையாலும் இவர்களது நிலைமைகளில் எந்த முன்னேற்றமும் ஏற்படவில்லை என்றும் ஆணையம் தெரிவித்தது.[12]

'தொன்மைக் குடிகள்,' 'தாழ்ந்த சாதிகள்' ஆகியவற்றைச் சேர்ந்தோரின் கல்வி தொடர்பான தனது பரிந்துரைகளில் 'அரசாங்கக் கல்லூரிகளிலும் பள்ளிகளிலும் சாதி அடிப்படையில் எந்த மாணவனுக்கும் அனுமதி மறுக்கப்படக்கூடாது' என்ற பிரிட்டிஷ் அரசின் பழைய ஆணையைச் செயல்படுத்த வலியுறுத்தியது.[13] பொது நிதியில் நடத்தப்படும் பள்ளிகளில் இந்த சமூகங்களைச் சேர்ந்த குழந்தைகளுக்குக் கல்வி வழங்குவதற்கான போதிய ஏற்பாடுகள் இல்லாத இடங்களில், இவர்களுக்கென்றே தனிப் பள்ளிகள் ஏற்படுத்தப்படவேண்டும் என்று ஆணையம் வலியுறுத்தியது. இவர்களது கல்வி முன்னேற்றத்துக்கென ஏற்படுத்தப்படும் பள்ளிகள் மாகாண அரசு அல்லது நகராட்சி அல்லது ஊராட்சியால் வழங்கப்படும் பொது நிதியிலிருந்துதான் நடத்தப்படவேண்டும் என்று ஆணையம் பரிந்துரைத்தது.[14]

1884ல் மதராஸ் மாகாண அரசாங்கமும் இந்த சமூகங்களின் கல்வி வளர்ச்சிக்குச் சிறப்புத் திட்டங்கள் தேவை என வலியுறுத்தியது. பிற்படுத்தப்பட்ட சமூகங்களுக்காகக் கொண்டுவரப்பட்ட கல்வித் திட்டங்களை பறையர் உள்ளிட்ட ஒதுக்கப்பட்ட சமூகங்களுக்கு விரிவுபடுத்துவதன் நடைமுறை சாத்தியங்கள் குறித்து பொதுக் கல்வி இயக்குநர் (டிபிஐ) ஆய்வு செய்தார். ஆனால், இதற்கு அரசாங்கத் தரப்பிலிருந்து உடனடி நடவடிக்கை எதுவும் எடுக்கப்படவில்லை.

1880களின் இறுதியில், அதிகார வட்டாரத்தின் நிலைப்பாடு தொடர்ந்து 'பஞ்சமர்' கல்விக்கு ஆதரவாகவே இருந்தது. 1889-90ல்

டிபிஐ தாக்கல் செய்த பொதுக் கல்வி அறிக்கை, 'ஒரு தேசியக் கல்வி முறையானது பள்ளத்திலிருந்து பல்கலைக்கழகத்துக்கு ஏறிச்செல்வதற்கான ஏணியாகத் திகழவேண்டும்; அதன் மூலம் நாட்டில் மிக வறுமைப்பட்ட ஒரு குழந்தை, தனக்குப் பலனளிக்கக்கூடியவகையில் மிகச் சிறந்த கல்வியைக் கைக்கொள்வதற்கான வழியையும் வாய்ப்பையும் பெற்றிடவேண்டும்' என்று கூறியது.[15]

1889–90, 1890–91 ஆண்டுகளின் அரசாங்க அறிக்கைகளில் தொன்மைக் குடியினருக்கும் பிற்படுத்தப்பட்டோருக்கும் ஏற்படுத்தப்பட்டிருந்த பள்ளிகளின் எண்ணிக்கை பற்றிக் குறிப்பிடப்பட்டிருக்கிறது. ஆனால், அந்தச் சிறப்புப் பள்ளிகளின் செயல்பாடு பற்றி எதுவும் சொல்லப்படவில்லை.[16] செங்கல்பட்டு மாவட்ட கலெக்டர் ஜே.எச்.ஏ. டிரெமீர் தமது அறிக்கையில் மிஷனரிகளின் சில முயற்சிகள் தவிர்த்து, இந்த சமூகங்களின் கல்வி மேம்பாட்டுக்காகத் திட்டவட்டமான நடவடிக்கைகள் எதுவும் மேற்கொள்ளப்படவில்லை என்று கூறினார். வறுமையில் வாடிய பறையர்களின் கல்விக்கு அரசாங்கம் ஆதரவளிக்கவேண்டும் என்று கேட்டுக் கொண்ட அவர் பின்வருமாறு கூறினார்:

> 'முதலாவதாக, ஒரு தாழ்ந்த நிலையிலான கல்விகூட இந்தச் சமூகங்கள் மோசடிகளுக்கும் ஒடுக்குமுறைகளுக்கும் உள்ளாவதிலிருந்து தங்களைக் காப்பாற்றிக்கொள்ள உதவும், தங்களுக்கான வாய்ப்புகளைப் பெருமளவுக்குப் பயன்படுத்திக்கொள்வது எப்படி என்றும் அவர்களுக்குக் கற்றுக்கொடுக்கும். இரண்டாவதாக, அவர்களின் கல்வியை மேலும் கொஞ்சம் விரிவுபடுத்துவது நாட்டின் அறிவுத்திறனுக்கும் முன்னேற்றத்துக்கும் ஆக்கப்பூர்வமாக உதவக்கூடும்.'[17]

1890களின் தொடக்கத்தில் அரசாங்கத்துக்குத் தனது கல்விக் கொள்கையை மறு ஆய்வு செய்ய வேண்டிய கட்டாயம் ஏற்பட்டது. 'தாழ்ந்த' சாதிகளைச் சேர்ந்த குழந்தைகள் மிகக் குறைவாகவே பள்ளிக்கு வந்ததைக் கவனித்த அரசாங்கம், தனது சிறப்புக் கொள்கைகளால் சில சமூகப் பிரிவுகள் பயனடையவில்லை என்ற முடிவுக்கு வந்தது. 189–93ல், சமுதாயத்தில் 'தீண்டத்தகாதவர்கள்' என்று கருதப்பட்ட பறையர் மற்றும் இதர சமூகங்களிடையே கல்வியைப் பரப்புவதற்காக எனச் சில சிறப்பு நடவடிக்கைகளை அரசாங்கம் தொடங்கியது.[18]

இந்த சமூகங்களின் கல்வி, சமூக நிலை, அறநெறி சார்ந்த மேம்பாட்டுக்கான பணிகளில் தங்களை ஈடுபடுத்திக்கொண்டிருந்த மிஷனரி அமைப்புகளுடன் ஒருங்கிணைந்து செயல்படத் தயாராக

இருப்பதை மதராஸ் அரசாங்கம் விரைவில் வெளிப்படுத்தியது. உடனடி எதிர்காலத்தில் தனது மாபெரும் கல்வித் திட்டங்களை விரிவுபடுத்துவதற்கு, இந்தக் களத்தில் மிஷனரிகளின் ஈடுபாட்டை ஒரு தலையாய வாய்ப்பாக அரசாங்கம் பார்த்தது. இந்த மக்களின் கல்விக்கான கொள்கையை உருவாக்குவதில் தங்களது ஆலோசனை களை வழங்குமாறு மிஷனரிகளைக் கேட்டுக்கொள்ளும் சுற்றறிக்கை ஒன்றை அரசாங்கம் வெளியிட்டது; அதிலிருந்தே மிஷனரிகளுடன் நெருக்கமாக இணைந்து செயல்பட அரசாங்கம் மேற்கொண்ட முயற்சியைப் புரிந்துகொள்ளலாம்.[19]

இந்த மக்களின் மிக மோசமான நிலைமையைக் கருத்தில் கொண்டு இவர்களுக்கான நலத்திட்டங்களை விரைவுபடுத்துமாறு அரசாங்கத்துக்கு பங்குத்தந்தை டி.பி. பாண்டியன் போன்ற முன்னணி மிஷனரியினர் வேண்டுகோள் விடுத்தனர். பறையர்கள் கல்வியில் மிக மிகப் பின்தங்கியநிலையில் இருந்ததை மட்டுமல்லாமல், நிலவுடைமையாளர்களின் தயவிலும் இதர ஆதிக்க சமூகங்களின் பிடியிலும் இருந்தார்கள் என்பதையும் காலனி அதிகாரிகளின் கவனத்துக்குக் கொண்டுசெல்ல முயன்றார் பாண்டியன். அனைத்து விதமான அடிமைத்தனங்களிலிருந்தும் அடிமை மக்கள் விடுவிக்கப் படவேண்டும். அவர்களுக்குக் கல்வி, நில உடைமை போன்ற வற்றில் சலுகைகள் வழங்கப்படவேண்டும் என்று தமது காலத்தில் செயல்பட்ட மற்ற பல மிஷனரியினர்போலவே அவரும் கருதினார்.[20]

ஒதுக்கப்பட்ட சமூகங்களின் மக்களுக்குத் தொழிற்பயிற்சிகள் அளிக்கப்படவேண்டும். அதேபோல், பறையர் ஆசிரியர்களுக்கும் ஆய்வாளர்களுக்கும் வழக்கமான பயிற்சிப் பள்ளிகளில் பயிற்று விக்கப்படவேண்டும் என்ற ஆலோசனையையும் முன்வைத்தார். சிறப்புப் பள்ளிகளை இயக்குவதற்கும் பராமரிப்பதற்கும் பொது நிதி முறையாகப் பயன்படுத்தப்படுவதையும் வலியுறுத்தினார்.[21]

இத்தகைய ஆலோசனைகளையும் டிபிஐ முன்மொழிந்த கருத்து களையும் கருத்தில்கொண்டு 1893ல் அரசாணை ஒன்றை அரசாங்கம் பிறப்பித்தது. பல தொண்டு அமைப்புகள் அதனைத் தென் இந்தியாவில் பஞ்சமர் கல்விக்கான ‘மகா பிரகடனம்’ என்று சித்திரித்தன. அரசு நிர்வாகத்தில் இயங்கிய பயிற்சிப் பள்ளிகளில் பயின்ற பறையர் மாணவர்கள் ஒவ்வொருவருக்கும் மாதம் 2 ரூபாய் கூடுதல் உதவித் தொகை வழங்குவதற்கு அரசாங்கம் நிதி ஒதுக்கீடு செய்தது. பறையர்கள் மிகுதியாக வசிக்கிற பகுதிகளில் சிறப்புப் பள்ளிகளைத் திறக்குமாறும் உள்ளாட்சி அமைப்புகளுக்கு அரசாங்கம் ஆணையிட்டது. புறம்போக்கு நிலங்களில் பஞ்சமர் பள்ளிகள் கட்டுவதற்கும் அரசாங்கம் ஆதரவளித்தது.

அதே நேரத்தில், இரவுப் பள்ளிகளைத் திறந்தால் பறையர் உள்ளிட்ட பாட்டாளி சமூகங்களைச் சேர்ந்தவர்களைப் பெருமளவுக்கு ஈர்க்கும் என்று அரசாங்கம் கருதியது. இந்தச் சமூகங்களில் கல்வியைப் பரப்புவதற்கான சிறப்பு நடவடிக்கைகளுக்குத் தோதாக நிதி உதவி விதிகளில் திருத்தங்கள் செய்யப்பட்டன.[22] அரசுக் கொள்கைகளில் இப்படிப்பட்ட மாற்றங்கள் ஏற்பட்டபோதிலும்கூட, நிலைமையில் முன்னேற்றம் ஏற்பட்டுவிடவில்லை.

'பஞ்சமர்' சமூகங்களின் மிகுந்த வறுமை, விழிப்புணர்வின்மை, குறைவான நிதி ஒதுக்கீடு, கிராம அதிகாரிகளிடமிருந்தும் ஆதிக்க சமூகங்களிடமிருந்தும் தொடர்ச்சியாக வந்த எதிர்ப்பு ஆகிய பின்னணிகளில், 'தீண்டத்தகாதோர்' என்று வகைப்படுத்தப்பட்ட சமூகங்களால் அரசாங்கத் திட்டங்களின் பலன்களை முறையாகப் பெற முடியவில்லை. பஞ்சமர் பள்ளிகளை ஏற்படுத்துவதற்கு நிலம் கையகப்படுத்துவது கடினமாக இருந்தது என காலனி அதிகாரிகளும் ஒப்புக்கொண்டுள்ளனர்.[23]

இத்தகைய நிலைமையிலும், 1890களில் பஞ்சமர் கல்விக் களத்தில் சில மாற்றங்கள் நிகழவே செய்தன. அரசு உதவி பெறும் பள்ளிகள் ஏற்படுத்தப்பட்டுவிட்ட இடங்களில் சிறப்புப் பள்ளிகளை மூடிவிடுமாறு உள்ளாட்சி நிர்வாகங்களுக்கு டிபிஐ ஆணையிட்டது. பஞ்சமர் பள்ளிகளை ஏற்படுத்துவதற்காக ஒதுக்கப்பட்ட நிதியை முறையாகப் பயன்படுத்துமாறு அரசாங்க அதிகாரிகளுக்கு ஆணையிடப்பட்டது. குறிப்பாக, அரசு நிர்வாகத்தின் கீழ் இந்தப் பள்ளிகள் வராத இடங்களில், இப்படிப்பட்ட பள்ளிகளைத் திறக்குமாறு அதிகாரிகளுக்கு அரசாங்கம் கறாரான ஆணைகளைப் பிறப்பித்தது.[24] இத்தகைய நடவடிக்கைகளால், 1893–94ல் 1437 ஆக இருந்த பஞ்சமர் பள்ளிகள் 1894–95ல் 1968 ஆக அதிகரித்தன. 31,569 ஆக இருந்த மாணவர் எண்ணிக்கை 45,965 ஆக அதிகரித்தது. 'மதராஸ் மாகாணத்தின் தமிழ் மாவட்டங்களில் பள்ளிகளில் சேர்ந்த தாழ்த்தப்பட்ட சாதிகளின் பெண் குழந்தைகள் விகிதமும் அதிகரித்தது.'[25]

மிஷனரிகளின் முயற்சிகள், அரசாங்கக் கொள்கைகள் இவற்றோடு பஞ்சமர் சமூகங்களைச் சேர்ந்த சுதந்தர வேட்கை கொண்ட தலைவர்களும் மதராஸ் மாகாணத்தில் தாழ்த்தப்பட்ட சமூகங்களின் கல்வி வளர்ச்சி நோக்கத்தைப் பரப்பினார்கள். இந்த சமூகங்களின் முன்னேற்றத்துக்கு சிறப்புத் திட்டங்களைக் கொண்டு வர வேண்டியதன் தேவையை அரசு அதிகாரிகள் ஏற்க வைப்பதற்காகச் சமூகத் தலைவர்கள் பரப்புரை இயக்கங்களை மேற்கொண்டார்கள்.[26] பொதுவாக மிஷனரி பள்ளிகளில் கல்வி பயின்றவர்களான இந்த சமூகத்

தலைவர்கள், பறையர் முன்னேற்றம் குறித்து கிறிஸ்தவ மிஷனரிகள் கொண்டிருந்த கண்ணோட்டத்தை ஆதரித்தார்கள். சில பகுதிகளில், வெளிநாடுகளில் குடியேறியதன் காரணமாக பயனடைந்திருந்த 'தீண்டத்தகாத' சமூகக் குடும்பங்களைச் சேர்ந்தோரும் சமூகத் தலைவர்கள் தொடங்கிய பரப்புரை இயக்கத்துக்கு ஆதரவளித்தார்கள்.[27]

1885ல், மதராஸ் மாகாணத்தில் பஞ்சமர் துயரங்களை வெளிப்படுத்துவதற்காக 'திராவிட பாண்டியன்' என்ற பத்திரிகையை ஜான் ரத்தினம் தொடங்கினார்.[28] முன்னதாக அவர், சமூக அடிப்படையில் ஒதுக்கப்பட்டவர்களது நலன்களுக்காக 'திராவிடர் கழகம்' என்ற ஒரு அமைப்பைத் தொடங்கியிருந்தார்.[29] 1880ம் ஆண்டுகள் முழுவதும், மதராஸ் நகர எல்லைக்குள் ஒதுக்கப்பட்ட சமூகங்களின் கல்விக்கான பள்ளிகளைத் திறக்கச் செய்வதில் ஆழ்ந்த ஈடுபாடு செலுத்தினார்.[30] பி.எம். மதுரை பிள்ளை போன்ற கொடையாளர்களும் இந்த சமூகங்களின் நன்மைக்காக மாநாடுகளை நடத்தினார்கள்.[31]

1890களின் முற்பகுதியில் ரெட்டை மலை சீனிவாசன், பண்டிதர் அயோத்தி தாசர் போன்றோரின் ஈடுபாடு பறையர் சமூக முன்னேற்றத்துக்கான இயக்கத்துக்குப் புதிய வலுவைச் சேர்த்தது. இந்த இருவருமே பிரம்மஞான சபையின் (தியாசபிகல் சொசைட்டி) செயல்பாடுகளோடு நெருங்கிய தொடர்பு கொண்டிருந்தவர்கள். இது மதராஸ் சமுதாயத்தின் அறிஞர்கள் வட்டாரத்தில் இவர்களுக்கு ஓர் இடம் கிடைப்பதற்கு வாய்ப்பாக அமைந்திருக்கக்கூடும்.[32]

பஞ்சமர் மக்கள் கோரிக்கைகளுக்கு வலுச் சேர்க்கும் எண்ணத்துடன் ரெட்டைமலை சீனிவாசன் ஆதி திராவிட மகாஜன சபா செயல்பாடுகளிலும் பங்கேற்றார். இந்த சமூகங்களின் அவலங்களை வெளிப்படுத்துவதற்காக 1892ல் அவர் 'பறையன்' என்ற பத்திரிகையைத் தொடங்கினார்.[33] மாகாணத்தில் பஞ்சமர் மக்களின் சமூக அவலங்கள் குறித்த செய்திகளே அந்தப் பத்திரிகையில் பெரிதும் இடம் பிடித்தன. எனினும், விரைவிலேயே அதில் முற்போக்கான அரசியல் சிந்தனைகளும் வெளியாகத் தொடங்கின. முக்கிய சமுதாயப் பிரச்னைகளிலும் அரசியல் நிலைகளிலும் பறையர் உள்ளிட்ட ஒதுக்கப்பட்ட சமூகங்களின் குரலாக அந்தப் பத்திரிகை ஒலிக்கத் தொடங்கியது.

பறையர்களின் தன்னுணர்வு: தொடக்க கால சமூக–அரசியல் கூறுகள்

பறையர்கள் முன்னேற்றம் குறித்த விவாதங்கள் 1890ம் ஆண்டுகளின் முற்பகுதியில் உச்சத்துக்கு வந்தன. அரசாங்க அதிகாரிகளில் ஒரு

பகுதியினரும், மிஷனரிகளில் ஒரு பகுதியினரும் தமிழகத்தில் மிராசு முறைக்கும் விவசாயத் தொழிலாளர்களது அடிமை நிலைக்கும் தொடர்பு உண்டு என்பதை நிறுவ முயன்றனர். 'தீண்டத்தகாத' சமூகங் களுக்குச் சொந்த நிலம் இல்லாத நிலைமைக்குப் பெரிதும் காரணம் மிராசு முறைதான் என்று அவர்கள் கருதினார்கள்.

அனைத்து வகை சுரண்டல்களிலிருந்தும் அந்த மக்களைப் பாதுகாக்க வேண்டுமானால் அவர்களுக்கு அரசாங்கம் தரிசு நிலங்களை வழங்க வேண்டும் என்ற ஆலோசனையை மிஷனரிகளும் அதிகாரிகளும் முன்வைத்தார்கள்.[34] இத்தகைய கருத்துகளுக்கு பறையர் சமூகத் தலைவர்களிடையே பெரும் ஆதரவு கிடைத்தது. பிராமணர்களும் இதர மேல் சாதி இந்துக்களுமாக இருந்த நிலவுடைமையாளர்கள் கையாண்ட அடக்குமுறை உத்திகளை அம்பலப்படுத்த 'பறையன்' பத்திரிகையைப் பயன்படுத்தலாம் என்று அந்தத் தலைவர்களில் பெரும்பாலானவர்கள் கருத்துத் தெரிவித்தார்கள்.

இவ்வாறாக 'பறையன்' ஏடு 1890களில் தனது குவிமையத்தை மாற்றிக் கொண்டது. மேல் சாதியினரின் சுரண்டல்கள் விரிவாக எழுதப் பட்டது. அரசாங்க அதிகாரிகளாக முக்கியப் பொறுப்புகளில் இருந்தவர்கள் பறச்சேரிகளுக்குள் நுழைவதைத் தவிர்த்தார்கள் என்று திரும்பத் திரும்ப எழுதப்பட்டது.[35] 'தீண்டத்தகாத' சமூகங்களின் குடியிருப்புத் தேவைகளுக்காகத் தரிசு நிலங்களை விரைவாக விநியோகிக்குமாறு 'பறையன்' கேட்டுக்கொண்டது. நகரங்களிலும் புறநகர்ப் பகுதிகளிலும் அடிநிலை வேலைகளைச் செய்துவந்த பறையர் தொழிலாளர்களின் கூலியை உயர்த்தவேண்டும் என்ற கோரிக்கைகளும் 'பறையன்' பக்கங்களில் பதிவாகின. பறையர் தொழிலாளர்களைச் சுரண்டலிலிருந்தும் அடிமைத்தனத்திலிருந்தும் பாதுகாக்க கவர்னர் வென்லாக் பிரபு நடவடிக்கை எடுக்கவேண்டும் என்ற கோரிக்கை பத்திரிகையின் தலையங்கத்தில் வலியுறுத்தப் பட்டது.[36]

தென் இந்திய காங்கிரஸ் கட்சிக்குள் இருந்த பிராமணர் ஆதிக்க அரசியலை எதிர்ப்பதற்கும் 'பறையன்' இதழை சமூகத் தலைவர்கள் பயன்படுத்திக்கொண்டார்கள். சொல்லப்போனால் அயோத்தி தாசரும் திராவிட மகாஜன சங்கத்தைச் சேர்ந்த வேறு பலரும் பறையர் நலன் தொடர்பான பல பிரச்னைகள் குறித்து காங்கிரஸ் தலைமைக்குக் கடிதங்கள் அனுப்பினார்கள். அந்தக் கடிதங்களுக்கு காங்கிரஸ் கட்சி சாதகமான பதில்களை அளிக்கவில்லை; ஆயினும் இத்தகைய பிரச்னைகள் குறித்து மதராஸ் மகாஜன சபாவில் விவாதிக்கலாம் என்று ஆலோசனை கூறியது.

சபா கூட்டத்தில் அயோத்தி தாசர் முன்வைத்த கோரிக்கைகள் தொடர்பாக மாறுபட்ட எதிர்வினைகள் கிளம்பின. அனைத்து இந்துக் கோவில்களிலும் பறையர்கள் வழிபடுவதற்கு அனுமதிக்கப்பட வேண்டும் என்ற அவரது கோரிக்கைக்கு பிராமண உறுப்பினர்கள் எதிர்ப்புத் தெரிவித்தனர். ஒதுக்கப்பட்ட சமூகங்களுக்கான கல்வி, தரிசு நிலம் போன்ற கோரிக்கைகளுக்கு பிராமணர் அல்லாத உறுப்பினர்களிடமிருந்து ஓரளவுக்கு ஆதரவு கிடைத்தது.[37]

தேசிய இயக்கத்திடமிருந்து உற்சாக ஆதரவு வெளிப்படாதது பறையர் சமூகத் தலைவர்களை காங்கிரஸ் கட்சியிடமிருந்து விலகி நிற்கச் செய்தது. 'பறையன்' 1894 செப்டம்பர் இதழின் பக்கங்களில் அவர்களது காங்கிரஸ் எதிர்ப்புணர்வு வெளிப்பட்டது:

> 'கடந்த ஒன்பது வருஷங்களாக ஒரே நேரத்தில் (ஐ.சி.எஸ்.) பரீட்சை நடத்தப்படுவது பற்றி என்று காங்கிரஸ் பேசி வருகிறது; அந்தப் பரீட்சையை இந்தியாவில் நடத்துவது தொடர்பாகத் திருவாளர். பால் கொண்டுவந்த தீர்மானம் நாடாளுமன்றத்தில் நிறைவேற்றப்பட்டது. அந்தத் தீர்மானம் செயல்படுத்தப்படு மானால் ஒரு ஏழை பிராமணன்கூடத் தேர்வில் வெற்றி பெறுவாரென்றால் கலெக்டராக அல்லது ஜட்ஜாக நியமிக்கப் பட்டுவிடுவார். இந்தப் பதவிகளில் தற்போது இருக்கிற சுமார் 95 சதவீத ஐரோப்பியர்கள் இந்தியாவிலிருந்து வெளியேற வேண்டிய நிலைமை ஏற்படும். அதன் பின் பறையர்கள் அனுபவிக்கக்கூடிய தீங்குகள் விவரிக்க இயலாத அளவுக்கு இருக்கும். பறையர் களுக்குத் தீங்கிழைக்க காங்கிரஸ் முயல்வதால், காங்கிரஸுக்கு சல்லிக் காசுகூட வழங்க முடியாது என்று மறுக்க வேண்டிய நிலைமை பறையர்களுக்கு ஏற்பட்டுள்ளது. காங்கிரஸுக்குச் செய்யக்கூடிய எந்த ஒரு உதவியும் பாம்புக்குப் பால் வார்ப்பது போன்றதுதான்.[38]

பிராமணர்களும் காங்கிரஸ் கட்சியும் 'தீண்டத்தகாத' சமூகங்களின் கல்விக் கோரிக்கைகள் தொடர்பாகவும் அலட்சியம் காட்டுவதாக 'பறையன்' ஏடு சாடியது. கல்வி வாய்ப்புகளில் பறையர்கள் எதிர் கொண்ட முட்டுக்கட்டைகளை அகற்றுவதற்கு அக்கறையுள்ள முயற்சிகள் எதையும் காங்கிரஸ் மேற்கொள்ளவில்லை என்று விமர்சிக்கப்பட்டது. இது தொடர்பாக 'பறையன்' இதழ் இவ்வாறு எழுதியது:

> 'பள்ளிக்கூடம் (வாலாஜா தாலுகா, காவேரிப்பாக்கத்தில் ஒரு பள்ளி) அனைத்து சமூகங்களுக்காகவும்தான் திறந்திருக்கிறது. ஆனால் பள்ளி நிர்வாகிகள் பறையர் மாணவர்களை

அனுமதிப்பதில்லை. அந்த மாணவர்களுக்குப் படிப்பில் எவ்வளவு ஆர்வம் இருந்தாலும், பள்ளி வளாகத்தில் நுழைவதற்குக்கூட அனுமதிப்பதில்லை. லோக்கல் ஃபண்டு (உள்ளாட்சி வருவாய்த்துறை) அதிகாரிகள் இதில் ஏன் அக்கறை காட்டக்கூடாது? ஏ, காங்கிரஸே! 'தேசியம்' என்று நீ சொல்லிக் கொள்வதில் ஏதாவது பொருத்தம் இருக்கிறதா? இன்று சாதாரணப் பள்ளிகளில் படிப்பதற்கே பறையர் மாணவர்கள் அனுமதிக்கப்பட மாட்டார்கள் என்றால் அவர்களால் எப்படி இந்திய சிவில் சர்வீஸ் (ஐ.சி.எஸ்.) பரீட்சைகளை எழுதுவதற்குத் தகுதி பெற முடியும்? சிவில் சர்வீஸ் பரீட்சைகளுக்கு பறையர்கள் ஏன் படிக்கக்கூடாது, ஏன் பாஸாகக்கூடாது? ஓ, காங்கிரஸ் காரர்களே! உங்கள் காழ்ப்புணர்வையும் பேராசையையும் கைவிடுங்கள். அரசாங்கம் கண்களை மூடிக்கொண்டாலும்கூட நீங்கள் எவ்வித நியாயமற்ற செயலையும் செய்யாதீர்கள்."[39]

காங்கிரஸ் பற்றிய இந்த வெளிப்படையான விமர்சனம் பறையர் சமூகத்தினர் தங்களைப் பேரரசுக்கு விசுவாசமான குடிமக்களாகக் காட்டிக்கொள்ள ஏதுவாக இருந்தது. தங்களுடைய பிரச்னைகள் குறித்து அரசாங்கத்தின் கவனத்தை ஈர்ப்பதற்கான திட்டமிட்ட ஏற்பாடாகவும் அது அமைந்தது. காலனியாட்சி அதிகாரிகள் தங்களைத் தனி கவனத்துடன் நடத்திட வைப்பதற்கு பிராமணர் எதிர்ப்பு முழக்கங்களை பறையர் தலைவர்கள் திறமையாகப் பயன்படுத்தினார்கள்.

1890களில் 'பறையன்' இதழ்களின் பக்கங்களில் அரசாங்கத்துக்கு ஒதுக்கப்பட்ட சமூகங்களின் தலைவர்கள் அனுப்பிய மனுக்களும் இடம் பெற்றிருந்தன. 1894ல் பண்டிதர் அயோத்தி தாசர் அனுப்பிய ஒரு மனுவில், பறையர்கள் தொன்மையான திராவிட இனத்தைச் சேர்ந்தவர்கள் என்று குறிப்பிட்டிருக்கிறார். மேல் சாதி இந்துக்களாலும் கிறிஸ்தவர்களாலும் முஸ்லிம்களாலும் சுரண்டப்படுவது தான் அவர்களுடைய தாழ்வுக்குக் காரணம் என்றும் தெரிவித்திருக்கிறார். பிராமண காங்கிரஸ்காரர்கள் பற்றிக் கடுமையாக விமர்சித்த போதிலும், அடித்தட்டு மக்களை உயர்த்துவதற்காக இந்திய தேசிய காங்கிரஸ் 1891ல் நிறைவேற்றிய தீர்மானத்தை ஏற்றுச் செயல்படுத்து மாறும் அவர் காலனி அரசாங்கத்துக்கு வேண்டுகோள் விடுத்தார்.

காங்கிரஸ் கட்சியின் மேல்தட்டுத் தலைமையோடு ஆதி திராவிட மகாஜன சபா தொடர்பில் இருக்கவேண்டும்; கூட்டு முயற்சிகளால் மட்டுமே தாழ்த்தப்பட்ட சாதிகளின் சமூக-பொருளாதார மேம்பாடு தொடர்பான நடவடிக்கைகளில் காலனியாட்சி நிர்வாகம் ஈடுபடு

வதை உறுதிப்படுத்த முடியும் என்ற கருத்து அவருக்கு இருந்தது. 'பஞ்சமர்' மக்கள் தங்களது முன்னேற்றத்துக்கு கிறிஸ்தவ மிஷனரிகளின் சேவைகளைவிட, அரசாங்க உதவிகளையே பெரிதும் சார்ந்திருக்கவேண்டும் என்ற கருத்தையும் வலுவாக முன்வைத்தார்.[40]

காங்கிரஸுக்கு எதிரான உணர்வு வலுவாக இருந்ததால், 'தீண்டத்தகாத' சமூகங்களின் முன்னேற்றம் தொடர்பாகப் பஞ்சமர் சமூகத் தலைவர்களுக்கும் தேசிய இயக்கத் தலைவர்களுக்கும் இடையே கருத்து வேறுபாடுகள் ஏற்பட்டன. 'சனாதன' இந்து போதனைகளைப் பரப்ப முயல்வதாகவும், அரசுப் பணிகளில் பிராமணர் ஆதிக்கத்தைப் பாதுகாக்க முனைவதாகவும் காங்கிரஸ் தலைவர்கள் விமர்சிக்கப்பட்டார்கள்.[41] இந்தியாவிலும் இங்கிலாந்திலும் ஒரே நேரத்தில் ஆட்சிப்பணித் தேர்வுகளை நடத்துவதற்கு எதிர்ப்புத் தெரிவித்து நடந்த ஒரு கையெழுத்து இயக்கத்தின்போது இத்தகைய உணர்வுகள் முன்னுக்கு வந்தன.[42]

பறையர் முன்னேற்றத்தில் பல்வேறு அமைப்புகளின் பங்கு

பத்தொன்பதாம் நூற்றாண்டின் இறுதியாண்டுகளில் பறையர் முன்னேற்றத்தில் கிறிஸ்தவ மிஷனரிகள்போல் வேறு மதங்களைச் சேர்ந்த அமைப்புகளும் கவனம் செலுத்தத் தொடங்கின. இந்து மதம் சார்ந்த சீர்திருத்தவாதிகள், பிரம்ம சமாஜவாதிகள், பௌத்தமத வாதிகள் ஆகியோர் பிரதிநிதித்துவப்படுத்திய அந்த அமைப்புகள் இந்தப் பிரச்னைகளைத் தங்களது சமூகத் திட்டங்களோடும் மதத் திட்டங்களோடும் இணைத்துக்கொண்டன. கல்வி உள்ளிட்ட திட்டங்களை முன்வைத்த இந்த அமைப்புகளும் மதராஸ் மாகாணத்தில் ஒதுக்கப்பட்ட சமூகங்களிடையே விழிப்புணர்வை ஏற்படுத்துவதில் பங்களித்தன. எனினும், பறையர் முன்னேற்றம் என்பதில் ஒத்த கருத்துடன் இருந்த அந்த அமைப்புகளின் கோட்பாடுகளும் வழிமுறைகளும் மாறுபடவே செய்தன.

கிறிஸ்தவ மிஷனரிகளோடு ஒப்பிட்டால், பிரம்ம சமாஜத்தினர் பிற்காலத்தில்தான் மதராஸ் மதக் களத்துக்குள் நுழைந்தனர். 1864ல் கேசப் சந்திர சென் வந்துசென்ற பிறகு மதராஸ் நகரில் சமாஜ் அமைப்பின் பல கிளைகள் ஏற்படுத்தப்பட்டன என்றாலும்கூட, 1880களில்தான் தாழ்த்தப்பட்ட சாதிகளின் சமூக நிலையை மேம்படுத்துவதில் ஆழ்ந்த கவனம் செலுத்தப்பட்டது.[43]

பிரம்ம சமாஜ அமைப்பினர் 1880களின் தொடக்கக் கட்டத்தில் 'தீண்டத்தகாத' சமூகங்களிடையே கல்லாமையைப் போக்கு வதற்கான முயற்சிகளில் ஈடுபட்டனர். இந்த சமூகங்களிடையே

கல்வியின் மேன்மை குறித்த உணர்வை ஏற்படுத்தும் நோக்கத்துடன் பள்ளிகளை ஏற்படுத்தினர்.[44] இருபதாம் நூற்றாண்டின் தொடக்க ஆண்டுகளில் நகரின் ஜார்ஜ் டவுன், புரசைவாக்கம் ஆகிய பகுதிகளில் பிரம்ம சமாஜத்தின் பகல் நேரப் பள்ளிகளை வெற்றிகரமாக ஏற்படுத்தினர்.[45]

அந்தப் பள்ளிகளில் சாதி சமய வேறுபாடுகள் இல்லாமல் குழந்தைகள் சேர்த்துக்கொள்ளப்பட்டார்கள். அதன் மூலம் சாதி வேற்றுமைகளைக் களையப் பள்ளிகளின் நிர்வாகிகள் முயன்றார்கள். வி. கோவிந்தன், வி.எம். சுப்பாராவ் போன்ற முன்னணி சமாஜத்தினர் மதராஸ் நகரிலும் அதன் அருகமைந்த செங்கல்பட்டு மாவட்டத்திலும் இரவுப் பள்ளிகள் ஏற்படுத்த மேற்கொண்ட பணிகள், பஞ்சமர் கல்விக்கான சமாஜ முயற்சிகளுக்குப் புத்துணர்வூட்டின.[46]

ஆர்ய சமாஜம் தென் இந்தியாவில் தனது செயல்பாடுகளை இருபதாம் நூற்றாண்டின் தொடக்க ஆண்டுகளில் தொடங்கியது. (இந்து மதத்தில் சீர்திருத்தங்கள் செய்வதற்கான தூய்மைப்படுத்தும் இயக்கமாகத் தொடங்கிய) ஸுத்தி இயக்கத்தின் கருத்துகளால் ஈர்க்கப்பட்ட ஆர்ய சமாஜத்தினர் ஒதுக்கப்பட்ட சமூகங்களை கிறிஸ்தவ, பௌத்த தொண்டு அமைப்புகளின் தாக்கங்களிலிருந்து விடுபடச் செய்ய முயன்றனர்.[47] ஆர்ய சமாஜத்தினர் பெரும்பாலும் மதராஸ் நகர எல்லைக்குள்தான் செயல்பட்டனர். ஒதுக்கப்பட்ட சமூகங்களிடம் அவர்களும் இந்துப் பாரம்பரியத்தின் அங்கம்தான் என்பதை ஏற்க வைப்பதற்காக சமாஜத்தினர் ஸுத்தி இயக்கத்தில் பெரிதும் ஈடுபாடு காட்டினர். இதற்கு பௌத்தர்களும் பிரம்ம ஞான அமைப்பினரும் எதிர்ப்புத் தெரிவித்தனர்.[48] குறிப்பிட்ட காலகட்டம் வரையில் பௌத்த இயக்கத்தினருக்கும் பிரம்ம ஞான அமைப்பினருக்கும் இடையே நெருக்கமான ஒத்துழைப்பு நிலவியது.[49]

பௌத்த இயக்கத்தினர் அங்காரிக தர்மபாலா தலைமையில் தென் இந்தியாவில் பௌத்த மறுமலர்ச்சி இயக்கத்தை மேற்கொண்டனர். அத்தகைய முயற்சிகள் மகாபோதி சங்கத்தின் மதராஸ் கிளையை ஏற்படுத்துவதற்கு இட்டுச்சென்றன. அந்தக் கிளை உருவான நாளிலிருந்து, தாழ்த்தப்பட்ட சமூகங்களிடையே புத்தரின் சமத்துவக் கோட்பாடுகளைப் பரப்பியது. பஞ்சமர் சமூகத்தின் படித்த இளம் தலைமுறைத் தலைவர்களிடையே மகாபோதி சங்கத்தின் முயற்சிகள் பெரும் வரவேற்பைப் பெற்றன. பெருந்திரள் பௌத்த இயக்கத்தைக் கட்டுவதன் மூலம் தங்கள் சமூகத்தின் விடுதலை சாத்தியமாகும் என்ற கருத்தை அவர்கள் வெளிப்படுத்தினார்கள். சமூக விடுதலைக்கான பெருந்திரள் மக்கள் இயக்கம் என்ற கருத்தாக்கத்தை அயோத்தி தாசரும், அவரது நம்பிக்கைக்குரிய தொண்டர்களான

ஜி. அப்பாதுரை, பி. லட்சுமி நரசு ஆகியோரும் பெரிதும் வளர்த் தெடுத்தார்கள்.[50]

தென் இந்தியாவின் தொன்மையான திராவிட மக்கள் என்று கருதப் பட்ட பஞ்சமர்களது அவல நிலையை எடுத்துரைக்க அயோத்தி தாசர் 1898ல் பொதுக்கூட்டங்கள் நடத்தினார். அந்த இயக்கத்துக்கு வலுச்சேர்ப்பதற்காக அவர், தாழ்த்தப்பட்ட சாதிகளைப் பரிவுடன் அணுகிய பி. வரதராஜலு நாயுடு போன்ற அரசியல் தலைவர்களுடன் தொடர்புகளை ஏற்படுத்திக்கொண்டார்.[51]

அடுத்து வந்த ஆண்டுகளில், ஆர்ய சமாஜத்தினரின் தீவிரமான ஸுத்தி பிரசாரங்களை எதிர்ப்பதற்காக, அயோத்தி தாசரின் முயற்சிகளால் ஈர்க்கப்பட்ட மகாபோதி சங்கம் ஒதுக்கப்பட்ட சாதிகளைச் சேர்ந்த படித்தவர்களை ‘உபாசகர்’ பணியில் ஈடுபடுத்தியது.[52] மதராஸ் நகரில் தாழ்த்தப்பட்ட சாதிகளைச் சேர்ந்தோர் வசித்த சேரிகளில் அந்த உபாசகர்களின் பேச்சுத்திறன் காரணமாக பௌத்தக் கருத்துகள் பரவின.

மகாபோதி சங்கத்தின் முயற்சிகளுடன் இணைந்து செல்ல பௌத்த சங்கம் அமைப்பும் பல கிளைகளை ஏற்படுத்தியது. புதுப்பேட்டை, நரசிங்கபுரம், பெரம்பூர் உள்ளிட்ட மதராஸ் நகரின் பல பகுதிகளில் பௌத்த சங்கம் தனது கிளைகளை ஏற்படுத்தியது. வேலூர், குடியாத்தம், பள்ளிகொண்டா, சக்கோரமல்லூர், வாலாஜாபாத், காஞ்சிபுரம், அங்கம்பக்கம் ஆகிய இடங்களிலும் பல்வேறு பௌத்த அமைப்புகள் செயல்பட்டுத் தங்களது கிளைகளை ஏற்படுத்தின.[53]

மதராஸின் அண்டை மாவட்டங்களிலும் பௌத்தப் பிரசாரகர்களின் முயற்சிகள் ஓரளவுக்கு வெற்றிபெற்றன. வட ஆற்காடு, தென் ஆற்காடு, செங்கல்பட்டு ஆகிய மாவட்டங்களில்தான் அவர்களது முயற்சிகள் வெற்றிகரமாக அமைந்தன. அவர்களது பரப்புரைகள் இந்த மாவட்டங்களின் சைக்கிள் ரிக்ஷா மற்றும் போக்குவரத்துக் கூலிகள் சங்கத்தைச் சார்ந்த தொழிலாளர்களிடையே தாக்கத்தை ஏற்படுத்தின, அவர்கள் பௌத்த சமயத்தைத் தழுவினார்கள்.[54]

ஆயினும், பஞ்சமர் மக்களுக்கான நலத்திட்டங்களை மேற்கொள்வதில் பிரம்ம ஞான சபையைவிட பௌத்த அமைப்புகள் மிகவும் பின்தங்கியே இருந்தன. இந்த மக்களின் கல்வி வளர்ச்சிக்கான முயற்சிகளில் 1890களின் தொடக்கத்திலிருந்தே பிரம்ம ஞான சபை முன்னணியில் இருந்துவந்தது. கர்னல் எச்.எஸ். ஆல்காட், அமெரிக்காவைச் சேர்ந்த பிரம்ம ஞான சபையினரின் உதவியோடு பஞ்சமர் பள்ளிகளில் மழலையர் வகுப்பு போன்ற பயிற்றுவிப்பு முறைகளைக் கொண்டு வர முயன்றார்.

தமிழில் பாடங்களை நடத்துவதன் மூலமாகவும் பஞ்சமர் சமூக மாணவர்களிடையே கல்வியை வளர்க்க பிரம்ம ஞான சபை முயன்றது. சபையால் ஏற்படுத்தப்பட்ட நடுநிலைப் பள்ளிகளில் ஆங்கிலம், இந்துஸ்தானி ஆகிய இரண்டு மொழிகளிலும் பாடங்கள் நடத்தப்பட்டன. இத்தகைய பாடமுறைகள் காரணமாக பஞ்சமர் மாணவர்களுக்கு ஐரோப்பியர் வீடுகளிலும், ஐரோப்பிய-ஆசியர் வீடுகளிலும் வேலை வாய்ப்புகள் கிடைத்தன.[55]

ஆல்காட் இலவசப் பள்ளித் திட்டத்துக்கு அரசு அதிகாரிகளிடமிருந்து பெரும் பாராட்டு கிடைத்தது. ஐந்து ஆண்டுகள் என்ற குறுகிய காலத்தில் ஐம்பதாயிரத்துக்கு மேற்பட்ட பஞ்சமர் மாணவர்களுக்குக் கல்வி என்ற அந்தத் திட்டத்தை நடைமுறைக்கு ஏற்ற நடவடிக்கை யாக அதிகாரிகள் பார்த்தனர். என்.ஏ. கோர்ட்ரைட் கொண்டுவந்த நவீன மழலையர் பள்ளி அணுகுமுறைகளை அறிவியல்பூர்வ மானவையாக, பகுத்தறிவுக்கு ஏற்றவையாகக் கண்டனர். மதராஸ் மாகாண டிபிஐ இத்தகைய திட்டங்களை வயது வந்தோர் எழுத்தறிவு இயக்கத்தை வலுப்படுத்துகிற முயற்சியாக எடுத்துக்கொண்டது.[56] பின்னர் அரசாங்கம் பல தொடக்கப்பள்ளிகளை மேல்நிலை தொடக்கப்பள்ளிகளாக நிலை உயர்த்தியதன் மூலம் தனது முழு ஆதரவை வழங்கியது.

பஞ்சமர் குழந்தைகளுக்குக் கல்வி வழங்குவதில் பிரம்ம ஞான சபைக்குக் கிடைத்த வெற்றிக்குத் தொழிற்சாலைகள் சார்ந்த குடியிருப்புப் பகுதிகளையொட்டிப் பள்ளிகளை அமைத்தது பெரிதும் காரணமாகும். தோல் தொழிற்சாலைகளிலும் செங்கல் சூளை களிலும் வேலை செய்த தொழிலாளர்களின் குழந்தைகளைத்தான் பிரம்ம ஞான சபை மையமாக இலக்குவைத்தது.[57] ஆயினும், பஞ்சமர் மக்களிடையே நிலவிய வறுமையும் பிணிகளும் சபையின் முயற்சிகளுக்கு அடிக்கடி முட்டுக்கட்டை போட்டன.

இந்தப் பிரச்னையைச் சமாளிக்க பஞ்சமர் மக்கள் குடியிருந்த சேரிப்பகுதிகளில் வீடு வீடாகச் சென்று எடுத்துரைக்கும் இயக்கத்தை சபை மேற்கொண்டது. அந்தக் குடும்பங்களில் வேலைக்குச் சென்று கூலி பெறக்கூடியவர்களாக இருந்தவர்களிடம், குழந்தைகளைப் பள்ளிக்குத் தொடர்ச்சியாக அனுப்புமாறு சபையினர் கேட்டுக் கொண்டார்கள். அந்தப் பள்ளிகளில் மாணவர்கள் வருகையை அதிகரிக்கச் செய்வதற்காக இலவச மதிய உணவுத் திட்டத்தையும் சபை கொண்டுவந்தது.[58]

சபையின் பள்ளிகளில் பயின்ற மாணவர்கள் மற்ற பள்ளிகளில் பயின்றோரைவிடத் தொடக்கப்பள்ளித் தேர்வுகளில் சிறந்து

விளங்கியதாக அரசாங்கமும் ஒப்புக்கொண்டது.[59] பிரம்ம ஞான சபை வெளியிட்ட ஆண்டறிக்கைகளில் உள்ள புள்ளிவிவரங்கள் அந்தத் தேர்வுகளில் அதன் மாணவர்கள் பெற்ற வெற்றிக்குச் சான்றளிக்கின்றன.

சபையின் அமெரிக்கப் பிரிவு பொதுச்செயலாளரும், மதராஸ் நகர பறையர் குடியிருப்புகளில் பணியாற்றியதற்காகப் புகழ்பெற்றவரு மான அலெக்ஸாண்டர் ஃபுல்லர்ட்டன், தங்களது முயற்சிகளுக்கு அரசாங்கத்தின் பேராதரவைக் கோரும் மனுக்களை அனுப்பினார். சிகாகோ நகரிலிருந்து வெளியான 'தியாசபிக் மெஸஞ்ஜர்' பத்திரிகையில் கட்டுரைகள் எழுதி பஞ்சமர் முன்னேற்றம் குறித்த விவாதத்தின் பக்கம் பரவலான கவனத்தை ஈர்த்தார். அந்தக் கட்டுரைகளின் பலனாக அமெரிக்காவில் இருந்த சபை ஆதரவாளர் களிடமிருந்து கணிசமான அளவுக்கு நன்கொடைகள் வந்தன.[60]

பஞ்சத்தில் வாடிய பஞ்சமர் மக்களின் துயரங்களைத் துடைப்பதற்காக சபையின் அமெரிக்க ஆதரவாளர்கள் 1,000 ரூபாய் நிதி வழங்கினார்கள். அந்த நன்கொடைகளை சபையின் தொண்டர்கள் காலராவாலும் காய்ச்சலாலும் அவதிப்பட்டவர்களுக்கு சிகிச்சை அளிக்கப் பயன் படுத்தினார்கள். பட்டினியில் வாடியோருக்கும் ஆதரவற்றவர் களுக்கும் பசியாற்றுவதற்காக அவர்கள் கஞ்சிக்கூடங்களையும் அமைத்தார்கள்.[61]

பஞ்சமர் மாணவர்களுக்குக் கற்பிப்பதில் ஈடுபட்ட ஆசிரியர் களுக்கான பயிற்சி வகுப்புகளையும் சபை தொடங்கியது. களிமண் தயாரிப்புகள், இலை வேலைப்பாடுகள், ஓவியங்கள் போன்ற வற்றில் அந்த ஆசிரியர்களுக்கு சிறப்புப் பயிற்சிகள் அளிக்கப் பட்டன. பயிற்சி வகுப்புகள் பெருமளவுக்கு வெற்றிகரமாக அமைந்தன. பஞ்சமர் ஆசிரியர்களுக்காக பிரம்ம ஞான சபை கொண்டு வந்த பயிற்சி முறைகளைத் தானும் மேற்கொள்வது விவேகமான செயலாக இருக்கும் என்று மதராஸ் மாகாண அரசாங்கத்தின் கல்வித் துறையும் கருதியது. சபையினர் கடைப்பிடித்த புதிய வழிமுறைகள் மற்ற அரசுப் பள்ளிகளையும் அரசு சாராத பள்ளிகளையும் தங்களது தரத்தை உயர்த்திக்கொள்ளச் செய்தன. 'பறையர்களுக்கு நாம் எப்படி கல்வியளிப்பது?' என்ற புத்தகத்தை வெளியிட்ட அரசாங்கம், பிரம்ம ஞான சபையின் பல திட்டங்களுக்குக் கடமைப்பட்டிருப்பதாக அறிவித்தது.[62]

இருபதாம் நூற்றாண்டின் தொடக்க ஆண்டுகளில் ஏற்படுத்தப்பட்ட இந்திய சேவகர்கள் சபை (சௌர்வன்ட்ஸ் ஆஃப் இந்தியா சொசைட்டி) காலனிய அதிகாரிகளிடையே நல்ல தாக்கத்தை எற்படுத்தியது.

கோபால கிருஷ்ண கோகலே போன்ற சீர்திருத்த அரசியல் தலைவர் களால் உருவாக்கப்பட்ட அந்த அமைப்பு, ஒதுக்கப்பட்ட மக்களிடையே பணியாற்றிட இளைஞர்களைத் திரட்டியது. சமூக சீர்திருத்தக் களத்தில் பிற்காலத்திலேயே இந்திய சேவகர்கள் சபை வந்து சேர்ந்தது என்றாலும்கூட, தாழ்த்தப்பட்ட சாதிகளுக்கு எதிரான பாகுபாடுகள் பற்றிய விழிப்புணர்வைப் பொதுமக்களிடையே வளர்ப்பதற்காக செவி வழி, காட்சி வழி உரை நிகழ்ச்சிகளுக்கு ஏற்பாடு செய்தது.[63]

அதன் தொண்டர்கள் பொது சுகாதாரத்தையும் நிதானப்போக்கை யும் வலியுறுத்தினார்கள். ஒதுக்கப்பட்ட சமூகங்களின் நலனுக்காகக் கூட்டுறவு சங்கங்கள் ஏற்படுத்தும் முயற்சிகளை ஆதரித்தார்கள். அரசாங்கத்தின் ஆதரவு கிடைத்தது என்ற போதிலும்கூட, பெரிய அளவுக்கு இந்த சபையால் வெற்றிபெற முடியவில்லை. ஓர் உயர் நடுத்தர வர்க்கச் செயல்பாடாகவே அது இருந்துவிட்டது. அதன் நிர்வாகிகளாக இருந்த திவான் பகதூர் ராஜ ரத்தினம் முதலியார் போன்றோர், 'தீண்டத்தகாத' சமூகங்களை இந்துமயமாக்குவதில் தான் அக்கறை காட்டியதாகத் தெரிகிறது.[64]

தொடர்ந்து வந்த ஆண்டுகளில் மதராஸ் சமூக சேவை கழகம் (மெட்ராஸ் சோசியல் சர்வீஸ் லீக்) போன்ற அமைப்புகள் ஒதுக்கப் பட்ட சமூகங்களின் உடல்நலம், துப்புரவு, கல்வி, நிதான மனநிலை தொடர்பானவற்றில் சேவை செய்திட முன்வந்தன. மிஸ் ஒயிட்ஹெட் என்ற பிரிட்டிஷ் பெண்மதியின் தலைமையில் இந்தக் கழகம் ஒதுக்கப்பட்ட சமூகங்களுக்குக் கல்வியைக் கொண்டு செல்வதற்காக இரவுப் பாடசாலைகளைத் தொடங்கியது. இந்திய சேவகர்கள் சபையைவிட முற்போக்கான பார்வையைக் கொண்டிருந்த இந்தக் கழகம், நகரங்களிலும் கிராமங்களிலும் 'தீண்டத்தகாத' உழைப்பாளி சமூகங்களின் துயரங்களைப் போக்கவேண்டுமானால் கூட்டுறவு சங்கங்களை ஏற்படுத்துவதுதான் வழி என்று கருதியது.[65]

தாழ்த்தப்பட்ட சமூகங்கள் நலச் சங்கம் (தி டிப்ரஸ்டு கிளாசஸ் மிசன் சொசைட்டி) என்ற அமைப்பும் மதராஸ் நகரில் செயல்படத் தொடங்கியது. என்.யு. சந்திரவர்க்கர் ஏற்படுத்திய இந்த சங்கம் 1909ல் தனது கிளையை இந்த நகரில் அமைத்தது. உள்ளூர்ப் பிரமுகர்கள் பலரையும் அது ஈர்த்தது. சர் சி. சங்கர நாயர், எஸ். கஸ்தூரி ரங்க அய்யங்கார், சி. ராமானுஜம் செட்டி ஆகியோர் அவர்களில் குறிப்பிடத்தக்கவர்கள். தொடங்கிய நாளிலிருந்தே இந்த அமைப்பு 'தீண்டத்தகாத' சமூகங்களுக்குக் கல்வியளிப்பதிலும், மதம், அறநெறி, பண்பு ஆகியவற்றின் மேன்மைகளைக் கற்பிப்பதிலும் ஈடுபட்டது.[66]

நகரின் சேரிகள் முன்னேற்றத்தில் சங்கத்தின் தொண்டர்கள் பெரிதும் கவனம் செலுத்தினர். சமுதாயத்தில் மதிப்பைப் பெறுவதற்குத் தூய பழக்க வழக்கங்களை வளர்த்துக்கொள்ள சேரி வாழ் மக்களை ஊக்குவித்தனர்.

வியாசர்பாடி, புளியந்தோப்பு, பிராட்வே, வண்ணாரப்பேட்டை, ஜார்ஜ் டவுன், சிந்தாதிரிப்பேட்டை உள்ளிட்ட பகுதிகளில் பல பகல் நேரப் பள்ளிகளையும் இரவுப் பள்ளிகளையும் இந்தச் சங்கம் ஏற்படுத்தியது.[67] விரைவில் மங்களூர் தாழ்த்தப்பட்ட சமூகங்கள் நலச் சங்கம், தென் இந்திய தாழ்த்தப்பட்ட சமூகங்கள் முன்னேற்ற சங்கம் ஆகியவையும் இத்தகைய முயற்சிகளில் ஈடுபட்டன.[68] சைதாப் பேட்டையைத் தனது தளமாகத் தேர்ந்தெடுத்த தாழ்த்தப்பட்ட சமூக முன்னேற்ற சங்கம் அந்தச் சமூகங்களின் மாநாடுகளை நடத்துவதில் தலையாய பங்குவகித்தது. இத்தகைய முயற்சிகளை மதராஸ் நகரின் அன்றைய முன்னணி நாளேடுகளான 'தி இந்து', 'தி மெயில்' ஆகியவை பெரிதும் பாராட்டின.[69] காலப்போக்கில் இந்த சமூகங் களுக்கான ஒரு பொது மேடையை அந்த மாநாடுகளால் உருவாக்க முடிந்தது. மாநாடுகளின் விவாதங்களும் நிறைவேற்றப்பட்ட தீர்மானங்களும் மாகாணத்தில் இந்தச் சமூகங்களின் முன்னேற்றத்துக் கான நடவடிக்கைகளை மேற்கொள்ள வேண்டிய கட்டாயத்தை அரசாங்கத்துக்கு ஏற்படுத்தின.[70]

தாழ்த்தப்பட்ட பிரிவுகளின் மேம்பாட்டுக்கான சமூக நலத் திட்டங்களில் மேல் சாதிகளைச் சேர்ந்த, பல்வேறு தொழில் பின்னணி களைக்கொண்ட படித்தவர்களை ஈடுபடுத்தியது. அதன் மூலம் ஆரோக்கியமான முன்னுதாரணத்தை இந்த அமைப்பு ஏற்படுத்தியது. வி.எஸ். சீனிவாச சாஸ்திரி முதலான பிராமண அறிஞர்கள் இந்த அமைப்பின் பணிகளில் தங்களை முனைப்புடன் ஈடுபடுத்திக் கொண்டார்கள். ஓ. கந்தசாமி செட்டியார், யு.ஏ. நடேசன் உள்ளிட்ட பிராமணர் அல்லாத சான்றோரும் இந்த சங்கத்தின் பணிகளை வரவேற்றார்கள், சாதி சமய வேறுபாடுகள் இல்லாமல் அனைவருக்கும் பொதுவான திட்டங்களைச் செயல்படுத்துவதற்கு ஆதரவளித்தார்கள்.[71]

எனினும், தாழ்த்தப்பட்ட மக்களின் மேம்பாட்டில் மேல் சாதியினரின் ஈடுபாடு முற்றிலும் முரண்பாடற்றதாக இருந்துவிடவில்லை. மேல் சாதிகளைச் சேர்ந்த சீர்திருத்தவாதிகள் 'தாழ்த்தப்பட்ட' என்பது உள்ளிட்ட சொல்லாக்கங்களைப் பயன்படுத்தியதை பஞ்சமர் சமூகத்தைச் சேர்ந்த படித்தவர்கள் சந்தேகத்தோடு பார்த்தார்கள்.[72] பிராமணர் சமூகத்தைச் சேர்ந்த சீர்திருத்தவாதிகள் 'கர்மா' விதிகளையும் சாதியம் தொடர்பான கருத்துகளையும் நியாயப்படுத்த

முயன்றது அவர்களுக்கும் பஞ்சமர் சமூகத் தலைவர்களுக்கும் இடையே கடுமையான வாக்குவாதங்களுக்கு இட்டுச் சென்றது.[73]

இந்த சீர்திருத்தவாதிளால் சாதிக் கட்டமைப்புக்கு எதிரான வலுவான பிரசாரத்தை மேற்கொள்ள இயலவில்லை. இதனால் இந்த அமைப்புகள் தொடங்கிய நலத்திட்டங்களில் ஒதுக்கப்பட்ட சமூகங்களைச் சேர்ந்தோர் அக்கறை காட்டவில்லை. மேல் சாதி இந்துக்களிடையே இருந்த உள்ளார்ந்த பழமைவாதக் கருத்துகளின் காரணமாக, அவர்களால் பெரிதாக அறிவிக்கப்பட்ட சீர்திருத்தங்களின் உண்மை நோக்கம் ஒதுக்கப்பட்ட சமூகங்களுக்கு எதிரான பாகுபாடுகளைத் தக்கவைப்பதும் வலுப்படுத்துவதும்தான் என்ற எண்ணம் 'தாழ்த்தப்பட்டோர்' என்று வகைப்படுத்தப்பட்ட சமூகங்களில் ஏற்பட்டது.[74]

மேல் சாதிகளையும் நடுத்தர வர்க்கத்தையும் சேர்ந்த சிந்தனையாளர்கள் இப்படிப்பட்ட முயற்சிகளில் ஈடுபட்டிருந்த போதிலும், 'தீண்டத்தகாத' பிரிவுகளாக ஒதுக்கப்பட்ட சமூகங்களைச் சேர்ந்த அறிஞர்கள் தங்களது தனித்துவ சமூக அடையாளங்களைப் பாதுகாப்பதற்கெனத் தனி அமைப்புகள் தேவை என்று கருதினார்கள். அரசாங்கத்திடம் தங்களது கோரிக்கைகளை முன்வைப்பதற்காக 1892ல் அவர்கள் 'பறையர் மகாஜன சபை' அமைப்பை ஏற்படுத்தினார்கள்.[75]

இருபதாம் நூற்றாண்டின் தொடக்ககட்டத்தில், 'தீண்டத்தகாதவர்கள்' அல்லது 'ஒதுக்கப்பட்டவர்கள்' என்பதாகக் கூறப்பட்ட சமூகங்களின் உரிமைகளுக்காகவும் சுதந்தரத்துக்காகவும் தொடங்கப்பட்ட இயக்கங்களில் அந்தச் சமூகங்களின் மக்களை பறையர் மகாஜன சபையால் அணி திரட்ட முடிந்தது. பிற்காலத்தில் எம்.சி. ராஜா, ஆர். சீனிவாசன், ஆர். வீரய்யன், சிவசண்முகம் பிள்ளை உள்ளிட்ட ஆதி திராவிட இயக்கத் தலைவர்கள் வளர்வதற்கான நாற்றங்காலாக இந்தச் சபை விளங்கியது.

சாதி இந்துப் பிரிவுகளைச் சேர்ந்த ஆன்றோரால் ஏற்படுத்தப்பட்ட அமைப்புகளோடு ஒப்பிடுகையில், இந்த அமைப்புக்கு அடித்தட்டு சமூக மக்களிடையே பரவலான வரவேற்பு கிடைத்தது. ஒரு நடுத்தர வர்க்க பின்னணியைக் கொண்ட அமைப்பாக அறியப்பட்ட போதிலும், தனது செயல்பாடுகளுக்கு ஆதரவாக, இந்த சமூகங்களுக்குள் நிலவிய வர்க்க வேறுபாடுகளைக் கடந்து மக்களை இணைக்க இந்தச் சபையால் முடிந்தது.[76]

இருந்தபோதிலும், ஆதி திராவிட மகாஜன சபையை ஒதுக்கப்பட்ட மக்களுக்கான தனிப்பெரும் அமைப்பாக முன்வைக்கிற முயற்சி

நெடுங்காலத்துக்குத் தொடரவில்லை. மற்ற பல சங்கங்களைப் போலவே இதற்குள்ளேயும் அமைப்பு சார்ந்த அரசியல் தலை தூக்கியது, பின்னர் இந்த அடிப்பிலும் பிளவு ஏற்பட்டது. இந்த சபையிலிருந்து பிரிந்தவர்கள் 'திராவிட மகாஜன சபை' என்ற அமைப்பை ஏற்படுத்தினார்கள். 1892ம் ஆண்டிலேயே தங்களது அமைப்பு தொடங்கப்பட்டுவிட்டதாக இதன் அமைப்பாளர்கள் கூறினர். 1917ல் இந்த சபை வைஸ்ராயிடம், பஞ்சமர்கள்தான் தொன்மையான திராவிட இனத்தின் வழி வந்தவர்கள் என்று கூறுகிற மனுவை அளித்தது. அதைத் தொடர்ந்து திராவிட மகாஜன சபைக்கு மிகுந்த முக்கியத்துவம் ஏற்பட்டது.[77]

ஆதி திராவிட மகாஜன சபை, திராவிட மகாஜன சபை இரண்டுமே ஒதுக்கப்பட்ட மக்களுக்கு அரசாங்கத்திடமிருந்து சிறப்புச் சலுகைகள் கிடைக்கச் செய்வதற்காக பஞ்சமர் சமூகத் தலைவர்கள் உறுதியோடு ஈடுபட்டதற்கு சான்றுகளாகச் செயல்பட்டன. தொடக்கத்தில், மாகாண சட்ட சபையில் தங்களது சமூகங்களின் பிரதிநிதிகளை உறுப்பினர்களாக நியமிப்பதற்கு மாறாகத் தொகுதிகளில் இட ஒதுக்கீடு செய்யப்படவேண்டும் என்று வலியுறுத்தின.[78]

ஒதுக்கப்பட்ட சமூகங்களிடையே அரசியல் விழிப்புணர்வு ஏற்பட்டதில் அவர்களிடையே கல்வி பரவியதற்கும் எழுத்தறிவு விகிதம் அதிகரித்ததற்கும் பங்கிருக்கிறது. பெரும்பாலும் நகர்ப்புறப் பகுதிகளில் குடியிருந்த அவர்கள் பிரம்ம ஞான சபை, ஒதுக்கப்பட்ட சமூகங்கள் நலச் சங்கம் ஆகிய அமைப்புகளின் கல்வித் திட்டங்களால் பயன்பெற்றார்கள். அந்தத் திட்டங்களால் அவர்களுக்கு ஐரோப்பிய நிறுவனங்களிலும் தனியார் கல்விக்கூடங்களிலும் அரசாங்கக் கல்வி நிலையங்களிலும் வேலை வாய்ப்புகள் கிடைத்தன. அத்தகைய வேலைகளில் ஈடுபட்டிருந்தவர்கள் அமைப்பு சார்ந்த விசயங்களிலும் மாநாடுகளைக் கூட்டுவதிலும் மிகவும் முக்கியப் பங்காற்றினார்கள்.

காலனிய அரசிடமிருந்து சிறப்புச் சலுகைகளைப் பெறுவதற்காக அவர்கள் வெளிப்படையாகவே அரசுக்கு விசுவாசமான நிலை பாட்டை மேற்கொண்டனர். காலனிய அரசை அவர்கள் நல்மேய்ப் பராகவே பார்த்தார்கள். அடிமைத்தனத்திலிருந்தும் ஒதுக்கப்பட்ட நிலையிலிருந்தும் காலனிய அரசால்தான் விடுவிக்க முடியும் என்று கருதினார்கள். சுதந்தரத்தை வலியுறுத்திய காங்கிரஸ் இயக்கங்களில் அவர்கள் அக்கறை காட்டாததற்கு இதுதான் காரணமாக இருந்திருக்க முடியும். தென் இந்தியாவில் சமுதாயத்திலும் அரசியலிலும் பிராமணர் ஆதிக்கத்துக்கு எதிரான இயக்கம் தொடங்கப்பட்டபோது

காங்கிரஸ் எதிர்ப்பு உணர்வுகளும் வலுப்பெற்றன. ஆயினும், பிராமணர் அல்லாத சமூகங்களின் சிந்தனையாளர்களோடு நெருங்கிய தொடர்புகள் கொண்டிருந்தபோதிலும், பஞ்சமர் சமூகங் களையும் ஒதுக்கப்பட்ட இதர சமூகங்களையும் சேர்ந்த அறிஞர்கள், பிராமணர் அல்லாதார் வட்டத்தில் தாங்களும் அங்கம் வகித்தாலும் தங்களது சமூக அடையாளங்களைப் பாதுகாப்பதில் உறுதியோடு இருப்பதையும் தெளிவுபடுத்தினார்கள்.

பறையர் வரலாறு மற்றும் அடையாளக் கட்டுமானமும் நவ பௌத்தமும்

இருபதாம் நூற்றாண்டின் தொடக்க ஆண்டுகளில் உருவான நவீன பௌத்த சிந்தனையாளர்கள் பெரும்பாலும் 'தீண்டத்தகாத' சமூகங்களிலிருந்து வந்தவர்களே. பறையர் வரலாறு, அடையாளம் குறித்துத் தொடர்ச்சியாகக் கட்டுரைகளையும் புத்தகங்களையும் அவர்கள் எழுதினார்கள். அவர்களின் முக்கியமானவரான எம். மாசிலாமணி ஆரியர் – பிராமணர் மேலாதிக்கத்தின் காரணமாக, அடக்கப்பட்ட மக்கள் அரசியலாகவும் பண்பாட்டுப் பூர்வமாகவும் அடிமைப்படுத்தப்பட்டார்கள் என்று சுட்டிக்காட்டினார். ஆரியர்கள் சமுதாயத்திலும் அரசியலிலும் தங்களது பிடியை வலுப்படுத்திக் கொள்வதற்காக, தங்களுக்கு முன்பிருந்த ஆண்ட பரம்பரைகளின் வரலாறுகளைத் திட்டமிட்டே அழித்தார்கள் என்றார்.

சாதிகளின் நால் வர்ணப் பிரிவினை அநீதியானது, கொடுங்கோன்மை யானது என்று எடுத்துரைக்கப்பட்டது. சமுதாயத்தில் ஒவ்வொரு தனி மனிதருக்கும் உள்ள இடத்தைப் பிறப்பின் அடிப்படையில் அது தீர்மானிக்கிறது; அரசியலிலும் சமுதாய நிலையிலும் ஒதுக்கப்பட்ட வர்களாகப் பெரும்பகுதி மக்களை வைத்துவிட்டு, பிராமணர் களுக்கும் வேறு சில பிரிவுகளுக்கும் சிறப்பிடம் அளிக்கிறது என்று சுட்டிக்காட்டப்பட்டது.[79]

குறிப்பாக, பிராமணர்கள் தங்களுக்கு உயர்ந்த இடம் இருப்பதாக உரிமை கொண்டாடியதைக் கேள்விக்கு உட்படுத்தினார் மாசிலாமணி. அவ்வாறு உரிமை கொண்டாடியது போலியான கருத்துகளின் அடிப்படையில்தான் என்றார். புனித நூல்களைப் பயில்வதற்கான தகுதி தங்களுக்கு மட்டுமே உண்டு என்று பிராமணர்கள் கூறிக்கொண்டதையும் எதிர்த்தார். இந்து சமயத்தின் புனித வேதங்களில் பறையர் சமூகத்தினரும் சிறந்து விளங்கியிருக்கிறார்கள் என்றார். மாசற்ற தூய உணவையே தாங்கள் உண்பதாக பிராமணர்கள் சொல்லிக்கொண்டதும் எதிர்ப்புக்கு உள்ளானது. அந்தத் தூய

உணவை உற்பத்தி செய்வதே தூய்மையற்ற சூத்திரர்களும் பறையர்களும்தான் என்ற வாதம் முன்வைக்கப்பட்டது.

புனிதம், தூய்மையின்மை ஆகியவை பற்றிய பிராமணியக் கருத்தாக்கங்களும் எதிர்ப்புக்கு உள்ளாகின. பொது இடங்களில் பிராமணர்கள் சூத்திரர்களோடும் பஞ்சமர்களோடும் கலந்து பழகும்போது, போக்குவரத்து வசதிகளைப் பயன்படுத்துவதிலும், சடங்குகளைக் கடைப்பிடிப்பதிலும் அவர்கள் வேண்டுமென்றே தங்களைத் தனித்துப் பிரித்துவைத்துக்கொள்கிறார்கள் என்றும் எடுத்துரைக்கப்பட்டது.[80]

ஆனால், பறையர்கள் அடிமைப்படுத்தப்பட்டிருந்த பிரச்னையை அயோத்தி தாசரும் அவரைப் போன்ற நவீன பௌத்தர்களும் இன்னும் நேரடியாக அணுகினார்கள். பறையர்கள்தான் பூர்விகத் தமிழர்கள், அவர்களது மதம் பௌத்தம் என்ற கருத்தையும் முன்வைத்தனர். ஊடுருவிய ஆரியர்கள் திட்டமிட்ட முறையில் பறையர்களின் மத நம்பிக்கைகளைச் சிதைத்தனர்; அவர்களது சமுதாய நிலையைக் கீழிறக்கினர் என்று வாதிட்டனர்.

'தீண்டத்தகாத' சமூகங்களின் வரலாற்று மூலங்களை ஆராய்ந்த அயோத்தி தாசர், 'பறையா' அல்லது 'பறையன்' என்பன உள்ளிட்ட பதங்கள் அரசியல் நோக்கத்துடன் வேண்டுமென்றே தரக்குறை வாகப் பயன்படுத்தப்பட்டு வந்துள்ளன என்றார். 'தீண்டத்தகாத' சமூகங்களிடையே மன உறுதி குலைந்துபோன உணர்வை வளர்ப்பதற்காக அந்தச் சொற்கள் நீண்ட காலமாகக் கையாளப்பட்டு வந்துள்ளன என்றும் எடுத்துரைத்தார். முன்பு பௌத்தர்களாக இருந்த சமூகங்கள் தங்கள் கடந்த காலத்தைப்பற்றி அறியாதவர்களாக இருக்கச் செய்கிற நோக்கத்துடனும் அந்தச் சொற்கள் பயன் படுத்தப்பட்டு வந்துள்ளன என்ற வாதத்தையும் முன்வைத்தார்.

இவ்வாறு 'பறையர்' என்பது உள்ளிட்ட சொல்லாடல்களைத் தகர்க்கவும், பிராமணிய ஆதிக்கத்தோடு அவற்றை இணைத்து விளக்கமளிக்கவும் முயன்றார் அயோத்தி தாசர். இந்த முயற்சியில் ஈடுபட்ட அவர், பறையர்களின் நிலைமைக்கான ஒரு சித்தாந்தப் பின்புலத்தையும் வரலாற்றுப் புரிதலையும் முன்வைக்க வேண்டியதன் தேவையை உணர்ந்தார். பிராமணிய இந்து சமய வாதத்துக்கு எதிரானதாக பறையர் என்ற பதம் சித்திரிக்கப்பட்டது.[81]

'தீண்டத்தகாத' மக்களின் கடந்த கால மாண்பையும் மதிப்பையும் பௌத்தத்தால் மட்டுமே மீட்க முடியும் என்று அயோத்தி தாசர் நம்பினார். அந்தக் கருத்துக்கு வலு சேர்ப்பதற்காக, பௌத்தம்

ஒருபோதும் இந்த மக்களின் பண்பாட்டுக்கு அந்நியமானதாக இருக்காது என்றும், மதம் சார்ந்த சமூகம் சார்ந்த அனைத்து வகையான பாகுபாடுகளையும் எதிர்த்துப் போராடுவதற்கு பௌத்தம் ஒரு ஈர்ப்பாக அமையும் என்றும் வாதிட்டார். 'தாழ்த்தப்பட்ட சமூகங்கள்' என்ற பதம்கூட இழிவுபடுத்துகிற நோக்கம் கொண்டதுதான், ஏனெனில் சில குறிப்பிட்ட சமூகங்களைத் தாழ்ந்தநிலையில் வைத்திருப்பது என்ற பிராமணியத்தின் பழைய பாகுபாட்டை அந்தப் பதம் தக்கவைக்கிறது என்ற வாதமும் எழுந்தது.

இதைத் தொடர்ந்து, 'தீண்டத்தகாத' அல்லது 'பஞ்சமர்' மக்கள், தாழ்த்தப்பட்ட சமூகங்களின் முன்னேற்றம் பற்றிக் கூறுகிற தேசிய சீர்திருத்தவாதிகளை நம்பியிருக்கக்கூடாது, மாறாகத் தங்களது பெருமை மிகு கடந்த காலத்தையும் தொன்மை அடையாளத்தையும் நிலைநாட்டுவதற்கான முயற்சிகளில் தங்களை ஈடுபடுத்திக்கொள்ள வேண்டும் என்ற வாதமும் முன்வைக்கப்பட்டது.[82]

சாதியம், பிராமணியம் குறித்து அயோத்தி தாசர் முன் வைத்த கருத்துகளை 'தீண்டத்தகாத' சமூகங்களைச் சேர்ந்த வேறு பல சிந்தனையாளர்களும் ஆதரித்தார்கள். ஆதி திராவிட சமூக அறிஞர் பெரியசாமிப் புலவர் 'தமிழன்' உள்ளிட்ட பத்திரிகைகளின் மூலமாக, பறையர் வரலாற்றின் கடந்த நூற்றாண்டுகள் பற்றி எழுதினார். பறையர் சமூகத்தைச் சேர்ந்தவரான டி.சி. நாராயணசாமி பிள்ளை 'தமிழன்' ஏட்டில், அயோத்தி தாசரும் மாசிலாமணியும் முன்வைத்த வாதங்களை ஆதரித்துப் பல கட்டுரைகள் எழுதினார். பறையர் களிடையே ஒரு சுயமரியாதை எண்ணத்தை ஏற்படுத்த 'தமிழன்' பக்கங்களைப் பயன்படுத்திக்கொண்டார்கள்.

பறையர்களுக்கு நாத்திகவாதிகள் என்ற தங்களது அடையாளத்தை உயர்த்திப் பிடிக்கும் உரிமை உண்டு என்று வலியுறுத்தித் தொடர்ந்து எழுதினார் நாராயணசாமி பிள்ளை. மத நம்பிக்கைகள் பறையர்களின் நம்பிக்கைகளுக்குப் பொருந்தாதவை, ஆகவே அவற்றை ஏற்க மறுக்கும் உரிமை நாத்திகர்கள் என்ற முறையில் பறையர்களுக்கு இருக்கவேண்டும் என்றார். ஆட்சியதிகாரத்துக்கு வந்தவர்களும் அர்ச்சக அதிகாரத்தோடு இருந்தவர்களும் அநீதியான முறையில் கூட்டுச் சேர்ந்து பறையர்களை அவர்களது தொன்மை குறித்த ஞானமற்றவர்களாக வைத்திருந்தார்கள் என்ற கருத்தைப் பரவலாகக் கொண்டுசென்றார்.[83]

இந்தச் சிந்தனையாளர்கள் பறையர்களின் வரலாற்றைப் புதிதாகக் கட்டமைக்க முயன்றதை இத்தகைய கட்டுரைகள் வெளிப்படுத்தின. உயர்ந்தோர் தாழ்ந்தோர் என்ற பாகுபாடுகள் இல்லாத ஒரு லட்சிய சமுதாயத்தை உருவாக்கவேண்டும் என்ற கருத்தையும்

அக்கட்டுரைகள் பரப்பின. அத்தகைய ஒரு சமத்துவ சமுதாயத்தை உருவாக்க திராவிடர்/தமிழர் பண்பாட்டு வரலாற்றோடு அடையாளப் படுத்திக்கொள்ளும் உணர்வு தேவை என்று வலியுறுத்தப்பட்டது.

ஒதுக்கப்பட்ட சமூக மாநாடுகளின் தொடக்கமும் பஞ்சமர் அடையாளத்தை வலுப்படுத்தும் முயற்சிகளும்

பஞ்சமர் (பறையர்களும் பஞ்சமர் என்றே குறிப்பிடப்பட்டார்கள்) தலைவர்கள், கிராமங்களில் ஆதிக்க சாதிகளால் தொடுக்கப்பட்ட ஒடுக்குமுறைகள் குறித்த குற்றச்சாட்டுகளை இருபதாம் நூற்றாண்டின் தொடக்கத்திலிருந்தே வலுவாக எழுப்பலானார்கள். 'தீண்டத்தகாத' மக்களின் கல்லாமையும் அறியாமையுமே அவர்களை அடிமை நிலையில் வைத்திருக்கும் துணிவை ஆதிக்க சமூகங்களுக்கு அளித்தன என்று இந்தத் தலைவர்கள் கருதினார்கள். தங்கள் சமூகங்களின் சமூகப் பொருளாதார முன்னேற்றத்துக்காக சிறப்புச் சலுகைகளை வழங்கவேண்டும் என்று காலனிய ஆட்சி நிர்வாகத்துக்கு வேண்டுகோள் விடுத்தார்கள்.

பஞ்சமர் குடியிருப்புகளை ஏற்படுத்துவதற்காக நிலம் கையகப்படுத்த அரசாங்கம் மேற்கொண்ட முயற்சிகளுக்கு முழு மனதுடன் ஆதரவளித்தார்கள். புறம்போக்கு நிலங்களில் குடியிருந்த மக்களிட மிருந்து மிராசுதார்கள் வாடகை வசூலிப்பதற்குத் தடை விதிக்க வேண்டும் என்றும் அரசாங்கத்தைக் கேட்டுக்கொண்டார்கள். அதே வேளையில் நீர்ப்பாசன வசதிகளை மேம்படுத்தவேண்டும், விரிவு படுத்தவேண்டும் என்ற கோரிக்கைகளையும் முன்வைத்தார்கள்.[84]

ஒதுக்கப்பட்ட சமூகங்களின் மாநாடுகள் சிறப்புச் சலுகை கோரிக்கை களை எழுப்புவதற்குப் பொருத்தமான மேடையாக அமைந்தன. பறையர் முன்னேற்றத்தில் அரசாங்கத்தின் கவனத்தை ஈர்ப்பதற் காகவே தொடக்கத்தில் அந்த மாநாடுகள் கூட்டப்பட்டன. அரசாங்கம் தனது நிர்வாக அதிகாரத்தைப் பயன்படுத்தி, இந்த சமூகங்களின் நன்மைக்காகப் பல்வேறு திட்டங்களைச் செயல் படுத்தவென தனி அமைப்புகளை ஏற்படுத்தவேண்டும் என்ற ஆலோசனையும் முன்வைக்கப்பட்டது. முதல் மாநாடு 1908 ஜூன் 29 அன்று நடைபெற்றது. இப்ராஹிம் பாக்கியநாதன் அதற்குத் தலைமை தாங்கினார். வி.எஸ். சீனிவாச சாஸ்திரி, ஓ. கந்தசாமி செட்டியார், யு.ஏ. நடேசன் உள்ளிட்ட சீர்திருத்தவாதிகள் அந்த மாநாட்டில் கலந்துகொண்டார்கள்.[85]

1910 டிசம்பரில், குறிப்பாக மேல் சாதி சீர்திருத்தவாத அரசியல் சிந்தனையாளர்களின் முன்முயற்சிகள் காரணமாக தஞ்சாவூர்

மாவட்ட மாநாடு திருவள்ளூரில் நடைபெற்றது. மக்களால் மதராஸ் மாகாண சட்டசபை உறுப்பினராகத் தேர்ந்தெடுக்கப்பட்டவரான பி. கேசவ பிள்ளை ஒதுக்கப்பட்ட மக்களின் முன்னேற்றம் குறித்து சமூக சீர்திருத்தவாதிகள், அரசாங்கம் ஆகிய இரு தரப்பாருமே அக்கறை செலுத்தவேண்டும் என்று கூறினார். சட்டத்துறையில் ஈடுபட்டிருந்தவர்களான நீதிபதி சி. சங்கர நாயர், நீதிபதி கிருஷ்ணசாமி அய்யர், சீனிவாச சாஸ்திரி உள்ளிட்ட பல சான்றோர்கள் தரிசு நிலங்களையும் வன நிலங்களையும் நிலமற்ற பஞ்சமர் குடும்பங்களுக்கு வழங்க வேண்டும் என்று வலியுறுத்தினார்கள்.[86]

மிராசுதார்களும் மாவட்ட அரசாங்க அதிகாரிகளும் கூட்டுச் சேர்ந்து கொண்டு இப்படிப்பட்ட நடவடிக்கைகளுக்கு முட்டுக்கட்டை போடுவதாகவும் குற்றம்சாட்டினார்கள்.[87] 'தர்க்காஸ்ட்' விதிகளிலும் நடைமுறைகளிலும் இணக்கமான அணுகுமுறையைக் கடைப்பிடிக்க அரசாங்கம் தயங்குவதால் பஞ்சமர் மக்களால் தங்களது குடியிருப்புகளை அமைப்பதற்கு நிலம் பெற முடியவில்லை என்றும் சுட்டிக்காட்டினார்கள். சமூகப் பாதுகாப்பையும் பொருளாதார உறுதிப்பாட்டையும் வழங்க அரசாங்கத்தால் இயலவில்லை என்பதால், புலம்பெயர்வதைத் தவிர வேறு வழியில்லை என்ற நிலைமைக்குப் பஞ்சமர்கள் தள்ளப்பட்டார்கள் என்ற கருத்தையும் முன்வைத்தார்கள்.[88]

மேல் சாதிகளைச் சேர்ந்த சீர்திருத்த எண்ணம் கொண்டிருந்த பிரமுகர்களும்கூட, ஒதுக்கப்பட்ட சமூகங்களை முன்னேற்றும் பொறுப்பு முற்போக்கான மனப்போக்கு கொண்டவர்களிடம் மட்டுமே ஒப்படைக்கப்படவேண்டும் என்று கருதினார்கள். அரசாங்க அதிகாரிகளும் முன்னணி பிரமுகர்களும் சமுதாயத்தின் நலிந்த பிரிவுகளுடைய முன்னேற்றத்துக்காகத் தங்களைக் கூடுதலாக சேவை அமைப்புகளில் ஈடுபடுத்திக்கொள்ளவேண்டும் என்றும் வலியுறுத்தினார்கள்.

1911 ஜூலையில் நடைபெற்ற ஒதுக்கப்பட்ட சமூகங்களுக்கான மாநாட்டின் இரண்டாவது அமர்வில், அரசாங்கம் தனது உதவி நடவடிக்கைகளோடு சாதி அடிப்படையிலான பாகுபாடுகளைக் களைவதற்கான நடவடிக்கைகளையும் மேற்கொள்ளவேண்டும் என்ற கருத்தை முன்வைத்தார்கள்.[89] நலிவுற்ற சமூகங்களிடையே தங்களுக்குரிய சிறப்புச் சலுகைகள் குறித்த விழிப்புணர்வை ஏற்படுத்துவதற்காக, அவற்றை விளம்பரப்படுத்துகிற முயற்சிகளையும் அரசாங்கம் மேற்கொள்ளவேண்டும் என்ற ஆலோசனைகளும் முன்வைக்கப்பட்டன.

மேல் சாதிகளையும் தாழ்த்தப்பட்ட சாதிகளையும் சேர்ந்த சான்றோர்களின் இப்படிப்பட்ட கூட்டு முயற்சிகளின் பலனாக ஒதுக்கப்பட்டோர் மேம்பாட்டுக்கு ஆதரவான கருத்து அதிகார வட்டாரங்களில் ஏற்பட்டது. சொல்லப்போனால், ஐரோப்பா, ஆசியா, ஆப்பிரிக்கா கண்டங்களின் பல்வேறு பகுதிகளில் நீண்ட காலமாகத் தொடர்ந்த ஆயுதக் கிளர்ச்சிகளால் கலக்கமடைந்திருந்த காலனி ஆட்சியாளர்கள் தென் இந்தியாவில் ஒதுக்கப்பட்ட சமூகங்களின் முன்னேற்றம் தொடர்பாக விட்டுக்கொடுக்கும் அணுகு முறையைப் பெருமளவுக்குக் கடைப்பிடித்தார்கள்.[90]

ஒதுக்கப்பட்ட சமூகங்கள் முன்னேற்ற சங்கம் 1912 ஜூன் மாதம் தஞ்சாவூரின் சீர்காழி நகரில் ஒரு மாநாட்டை நடத்தியது. அதற்கு வி.எஸ். சீனிவாச சாஸ்திரியார் தலைமை தாங்கினார்.[91] அரசாங்கம் சில சலுகைகளை அறிவிக்கச் செய்வதற்காக மாநாட்டு அமைப் பாளர்கள் வெளிப்படையாகவே தங்களது விசுவாச நிலைபாட்டைத் தெரியப்படுத்தினார்கள். ஒதுக்கப்பட்ட சமூகங்களின் பிரதிநிதிகளில் பெரும்பாலோர் அரசாங்கத்தின் நிலம் கையகப்படுத்தல் கொள்கை குறித்துத் தங்களது குறைகளை வெளிப்படுத்தினார்கள்.

தங்களுக்கென ஒதுக்கப்பட்ட நிலங்களில் குடியேறிய மக்களை, மிராசுதார்களும் இதர சாதி இந்து நிலவுடைமையாளர்களும் கைக்கொண்ட சுரண்டல் உத்திகளிலிருந்து பாதுகாக்க அரசாங்கம் தவறிவிட்டது என்று குற்றம்சாட்டினார்கள். அதேவேளையில் விவசாயக் கல்வி நிலையங்களும் தொழிற்பயிற்சிக்கூடங்களும் பஞ்சமர் மக்களுக்குக் கூடுதலான பொருளாதாரச் சுதந்தரத்தை வழங்கும் என்ற கருத்தையும் தெரிவித்தார்கள்.

சிறப்புச் சலுகைகளுக்கான கோரிக்கைகள் 1914ல் உச்சக்கட்டத்தை அடைந்தன. கடலூரில் நடைபெற்ற மாநாட்டில் பல முக்கிய தீர்மானங்கள் நிறைவேற்றப்பட்டன. அரசாங்க வேலைகளிலும் உள்ளாட்சி அமைப்புகளுக்கான பிரதிநிதித்துவத்திலும் இட ஒதுக்கீடு தேவை என்ற கோரிக்கையை ஒதுக்கப்பட்ட சமூகங்களின் தலைவர்கள் எழுப்பினார்கள். அரசாங்கத்தின் நிலம் ஒதுக்கல் கொள்கை, பெரும்பாலும் ஒதுக்கப்பட்ட சாதிகளைச் சேர்ந்த நிலமற்ற விவசாயத் தொழிலாளர் சமூகங்களுக்குப் பெரிதாகப் பலனளிக்கவில்லை என்று திட்டவட்டமாகக் கூறினார்கள்.

அவர்களது வீட்டுமனைகள் பய்மாஷ் (நில அளவை) பதிவேடுகளில் பதிவு செய்யப்பட்டன என்றபோதிலும், மேல் சாதி நிலவுடைமை யாளர்கள் அந்த மனைகளைக் குடியிருப்புப் பகுதி சட்ட விதிகளின் கீழ் கட்டாயப்படுத்தி வாங்கினர். இப்படிப்பட்ட செயல்களின்

மூலம், ஒதுக்கப்பட்ட சமூகங்கள் பொருளாதார சுதந்தரத்தின் பலன்களை அனுபவிக்க முடியாமல் நிலவுடைமை சமூகங்கள் தடுத்தன என்று எடுத்துக்காட்டப்பட்டது.

ஒதுக்கப்பட்ட சமூகங்களைச் சேர்ந்தோர் வீட்டுமனைகளைப் பெற விடாமல் தடுப்பதற்காக மேல் சாதியினர் அடிக்கடி நீதிமன்றங்களை நாடி தடையாணைகளைப் பெற்றார்கள் என்றும் சுட்டிக்காட்டப் பட்டது. ஒப்பந்தத் தொழிலாளர் முறையின் கேடுகள் குறித்தும் சுட்டிக்காட்டப்பட்டது. பழைய பண்ணையாள் முறையின் மறுவடிவமான இந்த ஒப்பந்தத் தொழிலாளர் முறையால் தஞ்சாவூர், தென் ஆற்காடு மாவட்டங்களின் சில பகுதிகளில் ஒதுக்கப்பட்ட சமூகங்களைச் சேர்ந்த விவசாயத் தொழிலாளர்கள் அடிமை நிலைக்குத் தள்ளப்பட்டார்கள் என்றும் எடுத்துக்காட்டப்பட்டது.

வேறு சில பிரச்னைகள் தொடர்பாகவும் அரசாங்கத்தின் கொள்கை களை இந்தத் தலைவர்கள் விமர்சித்தார்கள். 'சவுக்கடிச் சட்டம்' போன்ற சர்ச்சைக்குரிய சட்டங்கள் கடுமையான தாக்குதலுக்கு உள்ளாகின. மதராஸ் மாகாணத்தில் சில ஒதுக்கப்பட்ட சமூகங்களைக் குற்றப்பரம்பரையினர் என்று முத்திரையிட அரசாங்கம் முடிவு செய்ததை எதிர்த்தும் பல தீர்மானங்கள் மாநாட்டில் நிறைவேற்றப் பட்டன.[92]

மாநாடுகளில் நிறைவேற்றப்பட்ட இப்படிப்பட்ட தீர்மானங்கள், மாகாணத்தில் அடித்தட்டு சமூகங்களை முன்னேற்றுவது தொடர் பாகச் சில முக்கிய கொள்கை மாற்றங்களை அரசாங்கம் மேற்கொள்ள வேண்டிய கட்டாயத்தை ஏற்படுத்தின. 1919ல் நடைபெற்ற இரண்டாவது பஞ்சமர் மாநாட்டில், யு.டி. பாடிசன் போன்ற செல்வாக்கு மிக்க காலனியாட்சி அதிகாரிகள் கலந்துகொண்டது, அரசாங்க அணுகுமுறையில் ஏற்பட்ட மாற்றத்தைக் காட்டியது. சமூக முக்கியத்துவம் அரசியல் முக்கியத்துவம் இரண்டுமிருந்த பல பிரச்னைகளை ஒதுக்கப்பட்ட சமூகங்களின் தலைவர்கள் எழுப்பினார்கள். சமூக, பொருளாதார முன்னேற்றத்துக்கான கோரிக்கைகளோடு, உள்ளாட்சி அமைப்புகளிலும் மாகாண சட்டசபையிலும் இட ஒதுக்கீடு தேவை என்ற அரசியல் கோரிக்கை யையும் முன்வைத்தார்கள்.[93]

பல்வேறு காரணங்களால் இந்த மாநாடுகள் அரசியல் முக்கியத்துவம் பெற்றன. முதலாவதாக, வாக்குரிமையை விரிவுபடுத்துவது தொடர்பான கோரிக்கைகள் முன்வைக்கப்பட்டன. இரண்டாவதாக, மாகாண சட்டசபைக்கு இந்த சமூகங்களிலிருந்து குறைந்தது ஆறு பிரதிநிதிகளாவது தேர்ந்தெடுக்கப்படவேண்டும் என்ற கோரிக்கை

எழுப்பப்பட்டது. அரசியல் பிரதிநிதித்துவம் சார்ந்த இந்தப் பிரச்னைகள் சமூகவாரியான பிரதிநிதித்துவம் என்பதில் மிகுந்த முக்கியத்துவம் பெற்றன. அரசியல் சீர்திருத்தங்களுக்கான மோண்ட்ஃபோர்ட் திட்டத்தில் இதற்கான தொலைநோக்கும் இருந்தது.

பிராமணிய எதிர்ப்பு இயக்கத்தின் தோற்றமும் பிராமணரல்லாதார் – பஞ்சமர் கூட்டு இயக்க முயற்சிகளும்

பிராமணரல்லாத அரசியல்வாதிகள் ஒரேவகையான பிராமணர் அல்லாதார் வட்டம் ஒன்றை முன்வைக்கும் முனைப்புடன், பஞ்சமர் நிலைமைகள் குறித்துத் தொடர்ச்சியாக எடுத்துரைத்து வந்தனர். டாக்டர் டி.எம். நாயர் உள்ளிட்ட பிராமணரல்லாத சிந்தனையாளர்கள், பிராமணரல்லாத சமூகங்களைச் சேர்ந்த உயர் வகுப்பினரும் நடுத்தர வகுப்பினரும் பஞ்சமர் கோரிக்கைகளுக்கு ஆதரவளிக்கவேண்டும் என்று வேண்டுகோள் விடுத்தார்கள். தென் இந்தியாவில் பிராமணர் கொடுங்கோன்மைக் கோட்டையைத் தகர்க்கும் அரசியல் வியூகத்துடன் இத்தகைய பிராமணர் அல்லாத வட்டத்தை உருவாக்கும் முயற்சிகள் மேற்கொள்ளப்பட்டன.[94]

1917ல் மதராஸ் நகரின் ஸ்பர்டாங்க் பகுதியில் நடைபெற்ற கூட்டத்தில் உரையாற்றிய டாக்டர் டி.எம். நாயர், பஞ்சமர் மக்கள் பிற சாதிகளுடன் தங்களைச் சமத்துவமாக நடத்துமாறு கோரிக்கை எழுப்ப வேண்டுகோள் விடுத்தார். சாதி இந்துக்களிடம் பணிந்து நடந்துகொள்வதை நிறுத்திக்கொள்ளுமாறும் அவர்களுக்கு அறிவுறுத்தினார். சுதந்தர ஆட்சி கோரிய ஹோம் ரூல் அமைப்பைச் சேர்ந்தோரின் தாக்கத்திலிருந்து பஞ்சமர்கள் விடுபடச் செய்வதற்கும் டாக்டர் நாயர் உள்ளிட்ட பிராமணர் அல்லாத அரசியல் தலைவர்கள் பலரும் முயன்றனர். ஹோம் ரூல் அமைப்புகளின் நோக்கம் பிராமணர் ஆட்சியை மேலோங்கச் செய்வதுதான், ஆகவே பிராமணர் அல்லாதாரின் ஆளுமையை நிலைநாட்ட முயல்வோருடன் இணைந்து நிற்பதன் மூலமாகவே பஞ்சமர்கள் பயன்பெற முடியும் என்று அவர்கள் வாதிட்டனர்.[95]

பஞ்சமர்களின் மனக்குறைகளைப் பயன்படுத்திக்கொண்டு, மதராஸ் மாகாணத்தில் பிராமணர் அல்லாதார் – பஞ்சமர் இடையே ஒரு வலுவான அரசியல் கூட்டைக் கட்டுவதற்கு பிராமணர் அல்லாத அரசியல் தலைவர்கள் முயன்றனர். மாண்டேகு-செம்ஸ்ஃபோர்ட் சீர்திருத்த அறிக்கையில் உள்ளபடி, இரட்டையாட்சி முறையில் தேர்தல் களத்தில் வலுப்பெற வேண்டுமானால் இப்படிப்பட்ட

அரசியல் கூட்டு முக்கியத்துவம் வாய்ந்ததாக இருக்கும் என்பதை அவர்கள் உணர்ந்தனர். வைஸ்ராய்க்கும் அரசுச் செயலருக்கும் மனுக்களை அனுப்பிய பிராமணர் அல்லாத அரசியல் தலைவர்கள், ஒதுக்கப்பட்ட சமூகங்களின் வாழ்க்கை நிலைமைகளை மேம்படுத்தத் தேவையான நடவடிக்கைகளை அரசாங்கம் மேற்கொள்ள வேண்டியதன் தேவையை வலியுறுத்தினர்.

கல்வி, ஆரோக்கிய வாழ்வு, நில ஒதுக்கீடு ஆகியவை தொடர்பான இந்த மக்களின் கோரிக்கைகளை நிறைவேற்றுவதற்காக தனி அமைப்புகளையும் துறைகளையும் ஏற்படுத்தவேண்டும் என்று அந்த மனுக்களில் வலியுறுத்தினார்கள். பஞ்சமர் மக்களின் கல்வி நிலையை மேம்படுத்த அரசாங்கம் நடவடிக்கை எடுத்தபோதிலும்கூட, மேல் சாதியினரின் ஒடுக்குமுறை தொடர்வதன் காரணமாக, நேரடியான அதிகாரப்பூர்வ தலையீடுகள் அதிகமாகத் தேவைப்படுகிறது என்றும் கூறினார்கள்.[96]

இதனிடையே, பஞ்சமர் சமூகத்தில் அரசியல்ரீதியாக முன்னேறியவர்களும், பிராமணர் அல்லாதாரோடு அரசியல் கூட்டு வைத்துக் கொள்வதால் பலன்கள் கிடைக்கும் என்பதை ஏற்றுக்கொண்டார்கள். பிராமணர் அல்லாதார் இயக்கத்தில் இணைவதால் பஞ்சமர்களுக்கு அரசாங்கத்திடமிருந்து கூடுதலான பொருளாதாரப் பலன்களும் அரசியல் உரிமைகளும் கிடைக்கும் என்று கருதினார்கள். மேலும், அந்த இயக்கத்தில் பங்கேற்பதால், பிறப்பிலேயே தாழ்ந்தவர்கள் தூய்மையற்றவர்கள் என்ற கோட்பாட்டின் அடிப்படையில் செயல்படுகிற, ஒடுக்குமுறையான, பிராமணிய மதவாத அரசியல் அமைப்பை ஒழித்துக்கட்ட முடியும் என்றும் நம்பினார்கள். ஆயினும், பஞ்சமர் தலைவர்களுக்கும் பிராமணர் அல்லாதார் தலைவர்களுக்கும் இடையே அரசியல் கண்ணோட்டங்களில் நுட்பமான வேறுபாடுகள் தொடரவே செய்தன.

'தீண்டத்தகாத' சமூகங்கள் மீது தங்களது பரிவை வெளிப்படையாக அறிவித்த பிராமணர் அல்லாதார் தலைவர்கள், இந்தச் சமூகங்களின் அரசியல் பிரதிநிதித்துவம் குறித்து மிக அரிதாகவே கருத்துக் கூறினர். அதேவேளையில், பஞ்சமர் தலைவர்கள், தங்களது சமூகத்துக்கான அரசியல் பிரதிநிதித்துவம் தேர்தல் அடிப்படையில் இருக்கவேண்டுமேயன்றி, நியமன அடிப்படையில் இருக்கக்கூடாது என்று வலுவாக வலியுறுத்தினார்கள்.[97]

மாண்ட்ஃபோர்ட் சீர்திருத்தங்களுக்குப் பிறகு, மதராஸ் மாகாணத்தில் பஞ்சமர் சமூகங்களில் அரசியல் உணர்வு பெற்றவர்களிடையே, இரட்டை அடையாளம் வளர்ந்தது. ஒரு பக்கத்தில், பிராமணர்

அல்லாதார் இயக்கத்தோடு இணைந்து செல்ல விரும்பிய அவர்கள், இன்னொரு பக்கத்தில் தங்களது தனித்துவமான சமூக-அரசியல் அடையாளத்தைத் தக்கவைத்துக்கொள்ளவும் முயன்றனர். பிராமணர் அல்லாதார் வட்டாரத்துக்குள்ளேயே, தங்களுடைய தனி அடையாளத்தைப் பாதுகாத்துக்கொள்ளவேண்டும். அதுவே, தங்கள் சமூகத்துக்கான சலுகைகளுக்காக, குறிப்பாக அரசாங்க வேலைகளிலும் அரசியல் பிரதிநிதித்துவத்திலும் தங்களுக்கான சிறப்பு உரிமைகளுக்காக, பிராமணர் அல்லாத இதர சாதிகளின் சான்றோர்கள் குரல் கொடுக்க வேண்டிய கட்டாயத்தை ஏற்படுத்தும் என்ற எண்ணம் ஏற்பட்டிருந்தது.

இருபதாம் நூற்றாண்டின் தொடக்கத்தில் பஞ்சமர் பிரச்னைகளில் அரசின் அணுகுமுறை

முன்பே கூறியதுபோல, 1892ம் ஆண்டில் பிறப்பிக்கப்பட்ட அரசாணை, பஞ்சமர்களுக்குத் தரிசு நிலங்களை வழங்க அரசு தயாராக இருக்கிறது என்பதற்கான அறிகுறிகளைப் போதுமான அளவுக்கு வெளிப்படுத்தியது. அதேவேளையில் அரசு இரட்டை அணுகு முறையைக் கடைப்பிடித்தது. மிராசு முறையை முற்றிலுமாக ஒழிக்க முன்வராத அரசு, பஞ்சமர் பலன் பெறும்வகையில் குறை தீர்ப்பு நடவடிக்கைகளை மேற்கொள்ளுமாறு அதிகாரிகளுக்கு ஆணையிட்டது.

'தீண்டத்தகாத' சமூகங்களைச் சேர்ந்தோர் அளிக்கும் 'தர்காஸ்த்' (கோரிக்கை) மனுக்களுக்கு முன்னுரிமை அளிக்குமாறு அரசாங்கம் 1902ல் மாவட்ட ஆட்சியர்களுக்கு ஆணையிட்டது. இருந்தபோதிலும் இந்தச் சமூகங்களின் தாழ்த்தப்பட்ட நிலை தொடர்ந்தது. மிராசுதார்களின் எதிர்ப்பு காரணமாக, குடியிருப்பு மனைகளுக்கான இடங்களைக் கையகப்படுத்துவதும், அவற்றை நிலமற்ற நலிவுற்ற குடும்பங்களுக்கு விநியோகிப்பதும் அரசாங்கத்துக்குக் கடினமாக இருந்தது.[98]

நகரப் பகுதிகளிலும் பஞ்சமர் மக்களுக்கு வீட்டுமனைகள் கிடைப்பது பிரச்னையாகவே இருந்தது. மதராஸ் நகரில் இவர்களில் பெரும் பாலோர் அடிமைப்பாங்கான வேலைகளையே செய்துவந்த நிலையில், புதர் மண்டிய சேரிப்பகுதிகளில்தான் குடியிருக்க வேண்டிய கட்டாயத்துக்கு உள்ளானார்கள். பாதுகாப்பு ஏதுமற்ற நிலையில், அந்த இடங்களிலிருந்தும் வெளியேறவேண்டும் என்று அடிக்கடி அச்சுறுத்தப்பட்டார்கள். நிரந்தரக் குடியிருப்பு உரிமையை நிலைநாட்டிக்கொள்கிற வாய்ப்பு இல்லாததால் அவர்களது நிலைமை மோசமாகவே இருந்தது.

இருபதாம் நூற்றாண்டின் தொடக்கக் கட்டத்தில், துப்புரவுத் தொழிலாளர்களுக்குக் குடிசை கட்டுதற்காக, மதராஸ் மாநகராட்சிக்குக் குத்தகை அடிப்படையில் நிலம் ஒதுக்குமாறு மதராஸ் கலெக்டருக்கு அரசாங்கம் ஆணையிட்டது. ஆனால், இப்படிப்பட்ட ஆணைகளால் குடிசை வாழ் மக்களின் நிலைமையில் முன்னேற்றம் ஏற்பட்டுவிடவில்லை. ஒதுக்கப்பட்ட சமூகங்கள் சேவைக் கழகம் குடிசை வாழ் மக்களின் பிரச்னைகளை அரசாங் கத்திடம் எடுத்துரைத்தது. அரசாங்கத்துக்கு மனுக்கள் அனுப்பிய எஸ். கஸ்தூரிரங்க அய்யங்கார், பறச்சேரிகளின் ஆரோக்கியமற்ற சூழல்கள் குறித்தும், அவற்றில் குடியிருந்தோரின் பிரச்னைகள் குறித்தும் விரிவாகக் கூறினார். பஞ்சமர் மக்களுக்கான 'மாதிரி வீடுகள்' கட்டித்தர வேண்டுமென்ற கோரிக்கையையும் அரசாங் கத்திடம் மேல் சாதி சீர்திருத்தவாதிகள் முன்வைத்தனர்.[99]

கிராமங்களில் பஞ்சமர் மக்களின் குடியிருப்புப் பிரச்னைகளுக்குத் தீர்வு காண அரசாங்கம் சில கொள்கைகளை மேற்கொண்டது. பஞ்சமர் குடியிருப்புகளை ஏற்படுத்துவதற்காகத் தரிசு நிலங்களைப் பல்வேறு மிஷனரி அமைப்புகளுக்குப் பிரித்தளித்தது. மிஷனரி களுக்கு அந்த நிலங்கள் இலவசமாகத் தரப்பட்டதுடன், வருவாய்த் துறையின் வருடாந்திர கணக்கெடுப்பிலிருந்தும் அந்த நிலங்களுக்கு விலக்களிக்கப்பட்டது. பஞ்சமர் மக்களிடையே எழுத்தறிவைப் பரப்புவதற்காகக் கல்வி நிறுவனங்களை ஏற்படுத்தவும் அந்த நிலங்களை மிஷனரிகள் பயன்படுத்திக்கொண்டன.[100]

அதேவேளையில், நிலம் கையகப்படுத்தல் தொடர்பான அரசாங்கக் கொள்கைகளுக்கு எதிரான விமர்சனங்கள் பஞ்சமர் சமூகத் தலைவர் களிடமிருந்து வந்தன. 'தீண்டத்தகாத' சமூகங்களின் முன்னோர் பெயர்களில் பதிவுசெய்யப்பட்ட நிலங்களை மேல் சாதி நிலவுடைமையாளர்கள் ஆக்கிரமிப்பதை அரசாங்கம் தடுக்கத் தவறி விட்டது என்று மாநாடுகளில் சுட்டிக்காட்டப்பட்டது. ஒதுக்கப்பட்ட சமூகங்களுக்கு என அரசாங்கத்தால் வழங்கப்பட்ட வீட்டு மனைகளை நிலவுடைமையாளர்கள் வலிந்து ஆக்கிரமித்துக் கொள்கிறார்கள் என்ற புகார்களும் எழுந்தன. மேலும், கிராமங்களில் நடைமுறையில் இருந்த ஒப்பந்தமுறை காரணமாக, விவசாயத் தொழிலாளர்கள் தமக்கான வீட்டு மனைகளில் குடியேற முடிய வில்லை என்ற வாதமும் முன்வைக்கப்பட்டது.[101]

நிலம் கையகப்படுத்தல் கொள்கையில் இந்த மக்கள் ஆர்வம் காட்டவில்லை என்பதைப் புரிந்துகொண்ட அரசாங்கம் 1916ல், நிலம் ஒதுக்கப்பட்டவர்களுக்கு இனி விவசாயக் கடன்கள் வழங்கப்படும்

என்று அறிவித்தது. இத்தகைய கொள்கைகளின் பயனாளிகள் தங்களுக்கு ஒதுக்கப்பட்ட நிலம் விவசாயத்துக்கு ஏற்றதாகிவிட்டது என்று தெரிவிக்கவேண்டும் என அரசாங்கம் தெளிவுபடுத்தியது. அரசு இப்படி நடைமுறைக்கேற்ற அணுகுமுறைகளை மேற்கொண்டாலும்கூட, கிராமங்களில் மேல் சாதி நிலவுடைமை யாளர்களின் பிடியிலிருந்து இந்த மக்களை விடுவிப்பது தொடர்பாக அதிகாரிகளிடையே முரண்பாடு தொடர்ந்தது.[102]

சில பொருளாதார நிலைமைகளிலிருந்தே அப்படிப்பட்ட முரண்பாடுகள் ஏற்பட்டிருக்கக்கூடும். ஒருவகையில், பள்ளத்தாக்குப் பகுதிகளில் ஏற்பட்டிருந்த பொருளாதாரத் தேக்கம், சமவெளிப் பகுதிகளில் ஏற்பட்டிருந்த பொருளாதாரச் சீர்குலைவு இரண்டுமாகச் சேர்ந்து உணவு உற்பத்தியில் சரிவை ஏற்படுத்தியிருந்தன. உணவு கிடைப்பதில் ஏற்பட்ட சரிவின் காரணமாக, காலனிய அதிகாரிகளில் பெரும்பாலோரிடையே விவசாயத் துறையில் பரிசோதனை முயற்சிகளைத் தவிர்க்கவேண்டும் என்ற எண்ணத்தை ஏற்படுத்தின.

சமுதாயத்தின் பாரம்பரிய வர்க்க உறவுகளில் கை வைக்காமலே இந்த மக்களின் வாழ்க்கை நிலைமைகளை முன்னேற்றமுடியும் என்று அந்த அதிகாரிகள் கருதினர்.[103] கூட்டுறவு சங்கங்களின் செயல் பாடுகள் மூலம் இந்தப் பிரச்னைக்குத் தீர்வு காண முடியும் என்று அவர்கள் நினைத்தார்கள். ஒதுக்கப்பட்ட சமூகங்கள் வீட்டு மனைகள் வாங்கிடக் கடனுதவி வழங்கும் கிராமக் கூட்டுறவு சங்கங்களுக்கு அரசாங்கம் ஆதரவளிக்கவேண்டும் என்று மாவட்ட அதிகாரிகள் கருதினர். அதைத் தொடர்ந்து அரசாங்கம் தனது நிலம் வழங்கல் கொள்கைக்குக் கூட்டுறவு அமைப்புகளைப் பயன்படுத்திக் கொள்ளும் முயற்சிகளை மேற்கொண்டது; அதற்கு இந்தச் சமூகங் களிடையே ஓரளவு வரவேற்பு இருந்தது.[104] ஆனால் இந்தத் திட்டங்களில் இருந்த பலவீனங்களைச் சுட்டிக்காட்டி பிராமணர் அல்லாத சமூகங்களின் மேல்தட்டினர் அரசாங்கத்துக்கு மனுக்களை அனுப்பினர். மேல் சாதியினரின் ஒடுக்குமுறைகள் அரசாங்கக் கொள்கைகளின் பயனுள்ள அம்சங்களை ஒன்றுமில்லாததாக ஆக்கிவிட்டன என்று வாதிட்டனர்.[105]

முதல் உலகப் போர் முடிவுக்கு வந்ததைத் தொடர்ந்து, நிலம் கையகப் படுத்தல் கொள்கைகளில் இருந்த குறைபாடுகள் குறித்து அதிகாரி களிடையே புதிய விவாதங்கள் எழுந்தன. அந்த விவாதங்களால் நிலம் கையகப்படுத்தல் விதிகளில் மாற்றம் தேவை என்ற எண்ணம் ஏற்பட்டது. அதைத் தொடர்ந்து, 1918ல், மதராஸ் மாகாண அரசாங்கம், மாவட்ட அதிகாரிகளுக்குப் பிறப்பித்த ஆணையில், தரிசு

நிலங்களுக்கான மனுக்கள் தொடர்பாக முடிவு செய்கிறபோது அடுத்துள்ள நிலத்துக்கான பட்டாதாரர்களின் கோரிக்கைகளை ஒதுக்கித் தள்ளிவிட்டு, கிராமவாசிகளின் வேண்டுகோள்களுக்கே முன்னுரிமை அளிக்கவேண்டும் என்று பதித்தது.

சில நிலைமைகளுக்கு உட்பட்டு, தரிசு நிலங்களை ஒதுக்கப்பட்ட சமூகங்களுக்கு வழங்குவதற்காக ஒதுக்கிவைக்கவேண்டும் என்று வருவாய் வாரியம் கருதியது. அதை அரசாங்கமும் ஒப்புக் கொண்டது.[106] மிராசுதார்களும் பட்டாதாரர்களும் சொந்தம் கொண்டாடுவதை மறுப்பதன் மூலம், ஒதுக்கப்பட்ட மக்களின் நில உரிமைகளை நிலைநாட்ட முடியும் என்று சுட்டிக்காட்டப்பட்டது.

ஆனால், இப்படிப்பட்ட கருத்துகளைத் தமிழ் மாவட்டங்களின் மிராசுதார்கள் எதிர்த்தனர். பழங்காலத்திலிருந்தே தங்களுக்குக் கிராமங்கள் மீது உடைமை உரிமைகள் இருந்து வருவதாகக் கூறினர். நில அளவைப் பணிகளையும் குடியமர்த்தும் பணிகளையும் மேற்கொள்கிறபோது, சமூக உரிமைகள் உள்ள வீட்டு மனை இடங்களை சாகுபடி நிலங்களோடு இணைத்தே வகைப்படுத்த வேண்டும் என்றனர். தஞ்சாவூர் மாவட்டம் மாயவரம் வட்டத்தைச் சேர்ந்த மிராசுதார்கள், கிராமங்களில் தங்களுக்கு 'கேரியாடு' என்ற வடிவிலான சிறப்புரிமை இருப்பதாகக் கூறினர் (கேரியாடு முறை என்பது, நிலத்தைத் தற்காலிக ஒப்பந்தத்தின் கீழ் குத்தகைதாரர்கள் தனியாகச் சாகுபடி செய்யும் பாசங்கேரி கிராமம் போன்றதாகும்).

மிராசுதார்கள் அளித்த இப்படிப்பட்ட மனுக்கள், குடியிருப்புக்கான இடங்களைத் தங்களது கட்டுப்பாட்டிலிருந்து விடுவதற்கு அவர்கள் விரும்பவில்லை என்று ஐயத்துக்கிடமின்றி வெளிப்படுத்தின. அவர்களது குறுகிய சுயநல நோக்கம்தான் அவர்களை இவ்வாறு செயல்பட வைத்தது. புறம்போக்கு நிலங்கள் உட்படக் கிராமங்களின் அனைத்து நிலங்களையும் தங்களது கட்டுப்பாட்டில் வைத்திருப்பதன் மூலம் அனைத்துப் பருவங்களிலும் விவசாயத் தொழிலாளர்கள் தடையின்றிக் கிடைப்பதை உறுதிப்படுத்திக்கொள்ள முடியும் என்று அவர்கள் கருதினர். அவர்களது இத்தகைய எதிர்பார்ப்புகள் தஞ்சை போன்ற மாவட்டங்களில் பெருமளவுக்கு நிறைவேறின. பஞ்சமர் மக்கள் அடிமை நிலையில் இருந்த பகுதிகள் அவை.[107]

பஞ்சமர் மக்களுக்காக ஒதுக்கப்பட்ட குடியிருப்புப் பகுதிகளின் உத்தரவாதமற்ற நிலைமை குறித்த புகார்கள் அரசாங்கத்துக்குத் தொடர்ந்து வந்துகொண்டிருந்தன. அரசாங்கம் பரிவோடு இருந்தால் கூட, அவற்றில் குடியேறியவர்களை வெளியேற்றுவதற்கான

ஆணைகளை நீதிமன்றங்கள் பிறப்பித்துக்கொண்டுதான் இருந்தன என்று தலைவர்கள் தெரிவித்தனர்.[108] 1918 ஆகஸ்ட்டில் 'தி இந்து' நாளேடு, மிராசுதார்கள் மீது அரசாங்கம் கடுமையான நடவடிக்கை எடுக்கவேண்டும், நிலம் வழங்கப்பட்ட பஞ்சமர் சமூகக் குடும்பங்களுக்குப் பாதுகாப்பு அளிக்கவேண்டும் என்று எழுதியது.[109]

இத்தகைய புகார்களைத் தொடர்ந்து, மிராசுதார்கள் எதிர்ப்புத் தெரிவித்தபோதிலும்கூட, நிலங்களைக் கையகப்படுத்துவதற்காகவும் ஒதுக்கப்பட்ட சமூகங்களுக்கு விநியோகிப்பதற்காகவும் 1918ம் ஆண்டின் நிலம் கையகப்படுத்தல் சட்டம் செயல்படுத்தப்படும் என்று தெளிவுபடுத்தியது. கிராமங்களில் கையகப்படுத்தப்பட்ட நிலங்களை இந்த மக்களுக்கு விநியோகிக்குமாறு இதற்கென நியமிக்கப்பட்ட சிறப்புத் துணை ஆட்சியர்களுக்கு அரசாங்கம் ஆணையிட்டது.[110]

அதன் பிறகும் அரசாங்கத்தின் நிலம் வழங்கல் கொள்கை வெற்றி பெறவில்லை. வழங்கப்பட்ட நிலங்களின் மோசமான நிலைமை காரணமாகவும், சாகுபடிக்குத் தேவையான பணம் இல்லாததாலும் இந்த மக்களின் வாழ்க்கைத் தரம் உயரவில்லை.[111] இருந்தபோதிலும் 1920ஆம் ஆண்டுகளில் இந்தக் கொள்கையால் சில முன்னேற்றங்கள் ஏற்பட்டன. 1928ல் இந்த மக்களுக்காகத் தொழிலாளர் துறை சுமார் 22,000 வீட்டு மனைகளை வழங்கியிருந்தது.[112] ஆனால், மதராஸ் மாகாணத்தின் தமிழ் மாவட்டங்களில் இந்தக் கொள்கையால் உண்மையிலேயே பலனடைந்தவர்களில் தாழ்த்தப்பட்ட சமூகங்களைச் சேர்ந்தோர் எண்ணிக்கை 5 சதவீதத்துக்கு மேல் போகவில்லை என்று சில வரலாற்றாய்வாளர்கள் கூறுகிறார்கள்.[113]

மதராஸ் மாகாணத்தில் நிலவுடைமைச் சமூகங்கள் தொடர்பாகத் தனது நிலைபாட்டை மாற்றிக்கொள்ள உண்மையிலேயே அரசாங்கம் விரும்பவில்லை என்பது விவாதிக்கப்பட வேண்டியதாகும். நிலவுடைமையாளர் – தொழிலாளர் உறவில் மாற்றம் ஏற்படுவதை அரசாங்கம் விரும்பவில்லை. மதராஸ் அரசாங்கத் தொழிலாளர் ஆணையராக இருந்த ஜார்ஜ் பாடிசன், 1920களில் இந்தியாவில் விவசாயத்துக்கான பிரிட்டிஷ் அரசின் ஆணையமான ராயல் கமிஷன் முன்பாக அளித்த வாக்குமூலத்தில், நிலமற்றவர்களான ஒதுக்கப்பட்ட சமூக மக்களைச் சொந்தமாக நிலம் வைத்துள்ள சுதந்தரமான விவசாயிகளாக மாற்றுவது அரசாங்கத்தின் நோக்கம் அல்ல என்று ஒப்புக்கொண்டார்.[114]

அவர்களுக்கு வழங்கப்பட்ட நிலங்கள் மிகக் குறுகியவை. ஆகவே, ஆதிக்க சமூகங்களுக்குக் கட்டுப்பட்டிருக்கிற நிலைமையிலிருந்து

அவர்களால் விடுபட முடியவில்லை. வேறுவிதமாகச் சொல்வ தென்றால், தங்களுக்குத் தொழிலாளர்கள் கிடைப்பது குறைந்து விடக்கூடாது என்று எண்ணிய சாதி இந்து நிலவுடைமையாளர்கள், நெருக்கடியான நேரங்களில் தங்களையே சார்ந்திருக்கக் கூடியவகையில் பஞ்சமர்களுக்குச் சிறிய அளவில் நிலம் இருந்தால் போதுமானது என்று நினைத்தார்கள்.

ஏற்படுத்தப்பட்ட தொழிலாளர் துறையும் ஒதுக்கப்பட்ட சமூகங்களின் நிலையும்

ஏற்கெனவே கூறியதுபோல, முதல் உலகப்போர் நடந்த ஆண்டுகளில் ஏற்பட்ட பல நிகழ்ச்சிப்போக்குகள் ஒதுக்கப்பட்ட சமூகங்களின் மேம்பாட்டுப் பிரச்னையை முன்னுக்குக் கொண்டுவந்தன. சீர்திருத்த எண்ணம் கொண்டிருந்த காங்கிரஸ் தலைவர்கள் அரசாங்கம் தனது சீரமைப்புக் கொள்கைகள் குறித்து முழுமையாக மறு ஆய்வு செய்ய வேண்டும் என்று விரும்பினர். 1916 மார்ச் மாதம், பேரரசின் சட்டப் பேரவையில் (இம்பீரியல் லெஜிஸ்லேட்டிவ் கவுன்சில்) மதராஸ் மாகாணத்தில் இந்தச் சமூகங்களின் இழி நிலை குறித்து ஆழ்ந்த விவாதம் நடைபெற்றது.

அரசாங்கம் உள்ளாட்சி அமைப்புகளுக்கும் தனது இதர துறை களுக்கும் உண்மை நிலைமைகளின் அடிப்படையில் திட்டங்களை உருவாக்க ஆணையிடுமாறு அரசாங்கத்தைக் கேட்டுக்கொள்ளும் தீர்மானம் ஒன்றை காங்கிரஸ் உறுப்பினர் எம்.எம். தாதாபாய் கொண்டு வந்தார்.[115] பேரவையின் அதிகாரப்பூர்வமற்ற உறுப்பினர்கள், ஒதுக்கப்பட்ட சமூகங்களின் வாழ்க்கை நிலை முன்னேற்றத்துக்கான கொள்கைகளை உருவாக்குமாறு மாகாண அரசாங்கங்களுக்கு இந்திய அரசு ஆணையிடக் கேட்டுக்கொண்டார்கள்.

பேரரசின் சட்டப் பேரவையில் தீண்டாமைப் பிரச்னை குறித்து நடந்த முதல் விவாதம் இதுதான். சபையின் ஐரோப்பிய உறுப்பினர் களுக்கும் இந்திய உறுப்பினர்களுக்கும் இடையே இந்த விவாதத்தால் பொதுக்கருத்து உருவானது. ஒதுக்கப்பட்ட சமூகங்களின் முன்னேற்றம் தலையாய முக்கியத்துவம் வாய்ந்தது என்று அவர்கள் கருதினார்கள். ஆனால், இத்தகைய கருத்தொற்றுமை இருந்தபோதிலும்கூட, பேரவையில் தாதாபாய் கொண்டு வந்த தீர்மானத்தை நிறைவேற்ற இயலவில்லை. பின்னர் அந்தத் தீர்மானத்தை விலக்கிக்கொள்ள வேண்டியதாயிற்று. ஆயினும், ஒதுக்கப்பட்ட சமூகங்களின் மேம்பாட்டுக்காகத் தனது மாகாண அரசுகள் மேற்கொண்ட கொள்கைகள் பற்றிய தகவல்களைத் திரட்டுவதில் இந்திய அரசு

அக்கறை காட்டியது. நிலைமையின் கடுமையைப் புரிந்துகொண்ட மதராஸ் மாகாண அரசு, இந்தச் சமூகங்களின் சமூகப் பொருளாதார முன்னேற்றத்துக்காக மேற்கொள்ளப்பட்ட நடவடிக்கைகள் குறித்த விரிவான அறிக்கையை இந்திய அரசுக்கு அனுப்பியது. அதைத் தொடர்ந்து, சமுதாயத்தின் இந்த நலிவுற்ற பிரிவுகளுடைய முன்னேற்றத்தில் தனது வட்டார நிர்வாகங்கள் கூடுதல் முனைப்புடன் ஈடுபடவேண்டும் என்று மதராஸ் அரசு ஆணையிட்டது.

நடப்பு நிலைமைகளை மிகுந்த அக்கறையோடு அணுகிய மதராஸ் அரசாங்கம், உள்ளாட்சி அமைப்புகள் மேற்கொண்ட நடவடிக்கைகள் பற்றிய விரிவான ஆய்வுகளை மேற்கொண்டது. பெரும்பாலும், நலிவுற்ற சமூகங்களின் பிரச்னைகள்பற்றித் தங்களுக்குத் தெரியும் என்றும், அவர்களது வீட்டு மனைகளுக்கான நிலங்களைக் கையகப் படுத்தவும், கிணறுகள் தோண்டவும், நீர்த்தொட்டிகள் அமைக்கவும் அரசாங்கம் நிதி ஒதுக்கீடு செய்யவேண்டும் என்றும் உள்ளாட்சி அமைப்புகள் கேட்டுக்கொண்டன.

இதனிடையே, இந்த சமூகங்களின் நலன்களைப் பாதுகாக்கவும் வளர்த்தெடுக்கவும் அரசாங்கம் சார்ந்த தனியானதொரு அமைப்பை ஏற்படுத்தவேண்டும் என்று வருவாய் வாரியம் பரிந்துரைத்தது. இந்தப் பிரச்னையில் அரசாங்கம் தாராள மனப்பாங்குடன் நடந்து கொண்டாலும்கூட, ஒதுக்கப்பட்ட சமூகங்களுக்கு வழங்கப்பட்ட பல சலுகைகளைச் செயல்படுத்த முடியவில்லை என்று வாரியம் கூறியது. அரசாங்க அமைப்பு இல்லாதது இந்த மக்களின் சமூகப் பொருளாதார மேம்பாட்டுத் திட்டங்களைச் செயல்படுத்தத் தடங்கலாக இருக்கிறது என்று சுட்டிக்காட்டப்பட்டது. ஒதுக்கப் பட்ட சமூகங்களின் நிலைமைகளை மாற்றுவதில் மாவட்ட ஆட்சியர்கள் முனைப்புக் காட்டவில்லை என்றால் அரசாங்கத்தின் கொள்கைகள் நகைப்புக்குரியதாக, வெற்று ஆரவாரங்களாகவே இருக்கும் என்றும் சுட்டிக்காட்டப்பட்டது.[116]

அரசாங்கக் கொள்கைகளில் இருந்த குறைபாடுகளை வெளிப் படுத்துகிற பணியில் எஸ். கஸ்தூரிரங்க அய்யங்கார் போன்ற பிரமுகர்கள் ஈடுபட்டனர். 'தர்காஸ்த்' அடிப்படையில் அரசாங்கம் ஒதுக்கப்பட்ட மக்களுக்கு நிலங்களை வழங்கினாலும், முதலீடு இல்லாத காரணத்தால் அவர்களது கைகளிலிருந்து பெரும்பாலும் அவை நழுவிவிடுகின்றன என்று அவர்கள் கூறினர். ஆகவே, வீட்டு மனைகளையும் மாதிரி வீடுகளையும் வழங்குகிற திட்டங்களோடு நெருங்கிய தொடர்பு கொண்டிருந்த கூட்டுறவு சங்கங்கள், கூட்டுறவு வங்கிகள், மாவட்ட – வட்ட வாரியங்கள் ஆகியவற்றின் பணிகளை

அரசாங்கம் ஒருங்கிணைப்பது விவேகமுள்ளதாக இருக்கும் என்றனர்.[117]

ஒதுக்கப்பட்டோர் பாதுகாப்புக்காக என தனி அதிகாரி (ஸ்பெஷல் ஆஃபிஸர்) ஒருவரைப் போதுமான பணியாளர்களோடு நியமிக்க வேண்டும் என்று வருவாய் வாரியமும் பரிந்துரைத்தது. இவ்வாறு தனி அதிகாரியை நியமிப்பது, அனைத்து எதிர்ப்புகளையும் உள்ளூர் வேறுபாடுகளையும் மீறி அரசின் திட்டங்களைச் செயல்படுத்து வதற்கு வழியமைக்கும் என்று வாரியம் கருதியது.[118]

வாரியத்தின் கருத்துகளை ஏற்றுக்கொண்ட அரசாங்கம், ஒதுக்கப் பட்ட சமூகங்களின் மேம்பாட்டுக்கான பணிகளை மேற்பார்வை யிடுவதற்காக தனி அலுவலர் பதவியை ஏற்படுத்த ஒப்புதல் அளித்தது. இந்திய குடிமைப் பணிகள் பிரிவில் மூத்த அதிகாரியாக இருந்த சி.எஃப். பாடிசன் தனி அதிகாரியாக நியமிக்கப்பட்டார். பின்னர் அவரது பதவி தொழிலாளர் ஆணையர் (கமிஷனர் ஆஃப் லேபர்) என மாற்றப்பட்டது.[119] 1920ம் ஆண்டில் துணைத் தொழிலாளர் ஆணையர் ஒருவரையும் அரசாங்கம் நியமித்தது.

அடுத்த இரண்டாண்டுகளில், இந்த மாவட்டங்களில் தொழிலாளர் துறையின் சீரமைப்புக் கொள்கைகளைச் செயல்படுத்த மாவட்டத் தொழிலாளர் ஆணையர்கள் நியமிக்கப்பட்டார்கள்.[120] ஆயினும் தொழிலாளர் துறை ஊழியர் பற்றாக்குறையுடனேயே இருந்தது. தொடக்க ஆண்டுகளில் கிராமம், நகரம் இரு பகுதிகளிலும் ஒதுக்கப் பட்ட சமூகங்களின் மேம்பாட்டுக்காக விரிவான திட்டங்களை இத்துறை மேற்கொண்டது. மதராஸ் நகரில் ஆதி திராவிடர் குடியிருப்புகளில் இருந்தவர்கள், நகரக் குத்தகைதாரர் பாதுகாப்புச் சட்டத்தின் கீழ் கொண்டுவரப்பட்டார்கள். நாட்டுப்புறப் பகுதிகளில் தொழிலாளர் துறை இச்சமூகங்களின் வாழ்வாதாரத்தை உறுதிப் படுத்துவதற்காக, வீட்டு மனை பெறுவோருக்கான கூட்டுறவு சங்கங் களை ஏற்படுத்துவது உள்ளிட்ட பல பணிகளை மேற்கொண்டது.

தொழிலாளர் துறை ஏற்படுத்தப்பட்டதிலிருந்தே அது நேரடியாக அரசு நிர்வாகத்துக்குக் கட்டுப்பட்ட அமைப்பாக வைக்கப்பட்டிருந்த தேயன்றி சட்டமன்றத்துக்குக் கட்டுப்பட்டதாக ஆக்கப்படவில்லை. அரசு தனது காலனி நாடு சார்ந்த தொழிலாளர் படையைத் திரட்டு வதற்கு இந்தத் துறையைப் பயன்படுத்திக்கொள்வதில்தான் கூடுதல் அக்கறையோடு இருந்ததாகத் தெரிகிறது.[121] நடைமுறையில் தொழிலாளர் ஆணையர் இரட்டைப் பொறுப்புகளை நிறைவேற்ற வேண்டியிருந்தது. ஒன்று தொழிலாளர்களின் குடியேற்றத்துக்கு வசதி செய்வது, இன்னொன்று ஒதுக்கப்பட்ட சாதிகள்,

'குற்றப்பரம்பரையினர்' என்றறிவிக்கப்பட்ட பழங்குடியினர் ஆகியோரது மேம்பாட்டுக்கான சீரமைப்புப் பணிகளை மேற்கொள்வது.

இத்தகைய பொறுப்புகளின் தன்மை காரணமாகத் தொழிலாளர் ஆலோசனை வாரியம் என்ற வடிவில் நிர்வாக விரிவாக்கத்துக்கு வழி ஏற்பட்டது. ஒரு ஐரோப்பியர், ஒரு பிராமணர், ஒரு ஒதுக்கப்பட்ட சமூகப் பிரதிநிதி ஆகியோர் கொண்டதாக அந்த வாரியம் அமைக்கப் பட்டது.[122] முதலாவது தொழிலாளர் ஆலோசனைக் குழுவில் கில்பர்ட் ஸ்லேட்டர், கே. ராமானுஜாச்சாரி, எம்.சி. ராஜா ஆகியோர் உறுப்பினர்களாக இருந்தனர்.[123]

காலப்போக்கில், தொழிலாளர்களின் குடியேற்றப் பிரச்னைகளால் தொழிலாளர் துறைக்கு அதிகச் சுமை ஏற்பட்டது. ஒதுக்கப்பட்ட சமூகங்களின் மேம்பாட்டுக்கான அதன் பணிகள் பின்னுக்குப் போய் விட்டன. இந்திய குடியேற்றச் சட்ட விதிகளைச் செயல்படுத்துவதில் தொழிலாளர் துறை காட்டிய உற்சாகம், ஒதுக்கப்பட்ட சமூகங்களின் மேம்பாட்டைவிடவும் தொழிலாளர்களின் குடியேற்றத்தில்தான் கூடுதல் கவனம் செலுத்த அந்தத் துறை விரும்பியதைத் தெளிவாகக் காட்டுகிறது.

வெளிநாட்டுத் தோட்டங்களில் வேலை செய்வதற்காக ஆளெடுப்பது, அவர்களைக் குடியேற்றுவது ஆகியவற்றில் அந்தச் சட்டம் பிரிட்டிஷ் நிர்வாகத்துக்கு முழுக் கட்டுப்பாட்டை அளித்தது. பிரிட்டிஷ் பேரரசின் கீழிருந்த பல்வேறு நாடுகளில் தொழிற் சாலைகளிலும் தோட்டங்களிலும் வேலை செய்யத் தொழிலாளர் துறையால் மட்டுமே அனுப்பிவைக்கப்பட்ட தென் இந்தியத் தொழிலாளர்கள் இருபது லட்சத்துக்கும் மேற்பட்டவர்கள். அவ்வாறு அனுப்பப்பட்டவர்களில் சரி பாதிக்கும் மேற்பட்டவர்கள் 'தீண்டத்தகாத' சமூகங்களைச் சேர்ந்தவர்கள்தான்.[124]

தொழிலாளர் துறை இப்படி வெளிப்படையாகத் தொழிலாளர்களின் குடியேற்றத்தில் ஈடுபடுத்திக்கொண்டதை ஆதிக்க சக்திகளாக இருந்த நிலவுடைமைச் சமூகங்கள் கடுமையாக எதிர்த்தன. இதனால் கிராமங்களில் பெரிய அளவுக்குத் தொழிலாளர் பற்றாக்குறை ஏற்பட்டு விட்டது என்று புகார் கூறின. இத்தகைய வாதங்களை மறுத்த பிரிட்டிஷ் நிர்வாகத்தினர், குடியேற்றத்தின் காரணமாக 'தீண்டத்தகாதோர்' என ஒதுக்கப்பட்ட சமூகங்களில் ஒரு சுயமரியாதை உணர்வும் பொருளாதாரத் தற்சார்பு உணர்வும் ஏற்பட்டுள்ளன என்றனர்.

தொழிலாளர்கள் வேறு பகுதிகளுக்குச் சென்று குடியேறுவதில் சில திட்டவட்டமான நன்மைகள் இருக்கின்றன. அவை அவர்களது

சமூகப் பொருளாதார நிலைமைகள் முன்னேறுவதற்கு இட்டுச் செல்லும் என்று நிர்வாகத்தினர் கூறினர். ஆனால், இதில் தொழிலாளர் துறை காட்டிய ஈடுபாட்டின் விளைவாகக் கிராமங்களில் சாதி மோதல்கள் அதிகரித்தன. தொழிலாளர் துறையின் நடவடிக்கைகள் ஒதுக்கப்பட்ட சமூகங்களை மற்ற சமூகங்களி லிருந்து அந்நியப்படுத்துவதாக அமைந்தன. தொழிலாளர் ஆணையர் அலுவலகத்தை நீதிக்கட்சி வெளிப்படையாகவே விமர்சித்தது. அந்த நடவடிக்கைகள் மக்களைப் பிளவுபடுத்துவதாகக் கூறி அது பற்றி சட்டசபையில் விவாதத்தைத் தொடங்கிவைத்தது.[125]

தொழிலாளர் துறை நடவடிக்கைகள் குறித்து விவாதம்

1920ம் ஆண்டுகளின் தொடக்கத்திலிருந்தே நீதிக்கட்சித் தலைவர்கள் ஒற்றுமையாகத் தொழிலாளர் துறை நடவடிக்கைகளை எதிர்த்தனர். அவர்கள், ஒதுக்கப்பட்ட சமூகங்களின் தலைவர்களோடு சேர்ந்து, இந்தத் துறையின் நடவடிக்கைகளால் சமுதாயத்தின் நலிந்த பிரிவுகளைச் சேர்ந்தோருக்கு எவ்வித பலனும் கிடைக்கவில்லை என்ற கருத்தை வெளிப்படுத்தினர். துறையின் தவறான கொள்கை களால் இந்த மக்கள் கலவரங்களுக்கும் இதர வன்முறைகளுக்கும் இலக்காக நேரிடும் என்ற கவலையையும் வெளிப்படுத்தினர்.

தொழிலாளர் துறை குடியேற்றத்தை ஊக்குவிப்பதன் மூலம் மக்கள் இடம்பெயர்கிற நிலைமையை ஏற்படுத்துகிறது என்ற குற்றச் சாட்டையும் எழுப்பினர். மதராஸ் மாகாணத்தில் பிராமணர் அல்லாத சமூகங்களிடையே நிலவி வந்த இணக்கமான உறவு தொழிலாளர் துறை ஏற்படுத்தப்பட்டதால் சீர்குலைந்துவிட்டது என்ற வாதத்தை முன்வைத்தனர்.[126]

தொழிலாளர் துறைக்கான நிதி ஒதுக்கீட்டைக் குறைக்கச் செய்யும் முயற்சிகளிலும் பிராமணர் அல்லாத தலைவர்கள் தீவிரமாக ஈடுபட்டனர். முதல் சட்டசபையின் மூன்றாண்டு பதவிக்காலத்தில், தொழிலாளர் துறைக்காக ஒதுக்கப்படும் நிதியைக் குறைப்பதற்காக நீதிக்கட்சியினர் ஐந்து முறை தீர்மானங்களைக் கொண்டுவந்தனர். வருடாந்திர பட்ஜெட் ஒதுக்கீட்டில் இந்தத் துறைக்கான தொகையைக் கணிசமாக வெட்டவேண்டும் என்று அந்தத் தீர்மானங்கள் கோரின. இந்தத் துறையையே ஒழித்துக்கட்டவேண்டும் என்ற தீர்மானம் ஒரே ஒரு முறை எடுத்துக்கொள்ளப்பட்டது. அரசாங்கம் சபைக் கூட்டத்தை ஒத்திவைத்து, அந்தத் தீர்மானம் நிறைவேற்றப்படுவதைத் தடுத்தது.[127]

தொழிலாளர் துறையின் சாதனைகள் பற்றி அரசாங்கம் கூறியதை மதராஸ் சட்டசபையின் பிராமணர் அல்லாத உறுப்பினர்கள்

ஒதுக்கித்தள்ளினர். ஒதுக்கப்பட்ட சமூகங்களுக்கு அந்தத் துறையால் பெரிய நன்மைகள் எதுவும் கிடைத்துவிடவில்லை என்று கூறிய அவர்கள், அந்த மக்களின் சமூகப் பொருளாதார மேம்பாட்டுக்கெனத் தனியாக ஒரு துறையை ஏற்படுத்தவேண்டும் என்றனர். தொழிலாளர் துறை தனது செயல்பாடுகளைத் தொழில் துறைக் களத்தில் விரிவுபடுத்த விரும்புமானால் அது தொழில் துறை இயக்குநரின் அதிகார எல்லைக்கு மாற்றப்படவேண்டும் என்ற ஆலோசனை யையும் அவர்கள் கூறினர்.[128]

இந்த ஆலோசனைகளை காலனிய நிர்வாகம் தள்ளுபடி செய்தது. ஒதுக்கப்பட்ட சமூகங்களின் நல்வாழ்வுக்காகத் தனித்துறை ஒன்றை ஏற்படுத்துவது அரசின் சுமைகளை அதிகரித்துவிடும் என்றும், நிதி நிலையைப் பொறுத்தமட்டில் அது நடைமுறை சாத்தியமல்ல என்றும் அரசாங்கம் கூறியது.

தொழிலாளர் துறை செயல்பாடுகள் குறித்து சட்டமன்றத்தில் ஒதுக்கப்பட்ட சமூகப் பிரதிநிதிகளும் தங்களது மன நிறை வின்மையை வெளிப்படுத்தினர். ஓரளவுக்கு சாகுபடி செய்யத்தக்க நிலங்களையும் வீட்டுமனை நிலங்களையும் ஒதுக்கப்பட்டோருக்கு வழங்குகிற பிரச்னையில் இந்தத் துறை போதுமான கவனம் செலுத்தவில்லை என்று எம்.சி. ராஜா போன்ற தலைவர்கள் கூறினார்கள். தனி அலுவலர்களை நியமிப்பதில் ஏற்பட்ட தாமதம் காரணமாகப் பல தமிழ் மாவட்டங்களில் தொழிலாளர் துறை மேற்கொண்ட சீரமைப்புப் பணிகளின் முன்னேற்றம் தடைப்பட்டு விட்டுவிட்டது என்றும் சுட்டிக்காட்டப்பட்டது.[129]

1920களின் தொடக்கத்தில், சட்டமன்றத்தில் தொழிலாளர் துறை செயல்பாடுகள் பற்றிய விவாதத்தில் ஒதுக்கப்பட்டோர் பிரதிநிதிகள் நீதிக்கட்சியின் நிலைபாட்டையொட்டியே தங்களது மதிப்பீட்டை முன்வைத்தார்கள். அதன் செயல்பாடுகளை விரிவுபடுத்துவதால் தங்கள் சமூக நிலை மேம்பட்டுவிடாது என்று அவர்கள் கூறினார்கள். மாகாணத்தில் இந்தச் சமூகங்களின் முன்னேற்றத்துக்கான நடவடிக்கை களை விரைவுபடுத்துவதற்காகத் தனியான துறை ஒன்றை ஏற்படுத்த வேண்டும் என்று எம்.சி. ராஜாவும் ஒதுக்கப்பட்ட சமூகங்களைச் சேர்ந்த இதர நியமன உறுப்பினர்களும் கோரினார்கள். தொழிலாளர் ஆணையர் சமூக அடிப்படையில் புறக்கணிக்கப்பட்டவர்களது முன்னேற்றத்தில் அக்கறை காட்டவில்லை என்பதால் துறையைப் பிரித்தமைப்பது கட்டாயத் தேவையாகிவிட்டது என்று எல்.சி. குருசாமி, ஆர். வீரய்யன் உள்ளிட்ட தலைவர்களும் திட்டவட்ட மாகக் கூறினர்.

இத்தகைய விமர்சனங்கள் எழுந்தபோதிலும், மதராஸ் மாகாணத்தில் இந்த மக்களின் நலன்கள் தொடர்பான தனது கொள்கைகளில் அரசாங்கம் எந்த மாற்றத்தையும் செய்யவில்லை. காலனியாட்சி நிர்வாகம் தொழிலாளர் துறையின் செயல்பாடுகள் விரிவாக்கத்தைத் தொடர்ந்து மேற்கொண்டது. கிராமப்பகுதிகளில் துறையின் பணிகளை விரிவுபடுத்துவதற்காகக் கூடுதல் நிதியை நிர்வாகம் ஒதுக்கீடு செய்தது. 1930களில் மாகாணத்தின் 27 மாவட்டங்களில் 27 கிளை அலுவலகங்களைத் தொழிலாளர் துறையால் ஏற்படுத்திக் கொள்ள முடிந்தது.[130] ஆயினும், ஒதுக்கப்பட்ட சமூகங்களுக்கு அந்த விரிவாக்கம் பெரிதாகப் பயனளிக்கவில்லை. அவர்களது சமூகப் பொருளாதார நிலையில், புறக்கணிக்கத்தக்க மிகச் சொற்பமான மாற்றங்கள்தான் ஏற்பட்டன. காலனி அரசாங்கத்தின் அலட்சியப் போக்கு காரணமாக இந்தச் சமூகங்களின் அரசியல் கண்ணோட்டத்தில் மாற்றம் ஏற்பட்டது. அரசியல் அதிகாரம் பெறுவதன் மூலமாகவே தங்களது சமூக நிலையில் முன்னேற்றம் காண முடியும் என்று அவர்கள் உணர்ந்தார்கள்.

தொழிலாளர் துறையின் நில ஒதுக்கீடு கொள்கை

1920கள் முழுவதும், பல்வேறு விமர்சனங்களையும் மீறி, ஓரளவுக்கு சாகுபடி செய்யத்தக்க நிலங்களையும் வீட்டுமனைகளையும் ஒதுக்கப் பட்ட சமூகங்களுக்குத் தொழிலாளர் துறை வழங்கியது. இதற்கு மேல் சாதி நிலவுடைமையாளர்கள் தொடர்ந்து எதிர்ப்புத் தெரிவித்தார்கள். செங்கல்பட்டு, தஞ்சாவூர், வட ஆற்காடு உள்ளிட்ட மாவட்டங்களில், ஒதுக்கப்பட்ட சமூகங்களைச் சேர்ந்த தொழிலாளர்கள் சிலோன், மலேயா ஆகிய நாடுகளில் குடியேறு வதற்கு ஊக்கமளிப்பது என்ற தொழிலாளர் துறையின் முடிவால் மிராசுதார்கள் கலக்கமடைந்தனர். தங்களுக்குத் தொழிலாளர்கள் கிடைப்பது பற்றாக்குறையாகிவிடும் என்பதோடு, வீட்டுமனைகள் வழங்கப்படுவதால் கிராமங்களில் அடிமை நிலையில் இருந்த மக்கள் மீது தங்களுடைய கட்டுப்பாட்டை இழக்க நேரிடும் என்று அவர்கள் கருதினர். ஆகவே, சில நிலைமைகளில், கிராம அலுவலர்களோடு மிராசுதார்களும் கூட்டுச் சேர்ந்துகொண்டு, தங்களுடைய தொழிலாளர்கள் சாகுபடி நிலத்துக்கும் வீட்டுமனைக்கும் பட்டா பெறுவதைத் தடுத்தனர்.[131]

அதேவேளையில், தொழிலாளர் துறையின் நில ஒதுக்கீடு கொள்கையில் சில கடுமையான குறைபாடுகள் இருந்தன. முதலில், அரசாங்க நிதி பற்றாக்குறையின் காரணமாக, நிலம் கையகப் படுத்துவதற்கான மொத்தச் செலவையும் தாங்கிக்கொள்வது இந்தத்

துறைக்குக் கடினமாக இருந்தது. இரண்டாவதாக, ஒதுக்கப்பட்ட சமூக மக்களின் மிகுந்த வறுமை காரணமாக, அவர்களால் வீட்டு மனைகளைப் பெற இயலவில்லை. நிலத்துக்காக அரசாங்கம் நிர்ணயித்திருந்த முன்தொகையைச் செலுத்துவதற்கான நிதியாதாரம் அவர்களிடம் இல்லை.

இந்தப் பிரச்னைகளைச் சமாளிக்க அரசாங்கம் கூட்டுறவு சங்கங்களின் வளர்ச்சியை ஊக்குவித்தது. வீட்டுமனைகளுக்கும் சாகுபடி நிலத்துக்கும் கடன் வழங்குவதற்காகத் தொழிலாளர் துறை மூலம் கூட்டுறவு சங்கங்களுக்கு நிதி வழங்கப்பட்டது. நெருக்கடிகளின் போதும் இயற்கைச் சீற்றங்களின்போதும் இந்த மக்களுக்கு விவசாய நோக்கங்களுக்காகவும் கூட்டுறவு சங்கங்கள் நிதியுதவி வழங்கின.[132]

நகரப் பகுதிகளில் இந்த மக்கள் வீடு கட்டுவதற்குக் கடனுதவி செய்வதற்காகக் கூட்டுறவு கட்டுமான சங்கங்களையும் அரசாங்கம் ஏற்படுத்தியது. ஒதுக்கப்பட்ட சமூகங்களைச் சேர்ந்தோருக்காக ஒதுக்கீடு செய்யப்பட்ட இடங்களில் அவர்கள் வீடு கட்டிக் கொள்வதற்கு உதவியாகக் கடன் வழங்குமாறு கிராமக் கூட்டுறவு வங்கிகளுக்கு அரசாங்கம் ஆணையிட்டது.[133] நிலம் ஒதுக்கீடு செய்வது, கூட்டுறவுக் கடன் வங்கிகளை ஏற்படுத்துவது என்ற தொழிலாளர் துறை கொள்கைக்குப் பல சிக்கல்கள் ஏற்பட்டன.

ஒதுக்கப்பட்ட சமூகங்களுக்காக நிலம் கையகப்படுத்துவது என்ற கொள்கையால் நிலவுடைமையாளர்களோடு தேவையின்றிப் பல நீண்ட சட்ட மோதல்களில் இறங்க வேண்டியதாயிற்று. தஞ்சாவூர் மாவட்டத்தில் நிலம் கையகப்படுத்தப்படுவதை எதிர்த்து நிலவுடைமையாளர்கள் வழக்குகள் தொடுத்ததால் அந்த மாவட்டத்தில் அந்தக் கொள்கையைச் செயல்படுத்துவதில் முன்னேற்றம் ஏற்படவில்லை.[134] நிலத்துக்குக் கடனுதவி கிடைப் பதை எளிதாக்கியிருக்கக்கூடிய கூட்டுறவு சங்கங்களை ஏற்படுத்து வதற்கு, ஒதுக்கப்பட்ட சமூகங்களின் வறுமையும் தடையாக இருந்தது. தொழிலாளர் துறையின் ஆதரவைப் பெற்றிருந்த கூட்டுறவு வங்கிகள் கடுமையான நிதிச்சுமையாலும் பாதிக்கப்பட்டன.[135]

தனிப்பட்ட உடைமையாளர்களிடமிருந்து நிலங்களைக் கையகப் படுத்துவதற்குப் பெரும் செலவு ஏற்பட்டதால், அரசாங்கம், ஒதுக்கப் பட்ட சமூகம் ஆகிய இரு தரப்பினருக்குமே கடினமாக இருந்தது. நிலங்களைப் பெறுவதற்கு இந்தச் சமூகத்தினர் ஒரு முன்தொகை செலுத்தவேண்டும் என்ற கொள்கையை அரசாங்கம் அங்கீகரித்தது. ஆனால், அவர்களது வறுமை நிலை காரணமாக, இந்த நிபந்தனையை அவர்களால் நிறைவேற்ற இயலவில்லை. மேல் சாதியினரின்

வெறுப்புக்கும் வன்முறைக்கும் உள்ளாக வேண்டியிருக்கும் என்ற அச்சத்தின் காரணமாகவும் இந்த மக்கள் சில நேரங்களில் நிலங்களைப் பெற்றுக்கொள்ள மறுத்தார்கள்.[136] சில பகுதிகளில், ஒன்றிய வாரியங்கள் (யூனியன் போர்டுகள்) மேல் சாதியினரது செல்வாக்குக்கு உட்பட்டிருந்ததும் தொழிலாளர் துறை மேற்கொண்ட திட்டங்கள் தோல்வியடையக் காரணமாக இருந்தது.[137]

ஆயினும், 1930ம் ஆண்டுகளின் முற்பகுதியில் தொழிலாளர் துறை சில வெற்றிகளைச் சாதிக்க முடிந்தது. இக்காலகட்டத்தில் அதன் செயல்பாடுகள் கோயம்புத்தூர், சேலம், திருநெல்வேலி உள்ளிட்ட மாவட்டங்களுக்கு விரிவடைந்தன. ஒதுக்கப்பட்ட சமூகங்களுக்கு வழங்குவதற்காக நிலம் கையகப்படுத்துவது கணிசமான அளவுக்கு அதிகரித்தது. தொழிலாளர் துறையால் ஆரோக்கியம், துப்புரவு ஆகிய திட்டங்களைச் செயல்படுத்துவதற்காக கிராமம், நகரம் இரு பகுதிகளிலுமே நிலம் கையகப்படுத்த முடிந்தது. ஒதுக்கப்பட்ட சமூகத்தினருக்கான தனி இடுகாடுகளும் சுடுகாடுகளும் அமைப் பதற்காக நிலம் ஒதுக்கிய இந்தத் துறை, விவசாயத் தொழிலாளர் களுக்கான கூலி விகிதத்தை முடிவு செய்யவும் முயன்றது.[138]

எடுத்துக்காட்டாக, செங்கல்பட்டு மாவட்டத்தின் மேடூர் பகுதியில் ஒதுக்கப்பட்ட சமூகத்தைச் சேர்ந்த விவசாயத் தொழிலாளர்கள் கூலி உயர்வு கோரி வேலை நிறுத்தத்தில் ஈடுபட்டபோது, தொழிலாளர் துறை அதிகாரிகள் தலையிட்டு அவர்களுக்கும் மேல் சாதி நிலவுடைமையாளர்களுக்கும் இடையே உடன்பாடு ஏற்படச் செய்தனர்.[139] ஆனால், 'தீண்டத்தக்கவர்கள்,' 'தீண்டத்தகாதவர்கள்' இரு தரப்பாரையும் வேறுபடுத்திக்காட்ட அதிகாரிகளால் இயல வில்லை. அது கடுமையான பிரச்னைகள் ஏற்படக் காரணமாக அமைந்தது. உண்மையில், ஒதுக்கப்பட்ட சமூகங்களுக்கான பல சலுகைகள் மற்ற சமூகங்களைச் சேர்ந்தோருக்கும் வழங்கப்பட்டன. இந்தப் பிரச்னைகளில் அரசாங்கம் சரியான முடிவெடுக்கவில்லை என்பது கிராமங்களில் தீவிர முரண்பாடுகளை ஏற்படுத்தின.

சாதி இந்துக்களில் சிலர், பிற்படுத்தப்பட்ட சமூகங்களைச் சேர்ந்தவர்கள் உட்பட, தங்களையும் தொழிலாளர் துறை செயல் பாட்டு எல்லைக்குள் கொண்டுவரக் கோரினர். இதனால் நிலைமை மேலும் சிக்கலானது. தஞ்சாவூர், தென் ஆற்காடு மாவட்டங்களில் குறைவான வீட்டுமனைகளே ஒதுக்கப்பட்ட சமூகங்களைச் சேர்ந்தோருக்குக் கிடைத்தன. 'தீண்டத்தகாதோர்' அல்லாத மற்ற சமூகங்களுக்கும் அதிகாரிகள் நிலம் ஒதுக்கினர். இத்தகைய போக்குகளின் காரணமாக, ஒதுக்கப்பட்ட சமூகங்களைச் சேர்ந்தோர்

தொழிலாளர் துறை மேற்கொண்ட சீரமைப்புத் திட்டங்களின் உண்மைப் பயனாளிகளாக முடியவில்லை.[140]

1920–30களில் 'பஞ்சமர்' கல்வியில் அரசுக் கொள்கை

முதல் உலகப் போர் முடிவுக்கு வந்த காலகட்டத்தில், தனது கல்விக் கொள்கைகள் ஒதுக்கப்பட்ட சமூகங்களைக் கவரவில்லை என்பதை அரசாங்கம் புரிந்துகொண்டது. பொதுக் கல்வி இயக்குநரகம் அளித்த அறிக்கைகளின் அடிப்படையில், இந்தச் சமூகங்களில் தொடர்ந்து குறைவான எழுத்தறிவு நீடித்ததற்குக் காரணம் சமுதாயத்தில் நிலவிய பிரிவினைக் கோட்பாடுகள்தான் என்று அரசாங்கம் சுட்டிக் காட்டியது. அரசாங்க நிர்வாகத்தின் கீழ் 8,157 பள்ளிகள் இருந்தன என்றாலும், ஒதுக்கப்பட்ட சமூக மாணவர்கள் சேர்ந்திருந்த பள்ளிகளின் எண்ணிக்கை 609 மட்டுமே என இயக்குநரகம் தெரிவித்தது. இது, ஒதுக்கப்பட்டோருக்கு எதிரான சமூகப் பாகுபாடுகளை அகற்று வதற்கான நடவடிக்கைகளை மேற்கொள்ளுமாறு உள்ளாட்சி அமைப்புகளை அரசாங்கம் வலியுறுத்துவதற்கு ஏதுவாக அமைந்தது.

சாதி இந்து மாணவர்கள் பயின்ற பள்ளிகளில் ஒதுக்கப்பட்ட சமூகங்களின் குழந்தைகள் விலக்கிவைக்கப்பட்டதற்கான வேறு காரணங்களையும் அரசாங்கம் சுட்டிக்காட்டியது. சாதி வேற்றுமைகள் மட்டுமல்லாமல், பள்ளிகள் அமைந்திருந்த இடம், அந்தப் பள்ளிகள் செயல்பட்ட வாடகைக் கட்டடங்களின் உரிமையாளர்களது இணக்க மற்ற போக்கு, நிலவுடைமையாளர்களின் பரிவற்ற அணுகுமுறை ஆகிய காரணங்கள் ஒதுக்கப்பட்ட சமூகங்களின் கல்வி முன்னேற்றத்துக்குத் தடையாக இருந்தன என்று அதிகாரிகள் எடுத்துரைத்தனர்.[141]

இந்த நிலைமைகளைக் கண்டறிந்ததைத் தொடர்ந்து, புதிய தொடக்கப்பள்ளிகளை ஏற்படுத்துவதற்கான சிறப்பு நிதி ஒதுக்கீடு களை அரசாங்கம் அறிவித்தது. சமூகமாகவும் பொருளாதாரத்திலும் பின்தங்கிய பிரிவினருக்கான சிறப்புக் கல்வி உதவி நிதித் திட்டங் களை அரசாங்கம் கொண்டுவந்தது. அரசாங்கக் கல்விக்கொள்கையை இந்த மக்கள் ஏன் பயன்படுத்திக்கொள்ள முடியவில்லை என்பதற் கான உண்மைக் காரணங்களைக் கண்டறியுமாறு ஒதுக்கப் பட்டோருக்கான தனி அலுவலர் யு.எப். பாடிசன் பணிக்கப் பட்டார்.[142]

அரசாங்க நிர்வாகத்தின் கீழ் இயங்கிய பள்ளிகளிலிருந்து சாதி உணர்வு காரணமாக மேல் சாதிக் குழந்தைகள் விலக்கிக்கொள்ளப்படுவார் களானால், அதனால் ஏற்படும் காலியிடங்களை ஒதுக்கப்பட்ட

சமூகக் குழந்தைகளைக் கொண்டு நிரப்பவேண்டும் என்றும் ஆணையிடப்பட்டது.[143] உள்ளாட்சி அமைப்புகளால் நடத்தப்பட்ட பள்ளிகள் ஒதுக்கப்பட்ட சமூகங்கள் நெருங்க முடியாதவையாக இருக்குமானால் அந்தப் பள்ளிகளுக்கு வழங்கப்பட்டு வந்த மானியங்கள் விலக்கிக்கொள்ளப்படும் என்றும் அரசாங்கம் அறிவித்தது.

1920களின் முற்பகுதியில், ஒதுக்கப்பட்ட சமூகக் குழந்தைகளைச் சேர்த்துக்கொள்ளும் பள்ளிகளுக்கு பொருளாதார உதவிகளைச் செய்வதற்கு நிர்வாக ஏற்பாடுகளைப் பயன்படுத்திக்கொள்ளுமாறு தொழிலாளர் துறை அதிகாரிகளிடம் அரசாங்கம் கூறியது. தனியார் பள்ளிகளும் சாதிப்பாகுபாடு இல்லாமல் இந்தச் சமூகங்களின் குழந்தைகளைச் சேர்த்துக்கொள்ளவேண்டும் என்ற நிபந்தனையின் அடிப்படையில் அந்தப் பள்ளிகளுக்கும் நிதி உதவிகள் வழங்கப்படும் என்றும் அரசாங்கம் அறிவித்தது.[144] தங்குமிட உதவித்தொகை, தொழிற்பயிற்சி உதவித்தொகை, வர்த்தக உதவித்தொகை ஆகிய வற்றையும் ஆசிரியர் பயிற்சி பெறும் பஞ்சமர் சமூக ஆசிரியர்களுக்கான உதவித்தொகையையும் அரசாங்கம் கொண்டுவந்தது.[145]

1920களின் தொடக்ககட்டத்தில் ஏற்படுத்தப்பட்ட இந்தப் பள்ளிகளை தொழிலாளர் கண்காணிப்பாளர்கள், தனி ஆய்வாளர்கள் உதவியோடு மாவட்ட தொழிலாளர் அலுவலர்களும் சில சமயங்களில் தனி துணை வட்டாட்சியாளர்களும் கண்காணித்து வந்தார்கள். ஒதுக்கப் பட்ட சமூகங்களுக்கான அரசாங்கக் கல்விக் கொள்கைகளைச் செயல் படுத்தும் பொறுப்பு தொழிலாளர் ஆணையரிடம் ஒப்படைக்கப் பட்டிருந்தது. ஒரு ஆலோசனைக் குழுவின் பரிந்துரைப்படி இவர் களுக்கான விடுதிகளையும் ஆணையர் நேரடியாகக் கண்காணித்தார். ஒதுக்கப்பட்ட சமூகங்களைச் சேர்ந்த அரசியல் தலைவர்களும் அந்தக்குழுவில் இடம்பெற்றிருந்தனர்.[146] இந்தப் பள்ளிகளைத் தொடங்குவதற்காக சமூக சேவைக் குழு, ஏழைகளுக்கான பள்ளிகள் கழகம் போன்ற அமைப்புகளுக்கு தொழிலாளர் துறை மூலமாக அரசாங்கம் 1925ம் ஆண்டில் ரூ.500 நிதி ஒதுக்கீடு செய்தது.[147]

நடுநிலைப்பள்ளி அளவில் மாணவர்களுக்கான கல்வி உதவித் தொகையை அதிகரிக்க வேண்டிய தேவை இருக்கிறது என்பதைக் குறுகிய காலத்திலேயே அரசாங்கம் உணர்ந்தது. அதற்கேற்ப சிறப்புக் கல்வி உதவித் தொகை, பள்ளிக் கட்டண உதவி போன்ற திட்டங்கள் கொண்டுவரப்பட்டன. கல்வித்துறையின் கீழ் செயல்பட்ட தொடக்கப்பள்ளிகள், நடுநிலைப்பள்ளிகளில் கொண்டுவரப்பட்ட அரைக்கட்டண சலுகைகளை இந்த மாணவர்கள் பெறுவதற்கு

உதவியாக மதராஸ் கல்விச் சட்ட விதிகளில் சில மாற்றங்களைச் செய்வதற்கு மதராஸ் அரசாங்கம் முன்வந்தது. இந்த மாணவர்களுக்கு பள்ளியிறுதி தேர்வுக் கட்டணங்களிலிருந்து விலக்கு அளிக்கும் அறிக்கைகள் வெளியிடப்பட்டன.[148]

அரசாங்கம் இவ்வாறு தாராளமாகச் செயல்பட்டாலும் கல்வித்துறை, தொழிலாளர்துறை ஆகியவற்றைச் சேர்ந்த அதிகாரிகள் ஒதுக்கப்பட்ட சமூகங்களுக்கு இலவசக் கட்டாயக் கல்வி வழங்குவதை ஆதரிக்கவில்லை. இத்தகைய திட்டங்களால் அரசாங்கத்திடமிருந்து வரும் சொற்ப நிதியாதாரம் பாதிக்கப்படலாம் என்று அந்த அதிகாரிகள் கருதினர்.[149] இத்தகைய எதிர்ப்பின் காரணமாக, இந்த மக்களுக்கான இலவசக் கட்டாயக் கல்வி தொடர்பான கொள்கைகளைச் செயல்படுத்துவதில் அரசாங்கம் தயக்கம் காட்டியது.

அரசாங்கத்தின் இந்தத் தயக்கம் ஒதுக்கப்பட்ட சமூகங்களில் இருந்த அரசியல் விழிப்படைந்தோரின் விமர்சனத்துக்கு இட்டுச் சென்றது. 1926 மே மாதம் செங்கல்பட்டு மாவட்டத்தில் வடக்குப்பட்டு நகரில் நடந்த ஆதிதிராவிடர் மாநாட்டில், பள்ளிக் கட்டணங்களிலிருந்து இந்த மாணவர்களுக்கு விலக்கு அளிக்கும்வகையில் கல்விச் சட்ட விதிகளில் திருத்தங்கள் செய்ய வேண்டுகோள் விடுக்கப்பட்டது. வறுமைச் சான்றிதழ்களை வற்புறுத்தாமலே இவர்களுக்கு கட்டணச் சலுகைகளை அளிக்குமாறு கல்வி நிறுவனங்களுக்கு ஆணையிட வேண்டும் என்ற கோரிக்கையும் மாநாட்டில் முன் வைக்கப்பட்டது.

தொழிலாளர் துறையால் வழங்கப்பட்ட கல்வி உதவித் தொகைகளை இந்த மாணவர்கள் பெறுவதற்கான வயது வரம்புகளை நீக்கவேண்டும் என்ற கோரிக்கையும் தொழிலாளர் ஆணையருக்கு வந்தது.[150] இத்தகைய சலுகைகள் பள்ளிக் கல்வி இயக்குநகரத்தின் ஒப்புதலுக்கு உட்பட்டவை என்ற போதிலும்கூட, சலுகைகளைப் பெறுவதற்கான தகுதிகள் குறித்து அந்தந்தக் கல்வி நிறுவனங்களின் மேலாளர்களும் தலைவர்களும்தான் முடிவு செய்தனர் என்று ஒதுக்கப்பட்ட சமூகங்களின் தலைவர்கள் குற்றம் சாட்டினர்.[151]

கல்வி உதவித்தொகை விகிதங்களை அதிகரிக்கக் கோரும் தீர்மானங்களையும் ஒதுக்கப்பட்ட சமூகங்களின் தலைவர்கள் மதராஸ் சட்டமேலவையில் தாக்கல் செய்தனர். பல நேரங்களில் இத்தகைய கோரிக்கைகளை அரசாங்கம் தள்ளுபடி செய்தது. மதிய உணவு போன்ற திட்டங்களைக் கொண்டுவர ஆதரவளித்தது. ஆயினும் நிதி பற்றாக்குறை காரணமாக இப்படிப்பட்ட திட்டங்களை அரசாங்கத்தால் பெரிய அளவில் கொண்டு செல்ல இயலவில்லை. இந்தத்

திட்டங்களை விரிவுபடுத்துவதால் கூடுதல் நிதிச்சுமை ஏற்படும் என்ற கருத்தும் பொதுவாக இருந்தது.[152]

இருந்தபோதிலும், மதராஸ் ஆரம்பக் கல்விச் சட்ட விதிகளைத் திருத்த வேண்டிய தேவை அரசாங்கத்துக்கு ஏற்பட்டது. கிராமப் பகுதிகளில் பள்ளிகளை நோக்கி இந்த சமூகங்களை ஈர்ப்பதற்காக ஆரம்பக் கல்வி நிதி என்ற திட்டத்தை அரசாங்கம் கொண்டு வந்தது. உள்ளாட்சி அமைப்புகள் தொடக்கக் கல்வி தொடர்பான அனைத்துச் செலவுகளுக்கும் இந்த நிதியைப் பயன்படுத்திக் கொள்ளலாம் என்று அரசாங்கம் தெளிவுபடுத்தியது. ஒதுக்கப்பட்ட சமூகங்களைச் சேர்ந்த மாணவர்களுக்காகப் புத்தகங்களும் கல்வி சார்ந்த இதர பொருள் களும் வாங்குவதற்கு இந்த நிதியைப் பயன்படுத்திக் கொள்ளுமாறு உள்ளாட்சி அமைப்புகளுக்கு அரசாங்கம் ஆணையிட்டது.

மிகவும் வறுமைப்பட்ட குடும்பங்களிலிருந்து வந்த மாணவர்களுக்கு ஒரு நாளுக்கு ஒரு வேளை உணவு வழங்கும் திட்டத்தையும் அரசாங்கம் கொண்டு வந்தது. இறுதியாக, இந்தப் பள்ளிகளில் நிர்வாகங்களுக்கு ஏற்படக்கூடிய நிதிச் சுமைகளை ஈடுகட்டு வதற்காகக் கற்பித்தலுக்கான நிதி ஒன்றையும் அரசாங்கம் அறிமுகப் படுத்தியது.[153]

அனைத்து சமூகங்களைச் சேர்ந்த மக்களும் எளிதில் தொடர்பு கொள்ளத் தக்க இடங்களில் பள்ளிகளைக் கட்டுமாறு உள்ளாட்சி அமைப்புகளுக்கு அரசாங்கம் ஆணையிட்டது. மதராஸ் மாகாணத்தின் ஒதுக்கப்பட்ட சமூகங்களைச் சேர்ந்த பெண் குழந்தைகளுக்கென அதிகமான தொடக்கப்பள்ளிகளை ஏற்படுத்து வதற்கு 1920ம் ஆண்டின் மதராஸ் தொடக்கக் கல்விச் சட்டத்தின் திருத்தப்பட்ட விதிகளைப் பயன்படுத்திக் கொள்ளுமாறு உள்ளாட்சி களுக்கு ஆணையிடப்பட்டது.[154]

இந்த சமூகங்களுக்கென தனிப்பள்ளிகளை நடத்துவது என்ற பரிசோதனை முயற்சியைக் கைவிட வேண்டிய தேவையுள்ளது என்று அரசாங்கம் கருதியது. பள்ளிகளில் மாணவர்களை சாதி வேறுபாடின்றி, பொருளாதார பாகுபாடின்றி சேர்த்துக் கொள்ளுமாறு உள்ளாட்சி அமைப்புகளுக்கு ஆணையிடப்பட்டது.[155]

1930ம் ஆண்டுகளில் அரசாங்க நிதி உதவியோடு செயல்பட்ட கல்வி நிறுவனங்களில் ஒதுக்கப்பட்ட சமூகங்களைச் சேர்ந்த ஏராளமான மாணவர்களை ஈர்க்க முடிந்தது. இந்தக் காலகட்டத்தில், தொழிலாளர் துறையால் நிர்வகிக்கப்பட்ட பள்ளிகளில் 63,604 மாணவர்கள் படித்தார்கள். கல்வித்துறையால் நடத்தப்பட்ட பள்ளி

களிலும் மாணவர்கள் எண்ணிக்கை குறிப்பிடத்தக்க அளவுக்கு அதிகரித்தது.[156] 1927–28க்கும் 1931–32க்கும் இடைப்பட்ட காலத்தில் அரசாங்கக் கட்டுப்பாட்டில் இருந்த பள்ளிகளில் மாணவர் எண்ணிக்கை சுமார் 69 சதவீதம் அதிகரித்தது என டிபிஐ அறிக்கை (1933) தெரிவிக்கிறது.

கோயம்புத்தூர், சேலம், செங்கல்பட்டு ஆகிய மாவட்டங்களில் பள்ளிகளில் சேர்ந்த இந்த சமூகங்களின் மாணவர்கள் எண்ணிக்கை கணிசமாக அதிகரித்தது என்றும் அந்த அறிக்கை காட்டுகிறது. இத்தகைய ஊக்கமளிக்கும் அறிகுறிகள் இருந்தபோதிலும், பொருளாதாரப் பின்னடைவும் சாதிய வன்முறைகளும் ஒதுக்கப் பட்ட சமூகங்களுக்காக தொழிலாளர் துறையாலும் இதர அரசு மற்றும் தனியார் அமைப்புகளாலும் நடத்தப்பட்ட பள்ளிகளின் முன்னேற்றத்துக்கு முட்டுக்கட்டைகளாக அமைந்தன.[157]

1930ம் ஆண்டுகளின் நடுபகுதியில் சில அரசியல் நிர்ப்பந்தங்கள் காரணமாக, கல்விக்கொள்கையில் சில மாற்றங்களைச் செய்ய வேண்டிய கட்டாயம் அரசாங்கத்துக்கு ஏற்பட்டது. 1935ல் பிராமணர் அல்லாத சமூகங்கள், ஒதுக்கப்பட்ட சமூகங்கள் ஆகியவற்றின் எதிர்ப்பைச் சமாளிப்பதற்காக, குறிப்பிட்ட எந்தவொரு சமூகத்தைச் சேர்ந்த குழந்தைகளையும் சேர்த்துக்கொள்ள மறுக்கும் பள்ளி களுக்கான அங்கீகாரம் விலக்கிக்கொள்ளப்படும் என்ற ஆணையை அரசாங்கம் பிறப்பித்தது.

பிறப்பின் அடிப்படையிலும் சமூக நிலையின் அடிப்படையிலும் மாணவர்களைச் சேர்த்துக்கொள்ள மறுக்கும் பள்ளிகளுக்கு உதவி நிதிகள் வழங்கப்படமாட்டாது என்ற ஆணையையும் அரசாங்கம் பிறப்பித்தது. அரசாங்கத்தின் இத்தகைய ஆணைகள் ஓரளவுக்குத் தான் வெற்றிபெற்றன. கிராமங்களில் நிலவிய சாதிய பாகுபாடு களுக்கு இந்த ஆணைகளால் முற்றுப்புள்ளி வைக்க முடியவில்லை. ஆகவே, பல பகுதிகளில், ஒதுக்கப்பட்ட சமூகங்களுக்கு அரசாங்கக் கல்விக்கொள்கையின் பலன்கள் தொடர்ந்து மறுக்கப்பட்டன.

1937ம் ஆண்டில் ஆட்சி நிர்வாகப் பொறுப்புக்கு வந்த காங்கிரஸ் அமைச்சரவை, ஒதுக்கப்பட்ட சமூகங்கள் தொடர்பாக தொழிலாளர் துறையாலும் கல்வித்துறையாலும் கடைபிடிக்கப்பட்ட கொள்கை களை மறு ஆய்வு செய்யுமாறு காலனி ஆட்சி நிர்வாகத்தை வற்புறுத்தியது. ஒதுக்கப்பட்ட சமூகங்களின் மாணவர்களுக்காகக் கல்வி பொருள்கள் வாங்கியதில் ஏற்பட்ட செலவு விவரங்களை அளிக்குமாறு மாவட்டக் கல்வி வாரியங்களுக்கு ராஜகோபாலாச்சாரி அமைச்சரவை ஆணையிட்டது. இந்த சமூகங்களிடையே கல்வியைப்

பரப்புவதற்காக பட்ஜெட் நிதி ஒதுக்கீடுகளை அதிகரிப்பது என்று அமைச்சரவை முடிவு செய்தது.[158]

அதே நேரத்தில் இந்த மக்களின் கல்வி மேம்பாட்டுக்கு சாதகமான நிலைப்பாடுகளை அரசாங்கமும் மேற்கொண்டது. இந்த மாணவர்களின் எண்ணிக்கையை அதிகரிக்கச் செய்வதற்காகச் சில நிர்வாக மாற்றங்களை அரசாங்கம் செய்தது. உதாரணமாக, மாகாண ஆலோசனைக்குழுவின் தலைவராகச் செயல்படுமாறு தொழிலாளர் ஆணையர் பணிக்கப்பட்டார். அதேபோல மாவட்ட ஆலோசனைக் குழுக்களின் தலைவர்களாகச் செயல்படுமாறு மாவட்ட ஆட்சியர்கள் பணிக்கப்பட்டார்கள். இறுதியாக, ஒருங்கிணைப்பு அதிகாரி என்ற முறையில் தொழிலாளர் ஆணையர், இந்த சமூகங்களின் மேம் பாட்டுக்கான வேறுபல திட்டங்கள் குறித்து ஆலோசிக்கவேண்டும் என்று அரசாங்கம் அறிவித்தது.[159]

இப்படிப்பட்ட நிர்வாக மாற்றங்கள் அரசாங்கத்தின் திட்டங்களில் தாக்கத்தை ஏற்படுத்தின. 1939-40ம் ஆண்டில், ஒதுக்கப்பட்ட சமூகங்களுக்கு கல்வி வழங்கிய அரசு பள்ளிகளின் எண்ணிக்கை கணிசமாக அதிகரித்தது.[160] 1940ம் ஆண்டில், தனது போர் முயற்சி களுக்கு இந்த மக்களின் ஆதரவை உறுதிப்படுத்திக்கொள்வதற்காக, பட்டினியால் பாதிக்கப்பட்ட பகுதிகளில் தொழிலாளர் பள்ளிகளில் இலவச மதிய உணவு திட்டத்தைச் செயல்படுத்த அரசாங்கம் முடிவு செய்தது.

அரசாங்கத்தின் இந்த முடிவுக்குப் பட்டியல் சாதிகளின் அரசியல் தலைவர்களிடமிருந்து உடனடியாக ஆதரவு வந்தது (1935ம் ஆண்டில் இந்திய அரசு கொண்டு வந்த சட்டத்தின் கீழ், ஒதுக்கப்பட்ட சமூகங்கள் 'பட்டியல் சாதிகள்' என்று அடையாளப்படுத்தப்பட்டன). எம்சி ராஜா உள்ளிட்ட பட்டியல் சாதித் தலைவர்கள், மதராஸ் மாகாணத்தின் சில மாவட்டங்களில் பரிசோதனை அடிப்படையில் அரசாங்கம் இப்படிப்பட்ட திட்டங்களைச் செயல்படுத்த முடியும் என்று கருதினார்கள்.[161]

ஆயினும், ஏற்கெனவே கூறியதுபோல, அரசாங்கம் மேற்கொண்ட இப்படிப்பட்ட திட்டங்களை மேல்சாதியினர், 'கீழ் சாதியினர்' இரு தரப்பினருமே ஏற்க மறுத்ததன் காரணமாக, செயல்படுத்த முடிய வில்லை. ஒதுக்கப்பட்ட சமூகங்களின் கல்வியின்மைக் குறைபாடு களை நீக்குவதற்கு அரசாங்கம் முயன்றது என்றாலும், பாரம்பரியமாக இந்த மக்களுக்குக் கல்வி மீது ஏற்பட்டிருந்த அசூயை காரணமாக இந்த முயற்சிகள் தடைப்பட்டன.

ஒதுக்கப்பட்ட சமூகங்களின் கல்வி: அரசின் கொள்கை

1920ம் ஆண்டுகளில் ஒதுக்கப்பட்ட சமூகங்கள் என்பதை வரையறுப்பதற்கான நிர்வாக வழிகாட்டல் இல்லாத நிலையில், அதிகார வட்டாரங்களில் பெரும் குழப்பம் நிலவியது. தொழிலாளர் துறை அதிகாரிகள் பிராமணர் அல்லாத, பொருளாதாரத்திலும் சமூக நிலையிலும் ஒதுக்கப்பட்டோரை ஒத்திருந்த பிற சமூகங்களுக்கும் நிதி உதவிகளை விரிவுபடுத்துகிற தவறை அடிக்கடி செய்தார்கள். பயனாளிகள் எண்ணிக்கை அதிகரித்ததன் காரணமாக, சலுகைகளை எதிர்பார்த்த அனைத்து சமூகங்களுக்கும் உதவிகளை விரிவுபடுத்துவது அதிகாரிகளுக்குக் கடினமாக இருந்தது.[162] பல நேரங்களில், ஒதுக்கப்பட்டோரின் மதச் சார்புகளை அதிகாரிகள் கண்டுகொள்ளாமல் விட்டனர். கிறிஸ்தவ மதத்துக்கு மாறிய ஒதுக்கப்பட்ட சமூகத்தினருக்கும், கிறிஸ்தவர் அல்லாத ஒதுக்கப்பட்டோருக்கான சலுகைகளை விரிவுபடுத்த அதிகாரிகள் முற்பட்டனர். எடுத்துக்காட்டாக, ஒதுக்கப்பட்டோருக்கான கல்விச் சலுகைகளை அரசாங்கம் 1925ல், இந்தச் சமூகங்களிலிருந்து கிறிஸ்தவ மதத்துக்கு மாறியவர்களுக்கும் விரிவுபடுத்தியது.[163]

ஆனால், இவ்வாறு இந்திய கிறிஸ்தவர்கள் தங்களது ஒதுக்கப்பட்ட சமூகங்கள் என்ற அடையாளத்தை இழப்பதால் அவர்களுக்கும் சலுகைகளை வழங்குவதில் பிரச்னை ஏற்படும் என்று அரசாங்கம் கருதியது. தொழிலாளர் துறைக்கு அரசாங்கம், கல்வி உதவித் தொகைகள் ஒதுக்கப்பட்ட சமூகங்களின் மாணவர்களுக்கு மட்டுமே வழங்கப்பட வேண்டுமேயன்றி, வேறு மதங்களுக்கு மாறியவர்களுக்கு வழங்கப்படக்கூடாது என்ற ஆணைக்குறிப்புகளை அனுப்பியது.[164]

பின்னர், கிறிஸ்தவ மதத்துக்கு மாறியவர்களுக்குக் கல்வி உதவித்தொகை பெறுகிற தகுதி இல்லை என்றாலும், தொழிலாளர் துறையால் செயல்படுத்தப்பட்ட இதர உதவித்திட்டங்களின் பலன்களைப் பெற முடியும் என்று அரசாங்கம் அறிவித்தது. எனினும், ஒதுக்கப்பட்ட சமூகங்களிலிருந்து கிறிஸ்தவ மதத்துக்கு மாறியவர்கள் தொடர்ந்து அரசாங்கத்துக்கு நிர்ப்பந்தம் அளித்தார்கள். அவர்களுக்கு இந்திய கிறிஸ்தவர்களில் ஒரு பகுதியினர் ஆதரவளித்தார்கள். மதம் மாறிய பிறகும்கூட, ஒதுக்கப்பட்ட சமூகங்கள் அதே சமூக, பொருளாதார ஏற்றத்தாழ்வுகளைச் சந்தித்துக்கொண்டுதான் இருக்கிறார்கள் என்று வாதிட்டார்கள்.[165]

இவையன்றி, கல்வித் திட்டங்களைச் செயல்படுத்துவதில் வேறு பல சிக்கல்களையும் தொழிலாளர் துறை எதிர்கொண்டது. மாணவர் சேர்க்கையில் எவ்வித சாதிப்பாகுபாட்டையும் காட்டக்கூடாது என்ற

ஆணைக்குறிப்புகளை அரசாங்க நிர்வாகத்தின் கீழ் இருந்த பள்ளிகளுக்கும், அரசாங்கத்திடமிருந்து நிதியுதவி பெற்ற பள்ளி களுக்கும் தொழிலாளர் துறை அடிக்கடி அனுப்பியது. ஊரகப்பகுதி களில் சாதிப் பாகுபாடுகள் நீடித்ததன் காரணமாக, சில இடங்களில் ஒதுக்கப்பட்டோருக்கான தனிப்பள்ளிகள் தேவைப்பட்டன.[166]

ஆனாலும், 1920களின் பிற்பகுதியிலும், 1930களின் முற்பகுதியிலும் அரசாங்கம் பல்வேறு ஆணைக்குறிப்புகளின் மூலம், தனிப்பள்ளிகள் தொடங்குவதை ஆதரிக்கவில்லை என்பதைத் தெளிவுபடுத்தியது. அரசுப்பள்ளிகளும் உள்ளாட்சிகளால் நடத்தப்பட்ட பள்ளிகளும் ஒதுக்கப்பட்ட சமூகங்களின் மாணவர்களுக்கு எதிரான பாகுபாடு களை ஒழித்தாகவேண்டும் என்று அரசாங்கம் கறாரான எச்சரிக்கை களை விடுத்தது. சாதிப்பாகுபாடுகள் காரணமாக, ஒதுக்கப்பட்ட சமூகங்களின் மாணவர்கள் எண்ணிக்கை குறைவதை உள்ளாட்சி அமைப்புகளால் தடுக்க முடியாத இடங்களில் மட்டுமே தனிப்பள்ளிகள் திறக்கப்படவேண்டும் என்றும் அரசாங்கம் ஆணையிட்டது.[167]

இந்த ஆணைகள் தொடர்ந்து மீறப்பட்டன. ஒதுக்கப்பட்ட சமூகங்களில் கல்வி பரவுவதற்கு, மேல் சாதி நிலவுடைமை யாளர்களின் பரிவற்ற அணுகுமுறை தொடர்ந்து முட்டுக்கட்டையாக இருந்தது.[168] சமூக ஒதுக்கல்களுக்குத் தடை விதிக்கும் சட்டம் நிறை வேற்றப்பட்டாலன்றி, பொதுப்பள்ளி அனுபவம் தோல்வியிலேயே முடியும் என்று அரசாங்கம் உணர்ந்தது.

ஒதுக்கப்பட்ட சமூகங்களைச் சேர்ந்தோர் வர இயலாத இடங்களில் பள்ளிகள் இருப்பது தெரிய வருமானால், அந்தப் பள்ளிகளுக்கான அங்கீகாரம் விலக்கிக்கொள்ளப்படும் என்று 1935ல் அரசாங்கம் ஆணையிட்டது. அதன் பிறகும் சாதிப்பாகுபாடுகள் தொடர்ந்த நிலையில், 1939ல் தீண்டாமை ஒழிப்புச் சட்டம் கொண்டுவரப் பட்டது. அதைத் தொடர்ந்துதான், இப்படிப்பட்ட போக்குகளை அரசாங்கத்தால் தடுக்க முடிந்தது.

1930ம் ஆண்டுகளின் இறுதிக்கட்டத்தில், தொழிலாளர்துறையின் கீழ் செயல்பட்ட பள்ளிகளை உள்ளாட்சி அமைப்புகளிடம் ஒப்படைப்பது என அரசாங்கம் முடிவு செய்தது. ஒதுக்கப்பட்ட சமூகங்களுக்கான கல்வித் திட்டங்களைச் செயல்படுத்துவதில் நல்ல அனுபவம் உள்ள உள்ளாட்சி அமைப்புகளால் இதில் தீர்மானகரமாகப் பங்காற்ற முடியும் என்று அரசாங்கம் கருதியது. எனினும் மதராஸ் மாகாணத்தில் ஒதுக்கப்பட்ட சமூகங்களுக்குத் தொடக்கக்கல்வி அளிப்பதில் ஏற்படும் கூடுதல் நிதிச்சுமையைத் தானே முழுமையாக

ஏற்றுக்கொள்வதாக உள்ளாட்சி அமைப்புகளுக்கு வாக்குறுதியளித்த அரசாங்கம் அதிலிருந்து பின்வாங்கியது.[169]

ஒதுக்கப்பட்டோருக்கான கூட்டுறவு சங்கங்களின் தொடக்கம்

1920களின் முற்பகுதியில் மதராஸ் மாகாண அரசாங்கம் கூட்டுறவு இயக்கத்தின் தீவிர ஆதரவாளராக மாறியது. ஒதுக்கப்பட்ட சமூகங்களைச் சேர்ந்தோர் வீட்டுமனைகள் வாங்குவதற்காகக் கடனுதவி வழங்குவதற்குக் கூட்டுறவு சங்கங்களைப் பயன்படுத்திக்கொள்வதில் அரசாங்கம் மிகவும் ஆர்வம் காட்டியது. 'தக்காவி கடன் திட்டங்கள்' மூலம் கிடைத்த பலன்களை இந்த மக்கள் பெறுவதற்குத் தோதாக, 1884ம் ஆண்டின் விவசாயக் கடன் சட்ட விதிகளில் அரசாங்கம் சில மாற்றங்களை 1921 ஜூன் மாதத்தில் அரசாங்கம் செய்தது.[170]

சங்கங்கள் பதிவாளர் அதிகார வரம்புக்கு உட்பட்டிருந்த கூட்டுறவு அமைப்புகளை, தொழிலாளர் ஆணையரின் அதிகார வரம்புக்கு அரசாங்கம் மாற்றியது. 1922ல், மதராஸ் நகரத்தில் இருந்த சில கூட்டுறவு சங்கங்களைக் கண்காணிக்கும் பொறுப்பை தொழிலாளர் ஆணையரிடம் அரசாங்கம் ஒப்படைத்தது.[171] அதே காலகட்டத்தில், ஒதுக்கப்பட்ட சமூகங்களைச் சேர்ந்தோர் வீட்டு மனைகள் வாங்குவதற்கான கடனுதவிகளை வழங்குமாறு மாவட்ட தொழிலாளர் அலுவலர்களின் கீழ் இயங்கிய கூட்டுறவு சங்கங்களுக்கு ஆணையிடப்பட்டது.[172] ஆனால் கூட்டுறவு சங்கங்களால் லாபகரமாகச் செயல்பட இயலாமல் போனது.[173]

இத்தகைய நிகழ்ச்சிப்போக்குகளைக் கருத்தில் கொண்டு, கூட்டுறவு அமைப்புகள் சிறப்பாகச் செயல்படுவதற்கான ஆலோசனைகளைக் கூறுவதற்காக ஒரு குழுவை அமைக்க அரசாங்கம் முடிவு செய்தது. 1927ல் அமைக்கப்பட்ட டவுன்செண்ட் குழு, தொழிலாளர் துறையின் கீழும் கூட்டுறவுத் துறையின் கீழும் இயங்கிய கூட்டுறவு சங்கங்களின் தோல்விக்கு முக்கியக் காரணம் நிர்வாகத் திறனின்மைதான் என்று சுட்டிக்காட்டியது. 1912ம் ஆண்டின் இரண்டாம் கூட்டுறவுச் சட்டத்தில் இருந்த குறைபாடுகளையும் அந்தக் குழு விமர்சித்தது.[174] மதராஸ் மாகாணத்தில் இருந்த நில அடமான வங்கிகள், கூட்டுறவு சங்கங்கள் ஆகியவற்றின் நிதி சார்ந்த பணிகளைக் கண்காணிப்பதற்காக ஒரு மத்திய நிதி அமைப்பை ஏற்படுத்தவேண்டும் என்று குழு பரிந்துரைத்தது.[175]

அதைத் தொடர்ந்து கூட்டுறவு சங்கங்களை நிர்வாகம் சார்ந்தும், நிதி அடிப்படையிலும் வலுப்படுத்தவேண்டும் என விவசாயத்துக்கான ராயல் கமிஷன் வலியுறுத்தியது. அரசாங்கத்தின் நிலம்

கையகப்படுத்தல் கொள்கை காரணமாக நிர்வாக எந்திரத்தைச் சீரமைக்க வேண்டிய அவசரத் தேவை குறித்தும் ஆலோசிக்கப் பட்டது.[176]

மதராஸ் மாகாண அரசு கடன் நிதி அமைப்புகளின் செயல்பாடுகளை மேம்படுத்தும் முயற்சிகளைத் தொடர்ந்து மேற்கொண்டிருந்த போது, இந்திய அரசு 1929ல் மத்திய வங்கி விசாரணைக் குழு என்ற அமைப்பை ஏற்படுத்தியது. கிராமம், நகரம் இரு பகுதிகளிலும் வறுமை நிலையில் இருந்த சமூகங்களிடையே கடன்சுமை அதிகரித்து வந்ததற்கான காரணத்தைக் கண்டறியும் பணி அந்தக் குழுவிடம் ஒப்படைக்கப்பட்டது. 1931ல் தனது அறிக்கையை அளித்த அந்தக் குழு, கூட்டுறவு சங்கங்களை விரிவுபடுத்தவேண்டும் என்று வலுவாகப் பரிந்துரைத்தது.

ஒதுக்கப்பட்டோர் உள்ளிட்ட, கிராமங்களைச் சேர்ந்த விரிவான பகுதியினருக்கு உரிய காலத்தில் விவசாயக் கடன்களை ஒதுக்கீடு செய்யவும் குழு பரிந்துரைத்தது. இந்தப் பரிந்துரைகளுக்கு இந்திய அரசின் ஒப்புதல் கிடைத்தது. 1930களின் நடுக்கட்டத்தில் கூட்டுறவு இயக்கம் உச்ச நிலைக்கு வந்தது. பெரும்பாலான கூட்டுறவு சங்கங்களைக் கூட்டுறவுத் துறையின் ஒரே நிர்வாகப் பொறுப்பில் கொண்டுவருவதில் அரசு முனைப்புக் காட்டியது.[177]

1930களின் முற்பகுதியில் அமைச்சரவைப் பொறுப்புக்கு வந்த நீதிக் கட்சி கூட்டுறவு இயக்கத்துக்கு ஆதரவாக வலுவான பிரசாரத் திட்டத்தை மேற்கொள்வதற்கு ஆதரவாக இருந்தது. அதன் பின்னணியில் அரசியல் அக்கட்சியின் அக்கறைகள் இருந்தன. தமிழ்நாடு காங்கிரஸ் கமிட்டி தொடங்கியிருந்த ஹரிஜனங்கள் முன்னேற்ற இயக்கத்தை எதிர்கொள்ள இந்தத் திட்டத்தைப் பயன்படுத்திக்கொள்ளலாம் என்று நீதிக்கட்சி கருதியது. ஆனால், கூட்டுறவு இயக்கத்துக்கான நீதிக்கட்சியின் ஆதரவு காகிதத்தில்தான் இருந்ததேயன்றி, நடைமுறையில் அத்தகைய விரிவான பிரசார இயக்கத்தை அமைச்சரவையால் தொடங்க முடியவில்லை.

இதனால் கூட்டுறவு இயக்கத்தின் பலன்களை அனுபவிக்கிற வாய்ப்பு ஒதுக்கப்பட்ட சமூகங்களுக்கு மறுக்கப்பட்டது. பிராமணர் அல்லாத மேல் சாதிகளைச் சேர்ந்த தலைவர்களுக்கு ஒதுக்கப்பட்டோர் முன்னேற்றத்தில் தங்களை முழுமனதோடு ஈடுபடுத்திக்கொள்வதில் தயக்கம் இருந்தது. அது, வழங்கப்பட்ட வீட்டு மனைகள் தொடர்பான அதிகாரப்பூர்வப் புள்ளிவிவரங்களில் வெளிப்படுகிறது. 1930களின் நடுக்கட்டத்தில் ஒதுக்கப்பட்ட சமூகங்களின் மேம் பாட்டுக்காக என்றே 2,700க்கு மேற்பட்ட கூட்டுறவு சங்கங்கள் பதிவு

செய்யப்பட்டிருந்தன என்றபோதிலும், மதராஸ் மாகாணம் முழுவதிலுமே சுமார் 70,000 குடும்பங்கள்தான் வீட்டுமனைகளைப் பெற்றிருந்தன.[178]

இவ்வாறாக, கூட்டுறவு இயக்கத்துக்கு நீதிக்கட்சி முக்கியத்துவம் அளிக்கவில்லை என்று கூற இயலாது என்றாலும், அதில் அந்தக் கட்சிக்கு இருந்த ஈடுபாடு புறக்கணிக்கத்தக்கதாகவே இருந்தது. அக்கட்சியில் இருந்த மேல்தட்டுத் தலைவர்கள், ஒதுக்கப்பட்ட சமூகங்களின் முன்னேற்றம் குறித்து வாய்மொழி வாக்குறுதிகளை அளித்தார்கள் என்றாலும், கடன் நிதி அமைப்புகளின் செயல்பாடுகளை முறைப்படுத்துவதற்கான நடவடிக்கைகளை மேற்கொள்ளவில்லை. மாகாண அரசு அரை மனதோடு இதை அணுகியதன் காரணமாக, நிதி நெருக்கடியில் சிக்கியிருந்த கிறிஸ்டியன் சென்ட்ரல் பேங்க் போன்ற நிறுவனங்களுக்குத் தாக்குப்பிடித்து நிற்பது பெரும் சவாலாக இருந்தது. அளவுக்கு மேல் கடன் வழங்கியதும், அதை விரைவில் மீட்பதற்கான நடவடிக்கைகளை எடுக்கத் தவறியதுமே அந்த நெருக்கடிக்குக் காரணம்.[179]

அரசாங்கத்தின் நிலம் கையகப்படுத்தல் கொள்கையும் கூட்டுறவு இயக்கத்தின் தோல்விக்குப் பெரிதும் காரணமாக இருந்தது. 1930களின் தொடக்கக்கட்டத்தில், ஒதுக்கப்பட்ட சமூகங்களுக்கு வழங்கப்பட்ட வீட்டுமனைக் கடன்களை எளிய தவணைகளில் வசூலித்துக்கொள்ளலாம் என்று அரசாங்கம் கருதியது. ஆனால், குறிப்பிட்ட காலத்தில் கடனை வசூலிக்கவில்லையென்றால், அது மனை ஒதுக்கீட்டுக்கான பாதிச் செலவுகளை ஏற்றுக்கொண்ட கூட்டுறவு சங்கங்களின் நிதியாதாரத்தை நேரடியாகச் சீர்குலைக்கும் என்பதை அரசு உணரத் தவறியது.[180]

மதராஸ் மாகாண பிரதமராகப் பொறுப்பேற்ற சி. ராஜகோபாலாச்சாரி, அரசாங்கத்தின் கூட்டுறவுக் கொள்கைகளிலும் நிலம் கையகப்படுத்தல் கொள்கைகளிலும் இருந்த பலவீனங்களைக் கண்டறிவதில் ஆர்வம் காட்டினார். ஒதுக்கப்பட்ட சமூகங்களுக்கு நிபந்தனைகளின் அடிப்படையில் வீட்டுமனை அளிப்பதை காங்கிரஸ் அரசு ஏற்கவில்லை. சில குறிப்பிட்ட நிலைமைகளில் மட்டுமே, முன்தொகை இல்லாமல் மனைகளை வழங்கிவிட்டு தவணை முறையில் கடனை வசூலிக்கவேண்டும் என்று காங்கிரஸ் அரசு வலியுறுத்தியது. கறாரான தவணை விதிகளைப் பின்பற்றுவது, மனை வழங்கப்பட்டவர்களுக்குக் கஷ்டத்தை ஏற்படுத்தும் என்று மாகாண அரசு கூறியது.

காலனிய நிர்வாக அதிகாரிகள் இந்தக் கருத்துகளை எதிர்த்தனர். ஒதுக்கப்பட்ட சமூகங்கள் ஏழ்மை நிலைமையில் இருந்தாலும், எளிய தவணைகளில் கடனைத் திருப்பிச் செலுத்த முடியும் என்று அவர்கள் கூறினர். இந்த முரண்பாடுகள் நிர்வாகச் சிக்கல்களுக்குப் பெருமளவு இட்டுச்சென்றன.[181]

இதைத் தொடர்ந்து குழப்பத்தில் சிக்கிக்கொண்ட காங்கிரஸ் அரசு, மதராஸ் மாகாணத்தில் கடனுதவி சங்கங்களின் செயல்பாடு குறித்து ஆராய்வதற்காக விஜயராகவாச்சார்யா தலைமையில் ஒரு குழுவை அமைத்தது. ஆனால் இந்தக் குழுவின் அறிக்கை, 1939ல் ராஜ கோபாலாச்சாரி அமைச்சரவை பதவி விலகிய பிறகுதான் வந்தது. விவசாயக் கடன் சங்கங்கள், நில அடமான வங்கிகள், விற்பனைச் சங்கங்கள் ஆகியவற்றை மேம்படுத்துவதற்கு விஜயராகவாச்சார்யா குழு பரிந்துரைத்தது.

ஒதுக்கப்பட்ட சமூகங்களுக்கான கடன் நிதி சங்கங்களின் செயல் பாட்டை மேம்படுத்தவேண்டும் என்றும் அந்தக் குழு பரிந்துரை செய்தது.[182] ஆயினும் குழுவின் பரிந்துரைகளுக்கு, ஒதுக்கப்பட்ட சமூகங்களைச் சேர்ந்த அரசியல் தலைவர்களின் ஆதரவு கிடைக்க வில்லை. சமுதாயத்தில் விளிம்புக்குத் தள்ளப்பட்ட சமூகங்களின் நலன்களை காலனிய நிர்வாகம் மட்டுமல்லாமல் காங்கிரஸ் அரசாங்கமும் புறக்கணிப்பதாக ஜே. சிவசண்முகம் பிள்ளை போன்ற காங்கிரஸ் கட்சியைச் சேர்ந்த, ஒதுக்கப்பட்ட சமூகங்களின் தலைவர்கள் விமர்சித்தார்கள். கிராமக் கூட்டுறவு சங்கங்களைத் தொழிலாளர் துறைக்கு மாற்றுவதன் மூலம் இந்த சமூகங்களை முன்னேற்ற முடியும் என்ற கருத்தை அவர்கள் முன்மொழிந் தார்கள்.[183] ஆனால், இரண்டாம் உலகப்போர் குறுக்கிட்டதன் காரண மாக இந்த ஆலோசனைகளைச் செயல்படுத்த முடியாமல் போனது.

சாராம்சம்

இவ்வாறாக, இருபதாம் நூற்றாண்டின் முற்பகுதியில், ஒதுக்கப்பட்ட சமூகங்களின் மேம்பாட்டில் பெரிதும் அக்கறை காட்டப்பட்டதைக் காண முடிகிறது. தொடக்கத்தில், அரசு சாரா அமைப்புகள் இந்த மக்களின் சமூகப் பொருளாதார நிலைமைகளை மேம்படுத்து வதற்கான சீர்திருத்தத் திட்டங்களைச் செயல்படுத்தின. அவர்களது தொடர்ச்சியான பிரசாரம் அரசாங்கத்தின் கவனத்தை ஈர்த்தது. முதலாம் உலகப் போர் நடைபெற்ற கட்டத்தில், இந்தப் பிரச்னையின் அரசியல் முக்கியத்துவத்தை காலனியாட்சி நிர்வாகம் உணர்ந்தது. மோண்ட்ஃபோர்டு சீர்திருத்தங்களைத் தொடர்ந்து

அரசியல் களத்தில் நிகழ்ந்த காட்சி மாற்றங்கள், இந்தச் சமூகங்களின் முன்னேற்றத்துக்கான சீர்திருத்தத் திட்டங்களில் கூடுதலாக ஈடுபடவேண்டும் என்ற சிந்தனை நிர்வாகத்துக்கு ஏற்பட்டது. பிராமணர் அல்லாதார் அரசியலுக்குச் செல்வாக்கு வளர்ந்து கொண்டிருந்த நிலையில், இப்படிப்பட்ட திட்டங்களைத் தொடங்கு வதன் மூலம், தேசிய அரசியல் இயக்கத்தை எதிர்த்தவர்களின் ஒத்துழைப்பைப் பெற முடியும் என்றும் காலனி நிர்வாகம் கருதியது.

1920ம் ஆண்டில் தொழிலாளர் துறை ஏற்படுத்தப்பட்டது, தென் இந்தியாவில் வாய்ப்புகள் மறுக்கப்பட்ட மிகப்பெரிய சமூகப் பிரிவினரின் எதிர்பார்ப்புகளோடு தன்னை அடையாளப்படுத்திக் கொள்ள அரசு விரும்பியதைத் தெளிவாக எடுத்துக்காட்டியது. இந்தத் துறை, நிர்வாகம் சார்ந்த பலவீனங்கள் இருந்தபோதிலும், ஒதுக்கப் பட்ட மக்களின் நலன்களுக்காகப் பல நடவடிக்கைகளை மேற் கொண்டது. இவர்களது சமூகப் பொருளாதார நிலைமைகளை மேம்படுத்துவதற்காகப் பள்ளிகளையும் கூட்டுறவு சங்கங்களையும் தொழிலாளர் துறை ஏற்படுத்தியது. இவர்களின் குடியிருப்புப் பிரச்னையைத் தீர்ப்பதற்காக வீட்டு மனைகளை ஒதுக்கியது.

இந்த சமூகங்களுக்கான அடிப்படை வசதிகளும் சுடுகாடும் ஏற்படுத்துவதற்காகத் தனியார் நிலங்களைக் கையகப்படுத்தியது. ஆனால், கிராமப்பகுதிகளில் நிலவிய 'மேல் சாதி' வன்மங்கள் இந்தக் கொள்கைகளுக்குப் பெரும் அச்சுறுத்தல்களாக இருந்தன. ஒதுக்கப் பட்ட சமூகங்களுக்கு நிலம் வழங்குவது என்ற அரசின் கொள்கையை 'மேல் சாதி' நிலவுடைமையாளர்கள் கடுமையாக எதிர்த்தார்கள். 'தீண்டத்தகாதவர்கள்' என்று வைக்கப்பட்டிருந்த விவசாயத் தொழிலாளர்கள் மீது தங்களது பிடி தளர்ந்துவிடும் என்று கவலைப் பட்ட அவர்கள் அரசு முடிவை எதிர்த்து நீதிமன்றம் சென்றனர்.

காங்கிரஸ், நீதிக்கட்சி ஆகிய இரண்டு கட்சிகளையுமே சேர்ந்த 'மேல் சாதி' அரசியல்வாதிகளின் அக்கறையற்ற அணுகுமுறை அரசாங் கத்தின் பல திட்டங்கள் செயல்படுவதற்குத் தடையாக இருந்தது. இத்தகைய நிலைமைகள் இருந்தபோதிலும், அரசின் சீர்திருத்தக் கொள்கைகள் மதராஸ் மாகாணத்தில் ஒதுக்கப்பட்ட சமூகங்களின் குரல் ஒலிப்பதற்கான வாய்ப்புகளை ஏற்படுத்திக்கொடுத்தது. அரசின் சீர்திருத்தத் திட்டங்கள் தொடர்பான சட்டசபை விவாதங்களில் இவர்களின் பிரதிநிதிகள் முனைப்போடு பங்கேற்றது இந்தக் காலகட்டத்தின் சிறப்பம்சமாகும்.

1930களில் காங்கிரஸ் அமைச்சரவை, இந்த சீர்திருத்தத் திட்டங்களைத் தனது பொதுவான ஹரிஜன முன்னேற்றத் திட்டங்களோடு

ஒருங்கிணைக்க முயன்றது. ஆயினும் இதனை காங்கிரஸ் கட்சி அரைமனதுடனேயே அணுகியது. நிர்வாக அமைப்பில் மாற்றம் செய்வதன் மூலம் அரசுத் திட்டங்கள் விரைவாகச் செயல்படுத்தப் படுவதை உறுதிப்படுத்த முடியும் என்று அமைச்சரவை கருதியது. ஆனால், கூட்டுறவு சங்கங்களின் செயல்பாடுகளைக் கண்காணிக்கிற பொறுப்பை மாவட்ட ஆட்சியர்களிடம் அளிப்பது என்ற காங்கிரஸ் அமைச்சரவையின் முடிவு பெரிய அளவுக்குப் பலனளிக்கவில்லை. இறுதியாக, பிரிட்டிஷ் உயரதிகாரிகளுக்கும் காங்கிரஸ் அமைச்சர்களுக்கும் இடையேயான கருத்து வேறுபாடுகள் இத்தகைய திட்டங்களின் முன்னேற்றத்துக்கு முட்டுக்கட்டை போட்டன.

5

தமிழ்நாட்டில் 'ஆதி திராவிடர்' அரசியல்

தமிழ்நாட்டில் ஆதி திராவிடர் அரசியல் என அடையாளப்படுத்தப் பட்ட, ஒதுக்கப்பட்ட சமூகத்தினரின் அரசியல் பெரும்பாலும் பறையர் சமூகத்தைச் சேர்ந்த படிப்பறிவு பெற்ற ஒரு பகுதியினரது செயல்பாடுகளிலிருந்தே தோன்றியது. தொடக்கத்தில் பறையர் தலைவர்கள் ஆதிதிராவிடர்/தமிழர் என்றுதான் அடையாளப் படுத்திக்கொண்டார்கள். ஆனால் நீதிக்கட்சி தலைவர்களுக்கும் ஒதுக்கப்பட்ட சமூகங்களின் தலைவர்களுக்கும் இடையே பல பிரச்னைகளில் கருத்து வேறுபாடுகள் நீடித்ததால் இத்தகைய முன் முயற்சிகள் நிலைத்த வெற்றியைப் பெறமுடியவில்லை. 1920களின் தொடக்கக்கட்டத்திலேயே, ஆதி திராவிடர் - பிராமணர் அல்லாதார் கூட்டில் முறிவு ஏற்படுவதற்கான அறிகுறிகள் தெளிவாகப் புலப்படத் தொடங்கின.

தொடர்ந்து வந்த ஆண்டுகளில், தமிழ்நாட்டு ஆதி திராவிடர் அரசியலின் உந்து சக்தியாக இருந்த பறையர் சமூகத் தலைவர்கள், அரசாங்க வேலைகளிலும் தேர்ந்தெடுக்கப்பட்ட அமைப்புகளிலும் பிரதி நிதித்துவம் உள்ளிட்ட பல பிரச்னைகளை எழுப்பினார்கள். எனினும், அவர்களது உள் முரண்பாடுகள் ஒரு சுயேச்சையான அரசியல் அடித்தளத்தை ஏற்படுத்தத் தடையாகின. ஒருவகையில், நிறுவன அமைப்புகள் சார்ந்த அரசியலோடு அவர்களுக்கு இருந்த ஈடுபாடுதான் அந்த முரண்பாடுகளுக்குக் காரணம். அது, மதராஸ் மாகாணத்தில் ஒதுக்கப்பட்ட சமூகங்களின் அரசியலில் பல குழுக்களும் பிரிவுகளும் உருவாவதற்கு இட்டுச்சென்றது.

1920களிலும் 30களிலும், இந்த சமூகங்களைச் சேர்ந்த அரசியல் வாதிகள் தங்களது விருப்பங்களுக்கு ஏற்ப பல்வேறு அரசியல் இயக்கங்களோடு கூட்டுச் சேர்ந்தார்கள். அவர்களில் ஒரு பிரிவினர் முற்போக்கான சாதிய எதிர்ப்பு இயக்கத்தை வலுப்படுத்துவதற்காக

ஆதி திராவிடர் சுயமரியாதைக் கூட்டு என்பதற்கு ஆதரவாக நின்றார்கள். வேறு சிலர் காங்கிரஸ் கட்சியோடும், நீதிக்கட்சியோடும் இணைந்து செயல்பட விரும்பினார்கள். காந்தி அறிவித்த ஹரிஜன முன்னேற்ற இயக்கம், ஏராளமான ஆதி திராவிடர் மக்களை காங்கிரஸ் கொள்கைக்கும் திட்டத்துக்கும் ஆதரவாளர்களாக மாற்றுவதில் வெற்றி பெற்றது. இரண்டு அடுக்குத் தேர்தல் முறையும், காங்கிரஸ் கட்சியின் ஹரிஜன இயக்கமும் சேர்ந்து, 1937ம் ஆண்டுத் தேர்தலில் பட்டியல் சாதிகளைச் சேர்ந்த வேட்பாளர்கள் வெற்றி பெறுவதை உறுதிப்படுத்தின. (இந்திய அரசுச் சட்டம் – 1935 கொண்டுவரப்பட்ட பின்பு, 'ஒதுக்கப்பட்ட சமூகங்கள்' என்ற சொல்லாடல் விலக்கிக் கொள்ளப்பட்டு, 'பட்டியல் சாதிகள்' என்ற பதம் பயன்பாட்டுக்கு வந்தது.)

ஆலய நுழைவு உரிமைக்கான சட்டங்களைக் கொண்டு வர ராஜகோபாலாச்சாரி முயன்றார் என்ற போதிலும், பட்டியல் சாதிகளைச் சேர்ந்த மக்களிடையே தனது ஆதரவுத் தளத்தைத் தக்கவைத்துக்கொள்வது காங்கிரஸ் கட்சிக்குப் பெரும் சவாலாக இருந்தது. 1930களின் பிற்பகுதியில், இந்த சாதிகளின் தலைவர்கள் ஒன்றுகூடுவதிலும் காங்கிரஸ் கட்சிக்கு எதிரான ஒரு அணியை ஏற்படுத்துவதிலும் ஆர்வம் காட்டினர். ஆயினும் காங்கிரஸ் கட்சியின் அமைப்பு சார்ந்த ஏற்பாடுகள் காரணமாகவும், மேல் சாதியினரின் தேர்தல் அணுகுமுறைகள் காரணமாகவும் ஆதி திராவிடர் அரசியல்வாதிகளால் தேசிய அரசியல் இயக்கத்தின் அடித்தளத்தை அழிக்க முடியவில்லை. அகில இந்திய பட்டியல் சாதிகள் சம்மேளனம், அகில இந்திய ஒதுக்கப்பட்ட சமூகங்கள் கூட்டமைப்பு ஆகியவற்றின் குழுவாத அரசியல் நிலைக்கு, ஆதி திராவிடர் அரசியல் தாழ்ந்ததன் காரணமாக, தமிழ்நாட்டில் அனைத்து சமூகங்களின் உண்மையான பிரதிநிதியாக காங்கிரஸ் கட்சியால் தன்னை முன்வைத்துக்கொள்ள முடிந்தது.

பிராமணர் அல்லாதார் இயக்கத்தின் தோற்றமும் தென் இந்தியாவில் பிராமணியத்துக்கு எதிராக எழுந்த சவாலும்

மதராஸ் மாகாணத்தில் பிராமணர் அல்லாதார் இயக்கம் உருவானதற்கு, இருபதாம் நூற்றாண்டின் முற்பகுதியில் ஏற்பட்ட நிகழ்ச்சிப் போக்குகள் காரணமாக அமைந்தன. 1910ம் ஆண்டுகளின் தொடக்கத்திலேயே பிராமணர் அல்லாதார் நலன்களை உயர்த்திப் பிடிப்பதற்கு மதராஸ் ஐக்கிய கூட்டமைப்பும் திராவிடர் சங்கமும் முயன்றன. எனினும், வலுவான பிராமணர் அல்லாதார் அரசியல் அமைப்பு உருவாகிவிடவில்லை.[1] இத்தகைய அமைப்பு சார்ந்த

குறைபாடுகள், அரசியல் பிரதிநிதித்துவம், அரசாங்க வேலைகள் ஆகியவற்றில் பிராமணர்களின் செல்வாக்கை எதிர்கொள்ள ஒரு வலுவான அமைப்பை உருவாக்கியாகவேண்டும் என்ற எண்ணத்தை பிராமணர் அல்லாதார் தலைவர்களிடையே ஏற்படுத்தின.

இந்த நோக்கத்துடன், 1916 நவம்பர் 20 அன்று மதராஸ் நகரின் விக்டோரியா பப்ளிக் ஹால் அரங்கில் ஒரு மாநாட்டை அந்தத் தலைவர்கள் கூட்டினர்.

பிராமணர் அல்லாதார் தலைவர்கள் 30 பேர் பங்கேற்ற அந்த மாநாட்டில், மதராஸ் திராவிடர் சங்கத்தின் செயலாளர் சி. நடேச முதலியார், முன்னணி தலைவர்களாக இருந்த டி.எம். நாயர், பி. தியாகராய செட்டியார் ஆகியோருடன் இணைந்து, பிராமணர் அல்லாதார் அரசியல் நடவடிக்கைக் குழு ஒன்றை ஏற்படுத்த முயன்றார். மாநாட்டு விவாதங்களைத் தொடர்ந்து, தென் இந்திய மக்கள் சங்கம் ஏற்படுத்தப்பட்டது. ஆங்கிலம், தமிழ், தெலுகு ஆகிய மொழிகளில் பத்திரிகைகள் நடத்துவதும், பிராமணர் அல்லாதார் கருத்துகளை வலியுறுத்துவதுமே அந்தச் சங்கத்தின் முக்கிய நோக்கம். தென் இந்திய சுதந்தர சம்மேளனம் என்ற பெயரில் ஒரு அரசியல் அமைப்பை உருவாக்குகிற ஆலோசனையையும் அந்த மாநாடு முன்மொழிந்தது.[2]

தென் இந்திய மக்கள் சங்கம் தனது கொள்கையறிக்கையில், ‘இந்த மாகாணத்தில் தன்னாட்சி இயக்கம் (ஹோம் ரூல் மூவ்மென்ட்) குறித்து பிராமணர் அல்லாத பல சமூகங்களின் அணுகுமுறையை வரையறுக்க வேண்டிய தருணம் இது’ என்று கூறியிருந்தது.[3] மாகாண மக்களில் பெரும்பாலோர் பிராமணர் அல்லாதார்தான், வரி செலுத்துவோரிலும் பெரும்பாலோர் அவர்கள்தான் என்றும் அந்த அறிக்கை சுட்டிக்காட்டியது. ஆனால், அரசியல் களத்தில் பிராமணர் அல்லாதார் முக்கியப் பங்காற்றவில்லை என்பது வருத்தத்துக்குரியது என்று அறிக்கை கூறியது.

மாகாணத்தின் மொத்த மக்கள் தொகையில் மிகச்சிறிய விகிதத்தில் இருக்கிற பிராமணர்களிடமிருந்து பிராமணர் அல்லாதாரின் அரசியல் நலன்கள் வெகுவாக மாறுபடுவதால், அவர்களுக்கென ஒரு முறையான அரசியல் அமைப்பு ஏற்படுத்தப்பட வேண்டிய தேவை இருக்கிறது என்று அறிக்கை கருதியது.

தன்னாட்சிக்கான சீர்திருத்தங்கள் நிர்வாகத்திலும் அரசியலிலும் பிராமணர்களது ஆதிக்கத்தைத்தான் வலுப்படுத்தும் என்று பெரும் பாலான பிராமணர் அல்லாதார் தலைவர்கள் கருதினார்கள். இந்த

எண்ணத்தின் காரணமாக அவர்கள் காங்கிரஸ் கொள்கையும் அரசியல் திட்டங்களும் சார்ந்த தேசிய இயக்கத்தை எதிர்த்தார்கள். இவ்வாறாக அவர்கள் தன்னாட்சி இயக்கத்தை எதிர்ப்பதில் மிகுந்த ஆர்வம் காட்டினார்கள். பிராமணர் அல்லாதாரின் முக்கியப் பத்திரிகை ஒன்று 1916 டிசம்பரில் இவ்வாறு கூறப்பட்டிருந்தது: 'தன்னாட்சி என்பது பண்டைய இந்தியாவில் சூத்திரர்கள் ஒடுக்கப்பட்டிருந்த அதே சூழலை மீண்டும் ஏற்படுத்திவிடும்; ஆகவே, நமக்குத் தன்னாட்சி தேவையில்லை... நமது லட்சியம் சுயாட்சிதான், ஆனால் அதனை பிரிட்டிஷார் தலைமையிலேயே அடைய விரும்புகிறோம்.'⁴

1916 இறுதியில் பிராமணர் அல்லாதார் அரசியல் அடையாளம் ஒரு முக்கியத்துவத்தைப் பெற்றது. பிராமணர் செல்வாக்கில் இருந்த காங்கிரஸ் குறித்து பிராமணர் அல்லாதார் தலைவர்களிடையே இருந்த வெறுப்புதான் இந்த அடையாளம் உருவாவதற்கு மிக முக்கியமான காரணமாகும். தேர்தல் மூலம் ஏற்படுத்தப்படும் அமைப்புகளில் பிராமணர் அல்லாதாரைத் தவிர்ப்பதற்கு காங்கிரஸ் தலைவர்கள் செய்த அரசியல் சூழ்ச்சிகளும், பிராமணர் அல்லாதார் தலைவர்கள் அரசியல் அதிகாரத்தில் பெரும்பங்கு கோருவதற்குத் தூண்டுவதாக இருந்தன. மதராஸ் சட்டசபைக்கும் இம்பீரியல் சட்டசபைக்கும் நடந்த தேர்தல்களில் டி.எம். நாயர் மீண்டும் மீண்டும் தோற்கடிக்கப்பட்டது, பிராமணர் ஆட்சி ஏற்படக்கூடும் என்ற சந்தேகம் சரியானதுதான் என்று காட்டுவதாக இருந்தது.

அன்னி பெசன்ட் தொடங்கிய தன்னாட்சி இயக்கம் இருபதாம் நூற்றாண்டின் முற்பகுதியில் மதராஸ் மாகாணத்தில் பிராமணர் அல்லாதார் அரசியலின் பாதையைப் பெரிதும் தீர்மானித்தது என்ற கருத்து முன்வைக்கப்படுகிறது. கர்ம வினைகள், வர்ண முறைகள் ஆகிய பிராமணிய கோட்பாடுகளை அன்னி பெசன்ட் திரும்பத் திரும்ப வலியுறுத்தியது, பிராமணர் அல்லாதார் மனங்களில் சந்தேகங்களை ஏற்படுத்தியது. அன்னி பெசன்ட்டும் அவரது ஆதரவாளர்களும் சாதியக் கட்டமைப்பைப் புதுப்பிப்பதற்கும் பிராமணர் ஆதிக்கத்தை மீண்டும் நிலைநாட்டுவதற்கும் முயல்கிறார்கள் என்று பிராமணர் அல்லாதார் தலைவர்களில் பெரும் பாலோர் கருதினார்கள்.⁵

பிராமணர் ஆதிக்கம் புதுப்பிக்கப்பட்டு மறுபடியும் தலைதூக்கி விடுமோ என்ற எண்ணம் இந்தத் தலைவர்களிடையே மிகுந்த அச்சத்தை ஏற்படுத்தியது.⁶ அறுபது லட்சம் 'தீண்டத்தகாத' மக்களைப் பிரதிநிதித்துவப்படுத்துவதாகக் கூறிய மதராஸ் ஆதி திராவிடர் ஜன சபா, தன்னாட்சிக்காகப் போராடியவர்களது

வாதத்தை எதிர்த்தது. பெரும்பாலும் வணிகர்கள், ஆசிரியர்கள், பத்திரிகையாளர்கள் ஆகியோரைக் கொண்டிருந்த இந்த சபா, தன்னாட்சி இயக்கத்தை விமர்சித்ததோடு, ஒதுக்கப்பட்ட சமூகத்தினருக்கு அரசு சிறப்புச் சலுகைகளை வழங்கவேண்டும் என்று கோரியது. கல்வித்துறையில் அரசு மேற்கொள்ளக்கூடிய முயற்சிகளால் மட்டுமே இந்த மக்களை முன்னேற்ற முடியும் என்று ஆதிதிராவிடர் சபா தலைவர்கள் வலுவாக வாதிட்டார்கள். உள்ளாட்சி அமைப்புகளிலும் மாகாண சட்டசபையிலும் சமூக அடிப்படையில் பிரதிநிதித்துவம் இருக்கவேண்டும் என்றும் கூறினார்கள்.[7]

மோண்டேகு-செம்ஸ்போர்ட் சீர்திருத்தங்கள் தொடங்கவிருந்த நிலையில், பிராமணர் அல்லாத அரசியல் தலைவர்கள் ஒரு விரிவான அரசியல் ஆதரவுத் தளத்தை ஏற்படுத்திடும் நோக்கத்துடன், ஆதி திராவிடரது சமூக சமத்துவ கோரிக்கைகளை ஆதரித்தார்கள். தங்களது லட்சியங்களுக்கு நெருக்கமானவர்களாக ஆதி திராவிடர்களைக் கொண்டு வருவதற்காகப் பல மாநாடுகளை நடத்தினார்கள். பிராமணர் அல்லாதார் இயக்கத்தில், 'தீண்டத்தகாதோர்' முன்னேற்றம் ஒரு முக்கிய செயல்திட்டமாக இருக்கவேண்டும் என்ற கருத்தை வலுவாக முன்வைத்தார்கள்.

பிராமணிய பாகுபாட்டுக் கருத்தாக்கங்களை நிராகரிக்கவேண்டும், சமுதாயத்தில் மற்ற சமூகங்களுக்கு இணையான சம உரிமைகளைக் கோரவேண்டும் என்று ஒதுக்கப்பட்ட சமூகங்களுக்கு வேண்டுகோள் விடுத்தார்கள். மதராஸ் நகரின் ஸ்பர்டாங்க் பகுதியில் நடந்த ஒரு கூட்டத்தில் உரையாற்றிய டி.எம். நாயர், தன்னாட்சி இயக்கத்தைக் கடுமையாகச் சாடினார். பெரும்பான்மை சமூகங்களின் மீது ஒடுக்கு முறைப் படிநிலை அமைப்பைத் திணிப்பதற்காக பிராமணர்கள் செய்த சூழ்ச்சிதான் தன்னாட்சி இயக்கம் என்று அவர் கூறினார். அவர் தனது உரையில் குறிப்பிட்டது வருமாறு:

'நம்முடைய வாதம் என்னவென்றால், உங்கள் சமூகத்தை (பஞ்சமர் சமூகத்தை) சேர்ந்த அனைவரும், படித்தவர்களும் என்ன நடக்கிறது என்பதைப் புரிந்துகொள்கிற நிலை வருகிறவரையில், உங்கள் பொறுப்பை உணர்ந்துகொள்கிற நிலை வருகிறவரையில், உங்களது வாக்குரிமையைப் பகுத்தறிந்து பயன்படுத்துகிற நிலை வரும் வரையில்... பிரிட்டிஷ் ஆட்சியின் நிர்வாகம் தொடரவேண்டும். இந்த நாட்டில் தாங்கள்தான் உயர்ந்த சாதிகள் என்று கூறிக்கொள் கிறவர்களின் தயவில் இருப்பதற்கு மாறாக... இந்த நாட்டின் ஒரு சிறு கூட்டம் அரசு அதிகாரத்தைத் தனது கையில் எடுத்துக்கொள்ளும் முயற்சிகளை முறியடிக்கவேண்டும்."[8]

பிராமணர் அல்லாத சமூகங்கள், ஒதுக்கப்பட்ட சமூகங்கள் இரு தரப்பாரின் பிரதிநிதிகளும் கொண்ட ஒரு குழுவை ஏற்படுத்த வேண்டும் என்ற கருத்தையும் முன்வைத்தார். பெரும்பாலான மக்கள் எதிர்கொள்ளும் அநீதிகளை காலனியாட்சி நிர்வாகம் புரிந்து கொள்ளச் செய்கிற நோக்கத்துடன் இப்படிப்பட்ட விரிந்த கூட்டணிக்கான முயற்சிகள் மேற்கொள்ளப்பட்டன.[9]

இத்தகைய முயற்சிகள் பிராமணர் அல்லாதார் தலைவர்களுக்கு அரசியல் ஆதாயங்களைக் கொண்டுவந்தன. அரசமைப்புச் சட்டத்தில் மாற்றங்கள் செய்வது தொடர்பாக தென் இந்திய லிபரல் ஃபெடரேஷன் முன்வைத்த நிலைபாட்டை ஆதி திராவிடர் ஜன சபா ஆதரித்தது. சட்டசபைக்கான உறுப்பினர்கள் தேர்தல் மூலம் தேர்ந் தெடுக்கப்பட வேண்டுமேயன்றி நியமிக்கப்படக்கூடாது என்றும் அது கோரியது.[10]

மோண்டேகு–செம்ஸ்போர்ட் சீர்திருத்தங்கள், பொறுப்பு அரசாங்க விவகாரம், மதராஸ் மாகாண பிராமணர் அல்லாதார் அரசியல்

1917 ஆகஸ்ட் 20 அன்று, இந்திய அரசின் செயலர், எதிர்காலத்தில் நாட்டு நிர்வாகத்தில் இந்தியர்களின் பங்கேற்பை அதிகரிக்கச் செய்யும் கொள்கைகளை பிரிட்டிஷ் அரசு கடைப்பிடிக்கும் என்று அறிவித்தார். அரசின் இந்த நிலைப்பாடு, மதராஸ் மாகாணத்தில் பல்வேறு பிராமணர் அல்லாதார் பிரிவுகளிடையே மாறுபட்ட எதிர்வினைகளை ஏற்படுத்தியது. பிராமணர் அல்லாத சமூகங்களின் படித்த, மேல்தட்டுப் பிரிவினர் சமுதாயத்தின் பல்வேறு பிரிவு களுக்கான சமத்துவ உரிமைகளையும் வாய்ப்புகளையும் வலியுறுத்து வதற்காக மாநாடுகளை நடத்தினர். மதராஸ் நகருக்கு மோண்டேகு வர இருந்த நிலையில், பிராமணர் அல்லாதாருக்கான சமூக அடிப்படையிலான பிரதிநிதித்துவம் குறித்து விவாதிப்பதற்கான அடிப்படைகள் இந்த மாநாடுகளில் தயாரிக்கப்பட்டன.

பிரிட்டிஷ் ஆட்சியாளர்களின் கவனத்தை ஈர்ப்பதற்காகக் கோரிக்கைகள் பட்டியல் தயாரிக்கப்பட்டது. கிராமப் பகுதிகளில் நீதிக்கட்சிக்குத் தளம் ஏற்படுத்தும் முயற்சிகளிலும் பிராமணர் அல்லாதார் தலைவர்கள் முயன்றார்கள். பிராமணர் அல்லாத சமூகங் களிடையே ஒற்றுமை இல்லாததுதான் பிராமணர் ஆதிக்கத்தில் இருந்த காங்கிரஸ் கட்சியிடம் அரசியல் அடிப்படையில் அடிமைப் பட்டுக்கிடப்பதற்குக் காரணம் என்றார்கள். இந்து சமயக் கருத்துகளை எடுத்துக்கொண்டு செயல்பட்ட நிறுவன அமைப்பு

களைக் கடுமையாக விமர்சித்தார்கள். சமூக அடிப்படையில் பிராமணர் அல்லாதாருக்குப் பிரதிநிதித்துவம் வழங்கப்படவில்லை என்றால், பொறுப்புள்ள அரசாங்கத்தை ஏற்படுத்தும் நோக்கம் நிறை வேறாது என்று அவர்கள் காலனிய அதிகாரிகளிடம் தெரிவித்தார்கள்.

1917 டிசம்பரில் வைஸ்ராய் செம்ஸ்ஃபோர்ட், அரசுச் செயலர் எட்வின் மோண்டேகு இருவரும் மதராஸ் நகருக்கு வந்தனர். முதலில் அவர்களைச் சந்தித்து அரசியல் கோரிக்கைகள் கொண்ட மனுவை அளித்தது, பிராமணர் அல்லாத மேல் தட்டினரின் குரலாகச் செயல் பட்ட தென் இந்திய விடுதலை அமைப்புதான். அந்த மனுவில், அரசியல் சீர்திருத்தங்களை மேற்கொள்ள வேண்டியதன் தேவை வலியுறுத்தப்பட்டிருந்தது என்றாலும், முழுமையான தன்னாட்சி அரசாங்கம் என்ற கோரிக்கையை முன்வைப்பதில் தயக்கம் காட்டப்பட்டிருந்தது.

பிராமணர்களுக்கு செல்வாக்கும் மரியாதையும் மிகுந்திருந்த சூழலில், தேர்தல் நடத்துவது நகைப்புக்கு உரியதாகிவிடும் என்று மோண்டேகுவிடம் நீதிக்கட்சியை உருவாக்கியவர்களில் ஒருவரான டி.எம். நாயர் விளக்கினார். இத்தகைய வலுவான கருத்துகள் வந்த போதிலும், பிராமணர் அல்லாதாருக்கான தனித் தொகுதி கோரிக்கை களை செம்ஸ்ஃபோர்ட் - மோண்டேகு அறிக்கை தள்ளுபடி செய்தது.[11]

சமூக அடிப்படையிலான பிரதிநிதித்துவம் என்ற கொள்கை இந்தியச் சமுதாயத்தின் சமூகப் பிளவுகளை வலுப்படுத்திவிடும், தன்னாட்சியை நோக்கி முன்னேறுவதற்குத் தடையாகிவிடும் என்ற அடிப்படையில் அந்தக் கொள்கையை அறிக்கை உறுதியாக எதிர்த்தது. பிராமணர் அல்லாதாரின் கருத்துகளை ஒதுக்கி வைத்ததன் மூலம், மதராஸ் மாகாணத்தில் சாதி அமைப்புக்கும் அரசியலுக்கும் இடையேயான தொடர்புகளைப் புரிந்துகொள்வதில் தனது அறியாமையை காலனிய அரசு வெளிப்படுத்திவிட்டது என்று பிராமணர் அல்லாதார் தலைவர்கள் விமர்சித்தனர். மதராஸ் மாகாண அரசாங்கத்திலும் ஒரு பகுதியினர் பிராமணர் அல்லாதாரின் அரசியல் கோரிக்கைகளை ஆதரித்தனர் என்பது கவனிக்கத்தக்கது.

பிராமணர் அல்லாதார் முன்வைத்த சமூகப் பிரதிநிதித்துவக் கொள்கை மீதான விவாதங்கள் தொடர்ந்து நடந்துகொண்டிருந்த நிலையில், 1918ல் தனித்தொகுதிகள், தனி வாக்குரிமைகள் ஆகியவை தொடர்பாக ஆராய்வதற்காக சவுத்பரோ தலைமையில் ஒரு குழுவை அரசு அமைத்தது. அந்தக் குழுவின் உறுப்பினர்களாக இரண்டு இந்தியர்கள் சேர்க்கப்பட்டனர். அவர்கள் இருவருமே பிராமணர்கள்,

காங்கிரஸ் கட்சியைச் சேர்ந்தவர்கள். இந்த முடிவு மதராஸ் அரசியல் வட்டாரத்தில் ஒரு சர்ச்சையைக் கிளப்பியது. முக்கியப் பிரச்னைகளில், குறிப்பாகத் தங்களது அரசியல் கோரிக்கைகள் தொடர்பான பிரச்னைகளில் பிராமணர்களை அரசு ஈடுபடுத்துகிறது என்று பிராமணர் அல்லாதார் விமர்சித்தனர். அரசின் இந்த முடிவை எதிர்த்துக் குரல் கொடுப்பதற்காக, 1918 அக்டோபரில் தென் இந்திய தாராள சம்மேளனத்தின் கூட்டம் அவசரமாகக் கூட்டப்பட்டது.[12]

நேரடி தேர்தல் நடத்துவது, அல்லது வாக்குரிமையை விரிவு படுத்துவது இரண்டுமே பிராமணர் அல்லாத சமூகங்களுக்குப் பலனளிக்கப் போவதில்லை என்று இந்தத் தலைவர்கள் வலுவாக வாதிட்டனர். தனித்தொகுதிகளை ஏற்படுத்துவதன் மூலம், பெரும் எண்ணிக்கையில் பிராமணர் அல்லாதார் சட்டசபைக்குச் செல்வதை மட்டுமல்லாமல், அந்த மக்களின் நலன்களில் உண்மையான அக்கறை உள்ளவர்கள் மட்டுமே சட்டசபைக்குத் தேர்ந்தெடுக்கப் படுவதையும் உறுதிப்படுத்த முடியும் என்று கருதினார்கள்.[13]

ஆனால் இதில் ஆதி திராவிடர் ஜன சபா மிகக் கறாரான நிலைபாட்டை எடுத்தது. ‘நமது உடலில் கடைசித்துளி ரத்தம் இருக்கிற வரையில், இந்நாட்டின் அதிகாரம் பிரிட்டிஷார் கையிலிருந்து, நம்மை ஒடுக்கியவர்களின் கைககளுக்கு மாறுவதை எதிர்த்துப் போராடியாக வேண்டும். கடந்த காலத்தில் நம்மை ஒடுக்கிவந்த அவர்கள், பிரிட்டிஷ் அரசாங்கம் இல்லையென்றால் மறுபடியும் நம்மை ஒடுக்குவார்கள்’ என்று ஆதி திராவிடர் ஜன சபா கூறியது.[14]

இதனிடையே, சவுத்பரோ குழு தனது அறிக்கையில், வாக்காளர் எண்ணிக்கை அடிப்படையில் பிராமணர் அல்லாதார் பிராமணர்களை விட மிகக் கூடுதலாக, 4:1 என்ற விகிதத்தில் இருப்பார்கள் என்று தெரிவித்தது. இந்த வலிமையின் காரணமாக பிராமணர் அல்லாதார் தங்களது வேட்பாளர்களை வெற்றி பெறச் செய்ய முடியும் என்று கூறிய அந்தக் குழு, அவர்களுக்கெனத் தனித்தொகுதிகள் ஏற்படுத்துவது நடைமுறையில் பிராமணர்களைத் தனியான சாதி அடிப்படையிலான வாக்காளர்களாகப் பிரித்துவைத்துவிடும் என்று கருத்துத் தெரிவித்தது.[15]

பிராமணர் அல்லாதாருக்கு சமூக அடிப்படையில் பிரதிநிதித்துவம் என்ற கொள்கையைச் செயல்படுத்துவது முற்றிலும் நியாயமற்றதாக இருக்கும் என்ற கருத்தையும் சவுத்பரோ குழு முன்வைத்தது. இருந்தபோதிலும், வாக்குரிமைக் குழுவின் கருத்துகளை இந்திய அரசாங்கம் ஏற்கவில்லை. மதராஸ் மாகாணத்தில் முகமதியர்

அல்லாதாருக்கான பொதுத்தொகுதிகளில் குறைந்தது ஐம்பது சதவீதத்தை (61 இடங்களில் 30 இடங்களை) பிராமணர் அல்லாத சமூகங்களுக்கு ஒதுக்கவேண்டும் என்று இந்திய அரசாங்கம் கூறியது.

சவுத்பரோ தலைமையிலான வாக்குரிமைக் குழு அளித்த பரிந்துரைகள் தொடர்பாக மதராஸ் மாகாண அரசாங்கம் மிகக் கறாரான நிலைபாட்டை மேற்கொண்டது. இந்திய அரசாங்கத்துக்கு மதராஸ் அரசாங்கம் அனுப்பிய கடிதங்களில், மொத்த வாக்காளர் தளத்தை விரிவுபடுத்தினாலும்கூட, அது பஞ்சமர் சமூகங்களுக்கும் முகமதியர்களுக்கும் இந்திய கிறிஸ்தவர்களுக்கும் ஆங்கிலோ இந்தியர்களுக்கும் பெரிதாகப் பலனளிக்காது என்ற கருத்தைத் தெரிவித்தது. காலனி நிர்வாக அதிகாரிகளில் ஒரு பிரிவினர், வட்டார அடிப்படையிலான தொகுதி ஏற்பாடுகளால் பிராமணர்கள்தான் பயன் பெறுவார்கள் என்று பிராமணர் அல்லாத சாதி இந்துக்கள் கருதுகிறார்கள் என்று காலனிய அதிகாரிகள் சுட்டிக்காட்டினார்கள்.[16]

மதராஸ் மாகாணத்தில் செல்வாக்குடன் இருந்த இந்திய கிறிஸ்தவ சங்கம் (ஐசிஎஸ்), பிராமணர்களின் மேம்பட்ட கல்வித்தகுதி காரணமாகத் தேர்தல் பிரசாரங்களில் அவர்களுடைய கைதான் ஓங்கியிருக்கும் என்றும், அவர்களது அமைப்பு சார்ந்த திறன்கள் காரணமாக தங்களுடைய சொந்த சமூகத்துக்கு வெளியேயும் அவர்களால் தாக்கம் செலுத்த முடியும் என்றும் கருத்துத் தெரிவித்தது.[17]

ஐசிஎஸ் அமைப்பில் முக்கியமானவரும், மதராஸ் நிர்வாகக் குழு உறுப்பினருமான அலெக்ஸாண்டர் கார்டியூ, இந்திய அரசாங் கத்துக்கு அனுப்பிய கடிதத்தில், சாதியாகப் பிளவுபட்டுள்ள சமுதாயத்தில் ஜனநாயகத்தை நிலைநாட்டுவதில் உள்ள இடர்ப் பாடுகள் பற்றித் தெரிவித்தார். இந்திய சமுதாயத்தில் ஒருவரது இடம் அவரது முற்பிறவியின் சிறப்புகளாலும் சிறப்பின்மைகளாலும் தீர்மானிக்கப்படுகிறது என்று குறிப்பிட்டார். 'தற்போதைய பிறப்பில் ஒருவர் வகிக்கும் இடம் அவர் தனது முந்தைய பிறப்பில் செய்த செயல்களால் தீர்மானிக்கப்படுகிறது என்ற கோட்பாட்டுடன், சாதிய அமைப்பு நெருக்கமாகப் பிணைந்துள்ளது. அதன் விளைவாக, சமுதாயப் படிநிலைகளில் ஒவ்வொரு தனி மனிதரின் இடமும் மாற்றவியலாததாக ஒரே மாதிரியாக வைக்கப்பட்டிருக்கிறது' என்று கூறினார்.

இவ்வாறாக, பிராமணனாகப் பிறந்த ஒரு மனிதன் பிராமணனன்றி வேறு யாராகவும் இருக்க முடியாது, அதேபோல் பறையராகப் பிறந்த ஒரு மனிதன் பறையர் அன்றி வேறு யாராகவும் இருக்க

முடியாது. இப்படிப்பட்ட கட்டமைப்பில் வாய்ப்புகளில் சமத்துவம் என்பது சாத்தியமற்றதாகிறது, அதை இந்திய மக்கள் அங்கீகரிக்கவு மில்லை விரும்பவுமில்லை என்று குறிப்பிட்டார்.[18]

மேலும், இந்தியாவில் பிரிட்டிஷ் அரசு கடைப்பிடித்த நடுநிலைக் கொள்கையும், ஒரு பக்கச் சார்பின்மைக் கொள்கையும் பிராமணர் களுக்கு சமுதாயத்திலும் அரசியலிலும் இருந்த ஆதிக்கத்தை வலுப்படுத்தியுள்ளன என்ற வாதம் முன்வைக்கப்பட்டது. சமூக மரியாதை, அரசியல் அதிகாரம் இவற்றில் பெரும் ஏற்றத்தாழ்வுகள் உள்ள சமுதாயத்தில் நவீன ஜனநாயக அமைப்புகளையும் நடை முறைகளையும் கொண்டுவருவது, தாழ்த்தப்பட்ட சமூகங்களைப் பல மடங்கு ஒடுக்குமுறைகளுக்கு உள்ளாக்கிவிடும் என்று காலனி நிர்வாகத்தில் இருந்த சீர்திருத்த எண்ணம் கொண்ட அதிகாரிகள் கூறினார்கள்.[19]

பிராமணர் அல்லாத அரசியல் தலைவர்கள் முன்வைத்த கோரிக்கை களிலும் இந்தக் கருத்துகள் எதிரொலித்தன. சடங்கு முறைகளில் பிராமணர்களுக்கு உள்ள மேல் நிலை காரணமாக, ஜனநாயகப் பிரதிநிதித்துவத்துக்கான எந்தவகையான ஏற்பாடும் எப்போதும் அவர்களுக்குத்தான் சாதகமாக முடியும் என்று இந்திய அரசாங்கம், மதராஸ் மாகாண நிர்வாகம் இரண்டுமேகூட ஒப்புக்கொண்டன. இதில் ஒரு இறுதி முடிவு எடுக்கப்படாமலே இருந்தது. கடைசியில் 1919ல், இந்தியாவின் எதிர்கால அரசமைப்பு சாசன சீர்திருத்தங்கள் தொடர்பாகப் பரிந்துரைப்பதற்காக லண்டனில் நாடாளுமன்றக் குழு ஒன்று அமைக்கப்பட்டது.

லண்டனில் கே.வி. ரெட்டி நாயுடு அளித்த மனுவில், சமூக அடிப்படையிலான பிரதிநிதித்துவம் தேவை என்ற பிராமணர் அல்லாதார் கோரிக்கைக்கு ஆதரவான கருத்துகள் முன்வைக்கப் பட்டன.[20] பிராமணர் அல்லாத சான்றோர்கள் முன்வைத்த சமூக அடிப்படையிலான பிரதிநிதித்துவத்துக்கு ஆதரவான வாதங்களை காலனி நிர்வாக அதிகாரிகள் ஏற்றுக்கொண்டனர். அதைத் தொடர்ந்து 1919ம் ஆண்டின் இந்திய அரசுச் சட்டத்தில், பிராமணர் அல்லாத சமூகங்களுக்கு மதராஸ் மாகாண சட்டசபையில் இடங்கள் ஒதுக்கப் பட்டன; எத்தனை இடங்கள் ஒதுக்கப்படவேண்டும் என்பது, போட்டியில் நின்ற கட்சிகளின் முடிவுக்கு விடப்பட்டது.

இது தொடர்பாக பிராமணர் – பிராமணர் அல்லாதார் இடையே நடைபெற்ற பேச்சுவார்த்தைகள் பலனளிக்கவில்லை. மக்கள் தொகையைப் பொறுத்தவரையில் தாங்கள்தான் பெரும்பான்மையாக இருந்தபோதிலும், பிராமணர்களின் மித மிஞ்சிய செல்வாக்குத்

தங்களது அரசியல் உரிமைகளைச் செயல்படுத்த முடியாமல் தடுக்கிறது என்று பிராமணர் அல்லாதார் தலைவர் வலியுறுத்திச் சொன்னார்கள்.[21]

இதனிடையே, மதராஸ் கவர்னர் லார்ட் வில்லிங்டன், சட்டசபையில் பிராமணர் அல்லாதாருக்கு 50 சதவீத இடங்களை ஒதுக்குவதற்குத் தனது ஒப்புதலை அளித்தார். தென் இந்திய சுதந்தர சங்கம் அரசாங்கத்தின் இந்த முடிவுக்கு உடனடியாகத் தனது எதிர்ப்பைப் பதிவு செய்தது. அரசாங்கத்தின் ஆணையை ஏற்க மறுத்த இந்தச் சங்கம், பிராமணர் அல்லாதாருக்கு 75 சதவீத இடங்கள் ஒதுக்கப்பட வேண்டும் என்று கோரியது.

ஒதுக்கப்பட வேண்டிய இடங்கள் தொடர்பாகக் குழப்பங்களை ஏற்படுத்துவதாக பிராமணர் குழுக்கள், பிராமணர் அல்லாதார் குழுக்கள் இரண்டுமே ஒன்றையொன்று குற்றம் சாட்டின. பிரதிநிதித்துவம் தொடர்பான விசயங்களில் பிராமணர்கள் நியாயமற்ற வாய்ப்புகளை அனுபவித்துக்கொண்டிருக்கும் வரையில் பிராமணர் அல்லாதாரால் போதிய பிரதிநிதித்துவத்தைப் பெற இயலாது என்று கே.வி. ரெட்டி நாயுடு வாதிட்டார்.[22]

பிரதிநிதித்துவம் தொடர்பான வாக்குவாதங்கள் கடுமையான கட்டத்தை அடைந்தபோது, மதராஸ் காலனி நிர்வாகம் இதில் காட்டிய தயக்கம் பெரும் சிக்கல்களுக்கு இட்டுச்சென்றது. கவர்னர் வில்லிங்டன் தெரிவித்த கருத்துகள், நிர்வாகத்தின் முடிவெடுக்க முடியாத நிலையைப் பிரதிபலித்தன. பிரதிநிதித்துவம் குறித்த அவருடைய கருத்துகள் பிராமணர் அல்லாதார் தலைவர்களின் கடும் கோபத்துக்கு உள்ளாகின. தங்களுடைய பத்திரிகைகளில் அவர்கள் பிராமணர்களின் விருப்பப்படி கவர்னர் செயல்படுவதாகக் குற்றம்சாட்டினர்.[23]

இந்த சர்ச்சைக்கிடையே, மதராஸ் அரசாங்கம் கேட்டுக்கொண்டதற் கிணங்க, பிரதிநிதித்துவம் தொடர்பான சிக்கலுக்குத் தீர்வு காண்பதற்காக என இந்திய அரசால் லார்ட் மெஸ்டன் நியமிக்கப் பட்டார். சட்டசபையில் இட ஒதுக்கீடு தொடர்பாக பிராமணர், பிராமணர் அல்லாதார் இரு தரப்பினரின் கருத்துகளையும் மெஸ்டன் கேட்டார். சட்டசபைக்கு வரக்கூடிய பிராமணர் உறுப்பினர்களின் எண்ணிக்கைக்கு வரம்பு நிர்ணயிக்கவேண்டும் என்று பிராமணர் அல்லாதார் முன்வைத்த கோரிக்கையை ஏற்க மறுத்தார். ஒவ்வொரு வட்டாரத்திலும் பிராமணர் அல்லாதாருக்கான இடங்களை ஒதுக்கலாம் என சி.பி. ராமசாமி ஐயங்கார் போன்ற பிராமணப் பத்திரிகையாளர்கள் தெரிவித்த கருத்துகளை ஆய்வுக்கு

எடுத்துக்கொண்டார். ‘பிராமணர் கொடுங்கோன்மை’ என்பதாக பிராமணர் அல்லாதார் முன்வைத்த குற்றச்சாட்டுகளைத் தள்ளுபடி செய்தார்.[24]

1919, 1920 ஆகிய ஆண்டுகளில் நடைபெற்ற தேர்தல்களின் முடிவுகள் மெஸ்டனின் தீர்ப்பில் பெருமளவுக்குத் தாக்கம் செலுத்தின. 1919ல் மதராஸ் சட்டசபைக்கும், 1920ல் மதராஸ் மாநகராட்சிக்கும் நடந்த தேர்தல்களில் பிராமணர் அல்லாத வேட்பாளர்கள் அதிக எண்ணிக்கையில் வெற்றி பெற்றார்கள். வாக்காளர்கள் தங்களது சாதிப் பின்னணிகளைக் கடந்து வாக்குப்பதிவு செய்திருந்தார்கள். பிராமணர் அல்லாதார் அவர்களுக்கென சிறப்பு ஏற்பாடுகள் இல்லாமலே நல்ல முறையில் பலனடைந்திருக்கிறார்கள் என்று மெஸ்டன் தனது தீர்ப்பில் கூறினார்.[25]

மெஸ்டன் தீர்ப்பில், பிராமணர் அல்லாதாருக்கு 24 இடங்களை ஒதுக்கினார். இதற்கு அவர்களிடையேயிருந்து எதிர்ப்புக் கிளம்பியது. நீதிக் கட்சியின் முக்கியப் பொறுப்புகளில் இருந்த தலைவர்கள் இந்தத் தீர்ப்பைக் கடுமையாக விமர்சித்தனர். பிராமணர் அல்லாத சமூகங்களின் வாக்காளர்கள் தேர்தலில் பிராமணர் அல்லாத வேட்பாளர்களை மட்டுமே தேர்ந்தெடுக்கவேண்டும் என்று கேட்டுக்கொள்ளும் அறிக்கைகளை வெளியிட்டனர்.[26]

சமூக அடிப்படையிலான பிரதிநிதித்துவம் பயனுள்ளதாக இருக்காது என்று அவர் கூறியதைத் தொடர்ந்து, பிராமணர் அல்லாதாரின் பத்திரிகைகள் மிகக் கறாரான நிலைபாட்டை மேற்கொண்டன.[27] பொதுக்கூட்டங்கள் நடத்தி, தீர்ப்பை எதிர்த்துத் தீர்மானங்கள் நிறைவேற்றுவது என்று இந்தத் தலைவர்கள் முடிவு செய்தார்கள். பல்வேறு சங்கங்கள் இதில் இணைந்துகொண்டு, பிராமணர்களின் செல்வாக்குக்குப் பணிந்து மெஸ்டன் தீர்ப்பளித்திருக்கிறார் என்று கண்டனம் தெரிவிக்கும் தீர்மானங்களை நிறைவேற்றினார்கள்.[28]

இவர்கள் முன்வைத்த வாதங்கள் மதராஸ் மாகாணத்தில் நிலவிய சிறுபான்மைப் பிரச்னையின் தனித்தன்மையைப் பிரதிபலித்தன. பிராமணர் அல்லாதார் தலைவர்கள் தங்களுடைய வாதத்துக்கு வலுச்சேர்ப்பதற்காக, பெரும்பான்மை நிலையையும் சிறுபான்மை நிலையையும் இணைத்துக்காட்ட முயன்றனர். அதாவது, மக்கள் தொகை எண்ணிக்கையில் பெரும்பான்மை, ஆனால் அரசியலில் பின்னடைந்த நிலை காரணமாக சிறுபான்மை என்று கூறினர். சாதி அடிப்படையிலான பிரதிநிதித்துவம் தேவை என்று அவர்கள் முன்வைத்த கருத்துகள் அவர்களுக்கும் பிராமணர்களுக்கும் இடையே கசப்புணர்வுகளை ஏற்படுத்தின. ஒரு சமரச ஏற்பாட்டுக்கு

முயற்சி செய்த அரசாங்கம், பல்வேறு சமூகங்கள் கொண்ட தொகுதிகளில் இட ஒதுக்கீடு என்ற கொள்கைக்கு ஆதரவாக முடிவெடுத்தது.

அரசாங்கம் மேற்கொண்ட நிலைப்பாடு, சமூக அடிப்படையிலான தொகுதிகளை வலியுறுத்திய பிராமணர் அல்லாதார் கோரிக்கைக்கும், சுதந்தரமான பொதுத்தொகுதிகளை வலியுறுத்திய பிராமணர்களின் கோரிக்கைக்கும் இடைப்பட்ட ஒரு ஏற்பாடாக அமைந்தது. சாதி அடிப்படையிலான பிரதிநிதித்துவ ஏற்பாடு தங்களை உட்படுத்த வில்லை என்பதால் பிராமணர்கள் மகிழ்ச்சியடைந்தார்கள். பிராமணர் அல்லாதாரைப் பொறுத்தவரையில், அரசாங்கத்தின் நிலைபாட்டில் மாறுபாடு இருந்தபோதிலும், பிரதிநிதித்துவத்தில் ஒரு பாதுகாப்பான ஏற்பாடு தேவை என்ற அவர்களது கோரிக்கைக்கு ஒரு சட்டப்பூர்வ அங்கீகாரம் கிடைத்தது ஒரு முக்கிய வெற்றியாக அமைந்தது.

இருபதாம் நூற்றாண்டு மதராஸ்: நீதிக்கட்சி அமைச்சரவை, பிராமணர் அல்லாதார் அரசியல், 'பஞ்சமர் அடையாளம்'

மதராஸ் மாகாணத்தில் தேர்தல் சீர்திருத்தங்களுடன் முதல் வாக்குப்பதிவு 1920 நவம்பரில் நடைபெற்றது. நீதிக்கட்சி அந்தத் தேர்தலில் ஒரு தீர்மானகரமான அரசியல் திட்டத்துடன் பங்கேற்றது. காங்கிரஸ் கட்சி தனது வேட்பாளர்களை நிறுத்துவதில்லை என்று முடிவு செய்தது. இதனால் நீதிக்கட்சியின் வேலை எளிதாகியது. ஆனால், காங்கிரஸ் உறுப்பினர்கள் பலர் கட்சியின் முடிவை மீறி, கட்சி அங்கீகரிக்காவிட்டாலும், தேர்தலில் போட்டியிட்டனர். சுயேச்சை வேட்பாளர்களாகப் போட்டியிட்ட அவர்களில் சிலர் சட்டசபைக்குத் தேர்ந்தெடுக்கப்பட்டனர். நீதிக்கட்சி சிக்கலில்லாத வெற்றியைப் பெற்று, தேர்ந்தெடுக்கப்பட்ட உறுப்பினர்கள் 98 பேர் கொண்ட சபையில் 63 இடங்களைப் பிடித்தது.[29]

நீதிக்கட்சியின் வெற்றிக்கு முக்கியக் காரணம் அதன் தலைவர்கள் பிராமணர் அல்லாதாரின் சுயமரியாதை உணர்வுகளைப் பயன் படுத்திக்கொள்ள மேற்கொண்ட முயற்சிகளாகும். தேசியம், காலனி ஆட்சியிலிருந்து சுதந்தரம் ஆகியவற்றை மட்டுமே மதராஸ் மாகாணத்தின் அரசியல் பிரச்னைகள் அல்ல என்ற எண்ணத்தை ஏற்படுத்துவதில் அவர்கள் வெற்றிபெற்றார்கள். வர்ண–சாதிய படிநிலை அமைப்பின் சமூகத் தாக்கங்களையும் அரசியல் தாக்கங் களையும் ஒரு புதிய தொலைநோக்குடன் ஆராயவேண்டும் என்றும் வலியுறுத்தினர். பிராமணர் அல்லாத உயர்சாதியினருக்கும் 'தீண்டத்தகாதார்' என்பதாகக் கூறப்பட்ட மக்களுக்கும் இடையே யான ஒத்துழைப்பு, புரிதல் அடிப்படையில் பிராமணர் அல்லாதாரின்

தளம் ஒன்றைக் கட்டுவதிலும் அந்தத் தலைவர்கள் வெற்றிபெற்றனர். அந்தத் தளம் பிராமணர் அல்லாதார் அரசியல் முழக்கங்களை ஏற்றது. மேலும், தாக்குப்பிடித்து நிலைத்திருப்பதற்கான வேட்கையிலிருந்து எழுந்த நிர்பந்தங்களையும் ஈடுசெய்தது.

1920 டிசம்பரில் ஏ. சுப்பராயலு ரெட்டியார், ராமராயனிங்கர், கே.வி. ரெட்டி நாயுடு மூவரும் கவர்னர் வில்லிங்டன் ஆலோசனைப்படி அமைச்சர் பதவிகளை ஏற்றனர். பிராமணர் அல்லாதவர்கள் அமைச்சர்களாக நியமிக்கப்பட்டது குறித்து பிராமணர் ஆதரவு ஏடுகள் பெரிய அளவில் எதிர்வினையாற்றின. அத்தகைய விமர்சனங்களைப் பொருட்படுத்தாமல் வில்லிங்டன் அந்த மூவரையும் அமைச்சர் பொறுப்பில் தொடர்ந்து செயல்படச் செய்தார்.[30]

சட்டசபைக் கூட்டங்களில் பிராமணர் அல்லாதார் பிரதிநிதிகள் ஒரே அரசியல் குழுவாகச் செயல்பட கவர்னர் வற்புறுத்தினார். வெவ்வேறு பிராமணர் அல்லாத சமூகங்களை ஒன்றுபடுத்தும் நோக்கத்துடன் மேற்கொள்ளப்பட்ட இத்தகைய முயற்சிகளுக்கு, உள்ளாட்சி அமைச்சராக இருந்த பனகல் ராஜா எடுத்த முடிவுகள் உந்துசக்தியாக அமைந்தன. உள்ளாட்சி நிர்வாகங்களுக்கு உரியவர்களை நியமிப்பதில் தனக்கு இருந்த அதிகாரத்தை முழுமையாகப் பயன்படுத்திக்கொண்டார். தனது ஆதரவாளர்களுக்கு தொழில் உரிமங்கள், அரசுப்பணிகளுக்கான ஒப்பந்தங்கள் என்று தாராளமான சலுகைகளை அளித்தார்.[31]

நீதிக்கட்சி தனது அரசியல் அதிகாரத்தைத் தக்கவைத்துக்கொள்ளும் முயற்சியில், ஆட்சி நிர்வாகத்தில் இருந்த முதல் காலகட்டத்தில், பொதுக்கருத்துக்கு ஆதரவானவர்களின் துணையோடு, இந்து சமய அறநிலையச் சட்டம் நிறைவேறச் செய்தது. பாரம்பரியமாக அங்கீகரிக்கப்படாத சாதிக் கலப்புத் திருமணங்களையும் இதர திருமணங்களையும் அங்கீகரிப்பதற்கான சமூகத் திருமணங்கள் சட்டம் நிறைவேறுவதற்கும் நீதிக்கட்சி அமைச்சரவை ஆதரவாக இருந்தது. அரசாங்க வேலைகளில் அனைத்து சமூகங்களும் இடம் பெறச் செய்வதற்கான வகுப்புவாரி அரசாணையையும் நீதிக்கட்சி அமைச்சரவை பிறப்பித்தது.[32] 'தீண்டத்தகாத' சமூகங்களும் பிற்படுத்தப்பட்ட சமூகங்களும், சிறுமைப்படுத்தும் உள்ளர்த்தம் கொண்ட சமூகப் பெயர்களை மாற்றிக்கொள்வதற்கும் அமைச்சரவை ஆதரவளித்தது.[33]

எனினும், பிராமணர் அல்லாதார் தலைவர்களில் ஒரு பகுதியினரிடையே அரசியல் உறுதி இல்லாதது, நீதிக்கட்சி அரசின் லட்சியங்களுக்கு முட்டுக்கட்டையானது. பொதுக்கருத்து

ஆதரவாளர்களும், முற்போக்கான புதிய நடவடிக்கைகளைச் செயல்படுத்துவதற்கு ஆதரவாக இல்லை. தொடக்கக்கல்வி, பொது வசதிகள் மேம்பாடு, உள்ளாட்சி அமைப்புகளில் 'தீண்டத்தகாதோர்' பிரதிநிதித்துவம் உள்ளிட்ட நீதிக்கட்சி அமைச்சரவையின் கொள்கைகள், பிராமணர் அல்லாதார் மக்கள்தொகையில் கணிசமானவர்களான ஒதுக்கப்பட்ட சமூகங்களின் எதிர்பார்ப்புகளை ஈடுகட்டப்போதுமானதாக இல்லை. நீதிக்கட்சியின் மேல்தட்டு பிராமணர் அல்லாதார் தலைவர்கள் ஒதுக்கப்பட்ட மக்களுடைய கோரிக்கைகளைப் புரிந்துகொள்ளத் தவறினார்கள். அதனால் பிராமணர் அல்லாதார் ஒருமைப்பாட்டைக் கட்டுவதில் தோல்வியடைந்தார்கள்.[34]

'தீண்டத்தகாத' சமூகங்களின் நலன்களுக்கு உதவுவதாகப் பொது அமைப்புகள் செயல்படவில்லை என்று எம்.சி. ராஜா உள்ளிட்ட தலைவர்கள் விமர்சித்தார்கள். உள்ளாட்சி அமைப்புகளின் தலைவர்கள் பெரும்பாலும் சாதி இந்துக்கள்தான், அவர்கள் ஒதுக்கப்பட்ட சமூகங்களின் கோரிக்கைகளைப் புறக்கணித்தார்கள் என்று எம்.சி. ராஜா கூறினார். இப்படிப்பட்ட விமர்சனங்களில் உண்மை இருந்தது. ஏனெனில், நீதிக்கட்சியில் இருந்த பொதுக்கருத்துவாதிகள் அரசாங்க நடவடிக்கைகள் மூலம் முற்போக்கான மாற்றங்களைக் கொண்டுவருவதற்கு ஆதரவாக இல்லை.

உள்ளூரளவிலான கொள்கைகளை உருவாக்கக்கூடிய, பொது மக்களின் கருத்தை வார்க்கக்கூடிய உள்ளாட்சி அமைப்புகள் சமூக மாற்றங்களுக்கான வினையூக்கிகளாகச் செயல்பட முடியும் என்று கருதினார்கள். சாதிப்பாகுபாடுகளை ஒழிப்பதற்கும், உள்ளூர் சமூகத்துக்குள் 'தீண்டத்தகாதோர்' எனப்பட்ட பிரிவுகளைக் கொண்டு வருவதற்குமான முன்முயற்சிகள், வட்டார மக்களிடையே பொதுக் கருத்துகளை உருவாக்குவதன் மூலம் அவர்களிடமிருந்தே முளைக்க வேண்டும் என்று வாதிட்டார்கள்.

1920களின் தொடக்கத்தில், பெரும்பாலும் மேல் சாதிகளிலிருந்தே வந்தவர்களான நீதிக்கட்சித் தலைவர்களால் மாறுபட்ட நிலைமைகளும் எதிர்பார்ப்புகளும் கொண்டிருந்த வெவ்வேறு பிராமணர் அல்லாதார் சமூகங்களுக்கிடையே நிலவிய இடைவெளிகளை நிரப்ப முடியவில்லை. நீதிக்கட்சியின் செல்வாக்கு மிக்க பிராமணர் அல்லாதார் தலைவர்களின் வலுவான சாதியப் பாகுபாடுகள் காரணமாக, அக்கட்சியின் வாக்காளர் ஆதரவுத்தளம் சரிவடைந்தது.[35]

'தீண்டத்தகாதவர்கள்' அல்லது 'ஒதுக்கப்பட்டவர்கள்' என்பதாகக் கூறப்பட்ட சமூகங்களுக்கு நீதிக்கட்சியின் கொள்கைகளில் ஏற்பட்ட முரண்பாடுகள், பிராமணர் அல்லாதார் கூட்டில் பிளவை

ஏற்படுத்தியது. அதைத் தொடர்ந்து, பிராமணர் அல்லாத சமூகங்களின் ஒருங்கிணைப்பை ஏற்படுத்துவதால் தங்களுக்கு எவ்வித பலனும் கிடைக்கப்போவதில்லை என்ற எண்ணம் சமூகமாகவும் பொருளாதார அடிப்படையிலும் ஒதுக்கப்பட்ட மக்களுக்கு ஏற்பட்டது.[36]

அடையாள அரசியல்

ஒதுக்கப்பட்ட மக்களில் பெரிய, படித்த பிரிவினராகிய பறையர் சமூகத்தைச் சேர்ந்த தலைவர்கள், பத்தொன்பதாம் நூற்றாண்டின் இறுதிக்கட்டத்தில் தமிழ்நாட்டில், ஒடுக்கப்பட்ட அல்லது 'பஞ்சமர்' சமூகங்கள் அனைத்துக்கும் ஆதி திராவிடர் என்ற அடையாளத்தைப் பரப்பினார்கள்.[37] 1910ம் ஆண்டுகளில் நீதிக்கட்சி உருவானது, இந்த அடையாளத்துக்குப் புதிய உந்துவிசையாக அமைந்தது. ஆயினும் செல்வாக்கு மிக்க சில பிராமணர் அல்லாத தலைவர்களது அக்கறையற்ற அணுகுமுறை சில நேரங்களில் சாதிப் பதற்றங்களுக்கு இட்டுச்சென்றது.

பனகல் ராஜா தலைமையிலான பொதுக்கருத்துவாதிகள் இந்தச் சமூகங்களின் சிக்கல்களுக்குத் தீர்வு காண்பதில் அக்கறை காட்ட வில்லை. இது, குறிப்பாக உள்ளாட்சி அமைப்புகளில் முடிவெடுக்கிற இடங்களில் இந்தச் சமூகங்கள் செல்வாக்கு செலுத்தக்கூடிய வாய்ப்பு களை மறுப்பதாக இருந்தது. இந்தப் பின்னணியில்தான், ஒதுக்கப்பட்ட சமூகங்களைச் சேர்ந்த தலைவர்களில் ஒரு பகுதியினர், பிராமணர் அல்லாத சமூகங்களின் ஒன்றுபட்ட அணி என்ற நீதிக்கட்சியின் முழக்கத்தில் தங்களது நம்பிக்கையின்மையை வெளிப் படுத்தினார்கள்.[38]

இவ்வாறாக, பிராமணர் அல்லாதார் – ஆதி திராவிடர் கூட்டமைப்பை உருவாக்குவது நீதிக்கட்சித் தலைமைக்குக் கடினமான செயலாக மாறியது. பிராமணர் அல்லாத சமூகங்களின் ஒரு விரிவான கூட்டமைப்பைக் கட்டுவதற்கு ஆதி திராவிடர் மக்களைத் திரட்டுவதில் டி.எம். நாயர் போன்ற பிராமணர் அல்லாதார் தலைவர்கள் பெரும் சிக்கல்களை எதிர்கொண்டனர்.[39] பிராமணர் களால் முன்வைக்கப்பட்ட 'ஹோம் ரூல்', பிராமணர் அல்லாதாரால் முன்வைக்கப்பட்ட 'ஹோம் ரூல்' இரண்டுமே பல நூற்றாண்டு களாகத் தீண்டத்தகாதவர்கள் என்று ஒதுக்கப்பட்ட சமூகங்களின் நிலைமைகளில் மாற்றத்தைக் கொண்டுவரப் போவதில்லை என்ற கருத்தை ஆதி திராவிடர் தலைவர்கள் பலரும் வெளியிட்டனர்.[40]

இத்தகைய கருத்து வேறுபாடுகள் இருந்தபோதிலும், மதராஸ் ஆதிதிராவிடர்ஆதி திராவிடர் ஜனசபா அமைப்பைச் சேர்ந்த மக்களில்

பெரும்பகுதியினர் நீதிக்கட்சியின் கோட்பாடுகளையும் அரசியல் முயற்சிகளையும் ஆதரித்தனர். அதேவேளையில், காங்கிரஸ் கட்சியாலும் நீதிக்கட்சியாலும் பிரதிநிதித்துவப்படுத்தப்பட்ட விரிவான, மையமான அரசியல் இயக்கங்களோடு தங்களை அடையாளப்படுத்திக்கொள்ளவும் தாங்கள் தயாராக இல்லை என்பதை ஆதி திராவிடர்கள் தெளிவுபடுத்தினார்கள். *1917* அக்டோபரில் நீதிக்கட்சிக்கு ஒரு வேண்டுகோள் விடுத்த ஆதி திராவிடர் தலைவர்கள், சமூக சீர்திருத்தங்களை ஆதரிக்கவும் தங்களைச் சொந்தச் சகோதரர்களாக நடத்தவும் கேட்டுக்கொண்டார்கள்.[41]

மதராஸ் மாகாண சங்கம் (எம்பிஏ) அமைப்பைச் சேர்ந்த பிராமணர் அல்லாத காங்கிரஸ் தலைவர்களுக்கும் வேண்டுகோள் விடுத்த அவர்கள், சமூக நிலையிலும் மரியாதையிலும் சம மதிப்பு அளிக்க வேண்டிய தேவையை வலியுறுத்தினார்கள். இந்த வேண்டுகோள்களில் எம்பிஏ தலைவர்கள் அக்கறை காட்டவில்லை. இதனால் அவர்களுக்கும் ஆதி திராவிடர் தலைவர்களுக்கும் இடையேயான முரண்பாடுகள் சரிப்படுத்த முடியாதவையாகத் தொடர்ந்தன.[42]

1918 வாக்கில், ஆதி திராவிடர் – நீதிக்கட்சி இடையேயும் முரண்பாடுகள் முளைவிட்டன. ஆதி திராவிடர் மகாஜன சபா தலைவர்களுக்கு ஹோம் ரூல் இயக்கம் குறித்த மாறுபட்ட கருத்துகள் இருந்தன என்றபோதிலும், அவர்கள் நீதிக்கட்சியிடமிருந்து தள்ளியே இருந்தனர். ஆதி திராவிடர் வாக்காளர்களுக்குத் தனியான தொகுதிகள் தேவை என்ற கோரிக்கையை எழுப்ப மகாஜன சபா எடுத்த முயற்சிகள் காரணமாக, பிராமணர் அல்லாதார் அனைவரும் அடங்கிய அடையாளத்தைக் கட்டமைப்பதற்கு மாறாக, தனி அரசியல் அடையாளத்தைப் பாதுகாத்துக்கொள்கிற முனைப்புதான் ஏற்பட்டது.[43]

ஆக, ஆதி திராவிடர்கள் அரசியலில் தங்களுக்கென ஒரு சுயேச்சையான தளத்தை ஏற்படுத்திக்கொள்வதில்தான் முனைப்புக் காட்டினார்கள் என்பது தெளிவாகப் புலப்படுகிறது. தங்களை 'திராவிடர்கள்' என்று குறிப்பிடாமல் 'ஆதி திராவிடர்கள்' என்று குறிப்பிட்டது, தங்களுக்கெனத் தனியான அரசியல் – சமூக அடையாளத்தை உருவாக்கிக்கொள்ளவேண்டும் என்ற அவர்களது விருப்பத்தைப் பிரதிபலித்தது. நீதிக்கட்சியுடன் உடன்பாட்டை ஏற்படுத்திக்கொள்ள விரும்பினார்கள் என்றாலும்கூட, தங்களுடைய நலன்கள் பிராமணர் அல்லாத இதர பிரிவினர்களின் நலன்களைப் போன்றதல்ல என்று ஆதி திராவிடர் தலைவர்கள் சுட்டிக் காட்டினார்கள்.

மதராஸ் ஆதிதிராவிடர் மகாஜன சபாவினர் இதை விடவும் தனித்துவமான அரசியல் அடையாளத்தை ஏற்படுத்திக்கொள்ள முயன்றார்கள். எம்.சி. ராஜா உள்ளிட்ட தலைவர்கள், தீண்டத்த காதவர்களாக ஒதுக்கப்பட்ட சமூகங்களின் தனி அடையாளத்தைத் தக்கவைத்துக்கொள்வதற்காக, பிராமணியத்துக்கு எதிரான வாதத்துக்கு உள்ளேயே, பஞ்சமர் வரலாற்றைப் புதிதாகக் கட்டமைக்க வேண்டிய தேவை இருப்பதாகக் கருதினார்கள்.[44]

கடந்தகால வரலாற்றைப் பதிப்பித்தல்: பஞ்சமர் அடையாளத்தைப் புதுப்பித்தல்

1910ம் ஆண்டுகளின் பிற்பகுதியில் பஞ்சமர் மக்களின் கடந்த காலத்தைக் கண்டுபிடிக்கும் நோக்கத்துடன் வரலாற்றைப் பதிவு செய்வதற்காக மேற்கொள்ளப்பட்ட புதிய முயற்சிகளால் பிராமணியம், பிராமணர் எதிர்ப்பியம் இரண்டையும் குறித்த வலுவான விமர்சனங்கள் முன்னுக்கு வந்தன. சமூகப் படிநிலைகள், தூய்மைப் பிறப்பு என்பவை குறித்த பிராமணிய கருத்தாக்கங்களைத் தாக்கிய பறையர் தலைவர்கள், பிராமணர் அல்லாத மேல் சாதிகளால் ஆதி திராவிடர்கள் அடிமைப்படுத்தப்பட்டதையும் வெளிச்சப் படுத்தினார்கள்.

1920ல் தொடங்கப்பட்ட 'ஆதி திராவிடன்' ஏடு, ஆதி திராவிடர் மக்களின் பொருளாதாரக் கோரிக்கைகளையும் அரசியல் கோரிக்கை களையும் முன்வைத்தது. 'சூத்திரன்' என்பதன் பொருள் குறித்த ஒரு புதிய விவாதத்தை முன்வைக்கிற கட்டுரைகளும் 'ஆதி திராவிடன்' தொடக்க இதழ்களில் வெளியாகின.

1920 ஏப்ரல் இதழில் 'நாம் சூத்திரர்களா' என்ற கட்டுரை வெளியானது. தன் பெயரைக் குறிப்பிடாத கட்டுரையாளர், வடக்கி லிருந்து ஊடுருவிய ஆரியர்கள், தங்களால் ஒடுக்கப்பட்ட இனங் களைக் குறிப்பிடுவதற்குப் பயன்படுத்திய பதம்தான் சூத்திரன் என்ற வாதத்தை முன்வைத்தார். ஆனால், இந்தப் பதம் தமிழர்களுக்குப் பொருந்தாது; ஏனெனில் அவர்கள் ஒருபோதும் ஆரியர்களால் முறியடிக்கப்பட்டதில்லை என்று வாதிட்டிருக்கிறார். தென் இந்தியாவின் தொன்மைக்குடிகள் ஆதி திராவிடர்கள்தான், தமிழகத்தை ஆண்ட பிரிவுகளோடு நெருக்கமாகத் தொடர்புகொண்டிருந்த காரணத்தால், உயர்வான சமூக நிலையை அனுபவித்தவர்கள் ஆதி திராவிடர்கள் என்று நிறுவுவதற்கான முயற்சியும் நடந்தது.[45]

தீண்டத்தகாதவர்கள் என ஒதுக்கப்பட்ட சமூகங்களுக்கு சமயம் சார்ந்த மாண்புகளைப் பதியவைக்கவும் ஆதி திராவிடர் தலைவர்கள்

முயன்றனர். திருவள்ளுவர், நந்தனார் போன்ற திருத்தொண்டர்களின் ஆன்மிக மேன்மைகள் குறித்த கட்டுரைகளும் 'ஆதி திராவிடன்' இதழ்களில் அடிக்கடி இடம்பெற்றன. அதன் மூலம், சமுதாய உயர்நிலை என்பது பிறப்பால் தீர்மானிக்கப்படுவதல்ல, தனி மனிதர்களின் தகுதிகளாலும் செயல்களாலும்தான் தீர்மானிக்கப்படுகின்றன என்ற சிந்தனையை நிலைநாட்ட அந்தக் கட்டுரைகள் முயன்றன.[46]

தென் இந்தியாவில் ஆரியர் ஆளுமை மேலோங்கியது என்ற பிராமணியக் கருத்தாக்கத்தைத் தகர்க்கவும் ஆதி திராவிட அறிஞர்கள் முயன்றனர். ஆரியர் வருகைக்கு முந்தைய திராவிட நாகரிகம், நாடோடிகளாகச் சுற்றி வந்த ஆரியர் நாகரிகத்தை விடப் பண்பாட்டு மேன்மை மிக்கது என்ற கருத்தை மையமாகக்கொண்டு அறிவுத் தளத்தில் இப்படிப்பட்ட வாதங்கள் முன்வைக்கப்பட்டன.[47]

கிராமப்புற வன்முறை நிகழ்வுகளைச் சாதிய அமைப்போடு தொடர்புபடுத்தவும் ஆதிதிராவிடர் தலைவர்கள் முயன்றனர். தென் மாவட்டங்களில் நடைபெற்ற சாதிய வன்முறைகளைத் தொடர்ந்து இந்தத் தலைவர்கள் ஆவேசத்தோடு எதிர்வினையாற்றினர். கிராமங்களில் அந்தத் தாக்குதல்களைத் தடுத்து நிறுத்த நீதிக்கட்சி அரசு தவறிவிட்டது என்று கடுமையாக விமர்சித்தனர்.[48] அந்த வன்முறைகள் ஆதிதிராவிடர் சீர்திருத்தவாதிகளுக்கும் சமூகத் தலைவர்களுக்கும் இடையேயும் விவாதங்களை ஏற்படுத்தியது.

சுவாமி சகஜானந்தா போன்ற சீர்திருத்தவாதிகள் தூய பழக்க வழக்கங்களையும் அற நெறிகளையும் வலியுறுத்தியபோது, சுவாமி அத்வைதானந்தா போன்றவர்கள் அது இந்து சமய சீர்திருத்தவாதம் என்றும், காந்தி பரப்பிய அந்த சீர்திருத்தவாதத்தால் தங்களுடைய சமூக மக்களுக்குப் பயனில்லை என்றும் வாதிட்டனர்.[49] அதேவேளையில் இரு தரப்பினருமே காங்கிரஸ் கட்சி, நீதிக்கட்சி இரண்டில் எதனோடு கூட்டு வைத்தாலும் தங்கள் சமூகத்துக்குப் பயன் விளையப் போவதில்லை என்று ஒருமனதாகக் கருதினார்கள் என்பதால், இந்த விவாதத்துக்கு அரசியல் முக்கியத்துவம் கிடைத்தது.

பிராமணர் அல்லாத அனைத்துப் பிரிவுகளின் ஒன்றுபட்ட அணி என்ற நீதிக்கட்சித் தலைவர்களின் கருத்தாக்கத்தையும் ஆதி திராவிடர் தலைவர்கள் கூர்மையாக விமர்சித்தார்கள். பிராமணர் அல்லாத இதர மேல் சாதிகளையும் ஒதுக்கப்பட்ட சமூகங்களையும் பிரித்துவைக்கிற மிகப்பெரிய இடைவெளி இருக்கிறது என்று கூறினார்கள்.[50]

இவ்வாறாக, ஆதி திராவிடர் தலைவர்களிலும் சிந்தனை யாளர்களிலும் ஒரு பிரிவினர் தங்களது தனித்துவமான சமூக அடையாளத்தை நிறுவுவதற்கு சாதி சார்ந்த பத்திரிகைகளைப் பயன்படுத்திக்கொண்டார்கள். பஞ்சமர் மக்களின் கடந்த காலத்தையும், தற்போதைய சமூகப் பொருளாதார நிலைமை களையும் சுற்றி நடைபெற்ற விவாதங்களைத் தொடர்ந்து, சாதிச் சங்கங்களை ஏற்படுத்துவதன் மூலமாக மட்டுமே தங்களது சமூகங்களின் முன்னேற்றத்தை நிலைநாட்ட முடியும் என்ற முடிவுக்கு அவர்கள் வந்தார்கள். அப்படியொரு சங்கத்தை ஏற்படுத்துவதால், அரசாங்கத்திடமிருந்து உரிமைகளையும் சலுகைகளையும் பெறுகிற வாய்ப்பு ஆதி திராவிடர் மக்களுக்குக் கிடைக்கும் என்ற எதிர்பார்ப்பு உருவானது.[51]

அதேவேளையில், பஞ்சமர் வரலாற்றை நிலைநாட்டுவதைச் சுற்றி உருவான அடையாள அரசியல், ஏராளமான முரண்பாடுகளையும் அரசியல் வட்டாரங்களில் ஏற்படுத்தியது. மோண்ட்ஃபோர்ட் சீர்திருத்த விதிகளின்படி, சட்டசபை உறுப்பினராக எம்.சி. ராஜாவை இணைப்பது என்று அரசாங்கம் எடுத்த முடிவுக்கு ஹோம் ரூல் இயக்கத்தைச் சேர்ந்தவர்களிடமிருந்து எதிர்ப்புக் கிளம்பியது. பிராமண வெறுப்பில் ஊறிப்போன ஒருவரை சட்டசபை உறுப்பினராக்குவதா என்று அரசாங்கத்தை அவர்கள் விமர்சித் தார்கள்.[52] எம்.சி. ராஜாவுக்கு மாறாக காங்கிரஸ் கட்சியைச் சேர்ந்த வி.யு. வாசுதேவ பிள்ளையை சட்டசபை உறுப்பினராக்கலாம் என்று பரிந்துரைத்தார்கள்.

தனியான ஆதிதிராவிடர் அடையாளம் ஒன்றை உருவாக்குவதற்கான முயற்சிகளை காங்கிரஸ் கட்சி தடுக்க முயன்றது. ஒதுக்கப்பட்ட மக்கள் சார்ந்த இரு போட்டிப் பிரிவுகளிடையே ஒரு மோதலை ஏற்படுத்த, பிராமணர்களின் ஆளுமையில் இருந்த காங்கிரஸ் கட்சி முயன்றது. 'ஆதி திராவிடர்' என்ற சொல்லாடலைப் பயன்படுத்துவது உட்பட, தனி அடையாளத்தை உருவாக்குவதற்கு ஒதுக்கப்பட்ட சமூகங்களைச் சேர்ந்த அனைவரும் ஆதரவாக இல்லை என்று நிறுவுவதற்கு காங்கிரஸ் தலைவர்கள் முயன்றார்கள்.[53]

அடையாளப் பெயரைச் சுற்றி எழுந்த இந்தக் கருத்து வேறுபாடுகள், ஒதுக்கப்பட்ட சமூகங்களின் தலைவர்களிடையே பிளவுகளை ஏற்படுத்தியது. எம்.சி. ராஜாவை எதிர்த்தவர்கள், 'ஆதி திராவிடர்' என்ற தனி அடையாளத்தை உருவாக்கும் முயற்சி ஒதுக்கப்பட்ட மக்களின் ஒரு பிரிவினரின் கருத்தைத்தான் பிரதிபலிக்கிறது என்று வாதிட்டார்கள்.[54] இப்படிப்பட்ட முயற்சிகள் ஒதுக்கப்பட்ட

சமூகங்களுக்கு சிறப்புச் சலுகைகளைப் பெற்றுத்தரலாமேயன்றி, சாதி இந்துக்களுக்குச் சமமான இடத்தை அளித்துவிடாது என்று கூறினார்கள்.

'நியூ இந்தியா' பத்திரிகையில் வெளியான ஒரு கட்டுரையில், ஒதுக்கப்பட்ட அனைத்து சமூகங்களுக்கும் 'ஆதி திராவிடர்' என்ற அடையாளத்தைச் சூட்டுகிற ராஜாவின் முயற்சி, காலனியாட்சி யார்களின் முன் அவர்களை மிகவும் தாழ்ந்த நிலையில் நிறுத்து வதற்கே இட்டுச்செல்லும் என்ற வாதத்தைக் கட்டுரையாளர் முன்வைத்தார்.[55]

1920களின் தொடக்க ஆண்டுகளில், ஆதி திராவிடர் அடையாளப் பிரச்னை மிகுந்த அரசியல் முக்கியத்துவத்தைப் பெற்றது. காங்கிரஸ் கட்சியோடு நெருக்கமாக இருந்த ஒதுக்கப்பட்ட சமூகங்களின் தலைவர்கள், ஆதி திராவிடர் என்ற தனி அரசியல் அடையாளத்தை உருவாக்குவது அப்பட்டமான இனவாதம் என்றும், அது ஏற்கத்தக்க தல்ல என்றும் கருதினர். இன்னொரு புறத்தில், ஆதி திராவிடர்கள் தங்களுக்கு என தனியான அரசியல் அடையாளத்தை முன்வைப்பதில் ஆர்வம் காட்டினாலும்கூட, பிராமணர் அல்லாதார் என்ற ஒற்றை அணியை உருவாக்குவதன் மூலம் பிராமணர் அல்லாத ஆதி திராவிடர் அரசியல் கூட்டுக்கு ஒரு முறையான வடிவம் தர வேண்டிய தேவை இருக்கிறது என்ற கருத்தை, பிராமணர் அல்லாத மேல் தட்டு அரசியல் சிந்தனையாளர்கள் வெளிப்படுத்தினார்கள்.[56]

ஆயினும், மதராஸ் ஆதி திராவிடர் மகாஜன சபையுடன் நெருங்கிய தொடர்பு கொண்டிருந்த ராஜா உள்ளிட்ட தலைவர்கள், அரசியல் வெற்றிக்குத் தனி அடையாளத்தைப் பேணுவது மிகவும் முக்கியம் என்று கருதினார்கள். பஞ்சமர் மக்கள் தங்களது தனி அடை யாளத்தைக் கைவிட முயல்வார்களானால் சிறப்புச் சலுகைகளையும், தேர்தல் சார்ந்த அமைப்புகளில் போதிய பிரதிநிதித்துவத்தையும் பெற இயலாமல் போய்விடும் என்று கருதினார்.

அதேவேளையில், பஞ்சமர்களுக்கும் பிராமணர் அல்லாத இதர பிரிவுகளைச் சேர்ந்தோருக்கும் இடையே வேறுபாடுகள் இருந்த போதிலும், அனைத்து மட்டங்களிலும் பரவியிருந்த பிராமணர் மேலாதிக்கத்தைத் தடுக்கவும், நியாயமான அரசியல் நிலையைப் பெறவும் பிராமணர் அல்லாதாரோடு தற்காலிகக் கூட்டு ஏற்படுத்திக் கொள்ளலாம் என்ற கருத்தையும் அவர் முன்வைத்தார்.

எனினும், 1920களின் முற்பகுதியில், ஆதி திராவிடர் அடையாளம் மேலோங்கியதைத் தொடர்ந்து பிராமணர் அல்லாதாருடனான

முரண்பாடுகள் மேலும் மேலும் முன்னுக்கு வந்தது. பல நேரங்களில், ஒதுக்கப்பட்ட சமூகங்களுக்கு ஒரு மரியாதையான, கவுரவமான இடமளிக்க பிராமணர் அல்லாத உயர் சாதியினர் மறுத்ததன் காரணமாக நீதிக்கட்சி தனிமைப்பட்டது. ஒதுக்கப்பட்ட சமூகங்களிடம் பிராமணர் அல்லாத உயர்சாதியினர் வெளிப்படுத்திய ஆதிக்க அணுகுமுறை, வரலாற்று முக்கியத்துவம் வாய்ந்த பிராமணர் அல்லாதார் அணியைக் கட்டுகிற வாய்ப்பை மங்கலாக்கியது.

சாதியும் வர்க்கமும்: பக்கிங்ஹாம் கர்னாடிக் மில் வேலைநிறுத்தம், பிராமணர் அல்லாதார் அரசியலில் ஏற்பட்ட முறிவு

1918ல் மதராஸ் தொழிலாளர் சங்கம் (மதராஸ் லேபர் யூனியன் – எம்எல்யூ) ஏற்படுத்தப்பட்டது. அது தென் இந்திய தொழிலாளர் இயக்க வரலாற்றில் ஒரு முக்கியமான வளர்ச்சி.[57] இந்திய அரசாங்கத்துக்கு மதராஸ் அரசாங்கம் 1920ல் அனுப்பிய கடிதங்களில் ஆலைகளின் நிர்வாகங்களுக்கும் தொழிலாளர்களுக்கும் இடையேயான மோதல்கள் அதிகரித்தது பற்றித் தெரிவிக்கப்பட்டிருந்தது. அதே ஆண்டின் முற்பகுதியில் மதராஸ் நகரில் பக்கிங்ஹாம் கர்னாடிக் மில் வளாகத்தில் தொழிலாளர்களின் வேலைநிறுத்தம் நடைபெற்றது. அதற்கு ஆதரவான வேலை நிறுத்தங்களின் அலை ஏற்படக்கூடும் என்று அஞ்சிய அரசாங்கம், நடுவர் மன்றம் ஒன்றை அமைத்தது.

ஆனால், தொழிலாளர் கோரிக்கைகளை ஏற்க மில் நிர்வாகம் மறுத்தது. வேலைக்குத் திரும்புமாறு தொழிலாளர்களுக்கு வலியுறுத்த முயன்றார் மதராஸ் கவர்னர். அரசாங்கத்தின் முயற்சி வெற்றிபெறவில்லை. 1921 அக்டோபர் 21ல் பக்கிங்ஹாம் கர்னாடிக் மில் தொழிலாளர்கள் வேலைநிறுத்தம் செய்தார்கள். அவர்களது கோரிக்கைகளை ஏற்க நிர்வாகம் மறுத்ததைத் தொடர்ந்து போராட்டம் வலுத்தது. வன்முறையில் ஈடுபடும் தொழிலாளர்கள் மீது துப்பாக்கிச்சூடு நடத்த போலிசுக்கு அரசாங்கம் ஆணையிட்டது. தொழிலாளர்கள் வன்முறையில் ஈடுபட்டதாகக்கூறி, போலிஸ் நடவடிக்கையை அரசாங்கம் நியாயப்படுத்தியது.[58]

அடுத்த ஆண்டு ஆலைகளில் வேலைநிறுத்தங்களும் கதவடைப்புகளும் அதிகரித்தன. தொழிலாளர்கள் அமைத்த தொழிற்சங்கங்களை அங்கீகரிக்க மறுத்த நிர்வாகம், வெளியிலிருந்து ஆட்களைக் கொண்டுவந்து வேலைகளைத் தொடர முயன்றது.[59] பெரும் மோதலுக்கு அறைகூவல் விடுத்த வேலைநிறுத்தம் 1921 மே 20 அன்று

தொடங்கியது. நூற்பாலைத் தொழிலாளர்களின் கோரிக்கைகளை ஏற்க நிர்வாகம் மறுத்ததைத் தொடர்ந்து அவர்கள் வேலை நிறுத்தத்தில் இறங்கினார்கள்.

மேலும் சிக்கலாகக்கூடும் என்று நினைத்த நிர்வாகம் ஆலையை மூட முடிவு செய்தது. அதே நேரத்தில், வேலைநிறுத்தம் தொடர்பாகத் தொழிற்சங்க உறுப்பினர்களிடையே கருத்து வேறுபாடு ஏற்பட்டது.[60] தொழிலாளர்களிடையே ஏற்பட்ட இந்தப் பிளவு, பிராமணர் அல்லாத உயர் சாதியினருக்கும் ஆதிதிராவிடர்களுக்கும் இடையேயான மோதலோடு இணைந்ததாக வந்தது.

வேலைநிறுத்தத்திலிருந்து ஒதுங்கியிருப்பது என்று ஆதிதிராவிடர்கள் எடுத்த முடிவை, மதராஸ் நகரிலிருந்து வெளியான தேசியப் பத்திரிகைகளிடமிருந்து கடுமையான விமர்சனம் எழுந்தது. இது அரசாங்க அதிகாரிகளுடனும் ஆதிதிராவிடர் அரசியல்வாதிகளுடன் கூட்டுச் சேர்ந்து ஆலை நிர்வாகம் செய்த சதி என்று அந்த ஏடுகள் எழுதின.[61] இத்தகைய கருத்துகள் ஒரு பக்கம் இருந்தாலும், வேலை நிறுத்தத்தில் பங்கேற்பதில்லை என்று ஆதிதிராவிடர் தொழிலாளர்கள் எடுத்த முடிவின் பின்னணியில் அவர்களது பொருளாதார நலன்தான் பெரிதும் இருந்தது.

சாதி இந்துக்களுக்கு இருந்த பல வாய்ப்புகள் மறுக்கப்பட்டவர்களாக இருந்த நிலையில், அடிக்கடி நடக்கும் வேலைநிறுத்தங்களால் தங்களது பொருளாதார வழிகள் அடைபடுவதாக ஆதி திராவிடர் தொழிலாளர்கள் கருதினார்கள். மதராஸ் சட்டசபை மேலவையில், ஒதுக்கப்பட்ட சமூகங்களின் பிரதிநிதியாக இருந்த எம்.சி. ராஜா நிகழ்த்திய உரை அந்தத் தொழிலாளர்களின் நிலைமையை எடுத்துக் காட்டுகிறது:

> 'எனது முன்னிலையில் ஆதி திராவிடர் தொழிலாளர்கள் வேலை நிறுத்தத்தில் பங்கேற்க இயலாது என்று ஏகமனதாக முடிவு செய்துள்ளனர்... அவர்கள் ஒரு குழுவாகச் சேர்ந்து, தொழிலாளர் சங்கத் தலைவருக்கு அளித்த கடிதத்தில், தாங்கள் மிகவும் ஏழைகள் என்றும், ஆலையில் வேலை செய்வதைத் தவிர வேறு வாழ்வாதாரம் இல்லாதவர்கள் என்றும், கடந்த வேலை நிறுத்தத்தின்போது பெரும் துன்பத்தை அனுபவிக்க நேர்ந்ததாலும், தங்களிடமிருந்த கொஞ்சநஞ்ச உடைமை களையும் மார்வாடிகளிடம் அடகுவைக்க வேண்டியிருந்ததாலும், தங்களால் வேலைநிறுத்தத்தில் பங்கேற்க இயலாது என்றும் தெரிவித்துள்ளனர்...'[62]

நிர்வாகம், தொழிற்சங்கம் இரண்டையும் மீறிச் செயல்பட்டதால் ஏற்பட்ட சிக்கல்களைப் பெரும்பாலான ஆதி திராவிடர் தொழிலாளர்கள் எதிர்கொண்டனர். சொல்லப்போனால், இந்திய ஆலை முதலாளிகளைப்போல, பின்னி நிர்வாகம் தங்களைப் பாகு படுத்தவில்லை என்று அவர்கள் கருதினார்கள். மேலும், தங்களுடைய தாழ்ந்த பொருளாதார நிலையிலிருந்து விடுபடு வதற்கான பல வாய்ப்புகளை பிரிட்டிஷ் ஆட்சி ஏற்படுத்திக்கொடுத் திருப்பதாகவும் அவர்கள் கருதினார்கள்.

சாதி இந்துக்கள் ஆளுமை செலுத்திய தொழிற்சங்கத்துக்கும் தேசிய இயக்கத் தலைமைக்கும் இருந்த தொடர்புகள் ஆதி திராவிடர்களின் அச்சத்தையும் ஐயத்தையும் அதிகரிக்கச் செய்தன. பிரிட்டிஷ் ஆட்சிக்கு எதிரான போராட்டங்களில் அவர்களுக்கு ஈடுபாடு ஏற்பட வில்லை. காங்கிரஸ் கட்சி ஏற்பாடு செய்த அரசியல் கூட்டங்கள், ஆர்ப்பாட்டங்கள் உள்ளிட்டவற்றில் தங்களையும் ஈடுபடுத்துவதற்கு அவர்கள் எதிர்ப்புத் தெரிவித்தனர்.[63] இவ்வாறாக, 1921 ஜூன் மாத வாக்கில், பக்கிங்காம் கர்னாடிக் மில் நிறுவனத்தின் பிரிட்டிஷ் நிர்வாகத்துக்கு எதிரான தொழிலாளர்களது ஒன்றுபட்ட போராட்டத்துக்குப் பொருளாதாரக் காரணிகளும் சாதியக் கூறுகளும் தடையாக இருக்கும் என்பது தெளிவாகப் புலப்பட்டது.[64]

தொடக்கத்தில் சங்கத்தின் முடிவுகளை மீறுவது ஆதி திராவிடர் களுக்குக் கடினமாக இருந்தது. காலங்காலமாக அடிமைத்தனத்திலும் அடக்குமுறைகளிலுமே கிடந்த அவர்களுக்கு ஒரு சுயேச்சையான நிலைபாட்டை மேற்கொள்வது எளிதானதாக இல்லை. எனினும், ஒரு கட்டத்தில் அவர்களுடைய தயக்கங்கள் முடிவுக்கு வந்தன. பொருளாதாரப் பின்னடைவுகளைத் தாங்கிக்கொள்ள இயலாதவர் களாகக் கணிசமான ஆதி திராவிடர் தொழிலாளர்கள் மற்ற தொழிலாளர்களிடமிருந்து விலகி நிற்க முடிவு செய்தனர்.

சேரிப்பகுதிகளில் குடியிருந்த, வலுவான சமூக உணர்வுகளுக்கு ஆட்பட்டிருந்த ஆதி திராவிடர் தொழிலாளர்கள் தனிக் குழுவாகச் செயல்படத் தொடங்கினார்கள். விரைவிலேயே, வேலை நிறுத்தத்தில் ஈடுபட்டோருக்கும் வேலைநிறுத்தத்தை உடைத்தவர் களுக்கும் இடையேயான மோதல்கள் கடுமையான கட்டத்தை அடைந்தன. அந்த மோதலில், சாதி இந்துக்கள் முஸ்லிம்களோடும் ஆதி திராவிடர்கள் கிறிஸ்தவர்களோடும் கூட்டுச் சேர்ந்தார்கள்.[65]

ஆதி திராவிடர்களுக்கும் ஆலை நிர்வாகத்துக்கும் இடையேயான ஒத்துழைப்பு, வேலைநிறுத்தத்தில் ஈடுபட்டிருந்த மற்ற சாதிகளைச்

சேர்ந்த ஆலைத் தொழிலாளர்களுக்குக் காழ்ப்புணர்ச்சியை ஏற்படுத்தியது. ஆதி திராவிடர் தொழிலாளர்கள் வேலைக்குச் செல்வதைத் தடுப்பதற்காக தொழிற்சங்கத்தைச் சார்ந்த தொழிலாளர்கள் அவர்களை அச்சுறுத்து கிறார்கள் என்று எம்.சி. ராஜா குற்றம் சாட்டினார். வன்முறைத் தாக்குதல்களுக்கு உள்ளாகக்கூடும் என்று அஞ்சிய ஆதி திராவிடர் தொழிலாளர்கள் தங்களது சேரிகளிலிருந்து ஆலை வளாகத்துக்குக் கையில் கிடைத்த ஆயுதங்களோடு குழுக்குழுவாகச் சென்றார்கள்.

1921 ஜூன் *28*ல் மோதல் வெடித்தது. புளியந்தோப்பு சேரிக்கு வந்த ஒரு கும்பல் கற்களையும் பாட்டில்களையும் வீசித் தாக்கியது. அன்று இரவு, ஒரு கும்பல் ஆதி திராவிடர் மக்களின் நூற்றுக்கு மேற்பட்ட குடிசைகளுக்குத் தீ வைத்தது, 'காந்திக்கு ஜே' என்று முழக்கம் எழுப்பிக்கொண்டே வன்முறைகளில் ஈடுபட்டது.[66] நிலைமையின் கடுமையை உணர்ந்த அரசாங்கம், சேரிகளிலிருந்து ஆதி திராவிடர் களை அப்புறப்படுத்த முடிவு செய்தது.[67]

இப்படிப்பட்ட முன்னெச்சரிக்கை நடவடிக்கைகள் மேற்கொள்ளப் பட்டபோதிலும்கூட, ஆதி திராவிடர்களுக்கும் முஸ்லிம்களுக்கும் இடையே மோசமான வன்முறை மோதல் ஏற்பட்டது. அந்த மோதலுக்கும் தொழிலாளர் பிரச்னைக்கும் நேரடித் தொடர்பு இல்லை. உண்மையில் இந்த இரு பிரிவினருக்கும் இடையே வளர்ந்து வந்த வேறு பல பிரச்னைகள் காரணமாகவே மோதல் வெடித்தது.[68]

ஆதி திராவிடர் தொழிலாளர்கள் மீது நடத்தப்பட்ட தாக்குதல்களைத் தொழிற்சங்கத் தலைவர்கள் கண்டித்தனர். பொறுப்பற்ற போக்கிரிகளின் செயல் அது என்று கூறினர். ஆனால், தொழிற்சங்கத் தலைவர்கள் அளித்த வாக்குறுதியை ஏற்க அரசாங்கம் மறுத்து விட்டது. கவர்னர் வில்லிங்டன் தொழிற்சங்கத் தலைவர்களை வரவழைத்து, இனி இத்தகைய நிகழ்ச்சிகள் நடக்குமானால் தனிப்பட்ட முறையில் அவர்கள்தான் பொறுப்பாக்கப்படுவார்கள் என்று எச்சரித்தார். ஆலையில் இயல்பு நிலை திரும்பவேண்டும் என்றும், நிர்வாகம் விதித்த நிபந்தனைகளைத் தொழிற்சங்கம் ஏற்கவேண்டும் என்றும் அரசாங்கம் தெளிவுபடுத்தியது.[69] பாதிக்கப் பட்ட பகுதியிலிருந்து வீடற்ற மக்களை வெளியேற்றி, அன்றைய மதராஸ் புறநகராக இருந்த வியாசர்பாடியில் அமைக்கப்பட்டிருந்த முகாம்களில் தங்க வைப்பதற்கான பொறுப்பை அரசாங்கம் ஏற்றுக்கொண்டது.[70]

தொழிலாளர்களுக்கு எதிராக ஆலை நிர்வாகம் கடைப்பிடித்த கொள்கைகள் காரணமாக அரசாங்கத்துக்கும் தொழிற்சங்கத்

தலைவர்களுக்கும் இடையேயான உறவு மேலும் கசப்படைந்தது. பெரும்பாலும் தேசியவாதிகளாக இருந்த தலைவர்கள், தொழிற்சங்க இயக்கம் காங்கிரஸ் கட்சியின் அரசியல் திட்டத்தோடு நெருங்கி யிருக்க வேண்டியிருக்கிறது என்று கருதினர். ஆனால், தலைவர்கள் இந்த நிலைபாட்டை மேற்கொண்டபோதிலும், சங்கத்தின் எளிய உறுப்பினர்கள் என்னவோ, காலனியாட்சியின் ஆதரவைப் பெற்றிருந்த ஆலை நிர்வாகத்துடன் சமரசமாகப் போவதற்கே விரும்பினார்கள். ஆயினும் நிர்வாகத்துக்கும் சங்கத்துக்கும் இடையே ஒரு உடன்பாட்டை ஏற்படுத்த மேற்கொள்ளப்பட்ட முயற்சிகள் முழுமையாக வெற்றிபெறவில்லை. மதராஸ் நகரத்தில் ஏற்பட்டிருந்த சாதிய மோதல் நிலைமையும் பெரியதொரு சவாலாக இருந்தது.[71]

இப்படிப்பட்ட இணக்கமற்ற சூழலில் 1921 செப்டம்பரில் மதராஸ் நகருக்கு வந்தார் காந்தி. ஆனால் அவரால், தொழிலாளர்களுக்கு ஆலையில் மீண்டும் வேலை பெற்றுத் தர முடியவில்லை, தொழிலாளர்களுக்கு நிதியுதவி செய்யப்படும் என்ற உறுதி மொழியையும் நிர்வாகத்திடமிருந்து பெற முடியவில்லை. அகிம்சைக் கோட்பாட்டுக்கு ஆதரவான அவரது பேச்சும், ஆதி திராவிட மக்களிடம் இணக்கமான அணுகுமுறையைக் கடைப் பிடிக்கவேண்டும் என்ற வேண்டுகோளும் யார் கண்ணிலும் விழவில்லை. சாதி இந்துக்களுக்கும் ஆதி திராவிடர்களுக்கும் இடையேயான மோதல்கள் தொடர்ந்தன.

அரசாங்கம் அடிக்கடி காவல்துறையின் துப்பாக்கிச் சூட்டுக்கு ஆணையிட்டது.[72] இறுதியில், வேலை நிறுத்தம் செய்த தொழிலாளர்கள் 1921 அக்டோபர் 21 அன்று சரணடைந்தார்கள். காங்கிரஸ் எதிர்ப்பில் முன்னணியில் நின்ற ஒரு அரசியல் தலைவர் உரையாற்றிய தொழிலாளர்களின் பேரவைக்கூட்டத்தில் அனைவரும் நிபந்தனையின்றி வேலைக்குத் திரும்ப வலியுறுத்தப்பட்டது. ஆலை மறுபடியும் இயங்கத் தொடங்கியது. இதில் ஆதி திராவிடர் தொழிலாளர்கள் பலனடைந்தார்கள் என்பது தெளிவு.[73]

வேலைநிறுத்தம் இவ்வாறு முடிவுக்கு வந்தது அரசியல் கட்சிகளிடையே வாக்குவாதத்தை ஏற்படுத்தியது. பிரச்னையை முறையாகக் கையாளவில்லை என்று கட்சிகள் ஒன்றையொன்று குற்றம் சாட்டின. அரசாங்கத்தையும் விமர்சித்தன. தொழிலாளர் இயக்கத்தில் திட்டமிட்டுப் பிளவை ஏற்படுத்தியதாக காலனி யாட்சியை தேசியவாதத் தலைவர்கள் தாக்கினர். பிரிட்டிஷ் வணிக நலன்களுக்காகத் தொழிலாளர்ளுக்கு எதிரான அடக்குமுறைக் கொள்கையை காலனி அரசாங்கம் கடைப்பிடிப்பதாக விமர்சித்தனர்.

இந்தக் குற்றச்சாட்டை அரசாங்கமும் நீதிக்கட்சியும் மறுத்தன. தொழிலாளர் பிரச்னையில் தலையிட்டதற்காக காங்கிரஸ் கட்சி, அரசாங்கம் இரண்டையுமே நீதிக்கட்சி குறை கூறியது. காங்கிரஸ் கட்சியின் ஒத்துழையாமைக் கொள்கை அரசியல்தான் தொழிலாளர் களிடையே இணக்கமற்ற சூழல் உருவாகக் காரணம் என்று விமர்சித்தது. ஆதி திராவிடர்களுக்கு ஆதரவாக அரசாங்கம் எடுத்த நிலைப்பாடு, குறிப்பாகப் புளியந்தோப்பு வன்முறைக்குப் பிறகு மேற்கொண்ட அணுகுமுறை, பிராமணர் அல்லாதார் ஒற்றுமையை உடைப்பதற்கான திட்டமிட்ட முயற்சியே என்று நீதிக்கட்சித் தலைவர்கள் நம்பினார்கள்.[74]

காங்கிரஸ், நீதிக்கட்சி தலைவர்களிடையே கருத்து வேறுபாடு தொடர்ந்த நிலையில், ஆயுதமின்றிப் போராட்டம் நடத்திய தொழிலாளர்கள் மீது அரசாங்கம் எடுத்த அடக்குமுறை நடவடிக்கை குறித்து நடுநிலையான விசாரணை நடத்தப்படவேண்டும் என்ற கோரிக்கையை இந்தியப் பத்திரிகைகள் வலியுறுத்தின. இக்கோரிக்கை மீண்டும் மீண்டும் எழுப்பப்பட்டதைத் தொடர்ந்து சர் வில்லியம் அய்லிங் தலைமையில் மூன்று உறுப்பினர் விசாரணைக் குழு ஒன்றை அரசாங்கம் அமைத்தது. அதன் மற்ற இரண்டு உறுப்பினர்களில் ஒருவர் பிராமணர், இன்னொருவர் பிராமணர் அல்லாதவர். இருவருமே மிதவாதக் கண்ணோட்டம் கொண்டவர்கள்.[75]

விசாரணைக் குழு அமைக்கப்பட்டதற்குப் பொதுமக்களிடமிருந்து பெரிய வரவேற்பு கிடைத்துவிடவில்லை. அது நடுநிலையாகச் செயல்படாது என்ற எண்ணம்தான் பரவலாக இருந்தது. இப்படிப் பட்ட கருத்துவேறுபாடுகள் ஏற்பட்டிருந்த நிலையில் அய்லிங் குழு உண்மையறிவதற்கான விசாரணை நடவடிக்கையைத் தொடங்கியது. இதனிடையே தியாகராய செட்டியார், ஓ. தணிகாசலம் செட்டியார், வி. சண்முக முதலியார் போன்ற பிராமணர் அல்லாத முன்னணித் தலைவர்கள் வன்முறையால் பாதிக்கப்பட்ட சேரிப் பகுதிகளுக்குச் சென்று பார்வையிட்டனர்.

தங்களது சொந்த விசாரணை அடிப்படையில் ஓர் அறிக்கையை அரசுக்கு அளித்தனர். சாதி இந்துக்களிடமிருந்தும் முஸ்லிம்களிட மிருந்தும் ஆதி திராவிடர்களைத் தனியாகப் பிரிக்க அரசாங்கம் முடிவு செய்ததுதான் வன்முறை பரவியதற்கு முக்கியக் காரணம் என்று அவர்கள் கூறினர். வேறு எந்த சமூகத்தை விடவும் ஆதி திராவிடர்கள் மிகவும் பதற்றமானவர்களாக இருக்கிறார்கள் என்று அவர்கள் கருத்துத் தெரிவித்தனர். அரசாங்கத்தின் கவனத்தையும் கருணையையும் பெறுவதற்காக ஆதி திராவிடர்கள் தங்கள்

உடல்களில் தாங்களே காயங்களை ஏற்படுத்திக்கொண்டதாகவும் கூறினர்.[76]

நீதிக்கட்சி தலைவர்களின் அறிக்கையில் வேறு சில பரிந்துரைகளும் இருந்தது கவனிக்கத்தக்கது. அரசாங்க முகாம்களில் ஆதி திராவிடர் களுக்கு இலவசமாக உணவளிப்பதை நிறுத்தவேண்டும், அனைத்து சாதிகளையும் சேர்ந்த குற்றவாளிகளும் தண்டிக்கப்படுவார்கள் என்று அறிவிக்கவேண்டும் என்ற பரிந்துரைகள் அதில் இருந்தன. அப்பாவிக் குடிமக்கள் மீது போலிஸ் தாக்குதல் நடத்தப்பட்டதற்காக உதவி தொழிலாளர் ஆணையர், போலிஸ் இன்ஸ்பெக்டர் ஹாங்கின்ஸன் போன்ற அதிகாரிகள் இடமாற்றம் செய்யப்பட வேண்டும் என்று அறிக்கை கோரியது. வேலைநிறுத்தத்தின்போது வேலைநீக்கம் செய்யப்பட்ட தொழிலாளர்களுக்கு மறுபடியும் வேலையளிக்கவேண்டும் என்ற கோரிக்கையும் முன்வைக்கப் பட்டது.[77]

அய்லிங் குழு தனது அறிக்கையை உடனடியாகத் தாக்கல் செய்தது. நிதானமற்ற வன்முறைக்கும், உயிரிழப்புக்கும் வேலைநிறுத்தத்தில் ஈடுபட்ட தொழிலாளர்கள்தான் காரணம் என்று குழு குற்றம் சாட்டியது. வன்முறையில் கடுமையாகப் பாதிக்கப்பட்டவர்கள் ஆதி திராவிடர்களே என்ற அரசாங்கத்தின் கருத்து சரியானதே என்றும் அந்தக் குழு கூறியது.[78] எனினும் மக்களின் எதிர்பார்ப்புகளைக் குழுவின் அறிக்கை முழுமையாகப் பூர்த்திசெய்யவில்லை. அய்லிங் குழு அறிக்கை மீது பொதுமக்களுக்கு ஏற்பட்ட அதிருப்தி சட்டசபைக் கூட்டத்திலும் எதிரொலித்தது. இந்தப் பிரச்னை குறித்து விவாதிக்க வலியுறுத்திய நீதிக்கட்சியினர் அதில் வெற்றி பெற்றனர். தீண்டத்தகாதவர்களாக ஒதுக்கப்பட்ட சமூகத்தைச் சேர்ந்தவர்களின் இன்னல்களை அரசாங்கம் மட்டுப்படுத்தத் தவறிவிட்டது என்று பிராமணர் அல்லாதார் தலைவர்களில் ஒருவரான தணிகாசலம் செட்டியார் விமர்சித்தார்.

வேலை செய்ய விரும்பியவர்களான வேலைநிறுத்தத்தில் ஈடுபட்ட, ஈடுபடாத தொழிலாளர்கள் இரு சாராருக்கும் சமமான முறையில் பாதுகாப்பு அளித்திருக்கவேண்டும் என்ற கருத்தை பிராமணர் அல்லாத மற்ற பல தலைவர்களும் முன்வைத்தார்கள்.[79]

இந்த நிகழ்ச்சிப்போக்குகளுக்கிடையே, ஆதி திராவிடர்களை அரசாங்கத்தின் தொங்குசதை என்று முத்திரை குத்துவதற்கு காங்கிரஸார் முயன்றதற்கு அந்த மக்கள் எதிர்ப்புத் தெரிவித்தார்கள். வன்முறைக்கு ஆதி திராவிடர்கள்தான் காரணம் என்று காங்கிரஸ் தலைவர்களும் நீதிக்கட்சித் தலைவர்களும் சொன்னாலும்கூட,

வன்முறையால் கடுமையான இழப்புகளுக்கும் அவமதிப்புகளுக்கும் உள்ளானவர்கள் ஆதி திராவிடர்களே என்பதை அதிகாரப்பூர்வ ஆவணங்கள் தெளிவாகக் காட்டுகின்றன என்று எம்.சி. ராஜா கூறினார்.[80]

இப்படிப்பட்ட குற்றச்சாட்டுகளுக்கும் எதிர்க்குற்றச்சாட்டுகளுக்கு மிடையே, ஹோம் ரூல் இயக்கத்தைச் சேர்ந்த சர் லியோனல் டேவிட்ஸன், சாதி இந்துக்கள் ஆதி திராவிடர்களைத் தாக்கத் தொடங்கியதால் அதில் தலையிட்டாக வேண்டிய கட்டாயம் போலிசுக்கு ஏற்பட்டது என்ற கருத்தை வெளியிட்டார். தொழிலாளர் பிரச்னையால்தான் வன்முறை வெடித்தது என்ற கருத்தை மறுத்தார். சாதிப் பாகுபாட்டின் காரணமாக ஆத்திரவசப்பட்ட ஒரு பிரிவினரால் தான் வன்முறை கட்டவிழ்த்துவிடப்பட்டது என்ற கருத்தை நிறுவுவதற்கு முயன்றார் அவர்.[81] எந்தவொரு தரப்புக்கும் சார்பாக நிற்காமல் அரசாங்கம் பதற்ற நிலையைக் கையாள்வதில் நடுநிலையாக நடந்துகொண்டது என்றும் கூறினார்.[82]

புளியந்தோப்பு வன்முறை தொடர்பான அரசுத் தரப்பு விளக்கத்தை காங்கிரஸ் ஏற்கவில்லை. மதராஸ் லேபர் யூனியனை உருவாக்கிய முன்னோடிகளில் ஒருவரான (திரு.வி.க என்றழைக்கப்பட்ட) வி. கல்யாணசுந்தர முதலியார், காங்கிரஸ் கட்சியின் ஒத்துழையாமை இயக்கத்தால் ஒருபோதும் வன்முறை தூண்டப்படவில்லை என்று வாதிட்டார்.

சாதி அடிப்படையில் தொழிலாளர்களைப் பிரிக்க அரசாங்கம் செய்த சூழ்ச்சியால்தான் மோதல் எற்பட்டது என்றார்.[83] ஆனால் இப்படிப் பட்ட கருத்துகளை அன்னி பெசன்ட்டும் அவரது ஆதரவாளர்களும் ஒப்புக்கொள்ளவில்லை. காங்கிரஸ் ஒத்துழையாமை இயக்கத்தைச் சேர்ந்தோர் அய்லிங் குழு விசாரணையில் வாக்குமூலம் அளிக்க மறுத்ததை அன்னி பெசன்ட் விமர்சித்தார்.

நீதிக்கட்சித் தலைவர்களைக் கடுமையாகச் சாடினார் அன்னி பெசன்ட். வெறுப்பு அரசியலைப் பின்பற்றுவதில் நீதிக்கட்சியின ரோடு ஆதி திராவிடர்கள் போட்டிபோடாமலிருந்திருந்தால் சிக்கல் ஏற்பட்டிருக்காது என்றும் வாதிட்டார். ஆதி திராவிடர்கள் தங்களுக் கென ஒரு தனி அடையாளத்தை ஏற்படுத்திக்கொள்ள முயன்றதும் சாதி அடிப்படையில் வன்முறை வெடித்ததற்கு ஒரு காரணம் என்றார் அவர்.

புளியந்தோப்பு சேரிப்பகுதியில் போலிஸ் படையை நிறுத்துவதற்கு அரசாங்கத்தோடு ஒத்துழைத்ததாகவும் நீதிக்கட்சி அமைச்சரவை மீது

குற்றம்சாட்டினார். தொழிலாளி வர்க்க இயக்கத்தில் பிளவு ஏற்படுத்துவதற்காக அரசாங்கம் தீட்டிய சதிக்கு நீதிக்கட்சியின் அமைச்சர்களும் சட்டசபை உறுப்பினர்களும் உடந்தையாக இருந்தனர் என்ற குற்றச்சாட்டும் எழுந்தது.[84]

நீதிக்கட்சிக்குள் இருந்த பொதுக்கருத்துவாதிகள் காங்கிரஸ் தலைவர்களின் குற்றச்சாட்டை மறுத்தனர். பனகல் ராஜா, தியாகராய செட்டியார், ஓ. தணிகாசலம் செட்டியார் ஆகியோர் தொழிலாளர் ஆணையர் எடுத்த நடவடிக்கைகள்தான் ஒதுக்கப்பட்ட மக்களை பிராமணர் அல்லாத மற்றவர்களிடமிருந்து அந்நியப்படுத்திவிட்டது என்று கூறினார்கள். காலனிய அதிகாரவர்க்கத்தில் செல்வாக்கு மிக்கவர்களாக இருந்த சிலர் ஆதி திராவிடர்கள் மீது மிகையான பரிவு காட்டியதன் மூலம் தென் இந்தியாவின் ஒட்டுமொத்த பிராமணர் அல்லாதார் அணியை உடைக்க முயன்றனர் என்ற வாதத்தையும் அவர்கள் முன்வைத்தார்கள்.[85] தொழிலாளர் துறையின் இந்தப் பிரித்தாளும் அணுகுமுறைக்கு ஆதரவாக இருந்தனர் என்று எம்.சி. ராஜா உள்ளிட்ட ஆதி திராவிடர் தலைவர்களையும் விமர்சித்தார்கள்.[86]

உண்மையில், புளியந்தோப்பு வன்முறைகளால் மிகவும் பாதிக்கப் பட்டது நீதிக்கட்சிதான். ஒத்துழையாமை இயக்கத்தின் சீர்குலைவுத் தன்மைகளை முன்னிலைப்படுத்திய நீதிக்கட்சி தலைவர்கள், பிராமணர் அல்லாத மற்ற சமூகங்களுக்கும் ஆதி திராவிடர்களுக்கும் இடையே வளர்ந்து வந்த வேறுபாடுகளைப் பின்னுக்குத் தள்ள முயன்றார்கள். நல்லாட்சி வழங்குவது என்ற நோக்கத்தை நீதிக்கட்சி நிறைவேற்ற விடாமல் தடுக்கிற அரசியல் வழிமுறையை காங்கிரஸ் கட்சி வேண்டுமென்றே பின்பற்றுகிறது என்றும் பிராமணர் அல்லாத மேல்தட்டுத் தலைவர்கள் விமர்சித்தார்கள்.

காங்கிரஸ் கட்சியின் அரசியல் குற்றங்களால் பிராமணர் அல்லாத மேல் சாதிகளைச் சேர்ந்த தொழிலாளர்கள் பாதிக்கப்பட்டிருக் கிறார்கள் என்றும் வாதிட்டார்கள். ஆனால், பிராமணர் அல்லாதாரின் நலன்களை முன்னிறுத்த முயன்ற நீதிக்கட்சித் தலைவர்கள், தொழிலாளர் பிரச்னையின் பின்னணியில் ஊடாடிய நுட்பமான வர்க்கக் கூறுகளையும் சாதியக் கூறுகளையும் உள்வாங்கிக்கொள் வதற்கான எந்த முயற்சியிலும் ஈடுபடவில்லை. சாதியத் தாக்கங்களை அங்கீகரிக்கத் தவறியதால், ஆதி திராவிடர் பற்றிய கடுமையான விமர்சனங்களில் பிராமணர் அல்லாதார் ஈடுபட்டனர்.

பிராமணர் அல்லாதார் என்ற கோட்பாடு தனது அரசியல் செல்வாக்குக்குப் படிப்படியாகப் பின்னடைவு ஏற்பட்டதைத்

தொடர்ந்து, ஆதி திராவிடர்களுடனான முரண்பாடு கூர்மையடையத் தொடங்கியது. நீதிக்கட்சியின் அரசியல் செயல்பாடுகளை எம்.சி. ராஜா கடுமையாகச் சாடினார். அந்தக் கட்சியின் மேல் சாதி சார்பு நிலையை விமர்சித்து 'ஆதி திராவிடன்' பத்திரிகையில் தொடர்ச்சியாகக் கட்டுரைகள் வெளியாகின. அதன் ஒரு தலையங்கத்தில், 'பிராமணர் அல்லாதார் அனைவரின் சகோதரத்துவம் என்றெல்லாம் பேசப்படுவது ஆதி திராவிடர்களுக்குத் தவறாக வழிகாட்டும் உள்நோக்கம் கொண்டதுதான்' என்று எழுதப்பட்டிருந்தது. பிராமணர் அல்லாதார் ஒருமைப்பாடு என்பதன் ஒரு அங்கமாக இருப்பதைவிட, ஆதி திராவிடர்கள் தங்களது சொந்த அரசியல், சமூக முன்னேற்றத்துக்கான திட்டங்களை வகுக்கவேண்டும் என்று வலியுறுத்தப்பட்டது.[87] லேபர் கமிஷனர் பதவியை ஒழிக்கவேண்டும் என்று பிராமணர் அல்லாதார் தலைவர்கள் வலியுறுத்தியதற்கும் கடும் எதிர்ப்புத் தெரிவிக்கப்பட்டது. குற்றமற்ற ஆதிதிராவிடர் தொழிலாளர்களைப் பாதுகாப்பதில் லேபர் கமிஷனரும் அவரது துணை அதிகாரிகளும் சிறப்பாகச் செயல்பட்டுள்ளனர் என்று 'ஆதி திராவிடன்' ஏடு எழுதியது.[88]

1922ன் இடைக்கட்டத்தில் பிராமணர் அல்லாத மேல்தட்டினருக்கும் ஆதி திராவிடர்களுக்குமான உறவு மிகவும் சீர்குலைந்தது. நீதிக்கட்சித் தலைவர்கள் தங்கள் மீது ஆதி திராவிடர்கள் வைத்திருந்த நம்பிக்கைக்குத் துரோகம் செய்துவிட்டதாக எம்.சி. ராஜா குற்றம் சாட்டினார். நீதிக்கட்சித் தலைவர்களின் சாதியச் சார்புதான் ஆதிதிராவிடர்கள் ஒடுக்கப்பட்டதற்குக் காரணம் என்றார். குறிப்பாக அவர் பாளையங்கோட்டையில் நடைபெற்ற ஆதி திராவிடர் மாநாட்டில் ஓ. தணிகாசலம் செட்டியார் கூறிய சில கருத்துகளைக் கடுமையாகச் சாடினார்.[89]

தொழிலாளர் ஆணையர் துறையையே ஒழித்துவிடவேண்டும் என்று அந்த மாநாட்டில் பேசினார் தணிகாசலம் செட்டியார். அதை விமர்சித்த ராஜா, பிராமணர் அல்லாத மேல் தட்டுத் தலைவர்கள் தங்கள் செல்வாக்கைப் பயன்படுத்தி ஆதி திராவிடர் தொடர்பான அரசாங்கத்தின் கொள்கையை மாற்ற வைக்க முயல்கிறார்கள் என்றார். பிராமணர் அல்லாதாரின் ஒரு விரிவான அரசியல் கூட்டணியை உருவாக்க டாக்டர் டி.எம். நாயர் மேற்கொண்ட முயற்சிகளை இந்தத் தலைவர்கள் சீர்குலைக்கிறார்கள் என்றும் ராஜா வாதிட்டார்.

ஆதி திராவிடர் மக்களின் ஆதரவைப் பெறுவதற்கு பிராமணர்கள், பிராமணர் அல்லாதவர்கள் இரு தரப்பாருமே போட்டியிட்டாலும் கூட, ஆதி திராவிடர்கள் உரிய பிரதிநிதித்துவம் பெற முடியவில்லை,

அதனால் பலனடைந்தவர்கள் பிராமணர் அல்லாத சாதி இந்துக்கள் தான் என்ற வாதத்தையும் ராஜா முன்வைத்தார். புளியந்தோப்பில் நடந்த நிகழ்வுகள் தொடர்பாக நீதிக்கட்சித் தலைவர்கள் மேற்கொண்ட அணுகுமுறையையும் விமர்சித்தார். புளியந்தோப்பு நிகழ்வுக்கு வருத்தம் தெரிவிப்பதில்லை என்ற நீதிக்கட்சித் தலைவர்களின் முடிவால் அவரும், அவரது ஆதரவாளர்களும் ஆவேசமடைந்தார்கள். ஒத்துழையாமை இயக்கத்தை ஆதி திராவிடர் மக்கள் புறக்கணித்த போதிலும், நீதிக்கட்சித் தலைவர்கள் தங்களது சாதிச் சார்பு காரணமாகவே, அந்த இயக்கத்தைச் சேர்ந்த இந்து தொழிலாளர்களுக்கு ஆதரவாக இருந்தார்கள் என்ற வாதமும் முன்னுக்கு வந்தது. 'தீண்டத்தகாதவர்கள்' என்று ஒதுக்கப்பட்ட சமூகங்களின் சமூகப் பொருளாதார மேம்பாட்டில் ஈடுபட்டிருந்த தொழிலாளர் ஆணையர் அலுவலகத்தை மூடிவிடவேண்டும் என்ற கோரிக்கையில் வெளிப்படுவது சாதி உணர்வுதான் என்றும் ராஜா உள்ளிட்ட தலைவர்கள் கூறினார்கள்.[90]

நீதிக்கட்சி மீது ஆதி திராவிடர் தலைவர்களுக்கு ஏற்பட்ட கோபம் வேறு பல பிரச்னைகளிலும் வெளிப்பட்டது. மதராஸ் மாகாண அரசாங்கம் கொண்டுவந்த ஆரம்பப்பள்ளி கல்விச் சட்டத்தை எம்.சி. ராஜா கடுமையாகத் தாக்கினார். அதில் சமூக சீர்திருத்த நோக்கம் இல்லை என்றார். ஆதி திராவிடர் மக்கள் தொடக்கப்பள்ளிக் கல்வி பெறவேண்டும் என்று நீதிக்கட்சி விரும்பினாலும்கூட, அந்த மக்கள் தங்களது பழைய தொழில் அல்லது வேலையை விட்டுவிட வேண்டும் என்ற கருத்தை நீதிக்கட்சியினர் ஏற்கவில்லை என்று அவர் கூறினார்.[91]

ஆதி திராவிடர் மேம்பாட்டுக்குக் கூடுதலாக நிதி ஒதுக்கப்படுவதை உறுதிப்படுத்த தொழிலாளர் ஆணையர் அலுவலகத்தை மூடிவிடலாம் என்று பிராமணர் அல்லாதார் தலைவர்கள் கூறினர். இதைக் கடுமையாகச் சாடிய எம்.சி. ராஜா, ஆதி திராவிடர்கள் மேம்பட்ட பொருளாதார நிலையையும் சமூக நிலையையும் அடைய விடாமல் தடுக்கிற பெரும் சூழ்ச்சியின் ஒரு பகுதியே இது என்றார். ஒதுக்கப் பட்ட சமூகங்களுக்கு எதிரான அரசியல் மிரட்டலில் ஈடுபடுவதாக நீதிக்கட்சியை வேறு பல ஆதி திராவிடர் தலைவர்களும் விமர்சித்தனர்.[92]

செங்கல்பட்டில் நடந்த ஒரு மாநாட்டில் உரையாற்றிய ஆதிதிராவிடர் தலைவர்கள், நீதிக்கட்சியினர் நன்றி மறந்து செயல்படுவதாகவும், ஒதுக்கப்பட்ட சமூகங்கள் சுயமரியாதை அடிப்படையில் தங்களது அரசியல் – சமூக முன்னேற்றத்துக்குத் தனியான வழிமுறைகளை

வகுப்பது பற்றிச் சிந்திக்க வேண்டிய தேவை ஏற்பட்டிருக்கிறது என்று கூறினார்கள். எனினும், ஆதி திராவிடர் தலைவர்களில் சிலர் நீதிக்கட்சியைத் தாக்க மறுத்தனர். புளியந்தோப்பு நிகழ்வை எம்.சி. ராஜா தனது சொந்த அரசியல் ஆதாயத்துக்காகப் பயன்படுத்துகிறார் என்று அவர்கள் விமர்சித்தனர். இன்னொரு பக்கத்தில், நீதிக்கட்சியைச் சேர்ந்த, கருத்து வேறுபாடு கொண்டிருந்த சில தலைவர்கள், எம்.சி. ராஜாவின் நிலைபாட்டை ஆதரித்தனர்.

தேர்தலில் பெரும் வெற்றியை ஈட்டிய நீதிக்கட்சி, பிராமணர் அல்லாதார் இயக்கத்தின் சித்தாந்த உள்ளடக்கத்தைத் தக்கவைத்துக் கொள்ளத் தவறிவிட்டது என்று ஓ. கந்தசாமி செட்டியார் கூறினார். இவ்வாறாக ஓ. கந்தசாமி செட்டியார், ஜே.எஸ். கண்ணப்பர், ஜே.என். ராமனாதன் ஆகியோர் ஒரு பக்கத்திலும், ஓ. தணிகாசலம் செட்டியார், பனகல் ராஜா ஆகியோர் இன்னொரு பக்கத்திலும் நிற்க, நீதிக்கட்சி பிளவுபடும் நிலைக்கு வந்தது.[93]

புளியந்தோப்பு நிகழ்வுக்குப் பின்பு அரசியல் வட்டாரத்தில் நடந்த இந்த விவாதம், பிராமணர் அல்லாத பிற சாதியினரின் நெடுங்கால ஒடுக்குமுறைதான் ஆதி திராவிடர்களில் ஒரு பகுதியினரை பிரிட்டிஷ் ஆட்சிக்கு ஆதரவாளர்களாக மாற்றியது என்பதை ஐயத்துக்கு இடமின்றிக் காட்டுகிறது. பிராமணர் அல்லாதாரின் விரிவான தளத்தை உருவாக்கவேண்டும் என்ற முழக்கத்தை முன்வைத்த நீதிக்கட்சி, ‘தீண்டத்தகாதவர்கள்’ என்று ஒதுக்கப்பட்ட மக்களுக்கும் பிராமணர் அல்லாத பிற சாதிகளுக்கும் இடையேயான ஏற்றத் தாழ்வுகளை மாற்றுவதற்குப் பெரிதாக எந்த முயற்சியும் செய்ய வில்லை. தலைவர்களுக்கும் தொண்டர்களுக்கும் இடையே, அதே போல் மாவட்டக் குழுக்களுக்கும் சென்னையில் இருந்த தலைமை யகத்துக்கும் இடையே கலந்துரையாடல்கள் இல்லாத நிலையில், நீதிக்கட்சியில் முடிவுகள் எடுப்பது மிகவும் மேலோட்டமானதாக மாறியது.[94]

பிராமணர் அல்லாதாரின் இயக்கத்தின் தொடக்கக்கட்டத்தில், பல்வேறு சமூகங்களின் எதிர்பார்ப்புகள் அனைத்தையும் நிறை வேற்றுவது எப்போதுமே சாத்தியமல்ல என்று பொதுக்கருத்து வாதிகள் கூறினர். ஆகவே, தங்களுடைய கொள்கைகளுடன் ஒத்துப் போகிறவர்களின் நலன்களுக்கு மட்டும் முக்கியத்துவம் அளித்தால் போதும் என்று அவர்கள் கூறினார்கள். அவர்களது இந்த மேல்தட்டு அணுகுமுறை காரணமாக அவர்கள், புளியந்தோப்பு நிகழ்வுக்கு முன்பாகவும் பின்பாகவும் ஆதி திராவிடர்கள் தொடர்பாகக் கறாரான நிலைபாட்டை மேற்கொண்டனர். இத்தகைய அணுகுமுறைகள் ஆதி திராவிடர்களுடன் ஒரு சமரசத்துக்கு வரவிடாமல் குறுக்கே நின்றன.

ஒதுக்கப்பட்ட சமூகங்களின் மாநாடுகள் கூடிய காலம்

1920களின் முற்பகுதியில் ஒதுக்கப்பட்ட சமூகங்கள் (குறிப்பாக 'தீண்டத்தகாதோர்' என்று விலக்கப்பட்ட சமூகங்கள்) தங்களிடையே ஒத்துழைப்பை வளர்த்துக்கொள்வதற்காக மாநாடுகள் நடத்துவதில் ஆர்வம் காட்டினர். 1921ல், பறையர், பஞ்சமர் போன்ற சாதி அடையாளப் பெயர்களை 'ஆதி திராவிடர்' என மாற்றுவது என்ற தீர்மானத்தை எதிர்த்து ஆதி திராவிடர் மகாஜன சபா ஒரு மாநாட்டைக் கூட்டியது. அத்தகைய ஒரு முடிவை எடுப்பதற்கு முன்பாகப் பல்வேறு பிரிவு மக்களின் கருத்தை அறிந்துகொள்ளவேண்டும் என்ற அடிப்படையில் வி.யு. வாசுதேவ பிள்ளை, பி. வெங்கடாசலம், எஸ். சோமு பிள்ளை உள்ளிட்ட ஒதுக்கப்பட்ட சமூகத் தலைவர்கள் இந்த முயற்சிக்கு எதிர்ப்புத் தெரிவித்தார்கள். பிராமணர் அல்லாத ஒரு பிரிவு மேல் தட்டினரின் இப்படிப்பட்ட முயற்சிகள் சமூகங் களிடையே ஒருங்கிணைப்பை ஏற்படுத்துவதற்கு மாறாக முரண்பாடு களுக்குத்தான் இட்டுச்செல்லும் என்று கூறினார்கள்.

'ஆதி திராவிடர்' என்ற பெயர் சர்ச்சைகளை ஏற்படுத்தும் என்ற கருத்தும் இருந்தது. ஒதுக்கப்பட்ட சமூகங்களுக்கு இதர பழங் குடியினரோடும், சமூக அடிப்படையில் பின்னுக்குத் தள்ளப்பட்ட இதர சமூகங்களோடும் ஒருங்கிணைப்பை ஏற்படுத்துவதற்காக அந்தச் சொல்லாக்கம் முன்வைக்கப்பட்டது. ஒதுக்கப்பட்ட சமூகங்களின் தனித்துவமான அடையாளத்தை வெளிப்படுத்த 'திராவிடர்' என்ற பெயர் மிகவும் பொருத்தமாக இருக்கும் என்று ஒரு பகுதியினர் கருதினர்.[95]

இந்த வாக்குவாதங்கள் ஒதுக்கப்பட்ட சமூகங்களின் அடையாளப் பிரச்னையை முன்னுக்குக் கொண்டுவந்தன. இதர பிராமணர் அல்லாதாரிடமிருந்து மாறுபட்ட தனியான அரசியல் தளத்தை உருவாக்கிக்கொள்வதில் ஒதுக்கப்பட்ட சமூகங்களின் தலைவர்கள் கூடுதலாக ஆர்வம் காட்டினார்கள். அடையாளப் பெயர் தொடர்பாக எழுந்த இந்த முரண்பாடுகளையொட்டியே ஒதுக்கப்பட்ட சமூகங்களின் மாநாடுகளைக் கூட்டுவதற்கான முயற்சிகள் மேற்கொள்ளப்பட்டன.

தொலைவில் இருந்த தென் ஆற்காடு, தஞ்சாவூர் ஆகிய மாவட்டங்களில் அந்த மாநாடுகள் நடத்தப்பட்டன. அந்த மாநாடுகளில், நீதிபதி டி. சதாசிவ அய்யர் போன்ற, கற்றறிந்த சமூக சீர்திருத்தவாதிகள் பறையர், பஞ்சமர் போன்ற பெயர்களைவிட, 'திருக்குலத்தார்,' 'நந்தன்குலத்தார்' போன்ற சொற்கள் பொருத்தமாக இருக்கும் என்ற கருத்தை வலியுறுத்தினர். ஆயினும், மதராஸ்

மாகாணத்தின் 'தீண்டத்தகாத' சமூகங்களை அடையாளப்படுத்த 'ஆதி திராவிடர்' என்ற சொல்லையே அரசாங்கம் ஏற்றுக்கொண்டது.[96]

ஆதி திராவிடர் சமூகங்களின் மக்கள் தங்களது குறைபாடுகளை வெளிப்படுத்த இந்த மாநாடுகளைப் பயன்படுத்திக்கொண்டார்கள். விவசாயத் தொழிலாளர் நலன்களுக்காகத் தனி தொழிலாளர் சட்டங்களை அரசாங்கம் கொண்டுவரவேண்டும் என்று இந்த மாநாடுகளில் வலியுறுத்தப்பட்டது. சமூகப் பிரிவினைகளை ஒழிப்பதற்கான சட்டங்களைக் கொண்டுவருமாறு அரசாங்கத்தைக் கேட்டுக்கொளும் தீர்மானங்களும் மாநாடுகளில் நிறைவேற்றப் பட்டன. சீர்திருத்தச் சிந்தனைகள் கொண்டிருந்த சுவாமி சகஜானந்தா போன்ற ஆதி திராவிடர் தலைவர்கள், மக்கள் தூய்மையாக இருப்பது, துப்புரவு பேணுவது, சமயப் பற்றைக் கடைப்பிடிப்பது போன்ற கருத்துகளை ஒதுக்கப்பட்ட சமூக மக்களிடையே பரப்புவதற்கு இந்த மாநாடுகளைப் பயன்படுத்திக்கொண்டார்கள். தங்களது சமூக மக்களின் ஆலய நுழைவு உரிமையையும் வலியுறுத்தினார்கள்.[97]

புதிய அடையாளத்துக்கான தேடல்: 1920களின் முற்பகுதியில் ஆதி திராவிடர் அனுபவங்கள்

தங்களுக்கென தனியான சமூக–அரசியல் அடையாளத்தைத் தக்கவைத்துக்கொள்ளவேண்டும் என்ற ஆதி திராவிடர் விருப்பம், இந்து சமய சமூகப் படிநிலை அமைப்புக்கு எதிரான இயக்கங்களாக வெளிப்பட்டன. 1921 ஜுன் மாதம், சீர்திருத்தத் தலைவர் ஜெகநாத சுவாமி தலைமையில் ஆதி திராவிட மக்களின் பெருந்திரள் இயக்கம் ஒன்று நடைபெற்றது. தொடக்கத்திலேயே இந்த இயக்கம், பெரும் பாலும் 'தீண்டத்தகாத' சமூகங்களைச் சேர்ந்தவர்களான விவசாயத் தொழிலாளர்கள் மீது மேல் சாதி நிலவுடைமையாளர்கள் தொடுத்த ஒடுக்குமுறைகளை எதிர்த்தது.

ஜெகநாத சுவாமியின் ஆதரவாளர்கள், அடிமைத்தன நிலையில் இருந்த விவசாயத் தொழிலாளர்களிடையே, இனி மேல்சாதி நிலவுடைமையாளர்களின் காலில் விழுந்து வணங்கவேண்டாம் என்று கேட்டுக்கொள்ளும் துண்டறிக்கைகளை விநியோகித்தார்கள். மரியாதைக்குரிய வாழ்க்கையை நடத்துமாறு தனது ஆதரவாளர் களைக் கேட்டுக்கொண்ட ஜெகநாத சுவாமி, மதுப் பழக்கத்திலுந்தும் இதர போதைப் பொருள்கள் நுகர்விலிருந்தும் விடுபடுமாறும் வேண்டுகோள் விடுத்தார்.

இத்தகைய வழிகாட்டல்கள், விவசாயத் தொழிலாளர்களுக்கும் மேல் சாதி நிலவுடைமையாளர்களுக்கும் இடையே முரண்பாடுகளுக்கு

இட்டுச் சென்றன. திருச்சி மாவட்டம் குரும்பலூர் வட்டத்தில் அந்த முரண்பாடுகள் வன்முறைத் தாக்குதல்களாக மாறின. ஆதி திராவிடர் மக்களின் குடியிருப்புகள் சூறையாடப்பட்டு அழிக்கப்பட்டன. பல இடங்களிலும் மேல் சாதி நிலவுடைமையாளர்கள் விவசாயத் தொழிலாளர்கள் சமூகப் புறக்கணிப்பு செய்யப்படுவார்கள் என்றும், குடியிருப்புகளிலிருந்து வெளியேற்றப்படுவார்கள் என்றும், வேலை ஒப்பந்தங்கள் விலக்கிக்கொள்ளப்படும் என்றும் அச்சுறுத்தினர்.[98]

சட்டம் ஒழுங்கு சீர்குலைவதைத் தடுக்க திருச்சி கலெக்டர் தலையிட்டார். ஆதி திராவிடர் மக்களை அவர்களது பொருளாதாரச் சிக்கல்களிலிருந்தும் சமூகப் பிரச்னைகளிலிருந்து விடுவிப்பதற்காக, அந்தக் குடும்பங்களுக்கு அவர் சாகுபடி நிலங்களும் குடியிருப்பு மனைகளும் ஒதுக்கினார். அரசாங்கம் இத்தகைய சில நடவடிக்கைகளை எடுத்தபோதிலும் பறையர் சமூகத்தினரால் முன்னெடுத்துச் செல்லப்பட்ட இயக்கம் தொடர்ந்து நடைபெற்றது. பள்ளர், சக்கிலியர் சமூகங்கள் அந்த இயக்கத்திலிருந்து விலகிக்கொண்ட போதிலும், மேல் சாதி நிலவுடைமையாளர்களுடன் சமரசம் செய்துகொள்ள பறையர் சமூகம் தயாராக இல்லை. அநீதியான சமூக நடைமுறைகளை எதிர்ப்பதன் மூலம், இந்தியாவில் பிரிட்டிஷ் ஆட்சியின் சமத்துவ மாண்புகளை உயர்த்திப் பிடிப்பதாக அவர்கள் கருதியதும் இந்த உறுதிக்கு ஒரு காரணமாகும்.[99]

எம்.சி. ராஜா போன்ற தலைவர்களின் ஈடுபாடு இந்த இயக்கத்துக்கு வலுச்சேர்த்தது. குறுகிய காலத்திலேயே அந்த இயக்கம் அந்த வட்டாரத்தைத் தாண்டி தென் ஆற்காடு, சேலம் ஆகிய அண்டை மாவட்டங்களுக்குப் பரவியது. இருந்த போதிலும் அந்த இயக்கத்தின் செல்வாக்கு நீண்ட காலத்துக்குத் தொடரவில்லை. ஆனால், ‘தீண்டத்தகாத’ சமூகங்களின் மக்களிடையே சமத்துவ அமைப்பு பற்றிய கண்ணோட்டத்தை வளர்த்த அந்த இயக்கம், சமூக எதிர்ப்பின் வரலாற்றில் ஒரு முக்கிய அத்தியாயமாக அமைந்தது. அந்த இயக்கத்தின் பரவலான தாக்கம், மதராஸ் மாகாணத்தில் உருவாகி வந்த ஆதி திராவிடர் உணர்வைக் கவனத்தில் கொள்ள வேண்டிய கட்டாயத்தை அரசாங்கத்துக்கு மறைமுகமாக ஏற்படுத்தியது.

வளர்ந்து வந்த ஆதி திராவிடர் உணர்வு, தமிழ் நாடு முழுவதும் ஏற்பாடு செய்யப்பட்ட ஒதுக்கப்பட்டோர் மாநாடுகளில் வெளிப்பட்டது. அந்த மாநாடுகளில் உரையாற்றிய தலைவர்கள், ஒதுக்கப்பட்ட சமூகங்களின் மக்கள் தொகைக்கு ஏற்ப உள்ளாட்சி அமைப்புகளில் பிரதிநிதித்துவம் அளிப்பதன் மூலமே சமூகப் பாகுபாடுகளுக்கு முடிவு கட்ட முடியும் என்ற கருத்தை வெளிப்

படுத்தினார்கள். உள்ளாட்சி அமைப்புகளில் ஒதுக்கப்பட்ட மக்களின் பிரதிநிதிகள் மிகக்குறைவாக இருந்தனர். இது, மேல் சாதியினரின் அலட்சிய அணுகுமுறைக்கு இட்டுச் செல்கிறது என்றும் அவர்கள் குறிப்பிட்டார்கள். பொதுவாக, 'தீண்டத்தகாத' சமூகங்களைச் சேராதவர்களைப் பிரதிநிதிகளாக நியமிப்பது என்ற அரசாங்கத்தின் கொள்கையால் ஆதி திராவிடர் மக்களுக்கு உண்மையான பலன் எதுவும் கிட்டவில்லை என்று எம்.சி. ராஜா கூறினார். உண்மையான பிரதிநிதித்துவத்தால் கிடைக்கக்கூடிய பலன்களை இத்தகைய கொள்கை தட்டிப்பறிக்கிறது என்ற கருத்து உருவானது.[100]

அந்த மாநாடுகள் ஆதி திராவிடர்களுக்கும் நீதிக்கட்சிக்கும் இடையே முரண்பாடுகள் ஏற்படுவதற்கும் வழி வகுத்தன. 1923ல் ஒரு ஆதி திராவிடர் குழுவுக்குத் தலைமைதாங்கிச் சென்ற எம்.சி. ராஜா, மதராஸ் கவர்னர் லார்டு வில்லிங்டன்னிடம் ஒரு மனுவை அளித்தார். தேர்ந்தெடுக்கப்படும் அமைப்புகளிலும் அரசாங்க வேலைகளிலும் ஆதி திராவிடர் பிரதிநிதித்துவம் தொடர்பாக நீதிக்கட்சியின் அநீதியை அந்த மனுவில் சுட்டிக்காட்டியிருந்தார்.

பிராமணர் அல்லாதார் இயக்கம் குறித்துப் பொது வெளியில் பெரிதாக அறிவித்துக்கொண்டாலும், நீதிக்கட்சித் தலைவர்கள் ஆதி திராவிடர் களைத் தங்களது கட்டுப்பாட்டில் வைத்திருக்கவே விரும்புகிறார்கள் என்றும் மனுவில் குறிப்பிடப்பட்டிருந்தது. தென் இந்தியாவில் பூர்விகத் திராவிட இனத்தின் வழித்தோன்றல்களாகிய ஆதி திராவிடர்கள், பிரிட்டிஷ் அரசை ஒரு அரிய வரமாகப் பார்த்தார்கள்.[101]

பிராமணர் அல்லாதார் – ஆதி திராவிடர் இடையே முரண்பாடுகள் முற்றுகின்றன

சமூக அடிப்படையில் பிரதிநிதித்துவம் தேவை என்ற கோரிக்கை ஆதி திராவிடர், பிராமணர் அல்லாதார் இடையேயான முரண்பாடுகளை விரிவுபடுத்தின. மதராஸ் சட்டசபைக் கூட்ட விவாதங்களிலும் அந்த முரண்பாடுகள் எதிரொலித்தன. 1921 செப்டம்பரில், நீதிக்கட்சியால் பெரிய அளவுக்கு விளம்பரப்படுத்தப்பட்ட நில ஒதுக்கீடு கொள்கையை, சட்டசபையில் ஆதி திராவிடர் பிரதிநிதிகள் கடுமை யாகச் சாடினர். அந்தக் கொள்கையின் கீழ் 'தீண்டத்தகாத' மக்களுக்கு ஒதுக்கப்பட்ட 'தர்காஸ்த்' நிலங்கள் கரடுமுரடானவை என்பதாலும் நீர்ப்பாசன வசதி இல்லாதவை என்பதாலும் விவசாயத்துக்குப் பயன் படாதவை என்று ஆதி திராவிடர் பிரதிநிதிகள் சுட்டிக்காட்டினர்.[102]

நீதிக்கட்சிக்குள் கருத்து முரண்பாட்டோடு இருந்த ஒரு பிரிவினர் ஆதி திராவிடர்களது நிலைபாட்டை ஆதரித்து, கடனுதவி ஏற்பாடுகள்

முன்கூட்டியே செய்யப்படாவிட்டால் இந்தக் கொள்கையின் நோக்கம் நிறைவேறாது என்று வாதிட்டார்கள். இவ்வாறு கருத்து மாறுபாடு கொண்டவர்களுக்கும் ஆதி திராவிடர்களுக்கும் இடையே ஒரு அரசியல் கூட்டு ஏற்படக்கூடும் என்ற வாய்ப்பு உருவானது. அதைத் தொடர்ந்து, நீதிக்கட்சி அமைச்சரவை, ஆதி திராவிடர்களுக்கு சில சலுகைகளை அளிக்க ஒப்புக்கொள்ள வேண்டிய கட்டாயம் ஏற்பட்டது. மதராஸ் மாகாணம் முழுவதும் நீர் வரி செலுத்துவதி லிருந்து இந்த மக்களுக்கு விதி விலக்கு அளிக்கும் ஆணையை அரசாங்கம் பிறப்பித்தது.[103]

தொழிலாளர் துறை செயல்பாடுகள் குறித்து பிராமணர் அல்லாதார், ஆதி திராவிடர் இடையேயான கருத்து வேறுபாடு மிகக் கடுமையாக இருந்தது. அதன் செயல்பாடுகள் மேலோட்ட மானவையாகவே இருக்கின்றன, வாய்ப்புகள் மறுக்கப்பட்ட சமூகங்களுடைய எதிர்பார்ப்புகளை அதனால் நிறைவேற்ற இயலவில்லை என்று பிராமணர் அல்லாத பிரிவைச் சேர்ந்த சிந்தனையாளர்கள் கூறினர். அந்தத் துறை கடைப்பிடித்த கொள்கைகள்தான் சாதிய உறவுகள் சீர்குலையக் காரணம், தாழ்த்தப்பட்ட சமூகங்களின் நிலைமைகள் மோசமடையவும் அந்தக் கொள்கைகள் இட்டுச்சென்றன என்று அவர்கள் வாதிட்டனர்.[104]

ஒதுக்கப்பட்ட சமூகங்களின் மீது பரிவுடன் இல்லாத அதிகாரிகளைப் பதவியில் வைத்திருப்பதற்காக அரசாங்கம் தனது நிதியை வாரியிறைக்கத் தேவையில்லை என்றும் பிராமணர் அல்லாத சட்டசபை உறுப்பினர்கள் கூறினர்.[105] முதல் சட்டசபையின் மூன்றாண்டு காலத்தில், பிராமணர் அல்லாத உறுப்பினர்கள் தொழிலாளர் துறைக்காக ஒதுக்கப்படும் நிதியைக் குறைக்கக் கோரும் தீர்மானத்தை ஐந்து முறை கொண்டுவந்தனர். மூன்று முறை அந்தத் தீர்மானம் எளிதாக நிறைவேற்றப்பட்டது; ஒரு முறை ஒத்திவைக்கப்பட்டது.[106]

பிராமணர் அல்லாதார் என்ற உணர்வுதான் ஆதி திராவிடர்கள் முன்னேற்றத்துக்கு உதவும் என்று பிராமணர் அல்லாதார் தலைவர்கள் கருதினர். சில சலுகைகளுக்காக அரசாங்கத்துடன் ஒத்துழைப்பதற்கு மாறாக, பிராமணர் அல்லாதாருக்கான அரசியலில் ஆதி திராவிடர் தலைவர்கள் தங்களைக் கூடுதலாக ஈடுபடுத்திக்கொள்ளவேண்டும் என்று கூறினர்.[107]

எனினும், நீதிக்கட்சியின் அரசியல் நோக்கங்களைத் தேசியப் பத்திரிகைகள் விமர்சித்தன. உள்ளாட்சி அமைப்புகளில் பிரதிநிதித்துவம் தொடர்பான பிரச்னைகளில் ஆதி திராவிடர்கள் பாகு படுத்தப்படுவது பற்றி அந்த ஏடுகள் எழுதின. மதராஸ் மாகாணத்தில்

ஆதிக்கம் செலுத்திய சமூகங்களின் நலன்களில்தான் பிராமணர் அல்லாதார் தலைவர்கள் அக்கறை காட்டுகிறார்கள் என்றும் அந்த ஏடுகள் குறிப்பிட்டன. சமூக அடிப்படையிலான தனிப் பிரதி நிதித்துவம் என்ற கோரிக்கையே பிராமணர் அல்லாத உயர் சாதியினரின் அதிகாரத்தையும் செல்வாக்கையும் வலுப்படுத்திக் கொள்வதற்காகத்தான் எழுப்பப்படுகிறது என்றும் அந்தப் பத்திரிகைகள் சுட்டிக்காட்டின.[108]

ஆதி திராவிடர் தலைவர்களும், தேசியவாத ஏடுகளும் முன்வைத்த இத்தகைய விமர்சனங்களைத் தொடர்ந்து, பல்வேறு ஒன்றிய அமைப்புகளிலும் ஊராட்சிகளிலும் ஆதி திராவிடர்களின் பிரதிநிதித்துவம் குறிப்பிடத்தக்க அளவுக்கு இல்லை என்பதை நீதிக்கட்சி அமைச்சரவை ஒப்புக்கொண்டது. ஆயினும் இத்தகைய ஒப்புதல்களால் ஆதி திராவிடர்களை சமாதானப்படுத்த இயலவில்லை. கிராமங்களின் பயிர் நிலங்கள் விநியோகிக்கப்பட்ட முறை தொடர்பாக அவர்கள் காலனிய நிர்வாகத்தையும் கடுமையாக விமர்சித்தனர், அதேபோல் நீதிக்கட்சியையும் சாடினர். நீதிக்கட்சி அமைச்சர்கள், மேல் சாதி அதிகாரிகளின் துணையோடு, அந்த நிலங்கள் 'தீண்டத்தகாத' சமூகங்களைச் சேர்ந்தோருக்கு வழங்கப்படுவதைத் தடுத்துவிட்டனர் என்று அவர்கள் குற்றம் சாட்டினர்.[109]

ஆதி திராவிடர்களின் தேவைகளை காங்கிரஸ், நீதிக்கட்சி இரண்டுமே பொருட்படுத்தவில்லை என்று எம்.சி. ராஜா வாதிட்டார். பிராமணர் அல்லாத மேல் சாதித் தலைவர்கள் தங்களுடைய செல்வத்தைப் பெருக்கிக்கொள்வதில்தான் ஈடுபட்டார்களேயல்லாமல், ஒதுக்கப் பட்ட சமூகங்களின் குறைகளைத் தீர்ப்பதற்கு முயலவில்லை என்றார் அவர்.[110]

ஆட்சியதிகாரத்துக்கு வந்த நீதிக்கட்சி, தொழிலாளர் துறைக்கான நிதி ஒதுக்கீட்டைக் குறைத்துவிட்டது; அதன் மூலம் ஆதி திராவிடர்கள் தங்கள் நிலையை உயர்த்திக்கொள்ளும் வாய்ப்பைத் தட்டிப்பறித்து விட்டது என்று குற்றம் சாட்டினார். நீதிக்கட்சி அமைச்சர்களின் விருப்பப்படி அதிகாரிகள் மாற்றப்பட்டார்கள், அதுவும் தொழிலாளர் துறை செயல்பாட்டை முடக்கிவிட்டது என்றும் கூறினார். '... இனியும் நாம் எந்தவொரு சமூகத்துக்கும் அடிமையாக இருக்கப்போவதில்லை. நாமேதான் நம்முடைய எசமானர்கள். நமது சொந்த நன்மைகளுக்காக நாம் போராடவில்லையென்றால் அரசாங்கத்தின் முயற்சிகள் பலனளிக்கப்போவதில்லை' என்று அவர் அறிவித்தார்.[111] இவ்வாறாக, நீதிக்கட்சித் தலைமையைத் தாக்கிய ஆதி திராவிடர் தலைவர்கள், ஒதுக்கப்பட்ட சமூகங்களின் ஒருமைப்பாட்டு உறுதியை காலனிய அரசாங்கத்துக்குக் காட்ட முயன்றார்கள்.

சாதி இந்துக்களின் தேவைகளிலிருந்து 'தீண்டத்தகாத' சமூகங்களின் பிரச்னைகள் மாறுபட்டவை என்று காலனிய நிர்வாகத்துக்குப் புரிய வைக்க ஆதி திராவிடர் தலைவர்கள் முயன்றார்கள். ஆதி திராவிடர்கள் சார்பாகப் பேசுவதற்கு பிராமணர் அல்லாத மேல் தட்டுத் தலைவர்களுக்கு உரிமையில்லை என்று அவர்கள் கூறினார்கள். நீதிக்கட்சியின் தலையீடு காரணமாக, மதராஸ் சட்டசபையில் தங்களது சமூகங்களுக்கு உரிய பிரதிநிதித்துவம் கிடைக்கவில்லை என்றும் ஆதி திராவிடர் தலைவர்கள் விமர்சித்தார்கள்.[112]

அரசுப் பணிகளை இந்தியமயமாக்குவது தொடர்பான பிரச்னைகளை ஆராய்வதற்காக லீ குழு அமைக்கப்பட்டது. இதுவும் ஆதி திராவிடர், பிராமணர் அல்லாதார் முரண்பாடுகளை விரிவுபடுத்தியது. அந்தக் குழுவின் கலந்தாய்வில், ஒதுக்கப்பட்ட சமூகங்கள் சார்பாகக் கலந்துகொண்ட எம்.சி. ராஜா, அரசுப் பணிகளை இந்தியமய மாக்குவது அந்த மக்கள் மேலும் ஒடுக்கப்படுவதற்கே இட்டுச் செல்லும் என்று கூறி அதற்கு எதிர்ப்புத் தெரிவித்தார்.

ராஜாவின் கருத்துகளை 'தி ஜஸ்டிஸ்' பத்திரிகையில் பிராமணர் அல்லாதார் தலைவர்கள் கடுமையாகச் சாடினார்கள். அவருடைய கருத்துகள் மிகவும் பிற்போக்கானவை என்று அவர்கள் விமர்சித் தார்கள். ஆதி திராவிடர் தலைவர்கள் தங்களது சுயநலத்தால் வழி நடத்தப்பட்டவர்களாக, பிராமணர் அல்லாதார் இயக்கம் என்ற கோட் பாட்டுக்குப் பெருங்கேடு செய்வதாகக் குற்றம் சாட்டினார்கள்.[113]

அரசுப் பணிகளை இந்தியமயமாக்குவது தொடர்பாக எழுந்த இந்த முரண்பாடு மதராஸ் மாகாணத்தில் காங்கிரஸ் கட்சியின் அரசியல் மறுவாழ்வுக்கு வாய்ப்பாக அமைந்தது. ஆதி திராவிடர்கள் தங்களது முன்னேற்றத்துக்காக, பிரிட்டிஷ் ஆட்சியைக் கண்ணை மூடிக் கொண்டு ஆதரிப்பதற்கு மாறாக, தேசிய இயக்கத்துடன் இணைந் திருப்பது குறித்துச் சிந்திக்கவேண்டும் என்ற கருத்தை காங்கிரஸ் முன்வைத்தது.[114]

ஆனால், ராஜகோபாலாச்சாரிக்கும், சத்தியமூர்த்தி தலைமையிலான சுயராஜ்யவாதிகளுக்கும் இடையேயான முரண்பாடு முன்னுக்கு வந்ததன் காரணமாக, காங்கிரஸ் இயக்கமேகூட பிளவுபடும் நிலையில் இருந்தது. சாதி அடிப்படையிலான முரண்பாடுகளும் காங்கிரஸ் முன்னேற்றத்துக்கு முட்டுக்கட்டை போட்டது.[115]

1920களின் தொடக்கத்தில், ஈ.வெ. ராமசாமி நாயக்கர் (ஈ.வெ.ரா.) போன்ற காங்கிரஸ் தலைவர்கள் தென் இந்தியாவில் தீண்டாமை ஒழிப்பு இயக்கத்துக்கு வலுவாக ஆதரவளித்தார்கள். திருவாங்கூரில்,

கோவிலுக்குள் நுழைவதற்கான பொது வழிகளை 'தீண்டத்தகாத' மக்கள் பயன்படுத்தும் உரிமைக்காக நடைபெற்ற வைக்கம் ஆலய நுழைவுப் போராட்டத்தில் ஈ.வெ.ரா. பங்கேற்றார். அந்தப் போராட்டத்துக்குக் கிடைத்த வெற்றியால் அவரது புகழ் பரவியது.

ஆனால், விரைவிலேயே சேரன்மகாதேவி குருகுலப் பள்ளி பிரச்னையில் ராஜகோபாலாச்சாரியுடனான அவரது உறவு சீர்குலைந்தது. வ.வே.சு. அய்யர் ஏற்படுத்திய அந்தப் பள்ளியில் சாதி அடிப்படையில் குழந்தைகள் பிரித்துவைக்கப்பட்டதை காங்கிரஸ் கட்சியின் பிராமணர் தலைவர்கள் ஊக்குவிக்கிறார்கள் என்ற குற்றச்சாட்டை ஈ.வெ.ராவும், காங்கிரஸுக்குள் செல்வாக்குடன் இருந்த பிராமணர் அல்லாத தலைவர்களும் முன்வைத்தார்கள். சாதிப் பாகுபாடு பற்றிய இந்தக் குற்றச்சாட்டு மதராஸ் காங்கிரஸ் வட்டாரத்துக்குள் பெரும் முரண்பாட்டை ஏற்படுத்தியது. அதைத் தொடர்ந்து ராஜாஜியும் அவரது சில ஆதரவாளர்களும் தமிழ்நாடு காங்கிரஸ் கமிட்டியிலிருந்து விலகினார்கள்.[116]

ஆனால், நீதிக்கட்சிக்குள் பொதுக்கருத்தாளர்களுக்கும் முற்போக் காளர்களுக்கும் இடையே அதிகரித்து வந்த கருத்து வேறுபாட்டின் காரணமாக, காங்கிரஸ் கட்சியால் சேரன்மாதேவி பிரச்னையிலிருந்து மக்கள் கவனத்தைத் திருப்ப முடிந்தது. நீதிக்கட்சியைப் பின்னுக்குத் தள்ளுவதற்காகவும், தன் சொந்த அணியிலேயே பிளவு ஏற்படு வதைத் தவிர்ப்பதற்காகவும் தீண்டாமையை அகற்றுவதற்கு ஆதரவாக நின்றது. சேரன்மாதேவி பிரச்னையின் பின்விளைவுகள் குறித்துக் கவலையடைந்த பெரும்பாலான காங்கிரஸ் தலைவர்கள், கட்சி நிலைத்திருக்க வேண்டுமானால் ஆதி திராவிடர்களின் நலன்களில் அக்கறை காட்டவேண்டும் என்று கருதினார்கள்.

'ஸ்வராஜ்' போன்ற தனது பத்திரிகைகளைப் பயன்படுத்திக் கொண்டு, தீண்டாமையை அகற்றத் தவறிய நீதிக்கட்சிக்கு எதிரான பிரசாரத்தைத் தொடங்கியது. சீர்திருத்த நடவடிக்கைகள் என்பதாக நீதிக்கட்சி அமைச்சரவை மேற்கொண்ட நடவடிக்கைகள் மேல்சாதியினருக்கும் தாழ்த்தப்பட்டோருக்கும் இடையேயான வேறுபாடுகளை மேலும் விரிவுபடுத்தவே செய்துள்ளன என்று காங்கிரஸ் தலைவர்கள் கூறினார்கள்.[117] நீதிக்கட்சியின் அமைப்பு சார்ந்த பலவீனத்தையும், அதிலிருந்து பெரும்பாலோர் வெளியேறக்கூடிய வாய்ப்பு இருப்பதையும் புரிந்துகொண்ட காங்கிரஸ் தலைவர்கள், ஆதி திராவிடர்களின் ஆலய நுழைவு உரிமைக்கு ஆதரவளித்தார்கள்.[118]

இவ்வாறாக, 1920களின் முற்பகுதியிலேயே, நீதிக்கட்சியால் பிராமணர் அல்லாதாரிடையே ஒரு பெருமித உணர்வை ஏற்படுத்த

முடிந்தது என்றாலும்கூட, மக்கள் எதிர்பார்ப்புக்கேற்பச் செயல்படுவதில் அக்கட்சி தோல்வியடைந்தது. அக்கட்சியின் தலைவர்கள், கட்டமைக்கப்பட்ட பிராமணர் அல்லாதார் அணிக்கு உள்ளேயே நிலவிய மாறுபட்ட சாதி, சமூக நலன்களுக்கிடையே ஓர் இசைவை ஏற்படுத்தத் தவறினர். பிராமணர் அல்லாதார் – ஆதி திராவிடர் பாகுபாட்டை ஒழிக்கும் நோக்கத்துடன் அவர்கள் தொடங்கிய நடவடிக்கைகள் அரை மனதுடன் மேற்கொள்ளப்பட்டதாகவே இருந்தன. சுயமரியாதை இயக்கம் உருவெடுக்கும் வரையில், பிராமணர் அல்லாதார் என்ற கோட்பாட்டால் ஒரு சமத்துவமான, முற்போக்கான படிமத்தை ஏற்படுத்த முடியவில்லை.[119]

பிராமணிய எதிர்ப்பும் இந்து அறநிலையச் சட்டமும்

பிராமணர் அல்லாதார் அனைவரும் சமய அடிப்படையிலும் சடங்குகளிலும் பாரபட்சமாக நடத்தப்பட்டனர். அதை அவர்கள் எதிர்த்தனர். 1920களின் முற்பகுதியில், பிராமணர்களின் அரசியல் ஆளுமையை நீதிக்கட்சி எதிர்த்து நின்றதற்கான அடித்தளமாக அது அமைந்தது. இத்தகைய நோக்கத்தை மனத்தில் கொண்டுதான் நீதிக்கட்சித் தலைவர்கள் சமூக சீர்திருத்தங்களுக்கான சட்டங்கள் கொண்டுவரப்படுவதை ஆதரித்தார்கள். பிராமணர்களின் மேலாதிக்கத்தை ஒழிப்பதற்காக பிராமணர் அல்லாதார் தலைவர்கள் மேற்கொண்ட முயற்சிகளில் ஒன்றுதான் இந்து அறநிலையச் சட்டம்.[120]

1921 ஜனவரியில் நடைபெற்ற நான்காவது பிராமணர் அல்லாதார் மாநாடு, வர்ணாஸ்ரம தர்மத்தை ஏற்க மறுத்து, ஒரு சமத்துவ சமுதாயத்தை உருவாக்குவதற்கான சட்டங்கள் கொண்டுவரப்பட வேண்டும் என முன்மொழிந்தது. ஒதுக்கப்பட்ட சமூகங்களுடன் அரசியல் தொடர்புகளை ஏற்படுத்திக்கொள்வதற்காகவும் இத்தகைய மாநாடுகளை பிராமணர் அல்லாதார் பயன்படுத்திக்கொண்டனர். சமுதாய சமத்துவம் என்பதோடு, சாதியப் பாகுபாட்டு நடைமுறைகளையும், பிராமணியச் சடங்குகளையும் தவிர்ப்பதற்கு வலியுறுத்திய வேறு பல தீர்மானங்களையும் பிராமணர் அல்லாதார் தலைவர்கள் முன்வைத்தார்கள். அப்படிப்பட்ட தீர்மானங்கள் செயல்பாட்டுக்கு வருமானால் பிராமணர் அல்லாத மற்றவர்களுக்கும் ஆதி திராவிடர்களுக்கும் இடையேயான வேறுபாடுகள் ஒழியும் என்று கருதினார்கள்.[121]

ஆட்சி நிர்வாகத்துக்கு வந்த நீதிக்கட்சி, உடனடியாக ஆலய நிர்வாகங்களை முறைப்படுத்தவும், அவற்றை அரசின் கட்டுப்பாட்டுக்குள் கொண்டுவரவும் முடிவு செய்தது.[122] மதராஸ் மாகாண

சட்டமன்றம் 1923 ஏப்ரலில் இந்து அறநிலையச் சட்ட முன்வரைவை நிறைவேற்றி, ஆளுநர் ஒப்புதலுக்காக அனுப்பியது. ஆனால், அந்தச் சட்டத்துக்குப் பொதுமக்களிடையே கடும் எதிர்ப்பு நிலவிய சூழலில் ஆளுநர் அந்தச் சட்ட முன்வரைவைத் திருப்பியனுப்பினார்.[123] அந்தச் சட்டத்தில் மடங்களுக்கும் பொருந்தும்வகையில் இருந்த சில பிரிவுகளுக்கும், நீதிமன்ற நடைமுறைகள் தொடர்பான சில பிரிவுகளுக்கும் திருத்தங்களைப் பரிந்துரைத்தார்.

திருத்தப்பட்ட ஒரு சட்ட முன்வரைவை சட்டமன்றத் தேர்வுக்குழு தாக்கல் செய்தது. அது மூல முன்வரைவை விடக் கடுமையாக இருந்தது.[124] தேர்வுக்குழுவின் முன்மொழிவுகள் சட்டசபையில் புதிய விவாதங்களை ஏற்படுத்தியது. அதில் இருந்த, ஆலயக்குழு உறுப்பினர்களைத் தேர்ந்தெடுப்பது தொடர்பான திருத்தத்தை ஆதரித்த நீதிக்கட்சியினர் இதர திருத்தங்களை ஏற்கவில்லை. அது மட்டுமல்லாமல், அந்தச் சட்ட முன்வரைவுக்குள் மடங்களையும் உட்படுத்துவது, நிதியைப் பொது நோக்கங்களுக்குத் திருப்பி விடுவது ஆகியவற்றை பிராமணர்கள், பிராமணர் அல்லாதார் இரு தரப்பாருமே எதிர்த்தனர்.

பனகல் ராஜா போன்ற பிராமணர் அல்லாதார் தலைவர்கள் அந்தச் சட்ட முன்வரைவு நிறைவேற்றப்படுவதற்கு ஆதரவு தெரிவித்தனர். பொதுக்கருத்துவாதிகள், ஆலய நிதிக்குப் பெரும் பங்களிப்புச் செய்கிறவர்கள் பிராமணர் அல்லாதார்தான் என்பதால், அதில் பிராமணர்களுக்கு இருந்த மேற்பார்வை அதிகாரத்தை மாற்ற வேண்டும் என்று கருதினார்கள். அதேவேளையில், இந்து மடங்கள், புரோகிதம் உள்ளிட்ட அனைத்தையும் கட்டுப்படுத்துகிற மூலச் சட்ட முறைவில் எந்த சமரசமும் செய்துகொள்ளக்கூடாது என்றும், குறுகிய நோக்கம் கொண்டவர்களுக்கு எவ்விதத்திலும் விட்டுக் கொடுக்கக்கூடாது என்றும் முற்போக்கான பிராமணர் அல்லாதார் தலைவர்கள் வாதிட்டார்கள். சி. ராமலிங்க ரெட்டியார் போன்ற முற்போக்காளர்கள், அனைத்து ஆலயங்களையும் கண்காணிப்பதற் கான ஆணைய வாரியம் ஒன்றை ஏற்படுத்தவேண்டும் என்று வலியுறுத்தினார்கள்.[125]

அந்த சட்ட முன்வரைவுக்கு மிகப்பெரிய எதிர்ப்பு பிராமணர் களிடமிருந்து வந்தது. இந்து சமய நிறுவனங்களை அரசாங்கக் கண்காணிப்பின் கீழ் கொண்டுவரும் நீதிக்கட்சி அமைச்சரவை முடிவை, சட்டசபையில் பிராமண உறுப்பினர்கள் சாடினார்கள். குறுகிய நோக்கங்களுடன் இப்படிப்பட்ட முயற்சிகள் மேற்கொள்ளப் படுவதாகக் குற்றம் சாட்டினர்.[126] சட்ட முன்வரைவு மீதான விவாதம்

நீதிக்கட்சியுடன் பிராமணர் தலைவர்களுக்கு இருந்த அரசியல் முரண்களுக்குக் கணக்குத் தீர்த்துக்கொள்வதற்கான வாய்ப்பாக அமைந்தது. இந்து சமயத் தத்துவத்தை ஒழிப்பதற்காக காலனிய நிர்வாகமும் நீதிக்கட்சி அமைச்சரவையும் இழிவான முறையில் கூட்டுச் சேர்ந்திருப்பதாகச் சத்திய மூர்த்தி போன்ற பிராமணர் தலைவர்கள் கூறினார்கள்.[127] அந்தச் சட்டத்தை முடக்கி வைப்பதற்கான விலக்கல் தீர்மானம் ஒன்றைச் சத்திய மூர்த்தி கொண்டுவந்தார்.

சட்டம் குறித்துப் பொதுமக்களிடையே ஏற்பட்டிருந்த அச்சங்களைப் போக்குவதற்கு பிராமணர் அல்லாதார் தலைவர்கள் முயன்றனர். அது இந்துத் தத்துவத்தைத் தாக்குவதற்காகக் கொண்டுவரப்படவில்லை என்று கூறினர். பிராமண காங்கிரஸ் தலைவர்களின் கருத்துகளை 'தி திராவிடன்' பத்திரிகை கடுமையாகச் சாடியது. இந்து சமய நிறுவனங்களின் செல்வங்கள் முறைகேடாகக் கையாளப்படுவதைத் தடுப்பதற்காகவே அந்தச் சட்டத்தை பனகல் ராஜா ஆதரிக்கிறார் என்று அந்த ஏடு எழுதியது.[128] இந்தப் பிரச்னையில் காங்கிரஸ் கட்சி இரட்டை நிலை எடுப்பதாக மதராஸ் நகரில் இருந்த ஐரோப்பியர் பிரதிநிதிகளும் விமர்சித்தனர்.

மாகாண சுயாட்சியை வலியுறுத்துகிறவர்கள், கவர்னர் தனது ரத்து அதிகாரத்தைப் பயன்படுத்தி அந்தச் சட்டம் நிறைவேறுவதைத் தடுக்கவேண்டும் என்று நிர்ப்பந்திப்பது முறையல்ல என்று ஐரோப்பியர்கள் கூறினர். 'சுதேசமித்திரன்' போன்ற தேசியப் பத்திரிகைகள் இந்தக் குற்றச்சாட்டுகளை மறுத்தன. சாதாரணமாக வைஸ்ராய் இந்த சட்டமுன்வரைவைத் தள்ளுபடி செய்துவிடுவார், ஆனால் அவர் தனது ஒப்புதலை அளிக்க வேண்டுமென்று நீதிக்கட்சி அமைச்சரவை நிர்ப்பந்திக்கிறது என்று அந்த ஏடுகள் வாதிட்டன.[129]

குறிப்பிடத்தக்கவகையில், இந்த விவாதங்களின்போது, ஒதுக்கப் பட்டோர் தலைவர்கள் இந்து சமூகக் கட்டமைப்புக்கு விளக்கமளிக்க சட்டத்தைப் பயன்படுத்திக்கொண்டார்கள். 'தீண்டத்தகாதவர்கள்' என்று கூறப்படும் சமூகங்களுக்குக் கோவிலுக்குள் நுழைய உரிமை வேண்டும் என்று அந்தத் தலைவர்கள் வலியுறுத்தினார்கள்.

இந்த உரிமைக்கான கோரிக்கையைச் சட்டசபையின் பிராமண உறுப்பினர்கள் வலுவாக எதிர்த்தனர். இதில் அவசர முடிவுகள் எடுப்பது சமுதாயத்தில் பதற்றத்தை ஏற்படுத்திவிடும் என்று அவர்கள் கூறினர். ராமநாதபுரம் ராஜா போன்ற பிராமணர் அல்லாதார் தலைவர்களும் இதில் சாதிய அடிப்படையிலான நிலைப்பாட்டையே மேற்கொண்டனர். மலபார் வட்டாரத்தைச் சேர்ந்த பணக்கார பிராமணர் அல்லாத நிலவுடைமையாளர்களும், ஆலய நுழைவு உரிமை விவகாரத்தில் ராமநாதபுரம் ராஜாவின் கருத்தை ஆதரித்தனர்.[130]

நீதிக்கட்சி அமைப்புக்குள் ஜமீன்தார்களின் கை ஓங்கியிருந்த நிலைமை, அந்தச் சட்டம் நிறைவேறுவதில் பிரச்னைகளை ஏற்படுத்தியது. ஆலய நிர்வாகத்தில் ஜமீன்தார்களுக்கு இருந்த செல்வாக்கை நீதிக்கட்சியால் தடுக்க முடியவில்லை. ஆலயங்களின் ரகசிய உள் விவகாரங்களை நீதிக்கட்சி அமைச்சரவையால் முறைப் படுத்த முடியவில்லை என்பதும் ஒரு பெரிய பலவீனமாக இருந்தது. இவ்வாறாக, பிராமணிய எதிர்ப்புக் கோட்பாட்டை முன்வைத்த நீதிக்கட்சித் தலைவர்கள், பிராமணியத்துக்கு மாற்றாக ஒரு சித்தாந்தத்தை உருவாக்குவதில் தோல்வியடைந்தார்கள்.[131]

சுயமரியாதை இயக்கமும் புதிய சமூகக் கட்டமைப்புக்கான தொலைநோக்கும்

1920களின் இடைக்கட்டத்தில், காங்கிரஸ், நீதிக்கட்சி இரண்டுக்குமே ஒரு நெருக்கடி ஏற்பட்டிருந்தது. ஒதுக்கப்பட்டோர் நலன்களுக்கு பிராமணர் அல்லாத மேல்தட்டுத் தலைவர்கள் துரோகம் செய்து விட்டதாக சுயராஜ்யவாதிகள் விமர்சித்தனர். பிராமணர் அல்லாதார் தலைவர்கள் தங்களுடைய அரசியல் வலிமையை இழக்க நேரிடும் என்ற அச்சத்தால்தான் உள்ளாட்சித் தேர்தல்களுக்கான சட்டத் திருத்தத்திலிருந்து விலகி நிற்கிறார்கள் என்று சுயராஜ்யவாதிகள் வாதிட்டனர்.[132] பெரும் மக்கள் இயக்கத்தைக் கட்டத் தவறியதாகவும் நீதிக்கட்சியை அவர்கள் சாடினார்கள்.[133]

சேரன்மாதேவி பிரச்னைக்குப் பிறகு காங்கிரஸ் கட்சிக்குள் அதிகரித்த கருத்து வேறுபாடுகள்,[134] பிராமணர் அல்லாதார் இயக்கத்துக்குத் தேவைப்பட்ட ஒரு வாய்ப்பை ஏற்படுத்திக்கொடுத்தன. பிராமணர் அல்லாதார் தலைவர்கள் தங்களது அரசியல் கவுரவத்தை மீட்கும் முயற்சியாக, காங்கிரஸ் கட்சியிலிருந்து விலகியிருந்த ஈ.வெ.ராவுடன் பேச்சு நடத்துவதில் ஆர்வம் காட்டினர். சமுதாயத்தில் நிலவிய வர்ணாஸ்ரம வேறுபாடுகளைப் பாதுகாக்க முயல்வதாக காங்கிரஸ் தலைவர்களை ஈ.வெ.ரா விமர்சித்தார். தாம் தொடங்கியிருந்த சுயமரியாதை இயக்கத்துக்கு நீதிக்கட்சி ஆதரவு கிடைப்பது, பிராமணர்களது அரசியல் சவாலை எதிர்கொள்ள உதவிகரமாக இருக்கும் என்று கருதினார்.[135]

நீதிக்கட்சியுடனான தொடர்பை வலுப்படுத்திக்கொள்ளும் நோக்கத்துடன், ஈ.வெ.ரா 1925 டிசம்பரில் கோயம்புத்தூரில் நடந்த அந்தக் கட்சியின் மாநாட்டில் உரையாற்றினார். நீதிக்கட்சித் தலைவர்கள் பெருந்திரள் மக்கள் இயக்கத்தை நடத்தத் தவறி விட்டார்கள் என்ற விமர்சனக் கருத்தை அந்த உரையில் அவர் முன்வைத்தார். நீதிக்கட்சித் தலைவர்கள் அரசியல் தளத்தில்

நிலைத்திருக்க வேண்டுமானால் காந்தியின் வெகுமக்கள் இயக்க வழியில் ஆக்கப்பூர்வமான திட்டங்களைப் பின்பற்றவேண்டும் என்ற ஆலோசனையை முன்வைத்தார்.[136]

காந்திய வழியிலான அரசியல் இயக்கத்தில் ஈடுபடவேண்டும் என்ற ஈ.வெ.ராவின் வேண்டுகோளுக்கு அனைவரின் ஒப்புதல் கிடைத்து விடவில்லை. நீதிக்கட்சியின் சில முன்னணித் தலைவர்கள் அவரது இந்தக் கருத்தில் முரண்பட்டார்கள். அது ஒருபுறமிருக்க, சுயமரியாதை, சாதியில்லாச் சமுதாயம் என்ற அவரது முழக்கங்கள் பிராமணர் அல்லாதாரிடையே ஆர்வத்தை ஏற்படுத்தின. அவரது முற்போக்கான சமுதாயக் கோட்பாடுகள் ஒரு குறுகிய காலத்தில் பிராமணர் அல்லாதார் இயக்கத்தின் தன்மையை மாற்றின.[137] அவரது பிராமண எதிர்ப்புக் கருத்துகளுக்கு ஆதி திராவிடர் மக்களின் ஆதரவும் கிடைத்தது.

சுயமரியாதை இயக்கத்தினர் பிராமணர்களின் புரோகிதத்தனமான அணுகுமுறைகளை மட்டுமல்லாமல், புரோகிதம் என்ற கருத்தாக்கத்தையேகூட எதிர்த்தார்கள்.[138] பிறப்பின் அடிப்படையிலும் புரோகிதத்திலும் தங்களுக்கே முதலிடம் என்ற பிராமணர்களது விதிகளையும், அந்த விதிகளின் அடிப்படையில் சமுதாயத்தில் மற்ற அனைவரின் தனிப்பட்ட வாழ்க்கையில் பிராமணர்கள் தலையிடுகிற உரிமையை பிராமணர்கள் எடுத்துக்கொண்டதையும் சுயமரியாதை இயக்கத்தினர் சாடினார்கள்.

சுயமரியாதை இயக்கத்தின் பத்திரிகையான 'குடி அரசு' இதழில், பிராமணர்களது ஆதரவைப் பெற்ற சமூகப் படிநிலை அமைப்பின் காரணமாக உருவான பாகுபாடுகள், சமுதாய வளங்களும் வாய்ப்புகளும் சமத்துவமற்ற முறையில் பிரித்தளிக்கப்படுவதற்கு இட்டுச்சென்றன என்று சுட்டிக்காட்டுகிற கட்டுரைகள் வெளி வந்தன. சமுதாயத்தின் ஒரு பகுதியினர் வாய்ப்புகளை அனுபவித்துக் கொண்டிருக்க, மற்றவர்கள் அடிமைச் சேவக நிலைக்குத் தள்ளப் பட்டார்கள் என்று 'குடி அரசு' கூறியது.[139]

பிராமணர் அல்லாதார் தங்களது சமூக நிலையை உயர்த்திக் கொள்வதற்காக பிராமணிய வழிமுறைகளைப் பின்பற்றக்கூடாது என்று எச்சரித்தார் ஈ.வெ.ரா.[140] சுவாமி சகஜானந்தம் போன்ற ஆதி திராவிடர் தலைவர்கள் அந்த மக்களை இந்து மத சாத்திரங்களுக்கு உட்பட்ட கவுரவமான வாழ்க்கையை நடத்துமாறு போதிக்கிறார்கள் என்று விமர்சித்தார். 'ஒரு மூட்டை அரிசியில் ஒரு சேர் கற்கள் கலந்திருக்குமானால், அந்த அரிசியைச் சலித்து கற்களைப் பிரித்தெடுப்போமா அல்லது கற்களைச் சலித்து அரிசியைப் பிரித்தெடுப்போமா' என்று சுவைபடக் கேட்டார் ஈ.வெ.ரா..[141]

பெரும்பகுதி மக்களை ஒரு சிறு பகுதியினர் ஆளுமை செலுத்து வதற்கு சட்டப்பூர்வ அங்கீகாரம் அளிக்கிற ஏற்பாடாகக் கருதப்படும் 'வர்ணாஸ்ரம தர்மம்' குறித்த பிராமணிய விளக்கங்கள் மீதான விவாதங்களிலும் அவர் பெரும் ஆர்வத்துடன் ஈடுபட்டார். அதிகாரம் சார்ந்த உறவுகளைப் பல அடுக்குகளாக வைத்திருப்பதுதான் இந்து தர்மம் என்றார். சமயக் கோட்பாடுகளின் உட்கருத்துகள் உள்ளிட்ட பல்வேறு பிரச்னைகளில் சுயமரியாதை இயக்கம் கவனம் செலுத்தியது.[142]

1920களின் முற்பகுதியில், பகுத்தறிவுக்கும் நாத்திகத்துக்கும் முக்கியத்துவம் அளித்த ஈ.வெ.ரா., ஆதி திராவிடர் மக்களின் ஆலய நுழைவு உரிமைக்காகவும் வாதிட்டார். இதில் அவருடைய வாதங்கள் மனிதத்துவம் என்பதைத்தான் மையமாகக் கொண்டிருந்தன. இத்தகைய உரிமைகள் பொதுவானவை, மனிதத்துவக் கண்ணோட்டத்திலிருந்து பிரிக்க முடியாதவை, ஆகவே ஆதி திராவிடர்கள் இந்த உரிமைக்கான போராட்டத்தில் வெற்றிபெற்றாக வேண்டும் என்றார். பார்ப்பனியம், மனு தர்மம் ஆகியவை குறித்து அவர் முன்வைத்த வாதங்கள், ஆதி திராவிடரில் ஒரு பகுதியினரை ஈர்த்தன. ஒடுக்குமுறையை அடிப்படையாகக்கொண்ட பிராமணியக் கட்டமைப்பு சார்ந்த அனைத்து வகையான பாகுபாடுகளையும் எதிர்ப்பதற்கான ஒரு தளத்தை சுயமரியாதை இயக்கம் ஏற்படுத்திக் கொடுக்கும் என்று, ஈ.வெ.ரா. இயக்கத்தால் ஈர்க்கப்பட்ட ஆதி திராவிடர்கள் கருதினார்கள்.[143]

சாதி, தீண்டாமை, ஆதி திராவிடர் முன்னேற்றம் ஆகியவற்றில் ஈ.வெ.ரா. கருத்துகள்

மேலோர் கீழோர் என்ற பாகுபாடுகளைப் பராமரிப்பதற்காக உருவாக்கப்பட்ட ஒரு கோட்பாடுதான் சாதியம் என்று ஈ.வெ.ரா. கருதினார். சாதிய அமைப்பைத் தகர்ப்பதற்குத் தீண்டாமை ஒழிப்பும், பிராமணர் அல்லாதார் விடுதலையும் தேவை என்றார். ஒதுக்கப் பட்டோர், சூத்திரர்கள் இரு சாராரும் தங்களது பொதுவான அனுபவங்கள் அடிப்படையிலும், ஒருவர்க்கொருவர் ஆதரவாக இருப்பதன் அடிப்படையிலும் ஒன்றுபட்டு நிற்கவேண்டும் என்றார். இந்து சமுதாயத்தில் சமூக ஏற்றத்தாழ்வுகளும் பொருளாதாரப் பாகுபாடுகளும் நீடிப்பதற்கு முக்கியமான காரணம் தீண்டாமைதான் என்று சுயமரியாதை இயக்கத்தினர் வாதிட்டனர். தீண்டாமைப் பிரச்னைக்குத் தீர்வு காணப்படும் வரையில் சுதந்தரம், சமூக சமத்துவம், சம நீதி ஆகிய லட்சியங்களை ஒருபோதும் அடைய முடியாது என்று அவர்கள் கூறினார்கள்.[144]

1925 டிசம்பரில், தீண்டாமை தொடர்வதை எதிர்த்துப் பொது வெளியில் பேசத் தொடங்கினார் ஈ.வெ.ரா.. தீண்டாமை ஒழிப்புக் கான இயக்கத்தை மேற்கொள்ளவில்லை என்று காந்தியையும் மற்ற காங்கிரஸ் தலைவர்களையும் விமர்சித்தார்.[145] பேச்சு மொழியில் 'பறையர்', 'பள்ளர்' என்ற சொற்களை நீக்கிவிடவேண்டும் என்று கூறினார்.[146] சுயமரியாதை இயக்கத்தின் மாவட்ட மாநாடுகளில், தீண்டாமை ஒழிப்பை வலியுறுத்தியும் ஆதி திராவிடர்களின் ஆலய நுழைவு உரிமையை ஆதரித்தும் தீர்மானங்கள் நிறைவேற்றப் பட்டன.[147]

சமதர்ம அமைப்பை நிறுவி, பாரம்பரிய சாதிய அமைப்பை ஒழித்துக்கட்டவேண்டும் என்று சுயமரியாதை இயக்கம் வலியுறுத்தியது. சம தர்ம லட்சியம் என்பது சம உரிமைகளையும், சாதிக்கு முக்கியத்துவம் அளிக்காத சமூக உறவுகளையும் முன்வைத்தது. அதேவேளையில் சம தர்ம லட்சியத்தில் வேறு கோரிக்கைகளும் முன்வைக்கப்பட்டன. அரசாங்க வேலைகளிலும், தேர்தல் மூலம் நிறுவப்படும் அமைப்புகளிலும் கல்வி நிறுவனங் களிலும் பிராமணர் அல்லாதாருக்கு விகிதாச்சாரப் பிரதிநிதித்துவம் என்ற கோரிக்கையை அது எழுப்பியது.

சம தர்ம இயக்கத்தில் பிராமணர் அல்லாதார் தங்களை இணைத்துக் கொள்வது, விகிதாச்சாரப் பிரதிநிதித்துவத்தின் பலன்களை 'தீண்டத்த காதவர்கள்' என்று ஒதுக்கப்பட்ட சமூகங்களைச் சேர்ந்தோரும் பெறுவதற்கு வழிவகுக்கும் என்றும் ஈ.வெ.ரா. கருதினார். சம தர்மத்துக்கான பிராமணர் அல்லாதார் – ஆதி திராவிடர் இயக்கம் பார்ப்பதியத்துக்கு எதிரான அரசியல் – பண்பாட்டு மாற்று ஒன்று உருவாவதற்கு இட்டுச் செல்லும் என்ற கருத்தையும் முன்வைத்தார்.[148]

அவர் முன்மொழிந்த விகிதாச்சாரப் பிரதிநிதித்துவம் என்ற கருத்துக்கு காங்கிரஸ் கட்சியிடமிருந்து எதிர்ப்புக் கிளம்பியது. இந்த எதிர்ப்பைத் தொடர்ந்து, என்னதான் காந்தியார் சமூக சீர்திருத்த முழக்கங்களை எழுப்பினாலும், தேசியவாதிகள் தீண்டாமை ஒழிப்புக்கு ஆதரவாக இல்லை என்ற முடிவுக்கு வந்தார் ஈ.வெ.ரா..[149] காந்தியின் சுயராஜ்ய லட்சியத்தை விமர்சித்த ஈ.வெ.ரா., சமுதாயத்தில் வாய்ப்புகளை அனுபவித்துக்கொண்டிருக்கும் சமூகங்களின் நலன்களைப் பாதுகாக்கும் நோக்கத்துடன்தான் அந்த லட்சியம் முன்வைக்கப்படுகிறது என்று கூறினார்.

இந்து சமயம் சார்ந்த சடங்குகள் தொடர்வது, சமுதாயத்தில் பிராமணர்களின் நிலை ஆகியவை தொடர்பாக காந்தியோடு

ஈ.வெ.ரா. மாறுபட்டார்.[150] வர்ணாஸ்ரம தர்மம் தொடர்பான கருத்து வேறுபாடுகளும் காந்தி – ஈ.வெ.ரா. உறவு மேலும் நலிவதற்கு இட்டுச்சென்றன. காந்தியார் வர்ணாஸ்ரம தர்மத்தை ஆதரிப்பதன் மூலம், தென் இந்தியாவில் செல்வாக்கை இழந்துகொண்டிருக்கும் பார்ப்பணியக் கட்டமைப்புக்குப் புத்துயிரூட்டவே முயல்கிறார் என்று கூறும் அறிக்கைகளை ஈ.வெ.ரா. வெளியிட்டார்.[151]

1927ம் ஆண்டிலிருந்து சுயமரியாதை இயக்கம் திட்டவட்டமான முறையில் காந்திக்கு எதிரான நிலைபாட்டை மேற்கொண்டது. ஆலய நுழைவு உரிமை தொடர்பாக காந்தி கொண்டிருந்த கருத்து களை விமர்சிக்கும் கட்டுரைகளை சுயமரியாதை இயக்கத்தினர் வெளியிட்டனர். மதராஸ் மாகாணம் முழுக்க நடைபெற்ற மாநாடுகளில், 'தீண்டத்தகாதோர்' என்று ஒதுக்கப்பட்டவர்களின் ஆலய நுழைவு உரிமையை வலியுறுத்தும் தீர்மானங்கள் நிறை வேற்றப்பட்டன.

ஈ.வெ.ரா. தாக்கத்துடன் சுயமரியாதை இயக்கத்தினர் திருச்சிராப் பள்ளியில் மலைக்கோட்டைக் கோவிலில் நுழைவதற்காக ஆதி திராவிடர்களைத் திரட்டினர்.[152] இந்த முயற்சிகளை எதிர்த்த மேல் சாதியினர், சுயமரியாதை இயக்கத்தினரைத் தேசியத்துக்கு எதிரானவர்கள், பிரிட்டிஷ் அரசின் ஆதரவாளர்கள் என்று முத்திரை குத்தினர். இப்படிப்பட்ட முயற்சிகள் சமுதாயத்தின் சமயக் கட்டமைப்பைத் தகர்த்துவிடும் என்ற பிரசாரத்தையும் அவர்கள் தொடங்கினார்கள்.[153]

ஆதி திராவிடர்கள் மீது மேல் சாதியினரின் வன்முறைத் தாக்குதல்கள் அதிகரித்ததைத் தொடர்ந்து, காங்கிரஸ், பிராமணியம் இரண்டையும் கடுமையாக விமர்சிக்கத் தொடங்கினார் ஈ.வெ.ரா..[154] 'குடி அரசு' இதழில் அவர் எழுதிய கட்டுரை ஒன்றில், தீண்டாமை ஒழிப்பு இயக்கத்தில் காங்கிரஸ் அக்கறையோடு ஈடுபடவில்லை என்று குறிப்பிட்டார்.[155] இத்தகைய குற்றச்சாட்டுகளை காங்கிரஸ் தலைவர்கள் மறுத்தார்கள். முற்போக்கான சட்டங்களைக் கொண்டு வருமாறு நீதிக்கட்சியைக் கட்டாயப்படுத்த சுயமரியாதை இயக்கத்தினர் தவறிவிட்டார்கள் என்று காங்கிரஸ் தலைவர்கள் வாதிட்டார்கள்.

காங்கிரஸ் பிரசாரத்தை முறியடிக்க ஆதி திராவிடர்கள் உள்ளிட்ட, பிராமணர் அல்லாத பல்வேறு சமூகங்களுக்கும் இடையே ஒரு கூட்டு ஏற்படவேண்டும் என்று ஈ.வெ.ரா. வலியுறுத்தினார்.[156] ஆலய நுழைவுரிமை மறுக்கப்படுமானால் ஆதி திராவிடர்கள் மதம் மாற வேண்டும் என்று 1929ல் அவர் கூறினார். ஆதி திராவிடர்கள் சமூக சம

நிலையை அடைவதற்கு நம்பகமான மாற்று வழி மதம் மாறுவது மட்டுமே என்ற வாதம் முன்வைக்கப்பட்டது. ஈ.வெ.ரா. விடுத்த இந்த வேண்டுகோளுக்குச் சில முன்னணி ஆதி திராவிடர் தலைவர்களும் ஆதரவளித்தார்கள்.[157]

எனினும், உள்ளூர் மட்டத்திலான சுய மரியாதை இயக்கத்தினர் ஆலய நுழைவுரிமைப் பிரசார இயக்கங்களில் மட்டுமே தங்களை ஈடுபடுத்திக்கொண்டார்கள். இதற்கு ஆதி திராவிடர் மக்களின் ஆதரவைத் திரட்டுவதற்காக, பல்வேறு சாதியினரும் பங்கேற்கும் சம பந்தி விருந்து நிகழ்ச்சிகளுக்கு அவர்கள் ஏற்பாடு செய்தார்கள்.[158] இதற்கு எதிர்வினையாற்றிய மேல் சாதியினர் ஆதி திராவிடர்களை ஒடுக்குவதில் ஈடுபட்டனர்.[159] ஆயினும், அந்த ஒடுக்குமுறைகளால், ஆதி திராவிடர்களுடனான தொடர்புகளை வளர்த்துக்கொள்ள சுயமரியாதை இயக்கத்தினர் மேற்கொண்ட முயற்சிகளைத் தடுக்க முடியவில்லை. மாறாக, சமூக சமத்துவத்தை அடிப்படையாகக் கொண்ட ஒரு நாகரிக சமுதாயத்தை உருவாக்கவேண்டும் என்ற லட்சியத்தை முன்வைத்ததன் காரணமாக, தமிழகத்தில் ஆதி திராவிடர் மக்களிடையே சுயமரியாதை இயக்கத்தின் புகழ் பரவியது.

பிராமணிய எதிர்ப்பு, ஆதி திராவிடர் அரசியல், சைமன் கமிஷன்

நீதிக்கட்சித் தலைவர்களுக்கும் ஈ.வெ.ராவுக்கும் இடையே நல்லிணக்கம் நிலவியது என்ற போதிலும், கருத்து வேறுபாடுகளும் இருந்தன. நீதிக்கட்சியின் ஆதரவுத் தளத்தை காங்கிரஸ் கைப்பற்றி வந்ததால் அதன் செல்வாக்கு சரிவடைந்துகொண்டிருந்தது. 1926ல் நடைபெற்ற சட்டசபைத் தேர்தலில், நகரம் கிராமம் இரு பகுதிகளையும் சேர்ந்த வாக்காளர்கள் ஆதரவோடு காங்கிரஸ் பெரும் பெற்றி பெற்றது.[160]

தேர்தல் முடிவுகளை அறிவித்த மதராஸ் கவர்னர் கோஷ்சன், மாகாணத்தின் புதிய அமைச்சரவையை அமைக்க அழைப்பு விடுத்தார். ஆனால், எப்படிப்பட்ட சூழலிலும் அந்த அழைப்பை ஏற்க வேண்டாம் என்று அகில இந்திய காங்கிரஸ் கமிட்டி கறாராக ஆணையிட்டது. ஆகவே, வேறு வழியில்லாத நிலையில் ஒரு பி. சுப்பராயன் தலைமையில் சுயேச்சையான அமைச்சரவையை அமைக்க அழைப்பு விடுத்தார் ஆளுநர். ஒரு கலவையான அமைப்பாக அந்த அமைச்சரவை அமைந்திருந்தது. சுப்பராயன் முன்பு நீதிக்கட்சியில் செயல்பட்டவர். அவரது அமைச்சரவையில் இடம் பெற்ற ரங்கநாத முதலியார், ஆரோக்கியசாமி முதலியார் இருவரும் காங்கிரஸ் கட்சியோடு நெருங்கிய தொடர்பு கொண்டிருந்தவர்கள்.

இந்தத் தாறுமாறான கலவை, சுயராஜ்ய இயக்கத்தினருக்குப் பெரும் மன நிறைவை அளித்தது.[161]

தொடக்கத்தில் புதிய அமைச்சரவைக்கு இக்கட்டு ஏற்படுத்த வேண்டாம் என்று காங்கிரஸ் தலைவர்கள் முடிவு செய்தனர். அந்த அமைச்சரவைக்கு எதிர்ப்புத் தெரிவிப்பது, பிராமணர் அல்லாதார் தலைவர்கள் தாங்கள் இழந்த செல்வாக்கை மீட்பதற்கு வழி வகுத்துவிடும் என்று காங்கிரஸ் தலைவர்கள் கருதினார்கள். புதிய அமைச்சரவை மீது ஒரு அக்கறையை வெளிப்படுத்திய ராஜ கோபாலாச்சாரி, மது விலக்கு உள்ளிட்ட காங்கிரஸ் கட்சியின் கொள்கைகள் சிலவற்றைச் செயல்படுத்துமாறு சுப்பராயனுக்கு ஆலோசனை கூறினார். ஆனால், விரைவிலேயே ஒரு நெருக்கடி ஏற்பட்டது. நீதிக்கட்சியினர் சிலரது ஆதரவோடு, சுயராஜ்யவாதிகள் அமைச்சரவைக்கு எதிராக ஒரு நம்பிக்கையில்லாத் தீர்மானத்தைக் கொண்டுவந்தனர். இரட்டை ஆட்சி முறையைத் தக்கவைத்துக் கொள்ள விரும்பிய ஆளுநர், சுப்பராயனுக்கு ஆதரவாக நின்றதால் நம்பிக்கையில்லாத் தீர்மான முயற்சி தோல்வியடைந்தது.[162]

காங்கிரஸ் சுயராஜ்யவாதிகளின் இந்த அரசியல் உத்திகள் ஈ.வெ.ராவின் வெறுப்புக்கு உள்ளாகின. நம்பிக்கையில்லாத் தீர்மானத்தை ஆதரித்த நீதிக்கட்சியின் ஒரு பிரிவினரை, காங்கிரஸ் கட்சியின் அரசியல் எடுபிடிகள்போலச் செயல்படுவதாக அவர் சாடினார்.[163] சைமன் கமிஷன் வர இருந்த நிலையில், மதராஸ் மாகாணத்தின் பிராமணர் அல்லாதார் ஒன்றுபட வேண்டிய தேவை இருக்கிறது என்று கூறினார். அந்த ஒற்றுமை, பிராமணிய ஆளுமையை மீண்டும் ஏற்படுத்த முயன்ற வர்ணாஸ்ரம தர்ம சபா போன்ற அமைப்புகளுக்கு ஒரு சவாலாக அமையும் என்று வாதிட்டார்.

இதனிடையே, சைமன் கமிஷன் வருகை பற்றிய செய்தி மதராஸ் அரசியல் வட்டாரத்தில் ஒரு கொந்தளிப்பான நிலையை ஏற்படுத்தியது. நீதிக்கட்சியேகூட தனது அரசியல் வழிமுறை பற்றிய குழப்பத்தில் இருந்தது. அமைச்சரவையிலும் ஒரு பொதுக்கருத்து உருவாகவில்லை. சில முக்கிய அமைச்சர்களேகூட, சட்டசபையில் சுயராஜ்யவாதிகளின் நம்பிக்கையில்லாத் தீர்மானத்தின் மீதான வாக்கெடுப்பில் கலந்துகொள்ளாமல் ஒதுங்கியிருக்க முடிவு செய்திருக்கிறார்கள் என்பதற்கான அறிகுறிகள் தெளிவாகத் தென்பட்டன.

கருத்தொற்றுமையை ஏற்படுத்துவதில் தோல்வியடைந்த சுப்பராயன் பதவி விலக முன்வந்தார். இறுதியில், இந்த அரசியல் நெருக்கடிக்கு முடிவு கட்ட விரும்பிய சுப்பராயன், நீதிக்கட்சித் தலைவர் ராமராயனி

கருடன் பேச்சு வார்த்தை நடத்தினார். சுப்பராயனை ஆதரிக்க நீதிக்கட்சி முடிவு செய்தது. இந்த முடிவு, சைமன் கமிஷன் முன்பாக பிராமணர் அல்லாதார் தங்களுடைய அரசியல் நிலைப்பாடுகளை எடுத்துரைக்க விடாமல் தடுக்க முயன்ற காங்கிரஸ்–பிராமணர் திட்டத்தை வெற்றிகரமாக முறியடிக்கும் என்று பிராமணர் அல்லாதார் தலைவர்கள் கருதினார்கள்.[164]

எம்.சி. ராஜா தலைமையில் ஆதி திராவிடர்கள் சைமன் கமிஷன் வருகையை மிகவும் ஆக்கபூர்வமாக எடுத்துக்கொண்டனர் என்பது தெரிகிறது. மதராஸ் நகரில் நடந்த ஒரு மாநாட்டில், ஆணையம் அமைக்கும் முடிவை ஆதி திராவிடர்கள் வரவேற்றார்கள். ஒதுக்கப் பட்ட மக்களின் நலன்களில் அக்கறை உள்ள அனைவரும் அதனுடன் ஒத்துழைக்கவேண்டும் என்று வேண்டுகோள் விடுத்தார்கள்.[165] ஆணையத்தின் இந்தியப் பிரதிநிதியாக ராஜாவை நியமிக்குமாறு பிரிட்டிஷ் அரசுக்கு வேண்டுகோள் விடுத்தார் சுவாமி சகஜானந்தா.[166]

சைமன் கமிஷனைப் புறக்கணிப்பது என்ற காங்கிரஸ் திட்டத்தை ஒதுக்கப்பட்டோர் தலைவர்கள் ஏற்கவில்லை என்றும் தெளிவு படுத்தினார் ராஜா. சுயராஜ்யவாதிகள் குறித்தும், சைமன் கமிஷன் வருகை குறித்தும் ஒதுக்கப்பட்ட மக்களிடையே இருந்த மாறுபட்ட நிலைப்பாடுகள் சட்டசபை விவாதத்தில் எதிரொலித்தன. சில சலுகைகளுக்காக அந்நிய அரசோடு ஒத்துழைப்பது மதியுடைமை யாகாது என்று தெலுங்கு வட்டாரத்தைச் சேர்ந்த காங்கிரஸ் தலைவர் சுவாமி வெங்கடாசலம் செட்டி கூறினார்.[167]

என். சிவராஜ், ஆர். சீனிவாசன், வி.ஐ. முனுசாமிப் பிள்ளை உள்ளிட்ட ஆதி திராவிடர் தலைவர்கள் இந்த வேண்டுகோளை நிராகரித்தார்கள். இந்திய விடுதலையை ஒதுக்கப்பட்ட சமூகங்கள் எதிர்க்கவில்லை என்றாலும், கமிஷனைப் புறக்கணிப்பது என்ற முடிவை அவர்கள் ஆதரிக்கப்போவதில்லை என்று சிவராஜ் கூறினார். கமிஷன் மூலம் கிடைக்கக்கூடிய வாய்ப்புகளைப் பயன்படுத்திக் கொள்ளவே அவர்கள் விரும்புவதாகவும் கூறினார்.[168] இந்து சமூக அமைப்பின் ஒரு பகுதியாக சாதியும் தீண்டாமையும் நீடிக்கிற வரையில், காங்கிரஸ் கட்சியின் கமிஷன் புறக்கணிப்பில் ஆதி திராவிடர்கள் பங்கேற்பது அரசியல் குற்றமாகிவிடும் என்று சீனிவாசன் கூறினார்.[169]

புறக்கணிப்பு அறைகூவலுக்கு ஆதரவாகத் தமிழ்நாட்டில் ஆதி திராவிடர்கள் ஆதரவைத் திரட்டுவதில் காங்கிரஸ் தோல்வி யடைந்தது. அந்தத் தோல்விக்குப் பெரிதும் காரணம் பல்வேறு குழுக்களுக்கிடையேயான உட்கட்சி மோதல்தான்.[170] காங்கிரஸ்

தலைவர்களுக்கும் ஒதுக்கப்பட்டோர் தலைவர்களுக்கும் இடையே யான கருத்து வேறுபாடுகள் 1928ம் ஆண்டின் இடைக்கட்டத்தில் வெளிப்படையாகப் புலப்பட்டன.

ஆதி திராவிடர் மகாஜன மத்திய சபா அமைப்பைச் சார்ந்த எம்.சி. மதுரைப்பிள்ளை பொதுக்கூட்டங்களுக்கு ஏற்பாடு செய்து, ஒதுக்கப்பட்டோர் கருத்துகளை கமிஷனிடம் எடுத்துரைப்பதற்காக ஒரு மத்திய கூட்டமைப்பை ஏற்படுத்தவேண்டும் என்ற கருத்தை வலியுறுத்தினார். கமிஷனுக்கு ஆதரவாக, ஒதுக்கப்பட்ட சமூகங்களைச் சேர்ந்த கிறிஸ்தவர்களையும் திரட்டுவதற்கு ஆதி திராவிடர் தலைவர்கள் முயன்றார்கள்.[171]

இவ்வாறாக, சைமன் கமிஷனைப் புறக்கணிப்பதற்கு காங்கிரஸ் விடுத்த வேண்டுகோளுக்கு ஆதி திராவிடர் மக்களிடையே பெரும் வரவேற்பு கிடைக்கவில்லை. இதற்கு, அந்த இயக்கத்தின் நகர்ப்புறத் தன்மையும் ஒரு காரணமாக இருக்கக்கூடும். நகரப் பகுதிகளில் அந்த இயக்கத்தைப் பரப்புவதில் பெருமளவுக்கு ஈடுபட்ட தலைவர்கள் பிராமணர்கள் அல்லது இதர உயர் சாதிப் பிரிவுகளைச் சேர்ந்தவர்கள். மகாத்மா காந்தி பெரிதும் முக்கியத்துவம் அளித்த மையமான சமூகப் பிரச்னைகளை அவர்கள் எடுத்துக்கொள்ளவில்லை. உப்புச் சத்தியாக்கிரகப் போராட்டத்துக்கு ஆதரவு திரட்டுவதில் உள்ளூர் தலைவர்கள் முனைப்புடன் ஈடுபட்டிருந்ததால், நலிந்த பிரிவு மக்களின் ஆதரவை அவர்களால் உறுதிப்படுத்த முடியாமல் போனது.[172]

அதேவேளையில், ஒதுக்கப்பட்ட மக்களுக்கான தனித் தொகுதி கோரிக்கையை ஏற்க மறுத்த நேருவின் அறிக்கை, எரியும் நெருப்பில் எண்ணெய் ஊற்றுவதாக அமைந்தது. எதிர்கால சீர்திருத்தங்களில் இந்த மக்களின் அரசியல் பிரதிநிதித்துவம் தொடர்பாக காங்கிரஸ் எப்படிப்பட்ட நிலைபாட்டை மேற்கொள்ளும் என்ற ஐயத்தை அந்த அறிக்கை ஏற்படுத்தியது.[173] கமிஷன் முன்பாகத் தங்களது கருத்துகளை எடுத்துவைத்த ஒதுக்கப்பட்டோர் பிரதிநிதிகள் பெரும்பாலோர் மத்திய சட்டமன்றம், மாகாண சட்டமன்றம் இரண்டிலும் போதுமான, வலுவான பிரதிநிதித்துவம் அளிக்கப்படவேண்டும் என்ற கோரிக்கையை வலியுறுத்தினார்கள்.

பல்வேறு உள்ளாட்சிகள், தன்னாட்சி நிறுவனங்கள், அமைச்சரவைகள், கவர்னர் – வைஸ்ராய் நிர்வாகக் குழுக்கள் ஆகியவற்றில் போதுமான பிரதிநிதித்துவம் என்பதையும் அவர்கள் வலியுறுத்தினார்கள். ஆயினும், சட்டமன்ற அமைப்புகளுக்கான ஒதுக்கப்பட்டோர் பிரதிநிதிகளைத் தேர்ந்தெடுக்கும் வழிமுறைகள் குறித்து சங்கங்களிடையே கருத்து வேறுபாடு நிலவியது.[174]

அகில இந்திய ஆதி திராவிடர் சபா, மதராஸ் அருந்ததி மகாஜன சபா ஆகிய இரு அமைப்புகளும் பிரதிநிதிகள் நியமனம், தேர்தல் என்ற இரு வழிமுறைகளையும் தொடரவேண்டும் என்று கூறின. இந்திய சட்ட ஆணையத்துக்குக் கூட்டாக அளித்த ஒரு மனுவில் இவ்வாறு கோரிக்கை விடுக்கப்பட்டிருந்தது: 'எந்த ஒரு காரணத்துக்காகவாவது இப்படிப்பட்ட நியமனங்கள் சாத்தியமாகாது என்றால், மொத்த இடங்களில் எங்களுக்கு ஒதுக்கப்படும் என்று நாங்கள் எதிர்பார்க்கிற நான்கில் ஒரு பங்கு இடங்களில் ஒரு பாதி தேர்தல் மூலமாகவும் இன்னொரு பாதி நியமனம் மூலமாகவும் இருக்கவேண்டும் என்ற ஆலோசனையை நாங்கள் முன்வைக்க விரும்புகிறோம்.'[175]

அதைத் தொடர்ந்து மதராஸ் ஒதுக்கப்பட்ட சமூகங்கள் மாநாடு அமைப்பின் தலைவர் தாக்கல் செய்த மனுவில், நேரடித் தேர்தல் முறையைக் கொண்டுவருவதற்கு முன்பாக, வறுமையின் பிடியில் சிக்கியுள்ள ஒதுக்கப்பட்ட மக்களின் பிரச்னைகள் தீர்க்கப் படவேண்டும் என்ற கோரிக்கை வலியுறுத்தப்பட்டிருந்தது. ஒதுக்கப் பட்ட சமூகங்களைச் சேர்ந்த வாக்காளர்களின் முடிவுகளில் சாதி இந்துக்களும் நிலவுடைமைச் சமூகங்களைச் சேர்ந்தோரும்தான் பெரும்பாலும் தாக்கம் செலுத்துகிறார்கள். அது தேர்தல் முறையையே கேலி செய்வதுபோல இருக்கிறது என்று எடுத்துரைக் கப்பட்டிருந்தது.

சட்டசபைத் தேர்தலுக்கான வாக்குரிமையை வழங்குவதற்கு முன்பாக, உள்ளாட்சி அமைப்புகளின் செயல்பாடுகள் தொடர்பாக ஒதுக்கப்பட்ட மக்களுக்குப் பயிற்சியளிக்கவேண்டும் என்ற ஆலோசனையும் முன்வைக்கப்பட்டது. சட்டசபைக்கான தங்களது பிரதிநிதிகளை நியமிக்கும் பொறுப்பை மதராஸ் மாகாண ஒதுக்கப் பட்ட சமூகங்கள் சம்மேளனத்திடம் விட்டுவிடவேண்டும் என்றும் ஒரு பகுதியினர் வலியுறுத்தினார்கள். அந்த சம்மேளனம் பிரதி நிதிகளைத் தேர்வு செய்து, அவர்களது பெயர்களை கவர்னரின் ஒப்புதலுக்காக அனுப்பிவைக்கலாம் என்று கருதினார்கள்.[176]

எனினும், ஒதுக்கப்பட்ட மக்களின் தலைவர்களிடையே பல்வேறு அரசியல் பிரச்னைகளில் கருத்து வேறுபாடு இருந்தது. சட்ட சபைக்குப் பிரதிநிதிகளைத் தேர்ந்தெடுப்பதில் பரிந்துரை செய்யும் பங்களிப்பு மதராஸ் மாகாண ஒதுக்கப்பட்ட சமூகங்கள் சம்மேளனத்துக்கு இருக்கவேண்டும் என்று என். சிவராஜ் உள்ளிட்ட சிலர் கருதினார்கள். சட்டசபையில் ஒதுக்கப்பட வேண்டிய இடங்களின் எண்ணிக்கை தொடர்பாக எம்.சி. ராஜா போன்ற மற்ற தலைவர்களோடு இவர்கள் வேறுபட்டார்கள்.

பதினெட்டு இடங்கள் ஒதுக்கப்படவேண்டும் என்றார் சிவராஜ். அதற்கு பிராமணர் அல்லாதார் தலைவர்கள் சிலர் ஆதரவளித்தார்கள். ஆனால், சபையின் மொத்த உறுப்பினர் எண்ணிக்கையில் ஐந்தில் ஒரு பங்குக்குக் குறையாததாக ஒதுக்கப்பட்டோருக்கான இடங்கள் இருக்கவேண்டும் என்று ராஜா வலியுறுத்தினார். சபையின் 126 இடங்களில் 24 இடங்கள் ஒதுக்கப்படவேண்டும் என்றார் அவர். தனித் தொகுதி என்பதிலும் அவர் மற்றவர்களுடன் மாறுபட்டார்.[177]

1930ல் சைமன் கமிஷன் தனது அறிக்கையை அளித்தது. சமுதாயத்தில் குறிப்பிட்ட பிரிவுகளைச் சேர்ந்தோர் அளித்த தகவல்களின் அடிப்படையில் அந்த அறிக்கை தயாரிக்கப்பட்டிருப்பதாக காங்கிரஸ் தலைவர்கள் விமர்சித்தார்கள். ஆனால், நாடு முழுவதும் அந்த அறிக்கை ஒதுக்கப்பட்ட சமூகங்களின் தலைவர்களிடையே வரவேற்பைப் பெற்றது. இந்தச் சமூகங்களின் முன்னேற்றத்துக்காக பிரிட்டிஷ் அரசு அக்கறையோடு நடவடிக்கை எடுக்கிறது என்று மதராஸ் மாகாணத்தைச் சேர்ந்த இந்து, கிறிஸ்தவ சமயங்களைச் சேர்ந்த ஒதுக்கப்பட்ட சமூகங்களின் தலைவர்கள் பாராட்டினார்கள். பிரிட்டிஷ் அரசு முன்மொழிந்த அரசமைப்பு சாசன சீர்திருத்தங்களை பூரண சுதந்தரம் என்ற பெயரில் எதிர்க்கிறார்கள் என்று காங்கிரஸ் தலைவர்கள் விமர்சிக்கப்பட்டார்கள்.

1930 ஜூன் 29ல் நடந்த மதராஸ் மாகாண ஆதி திராவிடர் மகாஜன சபா பொதுக்குழு கூட்டத்தில், காங்கிரஸ் விடுத்திருந்த ஒத்துழையாமை இயக்கத்துக்கு எதிரான தீர்மானம் நிறைவேற்றப்பட்டது.[178] அகில இந்திய ஒதுக்கப்பட்ட சமூகங்கள் சங்கத்தின் நிர்வாகக்குழு கூட்டத்திலும் பிரிட்டிஷ் அரசுக்கு ஆதரவாக ஒரு தீர்மானம் நிறைவேற்றப்படவேண்டும் என்று ஒதுக்கப்பட்டோர் தலைவர்களில் ஒரு பகுதியினர் வலியுறுத்தினர். அவர்கள் இந்தியாவில் பிரிட்டிஷ் ஆட்சிக்கு ஆதரவு தெரிவிக்கும் மாவட்ட அளவிலான கூட்டங்களையும் நடத்தினர். தஞ்சாவூரில் நடந்த கூட்டத்தில், லண்டன் வட்ட மேசை மாநாட்டுக்கு ராவ் பகதூர் ஆர். சீனிவாசன் நியமிக்கப் பட்டதற்காக பிரிட்டிஷ் அரசுக்கு நன்றி தெரிவிக்கும் தீர்மானம் நிறைவேற்றப்பட்டது.[179]

இதைத் தொடர்ந்து அரசுக்கான இந்திய மத்தியக் குழு தனது அறிக்கையைத் தாக்கல் செய்தது. அந்த அறிக்கை சைமன் கமிஷன் அறிக்கையிலிருந்து பெரிதாக மாறுபட்டுவிடவில்லை. சட்டசபை உறுப்பினர்கள் நியமனம் என்ற கொள்கையை மத்தியக் குழு தள்ளுபடி செய்தது. அதில் ஒதுக்கப்பட்டோர் தலைவர்களுக்கே கருத்து வேறுபாடு இருந்ததை அந்தக் குழு சுட்டிக்காட்டியது. சமூக அடிப்படையிலான வகுப்புவாரி பிரதிநிதித்துவம் என்ற மோசமான

ஏற்பாட்டை விரிவுபடுத்துவதில் உடன்படவில்லை என்றாலும், மதராஸ் மாகாணத்தில் தனித் தொகுதிகள் ஒதுக்கப்படுவதற்கு மத்தியக்குழு பரிந்துரைத்தது. தென் இந்தியாவைச் சேர்ந்த ஒதுக்கப்பட்ட சமூகங்கள் படித்தவர்களாகவும், நன்கு அணிதிரட்டப்பட்டவர்களாகவும் இருப்பதால், இந்தியாவின் மற்ற பகுதிகளைவிட இங்கு தனித் தொகுதி ஏற்பாட்டைச் சிறப்பாகச் செயல்படுத்த முடியும் என்று குழு கருதியது.[180]

ஒதுக்கப்பட்ட சமூகங்களைச் சேர்ந்த வாக்காளர்கள் போதிய அளவுக்குப் பெரும் எண்ணிக்கையில் உள்ள சில பகுதிகளில் தனித் தொகுதி ஏற்பாட்டைச் செயல்படுத்த முடியும் என்று மதராஸ் அரசாங்கமும் ஒப்புக்கொண்டது.[181] ஒதுக்கப்பட்ட சமூகங்களுக்கு சாத்தியமான இடங்களில் தனித்தொகுதிகளை ஏற்படுத்தவேண்டும், மற்ற இடங்களில் நியமன அடிப்படையில் அவர்களது பிரதிநிதித்துவம் உறுதிப்படுத்தப்படவேண்டும் என்று அரசாங்கம் முன்மொழிந்தது.[182] ஒதுக்கப்பட்டோர் பிரதிநிதித்துவம் தொடர்பான அரசாங்கத்தின் கருத்துகளில் மதராஸ் மாகாண ஒதுக்கப்பட்ட சமூகங்கள் சம்மேளனத்தின் சிந்தனைகள் பெரிதும் தாக்கம் செலுத்தின.

1930 ஆகஸ்ட்டில், சம்மேளனத் தலைவர் ஆர். சீனிவாசன், கூட்டுத் தொகுதிகளில் இட ஒதுக்கீடு என்பதை ஏற்க மறுத்தார். ஒதுக்கப்பட்ட இடங்களின் எண்ணிக்கை குறித்தும் சம்மேளனம் தனது ஏற்பின்மையை வெளிப்படுத்தியது. ஒரு பயிற்றுவிப்புக் காலமாகப் பத்தாண்டுகளுக்கு தனித் தொகுதிகள் ஒதுக்கப்படவேண்டும் என்று சம்மேளனம் வலியுறுத்தியது. குறிப்பிட்ட வட்டாரத்தில் ஒதுக்கப் பட்டோரின் மக்கள்தொகை, அவர்கள் எதிர்கொள்ளும் வாய்ப் பின்மைகள் ஆகியவற்றின் அடிப்படையில் பிரதிநிதித்துவம் முடிவு செய்யப்படவேண்டும் என்றும் சம்மேளனம் கூறியது.[183]

ஒதுக்கப்பட்ட சமூகங்கள் காலனிய அரசாங்கத்திடமிருந்து கூடுதலாகச் சட்டச் சலுகைகளையும் அரசியல் உரிமைகளையும் போராடிப் பெற முடியாமல் தடுத்தது தனிப்பட்ட காழ்ப்புணர்ச்சிகளும் பிளவுகளும் தான். ஆகவே, சமூகத் தலைவர்களிடையேயும் அமைப்புகளிடை யேயும் விரிவான ஒற்றுமை தேவையெனக் கோரும் அறிக்கைகளை இயக்கத் தலைவர்கள் அடிக்கடி வெளியிட்டார்கள்.[184]

வட்டமேசை மாநாடுகளில் நியாயமான பிரதிநிதித்துவத்துக்கான கோரிக்கை

சைமன் கமிஷன் அறிக்கை வெளியிடப்பட்டதைத் தொடர்ந்து ஒத்துழையாமை இயக்கத்தை காங்கிரஸ் அறிவித்தது. குறுகிய

காலத்திலேயே அந்த இயக்கம் விரிவாகப் பரவியதைக் கண்ட காலனியாட்சி அதிகாரிகள், காங்கிரஸுடன் இடைக்கால சமரசத்துக்கு முன்வந்தனர். பிரிட்டிஷ் அரசின் ஒப்புதலுக்குக் காத்திராமலே, அரசியல் நெருக்கடிக்குத் தீர்வு காண வட்டமேசை மாநாடு நடத்தப் படக்கூடிய வாய்ப்பு இருக்கிறது என்று குறிப்பாகத் தெரிவித்தார் வைஸ்ராய் லோத்தியன். காங்கிரஸ் கட்சி தனது கருத்தைக் கூறுவதில் எச்சரிக்கையோடு இருந்தது. ஒதுக்கப்பட்ட சமூகங்களின் அமைப்புகள் வைஸ்ராயின் அறிவிப்பை வரவேற்றன.[185]

அரசியல் தேக்க நிலைக்குத் தீர்வு காண்பதற்கு காலனியாட்சி அதிகாரிகள் மேற்கொண்ட முயற்சிகளை மதராஸ் ஆதி திராவிடர் மகாஜன சபா பாராட்டியது. மதராஸ் நகரில் செயல்பட்ட வேறு பல அமைப்புகளும், ஆதி திராவிடர்களது மக்கள்தொகைக்கு ஏற்ப பிரதிநிதித்துவம் வழங்கப்படவேண்டும் என்று பிரிட்டிஷ் அரசைக் கோரின. அரசு அலுவலகங்களிலும், சட்டமன்றம் உள்ளிட்ட அமைப்புகளிலும், பாதுகாப்புப் படைகளிலும் இந்த சமூகங் களுக்குப் போதிய பிரதிநிதித்துவம் வழங்கப்படவில்லை என்று ஆர். சீனிவாசன் சுட்டிக்காட்டினார்.[186]

1930 நவம்பரில் லண்டன் நகரில் முதல் வட்டமேசை மாநாடு நடைபெற்றது. ஒதுக்கப்பட்ட சமூகங்களின் பிரதிநிதியாக அதில் கலந்துகொண்டார் ரெட்டைமலை ஆர். சீனிவாசன். மாநாட்டில் பி.ஆர். அம்பேத்கர், ஆர். சீனிவாசன் ஆகியோர் எழுப்பிய முழக்கங்கள் ஆட்சியின் மீது நம்பிக்கையை வெளிப்படுத்தி, காங்கிரஸ் ஆதரவுடனான அரசமைப்பு சாசனத்தை எதிர்க்க வேண்டிய கட்டாயத்தை பிரிட்டிஷ் அரசுக்கு ஏற்படுத்தின. ஒதுக்கப்பட்ட சமூகங்களைச் சிறுபான்மையினர் என்று அறிவிக்கப்படுவதை இருவரும் ஆதரித்தனர். இத்தகைய நடவடிக்கைகள்தான் இந்த சமூகங்களுக்கு உரிய பிரதிநிதித்துவத்தை உறுதிப்படுத்தும் என்றனர்.[187]

'சுயாட்சி இந்தியாவின் எதிர்கால அரசமைப்பு சாசனத்தில் ஒதுக்கப் பட்ட சமூகங்களின் பாதுகாப்புக்கான அரசியல் வழிமுறை களுக்கான திட்டம்' என்ற தலைப்பில் ஒரு மனுவை அளித்தனர். அதில், சுயாட்சி பெற்ற இந்தியாவில் பெரும்பான்மை முடிவுப் படியான அதிகாரத்தை ஒதுக்கப்பட்ட சமூகங்கள் ஏற்றுக்கொள்வதற் கான நிபந்தனைகள் முன்வைக்கப்பட்டிருந்தன. சமமான குடிமை உரிமைகள், சமூகப் பாகுபாடுகளுக்கு எதிரான பாதுகாப்புகள், சட்டமன்றத்திலும் நிர்வாகத்திலும் உள்ள பாகுபாடுகளுக்கு எதிரான சட்டப்பூர்வ நடவடிக்கைகள், ஒதுக்கப்பட்ட சமூகங்களின் முன்னேற்றத்துக்காக எனத் தனியாக ஒரு துறையை ஏற்படுத்துதல் ஆகிய கோரிக்கைகள் அந்த மனுவில் முன்வைக்கப்பட்டிருந்தன.[188]

அந்த மனு, தனித் தொகுதிகள் ஒதுக்கப்படவேண்டும் என்று கோரிய சீனிவாசன் நிலைப்பாட்டுக்கும், பொதுத்தொகுதிகளில் இட ஒதுக்கீடு கோரிய அம்பேத்கர் நிலைப்பாட்டுக்கும் இடையேயான ஒரு சமரசமாக அமைந்திருந்தது. முதல் பத்தாண்டுகளுக்கு தனித் தொகுதிகள், அதன் பிறகு பொதுத்தொகுதிகளில் ஒரே சீரான வாக்குரிமை அடிப்படையில் இட ஒதுக்கீடு என்று அந்த மனுவில் வலுவாக வலியுறுத்தப்பட்டிருந்தது. மற்ற சமூகங்களுக்குக் கடைப் பிடிக்கப்படும் முறையிலிருந்து மாறுபடாதவகையில் ஒதுக்கப் பட்டோருக்கான பிரதிநிதித்துவப் பிரச்னைக்குத் தீர்வு காணப்பட வேண்டும் என்றும் கோரப்பட்டிருந்தது. பம்பாய், மதராஸ் ஆகிய இரு மாகாணங்களிலும் ஒதுக்கப்பட்டோர் பிரதிநிதித்துவப் பிரச்னையில் மதிப்புறு ஆய்வுமுறையை (வெயிட்டேஜ்) உறுதிப் படுத்துகிற குறிப்பான விதிகள் உருவாக்கப்படவேண்டும் என்ற கோரிக்கையையும் அந்த மனு எழுப்பியது.[189]

ஒதுக்கப்பட்ட சமூகங்களைப் பொறுத்தவரையில் முதல் வட்ட மேசை மாநாடு நம்பிக்கையளிக்கும் அறிகுறிகளோடு முடிவடைந்தது. அதில் காந்தி கலந்துகொள்ளவில்லை, காங்கிரஸ் பிரதிநிதிகளும் பங்கேற்கவில்லை என்பதைப் பயன்படுத்திக்கொண்ட ஒதுக்கப் பட்டோர் பிரதிநிதிகள், சுயாட்சி பெற்ற இந்தியாவில் தங்கள் சமூகங்களுக்கு உரிய பிரதிநிதித்துவம் வழங்கப்பட வேண்டியதன் தேவையை காலனியாட்சி நிர்வாகம் ஏற்றுக்கொள்ள வைக்க முயன்றனர். சமுதாயத்தில் அனைத்து சமூகங்களின் சம உரிமைகளை உறுதிப்படுத்துவதற்காக அரசமைப்பு சாசனத்தில் சில அடிப்படை உரிமைகளையும் கொள்கைகளையும் சேர்க்குமாறு நிர்வாகத்தைக் கட்டாயப்படுத்துவதிலும் அவர்கள் வெற்றி பெற்றனர்.

காந்தி – இர்வின் உடன்பாடு காரணமாக இந்தியாவின் அரசியல் நிலைமைகளில் மாற்றம் ஏற்பட்டது. காந்தியுடனும் காங்கிரஸ் கட்சியுடனும் பேச்சு நடத்துவதற்கான வழி திறக்கப்பட்டதன் தாக்கத்தில், வகுப்புவாரி பிரதிநிதித்துவம், எதிர்கால இந்திய ஆட்சி ஆகியவை உள்ளிட்ட சிக்கலான பிரச்னைகளுக்குத் தீர்வு காணும் முயற்சிகளில் பிரிட்டிஷ் அரசு ஈடுபட்டது. ஆயினும், வட்டமேசை மாநாடுகளால் தேசியவாதிகளுக்கும் ஒதுக்கப்பட்ட சமூகங்களின் தலைவர்களுக்கும் இடையே பிரதிநிதித்துவம் தொடர்பாகக் கருத்தொற்றுமையை ஏற்படுத்த இயலவில்லை. இதில் காந்தியின் கருத்துகள் காரணமாக, ஒதுக்கப்பட்டோர் தலைவர்கள் வட்டமேசை மாநாடுகளில் மேலும் கடுமையான நிலைபாட்டை மேற்கொண்டார்கள்.

முஸ்லிம்கள், சீக்கியர்கள் தவிர்த்து வேறு எந்த சமூகத்துக்கும் தனி பிரதிநிதித்துவம் என்பதை ஏற்க மறுத்த காந்தியின் நிலைப்பாடு காரணமாகக் கோபமடைந்த ஆர். சீனிவாசன் போன்ற தலைவர்கள் தனித் தொகுதி கோரிக்கையை மறுபடியும் வலியுறுத்தினார்கள்.[190]

இரண்டாவது வட்டமேசை மாநாட்டில், அந்தந்த மாகாணங்களில் தங்களது மக்கள்தொகைக்கு ஏற்ப பிரதிநிதித்துவம் வழங்கவேண்டும் என்று ஒதுக்கப்பட்டோர் பிரதிநிதிகள் கோரினார்கள். மதராஸ் மாகாணத்தில் தங்களுக்கு 22 சதவீத இடங்கள் ஒதுக்கப்படவேண்டும் என்று வலியுறுத்தினார்கள். அதைத் தொடர்ந்து பல்வேறு சமூகங் களுக்கிடையே ஏற்பட்ட கூட்டு உடன்பாடு, ஒதுக்கப்பட்ட சமூகங்களுக்கு நல்ல வாய்ப்புகளை ஏற்படுத்தியது. அவர்களுக்கு மத்திய சபையின் மேலவையில் 26 சதவீத இடங்களும், கீழவையில் 45 சதவீத இடங்களும் வழங்க அந்த உடன்பாட்டில் ஒப்புக்கொள்ளப் பட்டது. மாகாண சட்டசபையில் 40 இடங்கள் வழங்கவும் ஒப்புக் கொள்ளப்பட்டது.[191]

ஆயினும், தனித்தொகுதிகள் தொடர்பாக காந்தி, அம்பேத்கர் இடையே கடுமையான முரண்பாடு ஏற்பட்டது. இதில் அம்பேத்கர் முன்வைத்த கருத்துகளை அகில இந்திய ஒதுக்கப்பட்ட சமூகங்கள் சங்கத்தைச் சேர்ந்த எம்.சி. ராஜா அணியினர் ஆதரித்தார்கள். அதே நேரத்தில், 'புதுவை முரசு' போன்ற தமிழ் ஏடுகள், ஒதுக்கப்பட்ட சமூகங்களின் நலன்களுக்காக காந்தி மேற்கொண்ட முயற்சிகளைத் தாக்கின.[192]

இருந்தபோதிலும், பிரிட்டிஷ் அரசியல் வட்டாரத்திலும் தாழ்த்தப் பட்ட சமூகங்களிடையேயும் அம்பேத்கர் மீதான நன்மதிப்பு வளர்ந்தது. இதைக் கண்ட எம்.சி. ராஜா தமது அரசியல் செல்வாக்கைத் தக்கவைத்துக்கொள்வதற்கான புதிய வழிமுறைகள் பற்றி யோசிக்கத் தொடங்கினார்.[193] இந்து மகாசபா தலைவர் பி.எஸ். மூஞ்சே-யுடன் பேச்சு நடத்திய அவர், கூட்டுத் தொகுதிகள் அடிப்படையில் இட ஒதுக்கீடு என்ற உடன்பாட்டுக்கு வந்தார். இந்த உடன்பாடு பற்றி பிரிட்டிஷ் பிரதமருக்குத் தெரிவிக்கப்பட்டது. இந்த உடன்பாடு ஒதுக்கப்பட்ட மக்களின் சமூக முன்னேற்றத்துக்கு வழிவகுக்கும் என்றும், அவர்களை இந்து சமயத்தின் மைய அமைப்புடன் ஒருங்கிணைக்கும் என்றும் ராஜா கூறினார்.[194]

இந்த உடன்பாட்டுக்கு ஆதரவாக ராஜா செய்த பிரசாரத்துக்கு மதராஸ் மாகாண ஒதுக்கப்பட்ட சமூகங்களிடையே பெரிய வரவேற்பு கிடைத்துவிடவில்லை. ஈ.வெ.ரா., எஸ். ராமநாதன் ஆகியோரின் செல்வாக்குக்கு உட்பட்டிருந்த சுயமரியாதை இயக்கத்தினர் தனித்

தொகுதிகள் கோரிய அம்பேத்கரின் நிலைப்பாட்டை ஆதரித்தார்கள். ஒதுக்கப்பட்ட மக்களின் செல்வாக்கு மிக்க தலைவர்களில் ஒருவரான முனுசாமிப் பிள்ளை, தனித் தொகுதிகள் என்ற ஏற்பாட்டின் கீழ் இந்த மக்கள் கொண்டுவரப்படவேண்டும் என்று கருத்தைக் கூறினார்.[195] தனித் தொகுதிகள் கோரிக்கையை தேசியவாதிகள் கடுமையாக எதிர்த்தார்கள். அம்பேத்கரும், ஒதுக்கப்பட்ட சமூகங்களைச் சேர்ந்த இதர தலைவர்களும் முன்வைத்த தனித் தொகுதிகள் என்ற கொள்கைக்கு காங்கிரஸ் பிராமணர்களிடமிருந்தும் தேசியப் பத்திரிகைகளிடமிருந்தும் வலுவான கண்டனம் எழுந்தது.[196]

தொகுதிகள் தொடர்பான முரண்பாடுகள் முற்றிக்கொண்டிருந்த நிலையில் லோத்தியன் தலைமையிலான வாக்குரிமைக் குழு தனது பதியைத் தொடங்கியது. கூட்டுத் தொகுதிகளை வலியுறுத்தியோர், தனித் தொகுதிகளைக் கோரியோர் இரு தரப்பாருமே தங்களது கோணங்களை வெளிப்படுத்த இந்த வாய்ப்பைப் பயன்படுத்திக் கொள்ள முயன்றனர். ஆதி திராவிடர் மகாஜன சபா, அகில இந்திய அருந்ததியர் மத்திய சபா ஆகிய இரு அமைப்புகளும் தனித் தொகுதி ஏற்பாட்டை ஆதரித்தன.[197] கூட்டுத் தொகுதிகளுக்கு உட்பட்டு ஒதுக்கப்பட்ட சமூகங்களுக்கான பிரதிநிதித்துவம் வழங்கப்பட வேண்டும் என்ற கருத்தை எம்.சி. ராஜா முன்வைத்தார். அதனை மத்திய மாகாணத்தைச் சேர்ந்த ஜி.ஏ. கவாய் ஆதரித்தார்.

சாதிகள் தாக்கம் செலுத்திய மதராஸ் போன்ற மாகாணங்களில், ஒதுக்கப்பட்ட சமூகங்கள் பற்றிய மேல் சாதியினரின் பார்வையில் திட்டவட்டமான மாற்றங்கள் ஏற்பட்டிருப்பதால் இப்படிப்பட்ட ஏற்பாடுகள் தேவை என்றார் ராஜா.[198] ராஜாவின் இந்தக் கருத்தை அகில இந்திய ஆதி திராவிடர் மகாஜன சபா எதிர்த்தது. .இத்தகைய கருத்து மாறுபாடுகள் வாக்குரிமைக் குழுவிற்குக் கடினமான சூழலை ஏற்படுத்தின. ஒதுக்கப்பட்ட சமூகங்களின் மக்கள்தொகையை மதிப்பிடுவதிலும் அந்தக் குழுவில் இருந்த 'மேல்' சாதிகளின் பிரதி நிதிகளும், 'தாழ்த்தப்பட்ட' சாதிகளின் பிரதிநிதிகளும் மாறுபட்டனர். சாதாரணமான தொகுதிகளில் ஒதுக்கப்பட்ட சமூகங்களைச் சேர்ந்த வாக்காளர்களின் சரியான எண்ணிக்கை குறித்தும் குழப்பம் நிலவியது.[199]

வகுப்புவாரி பிரதிநிதித்துவமும் மதராஸ் அரசியலில் அதன் தாக்கமும்

இந்தியச் சமுதாயத்தின் பல்வேறு பிரிவினருக்கிடையே நிலவிய ஒற்றுமையின்மையைப் பயன்படுத்திக்கொண்ட பிரிட்டிஷ் அரசு 1932

ஆகஸ்ட் 17ல் வகுப்புவாரி பிரதிநிதித்துவ ஏற்பாட்டை அறிவித்தது. அந்த ஏற்பாட்டின்படி முஸ்லிம்கள், ஐரோப்பியர்கள், சீக்கியர்கள், ஒதுக்கப்பட்ட சமூகத்தினர் ஆகியோருக்கான தனித் தொகுதிகள் அறிவிக்கப்பட்டன.

சாதி அடிப்படையில் தங்களுக்கான தனித் தொகுதிகளில் போட்டியிடுவதோடு, பொதுத்தொகுதிகள் அல்லது குறிப்பிட்ட பிரிவினருக்கென ஒதுக்கப்படாத தொகுதிகளிலும் போட்டியிடும் உரிமை உண்டு என்று பிரிட்டிஷ் அரசு தெளிவுபடுத்தியது. ஒதுக்கப்பட்ட சமூகங்களின் மக்கள்தொகை கணிசமாக இருக்கும் பகுதிகளில் அவர்களுக்கான தனித்தொகுதிகளை ஏற்படுத்த அரசு முடிவு செய்தது. இந்திய மாகாணங்களின் சட்டசபைகளில் மொத்தம் 71 தொகுதிகள் ஒதுக்கப்பட்ட சமூகங்களுக்கென ஒதுக்கப்பட்டன.[200]

வகுப்புவாரி பிரதிநிதித்துவ ஏற்பாட்டை வெளியிட்ட அதிகாரப்பூர்வ அறிவிப்பில் பிரிட்டிஷ் அரசு அதற்கான காரணங்களைத் தெரிவித் திருந்தது. பிரிட்டிஷ் பிரதமர் ராம்சே மெக்டொனால்ட், சட்ட சபையில் ஒதுக்கப்பட்ட மக்களின் உண்மையான பிரதிநிதித்துவத்தை உறுதிப்படுத்த தனித்தொகுதி ஒதுக்கீடு தேவைப்படுகிறது என்று அறிவித்தார். பொதுத் தொகுதி, தனித்தொகுதி என அவர்களுக்கு இரண்டு வாக்குரிமைகள் இருக்கும் என்றாலும்,[201] அது சாதி இந்துக் களிடமிருந்து அவர்கள் பிரிக்கப்படுவதற்கு இட்டுச் செல்லாது என்றும் அறிவிக்கப்பட்டது.[202]

வகுப்புவாரி பிரதிநிதித்துவ அறிவிப்பு மதராஸ் மாகாணத்தில் ஒதுக்கப்பட்ட சமூகங்களிடையே கொந்தளிப்பை ஏற்படுத்தியது. அவர்களது தலைவர்கள் அரசியல் மாறுபாடுகளைக் கடந்து, தங்கள் மக்களின் அரசியல் நலன்கள் குறித்து காலனிய நிர்வாகம் கூடுதல் பரிவோடு அணுகவேண்டும் என்று கோரினர். திருச்சியில் கூடிய ஆதி திராவிடர் மகாஜன சபா கூட்டத்தில், மதராஸ் மாகாண சட்டசபையில் அரசின் முடிவுப்படி ஒதுக்கப்பட்டுள்ள 18 இடங்களுக்கு மாறாக, 26 இடங்கள் ஒதுக்கப்படுவதற்கான தகுதி தங்களுக்கு உண்டு என்று சுட்டிக்காட்டப்பட்டது.[203] வேறு பல சங்கங்களும், தாங்கள் புறக்கணிக்கப்பட்ட சாதிகளாகக் கருதப்படுவதால் தங்களுக்கான தனித் தொகுதிகள் விரிவுபடுத்தப்படாததில் எந்த நியாயமும் இல்லை என்று கூறின.[204]

மதராஸ் மாகாண அரசாங்கம் இந்திய அரசாங்கத்துக்கு அனுப்பிய கடிதங்களில், தொகுதி ஒதுக்கீடு தொடர்பாக ஏற்பட்டுள்ள அதிருப்திகள் குறித்த செய்திகளைக் குறைத்துக் காட்டக் குறைத்துக் காட்ட முயன்றது. அந்தச் செய்திகளில் உண்மைத்தன்மை இல்லை

என்றும், பத்திரிகைகள் செய்துவரும் தவறான பிரசாரத்தின் ஒரு பகுதியே அது என்றும் மதராஸ் அரசாங்கம் கூறியது. தனித் தொகுதிகள் ஏற்பாட்டில் ஒதுக்கப்பட்டுள்ள இடங்களின் எண்ணிக்கை தொடர்பாகச் சிறு கருத்து வேறுபாடுகள் மட்டுமே இருக்கின்றன என்று மாகாண அரசாங்கம் கூறியது. பொதுத்தொகுதிகளின் சாதி இந்து வாக்காளர்கள் எண்ணிக்கையால் தங்களுக்குக் கிடைக்கக்கூடிய இடங்கள் அடிபட்டுவிடும் என்ற அச்சத்திலிருந்தே கூடுதலாகத் தனித்தொகுதிகள் ஒதுக்கப்படவேண்டும் என்ற கோரிக்கை எழுந்துள்ளது என்ற கருத்தையும் மாகாண அரசாங்கம் தெரிவித்தது.[205]

இந்து சமுதாயத்தைப் பிளவுபடுத்தும் சதித்திட்டத்தில் பிரிட்டிஷ் அரசு ஈடுபட்டுள்ளதாக தேசியவாதிகள் விமர்சித்தனர். ஒதுக்கப்பட்ட சமூகங்களுக்கான தனித் தொகுதிகளைப் பிரித்து அளிப்பது என்ற பிரிட்டிஷ் அரசின் முடிவால் வருத்தமடைந்த மகாத்மா காந்தி, சாகும் வரையில் உண்ணாவிரதப் போராட்டத்தை அறிவித்தார்.[206] காந்தியின் இந்த அறிவிப்பு, ஒதுக்கப்பட்ட சமூகங்களிடையே மாறுபட்ட எதிர்வினைகளை ஏற்படுத்தியது.

அப்போது அம்பேத்கர் வெளிப்படையாக இவ்வாறு அறிவித்தார்: 'அரசியல் சாகசங்கள் பற்றி நான் கவலைப்படவில்லை. இந்து சமுதாய நலன்களுக்காகத் தனது உயிரோடு போராடத் திருவாளர் காந்தி விரும்புவாரானால், ஒதுக்கப்பட்ட சமூகங்களின் மக்களும் தங்களது நலன்களைப் பாதுகாப்பதற்காகத் தங்களது உயிரோடு போராட வேண்டிய கட்டாயத்துக்கு உள்ளாவார்கள்.'[207]

மதராஸ் மாகாணத்தில் எம்.சி. ராஜா போன்ற தலைவர்கள் அம்பேத்கர் எடுத்த நிலைப்பாட்டுடன் மாறுபட்டனர். பிரிட்டிஷ் அரசின் முடிவு ஒதுக்கப்பட்ட சமூகங்களை அரசியல் ரீதியாகத் தீண்டத்தகாதவர்களாக மாற்ற முயல்கிறது என்று ராஜா சாடினார்.[208]

1932 செப்டம்பர் 15ல் தொடங்கிய காந்தியின் உண்ணாவிரதம் மதராஸ் மாகாணத்தில் சர்ச்சைகளை ஏற்படுத்தியது. ஒதுக்கப்பட்ட சமூகங் களில் ஒரு பிரிவினர் தனித் தொகுதி ஏற்பாட்டை வரவேற்றனர். மேல் சாதிகளைச் சேர்ந்த காங்கிரஸ் தலைவர்கள் சிலர், தீண்டாமை குறித்த காந்தியின் கருத்துகளைப் பரப்புவதற்காக ஒரு இயக்கத்தைத் தொடங் கலாம் என்ற தங்களது விருப்பத்தை வெளியிட்டனர். காந்தியின் உண்ணாவிரதத்துக்கு ஆதரவாக, ஒதுக்கப்பட்ட மக்களின் ஆதரவைத் திரட்ட தமிழ்நாடு காங்கிரஸ் பல கூட்டங்களுக்கு ஏற்பாடு செய்தது. கே. பாஷ்யம் போன்ற காங்கிரஸ் தலைவர்கள் மேல் சாதி மக்களுக்குத் தீண்டாமையின் அபாயங்கள் குறித்து எடுத்துரைக்க

முயன்றார்கள். ஒதுக்கப்பட்ட மக்களின் அவலங்களை ஒழிக்கும் நோக்கம் கொண்ட செயல்பாடுகளில் சாதி இந்துக்கள் தங்களையும் ஈடுபடுத்திக்கொள்ளவேண்டும் என்று வட்டார காங்கிரஸ் தலைவர்கள் கேட்டுக்கொண்டனர்.[209]

தனித்தொகுதிகள் பற்றிய காந்தியின் நிலைபாட்டை சுயமரியாதை இயக்கத்தினர் எதிர்த்தனர். உண்ணாவிரதம் இருப்பதென்ற காந்தியின் முடிவை 'குடி அரசு' இதழ் வன்மையாகக் கண்டித்தது.[210] ஆதி திராவிடர்களுக்கான தனித்தொகுதிகளை ஆதரித்து, நீதிக்கட்சி ஆதரவுடன், சுயமரியாதை இயக்கத்தினர் கூட்டங்களை நடத்தினர். நீதிக்கட்சி இக்கோரிக்கையை ஆதரித்து ஆதி திராவிடர்களின் சிறப்பு மாநாடு ஒன்றை நடத்தியது. இந்த மாநாட்டில் நீதிக்கட்சியினரோடு ஆதி திராவிடர்களும் சுயமரியாதை இயக்கத்தினரும் பங்கேற்றனர்.[211]

ஒதுக்கப்பட்ட மக்களுக்கும் சுயமரியாதை இயக்கத்தினருக்கும் இடையேயான தொடர்பு வளர்வதைக் கண்டு கலக்கமடைந்த காங்கிரஸ் தலைவர்கள் எம்.சி. ராஜாவுடன் இணைந்து செயல்பட முடிவு செய்தனர். ராஜா அணியைச் சேர்ந்த ஆதி திராவிடர் தலைவர்களைச் சந்தித்த கே. பாஷ்யம், ராஜா–மூஞ்சே உடன்பாட்டுக்கு அவர்களது ஆதரவை வெளிப்படுத்தக் கேட்டுக்கொண்டார்.[212]

ஆனால் இப்படிப்பட்ட முயற்சிகளால் தமிழ்நாட்டில் காங்கிரஸ் கட்சிக்கு அரசியல் ஆதாயம் கிடைத்துவிடவில்லை. ஒதுக்கப்பட்ட சமூகங்களின் மக்களிடையே காங்கிரஸ் எதிர்ப்பு உணர்வு மேலோங்கியிருந்தது. காந்தி உண்ணாவிரதம் இருந்தபோது, இவர்களின் கணிசமானோர் தனித்தொகுதி ஆதரவாகக் குரல் எழுப்பினர். இதில் காந்தியின் மிரட்டலுக்குப் பணியாததற்காக அம்பேத்கரை ரெட்டைமலை சீனிவாசன் பாராட்டினார். அம்பேத்கரின் கோரிக்கைக்கு ஆதரவாகப் பல கூட்டங்கள் நடத்தப்பட்டன.[213]

மாவட்ட கலெக்டர்களும் இதர பிரிட்டிஷ் அதிகாரிகளும் வகுப்புவாரி பிரதிநிதித்துவக் கோரிக்கைக்குத் தங்களது ஆதரவைத் தெரிவிக்க வேண்டும் என்று ஆதி திராவிடர் தலைவர்கள் கேட்டுக் கொண்டார்கள்.[214] அரசாங்க அதிகாரிகளைச் சந்தித்த மாவட்ட அளவிலான தலைவர்கள், காந்தியின் போராட்டத்தில் தங்களுக்கு உடன்பாடில்லை என்பதைத் தெரிவித்தனர்.[215]

இந்நிலையில், 1932 செப்டம்பர் 26 அன்று காந்தி தன் உண்ணா விரதத்தை முடித்துக்கொண்டதைத் தொடர்ந்து, இந்த சமூகங்களின் மனநிலையில் குறிப்பிடத்தக்க மாற்றம் ஏற்பட்டது.[216] சாதி இந்துக்கள் மனம் மாறவேண்டும் என்று காந்தி விடுத்த வேண்டு

கோள், ஒதுக்கப்பட்ட சமூகங்களிடையே அவருக்கு ஆதரவான உணர்வை ஏற்படுத்தியது. அம்பேத்கரும் காந்தியும் கையெழுத்திட்ட புனே உடன்பாட்டுக்குப் பிறகு, காந்தியின் தீண்டாமை ஒழிப்பு இயக்கத்துக்கு ஆதரவளிக்குமாறு சாதி இந்துக்களுக்கு ஒதுக்கப்பட்ட சமூகங்களின் தலைவர்கள் வேண்டுகோள் விடுத்தார்கள்.

காந்தியின் உண்ணாவிரதம் மதராஸ் மாகாணத்தில் ஒதுக்கப்பட்ட சமூக அரசியல் போக்கில் தாக்கத்தை ஏற்படுத்தியது. அவர்களுக்கு சட்டசபையில் கூடுதல் இடங்கள் ஒதுக்கப்படும் என்ற வாக்குறுதி காரணமாக, அவர்களது தலைவர்களில் ஒரு பகுதியினருக்கும் காங்கிரஸ் தலைவர்களுக்கும் இடையே புதிய இணக்கம் உருவானது. காங்கிரஸ் வலியுறுத்திய கூட்டுத் தொகுதிகள் கோரிக்கையை எதிர்ப்பது என்ற நிலைபாட்டிலிருந்து, ஆதி திராவிடர் முன்னணித் தலைவர்கள் பலரும் மாறினர். புனே உடன்பாட்டை வரவேற்கும் கருத்துகளையும் அவர்கள் வெளியிட்டனர். இந்த மாற்றம், கூட்டுத் தொகுதி முறையின் மூலம் கிடைக்கக்கூடிய பலன்கள் பற்றிய நம்பிக்கையை இந்தத் தலைவர்களுக்கு ஏற்படுத்த காங்கிரஸ் கட்சியால் முடிந்தது என்பதைச் சுட்டிக்காட்டுகிறது.[217]

மேல்மட்டத்தில் இப்படிப்பட்ட இணக்கங்களுக்கான முயற்சிகள் மேற்கொள்ளப்பட்டாலும் கிராமங்களில் உடன்பாடின்மை நிலவியது. அரசியல் உணர்வு பெற்ற மக்களிடையே உடன் பாடின்மை பரவலாக இருந்தது என்று பல மாவட்டங்களின் கலெக்டர்கள் தங்களது அறிக்கைகளில் குறிப்பிட்டனர். இந்தப் போக்குகள் கண்டு கவலையடைந்த காங்கிரஸ் தலைவர்கள், தீண்டாமை ஒழிப்பு இயக்கத்தை விரிவாகக் கொண்டுசெல்லுமாறு மாவட்ட அளவிலான அமைப்புகளைப் பதித்தனர்.[218]

காங்கிரஸ் கட்சியும், தமிழ்நாட்டில் ஹரிஜன முன்னேற்றப் பிரசாரமும்

புனே உடன்பாட்டைத் தொடர்ந்து சில மாதங்களில், தமிழ்நாட்டில் ஒதுக்கப்பட்ட சமூகங்களின் மேம்பாட்டிற்காகத் தொடர்ச்சியான திட்டங்களை காங்கிரஸ் தொடங்கியது. மதுரையிலும் திருச்சியிலும் ஆலய நுழைவு உரிமையை ஆதரித்துப் பல கூட்டங்கள் நடத்தப் பட்டன. சில இடங்களில், ஆலயக் குழு உறுப்பினர்களாக இருந்த காங்கிரஸ் தலைவர்கள், ஒதுக்கப்பட்டோரின் ஆலய நுழைவு உரிமையை ஆதரித்துத் தீர்மானங்கள் நிறைவேற்றினர். ஆலய நுழைவு உரிமைக்கான நடைமுறைகளை விரைவுபடுத்தக்கூடிய சட்டப்பூர்வ நடவடிக்கைகளைத் தொடங்குமாறு கேட்டுக்

கொள்ளும் மனுக்களை அரசாங்கத்துக்கு காங்கிரஸ் தலைவர்கள் அனுப்பினர்.

தமிழ்நாட்டில் காங்கிரஸ் கட்சியின் தீண்டாமை ஒழிப்பு இயக்கத்துக்குத் தலைமை தாங்கினார் ராஜாஜி. புனே உடன்பாடு தங்களைக் கட்டுப்படுத்தாது என்று கூறுமாறு சாதி இந்துக்களைத் தூண்டிவிட்ட வர்ணாஸ்ரம சுயராஜ்ய சங்கம் அமைப்பை அவர் சாடினார்.[219] காங்கிரஸ் முன்வைத்த ஆலய நுழைவு உரிமை, தீண்டாமை ஒழிப்பு ஆகிய முழக்கங்களை ஓங்கி ஒலிக்கச் செய்வதற்காக 'தாலுகா' அளவிலும் கிராம அளவிலும் பிரசாரங்கள் நடத்தவேண்டும் என்று அவரும் இதர காங்கிரஸ் தலைவர்களும் வலியுறுத்தினார்கள். இந்த இயக்கத்தை ஆதரித்து முன்னணித் தலைவர்களது கையெழுத்துகளுடன் கூடிய துண்டு வெளியீடுகளை சாதி இந்துக்களிடையே காங்கிரஸ் தொண்டர்கள் விநியோகித்தனர்.[220]

ஆலய நுழைவு உரிமை குறித்த வானொலி உரையாடல்களிலும், பழமைவாத இந்து சமய சித்தாந்தவாதிகளுடன் நேருக்கு நேர் விவாதங்களிலும் காங்கிரஸ் தலைவர்கள் பங்கேற்றனர். பல நேரங்களில் அந்த விவாதங்கள் எந்த முடிவுக்கும் வரவில்லை. தீண்டத்தகாதவர்களாக ஒதுக்கப்பட்டோரின் ஆலய நுழைவு உரிமைக்காக காங்கிரஸ் தலைவர்கள் கையெழுத்து இயக்கத்தையும் மேற்கொண்டனர்.[221] ஜில்லா போர்டு (மாவட்ட ஒன்றிய மன்றம்) கூட்டங்களில், இந்த மக்களுக்கு எதிரான சமூகப் பாகுபாடுகளை ஒழிக்கக் கோரும் தீர்மானங்களை காங்கிரஸ் தலைவர்கள் முன்மொழிந்தனர்.

சேலம் நகராட்சி மன்றத்தில், இந்த மக்களுக்கு உணவுப் பொருள்கள் வழங்குவதில் பாகுபாடு காட்டும் தேநீர்க்கடைகளின் உரிமம் விலக்கிக்கொள்ளப்படும் என்று தீர்மானம் நிறைவேற்றப்பட்டது.[222] கோயம்புத்தூரில் காங்கிரஸாரின் நிர்ப்பந்தங்கள் காரணமாக, இந்த சமூகங்களைச் சேர்ந்த குழந்தைகளுக்கு இலவசக் கல்வி வழங்கு வதற்காக நிதி ஒதுக்கீடு செய்வதற்கான தீர்மானம் நிறைவேற்றப் பட்டது.

காங்கிரஸ் மேற்கொண்ட தீண்டாமை ஒழிப்பு இயக்கம் முற்றிலும் பொதுநலனை அடிப்படையாகக் கொண்டது என்று சொல்வதற் கில்லை. இப்படிப்பட்ட இயக்கங்களில் ஈடுபட காங்கிரஸார் முடிவு செய்ததில் எப்போதுமே அரசியல் நோக்கங்கள் இருந்தன. இத்தகைய முயற்சிகளில் ஈடுபடுவதன் மூலம், ஒதுக்கப்பட்ட மக்களிடையே தங்களது அரசியல் செல்வாக்கு வளரும் என்று அவர்கள் கருதினார்கள்.

காந்தியின் ஹரிஜன இயக்கத்தில் பங்கேற்பதால் அரசாங்கத்துக்கும் இந்த மக்களுக்கும் இடையேயான தொடர்பாளர்களாக வெற்றி கரமாக உருவாக முடியும் என்றும் காங்கிரஸார் நினைத்தார்கள். ஆக, தமிழ்நாட்டில் காங்கிரஸ் மேற்கொண்ட ஹரிஜன இயக்கம், மறை முகமாக காங்கிரஸ் தலைவர்களின் அரசியல் செல்வாக்கு நோக்கங் களோடு இணைந்ததாகவே இருந்தது.[223]

ஆலய நுழைவு பிரச்னையும் தமிழ்நாட்டில் தீண்டாமை அரசியலும்

1932 நவம்பர் 1 அன்று மதராஸ் மாகாண சட்டசபையில் தாக்கல் செய்யப்பட்ட ஒரு சட்ட முன்வரைவு, ஆலய நுழைவு பிரச்னையை முன்னுக்குக் கொண்டுவந்தது. இந்து சமுதாயத்தில் வளர்ந்து வரும் பொது உணர்வைக் கருத்தில் கொண்டு, மதம் சார்ந்த நடை முறைகளில் சில சமூகங்கள் மீது திணிக்கப்பட்ட பாகுபாடுகளை நீக்குவதற்கான நடவடிக்கைகளை அரசாங்கம் மேற்கொள்ள வேண்டியிருக்கிறது என்று அந்த முன்வரைவில் கூறப்பட்டிருந்தது. புனே உடன்பாட்டின் அடிப்படையில், அனைத்து வழிபாட்டுத் தலங்களும் ஒதுக்கப்பட்ட சமூகங்களுக்குத் திறந்துவிடப்பட வேண்டும் என்று முன்வரைவு தெளிவுபடுத்தியது. இறுதியாக, சர்ச்சைகளைத் தவிர்ப்பதற்காக, ஒதுக்கப்பட்ட சமூகங்களைச் சேர்ந்தோர் ஆலயங்களில் ஒழுங்கையும் தூய்மையையும் கடைப் பிடிக்கவேண்டும் என்றும் அந்தச் சட்ட முன்வரைவு அறிவித்தது.[224]

சட்டசபையில் அந்த முன்வரைவின் மீது நடந்த விவாதத்தின்போது, ஒதுக்கப்பட்ட சமூகங்களிடம் சாதி இந்துக்கள் பாகுபாடு காட்டுகிறார்கள் என்று பி. சுப்பராயன் குற்றம் சாட்டினார். மேல் சாதியினரின் இத்தகைய புறக்கணிப்புகள் காரணமாகத்தான், ஒதுக்கப் பட்ட சமூகங்களின் மக்கள் தேசிய இயக்கத்திலிருந்து ஒதுங்கியிருக்க வேண்டிய கட்டாயம் ஏற்பட்டது என்று அவர் வாதிட்டார். இத்தகைய வாதங்களுக்கு பிராமணர் அல்லாத மேல் சாதியினரின் ஆதரவு கிடைத்துவிடவில்லை. டி.ஏ. ராமலிங்கம் செட்டியார் உள்ளிட்ட பிராமணர் அல்லாத சமூகங்களைச் சேர்ந்த சட்டசபை உறுப்பினர்கள், ஒதுக்கப்பட்டோரின் ஆலய நுழைவு உரிமையை ஏற்கவில்லை. அவர்களது கல்வி, பொருளாதார மேம்பாட்டில்தான் கவனம் செலுத்தப்படவேண்டும் என்று அவர்கள் வாதிட்டார்கள்.[225]

பிராமணர் அல்லாத மேல் சாதி அரசியல்வாதிகளில் பெரும்பாலோர், இந்தப் பிரச்னையில் ஒரு பழமைவாதக் கண்ணோட்டத்தையே முன்வைத்தார்கள். ஆனால், ஒதுக்கப்பட்டோர் தலைவர்கள் தங்கள்

கருத்துகளை ஒரு வகை எச்சரிக்கையோடுதான் வெளிப் படுத்தினார்கள். பி. சுப்பராயன் கொண்டுவந்த சட்டமுன்வரைவின் குறிக்கோள்கள் நிதானமானவையாக இருக்கின்றன என்று ஆர். சீனிவாசன் கருதினார்.[226] ஆலய நுழைவு குறித்து அம்பேத்கர் முன்வைத்த கருத்துகளில் மாறுபட்ட சீனிவாசன், இத்தகைய வழிமுறைகளோடு கூடிய சட்டங்கள், ஒதுக்கப்பட்ட சமூகங்களின் ஆன்மீக மேம்பாட்டுக்கு வழிவகுக்கும் என்று கருதினார்.[227]

ஆனால், சீனிவாசனின் கருத்துக்கு, ஒதுக்கப்பட்ட சமூகங்களைச் சேர்ந்த பகுத்தறிவாளர்கள் எதிர்ப்புத் தெரிவித்தனர். இந்த சமூகங்கள் எதிர்கொள்ளும் பிரச்னைகள் ஆலய நுழைவால் தீர்க்கப்பட்டுவிடாது என்று என். சிவராஜ் சுட்டிக்காட்டினார். ஆதி திராவிடர் மக்களில் கணிசமான பகுதியினர் நாத்திகவாதமும் சாதி எதிர்ப்பும் கலந்த சுயமரியாதை இயக்கத்தின் பால் ஈர்க்கப்பட்டுள்ளனர் என்பதால் ஆலய நுழைவுப் பிரச்னை முக்கியத்துவம் இழந்து வருகிறது என்று அவர் வாதிட்டார்.[228]

மதராஸ் சட்டசபையில், சாதி இந்துக்களைச் சேர்ந்த கற்றறிந்த உறுப்பினர்கள் ஒதுக்கப்பட்ட மக்களின் ஆலய நுழைவுரிமைக்காக வாதிட்டார்கள். இந்த மக்கள் சமூக அடிப்படையில் தள்ளிவைக்கப் பட்டதற்கான வரலாற்று அடிப்படை எதுவும் கிடையாது என்று அவர்கள் குறிப்பிட்டார்கள்.[229] சட்டசபை விவாதத்தில் பங்கேற்ற சி.ஆர். பார்த்தசாரதி அய்யங்கார், சமூகப் பாகுபாட்டை எந்த இந்து சாஸ்திரமும் அங்கீகரிக்கவில்லை என்று கூறினார். 'இந்த மக்களை ஆலயங்களுக்குள் நுழைய அனுமதிப்பதன் மூலம் நாம் புதிய யுகத்தைப் படைக்கப்போவதில்லை, ஆதி திராவிடர் ஒருவரைப் பண்பட்டவராக மாற்றிவிடப் போவதில்லை இந்த நாட்டின் மிக உயர்ந்த கலாச்சாரம் உள்ளவராக மாற்றிவிடப் போவதில்லை. நிச்சயமாக அது நடக்கப்போவதில்லை, ஆனால் அவர்களை இனி நீங்கள் சுரண்டமாட்டீர்கள்; கலாச்சாரத்திலும் அந்தஸ்திலும் திறமையிலும் தகுதியிலும் உங்களை விட நலிந்தவர்களை நீங்கள் இழிவாக நடத்த மாட்டீர்கள்,' என்று அவர் குறிப்பிட்டார்.[230]

இந்தப் பிரச்னையில் பிராமணர் அல்லாதார் தலைவர்களிடையே கருத்து வேறுபாடு இருந்தது. பிராமணர் அல்லாதார் தலைவர்களில் ஒருவரான சர் ஏ.பி. பாட்ரோ, ஒதுக்கப்பட்ட சமூகங்களின் பொருளாதார நிலையை மேம்படுத்துவதற்கான திட்டங்களை மேற்கொள்வதன் மூலமாகவே அவர்களுக்கு எதிரான சமூகப் பாகுபாடுகளை ஒழிக்க முடியும் என்று கூறினார்.[231] ஆயினும், பிராமணர் அல்லாத பிரிவுகளைச் சேர்ந்த சட்டசபை உறுப்பினர்

களின் கணிசமானவர்கள், பிராமணர்கள் உள்ளிட்ட மற்றவர்களோடு சேர்ந்து சட்ட முன்வரைவுக்கு ஆதரவாக வாக்களித்தார்கள். அதற்கு ஆதரவாக 56 வாக்குகள் பதிவாகின. 19 பேர் வாக்கெடுப்பில் கலந்து கொள்ளவில்லை.[232] தேசிய அளவில் எதிர்விளைவுகள் ஏற்படக்கூடும் என்று கருதிய மாகாண அரசாங்கம் அதில் உடனடி முடிவெடுப்பதைத் தவிர்த்தது.

மதராஸ் மாகாணத்தில் சமூகப் பாகுபாடுகளை அகற்றுவதோடு தொடர்புடைய சட்ட முன்வரைவுக்கு ஒப்புதல் அளிப்பதில் அரசாங்கம் திட்டவட்டமான நிலையை மேற்கொள்ளவேண்டும் என்று கேட்டுக்கொள்ளும் தந்தி ஒன்றை வைஸ்ராய்க்கு அனுப்பினார் காந்தி. மதராஸ் சட்டசபையில் நிறைவேற்றப்பட்ட சமயப் பாகுபாடுகள் நீக்கச் சட்ட முன்வரைவுக்கு உடனடியாக ஒப்புதல் அளிக்கவேண்டும் என்று வைஸ்ராயை அவர் கேட்டுக்கொண்டார். புனே உடன்பாட்டில் உள்ள வாக்குறுதிகளோடு ஒத்துப்போவதாக இருப்பதால் அந்த சட்ட முன்வரைவுக்கு அவர் முழு மனதுடன் ஆதரவளித்தார்.[233]

ஆனால், பழமைவாத இந்துக்கள் அந்த சட்டமுன்வரைவுக்கு எதிராகப் பெரும்பகுதி மக்களின் கருத்தைத் திரட்ட முயன்றனர். குருவாயூரில் கூடிய அகில இந்திய வர்ணாஸ்ரம ஸ்வராஜ்ய சங்கம், இந்து சமய நூல்களின் அடிப்படையிலும் நடைமுறைகளின் அடிப்படையிலுமே ஆலய நுழைவு குறித்து முடிவு செய்ய முடியும் என்று அறிவித்தது. சுயநல நோக்கமுள்ள ஒரு சில தலைவர்கள்தான் உண்ணாவிரதம், கருத்து வாக்கெடுப்பு என்றெல்லாம் அச்சுறுத்தி ஆலய நுழைவுப் பிரச்னையை வலுக்கட்டாயமாகத் திணிக்க முயல்கிறார்கள் எனக்கூறும் தீர்மானத்தை அரசாங்கத்துக்கு அனுப்பியது அந்த சங்கம்.[234]

1933 ஜனவரி 3 அன்று, வர்ணாஸ்ரம ஸ்வராஜ்ய சங்கத்தின் மதராஸ் கிளை, சட்ட முன்வரைவை எதிர்த்து வைஸ்ராய்க்கு மனு அனுப்பியது. 1858ம் ஆண்டில் வெளியிடப்பட்ட பிரிட்டிஷ் அரண்மனைப் பிரகடனத்தில் உறுதியளிக்கப்பட்ட மத நம்பிக்கைச் சுதந்தரம், நடுநிலை ஆகியவற்றை அந்தச் சட்ட முன்வரைவு மீறுகிறது என்று சங்கம் அறிவித்தது. இந்து அல்லாதவர்களும், அந்நிய அரசாங்கப் பிரதிநிதிகளும் கொண்ட ஒரு சட்டசபை ஆலய நுழைவு உள்ளிட்ட ஆழமான பிரச்னைகளைக் கையாளத் தகுதி படைத்ததில்லை என்றும் அந்த சங்கம் அறிவித்தது. குறிப்பாக, ஒதுக்கப்பட்ட சமூகங்களைச் சேர்ந்தோர் தங்களது சமூகப் பொருளாதார மேம்பாட்டில் கூடுதலாகக் கவனம் செலுத்திக்

கொண்டிருக்கும்போது காந்தி தேவையற்ற பிரச்னையைக் கிளப்புகிறார் என்று சங்கம் கூறியது.²³⁵

சனாதனவாதிகளுடைய எதிர்ப்பு அதிகரித்து வந்த போதிலும், தமிழ்நாடு காங்கிரஸ் ஒதுக்கப்பட்டோரின் ஆலய நுழைவுரிமைக் கோரிக்கையிலிருந்து பின்வாங்கத் தயாராக இல்லை. சனாதன வாதிகளின் கருத்துகளால் ஏற்படக்கூடிய அரசியல் தாக்கங்கள் குறித்துக் கவலைப்பட்ட காங்கிரஸ் தலைவர்கள், தீண்டாமை ஒழிப்பு, ஆலய நுழைவு ஆகிய இரண்டையும் காங்கிரஸ் கட்சியின் பொதுவான அரசியல் செயல்திட்டத்தில் ஒருங்கிணைக்க முயன்றனர். ஆனால், ஆலய நுழைவு தொடர்பாக காந்தி வெளியிட்ட முரண்பாடான கருத்துகள் அவர்களைக் குழப்பத்தில் ஆழ்த்தின.

'இந்து சமயத்தைத் தூய்மைப்படுத்துதல்' என்ற விரிவான இயக்கத்தில் ஆலய நுழைவுரிமைப் பிரசாரத்தை ஒருங்கிணைக்கத் தயாராக இருந்த காந்தி, ஒதுக்கப்பட்ட சமூகங்கள் அவற்றில் பங்கேற்பது குறித்து மவுனமாகவே இருந்தார்.²³⁶ மேல் சாதியினர் தங்களது முந்தைய தவறுகளுக்காக சுய தியாகங்களுக்கு முன்வர வேண்டும் என்று கருதிய காந்தி, ஒதுக்கப்பட்ட சமூகங்களைப் பொறுத்தவரையில் வியந்து பாராட்டுகிற பார்வையாளர்களாகவே இருக்க விரும்பினார் என்கிறார் ஆய்வாளர் திலீப் மேனன்.²³⁷

இதனிடையே, அரசாங்கத்துடன் பேச்சு நடத்துவதில் தமிழ்நாடு காங்கிரஸார் ஆர்வம் காட்டினர். மதராஸ் சட்டசபையில் கொண்டு வரப்பட்ட ஆலய நுழைவு சட்ட முன்வரைவுக்கு வைஸ்ராய் ஒப்புதல் அளிக்கச் செய்யும்வகையில் பிரிட்டிஷ் அரசின் இந்திய அலுவலகத்தில் சி.எப். ஆண்ட்ரூஸ் எடுத்துரைக்கவேண்டும் எனக் கேட்டுக்கொள்ளும் தந்தி ஒன்றை அவருக்கு அனுப்பினார் ராஜாஜி.²³⁸ அவரது தலைமையிலான தமிழ்நாடு காங்கிரஸ், குருவாயூர் தின கொண்டாட்டங்களுக்கு ஏற்பாடு செய்து, தனது தீண்டாமை ஒழிப்புப் பிரசாரத்துக்குப் பொதுமக்களின் ஆதரவைத் திரட்ட முயன்றது.

ஒதுக்கப்பட்டோரின் ஆலய நுழைவுரிமைக் கோரிக்கைக்கு வலுச்சேர்ப்பதற்காக சாதி இந்துக்களின் கையெழுத்துகளைத் திரட்டும் இயக்கத்தை வட்டார அளவிலான காங்கிரஸ் தொண்டர்கள் தொடங்கினார்கள். அந்தக் கையெழுத்து இயக்கம் மதுரை நகராட்சியில் பெரும் வெற்றி பெற்றது. ராஜாஜி, தேவிதாஸ் காந்தி உள்ளிட்ட முன்னணி காங்கிரஸ் தலைவர்களின் முனைப்பு மிக்க ஈடுபாடு இதில் கட்சியின் வெற்றிக்குக் காரணமாக அமைந்தது.²³⁹ ஆலய நுழைவுரிமை தொடர்பாக இந்து மக்களின் கருத்தை

உறுதிப்படுத்துவதற்காக சவர்ண இந்துக்களின் (மேல் சாதியினர்) குழு ஒன்றை அரசாங்கம் அமைக்கவேண்டும் என்ற கருத்தையும் பிராமணர் அல்லாத காங்கிரஸ் சட்டமன்ற உறுப்பினர்கள் வெளிப் படுத்தினர்.[240]

எனினும் அந்தச் சட்டத்துக்கு இந்தியாவில் இருந்த பிரிட்டிஷ் அதிகாரிகள் வலுவாக எதிர்ப்புத் தெரிவித்தார்கள். அதற்கு வைஸ்ராய் ஒப்புதல் அளிப்பாரானால் அரசுக்கும் பழமைவாத இந்துக்களுக்கும் இடையேயான உறவு பாதிக்கப்படலாம் என்ற கவலையை உள்துறைச் செயலாளர் அஞ்சினார்.[241] ஆனால் இதில் அரசாங்கம் மவுனமாக இருப்பது, கடும் விமர்சனத்துக்கு உள்ளாகும் என்பதையும் ஒப்புக்கொண்டார். பின்னர் அவர், மதராஸ் மாகாண சட்டசபையில் நிறைவேற்றப்பட்ட சட்ட முன்வரைவு மத்திய குடிமைச் சட்டத்தின் கீழ் வருவதால், அதற்கு ஒப்புதல் அளிக்க இயலாது என்று கூறினார்.[242]

மதராஸ் மாகாண சட்டசபையில் நிறைவேற்றப்பட்ட சட்ட முன்வரைவுகளுக்கு ஒப்புதல் வழங்குகிற மனநிலையில் இந்திய அரசும் இல்லை.[243] காங்கிரஸ் கட்சியின் ஹரிஜன இயக்கத்துக்கு மதராஸ் மாகாணத்தின் ஒதுக்கப்பட்ட சமூகங்களிடையே அரை குறையான ஆதரவுதான் கிடைத்தது என்பது இது தொடர்பான அரசாங்கத்தின் எண்ணத்தில் தாக்கத்தை ஏற்படுத்தியது. மத்திய சட்டசபையில் தாக்கல் செய்யப்படுவதற்காக ஒப்புதல் அளிக்கப் பட்டிருந்த அந்த சட்ட முன்வரைவுகளைக் கூர்ந்து கவனிக்குமாறு இந்திய அரசாங்க நிர்வாகத்துக்கு அரசுச் செயலர் அறிவுரை கூறினார்.[244]

அந்த சட்ட முன்வரைவுகள் குறித்து சட்டசபைகள், பொது அமைப்புகள், உள்ளாட்சி நிர்வாகங்கள் என அனைத்து மட்டங்களிலும் விரிவான விவாதங்களை நடத்தவும் இந்திய அரசாங்கத்துக்கு அறிவுரை கூறப்பட்டது.[245] 1933 ஜனவரியில் மதராஸ் சட்டசபையின் முன் நிலுவையில் இருந்த சட்ட முன்வரைவுகள் இந்துக்களின் மத உணர்வுகளைப் பாதிப்பதாக இருப்பதால் அவற்றுக்கு ஒப்புதல் வழங்கப்படமாட்டாது என்று வைஸ்ராய் அறிவித்தார். சட்டசபையில் ஆலய நுழைவு சட்ட முன்வரைவுக்கு ஒப்புதல் வழங்க மறுத்த வைஸ்ராயின் முடிவுக்கு தமிழ்நாடு காங்கிரஸ் கட்சிக்குள் எதிர்ப்புக் கிளம்பியது. அரசின் முடிவைக் கடுமையாகக் கண்டித்து 'ஸ்வராஜ்யா' ஏட்டில் பின்வருமாறு எழுதப்பட்டது:

> 'திருவாளர் சி.எஸ். ரங்க அய்யர் திட்டத்துக்கு அது (இந்திய அரசு) ஒப்புதல் வழங்கியிருக்கிறது என்பது உண்மைதான்; ஆனால் எவ்விதத்திலும் பெருமைப்பட இயலாதவகையிலும் நிபந்தனை

களோடும்தான் அந்த ஒப்புதல் வழங்கப்பட்டிருக்கிறது. அரசு அறிவிப்பில் உள்ள வார்த்தைகளைக் கவனித்தாலே அரசு மனப்பூர்வமாக இதைச் செய்யவில்லை என்பதும், மகாத்மா காந்தியாலேயே தொடங்கப்பட்டு, நாடு முழுவதும் ஆழ்ந்த தாக்கத்தை ஏற்படுத்தியுள்ள ஒரு இயக்கம் அரசின் மரத்துப்போன கண்ணோட்டத்தை மாற்றவில்லை என்பதும் தெரிய வரும்.'[246]

தேசியக் கண்ணோட்டம் கொண்ட 'சுதேசமித்திரன்' நாளேடும் வைஸ்ராயின் முடிவுக்குக் கண்டனம் தெரிவித்தது. ரங்க அய்யரின் சட்ட முன்வரைவை முதலில் சுற்றுக்கு விட்டால் ஏற்படக்கூடிய சிக்கல்களை மனத்தில் கொண்டுதான் அரசு அதனை மத்திய சட்டசபை விவாதத்துக்கு எடுத்துக்கொள்ள அனுமதித்திருக்கிறது என்று தேசியப் பார்வை கொண்ட ஏடுகள் எழுதின.[247]

இதனிடையே, தமிழ்நாடு காங்கிரஸ் தனது ஆலய நுழைவு போராட்டத்தை ஹரிஜன முன்னேற்றப் பிரசார இயக்கத்தோடு இணைத்தது. ஹரிஜன முன்னேற்றத்துக்கு சாதி இந்துக்களின் ஆதரவைத் திரட்ட காங்கிரஸ் மேற்கொண்ட முயற்சிகள் வெற்றி பெறவில்லை. மிகக் குறைவான சாதி இந்துக்கள்தான் காங்கிரஸ் திட்டத்துக்கு ஆதரவளித்தனர். காங்கிரஸ் தொண்டர்கள் நடத்திய பிரசார இயக்கத்தின் மீது ஒதுக்கப்பட்ட மக்களிடையேயும் பெரும்பாலானவர்கள் ஆர்வம் காட்டவில்லை.

ஆலய நுழைவு சட்டத்துக்கான இயக்கத்துக்கு வலுச் சேர்க்கும் வகையில் ஹரிஜன சேவா சங்கத்தை ஈடுபடுத்திட காங்கிரஸ் செய்த முயற்சியும் தோல்வியடைந்தது. மதராஸ் நகரில், தீண்டாமை ஒழிப்புச் சட்டங்களை வலியுறுத்தி ஹரிஜன சேவா சங்கம் நடத்திய கூட்டங்களுக்கு மிகக் குறைந்த அளவிலேயே மக்கள் வந்தார்கள். ஆட்சியதிகாரத்தைக் கைப்பற்றும் திட்டத்தின் ஒரு பகுதியாகத்தான் காங்கிரஸ் கட்சி ஹரிஜன முன்னேற்ற இயக்கத்தைத் தொடங்கியிருக்கிறது என்று ஆதி திராவிடர் தலைவர்கள் வெளிப்படையாகவே விமர்சித்தனர்.[248]

அதே நேரத்தில், ஆலய நுழைவுச் சட்டங்களை எதிர்த்து சாதி இந்து அமைப்புகள் நடத்திய பிரசாரத்துக்குக் கணிசமான ஆதரவு கிடைத்தது. இந்து சனாதனவாத அமைப்புகள் ஆலய நுழைவு இயக்கத்துக்கு எதிராக ஸ்ரீரங்கம், திருச்சி ஆகிய நகரங்களில் பிரசாரம் செய்தன. ஆலய நுழைவு பிரசாரத்தில் ஈடுபட்ட காங்கிரஸ் தொண்டர் களுக்கும், தீண்டாமை ஒழிப்பு அமைப்பின் தொண்டர்களுக்கும் எதிரான பகைமை நடவடிக்கைகளிலும் சனாதனவாதிகள் இறங்கினர்.[249]

சி.எஸ். ரங்க அய்யரின் சட்ட முன்வரைவைச் சுற்றுக்கு விடுவ தென்று அரசு முடிவு செய்தது. அதைத் தொடர்ந்து சனாதனவாதிகள் தங்கள் பிரசாரத்தைத் தீவிரப்படுத்தினர். ஆலய நுழைவுரிமை குறித்த காந்தியின் கருத்துகளுக்கு எதிரான பிரசாரத்தை நடத்திட சனாதனிகள் பெரும் பணத்தைச் செலவிட்டனர். காங்கிரஸ் எழுப்பிய சுதந்தர முழக்கத்தைச் சாடிய அவர்கள், பிரிட்டிஷ் அரசுக்குத் தங்களது விசுவாசத்தை வெளிப்படுத்தினர்.[250]

சனாதனிகளின் கொந்தளிப்பைத் தணிப்பதற்காக வைஸ்ராய் அறிக்கைகள் வெளியிட்டார். ஆனால் வைஸ்ராயின் முயற்சிகளால் சனாதனிகள் சமாதானமாகவில்லை. அவர்கள் தங்கள் கோபத்தை முக்கியமாக காந்தியின் மீதே காட்டினர். அவர்கள் நடத்திய கூட்டங்களில், காந்தி தனது அரசியல் நோக்கங்களுக்காகவே தீண்டாமை ஒழிப்புப் பிரசாரங்களைச் செய்கிறார் என்று சாதி இந்துக்களின் தலைவர்கள் பேசினார்கள். காங்கிரஸ் கட்சியின் அரசியல் திட்டங்களுக்கு ஏற்ப, ஒதுக்கப்பட்ட சமூகங்களின் ஆதரவைத் திரட்டும் நோக்கத்துடன்தான் தீண்டாமை ஒழிப்பு இயக்கம் தொடங்கப்பட்டது என்று ஓய்வு பெற்ற நீதிபதி சீனிவாச அய்யங்கார் கூறினார்.[251]

இந்தக் குற்றச்சாட்டுகளை காந்தி மறுத்தார். தனது ஹரிஜன முன்னேற்ற இயக்கத்துக்கும் காங்கிரஸ் கட்சியின் அரசியல் இயக்கத்துக்கும் தொடர்பில்லை என்று கூறினார். ஆலய நுழைவுரிமை மறுக்கப்பட்டதை 'தீண்டத்தகாதவர்கள்'கூட இதுவரையில் எதிர்க்கவில்லை, ஆகவே அந்த இயக்கத்தில் முக்கியத்துவம் எதுவும் இல்லை என்று சனாதனிகள் பிரசாரம் செய்தனர். அதற்குத் தனது எதிர்ப்பை வெளிப்படுத்தினார் காந்தி. நாட்டின் பல பகுதிகளில் ஒதுக்கப்பட்ட சமூகங்கள் ஆலய நுழைவுரிமைக்காகப் போராடி வந்திருக்கிறார்கள், ஆகவே சனாதனிகளின் வாதம் அடிப்படையற்றது என்று காந்தி கூறினார்.[252] இத்தகைய சட்டங்களின் நோக்கம் இந்துக்களின் உணர்வைப் புண்படுத்துவது அல்ல, மாறாக, இந்து மதம் தேக்கமடைந்து விடாமல் காப்பதுதான் அவற்றின் நோக்கம் என்றார் அவர்.[253]

ஆலய நுழைவு தொடர்பாகப் பழமைவாதிகளுக்கும் சீர்திருத்த வாதிகளுக்கும் இடையே விவாதம் நடந்துகொண்டிருந்தபோது, சட்டத்தின் பயன் குறித்து ஒதுக்கப்பட்ட சமூகங்களிடையேயும் குழப்பம் நிலவியது. ரெட்டமலை சீனிவாசன் ஆதரவாளர்கள் அந்தச் சட்டத்தில் ஆர்வம் காட்டவில்லை. 'சட்டத்தை நாங்கள் எதிர்க்க வில்லை. ஆனால் இயக்கத்தில் பங்கேற்பது ஏற்கத்தக்கதாக இருக்கும் என்று நாங்கள் கருதவில்லை. கோவில்கள் எங்களது

வழிபாட்டுக்காகவும் திறந்துவிடப்படுமானால், எங்களுக்கு எப்போது வசதிப்படுமோ அப்போது நாங்கள் நுழைவோம்,' என்று சீனிவாசன் கூறினார்.[254] காந்தியின் மதம் சார்ந்த அணுகுமுறையால் ஒதுக்கப்பட்ட மக்களின் வாழ்க்கை நிலை மாறிவிடாது என்று அம்பேத்கரைப்போலவே அவரும் கருதினார். ஆனால் நீண்ட நெடுங்காலமாக ஒதுக்கப்பட்ட மக்களின் முன்னேற்றத்துக்கு முட்டுக்கட்டையாக இருக்கும் தடைகளை அகற்றத் தீண்டாமை ஒழிப்புத் திட்டங்களும் ஆலய நுழைவுப் பிரசாரமும் பயன்படும் என்று காந்தி நம்பினார்.[255]

எம்.சி. ராஜா ஆதரவாளர்களான ஆதி திராவிடர்கள் தீண்டாமை ஒழிப்புச் சட்டங்கள் சுமுகமாக நிறைவேற்றப்படவேண்டும் என்று கோரினர். ஒரு குழுவாகச் சென்று வைஸ்ராயைச் சந்தித்த ராஜா, சட்ட முன்வரைவுகளுக்கு உடனடியாக ஒப்புதல் வழங்கக் கேட்டுக் கொண்டார். எனினும் வைஸ்ராய் அசையவில்லை. இத்தகைய சட்ட முன்வரைவுகள் ஒட்டு மொத்த இந்து சமுதாயத்தாலும் கவனத்துடன் ஆராயப்பட வேண்டியுள்ளது என்றார் அவர்.[256]

அதைத் தொடர்ந்து, தீண்டாமை ஒழிப்புக்காக விரிவான இயக்கத்தைத் தொடங்க முடிவு செய்தார் காந்தி. ஹரிஜன இயக்கத்தின் முக்கியத்துவத்தை சாதி இந்துக்கள் உணரச் செய்வதற்காக மூன்று வார உண்ணாவிரதத்தை 1933 மே 8 அன்று தொடங்கினார். தமிழ்நாட்டில் காங்கிரஸ் தொண்டர்கள் காந்தியின் உண்ணாவிரதத் திட்டத்தை ஆதரித்தார்கள். அகில இந்திய ஹரிஜன தினம் கடைப்பிடிப்பதற்கான முயற்சிகளில் ஈடுபட்டார்கள். ஆயினும், தென் மாவட்டங்கள் நீங்கலாக மாகாணத்தில் வேறு எங்கும், காந்தியின் உண்ணாவிரதத்துக்குப் பெரிதாக ஆதரவு கிடைத்துவிடவில்லை. ராமனாதபுரத்திலும் திருநெல்வேலியிலும், காங்கிரஸ் தொண்டர்கள் காந்தியின் உண்ணாவிரதம் தொடங்கும் நாளில் கடையடைப்பு செய்யுமாறு வெற்றிகரமாக மக்களைத் தூண்டினார்கள்.[257]

திருச்சி சிறையில் அடைக்கப்பட்டிருந்த ஒத்துழையாமை இயக்கத் தொண்டர்கள், காந்தியின் உண்ணாவிரதத்துக்குத் தங்களது ஒருமைப்பாட்டை வெளிப்படுத்தும்வகையில் தங்களது இரவு உணவை ஏற்க மறுத்தார்கள். எனினும், காந்தியின் ஹரிஜன இயக்கத்துக்கு ஆதரவாக காங்கிரஸார் மேற்கொண்ட பிரசாரத்தால் ஆதி திராவிடர்களுக்கும் சாதி இந்துக்களுக்கும் இடையே நல்லுறவை ஏற்படுத்திவிட முடியவில்லை. மேல் சாதியினருக்கும் ஆதி திராவிடர்களுக்கும் இடையே ஏற்பட்ட மோதல்கள் காங்கிரஸ்

கட்சியின் ஆலய நுழைவுப் போராட்டத்தை வலுவிழக்கச் செய்தன.²⁵⁸

இதனிடையே, சி. எஸ். ரங்க அய்யர் கொண்டுவந்த ஆலய நுழைவு சட்ட முன்வரைவு தோல்வியடைந்தது. 1933 ஆகஸ்ட் மாதவாக்கில், மதராஸ் மாகாண மக்களிடையே அந்தச் சட்டம் குறித்து ஏற்பட்டிருந்த ஆர்வம் குன்றியது. தீண்டாமை ஒழிப்பு நடவடிக்கை களைச் செயல்படுத்துவதில் காங்கிரஸ்காரர்களிடையேயும் கருத்து வேறுபாடு ஏற்பட்டது. பிரிட்டிஷ் அரசிடமிருந்து அதிகமான சலுகை களைப் பெறுவதற்காகத்தான் காங்கிரஸ் கட்சி வேண்டுமென்றே தீண்டாமைப் பிரச்னையை எழுப்புகிறது என்று ஆதி திராவிடர் மக்கள் நினைத்தார்கள். தென் இந்தியாவிலிருந்து ஒதுக்கப்பட்ட மக்களின் பல சங்கங்கள், தங்களது சமூக – பொருளாதார முன்னேற்றத்துக்கான திட்டங்களை பிரிட்டிஷ் அரசு மேற்கொள்ளவேண்டும் எனக் கோரும் மனுக்களை அனுப்பின.²⁵⁹

மதராஸ் மாகாண அரசாங்கமும் இந்துமதப் பழமைவாதிகளின் எதிர்ப்புக்கு அஞ்சி, ஆலய நுழைவு சட்டங்களுக்கு ஆதரவளிக்கத் தயங்கியது. இந்த அணுகுமுறையை காங்கிரஸ் விமர்சித்தது. அரசாங்கம் இரட்டை நிலையை மேற்கொள்வதாக காங்கிரஸ் கட்சியில் இருந்த முற்போக்காளர்கள் தாக்கினர். ஆலய நுழைவுச் சட்டங்கள் தொடர்பாக நாடு தழுவிய அளவில் விவாதத்துக்கு வழி வகுத்ததன் மூலம் ஒரு முற்போக்கான அணுகுமுறையை வெளிப் படுத்திய அரசாங்கம், சனாதனவாதிகளின் பிரசாரத்துக்கு ஆதரவளித்ததன் மூலம் சமூகப் பிரச்னைகளில் தனது உள்ளார்ந்த பழமைவாதக் கண்ணோட்டத்தைக் காட்டிவிட்டது என்று குற்றம் சாட்டினர். காந்தியின் இயக்கம் ஒதுக்கப்பட்ட மக்களுக்குச் சம வாய்ப்புக் கிடைப்பதைத் தடுத்துவிட்டது என்ற காலனிய நிர்வாகத்தின் கருத்துக்கும் தமிழ்நாடு காங்கிரஸ் எதிர்ப்புத் தெரிவித்தது.²⁶⁰

தமிழ்நாட்டில் காந்தியின் ஹரிஜன இயக்கமும் ஆலய நுழைவு பிரச்னையும்

சிறையிலிருந்து விடுதலை செய்யப்பட்ட காந்தி, ஹரிஜன மேம்பாட்டில் தம்மை முழுமையாக ஈடுபடுத்திக்கொண்டவராக, 1933 ஆகஸ்ட் 23 அன்று பிரசார இயக்கத்தைத் தொடங்கினார். 1933 இறுதிவரையில், நாட்டின் பல்வேறு பகுதிகளுக்கும் ஹரிஜன மேம்பாட்டுப் பயணத்தை மேற்கொண்டார். அந்தப் பயணம், தீண்டாமைக்கு எதிராகவும் ஆலய நுழைவுக்கு ஆதரவாகவும் பொதுமக்கள் கருத்தைத் திரட்ட உதவும் என்று கருதினார்.

தொடக்கத்தில் அவர், ஹரிஜன இயக்கத்தால் ஏற்படக்கூடிய மதம் சார்ந்த தாக்கங்களை எடுத்துரைத்தார். பழமைவாத இந்துக்களின் மத உணர்வுகளைப் புண்படுத்துவது தமது நோக்கமல்ல என்று அவர் பல முறை விளக்கினார். தீண்டாமையை ஒழிக்கவும், ஒதுக்கப்பட்ட சமூகங்களின் ஆலய நுழைவுரிமையை உறுதிப்படுத்தவும் வன்முறை வழிகளோ வலுக்கட்டாய நடவடிக்கைகளோ பயன்படுத்தப்பட மாட்டாது என்றும் கூறினார்.[261] ஆயினும் பழமைவாதிகள் இதையெல்லாம் ஏற்கத் தயாராக இல்லை. இந்து சமயத்தை அழிக்க வந்தவராகவே காந்தியை அவர்கள் தாக்கினர். பழமைவாதிகளின் இந்த எதிர்ப்பு காரணமாக காந்தியின் ஹரிஜன இயக்கம் நையாண்டி நாடகமாக முடிந்துவிடும் என்ற கருத்து மதராஸ் அரசாங்க வட்டத்துக்கு ஏற்பட்டிருந்தது.[262]

காந்தி தமது தமிழகப் பயணத்தை நம்பிக்கையோடு தொடங்கினார். ஆலய நுழைவுரிமைக்குப் பழமைவாதிகளின் ஆதரவைத் திரட்ட தமது சுற்றுப் பயணத்தைப் பயன்படுத்துவதே அவரது நோக்கம்.[263] ஆனால், இழிவான நிலைக்குத் தள்ளப்பட்டிருந்த ஒதுக்கப்பட்ட சமூகங்களுக்கு ஆதரவான உணர்வை இதர பகுதி மக்களிடையே ஏற்படுத்துவதில் அவரது இயக்கம் தோல்வியடைந்தது. சமூக சீர்திருத்தங்களே தமது நோக்கம் என்று அவர் அறிவித்த போதிலும், அவரது இயக்கம் அரசியல் முக்கியத்துவம் கொண்டதாகவே இருந்தது. அவருக்கும் தமிழ்நாடு காங்கிரஸ் கட்சியினருக்குமான உறவை அந்த இயக்கம் வலுப்படுத்தியது.[264]

தமது பயண இயக்கத்தின் தொடக்கத்திலிருந்தே, ஹரிஜனங்கள் முன்னேற்றத்துக்காக நிதி திரட்டுகிற பணியையும் காந்தி மேற்கொண்டார். நிதி திரட்டுவதில் அவர் தாமே நேரடியாக ஈடுபட்டார். அவையோரிடம், குறிப்பாக குஜராத்திய வணிகச் சமூகத்தினரிடையே அவர் ஆற்றிய உரைகளிலிருந்து அவரது ஈடுபாட்டைத் தெளிவாகக் காணலாம்.

குஜராத்திய வணிகர்களிடையே பேசிய ஒரு கூட்டத்தில் அவர், 'நீங்கள் உங்கள் இடங்களிலிருந்து வெகுதொலைவு வந்து மக்களைச் சுரண்டிச் செல்வம் குவிக்கிறீர்கள்; இப்போது நான் உங்களைச் சுரண்டப் போகிறேன்' என்று கூறினார்.[265] ஆதி திராவிடர் மக்களிடமிருந்தும் அவர் நிதி திரட்டினார். தமது தென் இந்தியப் பயணத்தில் அவரால் 2,70,000 ரூபாய் நிதியைத் திரட்ட முடிந்தது.[266]

தமிழகத்தில் காந்தி, எதிரெதிராக நின்று மோதிக்கொண்ட சமூகங்களிடையே சமாதானத்தை ஏற்படுத்தவும் தமது சுற்றுப் பயணத்தைப் பயன்படுத்திக்கொண்டார். 1934ல் இந்தப் பணி முன்னுக்கு வந்தது.

அப்போது, தேவகோட்டையைச் சேர்ந்த ஆதி திராவிடர்களுக்கும் கள்ளர் சமூக நிலவுடைமையாளர்களுக்கும் இடையே கடுமையான மோதல் ஏற்பட்டிருந்தது.[267] ஆதி திராவிடர் மக்கள் தங்களது சமூக மரியாதையை நிலைநாட்டிக்கொள்ள முயன்றதுதான் அந்த மோதலுக்கு மையமான காரணம். கள்ளர் சமூக நிலவுடைமையாளர்களின் எதிர்ப்பு அந்த மோதலை மேலும் தீவிரப்படுத்தியது. அந்த சாதிய மோதல்கள் திருநெல்வேலி, மதுரை ஆகிய அண்டை மாவட்டங்களிலும் கவலையளிக்கத்தக்க அளவுக்குப் பரவியது.

இந்து சமய சீர்திருத்தவாதிகள் செயலற்றிருந்தால், ஆதி திராவிடர் மக்கள் பெருந்திரளாக கிறிஸ்தவத்துக்கு மாறுவதை ஊக்குவிப்பதாகி விடக்கூடும் என்று கவலைப்பட்ட காந்தி, வன்முறைகள் நடந்த இடங்களுக்கு அவசரப் பயணங்கள் மேற்கொண்டார். அவரும், அகில இந்திய ஹரிஜன சேவக் சங்க பொதுச் செயலாளர் ஏ.வி. தக்கர் உள்ளிட்டோரும் பல முயற்சிகள் செய்தும், ஆதி திராவிடர்கள் கிறிஸ்தவ மதத்தைத் தழுவுவது தொடர்ந்தது. அதைத் தொடர்ந்து ஹரிஜன சேவக் சங்கத்தின் வட்டாரக் கிளைகள், ஆதி திராவிடர்களுடன் பேச்சு நடத்துவதற்காக என ஆர்ய சமாஜ் அமைப்பைச் சேர்ந்த சமய போதகர்களை அழைத்து வந்தன. ஆயினும், இப்படிப் பட்ட முயற்சிகளால் ஆதி திராவிடர்களின் முடிவை மாற்ற முடியவில்லை.[268]

இது ஒரு புறமிருக்க, காந்தியின் திட்டங்களுக்குப் பொது மக்களிடையே திட்டவட்டமான ஆதரவு இருந்தது. தமிழகத்தின் சில பகுதிகளில் அவர் மக்களை மீட்க வந்த தலைவராகவே பார்க்கப் பட்டார்.[269] காந்தி பற்றிய இந்தப் படிமம் ஆதி திராவிடர் மக்களிடையே பரவியது என்கிறார் ஆய்வாளர் யூஜின் எப். இர்ஷ்சிக்.[270] காந்தியின் சுற்றுப் பயணங்கள் ஆதி திராவிடர் மக்களின் ஒரு பகுதியினரை காங்கிரஸ் கொள்கைகளையும் அரசியலையும் நோக்கி ஈர்த்தன.

ரெட்டமலை சீனிவாசன் தலைமையிலான ஆதி திராவிடர்கள் காந்தியின் ஹரிஜன இயக்கம் குறித்து மாற்றுக் கருத்துகளைக் கொண்டிருந்தனர். தென் இந்திய சம்மேளனம் சார்பில் காந்தியைச் சந்தித்த குழுவுக்குத் தலைமை தாங்கிய சீனிவாசன், புனே உடன் பாட்டில் இருந்த தேர்தல் தொடர்பான நிலைப்பாடுகளுக்கு எதிர்ப்புத் தெரிவித்தார். அந்த உடன்பாடு ஒதுக்கப்பட்டோர் பிரதிநிதிகளின் தேர்தல் வாய்ப்புகளைத் தடுத்துவிடும் என்று குழுவினர் கூறினர். ஹரிஜன் என்பது போன்ற சொல்லாடல்களைப் பயன்படுத்துவது பெரும் சமூக முரண்பாடுகளுக்கு இட்டுச் செல்லும் என்றும் அவர்கள் கூறினார்கள்.[271]

ஹரிஜன பிரசாரப் பயணத்தின் தாக்கம் குறித்து காந்தியுடன் மதராஸ் அரசாங்கம் பேச்சு நடத்தியது. தமது பயணம் தீண்டாமை ஒழிப்பு குறித்த விழிப்புணர்வை ஏற்படுத்தும் என்று காந்தி கூறினார். ஆனால் அது அவருடைய ஆசை மட்டும்தானேயன்றி, அவரது பயணம் வெற்றிகரமாக அமைந்துவிடவில்லை என்று அரசாங்கம் கூறியது. அரசாங்கத்தின் அறிக்கையில், 'காந்தியைப் பார்ப்பதற்கு மக்கள் கூட்டம் கூட்டமாய் வந்தார்கள். ஆனால் அவர் சொல்ல இருந்ததில் ஒரு வார்த்தையைக்கூடக் கேட்க மனமில்லாமல் திரும்பிச் சென்றார்கள். அவர்களைப் பொறுத்தவரையில் எல்லாமே ஒரு வேடிக்கைதான், அதன் நோக்கம் பற்றியெல்லாம் அவர்கள் பொருட் படுத்தவில்லை' என்று கூறப்பட்டிருந்தது.²⁷² ஆனால் காந்தி தனது பயணம் பற்றிய அரசாங்கத்தின் விமர்சனத்தால் பின்வாங்கி விடவில்லை. ஒதுக்கப்பட்ட மக்களிடையே தமது பயணம் ஒரு சுய மரியாதையையும் தன்னம்பிக்கையையும் ஏற்படுத்தியுள்ளது என்று உறுதியாக நம்பினார்.²⁷³

தமது சுற்றுப் பயணத்தின் வெற்றி குறித்த காந்தியின் மதிப்பீடு முற்றிலுமாக உண்மையல்ல என்று கூறுவதற்கில்லை. அவரது தனிப்பட்ட நேர்மையும் அர்ப்பணிப்பும் காரணமாக கிராமப் புறங்களில் ஏராளமானோர் தமிழ்நாடு காங்கிரஸ் கட்சியின் ஆதரவாளர்களாக மாறினார்கள். சமூக அடிப்படையில் விலக்கி வைக்கப்பட்ட மக்களிடையே காந்திக்குக் கிடைத்த புகழ், காங்கிரஸ் தலைவர்களைப் பிற்காலத்தில் அவர்களது தேர்தல் களப் போராட்டங்களில் தீண்டாமை ஒழிப்பு என்பதை ஒரு முழக்கமாக முன்வைக்கத் தூண்டியது. அவரது சுற்றுப் பயணம் ஆலய நுழைவு பிரச்னையில் ஒரு புது ஆர்வத்தை ஏற்படுத்தியது. தமிழ்நாட்டிலிருந்து வந்த தேசிய ஏடுகள், மத்திய சட்டசபையில் எம்.சி. ராஜா தாக்கல் செய்த தீண்டாமை ஒழிப்புச் சட்ட முன்வரைவு பற்றி விரிவாக எழுதின. ராஜா கொண்டுவந்த அந்தச் சட்ட முன்வரைவின் நோக்கம் வர்ணாஸ்ரம தர்மத்தை ஒழிப்பதோ, பாரம்பரிய நடைமுறைகள் அனைத்தையும் உடைத்து தீண்டத்தகாதோரை கோவில்களுக்குள் நுழைய வைப்பதோ அல்ல என்று அந்த ஏடுகள் எழுதின. சமுதாயத்தின் வைதிகமான பிரிவினரது சமய உணர்வுகளை அந்த சட்டமுன்வரைவு புண்படுத்தவில்லை என்பதால், அது நிறை வேற்றப்படுவதைத் தாங்கள் ஆதரிப்பதாக தேசிய ஏடுகள் தெளிவுபடுத்தின.²⁷⁴

இதனிடையே, ஆலய நுழைவுரிமை தொடர்பாக காங்கிரஸாரும் சனாதனவாதிகளும் தங்களது மோதலை மறுபடியும் தொடங் கினார்கள். காந்தியின் ஹரிஜனப் பயணத்தைக் கண்டிக்கும்

பொதுக்கூட்டங்களுக்கு சனாதனிகள் ஏற்பாடு செய்தனர். திருச்சியில் காங்கிரஸ் தலைவர்களுக்கு எதிராகக் கறுப்புக்கொடி ஆர்ப்பாட்டங்களை நடத்தினர். இப்படிப்பட்ட எதிர்ப்புகளைக் கண்ட காந்தி ஆலய நுழைவு குறித்த தமது கருத்துகளின் வேகத்தை மட்டுப்படுத்திக் கொண்டார்.[275] ஆனால், தமிழ்நாட்டில் உள்ளூர் மட்டத்திலான காங்கிரஸ் தொண்டர்கள் சனாதனிகளின் எதிர்ப்பைக் கண்டு பின்வாங்கத் தயாராக இல்லை. ஆலய நுழைவுரிமைக்குப் பொது மக்களின் ஆதரவைத் திரட்டும் நோக்கத்துடன் மாவட்டங்களில் ஹரிஜன மாநாடுகளை நடத்தினர்.[276]

ராஜாவின் சட்ட முன்வரைவு குறித்துப் பொதுமக்களின் கருத்தை அறியுமாறு மாவட்ட ஆட்சியர்களுக்கு மதராஸ் மாகாண அரசாங்கம் ஆணையிட்டது. ஆட்சியர்களும் தொழிலாளர் துறை ஆணையரும், சாதித் தடைகள் தகர்ந்து வருவதால் இப்படிப்பட்ட சட்டத்துக்கான தேவை கொஞ்சமும் இல்லை என்று கருத்துத் தெரிவித்தனர். ஆலய நுழைவு, தீண்டாமை இரண்டுமே மதச் சடங்குகளோடு நெருங்கிய தொடர்புள்ளவை என்பதால் அரசாங்கம் தனது நடுநிலைக் கொள்கையைத் தொடர்ந்து பின்பற்றவேண்டும் என்று மாவட்ட அதிகாரிகள் கருதினர். ஆலய நுழைவு சட்ட முன்வரைவுகள் குழப்பமாக இருப்பதோடு, சட்ட விதிகள் அடிப்படையிலும் பொருத்தமற்றதாக இருக்கின்றன என்று நீதிபதிகளில் பெரும் பாலோர் கூறினர்.[277]

1934 ஜூலை வாக்கில் ஆலய நுழைவுரிமைச் சட்டத்துக்கு எதிர்ப்பு மேலும் வலுத்தது. சனாதனவாதிகள் அரசாங்கத்திடம் அளித்த மனுக்களில் இந்து ஆலயங்களின் வழிபாட்டு முறைகள் குறித்து சட்டங்களாலோ அரசாங்கத் தலையீடுகளாலோ தீர்மானிக்க இயலாது என்று கூறினர்.[278] இந்து சமய அறநிலைய வாரிய ஆணையரும், ஆலய நுழைவுச் சட்டம் மத விவகாரங்களில் அரசாங்கத்தின் தேவையற்ற தலையீடாகிவிடும் என்று கூறினார்.[279] காந்தியை எதிர்த்த ஆதி திராவிடர் தலைவர்களும் ஆலய நுழைவு உரிமையை விட, சமுதாயத்தில் அனைத்து சமூகங்களுக்கும் சமத்துவம் கிடைக்கச் செய்யும்வகையில் இந்துத்துவத்தில் சீர்திருத்தம் செய்வதில் இந்து மதச் சீர்திருத்தவாதிகள் ஈடுபடவேண்டும் என்று கருத்துக் கூறினர்.[280] சனாதனிகளின் கறாரான எதிர்ப்பு, ஆதி திராவிடர்களின் அக்கறையின்மை ஆகிய காரணங்களால் அரசாங்கம் இந்தப் பிரச்னையில் நடுநிலைக் கொள்கையைக் கடைப்பிடிக்கத் தீர்மானித்தது.[281]

அரசாங்கத்தின் அக்கறையின்மையோடு, காந்தியின் ஹரிஜன சுற்றுப்பயணமும் தமிழ்நாட்டில் காங்கிரஸ் அரசியலின் பல்வேறு

தன்மைகளை வெளிப்படுத்தியது. அடிமட்டத் தொண்டர்கள் ஹரிஜன மேம்பாட்டு இயக்கத்தில் தங்களை ஆர்வத்தோடு ஈடுபடுத்திக்கொண்டார்கள் என்றபோதிலும், செல்வாக்குடன் இருந்த தலைவர்களிடையே அதே ஆர்வத்தையும் அர்ப்பணிப்பையும் காணமுடியவில்லை. காங்கிரஸ் கட்சியில் இருந்த மேல் சாதிகளைச் சேர்ந்த தலைவர்களது இந்த சாதியப் பாகுபாட்டு அணுகுமுறை களைத் தமிழ்நாட்டைச் சேர்ந்த தேசிய ஏடுகள் கடுமையாக விமர்சித்தன. ஆலய நுழைவுப் போராட்டத்தை அவர்கள் ஆதரிக்கா விட்டால், தீண்டத்தகாதவர்களாக ஒதுக்கப்பட்ட சமூகங்கள் தொடர்ந்து இந்து சமயத்திலிருந்து அந்நியப்பட்டே இருப்பார்கள் என்று அந்த ஏடுகள் எச்சரித்தன.[282]

சமூக முக்கியத்துவம் வாய்ந்த சட்டங்களைக் கொண்டு வருமாறு அரசாங்கத்தை நிர்பந்திப்பதில் காங்கிரஸ் கட்சிக்கு இருந்த பலவீனம், சமதர்மம் தொடர்பான சுயமரியாதை இயக்கத்துக்கு ஒரு புதிய பரிமாணத்தை ஏற்படுத்தியது. ஒரு பக்கம் காலனியாட்சிக்கு எதிரான அரசியல் போராட்டத்தை நடத்திக்கொண்டிருக்கும் காங்கிரஸ், இன்னொரு பக்கம், சமுதாயத்தில் பணக்காரர்களும் மேல் சாதியினரும் சுரண்டுகிற ஒரு சமூக-அரசியல் கட்டமைப்பைப் பாதுகாக்க முயல்கிறது என்று சுயமரியாதை இயக்கத்தினர் விமர்சித்தனர். காந்தியின் தலைமையில் பூரண சுதந்தரம் என்ற முழக்கத்தை அக்கட்சி எழுப்புவதை இந்தக் கட்டமைப்போடு அடை யாளப்படுத்தினர். இதைத் தொடர்ந்து, ஒதுக்கப்பட்ட சமூகங்களின் உண்மை நலன்களுக்கு காங்கிரஸ் கட்சி துரோகம் செய்வதாகக் கூறி அதைக் கண்டிக்கும் இயக்கங்களைத் தொடங்கினர்.[283]

காங்கிரஸ் – ஆதி திராவிடர் பிளவும் 1937 தேர்தலில் அதன் தாக்கமும்

1930களின் நடுக்கட்டத்தில் தமிழ்நாடு காங்கிரஸ் கட்சிக்கும் ஈ.வெ.ரா., அம்பேத்கர் சார்ந்த ஆதிதிராவிடர் தலைவர்களுக்கும் இடையேயான முரண்பாடுகள் முன்னுக்கு வந்தன.[284] காங்கிரஸ் கொள்கைகளை ஏற்றுக்கொள்வது ஆபத்தானது என்று ஆதி திராவிடர் தலைவர்களில் ஒரு பகுதியினர் தங்கள் சமூகத்தினருக்கு எச்சரிக்கை விடுத்தனர். சுயமரியாதை இயக்கத்துக்குத் தலைமை தாங்கிய ஈ.வெ.ரா., ஆதி திராவிடர்கள் பிரிட்டிஷ் அரசுக்கு ஆதரவான நிலையை மேற்கொள்ளவேண்டும் என்று வலியுறுத்தினார். காந்தி கூறுகிற கூட்டுத் தொகுதிகள் ஏற்பாடு, ஆதி திராவிடர்களுக்கு உரிய பிரதிநிதித்துவம் கிடைப்பதைத் தடுத்துவிடும் என்றார் அவர். அவரது தனித்தொகுதிகள் கோரிக்கையை ஆதரித்த காங்கிரஸ் எதிர்ப்பு ஆதி

திராவிடர் தலைவர்கள், புனே உடன்பாட்டை ஏற்றுக்கொண்டது தங்களது பெரும் தவறு என்று அறிவித்தனர்.[285]

காங்கிரஸ் மீதான ஆதி திராவிடர் அவநம்பிக்கை சீனிவாசன் தலைமையிலான அணியினரோடு சுருங்கிவிடவில்லை. எம்.சி. ராஜாவும், ஒதுக்கப்பட்டோரது சமூகப் பொருளாதார மேம்பாட்டுக்காக காங்கிரஸ் பெரிதாக எதுவும் செய்யவில்லை என்று விமர்சித்தார். அநேகமாக இந்த அவநம்பிக்கைதான், பிரிட்டனின் பேரரசர் தமது ஆட்சியின் 25 ஆண்டுகளை நிறைவு செய்தபோது, ஆதி திராவிடர்களிடையே காங்கிரஸ் கட்சிக்கு எதிராகவும் ஆதரவாகவும் இருந்த இரு பிரிவினரையுமே வாழ்த்துச் செய்தி அனுப்பவைத்தது எனலாம். பிரிட்டிஷ் அரசுக்குத் தங்களது ஆதரவைத் தெரிவிக்கும் வகையில் ஆதி திராவிடர்களது பெரும் பேரணி ஒன்றை மதராஸ் நகரில் சீனிவாசன் அணியினர் நடத்தினர்.[286] ஆதி திராவிடர் மக்கள் தொகைக்கு ஏற்ற விகிதத்தில் அரசுப் பணிகளில் இட ஒதுக்கீடு செய்யப்படவேண்டும் என்று ஆதி திராவிடர் மகாஜன சபா தலைவர்கள் கோரினார்கள்.[287] காங்கிரஸை எதிர்த்த ஆதி திராவிடர் தலைவர்கள், ஒதுக்கப்பட்டோர் முன்னேற்றம் குறித்து ஹரிஜன சேவக் சங்கம் கூறிய கருத்துகளுக்கும் எதிர்ப்புத் தெரிவித்தனர்.[288]

ஆயினும், மதம் மாறுவது என்று அம்பேத்கர் எடுத்த முடிவு, மதராஸ் மாகாணத்தின் ஆதி திராவிடர் அரசியலில் புதிய திருப்பங்களுக்கு இட்டுச்சென்றது. எம்.சி. ராஜா ஆதரவாளர்களுக்கும் அம்பேத்கர் ஆதரவாளர்களுக்கும் இடையேயான முரண்பாடுகள் பளிச்சென்று தெரிந்தன.. மத மாற்றம், அரசியல் பிரதிநிதித்துவம் ஆகியவற்றில் இரு தரப்பாருமே பெரிதும் மாறுபட்டனர். ராஜா, சுவாமி சகஜானந்தம் ஆகியோருக்கு காங்கிரஸ் தலைவர்களோடு பல கருத்து வேறுபாடுகள் இருந்தன என்ற போதிலும், கூட்டுத் தொகுதிகள் என்பதை ஆதரித்தனர். ஆர். சீனிவாசன், என். சிவராஜ் உள்ளிட்ட எதிரணியைச் சேர்ந்தோர் தனித்தொகுதிகளை வலியுறுத்தினர்.[289]

காங்கிரஸ் தலைவர் ராஜேந்திர பிரசாத் 1935 இறுதியில் மதராஸ் வந்தார். அது இரு அணியினரிடையேயான மோதலைத் தீவிரப்படுத்தியது. காந்தியின் ஹரிஜன இயக்கத்துக்கு ஆதரவு திரட்ட ராஜேந்திர பிரசாத் மேற்கொண்ட முயற்சி பெரும் முரண்பாடுகளைக் கிளறிவிட்டது. பல மாவட்டங்களில் காங்கிரஸை எதிர்த்து ஆதி திராவிடர் அமைப்புகள் கண்டனக் கூட்டங்களை நடத்தின. வட ஆற்காடு மாவட்டத்தில் இந்த அமைப்புகளைச் சேர்ந்தோர் கறுப்புக் கொடி ஆர்ப்பாட்டங்களை நடத்தி, 'ராஜேந்திர பிரசாத், திரும்பிப் போ,' என்ற முழக்கங்களை எழுப்பினர். அவரது வருகை

முக்கியத்துவமற்றதாகவே அமைந்தது. மார்வாடி வணிகர்கள், மேல் சாதிகளைச் சேர்ந்த பெண்கள் ஆகியோரன்றி மற்றவர்கள் தரப்பிலிருந்து அவரது கூட்டங்களுக்கு மிகக்குறைவானவர்களே வந்தார்கள்.[290]

ராஜேந்திர பிரசாத் பயணத்தைத் தொடர்ந்து அம்பேத்கரின் தென் இந்தியப் பயணம் தொடங்கியது. அவருடைய பேச்சாற்றல் மக்களிடையே, குறிப்பாக ஆதி திராவிடர்களிடையே, பெரும் உற்சாகத்தை ஏற்படுத்தியது. 'தீண்டத்தகாதோர்' என்பது போன்ற சொல்லாடல்கள் பயன்படுத்தப்படுவதற்கு அவர் எதிர்ப்புத் தெரிவித்தார். அத்தகைய சொல்லாடல்கள் சமூக ஏற்றத்தாழ்வு களையும் சடங்குமுறைப் பாரம்பரியங்களையும் கெட்டிப்படுத்து கின்றன என்றார். சமூகப் பாகுபாடுகளுக்கு முடிவு கட்டும் சட்டங்களை நிறைவேற்றச் செய்வதில் தோல்வியடைந்துவிட்ட காங்கிரஸ் இனி தாழ்த்தப்பட்டோரின் மேம்பாட்டுக்கான தனது முயற்சிகள் பற்றிய அறிக்கைகளை வெளியிடக்கூடாது என்றும் கூறினார்.[291]

அம்பேத்கர் வருகை, ஆலய நுழைவு தொடர்பான ஆழ்ந்த விவாதங் களுக்கு இட்டுச்சென்றது. இந்து மதத்திலிருந்து வெளியேறி வேறு மதங்களைத் தழுவவேண்டும் என்ற அம்பேத்கரின் கருத்துகளுக்கு ஆதரவாக ஆதி திராவிடர் தொண்டர்கள் பல கூட்டங்களுக்கு ஏற்பாடு செய்தார்கள். மதம் மாறுவதன் முக்கியத்துவத்தைத் தங்களது சமூகங்கள் ஏற்க வைக்க அந்தத் தொண்டர்கள் முயன்றார்கள். தென் ஆற்காடு மாவட்டத்தின் அய்யம்பேட்டை நகரில் நடந்த ஒரு கூட்டத்தில் பேசிய ஒரு உள்ளூர் தலைவர், 'நாம் இந்து மதத்துக்குள் இருக்கிற வரையில் நாம் உண்மையிலேயே தீண்டாமைக்கு முடிவு ஏற்படாது. வெளியே சொல்ல முடியாத துயரங்களைத்தான் அனுபவித்துக்கொண்டிருப்போம்,' என்று கூறினார்.[292]

மேல் சாதிகளைச் சேர்ந்த காங்கிரஸ் சட்டமன்ற உறுப்பினர்கள், தீண்டாமை ஒழிப்புக்கான சட்டங்களைத் திட்டமிட்ட முறையில் முடக்கிவிட்டார்கள் என்று சாடினர். காங்கிரஸ்காரர்களின் மதம் சார்ந்த பாகுபாட்டு உணர்வுகள் ஆலய நுழைவுச் சட்டங்களுக்கு முழு ஆதரவளிக்கவிடாமல் தடுக்கின்றன என்று கூறினர். அரசியல் பின்னடைவுகள் ஏற்படலாம் என்ற அச்சத்தின் காரணமாக முக்கியமான தருணத்தில் காங்கிரஸ்காரர்கள் பின்வாங்கிவிட்டார்கள் என்றும் அவர்கள் வாதிட்டனர்.[293]

ஆதி திராவிடர் தலைவர்களிடையே இருந்த காங்கிரஸ் எதிர்ப்பாளர்கள் ஆலய நுழைவு இயக்கத்தை ஏற்கவில்லை. ஆலய

நுழைவு பிரச்னையில் சக்தியை வீணாக்குவதற்குப் பதிலாகச் சமூகப் பொருளாதார முன்னேற்றத்தை நோக்கமாகக் கொண்ட திட்டங்களுக்கு ஆதரவளிக்குமாறு தங்கள் சமூக மக்களுக்கு சீனிவாசன் உள்ளிட்ட தலைவர்கள் வேண்டுகோள் விடுத்தனர். சட்டசபையில் ஆதி திராவிடர் பிரதிநிதிகளுக்கென இடம் ஒதுக்கிய காலனிய அரசாங்கத்தைப் பாராட்டினர். அரசாங்கத்தின் இத்தகைய முயற்சிகள், சமூக சமத்துவத்துக்கும் பொருளாதார உறுதிக்குமான தங்களது போராட்டத்துக்கு வலுச்சேர்க்கும் என்று அவர்கள் கருதினர்.[294]

மதமாற்றம் தொடர்பான அம்பேத்கருடைய கருத்துகள் குறித்து ஆதி திராவிடர் தலைவர்கள் விவாதித்துக்கொண்டிருந்தபோது, தமிழ்நாட்டின் பல பகுதிகளில் சாதி மோதல்கள் வெடித்தன. அவற்றைக் கட்டுப்படுத்த ஹரிஜன சேவக் சங்கமோ, காங்கிரஸோ எதுவும் செய்யவில்லை. ஒதுக்கப்பட்ட சமூகங்களை இந்து மதத்தின் பிடிக்குள் வைத்திருப்பதற்கான சதித் திட்டத்தில் தேசிய இயக்கத்தினர் இறங்கியிருப்பதாக ஆதி திராவிடர் தலைவர்கள் குற்றம் சாட்டினர். ஒதுக்கப்பட்டோரின் சமூக – பொருளாதார முன்னேற்றம் தொடர்பாகத் தீவிரமான அணுகுமுறைகள் மேற்கொள்வதை காங்கிரஸ் தவிர்த்தது.

அப்படியொரு நிலையெடுப்பது, மேல் சாதி வாக்காளர்களை விலக்கி வைத்துவிடும் என்று அவர்கள் கருதினர். காங்கிரஸ் தொண்டர்களும், ஆலய நுழைவுப் போராட்டத்தால் மட்டுமே ஆதி திராவிடர் மக்களின் நம்பிக்கையைப் பெற்றுவிட முடியாது என்று புரிந்துகொண்டனர். ஹரிஜன சேவக் சங்க நிதி, அந்த மக்களின் சமூக – பொருளாதார மேம்பாட்டுக்காகக் கூடுதலாகச் செலவிடப்படவேண்டும் என்று அவர்கள் கருதினர்.[295]

அகில இந்திய ஹரிஜன சேவக் சங் தலைவர் ஜி.டீ. பிர்லா, 1936 ஜூனில் தமிழகத்தில் சுற்றுப் பயணம் மேற்கொண்டார். ஒதுக்கப்பட்ட சமூகங்களுக்கான பொருளாதார முன்னேற்றத் திட்டங்களைத் தொடங்குமாறு சங்கத் தொண்டர்களுக்கு அவர் வேண்டுகோள் விடுத்தார். அத்தகைய திட்டங்கள் காங்கிரஸ் மீதான விமர்சனங்களைப் பெருமளவுக்குக் குறைத்துவிடும் என்று கூறினார். உண்மையிலேயே அத்தகைய திட்டங்கள் தீவிர ஆதி திராவிடர் தலைவர்களால் எழுந்த சவாலைத் தற்காலிகமாகத் தடுத்து நிறுத்தின. ஆனால், சில மாதங்களிலேயே நிலைமை மறுபடியும் மாறியது.

ஒதுக்கப்பட்ட சமூகங்களுக்கு வீட்டு மனைகள் பெற்றுத் தரவும், சமூக – பொருளாதார நிலைமைகளை மாற்றுவதற்கான திட்டங்களை மேற்கொள்ளவும் சங்கத்தினர் தவறிவிட்டார்கள் என்று ஆதி

திராவிடர் தலைவர்கள் விமர்சித்தார்கள். நிதானப் போக்கைக் கடைப்பிடித்த ஆதி திராவிடர் தலைவர்களும் இதே கருத்துகளைத் தெரிவித்தனர். தங்களது சமூக மக்களுக்கு நில ஒதுக்கீடு செய்யவேண்டும் என்ற கோரிக்கையோடு அவர்கள் அரசாங்கத்தை அணுகினர்.²⁹⁶ எனினும், 1937ல் நடைபெற இருந்த சட்டசபைத் தேர்தலில் வெற்றி பெற்றுவிட முடியும் என்று காங்கிரஸ் நம்பிக்கை யோடு இருந்தது. தனது கட்டமைப்பை விரிவுபடுத்துவதில் அக்கறை காட்டிய காங்கிரஸ், கட்சியின் உள்ளூர்க் குழுக்களில் கிராமம், நகரம் இரண்டையும் சார்ந்தவர்களை உறுப்பினர்களாக்கியது.

தமிழ்நாடு காங்கிரஸ் கட்சிக்குள் ராஜாஜிக்குப் போட்டியாக உருவான சத்தியமூர்த்தி, நீதிக்கட்சியின் அரசியல் தளங்களைப் பலவீனப்படுத்துவதற்குப் புதிய வழிமுறைகள் தேவை என்று கருதினார். காங்கிரஸ் கொள்கைகளை எடுத்துக்கூறும் திரைப்படம் ஒன்றைத் தயாரிக்க முடிவு செய்தார். ஆனால் அந்தப் படத்தைத் திரையிடுவதற்கு மாகாண அரசாங்கம் தடை விதித்தது. ஆயினும், தீண்டாமை ஒழிப்பு, கிராம முன்னேற்றம் ஆகியவை தொடர்பான காங்கிரஸ் பிரசாரங்களை மையப்படுத்திய திரைப்படங்களைத் தயாரிப்பதற்கு அவர் தயாரிப்பாளர்களை ஊக்குவித்தார்.²⁹⁷

தேர்தலுக்கு முன் தமிழ்நாடு காங்கிரஸ் ஒதுக்கப்பட்ட சமூகங்கள், கிறிஸ்தவர்கள், சிறு நில உரிமையாளர்கள், வணிகர்கள் ஆகிய எளிய பிரிவுகளின் ஆதரவைப் பெறுவதில் முனைப்புக் காட்டியது. இவர்களது ஆதரவு கிடைக்குமானால், நீதிக்கட்சியை முந்த முடியும் என்று காங்கிரஸ் கணக்குப் போட்டது. இவ்வாறாக, காங்கிரஸ் கட்சி விரிவான முறையில் சாதிப் பின்னணிகளோடும் தொழில் பின்னணி களோடும் தனது வேட்பாளர்களை முடிவு செய்யத் தொடங்கியது.

தேர்தல் அறிவிப்பு ஆதி திராவிடர் தலைவர்களிடையே ஒரு கலவையான எதிர்வினைகளை ஏற்படுத்தியது. சீனிவாசனுக்கு எதிரானவர்கள் காங்கிரஸ் கட்சிக்கு ஆதரவான நிலைபாட்டை மேற்கொண்டனர். தீவிரமான கருத்துகளைக் கொண்டிருந்தவர்கள் இதனை ஏற்க மறுத்தனர். காங்கிரஸ் கட்சியின் சுயராஜ்ய முழக்கத்துக்கு ஆதரவளிப்பது தொடர்பான விவாதம் இந்த வேறுபாடுகளை விரிவுபடுத்தவே செய்தது. இதனை ஆதரிப்பதன் மூலம், காங்கிரஸ் அமைச்சரவையிடமிருந்து சிறப்பான பலன்களை ஒதுக்கப்பட்ட சமூகங்கள் பெற முடியும் என்று காங்கிரஸ் ஆதரவு ஆதி திராவிடர் தலைவர்கள் கருதினர்.²⁹⁸

தீவிரச் சிந்தனையாளர்கள் தொடர்ந்து பிரிட்டிஷ் அரசுக்கு ஆதரவான நிலைப்பாட்டையே மேற்கொண்டார்கள்.²⁹⁹ எம்.சி. ராஜா போன்ற

நிதானப்போக்கைக் கடைப்பிடித்த மிதவாதத் தலைவர்கள், ஆதி திராவிடர்களின் ஆதரவு நிலையானது என்று நினைத்துக் கொண்டிருக்காமல் அவர்களது நலன்களையும் எதிர்பார்ப்புகளையும் காங்கிரஸ் கருத்தில் கொள்ளவேண்டும் என்று தெளிவுபடுத்தினர்.[300] முதலாவது வட ஆற்காடு மாவட்ட ஆதி திராவிடர் மாநாட்டில் உரை யாற்றிய ராஜா, 'காங்கிரஸின் ஆக்கப்பூர்வமான திட்டங்களுக்குத் தான் நாம் ஆதரவளிக்கிறோம். அதன் நாசகரமான கொள்கைகள் அனைத்தையும் நாம் எதிர்க்கிறோம் என்பதைத் தெளிவாக அறிவித் திருக்கிறோம். காங்கிரஸின் ஒத்துழையாமை இயக்க நடவடிக்கை களை நாம் ஆதரிக்காததற்காக யாரும் நம்மைக் குறைகூறக்கூடாது' என்று கூறினார்.[301]

தேர்தல் நெருங்கிக்கொண்டிருந்த நிலையில் காங்கிரஸ் கையாண்ட அரசியல் வழிமுறைகள் மிதவாதத் தலைவர்களிடையே அச்சத்தை ஏற்படுத்தியது. தனது சொந்த தேர்தல் ஆதாயங்களுக்காக காங்கிரஸ் கட்சி, படித்த ஆதி திராவிடர் தலைவர்களின் ஆதரவைப் பெற முயல்கிறது என்று அவர்கள் கருதினார்கள். இந்தக் குற்றச் சாட்டுகளில் முற்றிலும் உண்மையில்லை என்று சொல்வதற்கில்லை. அரசியலாக உணர்வு பெற்ற ஆதி திராவிடர்களில் ஒரு பகுதியினர் காங்கிரஸ் ஆதரவாளர்களாக மாறினர். காங்கிரஸ் கட்சி சாதி மோதல் களைக் கட்டுப்படுத்தத் தவறியது, மிதவாத ஆதி திராவிடர் தலைவர்களின் மனங்களில் காங்கிரஸ் மீதான ஐயப்பாடுகள் அதிகரிக்கச் செய்தது. இத்தகைய அச்சங்கள் காரணமாக, எம்.சி. ராஜா உள்ளிட்டோர் மதராஸ் மாகாணத்தில் ஆதி திராவிடர்களுக் கெனத் தனித் தொகுதிகள் தேவை என்ற கோரிக்கையை எழுப்பினர். ராஜா கூறியது வருமாறு:

> 'ஒதுக்கப்பட்டோர் பிரதிநிதிகள் சுயேச்சையானவர்களாக இல்லாமல், கட்சிக் கட்டுப்பாட்டுக்கு உட்பட்டவர்களாக, காங்கிரஸ் நிலைப்பாடுகளுக்கு ஆதரவாக வாக்களிக்க வேண்டிய வர்களாக மட்டும் இருப்பார்களானால், அவர்களது எண்ணிக்கை அதிகரிப்பதால் என்ன பயன் ஏற்பட்டுவிடப் போகிறது? காங்கிரஸ் அமைச்சரவையின் சாதி இந்து ஆதரவாளர்களது எண்ணிக்கையை அதிகரிப்பதற்காகத்தான் ஆதி திராவிடர் பிரதிநிதிகள் சட்டசபையில் இருப்பார்கள் என்றால் நிச்சயமாக அது ஒதுக்கப்பட்ட சமூகங்களின் தார்மீக நலன்களுக்கும் பொருளியல் நலன்களுக்கும் பாதகமானதாகவே இருக்கும். மதராஸ் அமைச்சரவையில் இருப்பதுபோல் மத்திய அமைச் சரவையிலும் ஒதுக்கப்பட்ட சமூகத்தைச் சேர்ந்த ஒருவரை அவர்கள் அமைச்சராக ஆக்கக்கூடும்.

ஆனால், அவர் காங்கிரஸ் கட்சியின் கட்டளைப்படியும் பிரதமரின் கட்டளைப்படியும்தான் செயல்பட முடியும் என்றால், அது நம் சமூகத்துக்குப் பெரிதாக நன்மை செய்யாது. ஏனென்றால் அவரால் சமூகத்தின் எண்ணங்களையும் விருப்பங்களையும் செயல்படுத்த முடியாது. மாறாக, பெரும்பான்மை சமூகங்களின் நலன்களுக்கு ஏற்ப உருவாக்கப்படும் கொள்கைகளைத்தான் அவர் ஆதரிக்க வேண்டிய நிலையில் இருப்பார்.'[302]

இவ்வாறாக, 1937 தேர்தலுக்கு முன்பாக, மிதவாத ஆதி திராவிடர் தலைவர்கள், ஒதுக்கப்பட்ட சமூக அரசியலில் தன்னாட்சி தொடர்பான விவாதத்தைப் புதுப்பிப்பதில் முனைப்புக் காட்டினர். புனே உடன்பாட்டின் தேர்தல் தொகுதி தொடர்பான ஏற்பாடுகளைக் கைவிடவேண்டும் என்ற கோரிக்கையை அவர்கள் எழுப்பியது ஏன், ஈ.வெ.ராவின் சுயமரியாதை இயக்கத்துக்கு ஆதரவளித்தது ஏன் என்பதற்கு இதுவே விளக்கமாக அமைகிறது.[303]

காங்கிரஸ் அமைச்சரவையும் தமிழகத்தில் ஆலய நுழைவு விவாதமும்

ராஜாஜி தலைமையில் ஒரு புதிய காங்கிரஸ் அமைச்சரவை அமைக்கப்பட்டது மதராஸ் மாகாண அரசியலில் ஒரு முக்கிய வளர்ச்சிப் போக்காக அமைந்தது. அவர் பல்வேறு பிரிவினருக்கும் தனது அமைச்சரவையில் இடமளித்தார். ஒதுக்கப்பட்ட சமூகங்களின் செல்வாக்கு மிக்க தலைவர்களையும் அமைச்சர்களாக்க முயன்றார். வி.ஐ. முனுசாமி பிள்ளைக்கு அமைச்சர் பதவியளிக்கப்பட்டது இதற்கொரு எடுத்துக்காட்டு. ராஜாஜிக்கும் எம்.சி. ராஜாவுக்கும் இடையேயான மாறுபாடுகள் காங்கிரஸ் கட்சிக்கு ஆதி திராவிடர்களில் ஒரு பெரும்பகுதியினரைத் தனது விசுவாசிகளாக மாற்றுவதற்கான ஒரு வாய்ப்பை ஏற்படுத்திக் கொடுத்தன. காங்கிரஸ் ஆதரவாளர்களாக இருந்த உள்ளூர் ஆதி திராவிடர் தலைவர்கள் ஏற்பாடு செய்த கூட்டங்கள் புதிய அமைச்சரவைக்கு ஓர் அற வலிமையை அளித்தன. காங்கிரஸ் சார்பு ஆதி திராவிடர் தலைவர்கள் 'பட்டியல் சாதிகள்'[304] பிரிவுகளைச் சேர்ந்த மக்களிடமிருந்து காங்கிரஸ் திட்டங்களுக்கு ஆதரவு திரட்ட முயன்றனர்.[305]

ஆயினும், ஆலய நுழைவு பிரச்னையில் ராஜாஜிக்குத் தனிப்பட்ட முறையில் குழப்பமான மன நிலை இருந்தது. இதில் அவசர முடிவுகள் எடுப்பது மேல் சாதியினரின் எதிர்ப்புக்கு இட்டுச் செல்லக்கூடும் என்று பயந்தார். திருவாங்கூர் போன்ற மன்னராட்சிப் பகுதிகளோடு ஒப்பிட்டால், மதராஸ் மாகாணத்தில் ஆலய நுழைவுச்

சட்டங்கள் பெரும் சர்ச்சைகளைக் கிளப்பக்கூடும் என்று அவர் நினைத்தார். இதில் காங்கிரஸ் அமைச்சரவையால் ஒரு தெளிவான முடிவெடுக்க முடியாமல் இருந்த நிலைமை, காந்தியை மீண்டும் முன்னணிக்குக் கொண்டுவந்தது. '... மதராஸ் அரசாங்கம் எல்லா சமூகங்களையும் எல்லாப் பிரிவுகளையும் உள்ளடக்கிய மதராஸ் மாகாண மக்களுக்குக் கடமைப்பட்ட அரசாங்கமாக இருக்கிறது. ஆகவே, கொச்சி தர்பார்போல, தனது அதிகார எல்லைக்குள் இருக்கிற அனைத்து ஆலயங்களையும் ஹரிஜனங்களுக்குத் திறந்து விடுகிற சட்டங்களை நிறைவேற்றிவிட முடியாது' என்று காந்தி கூறினார்.[306] இருந்தபோதிலும், காங்கிரஸ் அமைச்சரவைகள் ஆலய நுழைவுச் சட்டங்களை நிறைவேற்றுவதற்குப் புதிய அரசமைப்பு சாசன ஏற்பாடுகளைப் பயன்படுத்திக்கொள்ளவேண்டும் என்றார்.

இதற்கிடையே சனாதன இந்து அமைப்புகள் தங்களது எதிர்ப்பைத் தீவிரப்படுத்தின. கொல்லங்கோடு அரசர் போன்ற பெரும் நிலப்பிரபுக்களின் ஆதரவோடு அந்த அமைப்புகளின் தலைவர்கள், இந்துக்கள் சனாதன தர்மத்தைக் கடைப்பிடிக்கவேண்டும் என்று வேண்டுகோள் விடுத்தனர்.[307] இந்துக் கோவில்களை அனைத்து சமூகங்களுக்கும் திறந்துவிடுவதற்கான ஒரு சட்ட முன்வரைவு கொண்டுவரப்பட்டது. அது சனாதனிகளுக்கும் காங்கிரஸ் கட்சிக்குள் இருந்த சீர்திருத்தவாதிகளுக்கும் இடையேயான வாக்குவாதங்களைக் கூர்மைப்படுத்தியது. மதராஸ் மாகாணத்தைச் சேர்ந்த சனாதனிகள், இத்தகைய சட்டங்களால் இந்து மக்களின் மத உணர்வுகள் புண்படுத்தப்படுவதோடு, இந்துக் கோவில்களின் புனிதமும் கெட்டுவிடும் என்று கூறினர்.[308]

சமூக சீர்திருத்தங்களுக்கும் சமய சீர்திருத்தங்களுக்கும் சனாதனி களிடமிருந்து வந்த எதிர்ப்பை காங்கிரஸ் ஆதரவு ஆதி திராவிடர் தலைவர்கள் கடுமையாக விமர்சித்தனர். வி.ஐ. முனுசாமி பிள்ளை காங்கிரஸ் அமைச்சரவையின் நலத்திட்டங்களை எடுத்துரைத்து, சனாதனிகளைத் தாக்கினார். அம்பேத்கர், ராஜா தலைமையிலான குறுகிய வட்டத்திலிருந்து ஆதி திராவிடர்கள் தங்களை விடுவித்துக் கொண்டு, புனே உடன்பாட்டைச் செயல்படுத்துவதற்கான சூழல்களை ஏற்படுத்தவேண்டும் என்று அவர் வேண்டுகோள் விடுத்தார்.[309]

ஆலய நுழைவு விவகாரம் காங்கிரஸ் தலைவர்கள், ஆதி திராவிடர் தலைவர்கள் இரு தரப்பாருக்குமே சிக்கல்களை ஏற்படுத்தியது. இதனால் மேல் சாதி இந்துக்களின் வாக்குகளை இழக்க நேரிடும் என்று காங்கிரஸ் தலைவர்கள் கவலைப்பட்டார்கள். பல்வேறு ஆதி திராவிடர் பிரிவுகளைச் சேர்ந்த தலைவர்கள் ஆலய நுழைவுச்

சட்டங்களை உடனடியாக நிறைவேற்ற வலியுறுத்தினார்கள். ரெட்டமலை சீனிவாசன் காங்கிரஸ் தலைமையைத் தாக்கினாலும் கூட, மதம் தொடர்பான அம்பேத்கரின் கருத்துகளை ஏற்கவில்லை. ஆலய நுழைவுரிமைச் சட்டங்களால் நிச்சயமாக ஒதுக்கப் பட்டோரின் சமூக நிலை மேம்படும் என்றார்.[310]

இந்தச் சட்டங்கள் தொடர்பாக ராஜகோபாலாச்சாரி அமைச்சரவை கடைப்பிடித்த குழப்பமான அணுகுமுறை தமிழ்நாடு காங்கிரஸ் தலைவர்களுக்கும் ஆதி திராவிடர் தலைவர்களுக்கும் இடையே தவறான புரிதல்களுக்கு இட்டுச்சென்றது. காங்கிரஸ் இந்தப் பிரச்னையில் வேண்டுமென்றே இழுத்தடிக்கும் உத்தியைக் கையாளுகிறது என்று எம்.சி. ராஜா விமர்சித்தார். சில மேல் சாதி காங்கிரஸ் அமைச்சர்களின் அணுகுமுறைகள் காரணமாக ராஜாஜி அமைச்சரவைக்கு சனாதன தர்மத்தை வற்புறுத்தியோருடன் மறைமுகத் தொடர்பு இருக்கிறது என்ற எண்ணம் ஆதி திராவிடர் களிடையே இருந்த மிதவாதத் தலைவர்களுக்கு ஏற்பட்டது.[311] மேல் சாதி நிலவுடைமையாளர்களுக்கு எதிராக உறுதியான நிலைபாட்டை மேற்கொள்ள காங்கிரஸ் அமைச்சரவை தயங்குகிறது என்ற குற்றச்சாட்டும் எழுந்தது. ராஜாஜி அமைச்சரவையின் அதிகார வர்க்கப் போக்கு ஒதுக்கப்பட்டோரின் சமூகப் பொருளாதார நிலைமையில் முன்னேற்றம் ஏற்படுவதற்குக் கொஞ்சமும் உதவாது என்ற வாதமும் முன்வைக்கப்பட்டது.

ராஜாஜி அமைச்சரவையின் ஹரிஜன மேம்பாட்டுத் திட்டங்கள் தொடர்பான ஐயப்பாடுகள் மேலோங்கியதைத் தொடர்ந்து, சட்ட சபையில் எம்.சி. ராஜா ஒரு சட்ட முன்வரைவைக் கொண்டுவந்தார். இந்து ஆலயங்களில் நுழைவதற்குத் தடையாக உள்ள முட்டுக் கட்டைகளை நீக்குவதற்கான ஆலோசனைகள் அந்த சட்ட முன்வரைவில் இருந்தன. அந்த சட்ட முன்வரைவைத் தேர்வுக் குழுவிடம் விடவேண்டும் என்று ராஜா கோரினார். தேர்வுக்குழுவில் அவரோடு முதலமைச்சர் ராஜாஜி, முனுசாமிப் பிள்ளை, ருக்மணி லட்சுமிபதி, சுவாமி சகஜானந்தம் ஆகியோரும் வேறு சில சட்டமன்ற உறுப்பினர்களும் இடம் பெற்றிருந்தனர்.[312] சட்டமுன்வரைவை சட்டசபையில் தாக்கல் செய்த எம்.சி. ராஜா, மேல் சாதிகளைச் சேர்ந்த சில அரசியல் தலைவர்கள் முன்முயற்சி மேற்கொண்ட போதிலும், காங்கிரஸ் அமைச்சரவை ஒதுக்கப்பட்ட சமூகங்களின் குறைகளைத் தீர்க்கத் தவறிவிட்டது என்று வலுவாக வாதிட்டார்.[313]

சட்ட முன்வரைவு அரசாங்கத்துக்கு ஒரு கவுரவப் பிரச்னையாக மாறியது. அதன் மீது விவாதங்கள் நடந்துகொண்டிருந்தபோது, பொதுமக்களிடையே பட்டியல் சாதிகளைச் சேர்ந்தோருக்கு எதிரான

சமூகப் பாகுபாடுகள் தொடர்பான மனநிலையிலும் மாற்றம் ஏற்படத் தொடங்கியிருந்தது. அந்த சட்ட முன்வரைவுக்கு மதராஸ் மாகாண சட்டசபையில் இருந்த ஒதுக்கப்பட்ட சமூகங்களின் பிரதிநிதிகளைப் போலவே, மேல்சாதிகளைச் சேர்ந்த சீர்திருத்தவாதிகளின் ஆதரவும் கிடைத்தது.[314] காந்தி தலைமையிலான காங்கிரஸ் தீண்டாமையை ஒழிக்க உறுதியளித்திருப்பதால், மாகாண காங்கிரஸ் அமைச்சரவைகளும் இந்தப் பிரச்னையை ஆழ்ந்த அக்கறையோடு அணுகவேண்டும் என்று சட்டசபையின் 'பட்டியல் சாதி' உறுப்பினர்கள் கருதினர்.

சில வட்டார ஆட்சிப்பகுதிகளில் அரசாங்கத்தால் நிர்வகிக்கப்படும் ஆலயங்களை ஒதுக்கப்பட்ட சமூகத்தினருக்குத் திறந்துவிடுவதற்கு மேற்கொள்ளப்பட்ட முன்முயற்சிகளை அவர்கள் சுட்டிக்காட்டினர். சமுதாயத்தில் அனைத்து சமூகங்களுக்கும் சமத்துவத்தை ஏற்படுத்தும் முயற்சிகள் சாதி இந்துக்களின் எதிர்ப்பால் முடக்கப்பட்டதையும் அவர்கள் எடுத்துரைத்தனர்.[315]

சட்டசபை உறுப்பினர்களிடையே சட்ட முன்வரைவுக்குக் கிடைத்த ஆதரவு மேம்போக்கானதாகவும் இருந்தது. காங்கிரஸ், நீதிக்கட்சி இரண்டையும் சேர்ந்த உறுப்பினர்கள் இந்த சட்ட முன்வரைவை ஆதரிப்பதன் மூலம், ஒதுக்கப்பட்ட சமூகங்களின் அரசியல் ஆதரவைப் பெற முயன்றனர். எனினும், சட்டசபை உறுப்பினர் எண்ணிக்கையில் கூடுதல் வலிமையோடு இருந்ததாலும், நீண்ட காலமாக ஹரிஜன முன்னேற்றத்தில் ஈடுபாடு காட்டி வந்ததாலும் இதில் காங்கிரஸ் கட்சி நீதிக்கட்சியை விடவும் முன்னிலையில் இருந்தது. ராஜாஜி தலைமையிலான காங்கிரஸ் இந்த சட்ட முன்வரைவுக்கு ஆதரவளித்து, அனைத்து சமூகங்களின் உண்மைப் பிரதிநிதியாகத் தன்னை மக்களிடம் காட்டிக்கொள்ள முயன்றது.[316]

காங்கிரஸ் கட்சி தனது செயல்திட்டத்தில் ஒதுக்கப்பட்ட சமூகங்களின் பிரச்னைகளுக்குத் தீர்வு காணும் முயற்சிகளையும் இணைத்துக்கொண்டது. அது மற்ற கட்சிகளுக்கு சவாலாக அமைந்தது. காங்கிரஸின் வாக்குறுதிகளைக் கண்டு மயங்கிவிட வேண்டாம் என்று ஈ.வெ.ரா. வேண்டுகோள் விடுத்தார். ஒதுக்கப்பட்டோரின் முன்னேற்றத்துக்கான திட்டங்களை காங்கிரஸ் தலைவர்கள் மேற்கொண்டது அவர்களது சொந்த அரசியல் நோக்கங்களுக்காகத்தான் என்றார் அவர். சுயமரியாதை இயக்கத்தின் ஏடான 'விடுதலை' காங்கிரஸ் பிரசாரத்துக்கு எதிரான கருத்துகளை வெளியிட்டது.

திருவாங்கூர், மதுரை ஆலய நுழைவுப் போராட்டங்களின்போது சுயமரியாதை இயக்கத்தின் பங்களிப்பைச் சுட்டிக்காட்டியது.[317]

பிராமண காங்கிரஸ் தலைவர்கள் விடுத்த 'சுயராஜ்யம்' என்ற அறை கூவலின் நோக்கம், சில சமூகங்களுக்கு மட்டுமே வாய்ப்புகளை வழங்குகிற ராம ராஜ்யத்தை ஏற்படுத்துவதுதான் என்று சுயமரியாதை இயக்கத்தினர் கூறினர்.[318]

காங்கிரஸ் அமைச்சரவை, இந்தி எதிர்ப்புப் போராட்டம், ஹரிஜன முன்னேற்ற இயக்கம் மீதான விமர்சனம்

ராஜாஜி பதவியேற்ற பின், ஹரிஜன முன்னேற்றத் திட்டங்களுக்கு மக்கள் ஆதரவைத் திரட்டுவதற்காக மதுவிலக்குப் பிரச்னையில் கவனம் செலுத்தினார்.[319] மதுவிலக்கு தொடர்பான அவரது நிலை பாட்டில் காந்தியின் தாக்கம் இருந்தது. எனினும் இதில் காந்திக்கும் ராஜாஜிக்கும் சில அடிப்படையான மாறுபாடுகள் இருந்தன. காந்தியின் சிந்தனை இந்து சமய அறநெறிக் கோட்பாடுகள் சார்ந்ததாக இருந்தது. ராஜாஜியின் நிலைபாடோ மேலை நாடுகளின் மதுப் பழக்கக் கட்டுப்பாடு சார்ந்ததாக இருந்தது.[320]

ராஜாஜியின் மதுவிலக்குக் கொள்கை மதராஸ் மாகாணத்தில் காங்கிரஸ் கட்சி, காங்கிரஸ் அமைச்சரவை இரண்டுக்குமே பிரச்னை களை ஏற்படுத்தியது. சாராயம் கடத்தப்படுவதைத் தடுக்க காங்கிரஸ் கண்காணிப்புக் குழுவால் இயலவில்லை. அது அக்கட்சியின் தலைவர்களுக்கு சங்கடத்தை ஏற்படுத்தியது. இதில் ராஜாஜியின் தன்னிச்சையான போக்கு காரணமாகவும் காங்கிரஸ் அமைச் சரவைக்கு, மதுவிலக்கால் தொழில்வாய்ப்புகளை இழக்கும் மக்களுக் கான மாற்றுத் திட்டங்களை உருவாக்குவது கடினமாக இருந்தது.

கள் இறக்குவோருக்கான மாற்று வேலைவாய்ப்புகளை உருவாக்க அமைச்சரவை தவறியது. இதற்குப் பொதுமக்களிடையே எதிர்ப்பு கிளம்பியது.[321] மதுவிலக்கு தொடர்பான ராஜாஜியின் அறநெறி சார்ந்த நிலைப்பாடும் ஒதுக்கப்பட்ட சமூகங்களிடையே விமர்சனத்துக்கு உள்ளானது. சமூக சீர்திருத்தம் என்ற பெயரில் ஒரு சர்வாதிகாரத்தைத் திணிக்க அவர் முயல்வதாக அந்த மக்களின் காங்கிரஸ் எதிர்ப்புத் தலைவர்கள் குற்றம் சாட்டினர்.[322] மேலும், பள்ளிகளில் இந்தி மொழியைக் கட்டாயப் பாடமாக்க ராஜாஜி முடிவு செய்ததும், தமிழ்நாட்டு ஒதுக்கப்பட்ட சமூகங்களின் எதிர்ப்பை ஈட்டியது.[323]

வேறு பல பிரச்னைகள்போலவே, பள்ளிகளின் பாடத்திட்டத்தில் இந்தி மொழியைச் சேர்ப்பது என்ற ராஜாஜியின் முடிவும் அவரது தனிப்பட்ட கருத்துகள் சார்ந்ததாகவே இருந்தது. ராஜாஜி தனது பிம்பத்தை வளர்த்தெடுத்துக்கொள்ளும் நோக்கில் தன்னிச்சையாக

இந்த முடிவை எடுத்தார் என்று குறிப்பிடுகிறார் யூஜின் எப். இர்ஷ்சிக்.[324]

இது ஒருபுறமிருக்க, இந்தி கற்பிக்கிற முடிவு, கோஷ்டிகளாகப் பிளவுபட்டிருந்த நீதிக்கட்சிக்குப் புத்துயிருட்டுவதாக அமைந்தது. மக்கள் அந்த முடிவை ஏற்கவில்லை என்பதைப் பயன்படுத்திக் கொண்டு, காங்கிரஸ் அமைச்சரவைக்கு எதிராகப் பெரும் இயக்கத்தை நடத்த நீதிக்கட்சித் தலைவர்கள் முயன்றார்கள். சுயமரியாதை இயக்கத்தினரோடு மனப்பூர்வமாக ஒத்துழைத்த அந்தக் கட்சி, ஒதுக்கப் பட்ட சமூகங்கள் உள்பட, பிராமணர் அல்லாதோரிடையே, இழந்துபோன தனது செல்வாக்கை மீண்டும் ஏற்படுத்திக்கொள்ள முயன்றது.[325]

ராஜாஜியின் மொழிக்கொள்கைக்கு எதிராக மக்களின் ஆவேசத்தைத் தட்டியெழுப்பிய நீதிக்கட்சியினரும், சுயமரியாதை இயக்கத்தினரும் காங்கிரஸ் அமைச்சரவையிலிருந்த சாதிப் பாகுபாட்டையும் கடுமை யாகச் சாடினர். இடைநிலை விவசாய சமூகங்களைச் சேர்ந்த, இந்தி எதிர்ப்புப் போராட்டத்தில் ஈடுபட்ட தலைவர்கள் கிராமப் பகுதிகளில் ஆதிக்க சாதிகளைச் சேர்ந்தோரால் 'கீழ் சாதிகள்' மீது நடத்தப்பட்ட வன்கொடுமைகளை முன்னுக்குக் கொண்டுவந்தனர்.[326]

சாதியப் பதற்றங்களைத் தணிக்க காங்கிரஸ் அரசு தவறிவிட்டது என்று விமர்சித்து ஒதுக்கப்பட்ட சமூகங்களைச் சேர்ந்த காங்கிரஸ் தலைவர்களே விடுத்த அறிக்கைகளும் அமைச்சரவைக்கு எதிரான நீதிக்கட்சியின் வாதங்களுக்கு வலுச்சேர்த்தது.[327] காங்கிரஸ் கட்சியின் மாவட்டக்குழுக்கள் சாதி அடிப்படையில் சமூகப் பாகுபாட்டைக் கடைப்பிடிக்கின்றன என்று ராஜாஜி வெளிப்படையாகவே ஒப்புக் கொண்டது அக்கட்சிக்குப் பெரியதொரு சங்கடமாக அமைந்தது.[328]

நீதிக்கட்சியால் அமைக்கப்பட்ட புறக்கணிப்புக் குழு 1938 ஜூன் 1 அன்று மதராஸ் நகரில் ராஜாஜி வீட்டு முன்பாக மறியல் போராட்டம் நடத்தியது. மாகாணத்தின் அனைத்துப் பகுதிகளிலும் இந்தியைப் பாட மொழியாக்கிய பள்ளிகளின் முன்பாக மறியல் போராட்டம் நடத்துவதற்கும் நீதிக்கட்சி ஆதரவளித்தது.[329] 1938 அக்டோபரில்தான் இந்தி எதிர்ப்புப் போராட்டம் தமிழக அரசியலில் ஒரு தாக்கத்தை ஏற்படுத்தியது. ஈரோடு நகரில் ஈ.வெ.ரா. நிகழ்த்திய உரை அந்த இயக்கத்தை முடுக்கிவிட்டது. இந்தித் திணிப்பை எதிர்த்தவர்கள் தொடர்பாக அரசாங்கம் கொடுங்கோன்மை அணுகுமுறைகளைக் கடைப்பிடிக்கிறது என்று அவர் குற்றம் சாட்டினார். போராட்டம் நடத்தியோர் மீது மேற்கொள்ளப்பட்ட போலிஸ் நடவடிக்கைகள் கருத்து வேறுபாடு கொள்வதற்கான தனி மனித உரிமைகளைக் கேலிக்குள்ளாக்குவதாக இருக்கிறது என்றார்.[330]

ஈ.வெ.ரா. இவ்வாறு காங்கிரஸ் அமைச்சரவை மீது வைத்த கடுமையான விமர்சனங்களால் ஈர்க்கப்பட்ட வட்டார அளவிலான சுயமரியாதை இயக்கத்தினர், தங்கள் போராட்டத்துக்குப் புதிய ஆதரவாளர்களை – குறிப்பாக ஒதுக்கப்பட்ட சமூகங்களின் ஆதரவைத் திரட்டுவதற்கு – முற்பட்டனர். மதராஸ் நகரின் குடிசைப் பகுதிகளில் வசித்த ஆதி திராவிடர் சமூகங்களின் ஆதரவைப் பெற இயக்கத் தொண்டர்கள் அயராத முயற்சிகளில் ஈடுபட்டார்கள்.[331] இந்தி எதிர்ப்புப் போராட்டத்தில் ஆதி திராவிடர் ஈடுபாடு 1938 நவம்பரில் தெளிவாக வெளிப்பட்டது.

மறியலில் ஈடுபட்ட பெண்கள் கைது செய்யப்பட்டதை எதிர்த்து மாணவர்கள் நடத்திய போராட்டங்களில் மதராஸ் குடிசைப்பகுதி களைச் சேர்ந்த ஆதி திராவிடர் மக்கள் திரளாகப் பங்கேற்றார்கள். கைது செய்யப்பட்ட பெண்கள் ஜார்ஜ் டவுன் நீதிமன்றத்துக்கு விசாரணைக்காகக் கொண்டுவரப்பட்டபோது, ஏராளமான ஆதி திராவிடர்கள் நீதிமன்ற வளாகத்தில் கூடினார்கள். அங்கிருந்து போலிஸ்காரர்களால் விரட்டப்பட்டவர்கள், காங்கிரஸ் ஆதரவு நிலை எடுத்திருந்த 'இண்டியன் எக்ஸ்பிரஸ்,' 'தினமணி' ஆகிய பத்திரிகைகளின் அலுவலகங்களைத் தாக்கினார்கள்.[332]

மதராஸ் போலிஸ் கமிஷனர் அரசாங்கத்துக்கு அனுப்பிய அறிக்கை களில் சுயமரியாதை இயக்கத்தின் பிராமணர் அல்லாத தலைவர்கள் பிராமணர்களைத் தாக்குமாறு ஆதி திராவிடர்களைத் தூண்டியதாகக் குறிப்பிட்டிருந்தார்.[333] போலிஸ் படை பலத்தைத் தாறுமாறாகப் பயன்படுத்தியது. அது சுயமரியாதை இயக்கத்தினரையும் ஆதி திராவிடர் மக்களையும் ஒரு பொதுத் தளத்துக்குக் கொண்டு வந்தது.[334] சுயமரியாதை இயக்கக் கருத்துகளில் தாக்கத்தில் தமிழகத்தின் பல பகுதிகளிலும் ஆதி திராவிடர் மக்கள், பிராமணர்கள் திராவிட சமுதாயத்தின் மீது இந்தியைத் திணிக்க முயல்வதாகக் குற்றம் சாட்டினார்கள். 'பார்ப்பன ராஜ்யம் ஒழிக,' 'இந்தி ஒழிக' என்பன போன்ற முழக்கங்களையும் அவர்கள் எழுப்பினார்கள்.[335]

மக்களிடையே இந்தி எதிர்ப்புக் கருத்துகளைப் பரப்புவதற்காக வெளிநாடு வாழ் தமிழர்களை உள்ளூர் தலைவர்கள் பயன்படுத்தினர். மதராஸ் நகரின் குடிசைப் பகுதிகளில் நடைபெற்ற கூட்டங்களில் மலேயா, சிங்கப்பூர் நாடுகளிலிருந்து வந்த பேச்சாளர்கள் உரையாற்றினர்.[336] அந்த இளைஞர்களின் பேச்சாற்றல் ஏராளமான ஆதி திராவிடர் ஆலைத் தொழிலாளர்களை இயக்கம் நோக்கி ஈர்த்தது. ராஜாஜி அமைச்சரவை அறிவித்த மக்களுக்குப் பாதகமான கொள்கை களை எதிர்த்து சுயமரியாதை இயக்கத்தினர் நடத்திய

போராட்டங்களுக்கு ரெட்டமலை சீனிவாசன் உள்ளிட்ட தலைவர்கள் ஆதரவளித்தார்கள்.[337]

இந்தி எதிர்ப்புப் போராட்டத்திலிருந்து ஆதி திராவிடர் மக்களை விலக்கிவைக்க அரசாங்கம் எடுத்த முயற்சிகள் பலனளிக்கவில்லை. திராவிடம், சாதியம் ஆகியவை தொடர்பாகத் தமிழறிஞர்கள் எழுதிய கட்டுரைகள் ஆதி திராவிடர்களிடையே வரவேற்பைப் பெற்றன. தமிழர் வீரத்தின் மேன்மைகள் குறித்தும், சாதி-மதத் தடைகள் குறித்தும் பாரதிதாசன் போன்ற முன்னணி தமிழ் இலக்கியவாதிகள் பல கட்டுரைகளை எழுதினார்கள் என்று குறிப்பிடுகிறார் ஆய்வாளர் யூஜின் எஃப். இர்ஷிக். இப்படிப்பட்ட ஏற்றத்தாழ்வுகள் அனைத்தையும் சோசலிசத்தைக் நிலைநாட்டுவதன் மூலமாகவே ஒழிக்க முடியும் என்றும் அவர்கள் எழுதினார்கள்.[338]

எம்.சி. ராஜா, என். சிவராஜ் போன்ற தலைவர்கள் தொடக்கத்தி லிருந்தே இந்தி எதிர்ப்புப் போராட்டங்களை வலுவாக ஆதரித்து வந்தார்கள். சுயமரியாதை இயக்கப் பெண்களால் நடத்தப்பட்ட இந்தி எதிர்ப்புக் கூட்டங்களில் மீனாம்பாள் சிவராஜ் போன்ற ஆதி திராவிடர் தலைவர்கள் பங்கேற்றார்கள். பெரும்பாலான பெண்கள் படிப்பறி வற்றவர்கள், ஆகவே அவர்கள் மீது இந்தியைத் திணிப்பது அநீதியான செயல் என்று அவர்கள் சுட்டிக்காட்டினார்கள்.[339]

தமிழர் என்ற அடையாளத்தையும் தமிழ் தேசியத்தையும் வலியுறுத்திய இந்தி எதிர்ப்பு இயக்கத்தால் பிராமணர் அல்லாதாருக்கும் ஆதி திராவிடர்களுக்கும் இடையேயான உறவு மேம்பட்டது.[340] இயக்கம் உச்சகட்டத்தில் நடந்துகொண்டிருந்தபோது, அதனை பிராமணர்களின் ஆதிக்கத்தை அரசியலாகவும் சித்தாந்த அடிப்படையிலும் எதிர்ப்பதற் கான வலிமை வாய்ந்த களமாக வளர்த்தெடுத்துச் செல்ல முடியும் என்ற கருத்தை 'குடி அரசு' வெளியிட்டது.[341]

'தமிழ் நாடு,' 'திராவிடம்' போன்ற சொல்லாடல்களைப் பயன் படுத்துவது தொடர்பாக முரண்பாடுகள் தேவையில்லை என்று வலியுறுத்த முயன்றார் ஈ.வெ.ரா.. திராவிடம் என்றால் அது ஆதி திராவிடர் உள்ளிட்ட பிராமணர் அல்லாத அனைத்து சமூகங்களையும் உள்ளடக்கியதுதான் என்றார் அவர். 'திராவிட நாடு' உருவானால் தான் சமுதாயத்தில் பின்னுக்குத் தள்ளப்பட்ட அனைத்து சமூகங் களுக்கும் உரிமைகளையும் வாய்ப்புகளையும் உறுதிப்படுத்த முடியும் என்றும் அவர் கருதினார்.[342]

'தென் இந்திய தலைவர்கள் வேண்டுகோள்' என்ற ஒரு கூட்டறிக்கை வெளியிடப்பட்டது. அதில் ஈ.வெ.ரா.வுடன் சர் ஏ.பி. பட்ரோ,

செட்டிநாட்டு அரசர், கே.வி. ரெட்டி நாயுடு, ஆர். வீரையன், எம்.சி. ராஜா, என். சிவராஜ் ஆகியோரும் கையெழுத்திட்டிருந்தனர். இந்திய மக்களின் ஏகப் பிரதிநிதியாக காங்கிரஸ் தன்னைச் சொல்லிக்கொள்ள முடியாது என்று அவர்கள் கூறினார்கள்.[343] புனே உடன்பாட்டில் கையெழுத்திட்ட பிறகு காங்கிரஸ் தனது சகோதரர்கள் முன்னேற்றத்தில் கொஞ்சமும் ஆர்வம் காட்டவில்லை என்று ஒதுக்கப்பட்டோர் தலைவர்கள் கூறினார்கள்.[344]

இவ்வாறாக, இந்தி எதிர்ப்பு இயக்கம் பிராமணர் அல்லாதார் அணி இழந்திருந்த அரசியல் செல்வாக்கை மீட்பதற்குக் களம் அமைத்துக் கொடுத்தது. நீதிக்கட்சியின் அரசியல் திட்டங்களுக்கு ஆதரவாக ஆதி திராவிடர் மக்களைத் திரட்டுவதற்கு இந்தி எதிர்ப்பு, ஆலய நுழைவு ஆகிய இரண்டையும் திட்டமிட்ட முறையில் இணைத்துப் பயன் படுத்தினார் ஈ.வெ.ரா.. அவர் இந்தி எதிர்ப்புப் பிரசாரத்தில் தனக்கே உரிய அதிரடி வழிமுறைகளால், தென் இந்தியாவில் தேக்கமடைந்த நிலையில் இருந்த பிராமணர் அல்லாதார் இயக்கத்துக்குப் புத்துயிரூட்ட முயன்றார். தமிழ் சார்ந்த இந்த ஒட்டுமொத்த உணர்ச்சிகர எழுச்சியும் ஈர்ப்புமாகக் கலந்து, பிராமண மேலாதிக் கத்துக்கு ஒரு வலுவான எதிர்ப்பியக்கம் உருவானது. அதில் ஆதி திராவிடர் ஈடுபாடு தலையாய பங்குவகித்தது.[345]

1930களின் பிற்பகுதியில் மக்களை ஈர்த்த அரசியலும் ஆலய நுழைவுச் சட்ட பிரச்னையும்

ஏழைகளின் துயரங்களைப் போக்கத் தவறியது, சர்வாதிகாரப் போக்கு ஆகிய காரணங்களால் ஆதி திராவிடர்களின் ஆதரவை ராஜாஜி அமைச்சரவை இழந்தது.[346] காங்கிரஸ் கட்சியின் செல்வாக்கு திடீரெனச் சரிவடைந்தது. அது மதராஸ் மாகாணத்தில் அதன் அரசியல் வட்டாரத்தில் மறுசிந்தனைக்கு இட்டுச்சென்றது. மக்களின் நம்பிக்கையை மீண்டும் பெற வேண்டுமானால் சமூகச் சட்டங்கள் குறித்த விவாதத்தை அமைச்சரவை புதுப்பிக்கவேண்டும் என்ற ஆலோசனைகள் கூறப்பட்டன. தான் ஒரு காப்பாளர் என்ற தோற்றத்தைத் தக்கவைத்துக்கொள்ள அத்தகைய சட்டங்கள் உதவும் என்று ராஜாஜியும் நினைத்தார்.[347]

1939 ஜூன் மாதம் அகில இந்திய ஹரிஜன சேவக் சங் துணைத் தலைவர் ராமேஸ்வரி நேரு தமிழகத்தில் சுற்றுப்பயணம் மேற்கொண்டபோது காங்கிரஸார் ஆலய நுழைவு குறித்த விவாதத்தை மறுபடியும் எழுப்பினர். மதுரையில் நடைபெற்ற ஆலய நுழைவுரிமை மாநாட்டுக்கு அவர் தலைமை தாங்கினார். தமது உரையில் அவர், மதுரை மீனாட்சியம்மன் கோவிலுக்குள் ஹரிஜன

மக்கள் நுழைவதற்கு ஏற்பாடு செய்யவேண்டும் என்று கோவில் நிர்வாக அதிகாரிக்கு வேண்டுகோள் விடுத்தார்.

ஆலயக் கதவுகளை அனைத்து சாதியினருக்கும் திறந்துவிடுமாறு நிர்வாக அதிகாரியை நகர காங்கிரஸ்காரர்களும் சீர்திருத்தவாதிகளும் நிர்ப்பந்தித்தனர். இதை ஏற்காத ஆலய அதிகாரிகள் பணி நீக்கம் செய்யப்படுவார்கள் என்றும் நிர்வாக அதிகாரியிடம் தெரிவித்தார் ராஜாஜி. சனாதனவாதிகளால் வழக்குத் தொடரப்பட்ட அதிகாரிகளைப் பாதுகாப்பதற்கான விலக்குச் சட்ட முன்வரைவு ஒன்றை நிறைவேற்றுவதற்காகச் சட்டசபையின் சிறப்புக்கூட்டத்தைக் கூட்டுவது என்று அமைச்சரவை முடிவு செய்தது.[348]

1939 ஜூலை 8 அன்று, தமிழ்நாடு ஹரிஜன் சேவக் சங் தலைவர் ஏ. வைத்தியநாத அய்யர் தம்மோடு சில ஹரிஜன மக்களை அழைத்துக் கொண்டு மீனாட்சி கோவிலுக்குள் நுழைந்தார். அவர் மீதும், அவரோடு சேர்ந்து வந்தவர்கள் மீதும், ஆலய நிர்வாக அதிகாரி மீதும் சனாதனிகள் குற்றவியல் வழக்குத் தொடுத்தனர். அதே நாளில், ராஜாஜி கேட்டுக்கொண்டபடி மதராஸ் கவர்னர் இந்திய அரசுச் சட்டத்தின் 88வது பிரிவின் கீழ் ஓர் அவசரச் சட்டத்தைப் பிறப்பித்தார்.

அவசரச் சட்டத்தை ஒரு பிரிவினர் எதிர்த்தனர்.[349] இப்படிப்பட்ட நடவடிக்கைகளை எதிர்த்துவந்த காங்கிரஸ், ஆலய அதிகாரிகளின் செயலைச் சட்டப்படி அங்கீகரிக்கிற கொள்கையைக் கடைப்பிடிக்கக் கூடாது என்று அவர்கள் வாதிட்டனர். ஆயினும் இப்படிப்பட்ட எதிர்ப்புகளால் காங்கிரஸ் அமைச்சரவை பின்வாங்கிவிடவில்லை. சட்டசபையில் காங்கிரஸ் உறுப்பினர்கள் ராஜாஜிக்கு முழு ஆதரவளித்தனர். இறுதியில், 1939 ஆகஸ்ட்டில் சட்டசபையில் ஆலய நுழைவுக்கான விலக்குச் சட்ட மசோதா தாக்கல் செய்யப்பட்டது.

அதன் மீதான சட்டசபை விவாதத்தைத் தொடங்கிவைத்த ராஜாஜி, ஆலய நுழைவு சீர்திருத்தம் நீண்ட காலமாகக் கிடப்பில் போடப்பட்டு வந்திருக்கிறது என்றும் இனியும் இதில் அரசாங்கம் மவுனமாக இருக்க முடியாது என்றும் கூறினார். ஹரிஜனங்கள் கோவிலுக்குள் நுழைவது தொடர்பாக ஆலய அறங்காவலர்கள் பொதுமக்கள் கருத்துக்கேற்பச் செயல்பட ஏதுவாகவே சட்ட மசோதா சுற்றுக்கு விடப்பட்டது என்றார்.

மலபார் ஆலய நுழைவுச் சட்டம் கைவிடப்பட்டுவிடவில்லை, பொதுமக்கள் உணர்வுகளைப் புரிந்துகொண்டு செயல்பட அறங்காவலர்கள் முன்வரவில்லை என்றால் அந்தச் சட்டம் செயல்படும் என்றும் அறிவிக்கப்பட்டது. சட்டசபை உறுப்பினர்கள்

பல்வேறு திருத்தங்களைக் கொண்டுவந்தார்கள் என்றபோதிலும், ஆலய நுழைவுக்கான விலக்குச் சட்ட மசோதா அதிக மாற்றங்கள் இல்லாமல் நிறைவேற்றப்பட்டது.³⁵⁰ அதனை எதிர்த்தவர்கள், மலபார் ஆலய சட்ட மசோதாவுக்குச் செய்ததுபோலவே, இந்த மசோதா குறித்தும் மக்கள் கருத்தறிவதற்காக வாக்கெடுப்பு நடத்துவது என்ற கொள்கையைக் கொண்டு வரலாம் என்று கூறினர். மாறுபட்ட சட்டங்களுக்கு ஒரே மாதிரியான நடைமுறையைக் கடைப்பிடிக்க வேண்டியதில்லை என்று ராஜாஜி வாதிட்டார். அந்த மசோதாவின் பின்னணியில் அரசியல் நோக்கம் எதுவும் கிடையாது, முழுக்க முழுக்கச் சமயக் கண்ணோட்டத்துடன்தான் அது கொண்டுவரப்பட்டது என்றும் விளக்கமளித்தார்.

மதராஸ் சட்டசபையில் அந்த மசோதா மீது விவாதம் தொடங்கியது. அனைத்து சமூக மக்களின் ஆலய நுழைவுரிமையை தாம் ஆதரிப்ப தாகவும், ஒரு சீர்திருத்தம் தேவைப்படுகிறது என்றும் முதலமைச்சர் ராஜாஜி கூறினார். காங்கிரஸ் கட்சி தனது சமூக சீர்திருத்த நோக்கங் களை நிறைவேற்றிக்கொள்வதற்காக ஒரு முறையற்ற வழியைக் கடைப்பிடிப்பதாக வி.எஸ். சீனிவாச சாஸ்திரி கூறினார். டி.எஸ். சீனிவாச அய்யங்கார் போன்ற பழமைவாதிகள் இந்து மக்களின் பாரம்பரியப் பழக்கவழக்கங்களில் காங்கிரஸ் தலையிடுகிறது என்று குற்றம் சாட்டினர். அரசியல் நிர்ப்பந்தங்களுக்காகவே காங்கிரஸ் இந்த மசோதாவை வேகமாக நிறைவேற்ற முயல்கிறது என்று அவர்கள் வாதிட்டனர். காங்கிரஸ் தலைவர்கள், தேர்தலில் தங்கள் கட்சிக்கு ஆதரவாக வாக்களித்த மக்களின் எதிர்பார்ப்புகளை நிறைவேற்றவே தாங்கள் முயல்வதாகக் கூறினர்.³⁵¹

நீதிக்கட்சியின் பிராமணர் அல்லாத தலைவர்கள், காங்கிரஸ் வேண்டு மென்றே இந்த மசோதாவைக் கொண்டுவந்திருக்கிறது என்றனர். இந்தக் குற்றச்சாட்டை மறுத்த காங்கிரஸ் கட்சி, தனது அமைச் சரவையின் தோல்விகளை மறைப்பதற்காக மசோதா கொண்டு வரப்படவில்லை என்று வெளிப்படையாக அறிவித்தனர்.³⁵² தன்னை விமர்சித்த நீதிக்கட்சியின் பிராமணர் அல்லாத தலைவர்களுக்கு பதிலளித்த ராஜாஜி, 'பட்டியல் சாதி' மக்களின் மேம்பாட்டுக்கான திட்டங்களைத் தனது அமைச்சரவை தொடர்ந்து ஆதரிக்கும் என்றார். ஆலய நுழைவுச் சட்டம் கொண்டுவரப்படுவதால் குடிமைச் சட்டங்கள் கைவிடப்பட மாட்டாது என்றும் தெளிவுபடுத்தினார்.

ஆதி திராவிடர் மக்களின் நலன்களை காங்கிரஸ் மந்திரிசபை புறக்கணிக்கிறது என்று நீதிக்கட்சியின் சட்டசபை உறுப்பினர்கள் விமர்சித்தனர். ஆலய நுழைவுப் பிரச்னைக்கு மிகையாக அழுத்தம்

தருவதற்கு மாறாக, அந்த மக்களின் சமூகப் பொருளாதார மேம்பாட்டுத் திட்டங்களை அமைச்சரவை கொண்டுவந்திருக்கவேண்டும் என்று அவர்கள் வாதிட்டனர்.[353] ரெட்டமலை ஆர். சீனிவாசன் போன்ற காங்கிரஸ் எதிர்ப்பு ஆதி திராவிடர் தலைவர்கள், மதத்தின் பெயரால் தங்கள் மக்களுக்கு இழைக்கப்படும் அநீதிகளையும் அவமதிப்புகளையும் இத்தகைய சட்டங்களால் ஒழித்துவிட முடியாது என்று கூறினர்.

சமூக ஏற்றத்தாழ்வுகள் நீக்கச் சட்டம் போன்ற சட்டங்கள் ஏற்கெனவே இருந்தும்கூட, அவற்றில் தண்டனைக்கான பிரிவுகள் இல்லாததைப் பயன்படுத்திக்கொண்டு, சமுதாயத்தின் அடித்தட்டுகளில் உள்ள மக்களை 'மேல் சாதியினர்' தொடர்ந்து சுரண்டி வருகிறார்கள் என்றார் அவர்.[354] ஆனால், ஒதுக்கப்பட்ட சமூகங்களைச் சேர்ந்த காங்கிரஸ் ஆதரவு தலைவர்கள், சாதிய வன்முறைகள் தொடர்பான கருத்துகளில் மாறுபட்டனர். காங்கிரஸ் மந்திரிசபையால் சமுதாயத்தில் சாதி மோதல் நிகழ்வுகளைக் குறைக்க முடிந்திருக்கிறது என்று வி.ஐ. முனுசாமிப் பிள்ளை வலுவாக வாதிட்டார். ஒதுக்கப்பட்ட மக்களின் சமூக முன்னேற்றத்தில் ஆலய நுழைவுச் சட்டம் ஒரு முக்கிய நடவடிக்கையாக இருக்கும் என்றார் அவர்.[355]

சனாதனவாதிகளின் எதிர்ப்பை மீறி சட்டசபையில் மசோதா நிறைவேறியது. ஆனால், மதராஸ் மாகாண கோவில்களுக்குள் ஆதி திராவிடர் மக்கள் நுழைவதை அதனால் உறுதிப்படுத்த முடியவில்லை. இந்து மதப் பழமைவாதிகளுடன் ஒரு சித்தாந்தப் போராட்டம் நடத்த காங்கிரஸ் கட்சியால் முடியவில்லை என்பதால், நீதிக்கட்சியினருடன் போராடுவதும் கடுமையாக இருந்தது. 1939 இறுதியில் நீதிக்கட்சியினரும் சுயமரியாதை இயக்கத்தினரும் இணைந்து, காங்கிரஸ் கட்சியின் சுயராஜ்ய முழக்கத்தைச் சாடினர். காங்கிரஸ் கூறிய ராமராஜ்யம் என்பது பிராமணர் அல்லாத மக்கள் மீது மனு தர்மத்தைத் திணிக்கிற ஏற்பாடுதான் என்று அவர்கள் கூறினர்.[356]

இந்த அரசியல் சண்டைக்கு நடுவே ராஜாஜி பதவி விலகினார். காங்கிரஸ் மந்திரிசபை பதவி விலகியதை நீதிக்கட்சியினரும் சுயமரியாதை இயக்கத்தினரும் வரவேற்றனர்.[357] இரண்டு இயக்கங்களின் அரசியல் கூட்டுக்குத் தலைமை தாங்கிய ஈ.வெ.ரா., சுயமரியாதை உணர்வுக்கு மிகுந்த முக்கியத்துவம் அளித்தார். பிராமணர் அல்லாதார் இந்து மதச் சடங்குகளைப் பின்பற்றக்கூடாது என்றார்.[358] ஆலய நுழைவு வாய்ப்புகள் குறித்து ஆதி திராவிடர்கள் அளவுக்கு மீறி உற்சாகம் அடையத் தேவையில்லை, ஏனென்றால், அவர்களது உண்மையான விடுதலை இந்து மத சித்தாந்தங்களி லிருந்து விலகி நிற்பதில்தான் இருக்கிறது என்றார்.

காங்கிரஸ் அமைச்சரவை பதவி விலகலும் ஆதி திராவிடர்களைத் தனியொரு அரசியல் அமைப்பாக அங்கீகரிப்பதற்கான முயற்சிகளும்

அகில இந்திய காங்கிரஸ் கமிட்டி (ஏஐசிசி) முடிவுப்படி ராஜாஜி மந்திரிசபை பதவி விலகியதைத் தொடர்ந்து தமிழகத்தில் புதிய அரசியல் அணிகள் உருவாகின. காங்கிரஸ் எதிர்ப்பு அணியின் தலைவராக உருவெடுத்த ஈ.வெ.ரா., 'தனி திராவிட நாடு' முழக்கத்தை முன்வைத்து, அதற்கு ஆதரவாக அடித்தட்டு சமூகங்களைத் திரட்டுவதில் பெரிதும் அக்கறை காட்டினார்.

1940 ஆகஸ்ட்டில் தமிழக மாவட்டங்களில் சுற்றுப்பயணம் மேற்கொண்ட அவர், காங்கிரஸ் கட்சியைக் கடுமையாகச் சாடினார். ஒரு விரிவான அரசியல் அணியாக பிராமணர் அல்லாத அனைத்து சமூகங்களையும் திரட்ட முயன்றார்.[359] ஆதி திராவிடர்களுக்கான தனித் தொகுதிகள் கோரிக்கையை அவரும் அவரது தொண்டர்களும் ஆதரித்தார்கள். தனி திராவிட நாடு அமைப்பதற்கான, பிராமணர் அல்லாத அனைத்து சமூகங்களும் முஸ்லிம்களும் கிறிஸ்தவர்களும் கொண்ட இயக்கத்தில் ஆதி திராவிடர்கள் முழு மனதோடு பங்கேற்க வேண்டுமென அழைப்பு விடுத்தார்கள்.[360]

நீதிக்கட்சியின் முற்போக்கான கொள்கைகளும் மக்களை ஈர்க்கும் வழிமுறைகளும் ஆதி திராவிடர்களின் அரசியல் கண்ணோட்டங்களில் குறிப்பிடத்தக்க மாற்றங்களை ஏற்படுத்தின. முன்பு காங்கிரஸ் கட்சியோடு நெருக்கமாக இருந்த ஆதி திராவிடர் தலைவர்கள் சிலர் இப்போது அதனிடமிருந்து விலகி நிற்க முடிவுசெய்தனர். அதே வேளையில், அம்பேத்கர் ஆதரவாளர்களான சில ஆதி திராவிடர் தலைவர்கள், தங்களுடைய சொந்த அரசியல் நலன்கள் அங்கீகரிக்கப் படவேண்டும் என்ற நிபந்தனையோடு, பிரிட்டிஷ் அரசின் போர் முயற்சிகளுக்கு ஆதரவளிக்க முன்வந்தனர்.

பொதுவாக ஆதி திராவிடர் தலைவர்களால் தங்களுடைய கருத்து வேறுபாடுகளை ஒதுக்கிவைத்துவிட்டுத் தங்களது எதிர்கால அரசியல் நிலை தொடர்பான பிரச்னைகளில் ஒன்றுபட்டுக் குரல் எழுப்ப முடிந்தது. எம்.சி. ராஜா, ஆர். சீனிவாசன், என். சிவராஜ் ஆகியோர் தனித் தொகுதி ஏற்பாட்டைக் கூட்டாக ஆதரித்தனர்.[361]

மதராஸ் பட்டியல் சாதிகள் சங்கத் தலைவராக இருந்த சிவராஜ் 1939 ஆகஸ்ட்டில் வைஸ்ராய்க்குத் தந்திகள் அனுப்பி, அரசமைப்பு சாசனத்தில் திருத்தங்கள் செய்கிறபோது ஆதி திராவிடர் மக்களின் நலன்களைப் பாதுகாக்கவேண்டும் என்று கேட்டுக்கொண்டார்.

முஸ்லிம் லீக் தலைவர் முகமது அலி ஜின்னாவுடன் தொடர்பு கொண்ட அம்பேத்கர், சிவராஜ் இருவரும், வைஸ்ராயோடு அவர் பேச்சு நடத்துகிறபோது பட்டியல் சாதி மக்களின் கோரிக்கை களையும் எழுப்பவேண்டும் என்று கேட்டுக்கொண்டார்கள். இந்திய மக்களில் ஒரு பகுதியினரின் பிரதிநிதியாகவே காங்கிரஸ் கட்சியைப் பார்க்கவேண்டும், மற்ற அமைப்புகளின் கருத்துகளையும் அங்கீகரிக்கவேண்டும் என்று அரசுக்கு வேண்டுகோள் விடுத்தார் எம்.சி. ராஜா. காங்கிரஸ் கோரிக்கைகளை நிறைவேற்றுவதற்காக, பட்டியல் சாதி மக்களின் நலன்களை விட்டுக்கொடுத்துவிடக்கூடாது என்றும் அவர் கேட்டுக்கொண்டார்.³⁶²

மதராஸ் மாகாணத்தில் ஹரிஜன மாவட்ட மாநாடுகளை நடத்திய வட்டார ஆதி திராவிடர் தலைவர்கள், பிரிட்டிஷ் அரசின் போர் முயற்சிகளுக்கு ஆதரவு தெரிவித்தனர். அந்த மாநாடுகளில், போர் முயற்சிகளுக்கு ஆதரவளிப்பதால் பட்டியல் சாதிகளைச் சேர்ந்த மக்களுக்கு பிரிட்டிஷ் அரசு அதிகமான சலுகைகளை அறிவிக்க வேண்டும் எனக் கோரும் தீர்மானங்கள் நிறைவேற்றப்பட்டன. ஒதுக்கப்பட்ட சமூகங்களைச் சேர்ந்தோரை பிரிட்டிஷ் அரசு தனது ராணுவத்தில் சேர்த்துக்கொள்ளவேண்டும் என்ற கோரிக்கையும் எழுப்பப்பட்டது.³⁶³

ஒதுக்கப்பட்ட சமூகங்களிடையே போர் நடவடிக்கைகளுக்கு ஆதரவாக எழுந்த அலை காலனிய அதிகாரிகளின் கண்ணோட்டத்திலும் மாற்றங்களைக் கொண்டுவந்தது. பட்டியல் சாதி மக்களை மகிழ்ச்சிப் படுத்தக்கூடிய சில நடவடிக்கைகளை மதராஸ் அரசாங்கம் அறிவித்தது. அரசாங்க வேலைகளுக்கு விண்ணப்பிக்கிற பட்டியல் சாதியினருக்கு வயது வரம்பைத் தளர்த்தும் அறிவிப்புகள் வெளியிடப்பட்டன.³⁶⁴ தேசியப் பாதுகாப்பு மன்றம் என்ற புதிய அமைப்பை 1941 ஜூலையில் ஏற்படுத்திய பிரிட்டிஷ் அரசாங்கம், அதில் பி.ஆர். அம்பேத்கர், எம்.சி. ராஜா இருவரையும் உறுப்பினர்களாக நியமித்தது. எதிர் காலத்தில் வைஸ்ராயின் நிர்வாகக் குழுவில் காலியிடங்கள் ஏற்படு மானால் அந்த இடங்களைப் பட்டியல் சாதி பிரதிநிதிகளைக்கொண்டு நிரப்புவதற்கு நடவடிக்கை எடுக்கப்படும் என்றும் அரசு தெரிவித்தது.

தென் கிழக்கு ஆசியாவில் ஜப்பானியப் படைகள் வேகமாக முன்னேறியதைத் தொடர்ந்து பிரிட்டிஷ் அரசுக்கு இந்தியத் தலைவர் களோடு பேச்சு நடத்தவேண்டிய கட்டாயம் ஏற்பட்டது. அரசமைப்பு சட்டங்கள் தொடர்பாக இந்தியத் தலைவர்களோடு பேச்சைத் தொடங்குவதற்காக லண்டனிலிருந்து சர் ஸ்டாஃபோர்டு கிரிப்ஸ் அனுப்பப்பட்டார். தேசிய அளவில் தொடங்கப்பட்ட இந்தப்

பேச்சுவார்த்தைகளைப் பயன்படுத்திக்கொள்ளப் புதிய வழிமுறை களை வகுப்பதில் மதராஸ் ஆதி திராவிடர் தலைவர்கள் ஆர்வம் காட்டினர்.

தேசிய அளவிலும் மாகாணத்திலும் செல்வாக்குப் பெற்றிருந்த எம்.சி. ராஜா, அரசுப் பிரதிநிதியிடம் பட்டியல் சாதிகளின் சார்பில் கூட்டாகச் சென்று கோரிக்கைகளை முன்வைப்பது தொடர்பாக அம்பேத்கருடன் ஓர் உடன்பாட்டுக்கு வந்தார். 1942 மார்ச்சில் ஸ்டாஃபோர்டு கிரிப்ஸ் கமிஷன் முன்பாகத் தங்களது கருத்துகளை எடுத்துரைத்த அம்பேத்கர், ராஜா இருவரும் அப்போதைய தேர்தல் முறையின் கீழ், பட்டியல் சாதி மக்கள் தங்களுடைய உண்மைப் பிரதிநிதிகளைத் தேர்ந்தெடுப்பதற்கான வாய்ப்பு மறுக்கப்படுகிறது என்று கூறினர்.

தனித் தொகுதிகளில் காங்கிரஸ் கட்சியால் நிறுத்தப்படும் வேட்பாளர் களுக்குப் பயனளிப்பதாகவே தேர்தல் நடைமுறைகள் இருக்கின்றன என்றும் அவர்கள் சுட்டிக்காட்டினர். இத்தகைய வாதங்களைத் தொடர்ந்து, வரைவுப் பிரகடனத்தில் கூறப்பட்டுள்ள கொள்கை களின்படி, அரசமைப்பு சாசன அமைப்பு ஒன்றை ஏற்படுத்துவதற்கு முன்பாக இந்தக் கருத்துகளையும் பிரிட்டிஷ் அரசு கவனத்தில் எடுத்துக்கொள்ளும் என்று ஸ்டாஃபோர்டு அறிவித்தார். அரசமைப்பு சாசன சீர்திருத்தங்களின் கீழ் வைஸ்ராயின் நிர்வாகக் குழு விரிவு படுத்தப்படும் நிலையில் அதில் பட்டியல் சாதிகளின் பிரதிநிதிகளும் சேர்த்துக்கொள்ளப்படுவார்கள் என்றும் தெளிவுபடுத்தினார்.

ஆயினும் இந்த அறிவிப்புகள் ஒதுக்கப்பட்ட சமூகங்களின் தலைவர்களது எதிர்பார்ப்புகளை நிறைவேற்றவில்லை. ஒதுக்கப் பட்ட சமூகங்களின் நலன்களுக்குத் துரோகமிழைப்பதாக, காங்கிரஸ் முஸ்லிம் லீக் நிர்ப்பந்தங்களுக்கு அடிபணிந்து இந்த அறிவிப்புகள் வெளியிடப்பட்டுள்ளன என்று அம்பேத்கர் குற்றம் சாட்டினார்.[365] பட்டியல் சாதிகளைச் சேர்ந்தோருக்காக என தேசிய அளவில் ஒரு அமைப்பை ஏற்படுத்த முடிவு செய்தார். 1942 ஜூலையில் நாக்பூர் நகரில் ஒரு மாநாடு கூட்டப்பட்டது.

பம்பாய், மத்திய மாகாணங்கள், வங்காளம், பிகார், மதராஸ், பஞ்சாப் ஆகிய பகுதிகளிலிருந்து வந்த பிரதிநிதிகள் மாநாட்டில் கலந்து கொண்டார்கள். ஒதுக்கப்பட்ட சமூகங்களின் தனிப்பட்ட அரசியல் தேவைகளை அரசு அங்கீகரிக்கவில்லை என்று மாநாட்டில் விமர்சிக்கப்பட்டது. தனி அரசியல் பிரதிநிதித்துவம் அளிக்கப் படுவதன் மூலம் இந்த மக்களுக்குக் கிடைக்கக்கூடிய பலன்களைத்

தடுக்கிறார் என்று காந்தியை அம்பேத்கர் சாடினார். அவரது கருத்துகளுக்கு என். சிவராஜ் ஆதரவளித்தார்.[366]

தேசிய அளவில் அம்பேத்கர் கருத்துகளுக்குக் கிடைத்த வரவேற்பு, மதராஸ் ஆதி திராவிடர் அரசியல் போக்கைக் கடுமையாகப் பாதித்தது. தேசிய அளவில் அம்பேத்கர் ஆதரவாளர்கள் காங்கிரஸ் எதிர்ப்பு நிலைபாட்டை மேற்கொண்டார்கள். அது எம்.சி. ராஜா போன்றோரை காங்கிரஸ் கட்சி கூறிய ஒருமைப்பாட்டுக் கொள்கைகளுக்கு மாறாக மேலும் தீவிரமான அணுகுமுறைகளை மேற்கொள்ள வேண்டிய கட்டாயத்தை ஏற்படுத்தியது. இந்தியாவுக்கு சுதந்தரம் அளிப்பதென்று பிரிட்டிஷ் அரசு முடிவு செய்த பிறகும்கூட ஒத்துழையாமை இயக்கத்தைத் தொடங்குவது என்று காங்கிரஸ் முடிவு செய்ததை ராஜா விமர்சித்தார்.[367]

இதனிடையே சுயமரியாதை இயக்கத்தினர் தனித் தொகுதி கோரிய ஆதி திராவிடர் தலைவர்களுக்குத் தங்களது முழு ஆதரவைத் தெரிவித்தனர். பட்டியல் சாதிகளைச் சேர்ந்த மக்களுக்கான சிறப்புச் சட்டப்பூர்வ ஏற்பாடுகளை பிரிட்டிஷ் அரசு தொடரவேண்டும் என்று வலியுறுத்தி 'தீண்டாமை ஒழிப்பு தினம்' ஒன்றை சுயமரியாதை இயக்கம், மதராஸ் ஆதி திராவிடர் சங்கம் இரண்டும் சேர்ந்து கடைப்பிடித்தன. பாசிச ஜெர்மனிக்கு எதிரான போரில் பட்டியல் சாதிகளைச் சேர்ந்தோரின் சேவையைப் பயன்படுத்திக் கொள்ளக் கோரும் தீர்மானங்கள் சுயமரியாதை இயக்கத்தின் பல கூட்டங்களில் நிறைவேற்றப்பட்டன. மாவட்டத் தொழிலாளர் ஆலோசனைக் குழுக்களில் பட்டியல் சாதிகளைச் சேர்ந்த உறுப்பினர்கள் எண்ணிக்கையை அதிகரிக்கவேண்டும் என்ற கோரிக்கையும் முன்வைக்கப்பட்டது.[368]

சுயமரியாதை இயக்கத்தினர் இந்தப் பிரசாரத்தில் ஈடுபட்டிருந்த நிலையில், தமிழகத்தைச் சேர்ந்த காங்கிரஸ் எதிர்ப்பு ஆதி திராவிடர் தலைவர்கள், அகில இந்திய பட்டியல் சாதிகள் சம்மேளனத்துடன் (ஏஐஎஸ்சிஎப்) இணைந்து செயல்பட விரும்பினர். தேசிய அளவில் தாங்களும் முக்கியத்துவம் பெறவேண்டும் என்ற நோக்கம் அதில் இருந்தது. 1944 செப்டம்பரில் ஏஐஎஸ்சிஎப் அமைப்பின் செயல்பாட்டுக் குழு கூட்டம் நடைபெற்றது. அதில் கலந்துகொண்ட தமிழகத்தைச் சேர்ந்த காங்கிரஸ் எதிர்ப்பு ஆதி திராவிடர் தலைவர்கள்,

எதிர்கால அரசாங்கம் தனது புதிய அரசமைப்பு சாசனத்தில் குறிப்பிடக்கூடிய சிறுபான்மையினர் மக்கள்தொகைக்கு ஏற்ப அந்த சமூகங்களின் பிரதிநிதிகளையும் கொண்டிருக்கவேண்டும் என்ற கோரிக்கையை எழுப்பினர். சிறுபான்மை சமூகங்களின்

பிரதிநிதிகளாக வரக்கூடிய அமைச்சர்கள் பல்வேறு சமூகங்களைச் சேர்ந்த மக்களால் மாற்றத்தக்க ஒற்றை வாக்கு அடிப்படையில் தேர்ந்தெடுக்கப்படவேண்டும் என்ற கோரிக்கையையும் முன்வைத்தனர்.[369]

1945 ஜூன் 14 அன்று, அரசாங்கத்தின் நிர்வாக மன்றம் மாற்றியமைக்கப்படுவதாக வைஸ்ராய் வேவல் அறிவித்தார். வைஸ்ராயும் தலைமை அதிகாரியும் மட்டுமல்லாமல் அரசாங்கமும் பட்டியல் சாதிகள் உள்ளிட்ட அனைத்து சமூகங்களுக்கும் பிரதிநிதித்துவம் அளிக்கப்படும் என உறுதியளிக்க முயன்றது. இந்த முடிவுக்கு காங்கிரஸ், இந்து மகா சபா ஆகிய இரண்டு அமைப்புகளும் எதிர்ப்புத் தெரிவித்தன. இந்து சமூகத்தைச் சீர்குலைப்பதற்கான திட்டமிட்ட முயற்சி இது அந்த அமைப்புகள் கூறின. அரசின் இந்த முடிவைக் கடுமையாகச் சாடிய காந்தி, காங்கிரஸ் ஒரு ‘தேசியக் கட்சி’ என்று கூறினார்.[370]

இதனால் பின்வாங்கிவிடாத வேவல், சிம்லா மாநாட்டில் பட்டியல் சாதிகளின் பிரதிநிதியாக அம்பேத்கர் பங்கேற்கவேண்டும் என்று கேட்டுக்கொண்டார். அம்பேத்கர் அதை ஏற்க மறுத்து, சம்மேளனத்தின் தலைவர் என். சிவராஜ் அந்த மாநாட்டில் பங்கேற்பார் என்று அறிவித்தார். அத்துடன், அரசு உத்தேசித்திருந்த நிர்வாக மன்றத்தில் பட்டியல் சாதிகளின் பிரதிநிதிகளை நியமிப்பது தொடர்பாக பிரிட்டிஷ் அரசு பாகுபாட்டு அணுகுமுறையைக் கடைப்பிடிப்பதாகவும் விமர்சித்தார்.[371]

வைஸ்ராய் நிர்வாக மன்றத்தில் மூன்று இடங்கள் ஒதுக்கப்பட வேண்டும் என்று அம்பேத்கர் கோரிக்கை விடுத்தார். அதை ஆதரித்துப் பட்டியல் சாதி மக்களின் பல்வேறு அமைப்புகளிடமிருந்து அரசுச் செயலருக்குத் தந்திகள் வந்தன. இந்தியச் சமுதாயத்தில் இந்த மக்கள் ஒரு தனிக்கூறாக இருக்கிறார்கள் என்றும் அவர்களைப் பிரதிநிதித்துவப்படுத்துவது ஏஐஎஸ்சிஎப் அமைப்பு தான் என்றும் என். சிவராஜ் வாதிட்டார். இந்த மக்களின் பிரதிநிதித்துவப் பிரச்னைக்கு காங்கிரஸ், முஸ்லிம் லீக் தலைவர்களோடு மட்டும் பேசித் தீர்வு காண பிரிட்டிஷ் அரசு முயல்கிறது என்றும் குற்றம் சாட்டினார்.[372]

வைஸ்ராய் கேட்டுக்கொண்டபடிப் புதிய நிர்வாக மன்றத்தில் உறுப்பினர்களாக நியமிக்கப்பட வேண்டியவர்களின் பெயர்ப் பட்டியலை காங்கிரஸ் அனுப்பியது. ஏஐஎஸ்சிஎப் தனது பட்டியலில் அம்பேத்கர், சிவராஜ், ஜோகேந்திர மண்டல், ராம் பிரசாத் தாம்தா ஆகியோர் பெயர்களை முன்மொழிந்தது. மதராஸ் மாகாணத்தில்

அம்பேத்கருக்கு ஆதரவு வளர்வதைக் கண்ட காங்கிரஸ், அகில இந்திய பட்டியல் சாதிகள் குழு துணைத் தலைவர் வி.ஐ. முனுசாமிப் பிள்ளையின் பெயரைப் பரிந்துரைத்தது.[373] இறுதியாக ஒரு சமரச ஏற்பாடு எட்டப்பட்டது. அம்பேத்கர், முனுசாமிப் பிள்ளை இருவருமே பட்டியல் சாதி மக்களின் பிரதிநிதிகளாக நியமிக்கப் பட்டனர். அம்பேத்கருக்கு தொழிலாளர் துறை பொறுப்பும், முனுசாமிப் பிள்ளைக்குக் கல்வித்துறையும் அளிக்கப்பட்டன.[374]

1946ல் மாகாண தேர்தல் அறிவிக்கப்பட்டதைத் தொடர்ந்து காங்கிரஸ், ஏஐஎஸ்சிஎப் அமைப்பின் மதராஸ் பிரிவு இரண்டுக்கும் இடையே கடுமையான மோதல் ஏற்பட்டது. பட்டியல் சாதி மக்களின் வாக்குகளை ஈர்ப்பதற்காக காங்கிரஸ், ஏஐஎஸ்சிஎப் இரண்டுமே தங்களது சாதனைகளையும் விமர்சனங்களையும் முன்வைத்தன. புனே உடன்பாட்டின் சிறப்புகளையும் தீண்டாமை ஒழிப்புக்காக காந்தி மேற்கொண்ட முயற்சிகளையும் காங்கிரஸ் தலைவர்கள் எடுத்துரைத்தனர்.[375]

மதராஸ் பட்டியல் சாதி சம்மேளனம் (எம்எஸ்சிஎப்) புனே உடன் பாட்டைக் கடுமையாகச் சாடியது. பட்டியல் சாதி மக்கள் தங்களது பிரதிநிதிகளைத் தேர்ந்தெடுப்பதற்குத் தேவையான வாய்ப்பை அந்த உடன்பாடு உருவாக்கவில்லை என்று விமர்சித்தது. 1937ம் ஆண்டுத் தேர்தலின் இறுதிக்கட்டத்தில் சாதி இந்துக்களுடைய ஆதரவால்தான் காங்கிரஸ் பெரும் வெற்றியைப் பெற்றது என்றும் எம்எஸ்சிஎப் தலைவர்கள் கூறினர்.[376]

இதற்கிடையே, தேர்தலில் பங்கேற்பது என்று ராஜாஜி முடிவு செய்தார். இது தமிழக காங்கிரஸ் வட்டாரத்துக்குள் முணுமுணுப்பு களை ஏற்படுத்தியது. கட்சிக்குள் தீவிரமான கோஷ்டிச் சண்டை களைக் கிளறிவிட்டது.[377] மதராஸ் காங்கிரஸ் தலைவராக கே. பாஷ்யம் நியமிக்கப்படவேண்டும் என்று அகில இந்திய காங்கிரஸ் குழுவை (ஏஐசிசி) வற்புறுத்தி வட்டார அளவில் கட்சித் தொண்டர் களின் கூட்டங்கள் நடந்தன. இப்படிப்பட்ட உள்ளூர் நிர்ப்பந்தங்கள் இருந்தும், ஏஐசிசி தலைமை, காமராஜர் ஆலோசனைப்படி பிரதேசக் குழுவில் ராஜாஜியை இணைக்க ஒப்புக்கொண்டது. தேர்தல் தொடர்பான விவகாரங்களில் முடிவெடுக்கும் அதிகாரம் கொண்டது இந்தக் குழு.[378]

காங்கிரஸ் ஆதரவு ஆதி திராவிடர் மக்களில் பெரும்பகுதியினர் இந்த முடிவை வரவேற்றனர். பட்டியல் சாதிகள் நல லீக், ஆதி திராவிடர் சமூகப் பட்டியல் சாதிகள் சங்கம் போன்ற அமைப்புகள் ராஜாஜி அமைச்சரவை மேற்கொண்ட ஹரிஜன மேம்பாட்டுத் திட்டங்களைப்

போற்றும் தீர்மானங்களை நிறைவேற்றின. பட்டியல் சாதிகள் நல லீக் தலைவர் பண்டிதர் எம்.ஏ. செல்வநாதன் காங்கிரஸ் அகில இந்தியத் தலைமைக்கு ஒரு மனு அனுப்பி, ராஜாஜி மேற்கொண்ட முயற்சிகள் தான் இந்த மக்களிடையே காங்கிரஸ் கட்சிக்கு நம்பகத்தன்மை வளர்ந்ததற்குக் காரணம் என்று சுட்டிக்காட்டினார். முக்கிய முடிவுகள் எடுக்கும் பொறுப்பை ராஜாஜியிடம் விடவில்லை என்றால் காங்கிரஸ் கட்சிக்கு அளித்து வரும் ஆதரவை விலக்கிக்கொள்ள நேரிடும் என்று அவருக்கு ஆதரவான பட்டியல் சாதி தலைவர்கள் தலைமையை எச்சரித்தனர்.[379]

தீவிர அரசியலில் ராஜாஜி இறங்குவது பற்றிய விவாதம் காங்கிரஸ் கட்சிக்குள் தொடர்ந்து நடந்துகொண்டிருந்தபோது, ‘அம்பேத்கருக்கு மறுப்பு’ என்ற புத்தகத்தை அவர் எழுதி வெளியிட்டார். அம்பேத்கரின் பிரிவினைக் கோரிக்கைகளை அதில் விமர்சித்தார். பிரிட்டிஷ் ஆட்சியின் கீழ் இந்தியா முழுவதும் பட்டியல் சாதிகளைச் சேர்ந்த மக்கள் பரவியிருக்கிறார்கள்; அவர்களைத் தனிமைப்படுத்துகிற முயற்சிகள் ஒருபோதும் வெற்றி பெறப் போவதில்லை என்று வாதிட்டார். தீண்டாமையை ஒழிப்பதில் இருக்கும் உள்ளார்ந்த சிக்கல்களை அம்பேத்கர் புரிந்துகொள்ளவில்லை, காந்தியின் முயற்சிகளை அவர் விமர்சிப்பதில் நியாயமில்லை என்றார் அவர். ஒதுக்கப்பட்ட சமூகங்களைச் சேர்ந்த படித்தவர்களின் குறுகிய நலன்களையே அம்பேத்கர் பிரதிநிதித்துவப்படுத்துகிறார், அதற்காகவே ஒரு பிரிவினைக் கொள்கையைக் கடைப்பிடிக்கிறார் என்றும் ராஜாஜி கூறினார்.[380]

இதைத் தொடர்ந்து, மாகாண சட்டசபைத் தேர்தலில் போட்டியிடப் பட்டியல் சாதிகளிலிருந்து வேட்பாளர்களாகத் தேர்வு செய்வது காங்கிரஸ் கட்சியின் ஆட்சிமன்றக் குழு விவாதத்தில் முக்கியத்துவம் பெற்றது. தமிழ்நாடு காங்கிரஸ் கமிட்டி தலைவர் காமராஜ், வேட்பாளர்கள் முறையாகத் தெரிவு செய்யப்படுவதை உறுதிப்படுத்துவதற்காக வட்டாரக் குழுக்களை அமைத்தார்.[381] 1946 ஜனவரி இறுதியில் காந்தி மேற்கொண்ட மதராஸ் பயணம், கட்சிக்கு ஆதரவாக பட்டியல் சாதிகளை ஒருங்கிணைக்கும் முயற்சிகளுக்கு வேகமூட்டியது. அனைத்து சாதியினரும் பங்கேற்கும் விருந்துகள், சாதிக் கலப்புத் திருமணங்கள் போன்ற முயற்சிகள் நாட்டில் ராமராஜ்யத்தை ஏற்படுத்த வழிவகுக்கும் என்று வலியுறுத்தினார்.[382]

காந்தியின் சுற்றுப் பயணத்தால் ஈர்க்கப்பட்ட காங்கிரஸ் தலைவர்கள், ஹரிஜனங்களின் முன்னேற்றத்துக்காக ராஜாஜி அமைச்சரவை செயல்படுத்திய கொள்கைகளை எடுத்துரைக்கும் பிரசார இயக்கங்களில் பட்டியல் சாதியினரை ஈடுபடுத்தினர். ஏஐஎஸ்சிஎப்

முன்வைத்த பிரிவினைக் கோரிக்கைக்கு எதிரான பிரசாரங்களை நடத்தவும் பட்டியல் சாதிகளின் தலைவர்கள் ஊக்குவிக்கப்பட்டனர்.[383]

தனது கொள்கைகளுக்கு ஆதரவாகப் பிரசாரம் செய்வதில் பட்டியல் சாதிகளைச் சேர்ந்த தேசியத் தலைவர்களை ஈடுபடுத்துவது என்ற உத்தியின் காரணமாக, காங்கிரஸ் கட்சியால் எம்எஸ்சிஎப் அமைப்பைப் பின்னுக்குத் தள்ள முடிந்தது. தனித் தொகுதிகளுக்கான தனது வேட்பாளர்களை காங்கிரஸ் கட்சி விரைவாகவும் சுமுகமாகவும் முடிவு செய்தது, தேர்தல் களத்தில் மற்ற கட்சிகளை விட காங்கிரஸ் கட்சியை முந்தியிருக்கச் செய்தது. எம்எஸ்சிஎப் சார்பில் வேட்பு மனு தாக்கல் செய்திருந்த சிலரது மனுக்கள், சட்ட நுணுக்கக் காரணங்களால் தள்ளுபடி செய்யப்பட்டன; அதுவும் காங்கிரஸ் கட்சிக்குப் பெரியதொரு வாய்ப்பாக அமைந்தது.[384]

இதனிடையே, மதராஸ் பட்டியல் சாதிகள் சம்மேளன (எம்எஸ்சிஎப்) தலைவர்கள் காங்கிரஸ் கட்சியைக் கடுமையாகச் சாடத் தொடங்கினர். தங்கள் சமூகத்துக்கு தனித் தொகுதிகள் ஒதுக்கப்பட வேண்டும் எனக்கோரும் மனுக்களை பிரிட்டிஷ் உயரதிகாரிகளுக்கு அனுப்பினர். தனித் தொகுதிகளை ஒதுக்குவதன் மூலமாக மட்டுமே இந்த மக்களின் உண்மைப் பிரதிநிதிகள் தேர்ந்தெடுக்கப்படுவதை உறுதிப்படுத்த முடியும் என்று என். சிவராஜ், டாக்டர் ஏ. கிருஷ்ணசாமி போன்ற தலைவர்கள் வலுவாக வாதிட்டனர். பிரிட்டிஷ் அதிகாரிகள் காங்கிரஸ் தலைவர்களோடு பேச்சுவார்த்தை நடத்துவதற்கு பதிலாக இந்திய சமுதாயத்தின் அனைத்துப் பிரிவுகளோடும் பேச்சுவார்த்தை நடத்த வேண்டும் என்று கூறினர். விவசாயத்திலும் தொழில்துறையிலும் குறைந்தபட்சக் கூலி நிர்ணயிக்கப்படவேண்டும் என்ற அம்பேத்கர் கோரிக்கைக்கு ஆதரவு தெரிவித்தனர்.[385]

தேர்தல் நெருங்க நெருங்க, வாக்காளர்கள் காங்கிரஸ் கட்சியை ஏற்கச் செய்வதற்காக அது சில கொள்கை மாற்றங்களை மேற்கொண்டது. அதன் மாவட்டக் குழுக்களும் உள்ளூர்க் குழுக்களும் முழுமையாக மாற்றியமைக்கப்பட்டன. பட்டியல் சாதிகளைச் சேர்ந்த வேட்பாளர்களுக்கு ஆதரவு திரட்டுவதற்காக மாகாணத் தலைவர்கள் உள்ளூர்த் தலைவர்களோடு சேர்ந்து பிரசாரத்தில் ஈடுபட்டனர். சில மாவட்டங்களில், ஒதுக்கப்பட்டோருக்கான தனித் தொகுதிகளில் காங்கிரஸ் வேட்பாளர்களின் வெற்றியை உறுதிப்படுத்துவதற்காக, வட்டாரத் தலைவர்கள் கிறிஸ்தவ சமூகத் தலைவர்களோடு இணைந்து செயல்பட்டனர்.[386]

1946 மார்ச் மாதம் தேர்தல் முடிவுகள் அறிவிக்கப்பட்டன. காங்கிரஸ் கட்சி தன்னை எதிர்த்துப் போட்டியிட்டவர்களை எளிதாகத் தோற்

கடித்து வெற்றி பெற்றது. குறிப்பாக ஒதுக்கப்பட்டோருக்கான தனித்தொகுதிகளில் காங்கிரஸ் சிறப்பான வெற்றியைப் பதிவு செய்தது. மதராஸ் சட்டசபைக்கான தனித்தொகுதிகள் அனைத்திலும் காங்கிரஸ் வேட்பாளர்களே வெற்றி பெற்றார்கள். எம்எஸ்சிஎப் வேட்பாளர்கள் தங்களது வைப்புத்தொகையை இழந்தார்கள்.[387]

தேர்தல் முடிவுகள் வேறு பல சுவையான அம்சங்களையும் வெளிப் படுத்தின. முதலாவதாக, பிரிவினை பேசிய ஒதுக்கப்பட்டோர் தலைவர்களுக்கிடையேயான அமைப்பு சார்ந்த ஒருங்கிணைப்பு வலுவற்றதாக இருந்ததால், காங்கிரஸ் பக்கம் சாய்ந்திருந்த தங்கள் சமூகத்தினரின் ஆதரவை அவர்களால் திரட்ட முடியவில்லை. இரண்டாவதாக, வட்டார அளவில் பொதுவுடைமைக் கொள்கை யாளர்கள் உள்ளிட்ட மற்றவர்களோடு சம்மேளனம் கூட்டு வைத்துக் கொள்ளத் தவறியது. அது அதன் தோல்விக்கு இட்டுச் சென்றது. இறுதியாக, மேல் சாதிகளைச் சேர்ந்த வாக்காளர்களது ஆதரவு யாருக்கு என்பது அந்தத் தேர்தலில் ஒரு முக்கியக்கூறாக அமைந்தது.

அகில இந்திய பட்டியல் சாதிகள் சம்மேளனத்தின் (ஏஜஎஸ்சிஎப்) அரசியல் எதிர்பார்ப்புகளுக்கும் இந்தத் தேர்தல் முடிவுகள் பலத்த அடி கொடுப்பதாக இருந்தன. இந்தியா முழுவதுமே அந்த சம்மேளனத்தால் பெரிய அளவுக்கு சாதிக்க முடியவில்லை. இதனால் அதன் அரசியல் கவுரவம் பாதிக்கப்பட்டதோடு, காலனிய அரசாங்கத் தோடு பேச்சு நடத்தக்கூடிய தகுதியையும் வலுவிழக்கச் செய்தது. ஆயினும், 1946 மார்ச் இறுதியில் பிரிட்டிஷ் அரசின் அமைச்சரவைக் குழு இந்தியாவுக்கு வந்தபோது, பட்டியல் சாதி மக்களின் பிரதிநிதியாக அம்பேத்கரையே வைஸ்ராய் தேர்ந்தெடுத்தார்.

வேறு எந்த அமைப்பையும்விட இந்த மக்களை அதிக அளவுக்குப் பிரதிநிதித்துப்படுத்தக்கூடியது ஏஜஎஸ்சிஎப் அமைப்புதான் என்று வைஸ்ராய், பிரிட்டிஷ் அரசுச் செயலர் இருவருமே கருதினர்.[388] அதேவேளையில், காங்கிரஸ் கட்சியின் சிறப்பான வெற்றியைத் தொடர்ந்து, அதனோடு கூட்டு வைத்திருந்த அகில இந்திய ஒதுக்கப் பட்ட சமூகங்கள் கூட்டமைப்பின் தலைவர்கள் ஜெகஜீவன் ராம், ராதாநாத் தாஸ், பாய் பிருத்வி சிங் ஆஸாத் ஆகிய மூவருக்கும் வைஸ்ராய் அழைப்பு விடுத்தார்.

மாறுபட்ட அரசியல் நிலைப்பாடுகளைக் கொண்டிருந்த தலைவர் களோடு அமைச்சரவைக் குழு தொடர்ந்து பேச்சுவார்த்தை நடத்திக் கொண்டிருந்த நிலையில், அகில இந்திய ஒதுக்கப்பட்ட சமூகங்கள் குழு ஒரு பெரும் பிரசார இயக்கத்தை மதராஸ் பகுதியில் தொடங்கியது. சட்டசபைக்கு காங்கிரஸ் வேட்பாளர்களாகப்

போட்டியிட்டுத் தேர்ந்தெடுக்கப்பட்ட ஒதுக்கப்பட்டோர் சமூக முன்னணித் தலைவர்கள் தங்களது சமூகங்களின் எதிர்காலம் காங்கிரஸ் கையில்தான் இருக்கிறது என்று கருதினார்கள். மதராஸ் மாகாண பிரதமராக ராஜாஜி பொறுப்பேற்றிருந்த காலத்தில்தான் அரசாங்க வேலைகளில் இந்த சமூகங்களைச் சேர்ந்தோருக்கு விகிதப்படி வாய்ப்புகள் கிடைத்தன என்றும் அவர்கள் கூறினார்கள்.[389]

அமைச்சரவைக் குழு தவறாகச் செயல்படுவதாகக் கூறிக்கொண்டு அதை எதிர்த்துத் தேசிய அளவில் 'சத்தியாக்கிரகம்' நடத்துவதற்கு அகில இந்திய பட்டியல் சாதிகள் சம்மேளனம் (ஏஐஎஸ்சிஎப்) திட்டமிட்டதையும் அவர்கள் விமர்சித்தனர். சம்மேளனத்தின் இந்தப் பிரசாரம் அதன் தோல்வி மனப்பான்மையைத்தான் காட்டுகிறது என்று குழு சாடியது. ஒதுக்கப்பட்ட சமூகங்களின் அரசியல் நலன்கள் சாதி இந்துக்களின் அரசியல் நலன்களோடு இரண்டறக் கலந்திருக்கின்றன, இந்து சமயத்திலிருந்து அவர்களைப் பிரித்துவைப்பது அரசியல் சிக்கல்களுக்குத்தான் இட்டுச் செல்லும் என்று குழுத் தலைவர்கள் உறுதிபடக் கூறினர்.[390]

ஆயினும் ஏஐஎஸ்சிஎப் தனது சத்தியாக்கிரகப் போராட்டத்தைத் திட்டமிட்டபடி நடத்தியது. ஆனால் அது மதராஸ் பொது வாழ்வில் பெரிய தாக்கம் எதையும் ஏற்படுத்தவில்லை. இங்கு மட்டுமல்லாமல் இந்தியாவின் இதர பகுதிகளிலும் பட்டியல் சாதி மக்களை அதனால் அணி திரட்ட முடியவில்லை. அந்தப் போராட்டத்தில் இப்படியொரு தோல்வியைச் சந்தித்தபோதிலும்கூட அது காங்கிரஸ் எதிர்ப்பு உணர்வைத் தக்கவைத்துக்கொள்வதற்காக மாகாண திராவிட சம்மேளனத்துடன் கூட்டுச் சேர்ந்தது.[391]

ஏஐஎஸ்சிஎப் எதிர்கொண்ட குழப்பம் வேறு எந்த மாகாணத்தையும் விட மதராஸ் பகுதியில்தான் மிக வெளிப்படையாகத் தெரிந்தது. காங்கிரஸ் கொள்கைகளுக்கு எதிரான கருத்துகளை அறிவித்திருந்தது அதனோடு கூட்டுச் சேரவிடாமல் தடுத்தநிலையில், அரசியல் கட்டாயங்கள் காரணமாக ஈ.வெ.ராவின் 'திராவிடஸ்தான்' முழக்கத்தை அது ஆதரிக்க வேண்டியதாயிற்று.[392] இந்த காங்கிரஸ் எதிர்ப்பு நிலைப்பாடு காரணமாக ஏஐஎஸ்சிஎப் அமைப்பைச் சார்ந்த பட்டியல் சமூகங்களின் தலைவர்கள் பலர் திராவிடர் கழகத்துடன் மறைமுக அரசியல் உறவுகளை ஏற்படுத்திக்கொள்ள வேண்டிய கட்டாயம் ஏற்பட்டது.

1947 முற்பகுதியில் மதராஸ் மாகாண பட்டியல் சாதி அரசியலில் பல்வேறு போக்குகள் வெளிப்பட்டன. காங்கிரஸுடன் கூட்டு வைத்திருந்த மாகாண ஒதுக்கப்பட்ட சமூகங்கள் அமைப்பு, மக்கள்

செல்வாக்கைப் பொறுத்தவரையில் எம்எஸ்சிஎப் அமைப்பைவிட முந்தியிருந்தது. அதேவேளையில், தொழிலாளி வர்க்கப் போராட்டங்களிலும் விவசாயிகளுக்கான இயக்கங்களிலும் ஈடுபட்டிருந்த கம்யூனிஸ்ட்கள் ஒதுக்கப்பட்ட மக்களுக்கு நெருக்க மானவர்களாக இருந்தார்கள். இதைத் தொடர்ந்து, சுயேச்சையான பட்டியல் சாதி அரசியல் என்ற கண்ணோட்டம் வலுவிழந்த நிலையில், தீண்டாமை அரசியலில் தேசியவாதம், வர்க்கப் போராட்டம் என்ற முழக்கங்களைச் சுற்றிப் பின்னப்பட்ட சித்தாந்த மோதல்கள் இடம் பெற்றன.

முடிவுரையாக...

1910ஆம் ஆண்டுகளின் பிற்பகுதியில் டாக்டர் டி.எம். நாயர் உள்ளிட்ட பிராமணர் அல்லாதார் தலைவர்கள் தமிழர் என்ற ஒரு பொது அடையாளத்தின் அடிப்படையில் பிராமணர் அல்லாதாரையும் ஆதி திராவிடர்களையும் ஒன்றுபடுத்துவதில் ஆர்வம் காட்டினர். ஆனால், செல்வந்தர்களாக இருந்த நில உடைமையாளர் சமூகங்களைச் சேர்ந்தோரின் ஆளுமையில் இருந்த நீதிக் கட்சி ஒதுக்கப்பட்ட சமூகங்களின் பிரச்னைகளில் மிகுந்த அக்கறை காட்டவில்லை. நீதிக் கட்சிக்கும் ஒதுக்கப்பட்ட சமூகங்களுக்கும் இடையேயான வேறு பாடுகள் மதராஸ் நகரின் பக்கிங்காம் அன் கர்னாடிக் மில் தொழிலாளர் வேலைநிறுத்தப் போராட்டத்தின்போது வெளிப்பட்டது. ஒதுக்கப் பட்ட சமூகங்களின் தலைவர்கள் (சட்டசபை போன்ற) நிறுவனக் கட்டமைப்பு சார்ந்த அரசியலின்பால் ஈர்க்கப்பட்டார்கள்.

தங்களுடைய சமூக முன்னேற்றம் தொடர்பான சட்டசபை விவாதங்களில் பெரிதும் ஈடுபட்டார்கள். ஆனால் நிறுவனக் கட்டமைப்பு சார்ந்த இந்த ஈடுபாடு அவர்களுக்கிடையேயான உள் முரண்பாடுகளையும் கூர்மைப்படுத்தியது. யாரோடு கூட்டுச் சேர்வது என்பதில் அவர்களுக்குக் கருத்து வேறுபாடுகள் ஏற்பட்டன. அவர்களில் சிலர் நீதிக் கட்சியோடும் சுயமரியாதை இயக்கத்தோடும் தற்காலிகக் கூட்டு வைத்துக்கொள்வதை ஆதரித்தார்கள். தீவிரம் குறைந்த அணுகுமுறை கொண்டிருந்தவர்கள் தேசிய இயக்கத் தலைவர்களோடு பேச்சு நடத்துவதை விரும்பினார்கள்.

சைமன் கமிஷன் அறிக்கை வெளியானதைத் தொடர்ந்து ரெட்டமலை சீனிவாசன், எம்.சி. ராஜா இருவர் தலைமையிலுமான போட்டிக் குழுக்களிடையே சொற்பமான காலத்துக்கு ஓர் உடன்பாடு ஏற்பட்டது. இருவரும் தற்காலிகமாக சமரசம் செய்துகொண்டு ஒதுக்கப்பட்ட சமூகங்களுக்கு சட்டசபையில் இட ஒதுக்கீட்டுக்கும்

கூடுதல் இடங்களுக்குமான கோரிக்கைகளை ஆதரித்தனர். ஆனால், 1932ல் சாதிவாரி பிரதிநிதித்துவம் அறிவிக்கப்பட்டதைத் தொடர்ந்து இரு அணிகளுக்கும் இடையே இந்த உடன்பாடு முறிந்தது.

காந்தியின் உண்ணாவிரதம், காங்கிரஸ் மேற்கொண்ட ஹரிஜன இயக்கம் இரண்டும் ஒடுக்கப்பட்ட சமூகங்களின் தலைவர்களிடையேயான பிளவை விரிவுபடுத்தியது. எம்.சி. ராஜா காங்கிரஸ் கட்சியுடன் நெருங்கிய தொடர்புகளை ஏற்படுத்திக்கொள்ள, அம்பேத்கரை ஆதரித்தார் ஆர். சீனிவாசன். இந்தப் பிளவை காங்கிரஸ் கட்சி ஒதுக்கப்பட்ட மக்களிடையே தனது இடத்தை உறுதிப்படுத்திக்கொள்ள முழுமையாகப் பயன்படுத்திக்கொண்டது. இரண்டு அடுக்குத் தேர்தல் முறையை காங்கிரஸ் தலைவர்களால் தங்களது சொந்த அரசியல் ஆதாயத்துக்கு முழுமையாகப் பயன் படுத்திக்கொள்ள முடிந்தது என்பதை 1937ம் ஆண்டுத் தேர்தல் முடிவுகள் வெளிப்படுத்தின.

ராஜாஜி அமைச்சரவை ஹரிஜன நலனுக்காகக் கூடுதலாக பட்ஜெட் நிதி ஒதுக்கீடு செய்ததன் மூலம் இந்த சமூகங்களுக்கிடையே மேலும் மாறுபாடுகளை ஏற்படுத்தியது. இந்த மக்களின் எதிர்ப்பு இயக்கத்தைத் தன்வயப்படுத்திக்கொள்வதற்காக ஆலய நுழைவுப் பிரச்னையையும் அமைச்சரவை எடுத்துக்கொண்டது. 1940களில் காங்கிரஸ் கட்சிக்கு ஒதுக்கப்பட்ட சமூகங்களுடனான தொடர்புகள் விரிவடைந்தன. அதைத் தொடர்ந்து, 1946ம் ஆண்டுத் தேர்தலுக்கு முன்பாக, தனித் தொகுதிகளுக்கான வேட்பாளர்களை விரைவாகவும் சுமுகமாகவும் முடிவு செய்ய முடிந்தது. இது எம்எஸ்சிஎப் தேர்தல் வாய்ப்புகளுக்கு பலத்த அடியாக அமைந்தது. சம்மேளனம் முன்வைத்த சுயாட்சி போன்ற அரசியல் கண்ணோட்டம் தேர்தல் முடிவுகளால் நொறுங்கிப்போனது. அதைத் தொடர்ந்து ஈ.வெ.ரா. தொடங்கிய தனி திராவிடஸ்தான் இயக்கத்தோடு இணைய வேண்டிய கட்டாயம் சம்மேளனத்துக்கு ஏற்பட்டது.

6

தமிழ்நாட்டில் அரசியல் அணிகளும் பிளவுபட்ட ஆதி திராவிடர் அரசியலும்

1947க்கு முன் தனது செயலாற்றலைப் பெருமளவுக்குப் பறிகொடுத்த ஆதி திராவிடர் அரசியல், நாட்டின் சுதந்தரத்துக்குப் பிறகு தனி மனிதப் போட்டிகள், சித்தாந்த வேறுபாடுகள், அரசியல் அணுகுமுறைகள் சார்ந்து பிளவுபட்டது. 1947க்குப் பிந்தைய சூழலில் ஆதி திராவிடர் தலைவர்கள் தேசிய அளவிலும் மாகாண அளவிலும் மிகவும் ஆளுமை செலுத்திய அரசியல் போக்குகளோடு இணைந் திருக்க விரும்பினார்கள். அவர்களது அரசியல் செயல்பாடுகள் காரண மாகப் பல்வேறு சுவையான நிகழ்ச்சிப்போக்குகள் முன்னுக்கு வந்தன.

காலனியாட்சியின் கடைசிக் கட்டத்தில் பட்டியல் சாதிகள் அரசியலை வெற்றிகரமாகத் தன்வயப்படுத்திக்கொண்ட பிராமணிய–முதலாளித்துவ காங்கிரஸ் கட்சி, தமிழ்நாட்டில் ஆதி திராவிடர் அரசியலின் பின்னடைவுக்கு மையமான காரணமா? காலனியாட்சியின் ஆதரவு இல்லாமல் போனது வரலாற்றில் இந்தப் பின்னடைவைத் தவிர்க்க முடியாததாக மாற்றியதா?

ஆட்சியதிகாரத்தை மாற்றுகிற நடைமுறை இந்தியா முழுவதும் பட்டியல் சாதிகளின் அரசியல் அடித்தளத்தை வலுவிழக்கச் செய்ததா என்பதும் ஆராயப்படவேண்டும். தமிழ்நாடு அதற்கு விதிவிலக்காக இருந்திருக்கமுடியாது. ஆதி திராவிடர் அரசியலின் அமைப்பு சார்ந்த பலவீனமும் பெரும்பான்மையினர் வலியுறுத்திய தேசியவாதத்தை எதிர்கொள்ள இயலாமல் போனதும் சேர்ந்து, அதனை காங்கிரஸ் அரசியலை விடவும் பின்னுக்குத் தள்ளியதா என்பதும் தெளிவு படுத்தப்படவேண்டும்.

ஒரு மாற்று அமைப்பு அல்லது திட்டம் இல்லாத நிலைமை அம்பேத்கர் இயக்கத்துக்கும், அதேபோல் ஏஐஎஸ்சிஎப்

இயக்கத்துக்கும் பொதுமக்கள் ஆதரவு கிடைக்காததற்குக் காரணமாக இருந்திருக்கக்கூடும். 1940களில் பட்டியல் சாதி அரசியலின் பன்முகத்தன்மையை அம்பேத்கர் புரிந்துகொள்ளத் தவறினார். அது அந்த மக்கள் ஏற்கத்தக்க ஒரு சித்தாந்த அடிப்படையிலான அமைப்போடும் திட்டத்தோடும் தனது போட்டியாளர்களை எதிர்கொள்ள முடியாத நிலையை ஏற்படுத்தியது.[1] இத்தகைய நிலைமைகள் ஒருபுறமிருக்க, 1946ம் ஆண்டுக்கும் 1956ம் ஆண்டுக்கும் இடையே தமிழ்நாட்டின் ஆதி திராவிடர் அரசியலில் சில கவனிக்கத்தக்க மாற்றங்கள் ஏற்பட்டன. அத்தகைய போக்குகள் ஆதி திராவிடர்களுக்கும் இதர சமூகங்களுக்கும் இடையேயான அரசியல் கூட்டுகளில் பிரதிபலித்தன.

தஞ்சாவூர் போன்ற மாவட்டங்களில் ஆதி திராவிடர் மக்களுக்கும் கம்யூனிஸ்ட்களுக்கும் இடையேயான தொடர்புகள் மிகத் தெளிவாக வெளிப்பட்டன. கம்யூனிஸ்ட் கட்சி தலைமையிலான விவசாயிகள் சங்கம் சாதி வேறுபாடுகளின்றி கிராமப்புற உழைப்பாளிகளைத் திரட்டுவதற்காகப் பல்வேறு போராட்ட இயக்கங்களை நடத்தியது. ஆனால் அந்தக் கூட்டு குறுகிய காலமே நீடித்தது. 1952 ஆகஸ்ட்டில் கொண்டுவரப்பட்ட தஞ்சாவூர் பண்ணையாள் பாதுகாப்பு அவசரச் சட்டத்தைத் தொடர்ந்து கம்யூனிஸ்ட்கள் கிராமங்களில் தீவிரமான எதிர்ப்பு இயக்கத்தைக் கட்டத் தவறியது. அதனால், பட்டியல் சாதிகளைச் சேர்ந்த விவசாயத் தொழிலாளர்களிடையேயான ஒருங்கிணைப்பு குலைந்தது.

அந்தப் பின்னணியில் பலர் காங்கிரஸ் பக்கம் ஈர்க்கப்பட்டார்கள். காமராஜர் தலைமையிலான காங்கிரஸ் கட்சி, அந்த மக்களது மேம்பாட்டுக்கான பல்வேறு திட்டங்களைச் செயல்படுத்தியதன் மூலம் அவர்களை ஈர்க்க முயன்றது. ஆனால், எம்எஸ்சிஎப் கறாரான காங்கிரஸ் எதிர்ப்பு நிலைபாட்டை மேற்கொண்டது. புத்த சமயத் தலைவர்களும் எம்எஸ்சிஎப் ஆதரவாளர்களும் கம்யூனிஸ்ட்களோடு இணைந்திருப்பதை விடவும் திராவிட இயக்கக் கட்சிகளோடு கூட்டுச் சேர்வதால் ஆதி திராவிடர் மக்கள் பயனடைவார்கள் என்று கருதினர்.

திமுக, எம்எஸ்சிஎப் இடையே ஒரு குறுகிய காலத்துக்குக் கூட்டு ஏற்பட்டிருந்தது. அந்தக் கூட்டில் பிளவு ஏற்பட்டதைத் தொடர்ந்து, ஆதி திராவிடர் தலைவர்கள் பலரும், தேசிய அளவில் இந்த மக்களின் குரலாக உருவெடுத்திருந்த இந்திய குடியரசுக் கட்சியின் (ஆர்பிஐ) மதராஸ் மாகாணக் கிளையை ஏற்படுத்த விரும்பினர். பட்டியல் சாதி அரசியலுக்குள் ஏற்பட்ட இந்த முரண்பாடுகள், ஆளுமை செலுத்திய அரசியல் போக்குகளோடு அவர்கள் ஒருங்கிணைந்து செயல்படுவதற்கு வழியமைத்தன எனக் கூறலாம்.

1940களின் பிற்பகுதியில் தமிழகத்தில் காங்கிரஸ் – கம்யூனிஸ்ட் மோதல்கள்

இந்திய சுதந்தரத்துக்கு முன் மதராஸ் மாகாண அரசியலில் சுவையான திருப்பங்கள் நிகழ்ந்தன. வடமேற்கு எல்லை மாகாணங்களிலும் வங்காளத்தில் பரவலான பகுதிகளிலும் கிளப்பிவிடப்பட்ட வகுப்புவாத உணர்வுகளும் வன்முறைகளும் அரசியல் களத்தில் அழுத்தமான தாக்கத்தை ஏற்படுத்தின. அரசியலில் வகுப்புவாதம் கலந்ததால், இந்து மகாசபா போன்ற மத அடிப்படைவாத இயக்கங்கள் ஊக்கம் பெற்று தங்களது அமைப்பு சார்ந்த தொடர்புகளை விரிவுபடுத்தின.

தமிழ்நாட்டில் காங்கிரஸ் கட்சிக்குள் நிலவிய அணிப்பிளவுகளும் இந்து மதவெறி உணர்வுகளைக் கிளறிவிடுவதற்கும் மத அடிப்படையில் பிளவுகளை ஏற்படுத்துவதற்கும் ஊக்கமளிப்பதாக இருந்தன. மக்கள் ஆதரவை இழக்க நேரிடும் என்பதைக் கணித்த காமராஜர், ராஜாஜி அணிகளுக்கிடையே ஒரு தற்காலிக சமரசம் ஏற்பட்டது. சத்தியமூர்த்தி பிறந்தநாளையும் உப்பு சத்தியாக்கிரக தினத்தையும் கூட்டாகக் கொண்டாடுவது என்று இரு அணிகளும் முடிவு செய்தன.[2]

காங்கிரஸ் கட்சியின் அமைப்பு சார்ந்த பலவீனமும், மக்கள் எதிர்பார்ப்புகளை அக்கட்சியால் நிறைவேற்ற முடியாமல் போனதும் கம்யூனிஸ்ட்களுக்குத் தங்களது அரசியல் களத்தை வலுப்படுத்திக் கொள்ள வாய்ப்பாக அமைந்தது. 1947 ஏப்ரலில், அப்பட்டமான மதவாதப் பிரசாரங்கள் நடந்துகொண்டிருந்த நிலையில் கம்யூனிஸ்ட்கள் துணி ஆலைகளில் தொழிலாளர் வேலைநிறுத்தப் போராட்டங்களை வெற்றிகரமாக நடத்தினார்கள். பி அன் சி மில் தொழிலாளர்கள் கம்யூனிஸ்ட்களுக்கு ஆதரவளித்தார்கள், அரசு தலைமைச் செயலகத்தின் முன்பாகவும் காங்கிரஸ் அமைச்சர்களது வீடுகளின் முன்பாகவும் ஆர்ப்பாட்டங்களை நடத்தினார்கள்.

வர்க்கக் கொந்தளிப்பை அடக்குவதற்கு போலிஸ் படையைப் பயன்படுத்தியது காங்கிரஸ் அமைச்சரவை. வேலைநிறுத்தத்தில் ஈடுபட்ட தொழிலாளர்கள் மீது போலிசார் அடக்குமுறைகளைக் கட்டவிழ்த்துவிட்டனர். ஆனால், இப்படி போலிஸ் படைகளைக் குவித்ததால் காங்கிரஸ் ஆதரவு தொழிற்சங்கங்களுக்கும் கம்யூனிஸ்ட் ஆதரவு சங்கங்களுக்கும் இடையேயான மோதல்களைத் தடுக்க முடியவில்லை. நெசவாலைகள் நிறைந்திருந்த கோவை, மதுரை நகரங்களில் இப்படிப்பட்ட மோதல்கள் அன்றாட நிகழ்வுகளாகின.

இத்தகைய போர்க்குணமிக்க தொழிற்சங்க இயக்க காலகட்டத்தில், காங்கிரஸ் கட்சியின் அடக்குமுறை ஆட்சிக்கு எதிரான மக்கள் இயக்கத்தைக் கட்டுவதில் கம்யூனிஸ்ட்கள் அடித்தட்டு சமூகங்களைச் சேர்ந்த மக்களை ஈடுபடுத்தினார்கள்.[3]

பெரும்பகுதி மக்களின் நலன்களைப் பிரதிநிதித்துவப்படுத்துவது தான்தான் என்று காங்கிரஸ் கட்சி கூறிக்கொண்டதை கம்யூனிஸ்ட்கள் நிராகரித்தார்கள். ஓ.பி. ராமசாமி ரெட்டியார் தலைமையிலான காங்கிரஸ் அமைச்சரவை மக்களுக்கு எதிரானது, முதலாளிகளுக்கு ஆதரவானது என்று கம்யூனிஸ்ட்கள் கூறினார்கள். ஊரகப்பகுதி களில், குறிப்பாக தஞ்சை மாவட்ட கிராமங்களில் நிலவிய கிளர்ச்சி நிலைமைகள் கம்யூனிஸ்ட்களின் காங்கிரஸ் எதிர்ப்புப் பிரசாரத்துக்கு வலுச் சேர்த்தது.

ஆதி திராவிடர் சாதிகளைச் சேர்ந்த விவசாயத் தொழிலாளிகள் மீதான மிராசுதார்களின் சுரண்டலையும் ஒடுக்குமுறைகளையும் காங்கிரஸ் அமைச்சரவை கண்டுகொள்ளத் தவறியது. அதைத் தொடர்ந்து, கம்யூனிஸ்ட்கள் தலைமையிலான விவசாயிகள் சங்கம் கிராமப் புறங்களில் வலுவான போராட்டங்களை நடத்தியது. தஞ்சை மாவட்டத்தின் மாயவரம், கும்பகோணம், நன்னிலம் பகுதிகளில் விவசாயிகள் சங்கம் விவசாயத் தொழிலாளிகளுக்கும் குத்தகை விவசாயிகளுக்கும் விவசாய விளைச்சலிலிருந்து தரப்படும் 20 சதவீதப் பங்கு 50 சதவீதமாக உயர்த்தப்படவேண்டும் என்ற கோரிக்கையை எழுப்பியது.[4]

கிராமப்புறத் தொழிலாளர்களின் துயரங்களுக்குத் தீர்வு காண்பது தொடர்பாக அரசாங்கத்திடம் விவசாயிகள் சங்கம் அளித்த கோரிக்கை மனுக்களுக்குப் பெரிதாகப் பலன் எதுவும் கிடைத்துவிடவில்லை.[5] காங்கிரஸ் அமைச்சரவையின் செயலின்மை கிராமப்பகுதிகளில் வன்முறை மோதல்களுக்குக் களம் அமைத்துக் கொடுத்தது. அரசாங்கத்தின் அக்கறையின்மையைத் தொடர்ந்து கம்யூனிஸ்ட்கள் கிராமப்பகுதிகளில் மிராசுதார்களது ஒடுக்குமுறைகளை எதிர்த்து, ஒதுக்கப்பட்ட சமூகங்களின் விவசாயத் தொழிலாளர்களை விரிந்த அடிப்படையில் திரட்டினார்கள். தஞ்சை மாவட்டத்தில் போலிஸ் காரர்கள் எந்தக் குற்றமும் செய்யாத தாழ்த்தப்பட்ட சமூகப் பெண்களை வன்கொடுமைகளுக்கு உட்படுத்தியதைத் தொடர்ந்து அந்த சமூகங் களைச் சேர்ந்த விவசாயத் தொழிலாளர்களுக்கும் கம்யூனிஸ்ட் தலைவர்களுக்கும் இடையேயான தொடர்புகள் மேலும் வலுவடைந்தன. காங்கிரஸ் தலைமை கட்சியின் பல்வேறு நிர்வாக அமைப்புகளை மாற்றியமைப்பதன் மூலம் இடதுசாரி சவாலை

எதிர்கொள்ள முயன்றது. கிராம மக்களிடையே தனது செல்வாக்கை மறுபடியும் வலுப்படுத்துவதற்கு, விவசாயிகள் அமைப்பை ஏற்படுத்துமாறு தஞ்சையைச் சேர்ந்த முக்கிய காங்கிரஸ் தலைவர் ஜி. நாராயணசாமி நாயுடு கேட்டுக்கொள்ளப்பட்டார். எனினும் இப்படிப் பட்ட முயற்சிகள் அப்படியொன்றும் வெற்றிபெறவில்லை.

சாதி இந்து விவசாயிகளின் ஆதரவை காங்கிரஸ் தலைமை திரும்பப் பெற முடிந்தது என்றாலும், ஒதுக்கப்பட்ட சமூகங்களின் மக்கள் தொடர்ந்து கம்யூனிஸ்ட்களைத்தான் ஆதரித்தார்கள். சில நேரங்களில் கூலி உடன்பாட்டுக்காக கம்யூனிஸ்ட்கள் மேற்கொண்ட பேச்சு வார்த்தை முயற்சிகள், நிலவுடைமையாளர்கள் தரப்பில் முன்வைக் கப்பட்ட ஏற்பாடுகளை போர்க்குணம் கொண்ட தொழிலாளர்கள் ஏற்க மறுத்ததால், தோல்வியடைந்தன.[6]

பெரும்பாலான காங்கிரஸ்காரர்கள் நிலவுடைமையாளர்கள் பக்கமே சேர்ந்தார்கள் என்பதால், அடித்தட்டு சமூகங்களின் ஆதரவைத் திரட்ட காங்கிரஸ் தலைமை கையாண்ட வழிமுறைகள் வெற்றிபெற வில்லை. மிராசுதார்களுக்கும் போராடிய விவசாயத் தொழிலாளர் களுக்கும் இடையே சமரசம் ஏற்படுத்த நாராயணசாமி நாயுடு முயன்றார். அதற்கு அவரது கட்சியிலேயே ஆதரவு கிடைக்க வில்லை. ஒருவகையில், அரசியல் அடிப்படையிலும் அமைச்சரவை என்ற முறையிலும் காங்கிரஸ் கட்சி அடைந்த தோல்வி, தமிழகத்தின் கிராமப் பகுதிகளில் கம்யூனிஸ்ட்கள் தலைமையிலான விவசாயிகள் சங்கத்தின் செல்வாக்கு வளர்வதற்கு இட்டுச்சென்றது.

அடித்தட்டு உழைப்பாளிகளின் சமூகப் பொருளாதார நிலைமைகளை மாற்றுவதில் காங்கிரஸ் தலைமை அக்கறை காட்டாததைத் தொடர்ந்து, அந்த சமூகங்களின் விவசாயத் தொழிலாளர்கள் கம்யூனிஸ்ட்கள் தலைமையில் கிராமங்களில் நடந்த போராட்டங் களில் பங்கேற்றார்கள். 1948 ஜனவரியில், தொடர்ச்சியான விவசாயிகள் போராட்டங்களை தமிழ்நாடு சந்தித்தது. தஞ்சாவூர் பகுதிகளில் விவசாயத் தொழிலாளர்களும் சில விவசாயிகளும் மிராசுதார்களின் கட்டளைகளை மீறி, பல கிராமங்களில் தங்களது பிடிமானத்தை வலுப்படுத்த முயன்றார்கள்.[7]

கூலிப் பிரச்னையில் மிராசுதார்களுக்கும் விவசாயிகளுக்கும் இடையே ஏற்பட்ட மோதல் கிழக்குத் தஞ்சையில் ரத்தம் சிந்த வைத்தது.[8] அந்தப் போராட்டங்களில், பட்டியல் சாதிகளைச் சேர்ந்த விவசாயத் தொழிலாளர்கள் முன்னணிப் பாத்திரம் வகித்தார்கள்.[9]

கம்யூனிஸ்ட்களின் செல்வாக்கைக் கட்டுப்படுத்த முயன்ற காங்கிரஸ் பல்வேறு சட்டப்பூர்வ நடவடிக்கைகளில் இறங்கியது. பெரும்

பாலும் அந்த நடவடிக்கைகள் போலிஸ் அதிகாரத்தை வலுப்படுத்துவதாகவே இருந்தன. வன்முறைகளையும் போராட்டங்களையும் கட்டுப்படுத்துவதற்காக என 1948ல் பொது பாதுகாப்பு சட்டம் கொண்டுவரப்பட்டது. மதராஸ் பொது ஒழுங்கு பராமரிப்பு அவசரச் சட்டம் (1947), பொது பாதுகாப்பு சட்டம் (1948) உள்ளிட்ட சட்ட நடவடிக்கைகள் பெரும்பாலும் கம்யூனிஸ்ட் போராட்டங்களை ஒடுக்குவதற்கே பயன்படுத்தப்பட்டன.

கிராமப்பகுதிகளில் கம்யூனிஸ்ட்கள் பதற்றத்தை ஏற்படுத்துவதாகக் கூறி, அவர்கள் மீது சட்டப்படி நடவடிக்கை எடுக்கவேண்டும் என்று டி. பிரகாசம் போன்ற காங்கிரஸ் தலைவர்கள் வலியுறுத்தினர். இந்தக் கருத்துக்கு, பெருமளவுக்கு நிலவுடைமை சார்ந்த அக்கறைகளோடு இருந்த இதர காங்கிரஸ் தலைவர்களும் ஆதரவளித்தனர்.[10] கம்யூனிஸ்ட் தலைவர்கள் இதனைக் கடுமையாக எதிர்த்தார்கள். பில்லமாரி வெங்கடேஸ்வரலு உள்ளிட்ட கம்யூனிஸ்ட் சட்டமன்ற உறுப்பினர்கள், கிராமங்களில் நிலவுடைமையாளர்கள் தங்களது சுயநலத்துக்காக ஒதுக்கப்பட்ட சமூகங்கள் மீது பயங்கர வன்முறைகளை ஏவிவிட்டுச் சுரண்டுவதாகக் குற்றம் சாட்டினார்கள்.[11]

கம்யூனிஸ்ட்கள் இப்படிப்பட்ட போராட்டங்களை நடத்தியபோதிலும் மக்களுக்கு எதிரான தனது சட்டங்களைத் தளர்த்திக்கொள்ள காங்கிரஸ் தயாராக இல்லை. கிராமப்பகுதிகளில் கம்யூனிஸ்ட்களின் தலைமையைக் கட்டுப்படுத்தி வைப்பதற்காக, இந்திய தண்டனைச் சட்டத்தின் 147, 148 பிரிவுகளின் கீழ் உள்ள பொதுப் பாதுகாப்பு விதிகளை காங்கிரஸ் அமைச்சரவை பயன்படுத்திக்கொண்டது. கம்யூனிஸ்ட்கள் சட்டத்துக்குப் புறம்பாகக் கூட்டம் கூட்டுவதையோ, விவசாயிகளைத் திரட்டுவதையோ தடுப்பதற்காக குற்றவியல் சட்டத்தின் 144வது பிரிவும் பயன்படுத்தப்பட்டது.[12]

ஆயினும், போலிஸ் அடக்குமுறைகளால் தமிழக கிராமங்களில் வன்முறை மோதல்களைத் தடுக்க முடியவில்லை. தென் ஆற்காடு, மதுரை, செங்கல்பட்டு ஆகிய மாவட்டங்களில் ஒதுக்கப்பட்ட சாதிகளைச் சேர்ந்த விவசாயத் தொழிலாளர்களுக்கும் சாதி இந்து நிலவுடைமையாளர்களுக்கும் இடையேயான உறவுகள் சீர்குலைந்தன. சாதி இந்து நிலவுடைமையாளர்களை எதிர்த்து வேலைநிறுத்தப் போராட்டங்களில் ஈடுபடுமாறு தாழ்த்தப்பட்ட சாதிகளைச் சேர்ந்த விவசாயத் தொழிலாளர்களை கம்யூனிஸ்ட்கள் ஊக்குவித்தார்கள்.[13]

திராவிடர் கழகம் மேற்கொண்டிருந்த இந்தி எதிர்ப்புப் போராட்டங்கள் காரணமாகவும் 1940களில் கிராமங்களில் கம்யூனிஸ்ட்கள் நடத்திய

காங்கிரஸ் எதிர்ப்பு இயக்கம் வேகம் பெற்றது. ஒருவகையில், பிராமணர் எதிர்ப்பு உணர்வுகளும் காங்கிரஸ் எதிர்ப்பு உணர்வுகளும் மேலோங்கியிருந்த நிலையில் கம்யூனிஸ்ட்களால் மக்களிடையே வேர் மட்டத்தில் ஆதரவு திரட்ட முடிந்தது.[14]

காங்கிரஸ் எதிர்ப்பு உணர்வுகளைப் பயன்படுத்திக்கொண்ட கம்யூனிஸ்ட்களால் தமிழக கிராமங்களில் வலுவான விவசாயிகள் சங்க இயக்கத்தைக் கட்ட முடிந்தது. இவ்வாறாக, 1940களின் பிற்பகுதியில் தஞ்சை, திருச்சி, மதுரை உள்ளிட்ட மாவட்டங்களில் வலுவான கம்யூனிஸ்ட் இயக்கங்கள் வேர்கொண்டன. அவற்றில், ஒதுக்கப்பட்ட சமூகங்களைச் சேர்ந்த விவசாயத் தொழிலாளர்களும் ஆலைத் தொழிலாளர்களும் ஈடுபட்டார்கள்.[15]

எதிர்ப்பு அரசியல்: இந்தி எதிர்ப்புக் கிளர்ச்சியும் திராவிட நாடு இயக்கமும்

காங்கிரஸ் அமைச்சரவைக்கு மக்கள் ஆதரவு சுருங்கியதால் அதன் அரசியல் எதிரிகளுக்கு வலுவான பெருந்திரள் இயக்கங்களைக் கட்டுவதற்கு வாய்ப்புக் கிடைத்தது. காங்கிரஸ் எதிர்ப்புப் பிரசாரத்தை மேற்கொண்ட கம்யூனிஸ்ட்கள் வட்டார அளவிலான கிளர்ச்சிப் போராட்டங்களை நடத்திக்கொண்டிருக்க, திராவிடர் கழகம் இந்தி எதிர்ப்புப் போராட்டங்களின் மூலமாகத் தனது தீவிரத் தன்மையை வெளிப்படுத்தியது.[16]

திராவிடர் கழகத்தின் இந்தி எதிர்ப்புப் போராட்டம் குறுகிய காலத்திலேயே மக்கள் கவனத்தை ஈர்த்தது. ஏராளமான மாணவர்கள் தாங்களாக அதில் பங்கேற்றார்கள். 1948 ஜூலையில், திராவிட நாட்டில் இந்தியைத் திணிக்க முயலும் நேரு அரசின் கொள்கையை எதிர்த்து மாபெரும் இயக்கத்துக்குத் தயாராகுமாறு அனைத்துத் தமிழ் மக்களுக்கும் வேண்டுகோள் விடுத்தார் ஈ.வெ.ரா.

அத்தகைய இயக்கத்தால் ஏற்படக்கூடிய விளைவுகள் பற்றி யோசித்த காங்கிரஸ் அமைச்சரவை அடக்குமுறை வழிகளைக் கையாண்டது. வன்முறையைத் தூண்டியதாகக் கழகத் தொண்டர்களைக் கைது செய்ய ஆணையிட்டது.[17] ஆயினும் திராவிடர் கழகத்தின் கிளர்ச்சிப் பிரசாரத்தைக் காவல்துறையால் தடுக்க முடியவில்லை. 1948 ஆகஸ்ட் மாதம், கவர்னர் ஜெனரல் ராஜகோபாலாச்சாரி வருகைக்கு எதிர்ப்புத் தெரிவிக்கும் போராட்டங்களை திராவிடர் கழகம் அறிவித்தது. அவருக்குக் கறுப்புக் கொடி வரவேற்பு அளிக்கப்பட்டது; சில இடங்களில் கல்வீச்சு நடைபெற்றது. இந்தி மொழி கற்பிக்க முடிவு செய்த பள்ளிகளின் முன்பாக மறியல் போராட்டங்களும்

நடத்தப்பட்டன. காங்கிரஸ் அமைச்சரவையின் மொழிக்கொள்கையை எதிர்த்து நடந்த அந்தப் போராட்டங்களில் பள்ளி மாணவர்களும் பங்கேற்றார்கள்.[18]

காங்கிரஸ் அரசியல் சித்தாந்தங்களை எதிர்த்து நடந்த அந்தப் போராட்டங்களுக்கு மற்ற அரசியல் கட்சிகளின் ஆதரவும் கிடைத்தது. மதுரை போன்ற இடங்களில் இந்தப் போராட்டத்துக்கு இந்திய கம்யூனிஸ்ட் கட்சி ஆதரவளித்தது. கம்யூனிஸ்ட், கழகத் தொண்டர்கள் தங்களது புதிய கூட்டு இயக்கத்துக்கு ஆதரவாக மாகாணம் முழுவதும் நிதி திரட்டினார்கள்.[19]

ஆயினும், ஹைதராபாத் நிஜாம் மீது நடவடிக்கை எடுக்க இந்திய அரசு முடிவு செய்ததைத் தொடர்ந்து திராவிடர் கழகத் தொண்டர் களிடையே ஒரு குழப்பம் ஏற்பட்டது. கழகத் தலைமை தங்களது போராட்டங்களைத் தொடர்ந்து ஆதரிக்குமா என்பது குறித்து அவர்களால் தெளிவான முடிவுக்கு வர முடியவில்லை. ஆனால், மதராஸ் கவர்னராக பவநகர் மகாராஜா நியமிக்கப்பட்டது அந்த ஐயங்களுக்கு முடிவு கட்டியது. திராவிடர் கழகத்தினர் வட இந்திய எதிர்ப்பு முழக்கங்களோடு மீண்டும் கறுப்புக் கொடி ஆர்ப்பாட்டங் களில் ஈடுபட்டனர். ஒரு வட இந்திய ஆளுநர் நியமனத்தை எதிர்த்து அவர்கள் நடத்திய போராட்டங்களுக்கு பெரும் ஆதரவு கிடைத்தது.

இந்நிலையில் மதராஸ் சட்டசபையில் காலியாக இருந்த இரண்டு இடங்களுக்கான இடைத்தேர்தல் வந்தது. இரண்டிலுமே காங்கிரஸ் வேட்பாளர்கள் மிகக் குறைவான வாக்குகள் வேறுபாட்டில் வெற்றி பெற்றார்கள். திராவிடர் கழகத்தின் இந்தி எதிர்ப்புப் போராட்டத்தால் காங்கிரஸ் கட்சிக்கு இருந்த மக்கள் ஆதரவு வெகுவாகச் சரிவடைந்தது. நகரப் பகுதிகளில் எளிய மக்களிடையே காங்கிரஸ் கட்சிக்கு இருந்த செல்வாக்கு வீழ்ச்சியடைந்தது. உழைப்பாளி சமூகங்களைச் சேர்ந்த ஆண்களும் பெண்களும் வெற்றிகரமான முறையில் தொண்டர்களாகத் திரட்டப்பட்டனர். அது, திராவிடர் கழகத்தின் தேர்தல் வாய்ப்புகளை அதிகரிக்கச் செய்தது.[20]

இந்தி எதிர்ப்புக் கிளர்ச்சிகளுக்குத் தாழ்த்தப்பட்ட சமூகங்களின் ஆதரவைத் திரட்டும் நோக்கத்துடன், பிராமணிய எதிர்ப்பு முழக்கங் களை திராவிடர் கழகம் தீவிரப்படுத்தியது. காங்கிரஸ் கட்சி சனாதன சிந்தனைகளை ஆதரிப்பதாகக் குற்றம் சாட்டப்பட்டது. திராவிடர் கழகத்தின் ஏடாகிய ‘விடுதலை’ காங்கிரஸ் கட்சி முன்வைத்த சுதந்தர முழக்கங்களைத் தள்ளுபடி செய்தது. பிரிட்டிஷ் ஏகாதிபத்திய ஆட்சி முடிவுக்கு வந்துவிட்டபோதிலும்கூட, மேல்தட்டு அரசியல்வாதிகள்

அடித்தட்டு மக்களை ஒடுக்குகிற சமூக அமைப்பைத்தான் தொடர்ந்து ஆதரிக்கிறார்கள் என்று திராவிடர் கழகம் கூறியது.

பெரிதும் தேவைப்படுகிற சமுதாய மாற்றத்தை ஏற்படுத்த வேண்டு மானால் திராவிட இனங்களுக்கு என 'திராவிட நாடு' என்ற தனி நாட்டை ஏற்படுத்துவதுதான் ஒரே வழி என்று ஈ.வெ.ரா. அறிவித்தார். இந்தத் தனி நாடு முழக்கத்துக்கு ஓரளவுக்கு ஆதரவு கிடைத்தது. 1949ல் நடந்த ஜில்லா போர்டு (மாவட்ட மன்றம்) தேர்தல்களில் காங்கிரஸ் வேட்பாளர்களை எதிர்த்துப் போட்டியிட்ட திராவிடர் கழகத்தினர் குறிப்பிடத்தக்க வெற்றியைப் பெற்றனர்.[21]

ஆயினும், 1949ல் திராவிடர் கழகத்தில் ஏற்பட்ட பிளவு, தமிழ்நாட்டு அரசியலில் புதிய பரிமாணங்களைக் கொண்டுவந்தது. கழகத்தி லிருந்து விலகிய சி.என். அண்ணாதுரை (அண்ணா) 'திராவிட முன்னேற்றக் கழகம்' (திமுக) என்ற புதிய கட்சியைத் தொடங்கினார். குறுகிய காலத்திலேயே திராவிடர் கழகத்துக்குப் போட்டியாக திமுக வளர்ந்தது. இரு கட்சிகளும் ஒன்றையொன்று தாக்கும் அறிக்கைப் போரில் ஈடுபட்டன. திமுக வெளியீடுகளில் அண்ணா, தமிழர் களுக்கும் ஒரு பொதுவான திராவிட மரபுகொண்ட இதர மொழி யினருக்குமாக ஒரு தனிநாடு தேவை என்ற கருத்தை முன்வைத்தார்.[22]

திமுக-வின் அரசியல் சவாலை எதிர்கொள்ள கம்யூனிஸ்ட்களுடன் உறவை வளர்த்துக்கொள்ள திராவிடர் கழகம் முடிவு செய்தது. இந்தக் கூட்டுக்குச் செயல் வடிவம் அளிப்பதற்கான அறிக்கைகளை ஈ.வெ.ரா. வெளியிட்டார்.[23] கம்யூனிஸ்ட்களின் செயல்பாடுகளைக் கட்டுப் படுத்துவது என்ற காங்கிரஸ் அமைச்சரவையின் முடிவை திராவிடர் கழகம் எதிர்த்தது. இந்த அரசியல் நிகழ்வுகள் தமிழகத்தில் தாழ்த்தப் பட்டோர் அரசியலில் ஒரு தாக்கத்தை ஏற்படுத்தியது. முன்பு திராவிடர் கழகத்தை ஆதரித்த இந்த சமூகங்களில் ஒரு பிரிவினர் திமுக-வை ஆதரிக்க முடிவு செய்தனர்.

அரசியல் உறவுகளில் ஏற்பட்ட இந்த மாற்றங்களின் பின்னணியில் வேறு பல காரணிகளும் இருந்தன. முதலாவதாக, ஈ.வெ.ராவின் விசுவாசமிக்க தொண்டராக நீண்டகாலம் செயல்பட்டு வந்ததன் காரணமாக அண்ணா ஒரு மக்கள் தலைவராகப் புகழ்பெற்றிருந்தார். முற்போக்காளர் என்ற தோற்றமும் பிராமணிய சமுதாயக் கட்டமைப்பைத் தீவிரமாக அவர் சாடி வந்ததும் அவருக்குப் புதிய ஆதரவாளர்களை – குறிப்பாக ஒதுக்கப்பட்ட சமூகங்களிடையேயிருந்து – பெற்றுத் தந்தன.[24] மேலும், வகுப்புவாரி (சமூக அடிப்படையிலான) பிரதிநிதித்துவம், திராவிட நாடு ஆகியவை குறித்த அவரது

கருத்துகளுக்கு வாய்ப்புகள் மறுக்கப்பட்ட சமூகங்களின் ஆதரவு கிடைத்தது.

1950களில் தி.க., திமுக இரு கட்சிகளுமே காங்கிரஸ் அரசின் பல்வேறு கொள்கை முடிவுகளை எதிர்த்துப் பிரசாரம் செய்தன. காங்கிரஸ் அமைச்சரவையால் ஏற்கப்பட்ட கிராமப்புற ஆரம்பப் பள்ளித் திட்டத்தை இரு கட்சிகளும் வலுவாக எதிர்த்தன. அனைத்து வகையான பிராமண ஆதிக்கத்துக்கும் எதிரான இயக்கங்களையும் திமுக தொண்டர்கள் நடத்தினார்கள். திமுக-வின் 'நம் நாடு' பத்திரிகையில், பிராமணர்களுக்கு எதிரான வன்முறைகளில் ஈடுபடத் தூண்டுகிற கட்டுரைகள் வெளிவந்தன.[25]

ஆனால், மதராஸ் மாநில முதலமைச்சர் பதவிக்கு காமராஜர் உயர்த்தப்பட்டதைத் தொடர்ந்து தி.க., திமுக இரண்டின் காங்கிரஸ் எதிர்ப்பு ஆரவாரங்கள் பெரிதும் அடங்கின. ஆரம்பப்பள்ளித் திட்டத்தைக் கைவிடுவது என்று காமராஜர் முடிவு செய்தது இவ்விரு கட்சிகளுக்கு ஒரு சவாலாக வந்தது. காமராஜருக்கு மக்கள் ஆதரவு அதிகரித்ததைத் தொடர்ந்து, இவ்விரு கட்சிகளுக்கும் அரசுடன் தற்காலிக இணக்கத்தைக் கடைப்பிடிப்பதன்றி வேறு வழியின்றிப் போனது. திராவிடர் மேம்பாட்டுக்காக காமராஜர் அமைச்சரவை செயல்படுமானால் அதனை ஆதரிக்கத் தயாராக இருப்பதாக இரு கட்சிகளும் அறிவித்தன.[26]

ஆயினும், காங்கிரஸ் அரசுக்கு ஆதரவளிப்பது தொடர்பாக திமுக தலைவர்களிடையே கருத்து வேறுபாடு எழுந்தது. காங்கிரஸ் கட்சியைத் தொடர்ந்து தாக்கிவந்தவரும், திராவிடக் கொள்கையை வலியுறுத்தி வந்தவருமான அண்ணா, பிராமணர் அல்லாத ஒருவரது தலைமையிலான அமைச்சரவைக்கு ஆதரவளிக்க வேண்டிய தேவை திமுக-வுக்கு இருக்கிறது என்று கருதினார். ஆனால் கருணாநிதி போன்ற மற்ற தலைவர்கள், காங்கிரஸுடன் இணக்கமான தொனியை திமுக ஏற்படுத்திக்கொள்வது அரசியல்ரீதியில் அறிவுடைமையற்ற செயலாகிவிடும் என்று நினைத்தார்கள்.[27]

1940களின் பிற்பகுதியிலும் 1950களின் முற்பகுதியிலும் அகில இந்திய பட்டியல் சாதியினர் அரசியலில் ஏற்பட்ட நெருக்கடியும் மதராஸ் பட்டியல் சாதிகள் சம்மேளனத்தில் அதன் தாக்கமும்

1946ல் அரசமைப்பு சாசன குழுவுக்கு நடந்த தேர்தலில் ஏஜஎஸ்சிஎப் தோல்வியடைந்தது இந்தியா முழுவதும் பட்டியல் சாதியினர் அரசியலில் ஆழ்ந்த தாக்கத்தை ஏற்படுத்தியது. அம்பேத்கர் அரசியல்

சூழல்களில் ஏற்பட்ட மாற்றங்களின் தாக்கங்களைப் புரிந்துகொண்டவராக காங்கிரஸ் கட்சியுடன் ஒரு மென்மைப் போக்கைக் கடைப்பிடிக்க விரும்பினார். ஆனால், இப்படிப்பட்ட இணக்கம் தொடக்கத்திலிருந்தே குழப்பமானதாக இருந்து வந்தது.

காங்கிரஸ் கட்சிக்குள் இருந்த இந்து பழமைவாதத் தலைவர்களோடு அம்பேத்கர் மோதி வந்தார். 1948 மே மாதத்தில் சர்தார் வல்லபாய் படேல், கோவிந்த வல்லப பந்த் ஆகியோருடன் அம்பேத்கருக்கு இருந்த மாறுபாடுகள் வெளிப்படையாகத் தெரியவந்தன என்று ஆய்வாளர் சேகர் பந்தோபாத்யாயா கூறுகிறார்.[28] அதைத் தொடர்ந்து கட்சியிலிருந்து விலக முடிவு செய்தார் அம்பேத்கர். தேசிய அளவில் ஏற்பட்ட இந்த நிகழ்ச்சிப்போக்குகள் மாகாண அளவிலும் பட்டியல் சாதியினர் அரசியலில் திட்டவட்டமான தாக்கங்களை ஏற்படுத்தின.

காங்கிரஸ் கட்சியின் மையத் தலைமையுடன் அம்பேத்கருக்கு இருந்த கருத்து வேறுபாடுகள் காரணமாக, தமிழ்நாடு காங்கிரஸ் தலைமையை எம்எஸ்சிஎப் அதிகமாக விமர்சிக்கத் தொடங்கியது. தமிழகத்தில் தாழ்த்தப்பட்ட மக்களின் நலன்களைப் பிரதிநிதித்துவப் படுத்துவது தானே என்று காங்கிரஸ் கட்சி கூறிக்கொண்டதை எம்எஸ்சிஎப் வலுவாக மறுத்தது. காங்கிரஸ் அமைச்சரவையால் பெரிதாக விளம்பரப்படுத்தப்பட்ட ஹரிஜன மேம்பாட்டுத் திட்டங்களைப் பட்டியல் சாதிகளைச் சேர்ந்த மற்ற தலைவர்களும் விமர்சித்தனர். அந்தத் திட்டங்கள் குறுகிய அளவிலேயே பயனளிக்கக் கூடியவை, ஒதுக்கப்பட்ட மக்களின் சமூகப் பொருளாதாரத் தேவைகளை நிறைவேற்றப் போதுமானவை அல்ல என்று அவர்கள் கூறினர்.

இந்த மக்களின் பிரச்னைகளுக்குத் தீர்வு காண்பதில் காங்கிரஸ் கட்சியிடம் நேர்மை இல்லை என்றும் சுட்டிக்காட்டினர். காங்கிரஸ் கொள்கைகள் குறித்த இந்த எதிர்ப்புணர்வு குறிப்பாக மதராஸ் நகரின் சில பகுதிகளில் அழுத்தமாக வெளிப்பட்டது. அந்தப் பகுதிகளில் ஒதுக்கப்பட்ட சமூகங்களின் தலைவர்கள், இதர சிறுபான்மையினரைப் பிரதிநிதித்துவப்படுத்தும் அரசியல் அமைப்புகளின் ஆதரவோடு ஒரு மாற்று அரசியல் முகாமை உருவாக்க முயன்றனர்.[29]

சில தீவிரமான எம்எஸ்சிஎப் தலைவர்கள் காங்கிரஸ் சவாலைச் சந்திக்க அமைப்பை வலுப்படுத்தவேண்டும் என்று கருதினார்கள். எம்எஸ்சிஎப் தனித்து நின்று காங்கிரஸ் கட்சியை எதிர்க்கவேண்டும் என்று வலியுறுத்தினார்கள். தி.க., திமுக இரண்டும் முற்போக்கான கருத்துகளைக் கூறினாலும், பிராமணர் அல்லாத மேல் சாதியினரின்

நலன்களுக்காகவே அவை செயல்படுகின்றன என்றும், அதனால் இத்தகைய அணுகுமுறை தேவைப்படுகிறது என்றும் கருதினார்கள்.

1940களின் பிற்பகுதியில் ஒதுக்கப்பட்ட சாதிகளின் தலைவர்களின் அணுகுமுறையில் திட்டவட்டமான மாற்றம் ஏற்பட்டது. ஈ.வெ.ராவின் சுயமரியாதை இயக்கத்தை முன்பு ஆதரித்த இந்தத் தலைவர்கள் இப்போது, திராவிடர் கழகம் என்னதான் தனது பெயரை 'பறையர் கட்சி' என்றே மாற்றிக்கொள்ளத் தயாராக இருப்பதாக அறிவித்திருந்தாலும்கூட, உண்மை நிலவரம் மிகவும் மாறுபட்ட தாகவே இருக்கிறது என்று வாதிட்டார்கள்.

பிராமணிய சமூக ஏற்பாடு குறித்து ஈ.வெ.ரா. கடுமையாக விமர்சிக்கிறார் என்றபோதிலும், அந்த ஏற்பாட்டை மாற்றுவதற்கு எந்த முயற்சியையும் மேற்கொள்ளவில்லை என்று அவர்கள் கருதினார்கள். தனது சொந்த நோக்கங்களை நிறைவேற்றிக்கொள்வதற்காக, ஒதுக்கப்பட்ட மக்களைத் தனது செல்வாக்கில் வைத்திருக்கிற சாமர்த்தியமான திட்டமாகத்தான் ஈ.வெ.ரா. பிராமணிய எதிர்ப்பைப் பேசுகிறார் என்றும் இந்தத் தலைவர்கள் கூறினார்கள்.[30]

ஆயினும், காங்கிரஸ் எதிர்ப்பு நிலைப்பாட்டிலிருந்து எழுந்த அரசியல் நிர்பந்தங்கள் காரணமாக, திராவிடர் கழகத்தின் இந்தி எதிர்ப்பு இயக்கத்தை ஆதரிக்க வேண்டிய கட்டாயம் எம்எஸ்சிஎப் அமைப்புக்கு ஏற்பட்டது. அதேவேளையில், இந்த முடிவு குறித்து எம்எஸ்சிஎப் அமைப்புக்கு உள்ளேயே கருத்து வேறுபாடுகள் இருந்தன. திராவிடர் கழகத்தின் தீவிரமான நிலைப்பாடுகள் காரணமாக, தங்கள் சமூகங்களுக்கு அரசாங்கத்தின் நலத்திட்டப் பலன்கள் கிடைக்காமல் போகக்கூடும் என்று ஒரு பகுதி தலைவர்கள் கருதினார்கள்.

ஒரு குறிப்பான சமுதாயச் செயல் திட்டம் இல்லாத நிலையில், திராவிடர் கழகத்தின் தீவிர இந்தி எதிர்ப்பு இயக்கத்தால் தங்களுடைய சமூகத்துக்கு அரசியல் ஆதாயங்கள் எதுவும் கிடைக்கப்போவதில்லை என்று வாதிட்டார்கள். இந்தக் கருத்து வேறுபாடுகள், பொது அமைப்பு களுக்கு நடைபெற்ற தேர்தல்களில் எஸ்.சி. மக்கள் வாக்களித்த முறையில் பிரதிபலித்தன. 1948 அக்டோபரில் மதராஸ் மாநகராட்சிக்குத் தேர்தல் நடைபெற்றபோது, இந்த மக்கள் சாதி அடிப்படையில் வாக்களிக்கவில்லை. ஒருவகையில், அணிகளாகப் பிரிந்து நின்ற சண்டைகளும், இந்தி எதிர்ப்புப் பிரச்னையில் ஏற்பட்ட கொள்கை வேறுபாடுகளும் தேர்தல் களத்தில் இவர்கள் தனியானதொரு அரசியல் இயக்கமாக உருவெடுப்பதற்குத் தடையாக அமைந்தன.[31]

மத்திய அமைச்சரவையிலிருந்து அம்பேத்கர் விலகியதைத் தொடர்ந்து, காங்கிரஸ் கட்சிக்கு எதிரான மேலும் கடுமையான நிலைப்பாடுகளை எம்எஸ்சிஎப் மேற்கொண்டது. தி.க., திமுக தலைமைகளோடு பேச்சு நடத்தத் தயாராக இருப்பதாக எம்எஸ்சிஎப் தலைவர்கள் தெரியப்படுத்தினார்கள். இரண்டு கட்சிகளின் தலைவர்களும் இதை ஏற்றுக்கொண்டார்கள். எனினும், பிராமணர் அல்லாத சாதிகளின் நலன்களுக்கும் ஒதுக்கப்பட்ட சாதிகளின் நலன்களுக்கும் இடையேயான வேறுபாடுகள் ஒரு மாபெரும் காங்கிரஸ் எதிர்ப்பு இயக்கம் உருவாவதற்குத் தடைக்கற்களாக அமைந்தன. எம்எஸ்சிஎப் தலைவர்களுக்கும் திராவிட இயக்கக் கட்சிகளின் தலைவர்களுக்கும் இடையே நடந்த பேச்சுவார்த்தைகள் தோல்வியடைந்தன. இறுதியில் எம்எஸ்சிஎப் காங்கிரஸ் கட்சியைத் தனியாகவே தேர்தல் களத்தில் எதிர்கொள்ள முடிவு செய்தது.

1952ல் மதராஸ் மாகாண சட்டசபைக்குத் தேர்தல் அறிவிக்கப்பட்டது. எம்எஸ்எஸ்சிஎப் அப்போது காங்கிரஸ் கட்சியையும் இரண்டு திராவிட இயக்கக் கட்சிகளையும் எதிர்த்துப் பிரசாரம் செய்தது. தமிழ்நாடு காங்கிரஸ் சாதிப்பாகுபாட்டு உணர்வுடன் செயல் படுவதாகவும், ஹரிஜன மக்கள் முன்னேற்றத்தில் அதன் அணுகு முறை நேர்மையாக இல்லை என்றும் எம்எஸ்சிஎப் தலைவர்கள் விமர்சித்தார்கள். எனினும், காங்கிரஸ் ஆதரவு பெற்ற எஸ்.சி. வேட்பாளர்கள் பல இடங்களில் வெற்றி பெற்றார்கள். தமிழகத்தில் சில பகுதிகளில் எம்எஸ்சிஎப் தனது செல்வாக்கைத் தக்கவைத்துக் கொள்ள முடிந்தது. மதராஸ் மாகாண சட்டசபைக்கு அதன் பிரதி நிதிகள் நான்கு பேர் தேர்ந்தெடுக்கப்பட்டார்கள்.[32]

சாதியிலிருந்து வர்க்கம் நோக்கி: கம்யூனிஸ்ட்கள் தலைமையிலான விவசாயிகள் இயக்கங்களில் ஹரிஜன மக்கள் பங்கேற்பு

சுதந்தரத்துக்குப் பிறகு உடனடியாக, காங்கிரஸ்காரர்களுக்கும் கம்யூனிஸ்ட்களுக்கும் இடையேயான மோதல்கள் அரசியல் வன்முறையாக வடிவமெடுத்தன. கம்யூனிஸ்ட் கட்சியின் உயர்மட்டத் தலைவர்கள் அரசாங்கத்தால் கைதுசெய்யப்பட்டுக் காவலில் வைக்கப்பட்ட நிலையில், கட்சியின் தல ஊழியர்கள் தங்கள் போராட்டங்களைத் தொடர்ந்து நடத்தினார்கள். காங்கிரஸ் அமைச்சரவையின் அதிகாரப் போக்குகளை அம்பலப்படுத்தும் துண்டுப்பிரசுரங்களை இந்திய கம்யூனிஸ்ட் கட்சித் தொண்டர்கள் பல பகுதிகளில் விநியோகித்தார்கள். இந்தித் திணிப்பு எதிர்ப்பு

இயக்கத்திலும் அவர்கள் பங்கேற்றார்கள், காங்கிரஸ் அரசியல் திட்டங்களுக்குத் தங்களது எதிர்ப்பை வெளிப்படுத்தினார்கள். மக்கள் ஆதரவுடனான இத்தகைய போராட்டங்கள் காரணமாக, கம்யூனிஸ்ட்களால் தஞ்சாவூர் மாவட்டத்தில் வலுவான விவசாயிகள் இயக்கத்தைக் கட்டுவதற்கு அடித்தளம் அமைக்க முடிந்தது.

கம்யூனிஸ்ட்கள் தலைமையிலான விவசாயிகள் இயக்கத்துக்கு திராவிடக் கட்சிகளிடமிருந்து, மறைமுக ஆதரவு கிடைத்தது. எம்எஸ்சிஎப் அமைப்பும் தனது ஆதரவை அளித்தது. கம்யூனிஸ்ட்களுக்கு எதிராக காங்கிரஸ் அரசு ஒடுக்குமுறை வழிகளைக் கையாள்வதற்கு திமுக தலைவர் அண்ணா கடும் எதிர்ப்புத் தெரிவித்தார்.[33] காங்கிரஸ் அரசின் பிற்போக்குக் கொள்கைகளை திராவிடர் கழகமும் வலுவாக எதிர்த்தது. எம்எஸ்சிஎப் தஞ்சை, வட ஆற்காடு மாவட்டங்களில் கம்யூனிஸ்ட்கள் தலைமையிலான விவசாயிகள் இயக்கத்துக்கு வெளிப்படையாகவே ஆதரவு தெரிவித்தது.

கம்யூனிஸ்ட்களுக்கு எம்எஸ்சிஎப் அளித்த ஆதரவுக்கு, சில அரசியல் கணக்குகளும் இருந்தன. தஞ்சை மாவட்ட விவசாயிகள் இயக்கங்களில் எஸ்.சி. மக்கள் பெருமளவுக்குப் பங்கேற்றதைத் தொடர்ந்து, தங்களுடைய சாதி அரசியல் வழிமுறை செல்வாக்கை இழந்து வருகிறது என்ற எண்ணம் எம்எஸ்சிஎப் தலைவர்களுக்கு ஏற்பட்டது. ஒத்த கருத்துடைய அமைப்புகளுடன் உறவை வளர்த்துக் கொள்வது, அரசியல் சார்ந்து நிலைத்திருப்பதற்குக் கட்டாயமாகத் தேவைப்படுகிறது என்று தமிழகத் தலைவர்களுக்கு ஏஐஎஸ்சிஎப் தலைமையிடமிருந்தும் அறிவுறுத்தல்கள் வந்தன.[34]

இந்த அரசியல் நிகழ்ச்சிப்போக்குகள் காங்கிரஸ் செயல்பாடுகளிலும் ஓரளவுக்குத் தாக்கத்தை ஏற்படுத்தின. கம்யூனிஸ்ட்களும் திராவிட இயக்கத்தினரும் இணைந்த ஒரு பொதுவான முன்னணி உருவாவதற்கான வாய்ப்பு இருப்பதை உணர்ந்த காங்கிரஸ் அரசு, ஏழைகளுக்காகப் பல்வேறு திட்டங்களைக் கொண்டுவந்தது. தமிழ்நாடு முழுவதும் விவசாயத் தொழிலாளர்களின் சமூகப் பிரச்னைகளுக்கும் பொருளாதாரப் பிரச்னைகளுக்கும் தீர்வு காண நடவடிக்கைகள் எடுப்பது என்று ஓமந்தூர் ராமசாமி ரெட்டியார் அரசு முடிவு செய்தது.

விவசாயத் தொழிலாளர்களான தாழ்த்தப்பட்ட மக்களுக்குக் கிடைத்த கூலி விவரங்கள், குடியிருப்பு நிலைமைகள், குடிநீர் வசதிகள், மருத்துவ சேவைகள் போன்றவை தொடர்பான தகவல்களைத் திரட்டுமாறு பல்வேறு துறைகளுக்கு அரசு ஆணையிட்டது. இந்த மக்களின் நன்மைக்காகத் தொடர்ச்சியான விவசாய சீர்திருத்த நடவடிக்கைகளை அரசு மேற்கொண்டாகவேண்டும் என்று பல

காங்கிரஸ் அமைச்சர்களும் அதிகாரிகளும் கருத்துத் தெரிவித்தனர். கிராம மக்கள் மேம்பாட்டுக்காகப் பயிர்க்காப்பீடு, கால்நடைக்காப்பீடு உள்ளிட்ட திட்டங்களைச் செயல்படுத்தவும் அவர்கள் வலியுறுத்தினர்.[35]

மாவட்ட அதிகாரிகளிடமிருந்து அறிக்கைகள், விவசாயத் தொழிலாளர்கள் மேல் சாதி நிலவுடைமையாளர்களின் கருணையை எதிர்பார்த்தே இருக்க வேண்டியுள்ளது என்று தெளிவுபடுத்தின. பண்ணையாட்களுக்கு வீட்டு மனை பட்டா உரிமை வழங்குவதால் பெருமளவுக்குப் பிரச்னையைத் தீர்க்க முடியும் என்று அரசு கருதியது. அதேவேளையில், குறைந்தபட்ச கூலிச் சட்டம், சமூகக் காப்பீடு சட்டம் இரண்டையும் செயல்படுத்துவதன் மூலம், தாழ்த்தப் பட்ட சமூகங்களைச் சேர்ந்தவர்களான விவசாயத் தொழிலாளர்களின் சமூகப் பொருளாதார நிலைமைகளை மேம்படுத்த முடியும் என்றும் அரசு எதிர்பார்த்தது.[36]

நிலச் சீர்திருத்தக் குழு (சுப்பிரமணியன் குழு) அமைக்கப்பட்டதைத் தொடர்ந்து தமிழகத்தின் ஊரகப் பகுதிகளில் பதற்ற நிலை ஏற்பட்டது. 1950களின் தொடக்கத்தில், அரசு இந்தக் குழுவை அமைக்க முடிவு செய்ததைத் தொடர்ந்து கிராமங்களில் ஏராளமான விவசாயத் தொழிலாளர்கள் வெளியேற்றப்பட்டார்கள். தஞ்சை மாவட்டத்தில் நிலைமை மிகக் கடுமையானது. அங்கே பண்ணை யாட்களாக இருந்துவந்தவர்கள் இப்போது அன்றாடக் கூலித் தொழிலாளர்கள் என்ற நிலைக்கு மாற்றப்பட்டார்கள். நிலங்களின் வாரந்தார விவசாயிகள் அந்த நிலங்களுக்கு நடப்பு முறைமைப்படி உரிமை கோருவதைத் தவிர்ப்பதற்காக அவர்களை நிலவுடைமை யாளர்கள் அடிக்கடி மாற்றினார்கள்.[37]

பண்ணையாட்கள் வேலையிலிருந்து நீக்கப்படுவதைத் தடுப்பதற் காக அரசு 1952 ஆகஸ்ட்டில் தஞ்சாவூர் பண்ணையாள் பாதுகாப்பு அவசரச் சட்டம் கொண்டுவந்தது. சில மாதங்களில் இதற்கான சட்டமும் நிறைவேற்றப்பட்டது. இந்த இரண்டு நடவடிக்கைகள் காரணமாக விவசாயத் தொழிலாளர்களின் கூலி அதிகரித்ததோடு, நிலத்திலிருந்து வெளியேற்றப்படுவதானால் 12 மாத முன்னறிவிப்பு கொடுக்கவேண்டும் என்றும், முறையீடு செய்ய உரிமைவேண்டும் என்றும் கோர முடிந்தது.[38] ஆயினும், எந்த கிராமத்திலும் 6.6 ஏக்கருக்குக் குறைவாக நஞ்செய் நிலம் வைத்திருக்கிறவர்களுக்கு இந்த விதிகள் பொருந்தாது என்று சட்டத்தில் விலக்கு அளிக்கப் பட்டிருந்தது.

நிலவுடைமையாளர்கள் பல்வேறு ஒடுக்குமுறை உத்திகளைக் கையாண்டு பண்ணையாட்களை வெளியேற்றவே செய்தார்கள்,

அதை இந்தச் சட்டத்தால் தடுக்க முடியவில்லை. விவசாயக் கட்டமைப்பின் அதிகார நிலைகளில் எவ்வித முற்போக்கான மாற்றத்தையும் சட்டத்தால் ஏற்படுத்த முடியவில்லை. விவசாயிகள், விவசாயத் தொழிலாளர்கள் இரு தரப்பாரின் வாழ்க்கை நிலைமைகளில் கடுமையான பாதிப்புகளை ஏற்படுத்திக்கொண்டிருந்த நில ஏகபோகம், கூடுதல் பொருளாதார ஆதாயம் தொடர்பான அடிப்படைப் பிரச்னைகளை இந்தச் சட்டத்தால் தீர்க்க முடியவில்லை.[39]

தஞ்சை மாவட்டத்தில் விவசாயத் தொழிலாளர்களிடையே கம்யூனிஸ்ட்கள் செல்வாக்கு வளர்ந்து வந்ததையும் சட்டத்தால் தடுக்க முடியவில்லை. சுரண்டலை அடிப்படையாகக் கொண்ட சாதிய முறைக்கும், ஆதிக்கம் செலுத்திய நிலவுடைமை முறைக்கும் எதிரான இந்த மக்களின் ஆத்திர உணர்வுகளை அடிப்படையாகக் கொண்டு தன்னெழுச்சியான விவசாயக் கிளர்ச்சிகளை கம்யூனிஸ்ட்கள் தலைமையிலான விவசாயிகள் சங்கங்கள் நடத்தின.[40]

வர்க்கப் போராட்டத்தால் மட்டுமே சமூகப் பாகுபாட்டையும் பொருளாதார ஏற்றத்தாழ்வையும் மாற்ற முடியும் என்று நம்பிய, தாழ்த்தப்பட்ட சாதிகளைச் சேர்ந்த விவசாயத் தொழிலாளர்கள் கம்யூனிஸ்ட்களை ஆதரித்தார்கள். தஞ்சை மாவட்டத்தின் சில பகுதிகளில் 'பறையர் கட்சி' என்றும் 'பள்ளர் கட்சி' என்றும் கம்யூனிஸ்ட் கட்சி அடையாளப்படுத்தப்பட்டது.[41]

ஆயினும் இந்த மக்களைத் திரட்டுவதில் கம்யூனிஸ்ட்களின் வெற்றி குறுகிய காலத்துக்கே நீடித்தது. கம்யூனிஸ்ட்களின் தீவிரமான கொள்கைகளில் இந்த மக்களின் அக்கறையின்மை அதிகரித்தது. அது விவசாயிகள் சங்கங்களின் செல்வாக்கு சரிவடைவதற்கு இட்டுச் சென்றது என்று சில ஆய்வாளர்கள் சுட்டிக்காட்டியுள்ளனர். அரசு எந்திரத்தோடு மோதுவதில் பயனில்லை என்று தாழ்த்தப்பட்ட சமூகங்களின் விவசாயத் தொழிலாளர்கள் எப்போது உணர்ந்தார்களோ, அப்போதிருந்தே அவர்கள் மெல்ல மெல்ல கம்யூனிஸ்ட்களுடனான உறவைத் துண்டித்துக்கொள்ளத் தொடங்கினார்கள் என்கிறார் ஆண்ட்ரீ பெடேய்ல். போலிஸ் கொடுமைகளும் ஒடுக்குமுறைகளும் வன்மையான வர்க்கப் போராட்டத்தின் காரணமாகத் தங்களுடைய இன்னல்களும் துன்பங்களும் மேலும் கடுமையாகிவிடக்கூடும் என்ற எண்ணம் அவர்களுக்கு ஏற்பட்டது.[42]

1953ம் ஆண்டின் முற்பகுதியில், கிராமப்பகுதிகளில் சரிவடைந்திருந்த கம்யூனிஸ்ட் தலைமை, மீண்டும் மேலெழுகிற அறிகுறிகள் தோன்றின. தஞ்சாவூர் பண்ணையாள் பாதுகாப்புச் சட்ட விதிகளைச்

செயல்படுத்தத் தவறிய அரசாங்கத்தையும் மிராசுதார்களையும் எதிர்த்து விரிவான பரப்புரை இயக்கங்களை கம்யூனிஸ்ட்கள் மேற்கொண்டார்கள். இந்தச் சட்டத்தின் மூலம் கிடைத்த சில சலுகைகளே போதுமென்று மனநிறைவடைந்துவிட வேண்டாம் என விவசாயத் தொழிலாளர்களுக்கு விவசாயிகள் சங்கத் தலைவர்கள் வேண்டுகோள் விடுத்தார்கள். வயலில் விளையும் பொருள்களிலிருந்து 60 சதவீதம் பங்கு தரவேண்டும் என்று நிலவுடைமையாளர்களிடம் கோருமாறு விவசாயத் தொழிலாளர் களுக்கு அறிவுறுத்தினார்கள். உணவு தானியங்கள் மீதான கட்டுப் பாட்டை விலக்கிக்கொள்வது என்ற அரசாங்கத்தின் கொள்கையை எதிர்த்துப் போராடுமாறும் வேண்டுகோள் விடுத்தார்கள்.[43]

1953 ஜூலை வாக்கில் கம்யூனிஸ்ட்கள் தலைமையிலான விவசாயிகள் போராட்டம் தஞ்சை எல்லைகளைத் தாண்டிப் பரவியது. தென் ஆற்காட்டில் கம்யூனிஸ்ட் தலைவர்கள் தஞ்சை வழியிலான இயக்கத்துக்கு ஒதுக்கப்பட்ட சமூகங்களின் விவசாயத் தொழிலாளர்களின் ஆதரவைத் திரட்ட முயன்றார்கள். சிதம்பரத்தில் அவர்கள் தஞ்சாவூர் குத்தகைதாரர் மற்றும் பண்ணையாள்கள் பாதுகாப்புச் சட்டத்தின் சில விதிகள் விலக்கிக்கொள்ளப் படவேண்டும் என்று கோரி போராட்டத்தைத் தொடங்கினார்கள். சிதம்பரம் கோட்டத்துக்கு விரிவுபடுத்தப்பட்ட சில விதிகள் விவசாயத் தொழிலாளர்களுக்குப் பலனளிக்கவில்லை என்று வாதிட்டார்கள். மதராஸ் மாகாண காங்கிரஸ் அரசின் நிலப்பிரபுத்துவ–முதலாளித்துவத் தன்மையை விவசாயத்தொழிலாளர்கள் புரிந்து கொள்ளவேண்டும் என்பதற்காக அவர்களிடையே 'சுதந்தர உரிமை' உள்ளிட்ட பத்திரிகைகளை விநியோகித்தார்கள்.[44]

திருநெல்வேலி, திருச்சிராப்பள்ளி மாவட்டங்களில் உள்பகுதி களுக்குச் செல்வதிலும் கம்யூனிஸ்ட்கள் வெற்றி பெற்றனர். திருச்சி மாவட்டத்தின் லால்குடி கோட்டத்தில், சிறு விவசாயிகளையும் விவசாயத் தொழிலாளர்களையும் திரட்டிய கம்யூனிஸ்ட்கள், அவர்களுக்கு மிராசுதார்கள் தரவேண்டிய நிலுவைத் தொகைகளை வழங்க வலியுறுத்திப் போராட்டங்களை நடத்தினார்கள். தஞ்சாவூர் குத்தகைதாரர்கள் மற்றும் பண்ணையாள்கள் பாதுகாப்புச் சட்டத்தை இந்த மாவட்டத்துக்கும் விரிவுபடுத்துவதற்குப் பொதுமக்களின் கருத்தைத் திரட்டுமாறு கிராமங்களில் தங்களது ஆதரவாளர்களை கம்யூனிஸ்ட்கள் ஊக்குவித்தார்கள்.

நெல்லை மாவட்டத்தில் நிலவுடைமையாளர்களுக்கும் கம்யூனிஸ்ட் களுக்கும் இடையேயான வாக்குவாதங்கள் கடுமையானதாக மாறின.

நாங்குனேரி, அம்பாசமுத்திரம், ஸ்ரீவைகுண்டம் ஆகிய கோட்டங்களில் அந்த மோதல்கள் வன்முறைக் கலவரங்களாக வெடித்தன. மாவட்ட ஆட்சியர் பதற்றச் சூழலைத் தணிக்கும் நோக்கத்துடன் சிக்கல்களைத் தீர்ப்பதற்காக சமரசக் குழு ஒன்றை அமைத்தார்.[45]

ஆயினும், கம்யூனிஸ்ட்கள் தங்களுடைய இயக்கங்களுக்கு ஆதரவாக ஒதுக்கப்பட்ட மக்களைத் திரட்டுவதில் கடினமான நிலைமைகளை எதிர்கொண்டனர். தஞ்சையிலும் நெல்லை மாவட்டத்தின் சில பகுதிகளிலும் கம்யூனிஸ்ட் கொள்கைகள் மீது அடித்தட்டு சமூகங்களுக்கு இருந்த அக்கறையின்மை காரணமாக வர்க்கமாக அவர்களைத் திரட்டுவது கடினமானதாக மாறியது.[46] இந்த இரு மாவட்டங்களிலும் தொடக்க நிலை உற்சாகங்கள் வடிந்தன; விவசாயிகள் சங்கக் கூட்டங்களில் கிராமப்புறப் பாட்டாளி மக்களின் பங்கேற்பு திடீரெனக் குறைந்தது. கிராமங்களில் ஏராளமான கம்யூனிஸ்ட் ஆதரவாளர்கள் விலகத் தொடங்கினார்கள்.

பலர் காங்கிரஸ் ஆதரவாளர்களாக மாறினார்கள். குத்தகை விவசாயிகளும் தாழ்த்தப்பட்ட சமூகங்களைச் சேர்ந்த விவசாயத் தொழிலாளர்களும் நிலவுடைமையாளர்களுடன் இணக்கமான உடன்பாடுகளைச் செய்துகொண்டார்கள். இந்த நிகழ்ச்சிப்போக்குகள் காரணமாக கிராமப்பகுதிகளில் கம்யூனிஸ்ட்களின் வலிமை வெகுவாகக் குறைந்தது.[47]

தாழ்த்தப்பட்ட சமூகங்களைச் சேர்ந்த விவசாயத் தொழிலாளர்கள், குத்தகை விவசாயிகள் ஆகியோரின் ஆதரவைப் பெறுவதற்காக கம்யூனிஸ்ட்கள் எம்எஸ்சிஎப் அமைப்புடன் கூட்டுச் சேர்ந்தனர். 1954 ஜூலையில் நடந்த இடைத்தேர்தல்களின்போது, எம்எஸ்சிஎப் வேட்பாளர்களை கம்யூனிஸ்ட்கள் ஆதரித்தனர். கட்சியின் மாவட்ட அமைப்புகளை வலுப்படுத்துவதற்காக தமிழ்நாடு விவசாயிகள் சங்க மாநாட்டை நடத்தினர். ஆயினும் இத்தகைய முயற்சிகள் பெரிதாக வெற்றிபெறவில்லை.[48]

1955 வாக்கில் தமிழ்நாடு முழுவதுமே விவசாயிகள் சங்க இயக்கம் வலுவிழக்கத் தொடங்கியது. கிராம விவகாரங்களில் கம்யூனிஸ்ட்களின் கருத்துகள் எடுபடவில்லை, அது அவர்களது சரிவைக் காட்டியது. கம்யூனிஸ்ட்கள் தலைமையில் நடைபெற்ற விவசாயிகள் போராட்டங்கள் குத்தகை விவசாயிகளையே பெருமளவுக்குச் சார்ந்திருந்தன, அவர்களில் பெரும்பாலோர் பிற்படுத்தப்பட்ட சமூகங்களைச் சேர்ந்தவர்கள் என்று ஆய்வாளர் எம்.எம். பௌட்டன் கூறுகிறார்.

தாழ்த்தப்பட்ட சமூகங்களைச் சேர்ந்த விவசாயத் தொழிலாளர்களின் ஆதரவைத் தக்கவைக்க முடிந்திருந்தால் கம்யூனிஸ்ட்களின் கிளர்ச்சி இயக்கங்கள் நீண்டகாலத்துக்கு நிலைத்திருந்திருக்கும் என்ற கருத்து கூறப்படுகிறது. ஆனால் கிராமப்பகுதிகளின் தாழ்த்தப்பட்ட மக்களோ, தொடக்கத்தில் கம்யூனிஸ்ட்களுக்கு அளித்துவந்த ஆதரவை விலக்கிக்கொள்ளவும், மேலோர் கீழோர் என்ற பாகுபாட்டின் அடிப்படையிலான பாரம்பரிய உறவுநிலைகளை ஏற்றுக்கொள்ளவும் முடிவு செய்தனர்.[49]

1950களில் கொண்டுவரப்பட்ட குத்தகை விவசாயிகளுக்கான சீர்திருத்தங்கள் மதராஸ் மாகாணத்தின் ஊரக சமூகங்களிடையே சில மாற்றங்களை ஏற்படுத்தின. ஏற்கெனவே நல்ல நிலையில் இருந்த குத்தகை விவசாயிகள் மேலும் முன்னேறினார்கள், அதேவேளையில் தாழ் நிலையில் இருந்தவர்கள் நிலமற்ற விவசாயத் தொழிலாளர்கள் என்ற நிலைக்குத் தள்ளப்பட்டார்கள். ஆயினும் இந்த மாற்றங்கள் ஏழைக் குத்தகை விவசாயிகளையும் விவசாயத் தொழிலாளர்களையும் வர்க்கப் போராட்டத்தை முன்னெடுத்துச் செல்கிறவர்களாக மாற்றிவிடவில்லை.

கம்யூனிஸ்ட்களுக்கு வலுவான தளம் இருந்த தஞ்சை மாவட்டத்தின் விவசாயத் தொழிலாளர்களில் கணிசமான பகுதியினரிடையே அரசாங்கத் திட்டங்கள் குறித்துப் பெரும் எதிர்பார்ப்புகள் ஏற்பட்டிருந்தன. எதிர்கால ஆதாயங்கள் குறித்த அந்த எதிர்பார்ப்புகள் அவர்களை, ஏற்கெனவே நிலவிய விவசாய உறவுகளின் அதிகார நிலைகளோடு ஒருங்கிணையச் செய்தன. வர்க்கப் போராட்டத்துக்கு எவ்வித வாய்ப்புமற்ற சூழல் உருவானது.[50]

1950களின் இடைக்கட்டத்தில் தமிழ்நாட்டில் கம்யூனிஸ்ட்களுக்கு ஏற்பட்ட இந்தச் சரிவின் பின்னணியில் வேறு பல காரணங்களும் இருந்திருக்கக்கூடும். முதலாவதாக, திராவிடர் கழகத்துடனும், பிரஜா சோசலிஸ்ட் கட்சியோடும் (பிஎஸ்பி) கூட்டுச் சேர்வது என்ற அரசியல் முடிவால் கம்யூனிஸ்ட்கள் கடுமையான விமர்சனங்களை எதிர்கொள்ள வேண்டியதாயிற்று. பிராமணர்களையும் பொதுவான இந்து சமய நம்பிக்கைகளையும் தாக்கிய ஈ.வெ.ராவின் பிரசார முறைகள் கம்யூனிஸ்ட்களுக்கு சங்கடத்தை ஏற்படுத்தின. கழகத்தின் அப்பட்டமான சாதியவாத பிரசாரத்தை கம்யூனிஸ்ட் தலைவர்கள் விமர்சித்தார்கள் என்ற போதிலும், கிராமப்பகுதிகளில் ஒரு பதற்றம் ஏற்படவே செய்தது.[51]

ஆந்திரா, திருவாங்கூர்-கொச்சி தொடர்பான அரசியல் விவகாரங்களில் கம்யூனிஸ்ட் கட்சி மேற்கொண்ட நிலைப்பாடுகளுக்கும்

இங்கே பெரிய ஆதரவு கிடைக்கவில்லை. இந்த இயக்கங்களால் உண்மையில் பயனடைந்தது, காங்கிரஸிலிருந்து அப்போது பிரிந்து வந்திருந்த பிஎஸ்பி–தான் என்று கம்யூனிஸ்ட் ஆதரவாளர்கள் பலரும் கருதினார்கள். விவசாயிகள் பிரச்னைகளிலும் தொழிலாளர் பிரச்னைகளிலும் கம்யூனிஸ்ட்களோடு பிஎஸ்பி ஒத்துழைத்தது என்றாலும், ஜெயப்பிரகாஷ் நாராயணன் போன்ற அதன் தலைவர்கள் காங்கிரஸோடு நெருக்கமாக இருந்தார்கள் என்ற உண்மையிலிருந்தும் இத்தகைய கருத்துகள் உருவாகின.

பிஎஸ்பி தலைவர்களும்கூட, கம்யூனிஸ்ட்களின் வன்முறைப் பாதையை விமர்சித்தார்கள். பூதான இயக்கத்தின் மூலம் விவசாயப் பிரச்னைகளுக்குத் தீர்வுகாண முடியும் என்று அவர்கள் கூறினார்கள்.[52] கிராமப் பகுதிகளில் கம்யூனிஸ்ட் இயக்கத்தை எதிர்கொள்ள, இளம் சோசலிஸ்ட் லீக் போன்ற காங்கிரஸ் ஆதரவுடனான அமைப்புகளுடன் பிஎஸ்பி தலைவர்கள் கூட்டுச் சேர்ந்தார்கள். இடதுசாரிகளின் ஐக்கிய முன்னணியிலிருந்தும், திருவாங்கூர்–கொச்சியில் பிஎஸ்பி–யே அமைத்திருந்த அரசிலிருந்தும் வெளியேறுவது என்று பிஎஸ்பி தலைவர்கள் முடிவு செய்தது அவர்களுக்கும் கம்யூனிஸ்ட்களுக்குமான இடைவெளியை மேலும் அதிகரித்தது.[53]

கம்யூனிஸ்ட்களின் அரசியல் இயக்கம் ஒரு பக்கமாகச் சாய்ந்தது என்பதும் அவர்களது சரிவுக்குக் காரணமாக அமைந்தது. காங்கிரஸ் எதிர்ப்புப் பிரசாரம் காரணமாக அவர்களுடைய கவனம் கிராமங்களிலிருந்து நகரப் பகுதிகளுக்கு மாறியது. உலக அரசியல் நிகழ்ச்சிப் போக்குகளில் கம்யூனிஸ்ட்கள் காட்டிய ஈடுபாடு கிராம மக்களை எவ்வகையிலும் ஈர்க்கவில்லை. தொழிலாளர் இயக்கங்களில் அவர்கள் ஈடுபட்டதைத் தொடர்ந்து தமிழகத்தின் கிராமப் பகுதிகளில் விவசாயிகள் சங்கத்தின் செல்வாக்குக்கு பாதிப்பு ஏற்பட்டது.[54]

கம்யூனிஸ்ட்களின் செல்வாக்கில் ஏற்பட்ட இந்தச் சரிவைத் தொடர்ந்து பிரஜா சோசலிஸ்ட் கட்சி முன்னுக்கு வந்தது. கிராம மக்களின் விவசாயம் சார்ந்த பிரச்னைகளுக்காகக் குரல் கொடுப்பதில் கம்யூனிஸ்ட்களை விடவும் பிஎஸ்பி முனைப்புக் காட்டியது. விவசாயிகளுக்கான பேரணிகளை நடத்திய சோசலிஸ்ட் கட்சியினர், ஏற்கெனவே கம்யூனிஸ்ட்களால் முன்வைக்கப்பட்டவை போன்ற கோரிக்கைகளைக் கொண்ட மனுக்களை அரசாங்கத்துக்கு அனுப்பினர்.[55]

இத்தகைய அரசியல் நிகழ்ச்சிப் போக்குகள் கம்யூனிஸ்ட்களின் வலிமையைக் குறைத்தன. குறிப்பாக, ஊரகப் பகுதிகளில் அவர்களுக்கு திமுக ஒரு சவாலாக வளர்ந்துகொண்டிருந்த சூழலில்

| 421 |

இவ்வாறு நிகழ்ந்தது. தஞ்சை மாவட்டத்தின் பல பகுதிகளில் விவசாய வேலைகளுக்கு வெளி ஆட்கள் அமர்த்தப்படுவதை எதிர்த்து திமுக-வினர் தாழ்த்தப்பட்ட சமூகங்களின் விவசாயத் தொழிலாளர்களை வெற்றிகரமாகத் திரட்டினர். கிராம சமுதாயத்தின் ஏழ்மையான பிரிவினரது எதிர்காலத்தைப் பாதிக்கக்கூடிய பிரச்னைகளில் திமுக-வினரின் இத்தகைய ஈடுபாடு அவர்களை கம்யூனிஸ்ட்களோடு முரண்பட வைத்தது.[56]

கிராமப் பகுதிகளில் பிஎஸ்பி, திமுக இரு இயக்கங்களால் எழுந்த சவால்களைத் தொடர்ந்து கம்யூனிஸ்ட்கள் தங்கள் போராட்டங்களுக்குப் புத்துயிரூட்ட வேண்டிய கட்டாயம் ஏற்பட்டது. கிராம மக்களின் ஆதரவைப் பெறுவதற்காக, விவசாயக் கடன் தள்ளுபடி கோரிக்கை மாநாடுகளை நடத்தினார்கள், கடன் தவணை கோரிக்கை நாள் கடைப்பிடித்தார்கள். விவசாய விளைபொருள்களுக்கு விலை நிர்ணயம், விளைச்சல் பொய்த்துப்போகும் காலங்களில் கடன் தள்ளுபடி போன்ற கோரிக்கைகளை முன்வைத்தார்கள். நெல்லை மாவட்டத்தில் மிராசுதார்களுக்கு எதிரான இயக்கங்களை விவசாயிகள் சங்கம் தொடங்கியது, விவசாயிகளுடனான ஒப்பந்தங்களில் அவர்கள் கையெழுத்திடவேண்டும் என்று வலியுறுத்தியது.[57]

எனினும், இப்படிப்பட்ட புதிய முயற்சிகள் ஊரக மக்களிடையே பெரிய தாக்கத்தை ஏற்படுத்திவிடவில்லை. தமிழ் நாட்டின் பல பகுதிகளில் கம்யூனிஸ்ட்களுக்கு தி.க., திமுக இயக்கங்கள் வலுவான சவாலாய் அமைந்தன. 1950களின் முற்பகுதியில் காங்கிரஸை ஆட்சியதிகாரத்திலிருந்து அப்புறப்படுத்துவதற்காக கம்யூனிஸ்ட் கட்சியுடன் கூட்டுச்சேர முன்வந்த ஈ.வெ.ரா. இப்போது தனது அணுகுமுறையை முற்றிலுமாக மாற்றிக்கொண்டார். விவசாயிகளுக்கும் விவசாயத் தொழிலாளர்களுக்கும் எவ்வித பொருளாதாரப் பலன்களையும் தராத கோரிக்கைகளுக்கான போராட்டங்களில் அவர்களை கம்யூனிஸ்ட்கள் அணி திரட்டுகிறார்கள் என்று சாடினார். முதலாளித்துவ – நிலப்பிரபுத்துவ வர்க்கத்தினர் சமுதாயத்தின் வாய்ப்புகள் மறுக்கப்பட்ட பிரிவினர் பயன்பெறும்வகையில் செயல்பட உறுதியளிப்பார்களானால், அவர்களோடு கவுரவமான முறையில் உடன்பாடு செய்துகொள்ளலாம் என்ற நிலைபாட்டை திராவிடர் கழகம் மேற்கொண்டது.[58]

கம்யூனிஸ்ட்களுக்கு உண்மையான சவால் காங்கிரஸ் கட்சியிடமிருந்துதான் வந்தது. கம்யூனிஸ்ட்கள் தொழிற்சங்க இயக்கத்தில் கவனம் செலுத்தத் தொடங்கியதை வாய்ப்பாகப் பயன்படுத்திக் கொண்ட காங்கிரஸ், கிராமங்களில் விவசாயிகளைத் திரட்ட

முனைந்தது.[59] தமிழகத்தின் பல பகுதிகளில் காங்கிரஸ் கட்சி ஏற்பாடு செய்த விவசாயிகள் மாநாடுகளில் செல்வாக்கு மிக்க தலைவர்கள் உரையாற்றினார்கள். பூதான இயக்கத்தின் நோக்கங்கள் நிறைவேறு வதற்கான திட்டங்களில் ஈடுபடுமாறு காங்கிரஸ் தொண்டர்களுக்கு மதராஸ் மாகாண முதலமைச்சர் 1955 ஜூலையில் வேண்டுகோள் விடுத்தார்.

தஞ்சாவூரில் காங்கிரஸ் கட்சியால் ஏற்பாடு செய்யப்பட்டிருந்த சர்வோதயா மாநாட்டில் கலந்துகொண்ட ராஜாஜி, சர்தார் வேதரத்தினம் பிள்ளை உள்ளிட்ட தலைவர்கள், உபரி நிலங்களை வன்முறையற்ற வழியில் பெறுவதற்கு மக்களைப் பழக்குமாறு காங்கிரஸ் தொண்டர்களுக்கு வேண்டுகோள் விடுத்தனர்.[60] காங்கிரஸ் கட்சி கிராமப்புற மக்களிடையே தனது பிடியை வளர்த்துக்கொள்ளும் நோக்கத்துடன் காங்கிரஸ் பிஎஸ்பி-யுடன் பேச்சுவார்த்தை நடத்தியது.[61] கிராமப்பகுதிகளில் கம்யூனிஸ்ட்களை எதிர்க்க வேண்டு மானால் பூதான இயக்கத்தை ஆதரிக்கவேண்டும் என்ற கருத்தை காங்கிரஸ் தலைவர்கள் வெளிப்படுத்தினார்கள். [௲]

காங்கிரஸ் அரசின் நிலச் சீர்திருத்தச் சட்டத்தை எதிர்த்துத் தீவிரப் பிரசாரம் மேற்கொள்வதன் மூலமாக இந்த சவாலை எதிர்கொள்ள முயன்றது கம்யூனிஸ்ட் கட்சி. விவசாயத் தொழிலாளர்களுக்கு உதவுவதற்கு மாறாக, மிராசுதார்களின் நலன்களைப் பாதுகாப் பதற்காகவே அந்தச் சட்டம் கொண்டுவரப்பட்டிருக்கிறது என்ற கருத்தை கம்யூனிஸ்ட் கட்சி கொண்டுசென்றது. தங்களுடைய முயற்சி களால்தான் தஞ்சை பண்ணையாட்கள் மற்றும் குத்தகைதாரர்கள் சட்டம் பல்வேறு மாவட்டங்களில் செயல்படுத்தப்பட்டதாக கம்யூனிஸ்ட் தலைவர்கள் கூறினார்கள்.[63]

கம்யூனிஸ்ட்களின் பிரசாரத்தை எதிர்கொள்ள, உள்ளூர் மட்டத்திலான கட்சி அமைப்புகளை வலுப்படுத்த காங்கிரஸ் முடிவு செய்தது. மக்கள் கம்யூனிஸ்ட்களுக்கு ஆதரவாக மாறுவதைத் தடுப்பதற்காக, விவசாய சங்கங்களை அமைக்குமாறு உள்ளூர் காங்கிரஸ் தலைவர்களுக்கு ஆணையிடப்பட்டது.[64] ஆயினும், 1955ல் தாக்கிய புயல்தான் காங்கிரஸ் கட்சிக்குக் கெட்டதிலும் ஒரு நல்லது என்பதாக அமைந்தது. அந்த இயற்கைப் பேரிடரால் ஏற்படக்கூடிய அரசியல் வீழ்ச்சியை உணர்ந்த காங்கிரஸ் அரசு, புயல் நிவாரணப் பணிகளைப் போர்க்கால அவசரத்துடன் மேற்கொண்டது. அரசு உரிய காலத்தில் செயல்பட்டு எதிர்க்கட்சிகளின் எதிர்ப்பை ஓரங்கட்டியது.[65]

1956ன் முற்பகுதியில் தமிழகத்தில் கம்யூனிஸ்ட்களின் எதிர்ப்பு கிட்டத்தட்ட முடிவுக்கு வந்துவிட்டது. கம்யூனிஸ்ட்கள் தலைமை

யிலான விவசாயிகள் சங்கம் தீவிரப் பாதையைக் கைவிட்டு, சட்டப்பூர்வமான வழிகளில் அரசாங்கத்திடமிருந்து விவசாயிகளுக்கான சலுகைகளைப் பெற முயன்றது. இவ்வாறாக, பூதான முழக்கத்தின் மூலம் நிச்சயமாக காங்கிரஸ் கட்சியின் கை ஓங்கியது.[66]

1947க்குப் பின் தமிழகத்தில் காங்கிரஸ் அரசு, ஹரிஜன முன்னேற்ற பிரச்னை, சட்ட விளைவுகள்

1946ல் ஆட்சிப்பொறுப்பேற்ற காங்கிரஸ், தாழ்த்தப்பட்ட மக்களின் சமூக மேம்பாட்டுக்காகவும் பொருளாதார முன்னேற்றத்துக்காகவும் பல்வேறு நடவடிக்கைகளைத் தொடங்கியது. இந்த மக்கள் சமூக அடிப்படையில் பாகுபடுத்தப்படுவதை முடிவுக்குக் கொண்டு வருவதற்காக 'மதராஸ் சட்டம்11/1947' என்ற சட்டத்தை காங்கிரஸ் அமைச்சரவை செயல்படுத்தியது. 'மதராஸ் சமூகப் பாகுபாடுகள் சட்டம்' என்று பொதுவாக அறியப்பட்ட அந்தச் சட்டம், பட்டியல் சாதியினர் தங்களது குடிமை உரிமைகளை அனுபவிக்கவிடாமல் தடுக்கிறவர்கள் மீது குற்றவியல் சட்டத்தின் கீழ் வழக்குத் தொடரலாம் என்று கூறியது.[67]

சமூக நிகழ்வுகளில் இந்த மக்களை சாதி இந்துக்களுக்கு சமமானவர்களாக மாற்றும் நோக்கத்துடன் 'மதராஸ் ஆலய நுழைவுச் சட்டம் – 1947' என்ற சட்டத்தையும் காங்கிரஸ் அரசு கொண்டுவந்தது. இத்தகைய சட்டங்களுக்கு சாதி இந்துக்களிலும் ஒரு பகுதியினர் ஆதரவளித்ததால் அரசாங்கத்தின் தீண்டாமை ஒழிப்பு முயற்சிகள் ஓரளவுக்கு வெற்றி பெற்றன.[68]

தாழ்த்தப்பட்ட சமூகங்களின் நிலைமைகளை மாற்றுவதற்காக வேறு பல திட்டங்களையும் அரசு செயல்படுத்தியது. இவர்களது பொருளாதார நிலைமைகளிலும் சமூக நிலைமைகளிலும் முன்னேற்றம் காண்பதற்காகத் தொழிலாளர் துறை பணிகளை அரசு ஒருங்கிணைத்தது. ஹரிஜன நலத் திட்டங்களைச் செயல்படுத்துவதில் மாவட்ட ஆட்சியர்களுக்கு உதவுவதற்காக மாவட்ட ஹரிஜன நல அலுவலர்கள் நியமிக்கப்பட்டனர்.

மாகாண ஹரிஜன நலக் குழுக்கள் விரிவுபடுத்தப்பட்டன. அந்தக் குழுக்கள் தங்கள் அறிக்கைகளைத் தொடர்ச்சியாக அரசுக்கு அனுப்பிவரவேண்டும் என்று பணிக்கப்பட்டன. குறை தீர்ப்புத் திட்டங்கள் குறித்த ஆலோசனைகளை வழங்குமாறு மாவட்ட ஹரிஜன நலக் குழுக்களும் கேட்டுக்கொள்ளப்பட்டன. அதே வேளையில், தொழிலாளர் துறை செயல்பாடுகள் முந்தைய

அரசுகளின் கொள்கைகளை அடிப்படையாகக் கொண்டுதான் செயல்பட்டு வந்தது என்பதை மனத்தில் கொள்ளவேண்டும்.

1940களின் பிற்பகுதியில் இந்தச் சமூகங்களின் கல்வித் தேவைகளுக்காகவும் வேலைவாய்ப்புகளுக்காகவும் பல கொள்கைகளை அரசு வகுத்தது. பயனற்ற பள்ளிகள் மூடப்பட்டன. பட்டியல் சாதிகளிடமிருந்து கல்வி நிறுவனங்கள் தேவை என்ற கோரிக்கைகள் வந்த இடங்களில் புதிய பள்ளிகள் ஏற்படுத்தப்பட்டன. இந்த சமூகங்களைச் சேர்ந்த குழந்தைகளைப் பள்ளிகளுக்கு ஈர்ப்பதற்காக மதிய உணவுத் திட்டம் கொண்டுவரப்பட்டது.

ஒதுக்கப்பட்ட மக்களின் கல்வி மேம்பாட்டில் ஈடுபட்டிருந்த இந்திய ஊழியர்கள் சங்கம் (செர்வன்ட்ஸ் ஆஃப் இந்தியா சொசைட்டி), விவசாயம் மற்றும் தொழில் பள்ளி, மாயனூர், ஆல்காட் இலவசப் பள்ளிகள் ஆகியவற்றுக்கு அரசு நிதி உதவிகளை அளித்தது. நடுநிலைப்பள்ளிகளில் பயின்ற இந்த சமூகங்களைச் சேர்ந்த குழந்தைகளுக்கு முழுக் கட்டணச் சலுகைகளை அரசு அறிவித்தது.[69] கலை – அறிவியல் கல்லூரிகளில் பயின்ற இந்த சமூகங்களைச் சேர்ந்த மாணவர்களில் தகுதியுடையோருக்கு விடுதி உதவி நிதியைத் தொழிலாளர் துறை வழங்கியது. உணவுக் கட்டணமும் விடுதிக் கட்டணமும் இணைந்த இந்த உதவி நிதியால் இந்த மாணவர்கள் மேற்கல்வி வாய்ப்புகளைப் பயன்படுத்திக்கொள்வார்கள் என்று அரசு கருதியது.[70]

இந்த மாணவர்களுக்கு முழுமையான கட்டணச் சலுகைகள் அளிப்பதால் ஏற்படும் இழப்புகளை ஈடுகட்டுவதற்காக மதராஸ் பல்கலைக்கழகம், ஆந்திரா பல்கலைக்கழகம், அண்ணாமலை பல்கலைக்கழகம் ஆகியவற்றுக்கு 1948–49 முதல் பத்தாண்டு காலத்துக்கு இழப்பீடு வழங்குவதற்கான ஆணையையும் அரசு பிறப்பித்தது.[71]

வேலைவாய்ப்புகளிலும் இந்த மக்களுக்கு அரசாங்கம் சில சலுகைகளை அறிவித்தது. 1948 ஏப்ரலில் வெளியிடப்பட்ட மதராஸ் பொதுத் தேர்வாணைய அறிவிக்கையில், அரசாங்க எழுத்தர் பணிக்கு, பட்டியல் சாதிகளைச் சேர்ந்த, பள்ளியிறுதித் தேர்வில் குறைந்தது 35 மதிப்பெண்கள் பெற்ற விண்ணப்பதாரர் பரிசீலிக்கப்படலாம் என்று குறிப்பிடப்பட்டிருந்தது. மதராஸ் கால்நடை பராமரிப்புத் துறை பணிகள், மதராஸ் கூட்டுறவு துணைநிலைப் பணிகள் ஆகியவற்றுக்குப் பட்டியல் சாதிகளைச் சேர்ந்தோரை நேரடியாக நியமிப்பதற்கான விதிகள் கொண்டுவரப்பட்டன.[72]

இந்த மக்களின் பொருளாதார நிலைமைகளை மேம்படுத்து வதற்காக, கூட்டுறவு அனுபவங்களை மாகாணம் முழுக்கச் செயல் படுத்துவது என்று காங்கிரஸ் அரசு முடிவு செய்தது. பல இடங்களில் இவர்களுக்கென்றே கூட்டுறவு அமைப்புகளை அரசு தொடங்கியது.[73] இவர்களது வருவாய்க்கு வழிவகுப்பதற்காக நெசவாலைகள், நூற்பாலைகள் போன்ற பகுதி நேரத் தொழில்களையும் அரசு தொடங்கியது. எல்லா மாவட்டங்களிலும் வேலைவாய்ப்புத் தகவல் அலுவலகங்கள் திறக்கப்பட்டன. தக்காவி கடன்கள் (ரொக்கக் கடன்கள்) வழங்க அரசு ஆணையிட்டது. இறுதியாக, ஊரகக் குடிநீர் விநியோகத் திட்டங்களையும் தகவல் தொடர்புத் திட்டங்களையும் செயல்படுத்துவதற்காக ஃபிர்க்கா (வருவாய் வட்டார) பகுதிகளுக்கான நிதி ஒதுக்கீடுகளை அரசு அதிகப்படுத்தியது.[74]

1949 மார்ச் மாதம் மதராஸ் அரசு வெளியிட்ட ஆணையில், ஒவ்வொரு மாதமும் 30ம் தேதியன்று ஹரிஜன தினம் கொண்டாடப்படும் என்று அறிவிக்கப்பட்டது. தீண்டாமையை ஒழிக்கும் போராட்டத்தில் இது ஒரு முக்கிய நடவடிக்கையாக இருக்கும் என்று அரசு கருதியது. ஹரிஜன தினக் கொண்டாட்டங்களுக்கு ஏற்பாடு செய்வதற்கு ஹரிஜன நலக்குழுக்களையும், ஹரிஜன சேவக் சங் அமைப்பு களையும், அதிகாரிகளையும் அரசு ஊக்குவித்தது.[75] காங்கிரஸ் அரசியல் திட்டங்களை நோக்கி இந்த மக்களை ஈர்ப்பதற்காக ஹரிஜன தின கொண்டாட்டங்களில் முன்னணி தலைவர்கள் முனைப்புடன் பங்கேற்றார்கள்.

ஹரிஜன மேம்பாட்டுக்காக காந்தி நினைவு நிதியிலிருந்து கூடுதலாகத் தொகைகளை ஒதுக்கீடு செய்யவேண்டும் என்ற கோரிக்கைகளையும் அந்தத் தலைவர்கள் அடிக்கடி காங்கிரஸ் தலைமைக்கு அனுப்பினார்கள்.[76] ஹரிஜன தின கொண்டாட்டங்களின்போது காங்கிரஸ் அரசு, மக்களின் வரவேற்பைப் பெற்ற பல திட்டங்களை அறிவித்தது. வீடு கட்டுவதற்கான கடன் திட்டங்களை ஹரிஜன மக்கள் பயன்படுத்திக்கொள்ள ஏதுவாக, நகரங்களிலும் மாநகரங் களிலும் உள்ள குடிசைப்பகுதிகளில் கூட்டுறவு சங்கங்கள் உருவாக்கப்படும் என்ற அறிவிப்பையும் அரசு வெளியிட்டது.[77]

ஆயினும், காங்கிரஸ் அமைச்சரவையின் இந்தத் திட்டங்கள் சட்டசபையில் கடுமையான விமர்சனங்களை எதிர்கொண்டன. இந்த மக்களின் நன்மைக்காக எனக் கொண்டுவரப்பட்ட கல்வித் திட்டங்கள் முறையாகச் செயல்படுத்தப்படவில்லை என்று காங்கிரஸ் கட்சியின் சட்டமன்ற உறுப்பினர்களே விமர்சித்தார்கள். அரசின் தீண்டாமை ஒழிப்பு நடவடிக்கைகள் இந்த சமூகங்களுக்கு

சம உரிமைகளை வழங்கத் தவறிவிட்டன என்று அவர்கள் கூறினார்கள். மேல் சாதியினரின் எதிர்ப்பைக் கட்டுப்படுத்துவதற்கு அரசு கறாரான நிலைப்பாடுகளை மேற்கொள்ளாதவரையில் பட்டியல் சாதிகளைச் சேர்ந்த மக்களுக்கு உண்மையான பலன்கள் கிடைக்கப்போவதில்லை என்று அழுத்தமாகக் கூறினார்கள்.[78]

பல முறை எடுத்துரைத்தும் ஹரிஜன மக்களின் நலன்களைப் பாதுகாக்க காங்கிரஸ் அரசு தவறிவிட்டது என்று இந்த சமூகங்களைச் சேர்ந்த காங்கிரஸ் சட்டமன்ற உறுப்பினர்கள் சுட்டிக்காட்டினர். நிலவுடைமையாளர்களுக்கு சாதகமான அரசின் நிலைப்பாடு இந்த மக்களின் பொருளாதாரச் சுதந்தரத்துக்குக் குறுக்கே நிற்கிறது என்ற கருத்தை அவர்களில் சிலர் கூறினார்கள். கிராமப் பகுதிகளில் தாழ்த்தப்பட்ட சமூகங்களைச் சேர்ந்த விவசாயத் தொழிலாளர்களின் அவல நிலைக்கு இதுதான் காரணம் என்று குற்றம்சாட்டினார்கள்.

இந்த மக்களுக்கு நில விநியோகம் செய்வது தொடர்பாக அமைச்சரவையில் ஒரே சீரான கொள்கை இல்லை என்ற விமர்சனமும் எழுந்தது. இத்தகைய வாதங்களை மறுக்க அரசு முயன்றது என்றாலும்கூட, விவசாயத் தொழிலாளர்கள் அவர்களது குடியிருப்புப் பகுதிகளிலிருந்து வெளியேற்றப்படுவதைத் தடுப்பதற்குத் திட்டவட்டமான நடவடிக்கைகள் எடுக்கப்பட்டிருப்பதாக அந்தத் தலைவர்களை அரசால் ஏற்கவைக்க முடியவில்லை.[79]

சட்டமன்ற விவாதங்களின்போது இந்தத் தலைவர்கள், முன்பு ராஜாஜி அறிவித்த ஹரிஜன மேம்பாட்டுக் கொள்கையிலிருந்து காங்கிரஸ் அரசு விலகிவிட்டதாகக் குற்றம் சாட்டினர். இந்த சமூகங்களின் மாணவர்களுக்கு ராஜாஜி நடைமுறைப்படுத்திய பல கல்வி உதவித் திட்டங்களை, சுதந்தரத்துக்குப் பிறகு காங்கிரஸ் அரசு கைவிட்டுவிட்டது என்று கூறினர்.[80] அதேவேளையில், ஹரிஜன மேம்பாட்டுக்காக அரசு ஒரு கோடி ரூபாய் நிதி ஒதுக்கியபோதிலும், அதில் பெரும்பகுதி செலவிடப்படாமலே வைக்கப்பட்டிருந்தது என்றும் சுட்டிக்காட்டினர்.

ஆலய நுழைவுச் சட்டம், சமூக நலிவுகள் நீக்கச் சட்டம் போன்ற சட்டங்கள் ஹரிஜன மக்களுக்கு உண்மையாகப் பலனளிக்கவில்லை என்றனர். அந்தச் சட்டங்கள் காகிதத்தில்தான் இருந்தனவேயன்றி, சாதி இந்துக்களின் சுரண்டல்களிலிருந்து இந்த மக்களைப் பாதுகாக்கவில்லை என்றும் கூறினர்.[81]

இந்த விமர்சனங்களை எதிர்கொள்வதில் பிரகாசம் தலைமையிலான காங்கிரஸ் அரசு துணிவு காட்டியது என்றாலும்கூட, இந்த

மக்களிடையே தனது செல்வாக்கைத் தக்கவைத்துக்கொள்ள வேண்டுமென்றால் தனது கொள்கைகளை மாற்றியமைத்தாக வேண்டும் என்பது தெளிவாகப் புலப்பட்டது. முன்பு ராஜாஜி அரசு செயல்படுத்திய கொள்கைகளைக் கைவிடுவது தனது நோக்கமல்ல என்று விளக்குவதற்கு காங்கிரஸ் அரசு முயன்றது.[82] பிரகாசம் அரசுக்கு ஹரிஜன மக்கள் மீது அக்கறை இல்லாமல் போயிருக்குமானால், சட்டமன்ற சபாநாயகர் பதவிக்கு, காங்கிரஸ் கட்சியைச் சேர்ந்த இளம் தலைவர் சிவசண்முகம் பிள்ளைக்கு ஆதரவளித்திருக்காது என்று சில அமைச்சர்கள் வாதிட்டனர். ஒதுக்கீடு செய்யப்பட்ட நிதிகள் முழுமையாகச் செலவிடப்படவில்லை என்ற வாதம் ஏற்கத்தக்கதல்ல, ஏனெனில் ஹரிஜன நலத் திட்டங்களுக்காகக் கணிசமாகச் செலவிடப்பட்டிருக்கிறது என்றும் அமைச்சர்கள் கூறினர்.[83]

1940களின் பிற்பகுதியில் இந்த விமர்சனங்கள் ஹரிஜன மேம்பாடு தொடர்பான மதராஸ் மாகாண அரசின் அணுகுமுறையில் சில தாக்கங்களை ஏற்படுத்தின. ஹரிஜன மேம்பாட்டுத் திட்டங்களில் இருந்த சில அடிப்படையான பலவீனங்களை நீக்குவதற்கு அரசு சில கொள்கை மாற்றங்களுக்கு நடவடிக்கை எடுத்தது. அந்த மாற்றங்களின் மையமான நோக்கம், அடுத்து வர இருந்த தேர்தலில் ஹரிஜன மக்களின் வாக்குகள் கையைவிட்டுப் போய்விடாமல் தடுப்பதுதான். இவ்வாறாக, அரசியல் கணக்குகளுக்காக, தென் ஆற்காடு, செங்கல்பட்டு, திருச்சிராப்பள்ளி மாவட்டங்களில் தொழிலாளர் பள்ளிகளுக்கு அதிக நிதி ஒதுக்கீடுகள் செய்ய வேண்டிய கட்டாயம் காங்கிரஸ் அமைச்சரவைக்கு ஏற்பட்டது.[84]

மிராசுதார்களுக்கும், கிராமப் பகுதிகளின் இதர ஆதிக்கப் பிரிவுகளுக்கும் சாதகமாக அரசு செயல்படுகிறது என்ற எண்ணத்தை மாற்றுவதற்காக, அரசுக்குச் சொந்தமான நிலங்களிலிருந்தும் சமூக நிலங்கள் என வகைப்படுத்தப்பட்ட இடங்களிலிருந்தும் ஹரிஜன மக்களை வெளியேற்றுவதற்குத் தடை விதிக்கும் அதிகாரப்பூர்வ ஆணைகள் பிறப்பிக்கப்பட்டன. இந்த மக்கள் தங்கள் வீடுகளைக் கட்டியுள்ள நிலங்களை அரசு கையகப்படுத்தி இந்த மக்களுக்கே அவற்றுக்கான பட்டா வழங்க நடவடிக்கைகள் எடுக்க வேண்டியுள்ளது என்றும் அமைச்சரவை அறிவித்தது.[85]

1950களின் முற்பகுதியில் காங்கிரஸ் அரசின் ஹரிஜன மேம்பாட்டுக் கொள்கைகள் மேலும் பல விமர்சனங்களைச் சந்தித்தன. இந்த சமூகங்களைச் சேர்ந்த சட்டமன்ற உறுப்பினர்கள், அரசின் நில ஒதுக்கீடு கொள்கையைக் கடுமையாகச் சாடினர். வீட்டுமனை

களுக்காக என அரசு ஒதுக்கீடு செய்துள்ள இடங்கள் பெரும்பாலும் ஈர நிலங்கள் என்றும், அவற்றைக் கெட்டிப்படுத்தாமல் கட்டுமானங்களைத் தொடங்க முடியாது என்றும் சுட்டிக்காட்டினர்.[86] இந்த மக்களுக்கான வீட்டு வசதி திட்டங்களுக்கு அரசு பெரிய அளவுக்கு நிதி ஒதுக்கீடு செய்யவேண்டும் என்ற கோரிக்கையும் எழுந்தது.[87]

கிராம மக்கள் தொடர்பாக அரசு அதிகார மனப்பான்மையுடன் நடந்துகொள்கிறது என்ற குற்றச்சாட்டும் எழுந்தது. தஞ்சை மாவட்டத்தின் ஹரிஜன விவசாயத் தொழிலாளர்களுக்கு எதிரான ஒடுக்குமுறைக் கொள்கையைக் கடைப்பிடிப்பதாக பி. குமாரசாமி ராஜா அரசு மீது குற்றம் சாட்டப்பட்டது. விவசாயத் தொழிலாளர்கள் கம்யூனிஸ்ட் ஆதரவாளர்களாக இருப்பதால் அவர்களை ரிசர்வ் போலிசார் துன்புறுத்துகிறார்கள், பணக்கார விவசாயிகளும் நிலவுடைமையாளர்களும் ஹரிஜன விவசாயத் தொழிலாளர்கள் குத்தகைதாரர்களாக சாகுபடி செய்வதைத் தடுக்கிறார்கள் என்றும் குற்றம் சாட்டப்பட்டது. இத்தகைய ஒடுக்குமுறைகளைத் தடுக்க, ஹரிஜன குடும்பங்கள் அனைத்துக்கும் இரண்டு ஏக்கர் நிலம் ஒதுக்கவேண்டும் என்ற கோரிக்கை முன்வைக்கப்பட்டது.[88]

சுதந்தரத்துக்குப் பிந்தைய காங்கிரஸ் அமைச்சரவைகள் சமூக சமத்துவம், நீதி ஆகிய காந்திய லட்சியங்களிலிருந்து தடம் மாறி விட்டன என்று தாழ்த்தப்பட்ட சமூகங்களைச் சேர்ந்த சட்டமன்ற உறுப்பினர்களில் பெரும்பாலோர் விமர்சித்தார்கள். ஹரிஜன மேம்பாட்டுத் திட்டங்களைச் செயல்படுத்துவதில் காங்கிரஸ் நேர்மையாக நடந்துகொள்ளவில்லை என்ற வாதம் முன்வைக்கப்பட்டது. காங்கிரஸ் கட்சி அரை மனதுடன் இருப்பதுதான் இந்தத் திட்டங்கள் முறையாகச் செயல்படுத்தப்படாததற்கு முக்கியக் காரணம் என்று சுட்டிக்காட்டப்பட்டது. இவற்றைச் சரிப்படுத்துவதற்கான நடவடிக்கைகள் எடுக்கப்படவில்லை என்றால், ஹரிஜன மக்களின் ஆதரவைப் படிப்படியாக இழக்க நேரிடும் என்று அந்தச் சட்டமன்ற உறுப்பினர்கள் எச்சரித்தார்கள்.[89]

அரசின் கொள்கைகளில் இருந்த போதாமைகளை மேல் சாதிகளைச் சேர்ந்த சட்டமன்ற உறுப்பினர்களும் சுட்டிக்காட்டினார்கள். அரசின் நடவடிக்கைகள் தாழ்த்தப்பட்ட மக்களுக்கு உண்மையாகப் பலனளிக்கவில்லை என்று அவர்களும் வாதிட்டனர். பெரும்பாலும் ஹரிஜன மக்களே குடியிருக்கும் குடிசைப்பகுதிகளின் நிலைமைகளை முன்னேற்றுவதற்கு நடவடிக்கைகள் எடுக்குமாறு அரசாங்கம் ஆணையிட்டிருந்தது. எனினும், பஞ்சாயத்துகளும் மாவட்ட

உள்ளாட்சி நிர்வாகங்களும் அந்த நடவடிக்கைகளை மேற்கொள்ள வில்லை என்று விமர்சித்தார்கள்.

தனிப்பள்ளிகளின் நிர்வாகங்களை ஹரிஜன பிரதிநிதிகளிடமே ஒப்படைக்கவேண்டும் என்றும் வலியுறுத்தினார்கள். இந்தப் பள்ளிகளின் சேர்க்கை விதிகளைத் தளர்த்தினால், தாழ்த்தப்பட்ட சமூகங்களின் குழந்தைகளுக்கு மேல் சாதிக் குழந்தைகளோடு கலந்து பழகுகிற வாய்ப்புகள் கிடைக்கும் என்ற ஆலோசனைகளும் முன்வைக்கப்பட்டன.⁹⁰ மாணவர்களிடையே சாதிப்பாகுபாடுகளை நீக்க, பொதுவிடுதிகள் கட்டுவதற்கு அரசாங்கம் நிதி ஒதுக்கீடு செய்ய வேண்டும் என்றும் கோரப்பட்டது. கிராமங்களில் ஹரிஜன விவசாயத் தொழிலாளர்களுக்குக் குறைந்தபட்ச கூலி நிர்ணயிக்கப் படவேண்டும் என்று வலியுறுத்தப்பட்டது. இத்தகைய சட்டப்பூர்வ நடவடிக்கைகள் மேற்கொள்ளப்படவில்லை என்றால் அரசின் ஹரிஜன மேம்பாட்டுத் திட்டங்கள் முக்கியத்துவத்தை இழந்துவிடும் என்ற வாதமும் முன்வைக்கப்பட்டது.⁹¹

இத்தகைய குற்றச்சாட்டுகளில் அடிப்படை இல்லாமல் போக வில்லை. சட்டமன்றத்தில் நடத்தப்பட்ட நீண்ட விவாதங்கள், வலுவான நிர்வாக ஏற்பாடுகள் இல்லாததன் காரணமாக அரசுத் திட்டங்கள் முறையாகச் செயல்படுத்தப்படவில்லை என்பதை வெளிப்படுத்தின. இந்த மக்கள் தொடர்பாகப் பரிவற்ற அணுகுமுறை கொண்டிருந்த அதிகார வர்க்கத்தினரைக் கண்டிப்பதற்கு அரசாங் கத்தால் இயலவில்லை. இது, சமூக நீதி லட்சியங்களும் கொள்கைகளும் தோல்வியடைய இட்டுச் சென்றுள்ளது என்ற கருத்தும் வலுவாக எடுத்துரைக்கப்பட்டது.⁹²

கட்சிக்கு உள்ளேயிருந்தும் வெளியேயிருந்தும் வந்த இத்தகைய விமர்சனங்களை மறுக்கும்வகையில், அரசின் ஹரிஜன மேம்பாட்டுத் திட்டங்களை விளக்குவதற்காகப் பெரும் விளம்பர முயற்சிகளை தமிழ்நாடு காங்கிரஸ் தலைமை மேற்கொண்டது. மக்களிடையே செல்வாக்கு பெற்ற ஹரிஜன சமூகத் தலைவர்களை இந்தப் பிரசாரங்களில் காங்கிரஸ் தலைமை ஈடுபடுத்தியது. இந்தப் பிரசாரங்களை வழிநடத்தும் பொறுப்பு சட்டமன்ற சபாநாயகரும், ராஜாஜியின் நம்பிக்கையைப் பெற்றவருமான ஜே. சிவசண்முகம் பிள்ளையிடம் ஒப்படைக்கப்பட்டது. செங்கல்பட்டு, தென் ஆற்காடு மாவட்டங்களில் தொடர்ச்சியாக நடைபெற்ற பொதுக்கூட்டங்களில் அவர், ஹரிஜன மேம்பாட்டில் அரசாங்கத்தின் அக்கறையை விரிவாக விளக்கிப் பேசினார். காஞ்சிபுரத்தில் நடந்த பொதுக்கூட்டத்தில் அவர்,

ஹரிஜன மக்களின் சமூக நிலைமையிலும் பொருளாதார நிலைமையிலும் முன்னேற்றம் காண்பதற்காக ராஜாஜி தலைமையில் காங்கிரஸ் போராடியதை அந்த மக்களுக்கு நினைவூட்டினார்.[93]

தாழ்த்தப்பட்ட சமூக மக்களோடு நல்லுறவு கொண்டிருந்த ஜோதி வெங்கடாசலம் போன்ற பெண் தலைவர்களும் இந்தப் பிரசாரங்களில் ஈடுபடுத்தப்பட்டார்கள். அரசாங்கத்தின் மதுவிலக்குக் கொள்கையால் இந்த சமூகங்கள் பெரிதும் நன்மையடையும் என்று பெண் தலைவர்கள் தங்கள் பிரசாரங்களில் வலுவாக வாதிட்டார்கள். ஹரிஜன மக்கள் மேம்பாட்டில் ராஜாஜி அரசுக்கு இருந்த உண்மையான அக்கறையின் பிரதிபலிப்பாகத்தான் அரசாங்க உயர் பதவிகளில் இந்த சமூகங்களைச் சேர்ந்தோர் நியமிக்கப்பட்டார்கள் என்றும் சுட்டிக்காட்டினார்கள்.[94]

இருந்தபோதிலும், பட்டியல் சாதிகளைச் சேர்ந்த மக்களைச் சமாதானப்படுத்துவதற்காக காங்கிரஸ் செய்த இந்த முயற்சிகள் தோல்வியடைந்தன. ஹரிஜன மேம்பாட்டுத் திட்டங்களுக்காக ஒதுக்கப்பட்ட நிதிகளை அரசு முழுமையாகப் பயன்படுத்தவில்லை என்று இந்தச் சமூகங்களின் தலைவர்கள் கட்சி வேறுபாடின்றி விமர்சித்தார்கள். மேலும், முன்பு ராஜாஜி அமைச்சரவை மேற்கொண்ட சில நிர்வாக நடவடிக்கைகள் இந்த மக்களிடையே தேவையற்ற சர்ச்சைகளுக்கு இட்டுச் சென்றுவிட்டது என்ற வாதமும் முன்வைக்கப்பட்டது.

ஹரிஜன நலத் துறையின் நில ஒதுக்கீடு கொள்கையும் விமர்சனத்துக்கு உள்ளானது. தரிசு நிலங்களை ஒதுக்கீடு செய்தால்தான் தங்கள் மக்களின் பொருளாதார நிலைமை மேம்படும் என்று இந்தத் தலைவர்கள் கூறினார்கள். கிராமப்பகுதிகளில் மிராசுதார்களின் ஆதிக்கத்துக்கு முடிவு கட்டும் கொள்கைகள் செயல்படுத்தப்பட வேண்டும் என்றும் அவர்கள் கருதினார்கள்.[95]

மதராஸ் மாகாண முதலமைச்சர் பொறுப்புக்கு காமராஜர் உயர்த்தப் பட்டதைத் தொடர்ந்து ஹரிஜன மேம்பாடு தொடர்பான விவாதங்கள் முக்கியத்துவம் பெற்றன. காமராஜர் பதவியேற்ற உடனேயே இந்த மக்களின் பிரச்னைகளுக்குத் தீர்வு காண்பதில் மிகுந்த அக்கறை செலுத்தினார். தொடர்ச்சியாக நடைபெற்ற ஆதி திராவிடர் மாநாடுகளில் பங்கேற்ற அவர் இந்த மக்களின் சமூகப் பொருளாதார நிலைமைகளில் முன்னேற்றம் காண்பதற்கான காங்கிரஸ் திட்டங்கள் குறித்து எடுத்துரைத்தார்.

இந்த மக்களின் மனநிலையில் மாற்றம் ஏற்படாமல், தீண்டாமையை ஒழிப்பதற்கான அரசின் திட்டங்கள் இலக்கை அடைய முடியாது

இயலாது என்றும் வலியுறுத்தினார். உயர் சாதிகளைச் சேர்ந்த மக்கள் தங்களது மேலாதிக்க மனப்பான்மையைக் கைவிட்டு, அடித்தட்டு களைச் சேர்ந்த மக்களோடு ஒத்துழைக்கவேண்டும் என்று கேட்டுக் கொண்டார். கூட்டுறவுத் துறை முயற்சிகள் காரணமாக கிராமங்களில் இவர்களது நிலைமைகளில் முன்னேற்றம் ஏற்படும் என்ற கருத்தையும் காமராஜர் வெளியிட்டார்.[96]

முந்தைய அமைச்சரவைகளோடு ஒப்பிடுகையில், காமராஜர் அமைச்சரவை நில ஒதுக்கீட்டுக்குக் கூடுதல் முக்கியத்துவம் அளித்தது. நிலமற்ற விவசாயத் தொழிலாளர்களுக்கு முறையாக நிலம் வழங்குவதற்கான நடவடிக்கைகளை மேற்கொள்ளுமாறு மாவட்ட ஆட்சியர்களுக்கு ஆணையிடப்பட்டது. அரசுத் திட்டங் களைச் சுமுகமாகவும் விரைவாகவும் நிறைவேற்றுவதற்கு உதவியாக ஒவ்வொரு மாவட்டத்துக்கும், துணை தாசில்தார்களும் இதர அலுவலர்களும் கொண்ட சிறப்புப் பணியாளர்கள் நியமிக்கப் பட்டார்கள். ஆதி திராவிடர் மக்களிடையே நில விநியோகத்துக்கான ஒரு திட்டத்தைக் குறுகிய காலத்தில் உருவாக்குமாறு வருவாய் வாரியத்துக்கு ஆணையிடப்பட்டது.[97]

இந்த மக்களின் எதிர்பார்ப்புகளை நிறைவேற்றுவதற்காகப் பல்வேறு நடவடிக்கைகளை அரசு மேற்கொண்டது. ஹரிஜன மேம் பாட்டுத் திட்டங்களுக்காகப் பெரும் தொகைகளை ஒதுக்கியதோடு, பல மாவட்டங்களில் இந்தத் திட்டங்களின் அளவை விரிவுபடுத்தவும் செய்தது. கல்வி, குடிநீர், சுகாதாரத் திட்டங்களுக்கான நிதி ஒதுக்கீடுகள் அதிகரிக்கப்பட்டன. ஹரிஜன மக்களின் சமூகப் பொருளாதார நிலைமைகளை உயர்த்துவதில் ஈடுபட்டிருந்த தனிப்பட்ட அமைப்புகளுக்கும் அரசு நிதியுதவி செய்தது.

இந்த மக்களுக்கு அதிக எண்ணிக்கையில் வீட்டு மனைகள் ஒதுக்கு வதற்காக நிலம் கையகப்படுத்தல் சட்டங்களில் திருத்தம் செய்யப் பட்டது. இவர்களது பொருளாதார முன்னேற்றத்தில் ஈடுபடுவதற்கான கூட்டுறவு பயிற்சி நிலையங்களுக்கும் குடிசைத் தொழில்களுக்கும் நிதி உதவி வழங்கும் திட்டங்களையும் அரசு கொண்டுவந்தது.[98]

1950களில் ஆதிதிராவிடர் அரசியல் பாதை

முதலமைச்சராக காமராஜர் நியமிக்கப்பட்டது தி.க., தி.மு.க. கட்சிகளின் காங்கிரஸ் எதிர்ப்புப் பிரசாரத்தை முனை மழுங்கச் செய்தது. ஆனால், எம்எஸ்சிஎப் தனது காங்கிரஸ் எதிர்ப்பு நிலையைத் தொடர்ந்தது. குறிப்பாக வட ஆற்காடு மாவட்டத்தில் முனைப்போடு செயல்பட்ட இந்த சம்மேளனத்தின் ஊழியர்கள், டாக்டர் அம்பேத்கர்

பிறந்தநாள் விழாப் பொதுக்கூட்டங்களுக்கு ஏற்பாடு செய்தார்கள்.[99] அந்தக் கூட்டங்களில் தசரதன் உள்ளிட்ட தலைவர்கள் இந்த மக்களின் முன்னேற்றத்துக்கு காங்கிரஸ் பெரிதாக எதுவும் செய்துவிடவில்லை என்று சாடினர். நாடாளுமன்றம், சட்டமன்றங்களில் இந்த மக்களின் உண்மையான பிரதிநிதித்துவத்தை உறுதிப்படுத்த, பல்வேறு தரப்பு வேட்பாளர்களும் பங்கேற்கிற தொகுதிகளுக்கு மாறாக, இவர்களுக் கென்று தனித் தொகுதிகளை ஒதுக்கவேண்டும் என்று கோரினர்.[100]

ஆனால் தி.க., திமுக இரண்டும் தங்கள் காங்கிரஸ் எதிர்ப்பின் வேகத்தை மட்டுப்படுத்திக்கொண்டதால், தமிழக அரசியலில் எம்எஸ்சிஎப் தனிமைப்பட்டு நிற்கிற நிலை ஏற்பட்டது. தன்னை நிலைப்படுத்திக்கொள்ள, காங்கிரஸ் அரசியல் திட்டங்களை எதிர்த்த மற்ற கட்சிகளோடு கூட்டுச் சேர சம்மேளனம் முடிவு செய்தது. இவ்வாறாக, 1954 ஜூலை மாத இடைத்தேர்தல்களுக்கு முன்பாக கம்யூனிஸ்ட் கட்சியுடன் சம்மேளனம் கூட்டுச் சேர்ந்தது.[101]

பெரிதும் எதிர்பார்க்கப்பட்ட குடியாத்தம் உள்ளிட்ட தொகுதிகளுக்கு நடந்த இடைத்தேர்தல்களில் காங்கிரஸ் பெற்ற வெற்றி தமிழக அரசியல் களத்தில் ஒரு புதிய கட்டத்தைத் தொடங்கிவைத்தது. திராவிடர் கழகம் தனது இந்தி எதிர்ப்புப் போராட்டத்தை மறுபடியும் தொடங்கியது. மதராஸ் மாகாணத்தோடு திருவாங்கூர்–கொச்சி மாநிலத்தின் தமிழ் பேசும் பகுதிகளை இணைக்கவேண்டும் என்று வலியுறுத்தி திராவிட முன்னேற்றக் கழகமும் போராட்டத்தைத் தொடங்கியது. தி.க., திமுக இரண்டும் புத்தெழுச்சி பெற்றதற்கான அறிகுறிகள் தென்பட்டபோது, எம்எஸ்சிஎப் அமைப்பு பிளவுபடக் கூடிய நிலை ஏற்பட்டது. சம்மேளனத்தின் பெரும்பாலான பவுத்த தலைவர்களும், ஆதரவாளர்களும் திராவிடர் கழகத்தோடு கூட்டுச் சேர விரும்பினார்கள்.[102]

1955ல் திமுக தனது பதாகைக்குள் தாழ்த்தப்பட்ட சாதிகளைக் கொண்டு வரும் திட்டங்களை வகுத்தது. பிராமண எதிர்ப்பு அணி என்ற கடந்த கால லட்சியத்தைப் புதுப்பிக்க முயன்றது. பிராமணர் அல்லாத மற்றவர்களின் ஆதரவைத் திரட்டுவதற்காக இந்திய சுதந்தர தினத்தை திமுக துக்க தினமாக அனுசரித்தது (ஈ.வெ.ரா. தலைமை யிலான திராவிடர் கழகம்தான் அந்த முடிவை எடுத்தது. தி.மு.க. அல்ல – மொழிபெயர்ப்பாளர்). ஆனால், தாழ்த்தப்பட்ட மக்களின் ஆதரவைத் திரட்டுகிற அதன் முயற்சிகள் முழுமையாக வெற்றி பெறவில்லை.

பெரும்பாலும் மேல் சாதிகளையும் இடை நிலைச் சாதிகளையும் சேர்ந்தவர்களாக இருந்த திமுக தலைவர் களால் இந்த மக்களோடு

ஒரு தொடர்பை ஏற்படுத்திக்கொள்ள இயலவில்லை. தொடக்கத்தில் திமுக தலைமை வாக்குறுதி அளித்ததுபோலத் தங்களுக்குச் சம நிலையும் மரியாதையும் வழங்கப்படவில்லை என்று தாழ்த்தப்பட்ட சமூகங்களின் தலைவர்கள் மீண்டும் மீண்டும் கூறினார்கள்.[103]

1956 முற்பகுதியில் இந்த வேறுபாடுகள் மிகுந்த முக்கியத்துவம் பெற்றன. திமுக மாநாட்டில், தாழ்த்தப்பட்ட சமூகங்களைச் சேர்ந்த தீவிரமான தலைவர்கள் சாதிப் பிரச்னையை எழுப்பினார்கள். அவர்களில் சிலர் சம்மேளனத்துடன் தொடர்பில் இருந்தவர்கள். திமுக தலைவர்கள் பிராமணிய மேலாதிக்கத்தையும் இந்து மதவாதக் கண்ணோட்டங்களையும் எதிர்த்தார்கள் என்றபோதிலும்கூட, அவர்கள் திரைக்கதை–உரையாடல் எழுதி மக்களிடையே பரவலாகச் சென்ற திரைப்படங்களில் இந்து மத தெய்வங்களோடு அடையாளப்படுத்துகிற பல கூறுகள் இருந்தன என்று தாழ்த்தப்பட்ட சமூகங்களின் தலைவர்கள் கூறினார்கள். பரவலாக வெற்றி பெற்ற 'தெனாலிராமன்' படத்துக்குத் திரைக்கதை–உரையாடல் எழுதிய மு. கருணாநிதி, இந்து மதம் சார்ந்த உணர்வுகளை ஊக்கு விப்பதாக இவர்கள் குற்றம் சாட்டினார்கள்.

இதைத் தொடர்ந்து இந்தத் தீவிரமான தலைவர்கள் திமுக–விலிருந்து விலகி, புதிதாக உருவாக்கப்பட்டிருந்த இந்திய குடியரசுக் கட்சியில் (ஆர்பிஐ) இணைந்தார்கள். ஆனால், தமிழகத்தில் தாழ்த்தப்பட்ட சமூகங்களை ஆர்பிஐ தனித்து நின்று பிரதிநிதித்துவப்படுத்த இயலவில்லை. ஒருவகையில், ஒரு சுயேச்சையான அரசியல் குறித்த நம்பிக்கைகள் பின்னுக்குத் தள்ளப்பட்ட நிலையில், காங்கிரஸ் அல்லது திமுக சார்பு நிலையை மேற்கொள்வதன்றி வேறு வழியில்லை என்பதை ஆதி திராவிடர் தலைவர்கள் உணர்ந்தார்கள்.[104]

நிறைவாக

1

இந்த ஆய்வு, தென் இந்தியாவின் பறையர்கள் நிலமற்ற அடிமைத்தனநிலையிலிருந்து கட்டுப்படுத்தப்பட்ட விவசாயிகள் என்ற நிலைக்கு மாறிய பின்னணியைத் தேட முயல்கிறது. இந்த சமூகம் தனது வாழ்க்கைக்கு விவசாயத்தைத்தான் முக்கியமாகச் சார்ந்திருந்தது என்றபோதிலும், இவர்களில் சிறு பகுதியினர் தொழில்துறையில் தொழிலாளர் சக்தியாகவும் உருவாகினர். மதராஸ் மாகாணத்தின் தமிழ் மாவட்டங்கள் அனைத்திலும் பறையர்கள் பரவியிருந்தார்கள். 'தீண்டத்தகாதவர்கள்' என்று ஒதுக்கப்பட்ட விவசாயத் தொழிலாளர் சமூகங்களில் இவர்கள்தான் பெரிய சமூகமாக இருந்தார்கள். நீண்டகாலமாக இவர்கள் 'தீண்டத்தகாதவர்கள்' என்றே நடத்தப்பட்டார்கள். உயர் சாதிகளைச் சேர்ந்தோர், விவசாயத்தில் தங்களது ஆதிக்கத்தை நிலைநாட்ட இவர்களது தாழ்நிலையைப் பயன்படுத்திக்கொண்டார்கள். தமிழ்நாட்டில் பறையர்கள் நாகரிக வளர்ச்சியற்ற அடிமைகளாகவும் கருதப்பட்டார்கள். வரலாற்றின் மத்தியகாலத் தொடக்கத்தில் தமிழகத்தில் அடிமை முறை இருந்ததற் கான ஆவண ஆதாரங்கள் இருப்பதை ஆய்வாளர்கள் சுட்டிக் காட்டியுள்ளனர். ஆய்வாளர் எஸ். மாணிக்கம் தனது 'தமிழ்நாட்டில் அடிமைத்தனம்: ஒரு வரலாற்றுப் பார்வை' (Slavery in the Tamil country : A Historical Overview) என்ற நூலில், அடிமைகள் உடைமை களாக அல்லது சரக்குகளாகக் கையாளப்பட்டார்கள் என்றும், அவர்களை விற்பனை செய்வது, அடமானம் வைப்பது, இடம் மாற்றுவது போன்ற கொடுக்கல் வாங்கல்களைச் சட்டப்பூர்வ ஆவணங் களில் பதிவு செய்ய வேண்டியிருந்தது என்றும் குறிப்பிட்டிருக்கிறார்.

இத்தகைய விற்பனை ஒப்பந்தங்கள் 'ஆள் விலை பிரமாண இசைவுச் சீட்டு' என்று குறிப்பிடப்பட்டன.[1] 'பெரிய புராணம்' இந்த விற்பனை ஒப்பந்தத்தை 'ஆள் ஓலை' என்று கூறுகிறது. சோழர்கள் காலத்தில் பொது இடங்களில் அடிமைகளை ஏலம் விடுகிற நடைமுறை இருந்ததாகக் கருதப்படுகிறது.[2] மிராசு உரிமைகள் தொடர்பான

ஆய்வுகள் பறையர்கள் அடிமைகளாக விற்பனை செய்யப்பட்டது தொடர்பான இரண்டு ஆவணங்களைக் குறிப்பிடுகின்றன.

இரண்டு ஆவணங்களுமே பதினாறாம் நூற்றாண்டின் கடைசிப் பத்தாண்டு காலத்துக்கு உரியவை. இந்த இரண்டு ஆவணங்களுமே, சங்கமச் சொத்துகளாக அடிமைகள் கையாளப்பட்டதைக் காட்டுகின்றன.[3] ஆயினும், தென் இந்தியாவில் காலனி ஆட்சி நடைபெற்ற காலத்தின் முற்பகுதியில் அடிமை விற்பனை ஒரு நிலைநிறுத்தப்பட்ட நடைமுறையாக இருந்ததா என்பது மிகுந்த ஐயத்துக்குரியதாகவே இருக்கிறது. ஆனால், தமிழகத்தில் நிலம் சார்ந்த அடிமைமுறை என்பது பத்தொன்பதாம் நூற்றாண்டின் இறுதிவரையில் இருந்து வந்தது.

நிலமற்ற பறையர் தொழிலாளர்கள் நிலம் பெற்றுவிடாமல் நிலவுடைமையாளர்கள் தடுத்துவந்தனர். பறையர்கள் தொடக்கத்தி லிருந்தே ஒரே சாதியாக இருந்தவர்கள் அல்ல. தொழில் சார்ந்த பல பிரிவுகளாக, மாறுபட்ட சமூக நிலைகளோடு பழக்கவழக்கங் களோடும் இருந்து வந்தவர்கள்தான். எனினும் ஒற்றைத்தன்மை இல்லாமல்போனது, பத்தொன்பதாம் நூற்றாண்டின் இறுதியில் ஒரே சமூக அடையாளமாகத் தங்களைக் கட்டமைத்துக் கொள்வதற்குத் தடையாகிவிடவில்லை. கிறிஸ்தவர்களாக மதம் மாறியவர்களும், வெளிநாடுகளின் தோட்டங்களில் கூலித்தொழிலாளர்களாக இருந்து விட்டுத் திரும்பிவந்தவர்களும் தொழில் சார்ந்த, சமூக நிலைகள் சார்ந்த வேறுபாடுகளைக் கடந்து ஒரே அடையாளத்தைக் கட்டமைப்பதில் முக்கியப் பங்காற்றினர்.

பத்தொன்பதாம் நூற்றாண்டின் பிற்பகுதியில் சமூகத் தலைவர்கள், முழுக்க முழுக்க பறையர் அடையாளம் இதுதான் என்று சொல்லத்தக்க ஒன்றை முன்வைக்க முடிந்திருக்கவில்லை என்ற போதிலும் அனுபவிக்க நேர்ந்த பொதுவான அவமதிப்புகள், சுரண்டல்கள் அடிப்படையில் ஒரு தனியான அடையாளத்தை முன்வைத்தனர். தமிழகத்தில் 'தீண்டத்தகாதவர்கள்' எனப்பட்ட அனைத்து சமூகங்களையும் உள்ளடக்கியதாக, 'பஞ்சமர்' அல்லது 'ஆதி திராவிடர்' என்று அடையாளப்படுத்தும் முயற்சிகளும் இந்தத் தனித்த அடையாளத்தை உள்வாங்கியே வெளிப்பட்டிருக்கின்றன.

1843ம் ஆண்டின் சட்டம்–5, 1861ன் இந்திய தண்டனைச் சட்டம் உள்ளிட்ட சட்ட நடவடிக்கைகள் தீண்டாமைக்குத் தடைவிதித்தன என்றாலும்கூட, அன்று அடிமைநிலையில் இருந்த மக்களின் வாழ்க்கையில் எந்த முன்னேற்றத்தையும் ஏற்படுத்திவிடவில்லை. புறம்போக்கு நிலங்களில் பறையர்களைக் குடியேற்றுவதற்கு

அரசாங்கமும் கிறிஸ்தவ மிஷனரிகளும் மேற்கொண்ட முயற்சிகளை மிராசுதார்களும் இதர நிலவுடைமையாளர்களும் எதிர்த்தார்கள்.

அந்த நிலங்களில் பறையர்கள் நிலையாகக் குடியிருப்பதற்கு உரிமை வழங்கினால், குறிப்பாகக் குடியிருப்புத் தேவைகளுக்காகத் தங்களை அவர்கள் சார்ந்திருக்கிற நிலைமை மாறிவிடும், சுதந்தரமான தொழிலாளர் சந்தையை வாய்ப்பாகப் பயன்படுத்த ஏதுவாகிவிடும் என்று நிலவுடைமையாளர்கள் கருதினார்கள். இத்தகைய எதிர்ப்புகள் இருந்தாலும், சில இடங்களில் பறையர்கள் குத்தகை விவசாயிகளாகவும், உள் குத்தகைதாரர்களாகவும் உருவாக முடிந்தது. வெளிநாடுகளில் இருந்து திரும்பி வந்த கூலித் தொழிலாளர்களும் தங்களது சேமிப்புப் பணத்தைக் கொண்டு நிலம் வாங்கினார்கள். குறிப்பாக வட ஆற்காடு மாவட்டத்தில் இத்தகைய செயல்பாடுகள் மிகுதியாக இருந்தன.

இந்த மாவட்டத்தில் பறையர்கள் நிலங்களை வாங்கி நிலக்கடலை பயிரிட்டார்கள். எனினும் இந்த மாவட்டத்தில் நிலம் வாங்கிப் போட்டது பெரிய அளவுக்கு இந்த மக்களுக்கு நன்மையளித்துவிட வில்லை. ஏனெனில் இந்த நிலங்கள் பெரும்பாலும் வறண்ட நிலையில், நீர்ப்பாசனத்துக்கு வசதியற்றவையாக இருந்தன. ஆயினும், அதிகார வர்க்கத்தினருக்கு, இவர்களது நிலமற்ற நிலைமை இனியும் கண்டுகொள்ளாமல் விடமுடியாது என்கிற பெரிய பிரச்னையாக மாறியது.

எப்படியானாலும், பறையர் முன்னேற்றம் தொடர்பாகப் பத்தொன்பதாம் நூற்றாண்டின் கடைசி இருபது ஆண்டுகளில் நடந்த விவாதங்கள் பிற்காலத்தில் தமிழகத்தில் பறையர் அடையாளம் என்பதையும், 'தாழ்த்தப்பட்ட' சாதிகளைச் சேர்ந்த மக்களின் உணர்வுகளையும் மாற்றியமைத்தன. ஒதுக்கப்பட்ட சமூகங்களைச் சேர்ந்த குடும்பங்களுக்கும், பஞ்சமர் குடியிருப்பு வசதிகளை ஏற்படுத்துவதற்காக கிறிஸ்தவ மிஷனரிகளுக்கும் அரசாங்கம் நிலம் ஒதுக்கீடு செய்தது. அது இந்த சமூகங்களின் தலைவர்களுக்கு அரசாங்கத்திடம் தங்கள் குறைகளை எடுத்துச்சொல்லலாம் என்ற நம்பிக்கையை ஏற்படுத்தியது.

இந்த சமூகத்தில் கல்வியறிவு பெற்றவர்கள், 'பறையன்' உள்ளிட்ட பத்திரிகைகளையும், பறையர் மகாஜன சபா, ஆதி திராவிடர் மகாஜன சபா போன்ற அமைப்புகளையும் பயன்படுத்தி, காலனி அரசிடமிருந்து சிறப்புச் சலுகைகளைக் கோரினர். பஞ்சமர் பள்ளிகளுக்கான நிதி ஒதுக்கீடுகளை அதிகரிக்கவும், மதிய உணவு, கல்வி உதவி நிதி போன்ற திட்டங்களைச் செயல்படுத்தவும், அரசாங்க அமைப்புகளில்

இந்த சமூகங்களின் பிரதிநிதித்துவத்தை உறுதிப்படுத்தவும் அரசுக்கு வேண்டுகோள் விடுக்கப்பட்டது. மதராஸ், மதுரை, கோவை ஆகிய நகரங்களின் தொழிற்சாலைப் பகுதிகளில் வாழ்ந்துகொண்டிருந்த ஒதுக்கப்பட்ட சமூகங்களைச் சேர்ந்த கூலித் தொழிலாளர்களது வேலை நேரத்தையும் கூலி விகிதத்தையும் நிர்ணயிப்பதற்கான சட்டங்களைக் கொண்டுவருமாறும் அரசுக்கு பறையர் தலைவர்கள் வேண்டுகோள் விடுத்தார்கள்.

அதேவேளையில், தமிழக கிராமப்பகுதிகளில் ஆதிக்கம் செலுத்திய மிராசுதார் முறை காரணமாக எழுந்த பிரச்னைகளுக்கே அவர்கள் கூடுதல் முக்கியத்துவம் அளித்தார்கள். ஒதுக்கப்பட்ட சமூக மாநாடுகளைத் தொடர்ந்து, அரசிடம் இணக்கமான முறையில் கோரிக்கைகளை முன்வைப்பதற்காக, மேல் சாதிகளைச் சேர்ந்த சீர்திருத்தவாத இந்துக்களோடு தற்காலிக உடன்பாடுகளைச் செய்துகொள்ளும் சூழல் பறையர் தலைவர்களுக்கு ஏற்பட்டது.

திட்டவட்டமான பறையர் அடையாளம் உருவானதில், பெரும்பாலும் மிஷனரி கல்வி நிறுவனங்களில் பயின்றவர்களான சமூகத் தலைவர்களின் பங்களிப்பு இருந்தது. இந்தத் தலைவர்கள் ஒதுக்கப்பட்ட சமூக மாநாடுகளை நடத்தி, பறையர்கள் மீது சாதி இந்துக்களால் திணிக்கப்பட்ட தாழ் நிலை குறித்தும், பொருளாதாரச் சுரண்டல் குறித்தும் விழிப்பை ஏற்படுத்த முயன்றார்கள். தங்கள் சமூகத்தினருக்கு உயர்வான இடம் அளிக்க மேல் சாதியினர் மறுக்கிறார்கள் என்று கருதிய பறையர் தலைவர்கள், சமத்துவமற்ற சமூகப் பொருளாதார நிலை குறித்து மிகக் கூர்மையாக எதிர்வினையாற்றினார்கள். இருபதாம் நூற்றாண்டின் தொடக்கக் கட்டத்தில், பறையர் சமூகத்தைச் சேர்ந்த எளிய தொழிலாளர்களது ஏக்கங்கள், கல்வியிலும் பொருளாதாரத்திலும் நல்லநிலையில் இருந்தவர்களது அரசியல், சமூக எதிர்பார்ப்புகளோடு ஒரு புள்ளியில் இணைந்தன.

ஒருவகையில், மாறுபட்ட உணர்வுகளின் இந்த ஒருங்கிணைப்பின் விளைவாக இந்தச் சமூகத்தின் ஒரு புதிய சுய தோற்றம் கட்டமைக்கப்பட்டது. ‘ஆதி திராவிடர்’ என்ற சொல்லாக்கங்களில் இந்த வளர்ச்சிப்போக்கு பிரதிபலித்தது. ‘ஆதி திராவிடர்’ அடையாளத்தை உருவாக்கும் முயற்சிகளோடு, பறையர் வரலாற்றைப் புதிதாக எழுதவேண்டும் என்ற அறிவுத்தளத்தினரது முனைப்புகளும் நெருக்கமாக இணைந்துகொண்டன. இந்த அடையாளத்தை முன்வைத்தவர்கள், தென் இந்தியாவின் தொன்மையான குடிகள் ஆதி திராவிடர்கள்தான் என்று நிலைநாட்டுவதற்கான பல ஆவணங்களை வெளியிட்டார்கள். ஆரியர் வருகைக்கும் முன்பாகவே, ஆதி திராவிடர்கள் சிறப்பான முறையில் நிறுவப்பட்டிருந்த சமூக

ஏற்பாடுகளையும் அரசியல் கட்டமைப்புகளையும் கொண்டிருந் தார்கள் என்ற வாதம் முன்வைக்கப்பட்டது.[4]

ஒதுக்கப்பட்ட சமூக மாநாடுகள் பறையர்களிடையே பெரும் ஒருமைப்பாட்டையும் ஒத்திசைவையும் ஏற்படுத்தின. இந்த மாநாடுகள் சமூகத் தலைவர்களுக்கு கிராமப் பகுதிகளில் தங்களது ஆதரவாளர்களோடு தொடர்புகொள்வதற்கான வாய்ப்புகளாக அமைந்தன. இந்துயிசம் தொடர்பான தங்களது பார்வைகளை மறுவரையறை செய்துகொள்வதற்கும் இந்த மாநாடுகளை பறையர் சமூகத் தலைவர்கள் பயன்படுத்திக்கொண்டார்கள். அவர்களது வலுவான பிராமண எதிர்ப்புக் கருத்துகளும், தீண்டாமை சார்ந்த பிராமணியக் கருத்தாக்கங்கள் பற்றிய கூர்மையான விமர்சனங்களும் பறையர்களிடையே ஒரு கூட்டு உணர்வை ஏற்படுத்தின. நந்தனார் போன்ற பறையர் துறவிகளின் பக்தி மார்க்கத்தைக் கடைப்பிடிக்கு மாறு சுவாமி சகஜானந்தா போன்ற, பறையர் சமூக சீர்திருத்தவாதிகள் தங்கள் மக்களுக்கு வேண்டுகோள் விடுத்தார்கள்.

இன்னொரு புறம், பறையர்கள் கர்மா, ஜாதி போன்ற பிராமணிய கோட்பாடுகளைக் கைவிட்டு, தங்களது சொந்த வழிபாட்டு முறைகளை உருவாக்கிக்கொள்ளவேண்டும் என்று கேட்டுக் கொண்ட சீர்திருத்தவாதிகளும் இருந்தார்கள். வேறு சொற்களில் சொல்வதானால், இந்த இரண்டாவது வகை சீர்திருத்தவாதிகள், ஆரியருக்கு முந்தைய வழிபாட்டு முறைகள் மீட்டமைக்கப்பட வேண்டும், ஆலய நுழைவுக் கோரிக்கையே மொத்தமாகக் கைவிடப் படவேண்டும் என்று வலியுறுத்தினார்கள். ஆயினும், இத்தகைய முயற்சிகளால், இந்து மரபுகளிலிருந்து முற்றிலுமாக விலகிச் செல்வதற்கான எதிர்ப்பு மன நிலை உருவாகிவிட்டதாக முடிவுக்கு வருவது தவறாகிவிடும்.

பெரும்பாலான பறையர் தலைவர்கள், பிராமணிய எதிர்ப்பாளர் களாக இருந்தார்கள் என்றபோதிலும், இந்து சமுதாயத்திலிருந்து துண்டித்துக்கொள்ள விரும்பவில்லை. இதர 'தீண்டத்தகாத' சமூகங்களைப்போலவே, பறையர் சமூகத்திலும் இந்து சமுதாயத்தின் மையமான கட்டமைப்போடு சேர்ந்திருப்பதன் மூலமாகவே, தாங்களும் உயர்வான சமூக நிலை கொண்டவர்கள் தான் என்ற வாதத்தை நிலைநாட்டமுடியும் என்ற கருத்து நிலவியது.

சமுதாயத்தில் நிலவிய அதிகார ஏற்பாடுகளைப் புரிந்துகொள்வதில், பறையர்கள் ஒரு விழிப்புணர்வை வெளிப்படுத்தினர். இந்த சமூகத்துக்கு உள்ளேயே இருந்த வெவ்வேறு பிரிவினர் பல்வேறு வழிகளில் இதனைப் புரிந்துகொள்ள முயன்றனர். 20ம் நூற்றாண்டின்

தொடக்க ஆண்டுகளில், இந்த சமூகத்தில் முன்னேறிய பிரிவினர், நிறுவன அமைப்பு சார்ந்த அரசியலில் பங்கேற்பதன் மூலமாக அரசியல் அதிகாரத்தைப் பெறுவதில் அதிக ஆர்வம் காட்டியதாகத் தெரிகிறது. தனித்து ஒதுக்கப்பட்டிருந்த பிரிவுகளிடையே புதிய அதிகார உறவுகளாக அது மாறியது என்று சில வரலாற்று ஆய்வாளர்கள் கூறுகிறார்கள்.[5]

காலனி அரசின் ஆதரவைப் பெறுவதில் அவர்கள் ஏன் முனைப்புக் காட்டினார்கள் என்பதை இதிலிருந்து புரிந்துகொள்ளமுடிகிறது. காலனி அரசைப் பொறுத்தவரையில், குறைந்தது கோட்பாட்டு அடிப்படையிலாவது, சாதி அடிப்படையில் அது மக்களைப் பாகுபடுத்தவில்லை என்பது கவனத்தில் கொள்ளத்தக்கது. காலனி ஆட்சியைப் பொறுத்தவரையில் அது ஒரு சமத்துவமான ஆட்சியை உறுதிப்படுத்தக்கூடியது, ஒடுக்குமுறை சார்ந்த சமுதாய அமைப்புக்கு முடிவுகட்டக்கூடியது என்று அவர்கள் நம்பினார்கள். காலனி ஆட்சியின் ஆதரவு இருந்தால்தான் புதிய அரசியல் கட்டமைப்பில் தங்களுக்கு அதிகாரமும் மரியாதையும் உள்ள நிலை ஏற்படும் என்ற வலுவான கருத்தை பறையர் சமூகத் தலைவர்கள் பரப்பினார்கள்.

காலனி ஆட்சியின் ஆதரவு தேவை என்ற வலுவான கருத்து அவர்களுக்குத் தொடக்கத்தில் இருந்தது, அவர்களை பிராமணர் அல்லாதார் அணி என்ற நீதிக் கட்சியின் கொள்கைக்கு நெருக்கமாகக் கொண்டு வந்தது. காங்கிரஸ் தலைமையின் மீதும், அது முன்வைத்த தேசியவாதத்தின் மீதும் நம்பிக்கை ஏற்படவில்லை. அது மதராஸ் மாகாணத்தின் பிராமணர் அல்லாத உயர்சாதி மேல்தட்டினரோடு கூட்டுச் சேர்ந்ததற்கான அவர்களது தர்க்க நியாயத்தை விளக்குகிறது.

ஆயினும், தங்களது எண்ணிக்கை பலத்தைக் காட்டியாக வேண்டி யிருந்த காலகட்டத்தில் ஆதிதிராவிடர் இயக்கத்தை முன்னெடுத்துச் சென்ற பறையர் சமூகத் தலைவர்கள், கிராமங்களிலும் நகரங்களிலும் இழிவான வேலைகளைச் செய்து வந்த தங்கள் மக்களின் நலன்களைப் புறக்கணித்துவிட முடியவில்லை. பறையர் சமூகத்தைச் சேர்ந்த தொழிலாளர்களின் பின்னடைந்த நிலைமையைப் பயன்படுத்தி, காலனி அரசிடமிருந்து அந்தத் தலைவர்கள் பல சலுகைகளைப் பெற முயன்றனர்.

இந்தத் தலைவர்கள் அரசாங்க அமைப்பு சார்ந்த தங்களது கோரிக்கை களை, சமூக நீதியின் பெயரால் நியாயப்படுத்தினர். தங்களது ஆதரவாளர்களைச் சார்ந்திருக்க வேண்டிய நிலைமையும் அவர்களை நீதிக் கட்சியுடனான உறவை மறு ஆய்வு செய்ய வேண்டிய

கட்டாயத்துக்கு உள்ளாக்கியது. ஒருவரையொருவர் சார்ந்திருக்கும் அடிப்படையில் தங்களது எளிய ஆதரவாளர்களுடனான உறவைப் பராமரிப்பதன் முக்கியத்துவத்தை, 1921–22ம் ஆண்டில் நடைபெற்ற பங்கிங்காம் அண்டு கர்நாட்டிக் மில் வேலை நிறுத்தப் போராட்டத்தின்போது ஆதிதிராவிடர் தலைவர்கள் உணர்ந்தனர்.

தொழிலாளர் துறையின் செயல்பாடு குறித்து அப்போது செல்வாக்குடன் இருந்த நீதி கட்சியினருக்கும் ஆதிதிராவிடர் தலைவர்களுக்கும் இடையே ஏற்பட்ட கருத்து வேறுபாடுகள், பிராமணர் அல்லாதார் – பஞ்சமர் கூட்டில் ஒரு உடைப்பை ஏற்படுத்தியது. அதைத் தொடர்ந்து காலனி அரசிடமிருந்து பெருமளவுக்குச் சலுகை களைப் பெறவேண்டுமானால், பிராமணர் அல்லாத மேல்தட்டினருடன் ஒரு தற்காலிக உடன்பாடு மட்டுமே இருக்க முடியும் என்ற கருத்தை ஆதிதிராவிடர் தலைவர்கள் வெளிப்படுத்தினர்.

நீதிக் கட்சியுடனான உறவில் ஏற்பட்ட முறிவுடன் இணைந்ததாக, மக்களால் தேர்ந்தெடுக்கப்படும் பல்வேறு அமைப்புகளில் விரிவான அளவுக்குப் பிரதிநிதித்துவம் தேவை என்ற ஆதிதிராவிட தலைவர்களின் கோரிக்கை முன்னுக்கு வந்தது. சட்டமன்றத்தில் 'தீண்டத்தகாத' சமூகங்களுக்கு அதிகப் பிரதிநிதித்துவம் தேவை என்று இந்தத் தலைவர்கள் கோரினார்கள். ஆயினும், ஒவ்வொரு பிரிவினருக்கும் இடையே ஏற்பட்ட போட்டியின் காரணமாகவும், அரசியல் சார்பு நிலைகளின் காரணமாகவும் இத்தகையப் பிரச்னை களில் அவர்களால் ஒருமித்த குரலை எழுப்ப முடியவில்லை.

ஆதிதிராவிடர் அரசியலில் எந்த அளவுக்கு இந்தச் சார்பு நிலைகள் ஆழமாக இருந்தன என்பது 1928ல் மதராஸ் நகரத்துக்கு சைமன் கமிஷன் வந்தபோது தெளிவாக வெளிப்பட்டது. எம்.சி. ராஜா தலைமையிலான பிரிவினருக்கு, தங்களது பிரதிநிதித்துவம் தொடர்பாகப் பின்பற்ற வேண்டிய கொள்கைகள் குறித்த சொந்தக் கருத்துகள் இருந்தன. அதேவேளையில் ஆர். சீனிவாசன் தலைமையில் செயல்பட்ட மற்றவர்களுக்கு இதில் கருத்து வேறுபாடு இருந்தது. இத்தகைய மென்மையான அணுகுமுறையும், கடுமையான அணுகுமுறையும் கொண்டிருந்த ஆதிதிராவிடர் தலைவர்களிடையே இந்த வேறுபாடுகள், ஈ.வெ.ராவின் சமதர்ம முழக்கங்களால் மேலும் தீவிரமடைந்தன.

1930ம் ஆண்டுகளின் முற்பகுதியில், காங்கிரஸ் கட்சி ஒத்துழையாமை இயக்கத்துக்கு அறைகூவல் விடுத்ததையும், ஒதுக்கப்பட்ட மக்களின் ஒரே பிரதிநிதியாக உருவாவதற்கு அம்பேத்கர் முயன்றதையும் தொடர்ந்து தனித்தனியாகப் பல குழுக்கள் உருவாயின. அந்தக்

குழுக்கள் அனைத்தும் ஆதிதிராவிடர் மக்களின் நலன்களைத் தாங்கள்தான் பிரதிநிதித்துவப்படுத்துவதாகக் கூறிக்கொண்டனர். காங்கிரஸ் கட்சியின் செல்வாக்கை எதிர்கொள்ள நினைத்த காலனி அரசு, இந்தக் குழுக்களை ஒன்றுக்கொன்று எதிராக மோதவிட்டது. இத்தகைய அணி வேறுபாடுகள் இருந்தபோதிலும், காங்கிரஸ் கட்சியிடமிருந்து இந்த மக்களைப் பிரித்து வைக்க அரசாங்கம் மறைமுக முயற்சிகளை மேற்கொண்ட போதிலும், தமிழகத்தில் இருந்த 'தீண்டத்தகாத' சமூகங்களிடையே தேசிய அறைகூவலுக்கு ஒரு தாக்கம் ஏற்படவே செய்தது. காங்கிரஸ் கட்சியின் ஹரிஜன பிரசாரம் குறித்துத் தொடக்கத்தில் அக்கறையின்றி இருந்தார்கள் என்ற போதிலும், பறையர்களின் ஒரு பகுதியினர் காந்தியின் தீண்டாமை ஒழிப்புத் திட்டத்துக்கு ஆதரவு அளித்தனர். அது அவர்களை மேல்தட்டு காங்கிரஸ் தலைவர்களோடு நெருக்க மாக்கியது.

1934ல் காந்தி தமிழ்நாட்டில் மேற்கொண்ட ஹரிஜன சுற்றுப் பயணம், ஆதிதிராவிடர் தலைவர்களால் முன்வைக்கப்பட்ட மாற்று அரசியல் கொள்கை தொடர்பாக ஒரு புரிதலுக்கு வரவேண்டிய கட்டாயத்தை தமிழக காங்கிரஸ் தலைமைக்கு ஏற்படுத்தியது. 1937ம் ஆண்டு தேர்தலின்போது ஆதிதிராவிடர் அரசியல் கோட்பாடுகளின் ஒருங்கிணைந்த பகுதியாக இருந்த பல சிந்தனைகளைத் தனது கோட்பாடுகளோடு இணைந்துகொண்டது. வேறு சொற்களில் சொல்வதானால், ஆதிதிராவிடர் அரசியல் கொள்கைகளை காங்கிரஸ் கட்சி தனது முழக்கங்களாக இணைத்துக்கொண்ட இத்தகைய அணுகுமுறைதான், புனா உடன்பாட்டின் அடிப்படையில் ஒதுக்கீடு செய்யப்பட்ட தொகுதிகளில் காங்கிரஸ் கட்சியின் ஹரிஜன வேட்பாளர்கள் பெற்ற வெற்றியின் பின்னணியில் இருந்தது.

ஆயினும் இந்த காங்கிரஸ் – ஆதி திராவிடர் இணக்கம் நிலையான உறவாகிவிடவில்லை. உண்மையில், சாதி வேறுபாடுகளும் வர்க்க வேறுபாடுகளும் சேர்ந்து, தேசிய இயக்கத்தின் மேல் சாதிகளைச் சேர்ந்த தலைமையின் மீது ஆதி திராவிடர்கள் முழு நம்பிக்கை கொள்ளவிடாமல் தடுத்தது. ஆதி திராவிடர்களுக்கும் மேல் சாதி காங்கிரஸ் தலைவர்களுக்கும் இடையேயான வேறுபாடுகளை பிரிட்டிஷ் அரசு மேலும் தீவிரமாக்கியது. 1940ம் ஆண்டுகளில், ஆதி திராவிடர்களைத் தேசிய இயக்கத்திலிருந்து பிரித்து வைப்பதற்காகப் பல சலுகைகளை பிரிட்டிஷ் அரசு அறிவித்தது. ஆதி திராவிடர் தலைவர்கள், சிறிது காலத்துக்குத் தங்களது அரசியல் வேறுபாடு களை ஒதுக்கிவைத்துவிட்டு, பொதுத் தொகுதி முறையைக் கைவிடுமாறு அரசுக்கு வேண்டுகோள் விடுத்தனர்.

புனா உடன்பாட்டின்படி ஈரடுக்குத் தேர்தல் முறை கொண்டு வரப்பட்டதால் தங்கள் சமூகத்துக்கு நன்மை கிடைக்கவில்லை என்று அவர்கள் ஒரு மனதாக ஒப்புக்கொண்டார்கள். தனித் தொகுதிகளில் காங்கிரஸ் கட்சியின் வேட்பாளர்கள் வெற்றிபெறுவதற்குத்தான் அது உதவியிருக்கிறது, அவர்கள் ஆதி திராவிடர்களின் உண்மையான பிரதிநிதிகள் அல்ல என்று இந்தத் தலைவர்கள் கூறினர். மேல் சாதிகளிடையே காங்கிரஸ் கட்சிக்கு இருந்த செல்வாக்கின் காரணமாக, காங்கிரஸ் எதிர்ப்பு எஸ்.சி. அமைப்புகளால், தொடக்க நிலைத் தேர்தல்களில் பெரும்பான்மை வாக்குகளைப் பெற்ற போதிலும் தங்களது பிரதிநிதிகளைத் தேர்ந்தெடுக்க முடியவில்லை என்ற புகாரும் எழுந்தது. இந்தக் குற்றச்சாட்டுகளை மறுத்த காங்கிரஸ், அகில இந்திய ஒதுக்கப்பட்ட சமூகங்கள் கூட்டமைப்பின் செல்வாக்கு மற்ற அமைப்புகளை விஞ்சிவிட்டது என்று கூறியது.

காங்கிரஸ் எதிர்ப்பு ஆதி திராவிடர் தலைவர்களுக்கு ஆதரவாக இருந்த அமைப்புகளால் தமிழகத்தில் நீண்ட காலத்துக்கு இந்த மக்களிடையே தங்கள் பிடியைத் தக்கவைத்துக்கொள்ள முடிய வில்லை. அந்த அமைப்புகளுக்கிடையே நிலவிய வேறுபாடுகள், காங்கிரஸ் கட்சிக்கு கிராமப்பகுதிகளில் ஆதரவாளர்களை ஈர்ப்பதற்கான வாய்ப்பை ஏற்படுத்திக் கொடுத்தது. உள்ளூர் அமைப்புகள் ஏற்படுத்தப்பட்டதும், இந்த சமூகங்களைச் சேர்ந்த காங்கிரஸ்காரர்களின் முனைப்பான ஈடுபாடுகளுமாகச் சேர்ந்து, எம்எஸ்சிஎப் அமைப்பைவிடவும் ஒரு சாதகமான நிலையை காங்கிரஸ் கட்சிக்கு ஏற்படுத்திக் கொடுத்தது.

1946ம் ஆண்டுத் தேர்தல்களுக்கான வேட்பாளர்களைச் சுமுகமாகவும் விரைவாகவும் முடிவு செய்தது காங்கிரஸ் கட்சியை ஒரு தீர்மானகர மான இடத்தில் வைத்தது. தேர்தல் முடிவுகள், ஆதி திராவிடர் மக்கள் ஆகப் பெருமளவுக்கு காங்கிரஸ் கட்சிக்கு ஆதரவாகவே வாக்களித் தார்கள் என்பதைக் காட்டின.

1947க்குப் பிறகு வந்த ஆண்டுகளில் ஆதி திராவிடர் இயக்கம் தொடர்பாக ஆராயப் புகுந்தால் வேறு பல சுவையான தகவல்கள் கிடைக்கின்றன. தனி மனித ஆளுமைகள், சித்தாந்தங்கள், அணுகு முறைகள் அடிப்படையில் ஆதிதிராவிடர் அரசியலின் ஒருமைப்பாடு தகர்ந்தது. மையமான அரசியல் நீரோட்டத்துக்கு எதிரான ஒரு மாற்றுச் சித்தாந்தத்தை ஆதி திராவிடர் தலைவர்களால் உருவாக்க இயலவில்லை. மாறாக, தேசிய அளவிலும் மாகாணத்திலும் செல்வாக்கு செலுத்திய போக்குகளோடு இணைந்து செல்ல விரும்பினார்கள். காங்கிரஸ் கட்சியோடு மட்டுமல்லாமல், திராவிடர்

கழகம், இந்திய கம்யூனிஸ்ட் கட்சி ஆகியவற்றோடும், திராவிட முன்னேற்றக் கழகத்தோடும் அரசியல் உறவை ஏற்படுத்திக் கொண்டனர்.

1950களில் கம்யூனிஸ்ட் கட்சியோடு அவர்களுக்கு வலுவான உறவு இருந்தது. தஞ்சை மண்ணில் நடைபெற்ற விவசாயிகள் இயக்கங்கள் அந்த உறவை வெளிப்படுத்தின. ஆயினும், 1952ல் பண்ணையாள் பாதுகாப்பு அவசரச் சட்டம் கொண்டுவரப்பட்டதைத் தொடர்ந்து கம்யூனிஸ்ட் – எம்எஸ்சிஎப் உறவு சரிவடையத் தொடங்கியது.

கம்யூனிஸ்ட்களால் கிராமப் பகுதிகளில் போராட்டங்களுக்கு அணி திரட்ட முடியாமல் போனதைத் தொடர்ந்து தாழ்த்தப்பட்ட சமூகங்களைச் சேர்ந்த விவசாயத் தொழிலாளர்களின் கட்டுப்பாடு குலைந்தது. அதைத் தொடர்ந்து அவர்கள் காங்கிரஸ் கட்சியின் ஆதரவாளர்களாக மாறினார்கள். காமராஜர் தலைமையில் காங்கிரஸ் கட்சி ஒதுக்கப்பட்ட சமூகங்களின் முன்னேற்றத்துக்காகப் பல திட்டங்களை அறிவித்தது. கம்யூனிஸ்ட்களின் செல்வாக்கு வளர்வதைத் தடுப்பதற்காக பிரஜா சோசலிஸ்ட் கட்சியோடு கூட்டுச் சேர்ந்த காங்கிரஸ், பூதான இயக்கத்தை ஆதரித்தது. எம்எஸ்சிஎப் அமைப்பில் ஏற்பட்ட பிளவு காங்கிரஸ் முயற்சிகளுக்குத் துணை செய்தது.

பௌத்த தலைவர்களைப் பொறுத்தவரையில், கம்யூனிஸ்ட்களோடு கூட்டுச் சேர்வதைவிட, திராவிடக் கட்சிகளோடு ஒத்துழைப்பதால் ஆதி திராவிடர் சமூகங்களுக்கு அதிக ஆதாயங்கள் கிடைக்கும் என்று கருதினார்கள். திமுக, எம்எஸ்சிஎப் இடையே ஒரு குறுகிய கால உறவும் ஏற்பட்டிருந்தது. அந்த உறவு முறிந்ததைத் தொடர்ந்து, தேசிய அளவில் தாழ்த்தப்பட்ட மக்களின் குரலாக உருவாகியிருந்த இந்திய குடியரசுக் கட்சியோடு எம்எஸ்சிஎப் இணைய முடிவு செய்தது.

பத்தொன்பதாம் நூற்றாண்டின் இடைக்கட்டத்திலிருந்து இருபதாம் நூற்றாண்டின் இடைக்கட்டம் வரையில் பறையர் சமூக இயக்கங்களின் நீண்ட பயணம் மாறுபட்ட எதிர்பார்ப்புகளோடும் நம்பிக்கைகளோடும் பலன்களோடும் இருந்தது என்பதில் ஐயமில்லை. கொடூரமான கொத்தடிமை நிலையிலிருந்து அவர்கள் விடுபட முடிந்தது என்றாலும், சுரண்டல் விலங்குகள் இன்னும் முழுமையாக நொறுங்கிவிடவில்லை. ஒரு சரி நிகர் அமைப்பு உருவாகவேண்டும் என்ற நந்தனாரின் எதிர்பார்ப்பு இன்னும் தொலைதூரக் கனவாகவே தொடர்கிறது. ஆயினும் ஒரு மாற்றத்துக்கான நம்பிக்கைச் சுடர் எப்போதும் ஒளிர்ந்துகொண்டேதான் இருக்கிறது.

நாட்டின் அரசமைப்பு பல குறைபாடுகளைக் கொண்டிருக்கிறது. எனினும், சமூக நீதியையும் உரிமைகளையும் உறுதிப்படுத்திடும்

ஆட்சிமுறைக்குப் பெரிதும் ஆதரவான அரசியல் சக்திகளை ஒருங்கிணைக்கிற புள்ளியாகவும் இருந்து வருகிறது. சாதி அடிப்படையில் ஒதுக்கப்பட்ட சமூகங்களின் அரசியல் அதிகாரம் ஓரளவுக்குத்தான் நிறைவேறியிருக்கிறது. சமூக சமத்துவம் என்ற இலக்கோ இன்றும் அவர்களது அன்றாட வாழ்க்கையில் கை நழுவிக்கொண்டேதான் போகிறது. பறையர் போன்ற சமூகங்களைப் பொறுத்தவரையில் சமத்துவப் பயணத்துக்கான பாதை ஏராளமான வளைவுகளோடும் ஏற்ற இறக்கங்களோடும்தான் அமைந் திருக்கிறது. ஆயினும், அவர்களது எதிர்ப்பின் சின்னமாக, நம்பிக்கையின் அடையாளமாகத் திகழ்கிறார் நந்தனார்.

2

காலனியாட்சிக் காலத்திலும், அதற்குப் பிந்தைய காலத்திலும், கீழ்நிலைக்குத் தள்ளப்பட்ட சாதிகளின் வரலாறுகளை ஆராய்கிற போது, பல கேள்விகள் எழுகின்றன. அந்தக் கேள்விகள் நேரடி யாகவோ மறைமுகமாகவோ தேசியவாதத்தோடு தொடர்புள்ளவை யாக இருக்கின்றன. சமுதாய அலகு பற்றி வரையறுப்பதில் உள்ள கடுமையான சிக்கல்தான் தேசியம் தொடர்பான குழப்பத்துக்கு மைய ஊற்றாக இருந்து வருகிறது என்ற ஒரு வாதம் முன்வைக்கப் படுகிறது. ஒரு தேசியம் என்பதற்கான நெறிகளின்படி, சமுதாய அலகு என்பது தன்னைத் தானே ஆட்சி செய்துகொள்ளக்கூடியதாக இருக்கவேண்டும்.[6]

எந்தவொரு சூழலிலும், ஒவ்வொரு மக்கள் பிரிவுக்கும் அல்லது சமூகத்துக்கும் அவர்களது உரிமை உறுதிப்படுத்தப்படுகிறது என்றால், உடனடியாக அங்கே ஒரு முக்கியப் பிரச்னை எழுகிறது. ஒரு தேசியச் சமுதாயம் எந்தச் சூழலில் அந்த உரிமையைச் செயல்படுத்தும் என்பதும், முக்கியத்துவம் வாய்ந்த பிரச்னைதான்.[7] தன்னைத் தானே ஆள்வதே தேசிய சமுதாயம் என்ற சிக்கலான வாதத்துக்குள் நுழையாமல் தேசிய சமுதாயம் என்பதை எப்படி வரையறுப்பது என்ற கேள்வி எழுகிறது. கருத்தியல் அடிப்படையில், ஒரு தேசம் என்பதே ஒரு தனித்துவமான நாகரிகத்தைக் கொண்டிருக்கிற, தனது சொந்த அரசு அமைப்பைக் கொண்டிருக்கிற சமுதாயம்தான் என்று பார்க்கப்படலாம்.[8] ஆனால், 'ஒவ்வொரு தேசமும் தனக்கே சொந்தமான முற்றிலும் முழுமையான அரசு அமைப்பைக் கொண்டதாகும்' என்ற கருத்தாக்கத்தை நிலைநாட்டுகிற சிக்கல் ஏற்படுகிறது.[9]

தேசிய சமுதாயம் என்ற கருத்தாக்கத்துக்கு விளக்கமளிக்க முயன்ற பல அறிஞர்கள், ஒரு பொதுவான மதம் அல்லது ஒரு பொதுவான இன அடையாளம் என்பன உள்ளிட்ட தன்மைகளின் அடிப்படையில் விளக்கம் அளிக்க முயன்றிருக்கிறார்கள்.[10] ஆயினும், நடப்பு வாழ்க்கையில், தேசிய நிலை என்பதற்கான சமூக அடித்தளங்கள் பல வகைகளாக, சிக்கல் மிகுந்தவைகளாக இருக்கின்றன. மறுப்புக்கே இடமில்லாத, எல்லோராலும் ஏற்கப்படுகிற கருத்தாக்கம் என்பது இருக்க முடியாதுதான்.

நடைமுறையில் தேசம் என்பது இன்றைய மனித வாழ்வில் பல மாறுபட்ட கருத்தாக்கங்கள் கொண்டதாக மாறியுள்ளது. பண்பாடு, அரசியல், உளவியல், நிலப்பரப்பு, இனக்குழு, சமூகவியல் என வெவ்வேறு வகையான கொள்கைகள் உள்ளன. சமுதாய கோட்பாட்டாளர்களும் அரசியல்வாதிகளும் அரசியல் இயக்க ஊழியர்களும் முன்வைப்பதுபோலத் தேசம் என்பதற்குப் பன்முகப் பட்ட வரையறைகள் இருப்பதை இது காட்டுகிறது. இதில் ஒரு பொதுக் கருத்து உருவாகவில்லை என்பது இத்தகைய சிக்கலான கூறுகளைக் கையாள்வதில் உள்ள சிரமத்தைத் தெளிவாக எடுத்துக் காட்டுகிறது. இந்தச் சிக்கல்களை தேசம், அரசு ஆகியவற்றுக்கும், அரசியல் அங்கீகாரத்துக்கான ஒரு ஆதாரமாக தேசத்தைப் பயன் படுத்துகிற நடைமுறைக்கும் இடையேயான உறவுகளோடு தொடர்புபடுத்த முடியும்.

'ஒரு தேசமாக இருப்பதென்பது ஒரு குறிப்பிட்ட நிலப்பரப்போடு இணைந்திருப்பது, பொதுவான பண்பாடும் வரலாறும் கொண்டிருப்பது, சுயநிர்ணய உரிமை உறுதிப்படுத்தப்பட்டிருப்பது எனப் பொதுவாக எடுத்துக்கொள்ளப்படுகிறது'[11] என்ற நிலையில் ஒரு தேசத்தின் அங்கமாக இருப்பது அல்லது இல்லாமல் போவது என்பது தன்னை அதன் ஒரு அங்கமாகக் கருதுகிற ஒரு சமூகத்துக்கான பல்வேறு உரிமைகள் என்பதாகப் பொருள்படுகிறது. ஆயினும், ஒரு தேசம் என்பதைத் தனித்துப் பார்ப்பதற்கில்லை. தேசிய அரசு என்பதற்கும் தேசியம் என்பதற்கும் இடையே ஒரு தெளிவான வரையறுப்பு தேவைப்படுகிறது. ஜெர்மன் அறிஞர் மேக்ஸ் வேபர் கருத்துப்படி, அரசு என்பது அடிப்படையில் ஒரு குறிப்பிட்ட நிலப்பரப்புக்குள் சட்டபூர்வமாகப் படை பலத்தைப் பயன்படுத்தத் தனக்கு ஏகபோக அதிகாரம் உள்ளது என்று கருதுகிற ஒரு மனித சமூகமாகும். இந்த நோக்கத்தை நிறைவேற்றுவதில் அனைத்து அரசுகளும் முழுமையாக வெற்றி பெற்றுவிடவில்லைதான்.

இன்னொருபுறத்தில், ஒரு தேசம் என்பது ஒரு சமுதாயமாக நிலை பெறுவதற்கான உடன்பாடு உள்ள, பொதுவான பண்பாட்டைப் பகிர்ந்துகொள்கிற தெளிவாக வரையறுக்கப்பட்ட நிலப் பகுதியைச்

சார்ந்திருக்கிற, ஒரு பொதுவான கடந்த காலத்தைக்கொண்டிருக்கிற, எதிர்காலத்துக்கான ஒரு பொதுவான திட்டத்தை வைத்திருக்கிற தன்னைத்தானே ஆட்சி புரிவதற்கான உரிமையைக் கோருகிற ஒரு மனிதக் கூட்டம் என்று பொருள் கொள்ளலாம். அண்மையில் தேசிய அரசு என்பதற்குப் பின்வரும் விளக்கம் அளிக்கப்பட்டுள்ளது:

'...ஒரு வரையறுக்கப்பட்ட நிலப்பரப்புக்குள் சட்டபூர்வமாகப் படைபலத்தைப் பயன்படுத்துவதாகக் கூறுகிற ஏகபோகம் கொண்ட, தனது ஆட்சிக்கு உட்பட்ட மக்களைப் பண்பாட்டு ஆளுமையின் மூலமாக ஒன்றுபடுத்த முயல்கிற ஒரு வகை அரசை சட்டபூர்வமானதாக்கிடும் இயல்புடன் கூடிய ஒரு நவீன நிறுவன அமைப்பு.'[12]

இது தேசம், அரசு, தேசியம் ஆகியவற்றுக்கிடையேயான தொடர்புகளில் வினையாற்றுகிற பதற்றங்களுக்குக் காரணமான கூறாக இருக்கக்கூடும். ஒரு முக்கூட்டாக அமைந்துள்ள இந்த மூன்று தளங்களில் எந்த ஒன்றுக்குமான வரையறுப்புகளில் ஏற்படக்கூடிய எந்த மாற்றமும் மற்ற இரண்டு தளங்களுக்குமான வரையறுப்பு களிலும் ஓரளவுக்கு மாற்றத்தை ஏற்படுத்தக்கூடியதாகும். இவ்வாறாக, குறிப்பான சூழல்களில் உருவாகிற எந்தவொரு தேசியவாத இயக்கமும், அது பாதுகாக்கவும் முன்னேற்றவும் விரும்புகிற தேசத்தில் விலக்கிவைப்பதற்கும் சேர்த்துக்கொள்வதற்குமான தேவையாகப் பொது மரபுவழியையும் பரம்பரைத்தொடர்பையும் அடிப்படையாக வலியுறுத்த வேண்டியதாகிறது.[13]

தேசிய அரசுக்காக வாதாடுவோர் இப்படிப் பொதுமைப்படுத்துவதை தலித் சிந்தனையாளர்கள் தொடர்ந்து எதிர்த்து வந்திருக்கிறார்கள். அவர்கள் தங்களது எழுத்துகளிலும் பேச்சுகளிலும் சாதி என்பதற்கு மேலாக தேசம், ஏகாதிபத்திய எதிர்ப்பு, வர்க்கம் ஆகியவற்றுக்கு முன்னுரிமை அளிக்கப்படுவதை ஏற்க மறுத்து வந்திருக்கிறார்கள். எடுத்துக்காட்டாக, 'ஒட்டுமொத்த அமைப்பின் ஒரு முக்கியமான பிரிவு என்பதாக முன்வைக்கப்படும் கருத்தாக்கம்' என்பதை அம்பேத்கர் எதிர்த்தார்.[14] தலித்துகள் எந்த ஒரு ஒட்டுமொத்தத்தின் பகுதியாகவும் இருந்ததில்லை, எந்த ஒரு ஒட்டுமொத்தத்தின் கூறாக அவர்களைப் பிரதிநிதித்துவப்படுத்தவும் இயலாது என்றார். இவ்வாறு ஒரு பகுதியாகச் சுருக்கிவிடுவதற்கில்லை என்பது தன்னாட்சிக்கான ஒரு பிரகடனமாகப் பார்க்கப்பட்டது. காங்கிரஸ் கட்சி முன்வைத்த தேசிய நிலைக்கு அம்பேத்கர் எதிர்ப்புத் தெரிவித்ததை ஆராய வேண்டுமானால் இந்தச் சிந்தனைகள் முக்கிய மானவை என்ற வாதத்தை சமூகக் கருத்தாளர்களும் அரசியல் கருத்தாளர்களும் எப்போதும் முன்வைத்து வந்திருக்கிறார்கள்.[15]

காலனியாட்சிக்கு எதிரான போராட்ட காலகட்டத்திலும், காலனி யாட்சிக்குப் பிந்தைய காலகட்டத்திலும் தலித் அரசியல் தொடர்பான வாதங்களில் தேசியம் – ஏகாதிபத்தியம், மதச்சார்பின்மை – மதவாதம் என்ற எதிரெதிர் வாதங்கள் முன்வைக்கப்பட்டபோது, வரலாற்றின் இன்னொரு பக்கம் நேரடியாகவோ மறைமுகமாகவோ அழிக்கப் பட்டு வந்திருக்கிறது. இத்தகைய ஆய்வு சார்ந்த தலையீடுகளோடு தொடர்புபடுத்திப் பார்க்கப்பட வேண்டியது என்னவென்றால், தேசிய அரசு என்ற விரிவான தலைப்பின் கீழ் சிறுபான்மையினர் பற்றிய கேள்விதான். உலகின் மற்ற பகுதிகளில் நடந்ததுபோலவே இந்திய மண்ணிலும், தேசிய அரசின் ஒருங்கிணைப்பு முயற்சிகளுக்கு எதிரான இனக்குழுச் சிறுபான்மையினர் அல்லது பண்பாட்டுச் சிறுபான்மையினரின் போராட்டங்கள் அவ்வப்போது நடந்து வந்திருக்கின்றன. ஆனால், அண்மைக்காலமாக தேசியவாதிகள் சமூக அடிப்படையில் மக்கள் திரட்டப்படுவதையும், தேசிய அடிப்படையில் ஒருமைப்படுத்தப்படுவதையும் ஒருங்கிணைக்கிற முயற்சிகளில் பெருமளவுக்கு ஈடுபட்டு வந்துள்ளனர்.

அதேவேளையில், இந்தியச் சமுதாயம் தனது படிநிலை ஏற்பாடுகள் அனைத்தையும் தாண்டி, தேர்ந்தெடுத்த முறையில் உள்ளடக்குவது, தேர்ந்தெடுத்த முறையில் வெளியே வைப்பது என்ற பாதையில் சென்றுகொண்டிருக்கிறது என்ற கருத்தை நிலைநாட்டுகிற முயற்சிகளும் நடக்கின்றன. உண்மையில், தலித் கட்சிகள் உள்ளிட்ட ஆகப் பெரும்பாலான கட்சிகளும், அதேபோல் அரசு எந்திரமும் அந்தந்த வட்டாரம் சார்ந்த பழைய வகையிலான சமூக ஏற்பாடுகளை தேசிய சமுதாயம், தேசியச் சமூகம் என்ற விரிவான பரந்த கருத்தாக் கங்களாக மாற்றுவதற்கான முயற்சிகளில் ஈடுபட்டு வந்துள்ளன.

அது ஒன்றும் ஒருவழிப் பாதையல்ல, அதற்குப் பல ஆழமான பலவீனங்கள் தடையாக இருக்கின்றன. அந்தப் பலவீனங்கள் முக்கியமாக, தேச அரசு என்பது பற்றிய குறுகிய அரசியல் புரிதல் களிலிருந்தே வருகின்றன. சில நேரங்களில் அந்தக் குறைபாடுகள் புகட்டப்பட்ட, செயற்கையான நடைமுறைப்போக்குகளாகக் காட்சியளிக்கின்றன. சில நேரங்களில், ஒரு கூட்டான ஒட்டுமொத்தக் கண்ணோட்டமாக முன்னுக்கு வருகின்றன. அதில், எதிரெதிரான வர்க்க அடையாளங்களும், சாதி அடையாளங்களும், வட்டார அடையாளங்களும் தேசம் என்ற தலையாய கருத்தாக்கத்தோடு இணைந்திருக்கின்றன.

குறிப்புகள்

அறிமுகம்

1. Dipankar Gupta, Interrogating Caste: Understanding Hierarchy and Difference in Indian Society, New Delhi, 2000, p. 1.
2. Ibid.
3. Ibid.
4. Dipankar Gupta, "Towards Affirmative Action", in Ira Pandey, ed., India 60, India International Centre, Quarterly, Winter 2006 and Spring 2007, New Delhi, 2007, p. 153.
5. For more details, see K.S. Chalam, Caste-based Reservations and Human Development in India, Delhi, 2007, p. 76.
6. Ibid.
7. Aditya Nigam, "Secularism, Modernity, Nation: An Epistemology of the Dalit Critique", Economic and Political Weekly, Vol. 35, No. 48 (25 November 2000), p. 2270.
8. Sagarika Ghose, "The Dalit in India", Social Research, Vol. 70, No. 1 (Spring 2003), p. 86.
9. Eva Maria Hardtmann, Our Fury is Burning: Local Practice and Movement, Global Connections in the Dalit Movement, Stockholm, 2003, p. 5.
10. V. Suresh, "The Dalit Movement in India" in TV. Sathyamurthy, ed., Region, Religion, Caste, Gender and Culture in Contemporary India, Delhi, 1996, p. 355; also see, Chinna Rao Yagati, Dalits' Struggle for Identity: Andhra and Hyderabad 1900-50, New Delhi, 2003, p. 1.
11. Sekhar Bandyopadhyay, Caste, Protest and Identity in Colonial India: The Namasudras of Bengal, 1872-1947, Richmond, 1997, p. 1.
12. Max-Weber, The Religion of India, Illinois, 1958.
13. For more details see, G.K. Karanth, "Caste after fifty years of Independence", Review of Development and Change, Vol. II, No. 2, July-December 1997, p.320.
14. For more details see, Milton Singer, When a Great Tradition Modernizes, New York, Washington and London, 1972; also see, "Introduction; The Modernization Occupational Cultures in South Asia" in Milton Singer, ed., Entrepreneurship and Modernization of Occupational Cultures in South Asia, Duke University, Program of Comparative Studies in Southern Asia, Monograph Number 12, 1973 pp. 1-15. 15
15. Selig Harrison, India: The Most Dangerous Decades, Princeron, New Jersey, 1960.

16. The Times of India (Bombay), 21 January 1957.
17. Sekhar Bandyopadhyay, Caste, Protest and Identity in Colonial India, p. 1.
18. For more details see, Indian Express (New Delhi), 25 October 1996.
19. Dharma Kumar, Land and Caste in South India: Agricultural Labour in the Madras Presidency During the Nineteenth Century, (Reprinted with an Introduction), New Delhi, 1992, p. 34.
20. Ibid
21. Benedicte Hjejle, "Slavery and Agricultural Bondage in South India in the Nineteenth Century", The Scandinavian Economic History Review, Vol. XV, Nos 1—2, 1967.
22. Ibid., p. 78
23. Ibid., p. 81.
24. Ibid., p. 98.
25. Ibid., p. 125.
26. Baker observed: Those local residents and immigrants whom the elites managed to exclude from control of land were still attracted to live in the valleys where the fertility of the fields guaranteed a fairly secure food supply [the alternative was to risk an independent existence in the harsh climate of the plains]. The Brahmans and Vellalas could thus delegate the work of cultivation to others while they themselves concentrated on more cultural pursuits. They also managed to emphasize the enormous social and cultural differences between those who controlled the land and those who worked it. For more details see, C.J. Baker, An Indian Rural Economy, 1880-1955: The Tamilnad Countryside, Delhi, 1984, p. 29.
27. David Ludden, Peasant History in South India, Delhi 1989, p. 91.
28. Ibid
29. Arun Bandopadhyay, The Agrarian Economy of Tamilnadu, 1820-1855, Calcutta, 1992. pp. 229-31.
30. Ibid., pp. 232-33.
31. Ibid., pp. 99-100.
32. Bandopadhyay has cited a number of cases, where the landowners faced a stiff challenge from the parakudi under tenants. See Ibid., pp. 228-36.
33. David Washbrook, "Land and Labour in Late Eighteenth Century South India: The Golden Age of the Pariah?" in Peter Robb, ed., Dalit Movements and the Meanings of Labour in India, Delhi, 1993, p.70
34. Haruka Yanagisawa, A Century of Change: Caste and Irrigated Lands in Tamilnadu, 1860s-1970s, New Delhi, 1996, pp. 151-60.
35. Ibid., pp. 95-97.
36. Ibid., pp. 60-64.
37. Chapter 3, "Development and Bondage", in Gunnel Cederlof, Bonds Lost: Subordination, Conflict and Mobilisation in Rural South India, C. 1900-1970, New Delhi, 1997.
38. Ibid., pp. 113-15.
39. B.B. Chaudhuri, "Reopening The Question of Bonded Labour in Colonial

India", The Calcutta Historical Journal, Vol. XVIII, No. 2, July-December, 1996, pp. 98-99.
40 K. Saradamoni, Emergence of a Slave Caste: Pulayas of Kerala, New Delhi, 1989, pp. 67-68.
41 Gyan Prakash, Bonded Histories: Genealogies of Labour Servitude in Colonial India, Delhi, 1990, p. 140 and p. 142. The study concentrated on the Kamias (bonded labourers) of South Bihar.
42 Gyan Prakash, ed., The World of Rural Labourer in Colonial India, Delhi, 1992, p. 14
43 Gyan Prakash, Bonded Histories: Genealogies of Labour Servitude in Colonial India, p. 32.
44 Jan Breman, Patronage and Exploitation: Changing Agrarian Relations in South Gujrat, India, 1st Publication, 1974; New Delhi, 1979, pp. 42-43.
45 Ibid, p. 79.
46 K. Ravi Raman, Bondage in Freedom: Colonial Plantations in Southern India, C. 1797-1947, Centre for Development Studies, Thiruvanthapuram, Working Paper No. 327, March 2002, p. 7.
47 Ibid.
48 Initially, there was a movement of the Mysore based labour to the plantation localities. But, this too underwent a decline with the end of the famines in the 1860s and 1870s. The planters were forced to recruit labourers from the labour catchment areas of Salem, Madurai, Ramnad, Tirunnelvelly, Trichurapally, Tanjore and Coimbatore. They were recruited by *kanganis* or agents at the planters on a familial basis. It has been asserted that the complexities of the caste structure in the plains did not seem to have been reflected in the caste-class reality in the plantations. fm mote details, see Ibid., pp. 12—13.
49 Ibid.
50 Ibid., pp. 37-38.
51 See, V. Suresh, "The Dalit Movement in India", in TV. Satyamurthy ed., Region, Religion, Caste, Gender and Culture in Contemporary India, Vol. IB, Delhi 1998, pp. 361-62; Kancha Ilaiah, "Dalitism vs. Brahminism: The Epistemological Conflict in History", in Ghanshyam Shah ed., Dalit Identity and Politics, Cultural Subordination and Dalit Challenge, Vol. 2, New Delhi, 2001, pp. 124-26; Narender Kumar, "Dalit and Shudta Politics and And Brahmin Movement", Economic and Political Weekly, Vol. XXXV, No. 45, 4-10 November, 2000, p. 3977.
52 Sekhar Bandyopadhyay, Caste, Protest and Identity in Colonial India, p. 2. P
53 Ibid.
54 For more details See, Rosalind O'Hanlon, Caste, conflict and ideology: Mahatma Jotirao Phule and Low Caste Protest in nineteenth century Western India, Cambridge, 1985; Eleanor Zelliot, From Untouchable to Dalit: Essays on the Ambedkar Movement, Delhi, 1996; Gail Omvedt, Dalits and the Democratic revolution: Dr. B.R. Ambedkar and the Dalit Movement in colonial India, New Delhi, London, 1994; Dilip M. Menon, Caste, nationalism and communism in south India: Malabar 1900-1948, New Delhi, 1994; Mohan Ram, "Ramaswami Naickar and the Dravidian Movement", Economic and

Political Weekly, Annual Number, February, 1974; Susan Bayly, Caste Society and Politics in India: From the Eighteenth Century to the Modern Age, Delhi, 1999; Nandini Gooptu, The Politics of the Urban Poor in Early Twentieth Century India, Cambridge, 2001; Kancha Ilaiah, "Towards the Dalitisation of the Nation" in Partha Chatterjee, ed., Wages of Freedom: Fifty years of the Indian Nation State, New Delhi, 1998; V. Geetha and S.V. Rajadurai, Howards a Non-Brahmin Millennium: From lyothee Thoss to Periyar, Calcutta, 1998; Rafiuddin Ahmed, The Bengal Muslims, 1871-1906: A Quest for Identity, Delhi, 1981; Gyanendra Pandey, Construction of Communalism in Colonial North India, Delhi, 1992.

55 It has been argued that "the so-called 'caste-spirit'" was heightened by the hegemonic character of elitist nationalism, which had excluded, except for the rhetoric and democratic -umbers game, a vast majority of Indians—lower castes, tribal people, and Muslim masses—from me national domain. Parallel to the nationalist power politics, the lower castes were trying to organize themselves locally and regionally across the subcontinent into a multiplicity of socio-.religious and politico-economic movements against the oppressive traditional order. In fact, anti-caste agitations and tensions had been building up in many parts of India, well before Ac colonial design to conduct census on caste identities. The limited yet significant spread of political awareness and education and some economic opportunities brought about by the new times, had spurred a new consciousness among the toiling masses. The nationalist leadership, however, tended to uniformly deride the growing lower caste assertions for social and economic lights as divisive and, hence, not in the national' interest. See Braj Ranjan Mani, Debrahminizing - ¦ - Dominance and Resistance in Indian Society, New Delhi, 2007, p. 344.

56 Sekhar Bandyopadhyay, Caste, Protest and Identity in Colonial India, p. 2.; In recent times, Gyanendra Pandey has argued that the rhetoric of nationalism has led to a highly centralized state power which goes by the name of the Indian nation-state. This state stands in protection of the privileges of the richer classes, middle classes and the rich peasantry. Pandey observes: In furthering the ambitions of this sectional interest, the state has displayed its willingness to mark any opposition to its goals as "anti-national"—whether this opposition is located in the industrial working class, among the rural poor, in other regional and local movements, or even among historians critical of the policies of the national government.

The fragments of Indian society—the smaller religious, caste, and tribal communities, industrial workers, unemployed slum dwellers, and activist women's groups, all of which might be said to represent minority cultures and practices—have been expected to fall in line with the mainstream (Brahmanical Hindu, consumerist) national culture. The culture of this mainstream, which represents but a small section of the society, has been flaunted as the national culture. "Unity in Diversity" is no longer the rallying cry of Indian nationalism. On the contrary, all that belongs to any minority other than the ruling class, all that is challenging, singular, or local—not to say all difference—appears threatening, intrusive, even foreign to this nationalism. See Gyanendra Pandey, Routine Violence: Nation, Fragments, Histories, Delhi, 2006, p. 18.

57 For more details see, Robert Hardgrave (Jr), The Nadars of Tamilnadu: The Political Culture of a Community in Change, Berkeley, 1969, pp. 200-201.

58 See, K. Aiyappan, Iravas and Cultural Change, Madras, 1944; K.E Kannan, Rural Proletarian Struggles: Mobilisation and Organisation of Rural Workers in South-West India, Delhi, 1988; D. Arnold, R. Jeffrey and J. Manor, "Caste Associations in South India: A Comparative Analysis", The Indian Economic and Social History Review, Vol. 13, No. 3, July-September, 1976.

59 Fore more details see, Eleanor Zelliot, "Mahar and Non-Brahmin Movements in Maharastra", The Indian Economic and Social History Review, Vol. III, No. 3, September, 1970; Eleanor Zelliot, learning the use of Political Means: The Mahars of Maharastra', in Rajni Kothari, ed., Caste m Indian Politics, New Delhi, 1973.

60 Sekhar Bandyopadhyay, Caste, Protest and Identity in Colonial India, p. 3.

61 Swaraj Basu, Dynamics of a Caste Movement: The Rajbansis of North Bengal 1910-1947 New Delhi, 2003, p. 68.

62 K. Saradamoni, Emergence of a Slave Caste, pp. 146-48.

63 Sanal Mohan, "Narrativizing Oppression and Suffering: Theorizing Slavery", South Asia research. Vol. 26, No. 1, 2006, pp. 5-8.

64 Adapa Satyanarayana, "Ideology and Consciousness of Dalit-Bahujans in Colonial Andhra: Mid Nineteenth to Mid Twentieth Century", in Sabyasachi Bhattacharya, ed., Development of Modern Indian Thought and the Social Sciences. History of Science, Philosophy and Culture in Indian Civilization, Vol. 10, Part 5, general ed., D.P Chattyopadhayay, New Delhi, 2007, p. 215.,

65 Vijay Prashad, Untouchable Freedom: A Social History of a Dalit Community, New Delhi, 2001. (First Published 2000), p. xix and p. xx.

66 Chinna Rao Yagati, Dalits' Struggle for Identity: Andhra and Hyderabad, 1900-1950, New Delhi, 2008, pp. 130-131, pp. 180-81 and pp. 225-28.

67 Saurabh Dube, Untouchable Pasts: Religion, Identity and Power among a Central Indian Community 1780-1950, New Delhi, 2001, pp. 145-50.

68 For more derails see, Mark Juergensmeyer, Religion as Social Vision: The Movement against Untouchability in 20th Century Punjab, Berkeley, 1982, pp. 2-3.

69 Christophe Jaffrelor, India's Silent Revolution: The Rise of the Low Castes in North Indian Politics, Delhi, 2003, pp. 201-202.

70 Ramnarayan S. Rawat, "Making Claims for Power: A New Agenda in Dalit Politics in Ultra Pradesh, 1946-1948", Modern Asia Studies, Vol. 37, No. 3, 2003, p. 611.

71 Sekhar Bandyopadhyay, "Transfer of Power and the Crisis of Dalit Politics in India, 1945-1947", Modern Asian Studies, Vol. 34, No. 4, 2000, p. 941-42.

72 The reformative movements were further sub-divided into Bhakti, Neo-Vedantik and Sanskritization movements. In fact, these movements were initiated by Hindu religious and socialreformers. By undertaking the reform of the caste system, they tried to keep the lower castes under the fold of Hinduism. In Punjab, the Arya Samaj was against the political movements of the 'untouchables' and opposed the moves initiated for their solidarity and integration. For more details see Ghanshyam Shah, Social Movements in India: A Review of the Literature, New Delhi, 1990. p. 108; Satish Kumar Sharma, Social Movements and Social Change: A Study of the Arya Samaj and Untouchables in Punjab, Delhi, 1985; also see, Prakash Pimpley and

Satish Sharma, "De-Sanskritisation of Untouchables: Arya Samaj Movement in Punjab" in Prakash Pimpley and Satish Sharma, eds, *Struggle for Status*, Delhi, 1985.

73   Eleanot Zelliot, "Learning the Use of Political Means".

74   Christophe Jaffrelot stressed that this ethnicization process was encouraged by the British policy of compensatory discrimination based on the reservation of seats in the bureaucracy and in the assemblies. In Madras, the colonial bureaucracy continuously inspired the votaries of the non-Brahmin movement to counter balance the growing influence of the Brahmin dominated Congress. He observes: The case of the non-Brahmin movement of south India exemplified the way positive discrimination helped forge a coalition (defined negatively as non-Brahmins) of a wide array of castes. This process which resulted from state engineering went hand-in-hand with the invention of a Dravidian identity gave the lower castes a cultural umbrella under which they can coalesce for defending their common interests vis-a-vis the state. See Christophe Jaffrelot, "Sanskritization Vs Ethnicization in India: Changing Identities and Caste Politics before Mandal", Asian Survey, Vol. 40, No. 5, pp. 761-2 and pp. 765-66.

75   For more details see, Gail Omvedt, The Dalits and the Democratic Revolution, pp. 10—11. In the late 1970s, as Gail Omvedt had pointed out the great tomes social science research on India had neglected the everyday experiences of Dalit women agricultural labourers. She argued that the vast majority of published material on Indian women had dealt with middles classes and the upper classes rather than on working class or peasant women. She observes:

...women, especially uneducated lower class women, are seen even in the most sophisticated anthropological studies as caught in tradition; as accepting the conventional hierarchical values that define their role as subordinate to that of men. This distortion is striking even in the recent influential inter predations of the Chicago school of Indian studies which purport to focus on the understanding that Indians themselves have of and "purity and pollution", or that develops concepts of "code and substance" that are basically those of orthodox Hindu and Brahmanical traditions. their society as a determining force in the dynamics of social structure. But these analysis seek to develop a model of caste that utilizes Louis Dumont's concepts of hierarchy. It has been stressed that interviews with women Dalit agricultural labourers reveals of class dichotomy. But what is important is that such women are not simply passive of ignorance or tradition and despite being helpless at times display an inclination to leadership against all sorts of violence and provocation. For more details, see Gail Omvedt, "The Downtrodden among the Downtrodden Interview with a Dalit Agricultural Labourer", Signs, Vol. 4, No. 4, 1979, p. 769 and p. 7

76   Partha Chatterjee has argued that the lower castes often deviated from the dogma of dominant religions, renounced the Vedas and the Shastric rituals in order to declare a of the spirit. See Partha Chatterjee, "Caste and Subaltern Consciousness", in Ranjit Subaltern Studies VI, Delhi, 1989, pp. 203-04.

77   M.S.S. Pandian, "'Denationalising' the Past: 'Nation' in E.V. Ramaswami's Discourse", Economic and Political Weekly, 16 October 1993, pp. 2282-87; see also Pandian, "Stepping Outside History? New Dalit Writings from Tamilnadu", in Partha ed., Wages of Freedom, Delhi, 1998.

78　M.S.S. Pandian, One Step Outside Modernity. Caste, Identity Politics and Public SEPHIS-CODESRIA, Lecture No. 4, Published by the South-South Exchange Programme for Research on the History of Development (SEPHIS) and the Council for the Development of Social Science Research in Africa (CODESRJA). Amsterdam/Dakar, 2001, p. 8. and pp. This sort of view has also been expressed by Kancha Iliah in his article, "Towards the of the Nation", in Partha Chatterjee, ed., Wages of Freedom, pp. 268-70.

79　Michael Moffat, Untouchable Community in South India, New Jersey, 1979, pp. 216-17, p. 291 and pp. 115-45.

80　Robert Deliege, The World of the 'Untouchables': Paraiyars of Tamilnadu, Delhi, 1997, p. 13.

81　C.D.F. Mosse, "Idioms of Subordination and Styles of protest among Christian and Hindu Harijan castes in Tamilnadu", Contributions to Indian Sociology, Vol. 28, No. 1, 1994, p. 68.

82　Gerald Berreman, Hindus of the Himalayas, California, 1963, p. 224.

83　Owen Lynch, The Politics of Untouchability: Social Mobility and Social Change in a City India, Delhi, 1969, p. 75.

84　Margaret Searle-Chatterjee, "Caste, religion and other identities", in M. Searle-Chatterjee and Ursula Sharma, eds, Contextualising Caste: Post Dumontian Approaches, Oxford, 1994,p.161.

85　Hugo Gorringe, Untouchable Citizens: Dalit Movement and Democratization in Tamilnadu, New Delhi, 2005, p. 25.

86　Hugo Gorringe, Ibid.

87　Eva Maria Hardrmann, Our Fury is Burning, p. 5.

88　Ibid., pp. 226-30.

89　Ibid., pp. 234-38. Sociologists like Dipankar Gupta have argued that internationalization* caste violence and repression in India is not a futile exercise. Such efforts are part of generating consciousness project and that they would be important economically empowering the scheduled castes. For more details, see Dipankar Gupta, "Caste is Not Race: But, Let's Go to the UN Forum Anyway", in Sukhadeo Thorat and Umakant, eds., Caste, Race and Discrimination: Discourses in Internal Context, Jaipur and New Delhi, 2004, pp. 35-56.

90　Badri Narayan, "Inventing caste history: Dalit mobilization and nationalist pad Contributions to Indian Sociology (n.s.), Vol. 38, Nos 1 – 2, 2004, p. 216. Very recently Badri Narayan has argued that there has been a phase of re-inventing their own histories the part of various Dalit communities of the Hindi belt. For more details, see Badri Nara.

"Demarginalization and History: Dalit Re-Invention of the Past", in South Asia Research.28, No. 2, 2008, pp. 169-70.

91　Ibid.

92　The Hindutva hardliners insist that Bharat Mata represents an ancient concept of devotional patriotism. Vishwa Hindu Parishad leaders like Ashok Singhal defined the Indian nation as the land of Rama and categorically stated that those who did not respect him were anti-nationalist. Similarly, the Bharatiya Janata Party leadership also reinterpreted the Dalit myths, histories and symbols to bring the lower castes within their fold. For more details, see Ibid., pp. 216-17.

93. Badri Narayan, "Demarginalization and History: Dalit Re-Invention of the Past", in South Asia Research, Vol. 28, No. 2, 2008, p. 169-70.
94. For more details, see Sarah Beth, "Hindi Dalit Autobiography: An Exploration of Identity", Modern Asian Studies, Vol. 41, No. 3, 2007, pp. 573-74.
95. Philip Constable, "Early Dali Literature and Culture in Late Nineteenth and Early Twentieth Century Western India", Modern Asia Studies, Vol. 31, No. 2, 1997, p. 337.
96. Anupama Rao, "Death of a Kotwal: Injury and the Politics of Recognition", in Shail Mayaram, M.S.S. Pandian and Ajay Skaria, eds, Muslims Dalits and Fabrications of History, Subaltern Studies, Vol. XII, Delhi, 2005, p. 181.
97. Simon R. Charsley and G.K. Karanth, Challenging Untouchability: Dalit Initiative and experiences from Karnataka, New Delhi, 1998, pp. 69-70.
98. Vivek Kumar, Dalit Leadership in India, New Delhi, 2002, p. 23. ,
100. Thriumaavalavan, Talisman: Extreme Emotions of Dalit Liberation, (translated from Tamil by Meena Kandaswamy), Kolkata, 2003, p. IX-XII.
100. For more details, see Thirumaavalavan, Uproot Hindutuva: The Fiery Voice of the Dalit Panthers (translated from the Tamil by Meena Kandaswamy), Kolkata, 2004, p. 25 andp.45.
101. Nicholas B. Dirlis, Castes of Mind: Colonialism and the Making of Modern I, Delhi, 2002, p. 16.
102. Ibid.
103. Sathianathan Clarke, Dalits and Christianity: Subaltern Religion and Liberation Theology in India. Delhi, 1998, p. 2 and p. 10.
104. For more details, see Laura Dudley Jenkins, "'Another' People of India Project: Colonial and National Anthropology", Journal of Asian Studies, Vol. 62, No. 4, November 2003, p. 1158.
105. Nicolas Dirks, "The Policing of Tradition, Colonialism and Anthropology in India"', Comparative Studies in Society and History,Vol. 39, No. 1, 1997, p. 184, cited' Dudley Jenkins, Ibid., p. 1159.
106. For more details, see Ibid.
107. For more details, see Laura Dudley Jenkins, Identity and Identification in India: Defining the Disadvantage, London, 2003, pp. 5-6.
108. Gail Omvedt, Seeking Begumpura: The Social Vision of Anti Caste Intellectuals, New Delhi, 2008, p. 273.
109. Sociologists like Ghanshyam Shah have argued that the post-Ambedkar Dalit movement, while challenging some of the aspects of oppression and exploitation, failed to show the way to transformation. He argues that in terms of economic and political transformation, the dominant ideological currents seemed to be directed in the path of an unadulterated acceptance of capitalist transformation or the new wave of swadeshi Hindutva, which 'western commercialism' and globalization utilize in the name of the 'sacred Indian (Hindu) culture' and seeks to maintain an economy closed as much as possible to the needs of bureaucrats and big industrialists, Brahmans and banias. The rejection of the modern world seen in Gandhian ecological fundamentalism;

or the weak voices of left nostalgia for Nehruvian statism have proved no alternative, they have in fact only fed the flames of swadeshi. See, Ghanshyam Shah, ed., Social Movements and the State, New Delhi, 2002, p. 307.

110 In this context, it has been argued that electoral successes of political parties like the Bahujan Samaj Party (BSP) have brought out the fact that Dalit political leadership while being able to mobilize vote banks, at the state level, did remain exposed to situations where electoral logic could lead them to political alliances, detrimental to the interests of the Dalits. For more details, see Gopal Guru and Anuradha Chakravarty, " Who are the Country's poor? Social Movement Politics and Dalit Poverty ", in Raka Ray and Mary Fainsod Katzenstein, eds, Social Movements in India: Poverty, Power and Politics, Lanham, 2005, p.154.

நழுவிய சுதந்தரம்:
பத்தொன்பதாம் நூற்றாண்டில் தமிழகத்தில் பறையர்களும் வேளாண் அடிமைத்தனமும்

1 In the early years of the nineteenth century, the English officials displayed an inclination in exposing the links between mirasi tenure and agrestic servitude in Tamil Nadu. The Tuluva vellalans, a Sudra caste, who were claiming to be the original setters of Tondaimandalam, were believed to have cultivated the land in common and enjoyed their share of the privilege attached to cultivation. These came to be known as their mirasi and covered a long range of privileges as connection with the fair distribution of crops, facilities for cultivation and pasture and the right to hold certain lands free of assessment. For more details, see F. W. Ellis, "Collector of Madras to the Mirasi Questions", 30 May 1816, in W.H. Bayley and W. Hudleston, Papers on Mirasi Right, Madras, 1892, pp. 172-344; See also Benedicte Hjejle, "Slavery and Agricultural Bondage in South India in the Nineteenth Century", The Scandinavian Economic History Review, Vol XV, Nos 1 – 2, 1967, p. 78.

2 Parliamentary Papers (1828), Vol. XXIV, pp. 837-38.

3 Parliamentary Papers (1841), Vol. XXVIII, p. 121; see also S. Manickam, Country: A Historical Overview (revised and enlarged edition), Madras, 1993,p.52.

4 Francis Buchanan, A Journey from Madras Through the Countries of, Malabar, Vol. II, London, 1807, pp. 320-321.

5 In the 1790s, Lionel Place who was the first Collector of Chingleput made that the Board Members under the influences of dubashes wrongly understood revenue patterns in south India. However, the Board which received its information from the dubashes, developed an understanding of kaniyatchi that came close to that the 1820s) and differed substantially from that of Place. As regards, kaniyatchi or mirasi Board observed: The word Meerassy translated from the Persian into inheritance, impresses an Englishman with that respect of hereditary property, which is secured to it under the British constitution, by the possession of title deeds or written laws of the land. But, in the present case there is neither stated nor written law to define what is meant by a village meerassy, nor indeed is it possible to trace the term beyond the moorish

(Muslim) conquest of the countty .... Meerassy is a Persian term, but Swastyam or Cawnie Autchie and Manyam are synonyms of ancient hindoo origin. For more details, see Chitra Sivakumar and S.S. Sivakumar, Peasants and Nabobs: Agrarian Radicalism in Late Eighteenth Century Tamil Country, Delhi, 1993, p. 51.

6 The word adimai, derived from the Tamil word adimaigal, was used in reference to the agrestic serfs, who specialized in various types of field work such as ploughing, Transplanting, harvesting and threshing of grains. In the medieval period, besides agricultural operation in the paddy fields, slaves were also compelled by the state to render their labour for the repair of the various irrigation works and for transporting stones for palaces and temples. For more details, sec Kathleen Gough, "Modes of Production in Southern India", Economic and Political Weekly (£PW), Vol. XV, Nos 5, 6 and 7, Annual Number, 1980, p. 345.

7 The term Paraiyan, in terms of a caste, or more correctly an occupational nomenclature is believed to have first appeared in a poem of Mangudi Kilar of the second century AD. Srinivasa Aiyangar observed: ...we do not find the name Paraiyar mentioned either in early Tamil literature or in the inscriptions, until we come down to the time of the great Rajaraja Chola (ad 1013), from which period it evidently obtained currency as a caste denomination. It is commonly derived from Parai a drum by Dr Caldwell and native writers. This etymology, though plausible and tempting seems unsatisfactory, as it is inconceivable that the beating of drums could be the occupation of nearly two and half millions of labourers, while the Murasu or the drum-beating section of that comprehensive caste forms only 1/120th pan of it. The more accurate derivation seems to be that of Col. Cunningham, M. Letourneau and Dr Oppert from the Sanskrit pahariya, a hill man, or from Tamil Poraian, which is more in keeping with the regional division assigned to Eyinas by the ancient Tamil grammarians. Srinivasa Aiyangar, Tamil Studies or Essays on the History of the Tamil People, Language, Religion mad Literature, Madras, 1914, pp. 78-79.

8 For more details, see Rev. A.C. Clayton, "The Paraiyan and the Legend of Nandan* Government Museum Bulletin, Vol. V, No. 2, Madras, 1906, pp. 54-55.

9 Button Stein, "South India: Some General Consideration of the Region and History", in Tapan Raychaudhuri and Irfan Habib, eds, The Cambridge Economic India, Vol. 1, C. 1200-C. 1750, Delhi, 1982, p. 30.

10 Several Tamil scholars influenced by some of the passages of the Sangam classics prove that slavery had been prevalent in Tamil Nadu since the ancient period. They also over the usage of terms such as Adiyor and Adiyar. Some of them such as M. Raghava pointed to the usage of terms such as adimai and to the practice of slaves being sold. He from the relevant passages of the Silappadikaram, Kural, Kalittogai, Tamil—navalacaricai. Tiruvoimoli, See N. Subrahmanian, Sangam Polity, Bombay, 1966, p. 284; K.K. Pillay. History of the Tamils (Second Edition), Madras University Historical Series, No. 25. 1975, p. 199; M. Raghavaiyangar, Tolkappiyapporulatikdra araycci, Manamadurai, Third 1960, pp. 42—43, cited in S. Manickam, Shivery in the Tamil Country, p. 30.

11 In the papers on mirasi right, Bayley and Hudleston have referred to two documents relating :o the sale of' Pariah' slaves. In fact, one was executed in

1589 ad and the other in 1593 ad. For more details, see Bayley and Hudleston, Papers on Mirasi Right, pp. 322-34.

12. Susan Bayly, "'Caste' and 'Race' in the Colonial Ethnography of India ", in Peter Robb, ed., The Concept of Race in South Asia, New Delhi, 1995, p. 167.

13. Ibid., p. 189.

14. T.H. Huxley observed that the proper population of the Deccan has no analogue in north-astern or north-western Asia. He stated that they were long-headed, dark-skinned and dark-eyed Den, with wavy black hair. These people spoke Dravidian languages and "where they had been left in their primitive condition, are thorough savages". The population of the rest of India exhibited obvious signs of the influence of pale faced Aryans, who stretched from the waters of the Indus to the North Sea "speaking languages allied to the Sanskrit, which forms the basis of all the dialects of civilized India". See T.S. Huxley, "Opening address", Journal of the Ethnographic Society of London, (n.s.) i, (1868-1869), pp. 89-93, cited in Susan Bayly, Ibid., pp. 89-90.

15. Walter Elliot, "On the characteristics of the population of Central and Southern Journal of the Ethnological Society of London, (n.s.) i, 1868-1869, pp. 95-109, cited m Bayly, Ibid., p. 191.

16. Ibid., pp. 194-95.

17. Ibid., p. 195.

18. Ibid., p. 197.

19. G. Aloysius Religion as Emancipatory Identity: A Buddhist Movement Under Colonialism, New Delhi, 1998, p. 33.

20. For more details, see R.E. Frykenberg, The Silent Settlement in South India, 1793-1853, New Delhi, 1977; Burton Stein, "Agrarian Integration in South India", in R.E. Frykenberg, ed., Land Control and Social Structure in Indian History, Madison, 1969, p. 203 and p. 205; Nilmani Mukherjee, The Ryotwari System in Madras, 1792-1827, Calcutta, 1962, pp. 333-34; and Arun Bandopadhyay, The Agrarian Economy of Tamilnadu, 1820-1855, Calcutta, 1992, pp. 199-206.

21. Michael Moffatt, An Untouchable Caste in South India, New Jersey, 1979, p. 44.

22. Kathleen Gough, Rural Society in Southeast India, Cambridge, 1981, p. 131; S.S. Siva Kumar, "Transformation of Agrarian Economy in Tondaimandalam: 1760-1900", Social Scientist, Vol. 6, No. 10, May 1978, pp. 18-39; David Ludden, Peasant History in South India, Delhi, 1989, p. 175.

23. W.H. Bayley and W. Hudleston, Papers on Mirasi Right, pp. 172-344; Also see Benedicte Hiejle, "Slavery and Agricultural Bondage in South India", p. 79.

24. Benedicte Hjejle, Ibid., 81-98. See also Arun Bandopadhyay, The Tamilnadu, p. 98.

25. Dharma Kumar has argued that most types of servile status were hereditary serfs and slaves belonged to the lowest castes. In fact, this group as a whole, occupying of the caste ladder, had different gradations within it, each sub-group having its articulated rights and disabilities. The caste system therefore not only confirmed the economical and social advantages of the agricultural labourers, but also gave them some rights, "some of a social and ritual nature".

Such views have been contested by historians like B.B.Chaudhri It has been argued that the organization of the new large-scale cultivation w the dependence on labour and the caste system accounted only for a pan ail Kumar, Land and Caste in South India: Agricultural Labour in the Madras Al the Nineteenth Century, (Reprinted with a New Introduction, 1992), New DJ see also B.B. Chaudhuri, "Reopening the question of Bonded Labour in Colonial India' The Calcutta Historical Journal, Vol. XVIII, No. 2 July-December, 1996, p. 98.

26 Kalavasam was the regular fee or percentage of the harvest. For more d Hjejle, "Slavery and Agricultural Bondage in South India", p. 81.
27 Ibid., p. 82.
28 Bayley and Hudleston, Papers on Mirasi Right, p. 84.
29 The prevalence of Katta-adumai as described by Ellis was confirmed by other authorities. Ramaswami Naidoo, a native official who had served for many years in the Madras Revenue Department explained that adumai or vassalage had been introduced by the Vellalas in order to secure a permanent labour force. They had been allowed the right of buying, selling, pledging and giving Paraiyans and certain other slave castes as gifts. For more details, see Bayley and Hudleston, Papers on Mirasi Right, pp. 334-39 and pp. 368-69; See also Benedicte Hjejle, "Slavery and Agricultural Bondage in South India", pp. 80-81.
30 Letter from J. Hepburn, Collector of Tanjore, 30 June 1819, Parliamentary Papers (1828), Vol. XXIV, pp. 837-38.
31 Report of CM. Lushington, Collector of Trichinopoly. 1 July 1819, (1828), Vol. XXIV, pp. 838-41.
32 The word pannai denotes farm and the term pannaiyal covered all unfree Tamil districts. The word padiyal is derived from the Tamil word padi, denoting a fixed daily allowance of food.
33 For more details, see Dharma Kumar, Land and Caste in South India, p. 4
34 For more details, see Parliamentary Papers (1828), Vol. XXIV, p. 841; see also Dharma Kumar, Land and Caste in South India, p. 42.
35 For more details, see B.B. Chaudhuri, "Reopening the Question of Bonded Labour in Colonial India", pp. 88-89.
36 For more details, see Nilmani Mukherjee, The Ryotwari System in Madras, p. 89.
37 Parliamentary Papers (1828), Vol. XXIV, p. 838.
38 For more details see, Parliamentary Papers (1841), Vol. XXVIII, pp. 455-60 Appendix IX.
39 Parliamentary Papers (1828), Vol. XXIV, pp. 871-72.
40 For more details, see Dharma Kumar, Land and Caste in South India, p. 45J
41 Parliamentary Papers (1828), Vol. XXTV, pp. 871-72.
42 Parliamentary Papers (1841), Vol. XXVIII, p. 122.
43 For more details, see Dharma Kumar, Land and Caste in South India, p.67.
44 Ibid., p. 64.
45 Rev. A.C. Clayton, "The Paraiyan and the Legend of Nandan", p. 58.

46 Ibid., p. 59; see also Stuart Blackburn, "Corruption and Redemption: The and Tamil Literary History", Modern Asian Studies, Vol. 34, No. 2, May 2000, p.464.
47 Rev. A.C. Clayton, "The Paraiyan and the Legend of Nandan", p. 87; For more details, tee Sathianathan Clarke, Dalits and Christianity: Subaltern Religion and Liberation Theology in India. Delhi, 1998, pp.64-71.
48 Rev. A.C. Clayton, "The Paraiyan and the Legend of Nandan", p. 76.
49 Ibid.
50 Ibid.
51 Sociologists have pointed out that the definition of a unique God did not find much popularity among the Paraiyans. It has been pointed out that when they talk about God, they refer to different things at the same time. But, "Kadavul" still remains the highest occupation for a Paraiyan. Kadavul is still believed to be the regulator of the world. However there is no representation of him and people also do not address themselves to him. In that sense he is an impersonal being, whose abstract nature is different from the anthropomorphic of other deities. For more details, see Robert Deliege, The World of the 'Untouchable: Paraiyans of Tamilnadu, Delhi, 1997, p. 265-66.
52 In Tamil, there is reference to Kanniyamma or the "seven virgins". For Rev. A. C. Clayton, "The Paraiyan and the Legend of Nandan", p. 77.
53 Ibid.
54 The village deities were usually referred to as Ellarama (Goddess of the boundary), Mungilamma (Bamboo Goddess), Parrapotamma and Pidariyamma. For more details, see ibid
55 Ibid., p. 79.
56 Ibid., p. 80.
57 Ibid., p. 77; see also Robert Deliege, "Demonic Possession in Catholic South India" in S.M. Michael, ed., Dalits in Modern India: Visions and Values, New Delhi, 1999, pp. 257-58.
58 Robert Caldwell, A Comparative Grammar of the Dravidian, or South-Indian Family of Languages (2nd Edition), London, 1875, pp. 130-32.
59 Robert Caldwell, A Political and General History of the District of Tinnevelly of Madras, Madras, 1881, p. 227.
60 Ibid., pp. 492-93.
61 Edward Jewitt Robinson, Tamil Wisdom : Traditions concerning Hindu Sages, London, 1873, p. 14.
62 The debate in the colonial period over the exact caste origins of Tiruvalluvar is centered on the four versions of his birth: (i) that he was half Brahmin (father) and half Paraiyar (mother) (ii) he was neither a Brahmin nor a Paraiyar, but a royal official (iii) that he was a Pararaiyar and (iv) that he was fully Brahmin. Charles Gover, attacking the Brahmanical manipulations of Tamil literary tradition observed, "Strip the story of its Brahmanical element that Tiruvalluvar was a member of a low Dravidian caste, that he owned nothing to the sacredotal caste (after the disappearence of Bhagavan there is not one reference to a Brahmin in all the story)." For more details, see C.E. Gover, Folk Songs Madras, 1871. p. 215.
63 Rev. A.C. Clayton, "The Paraiyan and the Legend of Nandan", p. 59.

64. For more details, see G.O. No. 1010-1010A, Revenue Department, dated 30 September. 1892, Tamil Nadu Archives (Hereafter TNA) p. 19
65. Rev. A. C. Clayton, "The Paraiyan and the Legend of Nandan", p. 76.
66. Ibid
67. Ibid.
68. Rev. T.B. Pandian, Pandian and the Pariahs (Being Comprehensive visit to England in the Interest of the Pariahs), Madras, 1895, p. 31.
69. Ibid.
70. The image of Nandanar as a highly religious person had survive for a long period of time. The life of Nandanar also found its way it as Sundarar's Tiruttondatogai, Nambi Andar Nambi's Tiruttondar Tiruvandhadhi Periyapurdnam. In the nineteenth century the story of Nandanar was reconstructed by Krishna Bharati in the Nandanar Carittirak kirtanai. For more details see: S.Manickam, Nandanar.The Dalit Martyr, Madras, 1990, p. 11.
71. Rev. Clayton had observed: There was a man named Nandan, a Pulaiyan by caste, living in Athanur, in the Melka district on the banks of the Kollidam (Coleroon) river in the Kingdom of the Cholas. He forgot all other things and would only think on the holy feet of the Supreme Siva (Paramasivan). Rev. A.C. Clayton, "The Paraiyan and the Legend of Nandan", p. 95; See also S. Manickam, Nandanar. The Dalit Martyr, p. 18-24.
72. Rev. A.C. Clayton, "The Paraiyan and the Legend of Nandan", p. 95
73. Ibid.
74. Ibid.
75. Ibid., p. 96.
76. Ibid.
77. Ibid., p. 97.
78. Karen Pechilis Prentiss has observed: In the Periya Puranam story, bhakti is triumphant. Nandanar's body becomes a locus for the reconstituting of religious relationships, according to Cekkilar's axiom that Shiva-bhakti is salvation. Cekkilar's narrative betrays a caste consciousness that is absent from the earliest texts on the names and identities of the bhakta. Since caste was presupposed in Indian society, it would have been unusual for a detailed description of the bhaktas to omit such information, yet it was also a cultural presupposition, illustrated by the agamic categorization of people by caste for specific temple duties, that the people who shared a religious path would also share the same caste identity. Cekkilar does not accept this premise in his narrative. Through the details of caste, place and action, he extends the canon of saints to all known features of life in the Tamil lands. What emerges is an image of a unity in diversity; people whom society would ordinarily view as having nothing in common share the same religious path of participation in Shiva. For more details, see Karen Pechilis Prentiss, "The Story of Nandanar: Contesting the Order of Things", in Eleanor Zelliot and Rohini Mokashi—Punekar, eds, Untouchable Saints: An Indian Phenomenon, New Delhi, 2005, p. 96.
79. Edgar Thurston, Castes and Tribes of Southern India, Vol. VI, Madras, 1909, pp. 84-6.
80. For more details, see G. Aloysius, Religion as Emancipatory Identity, p. 24.

81. C.J. Baker, An Indian Rural Economy 1880-1955:The Tamilnad Countryside, D pp. 85-97.

82. For more details, see Burton Stein "Agrarian Integration in South India", p. 179; see also Burton Stein, "Idiom and Ideology in Early Nineteenth Century South India", in Peter Robb, ed, Rural India: Land Power and Society Under British Rule, Collected Papers on South Asia. No. 6, London, 1983, pp. 27-28.

83. David Ludden has argued that since Brahmins became the cultural model of elite behaviour, not putting ones hands in the mud became a mark of entitlement to elite status. In fact, ownership of land meant overseeing its productive use, foreseeing its productive potential and seeing that irrigation works were built, repaired and managed properly. All this, in reality meant supervizing the labour of others. However, it was still unclear as to how Vellalas and Brahmins obtained client cultivators to cultivate their lands. The labouring client cultivators belonged mostly to the lower castes. Their lowliness found expression in public behaviour directed against them—in temples, fields, housing locations and on toads. Thus, labour itself became lowly in the cultural economy of irrigated agriculture. The ritual pollution, associated with untouchable work, not only reinforced the desire of the land owners to escape field labour, but also limited the social and economic mobility of the agricultural labourers. For more details, see David Ludden, Peasant History in South India, 1989, p. 91.

84. In the dry zones, the Paraiyans could set up relatively independent peasant households. Btitish officials in the nineteenth century observed that in the dry zones, "untouchables" did not consider themselves as mere labourers at others' command. For more details, see Ibid., p. 82.

85. G. Aloysius, Religion as Emancipatory Identity, p. 27.

86. Ibid.

87. Ibid.

88. For more details, see Burton Stein. "Agrarian Integration in South India", pp. 191-95.

89. C. J. Baker, An Indian Rural Economy, pp. 41-45; David Ludden, Peasant History in South India, p. 82.

90. Noboru Karashima, Towards a New Formation: South Indian Society Under Vijaya Nagar Rule, New Delhi, 1992, p. 125 and pp. 127-28.

91. Ibid.,pp. 127-28.

92. For more details, see Burron Stein, 'Agrarian Integration in South India', p. 195.

93. Washbrook has argued that since the seventeenth century, the expansion of the textile industry drew labour, particularly from the lower levels of the agrarian economy. According to him, the pastoralist sectors of the agrarian economy were also highly developed. In some areas, the landless groups took advantages of this pastoralist economy to set themselves up as owners of livestock. For more details see David Washbrook, "Land and Labour in late Eighteenth Century South India: The Golden Age of the Pariah", in Perer Robb, ed., Dalit Movements and the Meaning of Labour in India, Delhi, 1993, pp. 69−71.

94 Dharma Kumar tried to establish the point that the issue of landless labour needed to be explored in the context of the historical background, comprising the pre-colonial period as well as the early colonial period. She was more inclined to accept the position that landless labour in the late eighteenth and the early nineteenth centuries was not entirely a creation of the colonial revenue apparatus, but rather dated back to the pre-colonial period. In a sense, there was an element of continuity between the pre-colonial period and the early part of Company's rule in south India. For more details, see Dharma Kumar, Colonialism, Property and the State, Delhi, 1998, p. 32 and Land and Caste in South India, pp. 31-33. For Washbrook's criticism of Dharma Kumar, see David Washbrook, "Land and Labour in Late Eighteenth Century South India", p. 69.

95 Washbrook opposed Kathleen Gough's argument that long term servitude and systems of bondage characterized the nature of agrarian relations over the whole of south India. He makes it clear that existence of such relations, based on long term servitude was prevalent, only in parts of the Kaveri delta. Basing his ideas on the researches of scholars such as Siva Kumar, Washbrook argues that kottadimais (the agricultural servants held in bondage to mirasidars were known as adimais. They were also referred to as kottadimais.) often had a customary right to desert, when conditions became too oppressive. For more details, see Kathleen Gough, Rural Society in South-east India, Delhi, 1981; see also David Washbrook "Land and Labour in Late Eighteenth Century South India", p. 70; S.S. Sivakumar, "Transformation of the Agrarian Economy of Tondaimandalam; 1760-1900", Social Scientist, Vol. 6, No. 10, May 1978, pp. 18-39.

96 Washbrook has pointed out that in many places, public and symbolic presentation of a piece of money (inscribed with a king's head) was believed to be the central act, legally constituting a contract. See David Washbrook, "Land and Labour in Late Eighteenth Century South India", p. 72.

97 Ibid., pp. 72-73.

98 Ibid., p. 73.

99 Ibid.

100 Ibid., p. 74.

101 G. Aloysius, Religion as Emancipatory Identity, p. 31.

102 S.R. Arasaratnam, Maritime Trade, Society and European Influence in Southern Asia 1600-1800, Hampshire, 1995, pp. 44–49; see also V.N. Rao, Sanjay Subramanium, and David Shulman, Symbols of Substance—Court, State in Nayaka Period, Tamilnadu, Delhi, 1992, p. 303.

103 David Washbrook, "Land and Labour in Late Eighteenth Century South India", p. 79.

104 Burton Stein, "Agrarian Integration in South India", p. 195.

105 Ibid.

106 Burton Stein, Peasant, State and Society in Medieval South India, Delhi, 1980, p. 464.

107 David Washbrook, "Land and Labour in Late Eighteenth Century South India", p. 74.

108 For more details, see Ibid.

109 Ibid., p. 76.
110 Ibid.
111 Ibid., v. 77.
112 Ibid.
113 Ibid., p. 78.
114 Ibid.
115 It has been stated that trading in textiles faced a set back following the Industrial Revolution in England during 1780-1820. The import of cheap manufactured cloth led to further impoverishment of the weavers. Though the sectors involving hand ginning, cleaning of cotton and spinning it into yarn displayed very little signs of recovery, the handloom weaving sector retained its limited presence due to its ability to produce specialized products. For more details, see R. Vidyasagar, "Debt Bondage in South Arcot District: A Case Study of Agricultural and Handloom Weavers", in Utsa Patnaik and Manjari Dingawaney, eds, Chains of Servitude: Bondage and Slavery in India, Delhi, 1985, p. 135.
116 S.S. Sivakumar, "Transformation of the Agrarian Economy in Tondaimandalam: 1760- 1900", pp. 26-27.
117 For more details, see Arun Bandopadhyay, The Agrarian Economy of Tamilnadu, pp. 90-91.
118 See David Ludden, Peasant History in South India, pp. 82—83.
119 For more details, see David Washbtook, "Land and Labour in Late Eighteenth Century South India", pp. 83-84.
120 Nilmani Mukherjee, "The Ryotwari System", pp. 63-64.
121 Ibid., pp. 217-26.
122 David Ludden, Peasant History in South India, pp. 169—70.
123 Interestingly, this sort of idea is also present in Washbrook's narrative. For more details, see David Washbrook, "Land and Labour in late Eighteenth Century South India", p. 84.
124 Ibid.
125 For more derails, see Dharma Kumar, Land and Caste in South India, pp. 34-45.
126 The debate has been well illustrated by S.S. Sivakumar, "Transformation of the Agrarian Economy in Tondaimandalam: 1760-1900", p. 28.
127 Ellis believed that it was from the days of the first settlement of the country that the first possessors and their presumptive assignees in pangus (shares) had been enjoying the privileges of mirasi. For more details, see Arun Bandopadhayay, The Agrarian Economy of Tamilnadu, pp. 201-07.
128 Ibid., p. 207.
129 For more details, see S.S. Siva Kumar, "Transformation of the Agrarian Economy in Tondaimandalam", p. 29.
130 Arun Bandopadhyay, The Agrarian Economy of Tamilnadu, p. 207.
131 For more details, see David Ludden, Peasant History in South India, pp. 170-71.
132 Ibid.

133 For more details, see Arun Bandopadhyay, The Agrarian Economy of Tamilnadu, pp.212-13.
134 Towards the end of the nineteenth century, some of the British officials admitted that while there was no legal bar prohibiting the lower castes from obtaining and cultivating waste lands on the same terms as the upper caste people, the "untouchable" agricultural labouring classes seldom had the opportunities to own lands. Tremenheere, the Collector of Chingleput district, in the early 1890s, stated that Paraiyans could not obtain waste lands as the other classes. The Paraiyans were believed to have faced stiff opposition from the mirasidars, as well as, from the non-mirasidar patta holders, namely the ulkudis. For more details, see J.HA. Tremenheere, Note on the Pariahs of Chingleput, n.p., Madras, 1891, p. 8.
135 David Ludden has argued that in Tinnevelly, very low caste families were successful in acquiring portions of village or communal lands, enlisted as porambokes and in setting themselves up as independent peasant households. For more details, see David Ludden, Peasant History in South India, p. 82.
136 For more details, see Arun Bandopadhyay, The Agrarian Economy of Tamilnadu, p. 214.
137 Ibid.
138 C.J. Baker, An Indian Rural Economy, p. 56.
139 Ibid., p. 59.
140 Ibid., p. 62.
141 Baker has argued that Munro and Read's ideas were largely based on their findings relating to the Baramahal and Ceded Districts. In these areas, land was relatively free and there were no co-operative kaniyatchikaran village elites or tied labourers of the valleys. In view of such information, they might have had a conviction that peasant proprietors in possession of small holdings paid land revenue directly to the government. But such assumptions were wrong for other areas. For more details, see Ibid.
142 In the plains and the valley villages, there were different sorts of people, who were involved in the management of land. In the plains, there were local chieftains and village officers whose role stemmed from the political settlement of the area, the lineage head and family head whose role stemmed from the kin based organization of the clan territory, and finally there was the man who stood behind plough. In the valleys, there were the government agents often known as the nattars or pattackdars, who claimed special privileges in view of their association with the revenue collecting achinery from the pre-colonial times. At the same time, there were the kaniyatchikarans or mirasidars who claimed individual, joint or rotating claims over a certain piece of land, though they actually did not provide their labour for cultivation. Lastly, there were the agricultural labourers mostly 'untouchables', who did not have rights over the land, despite providing labour on a hereditary basis. For more details, see Ibid., p. 64.
143 Ibid., p. 65.
144 For more details, see Arun Bandopadhyay, The Agrarian Economy of Tamilnadu, pp. 203-204.
145 See C.J. Baker, An Indian Rural Economy, p. 65.

146 Nilmani Mukherjee and R.E. Frykenberg, The Ryotwari System and Social Organisation inthe Madras Presidency, Madision, 1962, pp. 217-26.
147 For more details, see Dharma Kumar, Land and Caste in South India, p. 32-34.
148 Haruka Yanagisawa, A Century of Change: Caste and Irrigated Lands in Tamilnadu, 1860s-1970s, New Delhi, 1996, p. 31.
149 C. J. Baker, An Indian Rural Economy, p. 86.
150 Arun Bandopadhyay has pointed out that mirasi tenure broadly operated on the basis of a three-fold division. Firstly, there were pasangkarei or joint proprietary villages, where the lands were "held jointly and either cultivated in common or divided yearly or at some other fixed period, according to established custom among the proprietors". Secondly, there were two types of joint proprietary villages—absolute pasangkarei and kareiyadu. In these absolute joint proprietary villages, cultivation was done, either by joint stock labour, cattle and implements, or separately. In both cases, the produce was finally divided among the mirasidar according to their respective shares. Lastly, there were ekabhogam villages, where the lands where the sole-property of single mirasidar. For more details, see Arun Bandopadhyay, The Agrarian Economy of Tamilnadu, p. 204 and p.205.
151 C.J. Baker, An Indian Rural Economy, p. 87.
152 The Tondaimandalam traditionally comprised an area extending from the limits of Nellore to the Coleroon and included North Arcot, South Arcot and Chingleput districts. See Arun Bandopadhyay, The Agrarian Economy of Tamilnadu, p. 204.
153 Baker has argued that on the one side there was the dominant warrior community with assorted labouring artisans and service personnel who had been part of the original or early settlement. On the other side, there was a casual organization of the disparate peoples who were late-comers to the society and who often owed their wealth and status to the state, commerce or some other systems beyond the village. For more details, see C.J. Baker, An Indian Rural Economy, p. 93.
154 For more details, see Arun Bandopadhyay, The Agrarian Economy of Tamilnadu, p. 91.
155 S.Srinivasa Raghava iyangar, Memorandum on the Progress of Madras Presidency During the fits Forty Years of British Administration, Madras, 1893, p. 151.
156 David Ludden, Peasant History in South India, p. 82.
157 Ibid
158 For more details, see Arun Bandopadhyay, The Agrarian Economy of Tamilnadu, pp. 92-93.
159 Ibid.p.93.
160 Dharma Kumar, Land and Caste in South India, p. 29.
161 G.O. No. 1010-101 OA, p. 9.
162 It has been stated that the physical lowness (pallam) of fields and channels (pallakkal) embodied the lowliness of fieldworkers, known as pallakkudi, who were low people or Pallans. For more details, see David Ludden, Peasant History in South India, p. 91.

163 See G. Aloysius, Religion as Emancipatory Identity, p.38.
164 Ibid.
165 Ibid.
166 Ibid., pp. 38-39.
167 For more details, see C.J. Baker, An Indian Rural Economy, p. 78.
168 See G. Aloysius, Religion as Emancipatory Identity, p. 39.
169 See Eugene E Irschik, Dialogue and History: Constructing South India 1795-1895, Delhi, 1994, p. 153.
170 Ibid.
171 Ibid.
172 Ibid., p. 154. The subordinate revenue officials felt that dominant rural groups should be allowed to enter into contracts with their pannaiyak and parakudis, not only for cultivation, but also for maramat works. Such agreements had to be enforced for a period of five or ten fan, especially since strains were developing in the relations between the masters and their servants. For more details, see Papers relating to Public Works, Notes of Evidence, TNA, Madras. 1869, p. 19.
173 Irschik has argued that officials such as Crole belonged to an old school that could do its work without concerning itself with the social and economic positions of the underprivileged individuals around it. See Eugene F. Irschik, Dialogue and History, pp. 154-55.
174 Ibid., p. 156.
175 Ibid., pp. 156-57.
176 G.O. No. 1025 (Press), Revenue Department, dated, 7 July 1875, TNA.
177 In fact, Crole's narrative on the prospects and the fortunes of the mirasi since the mid nineteenth century protected the interests of the settled and migratory/peripatetic groups of ryots—ulkudis and parakudis, instead of making any concrete suggestion regarding the landholding rights of the Paraiyans.
178 G.O. No. 1684 (Press), Revenue Department, dated, 16 December 1872, TNA.
179 The gramanattams in the Tamil districts of the Madras Presidency in the nineteenth century housed Paraiyan shrines, ponds, streams, flower gardens and provided spaces for all polluting and 'untouchable' castes. Arun Bandopadhyay has argued that since the early years of the nineteenth century the mirasidars remained apprehensive of the government's policy relating to the distribution of waste lands. For more details, see Arun Bandopadhyay, The Agrarian Economy of Tamilnadu, pp. 214—18.
180 For more details, see G.O. No. 1684 (Press) , dated 16 December 1872, Revenue Department.
181 G.O. No. 1684 (Press,) dated 16 December 1872, G.O. No. 1545, dated 7 September 1867; Revenue Department, TNA.
182 B.P. No. 1547, dated, 7 July 1886, Proceedings of the Board of Revenue, Revenue Department, TNA.
183 Ibid.; See also G.O. No. 2013, dated, 18 June 1884, Revenue Department, TNA.

184 B.P. No. 1547, dated 7 July 1886, Proceedings of the Board of Revenue, Revenue Department, TNA.
185 H.A. Tremenheere, G.O. No. 1010-1010A,, TNA, p. 8.
186 B.P. No. 617, dated 6 September 1889, Proceedings of the Board of Revenue, Revenue Department, TNA.
187 Ibid.
188 G.O. No. 1010−1010A, p. 6.
189 Ibid., p.37;
For more details, see also B.R No.49, Dated 22 July 1890, Proceedings of the Board of Revenue, TNA.
190 G. O. No. 1010-1010A, p. 39.
191 Ibid. Hon. W. Robinson did not fully agree with the views of English officials like Banbury, as regards the causes of the backwardness of the Chingleput district. He felt that the evils which arose from the mirasi system were caused perhaps more by the unfair nature of the British administration in the Madras Presidency than by the inherent factors embedded within the joint proprietary system. For more details, see P/352, Madras Revenue Collections, January to March 1875, 24 February, 1875, Revenue Department, Oriental and India Office Collections (hereafter OIOC), British Library, London.
192 Historians have often argued that though the Government of Madras displayed a benevolent attitude towards the rural classes, there was a hesitance in improving the conditions of the tenants. The relationship between the sub-tenants and the raiyat proprietors were also not that cordial, as it was sometimes made out to be. See Haruka Yanagisawa, A Century of Change, pp. 202-03. A different version is available in J.H.A. Tremenheere, Note on the Pariahs of Chingleput, pp. 11-14.
193 B.P. No. 617, dated 6 September 1889, Proceedings of the Board of Revenue, Revenue Department, TNA.
194 Eugene Irschik has argued that the end of the nineteenth century witnessed a grand experiment in rewriting the history of the Tamil Paraiyans. Such historical experiments involving both Britishers and Indians sought to remove the "slave Paraiyar" signification and replace it with a new signification—"the Original Dravidians of India". In fact, Rev. T.B. Pandian had also observed that in the 1880s, several European scholars such as Rev. H. Bower and Prof. Wilson had attempted to write a history of the Paraiyars based on the legend of Tiruvalluvar. Tiruvalluvar was not believed to be a proper name but a mere combination of two Tamil words Thiru and Valluvar meaning holy and priest respectively. For more details, see Eugene F. Irschik, Dialogue and History, p. 169; see also Rev. T.B. Pandian, The Slaves of the Soil in Southern India (with an introduction by J. Vedanayakam Pillai, B.A.), Madras, 1893, pp. 5-6.
195 The Tamil words, puramanai innaral meant slaves or servile categories who were considered to be the property of the landowners.
196 B. P. No. 617.
197 Ibid.
198 For more details, see Madras Revenue Proceedings, Ocrober 1891, G.O. No. 979, dated 15 October 1891, Vol. 3990, OIOC, British Library, London; Madras Revenue Proceedings, July and August 1891, G.O. No. 599, dated 3

July 1891, OIOC; British Library, London; Madras Revenue Proceedings, G.O. No. 799, 799A, dated 28 August 1891, OIOC, British Library, London.

199 Samuel Smith, a member of the British Parliament raised a series of questions before the Secretary of State for India regarding the famine conditions and the extremely poor conditions of the people living in the Sonneri (mispelt for Ponneri) Taluk of Chingleput district. Describing the condition of the people he observed, "Their state is not appreciably lower than usual; a large proportion of them are always badly nourished, clad (if at all) in the vilest of rags". The Secretary of State in his reply stated that Ponneri was serving as a relief centre for the poorest parts of Chingleput district. He quoted fortnightly telegrams sent from Madras to prove that the administration was making constant efforts to relieve the rural distress in Chingleput and more than 7000 people had been brought under government relief operations. For more details, see R – S 999/91, Revenue Statistics and Commerce Papers, OIOC, British Library, London.

200 See Madras Revenue Proceedings, April 1891, G.O. No. 296, Date 11 April 1891, Vol. 3986, OIOC, British Library, London; L/E/7/289, Economic Department, Revenue Statistics and Commerce Papers, OIOC, British Library, London.

201 G. O. No. 1010-1010A, p. 4 and p. 64.

202 Rev. W. Goudie, "Mission Work and Famine'" The Harvest Field, Third Series, Vol. Ill, July 1891 to June 1892, Madras, 1892. p. 137.

203 G.O. No. 1010-1010A, p. 6.

204 Ibid.

205 Ibid.

206 Mr Banbury who had served as the Second Member of the Board of Revenue in the 1870s had observed (in the context of Chingleput) that "No doubt the soil is interior as a rule; but if this tract of country could by magic be transported into Cuddapah and be filled by the hardworking race of those parts, matters would soon assume a more satisfactory appearance". See B.P. No. 49, dated 22 July 1890, Proceedings of the Board of Revenue, Revenue Department, TNA.

207 G.O. No. 1010-1010A, p. 6.

208 See Enclosure No.2 in G.o.no.1010-1010A,Ibid.

209 G.O.No.1010-1010A,p.7.

210 Ibid.

2,1 Ibid.

212 Ibid.

213 Ibid, p. 8.

214 Ibid.

215 Ibid., p. 13.

216 Ibid, p. 20.

217 Ibid.

218 Ibid.

219 Ibid.

220 Ibid, p. 23.

221 Ibid., p. 25.

222 Ibid

.223 Ibid., p. 19.

224 Rev. William Goudie, "The Pariahs and the Land", The Harvest Field, 15 July 1894, cited a Eugene F. Irschik, Dialogue and History, p. 182. The missionaries residing in Madras and the other parts of the Presidency pointed out that in the Census of 1881, the Pariahs numbered 4,439,253 or nearly four and half millions. They stood apart from the other Hindu caste people and performed menial occupations to meet their livelihood. The great majority of them had been connected with the land and remained still connected as labourers. Though they praised the government for making slavery illegal, in accordance to the provisions of the Indian Penal Code of 1860, there was practically little respite from slavery. The mirasidars induced the 'Pariahs' to sign documents surrendering the liberty of them and their children and they were forced into a state of servitude. For more details, see L/E/7/289, Economics Department, Revenue Statistics and Commerce Papers, 1893, OIOC, British Library, London. 225 The Hindu, 3 June 1891, cited in G.O. No. 1010-1010A, p. 28.

226 The Hindu, 1 October 1891, cited in G.O.No. 1010-1010A, p. 30.

227 Ibid.

228 Ibid., p. 25.

229 Ibid., p.24

230 Ibid., p. 32.

231 Ibid., pp. 32-33.

232 Ibid., p. 33.

233 Ibid.

234 Ibid., p. 55 and p. 62.

235 Ibid., p. 56.

236 Ibid., p. 55.

237 Ibid., pp. 35-36.

238 Ibid., p. 36.

239 Ibid.

240 Ibid, p. 34.

241 Ibid., p. 35. Puckle, the Director of Revenue Settlement, Madras Presidency held the opinion that the payakaris had always paid swatantrarm. and that no interference was warranted, since that would be considered as an interference with the traditions and customs of the past. For more details, see Proceedings of the Board of Revenue, No. 331, dated 13 February 1875, Revenue Department, TNA; Madras Revenue Consultations, P.1057, January to May 1876, 27 February 1876, OIOC, British Library, London.

242 G.O. No. 1010-1010A, p. 36.

243 Ibid..

244 Ibid., p. 39.

245 Ibid,

246 Ibid., p. 40.

247 Ibid.

248 Ibid, p. 43.

2 49 The Board of Revenue observed that in Chingleput in the early 1890s, 60 per cent of the pattadars paid less than Rs.10 a year to the Government and over 85 per cent paid less than Rs 30 a year. Therefore, it was felt that any attempt to raise the Paraiyan to the position of a land holder would be of no advantage either to the cultivator or to the government. See Ibid., p. 43.

250 The Board argued that such an instance was made by the Sub-Assistant Director in the village of Kilanur, in the Tiruvallur Taluk where the 'Pariahs' lost in the famine, nearly the whole of their dry lands and 31.72 acres of wet lands out of the 43.64 acres held by them. In such a situation, the Paraiyans were inclined to cultivate the same lands as sub-tenants of the purchaser. See Ibid.

251 Ibid., p. 56.

252 For more details, see B.P. No. 1547, dated 7 July 1886, Proceedings of the Board of Revenue, cited in G.O. No. 1010-1010A, Ibid.

253 G.O. No. 1010-1010A, p. 57.

254 Ibid.

255 Ibid., pp. 59-60.

256 Eugene E Irschik, Dialogue and History, p. 188.

258 Ibid.

259 G.O. No. 1010-1010A, p. 63.

260 Eugene F. Irschik, Dialogue and History, p. 189.

261 CO. No. 1010-1010A, pp. 66-68.

262 Ibid., p. 63.

263 Ibid., p. 66.

264 For more details, see Haruka Yanagisawa, A Century of Change, pp. 220—21.

265 Eugene F. Irschik, Dialogue and History, p. 169 and p. 190.

266 Report on the Native Newspapers of the Madras Presidency (hereafter RNNMP) Fortnight ending 31 December 1893, Confidential, TNA, pp. 330-31 and RNNMP, Fortnight ending 15 Jane 1894, Confidential, TNA, p. 173.

தென் இந்தியாவின் 'பறையர்' பிரச்னையில் மிஷனரிகளின் செயல்பாடுகள்

1 Observation on the Present State of the East India Company with Prefatory Remarks on the Alarming Intelligence Lately Received from Madras as to the General Disaffection, London, 1808, (Pamphlet preserved in the Carey Library, Serampore), pp. 117-18.

2 Ibid., p. 118.

3 Abbe J.A. Dubois, Hindu Manners, Customs and Ceremonies, Translated by Henry K Beauchamp, Oxford, (third edition), 1906, p. 49.

4 Ibid., pp. 48-49.

5. Ibid., pp. 82-83.
6. Ibid., pp. 54-55.
7. Ibid., pp. 49-62.
8. K.T. Ford, Christian Researches in South India 1823-1828, London, 1834, pp. 24-25.
9. The Friend of India, Volume IV (Weekly), 1838, p. 710.
10. Calcutta Christian Observer, Volume VIII, 1839, pp. 26-35.
11. Benedicte Hjejle, "Slavery and Agricultural Bondage in South India in the Nineteenth Century", p. 97.
12. Ibid.
13S. Manickam, Slavery in the Tamil Country, p. 77.
14. Duncan B. Forrester, Caste and Christianity: attitudes and policies on caste of Anglo Saxon Protestant missions in India, London, 1979, p. 37.

For more details, see The Calcutta Christian Observer, Old Series, Volume XIX, 1850, p. 196.

16. Duncan B. Forrester, Caste and Christianity, p. 38.
17. Ibid., p. 39. For more details see Sanjay Seth, "Secular Enlightenment and Christian Conversion: Missionaries and Education in Colonial India", in Krishna Kumar and Joachim Oesterweld, eds, Education and Social Change in South Asia, New Delhi, 2007, pp. 27-28.
18. Ibid.
19. Rowena Robinson has observed: It was not always the case that the missionaries supported the low castes purely out of compassion for their inferior social position...Nevertheless, the missionaries were aware of the fact that the low castes often came to them because they hoped to alleviate their oppressive circumstances to some degree. They saw the missionaries as their mediators in the struggle to obtain civil rights and improve their position. Reverend Kabis, a Lutheran missionary in Tamil Nadu wrote in 1897 that one of the principal reasons that led the 'Pariahs' to Christianity was their need of a defender. For more details, see Rowena Robinson, Christians of India, New Delhi, 2003, p. 90.
20. See "Minute of the Madras Missionary Conference on the Subject of Caste ", Oriental Christian Spectator, 1850-51, March 1850, pp. 98-102.
21. See Ibid.
22. The prominent missionaries who attended this conference were P. Batchelor (Wesleyan Mission), John Braidwood (Free Church of Scotland), W.H. Drew (London Missionary Society), John W. Dulles (American Mission), W. Grant (Church of Scotland Mission), Samuel Hardey (Wesleyan Mission), H.M. Scudder (American Mission) and John Scudder (American Mission). It was stated that the institution of caste was pre-eminently anti-Christian and that caste sapped the energy of divine love and eroded much of the vitals of Christianity. See Ibid., pp. 101-102.
23. G.A. Eddie, "Protestant Missions, Caste and Social Change in India, 1850-1914", The Indian Economic and Social History Review (heteafter IESHR), Vol. 6, No. 3, September 1969, p. 263.

24 H. Grafe, History of Christianity in India: Tamilnadu in the Nineteenth and Twentieth Centuries, Volume 4, Bangalore, 1990, pp. 28-29; see also Henriette Bugge, Mission and Tamil Society: Social and Religious change in South India (1840-1900), Richmond, 1994, pp. 56-58.

25 J.S. Ponniah, An Enquiry into the Economic and Social Problems of the Christian Community of Madura, Ramnad and Tinnevelly Districts, Tambaram, 1938, p. 20.

26 For more details, see Dick Kooiman, Conversion and Social Equality in India: The London Missionary Society in South Travancore in the 19th Century, New Delhi, 1989, pp. 148-30.

27 Ibid., pp. 149-50.

28 Dick Kooiman, Conversion and Social Equality in India, pp. 154-157. See also Robert Hardgrave, "The Breast Cloth Controversy: Caste Consciousness and Social Change in Southern Travancore", in IESHR, Vol. 5, No. 2, 1968, pp. 174-75. Hardgrave has argued that 'lower caste' groups such as the Nadars made rapid advancement in economic terms due to the protection offered by the missionaries. The missionary support freed them from the burdensome taxes and from the corvee labour demanded by the government. At the same time, the establishment of mission schools enabled the Nadar coverts to imbibe a new sense of identity and challenge the prevailing notions of obligation and servility.

29 Scholars like Robin Jeffrey have argued that the breast cloth controversy gave an opportunity to the 'lower caste' groups to advance their claims of honour and standing in the indigenous society. For more details, see Robin Jeffrey, The Decline of Nair Dominance: Society and Politics in Travancore, 1847-1908, New Delhi, 1976, p. 58.

30 Sundararaj Manickam, The Social Setting of Christian Conversion in South Weisbaden, 1977, provides detailed activities of the missionaries leading to the "Comity of Missions".

31 C.S. Pascoe, Two Hundreds Years of the S.P.G.: An Historical Account of the Propagation of the Gospel in Foreign Parts 1701-1900, Volume-II, London, 1901, p. 504a. C.S. Pascoe, Two Hundred Years of the SPG, p. 539. The SPG missionaries gained fair bit of success in converting lower castes in places like Edeyengoody in Tirunelvelli. Apart from a sizeable number of Nadars, several Pariayan families accepted Christianity.

33 Franklyn J. Balasundaram, "The Dalits and the Christian Mission in the Tamil Country", paper presented in a work shop titled Christianity in South India, PEW Trust, Kodaikanal, August 1995.

34 The Church of Scotland began its activities in the Tamil region in the 1830s. In 1837, Rev. John Anderson, the first Scottish missionary to South India arrived in Madras. He founded a school which later grew into the Madras Christian College. In the following years, Rev. Anderson was able to establish several educational institutions in Chingleput district. See, for more details, Files relating to the Church of Scotland, Volume 109, preserved at the United Theological College, Bangolore; see also P.E. Mohan, Scheduled Castes: History of Elevation, Tamilnadu 1900-1995, Madras, 1993, p. 10.

35 The American missionaries were particularly active in places like North Arcot, Vellore, Madanpalli and Tindivanam. See for more details, S. Estborn, The

Church among Tamils and Telegus: reports of some Aspects studies, Nagpur, 1961.

36 Duncan B. Forrester, Caste and Christianity, pp. 24-25.

37 G.J.F. Bouritius, "Popular and Official Religion in Christianity: Three cases in Nineteenth Century Europe", in Peter Hendrik Virijhof and Jacques Waardenburg, eds, Official and Popular religion: Analysis of a Theme for Religious Studies, The Hague, 1979, p. 123.

38 Rev. John Anderson, who is regarded as the first missionary of the Church of Scotland Mission in Madras is also revered as the pioneer of higher education in south India. In 1837, he established a school in Madras which later developed into the famous educational institution, the Madras Christian College. This school was primarily intended for educating upper caste Hindu hoys and the medium of instruction was English. The Kanchipuram school was founded in 1839. The schools in Chingleput and Triplicane were founded in 1840 and 1841 respectively. In 1845, the Alison Cassie Girl School was founded in Chingleput with five girl students. For more details, see, EE. Mohan, Scheduled Castes: History of Elevation, p. 10. Files relating to Church of Scotland, Volume 109, preserved in the United Theological College, Bangalore; T. Ambrose Jeyasekaran, "Education as Conversion: Church of Scotland's Early Educational Endeavour for Girls in Madras, 1841-1861", in John P. Neelsen, ed., Gender, Caste and Power in South Asia: Social Status and Mobility in a Transitional Society, New Delhi, 1991, p. 128.

39 P.E. Mohan, Scheduled Castes: History of Elevation, p. 10 ; T.C. Whitney, A Hundred Years of Salem Missionary History, Salem, 1936, p. 11; K. Nora Brockway, A Larger way for Women: Aspects of Christian Education for Girls in South India 1712-1948, London, 1949, pp. 47-48; and Rev. William Bolton, The South India Mission, London, 1913, p. 53.

40 P.E. Mohan, Scheduled Castes: History of Elevation, p. 10.

41 Joseph Mullens, A Brief Review of Ten Years of Missionary Labour in India (Between 1852 and 1861), London, 1863, pp. 121-22.

42 London Missionary Society, Mission Report, 1852, p. 81, cited in Franldyn J. Balasundaram. "Depressed Class Movement and Protestant Missions in the Tamil Speaking Districts of the Madras Presidency 1919-1939, with special reference ro London Missionary Society Areas in Salem, Attur, Coimbatore and Erode", M. Th. Thesis, United Theological College, Bangalore, 1982, p. 104.

43 London Missionary Society, Mission Report, 1853, p. 94, cited in Franldyn J. Balasundaram, "The Dalits and The Christian Mission in the Tamil Country", Paper presented in a workshop on Christianity in India, Kodai International School, August, 1995, p. 3.

44 Franldyn J. Balasundaram, "Depressed Class Movement and Protestant Missions in the Tamil Speaking Districts of the Madras Presidency, 1919-1939", p. 108.

45 London Missionary Society, Mission Report, London, 1865, p. 81.

46 London Missionary Society, Mission Report, 1848, p. 79, cited in Franldyn J. Balasundaram, ' Dalits and The Christian Mission in the Tamil Country', p. 4.

47 G.E. Phillips, Our Sixth Form in South India, London, 1930, pp. 15-16.

48 The Paraiyans and other 'lower castes' in these areas had been socially ostracized for a long '. of time as devil worshippers. See C.S. Pascoe, Two Hundred Years of the S.P.G., Volume . 504a.
49 For more details, see Ibid., p. 544.
50 Ibid.
51 T.C. Whitney, A Hundred years of Salem Missionary History, p. 47.
52 The women missionaries after acquiring proficiency in Tamil were posted in the mission stations to meet both the educational and economic demands of the 'untouchable' communities. See Charlotte C. Wyckoff, A Hundred Yean with Christ in Arcot: A Brief History of the Arcot Mission in India, n.p., n.d., pp. 19-20.
53 T.C. Whitney, A Hundred years of Salem Missionary History, p. 146.
54 Ibid. For more details, see Amy Wilson-Carmichael, Things As They Are: Mission Work in Southern India, London, 1903, p. 70.
55 Duncan B. Forrester, "The Depressed Classes and Conversion to Christianity 1860-1960", in G.A. Oddie, ed., Religion in South Asia: Religious Conversion and Revival Movements in South Asia in Medieval and Modem Times, New Delhi, 1977, pp. 71-72.
56 For more details, see J.W. Gladsrone, Protestant Christianity and Peoples 'Movement in Kerala: A Study of Christian Mass Movements in Relation to Neo-Hindu Socio-Religious Movements in Koala, 1850-1936, Trivandrum, 1984, pp. 42-43.
57 Dick Kooiman has argued that change of religion as a policy of survival should nor be created as one-way traffic. He argued that while crisis-like situations often influenced people to discard their traditional religious practices in favour of Christianity, the return option did exist. In a sense, there were frequent interchanges between religious orders. See Dick Kooiman, "Mass Movement, Famine and Epidemic: A Study in Interrelationship", Modern Asian Studies, VoL 25, No. 2, May 1991, p. 298.
58 It has been observed: ...that the peasantries of Madras and Orissa preferred the risk of a food shortage owing to deficient rains or half-full reservoirs if, on the average, they could make the usual labour expenditures to achieve subsistence food safety. Water from their wells and reservoirs required no money payments and was, therefore, preferred ro the more assured water supply that would have increased yields. Only in 1877, when there was an immediate danger of famine because there was little water in the wells and none in the reservoirs, did the peasantry dig the distribution canals that were necessary to use canal water. The threat of famine had to be directly experienced before the peasantry was willing to expend the labour to dig distribution canals in order to grow a larger food supply. Contemporary Indian peasants have not changed their behaviour. See Ronald E. Seavoy, Famine in Peasant Societies, Contribution in Economics and Economics History, November, New York, 1986, pp. 275-76; The southern portion of the Tanjore district was prone to suffering and there was large exodus of people in the deltaic tracts and towns in search of employments. The inland tract was the driest and the suffering was more compared to the other parts of the district. For more details, see W.B. Clerk, Preliminary Papers on the Investigation Works and on Irrigation under wells in the Madras Presidency, Madras, 1902, pp. 108-110.

59 Sundararaj Manickam, The Social Setting of Christian Conversion in South India, pp. 31-85.
60 Dick Kooiman, "Mass Movement, Famine and Epidemic: A Study in Interrelationship", p. 288.
61 J.S. Ponniah, An Enquiry into the Economic and Social Problems of 'the Christian Community of Madura, Ramnad and Tinnevelly Districts, p. 25.
62 C.S. Pascoe, Two Hundred Years of 'the S.RG., Vol. Hi pp. 547-48.
63 Charlotte C. Wyckoff, A Hundred Year with Christ in Arcot, p. 21; see also American Madura Mission Documents, Box No. 22, United Theological College, Bangalore, pp. 1136-37.; J.B. Waterbury, Memoir of the Rev. John Scudder, New York, 1870, p. 216.
64 T.C. Whitney, A Hundred Years of Salem Missionary History, p. 41. London Missionary Society, 65London Missionary Society Mission Report, 1925, London Missionary Society, London, 1926, p. 53.
66 Franklyn J. Balasundaram, "The Dalits and the Christian Mission in the Tamil Country".p.5.
67 Wesleyan Methodist Mission Society Reports, Box No. 362, Yale Divinity School Library, Yale University, 1896.
68 See The Calcutta Christian Observer, 1850, Volume XIX, p. 200. For more details see, G.A. Oddie, "Protestant Missions, Caste and Social Change in India, 1850-1914", pp. 274—75.
69 Ibid., pp. 278-80.
70 Ibid., p. 278.
71 G.A. Oddie, "Protestant Missions, Caste and Social Change in India, 1850-1914", p. 280.
72 Rev. Adam Andrews arrived in Madras in 1879. In the following years, the Free Church of Scotland, under his leadership expanded its base of operations in Chingleput, Kanchipuram, Wallajahbad, Sriperumbudur and Madurantakam. In fact, within a period of five years the number of converts from the Paraiyan community rose to seventy. See, Records of Church of Scotland, Volume-IX, United Theological College, Bangalore, see also, G.A. Oddie, Social Protest in India: British Protestant Missionaries and Social Reforms, 1850-1900, New Delhi, 1979, p. 131.
73 Ibid.
74 Wesleyan Methodist Missionary Society Reports, Box No. 361, 1894, Yale Divinity School Library, Yale University.
75 G.A. Oddie, Social Protest in India, p. 133.
76 The Wesleyan missionaries reported that the landlords prevented their Paraiyan labourers from sending their children to the mission schools. The landlords spread false rumours and sometimes held out threats to be successful in this regard. See Wesleyan Methodist Missionary Society Reports, Box No. 362, 1896, Yale Divinity School Library, Yale University.
77 The Wesleyan missionaries stated that the mirasidars of Tanjore, increased their degree of exploitation on the Paraiyan labourers to prevent them from converting to Christianity. The mirasidars felt that conversion had made the

agricultural labourers more independent. It was argued that the freedom achieved through conversion, had led to the destruction of the bonded labour system. See Wesleyan Methodist Missionary Society Report, Box No. 363, 1899, Yale Divinity School Library, Yale University.

78   G.A. Oddie, Social Protest in India, p. 138.

79   Ibid., p. 139.

80   See Madras Revenue Proceedings, July and August 1891, Vol. 3988, G. O. No. 599, dated 3 July 1891; Madras Revenue Proceedings, July and August, 1891, Vol. 3988, G.O. No. 799, 799A, dated, 28 August 1891; Madras Revenue Proceedings, October 1891, Vol. 3990, G.O. No. 979, dated 15 October 1891, OIOC, British Library, London; Rev. W. Goudie, "Mission Work and Famine", The Harvest Field (A Missionary Magazine), Third Series, Vol. Ill, July 1891-June 1892, Madras, 1892, p. 137.

81   J. Thomson, the Collector of Chingleput district dismissed all the reports relating to the high prices of rice. He argued that with the exception of Pulicat, the prices of rice continued to fall. He stated that such trends were available from the information received from Saidapet, Poonamalle, Ami, Tiruporur and Walajahbad. For more details see, Madras Revenue Proceedings, November 1891, Vol. 3991,G.O.No. 1115, dated 21 November 1891, OIOC, British Library, London.

82   The padiyals were forced to execute such deeds by the landlords. See G.A. Oddie, Social Protest in India, p. 138; G.O. No. 1010-1010A.

83   G. A. Oddie, Social Protest in India, p. 139.

84   In 1891, the Scottish missionaries converted more than fifty "untouchables" in Chingleput. In 1892, the number of conversions rose to two hundred and fifty. The Scottish missionaries employed native catechists to dispel much of the ignorance and apprehensions of the touchable' communities. For more details, see George Pittendrigh and William Merton, Missions of the United Free Church of Scotland: Story of our Madras Missions, Edinburgh, 1907, p.80.

85   The upper caste violence against the 'untouchable communities' became much more pronounced after the famine of 1876—77. In fact, the mirasidari perceived Christianity, not only as an instrument of social change, but also one of economic transformation in the Madras Presidency. For more details See, George Pittendrigh and Willim Meston, Missions of the United Free Church of Scotland, p. 80; G. Moses, "Christianity and Caste Conflicts in Tamilnadu in the Nineteenth Century", unpublished M.Th. Dissertation, United Theological College, Bangalore, 1978, p. 60.

86   The Harvest Field, Volume III, September 1891, cited in G.A. Oddie, Social Protest in India, p. 135.

87   C.S. Pascoe, Two Hundred Years of the SPG., p. 530d

88   The Scottish missionaries established the biggest Chtistian settlement in 1893 at Melrosaputam. The settlement built on 72 acres of land provided by the government was utilized to train the male inhabitants in the technique of extracting fibres from plantain trees and making them into ropes. The missionaries also gave training in weaving, dyeing and agricultural methods. See George Pittendrigh and William Meston, Missions of the United Free Church of Scotland, pp. 80-83.

89 The excerpts from Rev. William Goudie's paper were published by The Hindu, 1 October 1891.
    SeeG.O. No. 1010-1010A, pp. 29-30.
90 Ibid.
91 Ibid.;
    G.A. Oddie, Social Protest in India, p. 14; L/E/7/274, Minute Papers Rand S 727/92, 16 May 1892, Economics Department Records, OIOC, British Library, London.
92 Apart from Tremenheere's perceptions, there were some other views relating to the operation of the mirasi system in Madras Presidency. Willam Goudie argued that even after the abolition of slavery, the practice continued to exist in several districts of Tamil Nadu. The Paraiyans remained in bondage to the mirasidars, who resisted all their attempts to cultivate and acquire land in their own names. Presumably, the fear of losing their economic and social status following the anti-slavery legislations forced them to indulge in violence against the Paraiyans. For more details see, G. O. No. 1010-1010A, pp. 29-30.
93 See Haruka Yanagisawa, A Century of Change, p. 213.
94 GA Oddie, Social Protest in India, p. 143.
95 The Hindu, 3 June 1891, appended to G.O. No. 1010-1010A, p. 28.
96 G.A. Oddie, Social Protest in India, p. 143.
97 Ibid., p. 144.
98 Memorandum to the Honourable S. Srinivasa Raghava Aiyangar, Inspector General of Registration Madras, from Pandit C. Iyothee Thoss, 1894. Theological Society Library, p. 10.

புதிய புல்வெளிகளைத்தேடி:
19, 20–ஆம் நூற்றாண்டுகளில் தமிழ் பறையர்களின் வெளிநாட்டு முயற்சிகளும் உள்நாட்டு இடப்பெயர்ச்சிகளும்

1 C.J. Baker, An Indian Rural Economy, pp. 179-81.
2 R.Vidyasagar, "Debt Bondage in South Atcot District: A Case of Agricultural Labourers and Handloom Weavers", in Utsa Patnaik and Manjari Dingawaney, eds, Chains of Servitude, Delhi, 1985, p. 131. For more details see, Arun Bandopadhyay, The Agrarian Economy of Tamilnadu, 1820-1855. pp. 99-100; C.J. Baker, An Indian Rural Economy, pp. 174-75; Dkarma Kumar, Land and Caste in South India, pp. 137-38; Tsukasa Mizushima, "The untouchables' and Economic Change in a Dry Village in South India", in H. Kotani, ed., Caste System. Untouchability and the Depressed, Delhi, 1997, p. 96; Haruka Yanagisawa, A Century if Change, pp. 60-62.
3 For more details see, G.O. No. 1010-1010A, p. 49.
4 In the early 1890s, the district-wise break up of population density figures, as well as, percentage of irriigated to total cultivated area was depicted in the following manner:

District	Density per sq mile	percentage of irrigated land to total cultivated land
Vizagapatam	452.51	24
Godavari	407.40	59
South Arcot	414.00	24
Tanjore	600.41	77
Malabar	474.79	51

Also, in Chingleput district, the pressure of population did not reach such a level, which would encourage migration of the agricultural labouring classes to the overseas plantations. The emigration largely took place from the southern districts of the Presidency and compared to those emigration figures, the figures in Chingleput were far lower. British officials in their correspondences expressed the opinion that during the severe famine conditions in 1890-91, lower castes' in Chingleput did not emigrate in large numbers. He stated that the labouring population in Chingleput found remunerative employment all through the year in the areas under wet cultivation and in the Presidency town. For more details, see Ibid., p. 62.

5   Arun Bandopadhyay has cited a number of instances to prove the decline in the mirasi system by the mid decades of the nineteenth century. He has argued that apart from the opposition faced by the mirasidars, from the non-mirasi groups, conflicts with the government over the introduction of land revenue systems like olungu considerably weakened the position of the mirasidars. Subsequently, the controversies generated over the nattam and waste lands also gave rise to serious confrontations between the mirasidars and the government. For more details see, Arun Bandopadhyay, The Agrarian Economy of Tamilnadu, pp. 236-46.

6   C.J. Baker, An Indian Rural Economy, pp. 172-73.

7   The government officials felt that the indebtedness of the agricultural labouring classes could re mitigated by employing them in large public works projects. The government thereafte revised its stand in favour of the emigration of the 'lower caste' groups to the overseas plantations. The colonial bosses in Madras entered into correspondences with their counterparts in Burma regarding the transportation of south Indian labour to the rice growing tracts. They suggested mat the south Indian labourers could also be utilized for the Burmese railway projects. For more details see, Review of the Madras Famine, 1876-78, Madras, 1891, p. 60. See also W. Digby, The Famine Campaign in Southern India, 1876-78, Volume-II, London, 1878, pp. 333-34; Roland Lardinois, Famine, Epidemics and Mortality in South India during the Nineteenth Century: The Demographic Crisis of 1877-78, A reappraisal, Madras Institute of Development Studies, Working Paper No. 48, April 1994, p. 11.

8   R. Jayataman, "Indian Emigration to Ceylon: Some Aspects of the Historical and Social Background of the Emigrants", in IESHR, Vol. IV, No. 4, December 1967, p. 319.

9   Ibid., p. 320; Private Papers relating to the appeal of Govindan Sellappah Nayar Kodakan Pillai to the Privy Council from the Supreme Court of Ceylon concerning the voting rights of Indian Tamils in Ceylon, Mss. Eur. E. 322, Private European Manuscripts, OIOC, British Library, London.

10 P.R. Ramchandra Rao, India and Ceylon, Calcutta, 1954, p. 33.

11 The planters pointed out that the Sinhalese were grossly indolent and usually refused to work as estate labourers. The Kandyans regarded estate work as degrading and caste considerations often contributed to their apathy for such work. For more details, see M. W. Roberts, "Indian Estate Labour in Ceylon During the Coffee Period, (1830-1880)", Part-I, IESHR, Vol. Ill, No. 1, March 1966, pp. 1-2.

12 Ibid.

13 The colonial bureaucracy argued that, for various reasons, there would be difficulties in employing the Chinese in commercially viable agricultural enterprises in Ceylon. In fact, there were difficulties of transporting the Chinese from long distances. It was also argued that the maintenance costs for the Chinese would be much higher than the Indians, who generally lead a frugal life. Thus, the recruitment of south Indian labour was thought to be economical. For more details, see Babulal Gupta, The Political and Civic status of Indians in Ceylon, Agra, 1963, pp.2-3.

14 Ibid., p. 4.

15 The wages of the estate coolies were higher than the wages offered to the agricultural labourers in south India. In fact, some labourers in south India received 3d. a day, in the late 1850s. For more details, see M.W. Roberts, "Indian Estate Labour in Ceylon", p. 3.

16 For more details, see M.W. Roberts, "Indian Estate Labour in Ceylon", p. 3; see also ChristopheZ. Guilmoto, "The Tamil Migration Cycle 1830-1950", The Economic and Political Weekly (hereafter EPW), Vol. 28, No 3/4, 16-23 January 1993, p. 113; Hugh Tinker, A New System of Slavery: The Export of Indian Labour Overseas, 1830-1920, London, 1974, p.172

17 M.W. Roberts, "Indian Estate Labour in Ceylon", p. 4.

18 Governor's Desparch, Mis. No. 6 of 21 April 1847 to the Secretary of State for Colonies, p. 203, cited in R. Jayaratnan, "Indian Emigration to Ceylon", p.320.

19 Ibid., p. 321.

20 The kanganis were usually entrusted with the accounts and also some supervision tasks when the new group of labourers reached their points of destination. The Kangani system of recruitment was seen as one of a "purely patriarchal character", giving rise to a labour force "sub-divided into a number of smaller groups, each under its patriarch...". For more details, see Tirthankar Roy, "Sardars, Jobbers, Kanganies: The Labour Contractor and Indian Economic History", in Modern Asian Studies, Vol. 42, No. 5, 2008, p. 980.

21 N.E. Majoribanks and A.K.G. Ahmad Tambi Marakkayar, Report on Indian Labour Emigrating to Ceylon and Malaya, Madras, 1917, p. 5.

22 Ibid.

23 Ibid.

24 C. Kondapi, Indians Overseas, 1839-1949, New Delhi, 1951, p. 31.

25 Babulal Gupta, The Political and Civic Status of Indians in Ceylon, p. 4.

26 R. Jayaraman, "Indian Emigration to Ceylon", p. 321.

27 Ibid., p. 323.

28 G.O. No. 1036, Public Department, dated 22 August 1876, TNA.

29 For more details see, G.O. No. 72/75-76, Public Department, dated 4 February 1873, TNA. Also, G.O. No. 519/95-97, Public Department, dated 17 April 1877, TNA.
30 House of Common Proceedings Vol. 47, p. 498.
31 Census of India, 1931 (Madras), Volume XIV, Part-I, Central Publication Branch, Calcutta,1932, p. 84.
32 N.E. Majoribanks and A.K.G. Ahmad Tambi Marakkayar, Report on Indian Labour, p. 2.;Private European Manuscripts, Eur E. 322.
33 N.E. Majoribanks and A.K.G. Tambi Marakkayar, Report on Indian Labour, p.2.
34 For more details, see, R. Jayaraman, "Indian Emigration to Ceylon", p. 326; see also C. Kondapi, Indians Overseas, p. 32.
35 The "Coast Advances" were made available to the labourers by the kanganis to meet the travel expenses from India to Ceylon, The money distributed as advances were later recovered from the labourers. The kanganis, whether or not they distributed these advances to the prospective labourers, demanded large sums of money from the estate owners as "coast advances". For more details, see Ibid.
36 N.E. Majoribank and A. K. G. Ahmad Tambi Marakkayar, Report on Indian Labour, p. 7.
37 See Table below

Head-quarter circle	Salem circle	Madurai circle	Arcot circle
Trichinopoly	Salem	Tataparai	Madras
Manaparai	Musiri	Tinnevelly	Polur
Karur	Turaiyur	Madura	Katpadi
Perundurai	Namakkal	Mandapam	Arkonam
Tanjore	Attur	Dindigul	Villupuram
Arantangi	Kuppam	Ramnad	Chingleput
Pudukkottai	Nanjungode		
Palghat			
Forwarding agencies Dhanushkodi and Colombo			

For more derails, see Ibid., p. 7.
38 ibid.
39 Ibid., p. 9
40 Ibid.
41 R. Jayaraman, "Indian Emigration to Ceylon", pp. 329-30.
42 See Table below

Year	Total Indian population in Ceylon	Indian Estate Population			
		Men	Women	Children	Total
1926	820,000	226,680	291,540	220,711	666,931
1927	885,200	241,200	234,131	244,221	719,532
1928	-	244,603	236,304	258,409	739,316
1929	-	242,161	232,996	2754,973	740,130

Source. N.E. Majoribanks and A.K.G. Ahmad Tambi Marakkayar, Report on Indian Labour Emigrating to Ceylon and Malaya, Madras, 1917, p. 5. For more details see Ceylon Colonial Report: Report for 1926, p. 121; Report for 1927, p. 127; Report for 1928, p. 78; and Report for 1929, p. 99, cited in R. Jayaraman, Ibid., p. 331.

43. Ceylon Colonial Report, Report for 1931, p. 87, cited by R. Jayaraman, Ibid.

44. The Chettiyars financed the European enterprises, whose fortunes wete overtly linked to the plantation economy. In fact, these European enterprises collaborated with the Chettiyars to invest in coconut, tubber, tea and cocoa plantations. The Chettiyars also invested in residential property, retail shops, estate supply and rice trade retail. For more details, see David West Rudner, Caste and Capitalism in Colonial India: The Nattukottai Chettiyars, New Delhi, 1995, pp. 73-77.

45. For more details, see Census of India, 1911, (Madras) Vol. XII, Part-I, Government Press, Madras, 1912, p. 26; Census of India, 1921, (Madras) Vol. XIII, Part-I, Madras, 1922, p. 49.

46. Depressed Classes' Contribution to Emigration to Ceylon, 1921—30. Sourer. R. Jayaraman, "Indian Emigration to Ceylon", p. 338.

Year	Total	Depressed classes	Percentage
1921	25,344	8,568	34
1922	78,106	29,921	38
1923	90,289	35,316	39
1924	153,989	71,441	47
1925	125,58552	52,400	42
1926	1,01,360	41,089	40
1927	1,61,027	64,969	40
1928	1,33,712	51,593	39
1929	1,05,095	42,177	40
1930	91,422	34,710	38
Total	1,066,429	432,184	41

47. Christophe Z. Guilmoto, "The Tamil Migration Cycle", p. 114.

48. For more derails see Ravindra K. Jain, "Tamilian Labour and Malayan Plantaions, 1840- 1938", EPW, Vol. 28, No. 43,23 October, 1993, p. 2363; see also Kernial Singh Sandhu, Indians in Malaya: Immigration and Settlement, 1786-1957, Cambridge, 1969, p. 57.

49. David Ludden, Peasant History in South India, p. 92.

50. Ravindra. K. Jain, South Indians on the Plantation Frontier in Malaya, New Haven and London, 1970, p. 217.

51. Christophe J. Guilmoto, "The Tamil Migration Cycle", p. 114. See also, Hugh Tinker, The Banyan Tree From India, Pakistan and Bangladesh, Delhi, 1977, pp. 17-18.

52. Ravindra K. Jain, "Tamilian Labour and Malayan Plantations", p. 2364.

53. Ibid.

54 Sudhir Anand, Inequality and Poverty in Malaysia: Measurement and Decomposition, New York, 1983, p. 1; Devanesan Nesiah, The Policy of Reservations in the United States, India and Malaysia: Discrimination with Reason!, Delhi, 1997, p. 77; Anthony Walker, ed., New Place, Old Ways: Essays on Indian Society and Culture in Singapore, Delhi, 1994, p.4.
55 Kernial Singh Sandhu, Indians in Malaya, p. 31. Also see Ravindra KJain, "Tamilian Labour and Malayan Plantations", p. 2364.
56 S. Arasaratnam, Indians in Malaya and Singapore, Kuala Lumpur, 1970, pp. 10-11;
57 Ravindra K. Jain, "Tamilian Labour and Malayan Plantations", p. 2364. Also, Paul D. Wiebe and S. Mariappen, Indian Malaysians: The View from the Plantation, New Delhi, 1978, p. 6.
58 S. Arasaratnam, Indians in Malaya and Singapore, p. 12.
59 Ibid.
60 T. Selvaratnam, "Indian Plantation Workers in West Malaysia" in Anirudh Gupta, ed., Indians Abroad: Asia and Africa, Report of an International Seminar, New Delhi, 1971, pp.141-42.
61 T. S. Rajagopal, Indians Overseas, Mysore, 1938, p. 33.
62 Ibid., p. 13.
63 However, it needs to be argued that in the late 1870s, the Government of Madras despite a steady demand for coolies in the Straits Settlements, sometimes favoured restrictions in the dispatch of coolies to the Malaya states citing a lack of proper safeguards. For more details, Proceedings Nos 4–5, April 1880, Home, Revenue and Agricultural Development (Emigration), National Archives of India, New Delhi; see N.E. Majoribanks and A.K.G. Ahmad. Tambi Marakkayar, Report on Indian Labour, p. 28. Private European Manuscripts, MSS EUR D. 819, Eight Memoranda by Richard Niven Gilchrist, OIOC, British Library, London.
65 Ravindra K. Jain, "Tamilian Labour and Malayan Plantations", p. 2364. 5 For more details, see Kernial Singh Sandhu, Indians in Malaya, pp. 40–41.
66 Such instances of kidnapping were reported in the 1860s by British Collectors of the Tamil speaking districts of the Madras Presidency. In the last three decades of the nineteenth century, such cases of abduction increased, since speculators earned high profits by supplying labourers to the estates in Malaya. For more details, see G.O. No. 394, Public Department, dated 20 April 1865, TNA. See also see S Arasaratnam, Indians in Malaya and Singapore, p. 13; Jomo Kwame Sundaram, A Question of Class: Capital, The State and Uneven Development in Malaya, Singapore, 1986, p. 187.
67 Ralph Shlomowitz and Lance Brennan in their researches provided the first systematic quantification of the mortality suffered by indentured and "free" (that is, non indentured) migrant workers from South India to the Straits Settlements and the Federated Malaya States between 1877 and 1933. They have identified malaria as the new disease to which Indian indentured workers became susceptible, thereby accounting for the high mortality figures. Apart from malaria, the deaths of indentured workers were usually attributed in the official reports to debility, aneamia, diarrhoea and dysentry. Indian workers succumbed to malaria because of their relative lack of immunity. In fact, two

types of dvidence provide support for this pre-supposition: a) the relatively low endimicity of malatia in southern India and b) the relatively low spleen rate of Indian emigrants entering Malaya. For more details, see Ralph Shlomowitz and Lance Brennan, "Mortality and Indian Labour in Malaya, 1877-1933", IESHR, Vol. 29, No. 1, 1992, pp. 57-64.

68   Jomo Kwame Sundaram, A Question of Class, p. 188.

69   In 1895, 15,962 Indian emigrants arrived in the Straits Settlement and of them 1,549 were "statute immigrants" and 14,430 were enlisted, as not under indenture. The number that returned to India was 12,360. The following table gives a comparative statement of the number of arrivals and departures for four years, 1892-95:

		1892	1893	1894	1895
Arrivals	Under Indenture	1,628	2,225	1,745	1,549
	Not under Indenture	16,370	15,877	13,156	14,413
Total		17,798	18,102	14,901	15,962
Departures	Total	17,722	14,045	13,537	12,360

The supply of Indian labour to the Strait was still short of demand due to the inefficient systems of recruitment. The planters made frequent complaints that the coolies who had been dispatched were unfit for labour and that the Government of Madras needed to make stricter arrangements for medical examination at Negapatam. The recruiters who were employed by the firms, mostly picked up the coolies within a narrow radius around the ports of the east coast, rather than venturing into the vast and indigent population inhabiting the interiors of Madura and the Neilgherries and the north towards Salem and Arcot. In his report for the year 1893, Mr Mcgregor, then Indian Immigration Agent remarked: "The Depot at Negapatam has been carefully worked but.. .cannot work with satisfaction without assistance from outside viz. by a properly organized system of recruiting". He proposed that the defect should be remedied—as recommended by the Labour Commission of 1890—through the appointment of an Agent General for emigration to reside in India and who would be responsible for everything connected with the recruitment, examination and shipping of coolies for the Straits. This proposal was negated by the government on the ground that it was not for them to incur expenditure in order to foster a particular industry. The Indian Immigration Agent observed,

If the demand for Indian coolie is such as it is sent to be, I believed there is not the least doubt that a trust worthy resident agent lie employed by the planters.. .conversant with the language and habits of the Tamil population would command a field of labour practically inexhaustible and ensure the enlistment of bonafide coolies. For more details, see L/PJ/6/429, Public and Judicial Department, OIOC, British Library, London,

70   N.E. Majoribanks and A.K.G. Ahmad Tambi Marakkayar, Report on Indian Labour, p. 28. Also see, Jomo Kwame Sundaram, A Question of Class, pp. 188—89.

71   N.E. Majoribanks and A.K.G. Ahmed Tambi Marakkayar, Report on Indian Labour, p. 28.

72   Gehan Wijeywardene, Leadership and Authority: A Symposium, Singapore, 1968, p. 166.

73 Ibid.,pA67. In many cases kanganis received "head money" for the coolies who had been recruired by them on behalf of the management. However, the management laid down the rule that if the coolies failed to report for work, financial losses had to be incurred by the kanganis. For more details, see Jomo Kwame Sundaram, A Question of Class, p. 189.

Jomo Kwame Sundaram has highlighted several factors responsible for the growing influence of the kanganis over the labourers employed in the estates. It has been pointed out that apart from overseers, they frequently interacted with the labourers as shopkeepers and money lenders. .as a consequence, the indebtedness of the labourers to the kanganis increased. This indebted state was often prolonged because of the difficulties encountered by the labourers in ridding themselves of the debt burden. For more details see, Jomo Kwame Sundaram, Ibid.

76 S. Arasaratnam, Indians in Malaya and Singapore, p. 26.

77 Ravindra K. Jain, "Tamilian Labour and Malayan Plantations", p. 2365. 8 Jomo Kwame Sundaram, A Question of Class, p. 189.

79 Ibid.

80 For more details, see N.E. Majoribanks and A.K.G. Ahmad Tambi Marakkayar, Report on Indian Labour, pp. 28-29; Kernial Singh Sandhu, Indians in Malaya, p. 63; Jomo Kwame Sundaram, A Question of Class, p. 189.

81 Crimping, that is, the employment of a labourer who had broken a contract elsewhere, was prohibited by law. For more details, see Ibid.

82 In fact, all the employers of south Indian labourers were forced to pay a levy for each man-day worked. By 1912, this system was found to be sufficient in meeting all costs (about Malaysian Dollar 29.39 per head), that was, needed for bringing a 'free' labourer from a south Indian village to a work place in Malaya. Nonetheless, the recruitment continued to be done by the kanganis, authorized by individual employers. For more details, see Ibid,; see also N.E. Majoribanks and A.K.G. Ahmad Tambi Marakkayar, Report on Indian Labour, p. 29 ; Kernial Singh Sandhu, Indians in Malaya, p. 64; Michael Stenson, Class, Race and Colonialism in West Malaysia: The Indian Case, Queensland, 1980, p. 18; Amarjit Kaur, "Sojourners and Settlers: South Indians and Communal Identity in Malaysia", in Crispin Bates, ed., Community, Empire and Migration : South Asians in Diaspora, New Delhi, 2003, p. 192.

83 The returns had to be sent within a month of the expiration of each quarter, that is, in April, July, October and January and had to be addressed to the Deputy Controller of Labour, Penang. These returns were assessed according to the rates published for each quarter in the Government Gazette and each employer was duly sent a notice informing him of the amount of assessment he was required to pay. For more details, see N.E. Majoribanks and A.K.G. Ahmad Tambi Marakkayar, Report on Indian Labour, p. 29.

84 The emigration offices were established by the colonial government under the charge of its officers in Madras and Negapatam. In feet, there were also fourteen recruiting inspectors stationed at various places, who assisted the kanganis and helped them forwarding their recruits and also paying their train fares. The recruiting agents were stationed in Waltair, Bezwada, Gudur, Tanjore, Manapparai, Erode, Katpadi, Tindivanam Negapatam, Tiruchirapalli, Kodaikanal Road and Tirur. See N.E. Majoribanks and A.K.G. Ahmad Tambi Marakkayar, Report on Indian Labour, p. 30.

85 Jomo Kwame Sundaram, A Question of Class, p. 192.
86 Unassisted emigrants were persons who paid for their own expresses for emigration to Malaya. The 'non-recruited-assisted' emigrants were persons who had obtained free tickets and bonuses to emigrate on the basis of their applications to the Malayan Government depots at Avadi and Nagapattinam. For more details, see Ravindra K. Jain, "Tamilian Labour and Malayan Plantations", p. 2365.
87 Ibid., pp. 2365-2366.
88 Ibid, p. 2366.
89 Christophe Z. Guilmoto, "The Tamil Migration Cycle", p. 114.
90 In 1930, the trade depression led to a twenty per cent cut in wages and in some cases where the cut was even higher the labourers were discharged. In 1931, out of the 40,65 5 adult labourers repatriated to South India, 9,781 adults were found to be unfit for work and the remaining 30,874 were victims of the depression. The repatriates wete provided with free clothing, wherever necessary, and were also given free passage by rail and steamer. A small cash bonus was also paid in the case of the sick and decrepit labourers. The cost of repatriation was borne in part or in whole by the Malayan Government, the Indian Immigration Fund and the employers of labour according to the circumstances. See Private European Manuscripts MSS EUR. D. 819, V/24/1184, Annual Report of the Agent of the Government in British Malaya, 1931 Government of India. Central Publication Branch, Calcutta, 1932, pp. 2-3, Official Publications, OIOC, British Library, London.
91 The war with Japan resulted in a strain in the economy of Penang. In fact, there was shortage of south Indian Iabourers. G.H. Orde Brown, the Labour Adviser to the Government of India, reported that the plantation labourers took part in strikes to express their resentment over the arrests of prominent Indian labour leaders. The Tamil labourers had little reliance on the officers of the Labour Department. This was in sharp contrast to the attitude of the Chinese workers who regarded the officers of the department with esteem. See Emigration of Indians to Malaya, L/PJ/8/264, Public and Judicial Department Records, OIOC, British Library, London. See also Jomo Kwame Sundaram, A Question of Class, p. 188; Christophe Z. Guilmoto, "The Tamil Migration Cycle", p. 114.
92 Jomo Kwame Sundaram, A Question of Class, p.192.
93 Kernial Singh Sandhu, Indians in Malaya, p. 68.
94 Ravindra K. Jain, "Tamilian Labour and Malayan Plantations", p. 2357.
95 R. N. Jackson, Immigrant Labour and the Development of Malaya : 1786-1920, Kuala Lumpur, 1961, p. 111. 96 Ravindra K. Jain, "Tamilian Labour and Malayan Plantations", p. 2368.
97 Hase Yasuro, Miyake Hiroyuki and Oshikawa Fumiko, eds. South Asian Migration in Comparative Perspective: Movement, Settlement and Diaspora, JCAS Symposium Series No. 13, Osaka, 2002, p. 13.
98 David James Mearns, Shiva's Other Children : Religion and Social Identity Amongst Overseas Indians, New Delhi, 1995, p. 34.
99 Kernial Singh Sandhu, Indians in Malaya, p. 56.
100 Ibid.
101 Ibid.

102 Ibid.

103 K.A Neelakanda Aiyer, Indian Problems in Malaya : A Brief Survey in Relation to Emigration, Kuala Lumpur, 1938, p. 36.

104 In 1884, the Straits Settlement Ordinance stipulated the following rates for Indian labourers on three year contracts: 12 cents a day for the first year, 14 cents a day for the subsequent years for the adult males, 8 cents a day for the first year and 10 cents a day for subsequent years for females and males under twenty-one years of age. The working conditions also laid down a six day week and a nine hours day for the workers. For more details, see S. Arasaratnam, Indians in Malaya and Singapore, p. 57.

105 Kernial Singh Sandhu, Indians in Malaya, p. 57.

106 For more details, see N.E. Majoribanks and A.K.G. Ahmed Tambi Marakkayar, Report on Indian Labour, p.30.

107 Kernial Singh Sandhu, Indians in Malaya, p. 58.

108 Ibid.

109 Ibid.

110 Ibid.

111 N.E. Majoribanks and A.K.G. Ahmad Tambi Marakkayar, Report on Indian Labour, p. 35.

112 S. Arasaratnam, Indians in Malaysia and Singapore, p. 62.

113 S. Arasaratnam, Ibid.; see also KA. Neelakanda Aiyer, Indian Problems in Malaya, p. 35-

114 Christophe Z. Guilmoto, 'The Tamil Migration Cycle", p. 114.

115 The migration of the Tamil coolies, belonging mostly to the 'untouchable' communities took place from the two port towns of Madras and Pondicherry. Apart from the British colonies, they were also settled in the Reunion and Martinique group of islands. There were two most objectionable features of the Pondicherry system of emigration. In the first place, the coolies on their arrivals at the depot were deprived of their personal liberty and locked up and were allowed only to communicate with the British officials about issues related to their return and those relating to the payment of his return passage. The second objectionable feature related to the deductions from his earnings, after he had been formally employed with an individual or a plantation. For more details, see Proceedings no. 29-33, dated 21 November 1862, Home Department, Public - A, National Archives of India, New Delhi; Proceedings No. 17-20, dated 03 March 1865, Home Department, Public, National Archives of India, New Delhi.

116 The migration of South Indian labourers to Mauritius began in the early years of the nineteenth century. In 1829, the first group of coolies arrived in Port Louis from Madras. In fact, within a period of few years, more than 4000 South Indian emigrants arrived in the island from Pondicherry. The agricultural labourers from Tanjore and Trichinopoly also emigrated to this island. By the 1850s, Mauritius had a sizeable South Indian population, comprising of Talingas (Telegus) and Malabars (Malabars orTamils). For more details, see Burton Benedict, Indians in a Plural Society: A Report on Mauritius, Her Majesty's Stationery Office, London, 1961, p. 18; Sripati Chandrasekhar, The Population of Mauritius: Fact, Problem and Policy, New Delhi, 1990, p. 20; see also

Proceedings of the House of Commons, 1874, Vol. 47, pp. 431-32; Private European Manuscripts Mrs EUR.D. 819, op. cit., V/27/820/14, Report on the condition of Indians in Mauritius, Government of India Press New Delhi, 1941, p. 4, OIOC, British Library, London.

117 The Madrasis were less fearful of sea travel than the migrants from north-eastern India. It has also been pointed out that the better organized system of collection and despatch of recruits accounted for the less debilitated state of Madrasis as compared to the Bihari migrants. For more details, see Marina Carter, Servants, Sirdars and Settlers: Indians in Mauritius, 1834—74, Delhi, 1995, p. 128.

118 The South Indian immigrants mostly belonged to the 'Pariah' castes and there were also the presence of non-Brahmin Sudra castes and Muslims. For mote details, see Proceedings of the House of Commons, p. 446 and pp. 496-98; C.L. Tupper, Notes on Indian Immigration, 1878-79, Simla, 1879, p. 13.

119 In the years between 1860 and 1871, £87,568 was invested by 31,000 immigrants in real property. The labourers in many cases became land owners, as estates resorted to land sales. For more details, see Burton Benedict, Indians in Plural Society, pp.25-26

120 The government adopted a series of measures to improve the educational and health standards of the Indian coolies in Natal. In 1877—78, such policies led to an increase in the number of south Indian emigrants to South Africa. In the same year, the number of coolies who left Madras for Natal was roughly 2,390. In 1879—80, their number increased to 2,718. Such government measures where often taken in the context of allegations of ill-treatment suffered by the Indian 'coolies' in the hands of the white planters. For more details, see C.L. Tupper, Notes on Indian Immigration, p. 12; L/PJ/8/273, Public and Judicial Department Records, OIOC, British Library, London; Mabel Palmer (Atkinson), The History of the Indians in Natal, Regional Survey, Vol. 10, London, 1957, pp. 20—21; K. Nambi Arooran, Indians in South Africa, with special reference to the Tamils, Thanjavur Tamil University, Thanjavur, 1985, pp. 18-24; Thomas R. Metcalf, "Indian Migration to South Africa", in M.S.A. Rao, ed., Studies in Migration: Internal and International Migration, Delhi, 1986, p. 347; H.R Chattopadhyaya, Indians in Africa, Calcutta, 1970, pp. 33-34;

K. C. Lakshminarayanan, "Tamils in the South African Struggle", Africa Quarterly, Vol. 39, No. 3, 1999 (Special Issue), pp. 146-48; Marina Carter and Khal Thorabully, Coolitude: An Anthology of the Indian Labour Diaspora, London, 2002, p. 90.

121 It has been observed, For the most part, these were seasonal migrants—going to Burma to join gangs reaping the rice crop, then returning home with their earnings. This cyclical patrern also continued, with a declining rhythm, to Ceylon and Malaya. But, only between one-third and one-quarter of the emigrants to the more distant colonies ever returned. For more details, see Hugh Tinker, A New System of Slavery, p. 171.

122 G.O. No. 1010-1010A, Revenue Department, TNA

123 The south Indian labour migrants comprised mostly of Tamils and Telugus from the poverty stricken areas of the Madras Presidency. They were recruited through two groups of intermediaries: the recruiting agent (who acted on behalf of the labour contractor) and the labour contractor who were usually known as maistry. Usually the recruiting agents went to the villagers to

recruit the workers who were subsequently handed over to the labout contactors. They were then transported to the emigration depot where they had to undergo official migration procedures and make statements that they were migrating on their free will. Finally, they were taken to their place of employment in Burma, where they remained under the surveillance of the maistres. For more details see Amarjit Kaur, "Indian Labour, Labour Standards, and Worker's Health in Burma and Malaya, 1900-1940", Modern Asian Studies, Vol. 40, Part 2, May 2000, pp.434-35.

124   W. Digby, The Famine Campaign in Southern India, pp. 333-34.

125   Dharma Kumar has argued that migrations to Burma were purely seasonal and took place in the months between April and June, which constituted the slack season in Madras. For more details see Dharma Kumar, Land and caste in South India, pp. 136-37; Proceedings of the House of Lords, Vol. II, 1878, p. 340.

126   A section of the colonial bureaucracy in the early 1880s believed that in the future years Fiji would be attracting a large number of Indian emigrants owing to the extension of the sugar industry. The shortage of labourers from the Polynesian populace would force the ruling groups in Fiji to recruit a larger number of Indians. The colonial bureaucracy cited the increasing number of applications from Indians to work in Fiji to vindicate their points of view. There was a belief that an Indian coolie after the completion of his terms of indenture could attain solvency by taking up occupations such as those of a cow keeper, market gardener and poulterer. Such an opinion was based on the assumption that the ordinary Indian coolies were more industrious than the Fijian plantation workers. For more details see L/PJ/6/79, Public and Judicial Department, OIOC, British Library, London.

127   Though wages in Fiji were high, cost of living was reported to be higher compared to the other British colonies. At the same time, confusions prevailed whether such wages could be earned at all. Nonetheless, for a variety of factors both economic and non-economic, migration to Fiji continued. For more details, see K.L. Gillion, Fiji's Indian Migrants: A History to the end of Indenture in 1920, Melbourne, 1920, p, 42 ; also see L/E/7/1182, Economic Department Records, OIOC, British Library, London; L/E/7/1280, Economic Department Records, OIOC, British Library, London.

128   The increasing pressure of population on land, falling production levels, agricultural indebtedness, as well as upper caste oppression forced the landless labourers to migrate to Fiji and other British colonies. For more details, see K.L. Gillion, Fiji's Indian Migrants, p. 51.

129   Ibid.

130   A large number of emigrants came back to India under poor health conditions. In fact, the majority of the emigrants returned by commuting a part of their service through money payment. The Madrasis were known for their home sickness and the exploitative conditions in the plantations often forced them to commit suicide. See Ibid., p. 127.

131   Haruka Yanagisawa, "Elements of Upward Mobility for Agricultural Labourers in Tamil Districts, 1865-1925", in Peter Robb, Kaoru Sugihara and Haruka Yanagisawa, eds. Local Agrarian Societies in Colonial India: Japanese Perspectives, Delhi, 1997, p. 211; also see P.J. Thomas and K.C. Ramkrishnan, eds, Some South Indian Villages: A Resurvey, Madras, 1940, p. 58.

132 Srinivasa Raghavaiyangar expressed the view that 'untouchable' castes frequently migrated to the urban settlements including Madras, because of both higher demand for labour and higher rates of wages. He also observed that in some districts, the conditions of agricultural labourers had also improved. Taking advantages of the opportunities provided by emigration, many of them rose to the ranks of tenants and some of them also acquired landed property. See S. Srinivasa Raghavaiyangar, Memorandum on the Progress of the Madras Presidency During the last Forty years of British Administration, Madras, 1893, p. 39, 146 and 151.

133 Gilbert Slater, ed., Some South Indian Villages, Oxford, 1919, p. 9; Haruka Yanagisawa, A Century of Change, p. 99.

134 Gilbert Slater, Some South Indian Villages, p. 99.

135 X. Venkasami Row, Manual of the District of Tanjore in the Madras Presidency, Madras, 1883, p. 311; For more details, see Haruka Yanagisawa, A Century of Change, p. 101.

136 Ibid.

137 In South Arcot district, nearly 196,600 out of a total of 583,000, belonging to untouchable communities, gained opportunities to own land. For more details, see S. Srinivasa Raghavaiyangar, Memorandum on the Progress, p. 152.

138 Tsukasa Mizushima, "The Untouchables and Economic Change", p. 96.

139 Ibid. pp. 96-97; Haruka Yanagisawa, A Century of Change, pp. 101-102.

140 Haruka Yanagisawa, Ibid., p. 103.

141 S. Srinivasa Raghavaiyangar calculated that wages of the agricultural labourers increased almost by two annas per diem, which was almost twice the value of their daily rations in grain. The wages of the agricultural labourers belonging to the 'untouchable' communities also increased. However, they received 25 per cent less in terms of wages compared to the domestic servants who attended to the daily chores in the houses of the ryots. For more details, see S. Srinivasa Raghavaiyangar, Memorandum on the Progress, pp. 151-52

142 Barbara Evans, "From Agricultural Bondage to Plantation Contract: A Continuity of Experience in Southern India", South Asia (New Series), Vol. 13, No. 2, 1990, p. 60.

143 Board of Revenue Proceedings, No. 622 (Miscellaneous), dated 23 January 1886, TNA.

144 In South Arcot, the population of the Pataiyans was higher compared to the other districts of the Madras Presidency. The Protestant missionaries and Roman Catholics converted a large section of this population to Christianity in the 1860s and 1870s. The missionaries tried to instil a sense of freedom and independence among their new converts by establishing agricultural settlements for their socio-economic upliftment. The lower caste converts were given lands and were encouraged to cultivate crops like groundnut. For more details, see J.H. Garstin, Manual of the South Arcot District, Madras, 1878, p. 394.

145 W. Francis, Madras District Gazetteers, South Arcot, Madras, 1906, p. 125; see also G.O. No. 773. Revenue Department, dated 14 December 1898, TNA.

146 Haruka Yanagisawa, "Elements of Upward Mobility For Agricultural labourers in Tamil Districts, 1865-1925", p. 216.

147 C.J. Baker, An Indian Rural Economy, p. 173.

148 Report on the Settlement of Land Revenue of the Districts in the Madras Presidency for the fasli agricultural season 1332 (1922-23), Madras, 1924, p. 10 and p. 22.

149 C.J. Baker, An Indian Rural Economy, pp. 182-83.

150 For more details, see Janaki Nair, Miners and Millhands: Work, Culture and Politics in Princely Mysore, New Delhi, 1998, p. 24. Also see G.O. No. 1010-1010A, Revenue Department, dated 30 September 1892, TNA.

151 In some cases, migrant Paraiyans found to be disciplined and docile were employed by the Europeans as cooks in their households. The Paraiyan women were also employed as Ayahs' by the European families. However, the Europeans complained of the unruly mannerisms and uncleanly habits of the Ayahs. For more details, see F.E.W., Sketches of Native life and character in South India, Madras, 1869, pp. 60-68.

152 Janaki Nair, Miners and Millhands, p. 89.

153 The average wages of an able-bodied agricultural labour in the Tamil districts in the 1890s was 5/0/0 per mensem, while the average wage of the Indian workers at the KGF was 15/0/0 per mensem. For more details, see Janaki Nair, Ibid., p. 88.

154 The Paraiyan was started in the early 1890s by some of the educated members of the 'untouchable' communities to place the grievances of rhe socially ostracized communities before the colonial government.

155 RNNMP, 1897, p. 182, cites a news item relating to the condition of the untouchable factory workers that was published by The Paraiyan, on 19 July, 1897.

156 Haruka Yanagisawa, A Century of Change, p. 62.

157 Royal Commission of Labour in India, Evidence, Vol. 7, Madras Presidency and Coorg, His Majesty's Stationary Office, London, 1931, p. 108.

158 In Madras, most of the labour force in the early twentieth century, including the Paraiyans, happened to be descendants of the early migrants (tracing their origin to the 1860s). The labourers retained little connection with their native villages. The unskilled Paraiyan workers lived in slums (paracheris) and their connections with their native village was far too negligible. For more details, see Indu Rajagopal, The Tyranny of Caste: The Non-Brahmin Movement and the Political Development in South India, New Delhi, 1985, p. 119.

159 By the second decade of the twentieth century, officials estimated that out of the 45,000 skilled workers employed in the factories registered under the Indian Factory Act, 7,000 were Vellalas, 6,000 were Christians and 5,000 belonged to the depressed classes. In the case of the unskilled factory workers, the depressed classes constituted 18,000, Vellalas 14,000, Muslims 9,000, Christians 9,000 and a few members the Vanniar and Thiyya castes. For more details, see Census of India, 1921, Vol. 13, Madras, Part-II. Table-XXII, Madras, 1922, Part-4, p. 314; Part 5, p. 324.

1 60 Haruka Yanagisawa, A Century of Change, p. 64.

161 T.P. Kamalanathan, K. Veeramani is refuted and the Historical facts about the Scheduled Caste 'ruggle for Emancipation in India, Tiruppathur, 1985, p. 35.

162 Calcutta Review, Vol. 33, 1859, p. 143.

163 Ibid.; see also V. Geetha and S.V. Rajadurai, Towards a Non-Brahmin Millenium : from othee Thoss to Periyar, Calcutta, 1998, p. 72.
164 T.P. Kamalanathan, K. Veeramani is refitted, p. 34.
165 For more details, see Stephen P. Cohen, "The Untouchable Soldier: Caste, Politics of the Indian Army", The Journal of Asian Studies, Vol. XXVIII (28), No. 3, May 1969, p. 456.
166 Box. 10, Series-II, Madras Army Records, January 1872, TNA.
167 T.P.Kamalanathan, K. Veeramani is refuted, p. 34.
168 Pandit C. Iyothee Thoss, Open lettet to the Hon'ble Srinivasa Raghavaiyangar (Inspector General of Registration), Madras, 1894, Preserved in the Theosophical Society Library, Adyar, p. 4.
169 For more details, see C.J. Baker, An Indian Rural Economy, p. 182.
170 Madras Legislative Council Proceedings, (hereafter MLCP) IB, March 1921, p. 1336.
171 Haruka Yanagisawa, A Century of Change, p.105
172 C.J. Baker, An Indian Rural Economy, pp. 183-84.
173 Census of India 1931, Vol. XIV, Madras Part I, Report, Central Publication Branch, Calcutta, p. 344.
174 CO. No. 3218L, Labour Department, dated 21 December 1931, TNA.

பறையர்: சமூகப் பொருளாதார முன்னேற்றத்திலிருந்து அரசியல் நுழைவை நோக்கி

1 For a discussion of these debates, see Report of the Administration of Madras Presidency, (hereafter RAMP), 1858-59, Madras, 1860.
2 For more details, see V. Geetha and S.V. Rajadutai, Towards a Non-Brahmin Millenium: from Iyothee Thoss to Periyar, Calcutta, 1998, p. 57.
3 For more details, see The Letter of Pandit C. Iyothee Thoss to the Hon. S. Srinivasa Raghava Aiyangar Dewan Bahadur CLE., Inspector General of Registration, Madras, 1894, pp. 9-10; see also Paraiyan, September 1, 1894, cited in RNNMP 1894, pp. 329-30.
4 See Geetha and Rajadurai, Towards a Non-Brahmin Millenium, p. 74.
5 For more details, see Haruka Yanagisawa, A Century of Change, pp. 212-13.
6 G.O. No. 507, Education Department, dated 14 August 1885, TNA.
7 Report on the Public Instruction in Madras Presidency: 1880-1881, (hereafter referred to as RPIMP), Madras, 1882; see also RPIMP, 1882-83, Madras, 1884.
8 P. Radhakrishnan has estimated the community-wise successful matriculates and graduates on the basis of Public Instruction Reports between 1864—1880, in the following way: Brahmins (6171/287) Christians (764/55) Europeans/Eurasians (764/35), Other Hindus (2439/72) and Muslim (156/1) The term Other Hindus was used to denote the upper caste non-Brahmins and those belonging to the trading communities. See P. Radhakrishnan, "Backward Classes in Tamil Nadu: 1872-1988", EPW, Vol. 25, No. 10, 10 March 1990, p. 509.

9. In 1880-81, the total number of students belonging to the Paraiyan caste in the Primary schools were 2784; out of which 2260 were boys and 524 were girls. See RAMP, 1880-81, Madras, 1882, p. 227.
10. P. Radhakrishnan, "Backward Classes in Tamil Nadu", p. 510.
11. Ibid.
12. Ibid.
13. Government of India, Report of the Education Commission, Vol. 1, Calcutta, 1883, pp.148-150.
14. Ibid.
15. RPIMP: 1889-90, Madras, 1890, p. 135.
16. RAMP: 1889-90, Madras, 1890, p. 192; RAMP: 1890-91, Madras, 1891, p. 195.
17. G.O. No. 1010-1010A, Revenue Department, dated 30 September, TNA, p. 19.
18. RAMP: 1892-93, Madras, 1893, p. 209.
19. For more details, see P. Radhakrishnan, "Backward Classes in Tamil Nadu", p. 515.
20. Rev. T.B. Pandian stated: It is not the Missionary bodies, nor any philanthropic institutions, nor any private efforts that can remove the disabilities of the Pariahs, but the government alone can free the poor Pariah from all his disabilities and wrongs. It is therefore necessary for the government to see the ill-treatment the Pariah suffers at the hands of the meerasdars and the village officers who sit in theif magisterial bench, to decide the affaits of these nine millions of people. Fot mote details, see Rev. T.B. Pandian, Slaves of the Soil in Southern India, Madras, 1895, p. 38.
21. G.O. No. 70. Education Department, dated 1 Febtuary 1893, TNA, cited in P.Radhakrishnan, "Backward Classes in Tamil Nadu", p. 515.
22. The government's policies towards the education of the depressed classes was spelt in great details in the RAMP: 1892-93, Madras, 1893, p. 209.
23. For more details, see RPIMP: 1894-95, Madras, 1895.
24. G.O. No. 68, Education Department, dated 1 February 1893, TNA
25. For more details, see RAMP: 1893-94, Madras, 1894, p. 203; RAMP: 1894-95, Madras, 1895, p. 188.
26. The number of Panchama students was miniscule compared to the large presence of the non-Brahmin Hindu students and Brahmin students. The native Christians, Europeans and Eurosians out numbeted the caste Hindus in the government run educational institutions. For more details, see G.O. Nos. 58-59, Education Department, dated 31 January 1898, TNA.
27. For more details, see V. Geetha and S.V. Rajadurai, Towards a Non Brahmin Millennium, op. 82-86.
28. A. Perumal Pillai, Adi Dravidar Varalaru, n.p. Madras, 1922, p. 122.
29. Ibid.
30. ibid.
31. EE. Mohan, Scheduled Castes, p. 66.
32. Gail Omvedt, Buddhism in India: Challenging Brahminism and Caste, New Delhi, 2003, pp. 236-38.

33. Ibid., p. 69.
34. For more details, see Graham Houghton, The Impoverishment of Dependency: Madras, 1870-1920, Madras, 1983, pp. 99-115; The Harvest Field (A Missionary Magazine) Third Series, Vol.-III, July 1891 to June 1892, Madras, 1892, pp. 137-38; The Harvest Field, Third Series, Vol.-V, July 1893 to December 1894. Madras, 1895, pp. 207-16. 35RNNMP, 15 June 1894, p. 173, cited a report from The Paraiyan, June 2, 1894. The correspondent of The Paraiyan was said to have reported that the postmen made it a point not to enter the paracheris, but stood at a distance and selected a passerby of the Paraiyan caste to deliver a letter to the addressee.
36. The Paraiyan requested the government to draft a legislation on the lines of the Factory Act to protect the workers from the evil designs of the capitalist classes in the society. For more details, see The Paraiyan, 18 August 1894 cited in RNNMP, 31 August 1894, p. 297.
37. For more details, see V. Geetha and S.V. Rajadurai, Towards a Non Brahmin Millennium, p. 69.
38. Paraiyan, 1 September 1894 cited by RNNMP 15 September 1894.
39. The Paraiyan, 8 December 1894, cited in P. Radhakrishnan, "Backward Classes in Tamil Nadu", p. 516.
40. The Letter of Pandit C. Iyothee Thoss to the Hon S. Srinivasa Raghava Aiyangar, Dewan Bahadur CLE., Inspector General of Registration, Madras, 1894, pp. 9-10.
41. As early as 1893, it was observed: The Brahmins as a race are but a handful compared with the millions and millions of the non-Brahmin races; and the English politicians who sway the destinies of India and most often injure her cause out of their deplorable ignorance of the real situation of things, would be well first to tealize this fact to themselves and then acquaint themselves with some more equally strange facts. The way that the Brahmins apart from their monopoly of the public services suck of the vitality of the country would be a fitring subject of study with these politicians. See B. Madoor Achari, The Ways and Means for the Amelioration of the Non-Brahmin Races, Madras, 1893, p. 6.
42. The Paraiyan, 22 September 1894 cited in RNNMP, 15 October 1894, pp. 368-369.
43. Kenneth W. Jones, Socio Religious Reform Movements in British India (The New Cambridge History of India, III. I), New Delhi, 1989, p. 164.
44. Swapna H. Samel, Dalit Movement in South India, 1857-1950, New Delhi,- 2004, pp.168-69.
45. RE. Mohan, Scheduled Castes, p. 23; for more details, see G.O. No. 1675 and 1676, Home Department, dated 2 December 1919, TNA.
46. P. E. Mohan, Scheduled Castes, p. 23.
47. Christian success in converting the 'lowet' and 'untouchable' castes increased Hindu fears and led the militant Arya Samajists to develop Shuddhi as their own ritual of conversion. Initially, Shuddhi was employed to purify and readmit Hindus who had been converted to Islam or Christianity. During the 1880s and early 1890s, Aryas conducted individual re-conversions. However, there was considerable opposition to this practice and it was often difficult for a

reconvert to find admission to the Hindu society. For more details, see Kenneth W. Jones, Socio Religious Reform Movements, pp. 100—101.

48 Ibid.

49 G. Aloysius has argued that the Buddhist movement in Tamil Nadu needs to be interpreted as a Dalit response to a crisis of "overall subalternisation", economic impoverishment, as well as 'cultural enslavement of the mass of labouring castes'. The key figure was Pandit C. Iyothee Thoss (1845-1914), who with several other depressed class leaders and C. Olcott of the Theosophical Society, organized the Sakya Buddhist Society in Madras in 1898. In a sense, this sort of joint decision to reclaim a lost religious identity was undertaken with the prime motive of emancipating the depressed casres from all forms of enslavement. For more details, see G. Aloysius, Religion as Emancipatory Identity, p. 42.

50 H.S. Olcott Papers, Nehru Memorial Museum and Library, New Delhi, provides details of the missionary activities of Pandit C. Iyothee Thoss in converting the Panchamas to Buddhist faith. Iyothee Thoss realised the necessity of building close connections with Cornel H.S. Olcott of the Theosophpical Society and Rev. Gunaratne, a prominent Buddhist bhikshu from Ceylon.

51 Ibid.

52 G.O. No. 1675 – 1676, op. cit. The upasakars as Neo-Buddhist preachers lived a life of austerity. They preached the teachings of Buddha among the 'untouchable' communities in Madras. In most cases, they heavily emphasized on the abstinence from meat eating.

53 P.E. Mohan, Scheduled Castes, p. 26.

54 ibid.

55 The Panchama educational movement was statted in 1895 with 55 pupils. By the end of the nineteenth century, there were three schools each with an attendance of 125 pupils. The funds for the establishment and maintenance of these schools were largely provided by the European and American friends of the Theosophical Society in Madras. For more details, see Report ofthe Twenty Fifth Anniversaries and Convention of the Theosophical Society (held at Benaras, December 27-28, 1900), Theosophical Society, Adyar, 1901, pp. 35-36.

56 Report of the Thirteenth Anniversary and Convention, (held at Adyar, December 27-28, 1905), Theosophical Society, Adyar, 1906, p. 55.

57 Report of the Thirty First Anniversary and Convention of the Theosophical Society, (held at Adyar, December 29—30, 1906), Theosophical Society. Adyar 1907, pp. 68-76. For more details, see The Depressed Classes of India: An Enquiry into their Conditions and Suggestions for their Uplift (originally edited by G. A. Natesan and published in Madras in 1912) reprinted with an introduction by Rajendra Singh Vatsa, New Delhi, 1977, p. 33.

58 Reportof the Twenty Seventh Anniversary and Convention, (held at Benaras, December 25-27, 1902), Theosophical Society, Adyar, 1903, p. 40. " In a Government Report of 1906-1907, it was reported that the 'Panchamas' were indigent and were not in a position to improve their status. The government realizing their lowly status decided to offer special inducements in the form of fee reductions, grants of scholarships and relaxation of rules. Moreover, the

government felt that though the missionary societies worked for the upliftment of the depressed castes, the Olcott Panchama Free Schools provided the best elementary education in Madras Presidency. The report also stated that the success of the pupils belonging to these schools was far greater than those belonging to the otdinary schools. See RAMP: 1906-1907, Madras, 1907, pp. 94-95.

60 Report ofthe Thirty First Anniversary and Convention of the Thesophical Society (held at Adyar, December 29-30, 1906), Theosophical Society, Madras, 1907, pp. 69-70.

61 Ibid.

62 Report of the Thirty First Anniversary and Convention of the Theosophical Society, p. 70.

63 Servants of India Society, Annual Report, Poona, 1912, cited in P.E. Mohan, Scheduled Castes, p. 28.

64 The India Social Reformer, 10 September 1911.

65 G.O. No. 1675 – 1676, Home Department, dated 2 December, 1919, TNA.

66 The Indian Social Reformer, 15 October 1911.

67 The Assylum Press Almanac and Directory of Madras and South Indian Calender for the year 1923, p. 289, cited in P. E. Mohan, Scheduled Castes, p. 28.

68 G.O. No. 3010, Revenue Department dated 6 November 1909, TNA.

69 G.O. No. 701, Public Department, dated 12 June 1912, TNA.

70 P.E. Mohan, Scheduled Castes, p. 32.

71 Ibid.

72 G.A. Natesan, ed., The Depressed Classes. Madras, 1912, p. I.

73 Ibid., p. 78.

74 V. Geetha and S.V. Rajadurai, Towards a Non Brahmin Millennium, op. cit., p. 104.

75 B.B. Majumdar, Indian Political Associations and Reform Legislations, 1818-1917, Calcutta, 1965, p. 253.

76 RE. Mohan, Scheduled Castes, pp. 48-50; Swapna H. Samel, Dalit Movement in South India, pp. 177-78.

77 G.O. No. 817, Law (General) Department, dated 25 March 1922, TNA.

78 Joint Select Committee on the Government of India Bill, Vol III, 1919, His Majesty's Stationary Office, London, p. 96.

79 V. Geetha and S.V. Rajadurai, Towards a Non Brahmin Millennium, p. 92.

50 Ibid., pp. 95-96.

81 Ibid., p. 104.

82 For more details, see Pandithar Iyothee Thoss, Indirar Desa Cbaritram (The History of the Indirar Nation). 2ndAndersonpet, Sri Siddhartha, Puthagasalai, Kolar Gold fields, 1957.

83 Tamizhan (Tamil), 25 March 1908.

84 The letter of Pandit C. Iyothee Thoss to the Hon. S. Srinivasa Raghava Aiyangar, op. cit.,p.4.

85 P.E. Mohan, Scheduled Castes, p. 32.
86 G.O. No. 328, Public Department, dated 30 March 1911, TNA.
87 In fact, such allegations were not wholly untrue since the issue of house-sites had become a major political issue in several parts of Tamil Nadu. The mirasidars strongly opposed the moves of the government to acquire house-sites for the labouring classes. Moreover, the caste ryots were also opposed to the ameliotative operations. In some cases, civil suits were filed by the riots questioning the validity of the action of the government. The government also failed to find alternative sites for settling the Panchama families. For more details, see G.O. No. 328. Public Depattment, dated 30 March 1911, TNA; see also C.J. Baker, An Indian Rural Economy, p. 184.
88 G.O. No. 328, Public Department, dated, 30 March 1911, TNA.
89 G.A. Natesan, The Depressed Classes of India, p. 267.
90 For more derails, see S. Saraswarhi, Minorities in Madras State: Group Interest in Modern Politics, Delhi, 1974, p. 152.
91 G.O. No. 520, Public Deparrmenr, dated 24 April 1913, TNA.
92 G.O. No. 105, Public Department, dated 24 May 1916, TNA.
93 G.O. No. 1186, Home Department, dated 7 August 1919, TNA.
94 V. Geetha and S.V. Rajadurai, Towards a Non Brahmin Millennium, p. 73; G.O. No. 339, Public Department, dated 17 April 1918, TNA.
95 Dr T.M. Nair, in a statement, observed, 'You (Panchamas) must at least have the courage to resist all attempts on the part of the small oligarchy in this country to snatch the powers of government in their hands'. For more details, see The Hindu, 7 October 1917; Non-Brahmin, 14 October 1917 cited in RNNMP, Madras Series, October-December 1917, p. 2546.
96 S. Saraswathi, Minorities in Madras State, p. 153.
97 Ibid.
98 In the early years of the twentieth century, the government preferred to use the term 'Depressed Classes' instead of 'Panchamas' for the untouchable communities. See C.J. Baker, An Indian Rural Economy, p. 184.
99 See, G.O. No. 66 – 67, Legislative Department, dated 28 June 1920, TNA.
100 For more details, see G.O. No. 1663, Revenue Department, dated 30 September 1904, TNA; G.O. No. 793, Revenue Department, dated 16 August 1906, TNA; G.O. No. 1706, Revenue Department, dated 2 July 1909. TNA; G.O. No. 2138, Revenue Department, dated 5 August 1909,TNA; G.O. No. 2836, Revenue Department, dated 12 December 1908,TNA; G.O. No. 1910, Revenue Department, dated 26 June 1913, TNA. See also Henriette Bugge, Mission and Tamil society: Social and Religious Change in South India (1840 -1900), Richmond, 1994, p. 164.
101 B.P.No. 1303, Proceedings of the Board of Revenue, dated 23 March 1914, TNA; see also G.O. No. 2546, Revenue Department, dated 17 November 1915, TNA.
102 G.O. No. 1469, Revenue Department, dated 28 June 1916, TNA.
103 For more details see, C.J. Baker, An Indian Rural Economy, p. 525.
104 G.O. No. 71, Revenue Department, dated 10 January 1917, TNA.

105 The non-Brahmin leaders stressed that the dominant upper caste land holding groups prevented the lower caste agricultural labourers from taking possession of house-sites and poramboke lands assigned to them. For more details, see G.O. No. 841, Revenue Department, dated 19 March 1917, TNA.
106 Haruka Yanagisawa, A Century of Change, p. 214.
107 In Tanjore, the majority of the pannaiyals received far less wages than free labourers. The mirasidars sometimes provided them arable lands, free of rent. However, these holdings remained far too small to meet their subsistence demands. For more details, see G.O. No. 3690, Revenue Department, dated 15 November 1918, TNA.
108 Ibid.
109 The Hindu, 28 August, 1918.
110 The Madras Mail, 30 August, 1918; The Madras Mail, 13 September, 1918.
111 The Board of Revenue observed that poor soil content was responsible for the lack of response on the part of the 'depressed classes' to cultivate such lands. At the same time, the shortage of proper credit facilities accounted for the lack of enthusiasm on the part of the depressed classes. For more details, see B.P. No. 10, Proceedings of the Board of Revenue, dated 12 January 1920, TNA.
112 G.O. No. 2778, Public Works and Labour Department, dated 5 November 1928, TNA.
113 See Haruka Yanagisawa, A Century of Change, pp. 216-17.
114 Royal Commission on Agriculture in India, Evidence taken in Madras, Vol. 3, His Majesty's Stationary Office, London, 1927, pp. 220-21.
115 M.M. Dadabhoy who initiated the resolution in the Council argued that the term 'Depressed Classes' denoted a category of social groupings comprising of "Untouchables", 'Aboriginal Tribes'", Criminal' and 'Wandering Tribes'. He observed that 'Unless the stimulus comes from the Government, the provincial administration will not undertake any proper scheme of reforms.' However, he along with several other non-official members of the Council like Ramarayaningar and Madhusudhan Das felt that the Madras Government was aware of the social and political problems arising out of the practice of untouchability. For more details, see G.O. No. 1675-1676, Home Department, dated 2 December 1919, TNA.
116 Ibid.
117 Ibid.
118 Ibid.
119 RAMP: 1921-22, Madras, 1923. p. 61.
120 S. Saraswathi, Minorities in Madras State, p. 157.
121 Indu Rajagopal, The Tyranny of Caste: The Non-Brahmin Movement and the Political Development in South India, New Delhi, 1985, p. 123.
122 G.O. No. 271, Revenue Department, dated 2 February 1920, TNA.
123 For more details, see S. Saraswathi, Minorities in Madras State, p. 157.
124 Indu Rajagopal, The Tyranny of Caste, p. 123.
125 Ibid.,pp. 123-24.

126 For more details, see S. Saraswathi, Minorities in Madras State, pp. 162–63; Indu Rajagopal, The Tyranny of Caste, p. 124; see also New India, dated 23.5.1922.
127 Madras Legislative Council Proceedings, (hereafter MLCP), Vol. IB, 29 March 1921, p. 1344; MLCP, Vol. VII, 25 March 1922, p. 3503, p. 3520; MLCP, Vol. XIII, 21 March 1923, p. 2744; MLCP, Vol. IV, 21 January, 1922, pp. 2120-2121.
128 G.O. No. 2830, Revenue Department, dated 29 November 1920, TNA.
129 In 1921, in the midst of the debate on the Puliyanthope riots, M.C. Rajah sttessed that the Labour Commissioner usually spent a small portion of the amount that had been allotted fot the welfare of the 'deptessed classes'. He also alleged that despite a large number of staff, the Labout Department devoted very little attention to the 'depressed classes'. For more details, see MLCP, Vol. IB, 29 March 1921, p. 1344; MLCP, Vol XIII, 21 March 1923, p. 2752.
130 The Labour Department started work in Tanjore and Chingleput districts in 1920 and later extended it to the Chidambaram Taluk of South Arcot. Between 1921 and 1924, the activities of the Labour Department were extended to the districts of South Arcot and Tiruchirapalli. By the mid 1920s, the activities of the Labour Department were also extended to the slum areas of Madras ciry. For more details, see S. Saraswathi, Minorities in Madras State, p. 157; Indu Rajagopal, The Tyranny of Caste, p. 127; RAMP: 1926-27, Madras, 1927, pp. 133-37; MLCP. Vol. LIU, 29 March 1930, p. 837.
131 C. J. Baker, An Indian Rural Economy, p. 185; see also G.O. No. 2494, Public Works and Labour Department, dated 26 October 1927, TNA.
132 For more details, see G.O. No. 2496, Law (General) Department, dated 15 October 1923, TNA; G.O. No. 2914, Law (General) Department, dated 21 September 1925, TNA.
133 G.O. No. 512, Development Department, dated 11 April 1923, TNA.
134 G.O. No. 2434, Public Works and Labour Department, dated 26 October 1927, TNA.
135 RAMP: 1928-29, Madras, 1929, p. 122.
136 G.O. No. 2778L, Public Works and Labour Deparrment, dated 5 November 1928, TNA.
137 Ibid.
138 G.O. No. 178, Public Works and Labour Department, dated 21 January 1931, TNA; G.O. No. 3218L, Public Works and Labour Department, dated 21 December 1931, TNA.
139 G.O. No. 3218L, Public Works and Labour Deparrment, dated 21 December 1931, TNA.
140 S. Saraswathi, Minorities in Madras State, p. 162.
141 G.O. No 329, Home (Education) Department, dated 17 March 1919, TNA.
142 G.O. No. 1553, Home (Education) Department, dated 12 December 1919, TNA.
143 G.O. No. 338. Law (Education) Department, dated 15 December 1919, TNA.
144 RAMP: 1921-22, Madras, 1922, pp. 228-32
145 In early 1922, M.C. Rajah, the nominated 'depressed class' member in the

Madras Legislative Council introduced a resolution demanding that the government should reserve half the number of scholarships for the 'depressed class' students. But, when the resolution was moved, majority of the members favoured an amendment to the effect, that if 'depressed class' students were not available, the scholarships could be granted to candidates irrespective of their caste and creed. Majority of the members also felt that scholarships needed to be reserved for non-Brahmin backward classes and indigent Brahmin candidates. For more details, see G.O. No. 300, Law (Education) Department, dated, 14 March 1922, TNA; also see RAMP: 1922-23, Madras, 1923, p. XTV (General summary); P.E. Mohan, Scheduled Castes, p. 113.

146 G.O. No. 3348, Law (General) Department, dated 27 November 1924, TNA.
147 G.O. No. 2914, Law (General) Department, dated 21 September 1925, TNA.
148 G.O. No. 698, Law (Education) Department, dated 26 April 1926, TNA.
149 G.O. No. 713. Law (Education) Department, dated 26 April 1926, TNA.
150 G.O. No. 1186, Law (Education) Department, dated 28 June 1926, TNA.
151 G.O. No. 145, Education Department, dated 27 July 1926, TNA.
152 G.O. No. 1899, Law (Education) Department, dated 30 October 1927, TNA.
153 G.O. No. 922, Education Department, dated 30 April 1928, TNA.
154 G.O. No. 899, Law (Education) Department, dated 28 April 1928, TNA.
155 G.O. No. 981, Education Department, dated 1 May 1928, TNA.
156 G.O. No. 3281, (L) Public Works and Labour Department, dated 21 December 1931,TNA.
157 G.O. No. 251, Law (Education) Department, dated 16 February 1933, TNA; see also RAMP: 1933-34, Madras, 1934, p. 108.
158 G.O. No. 736, Education and Public Health Department, dated 24 March 1938, TNA.
159 G.O. No. 2104, Development Department, dated 27 August 1938, TNA; see also RAMP: 1939-40, Madras, 1940, pp. 124-25.
160 The number of elementary schools under public management catering to the education of the depressed classes increased from 11,399 to 12,392 and there was also a rise in the student strength from 74,194 to 82,429. For more details, see RAMP: 1939-40, p. 92.
161 G.O. No. 1053, Development Department, dated. 7 May 1940, TNA. 1 2 S. Saraswathi, Minorities in Madras State, p. 162.
163 ibid., P. 164.
164 Ibid., see also G.O. No. 1648, Public Works and Labour Deparrment, dated 5 July 1928, TNA.
165 S. Saraswathi, Minorities in Madras State, p. 164.
166 G.O. No. 2778(L), Public Works and Labour Department, dated 11 November 1928, TNA.
167 G.O. No. 740, Education Department, dated 23 April 1930, TNA.
168 Interestingly, the government officials reported that the President of the Taluk Boards in some cases had terminated the services of 'Adi Dravida' teachers employed in caste Hindu schools due to the opposition of the upper caste

Hindus. For more details, see G.O. No. 251, Education Department, dated 6 January 1933, TNA

169 G.O. No. 2109, Public Wotks and Labour Department, dated 25 August 1939, TNA.
170 G.O. No. 1256, Revenue Department, dated 6 June 1921, TNA
171 G.O. No. 1287, Development Department, dated 10 September 1924, TNA.
172 B.P. No. 272, Revenue Department, dated 26 January 1929, TNA.
173 RAMP: 1928-29, Madras, 1929, p. 122.
174 For more details, see K. Kuppuswamy, "The Role of Cooperative Credit Societies in Elevating the Status of the depressed Classes of the Madras Presidency—A colonial Experience", Hi K.Veeramani, S. Selvanathan, B.S. Chandrababu, N. Muthumohan, eds, Social Justice in Tamilnadu (Essays in honour of G. Thangavelu), Madurai, 1990, p. 168.
175 Government Press, Report of the Committee on Cooperatives in the Madras Presidency, 1927-28, Madras, 1928, pp. 51-54.
176 G.O. No. 1314, Development Department, dated 10 July 1930, TNA.
177 RAMP: 1932-33, Madras, 1931, p. 111.
178 The Madras Journal of Cooperation, 1935, pp. 495-97.
179 K. Kuppuswamy, "The Role of Cooperative Credit Societies", p. 176.
180 G.O. No. 18, Revenue Department, dated 4 January 1935, TNA.
181 M.C. Rajah, Private papers, Item No. 13, Nehru Memorial Museum and Library, (hereafter NMML), New Delhi, pp. 1-2.
182 K. Kuppuswamy, "The Role of Cooperative Credit Societies", p. 178.
183 Report of the Committee on Cooperation in Madras, 1939—40, Madras, 1940, pp. 363-64.

தமிழ்நாட்டில் 'ஆதி திராவிடர்' அரசியல்

1 In the early years of the twentieth century, some clerks belonging to the Revenue Board Office in Madras started the Madras United League. The induction of Dr C. Natesa Mudaliar as Secretary of the League led to the induction of some of non-Brahmins as members. By 1914, it was renamed the Dravidian Association, which tried to involve itself mostly with student interests. Its fund collecting drives and periodical meetings could only attract a small group of urban and rural non-Brahmin elites. See Indu Rajagopal, The Tyranny of Caste: The Non-Brahmin Movement and the Political Development in South India, New Delhi, 1985, pp. 34-35; see also, S.G. Manavala Ramanujam, "The Origin of the Justice Party", Justice Party Golden Jubilee Souvenir, Madras, 1968, pp. 89-90; and P. Rangaswami Naidu, "The Origin of the Justice Party", in Justice Party Golden Jubilee Souvenir, Madras, 1968, pp. 259-60.

2 The Hindu, 20 December 1916.

3 T. Varadarajalu Naidu, The Justice Movement, 1917 (A detailed account of the activities of the Justice Movement in the First year of its existence), Madras, 1991, p. 1.

4   Non-Brahmin, 3 December 1916, cited in S. Saraswathi, Minorities in Madras State: Group Interest in Modern Politics, Delhi, 1974, p. 69.

5   Indu Rajagopal, The Tyranny of Caste, p. 19.

6   The Common Weal expressed some views, which obviously led to a considerable degree of resentment among the non-Brahmins. It observed 'the word 'non-Brahmana' itself is unnatural and not very complementary to those who seem to take glory in it. Although there is not much in a name, yet it must be admitted that the name 'Dravidian' is much better, as it once brings before the mind's eyes of the great part played by the Dravidians in the building up of the great spiritual civilization in India. How much poorer the Indian nation would have been but for the Dravidian pioneers of civilization.' S. Kasturiranga Iyengar, who was deeply involved with the Home Rule Movement also made some observations, which were deeply critical of non-Brahmin politics in the Madras Presidency. He observed, 'the non-Brahmana movement was started with distinctly official support and guidance to produce cleavage into that community [meaning the entire south Indian society] and to protest against the national Congress's scheme conferences have been organized with official help in several places'. For more details, see Annie Besant, ed., Common Weal: A Journal of National Reform, dated 30 November 1917 and 28 December 1917.

7   Address presented to the Governor General and the Secretary of State by the Madras Adi-Dravida Jana Sabha preserved in the form of a pamphlet in the Nehru Memorial Museum and Library, (hereafter NMML), New Delhi, 1917.

8   The Hindu, 7 October 1917.

9   It has been argued that such a broad alliance of non-Brahmins was envisaged with a definite a~ to invoke the concepts of minority and majority before the colonial bureaucracy. The (BBtmous power and prestige wielded by the Brahmins, despite their miniscule population strength was highlighted by the non-Brahmins, as the real reason behind the unequal distribution of power and privilege in the Madras Presidency. For more details, see S. Saraswathi, Minorities m Madras State, p.75.

10 His Majesty's Stationary Office (hereafter HMSO), Joint Select Committee of Government dhadsa BM, Volume III, London, 1919, p. 96.

11 Ibid., p. 20; S. Saraswathi, Minorities in Madras State, pp. 72-73.

12 The non-Brahmin elite felt that the selection of a Tamil Brahmin Congressman, V.S.Srinivasa Sastry would lead to Brahminization of politics and services. It was argued that such attempts towards strengthening the political supremacy of the Brahmins would be detrimental to the progress of the non-Brahmin communities. For the latter, the colonial government needed to be more sympathetic towards them; they preferred the continuance of the British Raj for the improvement of the majority of the population suffering from poverty and illiteracy. For more details, see The Justice, 16 May 1919; G.O. No. 1019-1020, Public Department, 7 November 1918, TNA.

13 G.O. No. 854-855, Public Department, 19 September 1918, TNA.

14 Indian Constitutional Reforms: Report of the Franchise Committee, 1918, Calcutta, 1919, Appendix XIV.

15 Indian Constitutional Reforms: Report of the Southborough Committee, (also referred to as the Report of the Franchise Committee), Calcutta, 1919, p. 9.

16 G.O. No. 1146, Public Department, dated 31 December 1918, TNA.

17 The Chief Secretary to the Government of Madras highlighted the fact that results for the elections held for filling the seats reserved for the non-officials to the Madras Legislative Council in 1909, 1912 and 1916, revealed the supremacy of the Brahmins. For instance, in 1916, the Brahmins secured as many as ten seats and the non-Brahmins could bag only five. He also pointed out that though the non-Brahmin voters outnumbered the Brahmin voters, the numerical superiority was not reflected in the election results. Thus, it was pointed out that arrangements in favour of territorial electorates would hardly ensure a meaningful representation of all the sections in the society. For more details, see G.O. No. 1146, Ibid.

18 The views of Alexander Cardew has been discussed in details in a separate enclosure alongwith the correspondences of the Acting Chief Secretary to the Government of Madras with the Home Department of the Government of India. For more details, see G.O. No. 1146, Ibid. See also the Reports of the Southborough Committee and the Government of India's Despatches m them (1918-1919), Calcutta, 1919, pp. 124-25.

19 Since the early 1910s, Alexander Cardew had been vocal about the monopolization of public services by the Brahmins in the Madras Presidency. He also expressed the opinion that simultaneous holding of ICS examinations in India and England would give the Brahmins a greater opportunity to establish their monopoly in the bureaucratic set up of the Presidency. Cardew observed: It is necessary however to see whether they (reform minded bureaucrats) have not done so even though without any such intention (substituting an oligarchy for the bureaucracy), for it would be a travesty of liberal principles to surrender the 10 millions of downtrodden, non-caste people to the control of the upper caste without any adequate safeguards... Is it wise to entrust the happiness and progress of the downtrodden and illiterate Pariah and Panchama community or even of the ill-educated and politically backward non-Brahmin Hindu castes, to an assembly in which the majority will probably be largely composed of and controlled by Brahmins and in any case be drawn from the literate community representing only about 7.5% of the population? See C-R. Reddy Papers, File No 45, NMML, New Delhi, cited in Indu Rajagopal, The Tyranny of caste. p. 22.

20 For more derails, see S. Saraswarhi, Minorities of the Madras State, p. 76, V. Geetha and S.V. Rajadurai, Towards a Non-Brahmin Millennium: From Iyothee Thoss to Periyar, Calcutta, 1998, p. 156.

21 G.O. No. 142, Public Department, (Confidential), dated 28 February 1920, TNA.

22 Ibid.

23 Dravidan, 28 January 1920.

24 V. Geetha and S.V. Rajadurai, Towards a Non-Brahmin Millennium, p. 160.

25 Ibid.

26 New India, 23 March 1920.

27 The Justice Party leadership almost unanimously felt that the award amounted to a betrayal — the non-Brahmin cause and felt that all its labours for the past three years had gone in vain. The Justice, the mouthpiece of the Non-Brahmins,

observed, 'It [Meston Award] is a tragedy, k can never afford them protection, while however the stigma of social discrimination sticks to Arm.' For more details, see The Justice, 18 March 1920.

28. The Hindu, 23 March 1920.
29. Indu Rajagopal, The Tyranny of Caste, p. 45.
30. Dravid Arnold has argued that Willingdon's decision on this matter to a great extent might have been influenced by his eagerness to successfully implement the Montagu-Chelmsford Reforms in Madras. For more details, see David Arnold, Congress in Tamilnadu: Nationalist Politics in South India, 1919-37, Monographs on South Asia, No. 1, New Delhi, 1977, pp. 56-58.
31. In fact, the non-Brahmin leaders from the very inception of the Justice Party Ministry exhibited a greater deal of eagerness to utilize their political power to find new supporters from the rising middle classes. Therefore, they were bent upon extracting promises from the government that non-Brahmins would be given a preference over Brahmins in public service, appointments and promotions. For more details, see Ibid.
32. Indu Rajagopal, The Tyranny of Caste, p. 47.
33. The Justice Ministry backed the proposals of some 'untouchable' communities to change their old names that is, 'Pariahs' and 'Panchamas' to that of Adi Dravidas. See, G.O. No. 1955, Law (General) Department, dated 19 November 1921, TNA; see also G.O. No. 817, Law (General) Department, dated 25 March 1922, TNA.
34. Geetha and Rajadurai point out that non-Brahmin attitudes towards the Adi Dravidas were mediated through a vortex of material interests and this probably undermined the efforts towards the construction of an imagined non-Brahmin fraternity. See V.Geetha and S.V. Rajadurai, Towards a Non-Brahmin Millennium, pp. 174—75.
35. Ibid., pp. 48-50.
36. David Arnold has pointed out that in several parts of Tamil Nadu, the depressed classes showed signs of shifting tacit political allegiances to the Congress. See David Arnold, The Congress in Tamilnadu, p. 67.
37. The untouchable communities utilized various nomenclatures to express their distinct social identity. In fact, some of them referred to themselves as Depressed Classes and Panchamas. The Paraiyans, who were numerically the largest among the 'untouchable' communities preferred to identity themselves as Adi Dravidas or original inhabitants of south India in the early part of the twentieth century. The term Adi Dravida was favoured, since it was felt that it would enable them to regain their lost status and free themselves from the pejorative flavour arising out of the usage of terms such as Paraiyan.
38. David Arnold, The Congress in Tamilnadu, p. 67.
39. For more details, see D. Gopala Chettiar, Adi Dravida Poorva Charitam (Tamil), Madras, 1920, pp. 31-32.
40. Eugene F. Irschik, Politics and Social Conflict in South India: The Non-Brahmin Movement and Tamil Separation, 1916-1929, Berkeley, 1969, p. 178.
41. Ibid., p.71.
42. S.K. Gupta, The Scheduled Castes in Modern Indian Politics: Their Emergence as a Political Power, New Delhi, 1985, p. 187.

43 The Madras Adi Dravida Mahajana Sabha observed, 'We are particularly desirous of a separate electorate being created for us. Representation by nomination is no representation at all." New India, 9 January 1919.

44 V. Geetha and S.V. Rajadurai, Towards a Non-Brahmin Millennium, pp. 180-81.

45 In the article bearing the title "Are we Sudras?", the author vehemently argued that term Sudra had been applied to tribal races such as the Kols, who were vanquished by the Aryans. The author pointed out that there were several references in ancient Tamil literature which proved that the Brahmin non-Brahmin divide was then not very stringent. It was pointed out that in the ancient Tamil epic Silappadikaram, a Brahmin lady by the name Devanti was a close confidant of Kannagi. At the same time, it was also pointed out that Brahmins worked in the house of danseuses. For more details see Adi Dravidan (Tamil) April 1920, pp. 26-32.

46 In one of the articles which appeared in the Adi Dravidan on 15 June 1920, it was stated that Tiruvalluvar and Nandanar had crossed the barriers of untouchability by their unparalleled devotion or bhakti. In another article which appeared on 15 July 1920, an author by the name S.V.N. Alvar demolished the myth centering around the Aryanic invasion of south India. It was asserted that the indigenous people of south India, that is, the Dravidians possessed a culture of their own, which was by no means inferior to the cultural elements of Aryan civilization. In other words, there was an attempt to emphasize the links between Dravidian civilization and that of the Indus Valley Civilization.

47 Adi Dravidan (Tamil), 15 August 1920, pp. 93-95.

48 In fact, there were a series of caste riots in Ramnad involving the rural dominant groups and the Adi Dravidas, who were mostly agricultural labourers. For more details, see Adi Dravidan (Tamil) 15 August 1920, pp. 95-97.

49 Swami Advaidananda was particularly critical of the Congress leaders for treating the problems from an entirely moralist perspective. He felt that instead of exhorting the Adi Dravidas to lead a life of virtue, Gandhi could have initiated a thorough overhauling of the social system by undertaking movements in favour of temple entry by all classes of the society. Adi Dravidan (Tamil), 15 May 1921, pp. 30-39.

50 Adi Dravidan (Tamil), 15 June 1921.

51 Adi Dravidan (Tamil), 17 August 1921, pp. 82-84.

52 A report published in New India on 2 August 1919, objected to the nomination of M.C. Rajah on account of two reasons. In the first place, Rajah was declared on anti-nationalist, since he did not believe in an Indian nation, Secondly, he was condemned for his anti-Brahmin sentiments and for his attempts to establish a distinct Authee Dravida' identity. New India, 2 August 1919.

53 New India, 23 December 1920.

54 R.T. Ramakrishna Pillay in New India observed, 'When there is a divided opinion on the subject and when there is a single representative in the Corporation (in this case the Madras Corporation) who can advocate one of the two sides; it is unfair for the Corporation to dispose off the case without hearing the other side. No non-Brahmana can represent the other side unless the Panchamas are playing into their hands". See New India, 23 July 1920.

55 Ibid.
56 For more details, V.Geetha and S.V. Rajadurai, Towards a Non-Brahmin Millennium, pp. 176-77.
57 The Madras Labour Union was formed on 27 April 1918 by B.P.Wadia,T.V. Kalyanasundaram and others. The Madras Labour Union owed its birth to the combined efforts of the Home Rule Leaguers and Congress propagandists. For more details, see C.S. Krishna, Labour Movement in Tamilnadu, 1918-1933, Calcutta, 1989 P. 57. Also see, Rakhahari Chatterjee, Working Class and the Nationalist Movement in India: The Critical Years, New Delhi, 1984. p. 84.
58 Indu Rajagopal, The Tyranny of Caste, p. 129.
59 For more details see, E.D. Murphy, "Class and Community in India: The Madras Labour Union 1918-1921", IESHR, Vol. XIV, No. 3, 1977, pp. 306-308.
60 For more details, see, G.O. No. 1912, Law (General) Department, dated 27.6.1924,TNA.
61 The Hindu, 22 June 1921.
62 Madras Legislative Council Proceedings (hereafter MLCP), Vol. Ill, 12 October 1921, p. 1012.
63 G.O. No. 1844, Law (General) Department, dated 2 August 1922, TNA.
64 By the end of May 1921, M.C. Rajah and Swami Desikananda exhorted the Adi Dravida Mill hands residing in the Puliyanthope cheri to not participate in the strike. The Assistant Commissioner of Labour was also present in these meetings. See MLCP, Vol. Ill, p. 1012.
65 E.D. Murphy, "Class and Community in India", p. 314.
66 The Hindu. 12 August 1921.
67 G.O. No. 671, Public Department, dated 7.10.1921, TNA.
68 The violence was particularly intense between the Muslims and the Adi Dravidas who lived in close proximity in the cheris. Some of them worked together in the slaughter house in Perambur. In March 1921, the 'Adi Dravidas' in the slaughter house had refused to obey Muslim demands to stop slaughter on a day of hartal condemning the imprisionment of Yakub Hasan. In the 'Adi Dravida' Muslim conflicts, an Adi Dravida was killed and in retaliation Adi Dravidas burnt four Muslim huts in the cheris. See E.D. Murphy, "Class and Community in India", p. 315.
69 The Hindu, 9 July 1921.
70 E.D. Murphy, "Class and Community in India", p. 315.
71 Ibid., p. 316.
72 Madras Mail, 17 September 1921; E.D. Murphy, Ibid., p. 317.
73 When the mills resumed their operations, nearly 5000 Adi Dravida remained in their jobs, thereby excluding many of the caste Hindus and Muslims. For more details see, Madras Mail, 21 October 1921.
74 V. Geetha and S.V. Rajadurai, Towards a Non-Brahmin Millennium, p. 183.
75 G.O. No. 671, Public Department, dated 7 October 1921, TNA.
76 V. Geetha and S.V. Rajadurai, Towards a Non-Brahmin Millennium, p. 185.
77 Ibid.

78 The committee pointed out that the 'Adi Dravidas' were the worst sufferers and that only about one-sixth of the huts belonging to the Muhammadans and the caste Hindus had been fazed to the ground. G.O. No. 671, Public Department, dated 7 October 1921, TNA.

79 MLCP, Volume III, 12 October 1921, pp. 1005-1008 and p. 1022.

80 Rajah observed, 'If they [Adi Dravidas] had been with the rioters in their rioting, they would have certainly lost their lives. The very fact that no Adi Dravida was shot clearly indicates that the Adi Dravidas were not creating the mischief...but my friend Mr. Thanikachalam Chettiyar has said nothing about the throwing of bombs which has become the fashion of the rioters. How many lives have been lost by the throwing of bombs, who threw them, these are questions which my honourable friend ought to have put before the Council.' For more details, see Ibid., pp. 1012-13.

81 Ibid., p. 1028.

82 The government strongly stated that its law enforcement agencies had never been soft or partial towards the Adi Dravidas, but had treated them on an equal footing with the Muhammadans and caste Hindus. For more details, see Ibid.

83 V. Geetha and S.V. Rajadurai, Towards a Non-Brahmin Millennium, p. 187.

84 New India, 13 October 1921.

85 The Justice Party leaders, like Rao Bahadur A.S. Krishna Rao Panrulu, P. Theagaraya Cherry and O. Thanikachalam Chetty argued that it was beyond the rights of the Labour Commissioner as a civil officer to persuade the 'Adi Dravidas' not to participate in the strike. See MLCP, Volume HI, 1921, p. 1023 and p. 1032.

86 The consensualists of the Justice Party like the Raja of Panagal, P Theagaraya Chetti and O. Thanikachalam Chetti held that the actions of the Labour Commissioner had alienated the untouchables' from other non-Brahmin castes. The progressive Justicites also stated that the British members of the Cabinet had greater decision-making powers than the Indian ministers. They felt that neither the Indian ministers nor the legislature could change the labour policies which had resulted in the secession of the 'untouchables' from the non-Brahmin communities.For more derails, see MLCP, Volume III, 21 October 1921, p. 1013.

87 The Adi Dravidan complained that the slogan of non-Brahminism could never really solve their problems, as long as the domination of the Pillais, Mudaliars and Reddis continued in the organizational structure of the Justice Party. For more details, see Adi Dravidan (Tamil), 15 November 1921, pp. 131-32.

88 Adi Dravidan (Tamil), 15 December 1921, p. 156.

89 In this conference, O. Thanikachalam Chetti had demanded the abolition of the Department of Labour. He argued that the functioning of the department had resulted in conflicts between the non-Brahmin communities and the 'Adi Dravidas'. For more details, see New India, 23 May 1922.

90 New India, 21 July 1922.

91 For more details, see V. Geetha and S.V. Rajadurai, Towards a Non-Brahmin Millennium, p. 195.

92 Rajah blamed the Justice Party leaders for the under-representation of the 'Adi Dravidas' in the Madras Legislative Council and the local bodies. He argued

that all the important political and administrative positions had been monopolized by the Justice Party ministers and their supporters. As a consequence, the principle of communal representation could not be translated in real terms. For more details, see V. Geetha and S.V. Rajadurai, Towards a Non-Brahmin Millennium, p. 196.

93   Ibid., pp. 196-97.
94   Indu Rajagopal, The Tyranny of Caste, p. 133.
95   In fact, it was argued that the term 'Dravida' would create much confusion, since there was a clear-cut distinction with that of the caste 'Dravidas', who happened to be clean non-Brahmin Hindus possessing distinct caste appellations. For more details, see G.O. No. 1680, Law (General) Department, dated 20 October 1921, TNA.
96   The government differed with the suggestion of the high caste Hindu reformers that the term 'Dravida Samanyas' be used for addressing the 'depressed class' population. However, it did agree that terms such as 'Pariah' and Panchama carrying an element of stigma ought to be eliminated through the use of new terms such as 'Adi Dravida'. For more details, see G.O. No. 785, Law (General) Department, dated 7 July 1921, TNA.
97   Swami Sahajananda advised the 'untouchables' to adopt clean habits. He felt that by practicing such habits, the 'depressed classes' could gain social respectability in the eyes of the high caste Hindus. But a few others felt that the 'untouchable' communities also needed temple entry rights in order to be socially equal to the caste Hindus. It was suggested that temples usually managed by upper caste Hindus could divert a part of their surplus revenue for building schools, accessible to children of all communities. For more details, see Adi Dravidan (Tamil), 15 May 1921 and 15 November 1921.
98   CO. No. 138, Public Department, dated 14 February 1922, TNA; see also Fortnightly Reports For the First Half of July. 1921 (Confidential). TNA.
99   Ibid.
100 'Depressed class' leaders like M.C. Rajah who were supported by organizations like the Adi Dravida Mahajana Sabha pressurized the government to constitute a separate electoral roll for the 'depressed classes' for ensuring their proper representation in the local bodies. The government, however, made it clear that the District Municipalities and Local Board Act of 1920 safeguarded the interests of the depressed classes by securing the appointment of their members to the nominated seats in the local bodies. The government stated that as early as November 1919, the Madras Legislative Council adopted a resolution instructing the Collectors to nominate suitable candidates belonging to these classes to the various local bodies and municipalities. The government also reiterated the view (vide G.O. 2525, Local and Municipal Department, dated 12 December 1922) that it had requested the Collectors and also the Presidents of the District Boards to ensure proper representation of the depressed classes in these bodies. For more details, see G.O. No. 1431, Local and Self Government Department, dated 21 June 1923, TNA.
101 G.O. No. 1070, Law (General) Department, dated 27 March 1924, TNA.
102 The 'Adi Dravida' representatives supported the resolution moved by a non-Brahmin legislator M.D. Devadas opposing the Justice Party's claims about

its land assignment policies. For more details, see MLCP, Vol. II, No. 1. 1921, pp. 777-78.

103 G.O. No. 949, Revenue Department, dated 25 May 1922, TNA.

104 The Justicites argued that the Labour Department was taking the shape of a big establishment, without proving to be of real benefit to the 'depressed classes'. For more details, see Indu Rajagopal, The Tyranny of Caste, p. 124; S. Saraswathi, Minorities in Madras State, pp. 161-62.

105 In 1921, C. Natesa Mudaliar stated in the Madras Legislative Council that the government needed to appoint officers from the 'depressed classes' in the Labour Commissioner's Department. For more details, see MLCP, Vol. IB, No. 1, 1921, p. 1338.

106 Ibid., p. 1334; MLCP, Vol. VII, 1922, p. 3503 and p. 3520; MLCP, Vol. XIII, 1923, p. 2744.

107 MLCP, Vol. IB, No. 1, 1921, pp. 1344-45. The nationalist dailies like the Desabhaktan dismissed the claims of the 'Adi Dravidas' to be the real successors of the original Dravidian races and insisted that they all belonged to Bharata. It was repotted that it was with an ulterior motive to arouse racial jealousy that the Europeans offered privileges to these classes. The British government was also alleged to have blocked the acceptance of a resolution moved by Gokhale favouring free and compulsory education for them. For more details, see RNNMP, 1921, (Confidential), TNA, pp. 177, 185 and 274.

109 See G.O. No. 837, Local Self-Government Department, dated 7 April 1923, TNA; RNNMP, 1923, p. 885. 110Ibid., p. 1035.

111 The Madras Mail, 21 July 1923.

112 The 'depressed class' leaders argued that the Justice Party elites by entering into secret negotiations with the Muhammadans and Indian Christians had denied them of a proper representation in the Madras Legislative Council. See Ibid.

113 The Justice expressed the opinion that 'depressed class' leaders in most cases were self-seeking and they were not the real representatives of their communities.

114 The Congress leaders tried to convince the 'Adi Dravidas' that their interests would be better served if they joined the nationalist agitation. For more details, see The Hindu, 10 January 1924.

115 In fact, differences along caste lines prevailed between the Brahmin activists supported by Rajagopalachari and the non-Brahmin Congressmen owing allegiance to EVER and S. Raman than. See, David Arnold, The Congress in Thailand, pp. 82-85.

116 V.V. Subramanian Ayer, a Congressman, had founded an ashram known as Tamil Nadu Gurukulam at Shermadevi in Tirunelvelli. The ashram received grants from the Congress, as well as, from the general public. However, caste restrictions were practised. Even V.V.S. Aiyar refused to remove the segregation along caste lines. Gandhi's intervention also failed to end the discrimination. The non-Brahmin leaders of the Congress made a political issue out of this and alleged that though the Brahmin leadership in the Congress spoke of nationalism, they supported the upper caste domination in the society. Finally, the differences of opinion between the Brahmin and non-Brahmin

Congress leaders led to EVR's resignation from the Congress. See, Sitambaranar Samy. Thamizhar Talaivar Periyar E Ve Ra Vazhkai Varalaru, Trichy, 1971, p. 87.

117 For more details, see Swarajya, 31 October 1925.

118 Tamilnadu, 1 November 1925, cited in the RNNMP, 1925, (confidential), TNA p. 1412.

119 For more derails, see V. Geetha and S.V. Rajadurai, Towards a Non-Brahmin Millennium, p. 209.

120 By opposing the sacral hegemony of the Brahmins, their political and secular authority could be countered. The Justice Party felt that a successful offensive against the ritual supremacy of the Brahmins would inspire the non-Brahmin group for political action. For more details, see Indu Rajagopal, The Tyranny of Caste, p. 66.

121 In the fourth non-Brahmin Confederation in 1921, Justice Party leaders reiterated that it was the duty of the non-Brahmins to accord equality of status to the 'depressed classes'. At the same time, they made repeated pleas to all non-Brahmin classes to abstain from the observance of Brahmanical rituals. They strongly emphasized on inter-caste marriages, which they felt could promote harmonious relationship between the various non-Brahmin communities. For more details, see G.O. No. 171, Public Department, dated 26 March 1921, TNA.

122 for more details, see Indu Rajagopal, The Tyranny of Caste, p. 69; V. Geetha and S.V. Rajadurai, Towards a Non-Brahmin Millennium, p. 210.

123 The bill was criticized by both the Brahmins, and the non-Brahmins. The non-Brahmin progressives like T.N. Sivagnanam Piliai felt that the provisions regarding the mutts, should have been embodied in a separate chapter. He opined that the authors of the bill should have made separate provisions for the mutts, non-hereditary trustee endowments and for hereditary trustee endowments. At the same time, there were also suggestions that the Justice Ministry should have devoted more attention to the inam lands which had been endowed to the temples for particular purposes. On the other hand, the Brahmin members expressed the opinion that the bill was an outrageous piece of legislation, which sought to interfere with the religious feelings of a large section of population. For more details, see MLCP Volume X, 1922, p. 971 and p. 978.

124 The new bill proposed that a Board of Commissioners be appointed by the Minister-in-Charge to exercise control over the temple committees and hear appeals. It was felt that the Board had to be authorized to deal directly with the mutts. There were also suggestions that the temple committees needed to consist of elected and nominated members appointed by the Minister for Local Self-Government for a period of one year. The Select Committee announced the creation of a new category of institutions, but exempted temples, including those under the hereditary trustees, as well as those which belonged to or were endowed by wealthy landholders. For more details, see Chandra Mudaliar, The State and Religious Endowments in Madras, Madras, 1976, pp. 68-70.

125 For more derails, see Indu Rajagopal, The Tyranny of Caste, p. 72; Mirror of the Year: A Collection of Sir Ramaswami Mudaliar's Editorial in the 'Justice'

(Reprinted with Introduction) Madras, 1987, pp. 138-40; MLCP Vol XIV, 1923, p. 2896.

126 MLCP, Ibid., p. 2917.
127 RNNMP 1925, p. 142.
128 Dravidan (Tamil), 20 January 1923.
129 Swadesmitran (Tamil), 20 Janurary 1925.
130 The jenmis of Malabar strongly protested against the bill. K. Prabhakaran Tampan argued that the families of the landholders should control the temples under their possession, independent of any external authority. For more details, see Indu Rajagopal, The Tyranny of Caste, p. 73. In Madras Presidency, the term 'depressed classes' was utilized by the government to refer to a number of communities which were considered to be 'untouchables'. This term was also favoured by the depressed class leadership, despite their claims to be the leaders of the Adi Dravidas, a distinct social category comprising of 'untouchable' communities
131 V. Geetha and S.V. Rajadurai, Towards a Non-Brahmin Millennium, p. 216.
132 Swadesamitran (Tamil), 1 January 1926.
133 Indu Rajagopal has pointed out that the cosensualist agenda had weakened much of the ideological content of the non-Brahmin movement. The cosensualists, in order to, remain in power avoided a radical approach like those on the issue of untouchability. The compromises worked out by them enhanced the differences between the privileged and the less privileged groups in the society. For more details, see Indu Rajagopal, The Tyranny of Caste, pp. 56-57.
134 EVR and Dr P. Varadarajalu Naidu visited the Ashram and found that the non-Brahmins were being fed separately. So they decided to raise the issue in the Congress Committee meetings. V.V.S. Iyer, a senior Congressman who was running the ashram which was popularly known as Shoumadevi Gurukulam pleaded that the Brahmin boys had been sent to the school by their parents on the specific understanding that there would be separate dining facilities for them. In a bid to defuse the crisis brewing in the Tamil Nadu Congress, Gandhi visited Madras and held talks between the two parties. Gandhi's formula was rejected and EVR came out of the meeting saying 'This man is also a man who stands for varnashrama". See P. Ramamurti, Oral History Transcript No. 481, Nehru Memorial Museum and Library, New Delhi, p. 15.
135 For more details, see N.K. Mangalamurugesan, Self-Respect Movement in Tamilnadu, 1920-1940, Madurai, 1976, pp. 39-40; Eugene F. Irschik, Tamil Revivalism in the 1930s, Madras, 1986, p. 90.
136 EVR stated that most of the leaders and supporters of the Justice Party believed that English education and government jobs would lend strength to the non-Brahmin quest for political power. But he made it clear that though he endorsed these objectives, they were not that important. EVR expressed the opinion that non-Brahmins needed to implement Mahatma Gandhi's philosophy of non-cooperation and constructive programmes. He argued that the non-Brahmin political elites needed to represent the interests of the poor and the deprived and not that of the Rajas and Zamindars. For mote details, see KudiArasu (Tamil), 27 December 1925; V Anaimuthu, PeriyarE. Ve, Ra. Sithanaikal (Thoughts of E. V.R.) Vol. Ill, (Tamil), Trichy, 1974, pp. 459-61.

137 The non-Brahmin movement gained a mote popular character with the involvement of Self-respecters, Tamil lovers, women, 'Adi-Dravidas' and Congressmen. The elite leadership of the Justice Party started loosing ground. The popularity of the self-respect movement shifted much of the political attention towards EVR For more details, see V. Geetha and S.V. Rajadurai, Towards a Non-Brahmin Millennium, p. 223; M.S.S. Pandian, "Notes on the Tansformation of Dravidian Ideology, c. 1910-1940", Social Scientist, Vol. XXII, Nos. 5-6, May-June, 1994, pp. 84-85.

138 EVR pointed out that the Brahmins of south India were the descendants of the invading Aryanic groups, which had imposed a hierarchical social system on the vanquished people. He also expressed the opinion that with the passage of time, Brahmins monopolized all secular and religious authority. As a consequence, the non-Brahmins were reduced to a state of subordination and servitude. For more details, see KudiArasu (Tamil), 25 August 1928; E. Sa. Viswanathan, The Political Career of E. V. Ramaswami Naickar: A Study on the Politics of Tamilnadu, 1929-1949, Madras, 1983, pp. 74-75; V. Geetha and S.V. Rajadurai, Towards a Non-Brahmin Millennium, p. 307.

139 V. Geetha and S.V. Rajadurai, Towards a Non-Brahmin Millennium, pp. 308-309; Kudi Arasu (Tamil), 15 August 1926.

140 In December 1925, EVR observed, "The sacred thread is one of the several markers of caste differences in India...it is considered a sign of a man's achieved maturity. Just as how a child born into one of the so called depressed classes, even if pure and clean, becomes impure as it grows, because it lacks the means to bathe and wear clean clothes, and is, therefore, considered untouchable, so is a Brahmin child though in all respect like other children considered pure and is believed to attain a so called high status soon as he starts spotting a sacred thread" (my translation), KudiArasu (Tamil), 27 December 1925.

141 KudiArasu (Tamil), 27 December 1925; KudiArasu (Tamil), 25 December 1925.

142 M.S.S. Pandian has argued that the Self-respect propaganda, apart from developing a critique of Brahminism, also provided a narrative on multiple social relations—of a Sudra and a Brahmin, of a Sudra man and a woman and of a Sudra and an Adi Dravida. See M.S.S. Pandian, "Notes on the Transformation of Dravidian Ideology", p. 49.

143 For more details, see Ambedkar Priyan, Rettamalai Srinivasan, Madras, n.p., n.d. p. 135. See also E. Sa. Viswanathan, The Political Career of E. V. Ramaswami Naiciar, pp. 74-75.

144 V. Geetha and S.V. Rajadurai, Towards on Non-Brahmin Millennium, pp. 350-51.

145 EVR argued that even Mahatma Gandhi had been hesitant in upholding temple entry rights for the 'Adi Dravidas'. For more details, see Collected Works of E. V.R Periyar, Volume I, The Periyar Self Respect Propaganda Institution (Revised second Edition), Madras, 1992, pp. 68-70.

146 EVR criticized the upper castes for upholding distinctions like those of 'Pariah' and 'Sudra' and for discriminating against the socially ostracized communities. EVR in a speech in July 1925 observed, "It is not proper to deprive people of water and then call them 'untouchables', because they are

unclean. There is nothing disgraceful in eating the flesh of dead animals. The people who collect toddy are considered untouchable, but those who drink toddy can enter temples freely" (translation mine). For more details see KudiArasu (Tamil), 28 June 1925; Kudi Arasu (Tamil), 25 December 1925.

147 The Tirunelvelli District Self-Respect Conference presided over by EVR passed resolutions favouring the elimination of Manudharama Shastra and the right to temple entry for all castes, irrespective of their birth. For more details, see KudiAsasu (Tamil), 11 October 1927.

148 EVR observed, "If the untouchables had been granted proportional representation fifty years ago, would they suffer as they do today...if we, as non Brahmin Hindus, yet refuse to grant proportional representation to these seven million people, we will, undoubtedly (be forced to) extend the concession to them when (out of despair), they convert to Islam or Christianity". SeeV. Geetha and S.V. Rajadurai, Towards a Non-Brahmin Millennium, pp. 351-52. For more details, see Kudi Arasu (Tamil), 17 June 1928 and 17 February 1929; KudiArasu (Tamil), 16 August 1925, cited in V. Geetha and S.V. Rajadurai, Ibid., p. 289., See also B.S. Chandra Babu, "Periyar E.V. Ramaswami's Self-Respect Movement and its Rationalist Solution to Social Justice Question in Tamil Nadu. A Study of its Attack on Caste", in K. Veeramani, S. Selvanathan, B.S. Chandra Babu and N. Muthumohan, eds, Social Justice in Tamilnadu, Madurai, 1990, p. 116.

149 KudiArasu (Tamil), 16 April 1926; N.K. Mangalamurugesan, Self-Respect Movement, pp. 47-52, and V. Geetha and S.V. Rajadurai, Towards a Non-Brahmin Millennium, pp. 291-92.

150 V. Geetha and S.V. Rajadurai, Ibid., p. 297.

151 KudiArasu (Tamil), 17 August 1927 and 28 August 1927; Sitambaranar Samy, Thamizhar Talaivar, p. 102, V. Anaimuthu, p. 79.

152 N.K. Mangalamurugesan, Self-Respect Movement, p. 73.

153 KudiArasu (Tamil), 13 May 1928.

154 The upper caste landlords indulged in violence against the agricultural labourers, who mostly belonged to the 'untouchable' communities. The Congress's anti-untouchability slogans were more symbolic and did not attempt to mitigate the grievances of the 'untouchables'. See P. Sundarayya, Oral History Transcripts, No. 449, Nehru Memorial Museum and Library, New Delhi, p. 14.

155 Kudi Arasu (Tamil), 13 January 1929, cited in V. Geetha and S.V. Rajadurai, Towards a Non-Brahmin Millennium, p. 352.

156 Kudu Arasu (Tamil), 24 November 1929; B.S. Chandrababu, Social Justice Question, p. 118.

157 The Adi Dravida' leaders like Rao Bahadur B. Muniswami Pillai felt that conversion to Islam and Christianity would give the Adi Dravidas' a better social standing. For more details, see Kudi Arasu (Tamil), 20 October 1929; 19 April 1931; 27 July 1929; Arivu, June 1936, pp. 17-39.

158 KudiArasu (Tamil), 22 December 1929; cited in B.S. Chandrababu, Social Justice Question, p.121.

159 The efforts on part of the Self-respecters to secure temple entry rights for Adi Dravidas often created tensions. In places like Erode, upper caste Hindus

filed legal suits against the 'Adi Dravidas' for inciting arson and rioting against them. For more details, see KudiArasu (Tamil), 24 April 1929.

160 In this election, the Congress bagged 41 seats, in contrast to the Justice Party's tally of 21 seats, thus emerging as the single largest party. David Arnold has argued that the Congress successes resulted from the fact that it could broaden its political base among both urban and rural voters. He has also expressed the opinion that by taking up a number of agrarian issues in its electoral campaign, the Congress was particularly successful in enhancing its presence in the rural areas of the Madras Presidency. For more details, see David Arnold, The Congress in Tamilnad, pp. 101-102. Newspaper Clippings and Extracts of Times (London), 30 September 1927, Mss Eur F. 77/343 Private European Manuscripts, John Simon Collection, OIOC, London; M. Bhaktavatsalam, Oral History Transcript, No. 429, Nehru Memorial Museum and Library, New Delhi, p. 14.

161 David Arnold, The Congress in Tamilnad, pp. 103-104; M. Bhaktavatsalam, Oral History Transcript.

162 David Arnold, The Congress in Tamilnad, p. 107; V. Geetha and S.V. Rajadurai, Towards a Non-Brahmin Millennium, p. 227.

163 For more details, see T.A.V. Nathan, ed., The Justice Year Book 1929, Madras, 1930, pp. 109-10. See also, V. Geetha and S.V. Rajadurai, Towards a Non-Brahmin Millennium, p. 227.

164 V. Geetha and S.V. Rajadurai, Ibid., p. 229.

165 The Madras Mail, 4 January 1928.

166 Ibid.

167 The Madras Mail, 26 January 1928.

168 Ibid., 27 January 1928.

169 Ibid.

170 Congress leaders like Satyamurthi and Rajagopalachari differed widely in their opinions relating to the boycott and the methods to be adopted regarding its implementation. In fact, there were also differences between Tamil and Telugu Congressmen on this issue. For more details, see The Madras Mail, 23 January 1928; AICC Papers p. 28 (1), 1929, NMML,, New Delhi; Brain Stoddart, "The Unwanted Commission: National Agitation and Local Politics in Madras City", South Asia, Vol. 5, No. 1, December 1975, p. 60.

171 The Madras Mail, 8 July 1928.

172 AICC Papers, G 116-G 123, 1930, NMML, New Delhi.

173 The Nehru Report argued that separate electorates would accentuate conflicts between the majority and minority sections in the society. The report stated that instead of separate electorates, joint or mixed electorates needed to be adopted. The report also stated that instead of undertaking political safeguards for the 'depressed classes', special measures needed to be adopted for their social and economic upliftment. For more details, see S.K. Gupta, The Scheduled Castes in Modern Indian Politics: Their Emergence as a Political Power, Delhi, 1985, p. 241.

174 Some of the 'depressed class' associations felt that half of their representation needed to be filled by nomination and the remaining half through election. It was also felt that the 'depressed class' associations needed to be involved as

intermediaries in the selection of representatives to elected bodies. For more details, see Atul Chandra Pradhan, The Emergence of the Depressed Classes, Delhi, 1986, pp. 118-19.

175 Memorandum submitted by the Registered All India Adi Dravida Mahajana Sabha, 26 February 1929, Indian Statutory Commission, Volume XVII, Part I (Evidence) His Majesty's Stationary Office (hereafter HMSO), London, 1930, p. 284.
176 Indian Statutory Commission, Vol. XVII, p. 278.
177 Ibid., pp. 281-82.
178 Reforms Office File No. 163/111/30-R, National Archives of India (hereafterNAI), NewDelhi.
179 Reforms Office File No. 163/111/30-R, NAI, New Delhi. 180 Report of the Indian Central Committee, HMSO, London, 1929, p. 44.
180 Report of the Indian Central Committee, HMSO, London, 1929, p. 44.
181 Ibid.,p.382.
182 Reforms Office File No. 163/111/30-R, National Archives of India, New Delhi.
183 Ibid.
184 Presiding over the Second Session of the Madras Depressed Classes Federation, Sivaraj observed, 'The community has all the time to think of its endless sufferings and has no time left; to indulge in subtle political discussions, though its leaders divided by jealousies can afford to waste time without doing the service that is required of them to improve the condition of the community. I think the time has come when you should take interest in your affairs and make your leaders feel that they have a community to think and to be put before themselves.' For more details see, Indian Quarterly Review, 1929, Vol. I, p. 416.
185 The All India Depressed Classes Association passed resolutions supporting the government s decision to convene a Round Table Conference. For more details, see Reforms Office File No. 163/111/30-R, 1930, NAI, New Delhi.
186 Ambedkar Priyan, Iruttamalai Srinivasan (A Political Biograply of R. Srinivasan in Tamil) n. p., n.d. Saidapet, p. 142.
187 Reforms Office File No. 163/111/30-R, op.cit.; Parliamentary Papers, Indian Round Table Conference, 12 November 1930 to January 1931, 5th Plenary Meeting (General discussion), Proceedings, HMSO, London, 1931, p. 134.
188 Indian Round Table Conference, 12 November 1930 to 19 January 1931, Proceedings of the Sub-Committees, Volume III, Sub-committee No. Ill (Minorities), HMSO, London, 1931, Appendix H, pp. 168-74.
189 Ibid.
190 In a meeting of the Federal Sub-committee, Gandhi stated that the aspirations of the 'depressed classes' could be satisfied through universal adult suffrage. In an interview outside the venue of the Round Table Conference, Gandhi pointed out that Ambedkar only represented the 'depressed classes' of that part of India to which he belonged. Moreover, he stated that he had received telegrams from the 'depressed classes' from various parts of the country, expressing their support for the Congress and condemning the stand taken by Ambedkar. For more details, see Indian Round Table Conference (Second Session), 7 September 1931-1 December 1931, Proceedings of the Federal

Structure Committee and Minorities Committee, Volume III, p. 163, see also Atul Chandra Pradhan, The Emergence of the Depressed Classes, pp. 155-60.

191 Indian Round Table Conference (Second Session), 7 September 1931-1 December 1931, Proceedings of the Federal Structure-Committee and Minorities Committee, Volume III, HMSO, London, 1932. Appendix VII, p. 1396.

192 M.C. Rajah complained that Gandhi could never be a real champion of the 'depressed classes' since he was casual in his attitude towards the problems faced by the 'untouchables' in the society. The Puthuvai Morasu supported this opinion and criticized the apathy displayed by the Congressmen towards the untouchables in the society. For more details, see Indian Annual Register, Volume II, 1931, p. 235. See also Puthuvai Morasu (Tamil), 7 December 1931.

193 M.C. Rajah had a firm suspicion that equations in 'depressed class' politics in Madras could change with the emergence of Ambedkar as the sole spokesman of the 'untouchables'. His suspicions were not ill-founded since the Round Table Conferences had brought his political adversaries like Rao Bahadur R. Srinivasan in close contact with Ambedkar. Subsequently, the support for Ambedkar's demand for separate electorates also started coming from the Self-respecters under the leadership of EVR For more details, see V. Geetha and S.V. Rajadurai, Towards a Non-Brahmin Millennium, p. 243; Indian Annual Register, Vol. I, 1932, pp. 331-32.

194 Indian Annual Register, Vol. I, 1932, pp. 333-34.

195 Ibid, pp. 331-34.

196 V. Geetha and S.V. Rajadurai, Towards a Non-Brahmin Millennium, p. 243.

197 Apart from the Adi Dravida Mahajana Sabha and the All Indian Arundhathiya Central Sabha of Madras, several other associations like Depressed Class Association of Bombay, Gujrat Depressed Classes Association, UP Adi Hindu (Depressed Classes Association) Association of Lucknow and the All India Namasudra Association placed memorandums in support of separate electorates before the Franchise Committee. For more details, see Indian Franchise Committee Vol. IV HMSO, London, 1932 (Selections from Memoranda and Oral Evidence: Madras, Bombay, Bengaland UP), p. 65 and p. 94.

198 A.C. Pradhan, The Emergence of the Depressed Classes, p. 169.

199 For more details, see S.K. Gupta, Scheduled Castes, pp. 384-85.

200 The number of seats allotted to the 'depressed classes' in the provincial legislature in Madras was eighteen. On the other hand, seats reserved for the 'depressed classes' was ten in Bombay, twelve in the United Provinces, seven in Bihar and Orissa, ten in Central Provinces (including Berar) and four in Assam. For more details, see Reforms Office File No. 174/32-R – K.W., NAI, New Delhi.

201 The British Government made it clear that special constituencies would be abolished after a period of 20 years, if not earlier in accordance to the clauses, as laid down in the award. Moreover, the government announced that under the Communal Award Scheme, special communal constituencies could be abrogated after a period of ten years with the consent of the parties involved. For more details See, A.C. Pradhan, The Emergence of the Depressed Classes, p. 173.

202 The British Prime Minister made the claim that the award had been devised to maintain a balance between two rival claims—one seeking separate representation and the other pleading for integration of 'untouchables' with the Hindu society. For more details, see Pattabhi Sitarammaya, The History of the Indian National Congress. Vol. I, Bombay, 1946-47, p. 663.

203 Reforms Office File No. 174/32-R – K.W., NAI, New Delhi.

204 Under Secretary's Safe File No. 804 (Secret) Confidential, 16 December 1932, TNA.

205 Reforms Office File No. 174/32-R – K.W., NAI, New Delhi.

206 In his correspondences with the British Prime Minister Sir Ramsay Mcdonald, Gandhi criticized the British Government for introducing the provision of separate electorates' for the 'depressed classes'. He observed: I know that separate electorate is neither penance nor remedy for the crushing degradation that they (depressed classes) have groaned under...It may be that my judgement is warped and that I am wholly in error in regarding separate electorates for the "Depressed Classes" as harmful to them or Hinduism. If so, I am not likely to be in right with reference to the other parts of my philosophy of life.' For more details see, Mss Eur. E 240/16, Private European Manuscripts, Templewood Collection, British Library, OIOC, London.

207 For more details, see Ravinder Kumar, "Gandhi, Ambedkar and the Poona Pact, 1932", Jim Masselos, ed., Struggling and Ruling: The Indian National Congress, 1885-1985, New Delhi, 1987, p. 95.

208 Ibid.

209 Under Secretary's Safe File No. 804, dated 16 December 1932, (Confidential), TNA. "10 Gandhis epic fast was described as a clever trap. His arguments in favour of 'Adi DravidaV caste Hindu unity were believed to have no basis. It was argued that the fast would be of no real benefit to the Indians, since the colonial state was unwilling to extend further political concessions to the Indian masses. For more details, see Kudi Arasu (Tamil), 25 September 1932 and 2 October 1932. " This meeting was attended by several prominent 'depressed class' leaders like B. Muniswami Pillai and Kanakaraj. See V. Geetha and S.V. Rajadurai, Towards a Non-Brahmin Millennium, p. 244.

212 Under Secretary's Safe File No. 804, TNA.

213 Ibid.

214 In their meetings with the British officials, 'depressed class' leaders denounced Gandhi's stand on the 'untouchables' as diabolical one, aimed at the furtherance of the interests of the caste Hindus. For more details, see Ibid.

215 Ibid.

216 The Poona Pact was signed in September 1932, after an agreement between the leaders of the 'depressed classes' and those belonging to the rest of the Hindu community. The signatories of this agreement were Pandit Madan Mohan Malaviya, M.R. Jayakar, Chunilal Mehta, B.R. Ambedkar, M.C. Rajah, P.D. Solanki, C.R. Rajagopalachari, G.D. Birla and 20 others. The Pact reserved 30 seats for the depressed classes in Madras. It was stated that election was to be based on joint electorates. For more details, see L/PO/77/2 and L/PO/6/77/I, Private Office Papers, OIOC, British Library, London.

217 The 'depressed class' leaders in Madras during Gandhi's fast in Yeravada Jail had displayed reticence vis-a-vis the Congress's proposals for negotiations.

R. Srinivasan, N. Sivaraj and Dharmalingam Pillai had refused Rajagopalachari's invitation to attend a conference convened by Pandit Madan Mohan Malaviya to discuss the issue. However, such a spirit of opposition did not last for long. Congress leaders like Prakasam were successful in convincing the 'depressed class' leaders to give up their radicalism and enter into meaningful dialogues with nationalists. For more details, see Eugene F. Irschik, Tamil Revivalism in the 1930s, p. 160.

218 Eugene F. Irschik has pointed out that prominent district level Congressmen received instructions from the provincial headquarters of the Party to involve themselves whole heartedly with anti-untouchability campaigns. He opined that prominent Congresmen like M. Bhaktavatsalam involved themselves with such programmes in districts like Chingleput. For more details, see Ibid. \ M. Bhakvatsalam, Oral History Transcript, File No. 429, NMML, New Delhi, p. 47.

219 Swadesamitran (Tamil), 11 October 1932.

220 The Congress volunteers in the taluks and districts organized feasts for all castes and also dug wells for their use. They distributed leaflets bearing signatures of V.S. Srinivasa Sastri, P.S. Sivaswami Iyer, P. Subbarayan, K. Srinivaswami Iyer, P. Subbarayan, K. Srinivasa Varadarajalu Naidu, K.S. Venkatramani, T. Praksam, M. Bhaktavatsalam, C. Rajagopalachari and Radhabai Subbarayan. For more details, see Swadesamitran (Tamil), 12 October 1932 and 14 October 1932.

221 Swadesamitran (Tamil), 21 October 1932; 25 October 1932; 27 October 1932 and 21 November 1932.

222 Eugene F. Irschik, Tamil Radicalism in the 1930s, p. 162.

223 A few historians have pointed out that Tamil Congressmen in the early 1930s realized the importance of involving themselves with Gandhi's Harijan campaign. They felt that involvement with such propaganda would not only widen their political links, but also would give them an advantage in their electoral battles with the Justice Party. Eugene E Irschik, Tamil Radicalism in the 1930s, p. 162.

224 MLCP,'-Volume LXIII, 1932, p. 223.

225 MLCP, Volume LXIII, 1932, p. 227. Ramalingam Chettiar also proposed that there should not be any cuts in administrative expenses vis-a-vis the programmes undertaken for the socio-economic amelioration of the 'depressed classes'. The views of Chettiar were supported by several non-Brahmin members of the legislature.

226 Ibid., p. 245. Srinivasan pointed out that the Bill tried to resolve a long-standing religious demand of the 'untouchables1, but hardly made any attempt to the restore the temples which in the distant past had been managed by the 'depressed classes.

227 Srinivasan and several other 'depressed class' leaders criticized the views of some upper caste Hindu politicians that temple entry would hardly be of much benefit for the 'Adi-Dravidas' of Madras Presidency. For more details, see Ibid.

228 Ibid., p. 246. Sivaraj pointed out that as long as the Hindus continued to worship God through an intermediary, the question of temple entry would not resolve the religious grievances of the non-Brahmins.

229 For more details, see MLCP, Vol. LXIII, 1932, pp. 237-38.
230 Ibid., p. 238.
231 Ibid., p. 230.
232 Ibid., pp. 250-51.
233 The Removal of Depressed Classes Religious Disabilities Bill was proposed by Narayanan Nambiar, a member of the Madras Legislative Council towards the end of 1932. In early 1933, the bill was placed before the Legislative Council for consideration. Gandhi favoured the introduction of the bill along with the earlier one moved by R Subbarayan, since both of them intended to fulfil a long standing grievances of the 'untouchables'. For more details, see Collected Works of Mahatma Gandhi, LII, Ahmedabad, 1972, p. 309.
234 Home Political File No. 30/IV/1933, NAI; L/PJ/7/1737, Public Judicial Department, OIOC, British Library, London.
235 The Madras Mail, 3 January 1933, cited in A.C. Pradhan, The Emergence of the Depressed Classes, p. 230.
236 Gandhi felt that the use of force, resulting from the involvement of the 'lower caste' participants could lead to an atmosphere of violence. He felt that issues like temple entry needed to be integrated with the anti-untouchability campaigns to ensure respectability to the socially ostracized communities. See, Susan Bayly, Caste, Society and Politics in India: From the Eighteenth Century to the Modern Age, The New Cambridge History of India: IV,3. Delhi, 1999, p. 248.
237 Gandhi believed that the Guruvayur Satyagraha would be a test case and the reformist Hindus needed to exercise caution in their demand for general entry of all castes into all temples. Gandhi was hesitant in favouring a radical approach on the issue, since he felt that such policies could alienate the conservative Hindus and place obstacles before the path of temple entry. For more details, see Dilip M. Menon, Caste, Nationalism and Communism in South India: Malabar 1900-1948, New Delhi, 1994, p. 115; see also Collected Works of Mahatma Gandhi, Volume LII, p. 428
238 For more details, see, A. C. Pradhan, The Emergence of the Depressed Classes, p. 230.
239 Fortnightly Report For the First Half of January 1933, (Confidential), TNA.
240 Ibid.
241 The Home Secretary felt that the Viceroy's sanctions to the bills would alienate the conservative supporters of the British Raj and strengthen the hold of the Congress over the Indian masses. Home Political File No. 50/1/1933, NAI, New Delhi.
242 C.S. Ranga Iyer's bill pleaded for the abolition of untouchability throughout India. The Home Member, as well as, the Home Secretary felt that anti-untouchability bills brought before the Central Legislative Assembly could hardly achieve their desired objectives, because of the lengthy debates that would take place in the assembly. It was also believed that the circulation of the bills in the provinces would lead to no solution, because of the differences of opinions. For more details, see Ibid.
243 In November 1932, N Nambiar brought forward a bill called "The Removal of Depressed Classes Religious Disabilities Bill" in the Madras Legislative

Council. In December 1932, P. Subbarayan introduced his bill called "Temple Entry Disabilities Removal Bill" in the Madras Legislative Council. The Government of Madras submitted the bills for the sanction of the Governor-General Under Section 80-A(3) of the Government of India Act of 1919. The government felt that since the bills related to a central subject viz. "Civil Law", they could not be introduced in a provincial legislature without the previous sanction of the Governor-General. The Governor General refused to sanction the introduction of the Bills in the Madras Legislative Council. Soon a bill called "The Hindu Disabilities Removal Bill" was sponsored by C.S. Ranga Iyer in the Central Legislative Assembly. For more details, see S. R Venkatraman, Temple Entry Legislation: Reviewed With Acts and Bills, Madras, 1946, pp. 7-16.

244 The two Bills that had been placed before the Central Legislative Assembly for discussions were The Untouchability Abolition Bill of Rao Bahadur M.C. Rajah and The Hindu Temple Entry Disabilities Removal Bill of C.S. Ranga Iyer; For more details, see Ibid., p. 16.

245 For more details, see Home Political File No. 50/1/1933, NAI, New Delhi.

246 The Governor-General and the Government of India declared that "The Hindu Disabilities Removal Bill" sponsored by C.S. Ranga Iyer in the Central Legislative Assembly needed to be examined in all aspects, not only in the legislature, but also outside it, and by all who would be affected by them. The government also made it clear that grant or sanction did not in any way commit it to accept the principle contained in them and the Government of India retained a free hand to take a decision on the proposals after a full consideration of the circumstances. For more details, see Swarajya, 24 January 1933, cited in RNNMP, January-March, 1933, (Confidential), TNA p. 12. See also, S.R. Venkatraman, Temple Entry Legislation, p. 16.

247 RNNMP, January-March 1933, p. 104.

248 Fortnightly Report For the First Half of February 1933 (Confidential). TNA; Fortnightly Report For the Second Half of February 1933, (Confidential), TNA; Fortnightly Report For the First Half of March 1933 (Confidential), TNA, Ibid.

249 Under Secretary's Safe File No. 813, dated 6 February 1933, (Confidential), TNA.

250 M.K.Acharya, a Sanatanist sent memorandums to the Private Secretary of the Viceroy expressing their support and confidence for the British rule in India. For more details, see Home Political. No. 50/IV/1933, NAI, New Delhi.

251 The Sanatanists organized protest meetings in Tindivanam, Tanjore, Devakottai and Tirunelveli in order to voice their protests against Gandhi's view on temple entry. For more details, see Ibid. Home Political File No. 50/VII/1933, NAI, New Delhi; Collected Works of Mahatma Gandhi, Volume LIU, Press, Ahmedabad, 1972, p. 169.

252 Gandhi asserted that Hindu religion was not the sole monopoly of the Sanatanists. The Harijan (the term used by him for the depressed castes), according to him also had a right to call themselves Hindus. Gandhi also felt that temple entry was necessary for Harijans, since their exposure to Hindu religions education would enable them to be god-fearing citizens. For more details, see Harijan, 11 February 1933, Vol. 1, No. 1, p. 6.

253 A.C. Pradhan, The Emergence of the Depressed Classes, p. 235.
254 Ibid.
255 For more details, see Harijan, 11 March 1933.
236 Home Political File 50/IV/1933, NAI, New Delhi; A.C. Pradhan, The Emergence of the Depressed Classes, pp. 236-37.
257 Fortnightly Report of the First Half of May 1933 (Confidential), TNA.
258 In same parts of Ramnad, there were clashes between Nattar landlords and the Adi Dravidas. In North Arcot, apart from upper caste Hindus, Muslims also objected to the demands for a higher social status on the part of the 'untouchables'. For more details, see Fortnightly Reports for the First Half of July 1933 (Confidential), TNA; Fortnightly Reports For the Second Half of August, 1933 (Confidential), TNA.
259 For more details, see S.R. Venkatraman, Temple Entry Legislation, pp. 15-26.
260 The government issued instructions to its employees to stay away from the anti-untouchability campaigns of the Congress, since it had acquired distinct political overtones. The Congress's criticism of the British government's attitude on Harijan upliftment was largely spearheaded by some nationalist dailies published from Tamil Nadu, For more details, see G.O. No. 468, Public Department, dated 1 June 1933, TNA; RNNMP, July to September, 1933, (Confidential), TNA, p. 449.
261 Reforms Office File No. 10/34-R. NAI, New Delhi.
262 Home Political File No. 50/1/1934, NAI, New Delhi.
263 Eugene F. Irschik, Tamil Revivalism in the 1930s, p. 164.
264 Ibid.
265 The Hindu, 22 December 1933.
266 Pattabhi Sitaramayya, History of the Indian National Congress, Vol I, p.947
267 The animosities between the KaJ lats and the 'Adi Dravidas' reached serious proportions in the early 1930s. The Kallars were landlords and exercised both economic and social dominance over the Adi Dravidas', who were mainly engaged as agricultural labourers in their lands. The Kallars instructed the Adi Dravida men folk to keep their bosom uncovered during the religious festivals. But in Ramnad district, such directives were often flouted. Adi Dravida' women too covered the upper parts of their body by blouses. The women also wore jewellery and refused to participate in the vulgar cultural programmes. Such defiance usually led to violence on the part of the Kallars. The missionaries on some occasions became targets of their attack as they usually supported the demands of the Adi Dravidas'. By July 1933, the clashes between the Adi Dravida' and the Nattars assumed the form of ugly violence. The colonial police failed to put an end to it. In fact, places like Devakottai and Eluvankottai witnessed the worst form of destruction and mayhem. The seriousness of the issue forced the Congress leadership in Tamil Nadu to support the programmes of the Harijan Sevak Sangh. For more details, see. G.O. No. 329, dated 25 February 1935, Public Department, (Confidential), TNA; Eugene F. Irschik, Tamil Revivalism in the 1930s, p. 168.
268 The President of the Harijan Sevak Sangh informed C. Rajagopalachari that there were suggestions for starting ashrams to coordinate the activities of the

Sangh. The residential ashram workers could be involved in an intensive programme aimed towards a Nattar-Harijan reconciliation. For more details, see G.O. No. 329, C. Rajagopalachari Papers, Subject File 27, 1935.
269. Eugene F. Irschik, Tamil Revivalism in the 1930s, p. 170.
270. In a public meeting in Madras, Gandhi expressed the opinion that unless the blot of untouchability was removed, there would be divine retribution. For more details, see Ibid., p. 171.
271. Madras Mail, 27 December 1933; Under Secretary's Safe File No. 862. dated 20 February 1934, (Confidential), TNA.
272. L/PJ/7/595, Home Political File No. 50/1/1934, (Confidential), TNA.
273. D.G. Tendulkar, Life of Mohandas Karamchand Gandhi, Volume I, New Delhi, 1962. p.281.
274. For more details see, RNNMP, January-March, 1934, (Confidential), TNA, p. 110.
275. Fortnightly Report For the First Half of February 1934, (Confidential), TNA.
276. Swadesamitran (Tamil), 28 March 1934.
277. G.O. No. 964, dated 23 March 1934, Law (General) Department TNA; G.O. No. 1348, dated 1 May 1934, Law (General) Department, TNA. Organizations like the Adhyayana Sabha, Triplicane disapproved governmental interference in matters related to Hindu religions practices. At the same time, Sanatanists led by M.K. Acharya pointed out that the government could not interfere with the functioning of the Hindu religious places of worship, since in most cases they had been built by devout Hindus having strong faith in Shastric Hinduism. For more details, see G.O. No. 2010, Law (General) Department, dated 9 July 1934, TNA.
279. Ibid.
280. Ibid.
281. The Government of Madras accepted the arguments of the Home Member of the Viceroy's Cabinet that since both Hindu conservatives and untouchables' had reservations on the bill, it would be prudent to follow a policy of non-interference over religious matters. For more details, see G.O. No. 3050, dated 26 October 1934, Law (General) Department, TNA.
282. RNNMP, July-September 1934 (Confidential), TNA, p. 511.
283. For more details, see V. Geetha and S.V. Rajadurai, Towards a Non-Brahmin Millennium, pp. 444-45; KudiArasu (Tamil), 18 August 1935 and 17 November 1935.
284. The depressed classes, comprising of mostly untouchable and socially ostracized communities had favoured the term 'depressed classes' in the 1920s. But in the 1930s, they used nomenclatures like Adi Dravidas' and 'Scheduled Castes' indiscriminately and sometimes interchangeably.
285. For more details, see The Madras Mail, 5 February 1935; KudiArasu (Tamil), 10 February 1935.
286. The Madras Mail, 6 May 1935 and 8 May 1935.
287. The Madras Mail, 23 July 1935.
288. The Madras Mail, 7August 1935; MLCP, VolumeIXXV, 1935, pp. 288-90.

289 The Madras Mail, 28 November 1935.
290 The Madras Mail, 9 November 1935.
291 KudiArasu (Tamil), 17 November 1935.
292 The Madras Mail, 11 January 1936.
293 The Madras Mail, 20 January 1936.
294 The Madras Mail, 8 May 1936.
295 The Madras Mail, 24 June 1936.
296 David Arnold, The Congress in Tamilnad, pp. 167-68.
297 Films such as Sathi Leehvathi and Pathi Bhakti screened prior to the elections earned a great deal of popularity, In fact, these films very often displayed nationalist symbols, like the Charka and the Gandhi Cap. Moreover, the film-makers added a few songs to highlight the nationalist movement and project the pitiful state of the socially ostracized communities in the society. Films like Lakshmi dealt with the issue of untouchability and that of conversion of Harijans to Christianity. At the same time, films like Bah Yogini exposed the hypocrisy of caste and the false distinctions of high and 'low'. For more details, see S. Theodore Bhaskaran, The Message Bearers: The Nationalist Politics and the Entertainment Media in South India, 1880-1945, Madras, 1981, pp. 107-10.
298 Pro-Congress Adi-Dravida leaders like B.S. Murthy and J. Sivashanmugham Piilai stated that the 'depressed classes' would support the Congress provided its national leadership gave priority to the slogan of anti-untouchability and favoured welfare schemes for the upliftment of these classes. For more details, see The Madras Mail, 30 August 1937.
299 The anti-Congress 'Adi Dravida' leaders favoured a loyalist position towards British rule to gain special privileges and a separate political status. In May 1937, Adi Dravida organizations requested the government to appoint non-Brahmins and 'untouchables' as teachers in its schools. The government was also requested to appoint these classes in the police battalions. At the same time, memorandums were also sent to the government for removing the distinctions between the 'Adi Dravida' Hindus and Adi Dravida Christains. For more details, see The Madras Mail, 26 May 1937; KudiArasu (Tamil), 23 May 1937.
300 On the eve of the elections, M.C. Rajah had been greatly disturbed by the Moonje- Ambedkar Pact which had been signed in 1936. B.S. Moonje, the former President of the All India Hindu Maha Sabha described the pact as a 'formula for amicable settlement' in the context of B.R. Ambedkar's "revolt against Hinduism". On the other hand, M.C. Rajah, the President of the All India Depressed Classes Association condemned it for placing the 'untouchables' in the same category of sheep and cattle, who could be exchanged from one religion to another, as part of a political bargain. For more details, see Keith Meadowcroft, "The All India Hindu Maha Sabha, Untouchable Politics and 'Denationalising' Conversions: the Moonje-Ambedkar Pact", South Asia (Journal of South Asian Studies), Vol. XXIX, No. 1, April, 2006, pp. 9-10.
301 The Madras Mail, 5 July 1937.
302 M.C. Rajah Papers, NMML, New Delhi

303 Ibid.
304 The term 'Scheduled Castes' came to be used by the government for the depressed classes, following the Government of India Act of 1935.
305 The Adi Dravida' leaders like V.I. Muniswami Pillai and B.S. Murthy repeatedly stressed that the Rajagopalachari Ministry would provide the greatest priority to the harijan upliftment programmes. For more details, see MLAD, Volume III, 1937, p. 1054.
306 The Madras Mail, 30 August 1937.
307 A prominent Sanatanist, Devidas Madhowji Thakersay observed, 'The Sanatanists do not deprive the untouchables of their right to seek their mukthi as prescribed in the Shastras, but they deny the right of temple entry because that is unsuited to untouchables and is against the mode of worship prescribed by the Shastras for other classes of Hindu Society'. For more details, see Ibid.
308 The Secretary of the Varnashrama Swarjaya Sangh in his petitions to the Speaker of the Madras Legislative Assembly and the President of the Madras Legislative Council stressed that as secular bodies, legislatures were not competent to interpret the religious and social usages of the Hindu community. For more details, see The Madras Mail, 20 November 1937; L/PJ/7/686, Public and Judicial Department Files, OIOC, British Library, London.
309 The Madras Mail, 29 December 1937.
310 The Madras Mail, 3 January 1938.
311 M.C. Rajah Papers, Correspondences of M.C. Rajah with M.K. Gandhi, 1938, NMML, New Delhi.
312 For more derails, see MLAD, Volume VI, 1938, pp. 1169-70.
313 Rajah argued that as early as September 1932, a resolution had been passed under the leadership of Pandit Madan Mohan Malaviya in the Bombay Conference, requesting Hindu leaders to bring an end to the social disabilities faced by the 'untouchable' communities in a peaceful manner. For more details, see MLAD, Volume VI, 1938, p. 1170.
314 In order to win the support of the majority of the members of the Madras Legislative Assembly, M.C. Rajah opined that prominent personalities like Sri T.C. Srinivasa Ayyangar, Sir P.S. Sivaswami Ayyar, Sir CP. Ramaswami Ayyar, T.A. Ramalinga Chettiyar and C. Vijayaraghavachari supported the Social Disabilities Removal Bill. At the same time, he stated that several social and religious bodies like the Women's Indian Association of Madras and the Saiva Siddhanta Maha Samajam were in favour of the legislation. For more details, see MLAD, Volume VI, 1938, p. 1175.
315 It was argued that since Rajagopalachari, as a disciple of Gandhi, had supported Harijan upliftment, the Congress Ministry needed to display a more proactive attitude on such issues. For more details, see MLAD, Volume VI, pp. 1178-80.
316 C. Rajagopalachari on the floor of the legislature stated, 'What matters is that the status, social, economic, political and religious and communal of these people whom we call Harijans today should be equal, as effectively equal, as any other section of the communities in our country. I am sorry that our attention has been directed as to whose credit it is or whose work it is, or under whose leadership it is done. It is not merely by passing resolutions and

government orders that we can succeed. It is only if we give the true religious impetus to the movement of liberation that we can succeed.' See, MLAD, Ibid., pp. 1183-84.

317 In one of the articles published in the Viduthalai on 15 July 1939, a self-respecter claimed that the real credit for temple entry in Travancore and Madurai should have gone to EVR. In another article published in the same date, the Congress's anti-untouchability movement was ridiculed as a political ploy to divert the attention of the 'Adi Dravidas'. It was also argued that the Brahmin leadership of the Congress fearing a loss of their political status adopted progressive ideas to appease the Adi Dravidas and prevent their conversion to religions like Islam. For more details, see Viduthalai (Tamil), 15 July 1939.

318 In one of the articles entitled, "What is the Swarajya of the Congress?", the author explicated that the Congress slogan of Swarajya was the other name for Ramrajya, whose sole aim was to establish the basic principles of Manudharma. For more details, see Viduthalai (Tamil), 28 October 1939.

319 Eugene F. Irschik, Tamil Revivalism in the 1930s, p. 208.

320 Ibid., p. 329.

321 The Congress Ministry's failure co devise alternative employment schemes forced many of the toddy-tappers to migrate to Malaya in search of employment in the palm oil factories and construction sites. See The Hindu, 29 January 1938.

322 See Viduthalai (Tamil), 7 August 1940; Viduthalai (Tamil), 28 August 1940.

323 The Congress Ministry's decision to introduce Hindi was to an extent related to Gandhi's advice to Tamil Congressmen to acquire proficiency in the language. For more details, see Eugene E Irschik, Tamil Revivalism in the 1930s, p. 212; Collected Works of Mahatma Gandhi. Volume LVIII, Ahmedabad, 1972, p. 95.

324 While Rajagopalachari was interested in promoting Hindi, several prominent Tamil Congressmen engaged themselves in the effort to popularize and glorify Tamil. For more details, see F.ugene F. Irschik, Tamil Revivalism in the 1930s, pp. 215-17; Sumathi Ramaswamy, Passions of the Tougue: Language Devotion in Tamil India, 1891-1970, Berkeley and Los Angeles, 1997, pp. 59-60.

325 The Self-respecters along with some of the Justice Party leaders tried to come to an understanding with the 'scheduled caste' leaders like M.C. Rajah in Tamil Nadu. Rajah before the anti-Hindi movement period had praised the services of EVR, in according social respectability to the Adi Dravidas'. At the same time, the demand for separate electorates made on behalf of the Rajah faction was utilized by the non-Brahmin political elites to refute the claims of the Rajagopalachari Ministry. For more details, see Viduthalai (Tamil), 6 July 1937; Fortnightly Report For the First Half of July 1937 (Confidential), TNA.

326 The Rajagopalachari Ministry after accepting office was confronted with the growing incidents of caste tensions involving the caste Hindus and the Adi Dravidas. Incidents of clashes were reported mostly from South Arcot and Tanjore districts. For more details, see G.O. No. 463, Public Department, dated 17.3.1938, TNA; G.O. No. 1593, Public Department, dated 11 October 1938, TNA.

327 G.O. No. 166, Public Department, dated 26 January 1939, TNA.

328 The Rajagopalachari Ministry stared that several Harijan participants had been ill treated in a dinner meeting of the South Tanjore District Conference, because of their 'low' social status. For more details, see G.O. No. 1593, Public Department, dated 11 October 1938, TNA.
329 The Hindu, 6 June 1938.
330 G.O. No. 16, Public Department, dated 5 January 1939, TNA.
331 In fact, grass-root level Self-respect leaders involved with the anti-Hindi propaganda in the slum localities of New Washermanpet and Petiampet displayed their zeal in securing the active participation and involvement of the 'Adi Dravidas' in the movement. For more details, see G.O. No. 1564, Public Department, dated 20 September 1939, TNA.
332 Ibid.
333 Such incidents of attacks by Adi Dravidas' on the Brahmins largely resulted from the excitement caused by EVR's campaign against domination of Hindi. He argued that the decision to impose Hindi was a clever ploy on the part of the Brahmins to impose a culture that had close links with Aryanic Civilization. The Marwari businessmen were alleged to be agents of this alien cultural system, which was seeking to destroy the foundations of the ancient Tamil culture. For more details, see Extracts of Objectionable Portions from the Speech Delivered by EVR at Erode on 17 October 1938, appended to G.O. No. 16.
334 KudiArasu (Tamil), 3 July 1938.
335 The police arrested a large number of Adi Dravidas' for making such provocative statements. Rajagopalachari, in reply to a query relating to the arrest of anti-Hindu protestors stated that 36 scheduled caste protesters had been taken into custody till 30 November 30 1938. For more details, see G.O. No. 490, Public Department, dated 20 March 1939, TNA; Mss. Eur F. 175/66, Private European Manuscripts, Linlithgow Collection, OIOC, British Library, London.
336 In one of the meetings, an overseas Tamilian anti-Hindi activist stated, '...Hindustani must be abolished. If Acharia does not order the abolition of Hindustani, he will have no business to remain here. He will have to go to Mahatma Gandhi. You [meaning Rajagopalachari] said you would knock out the teeth of the British lion, but did nothing; you could only send us to jail and pluck our hair. Though you could send us to jail, you could not pluck the hair of our grandfather [meaning E.V. Ramaswami Naickar] Why introduce a foreign language to kill Tamil? Is this not stupidity?' For more details, see G.O. No. 1255, Public Department, dated 29 July 1939, TNA.
337 G.O. No. 490, Public Department, dated 20 March 1939, TNA.
338 Bharati Dasan in his writings dismissed all claims of Brahmanical superiority. He also felt that the poor must protest against the unjust policies of the richer sections of the society. At the same time, he also favoured self-respect and socialism for removing all forms of social and economic disparities. For more details, see Eugene F. Irschik, Tamil Revivalism in the 1930s, pp. 223-25.
339 V. Geetha and S.V. Rajadurai, Towards a Non-Brahmin Millennium, p. 495.
340 Kudi Arasu (Tamil), 3 July 1938.
341 In fact, prominent young self-respecters tried to utilize public resentment over police actions to develop strong links between the non-Brahmins and

the Adi Dravidas'. In one of the conferences, they remarked that the Adi Dravidas' and the Nadars formed the main support bases of EVR's self-respect movement. See Kudi Arasu (Tamil), 19 March 1939. See also Mss. Eur. F. 125/65, Private European Manuscripts, Linlithgow Collection, OIOC, British Library, London.

342 For more details, see V. Geetha and S.V. Rajadurai, Towards a Non-Brahmin Millennium, pp. 497-98, and p. 501.

343 The signatories held the opinion that the Congress representing the interests of the privileged classes in the society had been sponsoring an authoritarian rule, whereby a miniscule minority was holding the majority to a ransom. For more details See, Kudi Arasu (Tamil), 15 October 1939.

344 Ibid.

345 Scholars like Geetha and Rajadurai have argued that the emotionalism regarding the usage of Tamil and that of its glorious past became the rallying point of resistance to the Brahmanical dominance, symbolized by the Congress. In a sense, the struggle in favour of Tamil led to the development of a non-Brahmin will towards power and counter hegemony. For more details, see V. Geetha and S.V. Rajadurai, Towards a Non-Brahmin Millennium, pp. 504—05.

346 In fact, there was considerable differences of opinion among the 'Adi Dravidas' over the policies pursued by the Rajagopalachari Ministry. While some of the Adi Dravida' leaders, such as J. Sivashammugham Pillai praised the Congress's policies, some others differed in their opinions. Adi Dravida' leaders like Swami A.S. Sahajanandam having grass-root level contacts criticized the Congress Ministry's indifference towards the grievances of the 'scheduled castes'. Moreover, it was also argued that the government had taken no steps to remove the problems related to rural indebtedness that were widely prevalent among the 'scheduled castes'. The government's policy of granting lands also ended in failures, since mostly useless lands were assigned to the 'Adi Dravidas'. See MLAD, Volume I, 1937, pp. 183-86, pp. 207-208; Eugene F. Irschik, Tamil Revivalism in the 1930s, pp. 233-35.

347 In August 1938, a bill tabled by M.C. Rajah proved to be embarrassing for the Congress leadership in the Madras Presidency. The bill sough to remove the disabilities faced by the so- called 'scheduled castes', in regard to their entry into the Hindu temples. The 'scheduled caste' leaders also complained that though Rajagopalachari had been trying to portray himself as a social reformer, in reality he was hesitant in supporting temple entry, apprehending a loss of popularity among the caste Hindus. See MLCP, Volume VII, 1938, pp. 182-217; See also Eur D. 596/16, Private European Manuscripts, Erskine Collection, OIOC, British Library, London; Fortnightly Report for the first half of January 1939 (Confidential), TNA.

348 S.R. Venkatraman, Temple Entry Legislation, p. 51.

349 The young self-respecters tried to use the public resentment to develop strong links between them and the anti-Congress 'Adi Dravida' leaders. See M.D. Gopala Krishnan Periyar: Father of the Tamil Race, Madras, 1991, p. 38; Eugene E Irschik, Tamil Revivalism in the 1930s, p. 223; KudiArasu (Tami), 3 July 1938; KudiArasu (Tamil), 19 March 1939.

350 The Malabar Temple Entry Bill introduced by Rajagopalachari in March 1938, was permissive in character. The bill stated that the trustees of the temples in Malabar could throw open a temple to the Harijans, if the opinion of the

majority of the worshippers was found to be in favour of such a step. It was laid down that trustees of a temple, on receipt of a requisition in writing signed by not less than fifty voters to throw open the temple to the Harijans, needed to forward it to the provincial government, who in turn would refer the matter again to the trustees for ascertaining their opinion. For more details, see S.R. Venkatraman, Temple Entry Legislation, p. 47.

351 T. Prakasam stated that. 'This movement [Temple entry] and this Act [Temple Entry Legislation] will be followed up all over the Presidency and all over the country and will enable us to see that there is no community like the Harijan Community hereafter. What is the Scheduled Classes Community?'. For more details, see MLCP, Volume IX, 1939, p. 33.

352 In this context, N.R. Samiappa Mudaliar, a Justice Party legislator, observed: Now the exclusion of a section of the population from temples is one of the innumerable humiliations and disabilities to which they (in this case referring to the scheduled castes) are subjected; though we feel that admission into temples is not by itself going to take them far along the road to political, social and economic salvation nothing would have given us greater pleasure and satisfaction than to give our whole hearted support to a measure which unreservedly declared the right of the Adi Dravidas and other excluded communities to enter into this temple without hindrance from anyone. It would be knocking down one of the many barricades erected across the path of progress. See, MLCP, Volume IX, 1939, pp. 33-34.

353 In this context, Rajagopalachari stated that: What is that I want to divert political attention from? What end in life or in politics am I fond of? Am I fond of taxing people for the sake of taxation and because I wish to tax people? Are we imposing our financial policy and levying taxes upon the unfortunate people who have been hitherto free from such levies merely for the pleasure of it? It is for the doing some thing else which is good for the people...It is something which is good for the people. It is a gain for the people and for the unfortunate community which is put down as a separate people not even fit to be touched. See MLCP, Volume IX, 1939, pp. 34-35.

354 Ibid., p. 53.

355 V.I.Muniswami Pillai argued that scheduled caste leaders deeply involved with programmes relating to lower caste upliftment had frequently emphasized on the beneficial aspects of temple entry. He stated that: We have been entreating the legislature that there must be some legislations to remove this stigma in the Indian Society...I do not think that there is any true Harijan who says that he does not want temple entry. We have all been fighting for centuries together with and a measure of this kind has now come up and it is up to us to embrace it with all our love and admiration. See MLCP, Ibid., pp. 57-58. See also L/PJ/7/2798, Public and Judicial Department Files, OIOC, British Library, London.

356 Viduthalai (Tamil), 28 October 1939.

357 Viduthalai (Tamil), 1 November 1939.

358 Viduthalai (Tamil), 3 November 1939.

359 In a speech delivered at Erode, E.V.R. strongly criticized Gandhi, Rajagopalachari and other prominent leaders of the Congress for misleading the Tamil people in the name of nationalism. He expressed the opinion that the Tamils who were an important constituent of the Dravidian population in

south India were deliberately exploited by Brahmins for the fulfilment of their own political interests. See Viduthalai (Tamil), 7 August 1940.
360 Viduthalai (Tamil), 29 August 1940.
361 M.C. Rajah Papers, NMML, New Delhi.
362 For more details, see The Madras Mail, 5 October 1939; The Madras Mail, 7 October 1939.
363 The 'scheduled caste' leaders like R. Srinivasan wanted the government to employ their community members in the armed forces. In the following months, the 'scheduled caste' leaders were more emphatic in their request to the British Government regarding the recruitment of the Harijans in the army. Swami AS' Sahajanandam presiding over the South Arcot District Harijan Conference in January 1941, requested the government to employ more Harijans in the army, for their distinguished services in the past, For more details, see The Madras Mail, 15 May 1940; 13 January 1941; 25 April 1941.
364 Eur. D 596/16, Private European Manuscripts, Erskine Collections OIOC, British Library, London. Fortnightly Report for the first Half of July 1939.
363 Sekhar Bandopadhyay, "Transfer of Power and the Crisis of Dalit Politics in India, 1945-47" Modern Asian Studies, Vol. 34, No. 4, October 2000, p. 903. A.C. Pradhan, The Emergence of the Depressed Classes, p. 276.
367 Sekhar Bandopadhyay has argued that 'scheduled caste' politicians were particularly worried over the colonial bureaucracy's attempt to lend credence to the Gandhian position that the salvation of the Harijans lay in their religious integration into the Hindu society. For more details See Sekhar Bandopadhyay, "Transfer of Power", p. 904.
368 In January 1943, in several conferences, the Self-respecters adopted resolutions requesting the British Government to remove caste segregation in hotels and restaurants. The Self-respecters also undertook campaigns to establish equality of all castes. For more details, see Viduthalai (Tamil), 22 January 1943 and of 6 June 1943.
369 B.R. Ambedkar, Gandhi and the Emancipation of the Untouchables, Jullunder, n.d., pp. 346-47.
370 Sekhar Bandopadhyay, "Transfer of Power", p. 909.
371 Ibid., p. 910.
372 Sekhar Bandopadhyay, "Transfer of Power", p. 911.
373 A.C. Pradhan, The Emergence of the Depressed Classes, p. 290.
374 Sekhar Bandopadhyay, "Transfer of Power", p. 911.
375 The scheduled caste Congress leaders such as B.S. Murthy issued statements praising the Congress for introducing social legislations at the behest of Mahatma Gandhi. For more details, see The Hindu-, 8 January 1946.
376 The Hindu, 9 January 1946.
377 The anti-Rajagopalachari groups pointed out that since he had opposed the August Resolution of Mahatma Gandhi, he should not be allowed to participate in any of the political programmes of the Congress. The student wing of the Tamilnadu Congress branded him as an individual, who had been disloyal to his country. At the same time, many Congressmen felt that the leaders like Asaf Ali and P. Varadarajalu Naidu needed to be deputed by the High Command

to initiate a dialogue with the loyal followers of the Congress. For more details, see File No. 17/1945,19/1945, 21/1945, AICC Papers, NMML, New Delhi; L/PJ/5/208, Public and Judicial Depart, OIOC, British Library, London.
378. File No. 23/1945, AICC Papers, containing a paper clipping of a news item published in the Indian Express, 22 December 1945.
379. File No. 31/1945, AICC Papers, NMML, New Delhi.
380. The Hindu, 22 January 1946. For more details, see Chakravarty Rajagopalachari, Ambedkar Refuted, Bombay, 1946, p. 5 and pp. 33-34.
381. The Hindu, 23 January 1946.
382. The Hindu, 27 January 1946.
383. V.I. Muniswami Pillai expressed the opinion that Gandhi's ideas about inter-dining and temple entry could only bring about social equality. He also argued that Gandhi's call for change of heart on the part of the caste Hindus would prepare the ground for the social upliftment of the scheduled castes. For more details, see The Hindu, 27 January 1946.
384. In most cases, nominations filed by 'scheduled caste' Congressmen were found to be valid by the District Collectors. On the other hand, nomination papers filed by prominent AISCF candidates, including those of H.M. Jagannathan, A. Ratnam, E.K. Manavalan and S. Dayashankar were rejected on technical grounds. The Communist Party of India also lagged far behind the Congress in putting up candidates for the reserved seats. For more details, see The Hindu, 1 February 1946.
385. Apart from supporting Ambedkar's bill on the introduction of minimum wage boards for all industries, separatist 'scheduled caste' leaders in Madras favoured the introduction of compulsory secondary education and establishment of industrial work shops, for the benefit of the poorer classes of the society. For more details, see The Hindu, 6 February 1946.
386. In Chingleput, Christian leaders like Rev. U.M. Jesudasan, G.V. Job and Lawrence Samuel actively campaigned in support of the Congress candidates. The grass-root level Congress workers, with the support of the Christian leaders organised public meetings in Madurantakam and Tirukkalikundram to secure the victories of the 'scheduled caste' candidates. See The Hindu, 17 March 1946.
387. The Hindu, 30 March 1946.
388. A.C. Pradhan, The Emergence of the Depressed Classes, p. 298.
389. J. Sivashanmugham Pillai, a prominent 'scheduled caste' Congress legislator carried out a strong campaign in favour of the Congress' Harijan programme in several Tamil-speaking districts of the Madras Presidency, For more details, see The Hindu, 6 June 1946.
390. The Hindu, 12 July 1946.
391. The Hindu, 27 August 1947.
392. In May 1946, EVR in the Black Shirts Conference organized by the Dravida Federation stressed on social equality. At the same time, it was argued, that the participation of the 'depressed classes' in the movement for a separate Dravidisthan could ensure for them the benefits of a true Swaraj. For more details, see The Hindu, 3 September 1946. '

தமிழ்நாட்டில் அரசியல் அணிகளும் பிளவுபட்ட ஆதி திராவிடர் அரசியலும்

1. For more derails, see Sekhar Bandopadhyay, "Transfer of Power and die Crisis of Dalit Politics in India, 1945-47", Modern Asian Studies, Vol. 34, K 4, 2000, pp. 941-42.

2. Fortnightly Report For the First Half of April 1947, (Confidential), TNA.

3. The local-level communist trade union leaders in order to build up a class-based movement, tried to bring the indigent Adi Dravida' factory labourers under their fold. At the same time, some of them tried to organize the 'scheduled caste' agricultural labourers in support of powerful agrarian struggles. In April 1947, communist leaders involved themselves in an agrarian dispute, following a conflict between the mirasidars and the agricultural labouring classes over an increase of varum rates. The communist leaders encouraged the agricultural labourers to organise social boycott of the dominant land-holding groups. For more details, see Fortnightly Report For the First Half of April 1947.

4. Tanjore had traditionally been a source of surplus rice in Tamil Nadu. The delta area, a vast alluvial plain comprising of Sirkali, Mayavaram, Kumbakonam, Nannilam, Nagapattinam and almost all of Thiruthuraipundi and parts of Mannargudi and Thanjavur taluks comprised a rice bowl. The vast majority of the tillers in the early decades of the twentieth century had only tiny plots. In fact, many of them did not own plots and cultivated the land under some form of tenancy. The big landlords exclusively monopolized the vast tracts of the Kaveri delta. Saraswati Menon has argued that it was the conflict of interest between the big landlords and the cultivators and labourers who worked on their lands that gave rise to the volatile situation in the 1940s. For more details, see Saraswati Menon, "Responses to Class and Caste Oppression in Thanjavur District, 1940-1952", Part-I, Social Scientist, Vol. VII, No. 7, 1979, pp. 66-67.

5. It has been argued that the Congress Ministry was wholly opposed to the demands of the Kisan Sabhas. The Congress Ministers sought to placate the peasantry with speeches, but did not favour implementation of any agreement. See Saraswathi Menon, Ibid., p. 59.

6. For more details, see Ibid., pp. 57-61.

7. Scholars have pointed out that in some parts of Tanjore, there had been a shift from pannai to tenancy cultivation. The varum tenancy emerged in those areas where the productivity was the lowest, that is, in the extreme tail end areas of Sirkali, Mannargudi and Tirutharaipundi taluks. However, there was hardly any difference between a varam tenant and a pannaiyal, except that the former bore the risks of cultivation in a bad year. In a sense, varam was nothing more than a device to restrict the financial entitlements of tenants, almost at the level of the wages earned by a pannaiyal. The varam tenancy, in most cases, exclusively fell on the 'scheduled castes', because of their low economic and social status. In the late 1940s, the Kisan Sabhas attempted to organise both the varam tenants and the pannaiyal. Some intermediary caste groups also became involved in these movements launched by the Kisan Sabhas. Thus the agrarian radicalism in Tanjore came to be based on an alliance

between the poor peasants and labourers For more details, see Marshall M. Bouton, Agrarian Radicalism in South India, New Jersey, 1985, pp. 185-91; The Hindu, 28 January 1948; K.C. Alexander, Agrarian Tension in Thanjavur, Hyderabad, 1975, p.35

8   In East Tanjore, groups of agricultural labourers, middle and poor peasants drove out landlords and took control of the villages for several weeks. In several villages, strikers were successful in halving rents and doubling wages. See Joseph Tharamangalam, "The Communist Movement and the Theory and Practice of Peasant Mobilization in South India", Journal of Contemporary Asia, Vol. H, No. 4, 1981, pp. 491-92.

9   The communist leaders utilized their connections with the 'lower caste' associations to encourage the pannaiyal to actively take part in these struggles. For more details, see Ibid.

10 Saraswathi Menon, "Responses to Class", p. 62.

11 Pillamari Venkataswaralu in the Madras Legislative Assembly argued that the Communist Party of India (hereafter CPI) had never supported violence. He stated that the Congress which was supposed to be the flag bearer of non-violence had been supporting terror tactics. He also stated that the Congress leaders like Vallabhai Patel had supported a sword for sword policy in the Meerut session of the All India Congress Committee. For more details, see MLAD, Vol. UI, 1947, p. 463.

12 Fortnightly Report For the Second Half of August 1948, (Confidential), TNA.

13 Fortnightly Report For the Second Half of June 1948, (Confidential), TNA.

14 The communists utilized the enthusiasm over EVR's anti-Hindi movement to build up a mass movement against the Congress Ministry in the Madras Province. For more details, see Fortnightly Report For the First Half of February 1949, (Confidential), TNA; Fortnightly Report For the Second Half of February, 1949, (Confidential), TNA.

15 See Saraswathi Menon, "Responses to Class", Part III, p. 62; Marshall M. Bouton, Agrarian Radicalism in South India, p. 191; Fortnightly Report For the First Half of August, 1949, (Confidential), TNA; Fortnightly Report For the First Half of September 1949, (Confidential), TNA; Fortnightly Report For the Second Half of November, 1949, (Confidential), TNA.

16 In order to lend strength to its anti-Congressism, the DK organized the Provincial Anti-Hindi Conference on July 17, 1948 in Madras. For more details, see Fortnightly Reports For the Second Half of July 1948, (Confidential), TNA.

17 Ibid.

18 Though EVR supported the picketing of schools, he was opposed to class boycott by the students. For more details, see Fortnightly Reports For the Second Half of August, 1948, (Confidential), TNA. 19Ibid.

20 The Kazhagam's anti-Hindi movement received a great deal of support from the poorer sections of the Tamil society. In some places, volunteers drawn from the 'lower caste' groups sent pledges written in blood to express their willingness to fight against the anti-people measures of the Congress Ministry. The men and women volunteers of the DK preferred court arrests, rather than paying fines to the police. For more details, see Fortnightly Reports For the

First Half of September, 1948, (Confidential), TNA; Fortnightly Report For the Second Half of September, 1948, (Confidential), TNA.

21. Ibid., See also Fortnightly Report For the First Half of September 1949, (Confidential), TNA.

22. In one of the pamphlets, C.N. Annadurai pleaded for the growth of a separate self-identity among the Dravidian population in south India. He argued that Aryanism, which had penetrated into their social and cultural world had to be eliminated. He also encouraged the Dravidians to destroy Aryanic values and traditions. For more details, see G.O. No. 3600, Home Department, Dated 6 September 1949, TNA.

23. Fornightly Report For the Second Half of November 1949, (Confidential), TNA; See also, Fortnightly Report For the First Half of January 1950, (Confidential), TNA.

24. Interview with M.K. Sundaragarnar in Madras on 30 June 1995. Interviews were also conducted with Saktidasam, President of the Republican Party of India, Tamil Nadu Branch in Madras on 1 July 1995.

25. In the years after independence, anti-Brahminism and anti-north Indian sentiments became closely linked to the Dravidian nationalist outlook. The opposition to Hindi, elimination of the caste system and threats of secession became major issues for both the DK and the DMK. Though the CPI had differences with the DK over its slogan of Dravidisthan, it allied with EVR in the general elections of 1952. For more details, see Lloyd I. Rudolph, "Urban Life and Populist Radicalism", The Journal of Asian Studies,. XX, No. 3, 1961, pp. 286-291.

26. Fortnightly Report For the Second Half of May, 1954, (Confidential), TNA.

27. Fortnightly Report For the Second Half of June, 1954, (Confidential), TNA; See also Fortnightly Report for the First Half of July, 1954, (Confidential), TNA.

28. Sekhar Bandopadhyay, "Transfer of Power", p. 936.

29. Fortnightly Report For the First Half of November, 1948, (Confidential), TNA.

30. These details ate based largely on interviews conducted with several prominent scheduled caste leaders of Tamil Nadu. Interviews were conducted with Bauddha Periya M.K. Sundaigaranar in Madras on 30 June 1995. Interviews were also conducted with Saktidarsan, President of the Republican Party of India, Tamil Nadu Branch in Madras on 1 July 1995.

31. Fortnightly Report For the First Half on November, 1948.

32. For more details, see Fortnightly Report For the Second Half of July, 1953, (Confidential), TNA; Fortnightly Report For the First Half of August, 1953, (Confidential), TNA; Fortnightly Report For the Second Half of October, 1953, (Confidential), TNA; S.V. Kogekar and Richard L. Park, eds., Reports on the Indian General Elections, 1951-52, Bombay, 1956, pp. 90-95.

33. The prominent leaders of DK and the DMK in their May Day speeches stated that the fundamental ideas of the Kazhagamites and the communists were almost identical. The only difference that prevailed was that the Kazhagam stood for peaceful social transformation, whereas the communists depended on violence and revolution. For more details, see Fortnightly Report For the Second Half of May, 1950, (Confidential), TNA.

34 RN. Rajbhoj, the Secretary of the AISCF, overtly did not prefer a tie up with the communists. Nonetheless, his sympathies for the communist cadres, who had borne the brunt of police excesses, proved beyond doubt that the 'scheduled caste' leadership favoured an alliance with the communists. See Fortnightly Report For the Second Half of June, 1950, (Confidential), TNA.

35 For more derails, see O.P Reddiar Private Papers, NMML, New Delhi.

36 Ibid.

37 The majority of the people who were engaged in agriculture were non-owners of land. The two systems—Varum and Kuttahai were practised regarding the lease of lands. In the Varum system, the landlord gave a plot of land on lease to a tenant and shared the harvest with him, taking a proportion of it previously agreed upon. In the Kuttahai system, the lessee known as the Kuttahaidar undertook to pay a fixed quantity of rent for the land, which he took on lease. But often these tenants were arbitrarily evicted by the landlords. The oppression of the landlords was particularly felt by the 'Adi Dravida' agricultural labourers. This was probably the reason behind their decision to support the CPI. For more details see, M.M. Bouton, Agrarian Radicalism, pp. 191-92 ; Kathleen Gough, Rural Society in South East India, Cambridge, 1981, p. 394 ; Andre Beteille, Caste Class and Power: Changing Pattern of Stratification in a Tanjore Village, Berkeley, 1971, pp. 118-23.

38 Andre Beteille, on the basis of his field surveys in Tanjore in the early 1960s stated that the payments to agricultural labourers were made in cash and that they varied between Rs.1.00 and 2.50 per day, depending upon the nature of their work. For more details, see Andre Beteille, Caste Class and Power, p. 123. See also, K.S. Sonachalam, Land Reforms in Tamilnadu: Evaluation of Implementation, New Delhi, 1970, pp. 126-27.

39 The Acts failed to control the upper caste landlords who often dismissed the pannaiyals in the wet zones of Tanjore. See M.M. Bouton, Agrarian Radicalism, p. 192.

40 Saraswathi Menon, "Responses to Caste", p. 63.

41 Ibid; Kathleen Gough, "Class Developments in South India", Working Paper No. 1, Centre for Developing Area Studies, Montreal, August 1975, p.4.

42 Andre Beteille, Society and Politics in India: Essays in a Comparative Perspective, Delhi, 1992. p. 113.

43 Fortnightly Report For the First Half of March, 1953, (Confidential), TNA.

44 Fortnightly Report For the First Half of July, 1953, (Confidential), TNA; Fortnightly Report For the First Half of August, 1953, (Confidential), TNA.

45 Fortnightly Report For the First Half of June, 1954. (Confidential), TNA.

46 Ibid.

48 In July 1954, the Tamilnad Kisan Conference passed several important resolutions. These resolutions were greatly backed by the Kisan Sabha activists of the Ramanathapuram, Madurai and Tiruchirapalli districts. They supported the assignment of land to the landless poor, remission of land revenue, extension of moratorium of agricultural debts, fixation of land ceilings and legislations guaranteeing seventy-five per cent of the produce to the tenants. For more details, see Fortnightly Report For the Second Half of July, 1954, (Confidential), TNA.

49 M.M. Bouton has pointed out that the eagerness on the part of the rural proletariat to accept the existing power relations in the agrarian sector stemmed from a number of reasons. It has been argued that despite the Madras Cultivating Tenants Protection Act of 1955, threats of evictions were utilized by the landlords to subdue the indigent rural groups. At the same time, it has been argued that very few tenants had written lease deeds and they faced great difficulties in registering them. The tenants also faced difficulties in complying with the time provisions as laid down in the act. The landlords also frequently bribed the village Karnams to evict the poor and illiterate tenants from the lands which they had been occupying for a long period of time. For more details, see M.M. Bouton, Agrarian Radicalism, pp. 193-96.

50 Such views were also echoed by some influential district level officials. M. Swaminathan, the Special Deputy Collector of Nagapattam, who undertook a broad study of the Nannilam and Nagapattinam taluks of Tanjore district in the mid 1960s. He pointed out that tenant farmers were mostly caste Hindus and the 'scheduled castes' were generally employed as farm servants. At the same time, it was also pointed out that while land owners were reluctant to lease out lands to the 'scheduled castes' and the latter preferred to be labourers, as they were assured of daily wages. Social ostracism and poverty did not encourage the 'scheduled caste' agricultural labourers to challenge the exploitative system, rather they favoured a position of subordination in the society. For more details, see Chaturvedi Badrinath, Report on the Implementation of the Tamilnadu Agricultural Land Tenancy Right, 1969, pp. 35-38.

51 In April 1953, communist leaders appealed to the people not to be misled by E.V.R.'s communal propaganda, but be more concerned with the important economic and political issues facing the country. For more derails, see Fortnightly Report For the First Half of July, 1953, (Confidential), TNA.

52 Fortnightly Report For the First Half of September, 1953, (Confidential), TNA.

53 In several parts of Madras Province, the PSP launched land reform movements on the model devised by them in Travancore—Cochin state. The PSP activists incited the landless agricultural labourers in Tanjore district over the government's decision to assign lands to political sufferers. For more details, see Fortnightly Reports For the Second Half of July, 1954, (Confidential), TNA.

54 In 1954, the local level communist leaders expressed the opinion that the working classes needed to be mobilized for opposing the Government of India's programmes and policies, which had a distinctly capitalist orientation. Such objectives inspired them to build up powerful labour movements in Nilgiri, Coimbatore and in the industrial localities in and around Madras. For more details, see Fortnightly Report For the First Half of September, 1954, (Confidential), TNA.

55 On 9 August 1954, the PSP organized a procession to the Madras Legislative Assembly building when it was in session. The PSP presented a memorandum to the Chief Minister through their MLAs demanding the prevention of forcible eviction of tenants from lands, redistribution of lands on the basis of minimum family holding, provision of lands to the landless tillers and elimination of unemployment in the rural localities. For more details, see Ibid.

56 The DMK organized a Tillers' Conference in Coimbatore to counter the activities of the communists amongst the peasants. Its supporters encouraged

the landless labourers and the tenant farmers to oppose the employment of outside labour for cultivation purposes in their villages. For more details, see Fortnightly Report For the First Half of September, 1954, (Confidential), TNA; Fortnightly Report For the Second Half of September, 1954, (Confidential), TNA.

57 Fortnightly Report For the First Half of February, 1955, (Confidential), TNA.
58 Fortnightly Report For the Second Half of February 1955, (Confidential), TNA.
59 Though communist leaders like P. Ramamoorthy tried to organize a Kisan Sabha movement in Tirunelvelli district, the communist activity was mostly centered around Malabar. In fact, communist volunteers from several parts of south India were mobilized for satyagraha agitations demanding the release of waste lands to the landless poor throughout Malabar. The communists also involved themselves in capturing non-communist controlled trade unions. For more details, see Fortnightly Report For the second Half of February 1955, See also Fortnightly Report For the First Half of March, 1955, (Confidential), TNA.
60 Fortnightly Report For the second Half of June, 1955, (Confidential), TNA.
61 Though the PSP leaders disapproved of the Congress government's failure to eliminate the capitalist challenge, they strongly felt that rural transformation could only be brought about through peaceful methods. For more details, see Fortnightly Report For the First Half of July, 1955, (Confidential), TNA.
62 The communist leaders like E.M.S. Namboodripad acknowledged the fact that the communists had been losing their influence over the rural masses. He blamed the inaction on the part of the party members and instructed them to be more concerned with the grievances of the rural masses. See Ibid.
63 Fortnightly Report For the Second Half of October, 1955, (Confidential), TNA.
64 The Congress Party's kisan agitation particularly gained strength in Tiruchirapalli district. The kisan activists of the Congress agitated for the resumption of surplus lands that had been distributed among the landlords. Many of the Congress kisans were arrested by the police. For more details, see Ibid.
65 The Chief Minister instructed the members of the Board of Revenue to proceed to the affected districts and coordinate relief measures. The Chief Minister allocated special funds for the worst-affected Ramanathapuram and Tanjore districts. For more details, see Fortnightly Report For the First Half of December, 1955, (Confidential), TNA.
66 Acharya Vinoba Bhave's visit to Madras towards the end of 1956 lent credence to the Congress's philosophy that agrarian issues could be resolved on the lines of Bhoodan, rather than following the path of violence. For more details, see Ibid', K. C. Alexander, Agricultural Labour Unions: A Study in three South Indian States, Hyderabad, 1975, p. 27
67 Madras Administration Report, 1947, Part-I, Madras, 1948, p.5.
68 Ibid., p. 89.
65 Madras Adminstration Report, 1947, Madras, 1948, p. 185; See also, G.O. No. 2260 Education and Public Health Department, dated 10 September 1948, TNA.

70 G.O. No. 300, Education and Public Health Department, dated 16 February 1948, TNA.
71 G.O. No. 1962, Education and Public Health Department, dated 9 August 1948, TNA.
72 G.O. No. 974, Public Services Department, dated 29 April 1948, TNA.
73 The Registrar of Cooperative Societies adopted a five year scheme relating to the housing for Harijans. It was decided that fifty centres would be selected for such purposes in the province every year and a colony of thirty houses would be set up by each of them. For more details, see Madras Information, Vol. II, No. 1, 15 January 1948, p. 5.
74 For more details, see Madras Administration Report, 1947, pp. 20—21 and p. 84.
75 The government argued that while there had been improvements in the socio-economic conditions of the Harijans, the general public on many occasions had failed to appreciate the ameliorative measures adopted by the government. For more details, see The Hindu, 17 March 1949.
76 Dewan Bahadur V. Bashyam Iyengar during his meeting with Dr Rajendra Prasad in Madras requested the release of funds for Harijan upliftment from the Gandhi Memorial Fund. He was supported by Congressmen like Pattabhi Sitaramayya and K. Kamraj Nadar. See The Hindu, 30 April 1949.
77 The Hindu, 9 May 1949.
78 The Congress legislators B.S. Murthy and V. I. Muniswami Pillai criticised the ministry for not implementing the proposals of the Provincial Harijan Welfare Committee regarding the social and economic elevation of the Harijans. They argued that the government's policies lacked direction. For more details, see MLAD, 1949, Vol. XVIII, p. 61.
79 Swami Sahajanandam pointed out that the government frequently sided with the landlords and employed the provisions of the Indian Penal Code to evict the Harijan labiates. He argued that legislations needed to be adopted to prevent the Harijans from being dispossessed from their house-sites. See MLAD, Vol. X, 1948, pp. 397-98 and Vol. XIX 1949, pp. 413-17.
80 For instance, it was pointed out that the Congress Ministry in Madras after independence had failed to ensure the admission of Harijan students in Polytechnic Schools, as well as in the Intermediate Courses. See MLAD, Vol. XX, 1949, p. 746.
81 A 'scheduled caste' member of the Madras Legislative Assembly, S. Nagappa, alleged that village officers in most cases had failed to implement the legislations adopted by the government for ensuring the social and economic equality of the Harijans. The lack of sincerity on the pan of the government officials in discharging their duties led to greater exploitation of the Harijans. He suggested that in order to ensure social equality of Harijans with caste Hindus, common dinners had to be arranged and the two communities needed to mix more with each other. For more details, see MLAD, Vol. XX, p. 747.
82 Ibid. p. 751.
83 The Cabinet Minister in charge of Rural Development in the course of a debate in the Madras Legislative Council asserted that in 1946-47, the amount spent for Harijan welfare was Rs.35,30,000; for 1947-48, it was Rs.41,38,000 and for 1948-49, it was Rs.43,37,000. For more details, see Ibid.

84. CO. No. 470, Firka Development, dated 17 May 1949, TNA.
85. CO. No. 380, Firka Development, dated 6 April 1949, TNA.
86. MLAD, Vol. IV, 1952, pp. 60-63.
87. Swami Sahajanandam argued that Harijans were mostly agricultural labourers with limited financial resources and the government needed to construct houses and charge nominal rents from the occupant families.
88. Ibid.
89. The 'scheduled caste' members in the Madras Legislative Assembly observed that though the Congress had introduced several legislations, the socio-economic conditions of their communities had remained unchanged. The indifference of both the government and the bureaucracy had proved detrimental to the interests of the 'scheduled castes'. The lack of punitive steps, it was believed, had inspired the dominant groups to practise a policy of discrimination towards the 'scheduled castes'. MLAD, Vol. IV, pp. 73-75.
90. Ibid.
91. Ibid., pp. 125-28.
92. MLAD, Vol. IV, 1952, pp. 153-58.
93. Pillai observed, 'I hold no brief for the government. As speaker, I am only representative of your representatives and I cannot take part in politics. But I want to tell you that, Mr Rajagopalachari is a great and good man who has accepted office to do service and not for the sake of power and glory. We can confidently place our trust in him and our community is sure to go forward under his fostering care in the remaining four years of his tenure.' For more details, see The Hindu, 2 February 1953.
94. The Hindu, 17 December 1953.
95. MLAD, Volume VIII, 1953, pp. 122-123; Vol. X, 1953, pp. 648-649.
96. The Hindu, 3 June 1954.
97. Ibid.
98. For more details, see Industries Labour and Cooperation Department, G.O. No. 2032 dated 27 July 1954, TNA; G.O. No. 2444 dated 16 July 1955, TNA; G.O. No. 1096 dated 13 March 1956, TNA.
99. North Arcot district contained a fairly large 'scheduled caste' population. The MSCF was able to elect one of its candidates from this district in the 1952 provincial polls. The MSCF candidate was elected from Vandavasi constituency in the district. Interview with Saktidasan, President of the Republican Party, Tamil Nadu Unit in Madras on 1 Jully 1 1995.
100. Fortnightly Report For the Second Half of May 1954 (Confidential), TNA.
101. Fortnightly Reports For the First Half of July, 1954 (Confidential), TNA.
102. Fortnightly Reports For the Second Half of July, 1954 (Confidential), TNA.
103. Fortnightly Report For the Second Half of August, 1954 (Confidential), TNA; Fortnightly Report For the Second Half of December, 1955 (Confidential), TNA.
104. This part is largely based on interviews with prominent 'scheduled caste' leaders in Madras. These interviews were conducted with Bandhya Periyar M.K. Sundaragaranar in Madras on 30 June 1995 and Saktidasan, President of the Republican Party of India, Tamil Nadu Unit, on 1 July 1995.

நிறைவாக

1. S. Manickam, Slavery in the Tamil country, p. 65.
2. See S. Krishnamurthy, "Adimai Virrapanai Kurrikum Al Oleigal", Kalvettu (A journal run by the State Archaeological Department, Government of Tamil Nadu), No. 17, 1982, p. 2, cited in S. Manickam, Slavery in the Tamil Country, p. 65.
3. W.H. Bayly and W. Huddleston, eds, Papers on Mirasi Right, pp. 332-34.
4. For more detail, see M.C. Rajah, The Oppressed Hindus, Madras, 1925, p. 21. Mss. Eur. F. 77/235, Appended to Private European Manuscripts, Simon Collection, OIOC, British Library, London.
5. Sekhar Bandopadhyay, Caste, Protest and Identity in Colonial India, p. 240.
6. Anthony H. Birch, Nationalism and National Integration, London, 1989, p. 5.
7. In the case of colonial India, it has been argued that the language of nationalism and national identity was deployed by the urban and middle classes to argue against foreign colonial domination. It has been observed: The middle classes were themselves the creation of the colonial state, which needed native people to fill the vast number of lower to middle level bureaucratic positions and meet the needs of an expanding sector of doctors, lawyers, teachers and others. In colonial India, for example, the educational system aimed at creating a literate class that was educated not only in the English language but in an English system of education and thought. Betwixt and between the British administrators and indigenous groups, these bureaucrats and professionals were frustrated by two contradictions of colonial rule: that the British did not fully extend European principles of modernity, liberty or equality to the colonies and that despite equal education Indian middle classes were denied the same opportunities and privileges as their European counterparts. The idea of 'nationalism' as "a people"' unified by history and territory, provided political legitimacy to these disgruntled middle classes. It allowed them to speak politically on behalf of a wide range of groups and argue that they were all Indians despite differences of region, language, religion, class, customs and caste, among others. For more details, see Jyoti Puri, Encountering Nationalism, Maiden, 2004, p. 97.
8. Ibid.
9. Ibid., p. 6.
10. Some scholars have argued that nationalism is a product of modernity that used pre-existing ethnic to form a strong emotional connection between people and nation. In fact, theorists like Anthony D. Smith placed nations and nationalism in a broader historical framework, while drawing attention to the importance of emotion for the mobilization of nationalist sentiments. For more details, see Anthony D. Smith, Myths and Memories of the Nation, Oxford, 1999; Anthony D. Smith, "Ethno-Symbolism and the Strong of Nationalism", in Philip Spencer and Howard Wollman, eds, Nations and Nationalism: A Reader, Edinburgh, 2005; Aviel Roshwald, The Endurance of Nationalism: Ancient Roots and Modern Dilemmas, Cambridge, 2006, pp. 253-55.
11. Montscrrat Guibernau, Nations without States: Political Communities in a Global Age, Cambridge, 1999, p. 13.

12 Ibid., p. 14.

13 Social theorists like Rajeev Bhargava have tried to argue that secular states are sufficient for building inclusive societies. Such states are part of what are described as "a wider institutional matrix and a larger public and political culture. They work well only in appropriate public, political, social and institutional settings". In fact, these states are dependent on a democratic culture with space for dialogue, discussion, criticism as well as accommodation. But what is more important is that it is not enough to have a single short-term public policy to solve the problem of religion related exclusion. It is important to have a package of policies, to be floated together right away and to be followed by others. In short, every single policy must be complemented with a vision of other succeeding policies". Rajeev Bhargava, "Inclusion and Exclusion in India, Pakistan and Bangladesh: The Role of Religion", Indian Journal of Human Development, Vol. 1, No. 1, 2007, p. 97.

14 Aditya Nigam, The Insurrection of Little Selves: The Crisis of Secular-Nationalism in India, New Delhi, 2006, p. 243.

15 Ambedkar observed: If the untouchables have not joined the 'Fight for Freedom', he contended, it is not because they are the tools of British Imperialism but because they fear that the freedom of India will establish Hindu domination which is sure to close to them, and forever, the prospect of life, liberty and pursuit of happiness....The Congress, on the other hand regards the freedom of India from British Imperialism to be the be - all and end all of India nationalism. Aditya Nigam has argued that Ambedkar's distrust with the Congress's brand of nationalism was borne out of his discomfiture with the idea of abstract citizenship that was prevalent in the west. For more details, see Ibid., pp. 243-47.

ஆதாரங்கள்

Contents
1. Government Files
2. Government Confidential Reports
3. Government Reports
4. Government Journals
5. Private Papers
6. Documents of various organizations
7. Records and Documents of the Missionary organizations
8. Newspapers and Periodicals
9. Books, Articles and Dissertations

Government Files
National Archives of India, New Delhi
Records of the Reforms Office, Government of India, Home Department, Political Branch.

Tamil Nadu Archives, Chennai
Development Department
Education Department
Education and Public Health Department
Firka Development
Home (Education) Department
Home (Political) Department
Industries, Labour and Cooperation Department
Labour Department
Law (General) Department
Legislative Department
Local and Self Government Department
Madras Army Records
Public Works and Labour Department
Revenue Department
Under Secretary's Sale File (Confidential)

Oriental and India Office Collections, British Library, London
Economic Department Records
Madras Revenue Proceedings
Political and Secret Department
Public and Judicial Department Records
Revenue, Statistics and Commerce Papers

Government Confidential Reports, Tamil Nadu Archives, Chennai

Archives: *Fortnightly Reports on the Political Situation in Madras Presidency Report on the Native Newspapers of the Madras Presidency*

Government Reports

Great Britain

Joint Select Committee on the Government of India, Bill Vol. Ill, His Majesty's Stationary Office, London, 1919.

Royal Commission on Agriculture in India, Evidence taken in Madras, Vol. Ill, His Majesty's Stationary Office, London, 1927.

Report of the Indian Central Committee, His Majesty's Stationary Office, London, 1929.

Indian Round table Conference (Second Session) 7 September 1931-1 December 1931, Proceedings of the Federal Structure Committee and Minorities Committee, Vol. Ill, His Majesty's Stationary Office, London, 1932 Report of the Indian Central Committee, His Majesty's Stationery Office, London, 1929.

Indian Statutory Commission, Selection from Memoranda and Oral Evidence by Non Official, Vol. XVIII, pt. II, His Majesty's Stationary Office, London, 1930.

Indian Statutory Commission, Vol. XVII, Part-I (Evidence), His Majesty's Stationary Office, London, 1930.

Royal Commission on Labour in India, Evidence, Vol. VII, Madras Presidency and Coorg, His majesty's Stationary Office London, 1931.

Indian Round Table Conference, 12 November 1930-19 January 1934, Proceedings of the Sub-Committee. Vol. Ill, His Majesty's Stationary Office, London, 1931.

Indian Round Table Conference (Second Session) 7 September 1931-1 December 1931, Proceedings, His Majesty's Stationary Office, London, 1931.

Government Records—Great Britain

Royal Commission on Agriculture in India: Evidence taken in Madras, Vol. 3, His Magesty's Stationary Office, London, 1927.

Indian Round Table Conference, November 12 to January 30, 1931, Proceedings of the Sub-Committee, Vol. Ill, Sub—Committee No. 1 (Minorities), His Majesty's Stationary Office, London, 1931.

Indian franchise Committee, Vol. IV, His Majesty's Stationary Office, London, 1932 (Selections from Memoranda and Oral Evidence), Madras, Bombay, Bengal, U.P.

Parliamentary Papers

Parliamentary Papers 1828, XXIV(125), Slavery in India: Correspondence and Abstracts of Regulations and Proceedings.

Parliamentary Papers 1841, XXVIII (262) Slavery: Letter from the Government of India, dated 8 Pebruary 1841 with Report of Indian Law Commissioners.

Proceedings of the House of Commons, 1874, Vol. 47.

Proceedings of the House of Lords, Vol. II, 1878

Government of India

Report of the Education Commission, Vol. I, Government Press, Calcutta, 1883.

Report on Indian Constitutional Reports, Superintendent, Government Printing, Calcutta, 1918.

Indian Constitutional Reforms: Fifth Despatch on Indian Constitutional Reforms (Franchise), *Superintendent, Government Printing, Calcutta, 1919.*

Indian Constitutional Reforms: Report of the Franchise Committee, *Superintendent Government Printing, Calcutta, 1919.*

Annual Report of the Agent of the Government in British Malaya, Government of India, Central Publication Branch, Calcutta, 1931.

S. Risley, *Report on the Condition of Indians in Mauritius,* Government of India Press, New Delhi, 1941.

N.E. Majoribanks and A.K.G. Ahmad Tanti Maraldcayar, *Report on Indian Labour Emigrating to Ceyton and Malaya,* Government Press, Madras, 1917.

Annual Report of the Agent of the Government in British Malaya, *Government of India, Central Publication Branch, 1932.*

Government of Madras

Reports and Proceedings

Madras administration Report, 1947, 1947-48, *Government of Madras Press, Madras, 1948.*

Madras Administration Report 1947, Part-I, Government of Madras Press, Madras, 1948.

Madras Legislative Assembly Debates

Madras Legislative Assembly Debates, *Vol. I, 1937.*

Madras Legislative Assembly Debates, *Vol. Ill, 1937.*

Madras Legislative Assembly Debates, *Vol. VI, 1938.*

Madras Legislative Assembly Debates, *Vol. Ill, 1947.*

Madras Legislative Assembly Debates, *Vol. X, 1948.*

Madras Legislative Assembly Debates, *Vol. XVIII, 1949.*

Madras legislative Assembly Debates, *Vol. XIX, 1949.*

Madras Legislative Assembly Debates, *Vol. XX, 1949.*

Madras Legislative Assembly Debates, *Vol. IV, 1952.*

Madras Legislative Assembly Debates, *Vol. VIII, 1953.*

Madras Legislative Assembly Debates, *Vol. X, 1953.*

Madras Legislative Council Proceedings

Madras Legislative Council Proceedings, *Vol. Ill, 1921.*

Madras Legislative Council Proceedings, *Vol. IB, 1921.*

Madras Legislative Council Proceedings, *Vol. IV, 1922.*

Madras Legislative Council Proceedings, *Vol. VII, 1922.*

Madras Legislative Council Proceedings, *Vol. VII, 1922.*

Madras Legislative Council Proceedings, *Vol. X, 1922.*

Madras Legislative Council Proceedings, *Vol. XIII, 1923.*

Madras Legislative Council Proceedings, *Vol. XIV, 1923.*

Madras Legislative Council Proceedings, *Vol. LIII, 1930.*

Madras Legislative Council Proceedings, *Vol. LXIII, 1932.*

Madras Legislative Council Proceedings, *Vol.LXXV, 1935.*

Madras Legislative Council Proceedings, *Vol. VII, 1938.*

Madras Legislative Council Proceedings, *Vol. IX, 1939.*

Report on the Administration of Madras Presidency
Report on the Administration of Madras Presidency, 1858-59, *Government of Madras, Government Press, Madras, 1860.*
Report on the Administration of Madras Presidency, 1880—81, *Government of Madras, Government Press, Madras, 1882.*
Report on the Administration of Madras Presidency, 1889-90, *Government of Madras, Government Press, Madras, 1890.*
Report on the Administration of Madras Presidency, 1890-91, *Government of Madras, government Press, Madras, 1891.*
Report on the Administration of Madras, Presidency, 1892-93, *Government of Madras, Government Press, Madras, 1893.*
Report on the Administration of Madras Presidency, 1893-94, *Government of Madras, Government press, Madras, 1894.*
Report on the Administration of Madras Presidency, 1894-95, *Government ofMadras, Government Press, Madras, 1895.*
Report on the Administration of Madras Presidency, 1906-07, *Government ofMadras, Government Press, Madras, 1907.*
Report on the Administration of Madras Presidency, 1921-22, *Government ofMadras, Government Press, Madras, 1922.*
Report on the Administration ofMadras Presidency, 1922-23, *Government ofMadras, Government Press, Madras, 1923.*
Report on the Administration of Madras Presidency, 1926-27, *Government ofMadras, Government Press, Madras, 1927.*
Report on the Administration ofMadras Presidency, 1928—29, *Government of Madras, Government Press, Madras, 1929.*
Report on the Administration of Madras Presidency, 1932—33, *Government ofMadras, Government Press, Madras, 1933.*
Report on the Administration of Madras Presidency, 1933-34, *Government ofMadras, Government Press, Madras, 1934.*
Report on the Administration of Madras Presidency, 1939-40, *Government ofMadras, Government Press, Madras, 1940.*

Report of the Committee on Cooperatives in Madras Presidency
Report of the Committee on Cooperatives ofMadras Presidency, 1927—28, *Government ofMadras, Government ofMadras Press, Madras, 1928.*
Report of the Committee on Cooperatives ofMadras Presidency, 1927—28, *Government ofMadras, Government ofMadras Press, Madras, 1940.*

Report on the Public Instruction in the Madras Presidency
Report on the Public Instruction in Madras Presidency, 1880—81, *Government of Madras, Government Press, Madras, 1882.*
Report on the Public Instruction in Madras Presidency, 1882—83, **Government of Madras, Government Press, Madras, 1884.**
Report on the Public Instruction in Madras Presidency, 1889—90, **Government of Madras, Government Press, Madras, 1890.**
Report on the Public Instruction in Madras Presidency, 1894-95, **Government of Madras, Government Press, Madras, 1895.**

Other Government Reports

Report on the Settlement ofLand Revenue of the Districts in the Madras Presidency for the Fasli Agriculture Season, 1332 (1922—23), ***Government of Madras, Government Press, Madras, 1924.***

Review of the Madras Famine, 1976-78, ***Government Press, Madras, 1891.***

Papers relating to Public Works, Notes of Evidence, ***Government Press, Madras, 1869.***

W.B. Clerk, Preliminary Papers on the Investigation of the Irrigation Works under Wells in the Madras Presidency, ***Madras, 1902.***

N.E. Majoribanks and A.K.G. Ahmad Tambi Marakkayar, Report *on Indian Labour Emigration to Ceylon and Malaya,* Government Press, Madras, 1917.

Manuals and Gazetteers

C.S. Crole, *A Chingleput District Manual,* Government Press, Madras, 1879.

J.H. Garstin, *Manual of the South Arcot District,* Government Press, Madras, 1878.

T. Venkaswami Row, Manual of the District ofTanjore in the Madras Presidency, *Government Press, Madras, 1883.*

W. Francis, *Madura District Gazetteer,* Government Press, Madras, 1906.

W. Francis, *Gazetteer of the South Arcot District,* Government Press, Madras, 1906.

Census of India

Census of India, 1881, Operations and Results in The Presidency of Madras by Lewis Mclver, Barrister - At. Law. Madras Civil Service, Printed by E. Keys, Vol. V. The Government Press, Madras, 1883.

Census of India, 1891, Madras by H.A. Stuart. The Indian Civil service. Fellow of the Royal Statistical Society; Member of the Royal Asiatic Society. Superintendent of Census Operations. Printed by the Superintendent, Government Press, Vol. XIII-XV, Madras, 1893.

Census of India, 1911, by J. Charters Molony, I.C.S. Superintendent of Census Operations, Printed by the Superintendent, Government Press, Vol. XII, Part-I, Madras, 1912.

Census of India, 1921, Madras, by G.T. Boag, M.A., I.C.S. Superintendent of Census Operations, printed by the Superintendent, Government Press, Madras, Vol. XIII, Part-I and II, 1922.

Census of India, 1931, Madras, by M.W.M. Yeatts, Printed by the Superintendent, Government Press, Published by the Government of India, Central Publication Branch Madras, Vol. XIV, Part-I, 1932.

Government Journals of the Madras Presidency

The Madras Journal of Cooperation, 1935, ***Government Press, Madras, 1936.***

Madras Information, 15 January, Vol. II, No. 1, 1948.

Private Papers

Nehru Memorial Museum and Library, New Delhi

C.R. Reddy Papers.

M. C. Rajah Papers.

O.P. Reddiar Papers.

All India Congress Committee Papers.

Oriental and India Office Collections, British Library, London
Private European Manuscripts

Erskine Papers.
Goschen Papers.
Simon Papers.
Gilchrist Papers.
Linlithgow Papers.
Templewood Papers.

Oral Transcripts
Nehru Memorial Museum and Library, New Delhi
P. Ramamurti, Oral History Transcripts No. 481.
P. Sundarayya, Oral History Transcripts No. 449.
M. Bhaktavastsalam, Oral History Transcripts No. 429.

Collected Volumes
Collected Works of EVR Periyar, Vol. I, The Periyar Self-Respect Propaganda Institution (Revised Second Edition), Madras, 1992.
Collected Works of Mahatma Gandhi, Vol. LII, Navjivan Press, Ahmedabad, 1972.
Collected Works of Mahatma Gandhi, Vol. LVIII, Navjivan Press, Ahmedabad, 1972.

Address and Memorandums
Address presented to the Governor General and the Secretary of State by the Madras Adi Dravida Jana Sabha 1917, preserved in the form of a pamphlet in the Nehru Memorial Museum and Library (hereafter NMML), New Delhi.

Party Pamphlets and Documents
Mirror of the Year: A Collection of Sir Ramaswami Mudaliar s Editorial in the "Justice" (Reprinted with Introduction), Madras, 1987.

Pamphlets and Documents
Memorandum to the Honourable S. Srinivasa Raghava Aiyangar, Inspector General of Registration Madras from Pandit C. Iyothee Thoss, Theological Society, Library, Adyar, 1894.

Documents of Various Organizations, Theosophical Society, Adyar
Report of the Twenty-Fifth Anniversary and Convention of the Theosophical Society held at Benaras, 27-28 December 1900, *Theosophical Society, Adyar, 1901.*

Report of the Twenty-Seventh Anniversary and Convention of the Theosophical Society held at Benaras, 25-27 December 1902, *Theosophical Society, Adyar, 1903.*

Report of the Thirteenth Anniversary and Convention of the Theosophical Society held at Benaras, 27—28 December 1905, *Theosophical Society, Adyar, 1906.*

Report of the Thirty-First Anniversary and Convention of the Theosophical Society held at Benaras, 29—30 December 1906, *Theosophical Society, Adyar, 1907.*

Records and Documents of the Misionary Organizations
Council for World Mission (formerly London Missionary Society Archives, SO AS, London)
London Missionary Society Papers.

Yale Divinity School Library, Connecticut, United States of America

Wesleyan Methodist Missionary Papers.

United Theological College Archives, Bangalore

America Madura Mission Papers.

Church Missionary Society Papers.

Church of Scotland Papers.

St. Paul's College Library, Kolkata

Christian Intelligencer.

Oriental Christian Spectator.

Proceedings of the Church Missionary Society.

The Calcutta Christian Observer.

Carey Library, Srerampore Mission College

Srerampore Mission.

The Friend of India.

Calcutta Review.

The Harvest Field.

Observation on the Present State of the East India Company with Prefatory.

Remarks on the Alarming Intelligence Lately Perceived from Madras, as to the General Disaffection, Madras (a pamphlet).

Newspapers and Periodicals

Adi Dravidan (Tamil).

Dravidan (Tamil).

Indian Annual Register.

Madras Mail.

Swaraiya.

Tamizhan (Tamil).

The Hindu.

The Sunday Statesman (Calcutta).

Viduthalai (Tamil).

Calcutta Review.

Indian Quarterly Review.

Kudi Arasu (Tamil).

New India.

Swadesamitran (Tamil).

The Indian Social Reformer.

The Justice.

The Times of India (Bombay).

Articles

K.C. Alexander, "Emergence of Peasant Organisations in South India", *Economic and Political Weekly,* Vol. 28, June 1980.

D. Jeffery Arnold, J.R. Manor, "Caste Associations in South India: A Comparative Analysis", *Indian Economic and Social History Review,* Vol. 13, No. 3, July-September, 1976.

Franklyn J. Balasundaram, "The Dalits and the Christian Mission in the Tamil Country", paper presented in a work shop on Christianity in India, Kodaikanal, August, 1995.

Sekhar Bandyopadhyay, "Transfer of Power and the Crisis of Dalit Politics in India, 1945-47", *Modem Asian Studies,* Vol. 34, No. 4, 2000.

Sekhar Bandopadhyay, "Caste, Class and Politics in Colonial Bengal: A Case Study of the Namasudra Movement 1872-1937", in K.L. Sharma, ed., *Caste and Class in India,* Jaipur and Delhi, Reprinted, 1998.

Raj Sekhar Basu, "Gandhi and Varnashrama Dharma-A Pursuit in Harmony", Amitabha Mukherjee, ed., *Gandhi Yesterday and Today,* Calcutta, 1997.

Susan Bayly, "Caste and 'Race' in the Colonial Ethnography of India", in Peter Robb, ed.. *The Concept of Race in South Asia,* New Delhi, 1995.

Stuart Blackburn, "Corruption and Redemption: The Legend of Valluvar and Tamil Literary history", *Modern Asian Studies*, Vol. 34, No. 2, May, 2000.
G.J.F. Bouritius, "Popular and Official Religion in Christianity: Three cases in Nineteenth Century Europe", Peter Hendrik Vrijhof and Jacques Waardenburg, eds, *Official and Popular Religion: Analysis of a Theme for Religious Studies*, The Hague, 1979.
Sarah Beth, "Hindi Dalit Autobiography: An Exploration of Identity", *Modern Asia Studies*, Vol. 41, No. 3, 2007.
Rajeev Bhargava, "Inclusion and Exclusion in India, Pakistan and Bangladesh: The Role of Religion", *Indian Journal of Human Development*, Vol. 1, No. 1, 2007.
Robert Caldwell, "Are the Pariars of southern India Dravidians?", *A Comparative Grammar of the Dravidian or South Indian Family of Languages*, London, 1856.
Partha Chatterjee, "Caste and Subaltern Conciousness", in Ranjit Guha, ed., *Subaltern Studies*, VI, Delhi, 1989.
B.B. Chaudhuri, "Reopening the Question of Bonded Labour in Colonial India", *The Calcutta Historical Journal*, Vol. XVIII, No. 2, July-December, 1996.
Stephen P. Cohen, "The Untouchable Soldier: Caste Politics, and the Indian army". *The Journal of Asian Studies*, Vol. XXVIII (28), No. 3, May, 1969.
Bernard S. Cohn, "The Census, Social Structure and Objectification in south Asia", in *An Anthropologist among the Historians*, Delhi, 1987.
Philip Constable, "Early Dalit Literature and Culture in Late Nineteenth and Early Twentieth Century Western India", *Modern Asian Studies*, Vol. 31, No. 2, 1997.
Robert Deliege, "Demonic Possession in catholic South India", in S.M. Michael, ed., *Dalits in Modern India: Vision and Values*, New Delhi, 1999.
Nicolas B. Dirks, "The Invention of Caste: Civil Society in Colonial India", *Social Analysis*, 25 September 1989.
Nicolas B. Dirks, "Castes of Mind", *Representations*, Winter, 1992.
Walter Elliot, "On the Characteristics of the population of Central and Southern India", *Journal of the Ethnological Society of London* (n.s.), I, 1868-69.
Barbara Evans, "From Agricultural Bondage to Plantation Contract: A Continuity of Experience in Southern India 1860-1947", *South Asia* (New Series), Vol. 13, No. 2, 1990.
Duncan B. Forrester, "The Depressed Classes and Conversion to Christianity 1860-1960", in G.A. Oddie, ed., *Religion in South Asia: Religious Conversion and Revival Movements in South Asia in Revival and Modem Times*, New Delhi, 1977.
William Goudie, "The Pariahs and the Land", *Harvest Field*, 15 July 1894.
J.W. Gladstone, "Christian Missionary Work and Socio-Religious Movements in Kerala", *Indian Church History Review*, Vol. XXX, June 1986.
William Goudie, "Mission Work and Famine", *The Harvest Field* (A Missionary Magazine), Third Series, Vol. Ill, July 1891—July 1892, Madras, 1892.
Kathleen Gough, "Modes of Production in Southern India", *Economic and Political Weekly*, Vol. XV, Nos 5 and 6, 1980.
Christophe Z. Guilmoto, "The Tamil Migration Cycle, 1830-1950", *Economic and Political Weekly*, Vol. 28, Nos 3 and 4, 1993.
Dipankar Gupta, "Towards Affirmative Action", in Ira Pandey, ed., *India 60*, India International Centre, Quarterly, Winter 2006 and Spring 2007, New Delhi, 2007.
Dipankar Gupta, "Caste is Not Race: But, Let's Go to the UN Forum Anyway", in Sukhadeo Thorat and Umakant, eds, *Caste, Race and Discrimination: Discourses in Internal Context*, Jaipur and New Delhi, 2004.
Sagarika Ghose, "The Dalit in India", *Social Research*, Vol. 70, No. 1 (Spring 2003).

Guru Gopal and Anuradha Chakravarty, "Who are the Country's poor? Social Movement Politics and Dalit Poverty", in Raka Ray and Mary Fainsod Katzenstein, eds, *Social Movements in India: Poverty, Power and Politics,* Lanham, 2005.

Robert Hardgrave (Jr), "The Breast Cloth Controversy: Caste Consciousness and Social Change in Southern Travancore", *India Economic and Social History Review,* Vol. 5, 1968.

Benedicte Hjejle, "Slavery and Agricultural Bondage in South India in the Nineteenth Century", *Scandinavian Economic History Review,* Vol. XV, Nos 1-2, 1967.

T.H. Huxley, "Opening address", *Journal of the Ethnographical Society of London* (ns), I, 1868-1869.

Kancha llaiah, "Towards the Dalitisation of the Nation", in Partha Chatterjee, ed., *Wages ofFreedom: Fifty Years of the Indian Nation State,* New Delhi, 1998.

Kancha llaiah, "Dalitism Vs. Brahminism: The Epistemological Conflict in History", in Ghanshyam Shah, ed., *Dalit Identity and Politics,* New Delhi, 2001.

Revindra K. Jain, "Tamilian Labour and Malayan Plantations, 1840-1938", *Economic andPoliticalWeekly,* Vol. 28, No. 43, 23 October 1993.

R. Jayaraman, "Indian Emigration to Ceylon: Some Aspects of the Historical and Social Background of the Emigrants", *Indian Economic and Social History Review,* Vol. IV, No. 4, December 1967.

T. Ambrose Jeyasekaran, "Education as Conversion: Church of Scotland's Early Educational Endeavour of Girls in Madras, 1841-1861", in John P. Neelsen, ed., *Gender, Caste and Power in South Asia: Social States atid Mobility in a Transitional Society,* New Delhi, 1991.

Christophe Jaffrelot, "Sanskritization Vs Ethnicization in India: Changing Identities and Caste Politics before Mandal", *Asian Survey,* Vol. 40, No. 5.

Laura Dudley Jenkins, "Another People of India Project: Colonial and National Anthropology", *Journal of Asian Studies,* Vol. 62, No. 4, November 2003.

J. Knowles, "Rescue the Pariah", *The Harvest Field,* Vol. IV, 1892—93.

G.K. Karanth, "Caste after fifty years of independence", *Review of Development and Change,* Vol. II, No. 2, July-December, 1997.

Dick Kooiman, "Mass Movement, Famine and Epidemic: A Study in Inter-relationship", *Modem Asian Studies,* Vol. 25, 2 May, 1991.

Narender Kumar, "Dalit and Sudra Politics and Anti-Brahmin Movement", *Economic and Political Weekly,* Vol. XXXV, No. 45, 4-10 November 2000.

Ravinder Kumar, "Gandhi, Ambedkar and the Poona Pact 1932", in Jim Masselos, ed., *Struggling and Ruling: The Indian National Congress, 1885-1985,* New Delhi, 1987.

S.S. Siva Kumar, "Transformation of Agrarian Economy in Tondaimandalam: 1760-1990", *Social Scientist,* Vol. 6, No. 10, 1976.

Amarjit Kaur, "Sojourners and Settlers: South Indians and Communal Identity in Malaysia", in Crispin Bates, ed., *Community, Empire and Migration: South Asians in Diaspora,* New Delhi, 2003.

Amarjit Kaur, "Indian Labour, Labour Standards and Workers Health in Burma and Malaya, 1900-1940", *Modern Asian Studies,* Vol. 40, No. 2, May, 2000.

K. Kuppuswamy, "The Role of Cooperative Credit Societies in Elevating the Status of the Depressed Classes of the Madras Presidency-A Colonial Experience", in K. Veeramani, S. Selvanathan, B.S. Chandrababu, and N. Muthumohan, eds, *Social Justice in Tamilnadu* (Essays in honour G. Thangavelu school of Historical Research), Madurai, 1990.

S. Krishnamurthy, "Adimai Virrapanai Kurrikum A1 Oleigal", *Kalvettu* (A journal run by the State Archaeological Department, Government of Tamil Nadu), No. 17, 1982.

K.C. Lakshminarayan, "Tamils in the South African Struggle", *African Quarterly*, Vol. 39, No. 3, 1999 (Special Issue).

Tsukasa Mizushima, "The untouchables and Economic Change in a Dry Village in South India", in H. Kotani, ed., *Caste System, Untottchability and the Depressed*, Delhi, 1997.

Saraswati Menon, "Responses to Class and Caste Oppression in Thanjavur District, 1940-1952", Part-I, *Social Scientist*, Vol. VII, No. 7, February 1979.

S.M. Michael, "Dalit Vision of a Just Society in India", in idem, ed., *Dalits in Modem India: Vision and Values*, New Delhi, 1999.

C.D.F. Mosse, "Idioms of Subordination and Styles of Protest among Christian and Hindu Harijan Castes in Tamilnadu", *Contributions to Indian Sociology*, Vol. 28, No. 1, 1994.

Nilmani Mukherjee and R.E. Frykenbenrg, "The Ryotwari System and Social Organisation in the Madras Presidency", in R.E. Frykenberg, ed., *Land Control and Social Structure in Indian History*, Madison, 1969.

E.D. Murphy, "Class and Community in India: The Madras Labour Union 1918-1921", *Indian Economic and Social History Review*, Vol. XIV, No. 1 and 3, July-September, 1977.

Thomas R. Metcalf, "Indian Migration to South Africa", in M.S.A. Rao, ed., *Studies in Migration: Internal and International Migration*, Delhi, 1986.

Keith Meadowcroft, "The All India Hindu Maha Sabha, Untouchable Politics and 'Denationalizing' Conversions: The Moonje - Ambedkar Pact", *South Asia, Journal of South Asian Politics*, Vol. XXIX, No. 1, April 2006.

Sanal Mohan, "Narrativizing Oppression and Suffering: Theorizing Slavery", *South Asia Research*, Vol. 26, No. 1, 2006.

P. Ramaswami Naidu, "The Origin of the Justice Party", *Justice Party Golden Jubilee Souvenir*, Madras, 1968.

Aditya Nigam, "Secularism, Modernity, Nation: An Epistemology of the Dalit Critique", *Economic and Political Weekly*, Vol. 35, No. 48, 25 November 2000.

Badri Narayan, "Demarginalization and History: Dalit Re-Invention of the Past", *South Asia Research*, Vol. 28, No. 2, 2008.

G.A. Oddie, "Protestant Missions, Caste and Social Change in India, 1850-1914", *Indian Economic and Social History Review*, Vol. VI, No. 3, September 1969.

M.S. Pandian, "Denationalising the Past 'Nation' in E.V., Ramaswami's Political Discourse", *Economic and Political Weekly*, 16 October 1993.

M.S.S. Pandian, "Stepping Outside History, Now Dalit Writing from Tamilnadu", in Partha Chatterjee, ed., *Ways offreedom: Fifty Years of the Indian Nation State*, New Delhi, 1998.

M.S.S. Pandian, "Notes on the Transformation of Dravidian Ideology, c. 1910-1940", *Social Scientist*, Vol. XXII, Nos 5-6, May-June, 1994.

Prakash Pimpley and Satish Sharma, "De-Sanskritisation of Untouchables: Arya Samaj Movement in Punjab", in Prakash Pimpley and Satish Sharma, eds, *Struggle for Status*, Delhi, 1985.

Karen Pechilis Prentiss, "The Story of Nandanar: Contesting the Order of Things", in Eleanor Zelliot and Rohini Mokashi Punekar, eds, *Untouchable Saints: An Indian Phenomenon*, New Delhi, 2005.

P. Radha Krishnan, "Backward Classes in Tamil Nadu: 1872-1988", *Economic and Political Weekly*, Vol. 25, No. 10, 10 March, 1990.

Mohan Ram, "Ramaswami Naickar and the Dravidian Movement", *Economic and Political Weekly*, Annual Number, February 1974.

S.G. Manavala Ramanujam, "The Origin of the Justice Party", *Justice Party Golden Jubilee Souvenir*, Madras, 1968.

M.W. Roberts, "Indian Estate Labour in Ceylon during the Cofee Period, (1830—1880)", Part-I, *Indian Economic and Social History Review*, Vol. III, No. March, 1966.

Lloyd I. Rudolph, "Urban life and Populist Radicalism", *Journal and Asian Studies*, Vol. XX, No. 3, May, 1961.

Tirthankar Ray, "Sardars, Jobbers, Kanganies: The Labour Contractor and Indian Economic History", *Modem Asian Studies*, Vol. 42, No. 5, 2008.

Ramnarayan S Rawat,. "Making Claims for Power : A New Agenda in Dalit Politics in Uttar Pradesh, 1946-1948", *Modern Asia Studies*, Vol. 37, No. 3, 2003.

Anupama Rao, "Death of a Kotwal: Injury and the Politics of Recognition", in Shail Mayaram, M.S.S. Pandian and Ajay Skaria, eds, *Muslim Dalits and Fabrications of History*, Subaltern Studies, Vol. XII, Delhi, 2005.

Mohit Sen, "Deifying Backwardness", *Indian Express*, (New Delhi) 25 October 1996.

Sanjay Seth, "Secular Enlightenment and Christian Conversion: Missionaries and Education in Colonial India", in Krishna Kumar and Joachim Oesterweld, eds, *Education and Social Change in South Asia*, New Delhi, 2007.

S.S. Sivakumar, "Transformation of the Agrarian Economy of Tondaimandalam: 1760-1900", *Social Scientist*, Vol. 6, No. 10, May, 1978.

Burton Stein, "Agarian Integration in South India", in R.E. Frykenberg, ed., *Land Control and Social structure in Indian History*, Madison, 1969.

-------- "Idiom and Ideology in early Nineteenth Century South India", in Peter Robb, ed., *Rural India: Land Power and Society Under British Rule Collected Papers on South Asia*, No. 6 , London, 1983.

-------- "South India: Some General Consideration of Region and its Early History" in Tapan Raychaudhuri and Irfan Habib, eds, *The Cambridge Economic History of India*, 1982, Vol. 1, *C.1200-C, 1750*.

Brain Stoddart, "The Unwanted Commission: National Agitation and Local Politics in Madras City", *South Asia*, Vol. 5, No. 1, December 1975.

V. Suresh, "The Dalit Movement in India", in T.V. Satyamurthy, ed., *Region, Religion, Caste, Gender and Culture in Contemporary India*, Vol. 3, 1998.

Ralph Sholomonitz and Lance Brennan, "Mortality and Indian Labour in Malaya,1877—1933", *Indian Economic and Social History Review*, Vol. 29, No. 1, 1992.

T. Selvaratnam, "Indian Plantation Workers in West Malaysia", in Anirudh Gupta, ed., *Indians Abroad: Asia and Africa*, Report of an International Seminar, New Delhi, 1971.

Adapa Satyanarayana, "Ideology and Consciousness of Dalit-Bahujans in Colonial Andhra: Mid Nineteenth to Mid Twentieth Century", in Sabyasachi Bhattacharya, ed., *Development of Modern Indian Thought and the Social Sciences*, (History of Science, Philosophy and Culture in Indian Civilization, general, Vol. 10, Part 5, ed., D.P. Chattyopadhayay, New Delhi, 2007.

Anthony D. Smith, "Ethno-Symbolism and the Strong of Nationalism" in Philip Spencer and Howard Wollman, eds, *Nations and Nationalism: A Reader,* Edinburgh, 2005.

Joseph Tharamangalam, "The Communist Movement and the Theory and Practice of Peasant Mobilization in South India", *Journal of Contemporary Asia,* Vol. II, No. 4, 1981.

R. Vidyasagar, "Debt Bondage in South Arcot District: A Caste Study of Agricultural and Handloom Weavers", in Utsa Patnaik and Manjari Dingawaney, eds, *Chains of Servitude: Bondage and Slavery in India,* Delhi, 1985.

David Washbrook, "Land and Labour in Late Eighteenth Century South India: The Golden age of the Pariah", in Peter Robb, ed., *Dalit Movements and the Meaning of Labour in India,* Delhi, 1993.

Haruka Yanagisawa, "Elements of Upward Mobility for Agricultural Labourers in Tamil District 1865-1925", in Peter Robb, Kaoru Sugihara and Haruka Yanagisawa, eds, *Local Agrarian Societies in Colonial India: Japanese Perspectives,* Delhi, 1997.

Eleanor Zelliot, "Congress and Untouchables, 1915-1950" in R. Sission and S. Wolpert, eds, *Congress and Indian Nationalism: The Pre-Independence Phase,* Berkeley, California, 1988.

______ "Gandhi and Ambedkar - A Study in Leadership", in J.M. Mahar, ed., *The Untouchables in Contemporary India,* ***Tucson, Arizona, 1972.***

______ "Learning the use of Political means: The Mahars of Maharastra", in Rajni Kothari, ed., *Caste in Indian Politics,* New Delhi, 1973.

______ "Mahar and Non-Brahmin Movements in Maharastra", *Indian Economic and Social History Review,* Vol. Ill, No. 3, September, 1970.

Books

Rafiuddin Ahmed, The Bengal Muslims, 1871-1906: A Quest for Identify, Delhi, 1981.

K. Aiyappan, Iravas and Cultural Change, Madras, 1944.

K.A. Neelakandha Aiyer, Indian Problems in Malaya: A Brief Survey in Relation to Emigration, Kuala Lumpur, 1938.

G. Aloysius, Religion as Emanicipatory Identity: A Buddhist Movement among the Tamils under Colonialism, New Delhi, 1998.

B.R. Ambedkar, Gandhi and the Emaniciption of the Untouchables, Jullunder, n.d.

V. Anaimuthu, Periyar E. ve. Ra. Sithanaikal (Thoughts of E.V.R.), Vol. Ill (Tamil), Trichy, 1974.

S. Arasaratnam, Maritime Trade, Society and Europeon Influence in Southern Asia, 1600-1800, Hampshire, 1995.

S. Arasaratnam, Indians in Malaysia and Singapore, Kuala Lumpur, 1970.

David Arnold, The Congress in Tamilnandu: Nationalist Politics in South India, 1919-37, Monographs on South Asia 1, New Delhi, 1977.

K. Nambi Aroonam, Indians in South Africa, Thanjuvur, 1985.

Srinivas Aiyangar, Tamil Studies or Essays on the History of the Tamil People: Language, Religion and Literature, Madras, 1914.

K.C. Alexander, Agrarian Tension in Thanjavur, Hyderabad, 1975.

Sudhir Anand, Inequality and Poverty in Malaysia: Measurement and Decomposition, New York, 1983.

B. Madoor Achari, The Ways and Means fro the Amelioration of the Non Brahmin Races, Madras, 1893.

C.J. Baker, An Indian Rural Economy, 1880-1955: The Tamilnad Countryside, Delhi, 1984.

Arun Bandopadhyay, The Agrarian Economy ofTamilnadu, 1820-1855, Calcutta, 1992.

Sekhar Bandopadhyay, Caste Protest and Identity in Colonial India: The Namasudras of Bengal, 1872-1947, Richmond, 1977.

Susan Bayly, Caste, Society and Politics in India: From the Eighteenth Century to the Modern Age, Cambridge, 2000.

W.H. Bayly and W. Hudleston, Papers on Mirasi Right, Madras, 1892.

Burton Benedict, Indians in a Plural Society: A Report on Mauritius, Her Majesty's Stationary Office, London, 1961.

Andre Beteille, Caste, Class and Power: Changing Pattern of Stratification in a Tanjore Village, Berkeley, 1971.

_____ Society and Politics in India: Essays in a Comparative Perspective, Delhi 1992.

D.R. Banaji, Slavery in British India, Bombay, 1933.

S. Theodore Bhaskaran, The Message Bearers: The Nationalist Politics and the Entertainment Media in South India, 1880-1945, Madras, 1981.

M.M. Boutan, Agrarian Radicalism in South India, New Jersey, 1995.

Francis Buchanan, A Journey from Madras through the Countries of Mysore, Canara and Malabar, Vol. I – II, London, 1807.

Henriette Bugge, Mission and Tamil Society: Social and Religious Change in South India (1840-1900), Richmond, 1994.

Jan Breman, Patronage and Exploitation: Changing Agrarian Relations in South Gujrat, India, 1st Publication, 1974; New Delhi, 1979.

Swaraj Basu, Dynamics of a Caste Movement: The Rajbansis of North Bengal, 1910- 1947, New Delhi, 2003.

Rev William Bolton, The South Indian Mission, London, 1913.

Anthony H. Birch, Nationalism and National Integration, London, 1989.

Badrinath Chaturvedi, Report on the Implementation of the Tamilnadu Agricultural Land Tenancy Right, 1969.

K. Nora Brockway, A Larger way for Women: Aspects of Christian Education for Girls in South India, 1712-1948, London, 1949.

Gunnel Cederlof, Bonds Lost: Subordination Conflict and Mobilisation in Rural South India, 1900-1970, New Delhi, 1997.

Bipan Chandra, India's Struggle for Independence, New Delhi, 1989.

Sripati Chandrasekhar, The Population of Mauritius: Fact, Problem and Policy, New Delhi, 1990.

Rakhahari Chatterjee, Working Class and the Nationalist Movement in India: The Critical Years, New Delhi, 1984.

Gopala D. Chettiar, Adi Dravida Poorva Charitam (Tamil), Madras, 1920.

Robert Caldwell, A Political and General History of the District ofTinnevelly in the Presidency of Madras, Madras, 1881.

_____, A Comparative Grammar ofthe Dravidians or South Indian Family of Languages 2nd Edition, London, 1875.

K.S. Chalam, Castes-based Reservations and Human Development in India, 2007.

Simon N. Charsley and G.K. Karanth, Challenging Untouchability: Dalit Initiative and Experienced from Karnataka, New Delhi, 1998.
Sathianathan Clarke, Dalits and Christianity: Subaltern Religion and Liberation Theology in India, Delhi, 1998.
B.S. Chandra Babu, et al., Social Justice in Tamilnadu, Festsehrift in honour of G. Thangavelu, Madurai, 1990.
Marina Carter and Khal Coolitude Thorabully: An Anthology of the Indian Labour Diaspora, London, 2002.
H.P. Chattopadhayay, Indians in Africa, Calcutta, 1970.
Suranjan Das, Communal Riots in Bengal, 1905-1947, Delhi, 1991.
Robert Deliege, The World of the Untouchables: Paraiyars of Tamilnadu, Delhi 1997.
W. Digby, The Famine Campaign in Southern India, 1876-78, Vol. II, London, 1878.
Nicholas B. Dirks, Castes of Mind: Colonialism and the Making of Modem India, New Delhi, 2002.
Nicholas B. Dirks, The Hollow Crown: The Ethnohistory of an Indian Kingdom, Cambridge, 1997.
Saurabh Dube, Untouchable Pasts: Religion, Identify and Power among a Central Indian Community, 1780-1950, New Delhi, 2001.
Abbe J.A. Dubois, Hindu Manners, Customs and Ceremonies, 3rd edition. Translated from the author's Later French MS and edited with Notes by Henry K. Beauchamp, Oxford, 1906.
Louis Dumont, Homo Hierarchicus: The Caste System and its Implications, London, 1972.
S. Estborn, The Church among Tamils and Telegus Reports of some Aspects, Nagpur, 1961.
F.E. W., Sketches of Native Life and Character in South India, Madras, 1869.
G. G. Findlay and W.W. Holdsworth, The History of the Wesleyan Methodist Missionary Society, Vol. V, London, 1924.
Duncan B. Forrester, Caste and Christianity: Attitude and Politics on Caste of the Anglo- Saxon Protestant Missionaries in India, London, 1979.
W. Francis, Madras District Gazetteers, South Arcot, Madras 1906.
Sandria B. Freitag, Collective Action and Community: Public Areas and the Emergence of Communalism in North India, Berkeley and Los Angeles, 1989.
Frykenberg, ed., Land Control and Social Structure in Indian History, Madison, 1969.
R.E. Frykenberg, The Silent Settlement in South India, 1793-1853, New Delhi, 1977.
K.T. Ford, Christian Researches in South India, 1823-1828, London, 1834.
V. Geetha and S.V. Rajadurai, Towards a Non-Brahmin Millenium: From Iyothee Thoss to Periyar, Calcutta, 1998.
Kathleen Gough, Rural Society in South-east India, Cambridge, 1981.
-------- "Class Developments in South India", Centre for Developing Area Studies Mcgill University, Montreal, Working Paper No. I, August, 1975.
K.L. Gillion, Fiji's Indian Migrants: A History to the end of Indenture in 1920, Melbourne, 1960.
J.W. Gladstone, Protestant Christianity and Peoples' Movement in Kerala: A Study

of Christian Mass Movements in Relation to Neo-Hindu Socio Religious Movements in Kerala, 1850-1936, Trivandrum, 1984.

Nandini Gooptu, The Politics of the Urban in Early Twentieth Century India, Cambridge, 2001.

C.E. Gover, Folk of Southern India, Madras, 1871.

H. Grafe, History of Christianity in India, Tamil Nadu in the Nineteenth and Twentieth Centuries, Vol. IV, Bangalore, 1990.

S.K. Gupta, The Scheduled Castes in Modem Indian Politics: Their Emergence as a Political Power, New Delhi, 1985.

Babulal Gupta, The Political and Civic Status of Indians in Ceylon, Agra, 1963.

Dipankar Gupta, Interrogating Caste: Understanding Hierarchy and Difference in Indian Society, New Delhi, 2000.

Hugo Gorringe, Untouchable Citizens: Dalit Movement and Democratization in Tamilnadu, New Delhi, 2005.

Montserrat Guibernau, Nations without States: Political Communities in a Global Age, Cambridge, 1999.

Rev. I.H. Hacker, A Hundred Years in Travancore, 1806-1906: A History and Description of the Work done by the London Missionary Society in Travancore, South India during the Past Century, London, 1908.

Robert Hardgrave (Jr), The Nadars of Tamilnadu: The Political Culture of a Community in Change, Berkeley, 1969.

Selig Harrison, India: The Most Dangerous Decades, Princeton, 1960.

Graham Houghton, The Impoverishment of Dependency: Madras: 1870-1920, Madras, 1983.

Eva Maria Hardtmann, Our Fury is Burning: Local Practice and Global Connections in the Dalit Movement, Stockholm, 2003.

Ronald Inden, Imagining India, Oxford, 1990.

R.N. Jackson, Immigrant Labour and the Development of Malaya: 1786-1920, Kuala Lumpur, 1961.

R.K. Jain, South Indians on the Plantation Frontier in Malaya, New Haven and London, 1970.

A.T.S. James, Twenty Five Years of the L.M.S. 1893-1920, London, 1923.

Kenneth W. Jones, Socio-Religious Reform Movements in British India, New Delhi, 1989.

Mark Juergensmeyer, Religion as Social Vision: The Movement against Untouchability in 20th Century Punjab, Berkeley, 1982.

Laura Dudley Jenkins, Identity and Identification in India: Defining the Disadvantage, London, 2003.

Robin Jeffrey, The Decline of Nair Dominance: Society and Politics in Travancore, 1847-1908.

T.E Kamalanathan, K Veeramani is Refuted and the Historical Facts about the Scheduled Caste Struggle for Emancipation of India, Tiruppathur, 1958.

C. Kondapi, Indians Overseas, 1839-1949, New Delhi, 1951.

K.P. Kannan, Rural Proletarian Struggles: Mobilisation and Organisation of Rural Workers in South West India, Delhi, 1988.

N. Karashimam, Towards a New Formation: South Indian Society under Vijaya Nagar Rule, New Delhi, 1992.

S.V. Kogekar and Richard L. Park, eds, Reports on Indian General Elections, 1951-

52, Bombay 1956.

Dick Kooiman, Conversion and Social Equality in India: The London Missionary Society in South Travancore in the 19th Century, New Delhi, 1989.

C.S. Krishna, Labour Movement in Tamilnadu, 1918-1933, Calcutta, 1989.

M.D. Gopala Krishnan, Periyar: Father of the Tamil Race, Madras, 1991.

Dharma Kumar, Colonialism, Property and the State, Delhi, 1998.

------- Land and Caste in South India: Agricultural Labour in the Madras Presidency During the Nineteenth Century, Cambridge, 1965.

------- Land and Caste in South India Agricultural Labour in the Madras Presidency During the Ninenteeth Century, (Reprinted with an Introduction), New Delhi, 1992.

Vivek Kumar, Dalit Leadership in India, New Delhi, 2002.

Eugene F. Irschik, Politics and Social Conflict in South India: the Non Brahmin Movement and Tamil Separation, 1916-1929, Berkeley, 1969.

Dialogue and History: Constructing South India 1795-1895, New Delhi, *1994*.

David Ludden, Peasant History in South India, Princeton, 1985.

Amy - Carmichael Lisbon, Things As They Are: Mission Work in Southern India, n.p., London, 1903.

B.B. Majumdar, Indian Political Association and Reform Legislation, 1818-1917, Calcutta, 1965.

R.C. Majumdar, History of the Freedom Movement in India, Vols I, II and III, Calcutta, 1963.

N.K. Mangalamurugesan, Self-Respect Movement in Tamilnadu, 1920-1940, Madurai, *1976*.

S. Manickam, Slavery in the Tamil Country: A Historical Overview, (Revised and Enlarged Edition) Madras, 1993.

------- The Social Setting of Christian Conversion in South India, Weisbaden, *1977*.

David James Mearns, Shiva's other Children: Religion and Social Identify amongst Overseas Indians, New Delhi, 1995.

Dilip M. Menon, Caste, Nationalism and Communism in South India: Malabar 1900-1948, Cambridge, 1994.

Michael Moffat, An Untouchable Community in South India: Structure and Concensus, Princeton, 1979.

P.E. Mohan, Scheduled Caste: History of Elevation, Tamilnadu 1900-1955, Madras, *1993*.

Chandra Mudaliar, The State and Religious Endowments in Madras, Madras, 1976.

Nilmani Mukherjee, The Ryotwari System, in Madras 1797-1827, Firma KLM, Calcutta, 1926.

S. Manickam, Nandanar: The Dalit Marty, Madras, 1990.

Joseph Mullens, A Brief Review of Ten years of Missionary Labour in India (Between 1852 and 1861), London, 1862.

Braj Ranjan Mani, Debrahminizing History: Dominance and Resistance in Indian Society, New Delhi, 2007.

William Meston, Missions of the United Free Church of Scotland: Story of our Madras Missions, Edinburgh, 1907.

T. Varadarajalu Naidu, The Justice Movement, 1917, (A detailed account of the activities of the Justice Movement in the First Year of its existence), Madras, 1991.

Janaki Nair, Miners and Millhands: Work, Culture and Politics in Princely Mysore,

New Delhi, 1998.
G.A. Natesan, ed., The Depressed Classes, Madras, 1912.
Devanesan Nesiah, The Policy of Reservations in the United States, India and Malaysia: Discrimination with Reason, 1997.
Aditya Nigam, The Insurrection of Little Selves: The Crisis of Secular - Nationalism in India, New Delhi, 2006.
Rosalind O' Hanlon, Caste Conflict and Ideology: Mahatma Jotirao Phuale and Law Caste Protest in Nineteenth Century Western India, Cambridge, 1985.
G.A. Oddie, Social Protest in India: British Protestant Missionaries and Social Reforms, 1850-1900, New Delhi.
Gail Omvedt, Dalits and the Democratic Revolution: Dr B.R. Ambedkar and the Dalit Movement in Colonial India, New Delhi, 1994.
_____ Seeking Begumpura: The Social Vision of Anti Caste Intellectuals, New Delhi, 2008.
Gyanendra Pandey, Construction of Communalism in Colonial North India, Delhi, 1992.
Routine Violence: Nation, Fragments Histories, Delhi, 2006.
T.B. Pandian, Pandian and the Pariahs (Being Comprehensive Account of Mr T.B. Pandian's visit to England in the Interest of the Pariahs), Madras, 1895.
-------- The Slaves of the Soil in Southern India (with an introduction by J.E. Vedanayakam Pillay), Madras, 11893.
C.S. Pascoe, Two Hundred Years of the S.P.G., An Historical Account of the Propagation of the Gospel in Foreign Parts 1701-1900, Vol. II, London, 1901.
Mabel Palmer (Atkinson), The History of Indians in Natal, London, 1957.
G.E. Philips, Our Sixth Form in South India, London, 1930.
T.K. Velu Pillai, Travancore State Manual, Vol. 1, Trivandrum, 1940.
K. Perumal Pillai, Adi Dravidar Varalaru, Madras, 1922.
K.K. Pillay, A Social History of the Tamils (Second Edition), Madras University Historical Series, No. 25, Madras, 1975.
George Pittendrigh and William Meston, Missions of the United Free Church of Scotland: Story of our Madras Missions, n.p. Edinburgh, 1907.
J.S. Ponniah, An Enquiry into the Economic and Social Problems of the Christian Community of Madura, Ramnad and Tinnevelly District, Tambaram, 1938.
Baden Powell, Land System of British India, 1892.
Atul Chandra Pradhan, The Emergence of the Depressed Classes, Delhi, 1986.
Gyan Prakash, Bonded Histories: Genealogies of Labour Servitude in Colonial India, Cambridge, 1990.
Gyan Prakash, ed., The World of Rural Labourer in Colonial India, Delhi, 1992
Priyan Ambedkar, Rathamalai Srinivasan, Madras, n.d.
Jyoti Puri, Encountering Nationalism, Malden, 2004.
S. Srinivasa Raghavaiyangar, Memorandum on the Progress of Madras Presidency during the Past Forty Years of British Administration, Madras, 1893.
Indu Rajagopal, The Tyranny of Caste: The Non-Brahmin Movement and the Political Development in South India, New Delhi, 1985.
Chakravarti Rajagopalchari, Amhedkar Refuted, Bombay, 1946.
M. Ranghavaiyangar, Tolkappiyapporulatikara Arayccei (3rd edition), Manamadurai, 1960.
P.R. Ramachandra Rao, India and Ceylon, Calcutta, 1954.

V.N. Rao, et al., Symbols of Substance - Court, State in Nayaka Period, Tamilnadu, Oxford University Press, Delhi, 1992.

Edward Jewitt Robinson, TamilWisdom: Traditions Concerning Hindu Sages, London, 1873.

David Rudner, West - Caste and Capitalism in Colonial India: The Nattukottai Chettiyars, New Delhi, 1995.

K. Ravi Raman, Bondage in Freedom: Colonial Plantations in Southern India, C. 1797–1947, Working Paper No. 327, March, 2002.

T.S. Rajagopal, Indians Overseas, Mysore, 1938.

Aviel Roshwald, The Endurance of Nationalism: Ancient Roots and Modern Dilemmas, Cambridge, 2006.

Rowena Robinson, Christians of India, New Delhi, 2003.

Sumathy Ramaswamy, Passions of the Tongue: Language Devotion in Tamil Nadu, 1891-1970, Berkley and Los Angeles, 1997.

Kernial Singh Santhu, Indians in Malaya: Some aspects of their Immigration and Settlement (1786-1953), London, 1969.

K. Saradamoni, Emergence of Slave Caste: Pulayas of Kerala, New Delhi, 1990.

S. Saraswathi, Minorities in Madras State: Group Interest in Modern Politics, Delhi, 1974.

Willem Van Schendel, Three Deltas: Accumulation and Poverty in Rural Burma, Bengal and South India, New Delhi, 1991.

Ghamshyam Shah, ed., Dalit Identity and Politics, New Delhi, 2001.

-------- SocialMovementsand the State, New Delhi, 2002.

Satish Kumar Sharma, Social Movements and Social Change. A Study oftheArya Samaj and Untouchables in Punjab, Delhi, 1985.

Ursula Sharma, Caste, New Delhi, 2002.

Milton Singer, Entrepreneurship and Modernization of Occupational Culture in South Asia, Duke University of Comparative Studies in Southern Asia, Monograph No. 12, 1973.

When a Great Tradition Modernizes, New York, 1972.

Pattabhi Sitaramayya, History of the Indian National Congress, Vols I – II, Bombay, 1946-47.

Chitra Sivakumar and S.S. Sivakumar, Peasants and Nabobs: Agrarian Radicalism in Late Eighteenth Century Tamil Country, Delhi, 1993.

Gilbert Slater, ed., Some South Indian Villages, Oxford, 1919.

K.S. Sonachalam, Land Reforms in Tamilnadu, Evaluation of Implementation, New Delhi, 1970.

Burton Stein, Peasant, State and Society in Medieval South India, Delhi, 1980.

N. Subrahmaniam, Sangam Polity, Bombay, 1966.

Jomo K. Sundaram, Wame Jomo —A Question of Class: Capital, The State and Uneven Development in Malaya Singapore, 1986.

Ronald E. Seavoy, Famine in Peasant Societies, Contribution in Economics and Economics History, New York, 1986.

Sarny Sitambaranar, Thamizhar Tulaivar E. Ve Ra Vazhai Varalaru, Trichy, 1971.

Swapna H. Samel, Dalit Movement in South India, 1857-1956, New Delhi, 1989.

D.G. Tendulkar, Life of Mohandas Karamchand Gandhi, Vol. I, New Delhi, 1962.

P.J. Thomas and K.C. Ramkrishnan, eds, Some South Indian Villages: A Resurvey, Madras, 1940.

Iyothee PanditharThoss, IndirarDesa Charitram (The History of the Indians Nations), 2nd Andersonpet, Sri Siddhartha, Puthagasalai, Kolar Gold Fields, 1957.

Edgar Thurston, Castes and Tribes of Southern India, Vol. VI, Madras, 1909.

J.H.A. Tremenheere, Notes on the Pariahs of Chingleput, Madras, 1891.

C.L. Tupper, Notes on Indian Immigration, 1878-79, Simla, 1879.

Thriumaavalavan, Talisman: Extreme Emotions of Dalit Liberation, (translated from the Tamil by Meena Kandaswamy), Kolkata, 2003.

Thirumaavalavan, Uproot Hindutya: The Fiery Voice of the Liberation Panthers (translated from the Tamil by Meena Kandaswamy), Kolkata, 2004.

Hugh Tinker, The Banyan Tree From India, Pakistan and Bangladesh, Delhi, 1977.

A New System of Slavery: The Export of Indian Labour Overseas, 1830-1920, London, 1974.

S.R. Venkataraman, Temple Entry Legislation: Reviewed with Acts and Bills, Madras, 1946.

E. Sa Viswanathan, The Political Career of E.V. Ramaswami Naickar: A Study on the Political of Tamilnadu, 1929-1949, Madras, 1983.

J.B. Waterbury, Memoirs of the Rev. John Scudder, New York, 1870.

T.C. Whitney, A Hundred Years of Salem Missionary History, Nagercoil, 1936.

Gehen Wijeywardene, Leadership and Authority: A Symposium, Singapore, 1968.

C. Charlotte Wyckoff, A Hundred Years with Christ in Arcot: A Brief History of the Arcot Mission in India, n.p. n.d.

Anthony Walker, New Place, Old Ways: Essays on India Society and Culture in Singapore, Delhi, 1994.

Haruka Yanagisawa, A Century of Change: Caste and Irrigated Lands in Tamilnadu, 1860s-1970s, New Delhi, 1996.

Chinna Rao Yagati, Dalits' Struggle for Identity: Andhra and Hyderabad 1900-1950, New Delhi, 2003.

Hase Yaswo, Miyake Hiroyuki and Osikawa Funiko, eds, South Asian Migration in Comparative Perspective: Movement, Settlement and Diaspora, Osaka, 2002.

Eleanor Zelliot, From Untouchable to Dalit: Essays on Amhedkar Movement, Delhi, 1993.

Working Paper

Roland Lardinois, *Famine, Epidemics and Mortality in South India During the Nineteenth Century: The Demographic* crisis of 1877-78: A Reappraisal, Madras Institute of Development Studies, Working Paper No. 48, April, 1994.

Unpublished M. Phil/Ph. D. Dissertation

Franklyn J. Balasundaram, "Depressed Class Movement and Protestant Missions in the Tamil Speaking Districts of the Madras Presidency, 1919-1939 with special reference to the London Missionary Society Areas in Salem, Attur, Coimbatore and Erode", Unpublished M. Th. Thesis, United Theological College, Bangalore, 1982.

G. Moses, "Christianity and Caste Conflicts in Tamilnadu in the Nineteenth Century", Unpublished M. Th. Thesis, United Theological College, Bangalore, 1978.

அம்மா இரா பாசுவுக்கும்
அப்பா ரவீந்திரநாத் பாசுவுக்கும்